இந்திய வரலாறு

காந்திக்குப் பிறகு

(பாகம் - 1)

ராமச்சந்திர குஹா

1958ல் டெஹ்ராதூனில் பிறந்தவர். பெங்களூரில் தற்சமயம் வசித்துவருகிறார். ஓஸ்லோ, ஸ்டான் ஃபோர்ட், யேல் பல்கலைக்கழகங்களிலும் இந்திய அறிவியல் கழகத்திலும் பாடங்கள் நடத்தியுள்ளார். வரலாறு, அரசியல், சுற்றுச்சூழல், கிரிக்கெட் என்று பல துறைகளில் எழுதிவருகிறார். குஹாவின் படைப்புகள் இருபதுக்கும் அதிகமான மொழிகளில் மொழிபெயர்க்கப்பட்டுள்ளன.

நடுநிலையுடன் எழுதப்பட்ட விரிவான, சுவாரஸ்யமான புத்தகம்.
- Spectator

புத்தகங்கள், தனிப்பட்ட கடிதங்கள், பத்திரிகைச் செய்திகள், பிரசுரங்கள், அரசாங்க ஆவணங்கள் என்று அலபாமா முதல் அலகாபாத் வரை, கொல்கத்தா முதல் கலிஃபோர்னியா வரை பரவிப் படர்ந்திருக்கும் தகவல்களைத் தேடித்தேடிச் சேகரித்து இந்த சுவாரஸ்யமான புத்தகத்தை உருவாக்கியிருக்கிறார் குஹா.
- Daily Telegraph

வரலாற்றுச் செய்திகள் நிறைந்த பெரும் படைப்பு என்றாலும் ஒரு துப்பறியும் நாவலைப் போல் வாசித்து விடமுடியும்.
- Time Out Mumbai

இந்தியாவைப் பற்றி பல்வேறு புத்தகங்கள் எழுதப்பட்டிருக்கலாம். ஆனால், இதைவிடச் சிறந்த புத்தகம் இருந்துவிடமுடியாது.
- Sunday Telegraph

இந்தியாவின் ஜனநாயக வெற்றியைக் கொண்டாடும் அதே சமயம், இந்தியாவின் தோல்விகளையும் சறுக்கல்களையும் சுட்டிக்காட்டவும் இப்புத்தகம் தவறவில்லை.
- Sunday Times

இந்திய வரலாறு

காந்திக்குப் பிறகு

(பாகம் - 1)

ராமச்சந்திர குஹா

தமிழில்

ஆர்.பி. சாரதி

கிழக்கு

இந்திய வரலாறு: காந்திக்குப் பிறகு (பாகம் 1)
Indhiya Varalaaru: Gandhikku Piragu (Part 1)
Ramachandra Guha ©

First Edition: August 2009
512 Pages
Printed in India.

ISBN: 978-81-8493-212-6
Title No: Kizhakku 403

Kizhakku Pathippagam
177/103, First Floor,
Ambal's Building, Lloyds Road,
Royapettah, Chennai 600 014.
Ph: +91-44-4200-9603

Email : support@nhm.in
Website : www.nhm.in

Cover Image : Wikimedia Commons
Author's Email : ramguha@gmail.com

Kizhakku Pathippagam is an imprint of New Horizon Media Private Limited

This book is sold subject to the condition that it shall not, by way of trade or otherwise, be lent, resold, hired out, or otherwise circulated without the publisher's prior written consent in any form of binding or cover other than that in which it is published and without a similar condition including this the rights under copyright reserved above, no part of this publication may be reproduced, stored in or introduced into a retrieval system, or transmitted in any form or by any means (electronic, mechanical, photocopying, recording or otherwise), without the prior written permission of both the copyright owner and the above-mentioned publisher of this book.

For

Ira, Sasha and Suja:
Lights on my Coast

உள்ளே

முன்னுரை: செயற்கையான தேசம்	/	9

பகுதி ஒன்று: துண்டுகளைச் சேகரித்தல்

1.	சுதந்தரமும் உயிரிழப்பும்	/	29
2.	பிரிவினை	/	53
3.	கூடையில் சில ஆப்பிள்கள்	/	64
4.	சிவந்த, அழகிய பள்ளத்தாக்கு	/	91
5.	அகதிகளும் குடியரசும்	/	118
6.	இந்திய அரசியலமைப்புச் சட்டம்	/	140

பகுதி இரண்டு: நேருவின் இந்தியா

7.	வரலாற்றின் மாபெரும் சூதாட்டம்	/	167
8.	வீடும் உலகமும்	/	194
9.	வரைபடத்தை மாற்றுதல்	/	229
10.	இயற்கையை வெற்றி கொள்ளுதல்	/	257
11.	சட்டமும் மதமும்	/	285
12.	காஷ்மீரை மீட்டெடுத்தல்	/	303
13.	பழங்குடியினர் பிரச்னை	/	325

பகுதி மூன்று: மையத்தை உலுக்குதல்

14.	தெற்கில் எதிர்ப்பு அலை	/	347
15.	தோல்வியின் அனுபவம்	/	368
16.	நம் காலத்தில் அமைதி	/	409
17.	சிறுபான்மையினர் நலம் நாடல்	/	436
	நன்றி	/	462
	குறிப்புகள்	/	464

முன்னுரை

செயற்கையான தேசம்

I

ஏராளமான மக்கள். ஏராளமான பிரிவினர். அதனால் இந்தியர்கள் ஒருவருக்கொருவர் வேறுபட்டுள்ளனர். கவிஞர் மிர்ஸா அஸதுல்லாகான் காலிப் டெல்லியிலிருந்து கல்கத்தாவுக்குப் புறப்பட்டார். அது 1827-ம் ஆண்டின் வசந்தகாலம். ஆறுமாதங்களுக்கு பிறகு அவர் இந்துக்களின் புனித நகரமான காசியை அடைந்தார். அங்கே அவர் 'திருவிளக்குகளின் தேவாலயம்' (Chirag-i-Dair) என்ற கவிதையை எழுதினார். காலத்தால் அழியாத அந்த அமரவரிகள் இதோ:

(காலச் சுழலின் ரகசியம் கற்ற)
முதுபெரும் முனியிடம் ஓர் இரவு சொன்னேன்
நல்லவை, நம்பிக்கை, நன்றி, நேசம்
யாவும் அகன்றன இத்துயர நாடு விட்டு.
தந்தையும் மகனும் கழுத்தைப் பிடிக்க
சகோதரர் சண்டை சகோதரரோடு.
ஒற்றுமை, ஓரணி இழந்தன மதிப்பை.
இத்தனை தீய அறிகுறி இடையிலும்
இறுதி நாள் இன்னும் ஏன் வரவில்லை?
இறுதிச் சங்கு ஏன் ஒலிக்கவில்லை?
இறுதிப் பேரழிவு யாருடைய கையில்?[1]

முகலாயப் பேரரசின் வீழ்ச்சிப் பின்னணியில் காலிப்பின் கவிதை இயற்றப் பட்டது. அவருடைய சொந்தமான, பூர்வீக கங்கைச் சமவெளி ஒரு காலத்தில் ஓர் அரசருடைய ஆளுகைக்கு உட்பட்டிருந்தது. இப்போது அது குறுநிலத் தலைவர்களுக்கும் படையினருக்கும் இடையே பங்கு போடப்பட்டுவிட்டது. சகோதரர்களிடையே சண்டை. ஒற்றுமையும் ஒருங்கிணைப்பு உணர்வும் மதிப்பிழந்துவிட்டன. ஆனால், அவர் அவ்வாறு எழுதிக்கொண்டிருக்கும்

போது, பிரிட்டன் என்ற அயல்நாட்டு சக்தி இந்நாட்டில் தன் செல்வாக்கை உறுதி செய்துகொண்டு இருந்தது. அவர்கள் துணைக்கண்டத்தில் தங்கள் அதிகாரத்தை தொடர்ந்து விரிவுபடுத்திக்கொண்டு வந்தனர். பிறகு 1857-ல் பெரும்பான்மையான மக்கள் கிளர்ந்தெழுந்தனர். புதிதாக வந்தவர்கள் அதனை 'சிப்பாய்க் கலகம்' என்றழைத்தனர். இந்திய தேசியவாதிகள் அதனை 'முதல் சுதந்தரப் போர்' என்று குறிப்பிட்டனர்.

காலிப்பின் சொந்த நகரம் டெல்லியில் சில பயங்கரமான சண்டைகள் நடந்தன. டெல்லி அப்போது பெயரளவில் முகலாயத் தலைநகரமாக இருந்தது. வரும் நாட்களில் பிரிட்டிஷ் அரசின் தலைநகரமாகவும் ஆக இருந்தது. காலிப்பும் இருதலைக் கொள்ளி எறும்பாகத் தவித்தார். அவரோ புதிய ஆட்சியாளர்களிடம் உபகாரச் சம்பளம் பெறுபவர். ஆனாலும் முகலாயக் கலாசாரத்தால் பண்படுத்தப்பட்டவர். அன்று வந்தேறிகளான பிரிட்டிஷார் செய்ததையும், இப்போது (இப்போது என்பது கவிஞர் காலத்தில்) இந்திய தேசியவாதிகள் செய்ததையும் தெளிவாகக் கண்டவர். இருவருமே பயங்கரமான கொடுமைகளைச் செய்திருந்தனர். எனவே எது சரி, எது தவறு என்று சொல்வது கடினமாக இருந்தது. தனிமையின் பிடியில் இருந்த அவர், இந்துஸ்தானம் எவ்வாறு சுழன்றடிக்கும் சூறாவளிக்கும் கொழுந்து விட்டெரியும் பெரு நெருப்புக்கும் இரையாகியது என்னும் வேதனை வரலாற்றை எழுத்தில் வடித்தார்.[2] 'இந்தியர்கள் எந்தப் புதிய ஆட்சியை மகிழ்வுடன் எதிர்பார்க்க முடியும்?' என்று கேட்டார் அவர்.

இந்த வினாவுக்கு விடை வந்துகொண்டிருந்தது. 1857 சம்பவங்களுக்குப் பிறகு இந்தியக் குடியேற்றப் பகுதிகளின் ஆட்சியை பிரிட்டிஷ் அரசே ஏற்றுக் கொண்டது. பழைய கிழக்கிந்தியக் கம்பெனியின் தாற்காலிக, குழப்பமான ஆட்சிக்கு மாற்றாகப் புதிய அதிகார வர்க்கம் நிர்வாகத்தை மேற்கொண்டது. புதிய மாகாணங்களும் ஜில்லாக்களும் உருவாக்கப்பட்டன. ஐ.சி.எஸ். என்ற தேர்ந்தெடுத்த அதிகாரிகளின் மேற்பார்வையில் அரசு நிர்வாகம் நடைபெற்றது. நாட்டின் குறுக்கும் நெடுக்குமாக இருப்புப்பாதை இணைப்பு அமைக்க பெரும் ஆற்றலும் செல்வமும் செலவிடப்பட்டன. இது பிரிட்டிஷ் இந்தியாவின் ஒற்றுமைக்கு உதவியதோடு, அரசு நிலைப்பதற்கும் உதவியது. 1857 போல் மீண்டும் நடக்க நேரிட்டால், படைகளை விரைவில் அனுப்ப முடியும் அல்லவா?

II

ஆயிரமாண்டுகள் இல்லாவிட்டாலும், குறைந்தபட்சம் அவர்கள் ஆயுட் காலம் வரையிலாவது பிரிட்டிஷ் ஆட்சி தொடரும் என்று எதிர்பார்க்கும் வகையில் 1888 வாக்கில் அரசு நிலைநிறுத்தப்பட்டது. அந்த ஆண்டில் ஆட்சியை நிலைநாட்ட உதவியாக இருந்த ஒருவர், கேம்பிரிட்ஜில் ஒரு தொடர் சொற்பொழிவு நிகழ்த்தினார். பின்னர் அது 'இந்தியா' என்ற எளிய தலைப்பில் புத்தகமாக வெளியானது. அந்த மனிதர் சர் ஜான் ஸ்ட்ராச்சி. அவர்

பல ஆண்டுகள் இந்தியத் துணைக்கண்டத்தில் வாழ்ந்தவர். கவர்னர் ஜெனரலின் ஆலோசனைக் குழு உறுப்பினராக இருந்தார். இங்கிலாந்தில் ஓய்வில் இருந்தபோது, ஐரோப்பாவில் அண்மைக்கால அரசியல் நிகழ்வுகளின் பின்னணியில் தன் இந்திய அனுபவங்களைப் பதிவு செய்தார்.

ஸ்ட்ராச்சியின் புத்தகம் பெரும்பாலும் அரசின் நிர்வாக வரலாறு பற்றிய தாகவே - படைகள், அரசு நிர்வாகம், நிலம், வரி, இந்தியாவின் 'பல்வேறு நாடு'களின் விசேஷ நிலை பற்றியதாகவே - இருந்தது. கேம்பிரிட்ஜ் பல்கலைக்கழகத்தில் படித்துவிட்டு இந்தியாவில் பணியாற்ற வருபவர்களுக்கான அடிப்படைப் புத்தகமாக அது அமைந்தது. அந்தப் புத்தகத்தில், ஒரு வசதிக்காக, பல வேறுபட்ட நாடுகள் சேர்ந்த ஒரு பகுதிக்கு, இந்தியா என்ற பொதுவான பெயர் சூட்டப்பட்டிருந்தது என்று எடுத்துக்கொள்ளலாம்.

இந்தியாவில் உள்ள வேறுபாடுகளைவிட ஐரோப்பிய நாடுகள் இடையே உள்ள வேறுபாடுகள் மிகக் குறைவே என்று ஸ்ட்ராச்சி கருதினார். 'பஞ்சாபைப் போல் வங்காளம் இருப்பதைவிட, ஸ்பெயினைப் போல் ஸ்காட்லாந்து இருக்கிறது.' இந்தியாவில் இன, மொழி, மத வேறுபாடுகள் அதிகம்; ஐரோப்பாவைப் போலன்றி அந்த 'நாடுகள்', தேசங்கள் அல்ல; அவற்றுக்குத் தனியாகக் குறிப்பிடும்படியான அரசியல் அல்லது சமூக அடையாளங்கள் கிடையாது. இந்தியா என்று ஒரு நாடு இப்போது இல்லை; ஒருபோதும் இருந்ததும் இல்லை - இதுதான் இந்தியா பற்றி முதலாவதாகவும் மிக முக்கியமானதாகவும் கேம்பிரிட்ஜ் மாணவர்கள் அறிய வேண்டியது என்றார் ஸ்ட்ராச்சி. மேலும், எந்த மாதிரியான ஐரோப்பியக் கருத்தின்படிப் பார்த்தாலும், இந்தியாவின் எந்தப் பிரதேசத்திலும் இயற்கை அமைப்பு, அரசியல், சமூகம் அல்லது சமயத்தில் ஒருமைப்பாடு கிடையாது என்றார் அவர்.

கடந்த காலத்தில் இந்தியா என்று ஒரேநாடோ தேசமோ இருந்ததும் இல்லை, இனி வரும் காலங்களில் இருக்கப்போவதும் இல்லை. இந்தியாவின் சில பகுதிகளில் ஒருவித தேசிய உணர்வு என்பது ஏற்படலாம், ஆனால் அது இந்தியா முழுமைக்குமாகப் பரவ சாத்தியமே இல்லை என்று ஸ்ட்ராச்சி கருதினார். பஞ்சாப்பில் உள்ளவர்களோ, வங்காளத்தில் உள்ளவர்களோ, வடமேற்கு மாகாணங்களில் உள்ளவர்களோ, மதராஸில் உள்ளவர்களோ தாங்கள் எல்லோரும் இந்திய தேசத்தவர் என்று உணரப்போவதில்லை. அதற்குபதில் ஐரோப்பாவில் உள்ள பல நாடுகள் ஒன்று சேர்ந்து ஒரு தேசமாவது அதிக சாத்தியம் கொண்டது.[3]

ஸ்ட்ராச்சியின் குறிப்புகள், வரலாற்று முடிவாக அறிவிக்கப்பட்டவை. அப்போது ஐரோப்பாவில் ஒரே மொழி அல்லது பிராந்தியம் என்ற அடிப்படையில் பல தேசங்கள் இனம் காணப்பட்டன. ஆனால் ஸ்ட்ராச்சி அறிந்தவகையில், இந்தியாவில் அதுபோன்ற ஓர் எழுச்சி எழுந்திருக்கவில்லை. ஒருவிதத்தில், இந்தப் பேச்சை எதிர்காலத்தில் இந்திய ஆட்சிப்

பணியில் பங்குபெறக்கூடியவர்களின் உறுதியை வலுவாக்கச் சொல்லப் பட்ட அரசியல் கூற்றாகவும் எடுத்துக்கொள்ளலாம்.

ஸ்ட்ராச்சி பேசும்போதே அவருடைய இந்தக் கருத்தை இந்தியர்கள் சிலர் வன்மையாக மறுத்தனர். அவர்கள் இந்திய தேசிய காங்கிரஸ் என்ற ஓர் அமைப்பை நிறுவியிருந்தனர். அது, நிர்வகிப்பதில் இந்தியர்களுக்கு அதிகப் பங்கு இருக்கவேண்டும் என்று கேட்பவர்களின் அமைப்பாகும். இந்தப் பெயர் குறிப்பிடுவதுபோல, இவர்கள், காலனி ஆதிக்கவாதிகளின் கருத்துக்கு மாற்றாக, கலாசாரம், பிராந்தியம், சமயம், மொழி போன்ற வேறுபாடுகளுக் கிடையேயும் மக்களை ஒன்றுபடுத்தி ஓர் இந்திய தேசத்தை உருவாக்கமுடியும் என்று நம்பினர்.

இந்திய தேசிய காங்கிரஸ், விவாத மேடை என்ற நிலையிலிருந்து மக்கள் இயக்கமாகி, அதன் மூலம் ஓர் அரசியல் கட்சியானது. இந்த முன்னேற்றத்தில் கோகலே, திலகர், அனைவருக்கும் மேலாக காந்தி ஆகியோர் பெரும் பங்கு வகித்தனர். இது பற்றியெல்லாம் பல நல்ல புத்தகங்கள் வெளியாகியுள்ளன. மொழி, மதம், ஜாதி என்று பிரிந்திருந்த மக்களிடையே பாலம் அமைப்பதில் நிறைய கவனம் செலுத்தப்பட்டது. ஆயினும் இம்முயற்சிகள் முழுவதுமாக வெற்றிபெறவில்லை. ஏனெனில், பிற்படுத்தப்படோர், குறிப்பாக முஸ்லிம்கள், ஒருபோதும் காங்கிரஸை ஓர் உண்மையான தேசியக் கட்சியாகக் கருதவில்லை. அதனால்தான் 1947-ன் முடிவில் இந்தியா, பாகிஸ்தான் என்று இரு நாடுகள் சுதந்தரம் பெற்றன.

இந்திய தேசியம் பற்றி மறு ஒத்திகை பார்க்க இது இடமல்ல. காங்கிரஸ் தோன்றியது முதல் விடுதலை பெற்றது வரை, பிரிவினை நடந்ததுவரை, இந்திய தேசியம் இயற்கையான ஒன்றல்ல என்று நினைத்தவர்கள் இருக்கவே செய்தனர்.[4] அதே சமயம், இந்திய சுய ஆட்சியை வரவேற்ற பிரிட்டிஷ் அரசியல்வாதிகளும் சிந்தனையாளர்களும், தங்கள் வழியில் அது நடை முறைக்கு வர உதவியும் செய்தனர். (இந்திய தேசிய காங்கிரஸ் தோன்றக் காரணமானவர்களில் காலனியவாதி ஏ.ஓ. ஹ்யூம் என்ற ஸ்காட்லாந்துக் காரரும் ஒருவர்.) ஆனால், பிரான்ஸைப் போலவோ, ஜெர்மனி, இத்தாலி யைப் போலவோ இந்தியாவில் ஒரு தேசிய நோக்கத்துக்கான உள்ளியல்பும் ஒட்டுணர்வும் மக்களைப் பிணைத்து முன்னே அழைத்துச்செல்லும் வகையில் இல்லை என்று வாதிட்டவரும் இருந்தனர். இந்தக் கண்ணோட் டத்தில்தான் பிரிட்டிஷ் ஆட்சியே இந்தியாவை ஒன்றிணைத்தது என்ற வாதம் எழுந்தது.

ஜான் ஸ்ட்ராச்சியின் கருத்தான, சுதந்தரமான இந்திய தேசம் இருக்க இயலாது என்பதை ஏற்றுக்கொண்டவர்களில் பிரபலமான மற்றும் பெயர் தெரியாத எழுத்தாளர்களும் இருந்தனர். முதல் வகையில் முக்கியமானவர் ருட்யார்ட் கிப்ளிங். அவர் வளரும் வயதில் துணைக்கண்டத்தில் வசித்தவர். அதைப் பற்றி நேர்த்தியான கதைகளைப் பின்னர் எழுதியவர். 1891 நவம்பரில் கிப்ளிங் ஆஸ்திரேலியாவில் இருந்தபோது இந்திய சுயாட்சியின் சாத்தியக்கூறுகள்

பற்றி பத்திரிகையாளர் ஒருவர் கேட்டபோது சொன்னார்: 'நிச்சயமாக இல்லை. அவர்கள் நாலாயிரம் வயதுப் பழைமையானவர்கள்; சுயாட்சி பற்றியெல்லாம் அறிந்துகொள்ள இயலாத மிகப் பழைமையானவர்கள். அவர்கள் வேண்டுவது சட்டம், ஒழுங்கு. அதை அளிக்க நாம் இருக்கிறோம். அதை நாம் சரியாக அளிக்கிறோம்.'[5]

கிப்ளிங் இந்திய நாகரிகத்தின் பழைமையைக் காரணமாகச் சொல்ல, மற்றவர்களோ இந்தியர்களின் முதிர்ச்சியற்ற மனநிலையை சுயாட்சிக்கு எதிராகக் காரணம் காட்டினர். கிரிக்கெட் வீரரும் தேயிலைச் சாகுபடியாளரு மான ஒருவர் இங்கு நாற்பது ஆண்டுகள் தங்கியபின் சொன்னார்: 'அவர்களே ஆண்டுகொள்ளட்டும் என்று முட்டாள்தனமாக விட்டுவிட்டால் குழப்பம் தான் நிலவும். ஓ, கடவுளே! என்ன குழப்பம், தடுமாற்றம், நிர்வாகச் சீர்கேடு! அதைவிட மோசம்தான் நிகழும்! இந்தச் சிறந்த மக்களை நாம் வழி நடத்தி னால் அவர்கள் எங்கும் வருவர்; எதையும் செய்வர். நிர்வாகம், ஆட்சித்திறன் ஆகியவற்றில் அவர்கள் இன்னும் பச்சிளங்குழந்தைகள். அவர்களுடைய தலைவர்கள் என்று சொல்லிக்கொள்பவர்கள் இன்னும் மோசமானவர்கள்.'[6]

இவை போன்ற கருத்துகள் இந்தியாவிலும் பிரிட்டனிலும் இருந்த பிரிட்டிஷ் காரர்களிடம் நிலவி வந்தன. அரசியல் ரீதியில் பார்த்தால், ஸ்ட்ராச்சியின் கொள்கையைப் பின்பற்றியவர்களில் மிக முக்கியமானவர், வின்ஸ்டன் சர்ச்சில் ஆவார். 1940-களில் இந்தியச் சுதந்தரம் திரண்டு உருப்பெறும் நிலை யிலிருந்தபோது, பிரிட்டிஷ் பேரரசு சிதறித் தூள் தூளாவதை நிர்வகிப்ப தற்காகத் தான் அரசரின் பிரதம மந்திரியாக ஆகவில்லை என்று அவர் முனங்கினார்.

பத்தாண்டுகளுக்கு முன், மங்கிக்கொண்டிருந்த தனது அரசியல் வாழ்க்கை யைத் தூக்கி நிறுத்த, இந்திய சுயாட்சி எதிர்ப்பைக் கையில் எடுத்தார். 1930-ல் காந்தியின் உப்புச் சத்தியாக்கிரகத்துக்குப் பிறகு இந்தியக் காலனிக்கு டொமினியன் அந்தஸ்து வழங்குவது பற்றி இந்திய தேசியவாதிகளுடன் பேச பிரிட்டிஷ் அரசு முன்வந்தது. பேச்சுவார்த்தையும் தொடங்கியிருந்தது. ஆனால், கால அளவு வரையறுக்கப்படாமல் தெளிவற்று இருந்தது. இந்நிலை யில் சர்ச்சில், 'இந்த எண்ணம் விநோதமானது, விஷமத்தனமானது' என்று குறிப்பிட்டதுடன், சுயாட்சிக்கு இந்தியர்கள் தகுதியற்றவர்கள் என்பதால், அம்முயற்சியை உடைக்க, பிரிட்டிஷார் தங்களது உறுதிமிக்க படைகளை ஏவவேண்டும் என்றார்.

1930, 1931-ம் ஆண்டுகளில், இந்திய சுதந்தரத்துக்கு எதிரான மக்களிடையே, சர்ச்சில் தம் கருத்தை சொற்பொழிவுகள் மூலம் பரப்பினார்.

1930 டிசம்பரில் லண்டன் மக்களிடையே பேசும்போது, 'பிரிட்டிஷ் அரசு இந்தியவை விட்டு வெளியேறினால், வெள்ளையர்கள் அடங்கிய கூலிப் படை ஒன்றைக்கொண்டு இந்துக்களின் மேலாண்மையைத் தடுக்கவேண்டும்; தேவைப்பட்டால் ஜெர்மனியிலிருந்துகூட படைவீரர்களை வேலைக்கு அமர்த்திக்கொள்ளலாம்' என்றார்.

மூன்று மாதங்களுக்குப் பின் ஆல்பர்ட் ஹாலில், அவரது உறவினர் மால்பரோ கோமகன் தலைமை வகிக்க, 'இந்தியாவுக்கு நம் கடமை' என்ற தலைப்பில் பேசும்போது, 'இந்தியாவை பிராமணர்களிடம் (காங்கிரஸ் கட்சியில் அவர்கள்தாம் ஆதிக்கம் செலுத்தினர் என்பது அவர் கருத்து) விட்டுவிடுவது கொடுமையான, தீய செயல்' என்று அவர் வாதிட்டார். பிரிட்டிஷார் வெளியேறினால், அவர்கள் நிறுவிய நீதி, மருத்துவம், ரயில்வே மற்றும் பொதுப்பணித் துறைகள் அடங்கிய அரசின் முழு அமைப்பும் அழிந்துவிடும் என்று ஆரூடம் கூறினார். மேலும், 'இந்தியா விரைவாகப் பல நூற்றாண்டுகளுக்கு முற்பட்ட காட்டுமிராண்டித்தனத்துக்குச் சென்றுவிடும் என்றும் அவர் சொன்னார்.[7]

III

வின்ஸ்டன் சர்ச்சிலின் இந்த எச்சரிக்கைகளுக்குப் பதினைந்தாண்டுகளுக்குப் பிறகு, பிரிட்டிஷார் இந்தியாவிலிருந்து வெளியேறினர். காட்டுமிராண்டித் தனமும் துன்பமும் சில நாள்களுக்குக் கோலோச்சத்தான் செய்தன. அதற்கான பொறுப்பு யாருடையது என்பது விவாதத்துக்கு உரியது. ஆனால் ஒருமாதிரி யான ஒழுங்கு விரைவிலேயே நிலை நாட்டப்பட்டது.

அமைதியை நிலைநாட்ட ஜெர்மானியர் தேவைப்படவில்லை. படை பலத்துக்கும் அவசியம் இருக்கவில்லை. இந்துக்களின் மேலாண்மையை நிலைநாட்ட, தேர்தல் முறையே போதுமானதாக இருந்தது.

இருந்தபோதிலும் இந்தியா விடுதலை பெற்ற அறுபது ஆண்டுகளாக, இன்னும் எவ்வளவு காலம் நாடு ஒன்றுபட்டிருக்கும், ஜனநாயக முறையும் அமைப்புகளும் நீடித்து இருக்கும் என்ற ஐயப்பாடு இருந்துகொண்டே வந்தது. ஒவ்வொரு பிரதமரின் மறைவுக்குப் பிறகும் ஜனநாயகத்துக்கு மாறாக ராணுவ ஆட்சி வந்துவிடும் என்று ஆரூடம் சொல்லப்பட்டது. பருவமழை தவறும்போதெல்லாம் நாடு முழுதும் பஞ்சம் பீடிக்கும் என்று எதிர்பார்க்கப்பட்டது. ஒவ்வொரு பிரிவினைவாத இயக்கம் தோன்றிய போதும் இந்தியா என்ற ஒற்றை தேசத்தின் மறைவு எதிர்நோக்கப்பட்டது.

1947-க்குப் பிறகு, அழிவு ஆரூடம் சொல்பவரிடையே பல பிரிட்டிஷ் மற்றும் அமெரிக்க எழுத்தாளர்கள் இருந்தனர். இந்தியா நிலைபெற்று விளங்கியது சாதாரண பார்வையாளர்களுக்கும் பத்திரிகையாளர்களுக்கும் மட்டுமல்ல, பேராசிரியர்களுக்கும்கூட பெரும் புதிராக இருந்தது. வேறுபட்ட கலாசாரங்கள், வறுமை முதலியவை ஒரு தேசத்தை உருவாக்க முடியாது; அதுவும் ஜனநாயக தேசத்தை உருவாக்குவது மேலும் கடினம் என்பது அவர்களது தீர்மானம். ஆனால் இந்தியா அந்தக் கருத்துடன் ஒத்துப் போகவில்லை. ராபர்ட் தால் (Robert Dhal) என்ற அரசியல் விஞ்ஞான நிபுணர், 'இந்தியா ஜனநாயக அமைப்புகளுடன் இயங்குவதை மேலோட்ட மாகப் பார்த்தால், நிறைய காலம் தாக்குப்பிடிக்க முடியாது என்றே தோன்றுகிறது' என்று எழுதினார். 'மேலும் அதற்கான சாதகமான அம்சங்கள்

எதையும் இந்தியா பெற்றிருக்கவில்லை. ஆனால், அது எப்போதும் சமுதாய அறிவியல் பொதுமைக்கருத்துகளை மீறக்கூடிய பெருமையைப் பெற்றுள்ளது' என்று மற்றொரு அமெரிக்க அறிஞர் எழுதினார். 'இருந்தபோதிலும் இந்தியாவில் ஜனநாயகம் இயங்குவதற்கான வாய்ப்புகள் ஏன் இல்லை என்பதை இந்தக் கட்டுரை அலசி ஆராய்கிறது' என்று அவர் எழுதியிருந்தார்.⁸

அந்தப் புத்தகத்தின் பல பக்கங்களில், இந்தியா எவ்வாறு உடனடியாக உதிர்ந்துபோகும் அல்லது அதன் ஆட்சியில் எப்படிக் குழப்பம் ஏற்படும் அல்லது அது எவ்வாறு சர்வாதிகார ஆட்சிக்கு உட்படக்கூடும் என்றெல்லாம் பல முன்னறிவிப்புகள் தூவப்பட்டிருந்தன. இங்கே, பிரிட்டிஷ் பத்திரிகையாளரும் இந்தியாமீது கனிவான பார்வை கொண்டவருமான டான் டெய்லர் (Don Taylor) என்பவரின் பார்வையை குறிப்பிட விரும்புகிறேன். இந்தியா ஒற்றை நாடாக இருபதாண்டுகளைக் கடந்து, நான்கு பொதுத்தேர்தல்களையும் சந்தித்தபிறகு, 1969-ல் டெய்லர் இவ்வாறு எழுதினார்:

முக்கியமான கேள்வி இருக்கத்தான் செய்கிறது. இந்தியா ஒரே அமைப்பாக இருக்க முடியுமா? துண்டாடப்படுமா?

விசாலமான தேசம், 524 மில்லியன் மக்கள். பிரதானமாக வழக்கிலுள்ள பதினைந்து மொழிகள், மாறுபடும் மனங்கள், பல இனங்கள். இவற்றையெல்லாம் ஒருவர் பார்க்கும்போது இப்படி ஒரு தேசம் உருவாகக்கூட முடியுமா என்பது நம்பத்தகுந்ததாக இல்லை.

மாபெரும் இமய மலை, வெயிலால் சுட்டெரிக்கப்பட்டு, ஆக்ரோஷமான மழையால் அடித்து நொறுக்கப்பட்ட விரிந்து பரந்த இந்திய-கங்கைச் சமவெளி, வெள்ளம் புரளும் கிழக்கின் பசுமை நிறைந்த டெல்டா, மாபெரும் நகரங்களான கல்கத்தா, பம்பாய், சென்னை போன்றவற்றை உள்ளடக்கிய இந்த நாட்டை நினைத்துப் பார்ப்பதே கடினமாக உள்ளது. இருந்தபோதிலும் இந்த நாட்டில் நிலைக்கக்கூடிய ஏதோ ஒரு கட்டுமானம் காணப்படுகிறது. அதை இந்திய உணர்வு என்று மட்டுமே விளக்க முடியும்.

ஆசியாவின் தலைவிதியே இதன் வாழ்விலேதான் இருக்கிறது என்று நாம் நம்புவது, மிகையல்ல.⁹

இந்தியா நிலைக்கும் என்று இதயம் நம்புகிறது. ஆனால், நிலைக்காது என்று அறிவு கவலைப்படுகிறது. இந்த இடம் மிகவும் சிக்கலானது, குழப்பமானது. ஒரு தேசம் என்று ஒருவர் இதைச் சொல்லலாம். ஆனால் அது இயற்கையானதல்ல.

உண்மையில் இந்த தேசம் உருவான நாள் முதல், சிலர் (தேச பக்தர்கள்) இந்தியா சீராகவே இயங்கி வருகிறது என்று பயத்துடன் பேசியும் எழுதியும் வந்தனர். பிறரோ (பிரிவினைவாதிகள் அல்லது புரட்சியாளர்கள்) இந்தியா உடைந்துவிடும் என்ற எதிர்பார்ப்புடன் இருந்தனர். வெளிநாட்டவர் சிலர்போல, அவர்களும் வேறுபாடுகளும் வறுமையும் நிறைந்த இந்த

தேசத்தால் ஜனநாயகத்தைத் தாங்க இயலாது என்று நம்பத் தொடங்கி யிருந்தனர்.

IV

சென்ற நூற்றாண்டின் கடைசி பத்தாண்டுகளில் நான் காலிபின் ஊரில் வசிக்கத் தொடங்கியிருந்தேன். அவருடைய குடும்பம் வசித்த ஹவேலி அல்லது மாளிகை இருந்த, சுவரால் சூழப்பட்ட, பழைய நகரில் நான் வசிக்கவில்லை. பிரிட்டிஷ் பேரரசின் தலைநகராகக் கட்டப்பட்ட புது டெல்லியில் வசித்தேன். கவிஞர் காலத்தைப் போன்றே, இந்தியர்கள் இந்தியர்களோடு சண்டையிட்டுக் கொண்டிருந்தனர்.

நான் வேலைக்குச் செல்லும்போது ராஜபத் வழியாகச் செல்ல வேண்டும். அந்தச்சாலையின் பெயரும் அமைப்பும் அரச அதிகாரத்தைப் பறைசாற்றுவதாக இருந்தது. ராஜபத், ஆண்டுதோறும் நடைபெறும் குடியரசு நாள் அணி வகுப்பை மக்கள் காண்பதற்கு ஏற்றதாக, ஒரு மைல் தூரத்துக்கு இரு பக்கமும் விஸ்தாரமான நிலப்பரப்பைக் கொண்டதாக இருந்தது. அந்தச் சாலை அதற்கப்பால், ஒரு குன்றின்மீது ஏறி கம்பீரமான கல் கட்டடங்களை அடைந்தது. அக்கட்டடங்கள் வடக்கு, தெற்கு பிளாக்குகள் என்று அழைக்கப்படுகின்றன. அவற்றில் இந்திய அரசு அலுவலகங்கள் அமைந்துள்ளன. அச்சாலை பிரிட்டிஷ் இந்திய அரசின் வைஸ்ராய் மாளிகையில் முடிவடைகிறது.

நான் புது டெல்லிக்கு மாறியபோது பிரிட்டிஷார் வெளியேறி இருந்தனர். இப்போது இந்தியா முழு சுதந்தர, தனி ஆளுமை பெற்ற குடியரசாகி யிருந்தது. ஆனால், அது முழுதும் மகிழ்ச்சியோடு இருப்பதாகத் தோன்ற வில்லை. எங்கு பார்த்தாலும் முரண்பாடுகளுக்கான அடையாளங்கள் இருந்தன. குறிப்பாக, ஆளின்றிக் காலியாக இருக்கவேண்டிய ராஜபாதையின் இரு பக்க மைதானங்களிலும் கூடாரக் கிராமங்கள் தோன்றி இருந்தன. ஒவ்வொரு கூடாரத்துக்கு வெளியிலும் வண்ண வண்ண அரசியல் வாசக அட்டைகள் தொங்கின. ஒரு கூடாரத்தில் தனி மாகாணம் கோரி இமாலய உத்தராகண்ட் விவசாயிகள் வசிக்கலாம்; இரண்டாவது கூடாரத்தில் தங்கள் விளைபொருளுக்கு அதிக விலை கோரும் மகாராஷ்டிர விவசாயிகள் இருப்பார்கள்; மூன்றாவது கூடாரத்தில், அரசியல் திட்டத்தின் எட்டாவது அட்டவணையில் தங்கள் மொழியை அரசு மொழியாக்கக் கோரும் கொங்கணி வாசிகள் இருக்கலாம். கூடாரங்களில் இருப்பவர்களின் கோரிக்கைகள் மாறிக்கொண்டே இருக்கும். மலைவாசிகளுக்குப் பதிலாக ஆலைத் தொழி லாளர்கள் ஆட்குறைப்பை எதிர்க்கலாம். மகாராஷ்டிர விவசாயிகளுக்குப் பதிலாக திபெத்திய அகதிகள் இந்தியக் குடியுரிமை கோரலாம். கொங்கணி பேசுபவர்களுக்கு பதிலாக, இந்து சந்நியாசிகள் பசுவதை தடுப்பைக் கோரலாம்.

வெளிநாட்டுப் பார்வையாளர்களின் பார்வையில் இந்த வெளிப்படையான எதிர்ப்புகள் பாதிப்பை ஏற்படுத்துமோ என்ற கவலையில், *1990*-களின்

ஆரம்பத்தில் இக்கூடாரங்கள் அரசால் முழுமையாகப் பிரித்துப் போடப் பட்டன. ராஜபாதை ஆக்கிரமிப்புகள் அகற்றப்பட்டு புல்வெளிகளின் பழம்பெருமை மீட்கப்பட்டது. ஆனால், எதிர்ப்பவர்கள் மீண்டும் கூடி புதிய இடங்களைப் பிடித்துக்கொண்டனர். அவர்கள் அந்த இடத்துக்கு வடமேற்கே ஒரு மைல் தள்ளி, கன்னாட் ப்ளேஸில் உள்ள ஜந்தர் மந்தர் கண்காணிப்ப கத்துக்கு அருகில் குடிபெயர்ந்தனர். இங்கே அவர்கள் அரசாங்கத்தின் கண்களுக்குப் படவில்லை; ஆனால் நாள்தோறும் கடைகளுக்குப் போகும் நகர மக்கள் கண்ணில் பட்டனர். 1998-ல், இதுவும் சரிப்படாது என்று கூடாரங்கள் மீண்டும் கலைக்கப்பட்டன. ஆனால் இடம்தான் மாறியது; பிரச்னைகள் நீடித்தன. ஆர்ப்பாட்டம் செய்பவர்கள் அதிக நடமாட்டம் இல்லாத மந்திர் மார்க் - சங்கர் சாலை சந்திப்புக்கு மாற்றப்பட்டனர்.[10]

நான் டெல்லியில் 1990-களில் வசித்தபோது, ஜனவரி 1 முதல் டிசம்பர் 31 வரை தினந்தோறும் ராஜபாதையில் நடந்துபோய் அங்குள்ள கூடாரங்கள், அதில் வசிப்பவர்கள் மாறுவதைக் காலவாரியாகக் குறித்துக்கொள்ள விரும்பினேன். அது ஓராண்டில், ஒரு தெருவின் வரலாறாக இருந்திருக்கும். ஆனால், உங்கள் கையில் உள்ள இந்தப் புத்தகம் வேறு வழியைப் பின்பற்றி எழுதப்பட்டது. இந்தப் புத்தகம் 1947 முதல் இப்போது வரையிலான அறுபது வருட வரலாறை விவரிக்கிறது. எனினும், ராஜபாதையில் போய்வரும் அனுபவங்களைக் கொண்டு எழுத நினைத்த புத்தகத்தைப் போலவே இதுவும் ஒரு கதை. சமூகப் போராட்டங்கள், அவை எழுந்த விதம், அவை வெளிப்பட்ட விதம், முடிவு கண்ட முறை ஆகியவை பற்றியது.

இந்தப் போராட்டங்கள் பல்வேறு கோணங்களில் நிகழ்கின்றன. அவற்றுள் நாம் இப்போது மிக முக்கியமான நான்கை மட்டும் எடுத்துப் பார்க்கலாம். முதலாவதாக இனம் அல்லது சாதி. அது பல இந்தியர்களுக்கு முக்கியமான அடையாளமாக இருக்கிறது. அவர்கள் யாரை மணம் செய்துகொள்ளலாம், யாருடன் தொடர்பு கொள்ளலாம், யாரோடெல்லாம் சண்டையிடலாம் என்பதை முடிவு செய்கிறது. கேஸ்ட் (Caste) என்ற ஆங்கிலச் சொல் ஒரு போர்ச்சுகீசிய வார்த்தை. அது இரண்டு இந்திய சொற்களில் அடங்கியுள்ளது. ஒன்று, ஒருவர் பிறக்கும் அகமணக் குழுவான ஜாதி. இன்னொன்று, வருணம். அது இந்துப் புனித நூல்களில் விதிக்கப்பட்ட சமுதாய அந்தஸ்து ஏணியில் அவர்கள் வைக்கப்படும் இடம்.

அம்முறையில் நான்கு வருணங்கள் உண்டு. அவற்றுடன் மிகத் தாழ்ந்த நிலையில் தீண்டத்தகாதோர் (untouchable) என்ற ஐந்தாவது வருணமும் ஏற்பட்டது. இந்த வருணங்களில் மூவாயிரத்துக்கும் மேற்பட்ட ஜாதிகள் உண்டு. ஒவ்வொரு ஜாதியினரும் அவர்களுக்கு மேற்பட்ட ஜாதிகளின் உரிமைக்குச் சவால் விடுகின்றனர். அதேபோல கீழுள்ள ஜாதிகள் அவர் களுக்குச் சவால் விடுகின்றன.

அடுத்து வருவது மொழி. இந்திய அரசியல் சட்டம் 22 மொழிகளை அரசாங்க மொழிகளாக அங்கீகரிக்கிறது. இவற்றுள் மிக முக்கியமானது ஹிந்தி. இது

400 மில்லியன் மக்களுக்கும் மேலாக ஏதாவது ஒரு விதத்தில் பேசப்படுகிறது. தெலுங்கு, கன்னடம், தமிழ், மலையாளம், மராட்டி, குஜராத்தி, ஒரியா, பஞ்சாபி, பெங்காலி மற்றும் அஸ்ஸாமி ஆகியவை பிற அரசாங்க மொழிகள். இவை ஒவ்வொன்றும் தனக்கென தனி எழுதும் முறையை, வரி வடிவத்தைத் தெளிவாகப் பெற்றிருக்கிறது. ஒவ்வொன்றும் பல மில்லியன் மக்களால் பேசப்படுகிறது. இயற்கையாகவே தேசிய ஒற்றுமையும் மொழி வேறுபாடும் ஒன்றுக்கொன்று இயைந்துபோகக் கூடியவை அல்ல. ஒரு மொழி பேசும் இந்தியர்கள் மற்றொன்றைப் பேசும் இந்தியரோடு சண்டையிடுகின்றனர்.

மூன்றாவதாக, சர்ச்சைக்குரியதான அம்சம் மதம். ஒரு பில்லியனுக்கு அதிகமாக உள்ள இந்தியர்களில் மிகப் பெரும்பான்மையினர் இந்துக்கள். ஆனால் அதே நேரம், முஸ்லிம்களின் எண்ணிக்கையைப் பொருத்தமட்டில் இந்தியாதான் உலகிலேயே இரண்டாவது பெரிய நாடு. இங்கு 140 மில்லியன் முஸ்லிம்கள் உள்ளனர். (இந்தோனேஷியாவில் மட்டுமே இதைவிட அதிகமாக உள்ளனர்.) மேலும், அதிகமான அளவில் கிறிஸ்தவர், சீக்கியர், பௌத்தர், ஜைனர்கள் உள்ளனர். மொழி என்ற அடையாளத்தைப் போலவே மத நம்பிக்கையும் அடிப்படையான அம்சமாகும். ஒரே மதக் கடவுளின் வெவ்வேறு வடிவங்களை வணங்குபவர்கள்கூட சில நேரங்களில் சண்டையிடுவதும் வியப்பானதல்ல.

நான்காவதாக, சச்சரவுக்கு உள்ளாகும் மிகப்பெரிய விஷயம், வகுப்பு (class). இந்தியா, இணையற்ற பண்பாட்டு வேறுபாடுகள் கொண்ட நாடு மட்டுமல்ல; அதிகம் கவனத்தில் கொள்ளப்படாத சமுதாய ஏற்றத்தாழ்வுகள் கொண்ட நாடும்கூட. லண்டன், நியூ யார்க்கில் மிகப்பெரும் பங்களாக்களுடன் இந்தியத் தொழிலதிபர்கள் இருக்கிறார்கள். ஆயினும், அரசுக் கணக்கின்படி 26 சதவிகித மக்கள், அதாவது 300 மில்லியன் பேர் முழுமையாக வறுமைக்கோட்டுக்குக் கீழே உள்ளனர். கிராமப்புறங்களில் நில உடைமை தொடர்பாக பெரும் ஏற்றத்தாழ்வுகள் நிலவுகின்றன. நகர்ப்புறங்களில் வருமானம் தொடர்பாக இந்நிலை நிலவுகிறது. எதிர்பார்த்ததைப் போலவே, இந்த வேறுபாடுகள் பலவித எதிர்ப்புகளை உருவாக்கின.

இந்தச் சச்சரவுகளுக்கான கூறுகள் தனியாகவும் ஒன்றன்பின் ஒன்றாகத் தொடர்ந்தும் செயல்படும். சில சமயம் ஒரு குறிப்பிட்ட மத நம்பிக்கை சார்ந்தவர்கள் அவர்களுக்கென ஒரு தனிமொழியில் பேசலாம். பெரும்பாலும் தாழ்ந்த ஜாதியினர், சமுதாயத்தில் கீழான நிலையில் உள்ளவர்களாகவே இருந்தனர். இந்த நான்கு கூறுகளோடு ஐந்தாவதாக ஒன்றையும் சேர்க்க வேண்டும். அது மற்ற எல்லாவற்றிலும் ஊடுருவிச் செல்வது. அதுதான் ஆண்-பெண் வேறுபாடு. இதிலும் இந்தியா தனித்துத் தெரிந்தது.

ஒரு பெண் பதினைந்தாண்டுகள் முழுமையாக இந்தியாவின் பிரதமராக இருந்திருக்கிறார். ஆயினும், இந்தியாவின் சில பகுதிகளில் பெண் சிசுக் கொலை சர்வ சாதாரணமாக இருக்கிறது. நிலமற்ற விவசாயக் கூலிகள்

குறைவான ஊதியமே பெற்று வருகின்றனர். அவர்களுக்குள்ளும் பெண்களே மிகமிகக் குறைவான கூலி பெறுகின்றனர். கீழ் ஜாதியினர் சமுதாயத்தில் மிக இழிவாக நடத்தப்படுகின்றனர். அதிலும் மோசமாக அந்த ஜாதிகளில் உள்ள பெண்கள். ஒவ்வொரு மதத்தின் தலைவர்களும் பெண்களுக்கு இவ்வுலகத்திலும் மேல் உலகத்திலும் தாழ்வான இடத்தையே தருகின்றனர். மற்ற எல்லாவற்றையும்விட பால் பாகுபாடே மிக அதிகமாகப் பரவி ஊடுருவியிருக்கிறது. ஆனால் வெளிப்படையாகவோ கூட்டாகவோ இது எந்த எதிர்ப்பையும் வெளிக்காட்டவில்லை.

சமுதாயப் போராட்டம் நிகழும் சோதனைச் சாலை என்ற வகையில், 19-ம் நூற்றாண்டு ஐரோப்பாவைப் போன்றே, 20-ம் நூற்றாண்டு இந்தியாவும் வரலாற்றாளர்களுக்கு ஆர்வமூட்டுவதாக உள்ளது. இரு பிரதேசங்களிலும், தொழில்மயமாதல் மற்றும் நவீன தனி நாடுகள் உருவாக்கம் ஆகிய சமுதாய மாற்றத்தின் இரு அம்சங்கள் ஒன்றுசேர்ந்ததால் போராட்டங்கள் ஏற்பட்டன. பல்வேறு மதம், ஜாதி, வகுப்பு, மொழி ஆகியவை காரணமாக, இந்தியாவில் இந்த சச்சரவுக்கான களம் இன்னும் பெரிது. 19-ம் நூற்றாண்டு ஐரோப்பாவைப் போலன்றி இந்தியாவில் வயது வந்தோர் வாக்குரிமை, சுதந்தரமான பத்திரிகைகள், பெரும்பாலும் சுதந்தரமான நீதிமன்றம் ஆகியவற்றைக் கொண்ட ஜனநாயக நாடாக இருப்பதால் இந்தப் போராட்டங்கள் அதிகமாக வெளியே தெரிகின்றன. மனித வரலாறின் எந்தக் காலத்திலும், எந்த இடத்திலும் சமூகப் போராட்டங்கள் இப்படிப் பரந்துபட்டதாக இருந்ததில்லை; இவ்வளவு அழுத்தமாக வெளிப்படுத்தப்பட்டதில்லை; கலை, இலக்கியங்களில் இத்தனை நயத்துடன் பதிவு செய்யப்பட்டதில்லை; அரசியல் கட்சிகளாலும் ஊடகங்களாலும் இத்தனை வெளிப்படையாக எதிர்கொள்ளப்பட்டதில்லை.

இந்தப் புத்தகத்தில் உள்ள விஷயங்களையும் இந்திய சுதந்தர வரலாறையும் சுருக்கமாகச் சொல்ல ஒரு வழி, இந்த முரண்களின் வரைபடங்களை தொடர்ச்சியாகப் பார்ப்பது. ஒவ்வொரு பத்தாண்டுகளுக்கும் இந்திய தேசத்தின் வரைபடம் ஒன்றை வரையலாம். அதில் நாட்டில் நிலவும் முரண்பாடுகளை, அவற்றின் தீவிரத்துக்கு ஏற்ப வண்ணமிட்டுக் காட்டலாம். ஒரு குறிப்பிட்ட குழுவின் பிரச்னைகளை ஜனநாயக ரீதியில் வெளியிடும் போராட்டத்துக்கு நீல வண்ணம் தீட்டலாம். அதி தீவிரத்துடன் நிகழும் பயங்கரமான போராட்டங்களுக்கு சிவப்பு வண்ணம் இடலாம். வன்முறையின்றி, ஆனால் சட்டத்தில் மிகப்பெரும் மாறுதல் கோரும் பிரச்னைகளுக்கும் சிவப்பு வண்ணம் இடலாம். ஆயுதம் கொண்டு நாட்டை அழிக்க முற்படும் போராட்டங்களுக்கு கருப்பு வண்ணம் பூசலாம். சண்டை சச்சரவுகள் இல்லாத பகுதிகளைக் குறிக்கும் நிறம் வெள்ளை.

காலவாரியாக இந்த தேச வரைபடங்களை பத்து, பத்து ஆண்டுகளாகப் பார்க்கும் பெரிய வித்தியாசங்கள் தென்படும். சிவப்புப் பகுதிகள்

கருப்பாகவும், கருப்புப் பகுதிகள் சிவப்பாகவும் மாறியிருக்கலாம். நீல, சிவப்புப் பகுதிகள் வெள்ளையாகி இருக்கலாம்.

இந்த வரைபடங்கள், கலைடாஸ்கோப் கருவிபோல வண்ணங்களைக் காண்பிக்கும். இத்தனை வேறுபாடுகளுக்கு இடையிலும், நுட்பமாகக் காணும் ஒருவர் இரு அம்சங்கள் நிலையாக இருப்பதைக் காண்பார். முதலாவதாக இத்தனை மாறுபாடுகளுக்கு இடையிலும் வரைபடத்தின் வடிவம் மாறவில்லை. இந்தியாவின் எந்தப் பகுதியும் வெற்றிகரமாக வெளியேறி விடவில்லை. இரண்டாவதாக நீலம், சிவப்பு, கருப்புப் பகுதிகள் சேர்ந்தும் எந்தக் காலத்திலும் வெள்ளைப் பகுதி அளவுக்கு வரவில்லை. மிக அபாயகரமான பத்தாண்டுகள் என்று கருதப்பட்ட காலத்திலும் ஐம்பது சதவிகிதத்துக்கும் அதிகமான இந்திய நிலப்பரப்பு அமைதியாக, சௌகர்யமாகவே இருந்தது.

இந்திய மற்றும் வெளிநாட்டுப் பத்திரிகைகள், இந்தியாவின் பொருளாதார வெற்றி பற்றி எண்ணற்ற கட்டுரைகளை எழுதி வருகின்றனர். இது, இந்தியாவின் முந்தைய நிலையான வறுமை, பற்றாக்குறை ஆகியவற்றுக்கு முற்றிலும் மாறானது. எனினும் நவீன இந்தியாவின் வெற்றிக்கதை பொருளாதாரத் துறையில் அல்ல, அரசியலில்தான் அடங்கியுள்ளது! இந்திய மென்பொருள் துறையின் மாபெரும் வளர்ச்சியைப் பாராட்டுவது அவசரமான ஒரு செயலாக இருக்கக்கூடும். இது சாமானிய மக்களுக்குப் வளத்தையும் முன்னேற்றத்தையும் அளிக்குமா என்று இப்போது நமக்குத் தெரியாது. ஆனால் இந்தியா, விடுதலைக்குப் பிறகான அறுபதாண்டு கால சோதனைக் கட்டத்துக்குப் பின்னும் ஒரே தேசமாக இருப்பதோடு மட்டுமல்லாது, பெரும்பாலும் ஜனநாயகத் தன்மையுடனும் விளங்குகிறது. இந்த உண்மையை நாம் ஆழ்ந்து சிந்திக்க வேண்டும்.

அண்மையில் 135 நாடுகளில் ஜனநாயகத்துக்கும் முன்னேற்றத்துக்கும் இடையிலான தொடர்பு பற்றி நடத்தப்பட்ட ஆய்வில், இந்தியாவில் ஜனநாயகத்துக்கு எதிரான கூறுகள் அதிகமாக இருப்பதாகக் கண்டறியப்பட்டது. குறைந்த அளவிலான வருமானம் மற்றும் எழுத்தறிவு, அதிக அளவிலான சமுதாய சச்சரவுகள் ஆகியவற்றை வைத்துப் பார்க்கும்போது இந்தியாவில் சர்வாதிகார ஆட்சிதான் இருந்திருக்கவேண்டும் என்றே கணித்தனர். ஆனால் உண்மையில் ஆய்வுக்கு உட்பட்ட காலம் (1950-90) முழுவதும் ஜனநாயகமே நடைமுறையில் இருந்து வந்திருக்கிறது. இதனை விளக்க இது ஒரு மிகப்பெரும் விதிவிலக்கு என்று கூறுவது மட்டுமே ஒரே வழி. பொருத்தமற்ற இந்த முரணை விளக்குவதற்கு சமூக விஞ்ஞானப் புள்ளிவிவர ஆய்வு முறைகளையே கைவிட வேண்டியிருக்கும். அம்முறையில் இந்தியா எப்போதும் விதிவிலக்காகவே இருக்கும். அது பழங்கால முறையில் வரலாறை விவரிக்கும் வரலாற்றாளர்கள் பின்பற்றும் முறை.[11]

இந்தியாவைப் பிரிக்கும் சக்திகள் பல. அவற்றின்மீது இந்தப் புத்தகம் போதிய கவனம் செலுத்துகிறது. ஆனால் இந்தியாவை ஒன்றிணைத்து வைக்கும் சக்திகளும் இருக்கின்றன. அவை வகுப்பு, கலாசார

வேறுபாடுகளைக் கட்டுப்படுத்த உதவியுள்ளன. இந்தியா ஒன்றுபட்டு ஜனநாயக நாடாக இருக்காது என்ற ஆரூடங்களை இதுவரையிலாவது செல்லுபடி ஆகாதவையாக ஆக்கிவிட்டன. இவ்வாறு கட்டுப்படுத்தும் காரணிகள் அதிகம் வெளியே தெரிவதில்லை. மேலே தொடர்ந்து எழுதும் போது, அவை தெளிவாகும். அந்தக் காரணிகளில் தனி நபர்களும் உண்டு; நிறுவனங்களும் உண்டு.

V

'1947-க்கு உட்பட்ட இந்திய வரலாற்றுப் பகுதியை ஜனநாயகம் என்ற அரசியல் சிந்தனையின் சாதனையாகக் காணலாம்' என்று சுனில் கில்னானி எழுதுகிறார். அவ்வாறு பார்க்கும்போது, '18-ம் நூற்றாண்டு வாக்கில் அமெரிக்க மற்றும் பிரெஞ்சுப் புரட்சிகள் நடத்திய மாபெரும் ஜனநாயகச் சோதனையின் மூன்றாவது கட்டமாக சுதந்தர இந்தியாவைக் கொள்ளலாம். இந்த ஒவ்வொரு சோதனையும் மாபெரும் சக்திகளை வெளிப்படுத்தின; மிக உயர்ந்த எதிர்பார்ப்புகளை எழுப்பின; துன்பகரமான ஏமாற்றங்களால் பாதிப்படைந்தன.' கில்னானியின் கருத்துப்படி இந்தியச் சோதனையே மிகவும் இளையது; அதன் விளைவே மிகவும் முக்கியமானது. ஏனெனில், இதில் ஈடுபட்டிருக்கும் மாபெரும் மக்கள் தொகை ஒரு காரணம். இந்தியாவின் எழுச்சிமிக்க செயல்பாட்டைப் பின்பற்ற பல ஆசிய நாடுகள் காத்துக்கொண்டிருக்கின்றன என்பது மற்றொரு காரணம்.[12]

ஓர் இந்தியன் என்ற முறையில், மேற்கில் நடந்த பரிசோதனைகளைவிட இந்திய ஜனநாயகப் பரிசோதனையே மிக முக்கியமானது என்று கருதுகிறேன். இந்த அம்சம் மிகக் குறைவாகவே ஆராயப்படுகிறது என்பதை வரலாற்றாளன் என்ற முறையில் நான் அறிவேன். பிரெஞ்சு, அமெரிக்கப் புரட்சிகள் பற்றி ஆயிரக்கணக்கான புத்தகங்கள் இருக்கின்றன. அவற்றின் புகழ்பெற்ற மற்றும் பெயர் தெரியாத தலைவர்களுடைய வாழ்க்கை வரலாறுகள், அவற்றில் பங்கு கொண்டவர்களுடைய சமூகப் பின்னணிகளின் ஆய்வுகள், அவர்களுடைய சிறப்புகள் அல்லது தாழ்வுகள், அவர்கள் வாழ்ந்த பத்தாண்டுகள் மற்றும் தொடர்ந்த நூற்றாண்டுகளில் அவர்கள் பற்றிய மதிப்பீடுகள் பற்றியெல்லாம் நூல்கள் வெளிவந்துள்ளன. இதற்கு நேர்மாறாக இந்தியக் குடியரசின் எந்த ஓர் அம்சம் பற்றியும் எழுதப்பட்டுள்ள வரலாற்று நூல்களின் எண்ணிக்கையை ஒரு கை விரல்களால் அல்லது தாராளமாகச் சொன்னால் இரு கை விரல்களால் எண்ணிவிடலாம்.

'இந்தியக் குழந்தைகளுக்கு வரலாறு என்பதே இந்தியப் பிரிவினை மற்றும் இந்திய சுதந்தரத்துடன் முடிந்துவிடுகிறது' என்கிறார் கிருஷ்ணகுமார் என்ற கல்வியாளர். 'சமூக அறிவியலின் அங்கமாகவும், தனியானதொரு பாட மாகவும் இருந்தபோதும்கூட, வரலாறு என்பது 1947-டன் நின்றுவிடுகிறது. 55 ஆண்டுகால நிகழ்வுகள் வடிகட்டப்பட்டு, குடியியல் (Civics) பாடத் திலும், சினிமா, தொலைக்காட்சி போன்றவற்றிலும் சுருக்கமாகக்

காணப்படலாம். ஆனால் முறையான வரலாறு என்பது சொல்லப்படாமலே விடுபட்டுப் போய்விட்டது.[13]

இந்தியச் சிறுவர்களுக்கு, வரலாறு என்பது சுதந்தரம் மற்றும் பிரிவினை யோடு முடிவு பெற்றுவிட்டதன் காரணம், இந்தியப் பெரியவர்கள் அது அப்படி இருக்கவேண்டும் என்று முடிவு செய்ததனால்தான். கல்விக்கூடங் களைப் பொருத்தமட்டில் வரலாறு என்பது கடந்த காலத்தைப் பற்றியது. அரசியல், சமூகவியல் பாடங்கள்தாம் நிகழ்காலத்தைப் பற்றியவை. இது வழக்கமான, தர்க்கரீதியான பாகுபாடே. ஆனால், இதில் உள்ள என்ன சிக்கல் என்றால், இந்தியக் கல்விக்கூடங்களைப் பொருத்தமட்டில் கடந்த காலம் என்பது மாற்றமுடியாத ஒரே தேதியாக, அதாவது 15 ஆகஸ்டு 1947 என்று நிர்ணயிக்கப்பட்டுள்ளது. கடிகாரம் நள்ளிரவு மணியடித்து, இந்தியா சுதந்தரம் பெற்றது, வரலாறு முடிந்து அரசியலும் சமூகவியலும் ஆரம்ப மாகிவிட்டன.

1947-க்குப் பிந்தைய பத்தாண்டுகளில் நிகழ்காலம் கடந்து சென்றுவிட்டது. அரசியல் அறிஞர்கள் 1952 பொதுத் தேர்தலையும், பிறகு அடுத்த ஐந்தாண்டுகள் கழித்து நடந்த தேர்தலையும் ஆராய்ந்தனர். சமூக, மானிட இயல் அறிஞர்கள் 1950-களில் இந்தியக் கிராமங்களின் நிலையையும், பிறகு இன்னும் 1960-களிலான நிலைமைகளையும் ஆராய்ந்து பார்த்தனர். ஆனாலும், கடந்த காலம் மட்டும் அப்படியே இருந்தது. தங்களது பயிற்சி மற்றும் மனப்போக்கு காரணமாக, வரலாற்றாளர்கள் தங்களை சுதந்தரத்துக்கு முந்தைய காலத்தோடு நிறுத்திக்கொண்டனர். பிரிட்டிஷாரின் காலனி ஆதிகத்தால் இந்தியாவில் ஏற்பட்ட சமூக, பண்பாட்டு, அரசியல் மற்றும் பொருளாதா மாற்றங்கள் பற்றி நிறைய எழுதப்பட்டுள்ளன; இன்னும் எழுதப்பட்டு வருகின்றன. காலனி ஆட்சிக்கு எதிரான செயல்கள், முறைகள், காரணங்கள், விளைவுகள் பற்றியும் ஏராளமான நூல்கள் வெளிவந்தன; வெளிவந்து கொண்டிருக்கின்றன. அந்த எதிர்ப்புக்குத் தலைமை தாங்கிய வர், சமூக சீர்திருத்தவாதி, ஆன்மிகவாதி, தீர்க்கதரிசி, அரசியல் புரட்சியாளர் மோகன்தாஸ் கரம்சந்த் காந்தி.

காந்தி, சிலரால் மதிப்புடன் நேசிக்கப்பட்டார்; இன்றும் நேசிக்கப்பட்டு வருகிறார். வேறு சிலரால் இதயபூர்வமாக வெறுக்கப்பட்டார்; இன்றும் வெறுக்கப்படுகிறார். பிரிட்டிஷ் ஆட்சி பற்றியும் இதையே கூறலாம். முடிவாக, பிரிட்டன் 1947 ஆகஸ்டில் வெளியேறிவிட்டது. அதற்குப்பின் ஐந்தரை மாதங்களிலேயே சக இந்தியன் ஒருவராலேயே காந்தி படுகொலை செய்யப்பட்டார். பிரிட்டிஷ் அரசு மறைந்த கையோடு நிகழ்ந்த அதன் மாபெரும் எதிரியின் மரணம், எழுதப்பட்ட வரலாற்றிலும் ஆழமான பதிவை உண்டாக்கியது. காந்தி இன்னும் நீண்ட காலம் வாழ்ந்திருந்தால் வரலாற்றாளர்களும் இந்திய வரலாறில் இன்னும் அதிகமான ஆர்வம் காட்டியிருப்பார்கள் என்று சொல்ல முடியாது. காந்தியின் வாழ்க்கை வரலாறை எழுதுபவர்கள் இந்திய வரலாற்றுக்கு மேலும் ஆறு மாத நீட்டிப்பு

அனுமதித்தபோதிலும், வழக்கப்படியும் மரபு ரீதியாகவும் இந்திய வரலாறு 15 ஆகஸ்டு 1947-உடன் முடிவுக்கு வந்துவிட்டதாகவே கருதினர். சண்டை, சச்சரவு மற்றும் போராட்டங்களால் நிறைந்த பிரிட்டிஷ் இந்தியாவின் கடைசிக் காலங்கள் பற்றி நேர்த்தியான, அதே நேரம் சர்ச்சைக்குரிய பல புத்தகங்கள் எழுதப்பட்டுள்ளன. பிரிட்டிஷ் ராஜ்ஜியம் என்ற மாபெரும் அமைப்பும், மகாத்மா காந்தி என்ற மாமனிதரும் தொடர்ந்து வரலாற்றாளர்களை அப்படியே ஈர்த்து வந்தனர். ஆனால் சுதந்தர இந்திய வரலாறு மட்டும் உழப்படாத நிலமாகவே இருந்துவிட்டது. வரலாறு என்பது கடந்தகாலம் பற்றிய அறிவால் அமைவது என்றால் 1947-க்குப் பிற்பட்ட அறிவு, அதில் இல்லாமல் போய்விட்டது.

ஆனாலும் இப்புத்தகம் காட்டுவது போல, சுதந்தரத்தின் ஆரம்ப ஆண்டுகள் பிரிட்டிஷ் ராஜ்ஜியத்தின் கடைசி ஆண்டுகள் போலவே விறுவிறுப் புடனேயே இருந்தன. பிரிட்டிஷார், ஆட்சியை சம்பிரதாயப்படி ஒப்படைத்து விட்டனர். ஆனால் அதிகாரத்தைப் புதிதாக உருவாக்க வேண்டியிருந்தது. பிரிவினை, இந்து-முஸ்லிம் பிரச்னைக்கு முடிவு கட்டிவிடவும் இல்லை. சுதந்தரம், வகுப்பு மற்றும் ஜாதிக் கலவரங்களுக்கு முற்றுப்புள்ளி வைக்கவும் இல்லை. தேசப்படத்தின் பெரும் பரப்புகள் மகாராஜாக்களின் கட்டுப்பாட்டில் இருந்தன. இவர்களை மிரட்டியும் ஈர்த்தும் யூனியனுக்குள் கொண்டுவர வேண்டியிருந்தது. வீழ்ந்த பேரரசின் சிதைவுகளிலிருந்து புதிய தேசம் ஒன்று பிறந்து, வளர்ந்துகொண்டிருந்தது.

டோனி ஜுட் என்பவர், போருக்குப் பிற்பட்ட ஐரோப்பாவைப் பற்றிய தன் நூலில், 'இதுபோன்ற நூல்கள் முதலில் பிற புத்தகங்களை நம்பியே இருக் கின்றன' என்று எழுதுகிறார். இரண்டாவது உலகப் போரின் முடிவுக்குப் பிற்பட்ட அறுபது ஆண்டுகளில், ஐரோப்பிய வரலாறு பற்றி எழுதப்பட்ட நூல்கள், பிற வரலாற்றுக் காலங்களைப் பற்றி எழுதப்பட்டதைவிட மிக மிக அதிகம் என்கிறார்.[14]

ஆனால், இந்திய நிலவரம் முற்றிலும் வேறுபட்டது. இங்கு நம் வரலாற்றறிவில் உள்ள இடைவெளிகள் பிரம்மாண்டமானவை. இந்திய யூனியன் என்பது 28 மாநிலங்களின் சேர்க்கை. அதில் சில பிரான்சைவிடப் பெரியவை. ஆனாலும் மிகப் பெரிய அல்லது மிக முக்கியமான மாநிலங்களின் வரலாறுகள்கூட எழுதப்படவில்லை. இந்தியா 1950 மற்றும் 1960-களில், வெளியுறவுக் கொள்கையில் புதிய அணுகுமுறையை முன் வைத்தது. பொருளாதாரக் கொள்கையிலும் திட்டமிடுதலிலும் அவ்வாறே புதிய அணுகுமுறைகள் இருந்தன. இந்தப் பரிசோதனை முயற்சிகள் பற்றிய விவரங்கள் போதுமான அளவுக்கு எழுதப்படவில்லை. நீண்ட தொலை நோக்கும் செயல்திறனும் கொண்ட தொழிலதிபர்களை இந்தியா தோற்று வித்திருக்கிறது. ஆனால் அவர்கள் நிறுவிய நிறுவனங்கள், ஈட்டிய சொத்துகள் பற்றிப் பெரும்பாலும் எழுதப்படவில்லை. ஷேக் அப்துல்லா, மாஸ்டர் தாரா சிங் அல்லது எம்.ஜி.ஆர் போன்றோர் ஆட்சி செய்த

மாநிலங்கள் பரப்பளவில் ஐரோப்பாவின் பெரும் நாடுகளை ஒத்தவை. ஆனாலும், இந்த நவீன கால வரலாற்று நாயகர்களுடைய வாழ்க்கை வரலாறுகள் எழுதப்படவில்லை.

போருக்குப் பிந்தைய ஐரோப்பிய வரலாறு போல, சுதந்தரத்துக்குப் பிந்தைய இந்தியாவின் வரலாறு, பிற புத்தகங்களைச் சார்ந்து நிற்க முடியாது. புத்தக ஆசிரியர், வெவ்வேறு தகவல்களைப் பெற பிற வழிகளை நாடவேண்டி உள்ளது.

என்னுடைய முதல் ஆசான், அறிவாற்றல் மிக்க நிர்வாக அதிகாரி சி.எஸ்.வெங்கடாச்சார் ஒருமுறை, 'ஒவ்வொரு வரலாற்று நூலும் தாற்காலிக மானது, விரித்தெழுதக் கூடியது, திருத்தத்துக்கு உட்பட்டது, விவாதத்துக்கு உட்பட்டது, பின்னர் எழுதப்படும் நூல்களால் தூக்கி எறியப்பட்டு மறையக்கூடியது' என்றார். இந்தப் புத்தகம் பல்வேறு விஷயங்களை உள்ளடக்கியபோதிலும் எந்த ஒன்றையும் விரிவாக விளக்கிவிட்டதாகக் கூற முடியாது. தனிப்பட்ட வாசகர்களுக்கு என்று தனிப்பட்ட குறைகள் இருக்க லாம்; பழங்குடியினர் பற்றிப் போதிய அளவு சொல்லவில்லை என்று குற்றம் சொல்லலாம்; காஷ்மீருக்கு மேலும் அதிகப் பக்கங்கள் ஒதுக்கியிருக்கலாம் என்றும் கூறலாம்.

இப்புத்தகம் பற்றிய என் நம்பிக்கைகளை மார்க் ப்ளாச்சின் வார்த்தைகள் நன்கு விளக்குகின்றன.

'விசாலமாகக் காண்பதைத் தடுக்கும் புதர்களில் மூழ்குவதற்கு முன் தொடுவானத்தை விரைவாகப் பார்வையிடும் ஆராய்ச்சியாளருடன் என்னை ஒப்பிட்டுக்கொள்ள விரும்புகிறேன். என் எழுத்தில் இயற்கையாகவே இடைவெளிகள் அதிகம். தகவல்களின் போதாமையை அல்லது என் போதாமையை மறைக்க நான் முயற்சிகள் எதையும் மேற்கொள்ளவில்லை. ஆழமான ஆராய்ச்சிகள், என் நூலைப் பின்தள்ளும் நேரம் வரும்போது, என் தவறான ஊகங்கள் எதிர்கொள்ளப்பட்டு, அதனால் வரலாறு உண்மையை அறிய நேர்ந்தால், அதுவே எனக்குப் பெரிய வெகுமதி என்பேன்.'[15]

VI

புகழ்பெற்ற கேம்ப்ரிட்ஜ் வரலாற்று அறிஞர் எஃப். டபிள்யு. மெய்ட்லண்ட், 'கடந்த காலம் என்பது ஒரு காலத்தில் எதிர்காலமாக இருந்தது' என்பார். வரலாற்றாளருக்கு, குறிப்பாக அண்மையில் கடந்த காலம் பற்றிய ஆய்வை மேற்கொள்பவருக்கு, இதைவிடச் சிறந்த கோட்பாடு இருக்க முடியாது. வியட்னாம் போர் நியாயமானதா, இல்லையா என்று ஏறக்குறையத் தீர்மானித்துவிட்ட வாசகர்கள்தாம் வியட்னாம் போர் பற்றி ஓர் அமெரிக்க வரலாற்றாளர் எழுதியதைப் படிக்கிறார்கள். 1968-ன் மாணவர் இயக்க வரலாறு பற்றி எழுதும் பிரெஞ்சு வரலாற்றாளர், தன் கருத்திலிருந்து மாறுபட்ட கருத்தைக் கொண்டிருப்பவர்களும் அந்தப் புத்தகத்தை படிப்பார்கள் என்று அறிந்திருப்பார்.

சமகால வரலாறை எழுதுபவர், தான் எழுதுவதையெல்லாம் அப்படியே ஏற்றுக்கொள்ளும் பாத்திரமாக வாசகர் இருக்க மாட்டார் என்பதை நன்கு அறிவார். வாசகரும் ஒரு குடிமகன். விமரிசனம் செய்யவல்ல குடிமகன். அவருக்குத் தனியான அரசியல் மற்றும் சித்தாந்த விருப்பு வெறுப்புகள் இருக்கும். இவ்விருப்பங்கள், ஒரு வாசகர் கடந்த காலம் பற்றியும் தலைவர்கள் பற்றியும் கொண்டிருக்கும் கருத்துகளை வழிப்படுத்தும். தற்கால அரசியல்வாதிகள் எடுக்கும் முடிவுகளின் விளைவுகளோடு நாம் வாழ்கிறோம். நம்மைப் போன்ற ஓர் அரசியல்வாதி இன்னும் சிறப்பான, புத்திசாலித்தனமான முடிவை எடுத்திருப்பார் என்று நாம் நினைக்கிறோம்.

இன்னும் சற்று முற்பட்ட காலமாக இருந்தால், சிக்கல்கள் குறைவாக இருக்கும். அது இதுதான்:

பதினெட்டாம் நூற்றாண்டு வரலாற்றாளர்கள் அந்தக் காலத்தைப் புரிந்துகொண்டு, விளக்க முற்படுகிறார்கள். வாசகர்களும் அவ்வாறே செய்கிறார்கள். ஜெஃபர்சனின் அல்லது நெப்போலியனின் வாழ்க்கையை எழுதுபவர்கள், தமது வாசகர்கள்மீது நம்பிக்கை வைக்கலாம். அந்த வாசகர்கள் அவ்வரலாற்று நாயகர்கள் பற்றி அதிகம் அறிந்திருக்க முடியாது அல்லது அந்த நாயகர்கள் வேறுவிதமாகச் செயல்பட்டிருக்க வேண்டும் என்று அவர்கள் நினைப்பதில்லை. இங்கே வாசகர்கள் நிபுணர்களால் வழி நடத்திச் செல்லவே விரும்புகிறார்கள். ஆனால் ஜான் எஃப் கென்னடி அல்லது சார்ல்ஸ் டிகால் வாழ்க்கையை எழுதும் ஆசிரியர்கள் அவ்வளவு அதிர்ஷ்டசாலிகள் அல்லர். சில அல்லது பல வாசகர்கள் இவர்களைப் பற்றிய தகவல்களை ஏற்கெனவே அறிவர். எவ்வளவு அதிகமான அடிக்குறிப்புகள் அளித்து, வேறு விதமான தகவல்களை அளிக்க முயன்றாலும் அந்த வாசகர்கள் அதனை ஏற்க மாட்டார்கள்.

சமகால வரலாறை அப்போதே எழுதுபவர்கள், வாசகர்களிடமிருந்து ஒரு சவாலைச் சந்திக்கிறார்கள். அத்துடன், அவர்கள் மற்றுமொரு சவாலையும் சந்திக்க நேர்கிறது. வரலாற்றாளரும் ஒரு குடிமகனே. வியட்னாம் போர் பற்றி எழுத விரும்புபவர்கள் ஏற்கெனவே அதுபற்றித் தீவிரமான கருத்துகள் கொண்டிருப்பவர்கள். அமெரிக்க உள்நாட்டுப் போர் பற்றி எழுதும் அறிஞர் குறைவான அளவிலேயே அதுபற்றிய கருத்துகளைக் கொண்டிருப்பார். அமெரிக்கப் புரட்சி பற்றி எழுதுபவர் மேலும் குறைவான அளவிலேயே கருத்து கொண்டிருப்பார். வரலாற்று ஆசிரியரோ, குடிமகனோ, நிகழ்காலத்தை நெருங்கும்போது, இறுக்கமான முன்கருத்துகளுக்கு உள்ளாகிவிடுகிறார்கள்.

இந்தப் புத்தகத்தை எழுதும்போது மேய்ட்லெண்டின் கோட்பாட்டை எப்போதும் என் கண்முன் வைத்திருக்க முயற்சி செய்துள்ளேன். உறுதியைக் காட்டிலும் ஆர்வமே, முடிவெடுப்பதைக் காட்டிலும் புரிந்துகொள்வதே என்னைத் தூண்டியிருக்கிறது. கடந்த காலத்துக்கு அடிப்படையான ஆதாரங்களைத் தேடச் செய்திருக்கிறது. அதாவது 1957-ன் நிகழ்வுகளை

2007-ம் ஆண்டில் தேடாமல், 1957-ம் ஆண்டில் அறிந்தபடியே விளக்கியிருக்கிறேன். முதல் படியாக இந்தப் புத்தகத்தில் மனித இனத்தில் ஆறில் ஒரு பங்கின் நவீன வரலாறைச் சொல்ல முயன்றுள்ளேன். இது ஒரு வரலாற்றுக் குறிப்பு மட்டுமல்ல, சுதந்தர இந்தியாவின் முக்கிய மனிதர்கள், கருத்து வேறுபாடுகள், எண்ணங்கள், சுதந்தரம் பெற்ற முறைகள் ஆகியவற்றைப் பற்றிய ஆய்வும்கூட. எனினும் கதை சொல்லும் முறை இரண்டு அடிப்படை லட்சியங்களால் உந்தப்பட்டிருக்கிறது. ஒன்று: இந்தியாவின் சமூக அரசியல் மாறுபாடுகளைக் கவனமாகக் கருத்தில் கொள்வது. இரண்டு: ஆய்வாளர்களும் சாமானியர்களும், அயல்நாட்டவரும் உள்நாட்டவரும் இதுநாள் வரை எதிர்கொண்டுவரும் 'இந்தியா என்ற ஒன்று ஏன் இருக்கிறது' என்ற புதிரை விடுவிப்பது.

பகுதி ஒன்று

துண்டுகளைச் சேகரித்தல்

1
சுதந்தரமும் உயிரிழப்பும்

இந்தியாவில் பிரிட்டிஷ் ஆட்சியின் மறைவு என்பது இன்னும் பல நாள்களுக்கு நம்பமுடியாததாகவே இருக்கும். பிரிட்டிஷ் ஆட்சிக்கு பதிலாக, ஓர் உள்ளூர் அரசு அல்லது சில உள்ளூர் அரசுகள் ஆட்சி செய்யும் என்பது பயங்கரத்திலும் பயங்கரமான கனவாகும். பம்பாய் அல்லது கராச்சியிலிருந்து கடைசி பிரிட்டிஷ் வீரர் கப்பல் ஏறியவுடனேயே இந்தியா எதிரெதிர் இன, மத சக்திகளின் போர்க்களம் ஆகிவிடும். பிரிட்டிஷ் பேரரசு மெல்ல மெல்ல, ஆனால், நிச்சயமாக உருவாக்கிய அமைதியான, முற்போக்கு நாகரிகம் ஓர் இரவில் அழிந்துவிடும்.

- ஜே.ஈ. வெல்டன், கல்கத்தாவின் முன்னாள் பிஷப், 1915

1900-ல் அளிக்க மறுத்ததை, 1920-ல் கொடுப்பதற்கு பதில், 1900-லேயே கொடுத்திருந்தால், 1920-ல் கொடுக்க மறுத்ததை, 1940-ல் கொடுப்பதற்கு பதில், 1920-லேயே கொடுத்திருந்தால், 1940-ல் கொடுக்க மறுத்ததை, 1947-ல் கொடுப்பதற்கு பதில், 1940-லேயே கொடுத்திருந்தால், பெரும்பாலான துன்பங்கள், வெறுப்பு, வன்முறை, கைதுகள், பயங்கரவாதம், கொலைகள், சாட்டையடிகள், துப்பாக்கிச் சூடுகள், கத்திக் குத்துகள், இனப் படுகொலைகள் போன்றவை தவிர்க்கப்பட்டிருக்கும். அதிகார மாற்றம் அமைதியான முறையில், பிரிவினைகூட இல்லாமல் நிறைவேறியிருக்கும்.

- லியோனார்ட் வுல்ஃப், 1967.

I

15 ஆகஸ்ட் 1947-ல் இந்தியாவுக்குச் சுதந்தரம் வந்தது. ஆனால், நாட்டுப் பற்றுள்ள இந்தியர்கள், முதல் சுதந்தர தினத்தை பதினேழு ஆண்டுகளுக்கு

முன்னரே கொண்டாடிவிட்டனர். 1930 ஜனவரி முதல் வாரத்தில் இந்திய தேசிய காங்கிரஸ் அம்மாதத்தின் கடைசி ஞாயிற்றுக்கிழமை அன்று பூரண சுயராஜ்ஜியம் அல்லது முழுமையான சுதந்தரம் என்ற கோரிக்கையை முன் வைத்து நாடு முழுதும் கிளர்ச்சியில் ஈடுபடத் தீர்மானம் ஒன்றை நிறைவேற்றியது. இது தேசியவாதிகளின் கனவுகளுக்குத் தீவிர வேகம் கொடுப்பதோடு, பிரிட்டிஷாரை அதிகாரத்தைக் கைவிட வற்புறுத்தும் என்றும் கருதப்பட்டது. மகாத்மா காந்தி, 'யங் இந்தியா' என்ற தன் பத்திரிகையில், அந்த நாள் எவ்வாறு அனுசரிக்கப்பட வேண்டும் என்று எழுதினார். சுதந்தர அறிவிப்பு எல்லா கிராமங்களிலும் எல்லா நகரங்களிலும் நிகழவேண்டும். எல்லா இடங்களிலும் குறிப்பிட்ட ஒரே நிமிடத்தில் நடந்தால்கூட நல்லது என்றார் அவர்.

கூட்டத்தின் நேரம் குறித்து பழங்கால முறைப்படி தண்டோரா அடித்து விளம்பரப்படுத்தலாம் என்று ஆலோசனை கூறினார். தேசியக் கொடியுடன் விழா தொடங்கும். நாளின் பிற நேரத்தை ஆக்கபூர்வமாகச் செலவிட வேண்டும். நூல் நூற்றல், தீண்டாதாருக்குச் சேவை செய்தல், இந்து-முஸ்லிம் ஒற்றுமை, மதுவிலக்குப் பணி ஆகியவற்றை தனியாகவோ சேர்ந்தோ செய்ய வேண்டும். சுதந்தரமும் அவரவர் உழைப்பின் பலனை அவரவரே அனுப விப்பதும் மக்களுடைய மாற்றமுடியாத உரிமை என்று உறுதி செய்து கொள்ளும் சபதத்தை அனைவரும் ஏற்கவேண்டும். மேலும் எந்த அரசாங்க மாவது இந்த உரிமைகளைப் பறித்து மக்களை அடக்கி ஒடுக்கினால், அவ்வரசை மாற்றவோ நீக்கவோ அம்மக்களுக்கு உரிமை உண்டு.[1]

1930 ஜனவரி மாதத்தின் கடைசி ஞாயிற்றுக்கிழமையை சுதந்தர நாளாகக் குறிக்கும் தீர்மானம் லாகூரில் நடந்த காங்கிரஸ் வருடாந்திர மாநாட்டில் தீர்மானிக்கப்பட்டது. காந்திக்குப் பிறகு ஜவாஹர்லால் நேரு என்பதை உறுதி செய்யும் வகையில் இங்குதான் அவர் காங்கிரஸ் தலைவராகத் தேர்ந் தெடுக்கப்பட்டார். காந்திக்கு இருபதாண்டுகளுக்குப் பிறகு 1889-ல் பிறந்த நேரு, ஹாரோ, கேம்ப்ரிட்ஜ் போன்ற கல்விக்கூடங்களின் தயாரிப்பாக உருவானவர். மகாத்மாவின் நெருங்கிய சீடர். அவர் அறிவு, நாவன்மை, அந்நிய விவகாரங்கள் பற்றிய ஞானம், மற்றும் இளைஞர்களைக் கவர்ந்திழுக்கும் ஆற்றல் படைத்தவராக இருந்தார்.

நேரு தம் சுயசரிதையில் 26 ஜனவரி 1930 எவ்வாறு சுதந்தர தினம் ஆனது என்பதை நினைவுகூர்கிறார்: 'அது, மின்னல் போல மக்களின் ஆர்வமான, உற்சாகமான மனநிலையை நமக்குக் காட்டியது. பேருரைகளோ உபதேசங் களோ தேவைப்படாமல், எல்லா இடங்களிலும் மக்கள் பெருந்திரளாக சுதந்தர உறுதிமொழியை அமைதியாகவும் புனிதமாகவும் ஏற்றது பெரிதும் கிளர்ச்சியூட்டுவதாக இருந்தது.'[2] மறுநாள் நேரு வெளியிட்ட பத்திரிகைக் குறிப்பில், கட்டுப்பாட்டுடன் நடந்துகொண்ட மக்களுக்கு மரியாதையுடன் கூடிய பாராட்டுதல்களைத் தெரிவித்தார். சுதந்தரத்தில் தங்களுக்கு இருந்த ஈடுபாட்டைக் காட்ட, நகரங்களும் கிராமங்களும் போட்டி போட்டுக்கொண்டு மாபெரும் கூட்டங்களை நடத்தின. கல்கத்தாவிலும் பம்பாயிலும் மாபெரும்

கூட்டங்கள் நடைபெற்றன.[3] அதே நேரன், சிறிய நகரங்களில்கூட அதிகமான அளவில் மக்கள் கலந்துகொண்டனர்.

1930-க்குப் பிறகு ஒவ்வொரு வருடமும் காங்கிரஸ் ஆதரவு இந்தியர்கள், ஜனவரி 26-ம் தேதியை சுதந்தர தினமாகக் கொண்டாடினர். எனினும் பிரிட்டிஷார் துணைக் கண்டத்தை விட்டு முடிவாக வெளியேறியபோது, 1947 ஆகஸ்ட் 15-ம் தேதியை ஆட்சி மாற்றத்துக்குத் தேர்வு செய்தனர். அது இரண்டாம் உலகப் போரில் ஜப்பானியர்கள் நேசநாடுகளிடம் சரணடைந்த இரண்டாவது ஆண்டு தினமாதலால் அந்தத் தேதியை வைஸ்ராய் மௌண்ட்பேட்டன் பிரபு தேர்ந்தெடுத்தார். அவரும், ஆட்சியை ஏற்றுக் கொள்ளக் காத்திருந்த அரசியல்வாதிகளும் தாமதப்படுத்த விரும்பவில்லை. ஆனால் வேறு சிலரோ 1948 ஜனவரி 26-ம் தேதியை விரும்பியிருப்பர்.

எனவே, தேசியவாதிகளின் உணர்வுகளைப் பிரதிபலிப்பதைவிட பேரரசின் பெருமையை நினைவூட்டக்கூடிய நாளில் சுதந்தரம் வந்தது. பிரிட்டிஷ் ராஜ்ஜியத்தின் தலைநகராகவும் சுதந்தர இந்தியாவின் தலைநகராகவும் இருந்த புது டெல்லியில் சம்பிரதாயச் சடங்குகள் நள்ளிரவுக்குச் சற்று முன்னதாகவே தொடங்கின. ஆகஸ்ட் 15 நல்ல நாளல்ல என்று ஜோதிடர்கள் சொன்னார்கள். அதனால் 14-ம் தேதியன்று, அரசியலமைப்பை உருவாக்கும் இந்தியப் பிரதிநிதிகள் அடங்கிய அரசியலமைப்புச் சபையின் விசேஷக் கூட்டம் ஒன்றுடன் விழாவைத் தொடங்குவது என்று தீர்மானிக்கப்பட்டது.

பிரிட்டிஷ் இந்திய அரசாங்கத்தின் முன்னாள் சட்ட ஆலோசனை மன்றத்தின் உயர்ந்த விதானம் கொண்ட அரங்கில் விழா நடைபெற்றது. அறை, சிறப்பாக ஒளியூட்டப்பட்டு, கொடிகளால் அலங்கரிக்கப்பட்டிருந்தது. அண்மைக்காலம் வரை பிரிட்டிஷ் வைஸ்ராய்களின் படங்கள் இருந்த சட்டகங்களில் கொடிகள் இடம்பெற்றிருந்தன. நிகழ்ச்சிகள், வந்தே மாதரம் என்ற தேசியப்பாடலுடன், இந்தியாவிலும் வெளியிலும் சுதந்தரப் போரில் ஈடுபட்டு உயிர் நீத்தவர்களுக்கு இரண்டு நிமிட அஞ்சலியுடன், இரவு 11 மணிக்கு ஆரம்பமாயின. இந்தியப் பெண்கள் சார்பில் தேசியக் கொடியை வழங்குவதோடு விழா நிறைவு பெற்றது.

பாடலுக்கும் கொடி வழங்கலுக்கும் இடையே சொற்பொழிவுகள் நடைபெற்றன. அந்த இரவில் மூன்று முக்கியமான பேச்சாளர்கள் பேசினர். ஒருவர் இந்திய முஸ்லிம்களின் பிரதிநிதியாகத் தேர்ந்தெடுக்கப்பட்ட சௌத்ரி காலிக்-உஸ்-ஸமான். அவர், புதிதாக விடுதலை பெற்ற நாட்டுக்கு சிறுபான்மையினரின் விசுவாசத்தை வெளியிட்டார். இரண்டாவதாக, டாக்டர் சர்வேபள்ளி ராதாகிருஷ்ணன், அவரது நாவன்மைக்காகவும் கிழக்கு, மேற்கு தத்துவங்களை ஒன்றிணைத்த திறனுக்காகவும் பேச அழைக்கப்பட்டார். அவர் டச்சுக்காரர்கள் இந்தோனேசியாவை விட்டும், பிரெஞ்சுக்காரர்கள் இந்தோசீனாவை விட்டும் விலகி வெளியேறாதபோது, இந்தியாவை விட்டு வெளியேற முடிவு செய்த பிரிட்டிஷாரின் புத்திசாலித்தனத்தையும் தைரியத்தையும் புகழ்ந்துரைத்தார்.[4]

முக்கியமான நிகழ்ச்சியாக, சுதந்தர இந்தியாவின் முதல் பிரதமர் ஜவாஹர்லால் நேருவின் உரை அமைந்தது. அவரது உரை உணர்ச்சிபூர்வமானதாகவும் சொல்நயம் மிக்கதாகவும் இருந்தது. 'நள்ளிரவைக் குறிக்கும் மணி அடிக்கும் போது, உலகம் உறங்கும்போது, இந்தியா வாழ்வுக்கும் விடுதலைக்கும் விழித்து உயிர்த்தெழும். வரலாற்றில் அபூர்வமாக மட்டுமே வரும் நேரம். பழைமையிலிருந்து புதுமைக்கு நாம் அடியெடுத்து வைக்கும் நேரம். ஒரு யுகம் முடிந்த நேரம். நீண்டகாலமாக ஒடுக்கி வைக்கப்பட்டிருந்த தேசத்தின் ஆத்மா வாயைத் திறக்க, வாய் திறக்கும் வாய்ப்பைக் கண்ட நேரம்.'[5]

அரங்கின் உள், இது பேசப்பட்டபோது, வெளியே, அமெரிக்கப் பத்திரிகையாளர் ஒருவர் எழுதியதுபோல, மக்களது உற்சாகம் கரைபுரண்டது.

'இந்துக்கள், முஸ்லிம்கள் மற்றும் சீக்கியர்கள் ஒன்றுபட்டு சந்தோஷமாகக் கொண்டாடிக் கொண்டிருந்தனர். புத்தாண்டுத் தொடக்கத்தில் டைம்ஸ் சதுக்கம் எப்படி இருக்குமோ, அப்படியொரு கூட்டம் அந்த இரவில் இருந்தது. மக்கள், வேறு எவரையும்விட நேருவின் வரவைத்தான் விரும்பினார்கள். அவர் வரவேண்டிய நேரத்துக்கு முன்பாகவே ஆயிரக்கணக்கான மக்கள் ஆர்வமிகுதியில் காவலை மீறி, நாடாளுமன்றக் கட்டடத்தின் கதவுக்கு எதிரே வந்துவிட்டனர். நினைவுநாளை நெஞ்சில் தேக்கிக்கொள்ள விரும்பி அறையை நோக்கி வரும் மனித அலைகளைத் தடுக்க, இறுதியில் கனமான கதவுகள் இழுத்து மூடப்பட்டன. மகிழ்ச்சி பிரதிபலித்த முகத்துடன் நேரு வேறு வழியாக வெளியேறினார். சிறிது நேரத்துக்குப் பிறகு மற்றவர்களும் வெளியே சென்றனர்.'

இந்தியாவில் எந்த முக்கியமான நிகழ்ச்சியும் ஒரு தவறு நிகழாமல் நிறைவடைவதில்லை. இந்த விஷயத்தைப் பொருத்தமட்டில், தவறு அற்பமானதாகவே இருந்தது. அரசியலமைப்புச் சபையின் நள்ளிரவுக் கூட்டத்துக்குப் பிறகு கவர்னர் ஜெனரலிடம் மந்திரிசபை உறுப்பினர் பட்டியலை அளிக்கச் சென்றபோது, நேரு உள்ளே காகிதம் ஏதுமற்ற ஓர் உறையைக் கொடுத்தார். எனினும், காணாமல் போன காகிதம் பதவியேற்பு விழாவுக்கு முன் கண்டுபிடிக்கப்பட்டு விட்டது. பிரதமர் நேருவைத் தவிர, அதில் பதிமூன்று அமைச்சர்களின் பெயர்கள் இடம் பெற்றிருந்தன. வல்லபபாய் படேல், மௌலானா அபுல் கலாம் ஆசாத் ஆகிய தேசியத் திறமைசாலிகளைத் தவிர காங்கிரஸ் அரசியல்வாதிகளின் இளைய தலைமுறையினர் நால்வர் இடம் பெற்றிருந்தனர்.

மிக முக்கியமாகக் குறிப்பிடப்படவேண்டியது, காங்கிரஸ் அல்லாத சிலரும் இடம் பெற்றிருந்ததுதான். இவர்களுள் இருவர் வர்த்தகத்துறை சார்பிலானவர்கள். ஒருவர் சீக்கியப் பிரதிநிதி. மேலும் மூவர் வாழ்நாள் முழுவதும் காங்கிரஸை எதிர்த்தவர்கள். அவர்கள், ஆர்.கே. சண்முகம் செட்டியார் என்ற சென்னையைச் சேர்ந்த மிகச்சிறந்த நிதித்துறை அறிவுபெற்றிருந்த தொழிலதிபர்; பி.ஆர். அம்பேத்கர் என்ற கூர்மையான அறிவு படைத்த சட்ட வல்லுனரும் தீண்டாதார் இனத்தைச் சேர்ந்தவருமானவர்; சியாமா பிரசாத்

முகர்ஜி என்ற (அப்போது) இந்து மஹா சபாவைச் சேர்ந்த, வங்காள அரசியல்வாதி. இந்த மூவரும் காங்கிரஸார் பிரிட்டிஷ் சிறையில் இருந்த போது ஆட்சியாளர்களுடன் ஒத்துழைத்துப் பணியாற்றியவர்கள். ஆனால் நேருவும் அவரது நண்பர்களும் அந்த வேறுபாடுகளை ஒதுக்கித் தள்ளி விட்டனர். 'சுதந்தரம் இந்தியாவுக்குக் கிடைத்திருக்கிறது; காங்கிரசுக்கு அல்ல' என்று காந்தியும் நினைவுபடுத்தியிருந்தார்.[6] கட்சியோடு நெருக்கமான உறவுகளைத் தாண்டியும் அதைக் கருத்தில் கொள்ளாது, மிகச் சிறந்த மனிதர்கள் மந்திரிசபையில் இடம்பெற வேண்டும் என்றும் அவர் வற்புறுத்தியிருந்தார்.

சுதந்தர இந்தியாவின் முதல் மந்திரிசபை அரசியல்ரீதியாக மட்டுமன்றி, சமய ரீதியாகவும் பல மதங்களின் பிரதிநிதிகள் இடம்பெறுவதாக அமைந்தது. ஐந்து சமயங்களைச் சேர்ந்த சிலருடன் (கணிசமான நாத்திகர்களும்) இடம் பெற்றிருந்தனர். இந்தியாவின் எல்லாப் பகுதிகளிலிருந்தும் பிரதிநிதிகள் இருந்தனர். ராஜ்குமாரி அம்ருத் கௌர் என்ற பெண்மணியும், இரண்டு தீண்டாதார் இனத்தைச் சேர்ந்தவர்களும் இடம் பெற்றிருந்தனர்.

ஆகஸ்ட் 15-ம் தேதி நிகழ்ச்சி நிரலில், முதலாவதாக, முந்தைய இரவு வரை வைஸ்ராயாக இருந்த மௌண்ட்பேட்டன் பிரபு, கவர்னர் ஜெனரலாகப் பதவியேற்றார். அன்றைய நிகழ்ச்சிகள் பின்வருமாறு:-

முற்பகல் 08.30	- அரசாங்க இல்லத்தில் கவர்னர் ஜெனரலும் மந்திரிகளும் பதவியேற்பு.
முற்பகல் 09.43	- அரசியலமைப்புச் சபைக்கு அமைச்சர்கள் ஊர்வலம்.
முற்பகல் 09.50	- அரசியலமைப்புச் சபைக்கு அரசாங்க ஊர்வலம்.
முற்பகல் 09.55	- கவர்னர் ஜெனரல் அரசாங்க அணிவகுப்பு மரியாதையை ஏற்றல்.
முற்பகல் 10.30	- அரசியலமைப்புச் சபையில் தேசியக் கொடி ஏற்றல்.
முற்பகல் 10.35	- அரசு மாளிகைக்கு அரசாங்க ஊர்வலம்.
மாலை 06.00	- இந்தியா கேட்டில் கொடியேற்று விழா.
மாலை 07.00	- ஒளி அலங்காரம்.
மாலை 07.45	- வாண வேடிக்கைகள்.
இரவு 08.45	- அரசாங்க மாளிகையில் அரசு விருந்து.
இரவு 10.15	- அரசாங்க மாளிகை வரவேற்பு.

வெளியேறிய ஆட்சியாளர்களைப் போலவே இந்தியர்களும் ஆடம்பரங் களையும் அலங்கார விழாக்களையும் விரும்பியதாகத் தோன்றியது. டெல்லிக்கு வெளியிலும் இந்தியாவின் மற்றப் பகுதிகளிலும் அரசும் மக்களும் சுதந்தர வருகையை மகிழ்ச்சியுடன் கொண்டாடினர். தலைநகரில் மட்டும் முந்நூறு கொடியேற்று விழாக்கள் நடந்ததாக அறிவிக்கப்பட்டது.

இந்தியாவின் வர்த்தக மையமான பம்பாயின் மேயர், தாஜ்மஹல் ஹோட்டலில் ஒரு விருந்தளித்தார். புனிதமான காசி நகரில், தேசியக்

கொடியை ஒரு முஸ்லிம் ஏற்றிவைத்தார். வடகிழக்குக் குன்று நகரமான ஷில்லாங்கில் நடைபெற்ற விழாவில் கவர்னர் தலைமையில் நான்கு இளைஞர்கள் - இரண்டு இந்துக்கள், இரண்டு முஸ்லிம்கள் ஆண்-பெண் ஜோடிகள் இணையாகக் கொடியேற்றினர். அப்போது பிறந்துகொண்டிருந்த புதிய இந்தியாவின் கொடியை இளைய இந்தியா ஏற்றுவது பொருத்தமாக அமைந்தது.

முதலில் சுதந்தர வெறியோடு சுதந்தர தினம் 1930 ஜனவரி 26-ல் அனுசரிக்கப்பட்டபோது 'புனித உணர்வுடனும் கட்டுப்பாட்டுடனும்' கொண்டாடப்பட்டது. (இந்தச் சொற்கள் நேருவினுடையவை.) ஆனால் 1947-ல் உண்மையாக சுதந்தர தினம் வந்தபோது, உணர்வுகளின் வெளிப்பாடு கட்டுப்பாடற்ற காட்சியாக இருந்தது. ஊருக்கு ஊர் ஆர்வம் பொங்கிய மக்கள் கூட்டம், பல ஆண்டுகளாக அடக்கி வைத்திருந்த எரிச்சலை வெளியே தள்ளு வதுபோல தங்கள் உணர்ச்சிகளைத் தாறுமாறாக வெளியிட்டனர். பலப்பல ஆண்டுகளாக அனுபவித்திருந்த துயரங்களையும் எதிர்ப்புகளையும் மறந்து விட்டதன் அறிகுறியாகப் பூத்த மகிழ்ச்சி, மற்றவர்களையும் தொற்றிக் கொண்டது.

மக்கள் தொகைமிக்க கல்கத்தா நிகழ்ச்சிகள் அப்போதைய நிலவரத்துக்கு ஏற்றவாறு அமைந்தன. சில ஆண்டுகளாக அந்நகரம், துணிப் பற்றாக் குறையின் பிடியில் சிக்கியிருந்தது. அதிசயமாக அதன் அடையாளங்கள் அறவே மறைந்து வீடுகள், கட்டடங்களுக்கு வெளியே துணிப் பற்றாக்குறை பற்றிய கவலையே இல்லாமல் கொடிகள் பறந்துகொண்டிருந்தன. மேலும் கார்கள், சைக்கிள்கள், சிறுவர்கள், தாய்ப் பால் அருந்தும் குழந்தைகள் கைகளிலும்கூட கொடிகள் கொடுக்கப்பட்டிருந்தன. இதற்கிடையே அரசாங்க மாளிகையில், புதிய இந்திய கவர்னர் ஒருவர் பதவி ஏற்றுக்கொண்டிருந்தார். பிரிட்டிஷ் கவர்னரின் தனிச்செயலருக்கு இந்தக் காட்சி பிடிக்கவில்லை. 'கௌரவத்துக்குப் பெரிதும் மாறாக கூட்டத்தினர் பல வண்ணங்களில் ஆடைகள் அணிந்திருந்தனர். விருந்தில் அணியும் மேல் கோட்டு, டை எங்கும் காணப்படவில்லை. பஞ்சக்கச்ச வேஷ்டி, காந்தி குல்லாய் போன்ற ஆடைகளே காணப்பட்டன. கவர்னர் ஆசனம் அமைந்த அறையும் அனுமதி பெறாத நபர்களால் நிறைந்திருந்தது. அந்த விழா, பிரிட்டிஷாரின் வெளியேற்றத்துக்குப் பிறகு வரவிருக்கும் துன்பத்துக்குப் அடையாளமாக அமைந்தது.' இதைவிட மோசமாக, பதவி விலகும் வங்காள கவர்னர் சர் ஃபிரடெரிக் பர்ரோஸ் அறையை விட்டு வெளிவந்தபோது அவர் தலையில் காந்தி குல்லாய் வைக்கப்பட்டிருந்தது.

II

டெல்லியில் அரசியலமைப்புக் கூட்டத்தின் தலைவர், தேசப்பிதா மோகன்தாஸ் கரம்சந்த் காந்திக்கு வணக்கம் செலுத்திவிட்டு ஆரம்பித்த போது, நீண்ட நேரம் கைத்தட்டல் தொடர்ந்தது. வெளியே மக்கள் கூட்டம்

'மகாத்மா காந்திக்கு ஜே' என்று கோஷமிட்டது. ஆனால் காந்தி, தலைநகர் கொண்டாட்டங்களில் கலந்துகொள்ளவில்லை. அவர் கல்கத்தாவில் இருந்தார். ஆனால் அவர் எந்த விழாவிலும் பங்கேற்கவில்லை; எங்கும் கொடியேற்ற வும் இல்லை. காந்திக்குத் தெரியாமலும் அவருடைய அநுமதியைப் பெறாமலும் அரசாங்க மாளிகையில் காந்தி குல்லாய்கள் காட்சிக்கு வைக்கப் பட்டிருந்தன. பதினான்காம் தேதி மாலையில், மேற்கு வங்க முதல்வர், மறுநாள் நடைபெறவேண்டிய விழா நிகழ்ச்சிகள் எவ்வாறு அமைய வேண்டும் என்று கேட்பதற்காக காந்தியைச் சந்தித்தார். 'மக்கள் பசி பட்டினியால் எங்கும் செத்து மடிந்துகொண்டிருக்கும்போது, பேரழிவுக் கிடையே விழா தேவையா?' என்று காந்தி பதிலுக்கு அவரைக் கேட்டார்.[7]

உண்மையில் காந்தியின் மனநிலையில் வெறுமைதான் இருந்தது. இந்துஸ்தான் டைம்ஸ் நாளேடு காந்தியிடம் சுதந்தர தினச் செய்தியாக அவர் கருத்தைக் கோரியபோது, அவர் 'தான் உலர்ந்து போய்விட்டதாக' கூறினார். இந்தியாவின் ஒரே பிரதிநிதியாக உலகம் கருதும் ஒரே மனிதரிடம் ஒரு செய்தியைப் பதிவு செய்து தருமாறு பிபிசி அவருடைய செயலரை வேண்டிக் கொண்டது. காந்தி அவர்களிடம் நேருவைத் தொடர்பு கொள்ளுமாறு கோரினார். பிபிசி ஏற்றுக்கொள்ளவில்லை. அவரை மேலும் தூண்டு வதற்காக, செய்தி பல மொழிகளிலும் மொழி பெயர்க்கப்பட்டு உலகம் முழுதும் ஒலிபரப்பப்படும் என்றனர். காந்தி, 'எனக்கு ஆங்கிலம் தெரியும் என்பதை, அவர்களை மறந்துவிடுமாறு சொல்லுங்கள்' என்றார்.

காந்தி 15-ம் தேதி அன்று 24 மணிநேர உண்ணாவிரதம் ஒன்றைக் கடைப் பிடிக்க முடிவுசெய்தார். அவர் போராடிப் பெற்ற சுதந்தரம் பதிலுக்கு மிகப்பெரும் விலையைக் கோரியிருந்தது. சுதந்தரத்துடன் கூடவே பிரிவினை யும் வந்தது. கடந்த 12 மாதங்களில் இந்துக்களுக்கும் முஸ்லிம்களுக்கும் இடையே ஓயாத மோதல்கள் நடந்தபடி இருந்தன. கல்கத்தாவில் 16 ஆகஸ்ட் 1946-ல் வன்முறை தொடங்கி, வங்காள கிராமங்களுக்குப் பரவியது. அங்கிருந்து அது பிகாருக்குப் பரவியது. அங்கிருந்து ஐக்கிய மாகாணத்துக்குப் பரவி, இறுதியாக பஞ்சாப் வந்து சேர்ந்தது. அங்கே நடந்த படுகொலைகள், அதற்கு முன் எப்போதும் இல்லாத அளவுக்கு கோரமானவையாக இருந்தன.

ஆகஸ்ட்-செப்டெம்பர் 1946 வன்முறை, பாகிஸ்தான் என்ற தனி நாடு கேட்டுப் போராடிய முஸ்லிம் லீகின் தூண்டுதலால் அரங்கேறியது. லீகின் தலைவராக இருந்தவர், தனிமை விரும்பியும் கண்டிப்பானவரும் அரசியல் சாதுரியம் நிறைந்தவருமான முகமது அலி ஜின்னா. நேருவையும் காந்தியையும் போன்று ஜின்னாவும் இங்கிலாந்தில் சட்டம் படித்தவர். அவர்களைப் போன்றே இவரும் ஒரு காலத்தில் இந்திய தேசிய காங்கிரஸின் உறுப்பினராக இருந்தவர். ஆனால் அந்தக் கட்சி, இந்துக்களுக்காக, இந்துக்களால் நடத்தப் படுவது என்று தோன்றியதால், ஜின்னா கட்சியிலிருந்து வெளியேறினார். தான் ஒரு தேசியக் கட்சி என்று சொல்லிக்கொண்டாலும் காங்கிரஸ், இந்தியாவின் மிகப்பெரிய சிறுபான்மைக் குழுவான முஸ்லிம்களின் நலனைப் பிரதிபலிக்க வில்லை என்று ஜின்னா கருதினார்.

ஆகஸ்ட் 1946-ல் கல்கத்தாவின் வன்முறையைத் தொடங்கிவைப்பதன் மூலம் ஜின்னாவும் லீகும் இரு மதத்தினருக்கும் இடையில் பெரும் பிளவை உருவாக்க விரும்பினர். அதன்மூலம் பிரிட்டிஷார் இந்தியாவை விட்டு வெளியேறும்போது நாட்டை இரு துண்டுகளாக ஆக்கலாம் என்று நம்பினர். அந்த முயற்சியில் அவர்கள் வெற்றியும் பெற்றனர். இந்துக்கள் பிகாரில் பதிலடி கொடுத்தனர். அதற்கு காங்கிரஸ் தலைவர்களின் ஆதரவும் இருந்தது. இந்தியாவின் எந்த தனித்த குழுவுக்கும் எதிரான அமைப்புக்கு ஆட்சியை மாற்றித் தருவதில்லை என்று பிரிட்டிஷார் ஏற்கெனவே சொல்லியிருந்தனர்.[8] 1946-47 ரத்தக் களறி, முஸ்லிம்கள் எக்காரணம் கொண்டும் இந்துக்கள் பெரும் பான்மையாக இருக்கும் காங்கிரஸ் அரசாங்கத்தின்கீழ் வசிக்க விரும்ப வில்லை என்று காட்டியது. அடுத்து நிகழ்ந்த ஒவ்வொரு மத வன்முறையும், இரு தேசக் கோரிக்கைக்கு வலு சேர்ப்பதாகவும், இறுதியில் பிரிவினைக்கு அடிகோலுவதாகவும் அமைந்தது.[9]

காந்தி இந்த வன்முறைகளை அமைதியாகப் பார்த்துக்கொண்டிருக்கவில்லை. வங்காள கிராமப்பகுதிகளில் இருந்து முதல் செய்திகள் வந்த உடனேயே அனைத்தையும் விட்டுவிட்டு அவர் நேரடியாக அங்கு விரைந்தார். அந்த 77 வயது மனிதர், கல்லும் சேறும் நிறைந்த மோசமான பகுதிகளுக்குச் சென்று, அதிகமாக பாதிப்படைந்திருந்த இந்துக்களுக்கு சமாதானம் சொன்னார். ஏழு வாரம் சுற்றுப்பயணத்தில் 116 மைல்களை அவர் கடந்திருந்தார். பெரும் பாலும் வெறும் காலுடன் நடந்த அவர் நூற்றுக்கும் அதிகமான கிராமங்களில் பேசினார். பின்னர் அவர் முஸ்லிம்கள் அதிகம் பாதிப்படைந்திருந்த பிகாருக்குச் சென்றார். அங்கிருந்து அவர் டெல்லிக்குச் சென்றார். அங்கே பஞ்சாபில் அனைத்தையும் இழந்த இந்துக்களும் சீக்கியர்களும் அகதிகளாக வந்து குவிந்திருந்தனர். அவர்களிடம் மிகுந்திருந்த பழிவாங்கும் உணர்ச்சியை காந்தி கட்டுப்படுத்த முனைந்தார். இந்தியாவிலேயே தங்கிவிடலாம் என்று முடிவு செய்திருந்த முஸ்லிம்கள் பாதிக்கப்பட்டுவிடக்கூடாதே என்று காந்தி அஞ்சினார்.

சுதந்தரத்துக்கு இரு வாரங்கள் முன்னதாக காந்தி டெல்லியை விட்டு வெளியேறினார். காஷ்மீரில் நான்கு நாள்கள் தங்கியிருந்த பிறகு, அவர் கல்கத்தாவுக்கு ரயில் ஏறினார். அங்கே வன்முறை ஆரம்பித்து ஓராண்டு ஆகியும் குறைவதாக இல்லை. 13-ம் தேதி மதியம், முஸ்லிம்கள் அதிகம் வாழ்ந்த பெலியகட்டாவில் எல்லாப் பக்கமும் திறந்திருந்த ஒரு சிதிலமடைந்த கட்டடத்தில் தனது இருப்பிடத்தை அமைத்துக்கொண்டார். கல்கத்தாவில் அமைதி திரும்ப தன்னால் முடிந்ததைச் செய்ய முயன்றார்.

15-ம் தேதி, காந்தி உண்ணாவிரதம் இருந்து, பிரார்த்தனை செய்ய முடிவெடுத் தார். அன்று மதியமே, யாருமே நம்ப முடியாதபடி, மிகவும் மோசமாக பாதிக்கப்பட்ட சில பகுதிகளில்கூட மக்கள் சகோதர உணர்வுடன் கொண்டாட்டத்தில் ஈடுபட்டனர் என்ற செய்தி காந்திக்குக் கிடைத்தது. இந்துக்கள் வீதிகள் மற்றும் சந்துகளின் நுழைவாயில்களில் வெற்றி வளைவுகள் அமைத்து பனங்குருத்துகள், படுதாக்கள், கொடிகள் மற்றும்

தோரணங்களைக் கொண்டு அலங்கரித்தனர். முஸ்லிம் கடைக்காரர்களும் பிறரும் தங்கள் கடைகளையும் வீடுகளையும் இந்தியக் கொடிகளைக் கொண்டு அலங்கரிப்பதில் பின்தங்கவில்லை. இந்துக்களும் முஸ்லிம்களும் திறந்த கார்கள், லாரிகளில், 'ஜெய் ஹிந்த்' என்ற தேசிய கோஷத்தை முழங்கியவாறு செல்ல, அதனை தெருவில் குழுமியிருந்த இரு மதத்தினரும் உற்சாகமாகவும் மகிழ்ச்சிகரமாகவும் எதிரொலித்தனர்.[10]

சட்டெனத் தோன்றிய ஒருங்கிணைப்பு உணர்வு பற்றிய செய்திகள், மகாத்மாவின் மனநிலையைச் சற்றே உயர்த்தின. அன்று அவர் தன் கருத்தை பிபிசியில் அல்லாமல், அவர் விரும்பும் வழியில், அதாவது ஒரு பிரார்த்தனைக் கூட்டத்தில் அறிவிக்கத் தீர்மானித்தார். பெலியகட்டாவில் ராஷ்பகன் மைதானத்தில் அவர் பேச்சைக் கேட்பதற்கு மக்கள் பெரும் திரளாகக் கூடினர். கூடியிருந்தவர்களை, ஒரு பத்திரிகை 10,000 பேர் என்றும், மற்றொரு பத்திரிகை 30,000 பேர் என்றும் கணக்கிட்டது. அன்று இந்துக்களும் முஸ்லிம்களும் காட்டிய சகோதர உறவு கணநேரத்து எழுச்சியல்ல, இதயத்தின் உள்ளார்ந்த வெளிப்பாடு என்று நம்ப விரும்புவதாக காந்தி தெரிவித்தார். இரண்டு மதத்தவர்களும் கலவரங்களின் விஷத்தை அருந்தியிருப்பதால், இப்போது அவர்கள் பருகும் நேச அமுதம் இன்னும் இனிப்பாக இருக்கும். யாருக்குத் தெரியும்? இதன் விளைவாக கல்கத்தா, இனவெறி வைரஸிலிருந்து நிரந்தரமாக விடுபடலாம்.

ஆகஸ்ட் 15 அமைதியாக இருந்தது என்பது, ஆறுதலாக மட்டுமன்றி அதிசய மாகவும் அமைந்தது. பிரிவினையின் நிபந்தனைப்படி வங்காளம் பிரிக்கப் பட்டு, கிழக்குப் பகுதி பாகிஸ்தானுக்கு அளிக்கப்பட்டு, மேற்குப் பகுதி இந்தியாவுடன் தங்கியது. இயற்கையாகவே மாகாணத்தின் தலைநகரமான கல்கத்தாவை இரு தரப்பினரும் உரிமை கொண்டாடினர். சுதந்தரத்தை ஒட்டி வன்முறைத் தீ கொழுந்துவிட்டு எரியும் என்ற அச்சத்துடன்தான், எல்லை கமிஷன் கல்கத்தாவை இந்தியாவுக்கு ஒதுக்கியது.

துணைக்கண்டத்தின் மற்றொரு பக்கத்தில் பஞ்சாபின் தலைநகரான லாகூரில் கலவரம் எழுந்தது. கல்கத்தாவைப் போலவே அதுவும் பல மதங்களையும் பல கலாசாரங்களையும் கொண்ட நகரம். பல நேர்த்தியான, கம்பீரமான கட்டடங் களில், முகலாயப் பேரரசின் கடைசி பெரும் அரசரான ஔரங்கசீப் கட்டிய பாத்ஷாஹி மசூதியும் ஒன்று. ஆனால் ஒரு காலத்தில், லாகூர் சீக்கியப் பேரரசின் தலைநகராக இருந்தது. மேலும் அது இந்துமதச் சீர்திருத்த ஆரிய சமாஜத்தின் மையமாகவும் மிக அண்மைக்காலத்தில் இருந்து வந்திருக்கிறது. இப்போது பஞ்சாபின் தலைவிதியும் மற்ற காலனிகளை போலவே பிரிட்டிஷாரின் கைகளில் இருந்தது. அவர்கள் அந்த மாகாணத்தையும் பிரிக்க இருந்தார்கள். வங்காளப் பிரிவினை 15-ம் தேதிக்கு முன்னதாகவே அறிவிக்கப்பட்டுவிட்டது. ஆனால் பஞ்சாப் பிரிவினை, அந்த நாளுக்குப் பின்னர் அறிவிக்கப்படுவதற்காக ஒத்திவைக்கப்பட்டது. லாகூரும் அதன் அண்டைப் பகுதிகளும் இந்தியாவுக்கு ஒதுக்கப்படுமா? பாகிஸ்தானுக்கா?

பிந்தையதே நடக்கக்கூடியதாகவும் பொருத்தமானதாகவும் தோன்றியது. ஏனென்றால், நகரத்தில் பெரும்பான்மையினர் முஸ்லிம்களே. புதிய பாகிஸ்தானிய மாகாணமான மேற்கு பஞ்சாபுக்கு கவர்னர் நியமிக்கப்பட்டு அவர் லாகூருக்குப் போய்ச் சேர்ந்துவிட்டார். 15-ம் தேதி மாலை அவர் பதவியேற்ற வைபவத்தையொட்டி ஒரு விருந்துக்கும் ஏற்பாடு செய்திருந்தார்.

எவரும், எப்போதும் அளித்த விருந்துகளில் இதுதான் மிக மோசமானதாக இருந்திருக்கும். மின்சாரம் இயங்கவில்லை. மின் விசிறிகளோ, மின் விளக்குகளோ இல்லை. லாகூருக்கு அரை மைலுக்கு அப்பால் கொழுந்து விட்டு எரிந்துகொண்டிருந்த நெருப்பே அங்கே இருந்த ஒரே விளக்கு. தோட்டத்தைச் சுற்றிலும் எங்கும் துப்பாக்கிச் சூடு நடந்துகொண்டிருந்தது. தனித்தனித் துப்பாக்கிச் சுடுதல் அல்ல; குண்டுக்கணைகளின் தொடர். யார் யாரைச் சுட்டனர்? எவருக்கும் தெரியாது. என்ன என்று கேட்பதற்கும் எவரு மில்லை.[11]

என்ன என்று கேட்பதற்கு கவர்னரின் விருந்தில் வேண்டுமானால் எவரும் இல்லாமல் இருந்திருக்கலாம். ஆனால் பெலியகட்டாவில் இருந்த மகாத்மா காந்தி, லாகூரில் இந்தப் பைத்தியக்காரத்தனம் தொடர்வது குறித்த தனது கவலையை வெளிப்படுத்தினார். எப்படி, எப்போது இது நிற்கும்? ஒருவேளை 'கல்கத்தாவின் மேன்மையான உதாரணம் உளப்பூர்வமாக இருந்திருந்தால் அது பஞ்சாபையும் இந்தியாவின் பிற பகுதிகளையும் தொடக்கூடும்.'

III

1946 நவம்பர் வாக்கில், கலவரத்தில் இந்தியா முழுவதிலுமாக இறந்தவர் களுடைய எண்ணிக்கை ஐயாயிரத்துக்கும் மேலாக இருக்கும். ராணுவக் குறிப்பு ஒன்று வருத்தமுடன் வெளியிட்டது போல, 'கல்கத்தா நவகாளியிலும், நவகாளி பிகாரிலும், பிகார் கர்முக்தேஷ்வரிலும் பழி வாங்கப்பட்டது. கர்முக்தேஷ்வருக்கு எங்கே பழிவாங்கப்படும்?'[12]

1946-ன் முடிவில், கலவரத்திலிருந்து தப்பித்துக்கொண்ட ஒரு மாகாணம் பஞ்சாப். முஸ்லிம், இந்து மற்றும் சீக்கிய நிலச்சுவான்தார்கள் அடங்கிய யூனியனிஸ்டுகளின் கூட்டணி மந்திரிசபை பதவியில் இருந்தது. நிச்சயமற்ற நிலையில் அவர்கள் அமைதியைக் கட்டிக்காத்துக் கொண்டிருந்தனர். அவர்களுக்கெதிராக ஒரு பக்கம் தீவிரமான முஸ்லிம் லீகினரும், மறுபக்கம் அதே தீவிரத்துக்குக் குறையாத அகாலி தளமும் இருந்தன. பஞ்சாபின் நகரங்களில் ஜனவரி முதல் வன்முறைக் கிளர்ச்சிகள், போராட்டங்கள் தொடர்ந்தன. மந்திரிசபை தூக்கி கவிழ்ந்தபோது, மார்ச் முதல் வாரத்துக்குப் பிறகு இவை வேகம் கொண்டன. மே மாத வாக்கில் வன்முறை பூகம்ப மையம், இந்தியாவின் கிழக்குப் பகுதியிலிருந்து வடமேற்குக்கு முடிவாக திசை மாறியது. 1946 நவம்பர் 18-க்கும், 1947 மே 18-க்கும் இடையே இந்தியக் கலவரங்களில் 4,016 பேர் கொல்லப்பட்டதாக இங்கிலாந்து

பிரபுக்கள் சபையில் ஓர் அரசியல் நிபுணர் தெரிவித்தார். இவர்களில் சுமார் 3,024 பேர் பஞ்சாபில் மட்டுமே கொல்லப்பட்டிருந்தனர்.[13]

1946-47 சம்பவங்களுக்குத் தொடர்புள்ள இரு முக்கிய மாகாணங்களான வங்காளத்துக்கும் பஞ்சாபுக்கும் குறிப்பிடத்தக்க சில ஒற்றுமைகள் உண்டு. இரண்டிலும் முஸ்லிம் பெரும்பான்மை இருந்தது. அதனால் அவை பாகிஸ்தானுக்கு வேண்டும் என்று கேட்கப்பட்டது. எனினும் இரண்டிலும் பல மில்லியன் இந்துக்களும் இருந்தார்கள். இறுதியில் இரு மாகாணங்களும் பிரிக்கப்பட்டன. முஸ்லிம் பெரும்பான்மை பகுதிகள் கிழக்கு அல்லது மேற்கு பாகிஸ்தானுக்கும் பிற மதப் பிரிவினர் அதிகமான அளவில் இருந்த பகுதிகள் இந்தியாவுக்கும் ஒதுக்கப்பட்டன.

ஆனால் இரு மாகாணங்களுக்கிடையே சில முக்கியமான வேறுபாடுகளும் இருந்தன. வங்காளத்தில், 19-ம் நூற்றாண்டின் இறுதியிலிருந்தே இந்துக் களுக்கும் முஸ்லிம்களுக்கும் இடையில் ரத்தவெறி கொண்ட மோதல்கள் இருந்துவந்தன. இதற்கு நேர்மாறாக, பஞ்சாபில் பலதரப்பட்ட மக்களும் ஏறக்குறைய அமைதியாகவே வாழ்ந்தனர். 1947-க்கு முன்னதாக, குறிப்பிடும் படியான மதச் சண்டைகள் இருந்ததில்லை. வங்காளத்தில் இந்து நடுத்தர மக்களில் பெரும்பான்மையினர் பிரிவினையை வேண்டினர். முஸ்லிம்கள் ஆதிக்கமுள்ள பிரதேசங்களைப் பிரித்துக் கொடுத்துவிட்டு மாகாணத் தலைநகருக்கு உள்ளேயும் வெளியேயும் உள்ள தங்கள் வீடுகளில் மகிழ்ச்சி யுடன் இருப்பதை விரும்பினர். பல ஆண்டுகளாக படித்து வேலை செய்யும் இந்துக்கள் மேற்கு நோக்கி நகர ஆரம்பித்திருந்தனர். இந்து நிலச்சுவான் தார்கள் தங்கள் சொத்துகளை விற்றுக் கிடைத்த தொகையை கல்கத்தாவில் சொத்துகளிலோ தொழில்களிலோ முதலீடு செய்திருந்தனர். மாறாக பஞ்சாபில், பெரும்பான்மையான இந்துக்கள் கடன் கொடுப்பவர்களாகவும் வர்த்தகர்களாகவும் இருந்தனர். அதனால் அவர்கள் விவசாயம் செய்வோரோடு நெருங்கிய தொடர்பு கொண்டிருந்தனர். அவர்களுக்கு இடம் மாற விருப்பமில்லை. எப்படியாவது பிரிவினையைத் தவிர்த்துவிடலாம் என்று கடைசிவரை நம்பினார்கள்.

கடைசியாக, மிக முக்கியமான வேறுபாடு பஞ்சாபில் சீக்கியர்களும் இருந்ததே. இந்த முக்காலியின் மூன்றாவது கால் வங்காளத்தில் இல்லை. அங்கே இந்துக்களுக்கும் முஸ்லிம்களுக்கும் நேரடிப் போராட்டம். முஸ்லிம்களைப் போல சீக்கியர்களுக்கும் ஒரே புத்தகம், ஒரே உருவமற்ற கடவுள், நெருக்கமாக இணைந்த கடவுள் நம்பிக்கையுள்ள சமுதாயம். எனினும் சமூகவியல் ரீதியாக, சீக்கியர்கள் இந்துக்களோடு நெருங்கியிருந் தனர். ஒன்றாகச் சாப்பிடவும், ஒருவருக்கொருவர் திருமண உறவு கொள்ளவு மான தொடர்பு இருந்தது. அவர்கள் இருவருக்குமே முகலாயர்களிடம் மத ரீதியாக அனுபவித்த கொடுமைகளின் வரலாறு இருந்தது.

இரண்டில் ஒன்றைத் தேர்ந்தெடுக்க நேர்ந்தால், சீக்கியர்கள் இந்துக்களையே தேர்ந்தெடுப்பர். ஆனால், அவர்கள் எந்த ஒரு பக்கத்தையும் தேர்ந்தெடுக்கும்

நிலையில் இல்லை. ஏனென்றால், மாகாணத்தின் இருபுறத்திலும் சீக்கிய விவசாயிகள் இருந்தனர். நூற்றாண்டின் இறுதியில் கிழக்கு பஞ்சாபில் இருந்த சீக்கியர்கள், புதிதாகப் பாசன வசதி செய்துதரப்பட்ட மேற்குப் பகுதிக்குக் குடியேறுமாறு பிரிட்டிஷாரால் கேட்டுக்கொள்ளப் பட்டனர். சில பத்தாண்டுகளுக்குள் அவர்கள் 'கால்வாய்க் குடியேற்றங்கள்' வழியாக வளமான வாழ்வை அமைத்துக்கொண்டு விட்டனர். அவர்கள் ஏன் இப்போது அவற்றை விடவேண்டும்? அவர்களுடைய புனிதத்தலமான அமிர்தசரஸ் கிழக்கில் இருந்தது. ஆனால் குரு நானக் பிறந்த இடமான நன்கானா சாகேப் மேற்கில் இருந்தது. ஏன் அவர்களுக்கு இரண்டு இடங்களுக்கும் சென்று வரும் வாய்ப்பு இருக்கக் கூடாது?

வங்காளத்து இந்துக்களைப் போலன்றி, பஞ்சாபைச் சேர்ந்த சீக்கியர்கள் பிரிவினையின் விளைவுகளை மெதுவாகத்தான் புரிந்துகொண்டனர். ஆரம்பத்தில் தங்கள் உடைமைகளை விட்டுச்செல்ல விரும்பாத அவர்கள், இருக்குமிடத்திலேயே இருந்துவிடுவதாக முடிவுசெய்தனர். பிறகு, பிரிவினை ஏற்படுவதற்கான சாத்தியக்கூறு அதிகமாயிற்று. அப்போது அவர்கள் காலிஸ்தான் என்ற தனியான அரசினைக் கோரினர். இந்தக் கோரிக்கையை இந்துக்களோ முஸ்லிம்களோ பிரிட்டிஷாரோ தீவிரமாக எடுத்துக்கொள்ளவில்லை.

ராபின் ஜெஃப்ரி குறிப்பிட்டது போல, குறைந்தபட்சம் ஆகஸ்ட் 1947 வரை சீக்கியர்கள் 'செய்த கொடுமைகளைவிட, அவர்களே அதிகமான கொடுமைக்கு உள்ளானார்கள். அவர்கள் பிரிட்டிஷாரால் கைவிடப்பட்டனர். காங்கிரஸால் சகித்துக்கொள்ளப்பட்டனர். முஸ்லிம்களால் அச்சுறுத்தப் பட்டனர். இவற்றுக்கெல்லாம் மேலாக அவர்களுடைய சொந்த அரசியல் தலைமையின் தோல்விகளால் விரக்தி அடைந்தனர்.'[14] பஞ்சாபில் இறுதியாக மத வன்முறை வெடித்தபோது, அது ஏன் அவ்வளவு தீவிரமாக அமைந்தது என்ற புதிருக்கு விடை, சீக்கியர்களின் குழப்பமான நிலைதான். மார்ச் முதல் ஆகஸ்ட் வரை ஒவ்வொரு மாதமும் முந்தைய மாதத்தைவிட கொடுமையாகவும் கொந்தளிப்பாகவும் இருந்தது. இயற்கை தன் பங்குக்கு சோதனை தர, 1947-ல் பருவமழையும் தாமதமாயிற்று. பருவமழையின் தாமதத்தைப் போலவே எல்லை அறிவிப்பும் உறுதியற்ற நிலையை மேலும் அதிகமாக்கியது.

சர் சிரில் ராட்க்ளிஃப் என்ற பிரிட்டிஷ் நீதிபதியிடம், வங்காளத்தையும் பஞ்சாபையும் பிரிக்கும் பொறுப்பு ஒப்படைக்கப்பட்டது. அவருக்கு இந்தியா பற்றிய அறிவு ஏதுமில்லை. இது ஒரு சாதகமான அம்சமாகக் கருதப்பட்டது. கிழக்கிலும் மேற்கிலும் எல்லைக்கோட்டை வரைவதற்கு ஐந்து வார அவகாசம் மட்டுமே அளிக்கப்பட்டது. சற்று கனிவாகச் சொல்வதானால், இது ஒரு கடினமான பணி எனலாம்.

'எதிரும் புதிருமான இரு மக்கள், முற்றிலும் வித்தியாசமான உணவுப் பழக்கம், ஒருவருக்கொருவர் பொருத்தமற்ற கடவுள்கள், காலாவதியாகிப்

போன வரைபடம், நிச்சயம் தவறான மக்கள் தொகைக் கணக்கு - இதை வைத்துக்கொண்டு ராட்கிளிஃப் தன் பணியைச் செய்யவேண்டும்' என்றார் டபிள்யூ. எச். ஆடன்.[15]

ராட்க்ளிஃப், ஜூலை முதல் வாரத்தில் இந்தியா வந்து சேர்ந்தார். இரண்டு முஸ்லிம்கள், ஓர் இந்து, ஒரு சீக்கியர் அடங்கிய நான்கு ஆலோசகர்கள் நியமிக்கப்பட்டனர். இவர்கள் ஒவ்வோர் அம்சத்திலும் சண்டையிட்டதால், ராட்கிளிஃப் அவர்களைத் துரத்திவிட்டார். 'இந்தியாவில் எவரும் பஞ்சாப், வங்காளப் பிரிவினை விஷயத்தில் என்னை விரும்ப மாட்டார்கள். சுமார் 80 மில்லியன் மக்கள் புகார்களுடன் என்னைக் காண விரும்பிக் காத்திருப்பார்கள். அவர்கள் என்னைப் பார்ப்பதை நான் விரும்பவில்லை' என்று அவர் தம் மருமகனுக்குக் கடிதத்தில் எழுதினார்.[16]

ஆகஸ்ட் முதல் தேதியன்று வன்முறைக் கலவரங்களை ஒடுக்க பஞ்சாப் எல்லைக் காவல் படை ஒன்று நியமிக்கப்பட்டது. அதற்கு மேஜர் ஜெனரல் டி.டபிள்யு. 'பீட்' ரீஸ் தலைமை வகித்தார். இரண்டு முஸ்லிம்கள், ஓர் இந்து, ஒரு சீக்கியர் உட்பட பிரிகேடியர் தரத்தில் நான்கு ஆலோசகர்கள் நியமிக்கப்பட்டனர். ரீஸ் தன் முதல் அறிக்கையில், பிரிவினை எவரையும் முழுமையாகத் திருப்திப்படுத்தாது;[17] சீக்கியர்களை வெகுவாகக் கலவரப் படுத்தும் என்று ஆகஸ்ட் ஏழாம் தேதி கூறியிருந்தார். ஆகஸ்ட் 14-ம் தேதி பிரிட்டிஷ் இந்தியப் படையின் ஃபீல்ட் மார்ஷல் சர் க்ளாட் ஆச்சின்லெக், 'எல்லைக் குழுவின் பிரிவினைப் பங்கீட்டை அறிவிப்பதில் ஏற்படும் தாமதம் தொல்லை கொடுப்பதாகவும் கேடு விளைவிப்பதாகவும் முடியும். அறிவிப்பு எரியும் நெருப்பில் மேலும் எண்ணெயை வார்க்கும். அறிவிப்பு வராத நிலையில் விஷமக்காரர்களால் பயங்கரமான வதந்திகள் பரப்பப்படும்' என்று கூறினார்.[18]

பருவமழை இன்னும் தள்ளிப்போனது. நிழலில், வெப்பம் 100 டிகிரி இருந்தது. இது ரம்ஜான் நோன்பைக் கடைப்பிடித்த முஸ்லிம் சிப்பாய்களுக்கும் மக்களுக்கும் ரோதனையாக இருந்தது. அந்த ஆண்டு ரம்ஜான், 19 ஜூலை முதல் 16 ஆகஸ்ட் வரை இருந்தது. ரீஸ் தனது முஸ்லிம் ஓட்டுனரிடம், பருவமழை ஏன் பொய்த்தது என்று கேட்டார். ஓட்டுனர், 'கடவுளும் அதிருப்தியாக இருக்கிறார்' என்று பதிலளித்தார்.

பிரிவினைப் பங்கீடு ஆகஸ்ட் 16 அன்று வெளியானது. முஸ்லிம்கள் கொதித்துப் போனார்கள். குர்தாஸ்பூர் மாவட்டம் இந்தியாவுக்கு இல்லாமல், பாகிஸ்தானுக்குச் சேரவேண்டும் என்று அவர்கள் எதிர்பார்த்தனர். சீக்கியர்களின் நேசத்துக்குரிய நன்கானா சாஹிப் முஸ்லிம் பிரதேசத்துக்குள் ஒரு தீவாக மாட்டிக்கொண்டது, அவர்களையும் கொந்தளிக்க வைத்தது. எல்லையின் இரு பக்கங்களிலும் கொடுமைகள் அதிகரித்தன. கிழக்கு பஞ்சாபில் ஆயுதம் ஏந்திய சீக்கியக் குழுக்கள் கிராமப்புறங்களில் சுற்றி, கண்ணில் படும் முஸ்லிம்களைக் கொன்று குவித்தனர். வாய்ப்பு கிடைத்த வர்கள், மேற்கு பஞ்சாபுக்குத் தப்பிச் சென்றனர். அங்கே அவர்கள் பழி

தீர்த்துக்கொண்டனர். அம்ரித்ஸரிலும் சுற்றியுள்ள பகுதியிலும் இருந்த முஸ்லிம்கள் லாகூரில் அடைக்கலம் புகுந்தனர். 'இந்த அகதிகளின் மிகைப்படுத்தப்பட்ட கதைகளின் அடியில் ஓரளவு கொடூரமான உண்மை இருக்கத்தான் செய்தது. முடமான கைகளையும் கால்களையும் அவர்களால் தங்கள் சகோதர முஸ்லிம்களிடம் காட்ட முடிந்தது.'

பீட் ரீஸின் கணக்குப்படி மார்ச் முதல் ஜூலை முடிய இறந்தவர் எண்ணிக்கை 4,500 பேர். காயமுற்றவர்கள் 2,500 பேர். ஆனால் ஆகஸ்ட் மாதத்தில் மட்டும் அரசுப் படையினர் அறிவித்த கணக்குப்படி இறந்தவர்கள் 15,000 பேர். உண்மையான எண்ணிக்கை இரண்டு அல்லது மூன்று மடங்குக்கும் அதிக மாகவே இருக்கலாம் என்பதை ரீஸே ஒப்புக்கொண்டார்.

இந்தியப் பிரதமர் ஜவாஹர்லால் நேரு பஞ்சாப் கலவரங்கள் பற்றியும் அதன் பரந்த விளைவுகள் பற்றியும் பெரிதும் கவலைப்பட்டார். ஆகஸ்டின் கடைசி 15 நாட்களில் அம்மாகாணத்துக்கு மூன்று முறை சென்று வந்தார். எல்லையின் இருபுற மக்களிடமும் பேசினார். ஓர் ஆள் பயணம் செய்யும் சிறிய விமானத்தில் பயணம் மேற்கொண்டார். 'இரு பக்கங்களிலும் நம்பமுடியாத அளவுக்கு மனிதத்தன்மையற்ற காட்டுமிராண்டித்தனம் தலைவிரித்தாடி யுள்ளது' என்றார் நேரு.[19] ரீஸ் இந்தக் கொடுமைகளை பழங்காலக் காட்டுமிராண்டித்தனம் என்று வர்ணித்தார். ஒருவிதத்தில் சொல்லப்போனால், அதில் பழங்காலமும் இருந்தது, நவீனமும் இருந்தது. ஒருவரை ஒருவர் கத்தி, ஈட்டி, தடி போன்றவற்றால் மட்டுமல்லாது, நவீன துப்பாக்கிகளாலும் தாக்கிக்கொண்டனர்.

செப்டம்பர் 2-ம் தேதி பஞ்சாப் எல்லைக் காவல் படை கலைக்கப்பட்டது. எப்படியும் அது குறிப்பிடும்படியாகச் செயல்படவில்லை. இரு வேறு தலைமைக்குக் கட்டுப்பட்டதால், அது செயலிழந்தது. ராணுவச் சட்டம் அமலில் இல்லாததால், அவர்கள் சிவில் நிர்வாகத்துக்குக் கட்டுப்படவேண்டி இருந்தது. பஞ்சாப் எல்லைக் காவல் படை வெளியேறிய பிறகு, சட்டம் ஒழுங்கு, இந்தியா மற்றும் பாகிஸ்தான் அரசுகளின் கட்டுப்பாட்டில் வந்தது. இரு பக்கங்களிலும் அகதிகள் வெளியேற்றம் போலவே கலவரங்களும் தொடர்ந்தன. இந்துக்களும் சீக்கியர்களும் மேற்கு பஞ்சாபிலிருந்து முழுவதுமாகத் துரத்தப்பட்டனர். முஸ்லிம்கள் கிழக்கு பஞ்சாபிலிருந்து துரத்தப்பட்டனர். மதராஸிலிருந்து வெளிவரும் சுதந்திரா என்ற பெரிதும் மதிக்கப்படும் வார இதழின் பஞ்சாப் நிருபரால் அக்கொடுமைகள் பாரபட்சமற்ற முறையில் விவரிக்கப்பட்டது:

'ஒரு மாலை ஃபெரோஸ்பூர் ரயில் நிலையத்தில் அகதிகளுக்கான தனி ரயில் வண்டி காலியாக வந்துகொண்டிருந்தது. ரயிலின் ஓட்டுனர் பயத்தில் திணறிக் கொண்டிருந்தார். ரயிலின் கார்டு இறந்து கிடந்தார். எஞ்சினுக்குக் கரி போடுபவர் காணப்படவில்லை. நான் பிளாட்பாரத்தில் இறங்கி நடந்தேன். இரண்டு பெட்டிகளைத் தவிர, மற்ற பெட்டிகளின் உள்ளேயும் வெளியேயும் ரத்தம் சிதறியிருந்தது. மூன்றாவது வகுப்புப் பெட்டி ஒன்றில் மூன்று

சடலங்கள் ரத்த வெள்ளத்தில் கிடந்தன. ஆயுதமேந்திய முஸ்லிம்கள் கூட்டம் ஒன்று ரயிலை லாகூருக்கும் ஃபெரோஸ்பூருக்கும் இடையே நிறுத்தி பகல் வெளிச்சத்தில் இந்தக் கசாப்பு வேலையை நடத்தியிருந்தது.

'நான் எளிதில் மறக்க முடியாத மற்றொரு காட்சி, சட்லெஜ் பாலத்தின்மீது ஐந்து மைல் நீண்ட முஸ்லிம் அகதிகள் வரிசை ஒன்று நத்தை வேகத்தில் நகர்ந்து சென்றுகொண்டிருந்தது. மக்களின் எஞ்சிய சொத்துகள் குவிக்கப்பட்ட மாட்டு வண்டிகள் ஊர்ந்துகொண்டிருந்தன. கைக்குழந்தைகளுடன் பெண்கள் நசுங்கிய தகரப் பெட்டிகளைத் தலையில் சுமந்தபடி வந்துகொண்டிருந்தனர். 20,000 ஆண்கள், பெண்கள் மற்றும் குழந்தைகள் தங்களுக்கு உறுதி செய்யப்பட்ட பிரதேசத்தை நோக்கி வந்துகொண்டிருந்தனர். அது அவர் களுக்கு உறுதி செய்யப்பட்ட பிரதேசம் என்பதற்காக அல்ல. ஃபரீத்கோட் மற்றும் ஃபெரோஸ்பூரின் பகுதிகளில் இந்துக்களும் சீக்கியர்களும், நூற்றுக் கணக்கான முஸ்லிம்களை வெட்டிக் கொன்று, மற்றவர்கள் அங்கு வாழ முடியாதபடி செய்துவிட்டனர்.'[20]

பத்து மில்லியன் அகதிகள் நடந்தும் மாட்டு வண்டியிலும், ரயில் மூலமாகவும், சில சமயம் ராணுவக் காவலுடனும், பிற சமயங்களில் தங்கள் விதியையோ கடவுளர்களையோ நம்பி சென்றுகொண்டிருந்தனர். ஒரு லட்சம் மக்களைக் கொண்ட அகதிகள் கூட்டம் பாதுகாப்புடன் பத்து மைல் தூரத்துக்கு நீண்ட வரிசையில் செல்வதை, ஜவாஹர்லால் நேரு விமானத்திலிருந்து பார்த்தார். அவர்கள் ஜலந்தரிலிருந்து லாகூர் சென்றுகொண்டிருந்தனர். அவர்கள் அமிர்தசரஸ் வழியாகச் செல்லவேண்டி இருந்தது. அங்கே மேற்கு பாகிஸ்தானிலிருந்து வந்த ஆவேசமான 70,000 அகதிகள் தங்கியிருந்தனர். நகரைச் சுற்றிச் செல்லும் வகையில் புல்டோசரை வைத்து புதிதாக ஒரு சாலை அமைத்து, இரண்டு கூட்டமும் ஒன்றை ஒன்று சந்திக்காமல் செல்ல வழி வகுக்குமாறு நேரு ஆலோசனை அளித்தார்.[21]

வரலாற்றிலேயே ஐயமின்றி, இதுதான் மாபெரும் இடப் பெயர்ச்சி ஆகும். இவ்வளவு குறுகிய நாட்களில், இவ்வளவு மில்லியன் மக்கள் இவ்வாறு இடம்பெயர்ந்ததில்லை. 'அவர்கள் விரைந்தார்கள்' என்பது நேரில் கண்டவர் ஒருவர் சாட்சி.

'வெயிலிலும், மழையிலும், வெள்ளத்திலும், பஞ்சாபின் கடுங்குளிரிலும் அணிவகுப்பின் புழுதி இந்தியச் சமவெளிகளுக்கு இடையே நீண்டு பரவி, அச்சம், வியர்வை, மனிதக் கழிவு, அழுகும் உடல்கள் ஆகியவற்றுடன் கலந்தது. வெறுப்பு மேல் மங்கியபோது, இறந்தவர் பெயர்ப்பட்டியல் படிக்கப் பட்டது. 5 லட்சம் பெயர்கள் பயத்தால் உறைந்த பிரதேசத்திலிருந்து எதிரொலித்தன. அவர்கள் துப்பாக்கிக் குண்டு காயங்களால், வாளால், கத்தியால் ஆன வெட்டுக்காயங்களால், கொள்ளை நோய்களால் இறந்தவர்கள்.

'தங்கள் தோட்டங்கள் சூறையாடப்பட்டதைக் கண்டு உயிரைவிட்ட அமைதியான ஆன்மாக்களும் உண்டு. மனிதனின் அறிவு வேலை செய்யாமல் நின்றுபோய், விலங்காகி விரையும்போது வாழ்க்கையால் என்ன பயன்?

பாலருந்தும் குழந்தையை இழுத்துப் பறிக்கும்போதோ உங்களுடைய அன்புக்குரியவரை இருண்ட கிணற்றிலிருந்து இழுத்துப் போடும்போதோ வாழ்க்கை எதற்கு?'[22]

மாகாணத்தின் கலவரநிலை, மேற்கு பஞ்சாப் கவர்னர் சர் ஃப்ரான்ஸிஸ் மூடியின் வெட்ட வெளிச்சமாகத் தெரிந்த பாரபட்சமான போக்கினால் மேலும் மோசமானது. அவர் காங்கிரசுக்கு எதிரான போக்குடையவர். தானே ஆளவேண்டும் என்று அவர் நினைத்திருந்தார். அவரது கேபினெட், மேற்கு மற்றும் கிழக்கு பஞ்சாபுக்கு இடையே உள்ள இடைவெளியையும் அதன்மூலம் பாகிஸ்தானுக்கும் இந்தியாவுக்கும் இடையே இருந்த இடைவெளியையும் போக்கச் செய்த முயற்சிகளை அவர் பாழடித்தார். துரதிருஷ்டவசமாக எந்த பாகிஸ்தான் அரசியல்வாதியும் மதவெறியைக் கண்டுகொள்ள விரும்பவில்லை. அவர்களுடைய தனிப்பட்ட கருத்துகள் எப்படி இருந்த போதிலும் அதைப் பொது இடத்தில் அவர்கள் பேச விரும்பவில்லை. பாகிஸ்தானின் புதிய கவர்னல் ஜெனரல் முகமது அலி ஜின்னா, புதிய நாட்டின் தலைநகரான கராச்சியில் தங்கியிருந்தார். பர்தா அணிந்து, மிக அதிகப் பாதுகாப்போடு அவர் லாகூருக்கு மட்டும் சென்று வந்தார். இத்துடன் ஒப்பிடும்போது, பெரும்புகழ் பெற்ற இரு இந்திய அரசியல்வாதிகள் தங்களுடைய சிறுபான்மையினரின் பாதுகாப்பில் காட்டிய அக்கறை மிகவும் போற்றத்தக்கது. உண்மையாகவே ஒரு பிரிட்டிஷ் பார்வையாளர் எழுதியது போல மேற்கு பஞ்சாப் முஸ்லிம்களிடையே நேரு மற்றும் காந்தியின் புகழ் இவ்வளவு அதிகமாக வேறு எப்போதும் இருந்ததில்லை.[23]

இதற்கிடையில் வங்காளத்தில் மீண்டும் கலவரம் பற்றிக்கொண்டது. நவகாளியில் புதிய கலவரங்கள் பற்றிய செய்திகள் வந்தவண்ணம் இருந்தன. காந்தியின் செல்லப் பிரதேசமான கல்கத்தாவை அடுத்த பெலியகட்டாவிலேயே அமைதி சிதறியது. இங்கே ஆகஸ்ட் 31-ல் இந்து இளைஞன் ஒருவன் முஸ்லிம்களால் தாக்கப்பட்டான். அதை எதிர்த்து வன்முறை தொடர்ந்தது, பரவியது. செப்டம்பர் முதல் தேதிக்குள் 50 பேருக்கு மேல் இறந்தனர். அன்றிரவு காந்தி உண்ணாவிரதம் இருக்கத் தீர்மானித்தார். நண்பர் ஒருவர் கேட்டார்: 'குண்டர்களுக்கு எதிராக நீங்கள் எப்படி உண்ணாவிரதம் இருக்க முடியும்?' நேரில் கண்ட ஒருவர் கூறியபடி, காந்தியின் பதில் பின்வருமாறு: 'கல்கத்தாவைக் கட்டுப்படுத்த முடியும் என்றால், பஞ்சாபையும் சமாளிக்க என்னால் முடியும். ஆனால், இப்போது நான் தவறிவிட்டால் பேரழிவுக்கான இந்நெருப்பு பரவும். சீக்கிரமாகப் பரவும். இரண்டு அல்லது மூன்று (வெளிநாட்டு) சக்திகள் நம்மீது பாயும். நம் சொற்பகால சுதந்தரக் கனவு முடிவுக்கு வந்துவிடும்.'

'ஆனால் நீங்கள் இறந்துவிட்டால், இந்த நெருப்பு மோசமாகிவிடும்' என்றார் நண்பர். 'அதைக் காண நான் உயிரோடு இருக்க மாட்டேன். என்னால் முடிந்த சிறிய பணியைச் செய்திருப்பேன்' என்றார் காந்தி.[24]

செப்டம்பர் 2-ம் தேதி, காந்தி தன் உண்ணாவிரதத்தைத் தொடங்கினார். அடுத்த நாள் இந்து மற்றும் முஸ்லிம் குண்டர்கள் அவர்களுடைய ஆயுதங்களைக் கீழே போட்டனர். நகரின் பல பகுதிகளின் வகுப்பு ஒற்றுமைக்கான கலப்பு ஊர்வலம் நடந்தது. காங்கிரஸ், முஸ்லிம் லீக் மற்றும் உள்ளூரில் செல்வாக்குள்ள இந்து மகாசபை முக்கியஸ்தர்கள் அடங்கிய தூதுக்குழு மேலும் கலவரங்கள் ஏதும் நடக்காது என்று காந்தியிடம் உறுதிமொழி அளித்தது. மகாத்மா மூன்று நாள் உண்ணாவிரதத்தை முடித்துக்கொண்டார்.

அமைதி திரும்பியது. 'அந்த நிராயுதபாணி மனிதர், பஞ்சாபில் 50,000 பேர் கொண்ட படையைவிடப் பெரிதும் வெற்றி பெற்றிருக்கிறார்' என்றார் மௌண்ட்பேட்டன் பிரபு. பின்னாளில் இக்கருத்து மிகவும் பிரபலமானது. ஆனால் மகாத்மாவும் அவருடைய அபிமானிகளும் இதைப் போலவே ஸ்டேட்ஸ்மன் பாராட்டையும் பாதுகாக்கலாம். கல்கத்தாவில் பிரிட்டிஷாருக்குச் சொந்தமான அந்தப் பத்திரிகை, நீண்ட நெடுங்காலமாகவே அவரையும் அவருடைய அரசியலையும் எதிர்த்து வந்திருக்கிறது. 'நாங்கள் பல ஆண்டுகளாகவே இந்தியாவின் புகழ்பெற்ற மனிதர், உண்ணாவிரதம் என்பதை அரசியல் ஆயுதமாக பயன்படுத்துவதை ஏற்றுக்கொள்ள மறுத்து வந்திருக்கிறோம். ஆனால், எங்கள் பார்வையில், மகாத்மாவின் நீண்ட வாழ்க்கையில் இதைத் தவிர வேறு எந்த சிறந்த செயலுக்கும், அவர் உண்ணா விரதம் இருந்ததில்லை. அதற்கு இவ்வளவு விரைவில் பயன் கிடைக்கும் என்றும் நாங்கள் எதிர்பார்க்கவில்லை."[25]

அவர் பெலியகட்டாவில் நான்கு வாரங்கள் தங்கியபிறகு, செப்டம்பர் ஏழாம் தேதி டெல்லிக்குப் புறப்பட்டார். தொடர்ந்து பஞ்சாப் செல்லலாம் என்றும் நம்பினார். எனினும் தலைநகருக்கு அவர் வந்தவுடன் கலவரங்களையும் அகதிகளின் சோகக் கதைகளையும் எதிர்கொள்ள வேண்டியிருந்தது. டெல்லி முஸ்லிம்கள் அச்சம் கொண்டிருந்தனர். அவர்களது வீடுகளும் வழிபாட்டு இடங்களும் அதிகரித்துவரும் தாக்குதலுக்கு உள்ளாகியிருந்தன. அண்மையில் சில வாரங்களில் மட்டும் 137 மசூதிகளுக்குக் குறையாமல் அழிக்கப்பட்டிருக் கின்றன என்று காந்திக்குத் தகவல் கிடைத்தது. இந்துக்களும் சீக்கியர்களும் முஸ்லிம்களின் வீடுகளைப் பலாத்காரமாக ஆக்கிரமித்திருந்தனர். குவேக்கர் தன்னார்வத் தொண்டர் ஒருவர், 'டெல்லியிலிருந்த அனைத்து முஸ்லிம்களும் - அரசு ஊழியர்கள், வியாபாரிகள், தொழிலாளர்கள், வண்டி ஓட்டுபவர்கள், சுமைகூலிகள் அனைவரும் - புரானா கிலா என்ற நகர மையத்தில் உள்ள மிக உயர்ந்த சுவர்களைக் கொண்ட கோட்டைக்கும் முகலாயப் பேரரசர் ஹுமாயூனின் சமாதிக்கும் ஓடிவிட்டனர். புரானா கிலாவில் அங்கொன்றும் இங்கொன்றுமாக 60,000 அகதிகள், கோட்டைச்சுவர் மூலைகளிலும் திறந்த வெளிகளிலும் கூடாரங்கள் அமைத்துக்கொண்டு, தங்களுடைய ஒட்டகங்கள், டோங்காக்கள், குதிரைகள், நசுங்கிப்போன பழைய டாக்ஸிகள், ஆடம்பரக் கார்கள் முதலியவற்றுடன் தங்கியிருந்தனர்."[26]

காந்தி தம் பஞ்சாப் பயணத்தை நிறுத்தி வைத்தார். தலைநகரிலும் அதற்கு வெளியிலும் உள்ள முகாம்களைப் பார்வையிட்டார். டெல்லியைச் சுற்றிய

சமவெளிகளில் 'மியோ' என்ற பிரிவைச் சேர்ந்த விவசாயிகள் வசித்து வந்தனர். அவர்கள் இஸ்லாத்தில் நம்பிக்கை வைத்தவர்கள். ஆனால், அக்கம்பக்கத்து இந்துக்களின் பழக்க வழக்கங்களையும் சடங்குகளையும் மேற்கொண்டவர்கள். அந்த நேரத்தின் வெறியில் இந்த சமரசப் பண்பு மறக்கப் பட்டுவிட்டது. இந்திய எல்லைப் பகுதியிலும், ஆல்வார், பரத்பூர் சமஸ்தானங் களிலும் இருந்த ஆயிரக்கணக்கான மியோக்கள் கொல்லப்பட்டனர் அல்லது துரத்தப்பட்டனர்.[27]

செப்டம்பர், அக்டோபர் மாதங்களில் காந்தி, 'மருத்துவமனைகள் மற்றும் அகதிகள் முகாம்களில் சுற்றிவந்து பாதிக்கப்பட்ட மக்களுக்கு ஆறுதல் கூறினார். அவர் சீக்கியர்கள், இந்துக்கள் மற்றும் முஸ்லிம்களை கடந்த காலத்தை மறந்து, தாங்கள் பட்ட கஷ்டங்களையே நினைத்துக்கொண்டிருக் காமல், ஒருவருக்கொருவர் நட்புக்கான நேசக்கரங்களை நீட்டி அமைதியாக வாழத் தீர்மானிக்குமாறு கோரினார்... டெல்லியில் விரைவாக அமைதி நிலை நாட்டப்பட்டால், தான் மேற்கு மற்றும் கிழக்கு பஞ்சாபுக்கு செல்லமுடியும் என்று அதற்கு உதவுமாறும் வேண்டிக்கொண்டார்' என்று காந்தியின் வாழ்க்கை வரலாற்று ஆசிரியர் டி.ஜி. டெண்டுல்கர் எழுதுகிறார். மேலும் காந்தி, பஞ்சாபில், 'இந்துக்களுக்கும் சீக்கியர்களுக்கும் எதிராக முஸ்லிம்கள் செய்த தாகச் சொல்லப்பட்ட கொடுமைக்குப் அவர்கள் பிராயச்சித்தம் செய்யவேண்டும் என்று சொல்லவே அங்கு செல்வதாகவும், டெல்லி முஸ்லிம்களுக்கு நீதி கிடைக்காவிட்டால், பஞ்சாபில் வெற்றிபெற இயலாது' என்றும் கூறினார்.[28]

ராஷ்ட்ரிய ஸ்வயம் ஸேவக் சங்க முகாமிலும் காந்தி பேசினார். 1925-ல் மராத்திய மருத்துவர் ஒருவரால் நிறுவப்பட்ட ஆர்.எஸ்.எஸ். இந்து இளைஞர்களை ஒருங்கிணைத்து எழுச்சியூட்டும் அமைப்பு. காந்திக்கு அவர்களது கட்டுப்பாடும் சாதி வேறுபாடு பார்க்காத இயல்பும் பிடித்திருந்தது. ஆனால் மற்ற மதங்களிடம் அவர்களுக்கு இருந்த வெறுப்பை அவர் விரும்ப வில்லை. ஆர்.எஸ்.எஸ். உறுப்பினர்களிடம் அவர் சொன்னார்: 'இந்தியாவில் இந்துக்களைத் தவிர வேறு யாருக்கும் இடம் இல்லை என்று நினைத்தால், இந்துக்கள் அல்லாத பிறர், குறிப்பாக முஸ்லிம்கள் இங்கு வசிக்க விரும்பினால், இந்துக்களுக்கு அடிமைகளாக மட்டுமே இருக்க முடியும் என்று நீங்கள் நினைத்தால், நீங்கள் இந்து மதத்தைக் கொன்றுவிடுவீர்கள்.'

'ஆர்.எஸ்.எஸ். நன்கு கட்டமைக்கப்பட்ட, கட்டுக்கோப்பான ஓர் அமைப்பு. அதன் ஆற்றலை இந்தியாவின் நலன்களுக்கு ஆதரவாகவோ எதிராகவோ பயன்படுத்த முடியும். அதற்கு எதிராக மத வெறியைத் தூண்டுவதாகக் கூறப்படும் குற்றச்சாட்டில் உண்மை இருக்கிறதா என்பது எனக்குத் தெரியாது. அக்குற்றச்சாட்டுகள் ஆதாரமற்றவை என்று தங்கள் நடவடிக்கைகள் மூலம் நிரூபிப்பது அவர்கள் பொறுப்பு' என்றார் காந்தி.[29]

காந்தியைப் போலன்றி சந்தேகத்தின் பலனை ஆர்.எஸ்.எஸ்ஸுக்கு அளிப்பதில் ஜவாஹர்லால் நேருவுக்கு விருப்பம் இல்லை. அவருடைய உள்துறை அமைச்சர் வல்லபபாய் படேலிடம், 'டெல்லியில் மட்டுமன்றி மற்ற

இடங்களிலும் நடைபெற்ற கலவரங்களில் ஆர்.எஸ்.எஸ்ஸுக்குப் பெரும் பங்கு உண்டு; அமிர்தசரஸில் அவர்களுடைய செய்கைகள் தெளிவாகவே தெரிந்தன' என்று நேரு கூறியிருந்தார். ஆர்.எஸ்.எஸ். பற்றிய நேருவின் உணர்வுகள் மத நிலவரம் பற்றிய அவருடைய கவலைகளின் அடிப்படை யிலானவை. 'அரசாங்கத்தைக் கவிழ்க்க அல்லது அதன் அப்போதைய இயல்பை மாற்றுவதற்காகவேனும், சில இந்துக்களும் சீக்கியர்களும் மிக உறுதியான, திட்டவட்டமான முயற்சிகளை மேற்கொள்கின்றனர். அது சாதாரண இனக் கலவரத்துக்கும் மேலான ஒன்று. இவர்களில் பெரும்பான்மையினர் மிருகத்தனம் கொண்டவர்கள், மனிதத் தன்மையே அற்றவர்கள். அவர்கள் முழுக்க முழுக்க பயங்கரவாதிகள் போலவே செயல்பட்டுள்ளனர்.'[30]

'மக்கள் அபிப்பிராயத்தைப் பொருத்தவரை அத்தீவிரவாதிகள் ஒரு சாதகமான சூழ்நிலையில் செயல்பட்டு வந்தனர்.' டெல்லியில் குறிப்பாக, இந்து மற்றும் சீக்கிய அகதிகள் ரத்தம் வேண்டி அறைகூவல் விடுத்துக்கொண்டிருந்தனர். ஆனால் பிரதமர், இந்தியா முஸ்லிம்களும் சுதந்தரமாக வாழவும் வேலை செய்யவும் உரிய இடமாக இருக்கவேண்டும் என்று வற்புறுத்தினார். கவர்னர் ஜெனரலின் பணியாளாக இருந்த ஆங்கிலேயர் ஒருவர், 'அந்த சோதனையான காலத்தில் நேருவை அருகிலிருந்து பார்ப்பது எழுச்சி ஊட்டும் ஓர் அனுபவம்' என்று தன் நாட்குறிப்பில் எழுதினார்.[31] 'அவர், மனிதநேயம் மற்றும் நாகரிக அறிவுத் திறனில் ஒருவருக்கு இருக்கும் நம்பிக்கையை உறுதி செய்கிறார். தனி மனிதச் சதிகள் முதல் மக்கள் சிலரின் வெறித்தனங்கள் வரையிலான பலவகையான வேறுபட்ட இனக் கலவரங்களுக்கு இடையே தனி ஒரு மனிதனாக அறிவும் அறனும் சார்ந்த குரலில் பேசுகிறார்.'

காந்தி மற்றும் நேருவின் முயற்சியின் பயனாக காங்கிரஸ், 'சிறுபான்மை யினரின் உரிமைகள்' குறித்து அப்போது ஒரு தீர்மானத்தை நிறைவேற்றியது. காங்கிரஸ், இரு தேசக் கொள்கையை எப்போதும் ஏற்றதில்லை. அதன் விருப்பமின்றியே பிரிவினை அதன்மீது திணிக்கப்பட்டது. 'இது பல மதங்கள், பல இனங்கள் கொண்ட நாடு; அவ்வாறே இது இருக்கவேண்டும்' என்று கட்சி இன்னும் நம்பிக்கை கொண்டிருந்தது. 'பாகிஸ்தானில் நிலவரம் எப்படி இருந்தபோதிலும், ஜனநாயக, சமயச் சார்பற்ற நாடாக, எல்லாக் குடிமக்களும் முழு உரிமையுடன், தாங்கள் எம்மதத்தைச் சார்ந்திருப்பினும் அரசால் சமமாகப் பாதுகாக்கப்பட உரிமை உடையவர்கள். காங்கிரஸ், சிறுபான்மை யினருக்கு அது தொடர்ந்து அதன் சக்திக்கேற்ற அளவு வன்முறைத் தாக்குதல் களிலிருந்து பாதுகாப்பு அளிக்கும்' என்ற உறுதியை அளிக்க விரும்பியது.[32]

எனினும், ராஷ்ட்ரீய ஸ்வயம் ஸேவக் சங்கம் இக்கருத்தில் நம்பிக்கையற்று இருந்தது. அதன் தலைவர், மெல்லிய, தாடியுடன் கூடிய விஞ்ஞானப் பட்டதாரி, எம்.எஸ்.கோல்வால்கர், மத அடிப்படையில் வேறுபாடு காட்டாத சமயச் சார்பற்ற நாடு என்ற கருத்தைத் தீவிரமாக எதிர்த்தார். அவருடைய கருத்தில் இந்தியா என்பது, 'இந்துஸ்தானத்தில் இந்துக்கள் அல்லாதவர் இந்துப் பண்பாட்டை, மொழியை மதிக்க வேண்டும். இந்து மதத்தின் மீது மரியாதை வைக்க வேண்டும். இந்து இனத்தை, பண்பாட்டைப் போற்றுவது

அல்லாமல் வேறு எந்தச் சிந்தனைக்கும் இடமில்லை. சுருக்கமாக, அவர்கள் அயல்நாட்டவராக இருக்கக்கூடாது அல்லது இந்து தேசத்துக்குக் கீழ்ப்படிந்து நாட்டில் தங்கலாம். எதற்கும் உரிமை கோராது, சலுகை எதற்கும் தகுதியற்று, குடியுரிமை கூட இல்லாமல், எந்தச் சலுகையுடனும் நடத்தப்படாமலே இருக்கலாம்.'[33]

டெல்லியின் இதயப்பகுதியில் ராம்லீலா மைதானத்தில் 1947 டிசம்பர் 7, ஞாயிற்றுக்கிழமையன்று ஆர்.எஸ்.எஸ். ஒரு பேரணியை நடத்தியது. முக்கியமான ஓர் உரையை கோல்வால்கர் நிகழ்த்தினார். இந்துஸ்தான் டைம்ஸ் தெரிவித்தவாறு, ஆர்.எஸ்.எஸ்., இந்து ராஜ்யம் அமைப்பதை நோக்கமாகக் கொள்ளவில்லை. 'ஆனால் எப்படியும் இந்து சமூகத்தின் ஒருங்கிணைப்பை நோக்கமாகக் கொண்டிருக்கிறோம். இந்த லட்சியத்தைக் கருத்தில் கொண்டு சங்கம் அதன் வழியில் முன்னேறிச் செல்லும். அதை எந்த அதிகாரமும் தனி நபரும் தடுத்துவிட முடியாது' என்பதை அவர் வற்புறுத்தினார்.[34]

அதிகாரம் என்று குறிப்பிட்டது காங்கிரஸ் கட்சி மற்றும் இந்திய அரசாங்கம். தனி நபர் என்று குறிப்பிட்டது நேருவும் காந்தியும். அகதிகள் முகாமில் ஆர்.எஸ்.எஸ். சார்புடையவர்கள் இந்த இருவருக்கும் எதிராக பகையுணர்வு கொண்டிருந்தனர். காந்தி தன் கூட்டங்களில் குர்ஆன் படிப்பதை அவர்கள் ஆட்சேபித்தனர். அதற்கெதிராகக் குரல் கொடுத்தனர். பாகிஸ்தானில் இன்னும் கஷ்டங்களுக்கு உள்ளாகிவரும் இந்துக்கள் மற்றும் சீக்கியர்கள் பற்றி ஏன் பேசவில்லை என்று கேட்டனர். டி.ஜி. டெண்டுல்கர், 'காந்தி, பாகிஸ்தானில் உள்ள சிறுபான்மையினர் துன்பங்கள் பற்றியும் அதே அளவுக்குக் கஷ்டப் பட்டார். அவர்கள் துன்பத்தைத் துடைக்கத் துணையாக அங்கு செல்ல விரும்பியிருப்பார். ஆனால் டெல்லியில் உள்ள முஸ்லிம்களின் துயரைத் துடைக்க உத்தரவாதம் அளிக்க முடியாதபோது, எந்த முகத்தோடு அவர் அங்கே செல்ல முடியும்' என்று எழுதினார்.

முஸ்லிம்களின்மீது தாக்குதல்கள் தொடரும் நிலையில் காந்தி மற்றுமொரு முறை உண்ணாவிரதம் இருக்க விரும்பினார். அது ஜனவரி 13-ல் தொடங்கியது. அது மூன்று பிரிவினரை நோக்கி மேற்கொள்ளப்பட்டது. முதலாவதாக, இந்திய மக்களுக்கு. அவர்கள் இரு தேசக் கொள்கையை விரும்பவில்லை என்றால் டெல்லியில் முஸ்லிம்களுடன் அமைதியாகவும் சகோதர உணர்வுடனும் வாழ்ந்துகாட்ட வேண்டும். இரண்டாவது பாகிஸ்தான் அரசுக்கு. இன்னும் எத்தனை நாளைக்கு என்னால் இந்துக்கள் மற்றும் சீக்கியர் களின் பொறுமையைக் கட்டுப்படுத்த முடியும் என்று காந்தி பாகிஸ்தான் அரசைக் கேட்டார். பாகிஸ்தான் அரசு அவர்கள் நாட்டிலிருந்து சிறுபான்மை யினர் துரத்தப்படுவதற்கு முற்றுப்புள்ளி வைக்கவேண்டும் என்றார் காந்தி.

மூன்றாவதாக இந்திய அரசுக்கு. அவர்கள் பாகிஸ்தானுக்குச் சேரவேண்டிய பண பாக்கியைக் கொடுக்காமல் நிறுத்தி வைத்திருந்தனர். அது இரு நாடுகளுக்கும் கூட்டாக பிரிட்டிஷார் கொடுக்கவேண்டியிருந்த தொகை. அது இரண்டாம் உலகப்போரின் போது இந்தியா பிரிட்டனுக்குக் கொடுத்த கடன்.

இதில் ரூபாய் 550 மில்லியன் அளவுக்கான தொகை பாகிஸ்தானுக்குப் போகவேண்டி இருந்தது. பாகிஸ்தான் காஷ்மீரை அபகரிக்க விரும்பியதால் கோபம் கொண்ட இந்திய அரசு அந்தப் பணத்தை அளிக்க மறுத்தது. அது அனாவசியமான வெறுப்பை வளர்ப்பது என்று காந்தி கருதினார். எனவே, பாகிஸ்தானுக்குக் கொடுக்கவேண்டியதை, உண்ணாவிரதத்தை முடிக்க மூன்றாவது நிபந்தனையாக வைத்தார்.

ஜனவரி 15 இரவு இந்திய அரசு பாகிஸ்தானுக்குச் சேரவேண்டிய பணத்தை கொடுத்துவிடத் தீர்மானித்தது. மறு நாள், ஆயிரத்துக்கும் அதிகமான அகதிகள், வெளியேற்றப்பட்ட முஸ்லிம்களை அவர்கள் வீடுகளுக்குத் திரும்ப அனுமதிப்பதாக அறிக்கை ஒன்றில் கையெழுத்திட்டனர். ஆனால் காந்தி இன்னும் அதிகாரபூர்வமான உறுதிமொழியை வேண்டினார். இதற்கிடையில் அவருடைய உடல்நிலை மேலும் மோசமாயிற்று. அவருடைய சிறுநீரகம் செயலிழக்கத் தொடங்கியது. அவரது எடை குறைந்துகொண்டே வந்தது. அவர் நோயுற்று, தலைவலியால் பீடிக்கப்பட்டார். 'தாமதமின்றி அவருடைய உண்ணாவிரதத்தை நிறுத்தத் தேவையான நடவடிக்கைகளை உடனடியாக எடுத்திடவேண்டும் என்று மக்களுக்குச் சொல்ல வேண்டியது எங்கள் கடமை' என்று மருத்துவர்கள் எச்சரிக்கை விடுத்தனர்.

ஜனவரி 17 அன்று அரசியல் அமைப்புச் சபை தலைவர் ராஜேந்திர பிரசாத் தலைமையில் ஓர் அமைதிக் குழு அமைக்கப்பட்டது. அதில் காங்கிரஸ், ஆர்.எஸ்.எஸ்., ஜமியாத்-உல்-உலேமா, மற்றும் சீக்கிய அமைப்புகளின் பிரதிநிதிகளும் இடம்பெற்றனர். 18-ம் தேதி காலை அவர்கள் காந்தியிடம் கூட்டாக ஓர் உறுதிமொழியை அளித்தனர். அது காந்தியின் உண்ணாவிரதத்தை நிறுத்தப் போதுமானதாக இருந்தது. 'முஸ்லிம்களுடைய உயிர், உடைமை மற்றும் நம்பிக்கையை நாங்கள் காப்பாற்றுவோம். டெல்லியில் நடந்தவை மீண்டும் நடக்கா' என்று அவர்கள் உறுதிமொழி அளித்திருந்தனர்.[35]

கல்கத்தாவின் அற்புதம் டெல்லியிலும் நிகழ்த்தப்படுமா? காந்தியின் உண்ணா விரதம், தீவிரவாதத் தலைவர்களை வெட்கப்பட வைத்திருந்தது. ஆனால் அவர்களது தொண்டர்கள் இன்னும் கோபத்திலேயே இருந்தனர். அவரது முந்தைய பயணங்களின்போது காந்தி துப்புறவுப் பணியாளர்களின் வசிப்பிடத்தில் தங்கியிருந்தார். ஆனால் இம்முறை அவர் கோடீசுவரத் தொண்டர் பிர்லாவின் மாளிகையில் தங்கினார். அவரது உண்ணாவிரதம் தொடரும்போதே, பிர்லா மாளிகைக்கு எதிராக ஏகப்பட்ட அகதிகள், 'காந்தி சாகட்டும்' என்று கோஷமிட்டபடி சென்றனர். 20 ஜனவரி அன்று, மதன் லால் என்ற ஒரு பஞ்சாபி அகதி காந்தி பிரார்த்தனைக் கூட்டத்தில் இருந்தபோது, அவரை நோக்கி ஒரு வெடிகுண்டை வீசியிருந்தான். அந்த குண்டு, காந்தியிடமிருந்து சற்றுத் தொலைவில் வெடித்தது. அதிர்ஷ்டவசமாக யாரும் காயமடையவில்லை.

தன் மீதான கொலை முயற்சி பற்றி காந்தி கவலைப்படவில்லை. அவர் கோபமாக இருந்த அகதிகள் உட்பட அனைத்து மக்களையும் சந்திப்பதை

மேலும் தொடர்ந்தார். ஜனவரி 26 அன்று பிரார்த்தனைக் கூட்டத்தின்போது, கடந்த வருடங்களில் அந்த நாள் எவ்வாறு சுதந்தர தினமாகக் கொண்டாடப் பட்டது என்பது பற்றி அவர் பேசினார். இப்போது சுதந்தரம் வந்துவிட்டது. ஆனால், அதன் முதல் சில மாதங்கள் மிகவும் அச்சமூட்டுவதாக இருந்தன. எனினும் மிக மோசமான காலம் முடிந்துவிட்டதாக அவர் நம்பினார். இந்தியர்கள் ஒன்றுபட்டு எல்லா மத, இன மக்களின் சமத்துவத்துக்கும் பணி ஆற்றுவார்கள்; பெரும்பான்மையினர், சிறுபான்மையினர்மீது அதிகாரம் செலுத்த அனுமதிக்க மாட்டார்கள். புவியியல் ரீதியாகவும் அரசியல் ரீதியாகவும் இந்தியா இரண்டாகப் பிரிக்கப்பட்டாலும், இதயத்தில் இருவரும் நண்பர்களாகவும் சகோதரர்களாகவும் ஒருவருக்கொருவர் உதவிக்கொண்டும், மதித்துக்கொண்டும் உலகின் கண்களுக்கு ஒன்றாகக் காட்சியளிக்க வேண்டும் என்றும் அவர் நம்பினார்.

வாழ்நாள் முழுதும் காந்தி சுதந்தரமான, ஒன்றுபட்ட இந்தியாவுக்காகப் போராடியிருக்கிறார். ஆயினும் பிரிவினையை விருப்பு வெறுப்பு இன்றி அவரால் காண முடிந்தது. ஆனால் மற்றவர்களின் கோபம் குறையவில்லை. ஜனவரி 30-ம் தேதி மாலை பிரார்த்தனைக் கூட்டத்தில் அவர் இளைஞன் ஒருவனால் சுட்டுக் கொல்லப்பட்டார். பின்னர், சரணடைந்த கொலைகாரன் நாதுராம் கோட்சே, பூனாவைச் சேர்ந்த பிராமணன். அவன் விசாரிக்கப்பட்டு மரண தண்டனை விதிக்கப்பட்டான். ஆனால் அதற்கு முன்னதாக தன் செயலை நியாயப்படுத்தி, குறிப்பிடும்படியான ஒரு பேச்சைப் பேசினான். மகாத்மாவின் தொடர்ந்த நிலையான, முஸ்லிம்களுக்கு ஆதரவான இழிந்த போக்கே கொலை செய்ய தன்னைத் தூண்டியதாகக் கூறினான்.

கடைசிவரை முஸ்லிம்களுக்கு ஆதரவாக அவர் மேற்கொண்ட உண்ணா விரதமே, காந்தியை உடனடியாகக் கொல்லவேண்டும் என்ற முடிவுக்கு தன்னைத் துரத்தியதாகவும் அவன் கூறினான்.[36]

IV

காந்தியின் மரணம் அசாதாரணமான துன்பத்தை விளைவித்தது. இதயத்தை உலுக்கும் அஞ்சலிச் செய்திகள் வந்த வண்ணம் இருந்தன. காந்தியை, 20-ம் நூற்றாண்டின் மாபெரும் மனிதர் என்று ஆல்பர்ட் ஐன்ஸ்டைன் நீண்ட நாட்களாகவே கருதிவந்தார். காந்தியை ஏமாற்றுக்காரர் என்று கருதிவந்த ஜார்ஜ் ஆர்வெல், அவரைத் துறவி என்றார். மிகத் தீவிரமாகக் கொள்ளவேண்டியதை தமக்கே உரிய முறையில் விளையாட்டாக வெளியிடும் ஜார்ஜ் பெர்னார்ட் ஷா, 'நல்லவராக இருப்பது எவ்வளவு ஆபத்தானது என்பதைக் காட்டுகிறது' என்றார். முகமது அலி ஜின்னா தமக்கே உரிய அற்பமான வகையில், தன்னுடைய பழைய எதிரியின் மரணம் இந்து சமுதாயத்துக்கு மட்டுமே நஷ்டம் என்றார்.

எனினும், இரண்டு மிகப் பொருத்தமான கருத்துகள், காந்தியின் இரண்டு மிக முக்கியமான தொண்டர்களிடமிருந்து வெளிவந்தன. அவர்கள் மிகவும் ஆற்றல் வாய்ந்தவர்கள் என்று சொல்லத் தேவையில்லை. அவர்கள்

வல்லபபாய் படேல், ஜவாஹர்லால் நேரு. படேல் அப்போது இந்திய அரசின் உள்துறை அமைச்சராக இருந்தார். அவரும் ஒரு குஜராத்தி. 1918-ம் ஆண்டிலேயே காந்தியோடு சேர்ந்தவர். அவர் ஒரு சிறந்த நிர்வாகியும் ராஜ தந்திரியும் ஆவார். காங்கிரஸை ஒரு தேசியக் கட்சியாக ஆக்குவதில் பெரும்பங்கு ஆற்றியவர்.

இந்திய மந்திரி சபையில் பிரதமர் ஜவாஹர்லால் நேருக்கு அடுத்த நிலையில் இருந்தவர். படேலுக்குப் பிறகு சில ஆண்டுகள் கழித்தே நேரு காந்தியிடம் வந்தார். காந்திக்குத் தெரிந்த மொழிகளில் இரண்டு மொழிகளில் மட்டுமே (ஹிந்தி, ஆங்கிலம்) நேரு, காந்தியோடு பேச முடியும். ஆனால், அவர் காந்தியுடன் ஆழ்ந்த, இறுக்கமான உணர்வுப் பிணைப்பைக் கொண்டிருந்தார். படேலைப் போல அவரும் காந்தியை பாபு (அப்பா) என்றுதான் அழைப்பார். மகாத்மாவுக்குப் பிறந்த குழந்தைகளைவிட நேருவே காந்தியின் செல்லப் பிள்ளை. காந்தியால் தம் அரசியல் வாரிசாகத் தேர்ந்தெடுக்கப்பட்டவர்.

உள்நாட்டுக் கலவரத்தில் சிக்கியிருக்கும் தேசத்தில், தலைவர் மறைந்து விட்டாலும் அவர் விட்டுச்சென்ற செய்தி இன்னும் வலுவாக இருப்பதாக இருவரும் நாட்டு மக்களுக்குக் கூறினர். காந்தி மறைந்தவுடன் படேல் ஆல் இந்தியா ரேடியோவில் ஆற்றிய உரையில், 'பழி வாங்குவது பற்றிச் சிந்திக் காமல் மகாத்மாஜி வெளியிட்ட செய்தியான அன்பையும் அஹிம்சையும்' மேற்கொள்ளுமாறு வேண்டிக்கொண்டார். 'நாம் செய்த பாவங்களுக்காக உலகத்தின் மாபெரும் மனிதர் தன் உயிரை அளித்தது நமக்கு ஓர் அவமானம். அவர் உயிரோடு இருந்தபோது நாம் அவரைப் பின்பற்றவில்லை. இப்போது அவர் இறந்தபிறகாவது அவரைப் பின்பற்றுவோம்.'[37]

அலகாபாதில் காந்தியின் அஸ்தியை கங்கையில் கரைத்தபிறகு நேரு பேசுகையில், 'பயங்கரமான விலையைக் கொடுத்து நாம் ஒரு பாடத்தைப் கற்றிருக்கிறோம். காந்தியின் மறைவுக்குப் பின் அவருடைய லட்சியத்தை நிறைவேற்றுவதாகச் சபதம் மேற்கொள்ள மாட்டேன் என்று சொல்லும் எவராவது இங்கு நம்மிடையே இருக்கிறார்களா' என்று கேட்டார். 'நம்முடைய காலத்தின் மாபெரும் மனிதரைக் கொன்ற மிகக் கொடிய விஷத்தை முறியடிக்க இந்தியர்கள் ஒன்றுசேர வேண்டும்.'[38]

நேரு, படேல் இருவருமே ஒற்றுமைக்கும் மன்னித்தலுக்கும் வேண்டுகோள் விடுத்தனர். ஆனால் சமீபத்தில்தான் அவர்கள் இருவர் இடையேயும் கடும் பூசல் ஏற்பட்டிருந்தது. டிசம்பர் மாதப் பிற்பகுதியில் நேரு, கலவரத்துக்கு உள்ளாகியிருந்த அஜ்மீர் நகரைப் பார்வையிடத் திட்டமிட்டிருந்தார். கடைசி நிமிடத்தில் தன் பயணத்தை ரத்து செய்துவிட்டு தன் தனிச் செயலரை அஜ்மீருக்கு அனுப்பிவைத்தார். படேல் அதைக் கடுமையாக ஆட்சேபித்தார். உள்துறை அமைச்சகம் தன் விசாரணைக் குழுவை அஜ்மீருக்கு அனுப்பி வைத்திருப்பதால், பிரதமருக்குக் கீழ் பணியாற்றும் ஒருவரை அனுப்பியது அவநம்பிக்கையாகக் கொள்ளப்படும் என்று படேல் கருதினார். நேரு, தன் குடும்பத்தவர் ஒருவரது மறைவால் பயணத்தை ரத்து செய்ய நேரிட்டதாகவும்,

தம்மை எதிர்பார்த்திருந்த மக்களின் ஏமாற்றத்தைத் தவிர்ப்பதற்காகவும் தம் செயலரை அனுப்பியதாகக் கூறினார். மேலும், ஆட்சியின் தலைவர் என்ற முறையில் எங்கும், எப்போது விரும்பினாலும் செல்லும் உரிமை தனக்கு உண்டு என்றும், தம் பிரதிநிதியாக எவரையும் தான் அனுப்பலாம் என்றும் நேரு கூறி னார். கேபினட் முறையில் பிரதமர் என்பவர் சமமான பலரில் முதன்மையானவர் மட்டும்தான் என்றும், அவர் எவருக்கும் மேலானவர் அல்ல என்றும், அவர் சக மந்திரிகள் மீது அதிகாரம் செலுத்த முடியாது என்றும் படேல் பதில் கூறினார்.

வாதப் பிரதிவாதங்கள் மேலும் மேலும் அதிகரித்த நிலையில் இருவருமே பதவி விலகத் தயாராக இருந்தனர். பிறகு இருவரும் தங்கள் கருத்துகளை காந்தியின்முன் வைப்பதாக ஒப்புக்கொண்டனர். அதற்கு ஏற்ற தருணம் வருவதற்குமுன் மகாத்மா தன் இறுதி உண்ணாவிரதத்தை ஆரம்பித்திருந்தார். அடுத்த வாரம் படேல் டெல்லிக்கு வெளியே செல்லவேண்டி இருந்தது. ஆனால் நேருவுடனான சச்சரவு அவரை பாதித்தபடியே இருந்தது. நேருவும் அதே நிலையிலேயே இருந்தார். ஜனவரி 30 அன்று காந்தி, விதிவசப்பட்ட பிரார்த்தனைக் கூட்டத்துக்குமுன் படேலைச் சந்தித்தார். அப்போது படேலும் நேருவும் தங்களுக்கு இடையேயான கருத்து வேறுபாடுகளை முடிவுக்குக் கொண்டுவருமாறு காந்தி கேட்டுக்கொண்டார். மேலும் இருவரையும் தான் மறுநாள் சந்திக்க விரும்புவதாகவும் கூறினார்.

காந்தியின் படுகொலைக்கு மூன்று நாட்களுக்குப் பிறகு நேரு, படேலுக்குக் கடிதம் ஒன்றை எழுதினார். 'பாபுவின் மரணத்துக்குப் பிறகு எல்லாமே மாறிவிட்டது. நாம் புதிய, கடினமான உலகத்தை எதிர்நோக்கியுள்ளோம். பழைய கருத்து வேறுபாடுகள் முக்கியத்துவம் இழந்துவிட்டன. இயன்றவரை நாம் எல்லோரும் நெருக்கமாக, ஒன்றுபட்டுச் செயல்பட வேண்டும் என்பது காலத்தின் அவசரத் தேவையாகிவிட்டது.'

அதற்குப் பதிலளிக்கும் வகையில் படேலும், 'தாமும் இதயபூர்வமாகவும் முழுமையாகவும், அவர் பிரதிபலித்த உணர்வுகளைப் பங்கிட்டுக் கொள்வதாக' குறிப்பிட்டார்.

'அண்மைக்கால நிகழ்வுகள் என்னை மகிழ்ச்சியற்றவனாக ஆக்கிவிட்டன. நான் பாபுவுக்கும், என்னை விடுவித்து விடுமாறு எழுதினேன். ஆனால் அவர் மரணம் என்னை மாற்றிவிட்டிருக்கிறது. நாம் இருவரும் ஒன்றுபட்டு எவ்வளவு சாதித்திருக்கிறோம்! நம் இருவருடைய கூட்டு முயற்சி, துன்பத்தால் தாக்கப்பட்டுள்ள நம் நாட்டு மக்களுக்கு, அவர்கள் நலன்களுக்கு இன்னும் எவ்வளவு தேவை! நம் நாட்டு மக்களுக்கு ஏற்பட்டுள்ள ஆபத்து, இந்தப் புதிய உணர்வுகளுக்கு நம்மை விழித்தெழச் செய்யவேண்டும்.'[39]

காந்தி வாழ்ந்தபோது, இந்துக்களை முஸ்லிம்களோடு ஒத்துப்போகச் செய்ய முடியவில்லை. ஆனால் அவர் தம் மரணத்தின் மூலம் ஜவாஹர்லால் நேருவை படேலுடன் ஒத்துப்போகச் செய்துவிட்டார்.

அது, புதிய, எளிதில் உடைந்துபோகக் கூடியதாக இருந்த தேசத்துக்கு, மிக முக்கியமான விளைவுகளை ஏற்படுத்தக்கூடிய ஒட்டு வேலையாக அமைந்தது.

2
பிரிவினை

பல இனங்களும் பண்பாடுகளும் சேர்ந்து, இதன் விருந்தோம்பும் மண்ணை நோக்கி வரவேண்டும்; பல்வேறு கூட்டங்கள் இங்கே தங்கி இளைப்பாற வேண்டும் என்பது இந்தியாவின் வரலாற்றுத் தலைவிதி. ஆயிரத்து நூறு ஆண்டு கால இஸ்லாமிய, இந்து வரலாறு தம் பொதுச் சாதனைகளால் இந்தியாவை வளமாக்கி உள்ளது. நம்முடைய மொழிகள், நம் கவிதை, நம் இலக்கியம், நம் பண்பாடு, நம் கலை, நம் உடை, நம் பழக்க வழக்கங்கள், அன்றாட வாழ்வின் எண்ணற்ற நிகழ்வுகள் என்று ஒவ்வொன்றுமே நம் கூட்டு முயற்சியின் அடையாளத்தைப் பெற்றிருக்கிறது. ஆயிரம் ஆண்டுகால இணைந்த வாழ்க்கை, நம்மை ஒரு பொது தேசமாக ஆக்கி யுள்ளது. நாம் விரும்புகிறோமோ, இல்லையோ, நாம் இணைந்த, பிரிக்கமுடியாத ஓர் இந்திய தேசமாக ஆகியுள்ளோம். எந்தக் கற்பனை யாலும், செயற்கையான சூழ்ச்சியாலும் நம்மைப் பிரிக்கவோ, பிளக்கவோ முடியாது.

- மௌலானா அபுல் கலாம் ஆசாத்,
காங்கிரஸ் தலைமை உரை - 1940.

இந்தியாவின் சிக்கல், சமயங்களுக்கு இடையே உள்ளதல்ல. நாடுகளுக்கு இடையிலான பண்பாட்டு வெளிப்பாடு. அப்படித்தான் அதைக் கொள்ளவேண்டும். இந்துக்களும் முஸ்லிம்களும் தங்களுக்குள் பொதுவான ஒரு தேசிய இனத்தை உருவாக்கிக் கொள்ளலாம் என்பது ஒரு கனவு; இந்த ஒரே தேசம் என்ற தவறான நம்பிக்கை, எல்லை தாண்டி வெகுதூரம் சென்றுவிட்டது. நம்முடைய பல தொல்லைகளுக்கும் இதுதான் காரணம். நாம் நம்முடைய செயல்பாடுகளை காலத்தில் திருத்தி மாற்றிக்கொள்ளாவிட்டால், அது இந்தியாவை அழிவுக்கு அழைத்துச் சென்றுவிடும்.

இந்துக்களும் முஸ்லிம்களும் இரு வேறுபட்ட மதக் கோட்பாடுகள், சமூக நடைமுறைகள், இலக்கியங்கள் முதலியவற்றைக் கொண்டவர்கள். அவர் தங்களுக்குள் திருமணம் செய்துகொள்வதும் இல்லை; ஒன்றாக உண்பதும் இல்லை. மேலும் அவர்கள் உண்மையில் இரு மாறுபட்ட நாகரிகங்களைச் சார்ந்தவர்கள். அவை முக்கியமாக, எதிரெதிரான எண்ணங்களையும் நம்பிக்கைகளையும் அடிப்படையாகக் கொண்டவை. அவற்றின் அம்சங்கள் உள்ளார்ந்த வேறுபாடு கொண்டவை.

- எம்.ஏ. ஜின்னா,
முஸ்லிம் லீக் தலைவர் உரை - 1940.

I

இந்தியா பிரிக்கப்பட்டிருக்க வேண்டுமா? பிரிட்டிஷார் வெளியேறியபோது, ஒரே நாடாக விட்டுச் சென்றிருக்கக் கூடாதா? 1947 முதலே இதுபோன்ற கேள்விகள் கேட்கப்பட்டுக் கொண்டுதான் இருக்கின்றன. அவற்றுக்கு விடையளிக்கும் வகையில், இந்தியா ஏன் பிரிக்கப்பட்டது என்ற துணைக் கேள்வியை எழுப்புகின்றனர்.

ஒன்றுபட்ட இந்தியா என்ற எண்ணம் இந்தியப் பகுதியில் உள்ள மக்களிடம் தான் மிக அதிகமாக வெளிப்பட்டது. ஆனால் பாகிஸ்தான் என்று ஆகிவிட்ட இடத்திலும் அந்த மக்களிடமிருந்தும் சில சமயங்களில் இழப்புணர்வு வெளிப்பட்டதுண்டு.

1947 ஆகஸ்ட் 15 அன்றே புகழ்பெற்ற யூனியனிஸ்ட் அரசியல்வாதி ஒருவர் எழுதினார்:

'பஞ்சாபின் ஒற்றுமையைக் காக்க எதையும் செய்வேன். இங்கு நடப்பதைக் கண்டால், இதயம் நொறுங்குவதாக இருக்கிறது. இதற்குக் காரணம், உண்மை யான உடன்பாடு ஒன்றை எட்டுவதற்குமுன், உடைத்துப்போட்டுவிட்டு வெளியேற நினைத்ததே காரணம். அதிகார மாற்றத்துக்கான தேதியை முன்னதாக நிர்ணயித்ததே, உடன்பாடு ஏதும் ஏற்படுவதற்கான சாத்தியக் கூறுகள் இல்லாமல் செய்துவிட்டது. கூறு போடும் சித்திரவதை ஒன்று மட்டுமே, இறுதியில் எஞ்சியது. நாம் புதிதாகத்தான் ஆரம்பிக்க வேண்டும். இனவெறுப்பும் ஒருவரை ஒருவர் அழிக்கும் எண்ணமுமே ஒவ்வொருவர் மனத்திலும் மேலோங்கி இருப்பதால், பழைய முறையில் முயற்சிகளை மேற்கொள்ள வழியில்லை.'[1]

பஞ்சாபின் அல்லது இந்தியாவின் ஒற்றுமை ஏன் காப்பாற்றப்படவில்லை? இதற்கு மூன்று வேறுபட்ட விடைகள் உள்ளன. காங்கிரஸ் தலைமை, ஜின்னாவையும் முஸ்லிம்களையும் குறைத்து மதிப்பிட்டதை முதலாவதாகக் குற்றம் சொல்கிறார்கள். மக்களுக்கு ஏற்படும் விளைவுகளை நோக்காமல் தனி நாட்டுக் கோரிக்கையைத் தொடர்ந்து வற்புறுத்திய ஜின்னா இரண்டாவதாகக் குற்றம் சாட்டப்படுகிறார். தங்கள் ஆட்சியை நீடிக்கச்

செய்வதற்காக இந்து, முஸ்லிம் கட்சிகள் இடையிலான வேறுபாட்டைத் தீவிரமாக்கிய முயற்சிகளுக்காக பிரிட்டிஷ் அரசை மூன்றாவதாகக் குற்றம் சாட்டுகின்றனர்.[2]

மேலே கூறிய மூன்று குற்றச்சாட்டுகளிலும் ஓரளவு உண்மை உள்ளது. நேருவும் காந்தியும் முஸ்லிம் லீக் தொடர்பாக முடிவு செய்யும்போது, பெரும் தவறுகளைச் செய்தனர்.

1920-களில் காந்தி, ஜின்னாவைப் பொருட்படுத்தாமல் பொது விஷயங்களில் முல்லாக்களுடன் கலந்து பேசினார். 1930-களில், முஸ்லிம்கள், வெறும் மத நம்பிக்கை அடிப்படையிலான கட்சியைவிட தன் சோஷலிஸக் கொள்கையையே பின்பற்றுவர் என்று நேரு பிடிவாதமாக, தவறாக நினைத்தார். இதற்கிடையே முஸ்லிம்கள் காங்கிரஸிலிருந்து லீகின் நிலைக்கு மாறினார். 1930-களில் ஜின்னா ஒரு உடன்படிக்கைக்கு விருப்பம் தெரிவித்தபோது, புறக்கணிக்கப்பட்டார். 1940-களில் முஸ்லிம்கள் கணிசமான அளவில் அவர் பின் இருந்த நிலையில் அவர் எந்த உடன்படிக்கைக்கும் வரத் தேவையில்லாமல் போனது.

ஜின்னாவின் சில அரசியல் திருப்பங்கள் சுய லாபத்துக்கானவை என்பதைத் தவிர வேறு எந்த விளக்கத்தையும் தர முடியாது. ஒரு காலத்தில் அவர் இந்து-முஸ்லிம் ஒற்றுமையின் தூதர் என்றும், முறையான அரசியலமைப்பின்படிச் செயல்படுபவர் என்றும் கருதப்பட்டார். இஸ்லாத்துக்கும் முஸ்லிம்களுக்கும் பாதுகாவலர் என்று தம்மை அவர் புதிதாக வரித்துக்கொண்டாலும், தன்னுடைய தனிப்பட்ட வாழ்க்கையில் இஸ்லாமியக் கொள்கைகளைப் புறக்கணித்து வந்தார். (அவர் விஸ்கியை விரும்பினார்; மேலும் சில தகவல்களின்படி அவர் பன்றிக்கறியை விரும்பினார்.)[3] எனினும் 1930-க்குப் பின்னிட்ட காலங்களில் அவர் தீவிரமாக மத உணர்வு நெருப்பை மூட்ட ஆரம்பித்தார். அவருடைய முயற்சி, 'நேரடி நடவடிக்கை நாளு'க்கு அறைகூவல் விடுத்தபோது, தொடர்ந்த ரத்தக் களரி வன்முறைகளுக்கும் பதிலடி வன்முறைச் செயல்களுக்கும் உள்ளாகி, பிரிவினை தவிர்க்க இயலாததாகிவிட்டது.

முடிவாக பிரிட்டிஷார், இந்து-முஸ்லிம்களிடையே பகைமையை வரவேற்றதோடு, வளர்க்கவும் செய்தனர். காலனி ஆதிக்க எதிர்ப்புணர்வுப் போராட்டம், 1925 மார்ச்சில் உண்மையிலேயே மக்கள் சக்தியாக மாறியபோது, பிரிட்டனின் இந்தியா அமைச்சர், வைஸ்ராய்க்கு இவ்வாறு எழுதினார்: 'இன நிலவரத்தின்மீது நான் எப்போதும் என்னுடைய மிக அதிகமான, நிரந்தரமான நம்பிக்கைகளை வைத்திருக்கிறேன்.'[4]

இங்கிலாந்துக்குள்ளாக, தனி மனித உரிமைகளுக்கு மதிப்பு அளிக்கப்பட்டது. ஆனால் காலனிகளில் தனி மனிதன் எப்போதும் சமுதாயத்துக்கு அடங்கியவனாகவே இருந்தான். அரசு வேலைகளில் முஸ்லிம் மற்றும் இந்துப் பணியாளர்களுக்கு இடையே சமநிலை இருக்குமாறு பார்த்துக் கொண்ட விதத்திலேயே, இது தெளிவாகத் தெரிந்தது. அரசியலிலும்

பிரிட்டிஷார், முஸ்லிம் தொகுதிகளில் முஸ்லிம் வேட்பாளர்களுக்கு முஸ்லிம்கள் மட்டுமே வாக்களிப்பது என்ற வாக்குரிமையை அறிமுகம் செய்தனர். பெரும்பான்மையான பிரிட்டிஷ் அலுவலர்கள் இந்துக்களுடன் ஒப்பிடும்போது, முஸ்லிம்களையே விரும்பினர். ஏனெனில் முஸ்லிம்களின் வழிபாட்டு முறையும் வாழ்க்கை முறையும் அவர்களுக்கு அவ்வளவு அந்நியமானதாக இல்லை. மொத்தத்தில், காலனிக் கொள்கை மத வேற்றுமைகளைத் தீவிரப்படுத்தியது. அதனால், வெள்ளையர் ஆட்சி வலுப்பட்டது.

காங்கிரஸின் குறுகிய பார்வை, ஜின்னாவின் பேராசை, பிரிட்டிஷாரின் நீதி, நேர்மைக்கு மதிப்பளிக்காத போக்கு மற்றும் நேர்மை, நாணயம் ஆகியவற்றில் நம்பிக்கையற்ற தன்மை - இவையெல்லாம் தங்கள் பங்களிப்பைச் செய்திருக்கலாம். எப்படியோ, 1940-களில் இந்திய வரலாற்றுப் பக்கங்களில் பிரிவினை இடம் பெற்றுவிட்டது. பிரிட்டிஷார் இன வாக்குரிமையை ஊக்குவிக்காமல் இருந்திருந்தாலும், நவீன வாக்கு அரசியல், எப்படியாவது இன வாக்கு வங்கியை உருவாக்கியிருக்கும். முஸ்லிம்கள் தங்களது மத அடையாளத்தை உணருமாறு தூண்டிவிடப்பட்டனர். 1927 வரை 1,300 உறுப்பினர்களை மட்டுமே முஸ்லிம் லீக் கொண்டிருந்தது. 1944-ல் வங்காளத்தில் மட்டுமே 5 லட்சம் உறுப்பினர்களைப் கொண்டிருந்தது. (பஞ்சாபில் 2 லட்சம் பேர் உறுப்பினர்களாக இருந்தனர்.) லீகில் அனைத்துப் பிரிவு முஸ்லிம்களும் ஒன்று திரண்டனர். தொழிலாளர்கள், படித்து வேலையில் இருப்போர், வியாபாரிகள் என எல்லோரும், ஒன்றுபட்ட இந்தியாவில் பிராமண-வைசிய ராஜ்ஜியம் உருவாகி விடும் என்ற அச்சத்தில், 'இஸ்லாத்துக்கு ஆபத்து' என்ற அழைப்பைக் கேட்டு விரைந்து வந்தனர்.[5]

1940 மார்ச்சிலே முஸ்லிம் லீக் பாகிஸ்தான் கோரிக்கையை சம்பிரதாயமாக முன்வைத்தது. இரண்டாம் உலகப்போர், பாகிஸ்தான் கோரிக்கையை (பொதுவாக இந்திய விடுதலையை) நிறுத்தி வைத்திருந்தது. உலகப் போருக்குப் பின் பிரிட்டனில் லேபர் கட்சி ஆட்சிக்கு வந்தது. கன்ஸர்வேடிவ் கட்சியைப் போல் அல்லாமல், லேபர் கட்சி இந்திய சுதந்தரத்ததை நியாய மாகவே விரைவுபடுத்த முனைந்தது. இந்தியா விஷயத்தில் பிரதமர் கிளமென்ட் அட்லி, தம் வாழ்க்கையிலேயே இல்லாத உறுதியையும் ஆர்வத்தையும் கொண்டிருந்தார்.[6]

லேபர் கட்சியின் சில தலைவர்கள் காங்கிரஸோடு நெருக்கமான தொடர்பு கொண்டிருந்தனர். இவர்களுள் சர் ஸ்டாஃபோர்ட் கிரிப்ஸும் ஒருவர். அவர் இந்திய சுதந்தரத்துக்கான நிபந்தனைகள் பற்றிப் பேச்சு வார்த்தை நடத்த, 1946-ன் தொடக்கத்தில் அனுப்பப்பட்ட மூவர் அடங்கிய கேபினெட் தூதுக்குழுவில் ஒருவர். ஒன்றுபட்ட இந்தியாவை ஆளவும், வழிகாட்டவும், காங்கிரஸிடம் விட்டுச்செல்லவுமே கிரிப்ஸும் மற்ற தொழில் கட்சித் தலைவர்களும் விரும்பியிருப்பார்கள். டிசம்பர் 1945-ல் குழுவுக்காகத் தயாரிக்கப்பட்ட குறிப்பு ஒன்று, அது எவ்வளவு இயலாத ஒன்று என்று காட்டியது. அக்குறிப்பைத் தயாரித்தவர், பெண்டெரல் மூன் என்பவர். சில

காலம் இந்திய சிவில் சர்வீஸ் பணியில் இருந்தவர். ஒன்றிணைந்த யூனியனுக்கு முஸ்லிம்களின் சம்மதத்தைப் பெறுவதைவிட, பிரிவினைக்கு இந்துக்களின் சம்மதத்தைப் பெறுவது எளிது என்று மூன் குறிப்பிட்டிருந்தார். 'பிரிட்டிஷாரின் கருத்தில், முஸ்லிம்களின் விருப்பத்துக்கு மாறாக இந்தியாவை ஒன்றாக வைப்பதற்கு படைபலத்தைப் பிரயோகிக்க வேண்டியிருக்கும். ஆனால், இந்துக்களின் விருப்பத்துக்கு மாறாக, பிரிப்பதில் படைபலம் தேவைப்படாது. அப்படியே தேவைப்பட்டாலும், குறைவான அளவிலேயே தேவைப்படும். இந்தியத் தாயின் அணைப்பிலிருந்து, வங்காள மற்றும் பஞ்சாப் சகோதரர்களைப் பிரித்தால் மதராஸ், பம்பாய், ஐக்கிய மாகாணம், மத்திய மாகாணம் முதலியவற்றிலுள்ள இந்துக்கள் உரக்கவே கதறி அழுவார்கள். ஆனால் அவர்களுக்காக ஒரு லட்சியப் போரை நடத்த அவர்கள் விரும்புவது சந்தேகமே.'[7]

அடுத்த சில மாதங்கள், இந்தக் கருத்துகள் அறிவுக்குப் பொருந்தாமல் போனதை வெளிக்காட்டின. 1946-ன் தொடக்கத்தில் பல மாகாண சபைகளுக்குத் தேர்தல்கள் நடைபெற்றன. இத்தேர்தல்கள், எழுதப் படிக்கத் தெரிந்தவர்கள் மற்றும் சொத்துள்ளவர்களுக்கு மட்டுமே வாக்குரிமை என்ற அடிப்படையில் நடைபெற்றன. இம்முறையில் வயது வந்தவர்கள் தொகையில் 28% மக்கள் வாக்களிக்கத் தகுதி பெற்றனர். ஆயினும் இது பிரிட்டிஷ் இந்தியா போன்ற பெரிய நாட்டில், 41 மில்லியன் என்ற கணக்கில் இருந்தது.[8]

உலகமெங்கும் நவீன ஜனநாயக அரசியல் பற்றிய விவாதங்களில், இரண்டு கவர்ச்சிகரமான, எதிரெதிர் வாதங்கள் வைக்கப்படுகின்றன. முதலாவது, பொருளாதார வளத்துக்கும் சமுதாய அமைதிக்குமான நம்பிக்கையைச் சார்ந்தது. இரண்டாவது, ஒருவித அச்சம் சார்ந்தது - பழைய வரலாற்றுப் பகைவர்களால் தாங்கள் கீழ்நிலைக்கு தள்ளப்பட்டு நசுக்கப்பட்டுவிடுமோ என்ற ஒரு பிரிவினரின் கவலைகள் சார்ந்தது. காங்கிரஸ் 1946 தேர்தலில் நம்பிக்கையை முன்வைத்தது. அதனிடம் நிலச் சீர்திருத்தம், தொழிலாளர் உரிமைகள் போன்ற ஆக்கபூர்வமான திட்டங்கள் இருந்தது. மாறாக முஸ்லிம் லீக் அச்சத்தை முன்வைத்தது. முஸ்லிம்கள் தங்களுக்குச் சொந்தமாக, தனியான ஒரு தேசத்தைப் பெறாவிட்டால், ஒன்றுபட்ட இந்தியாவில் அதிகமான எண்ணிக்கையுள்ள இந்துக்களால் நசுக்கப்படுவார்கள் என்று முஸ்லிம் லீக் வாக்காளர்களிடம் கூறியது. லீக், முடிவாக பாகிஸ்தான் பிரச்னையில் ஒரு வாக்கெடுப்பைக் கோரியது. ஜின்னா ஒரு பிரசாரக் கூட்டத்தில், 'தேர்தல்கள் அந்த முடிவின் ஆரம்பம். முஸ்லிம்கள் பாகிஸ்தானுக்கு ஆதரவாக வரும் தேர்தலில் முடிவெடுத்தால், சண்டையில் பாதி வெற்றியை அடைந்துவிடலாம். முதல் களத்திலேயே நாம் தோற்றுவிட்டால் நாம் முடிந்துபோய் விடுவோம்' என்று கூறினார்.

தலைவருடைய செய்தி தொண்டர்களால் வலுவாகப் பரப்பப்பட்டது. பிகாரில் முஸ்லிம் லீக், வாக்காளர்களது வாக்குகள் என்ற செங்கற்கள், ராம ராஜ்யம் என்ற கோட்டையைக் கட்டுவதற்கா அல்லது முஸ்லிம்கள் மற்றும்

இஸ்லாத்துக்கான கட்டடம் ஒன்றை கட்டுவதற்கா என்று தீர்மானிக்கக் கோரியது. பஞ்சாபில் லீகின் தேர்தல் விளம்பரச் சுவரொட்டி ஒன்று எதிரெதிர் முரண்களைக் கோடி காட்டியது. தின் - துனியா (இஸ்லாமிய நம்பிக்கையா, இந்த உலக சுகமா), ஜமீர் - ஜாகீர் (மனசாட்சியா, சொத்து சுகமா), ஹக்கோஷி ஸூஃபத்போஷி (நல்வழியா, அதிகாரமா). இவை ஒவ்வொன்றிலும் முதலாவது பாகிஸ்தானையும் இரண்டாவது இந்துஸ்தானையும் குறித்தது.

லீகின் பிரசாரம், வாக்காளர்களை சாதி, இன வேறுபாட்டுப் பிரிவுகளைக் கடந்து நிற்க வற்புறுத்தியது. இஸ்லாம் என்ற நம்பிக்கையில் ஒன்றுபடுங்கள், ஒன்றாகிவிடுங்கள் என்று ஒரு சுவரொட்டி கூறியது. முஸ்லிம்கள் அனைவரும் ஒரே சமுதாயமாகச் செயல்பட்டு வாக்களிக்குமாறு கேட்டுக்கொள்ளப் பட்டனர். மாணவத் தொண்டர்கள் இதில் முக்கியமான பங்காற்றினர். அவர்கள் கிராமங்களில், சந்து பொந்துகளில், வீடு வீடாகச் சென்று வாக்கு சேகரித்தனர்.

தேர்தல் முடிவுகள் லீகின் கொள்கைப் பிரசாரத்தின் அழுத்தமான வெளிப் பாடாக அமைந்தன. இந்தியப் பரப்பில் ஒவ்வொரு மாகாணத்திலும் காங்கிரஸ் பொதுத் தொகுதிகளில் மிகச்சிறப்பாக வெற்றி பெற்றது. ஆனால் முஸ்லிம்களுக்கு ஒதுக்கப்பட்ட தொகுதிகளில், முஸ்லிம்களுக்குத் தனி நாடு என்ற பிரச்னையை முன்வைத்துப் போட்டியிட்ட லீக் பெரும் வெற்றி பெற்றது. உதாரணமாக, வங்காள மாகாணத்தில் முஸ்லிம்களுக்கு என்று ஒதுக்கப்பட்ட 119 தொகுதிகளில், 114-ல் லீக் வெற்றி பெற்றது. சட்ட மன்றத்தின் மொத்த உறுப்பினர் எண்ணிக்கை 250 என்பதால் பெரும் பான்மையைப் பெற, அதிக உறுப்பினர்களை திரட்டுவதில் சிரமம் இருக்க வில்லை. ஐக்கிய மாகாணங்களில் மொத்தமுள்ள 228 இடங்களில் காங்கிரஸ் 153 இடங்களை வென்று ஆட்சி அமைத்தது. ஆனால் இந்தப் பெரும் வெற்றி யிலும் ஒரு முக்கியமான தோல்வியும் இருந்தது. ஐக்கிய மாகாணத்தின் 66 முஸ்லிம் தொகுதிகளில் லீக் 54 இடங்களை கைப்பற்றி இருந்தது. இதைவிட முக்கியமாக தெற்குப் பகுதியில் மதராஸ் மாகாண முடிவுகள் அமைந்தன. ஜின்னாவின் மிக உண்மையான தொண்டர்கள்கூட எதிர்கால பாகிஸ்தானை இப்படிக் கோரியிருக்க முடியாது. இங்கு 215 இடங்களில் காங்கிரஸ் 165 இடங்களை வென்றது. ஆனால் முஸ்லிம்களுக்கு என்று ஒதுக்கப்பட்ட 29 தொகுதிகளையும் லீக் வென்றது. மொத்தத்தில் பொதுத் தொகுதிகளில் காங்கிரஸ் 80.9 சதவிகித வாக்குகளைப் பெற்றது. ஆனால் முஸ்லிம் களுக்கென்று ஒதுக்கப்பட்ட பகுதிகளில் லீக் 74.7 சதவிகித வாக்குகளைத் திரட்டியது.

முடிவுகள் வெளிவந்த பிறகு லீக் கட்சியின் பத்திரிகையான டான் (Dawn), 'இம்முறை மக்கள் சட்டமன்றங்களுக்குத் தேர்ந்தெடுக்கப்பட்டவர்களிடம் பாகிஸ்தானை வென்று அளிக்கவேண்டிய கடமையை ஒப்படைத்திருக் கிறார்கள். மாகாண மற்றும் மத்திய மன்றங்களில் அதுவே அவர்களுடைய தலையாய வேலை. முடிவெடுக்கும் நேரம் முடிந்துவிட்டது. செயல்பட வேண்டிய நேரம் வந்துவிட்டது' என்று எழுதியது.

இது 1946 ஏப்ரல் 7 அன்று எழுதப்பட்டது. மூன்று நாட்களுக்குப் பிறகு ஜின்னா முஸ்லிம் லீக் சார்பில் தேர்ந்தெடுக்கப்பட்ட 400 உறுப்பினர்களின் கூட்டத்தை டெல்லியில் கூட்டினார். அந்தக் கூட்டம் சுதந்தரமான பாகிஸ்தான் கோரிக்கையை வற்புறுத்தியது. எனினும் மே மாத ஆரம்பத்தில் கேபினெட் தூதுக்குழு ஏகமனதான ஒரு முடிவைக் காண சிம்லாவில் கூட்டிய மாநாட்டில், ஜின்னா கலந்துகொண்டார். அடுத்த இரண்டு மாதங்களில் பலவிதமான வரைவுகள் சுற்றுக்கு விடப்பட்டன. மாகாணங்கள் பிரிந்துபோக விரும்பினால் பிரியலாம் என்ற அனுமதியோடு ஒரே தேசிய அரசாக அமைய அத்தீர்மானங்கள் வற்புறுத்தின. காங்கிரஸும் லீகும், மாகாணங்கள் ஒன்றிணைந்த யூனியன் அரசில் சேரவோ, அதிலிருந்து பிரியவோ கூறப்பட்ட நிபந்தனைகளை ஏற்க விரும்பவில்லை. பேச்சு வார்த்தைகளுக்கு, முஸ்லிம் உறுப்பினர் ஒருவரை காங்கிரஸ் தேர்ந்தெடுக்கக் கூடாது என்ற ஜின்னாவின் கோரிக்கை உறுத்துகிற மற்றோர் அம்சமாயிற்று.[9]

முஸ்லிம்கள் அனைவரும் தன் பின்னால் உள்ளனர் என்ற உணர்வுடன், ஜின்னா கடுமையாக பேரம் பேசினார். 1946 ஜூன் கடைசிவாக்கில் எந்த விதமான முடிவும் எட்ட முடியாது என்பது தெளிவானதும் கேபினெட் தூதுக்குழு லண்டனுக்குத் திரும்பியது. ஜூலை 29 அன்று லீக் தலைவர்கள் ஒன்றுகூடி முஸ்லிம் தேசம் அமைவதற்கான நேரம் வந்துவிட்டது என்றும், பாகிஸ்தானை அடையவும் அவர்களுடைய கௌரவத்தை நிலைநாட்டவும், தங்கள் நியாயமான உரிமைகளை உறுதி செய்துகொள்ளவும் தற்போதைய பிரிட்டிஷ் மற்றும் எதிர்கால ஜாதி இந்துக்கள் ஆதிக்கத்தை ஒழிக்கவும் நேரடி நடவடிக்கை எடுக்கத் தீர்மானித்தனர்.

நேரடி நடவடிக்கை நாள் இரண்டு வாரங்களுக்குப் பிறகு வந்தது. அதுவே ஒன்றுபட்ட இந்தியா என்ற கனவின் முடிவுக்கான ஆரம்ப நாளாக இருந்தது.

II

1947 ஆகஸ்ட் 15, இந்திய சுதந்திர தினத்தை ஆனந்தக் கொண்டாட்டமாக இல்லாமல் துயர நாளாகக் கொண்டவர் காந்தி மட்டும் அல்லர். இந்திய எல்லையைக் கடந்து, பாகிஸ்தானில் சுதந்தரம் ஒரு நாள் முன்னதாக வந்தபோது, கவிஞர் ஃபெயிஸ் அகமத் ஃபெயிஸ் கூறினார்:

இது இரவின் கோரப்பற்கள் குதறிய
குஷ்டக் காலை விடியல்.
இது காத்துக்கிடந்த விடியல் அல்ல.
சொர்க்கத்தின் பரந்த வெற்றிடத்தில்
எங்கே விண்மீன்களின் கடைசித் தங்குமிடம்,
எங்கே மெல்ல வருடும் இரவின் அலைகள்,
எங்கே இதயவலி என்னும் கப்பலுக்கு ஆறுதல் நங்கூரம்
என்று தேடிச் சென்றனரே தோழர்கள்
இது அந்த வெள்ளை விடியல் அல்ல[10]

அந்த ஏக்க இரங்கல்கள், பிரிவினைக்காக என்பதைவிட அதற்கு அளிக்கப் பட்ட ரத்த விலைக்கே என்றுதான் சொல்லவேண்டும். 1945-ன் முடிவில் அல்லது அதற்கு முன்பாகவே ஏதோ ஒரு வகையில் பாகிஸ்தான் என்பது தவிர்க்க முடியாததாகத் தோன்றிவிட்டது. அதை இப்போது காங்கிரஸின் தாராள மனப்பான்மையாலோ, ஜின்னாவின் அடக்கத்தாலோ நிறுத்திவிட முடியாது. ஆனால் கவிஞரின் ஏக்கம் இன்னொரு கேள்வியைக் கேட்கத் தூண்டுகிறது. பிரிவினை ஏற்பட வேண்டும் என்றால், அவ்வளவு உயிரிழப்புகள் ஏற்பட்டிருக்க வேண்டுமா?

இதற்கு பதிலளிக்க ஆட்சியின் கடைசி ஆறு மாத நிகழ்வுகளை மீண்டும் பார்க்கவேண்டும். 1948 ஜூனில் பிரிட்டிஷார் இந்தியாவை விட்டு வெளியேறிவிடுவர் என்றும், வைஸ்ராய் வேவல் பிரபுவுக்குப் பதிலாக வேறு ஒருவர் நியமிக்கப்படுவார் என்றும் 1947 பிப்ரவரி 20 அன்று லேபர் கட்சி அரசு அறிவித்தது. மார்ச் 22 அன்று மௌண்ட்பேட்டன் பிரபு, வைஸ்ராய் பொறுப்பேற்றார். அடுத்த சில மாதங்கள் முழுவதும் பிரிட்டிஷார் வெளி யேறுவதற்கான விஷயங்கள் குறித்து பல்வேறு தரப்பினருடன் விவாதித்தார்.

காங்கிரஸ் தலைவர்கள் பெரும்பாலோர் பிரிவினையின் தவிர்க்க முடியாத தன்மை பற்றி உணர ஆரம்பித்ததை அவர் கண்டுகொண்டார். முழுமையான இந்தியாவின் சுதந்தரம் தள்ளிப்போவதைவிட, இந்தியாவின் பெரும் பான்மைப் பகுதியின் உடனடியான சுதந்தரம் விரும்பத் தகுந்தது என்பதை அவர்கள் கண்டுகொண்டனர்.[11] ஒற்றுமையைப் பாதுகாக்க கடைசி முயற்சியாக காந்தி, ஜின்னாவை சுதந்தர இந்தியாவின் ஆட்சித் தலைமையை ஏற்குமாறு கோரினார். ஆனால் இதற்கு காங்கிரஸின் ஆதரவு இல்லை. ஜின்னா அதனை ஏற்கவும் இல்லை.

மே இரண்டாம் தேதி அன்று வைஸ்ராயின் முதன்மை அலுவலர் இஸ்மே பிரபு, பிரிவினைத் திட்டம் ஒன்றுடன் லண்டனுக்கு அனுப்பப்பட்டார். அவர் அதற்கு கேபினெட்டின் ஒப்புதலைப் பெற்றார். ஆனாலும் காங்கிரஸையும் லீகையும் திருப்திப்படுத்த மேலும் பலமுறை திட்ட விவரங்களை மாற்ற வேண்டியிருந்தது. (ஜின்னா ஒரு நிலையில், சிறிதும் கவலைப்படாமல், இந்தியா வழியாக, கிழக்கு மற்றும் மேற்கு பாகிஸ்தானை இணைக்கும் 800 மைல் நீள பாதை ஒன்றைக் கோரியிருந்தார்.) திருத்தப்பட்ட திட்டத்தை எடுத்துக்கொண்டு மௌண்ட்பேட்டன், பிரிட்டிஷ் மந்திரி சபையிடம் சென்றார்.

மாதத்தின் பெரும்பகுதி இதிலேயே செலவானது. மௌண்ட்பேட்டன் ஜூன் 3-ம் தேதி லண்டனிலிருந்து திரும்பியவுடன் பிரிவினைத் திட்டத்தை ஆல் இந்தியா ரேடியோவில் வெளியிட்டார். அவரைத் தொடர்ந்து நேரு, ஜின்னா மற்றும் (சீக்கியர் சார்பில்) பல்தேவ் சிங் ஆகியோர் பேசினர். அடுத்த நாள் காலை சட்டசபை கட்டடத்தில் வைஸ்ராய், பத்திரிகை நிருபர்களிடம் பேசினார். இங்கேதான் முதன்முதலாக 1948 ஜூனுக்குப் பதிலாக இன்னும்

பத்தே வாரங்களுக்குக் குறைவான நாட்களுக்குள், 1947 ஆகஸ்ட் நடுவில் பிரிட்டிஷார் வெளியேறுவர் என்று அவர் அறிவித்தார்.

நாடக பாணியில் பிரிட்டிஷார் வெளியேறும் நாளை இன்னும் குறைக்கும் முடிவு மௌண்ட்பேட்டனாலேயே எடுக்கப்பட்டது. அவருடைய வாழ்க்கை வரலாறை எழுதிய ஃபிலிப் ஜீக்லர், அவருடைய முடிவை நியாயப்படுத்தி பின்வருமாறு எழுதினார்:

'பிரிவினைக் கொள்கை ஏற்கப்பட்டபிறகு, இனக் கலவரங்கள் தாராளமாகக் கட்டு மீறும். அதிகார மாற்றத்தில் எவ்வளவுக்கு எகவ்வளவு தாமதம் ஏற்படுகிறதோ அவ்வளவுக்கு அவ்வளவு மனப் பதற்றமும் மோசமாகும். வன்முறை பரவும் என்ற அச்சம் மேலோங்கும். இன்றைக்கு பஞ்சாப், நாளை வங்காளம், ஹைதராபாத் அல்லது இந்துக்களும் முஸ்லிம்களும் நெருக்கமாக வாழ்ந்த துணைக்கண்டத்தின் பல்வேறு பகுதிகளில் அந்த வன்முறை பரவும். இரண்டு லட்சம் இறப்பு என்பது இருபது லட்சமாகவோ, இரண்டு கோடியாகவோ ஆகலாம்.'[12]

உண்மையில் ஜீக்லர் (1985-ல் இதை) எழுதியபோதுகூட பிரிவினையின் போது இறந்தவர்கள் எண்ணிக்கை பத்து லட்சமாக இருக்கும் என்று கருதப்பட்டது. பின்னர் எழுதியவர்கள் இருபது லட்சத்துக்கு நெருக்கமாக இருக்கும் என்றார்கள். பிரிட்டிஷார் திட்டமிட்டபடி, ஜூன் 1948-ல் வெளியேறியிருந்தால், அது எவ்வளவாக இருக்கும்? மௌண்ட்பேட்டனைக் கடுமையாகத் தாக்கிய ஆண்ட்ரு ராபர்ட்ஸ், அவர் மென்மையாகவும் ஊசலாடியபடியும் இருந்ததாகக் குற்றம் சாட்டினார். 'அவர் எப்போதெல்லாம் கடுமையாக நடந்துகொண்டிருக்க வேண்டுமோ அந்நேரத்தில் முதுகெலும்பு அற்றவராக நடந்துகொண்டார். இனக் கலவரங்களைக் கடுமையாக ஒடுக்க விருப்பமின்றி இருந்துவிட்டார். குறிப்பாக பஞ்சாப் எல்லைக் காவல் படைக்கு போதிய ஆள்பலம் அளிக்காததோடு, கூடுதலாக விமானப் பாதுகாப்பையும் தரத் தவறிவிட்டார்.' ஜீக்லர் கருத்துக்கு மாறாக, படையை மிக அவசரமாக திரும்ப அழைத்துக்கொண்டது குறைவான இறப்புகளுக்குப் பதிலாக அதிகமான உயிர்ச் சேதத்தை உண்டாக்கிவிட்டது என்று ராபர்ட்ஸ் கருதினார்.[13]

அக்காலப் பார்வையாளர்கள் சிலரும், இரு நூற்றாண்டுகளாக நிர்மானிக்கப்பட்ட பேரரசு ஒன்றை சட்டென்று இரண்டே மாதத்தில் கலைப்பதை, மிக மோசமாகத் திட்டமிட்டிருந்தனர் என்று குற்றம் சாட்டினர். 1947-ன் கோடைகாலத்தில் மிகக் கடினமான வேலையான, பிரிக்கப்படாத பஞ்சாபின் கவர்னராக இருந்தவர், சர் இவான் ஜென்கின்ஸ். மே தொடக்கத்தில் ஜென்கின்ஸ் மௌண்ட்பேட்டனுக்குக் கடிதம் எழுதி, 'சீக்கிரம் பிரிவினையை அறிவிப்பதை மறுபரிசீலனை செய்யுங்கள்' என்று இறைஞ்சியிருந்தார். 'பஞ்சாபில் உள்ள மக்கள் எந்தவிதத்திலும் ஒத்துழைக்க மறுப்பார்கள். எந்த இனமும் ஏற்காத பஞ்சாப் பிரிவினையை அறிவிப்பதில் எந்தப் பயனும் இல்லை.'[14]

ஆனால், முடிவு எடுக்கப்பட்டு, பஞ்சாப் பிரிக்கப்பட்டபோது அதன் சட்டம் ஒழுங்கைப் பராமரிக்கும் வேலை அதன் கவர்னருக்குத் தரப்பட்டது. ஜூலை 30 அன்று, அவர் மௌண்ட்பேட்டனுக்கு எழுதிய கடிதத்தில், 'பிரிவினை யுடன்கூடிய சுதந்தரம், ஆர்வத்தைவிட கோபத்தையே விளைவிக்கும்' என்று கூறியிருந்தார். முஸ்லிம்கள் பஞ்சாப் முழுவதையும் பெறலாம் என நம்பினர். ஆனால் சீக்கியர்களும் இந்துக்களும் லாகூரை இழந்துவிடுவோமோ என்று பயப்பட்டனர். 'முப்பது மில்லியன் மக்கள் தொகையைக் கொண்ட ஒரு தேசத்தை, 98 ஆண்டுகளாக ஒரே அலகாக ஆண்டதை, சம்பந்தப்பட்ட அனை வரும் நட்புடனும் ஆர்வத்துடனும் செயல்பட்டாலும், ஆறு வார காலத்தில் பிரிப்பது என்பது கடினமானதாகவே இருக்கும்' என்று ஜென்கின்ஸ் குறிப்பிட்டிருந்தார்.[15]

ஜென்கின்ஸ் பலமுறை அதிகமான எண்ணிக்கையில் படைகளை அனுப்பக் கேட்டிருந்தார். பிரிட்டிஷார் வெளியேறுவது குறித்த தீர்மானம் அறிவிக்கப் பட்டவுடன் இங்குள்ள ஆங்கிலக் குடிமக்கள் தாக்கப்படுவார்கள் என்று நினைத்த ஆட்சியாளர்கள், அவர்களைப் பாதுகாக்க அதிகப் படைகளை ஒதுக்கியதால், பிரிவினையின்போது கலவரத்தைக் கட்டுப்படுத்த போதிய படைகள் இருக்கவில்லை. இந்தியாவில் இருந்த அனைத்து ஐரோப்பியர் களும் - அலுவலர்கள், பாதிரியார்கள், தோட்ட முதலாளிகள், வியாபாரிகள் - தாங்கள் தாக்கப்படலாம் என்றே நினைத்தனர். 1946 கோடைகாலத்தில் ஓர் இளம் ஆங்கில அதிகாரி தன் குடும்பத்துக்கு இவ்வாறு எழுதினார்: 'இந்துக் களும் முஸ்லிம்களும் சண்டை போடும்போது, நாடு முழுவதுமே நமக்கு எதிராக இருக்கும். அது எப்படியும் ஆங்காங்கு சிதறி இருக்கும் ஐரோப்பி யர்களை ஒழித்துக்கட்டப் போதுமானதாக இருக்கும்.'[16]

பிரிட்டிஷாரின் உயிர்களைக் காப்பாற்றுவதே அரசாங்கத்தின் முதல் பணி என்பது அரசின் கொள்கையாக இருந்தது. 1947 பிப்ரவரியில், வங்காள கவர்னர், பிரிட்டிஷ் ஆட்சி வெளியேறும் நாள் அறிவிக்கப்பட்டவுடன், 'வன்முறை தோன்ற ஆரம்பித்ததுமே, மிகக் குறுகிய அவகாசத்தில், தொலை தூரத்தில் ஆங்காங்கு சிதறி வசிக்கும் ஐரோப்பியர்கள்மீது தனிக் கவனம் செலுத்த, படைகளைத் தயாராக வைத்திருக்க வேண்டும் என்பதே தன் முதல் பணி' என்று கூறினார்.[17]

உண்மையில், 1947 கோடைகாலத்தில், இந்தியாவில் மிகவும் பாதுகாப்பாக இருந்தவர்கள் வெள்ளையர்கள்தாம். எவருக்குமே அவர்களைக் கொல்ல வேண்டும் என்ற எண்ணம் இல்லை.[18] மற்ற இடங்களில் கலவரங்களைக் கட்டுப்படுத்துவதை விடுத்து, அப்பகுதிகளைப் பாதுகாப்பின்றி விட்டுவிட்டு பல படைகள் ஐரோப்பியக் குடியிருப்புகளுக்கு அருகிலேயே நிறுத்திவைக்கப் பட்டன.

தற்காப்பு உணர்வால்தான், சுதந்தர தினத்துக்குப் பிறகு வரை பஞ்சாப் பிரிவினை விவரத்தை வெளியிடாமல் ஒத்திப்போட்டதன் காரணம். மௌண்ட்பேட்டன் லாகூர் சென்றுவந்த பிறகு, ஜூலை 22 அன்று சர் சிரில்

ராட்கிளிப்புக்கு ஒரு கடிதம் எழுதினார். அதில் அவரை, செயல்களை விரைவு படுத்தி, ஒழுங்கு குலையும் அபாயத்தை குறைக்குமாறு வேண்டினார். சுதந்தரத்துக்கு முன்பாக எல்லைப் பிரிவினை விவரங்களை அறிவித்திருந்தால், அதிகார மாற்றத்துக்கு முன்பே படைகளை அங்கே அனுப்பியிருக்க முடியும். பிரிவினை விவரங்கள் இறுதி செய்யப்பட்டவுடனேயே வெளியிடப்பட வேண்டும் என்பதில் பஞ்சாப் கவர்னர் தீவிரமாக இருந்தார். ஆகஸ்ட் 9 அன்றே ராட்க்ளிப்பும் பிரிவினைப் பகுதி விவரத்துடன் தயாராக இருந்தார். எனினும் மௌண்ட்பேட்டன் தன் எண்ணத்தை மாற்றிக் கொண்டார். 15-ம் தேதிக்குப் பிறகே விவரங்களை வெளியிடத் தீர்மானித்தார். அதற்கு அவர் கூறிய காரணம் விநோதமாக இருந்தது. 'அதை எவ்வளவுக்கு எவ்வளவு முன்னதாக வெளியிடுகிறோமோ அவ்வளவுக்கு அவ்வளவு அது ஏற்படுத்தும் கலவரங்களுக்கு பிரிட்டிஷாரே பொறுப்பேற்க நேரிடும். அதேபோல் வெளியிடுவதை ஒத்திப்போட்டால் பிரிட்டிஷார்மீது ஏற்படக் கூடிய பழியும் குறையும்.'[19]

ஒருவர் வரலாறை நடந்தபடியே எழுதவேண்டும். எப்படி நடந்திருக்கக் கூடும் என்று அல்ல. 1947 ஏப்ரல் மாதத்திலேயே, பிரிட்டிஷார் ஒரு வருட காலத்தில் வெளியேறுவர் என்பதை அறிவித்திருந்தால் பிரிவினை விவகாரத்தின் துயரம் குறைந்திருக்குமா? இன்னும் அதிகமான அளவில் படை நடமாட்டத்தை விரைவுபடுத்தியிருக்க முடியுமா? ராட்கிளிப்பின் பிரிவினைப் பகுதிகள் பற்றிய விவரங்களை முன்னதாக அறிவித்திருந்தால், பஞ்சாபில் வன்முறை குறைந்திருக்குமா? இருக்கலாம். இல்லாமலும் இருக்கலாம். பிரிட்டிஷ் இந்திய ஆட்சியின் கடைசிக் காலத்தில் நடந்தவை பற்றி, பஞ்சாப் அதிகாரி ஒருவர், ஆக்ஸ்போர்டைச் சேர்ந்த இளம் சமூக சேவகர் ஒருவரிடம் கூறியவை மிகப் பொருத்தமாக அமையும். 'பிரிட்டிஷ் மக்களே! நீங்கள் நியாயமான நடைமுறையில் நம்பிக்கை கொண்டவர்கள். நீங்கள் இந்தியாவைக் கண்டபோது இருந்த குழப்ப நிலையிலேயே, இப்போதும் விட்டுச் செல்கிறீர்கள்.'[20]

பிரிவினைக்கான காரணங்கள் பற்றி, தங்கு தடையின்றி விவாதங்கள் தொடரும்போது, அதன் விளைவுகள் பற்றி குறைவான அளவிலேயே கவனம் செலுத்தப்பட்டு வந்திருக்கிறது. இப்புத்தகம் காட்டுவதுபோல இவையும் சிந்திக்க வேண்டியவையே.

இந்தியப் பிரிவினையின் நீண்ட நிழல் அதன் மக்களின் பிறப்பு இறப்பு, பொருளாதாரம், பண்பாடு, சமயம், உலக உறவு, கட்சி அரசியல் முதலிய பல களங்களில் படிய இருந்தது.

3

கூடையில் சில ஆப்பிள்கள்

இந்தியாவிலுள்ள சுதேச சமஸ்தானங்கள் ஒப்பந்தங்களால் நிர்வகிக்கப் படுகின்றன. சுதேச சமஸ்தானங்கள் இந்திய யூனியனுடன் சேரா விட்டால், இன்றுள்ள அதே நிலையில் அப்படியே இருக்கலாம்.

– சர் ஸ்டாஃபோர்ட் கிரிப்ஸ், பிரிட்டிஷ் அரசியல்வாதி 1942.

சீக்கிரமாகவோ தாமதமாகவோ அரசர்களிடம் நாம் வெளிப்படையாக நடந்துகொள்ள வேண்டும். நடைமுறையில் நம்மால் முடியாது என்று நன்றாகவே தெரிந்து வைத்துக் கொண்டு, இந்தச் சிறிய சமஸ்தானங் களையெல்லாம் நிர்வகிக்க முடியும் எனப் பாசாங்கு செய்வதில், தற்போது நாம் நேர்மையின்றி இருக்கிறோம்.

– வேவல் பிரபு, இந்திய வைஸ்ராய் 1943.

I

வரலாறு தன்னை எப்படிச் சித்திரிக்கும் என்பது பற்றி இந்தியாவின் கடைசி வைஸ்ராயும் கவர்னர் ஜெனரலுமான மௌண்ட்பேட்டன் பிரபுவைப் போலக் கவலைப்பட்டவர்கள் வேறு யாருமில்லை. மூத்த, அனுபவமிக்க பத்திரிகையாளர் ஒருவர் குறிப்பிட்டது போல மௌண்ட்பேட்டன் தானே தன் மக்கள் தொடர்பு அலுவலர்போல நடந்துகொண்டார்.[1] மௌண்ட் பேட்டனின் உதவியாளர் ஒருவர் பச்சையாகவே தன் எஜமானரை 'உயிர் வாழ்பவருள் மிகவும் வறட்டு ஜம்பம் உள்ள மனிதர்' என்று குறிப்பிட்டார். வைஸ்ராய், புகைப்படக் கலைஞர்களை எப்போதும் தனது கண் புருவங்களுக்கு ஆறு அங்குல உயரத்துக்கு மேலாக மையப்படுத்திப் படமெடுக்கவேண்டும் என்று அறிவுறுத்தினார். ஏனெனில், அவருடைய

நண்பரும் நடிகருமான கேரி கிரான்ட் அந்த முறையில்தான் முகத்தில் உள்ள சுருக்கங்கள் தெரியாது என்று சொல்லியிருந்தார். ஃபீல்ட்மார்ஷல் மாண்ட்கோமரி இந்தியாவுக்கு விஜயம் செய்தபோது, இருவரையும் ஒன்றாகப் படம் பிடிக்க புகைப்படக் கலைஞர்கள் ஆர்வம் மிகுந்து காணப்பட்டனர். மாண்ட்கோமரி அவரைவிட அதிகமான பதக்கங்களை அணிந்திருந்ததால் மௌண்ட்பேட்டன் மிகவும் கவலையடைந்தார்.[2]

மொத்தத்தில் மௌண்ட்பேட்டன் அவருக்கு முன்னர் பதவி வகித்த வேவலிடமிருந்து முற்றிலுமாக மாறுபட்டவராக இருந்தார். வேவலிடம் வேலை பார்த்த அதிகாரி ஒருவர், 'வறட்டு ஜம்பம், ஆடம்பரம் போன்ற பலவீனங்கள் அவரைத் தீண்டியதே இல்லை' என்று குறிப்பிட்டார். வரலாறு அவரை எப்படி மதிப்பிடும் என்பதைப் பற்றி அவர் பார்ப்பதோ, கவலைப் படுவதோ இல்லை என்பதையே இது வேறுவிதமாகச் சொல்கிறது.[3] எனினும், வேவல்தான் இந்தியாவில் பிரிட்டிஷ் ஆட்சியை முடிவுக்குக் கொண்டுவருவதை ஆரம்பித்துவைத்த பெருமைக்குரியவர். அரசியல் வகுப்பினரிடம் அவநம்பிக்கை கொண்டவராயினும், அவர்களிடம் ஓர் அளவோடு மட்டுமே பழகினாலும், இந்தியர்களது லட்சியத்தில் கனிவுடன் இருந்தார்.[4] அவர்தான், உலகப்போர் முடிவில் விவாதங்களும் சமரசப் பேச்சுவார்த்தைகளும் தொடங்கக் காரணமாக இருந்தவர். அவர்தான் வெள்ளையர் வெளியேறுவதற்குத் திட்டவட்டமான கால அட்டவணையை வற்புறுத்தியவர். ஆனால், இரு தேசங்களின் தோற்றத்தை அறிவிக்கும் பொறுப்பு அவருக்குப் பின்னால் வந்த ஆரவார வைஸ்ராய்க்குக் கிடைத்தது.

மௌண்ட்பேட்டன் இந்தியாவைவிட்டுச் சென்றபிறகு, தாம் வைஸ்ராயாக ஆட்சி செய்த காலத்தைப் பற்றி மிகச் சிறப்பாகச் சித்திரிக்கக் கடுமையாக உழைத்தார். அவர் தன் செல்வாக்கைப் பயன்படுத்தி, தன் வெற்றிகளைப் பெரிதாக்கிக் காட்டவும், தோல்விகளை மறைக்கவும், பல புத்தகங்களை எழுதுமாறு ஊக்குவித்தார். இந்தப் புத்தகங்கள், இந்தியா-பாகிஸ்தான், காங்கிரஸ்-முஸ்லிம் லீக், மகாத்மா காந்தி-எம்.ஏ. ஜின்னா, ஜவாஹர்லால் நேரு-வல்லபபாய் படேல் என்று எந்தப் பிரச்னையாக இருந்தாலும் சரி, அவற்றை பள்ளிச் சிறுவர்களுக்கு இடையில் நடக்கும் சச்சரவுகளைப் போன்றும், மௌண்ட்பேட்டனை, அந்தப் பிரச்னைகளை வெற்றிகரமாகச் சமரசம் செய்துவைக்கும் கெட்டிக்கார நடுவர் போன்றும் சித்திரித்தன.[5] பல நேரங்களில் இவை மிகவும் அபத்தமாகவும் இருந்தன. உதாரணத்துக்கு, மௌண்ட்பேட்டனுடைய சிபாரிசு இல்லாவிட்டால், நேரு, வல்லபபாய் படேலை தன் மந்திரிசபையில் சேர்த்துக் கொண்டிருக்கவே மாட்டார் என்று கூறப்படுவது.[6]

விநோதமாக, மௌண்ட்பேட்டன் புராணத்தை எழுதியவர்கள், இந்தியா வுக்கும் இந்தியர்களுக்கும் அவருடைய பங்களிப்பைக் குறைத்தே மதிப்பிட்டார்கள். ஒன்று: புதிதாக விடுதலை பெற்ற எந்த நாடும் கண்டிராத, எதிர்காலத்தில் காணப்போவதும் அல்லாத, புவி அரசியல் சிக்கலைத் தீர்த்துவைத்ததில் அவரது பங்கு. பிரிட்டிஷார் துணைக் கண்டத்தை விட்டுச்

சென்றபோது, 500-க்கும் மேற்பட்ட சிறுசிறு தனிப் பகுதிகளை விட்டுச் சென்றனர். அவற்றுள் இரண்டு, புதிதாக உருவான இந்தியா மற்றும் பாகிஸ்தான் தேசங்கள். மற்றவை பல்வேறுபட்ட அரசர்களால் ஆளப்பட்ட குறுநிலங்களும், ராஜ்ஜியங்களுமான சுதேச சமஸ்தானங்கள். இந்த சுதேச சமஸ்தானங்களை ஒழித்த கதை மிகவும் சுவாரசியமானது. இதனை வி.பி. மேனன் அரை நூற்றாண்டுக்குமுன் தனது 'இந்திய சுதேச சமஸ்தானங்களின் ஒருங்கிணைப்பு' என்ற புத்தகத்தில் சற்றே பக்கச்சார்புடன் கூறியிருக்கிறார். இப்புத்தகத்தைத் தவிர, இந்தக் கதை வேறெங்கிலும் இதுவரை வந்ததில்லை.[7]

II

சுதேச சமஸ்தானங்களின் எண்ணிக்கையில்கூட ஒருமித்த கருத்து ஒன்றை எட்டமுடியாத அளவுக்கு அவை அதிகமாக இருந்தன. ஒரு வரலாற்றாசிரியர் 521 என்றும், இன்னொருவர் 565 என்றும் கணக்கிடுகின்றனர். எப்படியும் அவை 500-க்கு மேற்பட்டவை. அளவிலும் அந்தஸ்திலும் வித்தியாசமானவை. ஒரு பக்கத்தில் ஐரோப்பிய தேசம் ஒன்றைப் போல பரந்த காஷ்மீர் மற்றும் ஹைதராபாத். மற்றொரு பக்கம் ஒரு சில கிராமங்களை மட்டுமே கொண்ட ஜமீன்கள் அல்லது ஜாகீர்கள்.

பெரிய சமஸ்தானங்கள் இந்திய வரலாற்றில் நீண்ட நெடுங்காலமாக இருந்து வருவன. அவற்றுள் சில, 11-ம் நூற்றாண்டுக்கும் 16-ம் நூற்றாண்டுக்கும் இடைப்பட்ட காலத்தில் வட இந்தியா எங்கும் நிகழ்ந்த முஸ்லிம் படையெடுப்பைத் தடுத்தவை என்ற பெருமை கொண்டவை. வேறு சில, படையெடுத்து வந்தவர்களுடனான தொடர்பின் காரணமாகவே வரலாற்றில் புகழ்பெற்றவை. உதாரணமாக, ஹைதராபாதின் ஆஸஃப்ஜா வம்சம் 18-ம் நூற்றாண்டில் முகலாயப் பேரரசுக்கு உட்பட்ட சமஸ்தானமாகவே தோன்றியது. ஆனால், கிழக்கில் கூச் பிகாரும், இமாலய வடக்கில் கார்வாலும் இஸ்லாமியச் செல்வாக்கால் பாதிக்கப்படவே இல்லை.

அவர்களுடைய பழைய வரலாறு எப்படி இருந்தபோதிலும், இந்த சமஸ்தானங்களின் இருபதாம் நூற்றாண்டு வடிவமும் அதிகாரமும் பிரிட்டிஷாரை நம்பியே இருந்தன. ஆங்கிலக் கிழக்கிந்தியக் கம்பெனி, வர்த்தக நிறுவனமாக ஆரம்பமாகி படிப்படியாக ஆட்சியதிகாரம் கொண்ட அமைப்பாக மாறியது. 1707-ல் ஔரங்கசீப்பின் மறைவுக்குப் பின் ஏற்பட்ட முகலாயப் பேரரசின் சரிவு, ஆங்கிலேயருக்கு உதவுவதாக அமைந்தது. இந்தியச் சிற்றரசர்கள், கம்பெனியின் ராஜதந்திர நண்பர்களாகக் கருதப்பட்டனர். இந்த நட்பு, இருவரின் பொது எதிரியான பிரெஞ்சுக்காரர்களின் கனவுகளைக் கட்டுப்படுத்தும் வகையில் அமைந்தது. கம்பெனி இந்த சமஸ்தானங்கள் மீது உடன்படிக்கைகளைத் திணித்து, அவர்களைத் தன்கீழ் கொண்டுவந்தது. அதன்படி, நவாபுகளும் மகாராஜாக்களும் ஆண்டுவந்த ராஜ்ஜியங்கள் சட்டபூர்வமாக, அவர்களுக்கே சொந்தம். ஆனால் கம்பெனியிடம்தான் மந்திரிகள் நியமனம், வாரிசுரிமை நிர்ணயம் ஆகியவற்றுக்கான

அதிகாரம் இருக்கும். அத்துடன் ராணுவ மற்றும் நிர்வாக உதவி அளிப்பதற்காக கம்பெனி பெரும் உதவித்தொகையையும் கறந்துகொண்டது.

இன்னும் பல இடங்களில், இந்த உடன்படிக்கைகள், சமஸ்தானங்களின் விலைமதிப்புமிக்க நிலங்களை கம்பெனிக்கு மாற்றியது. கத்தியவார் மற்றும் தெற்கே இரு சமஸ்தானங்களைத் தவிர, ஏனைய சமஸ்தானங்கள் எதுவும் கடற்கரையைப் பெற்றிருக்கவில்லை. எனவே சமஸ்தானங்கள், மூலப் பொருள்கள், உற்பத்திப் பொருள்கள் மற்றும் வேலை வாய்ப்புகளுக்கு பிரிட்டிஷ் இந்தியாவை நம்பி இருக்கவேண்டி இருந்ததால், பொருளாதார ரீதியாக மட்டுமின்றி, அரசியல் ரீதியாகவும் அவர்களைச் சார்ந்திருக்க வேண்டிய நெருக்கடி ஏற்பட்டது.[8]

பெரிய சமஸ்தானங்கள் சொந்தமாக ரயில்வே, நாணயங்கள் மற்றும் தபால் தலைகள் வைத்திருந்தன. அவையும்கூட சமஸ்தானங்களின் கௌரவத்துக்காக பிரிட்டிஷ் அரசால் அனுமதிக்கப்பட்டவை. அவற்றிடம் நவீன தொழிற்சாலைகள் இல்லை. நவீனக் கல்வி முறை இல்லவே இல்லை. 20-ம் நூற்றாண்டின் முற்பகுதியில் ஒரு பிரிட்டிஷ் பார்வையாளர் இவ்வாறு எழுதினார்: 'மொத்தத்தில் பார்க்கும்போது சமஸ்தானங்கள் பிற்போக்கு, திறமையின்மை, கட்டுப்பாடற்ற சர்வாதிகார ஆட்சி - அதுவும் சில சமயங்களில் கொடூரமான அல்லது பைத்தியம் பிடித்த தனி நபர்களால் ஆளப்பட்ட ஆட்சி - முதலியவற்றின் கலவையாக இருந்தன.'[9] இதுவேதான் தேசியவாதக் கட்சியான காங்கிரஸின் கருத்துமாக இருந்தது. 1920 முதல் அவர்கள் சமஸ்தானங்களை, பிரிட்டிஷாருக்குச் சமமாக சிறிதளவாவது அரசியல் பிரதிநிதித்துவம் வழங்குமாறு வற்புறுத்தி வந்தனர்.

காங்கிரஸ் குடையின்கீழ் அனைத்திந்திய சுதேச சமஸ்தான மக்கள் மாநாட்டுக் கட்சி இயங்கியது. அதனுடன் சுதேச சமஸ்தான பிரஜா மண்டலங்கள் (என்ற மக்கள் சங்கங்களும்) இணைந்தன. நல்ல நாளிலேயே சமஸ்தான அரசர்கள் பற்றி பத்திரிகைகளில் நல்ல செய்தி வருவது அபூர்வம். அவர்கள் ஒன்றுக்கும் உதவாத, ஒழுக்கமற்ற, குதிரைப் பந்தய நாட்டமுள்ள, பிறர் மனைவியரை விரும்புகிற, ஐரோப்பாவில் விடுமுறை அனுபவிக்க நாட்டம் கொண்டவர்களாகவே கருதப்பட்டனர். காங்கிரஸும் பிரிட்டிஷ் ராஜ்ஜியமும், அவர்கள் மக்கள் நலனுக்கான நிர்வாக விஷயங்களில் மிகவும் குறைவான அளவிலேயே கவனம் செலுத்தினர் எனக் கருதினர். இது பெரும்பாலான அளவுக்கு உண்மையே. ஆனால் இவற்றுக்கு விதிவிலக்காகவும் சிலர் இருந்தனர். மைசூர் மற்றும் பரோடா மகாராஜாக்கள் இருவரும் சிறந்த பல்கலைக்கழகங்களை நிறுவினர்; சாதி வேறுபாடுகளுக்கு எதிராகப் பணியாற்றினர்; புதிய தொழில்களை ஊக்குவித்தனர். பிற மகாராஜாக்கள் இந்தியல் செவ்வியல் இசைகளை வளர்த்தனர்.

நல்லவர்களோ கெட்டவர்களோ, ஊதாரிகளோ கனிவானவர்களோ, சர்வாதிகாரிகளோ கொஞ்சம் ஜனநாயகவாதிகளோ, 1940-களில் எல்லா சுதேச அரசர்களும் ஒரு பொதுவான பிரச்னையை எதிர்நோக்கிக்கொண்டிருந்தனர்.

அதாவது சுதந்தர இந்தியாவில் அவர்களுடைய எதிர்காலம். 1946-ன் முற்பகுதியில் பிரிட்டிஷ் இந்தியா வரிசையாக திட்டமிட்ட தேர்தல்களை நடத்தியது. ஆனால் இவை சமஸ்தானங்களைத் தொடவே இல்லை. இதன் விளைவாக சமஸ்தான ஆட்சிகள்மீது இயல்பாகவே வெறுப்பு அதிகரித்தது.[10] அவர்களுடைய எதிர்கால அரசியல் நிலை குழப்பத்தில்தான் இருந்தது. 1946-ன் கேபினெட் தூதுக்குழு இந்து-முஸ்லிம் அல்லது ஒன்றுபட்ட இந்தியா-பாகிஸ்தான் பிரச்னையிலேயே கவனம் செலுத்தியது. சமஸ் தானங்கள் பற்றிப் பேசவே இல்லை. அதேபோல 1947 பிப்ரவரி 20 அன்று வெளியான அறிக்கை, பிரிட்டிஷ் ராஜ்ஜியத்தின் முடிவுறுதலை அறிவித்ததே தவிர சுதேச அரசுகள் பற்றி ஒன்றுமே சொல்லவில்லை. ஜூன் 3 அன்று, பிரிட்டிஷாரின் வெளியேற்றம் மற்றும் இரு தேசங்களின் உருவாக்கம் பற்றி மட்டுமே அறிவித்தார்களே தவிர, அப்போதும் சமஸ்தானங்களின் நிலையைத் தெளிவாக்கவில்லை. சில அரசர்கள், பல பிரிவினைகள் நிலவும் இந்தியாவில், தாங்கள் தனி அதிகாரமாக, ஆடம்பரமாக வாழலாம் என்று கண்மூடித்தனமாகக் கனவு காண ஆரம்பித்தனர்.[11]

இப்போது கனவு கலையும் நேரம் வந்துவிட்டது.

III

1946-47-ல் அனைத்திந்திய சுதேச சமஸ்தான மக்கள் மாநாட்டுக் கட்சிக்கு நேரு தலைவராக இருந்தார். சுதேச சமஸ்தானங்கள் பற்றி நேரு தீவிரமான கருத்துகள் கொண்டிருந்ததாக அவருடைய வாழ்க்கை வரலாற்று ஆசிரியர் குறிப்பிடுகிறார். சமஸ்தான மன்னர்களது நிலவுடைமை மேலாதிக்க மனப் பான்மை, மக்களது உணர்வுகளை ஒடுக்கும் தன்மை ஆகியவை நேருவுக்குப் பிடிக்கவில்லை.[12] எனவே அவர் சமஸ்தான மன்னர்களின் ஆட்சி தொடர் வதை வெறுத்தார்.

ஆனால், பிரிட்டிஷ் அதிகாரிகள், அரசர்களது ஆட்சியை ஊக்குவித்தனர். பிரிட்டிஷார் வெளியேறியவுடன், சமஸ்தான மன்னர்கள் விரும்பினால் அவர் களும் சுதந்தரத்தை அறிவித்து தனி ஆட்சி நடத்தலாம் என்று நம்பிக்கை யூட்டினர்.

அவர்கள் பங்குக்கு, சமஸ்தான மன்னர்களும் நேருவை வெறுத்தனர்; பயப்படவும் செய்தனர். நல்லவேளையாக காங்கிரஸ், சமஸ்தானப் பிரச்னையை, ஒரு நல்ல நிர்வாகியான வல்லபபாய் படேலிடம் ஒப்படைத்தது. 1947 வசந்த காலத்தில் படேல் சமஸ்தான மன்னர்களுக்கு பல விருந்துகளை ஏற்பாடு செய்தார். அந்தச் சந்திப்புகளில், மன்னர்களை, இந்தியாவின் அரசியலமைப்புச் சட்டத்தை உருவாக்க காங்கிரஸுக்கு உதவுமாறு கேட்டுக்கொண்டார். 1946 டிசம்பரில், அரசியல் அமைப்புச் சபை கூட்டம் டெல்லியில் தொடங்கியிருந்தது. அந்தக் கூட்டத்துக்கு மன்னர்கள் தங்கள் பிரதிநிதிகளை அனுப்பலாம் என்றார் படேல். அதே நேரம் சில சமஸ்தானங்களில் இருந்த செல்வாக்கு படைத்த திவான்களுக்கு படேல்

கடிதம் எழுதி, அவர்களது மன்னர்களை, இந்தியாவை இனி ஆளப்போகும் காங்கிரஸ் கட்சியுடன் சமாதானமாகப் போகுமாறு வற்புறுத்தச் சொன்னார்.[13]

முதன்முதலில் படேலின் பக்கத்துக்கு வந்த அரசர் பிகானேர் மகாராஜா. அவருடைய திவான், கே.எம்.பணிக்கர் என்ற பெரிதும் மதிக்கப்பட்ட வரலாற்றாசிரியர், மற்றவர்களைவிடத் தெளிவாக, 'வாஸ்கோ ட காமா யுகம்' ஆசிய வரலாற்றில் விரைவில் முடிவுக்கு வந்துகொண்டிருப்பதைக் கண்டார்.[14] தேசிய உணர்வுச் சக்தி என்பது தடுக்க முடியாதது; அத்துடன் சமாதானமாகப் போகாவிட்டால், அது அவரை அடித்துச் சென்றுவிடும். அதன்படி 1947 ஏப்ரல் முதல் வாரத்தில், பிகானேர், தன் சகோதர சமஸ்தான அரசர்களை அரசியல் அமைப்புச் சபையில் சேருமாறு வேண்டுகோள் விடுத்தார். 'சமஸ்தான அரசர்கள் அச்சபைக்கு வருவதன் மூலம், தம் சமஸ்தான நலனுடன், இந்தியாவின் மீதும் பற்று கொண்டுள்ளனர் என்பது தெளிவாகும்' என்று அவர் கூறினார்.[15]

பிப்ரவரி பிற்பகுதியில், அரசியல் அமைப்புச் சபையில் முதன்முதலாகச் சேர்ந்த சமஸ்தானம், பரோடா. பிகானேரின் வேண்டுகோளின்படி அதன்பின் மேலும் பன்னிரண்டு சமஸ்தானங்கள் சேர்ந்தன. அவற்றுள் பெரும்பான்மை யானவை ராஜஸ்தானைச் சேர்ந்தவை. பணிக்கரும் பிகானேரும் ராஜபுதன ராஜாக்களை, டெல்லிக்குப் பணிய வைத்தனர். அங்கே இனி முகலாய அல்லது பிரிட்டிஷ் அரசுக்குப் பதிலாக, ஒரு பண்டிட் ஆட்சி செய்யப் போகிறார்.[16] அவர்கள் சரியாகவே, காங்கிரஸோடு ஓர் உடன்படிக்கை செய்துகொண்டனர்.

பிகானேரைப் போல ராஜஸ்தானில் உள்ள பல சமஸ்தானங்கள் பாகிஸ்தானோடு எல்லையைப் பகிர்ந்துகொள்ளும் வகையில் அமைந் திருந்தன. ஆனால் முஸ்லிம் அரசர்களோடு போரிட்ட பழைய நினைவுகள், அவர்களை முன்னதாகவே காங்கிரஸோடு சமாதானமாகப் போகச் செய்தது. ஆனால் இன்னும் உட்பகுதிகளில் அமைந்த சமஸ்தானங்கள், பிரிட்டிஷார் வெளியேறிய பிறகு, டெல்லியின் சட்டதிட்டங்கள் எவ்வாறு அமையும் என்பது குறித்து நிச்சயமற்ற நிலையில் இருந்தனர். துணைக்கண்டம், 18-ம் நூற்றாண்டுக்குத் திரும்பி, ஏறத்தாழ பன்னிரண்டு முழு உரிமைபெற்ற சுதேச ராஜ்ஜியங்களுக்கு இடையே பிரிந்துகிடக்கும் சூழ்நிலை அமையலாம் அல்லவா?

இந்திய அரசு, ஜூன் 27 அன்று புதிதாக ராஜாங்க இலாகா ஒன்றை அமைத்தது. இது பழைய அரசியல் இலாகாவுக்கு மாறாக அமைக்கப்பட்டது.[17] அந்த இலாகாவின் சமஸ்தான ஆதரவும் காங்கிரஸ் எதிர்ப்பும் அதிகமான கேடுகளை விளைவித்திருந்தன. படேல் அதன் அமைச்சர் பொறுப்பை ஏற்றார். அவர் வி.பி.மேனன் என்ற இளைய, துடிப்பான, புத்திசாலியான, மலபாரைச் சேர்ந்த மலையாளி இளைஞரை தம் செயலராகத் தேர்ந்தெடுத்துக் கொண்டார். அவர் ஓர் ஐ.சி.எஸ். அதிகாரியாக இல்லாமல், ஒரு குமாஸ்தாவாகச் சேர்ந்து படிப்படியாக மேல்பதவிக்கு உயர்ந்தவர். அவர் பல வைஸ்ராய்களின்கீழ்

அரசியல் சட்ட ஆலோசகராகவும் சீர்திருத்த ஆணையராகவும் பணியாற்றியவர். இந்திய சுதந்தர மசோதாவுக்கு உருவம் கொடுப்பதில் முக்கியமான பங்காற்றியவர்.

அவர் கீழ்நிலையிலிருந்து வந்தவர் என்பதற்காக அவரோடு பணியாற்றிய ஐ.சி.எஸ். அதிகாரிகள், கிண்டலாக அவரை 'பாபு மேனன்' என்று அழைத்தார்கள். பிரிட்டிஷ் அரசு காங்கிரஸ் அரசுக்கு வழிவிட்டு விலகிச்சென்றபோது, அந்தச் சிக்கலான மாற்றல் விவகாரங்களை மேற்பார்வையிட, அவரைத் தவிர வேறு சிறந்த மனிதர் எவரும் இல்லை என்று சொல்லலாம். மேனனுடைய முதல் பணி, பிரிட்டிஷ் அரசாங்கத்தை, சமஸ்தானங்களின் சுயாட்சிக் கோரிக்கை எதையும் ஆதரிக்க வேண்டாம் என்று கேட்டுக்கொண்டதுதான். 'பிரிட்டிஷ் அரசு சமஸ்தானங்களுக்கு சுதந்தர அங்கீகாரம் அளிப்பதாக சிறிதளவு சமிக்ஞை கொடுத்தாலும், அவற்றை இந்தியாவுடன் இணைக்கச் செய்யும் முயற்சி முடிவற்ற தொல்லைகளுக்கு உள்ளாகிவிடும்' என்று அவர் லண்டனுக்கு அறிவுறுத்தினார்.[18]

மேனன் அவரது பழைய அதிகாரி மௌண்ட்பேட்டனுக்கும், வல்லபபாய் படேலுக்கும் இடையே இணக்கமாகச் செயல்பட பொருத்தமானவராக இருந்தார். சமஸ்தானங்களின் பாதுகாப்பு, அயலுறவு, தொலைத் தொடர்பு ஆகியவற்றின் பொறுப்பு காங்கிரஸ் அரசாங்கத்திடம் இருக்குமாறு செய்யும் இணைப்பு ஒப்பந்தத்தைத் தயாரிப்பதில் அவர்கள் ஈடுபட்டிருந்தனர். ஜூலை 5 அன்று, மன்னர்கள் இந்திய யூனியனுடன் இந்த மூன்று விஷயங்களில் இணக்கமாக இருக்கவும், அரசியல் அமைப்புச் சபையில் கலந்துகொள்ளவும் வேண்டி படேல் ஓர் அறிக்கையை வெளியிட்டார். அவர் குறிப்பிட்டதுபோல இந்த விஷயங்களில் கூட்டுறவு இல்லாவிட்டால், அராஜகமும் குழப்பமுமே நிலவும். படேல், இந்தப் புனித பூமியை உலக நாடுகளிடையே உரிய இடத்துக்கு உயர்த்த, மன்னர்களின் உதவியை நாடி, அவர்களது தேசபக்திக்கு வேண்டுகோள் விடுத்தார்.[19]

ஜூலை 9 அன்று படேல், நேரு இருவரும் வைஸ்ராயைச் சந்தித்தனர். சமஸ்தானங்களுக்கும் இந்தியாவுக்குமான உறவு குறித்த மிக நெருக்கடியான அந்தப் பிரச்னைக்கு உதவ வைஸ்ராய் என்ன செய்யப் போகிறார் என்று வினவினர். இந்த விஷயத்தைத் தன் தலையாயப் பணியாக ஏற்பதற்கு மௌண்ட்பேட்டன் சம்மதித்தார். பிறகு அதே நாளில் மௌண்ட்பேட்டனைச் சந்திக்க காந்தியும் வந்தார். மௌண்ட்பேட்டன் பதிவு செய்துள்ளதுபோல, 'மன்னர்கள் ஆகஸ்ட் 15 அன்று தம் சமஸ்தானங்களை சுதந்தரமானவை என்று அறிவித்து, அதன்மூலம் இந்தியாவில் ஒன்றுக்கொன்று பகைமை பாராட்டும் பல துண்டு நாடுகள் உருவாவதைத் தடுக்க உங்களால் முடிந்த அனைத்தையும் செய்ய வேண்டும் என்று மகாத்மா கேட்டுக்கொண்டார்.'[20] மௌண்ட்பேட்டனை காங்கிரஸ் மூவர், சமஸ்தானங்களுக்கு எதிராகத் தங்கள் அணியில் விளையாடுமாறு வற்புறுத்தினர். இதை, ஜூலை 25 அன்று மன்னர்கள் அரங்கில் உரையாற்றும்போது மௌண்ட்பேட்டன் மிகச்சிறப்பாகச் செய்தார். அந்த நிகழ்ச்சிக்கு வைஸ்ராய்

மிக அலங்காரமாக, தம் மார்பில் நேர்த்தியாக, வரிசையாக ராணுவப் பதக்கங்களை அணிந்து வந்திருந்தார். அவருடைய உதவியாளர் ஒருவர், 'ஆடம்பரங்களுக்குப் பெயர்பெற்ற ராஜாக்களையே அதிரவைக்கத் திட்டமிட்டு, விருதுகளையும் பதக்கங்களையும் அணிந்து முழுச் சீருடையில் இருந்தார்' என்று நினைவுகூர்கிறார்.[21]

இந்தியச் சுதந்தரச் சட்டம், சமஸ்தானங்களை பிரிட்டிஷ் அரசுக்குச் செய்ய வேண்டியிருந்த கடமைகள் அனைத்திலும் இருந்து விடுவித்துவிட்டதாகக் கூறி, அவர் தன் உரையைத் தொடங்கினார். அவர்கள் இனி சுதந்தரமான வர்கள் என்றும், வேறுவிதமாகச் சொன்னால் கட்டுப்பாடுகள் ஏதுமற்றவர்கள் என்றும் கூறினார். பழைய சங்கிலிகள் உடைத்தெறியப்பட்டு விட்டன என்றும், ஆனால் அதற்கு பதிலாக வேறு எதையும் வைத்துக்கொள்ளாவிட்டால் குழப்பம் மட்டுமே விளையும் என்றும் சொன்னார். சமஸ்தானங்களை, அவற்றுக்கு மிக நெருக்கமாக உள்ள ஒரு தேசத்துடன் தொடர்பை ஏற்படுத்திக் கொள்ளுமாறு அறிவுரை கூறினார். 'நீங்கள் எப்படி உங்கள் குடிமக்களிட மிருந்து ஓடிவிட முடியாதோ, அதேபோல, உங்கள் அண்டை தேசத்தி லிருந்தும் ஓடிவிட முடியாது' என்று வெளிப்படையாகவே கூறினார்.

இணைப்பு ஒப்பந்தத்தில் கையெழுத்திட்டால், மன்னர்கள் கையில் பாதுகாப்புத் துறை இருக்காது. ஆனால் எப்படியும் சமஸ்தானங்களுக்கு பிரிட்டிஷ் அரசிடமிருந்து இனி போர்க்கருவிகளும் ஆயுதங்களும் கிடைக்கப் போவதில்லை. அயலுறவும் அவர்களிடம் இருக்காது. ஆனால் மன்னர் களால், வெளிநாடுகளில் தூதர்களை பெரும் செலவு செய்து நியமித்து நிர்வகிக்க முடியாது. அவர்களிடம் தொலைத் தொடர்பும் இருக்காது. ஆனால், இதுவும் துணைக்கண்டம் முழுமைக்குமாக ஒரே அமைப்பின்மூலம் தொலைத் தொடர்பை வழங்க உதவி செய்யும். காங்கிரஸ் மன்னர்களுக்கு அளிக்கும் வாய்ப்பு, மன்னர்களால் செய்யமுடியாத கடினமானவற்றைக் கையில் எடுத்துக்கொண்டு, அதிகபட்சமான உள் அதிகாரத்தை மன்னர் களிடமே விட்டுவைக்கிறது என்றார் வைஸ்ராய்.[22]

சுதேச மன்னர்கள் அரங்கில் மௌண்ட்பேட்டன் ஆற்றிய உரை, என் கருத்தில், ஓர் இமாலய சாதனை. இந்தியாவில் அவர் ஆற்றிய முக்கியமான பணிகளின் வரிசையில் முதன்மையானது. முடிவாக அது, பிரிட்டிஷார் இனிமேல் அந்த மன்னர்களைக் காப்பாற்றவோ ஆதரிக்கவோ போவதில்லை; அவர்களுடைய சுதந்தரம் என்பது கானல் நீரே என்பதைத் தெளிவாக வற்புறுத்திச் சொல்லி விட்டது.

மௌண்ட்பேட்டன் தன் உரையை ஆற்றுவதற்குமுன், அதன் சுருக்கமான தகவலை சில முக்கியமான மன்னர்களுக்கு கடிதமாக அனுப்பியிருந்தார். பின்னர் அவர், அந்த மன்னர்களை இணைப்பு ஒப்பந்தத்தில் கையெழுத்திடுமாறு வற்புறுத்தத் தொடங்கினார். அவர்கள் ஆகஸ்ட் 15-க்கு முன் அவ்வாறு செய்தால், அவர்களுக்கு கௌரவமான வசதிகளைச் செய்துகொடுக்க முடியும் என்றார். அவர்கள் அவர் பேச்சைக் கேட்காவிட்டால், சுதந்தரத்துக்குப் பிறகு

மன்னர்களுக்கு எதிரான தேசியவாதிகளின் கோபத்தின் முழுத் தாக்குதலும் வெடித்தெழும் நிலைமையைச் சந்திக்க நேரிடும்.[23]

ஆகஸ்ட் 15 வாக்கில் ஏறக்குறைய எல்லா சமஸ்தானங்களும் ஒப்பந்தத்தில் கையெழுத்து இட்டுவிட்டன. பிரிட்டிஷாரும் வெளியேறிவிட்டனர். இப்போது, மன்னர்கள் மூன்று அம்சங்களில் சம்மதித்து ஒப்பமிட்ட விஷயத்தில், காங்கிரஸ் அளித்திருந்த உறுதிமொழியிலிருந்து பின் வாங்கியது.[24] அவர்களுடைய சுயேச்சையான நிலைப்பாட்டை சிறிதும் மாறாமல் மதிக்கும் என்ற வாக்குறுதியில் பின்வாங்கியது. பிரஜா மண்டலங்கள் மீண்டும் தீவிரமான செயல்பாட்டில் இறங்கின. மைசூரில் முழுமையான ஜனநாயக அரசாங்கம் வேண்டி ஓர் இயக்கம் தொடங்கப் பட்டது. 3,000 மக்கள் சிறை சென்றனர்.[25] ஆர்பாட்டக்காரர்கள், கத்தியவாரி லும் ஒரிசாவிலும் அரசு அலுவலகங்கள், நீதி மன்றங்கள், சிறைச்சாலைகள் ஆகியவற்றைக் கைப்பற்றினர்.[26]

வல்லபபாய் படேலும் காங்கிரஸ் கட்சியும் புத்திசாலித்தனமாக மக்களது எதிர்ப்பை, சுதேச அரசர்களைத் தம் வழிக்குக் கொண்டுவர பயன்படுத்திக் கொண்டனர். மன்னர்கள் ஏற்கெனவே நட்புறவுக்குச் சம்மதித்துவிட்டனர். இப்போது அவர்களை முழுவதுமாக இணைந்துவிட வற்புறுத்தினர். அதாவது அவர்கள்தம் சமஸ்தானங்களின் சுயேச்சையான அடையாளங்களை விட்டுவிட்டு இந்திய யூனியனுடன் சேர்ந்துவிட வேண்டும். இதற்குப் பதிலாக, அவர்கள் தங்கள் பாரம்பரியப் பட்டப் பெயர்களை வைத்துக் கொள்வதோடு, வருடாந்தர ராஜ மானியத் தொகை ஒன்றையும் தொடர்ந்து பெற்றுவரலாம். அவர்கள் இதனை ஏற்காவிட்டால், ஒடுக்கப்பட்ட மக்களுடைய உணர்ச்சிகள் விடுவிக்கப்பட்ட நிலையில், கட்டுப்படாத (அல்லது கட்டுப்படுத்த முடியாத) அவர்களுடைய கிளர்ச்சியைச் சந்திக்க நேரிடும்.[27]

1947-ன் பிற்பகுதியில், வி.பி.மேனன் மன்னர்களைச் சரிக்கட்டும் வகையில் இந்தியா முழுதும் சுற்றுப்பயணம் மேற்கொண்டார். அவரது முயற்சிகளின் முன்னேற்றம் பற்றி நியூ யார்க் டைம்ஸின் டெல்லி நிருபர் பின்வருமாறு எழுதினர்:

> முதலில் சிறிய தலைப்புச் செய்தி. 'திரு மேனன் சோட்டா ஹாஸ்ரி ராஜ்யத்துக்கு விஜயம்.'
>
> அடுத்து கவர்னர் ஜெனரலுடைய தினசரி அலுவலகச் சுற்றறிக்கையில் ஒரு சிறுகுறிப்பு: 'மாட்சிமை தங்கிய சோட்டா ஹாஸ்ரி மகாராஜா வந்திருக்கிறார்.'
>
> உடனே, கொட்டை எழுத்துகளில் ஒரு பெரிய தலைப்புச் செய்தி: 'சோட்டா ஹாஸ்ரி இணைந்தது'[28]

இதற்கான அடிப்படைப் பணியை படேலும் வி.பி.மேனனும் செய்தனர் என்பது, மேலே கண்ட குறிப்பிலிருந்து வெளிப்படும். ஆனால் இதற்கான

இறுதிப் பூச்சு வேலைகளை மௌண்ட்பேட்டனே செய்தார். சில சமயங்களில் அவருடனான சந்திப்பு ராஜ கௌரவத்துக்குத் தேவையான சலுகையாக இருந்தது. கவர்னர் ஜெனரலும் மிக முக்கியமான சமஸ்தானங்களுக்கு நேரடியாகச் சென்று அந்த மன்னர்கள் இந்தியாவுடன் இணைவதாக எடுத்த புத்திசாலித்தனமான முடிவுக்கு வாழ்த்தும் தெரிவித்தார்.[29]

இந்தியாவுடன் சமஸ்தானங்கள் இணைக்கப்படுவதன் மேல்பூச்சை மௌண்ட்பேட்டன் கவனித்துக்கொள்ள, அதன் உள்ளடக்கத்தை வி.பி.மேனன் கவனித்துக்கொண்டார். மேனன் அந்த மன்னர்களுடனான கடினமான பேச்சுவார்த்தைகளைப் பற்றி சற்று விவரமாகத் தன் புத்தகத்தில் குறிப்பிடுகிறார். அவர்களுடைய சுய கௌரவத்துக்கு நிறைய ஒத்தடம் கொடுக்க வேண்டியிருந்தது. ஓர் அரசர் தாம் ராமர் வம்சத்தில் வந்ததாகவும், மற்றொருவர் கிருஷ்ணர் வழி வந்ததாகவும், மூன்றாமவர் அவரது மரபு சீக்கிய குருக்களால் ஆசிர்வதிக்கப்பட்ட ஒன்று என்பதாலும், தங்கள் ராஜ்ஜியம் அழிவற்றது என்று உரிமை கோரினர்.

அவர்களுடைய நிலப்பரப்புக்குப் பதிலாக ஒவ்வொருவருக்கும் ராஜ மானியம் வழங்கப்பட்டது. அது, அந்த சமஸ்தானம் ஈட்டிய வருவாயைக் கொண்டு தீர்மானிக்கப்பட்டது. பெரிய, அரசியல் முக்கியத்துவம் வாய்ந்த சமஸ்தானங்களுக்கு அதிகப்படியான சலுகைத் தொகைகளைக் கொடுக்க வேண்டி இருந்தது. அவர்களுடைய பழைமை வாய்ந்த வம்சம், அவற்றுக்குரிய தனியான சமயப் பெருமை, திருமண மரபுகள் ஆகியவற்றைக் கருத்தில்கொண்டு பார்த்தபோது, அச்சலுகைகள் பொருத்தமாகவும் இருந்தன. அவர்களுக்கு வழங்கப்பட்ட ராஜ மானியங்கள் தவிர, அவர்கள் தம் அரண்மனைகள், சொந்த சொத்துகள் மற்றும் பட்டப் பெயர்களை தாங்களே வைத்துக்கொள்ள அனுமதிக்கப்பட்டனர். சோட்டா ஹாஸ்ரி மகாராஜா தொடர்ந்து சோட்டா ஹாஸ்ரி மகாராஜாவாக இருப்பதுடன் அந்த கௌரவப் பெயரைத் தன் மகனுக்கும் அளிக்கலாம்.[30]

மகாராஜாக்களின் ராஜ மானியத்தை உறுதி செய்யும் வகையில் படேல் அரசியலமைப்பில் ஒரு ஷரத்தைக் கொண்டுவர விரும்பினார். வி.பி.மேனன் குறிப்பிட்டது போல, கிடைத்த லாபத்துடன் ஒப்பிடும்போது மன்னர்களுக்குக் கொடுக்கப்பட்டது அற்பமானவையே. அரசியல்ரீதியான இணைப்பு என்பதற்கும் மேலாக, பொருளியல் ரீதியாக சமஸ்தான இணைப்பு உறுதியான எஃகு போன்றதாக அமைந்தது. மேனனின் கணக்குப்படி, இந்திய அரசு மன்னர்களுக்கு பத்தாண்டுகளில் மொத்தமாக 150 மில்லியன் ரூபாய் அளிக்கவேண்டும்; அதே காலகட்டத்தில் சமஸ்தானங்களிலிருந்து இந்தியா பெறும் தொகை அதைப் போன்று பத்து மடங்காக இருக்கும்.[31]

சமஸ்தானங்களைப் பெற்ற பிறகு, அவற்றின் நிர்வாக ஒருங்கிணைப்புப் பணியும் அவ்வளவு எளிதாக இருக்கவில்லை. பல ராஜ்ஜியங்களில் நிலவரி வசூல் முறையும் நீதி நிர்வாகமும் பழங்கால முறையில் இருந்தன. மக்கள் பிரதிநிதித்துவம் எந்த வகையிலும் இல்லை. பழைய நிர்வாகத்துக்குப்

பதிலாக பிரிட்டிஷ் இந்தியாவில் பயிற்சிபெற்ற அலுவலர்களை மாறுதல் செய்து புதிய முறை நிர்வாகத்தை உருவாக்கவேண்டியிருந்தது. முழுமை யான தேர்தல் நடைபெறுவதற்குமுன் இடைக்கால மந்திரிகள் பதவி ஏற்பதையும் அரசு மேற்பார்வையிட்டது.

பிரிட்டிஷ் புத்தகத்திலிருந்து, படேலும் மேனனும் பல பக்கங்களை எடுத்துப் பயன்படுத்திக் கொண்டனர். சில மன்னர்களை முன்னதாகவே தங்கள் பக்கத்துக்கு இழுத்துக்கொண்டு, மற்றவர்களைத் தவிக்கவிட்டுப் பிரித்தாளும் தந்திரத்தை மேற்கொண்டனர். அவர்களுடைய பட்டங்களை வைத்துக்கொள்ள அனுமதித்து, சில சமயங்களில் புதிதாகவும் கொடுத்து, மன்னர்களின் குழந்தைத்தனமான ஆடம்பரங்களைத் தங்களுக்குச் சாதக மாகப் பயன்படுத்திக் கொண்டனர். பல மன்னர்களை மாகாண கவர்னர்களாக நியமித்தனர். ஆனால் 18-ம் நூற்றாண்டு பிரிட்டிஷாரைப் போல அவர்களது முக்கியமான கவனம் பொருளியல் ரீதியாக இருந்தது. படேல் உள்துறை அதிகாரிகளிடம் கூறினார்: ‘நமக்கு அவர்களுடைய ஆசைநாயகிகளோ நகைகளோ தேவையில்லை. நமக்குத் தேவை அவர்களுடைய நிலம்தான்.’[32]

இரண்டே ஆண்டுகளில் 500-க்கும் மேற்பட்ட பழம்பெரும் சுதேச சமஸ்தானங்களும் கலைக்கப்பட்டு, இந்தியாவின் புதிய பதினான்கு நிர்வாகப் பகுதிகளாயின. இது எந்தக் கணக்கின்படியும் மகத்தான சாதனையே. இது, புத்திசாலித்தனம், தீர்க்கதரிசனம், கடினமான உழைப்பு ஆகியவற்றுடன் நிறையத் தந்திரத்தையும் பயன்படுத்தி அடையப்பெற்றது.

IV

சமஸ்தானப் பிரச்னை பற்றி வல்லபபாய் படேல் மௌண்ட்பேட்டனுடன் முதலில் விவாதித்தபோது, அவரை ஆப்பிள்கள் முழுதுமாக நிறைந்த கூடையை உள்ளே கொண்டுவருமாறு வேண்டினார். முழுதாக 565-ம் வேண்டுமா, அல்லது 560-உடன் படேல் திருப்தி அடைவாரா என்று வைஸ்ராய் கேட்டார். காங்கிரஸின் பலம் வாய்ந்த மனிதர், தன் சம்மதத்தைத் தெரிவிக்கும் வகையில் தலையை ஆட்டினார்.[33] சொல்லப்போனால், ஆகஸ்ட் 15-க்கு முன்னதாக மூன்றும், பின்னர் மூன்றுமே தொந்தரவளித்தன.

காங்கிரஸ் பிரிட்டிஷாரின் வாரிசாக ஆகும் உரிமைக்கு எதிராக முதலில் கேள்வி கேட்ட சமஸ்தானம், திருவிதாங்கூர். அந்த சமஸ்தானம் துணைக்கண்டத்தின் தென்முனையில், முக்கியத்துவம் வாய்ந்த இடத்தில் இருந்தது. இந்தியாவிலேயே அங்குதான் படித்தவர்கள் அதிகமிருந்தனர். செழிப்பான கடல் வணிகத்தைக் கொண்ட இடம் அது. அங்குதான் மோனசைட் என்ற தாது பெருமளவில் கிடைத்தது. அதிலிருந்து அணுசக்தி எரிபொருளாகப் பயன்படக்கூடிய தோரியத்தைப் பிரித்தெடுக்கலாம். திருவிதாங்கூர் திவான் சர் சி.பி.ராமசாமி அய்யர், கெட்டிக்காரர், புத்துணர்ச்சி மிக்கவர், திறமையான வழக்கறிஞர். அவர் திவான் பதவியில் பதினாறு வருடங்களாக இருந்தவர். உண்மையில் அவரே ஆட்சி செய்தவர் என்றும்,

மகாராஜாவும் மகாராணியும் அவரது கைப்பாவைகள் என்றும் பொதுவாக நம்பப்பட்டது.

1946 பிப்ரவரியிலேயே சர் சி.பி., பிரிட்டிஷார் வெளியேறியவுடன் திருவிதாங்கூர், 1795-க்கு முன் எப்படி இருந்ததோ அப்படியே முழுமையான சுதந்தரமான பகுதியாக விளங்கும் என்று தெளிவாகச் சொல்லியிருந்தார். 1795-ல்தான் திருவிதாங்கூர் கிழக்கிந்தியக் கம்பெனியுடன் ஒப்பந்தம் செய்துகொண்டு, தன் சுதந்தரத்தில் ஒரு பகுதியை விட்டுக்கொடுத்திருந்தது. 1947-ன் கோடைக்காலத்தில், தம் சுதந்தரக் கோரிக்கைக்கு மக்கள் ஆதரவைப் பெறும் வகையில் சர் சி.பி. தொடர்ந்து பல பத்திரிகையாளர் சந்திப்புகளை நடத்திக்கொண்டிருந்தார். 1741-ல் டச்சுக் கப்பற்படை ஒன்றை திருவிதாங்கூர் வம்ச அரசர் ஒருவர் மூழ்கடித்து வெற்றிபெற்ற பழைமயை பெருமையை மக்களுக்கு நினைவூட்டினார் (ஐரோப்பியப் படை ஒன்றை ஆசிய அரசு ஒன்று வெற்றிகண்ட கடற்போர் நிகழ்வு இது ஒன்றே.) இப்போதைய இந்திய தேசிய உணர்வுக்கு எதிராக பிராந்தியப் பழம்பெருமையை அவர் முன்வைத்தார். அந்த சமஸ்தானத்தில் காங்கிரஸுக்கும் இந்திய கம்யூனிஸ்டு கட்சிக்கும் பலமான ஆதரவு இருந்தது. இருந்தபோதிலும், ஆகஸ்டு 15-க்குப் பிறகு, திருவிதாங்கூர் சுதந்தர தேசமாகும் என்று திவான் வற்புறுத்திக் கொண்டிருந்தார். டென்மார்க், ஸ்விட்ஸர்லாந்து, ஸயாம் போன்ற நாடுகளுடன் ஒப்பிடும்போது திருவிதாங்கூர் எந்தவித மோசமான நிலையிலும் இல்லை என்று அவர் சொல்லிவந்தார்.

திருவிதாங்கூரின் சுதந்தரக் கோரிக்கையை முகமது அலி ஜின்னா வரவேற்றது மிகவும் சுவையானது. ஜூன் 20 அன்று அவர் சர் சி.பி.க்கு தாம் திருவிதாங்கூருடன் உறவை நிறுவிக்கொள்ளத் தயாராக இருப்பதாகவும், அது இருவருக்கும் நன்மை பயப்பதாக இருக்கும் என்றும் ஒரு தந்தி அனுப்பி னார். மூன்று வாரங்களுக்குப் பிறகு திவான், 'திருவிதாங்கூர் தனிச் சுதந்தர நாடாக இருக்க உரிய நடவடிக்கைகளை மேற்கொண்டு வருவதாக' மதராஸ் மாகாண அரசாங்கத்துக்கு ஒரு கடிதம் எழுதினார். அத்துடன், சுதந்தரத் தனி உரிமை பெற்ற ராஜ்ஜியமான திருவிதாங்கூர், இந்தியாவுடனும் பாகிஸ்தானுட னும் ஒப்பந்தங்களில் கையெழுத்திடத் தயாராக இருப்பதாகவும் தெரிவித்தார்.

ஜூலை 21 அன்று திருவிதாங்கூர் திவான், டெல்லியில் வைஸ்ராயைச் சந்திக்க அனுமதி பெற்றிருந்தார். அதற்கு முந்தைய நாள் மாலை மூத்த பிரிட்டிஷ் அதிகாரி ஒருவரைச் சந்தித்து அரசாங்கத்திடமிருந்து சுதந்தரத் துக்கான அங்கீகாரம் கிடைக்கும் என்று தான் நம்புவதாகக் கூறினார். மேலும், திருவிதாங்கூருக்குப் இந்தியா துணிமணிகளை அளிக்க மறுத்தால், பிரிட்டன் தலையிடுமா என்றும் கேட்டார். வரவிருக்கும் பனிப்போரில், சுதந்தர திருவிதாங்கூர் முக்கியம் வாய்ந்த சக்தியாக இருக்கும் என்று கருதிய லண்டன் அரசியல்வாதிகள், சர் சி.பி.யின் ஆசைகளுக்கு ஆதரவளிப்பதாகத் தோன்றியது. திருவிதாங்கூர் அரசு மோனசைட் தாதுவை பிரிட்டிஷ் அரசுக்கு அளிப்பதற்கு ஏற்கெனவே ஓர் ஒப்பந்தம் செய்திருந்தது. பிரிட்டனின்

ஏற்றுமதி-இறக்குமதி மந்திரி, திருவிதாங்கூரின் சுதந்தரக் கோரிக்கைக்கு எதிராக, இந்தியா சார்பாக எந்தவிதமான அறிவிப்பும் வெளியாவதைத் தவிர்க்குமாறு அவருடைய அரசாங்கத்துக்கு ஆலோசனை கூறினார். அங்கே மோனசைட் கிடைக்கும் மணல் அதிகமாக இருப்பதால், திருவிதாங்கூர் தாற்காலிகமாகவேனும் அரசியல் மற்றும் பொருளாதாரச் சுதந்தரத்தைத் தக்க வைத்துக்கொள்வது, பிரிட்டிஷ் கண்ணோட்டத்தில் சாதகமாக இருக்கும் என்றார் அவர்.

21-ம் தேதியன்று சர் சி.பி.யின் மௌண்ட்பேட்டனுடனான சந்திப்பு திட்டமிட்டபடி நடைபெற்றது. அவர்கள் இருவரும் இரண்டு மணி நேரத்துக்கும் மேலாகப் பேச்சுவார்த்தையில் ஈடுபட்டனர். சர் சி.பி. அந்த அவகாசத்தை காந்தி, நேரு மற்றும் காங்கிரஸைத் தாக்கப் பயன்படுத்திக் கொண்டார். சர் சி.பி. உணர்ச்சிகளைக் கொட்டியபிறகு, வைஸ்ராய் அவருக்கு விடை கொடுத்து அனுப்பினார். பிறகு அவரோடு பேச வி.பி. மேனனை அனுப்பிவைத்தார். மேனன் சர் சி.பி.யை இணைப்பு ஒப்பந்தத்தில் கையெழுத்திட வற்புறுத்தினார். மாறாக, திவானோ இந்தியாவுடன் ஓர் உடன்படிக்கையை ஏற்படுத்திக்கொள்ள விரும்பினார்.

சுதந்தரம் பற்றி மேலும் தெளிவான, உறுதியான மனத்துடன் சர் சி.பி. திருவிதாங்கூருக்குத் திரும்பினார். ஜூலை 25 அன்று ஒரு இசைக் கச்சேரிக்குச் செல்லும் வழியில் அரை நிஜார் அணிந்த ஒருவனால் தாக்கப்பட்டார். முகத்திலும் உடலிலும் கத்தியால் குத்தப்பட்ட அவர், உடனடியாக அவசர சிகிச்சைக்கு எடுத்துச் செல்லப்பட்டார். (கொலை செய்ய வந்தவன் கேரள சோஷலிஸ்ட் கட்சியைச் சேர்ந்தவன்.) அதனால் ஓர் உடனடியான விளைவு ஏற்பட்டது. இந்திய நோக்கில் அது மிக நன்மையாக முடிந்தது. லண்டனுக்கு வைஸ்ராய் அனுப்பிய வார அறிக்கையில், 'சமஸ்தான மக்கள் அமைப்பு தன் கோபத்தைத் திருப்பியது; உடனே திருவிதாங்கூர் வழிவிட்டது' என்று இருந்தது. மருத்துவமனை படுக்கையில் இருந்தபடியே சர் சி.பி., சமாதான வழியைப் பின்பற்றுமாறு மகாராஜாவுக்கு ஆலோசனை கூறினார். தானே ஒரு சர்வாதிகாரியாக இருந்த சர் சி.பி.யே இந்த வழியைக் கடைப்பிடித்திருக்க வில்லை. ஜூலை 30 அன்று மகாராஜா இந்திய யூனியனுடன் இணைவ தற்கான தீர்மானத்தை தந்தி மூலம் தெரிவித்தார்.[34]

இணைப்பு குறித்து தடுமாறிக்கொண்டிருந்த மற்றொரு சமஸ்தானம், போபால். இது மத்திய இந்தியாவில் அமைந்திருந்தது. பெரும்பான்மையாக இந்து மக்களையும் முஸ்லிம் மன்னரையும் கொண்டது. 1944 முதல் மகாராஜாக்கள் சபையின் வேந்தராக இருந்தவர் போபால் நவாப். அவர் காங்கிரஸைக் கடுமையாக எதிர்த்தவர் என்பது ஊர் அறிந்த விஷயம். மேலும் அவர் ஜின்னாவுக்கும் முஸ்லிம் லீகுக்கும் நெருக்கமானவர். போருக்குப்பின் பிரிட்டிஷார் இந்தியாவை விட்டு வெளியேறும் தங்கள் எண்ணத்தைத் தெளிவாக்கியபோது, நவாபின் எதிர்காலம் ஏமாற்றத்தால் நிரப்பியது. 'அது, மனித இனத்துக்கு ஏற்பட்ட மிகப் பெரும் துன்பங்களுள்

ஒன்று' என்று அவர் கருதினார். 'இதுவரை பிரிட்டிஷ் நீதியை நம்பியிருந்த முஸ்லிம்கள் அனைவரும் திடீரென்று நிர்க்கதியாக, செயலிழந்தவர்களாக, ஆதரவற்றவர்களாக உணர்ந்தனர்.' இனி, நவாபுக்கு உள்ள ஒரே வழி, 'உலக முஸ்லிம்களுக்காக உயிர் விடுவதுதான்.'

வேவல் பிரபுவின் அரசியல் ஆலோசகருக்கு 1946 நவம்பர் மாதம் நவாப் எழுதிய கடிதத்திலிருந்து இவ்வரிகள் எடுக்கப்பட்டுள்ளன. நான்கு மாதங்களுக்குப் பிறகு வேவலுக்குப் பதிலாக மௌண்ட்பேட்டன் வைஸ்ராயானார். அவர் போபால் நவாபின் போலோ விளையாட்டுத் தோழர். அவர்களிடையிலான நட்பு 25 ஆண்டு காலப் பழமை வாய்ந்தது. ஒருமுறை மௌண்ட்பேட்டன் நவாபை 'இந்தியாவில் தம் மிகச் சிறந்த இரண்டாவது நண்பர்' என்று குறிப்பிட்டார். (முதல் சிறந்த நண்பர் நேருவாக இருக்கும்.)[35]

ஆனால் அவர்கள் இப்போது வேறுவேறு முகாம்களில் இருந்தனர். 1947 ஜூலை நடுவில் மௌண்ட்பேட்டன் மற்றவர்களுக்கெல்லாம் எழுதியது போலவே போபாலுக்கும் இந்தியாவுடன் இணையுமாறு எழுதியிருந்தார். அதற்குப் பதிலாக, ஓர் உணர்ச்சிபூர்வமான நீண்ட தன்னிலை விளக்கக் கடிதத்தைப் பெற்றார். அக்கடிதம் இங்கிலாந்து அரசருடனான இடையறாத, விசுவாசமான, ஆனால் இப்போது உடைக்கப்பட்ட நட்பை வெளிப்படுத்தி ஆரம்பித்திருந்தது. இப்போது போபாலையும் அதன் கூட்டாளிகளையும் யாரிடம் அளித்துவிட்டனர்? வெறுக்கப்படும் காந்தி, நேரு கட்சியிடம்! 'நாங்கள் வெற்றுக் காசோலையை, அவர்களே நிரப்பிக்கொள்ளும்படி, காங்கிரஸிடம் கொடுக்கவேண்டுமா?' என்று போபால் நவாப் சினத்துடன் கேட்டார். நம்பிக்கை மோசடி குற்றச்சாட்டுடன் தொடங்கிய கடிதத்தில், பிறகு ஓர் எச்சரிக்கையையும் வெளியிட்டார். 'கம்யூனிச அலைக்கு எதிராக எழும் முக்கியமான அரண்கள், சொத்துகள் படைத்த சொந்தக்காரர்கள். காங்கிரஸ் ஏற்கெனவே ஜமீன் ஒழிப்புத் திட்டத்தை வெளியிட்டுள்ளனர். அக்கட்சிக்கு இடதுபுறம், போக்குவரத்துத் தொழிலாளர் யூனியன்களை தங்கள் கட்டுப்பாட்டில் வைத்திருக்கும் இந்திய கம்யூனிஸ்ட் கட்சி. கம்யூனிஸ்டுகள் விரும்பினால், துணைக் கண்டத்தையே செயல் இழக்க வைத்து பட்டினி போடமுடியும்... நான் நேரடியாகவே சொல்கிறேன். நீங்களும் மாட்சிமை தங்கிய அரசும் சுதேச சமஸ்தானங்களை ஆதரித்து, இந்திய அரசியல் வரைபடத்திலிருந்து மறைந்துபோவதைத் தடுக்கா விட்டால், விரைவில் கம்யூனிஸ்ட் ஆதிக்கத்துக்கு உட்பட்ட இந்தியா வந்து விடும். ஐக்கிய நாடுகள் சபை ஒருநாள் 450 மில்லியன் கூடுதலான மக்கள் கம்யூனிச ஆதிக்கத்தின் பிடியில் சிக்கியிருப்பதைக் கண்டு, இந்தப் பேரழிவுக்கு பிரிட்டனைக் குறை சொன்னால், அது நியாயமானதே ஆகும். உங்கள் பெயர் அதனுடன் சம்பந்தப்படுவதை நான் விரும்பவில்லை.'

போபால் நவாபும் திருவிதாங்கூரைப்போல சுதந்தரப் பிரகடனம் செய்யப் போவதாகக் குறிப்பால் உணர்த்தினார். எப்படியும் அவர் ஜூலை 25 மன்னர்கள் கூட்டத்தில் கலந்துகொண்டிருந்திருக்க மாட்டார். 31-ம் தேதி அன்று மீண்டும் மௌண்ட்பேட்டன் போபால் நவாபுக்கு, ஒப்பந்தத்தில்

கையெழுத்திடுமாறு எழுதினார். எந்த மன்னரும் தமக்கு அருகில் உள்ள தேசத்தைவிட்டு ஓடிவிட முடியாது என்று தம் உரையில் குறிப்பிட்டதை நினைவூட்டினார். கெட்டிக்காரத்தனமாக, கம்யூனிச அபாயத்தை நவாப்மீதே திருப்பிவிட்டார். போபால் நவாப் கூறியவாறு உண்மையில் சிவப்பு பற்றிய அச்சம் இருப்பதை 'ஆம்' என்று ஒப்புக்கொண்டார். 'ஆனால் காங்கிரஸுும் மன்னர்களும் ஒன்றுபடுவதே மிக நல்லது. ஏனென்றால், படேலைப் போன்றவர்களும் உங்களைப் போலவே கம்யூனிசத்தைக் கண்டு பயப்படுகிறார்கள். மன்னர்களைப் போன்ற உறுதியான, பலம் வாய்ந்த, செல்வாக்குள்ளவர்கள் ஆதரவு இருந்தால் மட்டுமே அவர்களால் கம்யூனிச அபாயத்தைத் தடுக்கமுடியும்.'[36]

இதற்கிடையில் ஜுலை 25 கூட்டம் பற்றிய விவரம் போபாலுக்குக் கிடைத்தது. அவருடைய பழைய நண்பர் பிற மன்னர்கள் மனத்தில் ஏற்படுத்திய ஆழமான அபிப்பிராயம் பற்றியும், பலரும் இணைப்பு ஒப்பந்தத்தில் கையெழுத்து இட்டது பற்றியும் போபால் நவாப் கேள்விப்பட்டார். கடைசியில் அவரும் ஒப்பந்தத்தில் கையொப்பமிடச் சம்மதித்தார். ஆனால் தன் கௌரவம் குறையாமல் இருக்க, ஒப்பந்த நாளை, பத்து நாட்களுக்கு நீட்டிக்க வகை செய்யுமாறு படேலை வைஸ்ராய் வற்புறுத்துவாரா; அதனால், ஆகஸ்டு 15-க்கு முன்னதாக அன்றி அதன்பிறகு அறிவிக்கலாமா; அது தனக்கு, தன் மரண சாசனத்தில் தெளிவான மனச்சாட்சியுடன் ஒப்பமிட உதவியாக இருக்கும் என்று நவாப் எழுதியிருந்தார். படேல் விதிவிலக்கு எதுவும் அளிக்க மறுக்கவே, அதற்குப் பதிலாக மௌண்ட்பேட்டன், போபால் நவாப் ஆகஸ்ட் 14 அன்று ஒப்பந்தத்தில் கையொப்பம் இட்டால், அதை தன் வசம் பாதுகாப்பாக வைத்திருந்து, படேலிடம் 25-ம் தேதிக்குப் பிறகு கொடுப்பதாக ஒப்புக்கொண்டார்.[37]

இதைவிட மிக விநோதமானது, பழையதும் பெரியதுமான ஜோத்பூர் சமஸ்தானம். அங்கு அரசரும் இந்து; மக்களும் பெரும்பாலும் இந்துக்கள். ஜுலை மத்தியில் மௌண்ட்பேட்டன் அளித்த விருந்தில் ஜோத்பூரின் இளைஞரான மகாராஜா, மற்ற ராஜபுதன அரசர்களைப் போலவே இந்தியாவுடன் இணைவதற்கான விருப்பத்தைத் தெரிவித்தவர்களோடு சேர்ந்துகொண்டார். ஆனால் சிறிது காலத்துக்குப் பிறகு, யாரென்று தெரியாத யாரோ ஒருவர், அவர் மனத்தில், அவருடைய சமஸ்தானம் பாகிஸ்தானுடைய எல்லைக்குப் பக்கத்தில் இருப்பதால், அவர்களோடு இணைந்தால் அதிகமான சலுகைகளைப் பெற முடியும் என்ற கருத்தை விதைத்துவிட்டார். போபால் நவாபின் முயற்சியாலோ என்னவோ, ஜின்னாவுடன் ஒரு சந்திப்புக்கு ஏற்பாடு செய்யப்பட்டது. இந்தச் சந்திப்பில் ஜின்னா, ஜோத்பூருக்கு கராச்சி துறைமுகத்தில் முழுமையான வசதிகள், தங்குதடையற்ற ஆயுத இறக்குமதி, சிந்துவிலிருந்து பஞ்சம் பாதிக்கப்பட்ட பகுதிகளுக்கு தானிய விநியோகம் முதலிய பல சலுகைகளை வழங்குவதாக உறுதியளித்தார். ஜின்னா ஒரு வெற்றுக் காகிதத்தையும் பேனாவையும் ஜோத்பூர் மகாராஜாவிடம் கொடுத்து

உங்கள் நிபந்தனைகள் எல்லாவற்றையும் எழுதிக் கொள்ளலாம் என்று சொன்னதாகவும் ஒரு கதை உண்டு.

ஜோத்பூர் பாகிஸ்தானுக்கு மாறியிருந்தால், ஜெய்பூர் மற்றும் உதய்பூர் சமஸ்தானங்களுக்கும் அது தொற்றிக் கொள்ளும் வாய்ப்பு இருந்தது. ஆனால் கே.எம்.பணிக்கருக்கு காற்றுவாக்கில் செய்தி கிடைத்தது. அவர் வல்லபபாய் படேலை இதில் உடனடியாகக் குறுக்கிட வேண்டினார். படேல் ஜோத்பூர் அரசருடன் தொடர்பு கொண்டார். போதுமான அளவு தானியங்களுடன் தாராளமான ஆயுதங்களும் அளிப்பதாக உறுதிமொழி கொடுத்தார். இதற்கிடையே அந்த சமஸ்தானத்தின் ஜமீன்தார்களும் கிராமத் தலைவர்களும் ஒரு முஸ்லிம் நாட்டில் அவர்களால் சௌகரியமாக இருக்க முடியும் என்று எதிர்பார்க்க முடியாது என்று கூறினர். அருகில் உள்ள ஜெய்சால்மீர் மன்னரும், 'ஜோத்பூர் பாகிஸ்தானுடன் சேர்ந்தால், இந்து முஸ்லிம்களுக்கு இடையே கலவரம் மூண்டால் அவர் யாருடைய பக்கம் இருப்பார்?' என்று கேட்டார்.

ஜோத்பூர் மகாராஜாவும் வழிக்கு வந்தார். ஆனால் கடைசி நிமிடத்தில் ஒரு நாடகத்தை நடத்தியபின்னரே. வைஸ்ராயின் அலுவலகத்தின் முகப்பு அறையில் ஒப்பந்தத்தில் அவர் கையெழுத்து இட்டபோது ஜோத்பூர் மகாராஜா ஒரு ரிவால்வரை எடுத்து செயலர் தலைக்குக் குறிவைத்தபடி, 'நீங்கள் சொல்லும் உத்தரவை நான் ஏற்க முடியாது' என்றார். ஆனால் அடுத்த சில நிமிடங்களில் சமாதானமாகி காட்டிய இடத்தில் கையொப்பம் இட்டார்.[38]

V

ஆகஸ்ட் 15-ம் தேதிக்குள் கையொப்பமிடாத சமஸ்தானங்களில் ஜுனாகத்தும் ஒன்று. அது மேற்கு இந்தியாவில் கத்தியவார் தீபகற்பத்தில் அமைந்திருந்தது. போபாலைப் போலவே பெரும்பாலும் இந்து மக்களைக் கொண்ட ராஜ்ஜியம், முஸ்லிம் நவாபின் ஆளுகைக்கு உட்பட்டிருந்தது. அதன் மூன்று பக்கங்களிலும் இந்து சமஸ்தானங்கள் அல்லது இந்திய நிலப்பரப்பைக் கொண்டிருந்தது. ஆனால் நான்காவது பக்கத்தில், போபாலைப் போலல்லாமல் நீண்ட கடற்கரையைக் கொண்டிருந்தது. அதன் வெராவல் துறைமுகம் பாகிஸ்தானின் துறைமுக நகரமும் அந்நாளைய தேசியத் தலைநகரமுமான கராச்சியிலிருந்து 325 நாட்டிகல் மைல் தூரத்தில் இருந்தது. 1947-ல் ஜுனாகத்தின் அரசர் மொகபத் கானுக்கு நாய்கள்மீது தீராத ஆசை இருந்தது. அவருடைய மிருகக்காட்சி சாலையில் 2,000 ஜாதி நாய்கள் இருந்தன. அவற்றுள் அரண்மனையைக் காவல் காத்த பதினாறு வேட்டை நாய்களும் அடக்கம். அவருடைய செல்ல வேட்டை நாய்கள் இரண்டு உறவு கொண்டபோது நவாப் பொது விடுமுறை அறிவித்தார். அவற்றின் திருமணத்துக்கு மூன்று லட்சம் ரூபாய், அதாவது, அந்த சமஸ்தான மக்களின் தனி நபர் ஆண்டு வருமானத்தைப் போல சுமார் ஆயிரம் மடங்கு, செலவிட்டார்.

ஜுனாகத்தின் எல்லைக்குள் இந்துக்களின் புனித ஆலயமான சோமநாத்தும், மலை உச்சியில் கட்டப்பட்ட கிர்நார் என்ற ஜைன ஆலயமும் அமைந்திருந்தன. ஜுனாகத் காடுகளே ஆசியச் சிங்கங்களுக்குக் கடைசிப் புகலிடமாகவும் விளங்கியது. இவற்றை மொகபத் கானும் அவருடைய முன்னோர்களும் பாதுகாத்து வந்தனர். அந்தச் சிங்கங்களை பிரிட்டிஷ் உயர் அதிகாரிகள்கூட வேட்டையாடுவதைத் தடுத்து வைத்திருந்தனர்.[39]

1947-ன் கோடைக்காலத்தில் ஜுனாகத் நவாப் ஐரோப்பாவில் விடுமுறையைக் கழித்துக்கொண்டிருந்தார். அவர் வெளிநாட்டில் இருந்தபோது அப்போதிருந்த திவானுக்குப் பதிலாக சிந்துவைச் சேர்ந்த முஸ்லிம் லீகின் முன்னணி அரசியல்வாதியும் ஜின்னாவுடன் நெருக்கமான தொடர்பு கொண்டவருமான சர் ஷா நிவாஸ் புட்டோ என்ற ஒருவர் (ஸுல்பிகர் அலி புட்டோவின் தந்தை இவர்) நியமிக்கப்பட்டிருந்தார்.[40] நவாப் திரும்பியபிறகு, அவரை புட்டோ இந்திய யூனியனிலிருந்து விலகியிருக்க வற்புறுத்தினார். அதிகார மாற்ற நாளான ஆகஸ்டு 14-ம் தேதியன்று ஜுனாகத், பாகிஸ்தானுடன் இணைவதாக அறிவித்தது. புவியியல் ரீதியாகப் பொருத்தமில்லாவிட்டாலும், பாகிஸ்தானோடு இணைய அந்த சமஸ்தானத்துக்கு சட்டபூர்வமான அனுமதி இருந்தது. ஜுனாகத்தின் மக்கள் தொகையில் 82% இந்துக்கள் என்பதால், அது ஜின்னாவின் இரு தேசக் கொள்கைக்கு எதிராக அமைந்தது. பாகிஸ்தான் சில வாரங்களுக்கு நவாபின் வேண்டுகோளை ஆறப்போட்டது. ஆனால், செப்டம்பர் 13-ம் தேதி இணைப்பை ஏற்றுக்கொண்டது. இதை வைத்துக்கொண்டு ஜம்மு காஷ்மீரைப் பெற பேரம் பேசலாம் என்ற நம்பிக்கையில், பாகிஸ்தான் இதைச் செய்திருக்கலாம். ஜம்மு காஷ்மீரும் ஆகஸ்டு 15-ல் எந்த நாட்டுடனும் சேரவில்லை. அது ஜுனாகத்துக்கு நேர்மாறாக இந்து மகாராஜாவையும், பெரும்பான்மை முஸ்லிம் மக்களையும் பெற்றிருந்தது.

ஜுனாகத் இணைப்பை பாகிஸ்தான் ஏற்றது இந்தியத் தலைவர்களுக்குக் கோபமூட்டியது. குறிப்பாக இது வல்லபபாய் படேலை வெகுவும் பாதித்தது. அவர் அந்தப் பிரதேசத்தைச் சேர்ந்தவர். ஜுனாகாத் வாசிகளைப் போலவே குஜராத்தி மொழி பேசுபவர்.[41] படேல் உடனடியாக ஜுனாகத்துக்கு உட்பட்ட மாங்கிரோல் மற்றும் பபாரியாவாட் துணை சமஸ்தானங்களை இந்தியாவுடன் இணைத்தார். அவற்றின் இந்து அரசர்கள் தங்களுக்கு இந்தியாவுடன் இணைய உரிமை இருப்பதாகத் தெரிவித்தனர். ஆனால் ஜுனாகத் நவாபோ, அவர்கள் இருவரும் தனக்கு உட்பட்டவர்கள் என்பதால் முதலில் தன்னுடைய அனுமதி பெற்றே இணையமுடியும் என்றார். இந்திய அரசு அந்தத் துணை சமஸ்தானங்களை ஆதரித்தது. அவர்களுக்கு உதவ ஒரு சிறு படையையும் அனுப்பிவைத்தது.

மேனன், செப்டம்பர் மத்தியில் நவாபுடன் பேச்சுவார்த்தை நடத்த ஜுனாகத் சென்றார். ஆனால் அரசர் உடல்நலக் குறைவு என்று பாசாங்கு செய்து, மேனனைச் சந்திக்கவில்லை. அதற்கு பதிலாக, மாற்று ஏற்பாடாக மேனன் திவானைச் சந்தித்தார். கலாசார மற்றும் புவியியல் ரீதியாக ஜுனாகத்

இந்தியாவுடன்தான் சேரவேண்டும் என்பதை மேனன் சர் ஷா நவாஸ் புட்டோவிடம் கூறினார். ஷா நவாஸ் அதை மறுக்கவில்லை. ஆனால் அவர், மக்களுடைய உள்ளூர் உணர்வுகளை குஜராத்தி ஏடுகள் தம் விஷ எழுத்து களால் கோபமூட்டிவிட்டதாகக் குற்றம் சாட்டினார். தனிப்பட்ட முறையில் இதுபற்றி வாக்கெடுப்பு ஒன்று நடத்தப்படுவதைத் தாம் ஆதரிப்பதாகவும் சொன்னார்.[42]

இதற்கிடையே 'ஜுனாகத் தாற்காலிக அரசாங்கம்' ஒன்று பம்பாயில் அமைக்கப்பட்டது. அதற்கு அந்த சமஸ்தானவாசியும் காந்தியின் மருமகனு மான சமல்தாஸ் காந்தி தலைமையேற்றார். இந்த அரசு, ஜுனாகத்துக்குள் ஒரு மக்கள் கலவரம் உருவாக உதவியது. குழப்பத்தில், நவாப் தனக்கு பிரியமான ஒரு டஜன் நாய்களை தன்னுடன் அழைத்துக்கொண்டு கராச்சிக்கு ஓடிவிட் டார். பிரச்னையை எதிர்கொள்ளுமாறு திவானைத் தனித்து விட்டுவிட்டார். அக்டோபர் 27 அன்று சர் ஷா நவாஸ், 'பாகிஸ்தானுடன் இணைந்தவுடன், எங்களைப் பாராட்டி, மகாராஜாவுக்கும் எனக்கும் ஆயிரக்கணக்கான கடிதங்கள் முஸ்லிம்களிடமிருந்து வந்தன. ஆனால் இன்று எங்கள் சகோதர மக்களே அலட்சியமாகவும் வெறுப்பாகவும் நடந்துகொள்கின்றனர். கத்தியவார் முஸ்லிம்கள் பாகிஸ்தான்மீதான ஆர்வத்தை இழந்துவிட்டதாகத் தோன்றுகிறது' என்று ஜின்னாவுக்கு எழுதினார்.

பத்து நாட்களுக்குப் பிறகு சர் ஷா நவாஸ், ஜுனாகத் நிர்வாகத்தை இந்திய அரசாங்கத்திடம் ஒப்படைக்க விரும்புவதாக எழுதினார். முறையான மாற்றம் நவம்பர் 9-ம் தேதி நடைபெற்றது. சமஸ்தானத்தை ஏற்றுக்கொள்ளுமுன் தாம் ஆலோசிக்கப்படவில்லை என்று டெல்லி திரும்பிய மௌண்ட்பேட்டன் எரிச்சல் அடைந்தார். கொஞ்சம் அவரை அமைதிப்படுத்தவும், கொஞ்சம் தன் உரிமையை நிலைநிறுத்திக்கொள்ளவும் இந்தியர்கள் ஜுனாகத்தில் ஒரு வாக்கெடுப்பை நடத்தினர். 1948 பிப்ரவரி 20 அன்று நடைபெற்ற வாக்கெடுப்பில் 91 சதவிகிதம் வாக்காளர்கள் இந்தியாவுடனான இணைப்புக்கு ஆதரவளித்தனர்.[43]

VI

ஹைதராபாத் சமஸ்தானத்திலும் முஸ்லிம் அரசர். ஆனால் பெரும்பான்மை மக்கள் முஸ்லிம்கள். மேலும் அது போபால் மற்றும் ஜுனாகத்தைவிட பெரிய சமஸ்தானம். அது துணைக்கண்டத்தின் மையத்தில் தக்காணப் பீடபூமி முழுவதுமாகப் பரவியிருந்தது. அதன் பரப்பளவு 80,000 சதுர மைலுக்கும் அதிகம். மக்கள் தொகை 16 மில்லியனுக்கும் அதிகம். தெலுங்கு, கன்னடம், மராத்தி ஆகிய மூன்று மொழி பேசும் பகுதிகளிலும் விரவியிருந்தது. வடக்கே மத்திய மாகாணத்தாலும், மேற்கே பம்பாயாலும், தெற்கிலும் கிழக்கிலும் மதராஸாலும் சூழப்பட்டிருந்தது. நான்கு பக்கமும் நிலப் பரப்பால் சூழப்பட்டிருந்தாலும் உணவு, பருத்தி, எண்ணெய் வித்து, நிலக்கரி மற்றும் சிமெண்ட் ஆகியவற்றில் தன்னிறைவு பெற்றிருந்தது. எனினும், பெட்ரோலும் உப்பும் பிரிட்டிஷ் இந்தியாவிலிருந்து இறக்குமதியானது.

ஹைதராபாத் 1713-ல் முகலாயருக்கு உட்பட்ட சிற்றரசாகவே இயங்கத் தொடங்கியிருந்தது. அதன் அரசர் நிஜாம் என்று அழைக்கப்பட்டார். அதன் மக்கள் தொகையில் 85 சதவிகிதத்தினர் இந்துக்கள். ஆனால் முஸ்லிம்களே ராணுவம், போலீஸ், நிர்வாகத் துறை ஆகியவற்றில் ஆதிக்கம் செலுத்தி வந்தனர். சமஸ்தானத்தில் பத்து சதவிகித நிலத்துக்கு நிஜாமே சொந்தக் காரராக இருந்தார். மற்றவை நிலச்சுவான்தார்களிடமே பெரும்பாலும் இருந்தன. அவரது சொத்திலிருந்து நிஜாமுக்கு ஆண்டுக்கு ரூபாய் 25 மில்லியன் வாடகையாக வந்துகொண்டிருந்தது. மேலும் ரூபாய் 5 மில்லியன் அரசாங்க கஜானாவிலிருந்து வழங்கப்பட்டது.

அங்கு மிகப்பெரும் செல்வம் படைத்த சில பிரபுக்கள் இருந்தனர். பெரும்பாலான இந்துக்களைப் போலவே பெரும்பாலான முஸ்லிம்களும் தொழிலாளர்களாகவும், கைவினைஞர்களாகவும், வேலைக்காரர்களாகவும் உழவர்களாகவுமே இருந்தனர்.[44] 1911-ல் நிஜாம் பதவி ஏற்ற மிர் உஸ்மான் அலி என்ற ஏழாவது நிஜாம்தான் 1946-47 ஆண்டுகளில் நிஜாமாக இருந்தார். உலகப் பெருஞ்செல்வர்களில் அவரும் ஒருவர். ஆனால் மிகப்பெரும் கருமிகளிலும் அவரும் ஒருவர். அவர் அபூர்வமாகவே புதிய ஆடம்பரமான உடைகளை அணிவார்; மடிக்கப்படாத பைஜாமா, சட்டை, மங்கிய வண்ண துருக்கியக் குல்லாய் ஆகியவையே அவருக்கு விருப்பமான உடைகள். அவர் பொதுவாக பழைய, 1918-ம் வருட மாடல் தகர டப்பா காரிலேயே பயணம் செய்வார். அவரைக் காண வரும் எவருக்கும் எந்தவிதமான விருந்தோம் பலையும் அவர் அளித்தது இல்லை.[45]

இந்த நிஜாம் தன்னுடைய சொந்தச் சொத்துகளை மட்டும் விரும்பவில்லை; பிரிட்டிஷார் வெளியேறியபோது, தன் சமஸ்தானத்துக்குச் சுதந்தரம் பெறவும் விரும்பினார். அவர் இங்கிலாந்து மன்னரிடம் நேரடியான உறவை நாடினார். இந்த வழக்கில் அவருக்கு உதவ சர் வால்டர் மாங்க்டன் என்ற வழக்கறிஞரை நியமித்தார். மாங்க்டன் இங்கிலாந்தில் பெரிதும் மதிக்கப் பட்ட வக்கீல்களில் ஒருவர். (மாங்டனுடைய முந்தைய கட்சிக்காரர்களுள் முன்னாள் அரசர் எட்டாம் எட்வர்டும் ஒருவர். அவரை முடி துறக்குமாறு மாங்க்டனே ஆலோசனை கூறினார்.) அந்த ஆங்கிலேயருடைய சேவை களுக்காக நிஜாம் ஒரு பெரும் தொகையை, ஆண்டுக்கு சுமார் 90 ஆயிரம் பவுண்டை அளிக்க முன் வந்தார் என்ற வதந்தி ஒன்று உண்டு.

வைஸ்ராயுடனான சந்திப்பின்போது, மாங்டன் அவரிடம், நிஜாம் அவரது சுதந்தரத்தைப் பறிக்கும் எந்த நடவடிக்கைக்கும் உடன்படுவது சாத்தியமல்ல என்று வற்புறுத்தினார். மௌண்ட்பேட்டன் ஹைதராபாதும் அரசிய லமைப்புச் சபையில் சேரவேண்டும் என்று வற்புறுத்தியபோது நிஜாமின் வக்கீல், இந்தியா அவருடைய கட்சிக்காரரை மிகக் கடுமையாக வற்புறுத்தி னால், அதற்குப் பதிலாக நிஜாம் பாகிஸ்தானுடன் சேருவது பற்றி தீவிரமாக ஆலோசிப்பார் என்றார்.[46]

நிஜாமின் ஆசை நிறைவேறினால் உண்மையாகவே தென்னிந் தியாவைவிட்டு வட இந்தியா பிரிக்கப்பட்டு விடும். அரசியலமைப்பு நிபுணர் ரெஜினால்டு கூப்லாண்ட், 'இந்தியா, வடமேற்கு மற்றும் வடகிழக்குப் பகுதியிலுள்ள முஸ்லிம் பகுதிகள் வெட்டப்பட்டாலும் உயிர் வாழ முடியும்; ஆனால், நடு எலும்பு இல்லாமல் வாழ முடியுமா?' என்று கேள்வி எழுப்பினார். சர்தார் படேல் அதை இன்னும் மிகத் தெளிவாக, 'சுதந்தர ஹைதராபாத் இந்தியாவின் வயிற்றில் ஒரு புற்றுநோயாக அமையும்' என்றார்.[47]

நிஜாமுக்கும் இந்திய அரசுக்கும் இடையிலான இந்தச் சண்டையில் ஒவ்வொருவர் சார்பிலும் ஒவ்வோர் அமைப்பு இருந்தது. இந்தியர்கள் சார்பிலான ஹைதராபாத் சமஸ்தான காங்கிரஸ் 1938-ம் ஆண்டிலேயே உருவானது. அது ராஜ்ஜியத்துக்குள் பிரதிநிதித்துவ ஆட்சிமுறையைக் கோரியது. நிஜாம் சார்பாக இத்திஹாத்-உல்-முஸ்லிமீன் நிர்வாகத்திலும் அரசியலிலும் முஸ்லிம்களின் நிலைமையைப் பாதுகாத்துக்கொள்ள விரும்பியது. மற்றொரு முக்கிய பாத்திரமான இந்திய கம்யூனிஸ்ட் கட்சி, ராஜ்ஜியத்தின் தெலுங்கானா பகுதியில் வலுவாக இடம்பெற்றிருந்தது.

1946-47-ல் இந்த மூன்று கட்சிகளுடைய குரல்களும் ஓங்கி ஒலித்தன. சமஸ்தான காங்கிரஸ் கட்சி ஹைதராபாதை மற்ற சமஸ்தானங்களின் வழியிலேயே செல்ல வற்புறுத்தியது. அதன் தலைவர்கள் ஊர்வலங்கள் மூலம் எதிர்ப்பைக் காட்டி சிறைபுகுந்தனர். அதே நேரம் அலிகாரில் பயிற்சி பெற்ற வக்கீலும் முஸ்லிம் பெருமிதவாதியுமான காஸிம் ரஸ்வி என்பவரது தலையீட்டால் தலைமையில் இத்திஹாத் தீவிரவாதத்தை நோக்கிச் சென்றது. ரஸ்வியின் தலைமையில் ரஜாக்கர் என்ற படையினர் ஹைதராபாத் வீதிகளில் வாள்களுடனும் துப்பாக்கிகளுடனும் திரிந்தனர்.[48]

இதற்கிடையே கிராமப்புறங்களில் கம்யூனிஸ்டுகளின் தூண்டுதலில் ஒரு கிளர்ச்சி எழுந்தது. தெலுங்கானா முழுவதிலுமாகப் பல பண்ணைகள் பறிக்கப்பட்டு, பசியால் வாடிய உழவர்களிடையே பகிர்ந்தளிக்கப்பட்டன. கிளர்ச்சியாளர்கள் முதலில் 500 ஏக்கர்களுக்கு அதிகமான நிலம் வைத்திருப்பவர்களிடமிருந்து பறிமுதல் செய்ய ஆரம்பித்து, அதைப் படிப்படியாக 200 ஏக்கர், 100 ஏக்கர் என்று குறைத்துக்கொண்டே சென்றனர். அவர்கள் கட்டாய வேலை என்ற கட்டுக்குள் சிக்கியிருந்த அமைப்பையும் அடியோடு ஒழித்தனர். நளகொண்டா, வாரங்கல், கரீம்நகர் ஜில்லாக்களில் கம்யூனிஸ்ட்டுகள் போட்டி அரசு அமைக்கும் அளவுக்குச் சென்றுவிட்டனர். ஆயிரத்துக்கும் அதிகமான கிராமங்கள் நிஜாம் ஆட்சியிலிருந்து விடுவிக்கப்பட்டன.[49]

ஆகஸ்ட் 15-ல் காங்கிரஸ் தொண்டர்கள் ஹைதராபாத் ராஜ்ஜியத்தின் பல இடங்களில் தேசியக் கொடியை ஏற்றினர். அவர்கள் அனைவரும் கைது செய்யப்பட்டு சிறையில் அடைக்கப்பட்டனர்.[50] மறுபுறத்தில் ரஜாக்கர்கள் இரக்கமற்ற வன்முறைகளில் இறங்கினர். அவர்கள் நிஜாமின் சுதந்தர அறிவுப்புக்கு ஆதரவு அளித்தனர். 'சுதந்தர ஹைதராபாத்

ஹைதராபாத்தினருக்கே', 'இந்திய யூனியனுடன் உடன்பாடில்லை' என்று அச்சிட்ட துண்டுப் பிரசுரங்களை விநியோகித்தனர்.[51]

நிஜாமின் ஆசைகளுக்கு இங்கிலாந்தின் கன்சர்வேடிவ் கட்சியும் ஆதர வளித்தது. சர் வால்டர் மாங்க்டனும் முக்கியமான கன்சர்வேடிவ் கட்சிப் பிரமுகர். அவர் தன் கட்சித் தலைவர்களை தன் கட்சிக்காரரின் வாதத்தை ஆதரிக்குமாறு வேண்டினார். மாங்க்டன், காங்கிரஸ் கட்சி பலம் வாய்ந்த கட்சி என்ற வகையில் முரட்டுத்தனமாக அரசியல் நடத்துவதாகக் குற்றம் சாட்டினார். அது ஹிட்லர், முஸோலினி ஆகியோரது வழிமுறைகளைப் போன்றது என்றும் கூறினார். 'மௌண்ட்பேட்டன், நேருவுடனும் படேலுடனும் நகமும் சதையும் போல் இருப்பதால், கன்சர்வேடிவ் கட்சியினர், பிரிட்டிஷ் அரசு பழைய நண்பர்களுக்குச் செய்யும் அவமானகர மான நம்பிக்கைத்துரோகத்தைத் தடுக்க முடியாவிட்டாலும், குறைந்தபட்சம் உலகத்தின் பார்வையில் இதைக் கண்டிக்காமலும் விட்டுவிடக் கூடாது' என்றார்.[52]

நிஜாமின் ஹைதராபாதை போலந்து போலவோ, காங்கிரஸை ஹிட்லரின் நாசிகள் போலவோ காண்பது சற்றே அதீதம்தான். மகாத்மாவிடம் கொண்டிருந்த நீண்டகால வெறுப்பாலோ என்னவோ, சர்ச்சில்கூட இந்த உருவகத்தால் தூண்டப்பட்டார். அவர் பிரிட்டன் நாடாளுமன்றத்தில் பேசும்போது, 'பிரிட்டிஷாருக்கு ஒரு தனிப்பட்ட கடமை உண்டு. தனியுரிமை பெற்ற சமஸ்தானம் என்று அறிவிக்கப்பட்ட ஒரு பிரதேசத்தின் கழுத்தை நெறிக்க, பட்டினி போட்டு ஒழிக்க, வன்முறையால் அடக்கி ஒடுக்க இந்தியாவை அனுமதிக்கக் கூடாது' என்று கூறினார். சர்ச்சிலின் கட்சிக்குப் பலம் சேர்ப்பதுபோல, கட்சியில் புதிதாக செல்வாக்கு பெற்றுவரும் ஆர்.ஏ.பட்லர், 'ஹைதராபாதின் நியாயமான சுதந்தர நிலை கோரிக்கையை பிரிட்டனும் வற்புறுத்தவேண்டும்' என்றார்.[53]

நிஜாமும் இன்னும் மேலாக ரஜாக்கர்களும் பாகிஸ்தான் அளித்த ஆதரவால் பலம் பெற்றனர். 'காங்கிரஸ் ஹைதராபாத்மீது, தன் செல்வாக்கைப் பிரயோகித்து நெருக்கடி கொடுத்தால், இந்தியாவில் உள்ள ஒவ்வொரு முஸ்லிமும், ஆம், நூறு மில்லியன் முஸ்லிம்களும், இந்தியாவின் மிகப் பழம்பெரும் முஸ்லிம் வம்சத்தைக் காப்பாற்ற, ஒரே மனிதனாக எழுவார்கள்' என்று ஜின்னா மௌண்ட்பேட்டனிடம் சொன்னார்.[54]

நிஜாம் இணைப்பு ஒப்பந்தத்தில் கையொப்பம் இடாமல் இந்தியாவுடன் உடன்படிக்கை ஒன்றைச் செய்துகொள்ளலாம் என்று யோசனை தெரிவித்தார். '1947 நவம்பரில், அவர் பிரிட்டிஷ் பேரரசுடன் செய்துகொண்ட ஒப்பந்தமே, அதன் புதிய வாரிசு அரசாங்கத்துடனும் தொடரலாம்' என்ற தாற்காலிக ஒப்பந்தத்தில் கையெழுத்திட நிஜாம் சம்மதித்தார். இது இருவருக்கும் அவகாசம் அளித்தது. நிஜாமும் தன் சுதந்தரக் கோரிக்கையை மறு பரிசீலனை செய்யலாம்; இந்தியர்களும் அவரை இணைய வைக்க மேலும் சிறந்த வழிகளை யோசிக்கலாம்.

இந்த ஒப்பந்தப்படி, நிஜாமும் இந்திய அரசாங்கமும் ஒருவர் மற்றவர் பகுதிக்கு பிரதிநிதிகளை அனுப்பிவைத்தனர். வல்லபபாயின் நம்பிக்கைக்கு உரிய கே.எம்.முன்ஷி இந்தியப் பிரதிநிதியானார். நவம்பரில் நிஜாம், மிர் லெயிக் அலி என்ற, பாகிஸ்தானிடம் பரிவுகொண்ட பெரும் பணக்கார வர்த்தகரை, திவானாக நியமித்துக்கொண்டார். லெயிக் அலி தம் நிர்வாகத்தில் சில இந்துக்களுக்கும் வாய்ப்பளித்தார். ஆனால் சமஸ்தான காங்கிரஸ் கட்சியின் கருத்துப்படி, 'அது மிகக் குறைவானதும், மிகத் தாமதமாகச் செய்யப்பட்டதுமாகும்.' எப்படியும் உண்மையான அதிகாரம் ரஜாக்கர்களுக்கும் தலைவர் காஸிம் ரஸ்விக்கும் போய்விட்டது. 1948 மார்ச் வாக்கில் இத்திஹாத் கட்சி உறுப்பினர் எண்ணிக்கை ஒரு மில்லியனை எட்டிவிட்டது. அதில் பத்தில் ஒரு பங்கினர் ஆயுதப்பயிற்சியும் பெற்றனர். ஒவ்வொரு ரஜாக்கரும் அல்லாவின் பெயரில், 'தக்காணத்தில் முஸ்லிம் அதிகார ஆட்சியைத் தக்கவைத்துக்கொள்வோம்' என்ற உறுதிமொழியை மேற்கொண்டனர்.[55]

1948 ஏப்ரலில் லண்டனின் தி டைம்ஸ் பத்திரிகை நிருபர் ஹைதராபாதுக்கு வந்தார். காஸிம் ரஸ்வியைப் பேட்டி கண்டார். 'அவர், நிர்வாகத்திறன் கொண்ட ஆவேசமான அரசியல்வாதியாக விளங்கினார்; சாதாரண மக்களைக் கிளர்ந்தெழச் செய்வதில் பிறரால் வெல்ல முடியாதவர்; இருவர் மட்டுமே உரையாடும்போதும் தம் கருத்தை அழுத்தமாக வற்புறுத்துபவர்.[56] ரஸ்வி தம்மை எதிர்கால முஸ்லிம் அரசின் தலைவராகக் கருதினார். ராணுவத் தலைவர் போல இருந்தாலும், ஹைதராபாதிகளின் ஜின்னாவாகத் தன்னை நினைத்தார். அவரது அறையில் பாகிஸ்தான் தலைவரின் படம் கண்ணில் நன்றாகப் படும்படி வைக்கப்பட்டிருந்தது. இந்தியப் பத்திரிகையாளர் ஒருவரிடம் அவர், தான் ஜின்னாவைப் பெரிதும் மதிப்பதாகவும், தனக்கு ஏதாவது சந்தேகம் ஏற்படும்போதெல்லாம் ஜின்னாவிடம் செல்வதாகவும், அவரும் மறுக்காமல் உதவுவதாகவும் கூறினார்.'

ரஸ்வியின் படங்கள் அவரை, நீண்ட பெரிய தாடியுடன் காட்டுகின்றன. அவர் ஏறத்தாழ ஜெர்மானியப் புராதனக் கதைகளில் காணப்படும் மெஃபிஸ்டோஃபெலிஸ் என்ற பிசாசைப் போலக் காட்சியளித்தார்.[57] அவருடைய கண்கள்தான் அவருடைய சிறப்பான அம்சம். அதிலிருந்துதான் அவருடைய வெறி வெளிப்படும். அவருக்கு காங்கிரஸிடம் வெறுப்பு.

'எங்களை பிராமணரோ பனியாவோ ஆள்வதில் விருப்பமில்லை' என்பார். 'பாகிஸ்தானும் இந்தியாவும் மோதினால் நீங்கள் யார் பக்கம் சேருவீர்கள்?' என்று கேட்டால், 'பாகிஸ்தான் தன்னைத்தானே காத்துக்கொள்ளும்' என்பார். 'முஸ்லிம் நலன் பாதிக்கப்படுமானால் எங்கள் ஆர்வமும் கனிவும் வெளிப்படும்' என்றார். 'இது பாலஸ்தீனத்துக்கும் பொருந்தும். முஸ்லிம்களுடைய நலன் நரகத்தில் பாதிக்கப்பட்டாலும், அவர்களுக்காக எங்கள் இதயம் இரங்கும்' என்றார்.[58]

ரஜாக்கர்கள், டெல்லி-ஹைதராபாத் சண்டையை இந்து-முஸ்லிம் கண்ணோட்டத்தில் பார்த்தனர். ஆனால் காங்கிரஸ் அதை ஜனநாயகத்துக்கும்

சர்வாதிகாரத்துக்கும் இடையிலான போராகக் கண்டது. உண்மையில் அது இரண்டும்தான். இந்த இரண்டு போராட்டங்களுக்கு இடையே மாட்டிக் கொண்டவர்கள் ஹைதராபாத்வாசிகளே. 1947 ஆகஸ்டுக்குப் பிறகு, மிகவும் பாதுகாப்பற்ற ஒரு காலம் இருந்தது.[59] சில இந்துக்கள், அருகிலுள்ள மதராஸ் ஜில்லாக்களுக்கு ஓடிவிடத் தலைப்பட்டனர். இதற்கிடையே மத்திய மாகாணத்திலிருந்து முஸ்லிம்கள் ஹைதராபாதில் குவிய ஆரம்பித்தனர். இந்தப் படிக்காத முஸ்லிம் பாமர மக்கள், வங்காளத்திலும் பஞ்சாபிலும் தங்கள் மதத்தவர் தாக்கப்பட்டு வருவதாகக் கேள்விப்பட்டிருந்தனர். அவர்கள் ஹைதராபாதிலும் சிறுபான்மையினர் என்பதை அறிந்துகொள்ள மறந்துவிட்டனர். ஒரு பார்வையாளர் குறிப்பிட்டது போல, 'இந்த வந்தேறி முஸ்லிம்கள், யூனியன் மாகாண நிர்வாகத்தைவிட நிஜாமின் படைகள் மற்றும் அராபியர்கள் மீது, அதிகமான நம்பிக்கை வைத்திருந்தனர்.'

இதற்குப் பதிலாக மத்திய மாகாண முஸ்லிம்கள், ஹைதராபாதில் இருந்த இந்துக்களை அவர்களது வீடுகளிலிருந்து நிஜாமின் ஆட்கள் உதவியுடன் வெளியேற்றினர். சமஸ்தானத்தில் முஸ்லிம்களை பெரும்பான்மையினராக்க ஒரு திட்டம் இருந்ததாகவும் சொல்லப்பட்டது. அவுரங்காபாத், பீடார், ஹைதராபாத் ஆகியவற்றின் இந்துக்கள் வசித்த இடங்கள் காலி செய்யப் பட்டுக் காட்சியளித்தன.[60]

1948 மத்தியில் பிரச்னை அதிகரித்தது. பாகிஸ்தானிலிருந்து ஆயுதக் கடத்தல் நடைபெறுவதாகவும் குற்றச்சாட்டுகள் எழுந்தன. இது பிரிட்டிஷ் கூலிப்படையினர் உதவியுடன் விமானம் மூலம் நடைபெறுவதாகச் சொல்லப்பட்டதுடன், கிழக்கு ஐரோப்பாவிலிருந்தும் ஆயுதங்கள் இறக்குமதி செய்யப்படுவதாகவும் கூறப்பட்டது. மதராஸ் பிரதமர், ஹைதராபாத்திலிருந்து வெளியேறும் அகதி வெள்ளத்தைச் சமாளிக்க கஷ்ட மாக இருப்பதாக, படேலுக்குக் கடிதம் எழுதினார். நிஜாமின் துரோகம் பற்றியும், சுதந்தரம் பற்றிய அவருடைய சிந்தனை பற்றியும், இந்திய அரசை 'டெல்லிப் போக்கிரிகள்' என்று அவர் குறிப்பிடுவதையும், இரவு பகலாக நிஜாமின் ரேடியோ உரைகளிலும் செய்தித்தாள்களிலும் நாடகங்கள் வழியாகவும் இந்திய யூனியனுக்கு எதிரான விஷம் கலந்த பிரசாரங்கள் நடந்துவருவது பற்றியும் கே.எம்.முன்ஷி பயங்கரமான அறிக்கைகளை அனுப்பியவண்ணம் இருந்தார்.[61]

அந்த நேரத்தில் இந்தியர்கள், காலம் கனியக் காத்திருந்தனர். டெல்லியில் மேனனும் லெயிக் அலியும் பலமுறை சந்தித்துப் பேசினர். சமஸ்தானத்தில் பிரதிநிதித்துவ ஆட்சி ஒன்றை அமைக்கவும், இணைப்பு பற்றி வாக்கெடுப்பு நடத்தவும் மேனன் கோரினார். நிஜாமின் கண்ணியத்தைக் காப்பாற்ற பல விதிவிலக்குகள் அளிக்கவும் ஆலோசனைகள் கூறப்பட்டன. அவற்றுள் நிஜாம், படைகளை தொடர்ந்து வைத்துக்கொள்வதும் அடங்கும். எதுவும் ஹைதராபாதுக்கு ஏற்புடையதாக இல்லை. இதற்கிடையே முன்னாள் திவான் மிர்ஸா இஸ்மாயில், சமாதானம் செய்துவைக்க முன்வந்தார். லெயிக் அலி

இந்தப் பிரச்னையை ஐ.நா. சபைக்குக் கொண்டுசெல்வதாக அச்சுறுத்தியிருந்தார். மிர்ஸா இஸ்மாயில், ஹைதராபாத் விவகாரத்தை ஐ.நா. சபைக்கு எடுத்துச்செல்ல வேண்டாம் என்று நிஜாமுக்கு அறிவுறுத்தினார். மேலும், ரஜாக்கர்களின் பிடியிலிருந்து மீள, நிஜாமை இந்திய யூனியனுடன் இணையுமாறு ஆலோசனை வழங்கினார். நிஜாம் தன் ஆட்சியின் பலவீனமான நிலையை உணருமாறு இஸ்மாயில் கேட்டுக்கொண்டார்.[62]

1948 ஜூன் 21 அன்று மௌண்ட்பேட்டன் கவர்னர் ஜெனரல் பதவியிலிருந்து விலகினார். அதற்கு மூன்று நாட்கள் முன்னதாக அவர் நிஜாமுக்கு கடிதம் ஒன்றை எழுதினார். அதில் அவரைச் சமாதானமாகப் போகுமாறும், வரலாற்றில் தென்னிந்தியாவில் அமைதியை நிலைநாட்டியவர், சமஸ்தானத்தைக் காப்பாற்றியவர், நிஜாம் வம்சத்தை, மக்களைக் காத்தவர் என்று இடம்பெறுமாறும், அவர் பிடிவாதமாக இருந்தால் உலக அரங்கில் கண்டனத்தைப் பெறுவார் என்றும் குறிப்பிட்டிருந்தார்.[63] நிஜாம் அதைக் கேட்பதில்லை என்று முடிவு செய்துவிட்டார். மௌண்ட்பேட்டன் போன பிறகு, படேலுக்கு தீர்மானமான நடவடிக்கை எடுப்பது எளிதாயிற்று. 13 செப்டெம்பர் அன்று, இந்தியப் படைகள் ஹைதராபாதுக்கு அனுப்பப்பட்டன. நான்கு நாட்களுக்கும் குறைவான அவகாசத்தில் சமஸ்தானம் முழுவதும் இந்தியாவின் கட்டுப்பாட்டுக்குள் வந்துவிட்டது. சண்டையில் நாற்பத்திரண்டு இந்தியப் படைவீரர்களும், சுமார் இரண்டாயிரம் ரஜாக்கர்களும் உயிரிழந்தனர்.

17-ம் தேதி இரவு, நிஜாம் ரேடியோவில் பேசினார். அதை கே.எம்.முன்ஷி எழுதியிருக்கக் கூடும். நிஜாம், ரஜாக்கர்மீது தடை விதிப்பதாக அறிவித்தார். மக்களை, இந்தியாவிலுள்ள மற்றவர்களோடு அமைதியாகவும் ஒற்றுமையாகவும் வாழ அறிவுறுத்தினார். ஆறு நாள்கள் கழித்து அவர் மீண்டும் ரேடியோவில் பேசினார். 'ரஸ்வியும் அவருடைய ஆட்களும் ஹிட்லர் முறையில் ஆட்சியைக் கைப்பற்றி, பயங்கரத்தைப் பரப்புவதாகக் குறிப்பிட்டார். இந்தியாவுடன் தான் ஒரு கௌரவமான தீர்வுக்கு வர ஆர்வமாக இருப்பதாகவும், ஆனால் அந்தக் கூட்டம் அவ்வப்போது இந்திய அரசு அளித்த உரிமைகளைப் பெறமுடியாமல் தடுத்தது என்றும் பேசினார்.[64]

எதேச்சையாகவோ திட்டமிட்டோ ஹைதராபாதின் மீதான இந்திய நடவடிக்கை, பாகிஸ்தான் கவர்னர் ஜெனரல் மறைந்த இரண்டு நாள் கழித்துத் தொடங்கியது. 'நிஜாம் சமஸ்தானம் அச்சுறுத்தப்பட்டால் நூறு மில்லியன் முஸ்லிம்கள் கொதித்தெழுவார்கள்' என்றார் ஜின்னா. அப்படி எதுவும் நடக்கவில்லை. ஆனால் பாகிஸ்தானின் சில பகுதிகளில் எதிர்ப்புணர்வு அதிகமாக இருந்தது. கராச்சியில் 5,000 பேர் இந்தியத் தூதரகம் முன் அணிவகுத்து வந்தனர். பழைய காந்தியவாதியான தூதர் வெளியே வந்து அவர்களை அமைதிப்படுத்த முயன்றார். 'நீங்கள் கோழைகள்; எங்கள் தந்தை இறந்துவிட்ட சமயத்தில் எங்களைத் தாக்கியிருக்கிறீர்கள்' என்று அவர்கள் கோஷமிட்டனர்.[65]

ஜூன் பிற்பகுதியில், மூத்த காங்கிரஸ் தலைவர் ஒருவர் நிஜாமிடம், 'இந்திய யூனியனுடன் சமாதானமாக இருந்தால் ஹைதராபாதின் மாட்சிமை பொருந்திய மாஜி நவாப் மாஸ்கோ அல்லது வாஷிங்டனில் இந்தியா முழுவதற்குமான மேதகு தூதராகலாம்' என்று சொன்னார்.[66] அவர் உடை அல்லது நடை, பாவனை அல்லது எல்லாமுமாகச் சேர்த்து அவரை அந்த ராஜ தந்திரப் பணிக்குப் பொருத்தமாக ஆக்கியிருக்காவிட்டாலும், முடிவில் அவர் பணிந்து போனதால் ஹைதராபாத் என்ற புதிய மாகாணத்தின் கவர்னராக நியமிக்கப் பட்டார்.

புராதன ஆட்சி முடிவுக்கு வந்தபிறகு, இரண்டு ஆண்டுகள் கழித்து பம்பாய் பத்திரிகையாளர் கே.ஏ.அப்பாஸ் ஹைதராபாதுக்கு விஜயம் செய்தார். ராஜா தீனதயாளின் நூறு வருட பழைய போட்டோ ஸ்டுடியோ ஜன்னலில், நகரத்தை விடுவித்த வீரர் கர்னல் ஜே.என்.செளத்ரி என்ற இந்தியப் படைத் தளபதியின் படம் நிஜாமின் படங்களுக்குப் பதிலாக இடம்பெற்றிருந்தது. ஹைதராபாதில் பழைய கூம்புவடிவ அஸாஃப் ஜாஹி தஸ்தார் என்ற ரெடிமேட் தலைப்பாகைக்குப் பதிலாக ஆளும் வர்க்கத்தின் தலைத் தொப்பியாக காங்கிரஸ் குல்லாய் இடம்பெற்று இந்தியப் படையெடுப்புக்கு முன்பிருந்த அதே பயத்தை விளைவித்துக் கொண்டிருந்தது.[67]

VII

1947 ஆகஸ்டில் துணைக்கண்டத்தில் பணியாற்றிய, அனுபவம் வாய்ந்த பிரிட்டிஷ் அதிகாரி ஒருவர், 'இந்தியாவும் எதிர்காலமும்' என்ற ஆரவாரமான ஒரு தலைப்பில் கட்டுரை ஒன்றை வெளியிட்டார். பிரிட்டிஷ் இந்தியா இரண்டாகப் பிரிக்கப்பட்டிருந்தது. எழுத்தாளர், 'பிரிவினை அத்துடன் அங்கேயே நின்றுவிடுமா?' என்று கேட்டிருந்தார். 'துணைக்கண்டம் மேலும் எண்ணற்ற, சிறு சிறு சண்டையிடும் நாடுகளாகப் பிளவுபடுமா?' பாகிஸ்தான் இயல்பாகவே நிலையற்றுக் காணப்பட்டது. வடமேற்குப் பகுதிகள் பதானிஸ்தான் என்ற சுதந்தர நாடு ஆவதற்கு எல்லா வாய்ப்புகளும் இருந்தன. இந்தியாவும் அதிகமான நிலைத்தன்மையுடன் இல்லை.

பல திறமையான பார்வையாளர்கள், 'மதராஸ் (மாகாணம்) முடிவாக சுதந்தர நாடாகப் பிரிந்துவிடும்' என்று நம்பினர். சமஸ்தானங்கள், குறிப்பாக சிறிய மற்றும் தாக்குதலுக்கு உள்ளாகக்கூடிய சமஸ்தானங்கள், இந்தியாவுடன் சேருவதைத் தவிர வேறு வழியில்லை. ஆனால் 'தெற்கேயுள்ள பெரிய - குறிப்பாக ஹைதராபாத், மைசூர், திருவிதாங்கூர் - சமஸ்தானங்களின் நிலை முற்றிலும் மாறானது. அவசியமானால், அவை தனியாக இயங்க முடியும். காங்கிரஸின் அச்சுறுத்தல்களைப் பொருட்படுத்தாமல், அவர்கள் தங்கள் நலனுக்கு ஆதரவாக மட்டுமே இவ்விஷயத்தை முடிவு செய்வார்கள்.'

இந்தத் தீர்க்கதரிசி, 'இந்தியாவின் முடிவான வடிவம், பிரிட்டிஷ் இந்தியாவுக்குப் பதிலாக, மூன்று நான்கு தேசங்களையும் தென் இந்திய அரசுகளின்

கூட்டாட்சியையும் கொண்டிருக்கும்' என்று முடிவு செய்தார். 'இது ஏறத்தாழ பதினாறாம் நூற்றாண்டு இந்தியாவுக்குத் திரும்பும்.'[68]

இப்படிப் பல துண்டுதுண்டான பிரதேசங்களைக் கொடுத்துவிட்டு, அவ்வளவு எதிர்ப்புகளையும் கடந்து, எண்ணற்ற வேறுபாடுகளால் ஆன ராஜ்ஜியங்களை இணைத்தது, உண்மையிலேயே மாபெரும் சாதனையாகும். வெகு நேர்த்தியாகவும் ஒழுங்காகவும் செய்யப்பட்ட விதத்தால், இது மக்களை, இந்தியா ஒரு காலத்தில் ஒரு நாடாக அல்ல, ஐநூறு நாடுகளாக இருந்தது என்பதையே மறக்கச் செய்துவிட்டது. 1947, 1948 ஆண்டுகளில் போபால், திருவிதாங்கூர் போன்ற இடியாப்பச் சிக்கல்களும், ஹைதராபாத் மீதான படைத் தாக்குதலும், நாடு சிதறிவிடுமோ என்ற பயத்தைக் கொடுத்தன. கடைசி மகாராஜா தன் சமஸ்தானத்தைக் கையொப்பமிட்டு அளித்த அடுத்த ஐந்தாண்டுகளிலேயே, 'இயல்பாகவே இது ஒன்றுபட்ட இந்தியாதான் என்பதை மக்கள் ஏற்றுக்கொண்டுவிட்டார்கள். இது வேறு மாதிரியாக வேறுபட்டதாக இருக்கலாம் என்பதை நம்புவதற்குக்கூட இனி பெருமுயற்சி தேவை.'[69]

'இந்திய மன்னர்களுக்கு இணையாக உவமை கூறக்கூடிய வேறொரு அரசோ அமைப்போ வரலாற்றில் இருந்ததில்லை. இருந்தபோதிலும் நட்புரீதியிலான பேச்சுவார்த்தைகள் மூலம் அவர்கள் தாங்களாகவே கலைத்துக்கொண்டு, (இந்திய) யூனியனில் பிற ஜனநாயகப் பிரிவுகளைப் போலவே வேறுபாடு காண இயலாதபடி ஒன்றாகிவிட்டனர்.'

இச்சொற்கள் 1950-ல், இந்திய அரசு வெளியிட்ட சிறு நூலிலிருந்து எடுக்கப்பட்டவை. இந்தச் சுய பாராட்டு மதிப்புக்குரியதே. பிரிட்டிஷார் ஏற்படுத்திய இந்தியப் பிரிவினை அவ்வளவு உயிர்ச்சேதம் ஏற்படுத்தியிருக்க, 500-க்கு மேற்பட்ட சர்வாதிகாரச் சிற்றரசுகள் அதிகம் உயிரிழப்பு இன்றி, இந்திய யூனியனின் ஜனநாயகப் பகுதிகளாக மாற்றப்பட்டன. இந்த சமஸ்தானங்களைக் குறித்த மஞ்சள் புள்ளிகள் இந்திய வரைபடத்திலிருந்து மறைந்துவிட்டன. ஆளுமையும் அதிகாரமும் மக்களுக்கு மாற்றப்பட்டு விட்டன. 'முதன்முதலாக, குறுகிய தனித்த குழுக்களில், சமஸ்தானங்களில் வசித்த மக்கள், விரிந்த இந்திய வாழ்க்கையின் அங்கமாகிவிட்டனர்' என்று தொடர்கிறது அந்நூல். 'தேசம் முழுதும் வீசுகின்ற சுதந்தரக் காற்றை இப்போது அவர்களும் சுவாசிக்க முடியும்.'

இது அரசு சார்பிலான புத்தகம் என்பதால், இயற்கையாகவே பணியின் பெருமை பொறுப்பில் இருந்தவருக்குக் கொடுக்கப்பட்டது. 'இரு நூற்றாண்டுகளாக பிரிட்டிஷ் அரசுப் பிரதிநிதிகள் செய்யத் தவறிய சாதனையை சர்தார் வல்லபபாய் படேல், சுதேச மன்னர்களின் நல்ல மனங்களுக்கு மீண்டும் மீண்டும் தொடர்ந்த வேண்டுகோள்கள் விடுத்து, அதன் மூலம் நிறைவேற்றிவிட்டார்' என்றது அந்தப் பிரசுரம்.[70]

படேலின் வழிகாட்டல், உண்மையிலேயே புத்திசாலித்தனமானதாகவும் உறுதியானதாகவும் அமைந்தது. நேருகூட, சுதேச மன்னர்களின் மறைவை

இவ்வளவு பொறுமையுடனும் தீர்க்கதரிசனத்துடனும் மேற்பார்வை செய்திருக்க முடியாது. ஆனால் படேல், வி.பி. மேனனில் துணை இல்லாமல் இதனைச் செய்திருக்க முடியாது. அவர்தான் சமஸ்தானங்களுக்கு நூற்றுக் கணக்கான பயணங்களை மேற்கொண்டு மன்னர்களைச் சரிக்கட்டினார். பொருளாதார, சமுதாய ஒருங்கிணைப்புக்கு சாதகமான சூழலை உருவாக்கிக் கொடுத்த அலுவலர்கள் இல்லாவிட்டால், மேனனாலும் ஒன்றும் செய்திருக்க முடியாது.

அரசியல்வாதிகளுக்கும் அதிகாரிகளுக்கும் இன்றியமையாத ஆதரவாக, கூட்டாளிகளாக முகம் தெரியாத ஒரு கூட்டம் நடந்துகொண்டது. அவர்கள்தான், மக்கள்! பல பத்தாண்டுகளாக சமஸ்தான மக்கள் பிரிட்டிஷ் இந்திய மக்களுக்கு அளிக்கப்பட்ட உரிமைகளுக்காக பலமாகக் குரல் கொடுத்துக்கொண்டிருந்தனர். பல சமஸ்தானங்களில் துடிப்பான பிரஜா மண்டலங்கள் செயல்பட்டன. மன்னர்கள் இதனை அறிந்திருந்தார்கள். மக்கள் கிளர்ச்சி பற்றிய பயம் இல்லாதிருந்தால், அவர்கள் இத்தனை சுலபமாக இந்தியாவுடன் இணைந்திருக்க மாட்டார்கள்.

இந்திய யூனியனின் ஒருங்கிணைப்புக்குப் பலர் உதவியுள்ளனர். பலர், அறியப்படாமலும் கௌரவிக்கப்படாமலும் போய்விட்டனர். முற்றிலுமாக மறக்கப்படாத ஒரு மனிதர் வி.பி. மேனன். சமஸ்தான இணைப்புக்கு வடிவம் கொடுத்த முதல் வரைவாளரும் வரலாற்று ஆசிரியரும் அவர்தான். இதில் அவர் பெற்ற பாடம்:

'554 சமஸ்தானங்களைக் கலைத்து குடியாட்சி முறைக்கு இணைத்தது, ஆரம்பத்தில் நிலவிய கவலைக்கிடமான பெருங்குழப்பத்திலிருந்து கட்டுப்பாடு, ஒழுங்குக்குக் கொண்டுவந்தது, அந்த சமஸ்தானங்களில் ஜனநாயக ஆட்சி நிர்வாகத்தை அமைத்தது ஆகியவை பிற துறைகளிலும் நம் முயற்சிகளின் வெற்றிகளுக்கு உறுதியான ஆற்றலை அளிக்கவேண்டும்.'[71]

வருங்காலத்தில் நாம் நாட்டு வளர்ச்சியின் பிற துறைகளில் நம் கவனத்தைத் திருப்புவோம். ஆனால் முதலில், இந்திய யூனியனுக்கு சமஸ்தானங் களிலேயே மிக அதிகமான தொல்லை கொடுத்த சமஸ்தானம் ஒன்றைப் பற்றிப் பார்க்கவேண்டும். இந்தக் குறிப்பிட்ட ஆப்பிள், கூடையின் விளிம்பு நுனியில், ஆபத்தான நிலையில் இருக்கிறது. அது உள்ளேயும் இல்லாமல் வெளியேயும் விழுந்துவிடாமல் இரண்டுங்கெட்டான் நிலையில் இருக்கிறது.

4

சிவந்த, அழகிய பள்ளத்தாக்கு

மலைகள்மீதான என் நேசம், காஷ்மீருடனான என் உறவு, குறிப்பாக என்னை அவற்றிடம் ஈர்த்தன. அங்கே நான் நிகழ் காலத்தின் உயிரோட்டத்தை, ஆற்றலை, அழகை மட்டும் காணவில்லை, கடந்த காலங்களின் நினைவில் பதிந்த அழகுகளையும் கண்டேன். இந்தியாவைப் பற்றி நினைக்கும்போது, பலவற்றை நினைவுகூர்கிறேன். (ஆனால்) எல்லாவற்றையும்விட, எல்லாவற்றுக்கும் மேலாக பனிமுடி தரித்த இமயத்தையும், வசந்த காலத்தில் புதிய பூக்கள் சூடிய, நுங்கும் நுரையுமாகப் பொங்கிப் பிரவாகித்து ஜதியிட்ட சத்தத்துடன் ஓடிவரும் சிற்றாறுகளுடன் கூடிய காஷ்மீரின் மலைப் பள்ளத் தாக்குகளையும் நினைத்துப் பார்க்கிறேன்.

- ஜவாஹர்லால் நேரு, 1946

I

இந்திய யூனியனுடன் ஐநூறுக்கும் மேற்பட்ட சுதேச சமஸ்தானங்கள் இணைந்தன. அவற்றுள் மிக முக்கியமானதாக இருந்ததும் இருப்பதும் ஜம்மு காஷ்மீர். அது 84,471 சதுர மைல் பரப்புடன், ஹைதராபாத்தைவிட மிகப் பெரியது. எனினும் அதன் 4 மில்லியன் மக்கள் தொகை அடர்த்தியின்றி விரவி யுள்ளது. அதுவும் பலதரப்பட்ட கலாசாரங்களை உடைய பல்வேறு இனவழி மக்களாக அமைந்துள்ளது. அங்கு முக்கியமாக ஐந்து பிரதேசங்கள் இருந்தன. பஞ்சாப் எல்லையை ஒட்டிய ஜம்மு மாகாணம் தாழ்ந்த குன்றுகளையும், விவசாய நிலங்களையும் கொண்டது. பிரிவினைக்கு முன் முஸ்லிம்கள் சற்றே பெரும்பான்மையினராக (53%) இருந்தனர். அந்த வருடத்தில் ஏற்பட்ட கலவர அலைவீச்சின் விளைவாக, இந்துக்கள் குடியேற்றம் பெருகத் தொடங்கியது. அவர்கள் அதிகமாயினர். மாறாக, ஜம்முவின் வடக்கே காஷ்மீர் பள்ளத்தாக்கில் முஸ்லிம் பெரும்பான்மை கணிசமாக இருந்தது. இது

இந்தியாவின் மிக அழகிய பகுதிகளில் ஒன்று என்பது பொதுவான கருத்து. டெல்லி மற்றும் பஞ்சாபிலிருந்து கோடைக்காலத்தில் பணக்காரப் பயணிகள் அதன் ஏரிகளையும், மலைச்சரிவுகளையும் காண வருகின்றனர். அது பட்டு, கம்பள, மர, வெண்கல வேலைப்பாடுகளில் வல்ல கலைநேர்த்தி மிக்க கைவினைஞர்களின் தாயகமாகவும் விளங்குகிறது. அக்கலைப் பொருட்கள் இந்தியாவின் பல பகுதிகளுக்கும் அவற்றுக்கு அப்பாலும் அனுப்பப்படு கின்றன. ஜம்மு, காஷ்மீர் ஆகிய இரு இடங்களிலும் அங்காங்கே சீக்கியர்களும் சிதறிக் கிடக்கின்றனர்.

பள்ளத்தாக்கின் கிழக்கே, திபெத் எல்லையை ஒட்டி, பெரும்பாலும் பௌத்தர்கள் வாழும் லடாக்கின் உயர்ந்த மலைகள் உள்ளன. அதற்கு இன்னும் மேற்கே, அதிகமாக மக்கள் வசிக்காத கில்கித் மற்றும் பல்டிஸ்தான் என்ற சிறு பகுதிகள் உள்ளன. இங்குள்ள மக்கள் பெரும்பாலும் முஸ்லிம்களே. ஆனால் அவர்கள் ஷியா அல்லது இஸ்மைலி பிரிவைச் சேர்ந்தவர்கள். இது பள்ளத்தாக்குப் பிரதேசங்களில் உள்ள முக்கியமான சுன்னி பிரிவிலிருந்து முற்றிலும் மாறானது.

இந்தப் பல்வேறுபட்ட பிரதேசங்கள் 19-ம் நூற்றாண்டில்தான் ஒரே நாட்டின்கீழ் கொண்டுவரப்பட்டன. இவற்றை ஒன்றுபடுத்தியவர்கள் டோக்ரா ராஜபுத்திரர்கள் என்ற இனத்தைச் சேர்ந்தவர்கள். அவர்கள் முதலில் லடாக்கைக் கைப்பற்றி, 1840-ல் பிரிட்டிஷாரிடமிருந்து காஷ்மீர் பள்ளத்தாக்கையும் பெற்று நூற்றாண்டு இறுதியில் கில்கித்துக்கும் வந்தனர். இவ்வாறு ஜம்மு-காஷ்மீர் சமஸ்தானம் ஆப்கானிஸ்தான், சீன சிங்கியாங் மற்றும் திபெத் எல்லைவரை பரவியது. இதை மிகக் குறுகிய ஆப்கன் பகுதியே சோவியத் யூனியனிலிருந்து பிரிக்கிறது.[1]

மக்கள்தொகைக் குறைவுக்கு மாறாக அதன் அமைவிடம் அரசியல் முக்கியத்துவத்தை அளித்தது. ஆகஸ்ட் 15-ம் தேதிக்குப் பிறகு இரண்டு தேசங்களுடைய எல்லைகளையும் காஷ்மீர் பங்கிட்டுக் கொண்டபோது அதன் முக்கியத்துவம் மேலும் அதிகரித்தது. மிகப் பெரும்பான்மையான முஸ்லிம்கள் வாழும் பகுதிக்கு இந்து அரசர் அமைந்த முரண்பாடு ஒரு புவியியல் கோளாறால் ஏற்பட்டது. பிரச்னைக்குரிய ஜுனாகத் மற்றும் ஹைதராபாத் சமஸ்தானங்கள் போலன்றி காஷ்மீர், இந்தியா, பாகிஸ்தான் என்ற இரு நாடுகளையும் தொட்டுக்கொண்டாற்போல அமைந்துவிட்டது.

1947-ல் காஷ்மீரின் மகாராஜாவாக இருந்த ஹரி சிங், 1925 செப்டம்பரில் பட்டத்துக்கு வந்தார். அவர் பெரும்பகுதி நேரத்தை பம்பாய் குதிரைப் பந்தய மைதானத்திலும் அவருடைய ஆட்சிக்கு உட்பட்ட பிரதேசத்திலுள்ள விலங்குகள் மிகுந்த அடர்ந்த காடுகளில் வேட்டையாடுவதிலும் செலவிட்டார். இன்னும் ஒரு விஷயத்திலும் ராஜ குடும்பத்தினரைப் போலவே இருந்தார். அவருடைய நான்காவதும், மிக இளைய மனைவியு மாக இருந்த அரசி குறைபட்டுக்கொண்டதுபோல, ‘அவர் மக்களைச் சந்திப்பதே இல்லை என்பதுதான் மிகப்பெரிய குறை. அவர் வம்புப்

பேச்சுகள் பேசி முகஸ்துதி செய்யும் அரசவையினர் மற்றும் பிரியமானவர்கள் உடனேயே இருந்துகொண்டு நாட்டு உண்மை நடப்பு பற்றி எதுவுமே அறிந்துகொள்ளாதவராக இருந்துவிட்டார்."²

மகாராஜாவின் ஆட்சியின் பெரும்பாலான காலத்தில் அவரது வெறுப்புக்கு உள்ளாகியிருந்த ஒரு மனிதர் ஷேக் முகமது அப்துல்லா. அவர் 1905-ல் பிறந்தவர்; சால்வை வணிகர் ஒருவரது மகன்; அலிகார் முஸ்லிம் பல்கலைக்கழகத்தில் படித்த அறிவியல் பட்டதாரி. கல்வித்தகுதிகள் பெற்றிருந்தாலும் அவருக்கு அரசுப் பணி கிடைக்கவில்லை. காரணம் சமஸ்தான ஆட்சி இந்துக்கள் அதிகாரத்துக்கு உட்பட்டிருந்ததுதான். எனவே அப்துல்லா, 'முஸ்லிம்கள் மட்டும் ஏன் இப்படி ஒதுக்கப்பட வேண்டும்?' என்று கேட்டார். மேலும், 'நாங்கள் பெரும்பான்மையினர்; அரசாங்க வருமானத்துக்குப் பெரும் பங்கை அளிப்பவர்கள்; நாங்கள் தொடர்ந்து நசுக்கப்பட்டு வந்திருக்கிறோம்; இது முஸ்லிம் அல்லாதவர்கள் பெரும்பான்மை அரசு ஊழியத்தில் இருப்பதனாலா? முஸ்லிம்களுக்கான இந்த அநீதி மத பாரபட்சத்தினால் என்று முடிவாகக் கருதுகிறேன்' என்றார்.³

சமஸ்தானத்தில் வேலை கிடைக்காமல், அப்துல்லா பள்ளி ஆசிரியரானார். நூலகம் ஒன்றை ஆரம்பித்தார். தம் இன மக்கள் சார்பில் பேசினார். அவரது தோற்றமே எழுச்சி ஊட்டுவதாக இருந்தது. அவர் 6 அடி 4 அங்குலம் உயரம் உடையவர். நகைச்சுவையுடன், அழுத்தமாகப் பேசும் ஆற்றல் படைத்தவர். அவர் சற்றே அதிகமாகப் புகை பிடித்தாலும் மது குடிப்பதில்லை. வெள்ளிதோறும் மசூதி சென்றார். குர்ஆனில் ஆழ்ந்த ஞானம் பெற்றிருந்தார்.⁴

1931 கோடைக்காலத்தில், மகாராஜாவிடம் முறையிடச் சென்ற தூதுக் குழுவின் ஓர் உறுப்பினராக அப்துல்லா தேர்ந்தெடுக்கப்பட்டார்.⁵ அரசரைச் சந்திக்கும் முன்னரே அப்துல் காதிர் என்ற போராட்டக்காரர் கைதாகி விசாரணைக்கு உட்படுத்தப்பட்டார். இதன் விளைவாக போராட்டக்காரர் களுக்கும் காவலர்களுக்கும் இடையே நடந்த மோதலில் 21 பேர் பலி யானார்கள். இதைத் தொடர்ந்து நடைபெற்ற இனக்கலவரத்தில், காஷ்மீரில் பல இந்துக்களுடைய கடைகள் சூறையாடப்பட்டு எரிக்கப்பட்டன.

அடுத்த ஆண்டு 1932-ல், மகாராஜாவுக்கு எதிரான உணர்வுகளை ஒன்றுதிரட்டி ஒரு வடிவம் கொடுக்க அனைத்து ஜம்மு-காஷ்மீர் மாநாடு என்ற அமைப்பு உருவாக்கப்பட்டது. அதன் முக்கியமான வழிகாட்டிகளாக ஷேக் அப்துல்லாவும், ஜம்மு வக்கீல் குலாம் அப்பாஸும் இருந்தனர். ஆறாண்டுகளுக்குப் பின்னர் அதை தேசிய மாநாட்டுக் கட்சியாக ஆக்குவதில் ஷேக் அப்துல்லா பெரும் பங்காற்றினார். அதில் இந்துக்களுக்கும் சீக்கியர் களுக்கும் இடமுண்டு. அப்புதிய அமைப்பு அனைவருக்கும் வாக்குரிமை என்ற அடிப்படையில் பிரதிநிதித்துவ ஆட்சிமுறையைக் கோரியது.

ஏறத்தாழ இதே நேரத்தில் ஷேக் அப்துல்லா, ஜவாஹர்லால் நேருவுடன் பழக்கத்தை ஏற்படுத்திக் கொண்டிருந்தார். உடனடியாக அவர்கள் இருவரும் ஒத்த கருத்துடையவராயினர். அவர்கள் இருவரும் உணர்ச்சிபூர்வமான

கருத்துடையவர்கள். அதிர்ஷ்டவசமாக அவர்கள் இருவரும் இந்து முஸ்லிம் ஒற்றுமை மற்றும் சமதர்மக் கொள்கைகளில் ஒத்த கருத்து உடையவர்களாக இருந்தார்கள். தேசிய மாநாடு, இந்திய தேசிய காங்கிரஸுக்கு நெருக்க மானதால், தேசிய மாநாட்டு உறுப்பினர் சிலர் அந்நியப்படுத்தப்பட்டு விலக நேர்ந்தது. அவர்களில் முக்கியமானவர் குலாம் அப்பாஸ். அவர் கட்சியை விட்டு விலகி காஷ்மீர் முஸ்லிம்களுக்காகவே தனி அமைப்பு ஒன்றை நிறுவ முற்பட்டார். இதனால் அவருக்கும் ஷேக் அப்துல்லாவுக்கும் இடையே தனிப் பட்ட மற்றும் கொள்கை ரீதியில் உருவானன போட்டி ஜன்மப் பகையாகவும் மாறியது. இந்த உணர்வு ஷேக் அப்துல்லாவுக்கும் மகாராஜாவுக்கும் இருந்ததிலிருந்து சிறிதும் வித்தியாசமானது அல்ல.

1940 மத்தியில் மக்களிடையே ஷேக் அப்துல்லாவின் செல்வாக்கு மேலும் அதிகரித்தது. அவர் காலத்தவர் ஒருவர் நினைவுகூர்வதுபோல, 'அந்தக் காலத்தில் காஷ்மீர் மக்களால் மிகவும் நேசிக்கப்பட்டவர்' ஆனார்.[6] 1931 முதல் சிறைக்கு உள்ளேயும் வெளியேயுமாக இருந்தார். 1946-ல் டோக்ரா வம்சத்தவரை காஷ்மீரைவிட்டு வெளியேறி, அதிகாரத்தை மக்களிடம் ஒப்படைக்குமாறு அவர் கோரியபோது, சிறையில் அடைக்கப்பட்டார். அதையொட்டி ஏற்பட்ட கிளர்ச்சியில் இருபது பேர் இறந்தனர். மகாராஜா ராணுவச் சட்டம் பிறப்பித்து, ராஜத்துரோக குற்றம் சாட்டி, ஷேக் அப்துல்லாவுக்கு மூன்றாண்டு சிறைத்தண்டனை விதித்தார். இது ஜவாஹர்லால் நேருவைக் குறிப்பாகக் கோபமூட்டியது. நண்பர் சார்பில் அவர் காஷ்மீருக்கு விரைந்து வந்தார். நேரு காஷ்மீர் எல்லைக்குள் நுழைய முடியாதபடி மகாராஜாவின் ஆட்களால் தடுத்து நிறுத்தப்பட்டு, பிரிட்டிஷ் இந்தியாவுக்கு திருப்பி அனுப்பப்பட்டார்.[7]

துணைக்கண்டத்தைவிட்டு பிரிட்டிஷார் விரைவில் வெளியேறுவது உறுதியாகிவிட்டபோது, ஹரி சிங்கின் பிரதம மந்திரி ராமச்சந்திர கக், சமஸ்தானத்தின் சுதந்தரம் பற்றி மகாராஜாவைச் சிந்திக்கத் தூண்டினார். 1946 ஜூலை 15-ல், 'காஷ்மீரின் ஒருங்கிணைந்த பகுதியாக இல்லாத எந்தப் பகுதியிலிருந்தும், எந்த வற்புறுத்தலுக்கும் இடம் தராமல் காஷ்மீரிகள் தங்கள் தலைவிதியைத் தாங்களே நிர்ணயித்துக்கொள்வார்கள்' என்று மகாராஜா அறிவித்தார்.[8] ஸ்ரீநகரில் இருந்த பிரிட்டிஷ் பிரதிநிதி, தம் அறிக்கையில் 'மகாராஜாவும் ராமச்சந்திர கக்கும் இந்திய யூனியன் அமைந்தால் அதனுடன் இணையாமல் இருப்பது பற்றித் தீவிரமாக யோசித்து வருகின்றனர்' என்று எழுதியிருந்தார். 'மேலும், முன்பொரு சமயம் என்னிடம் கக், மத்தியில் அமையும் காங்கிரஸ் ஆட்சி காஷ்மீருக்கு எதிரான உணர்வை வெளியிடக்கூடும் என்பதால், காஷ்மீர், யூனியனுக்கு வெளியில் இருக்க நேரும் என்று குறிப்பாகத் தெரிவித்திருந்தார். பிரிட்டிஷ் மேலாதிக்கம் இல்லை என்றாகிவிட்டால், காஷ்மீர் சொந்தக் காலில்தான் நிற்கவேண்டும்; பிரிட்டிஷாருக்கு விசுவாசமாக இருக்கவேண்டும் என்ற பேச்சுக்கே இடமில்லை; மேலும் ரஷ்யாவையும் சேர்த்து காஷ்மீருக்கு எந்த நாட்டுடனும் நட்புறவு கொள்ளும் உரிமையுண்டு என்பதே மகாராஜாவின்

கருத்தாக இருக்கும் என நான் சந்தேகப்படுகிறேன் என்று குறிப்பிட்டிருந்தார்.⁹

சுதந்தரச் சிந்தனை மகாராஜாவின் மனத்தில் வேரூன்றி இருந்தது. அவர் காங்கிரஸை வெறுத்தார். எனவே, இந்தியாவுடன் இணைவது பற்றி அவரால் சிந்திக்க முடியாது. அவர் பாகிஸ்தானுடன் சேர்ந்தால் இந்து வம்சாவளியின் தலைவிதி முடிந்துவிடும்.¹⁰

1947 ஏப்ரலில் புதுடெல்லியில் புது வைஸ்ராய் பதவி ஏற்றார். அவர் ஹரி சிங் மகாராஜாவின் பழைய நண்பர். 1921-22-ல் அவர்கள் இருவரும் ஒன்றாக வேல்ஸ் இளவரசர் இந்தியா வந்தபோது அவரது பணியில் ஈடுபட்டவர்கள். ஜூன் 1947-ல் இந்தியப் பிரிவினை முடிவு செய்யப்பட்ட பிறகு, மௌண்ட் பேட்டன், நேருவோ காந்தியோ அங்கே செல்வதற்கு முன்பாக தானே காஷ்மீருக்குப் புறப்பட்டார்.¹¹ சமஸ்தானத்தின் உள்நோக்கம் பற்றி முன்னதாக அறிந்துகொள்ள அவர் விரும்பினார். ஸ்ரீநகரில் வைஸ்ராய், கக்கைச் சந்தித்து மகாராஜாவை ஏதாவது ஒரு நாட்டுடன் சேர்ந்துவிட - ஆனால் நிச்சயமாகச் சேர்ந்துவிட - கோருமாறு ஆலோசனை கூறினார்.

பிரதம மந்திரி, அதை எதிர்த்து காஷ்மீர் சுதந்தரமாக இருந்துவிடத் திட்டம் இட்டுள்ளதாகக் கூறினார்.¹² பிறகு வைஸ்ராய் மகாராஜாவுடன் தனியானதொரு சந்திப்புக்கு நாள் குறித்தார். குறிப்பிட்ட அந்தக் கடைசி நாளில், விரும்பத்தகாத சந்திப்பாக மாறியிருக்கக்கூடிய அதைத் தந்திரமாகத் தவிர்க்க எண்ணி, மகாராஜா குடல் நோயால் பாதிக்கப்பட்டிருப்பதாகச் சொல்லி நழுவிவிட்டார்.¹³

நேரு மௌண்ட்பேட்டனிடம், 'என் நோக்கில், உங்கள் காஷ்மீர் விஜயம் வெற்றிபெறவில்லை' என்று கூறி, தாமே சென்று அரசியல் சிக்கலை முடிவுக்குக் கொண்டுவர விரும்பினார். காந்தியும் அங்கு செல்ல விரும்பினார். எதிர்பார்த்ததுபோல ஹரி சிங் இரண்டையும் விரும்பவில்லை.¹⁴ ஆனால் நேரு மற்ற வேலைகளில் தீவிரமாக ஈடுபட, அவருக்குப் பதிலாக காந்தி அங்கே சென்றார். மகாராஜாவின் வேண்டுகோளுக்கு இசைய ஸ்ரீநகரில் தங்கியிருந்த மூன்று நாட்களிலும் காந்தி எந்த ஒரு பொதுக்கூட்டத்திலும் பேசவில்லை. ஆனால் அவர் தொழிலாளர் மற்றும் மாணவர் தூதுக்குழுவினரைச் சந்தித்தார். அவர்கள் ஷேக் அப்துல்லாவின் விடுதலையையும், பிரதம மந்திரி கக்கைப் பதவிநீக்கம் செய்வதையும் வற்புறுத்தினர்.¹⁵

ஆகஸ்ட் 15 அன்று ஜம்மு-காஷ்மீர் இந்தியாவுடனோ பாகிஸ்தானுடனோ சேரவில்லை. ஆனால், மக்கள் மற்றும் பொருள்கள் பரிமாற்றத்துக்கான உடன்பாடு ஒன்றில் இரு நாடுகளுடனும் கையெழுத்திட காஷ்மீர் சம்மதித்தது. பாகிஸ்தான் ஒப்பமிட்டது. ஆனால் இந்தியா காத்திருக்க முடிவு செய்தது. எனினும், செப்டம்பர் நடுவில் மேற்கு பஞ்சாபில் சியால்கோட்டிலிருந்து ஜம்முவுக்கான ரயில் போக்குவரத்து நிறுத்தப்பட்டது. பாகிஸ்தான் எல்லைப் பகுதியில் சரக்கு லாரி போக்குவரத்தும் நிறுத்தப்பட்டுவிட்டது.¹⁶

பாகிஸ்தானுடனான உறவு மோசமடைந்ததையொட்டி மகாராஜா அடுத்தடுத்து இரண்டு பிரதம மந்திரிகளை பதவிநீக்கம் செய்தார். முதலில் ராமச்சந்திர கக்குக்குப் பதிலாக ஜனக் சிங் என்ற போர் வீரரையும், பின் அவருக்குப் பதிலாக பஞ்சாபின் முன்னாளைய நீதிபதி மெஹர் சந்த் மஹாஜன் என்பவரையும் நியமித்தார். மஹாஜன்னுக்கு காங்கிரஸ் தலைமையுடன் நல்ல உறவு இருந்தது. அதில் இருவர் மிக முக்கியமானவர். ஒருவர் பிரதமர் ஜவாஹர்லால் நேரு (அவரே காஷ்மீரி இனத்தவர்), மற்றவர் உள்துறை மற்றும் சமஸ்தானங்களுக்கான அமைச்சர் வல்லபாய் படேல்.

காஷ்மீர் இந்தியாவின் ஓர் அங்கமாக இருக்கவேண்டும் என்று எப்போதும் விரும்பியவர் நேரு. மாறாக படேல், ஒரு சமயம் காஷ்மீர் பாகிஸ்தானுடன் இணைவதை ஆதரித்தார் என்பது குறிப்பிடத்தக்கது. ஆனால், அவர் மனம், செப்டம்பர் 13-ம் தேதியன்று, பாகிஸ்தான் ஜுனாகத் சமஸ்தான இணைப்பை ஏற்றபோது மாறிவிட்டது. 'முஸ்லிம் அரசர் ஆளும் இந்துப் பெரும்பான்மை சமஸ்தான இணைப்பை பாகிஸ்தான் ஏற்கலாம் என்றால், இந்து அரசர் ஆளும் முஸ்லிம் பெரும்பான்மை சமஸ்தானத்தில் ஏன் சர்தார் நாட்டம் கொள்ளக் கூடாது?'[17]

1947 செப்டம்பர் 27 அன்று நேரு, படேலுக்கு நீண்ட கடிதம் ஒன்றை எழுதினார். அதில் சமஸ்தானத்தில் அபாயகரமாகச் சரிந்துவரும் சூழ்நிலை பற்றிக் குறிப்பிட்டிருந்தார். பாகிஸ்தான், கணிசமான அளவில் காஷ்மீருக்குள் படைவீரர்களை அத்துமீறி அனுப்பத் திட்டமிட்டிருப்பதை நேரு கேள்விப்பட்டிருந்தார். மகாராஜாவும் அவருடைய ஆட்சியும் தம் சொந்த பலத்தால் மட்டுமே அந்த அச்சுறுத்தலைச் சந்திக்க முடியாது. 'எனவே பொதுமக்கள் ஆதரவைப் பெற அரசருக்கு தேசிய மாநாட்டுக் கட்சியின் நட்பு தேவை. அப்துல்லாவின் விடுதலையும் அவருடைய கட்சிக்காரர்கள் ஆதரவும் காஷ்மீரை இந்தியாவுடன் இணைக்க உதவும்.'[18]

செப்டம்பர் 29-ம் தேதி ஷேக் அப்துல்லா சிறையிலிருந்து விடுவிக்கப் பட்டார். அடுத்த வாரம் ஸ்ரீநகர் ஹஸ்ரத்பால் மசூதியில் அவர் ஆற்றிய உரையில், 'காஷ்மீரின் அதிகாரம் அனைத்தையும் மக்களுக்கு மாற்றக் கோரினார். ஜனநாயக காஷ்மீர், இந்தியாவுடன் அல்லது பாகிஸ்தானுடன் சேருவதை முடிவு செய்யும் என்றார். அவர் மேலும் கூறுகையில், அக்காஷ்மீர் அரசு ஓர் இனம் சார்ந்ததாக அல்லாமல் இந்துக்கள், சீக்கியர்கள், முஸ்லிம்களின் கூட்டு அரசாங்கமாக அமையும். அதற்காகவே நான் போராடு கிறேன் என்றார்.'[19]

'முஸ்லிம் பெரும்பான்மையுள்ள காஷ்மீர், இயல்பாகவே பாகிஸ்தானுடன் தான் இணையும்' என்று பாகிஸ்தான் நம்பியது. காஷ்மீரின் முன்னணிக் கட்சியான தேசிய மாநாடு சமயச் சார்பற்றதாக இருப்பதால் சமயக் கண்ணோட்டம் பொருத்தமற்றது என்று காங்கிரஸ் நினைத்தது. அக்டோபர் ஆரம்பத்தில் படேல் நேருவுக்கு ஒரு கடிதம் எழுதினார். அதில் 'காஷ்மீர்

விவகாரத்தில் உங்களுக்கும் எனக்குமிடையே வேறுபாடு எதுவும் இல்லை' என்று சொல்லியிருந்தார். இருவரும் இணைப்பையே விரும்பினர்.[20]

காஷ்மீரிகளின் உணர்வு எப்படி இருந்தது? அப்துல்லாவின் விடுதலைக்குப் பின் சமஸ்தானத்தின் பிரிட்டிஷ் படைத்தளபதி குறிப்பிட்டதுபோல, 'பெரும்பான்மை காஷ்மீரிகளுக்கு இந்தியா அல்லது பாகிஸ்தான் பற்றி தனியான விருப்பு வெறுப்பு ஏதும் இல்லை. எனினும், பாகிஸ்தானுடன் இணைவதை ஆதரிக்க, நன்கு செயல்பட்ட அமைப்பு ஏதும் காஷ்மீரில் இல்லை; தேசிய மாநாட்டுக் கட்சி, காங்கிரஸ் சார்பாகவும் பாகிஸ்தானுக்கு எதிராகவும் இருந்து வந்திருக்கிறது.'[21]

மகராஜா ஹரி சிங்கைப் பொருத்தவரை, அவர் இன்னும் சுதந்தரக் கனவிலேயே மிதந்துகொண்டிருந்தார். அக்டோபர் 12-ம் தேதி, டெல்லியில் ஜம்மு-காஷ்மீரின் துணைப் பிரதம மந்திரி, 'நாங்கள் இந்தியா, பாகிஸ்தான் இரண்டுடனும் நட்பாகவே இருக்க விரும்புகிறோம்; தொடர்ந்த வதந்திகள் இருந்தாலும் நாங்கள் இந்தியாவுடனோ பாகிஸ்தானுடனோ சேரும் திட்டம் எதுவும் இல்லை. எங்கள் மனத்தை மாற்றும் ஒரே சக்தி, யாரேனும் ஒருவர் எங்களுக்கு எதிராக படைபலத்தைப் பிரயோகிப்பதுதான். மகாராஜாவின் லட்சியம் காஷ்மீர் சமஸ்தானத்தை கிழக்கின் ஸ்விட்சர்லாந்தாக ஆக்குவது தான். இதை முழுதும் நடுநிலை சமஸ்தானமாக வைத்திருப்பதுதான்.'[22]

II

'எங்கள் மனத்தை மாற்றக்கூடிய ஒரே விஷயம் ஒருவரோ மற்றவரோ எங்களுக்கு எதிராக படைபலத்தைப் பிரயோகிப்பதுதான்.' இந்த வார்த்தைகள் சொல்லப்பட்ட இரண்டே வாரங்களில், வடக்கேயிருந்து பல ஆயிரம் வீரர்கள் சமஸ்தானத்தின்மீது படையெடுத்தனர். அக்டோபர் 22-ம் தேதி வடமேற்கு எல்லை மாகாணங்களிலிருந்து காஷ்மீரைப் பிரிக்கும் எல்லையைத் தாண்டி வேகமாக ஸ்ரீநகர் நோக்கி அவர்கள் வந்துகொண்டு இருந்தனர்.

படையெடுத்து வந்தவர்களில் பெரும்பான்மையினர் பாகிஸ்தானைச் சேர்ந்த பதான்கள். இந்த விஷயம்வரை மறுக்க முடியாதது. இதில் உறுதிசெய்ய முடியாத விஷயம், படையெடுப்பின் காரணமும், அவர்களுக்கு உதவியவர்கள் யார் என்பதும்தான். இந்த இரண்டு கேள்விகளும் காஷ்மீர் பிரச்னையின் அடிவேராகப் புதைந்துள்ளன. அறுபது ஆண்டுகளுக்குப் பிறகும் வரலாற்று ஆசிரியர்கள் இதற்கு முடிவான விடை ஒன்றை அளிக்க முடியவில்லை. இதற்கு ஒரு காரணம் காஷ்மீரின் வடகோடி தெளிவற்ற தாகவும் செல்லமுடியாததாகவும் இருந்ததுதான். இந்த உயர்வான மலை களைக் கடக்க சாலை அல்லது ரயில் வழி இருக்கவில்லை. மானுடவிய லாளர்களோ பத்திரிகையாளர்களோ இங்கு வந்ததில்லை. காஷ்மீர் மீது பழங் குடியினர் படையெடுப்பு என்று சொல்லப்படுவதற்கு சுதந்தரமான, நேரில் கண்ட சாட்சி அறிக்கைகளாக எதுவுமில்லை.

ஆனால் ஒரு பக்கமாகவோ மறு பக்கமாகவோ சார்பான பல விவரத் திரட்டுகள் இருக்கின்றன. அப்போதும் அதற்குப் பிறகும் பழங்குடியினரை எல்லை தாண்டித் தள்ளிவிட்டு ஆயுதங்களையும் தந்தது பாகிஸ்தான்தான் என்று இந்தியர்கள் நம்பினர். பாகிஸ்தானியர்கள் இப்படையெடுப்பில் தங்கள் பங்கு எதுவும் இல்லையென்று மறுத்தனர். இந்து அரசராலும் இந்து அரசாங்கத்தாலும் கொடுமைக்கு உள்ளாகிய பதானிய முஸ்லிம்கள் இயல்பாகப் பொங்கி எழுந்ததன் விளைவே அது என்று அவர்கள் வலியுறுத்தினர்.[23]

உண்மையில் காஷ்மீரின் ஒரு பகுதியில் அதிருப்தி நிலவியது. அது ஸ்ரீநகருக்கு மேற்கேயுள்ள பூஞ்ச் ஜில்லா. 1936 வரை பூஞ்ச், டோக்ரா அரச குடும்பத்தைச் சேர்ந்த ஒருவரால் ஆளப்பட்டு, அந்த வருடம்தான் ஸ்ரீநகரில் உள்ள மகாராஜாவின் நேரடி நிர்வாகத்துக்குள் வந்திருந்தது. தன்னாட்சி அதிகாரத்தை இழந்ததும், புதிய வரிகள் விதிக்கப்பட்டதும் பூஞ்ச் மக்களை வேறுப்படைய வைத்தன. ஆடு மாடுகள் மீது வரி விதிக்கப்பட்டது. காடுகளுக்குள் நுழைவதற்கும் வரி விதிக்கப்பட்டது. பூஞ்சின் ஆடு மாடு மேய்ப்பவர்கள் பெரும்பாலும் முஸ்லிம்களாக இருந்தனர். இவர்கள்தான் கடுமையாக பாதிக்கப்பட்டனர்.[24]

இரண்டாம் உலகப்போரில் பல முஸ்லிம்கள் பூஞ்சிலிருந்து பிரிட்டிஷ் இந்தியப் படையில் பணிபுரிந்துள்ளனர். மிகுந்த அரசியல் உணர்வுகள் மிக்கவர்களாக அவர்கள் வீடு திரும்பியிருந்தனர். மகாராஜாவின் ஆட்சிக்கு எதிராக ஏற்கெனவே ஷேக் அப்துல்லாவும் அவர் கட்சியும் சவால் விட்டுக் கொண்டிருந்தன. இப்போது புதிய சவால் ஒன்று பூஞ்ச் மக்களிடமிருந்து சேர்ந்துகொண்டது.

ஆகஸ்ட் 14-ம் தேதி பூஞ்சின் அலுவலகங்களிலும் பல கடைகளிலும் பாகிஸ்தானிய கொடி பறக்கவிடப்பட்டது. அது அந்த நாட்டுக்கு தங்கள் விசுவாசத்தைத் தெரிவித்ததோடு, அதன் விசுவாசம் காஷ்மீர் சமஸ்தானத்துக்கு அல்ல என்பதையும் உணர்த்தியது. அதைத் தொடர்ந்து சில வாரங்கள் டோக்ரா படையினருக்கும், உள்ளூர் கிளர்ச்சியாளர்களுக்கும் இடையே சண்டைகள் நடப்பதாகச் செய்திகள் வெளிவந்தன. செப்டம்பர் தொடக்கத்தில் பூஞ்ச் மக்கள் பாகிஸ்தானில் அதிகாரபூர்வமற்ற வழிகளிலிருந்து துப்பாக்கிகளைப் பெற்றிருந்தனர். முர்ரீ என்ற பாகிஸ்தானிய நகர் ஒன்றில் பயிற்சித் தளம் ஒன்றும் அமைத்திருந்தனர். அங்கு ஆயுதத் தளவாடங்கள் குவிக்கப்பட்டு காஷ்மீருக்குக் கடத்திச்செல்லத் தயாராக இருந்தன. பிரதம மந்திரி லியாகத் அலி கானும், பஞ்சாப் முஸ்லிம் லீகின் மூத்த தலைவர் மியான் இஃப்திகாருதீனும் பூஞ்ச் கிளர்ச்சி பற்றி அறிந்து, உதவியும் செய்ததாக பாகிஸ்தான் செய்திகளே ஒப்புக்கொண்டன. பாகிஸ்தான் படையைச் சேர்ந்த அப்கர் கான் என்பவர் நடவடிக்கைகளை மேற்பார்வையிட்டதுடன், காஷ்மீரில் பயன்படுத்துவதற்காக ராணுவ இருப்பிலிருந்தே 4,000 துப்பாக்கிகளைத் திரட்டிக் கொடுத்திருந்தார். அவர், தன் பெயரை ஜெனரல் தாரிக் என்று

மாற்றிக்கொண்டார். அது, ஸ்பெயினில் கிறிஸ்தவர்களுக்கு எதிராக போர் புரிந்த மூர் இன வீரர் ஒருவரின் பெயராகும்.[25]

பூஞ்ச் பகுதியில் இருந்த முஸ்லிம் அலுவலர்களும் வீரர்களும் சமஸ்தானப் பணிகளிலிருந்து வெளியேறி கலவரக்காரர்களுடன் இணைந்தனர். செப்டம்பர் இறுதி வாக்கில், அந்த ஜில்லாவுக்கும், மகாராஜா ஹரி சிங்குக்கும் இடையே போராட்டம் தீவிரமாக நடைபெறுவதாகச் செய்திகள் வந்தன. ஆனால் இங்குமங்குமாகச் சில மோதல்கள் இருந்தனவேயன்றி பெரிய அளவில் போர் ஏதும் நிகழவில்லை. பூஞ்ச், மேற்கு பஞ்சாப் எல்லையில் உள்ள பகுதி. அங்கிருந்து ராவல்பிண்டி போன்ற பாகிஸ்தானிய நகரங்களை எளிதில் அடைய முடியும். ஆனால், வடமேற்கு எல்லை மாகாணம் மேற்கிலிருந்து சற்று தொலைவில் இருந்தது. பூஞ்சில் தோன்றிய கிளர்ச்சி பற்றி வடமேற்கு எல்லை மாகாணம் கேள்விப்பட்டிருந்ததா? அல்லது எப்படியும் வருவதாக முன்னரே திட்டமிட்டிருந்தனரா?

இந்தக் கேள்விக்கும் சர்ச்சைக்கு இடமின்றி விடை கொடுக்க முடியாது. நிச்சயமாகத் தெரிவதெல்லாம், அக்டோபர் 22-க்குப் பின் எல்லையைக் கடந்த முற்றுகையாளர்கள், குறிப்பிடும்படியான வேகத்தில் தெற்கே முன்னேறி வந்தனர். மைக்கேல் ப்ரெஷர் என்ற வரலாற்றாளர் குறிப்பிட்டுள்ளது போல, 'பழங்குடியினரின் முற்றுகையில் குறிப்பிடத்தகுந்த அம்சங்கள், அவர்களுடைய திடீரென்று தாக்கும் தந்திரம், காஷ்மீர் படையில் அடிப்படைப் பாதுகாப்பு ஏதும் இல்லாமை, மலைவாசிகளின் களவு, கொள்ளை, சூறையாடல் முதலியவை இந்து-முஸ்லிம் என்ற வேறுபாடு இன்றிச் செய்யப்பட்டன.' ஒரு பிரிட்டிஷ் சமூகத் தொண்டர் ரத்தினச் சுருக்கமாகச் சொன்னதுபோல, 'படையெடுத்த பதான்கள், அதை மதத்தில் மதிப்புக்கும் லாபகரமான கொள்ளைக்குமான வாய்ப்பாகப் பயன்படுத்திக் கொண்டார்கள்.'

மலைவாசிகள் காஷ்மீரில் ஜீலம் பள்ளத்தாக்கில் இறங்கியதும், எல்லைக்கு ஏழு மைல் தொலைவில் மட்டுமே உள்ள கிஷன் கங்கா கரையில் முஸஃபராபாத்தில்தான் முதன் முதலாக நின்றனர். அங்கு ஜம்மு காஷ்மீரின் காலாட்படை அணி ஒன்று நிறுத்தி வைக்கப்பட்டிருந்தது. ஆனால் அதிலும் பூஞ்ச் முஸ்லிம்கள் பாதியில் மகாராஜாவிடமிருந்த விசுவாசத்தை விலக்கிக் கொண்டு பிரிந்து போய்விட்டனர். காவல்படை வீழ்ந்தது. ஆனால் அதற்கு முன்னதாகச் சிலர் தப்பி ஓடி, நடந்த விஷயங்களை ஸ்ரீநகருக்கு தொலைபேசிமூலம் தெரிவித்துவிட்டனர். இது, சமஸ்தானப் படையின் தாற்காலிகத் தளபதி பிரிகேடியர் ராஜீந்தர் சிங், சில நூறு படைவீரர்களைத் திரட்டிக்கொண்டு, ஸ்ரீநகருக்கும் முசாஃபராபாத்துக்கும் இடையே பாதி வழியில் உள்ள உரி நகருக்கு விரைந்துவர உதவியது.

படையெடுத்தவர்கள் உரிக்கும் வந்துகொண்டிருந்தனர். ப்ரிகேடியர் ராஜீந்தர் சிங் முதலில் வந்துவிட்டார். முன்னெச்சரிக்கை நடவடிக்கையாக நகரை வடக்குப் பகுதிகளுடன் இணைத்த பாலத்தைத் தகர்த்துவிட்டார். இது பகைவர்களை நாற்பத்தெட்டு மணி நேரம் தாமதிக்கச் செய்தது. அவர்கள் இறுதியில்

ஆற்றைக் கடந்து, பிரிகேடியரின் படையில் பத்தில் ஒரு பகுதிக்கும் மேலானவர்களை அழித்தனர். உரியிலிருந்து பள்ளத்தாக்குக்கு மின்சாரம் அளிக்கும் மின் நிலையம் அமைந்துள்ள மஹுரா நகரை நோக்கிச் சென்றனர். அங்கு மின் தொடர்புகளை அகற்றி ஸ்ரீநகரை இருளில் மூழ்கடித்தனர்.[26]

படையெடுத்து வந்தவர் எண்ணிக்கை பற்றிய மதிப்பீடுகள் நம்மை வியப்படையச் செய்யும். சிலர் 2,000 பேர் என்றனர். பிறர் 13,000-க்கும் அதிகம் என்றனர். அவர்களிடம் துப்பாக்கிகள், குண்டுகள் இருந்தன; அவர்கள் லாரிகளில் பயணம் செய்தனர் என்பனவற்றை நாம் நிச்சயம் அறிவோம். அவர்கள் காஷ்மீரில் உள்புகுந்து தாக்குவதை வடமேற்கு எல்லை மாகாணப் பிரதம மந்திரி அப்துல் கயூம் வெளிப்படையாகவே ஆதரித்தார். பிரிட்டிஷ் கவர்னர் சர் ஜார்ஜ் கன்னிங்ஹாம் கண் மூடிப் பார்த்துக்கொண்டிருந்தார். பாகிஸ்தான் படையில் பணியாற்றிக் கொண்டிருந்த பிரிட்டிஷ் அதிகாரிகளும் அவ்வாறே இருந்தனர். ஜின்னாவின் வாழ்க்கை வரலாற்றாசிரியர், 'டிரக்குகள், பெட்ரோல் மற்றும் ஓட்டுனர்கள் ஆகியவை சாதாரண மலைவாழ் மக்களின் கருவிகளல்ல; மேலும் பிரிட்டிஷ் அலுவலர்களும் பாகிஸ்தான் அலுவலர்களும் குறுக்கு வழிகளில் சென்றார்கள்; அனைத்தும் அறிந்திருந்தார்கள்; பாகிஸ்தான் அக்டோபர் நடவடிக்கைகளை நடத்தாவிட்டாலும், தூண்டாவிட்டாலும், காஷ்மீரைத் தங்கள் நாட்டுடன் இணைப்பதை விரைவுபடுத்தலாம் என்று நம்பியதாகத் தோன்றுகிறது' என்று குறிப்பிடுகிறார்.[27]

மஹுராவின் மின் நிலையத்தை 24-ம் தேதி கைப்பற்றிய பிறகு, படையெடுத்தவர்கள் ஸ்ரீநகரை நோக்கிப் புறப்பட்டார்கள். பாரமுல்லா, வழியில் உள்ள ஒரு நகரம். நேரடி சாட்சியம் மூலம் என்ன நடந்தது என்பதை இங்கிருந்துதான் நாம் முதன்முதலில் அறிகிறோம். பாரமுல்லாவில் மரக்கடை ஒன்றின் பிரிட்டிஷ் நிர்வாகி, படையெடுத்து வருபவர்கள் 'லாரிகள், பெட்ரோல், தளவாடங்கள் ஆகியவற்றையும் இரண்டு, மூன்று அங்குல பீரங்கிகளையும்' எடுத்துக்கொண்டு வந்ததைப் பார்த்தார்.

அந்த நிர்வாகி வங்கியிலிருந்து எடுத்துவைத்திருந்த ரூ.1,500-ஐ அவர்கள் பறித்துக்கொண்டனர். அடுத்து அவர்கள் தாக்கிய இலக்கு செயின்ட் ஜோசப் கான்வெண்ட். இங்கே அவர்கள் மருத்துவமனையின் இயந்திரங்களை உடைத்தெறிந்தனர். மதர் சுபீரியரை சுட்டுக் காயப்படுத்தினர். அப்பகுதியில் வசித்த ஓர் ஓய்வுபெற்ற கர்னலை ஒரேயடியாகக் கொன்று தீர்த்தனர். பிறகு கன்னியாஸ்திரிகள் சுடப்படுவதற்காக வரிசையாக நிறுத்தப்பட்டனர் என்றும், பெஷாவரில் ஒரு கிறிஸ்தவப் பள்ளிக்கூடத்தில் படித்த அஃப்ரிடி தம் வீரர்களை கடைசி நிமிடத்தில் தடுத்துவிட்டதாகவும் ஒரு விவரம் உண்டு.[28]

பதான்கள் போர்ப்பாதையில் வந்துகொண்டிருந்தது, வழியிலுள்ள ஊர்களில் வசித்தவர்களுக்கு 'கெட்ட செய்திதான்' என்பதில் சந்தேகமில்லை என்று காஷ்மீர் பிரச்னை பற்றி எழுதிய அலாஸ்டர் லாம்ப் என்ற வரலாற்றாளர்

எழுதியுள்ளார். பதான்கள், கிறிஸ்தவ கன்னிகாமடங்களை மட்டுமின்றி இந்துக்கள் மற்றும் சீக்கியர்களுடைய கடைகளையும் எரித்தனர். அவர்கள் இதை ஜிஹாத் என்ற புனிதப் போராகக் கருதி, அதில் ஈடுபடும் வீரர்களிடம் எதிர்பார்க்கப்படுவதை எல்லாம் அவர்கள் செய்தனர் என்று லாம்ப் கூறுகிறார்.[29] எனினும் பாரமுல்லாவில் அந்த மலைவாழ் பழங்குடியினரின் பேராசை மத அடையாளங்களைத் தாண்டி பெரும் வெற்றி கண்டது. இங்கே அவர்கள் அமைதியை விரும்பும் காஷ்மீரி முஸ்லிம்களையும் தாக்கினர். அவர்களுடைய வீடுகளைக் கொள்ளையடித்து சூறையாடினர். இளம்பெண் களைக் வன்புணர்ந்தனர். அந்தப் பெண்களின் அச்ச ஓலங்கள் பாரமுல்லா நகர் முழுதும் எதிரொலித்தன.[30]

பாரமுல்லா சம்பவங்கள், படையெடுத்து வந்தவர்களுக்கு அவமானத்தை ஏற்படுத்தியது. 'ஜிஹாத்தின் வேகமும் வெறியும் தணிந்தவுடன் அடுத்து இருப்பது கொள்ளையில் கிடைக்கும் லாபம்தான் என்பதை அவர்கள் காட்டிவிட்டனர்.' காஷ்மீர் கடைத் தெருக்களில் சூறையாடப்பட்ட மிச்சம் மீதிகளை 'லாரிகளில் திணித்து வாஸிரிஸ்தானில் உள்ள அவர்கள் வீடுகளுக்கு அனுப்பிவைத்தனர்."[31]

கொள்ளையடிப்பதிலும் பாலியல் தாக்குதலை நடத்துவதிலும் ஏற்பட்ட தாமதம் ஸ்ரீநகரைக் கைப்பற்ற வேண்டும் என்ற அவர்களுடைய முக்கியமான நோக்கத்திலிருந்து திசை திருப்பியது. அவர்கள் இந்துக்களைப் போல முஸ்லிம்களையும் தாக்கியது, புனிதப்போர் என்ற வாதத்தை வலுவிழக்கச் செய்தது. அரசியல் சார்பின்றி நற்பணி ஆற்றி வந்த கிறிஸ்தவப் பாதிரியார்களைக் கொன்றதும், உயிர் தப்பியவர்களிடம் அதை நேரடியாகக் கேட்டு எழுதுவதற்கு அங்கே ஒரு பிரிட்டிஷ் நிருபர் இருந்ததும், அவர் களுக்குப் பெரும் தீங்காயிற்று.[32]

அக்டோபர் 24 அன்று பதான்கள் உரியிலிருந்து பாரமுல்லாவுக்கு வந்துகொண்டிருந்தபோது, மகாராஜா ஹரி சிங் இந்திய அரசிடம் படை உதவி கேட்டு தந்தியடித்தார். மறுநாள் காலை அரசின் பாதுகாப்புக் குழு டெல்லியில் கூடி வி.பி. மேனனை நேரடியாகச் சென்று பார்த்துவர அனுப்புவது என்று தீர்மானித்தது. அன்றே மேனன் ஸ்ரீநகருக்குப் பறந்தார். ஸ்ரீநகர் விமான நிலையத்தில் அவர் இறங்கியவுடனேயே சுற்றிலும் காணப்பட்ட சுடுகாட்டு அமைதி அவரை மிகவும் வருத்தியது. வரக் காத்திருக்கும் துயரச் சூழ்நிலை ஒவ்வொரு விஷயத்திலும் தெரிந்தது. அவர் நேராக எம்.சி. மகாஜன் வீட்டுக்குச் சென்றார். பகைவர்கள் பாரமுல்லாவில், அதுவும் 50 மைல்களுக்குக் குறைவான தூரத்தில், இருப்பதாக அறிந்துகொண்டார். அவர் மகாராஜாவைச் சந்தித்து பாதுகாப்பாக ஜம்முவுக்குச் சென்றுவிடும்படி ஆலோசனை கூறினார்.

26-ம் தேதி காலை மேனன், காஷ்மீர் பிரதம மந்திரியுடன் விமானத்தில் டெல்லிக்குத் திரும்பினார். பாதுகாப்புக் குழுவின் மற்றொரு கூட்டம் கூட்டப்பட்டது. மௌண்ட்பேட்டனைத் தவிர நேரு, படேல் ஆகியோருடன்

அப்போது டெல்லியிலிருந்த ஷேக் அப்துல்லாவும் கலந்துகொண்டார். அவரும் மகாஜனும் பகைவர்களை உடனே விரட்டியடிக்க இந்தியா படைகளை அனுப்பவேண்டும் என்று வற்புறுத்தினர். ஆனால் ஹரி சிங்கின் பாதுகாப்புக்கு படைகளை அனுப்புவதற்கு முன் காஷ்மீரை இந்தியாவுடன் இணைக்க, மகாராஜாவின் சம்மதத்தைப் பெறுவது அவசியம் என்று மௌண்ட்பேட்டன் ஆலோசனை கூறினார்.

மேனன் மகாராஜா அப்போது அடைக்கலம் புகுந்திருந்த ஜம்முவுக்குப் பறந்தார். அரண்மனையை அடைந்த அவர் அந்த இடத்தில் விலை உயர்ந்த பொருள்கள் சிதறிக்கிடந்ததைக் கண்டார். மகாராஜா இரவு முழுதும் பயணம் செய்த களைப்பில் தூங்கிக்கொண்டிருந்தார். அவர் உடனடியாக எழுப்பப் பட்டார். எழுந்தவுடனேயே அவர் இணைப்புக்குச் சம்மதித்தார். மகாராஜாவின் கையெழுத்துடன், இணைப்புக்கான சம்மதக் கடிதத்துடன் மேனன் டெல்லி திரும்பினார்.[33] (வி.பி. மேனனின் இக்குறிப்புக்கு மாறாக பிரேம் ஷங்கர் ஜா இணைப்புப் பத்திரத்தில் மகாராஜா ஹரி சிங் ஜம்முவுக்கு ஓடுவதற்கு முன்பாக 25/26-ம் தேதி இரவே ஒப்பமிட்டதாகக் கூறுகிறார்.)

27-ம் தேதி அதிகாலை, முதல் விமானம் ஆயுதங்களையும் வீரர்களையும் சுமந்துகொண்டு டெல்லியிலிருந்து ஸ்ரீநகருக்கு விரைந்தது. மொத்தத்தில் அன்றைய தினம், 28 டகோடா விமானங்கள் ஸ்ரீநகருக்குச் சென்றன. அடுத்த சில நாள்களில் 100-க்கும் மேற்பட்ட விமானங்கள் வீரர்களையும் தளவாடங் களையும் எடுத்துக்கொண்டு டெல்லியிலிருந்து பள்ளத்தாக்குக்கு விரைந்தன; அங்கிருந்து காயமடைந்தவர்களையும் அகதிகளையும் மீட்டு வந்தன.[34]

27-ம் தேதி அன்று ஸ்ரீநகருக்குச் சென்ற சில விமானங்கள் தரைப்படைக்கும் விமானப்படைக்கும் சொந்தமானவை. பிற விமானங்கள், தனியாருக்குச் சொந்தமானவை; அரசால் பிடுங்கிக்கொள்ளப் பட்டவை. இந்த விமானம் ஒன்றில் பறந்த படைவீரர், 'உள்ளே இருந்த ஆடம்பரமான வசதிகள் பிய்த் தெறியப்பட்டன; வசதியான இருக்கைகள் அகற்றப்பட்டன; சில நிமிடங் களில் ஆயுதம் தரித்த வீரர்கள் உள்ளே நுழைந்தனர்' என்று குறிப்பிட்டார். அவர்கள் பஞ்சாபின்மீது பறக்கும்போது, 'கீழே நீண்ட வரிசையில் அகதிகள் செல்வதைக் கண்டனர். ஆங்காங்கே தனி கிராமங்களில் எரிந்த வீடு களிலிருந்து புகை எழும்பிக்கொண்டிருந்தது. ஸ்ரீநகர் விமானநிலையத்தில் துப்பாக்கிச் சத்தங்களுக்கிடையில் இறங்கினர்.'[35]

தனது படைகள் பள்ளத்தாக்கை அடைந்ததும், இந்தியப் பிரதமர் நிம்மதி அடைந்தார். 'நாம் தயங்கித் தயங்கி ஒரு நாள் தாமதித்திருந்தாலும்கூட ஸ்ரீநகர் கொளுத்தப்பட்டிருக்கும். நாம் சரியான நேரத்தில் அங்கு போய்ச் சேர்ந்தோம்' என்று நேரு தன் சகோதரிக்குக் எழுதிய கடிதத்தில் குறிப்பிட்டார். 'காஷ்மீரி லிருந்து பாகிஸ்தானை விலகிப்போகுமாறு எச்சரிக்கை செய்துவிட்டதாக' அவர் நினைத்தார். 'காஷ்மீரின் எதிர்காலத்தை மக்களே தீர்மானிக்கவேண்டும் என்பதுடன் நாம் ஒத்துப்போகிறோம். இதற்கிடையில், மந்திரி சபையை உருவாக்கும் பொறுப்பு ஷேக் அப்துல்லாவுக்கு அளிக்கப்பட்டுள்ளது.

காஷ்மீர் கிட்டத்தட்ட சுதந்தரமான ஒரு பகுதியாக இருந்தால் எனக்குப் பிரச்னை இல்லை. ஆனால் அது பாகிஸ்தானால் சுரண்டப்படும் ஒரு பகுதியாக மாறினால் அது மிகவும் துயரமானதாக இருக்கும்.'[36]

மறுபக்கத்தில், காட்சி முற்றிலும் மாறாக இருந்தது. இந்தியப் படைகள் ஸ்ரீநகரில் இறங்கிவிட்டன என்ற செய்தி பாகிஸ்தான் கவர்னர் ஜெனரலுக்குக் கோபமூட்டியது. ஜின்னா முதலில் பல கோப்பை பிராந்தியால் தன்னை திடப்படுத்திக் கொண்டார். பிறகு தளபதிகளை படைகளுடன் காஷ்மீருக்கு புறப்படச் சொன்னார்.[37] அவருடைய பிரிட்டிஷ் தலைமைத் தளபதி உத்தரவுக்கு கீழ்ப்படிய மறுத்தார். எனவே அந்தச் சமயத்தில் பாகிஸ்தானியப் படைகள் சண்டையில் பங்குபெறவில்லை. ஆனால் பாகிஸ்தான் அலுவலர்கள் படையெடுத்தவர்களோடு நெருங்கிய தொடர்பு கொண்டிருந்தனர்.

இந்தியப் படைகள் ஸ்ரீநகரில் வந்திறங்கியபோது மகாராஜா போய் விட்டிருந்தார். அங்கு நிர்வாகம் எதுவும் இருந்ததற்கான அறிகுறி ஏதுமில்லை. காவலர்கள் யாரும் கண்ணில் தென்படவில்லை. அவர்களுக்குப் பதிலாக தேசிய மாநாட்டுத் தொண்டர்கள் தெரு முனைகளிலும் பாலங்களிலும் நின்றுகொண்டு மக்கள் மற்றும் சரக்குகள் நடமாட்டத்தை மேற்பார்வையிட்டுக் கொண்டிருந்தனர். பஞ்சாப் வன்முறை பற்றி எழுதிய ஒரு பத்திரிகையாளர் ஸ்ரீநகரில் அவர் கண்ட பெரும்பான்மையினரான முஸ்லிம்களோடு இந்துக்களும் சீக்கியர்களும் இன உணர்வு ஏதுமின்றி, நம்பமுடியாத நட்பும் சகோதர உணர்வும் கொண்டிருந்த காட்சிகளை தான் எதிர்பார்க்கவில்லை என்று ஒப்புக்கொண்டார். அவர்கள் ஸ்ரீநகர் வீதிகளில் அந்தப் பொதுச்சேவையில் தோளோடு தோள் சேர நடந்து சென்றனர்.[38] ஷேக் அப்துல்லாவும் மண்டல தளபதி மேஜர் ஜெனரல் திம்மய்யாவும் இணைந்து மேற்கொண்ட முயற்சிகள் தேசிய மாநாட்டுக் கட்சியும் இந்தியப் படையும் கொண்டிருந்த மகிழ்ச்சிகரமான உறவின் அறிகுறியாக இருந்தது என்று இன்னொரு நிருபர் நினைவுகூர்ந்தார்.[39]

படையெடுத்து வந்தவர்களை இந்தியர்கள் துரத்திப் பின்தள்ளத் தயாராகிக் கொண்டிருக்கும்போது மௌண்ட்பேட்டன் அமைதி முயற்சியில் லாகூருக்குப் பறந்தார். 1947 நவம்பர் முதல் தேதியன்று ஜின்னாவுடன் ஒரு சூடான பேச்சுவார்த்தையில் ஈடுபட்டார். இந்தியா, காஷ்மீர் பற்றிய தன் உரிமையைக் கைவிட்டால், தாமும் அப்போது சர்ச்சைக்கு உள்ளாகியிருந்த மற்றொரு ஜுனாகத் சமஸ்தானம் பற்றிய உரிமையைக் கைவிடத் தயாராக இருப்பதாக ஜின்னா கூறினார். இந்தியா, காஷ்மீர் இணைப்பை பொய்ப்புரட்டு மற்றும் வன்முறை மூலம் பெற்றதாக ஜின்னா கூறினார். படையெடுத்து வந்த பாகிஸ்தானியர்களால்தான் வன்முறை ஏற்பட்டது என்றும், அவரே அறிந்தபடி உண்மையில் சுதந்தரத்தை விரும்பிய மகாராஜா ஹரி சிங், சமஸ்தானம் தாக்கப்பட்டதால்தான் இந்திய யூனியனுடன் இணைய வேண்டிய கட்டாயம் ஏற்பட்டது என்றும் மௌண்ட்பேட்டன் கூறினார். ஜின்னா அதனை மறுத்து, மகாராஜா, பூஞ்ச் முஸ்லிம்களைச் சரியாக நடத்தாததால்தான் வன்முறையைத் தானே வருவித்துக்கொண்டார் என்றார்.[40]

இதற்கிடையே இந்தியப்படை ஸ்ரீநகரைச் சுற்றிலும் ஒரு பாதுகாப்பு வளையத்தை விரித்துவிட்டது. அதில் இயந்திரத் துப்பாக்கியுடன் 4,000 வீரர்கள் இருந்தனர். நகரின் பாதுகாப்பு உறுதி செய்யப்பட்டது.[41] இனி ஸ்ரீநகருக்கு ஆபத்தில்லை என்ற நிலையில், படையினர் பள்ளத்தாக்கின் பிற பகுதிகளில் புகுந்துள்ளவர்களை அப்புறப்படுத்த ஆரம்பித்தனர். நவம்பர் 8-ம் தேதி பாரமுல்லா கைப்பற்றப்பட்டது. நான்கு நாட்களுக்குப் பிறகு, நல்லவேளையாக சரியான நேரத்தில் மின் நிலையம் தகர்க்கப்படுவதற்கு முன்பாக, மஹுராவும் கைப்பற்றப்பட்டது. அடுத்தநாள் உரியும் கைக்குள் விழுந்தது.[42]

குளிர்கால வருகையால், ராணுவ நடவடிக்கைகள் தாற்காலிகமாக நிறுத்தி வைக்கப்பட்டன. காஷ்மீரின் உள் விவகாரங்களில் கவனம் செலுத்தப் பட்டது. இன்னமும் மகாஜனே பிரதம மந்திரியாக இருந்தார். அவருக்கு தேசிய மாநாட்டுக் கட்சித் தலைவர்கள் உதவி வந்தனர். நவம்பர் 11 அன்று நேரு ஹரி சிங்குக்கு (அவர்மீது முழு நம்பிக்கை கொண்டு) கடிதம் எழுதி, மகாஜனுக்குப் பதிலாக ஷேக் அப்துல்லாவை நிர்வாகத் தலைவர் ஆக்கக் கோரினார். அவரால் மட்டுமே காஷ்மீருக்கு நன்மைகள் செய்ய முடியும் என்றும் வற்புறுத்தினார். 'தெரிந்தவரையில் காஷ்மீரில் செல்வாக்குள்ள மனிதர்; ஆபத்தை அவர் எதிர்கொண்டவிதம் அவருடைய இயல்பைக் காட்டிவிட்டது; அவருடைய நேர்மை மற்றும் சமநிலைமீது நான் உயர்வான எண்ணம் கொண்டிருக்கிறேன்; அவர் அரும்பாடுபட்டு இன ஒற்றுமையைப் பாதுகாத்து பெரும் வெற்றி பெற்றிருக்கிறார். சில்லரை விஷயங்களில் பல தவறுகள் செய்யலாம். ஆனால் முக்கியமான முடிவுகளில் அவர் சரியாக இருப்பார் என நினைக்கிறேன்.'[43]

மகாத்மா காந்தியும் ஷேக் அப்துல்லாவால் கவரப்பட்டார். 1947 நவம்பர் கடைசி வாரத்தில், அப்துல்லா டெல்லிக்கு வந்தார். அங்கு அவர் காந்தியுடன் சீக்கிய மத ஸ்தாபகர் குரு நானக்கின் பிறந்த நாளை ஒட்டிய கூட்டத்துக்குச் சென்றார். அங்கு காந்தி, 'நீங்கள் என்னுடன் ஷேக் அப்துல்லாவைப் பார்க்கிறீர்கள். இந்துக்களும் சீக்கியர்களும் ஒரு பக்கமாகவும், முஸ்லிம்கள் மறுபக்கமாகவும் ஒரு பெரும் இடைவெளி இருப்பது எனக்குத் தெரியும் என்பதால், அவரை என்னோடு அழைத்துவர விரும்பவில்லை. காஷ்மீர் சிங்கம் என்றழைக்கப்படும் ஷேக் அப்துல்லா ஒரு பக்கா முஸ்லிம் என்றாலும், அவர் மூன்று பிரிவினரையும் வேறுபாடுகளை மறக்கச்செய்து எல்லாருடைய உள்ளங்களையும் கவர்ந்திருக்கிறார். அண்மையில் ஜம்முவில் முஸ்லிம்கள், இந்துக்களாலும் சீக்கியர்களாலும் கொல்லப்பட்டிருந்த போதிலும், அவர் ஜம்முவுக்குச் சென்று தீமை செய்தவர்களை மன்னித்து, அவர்கள் செய்த தீமையை மறந்துவிட வேண்டினார். இந்துக்களும் சீக்கியர்களும் அவர் பேச்சைக் கேட்டனர். இப்போது முஸ்லிம்களும் இந்துக்களும் சீக்கியர்களும் ஒன்றாக இணைந்து, அழகிய காஷ்மீர் பள்ளத்தாக்கினைக் காப்பாற்ற போரிட்டுக் கொண்டிருக்கிறார்கள்.'[44]

காந்தி, நேரு இருவருக்கும் ஷேக் சமயச் சார்பின்மைக்கு ஓர் அடையாளமாக, இரு சமய ஒற்றுமையைக் கடைப்பிடித்து இரு தேசக் கொள்கைக்கு எதிரான உணர்வுகளை தம் செயல்கள் மூலம் எழுப்புபவராகவும் ஆகிவிட்டார். மாறாக பாகிஸ்தான் பிரதம மந்திரி லியாகத் அலி கான், அப்துல்லாவை ஐந்தாம் படை என்று வெறுத்து ஒதுக்கினார். நவம்பர் 27 அன்று மௌண்ட் பேட்டனுடன் நடுவராகப் பணியாற், லியாகத் அலி கான் நேருவை டெல்லி யில் சந்தித்தார். காஷ்மீரில் வாக்கெடுப்பு என்ற யோசனையைத் தெரிவித்த போது கான், 'முதலில், பாகிஸ்தான் மக்கள் பாரபட்சமற்றது என்று நம்பிக்கை கொள்ளும்படியான புதிய அரசு, காஷ்மீரில் அமைய வேண்டும்' என்றார்.[45]

இந்தச் சமயத்தில் இந்தியா, பாகிஸ்தானுடன் காஷ்மீர் பற்றி ஏதாவது ஒரு முடிவான தீர்மானத்துக்கு விரைவாக வரவேண்டும் என்று நேரு கருதினார். ராணுவ நடவடிக்கைகளைத் தொடர்ந்து நடத்துவது 'சமஸ்தான மக்களுக்கு தொடர்ந்து கஷ்டங்களையும் வருத்தங்களையும் அளிக்கும்.' காஷ்மீர் பிரச்னைக்கு ஓர் முடிவு காண பல யோசனைகளை மகாராஜா ஹரி சிங்குக்கு இந்தியப் பிரதமர் ஒரு கடிதத்தில் எழுதி அனுப்பினார். எந்த நாட்டுடன் சேரவேண்டும் என்பதை முடிவுசெய்ய ஒரு வாக்கெடுப்பு நடத்தலாம் அல்லது அதன் பாதுகாப்பை இந்தியா, பாகிஸ்தான் இரண்டும் உறுதிசெய்து அது சுதந்தர சமஸ்தானமாக இருக்கலாம். மூன்றாவதாக ஒரு பிரிவினை மூலம் ஜம்முவை இந்தியாவும், ராஜ்ஜியத்தின் பிற பகுதிகளை பாகிஸ்தானும் பங்கிட்டுக்கொள்ளலாம். நான்காவதாக ஜம்முவும் பள்ளத்தாக்கும் இந்தியா விடம் இருக்க, கூச் பகுதியும் அதற்கப்பால் உள்ள பிரதேசங்களும் பாகிஸ்தானுடன் இணையலாம்.

இவற்றுள் நேருவே நான்காவது யோசனையைத்தான் விரும்பினார். பூஞ்சின் பெரும்பான்மையான மக்கள் இந்திய யூனியனுக்கு எதிராகவே இருக்கக் கூடும் என்று அவர் கருதினார். ஆனால் தேசிய மாநாட்டுக் கட்சியின் கோட்டையாக விளங்கிய காஷ்மீர் பள்ளத்தாக்கை மட்டும் விட்டுவிட அவர் விரும்பவில்லை. அதன் மக்களும் இந்தியாவையே விரும்பியதாகத் தோன்றியது. 'இந்தியாவின் நோக்கில், காஷ்மீர் இந்திய யூனியனுடன் இருக்க வேண்டும் என்பது மிக முக்கியத்துவம் வாய்ந்த ஒன்று. இதை நாம் எவ்வளவு அதிகமாக விரும்பினாலும் மக்களின் நல் விருப்பமின்றி முடிவாக இதைச் செய்துவிட முடியாது. தாற்காலிகமாக ராணுவ பலத்தால் காஷ்மீரைப் பிடித்து வைத்திருந்தாலும் இதன் பின்விளைவு இதற்குப் பலமான எதிர்ப்பாக இருக்கக் கூடும். ஆகையால் முக்கியமாக இந்தச் சிக்கலுக்கு மக்களை உளவியல்ரீதியாக அணுகி இந்திய யூனியனுடன் இணைவதால் அவர்கள் பயன்பெறுவார்கள் என்பதை உணரச்செய்ய வேண்டும். சராசரி முஸ்லிம் ஒருவர் யூனியனில் பாதுகாப்பான இடம் இல்லை என்று கருதினால், அவர் நிச்சயமாக வேறு இடம் தேடுவார். நம்முடைய அடிப்படைக் கொள்கையாக இதை நாம் வைத்துக்கொள்ள வேண்டும். இல்லாவிட்டால் நாம் தோற்றுவிடுவோம்' என்று நேரு மகாராஜாவுக்கு எழுதினார்.[46]

நேருவின் இந்தக் கடிதம் தெரியவேண்டிய அளவுக்கு அறியப்படவில்லை. 'தேர்ந்தெடுக்கப்பட்ட நூல்கள்' என்ற அவருடைய சொந்தப் புத்தகத்திலும் (எந்தக் காரணத்தாலோ) இது சேர்க்கப்படவில்லை. வல்லபபாய் படேலுக்கு அனுப்பப்பட்ட ஒரு நகலாக அக்கடிதம் புதைந்து கிடந்தது. அவர் கருத்தாகச் சொல்லப்படுவதற்கு மாறாக, இந்தியப் பிரதமர் காஷ்மீர் விஷயத்தில் ஒரு சமரசத்துக்குத் தயாராக இருந்தார் என்று இந்தக் கடிதம் காட்டுகிறது. *1947* டிசம்பரில் அவர் வெளியிட்ட நான்கு யோசனைகள் இன்றும் விவாதிக்கப் படும் நான்கு யோசனைகளாக இருந்து வருகின்றன.

III

1948 ஜனவரி முதல் தேதியன்று காஷ்மீர் பிரச்னையை ஐக்கிய நாடுகள் சபைக்கு எடுத்துச்செல்ல இந்தியா தீர்மானித்தது. இது அப்போதைய கவர்னர் ஜெனரல் மௌண்ட்பேட்டன் பிரபுவின் ஆலோசனைப்படி செய்யப்பட்டது. காஷ்மீர் இந்தியாவுடன் இணைந்துவிட்டதால், பாகிஸ்தான்னுக்கு விசுவாசமான சில குழுக்கள் சட்டத்துக்குப் புறம்பாகத் தங்கியிருந்த வடக்குப் பகுதிகளைக் காலி செய்து கொடுக்க ஐ.நா.சபையை இந்தியா கோரியது.[47]

காஷ்மீர் பற்றி ஜனவரி, பிப்ரவரி மாதங்களில் ஐ.நா.வின் பாதுகாப்புச் சபை பலமுறை கூடியது. மிகச் சிறந்த நாவன்மை படைத்த சர் ஜஃபருல்லா கான் பாகிஸ்தான் பிரதிநிதியாக தன் தரப்பு வாதத்தை இந்தியாவைவிட மிகச் சிறப்பாக முன்வைத்தார். *1946-47* ஆண்டுகளில் வட இந்தியாவில் நடைபெற்ற துன்பமயமான கலவரங்களின் இயற்கையான எதிரொலியின் விளைவாகவே அந்தப் படையெடுப்பு ஏற்பட்டது என்று பிரதிநிதிகள் நம்பும்படியாக கான் பேசினார். கிழக்கு பஞ்சாபில் இந்தியர்கள் நிகழ்த்திய இனப்படுகொலை காரணமாக 6 மில்லியன் முஸ்லிம்கள் பாகிஸ்தானுக்கு ஓட நேர்ந்ததாக அவர் குற்றம் சாட்டினார். காஷ்மீர் சிக்கலுக்கு முடிவுபெறாத இந்திய-பாகிஸ்தான் பிரிவினையின் தொடர்ச்சியாகப் புதுவடிவம் அளிக்கப்பட்டது. பாதுகாப்புச் சபையின் நிகழ்ச்சி நிரலில் ஜம்மு-காஷ்மீர் பிரச்னை என்பதற்குப் பதிலாக இந்தியா-பாகிஸ்தான் பிரச்னை என்று மாற்றப்பட்டது இந்தியாவுக்கு குறிப்பிடக்கூடிய ஒரு தோல்வியாகி விட்டது.

இப்போது பாகிஸ்தான், சமஸ்தானத்தில் இருந்த அனைத்துப் படைகளையும் விலக்கிக்கொண்டு பாரபட்சமற்ற ஒரு தாற்காலிக அரசாங்கத்தின்கீழ் வாக்கெடுப்பு நடத்தலாம் என்று சபைக்கு ஆலோசனை கூறியது. இதற்கு முரணாக ஜுனாகத் விஷயத்தில் வாக்கெடுப்பு யோசனையை பாகிஸ்தான் நிராகரித்திருந்தது. அப்போது, சமஸ்தான அரசரின் விருப்பம்தான் அப்பகுதியின் இணைப்பை முடிவுசெய்யும் என்பதாக ஜின்னாவின் நிலை இருந்தது. ஆனால் இந்தியாவோ ஜுனாகத்தில் மக்கள் விருப்பத்தைக் கோரியது. ஜுனாகத்தில் அப்படிச் செய்தபோது காஷ்மீர் விஷயத்தில் இந்தியாவில் அவ்வாறு செய்வதை எளிதில் மறுக்க முடியவில்லை. எனினும் இந்திய அரசாங்கம், சமஸ்தானத்தில் மிகவும் செல்வாக்கு பெற்ற மக்கள்

தலைவர் ஷேக் அப்துல்லா தலைமையிலான தேசிய மாநாட்டு நிர்வாகத்தின் கீழ் வாக்கெடுப்பு நடத்துவதை வற்புறுத்தியது.[48] ஷேக் அப்துல்லாவே 1948 பிப்ரவரி 5-ம் தேதி ஆற்றிய உரையிலும் அவ்வாறே கூறினார். ஒரு பார்வையாளர் நினைவுகூர்ந்தது போல, 'அவரது பேச்சு ராஜதந்திர சொல் பிரயோகங்கள் இல்லாமல், மூடி மறைக்காமல், நேரடியாக இருந்தது.' பாதுகாப்புச் சபையில் மேலும் அவர் பேசுகையில், '(காஷ்மீரில்) தற்போது நான் உள்ள நிலையிலிருந்து என்னை தூக்கி எறிய இந்த உலகின் எந்தச் சக்தியாலும் முடியாது. மக்கள் என் பின்னால் இருக்கும்வரை நான் அங்கு இருப்பேன்' என்றார்.[49]

காஷ்மீர் பற்றி ஐ.நா.சபையில் நடந்த விவாதத்தில் அதிர்ச்சியளிக்கும் முக்கியமான விஷயம் பிரிட்டிஷ் பிரதிநிதியின் பாரபட்சமான போக்குதான். பிரிட்டிஷ் பிரதிநிதி ஃபிலிப் நோயல்-பேக்கர் பாகிஸ்தான் நிலையை பலமாக ஆதரித்தார். அவருடைய பாரபட்சமான போக்கை இந்தியர்கள் கடுமையாக எதிர்த்தனர்.

அதைச் சிலர், சுதந்தரத்துக்கு முந்தைய, முஸ்லிம் லீகின் பாகிஸ்தான் கொள்கைக்கு ஆதரவான நிலையாகக் கண்டனர். வேறு சிலர், இஸ்ரேல் தோன்றுவதற்கு பிரிட்டிஷார் அளித்த பங்கை ஈடுசெய்ய முஸ்லிம் உலகத்தை சமாதானம் செய்யவேண்டிய அவசியம் கருதி மேற்கொண்ட நடவடிக்கை யாக நினைத்தனர். மூன்றாவது சிந்தனை இப்படிச் சென்றது: வரவிருக்கும் சோவியத் ரஷ்யாவுக்கு எதிரான போராட்டத்தில் பாகிஸ்தான் நம்பிக்கைக்குரிய நேச நாடாக இருக்கும்; மேலும் பாகிஸ்தான், மத்திய கிழக்கின் பிரிட்டிஷ் விமானதளங்களுக்கு அருகில் அமைந்திருந்தது.[50]

1948 மார்ச் முதல் வாரத்தில் நோயல்-பேக்கருக்கு சண்டே டைம்ஸ் ஆசிரியர் இவ்வாறு எழுதினார்: 'கம்யூனிசத்துக்கு ஆதரவாகவும் எதிராகவும் நடக்கும் உலகப் போராட்டத்தில், மக்கள் உணர்ந்துள்ளதைவிட காஷ்மீர் மிக முக்கிய மான பங்கு வகிக்கிறது. பிரிட்டிஷ் காமன்வெல்த் சோவியத் யூனியனைத் தொடும் இடத்தில் காஷ்மீர் இருக்கிறது. இந்தியப் பெருங்கடல் பகுதியில் காஷ்மீர் சந்தேகத்துக்கு இடமின்றி, பாதுகாப்பற்ற இடமாக இருக்கிறது. அதன் பாதுகாப்பில்தான் காமன்வெல்த் மற்றும் முழு உலக அமைதியே இருக்கிறது.'[51]

இப்போது நேரு காஷ்மீர் பிரச்னையை ஐ.நா. சபைக்குக் கொண்டுசென்றது குறித்து பெரிதும் வருந்தினார். மௌண்ட்பேட்டனிடம் அவர் தம் அதிர்ச்சியைத் தெரிவித்தார். 'பழி பாவத்துக்கு அஞ்சாத ஓர் அமைப்பாக ஐ.நா. சபை காணப்படுகிறது. அதை தன் முழுக் கட்டுப்பாட்டில் வைத்திருக்கும் அமெரிக்கர்களும், பிரிட்டிஷாரைப் போலவே, வெளிப்படையாக பாகிஸ்தான் சார்பாக நடந்துகொள்கிறார்கள். அறத்துக்கு பதிலாக பலசாலிகளுடைய அரசியல் ஆட்சி செய்கிறது' என்றார் நேரு.[52] மந்திரி சபைக்கு உள்ளேயும் போர் நடவடிக்கைகளைத் திரும்பத் தொடங்கி, ஆக்கிரமிப்பாளர்களை வடக்கு காஷ்மீரிலிருந்து வெளியேற்ற வேண்டும் என்று வற்புறுத்தும்

நெருக்கடி அதிகமாக இருந்தது. இது ராணுவ ரீதியாக சாத்தியமா? துணைக் கண்டத்தில் நீண்ட நாள் பணியாற்றிய பிரிட்டிஷ் ஜெனரல் ஒருவர், 'காஷ்மீர் ஒரு ஸ்பானிய சீழ் புண்ணாக' ஆகிவிடலாம். தீபகற்பப் போர் நெப்போலியனுடைய மனித வளத்தையும் பண வளத்தையும் வற்றச் செய்த விஷயம் இந்தியர்களுக்குத் தெரியவில்லை. காஷ்மீரிலும் அப்படி ஏற்படலாம் என்பதை மந்திரிகள் சிந்தித்துப் பார்க்க மறுக்கிறார்கள் என்றே நினைக்கிறேன். ஏராளமான இந்திய வீரர்களை அனுப்பி, மிகக் குறுகிய காலத்தில் பிரச்னையை எளிதாக முடிவுக்குக் கொண்டுவரலாம் என்று கருதுகிறார்கள் என நினைக்கிறேன்' என்று எழுதினார்.[53]

இதற்கிடையே *1948* மார்ச்சில் ஷேக் அப்துல்லா, மெஹர் சந்த் மகாஜன்னுக்குப் பதிலாக ஜம்மு-காஷ்மீர் பிரதம மந்திரியானார். பிறகு மே நடுவில் பனி உருகியதும் போர் மீண்டும் ஆரம்பமாயிற்று. காலாட்படைப் பிரிவு வடக்கே முன்னேறியது. மேற்கிலும் உரியிலிருந்து புறப்பட்டது. அது டித்வால் நகரைக் கைப்பற்றியது. ஆனால் முக்கிய நகரான முசாஃபராபாத் செல்லும் வழியில் கடும் எதிர்ப்பைச் சந்தித்தது.[54]

எப்போதும் மாறிக்கொண்டேயிருக்கும் கட்டுப்பாட்டுக் கோட்டுக்கு மறுபக்கத்தில் பாகிஸ்தான் ஆசாத் காஷ்மீர் அரசை ஆரம்பித்திருந்தது. பாகிஸ்தான் படை அதிகாரிகளின் வழிகாட்டுதலில் இயங்குமாறு, அங்கு வாழும் மக்களைக் கொண்டே ஆசாத் காஷ்மீர் படை ஒன்றை உருவாக்கினர். இந்தப் படையினர், அங்குள்ள நிலப்பரப்பை நன்கு அறிந்திருந்தனர். கோடையின் பிற்பகுதியில் அவர்கள் திராஸ் மற்றும் கார்கிலைக் கைப்பற்றினர். லடாக்கின் லே என்ற *11,000* அடி உயரத்திலுள்ள தலைநகரும் அச்சுறுத்தலுக்கு உள்ளாயிற்று. எனினும் விமானப் படைப்பிரிவு ஒன்று லேக்குத் தேவையான பொருள்களை வெற்றிகரமாகக் கொண்டு சேர்த்தது. மேற்கே பூஞ்ச் நகரை பகைவர் படை சூழ்ந்துகொண்டு தன் கட்டுப்பாட்டில் வைத்திருந்த போதிலும், விமானப் படை அந்த நகருக்கும் நிவாரணப் பொருள்களை கொண்டுசேர்த்தது.[55]

1948-ன் பிந்தைய மாதங்களில் இரு படைகளும் சண்டையிட்டுக் கொண்டிருந்தன. நவம்பரில் திராஸ் மற்றும் கார்கில் இரண்டும் இந்தியப் படைகளால் திரும்பக் கைப்பற்றப்பட்டன. அப்போது லேயும் லடாக்கும் பாதுகாப்பாக ஆயிற்று. அதே மாதத்தில் பூஞ்சைச் சுற்றியுள்ள பகுதிகளிலிருந்த பகைவர் படையும் அகற்றப்பட்டது. எனினும் காஷ்மீரின் வடக்கு மற்றும் மேற்குப் பகுதிகள் பாகிஸ்தானின் கட்டுப்பாட்டிலேயே இருந்து வந்தன. சில இந்தியப் படைத் தலைவர்கள் மேலே செல்ல விரும்பி, சமவெளிகளிலிருந்து மேலும் மூன்று படைப்பிரிவுகளை அனுப்புமாறு கோரினர். அவர்களுடைய வேண்டுகோள் மறுக்கப்பட்டது. ஏனெனில், மீண்டும் குளிர்காலம் வர இருந்தது. இரண்டாவதாக மேலும் தாக்குவதற்கு, படைகளை பலப்படுத்தி னால் மட்டும் போதாது; பெரிய அளவில் விமானப்படைப் பாதுகாப்பும் தேவை.[56] ஒருவேளை இந்தியப் படையின் முன்னேறும் நடவடிக்கை

நிறுத்தப்பட்டதும் நல்லதுதான். ஏனெனில், காஷ்மீர் பிரச்னையை நெருக்கமாகத் தொடர்ந்து கவனித்து வரும் நிபுணர் ஒருவர், 'இந்தப் பிரச்னை, ஒன்று பிரிவினைமூலம் தீர்க்கப்பட வேண்டும் அல்லது இந்தியா மேற்கு பஞ்சாபுக்குள் போகவேண்டும். காஷ்மீருக்குள் மட்டுமே இருந்து ஒரு ராணுவ முடிவை எட்டிவிட முடியாது' என்றார்.[57]

ஐ.நா. சபையில் காஷ்மீர் பிரச்னைக்கு என தனிக் குழு ஒன்று அமைக்கப் பட்டது. அதன் உறுப்பினர்கள் விரிவான பயணம் மேற்கொண்டு டெல்லி, கராச்சி, காஷ்மீர் உள்ளிட்ட பகுதிகளைப் பார்வையிட்டனர். ஸ்ரீநகரில் அவர்களை ஷேக் அப்துல்லா புகழ்பெற்ற ஷாலிமார் தோட்டத்தில் உபசரித்தார். பிறகு அப்துல்லா ஐ.நா. பிரதிநிதிக் குழு உறுப்பினரும், செக்கோஸ் லோவாக்கியா ராஜதந்திரியும், அறிஞருமான ஜோசஃப் கார்பெல் என்பவரிடம் நீண்ட பேச்சுவார்த்தை நடத்தினார். வாக்கெடுப்பயும் சுதந்தரத்தையும் நிராகரித்து, காஷ்மீரைப் பிரிப்பது மட்டுமே ஒரே தீர்வாக அமையும் என்றார். மேலும், அப்படிச் செய்யாவிட்டால், 'சண்டை ஓயாமல் தொடரும்; இந்தியா, பாகிஸ்தான் இரண்டும் காலவரையறை இன்றி சண்டையை நீடிக்கும்; எங்கள் மக்களுடைய கஷ்டங்களும் தொடரும்' என்றார்.

கோர்பெல் ஸ்ரீநகர் மசூதி ஒன்றில் அப்துல்லா பேசுவதைக் கேட்கச் சென்றிருந்தார். நாலாயிரம் பேர் அடங்கிய மக்கள் கூட்டம் அவர் உரையை, தம்மை மறந்து, நம்பிக்கையுடனும் விசுவாசத்துடனும் கேட்டதை அவர் களுடைய முகங்களில் கண்கூடாகக் காண முடிந்தது. அத்தகைய விசுவாசம் காவலர்கள் மூலமாக அதிகாரத்தைப் பயன்படுத்தி உருவாக்கப்பட வில்லை. பிறகு ஐ.நா. குழு பாகிஸ்தானுக்குச் சென்றது. முஸ்லிம்கள் பெரும்பான்மையாக உள்ள காஷ்மீர் பள்ளத்தாக்கை இந்தியாவுக்கு அளிக்கும் எந்தத் தீர்வையும் பாகிஸ்தான் கருத்தில் கொள்ளாது என்பதை அவர்கள் தெரிந்துகொண்டனர்.[58]

IV

1948 மார்ச்சில் பள்ளத்தாக்கின் மிக முக்கியமான மனிதராக இருந்தவர் ஷேக் அப்துல்லாதான். ஹரி சிங் பெயரளவுக்குத்தான் சமஸ்தானத்தின் தலைவராக இருந்தார். அவர் இப்போது ஸத்ர்-இ-ரியாஸத் என்று அழைக்கப்பட்டார். ஆனால் அவரிடம் உண்மையான அதிகாரம் ஏதுமில்லை. இந்திய அரசாங்கம் அவரை ஐ.நா. பேச்சுவார்த்தைகளில் இருந்து முழுதுமாக விலக்கி வைத்தது. அவர்கள் கருத்தில், அப்துல்லாதான், முக்கியமான மனிதர். அவரால் மட்டுமே காஷ்மீரை இந்திய யூனியனுக்குள் கொண்டுவர முடியும்.

இந்த நிலையில் அப்துல்லாவே, காஷ்மீருக்கும் இந்தியாவுக்கும் இடையே உள்ள பிணைப்பு அழுத்தமாக வெளிப்படுத்த விரும்பினார். 1948 மே மாதத்தில் ஸ்ரீநகரில் ஒரு வாரகால சுதந்தர விழாக் கொண்டாட்டங்களுக்கு ஏற்பாடு செய்தார். இந்திய அரசாங்கத்தின் பெருந்தலைவர்களை விழாவுக்கு அழைத்தார். நிகழ்ச்சிகளில் நாடோடிப் பாடல்கள், கவிதை வாசிப்புகள்,

தியாகிகளுக்கு அஞ்சலி மற்றும் அகதிகள் முகாம் விஜயம் ஆகியவை இடம்பெற்றன. அப்துல்லா, தம் 'சொந்த நாட்டு மக்களின் நாட்டுப் பற்றையும் வீரதீரமிக்க இந்திய யூனியன் படைகளையும்' பாராட்டினார். 'நம்முடைய போராட்டம் வெறும் காஷ்மீர் மக்கள் தொடர்பான விஷயம் மட்டுமல்ல. ஒவ்வொரு இந்தியரின் யுத்தமாகும்' என்று கூறினார்.[59]

இந்திய சுதந்தரத்தின் முதல் ஆண்டுவிழாவை ஒட்டி அப்துல்லா மதராஸின் வார இதழான 'ஸ்வதந்தரா' பத்திரிகைக்கு ஒரு செய்தி அனுப்பினார். அச்செய்தியில் அவர் வடக்கையும் தெற்கையும், மலையையும் கடலையும் எல்லாவற்றுக்கும் மேலாக காஷ்மீரையும் இந்தியாவையும் ஒன்றிணைக்கக் கோரியிருந்தார். அது முழுமையாக அச்சிடத் தகுதி வாய்ந்தது.

'ஸ்வதந்தரா பக்கங்களின் மூலம் தெற்கில் வாழும் மக்களுக்கு என்னுடைய சகோதரத்துவச் செய்தியை அளிக்க விரும்புகிறேன். இந்திய வரலாற்றின் மிகப் பழங்காலத்தில் தெற்கும் வடக்கும் காஷ்மீர் தேசத்தில்தான் சந்தித்தன. புகழ்பெற்ற சங்கராச்சாரியார், தம் சிறந்த தத்துவத்தைப் பரப்ப காஷ்மீருக்கு வந்தார். ஆனால் இங்கு அவர் ஒரு பெண் பண்டிதரால் தோற்கடிக்கப்பட்டார். இதனால் காஷ்மீர் சைவம் என்ற ஒரு தனித் தத்துவம் தோன்றியது. அந்த மாபெரும் புகழ்படைத்த ஆதி சங்கரருக்கு, ஸ்ரீநகர் சங்கராச்சாரியார் குன்றின் உச்சியில் ஒரு நினைவுச்சின்னம் பிரதானமாக நிலைத்து நிற்கிறது. அது சிவபெருமான் கோயில் கொண்ட ஓர் ஆலயம்.

'மிக அண்மைக்காலத்தில் காஷ்மீர் விவகாரத்தை ஐக்கிய நாடுகள் சபைக்கு எடுத்துச்செல்லும் பொறுப்பு ஒரு தென்னிந்தியருக்கு அளிக்கப்பட்டது. அவரும் தென்னிந்தியர்களுக்கே உரித்தான உறுதியுடன் காஷ்மீர் பற்றி வாதம் செய்தார்.

'காஷ்மீரில் உள்ள நாங்கள் தெற்கிலுள்ள மக்களுடைய ஆதரவையும் அனுதாபத்தையும் தொடர்ந்து எதிர்பார்க்கிறோம். பின்னர் ஒருநாள் நம்முடைய நாட்டின் பரப்பளவை விவரிக்கும்போது 'காஷ்மீர் முதல் கன்னியாகுமரி வரை' என்ற தொடரை உபயோகப்படுத்துவோம்.'[60]

அந்த மதராஸ் பத்திரிகை தன் பங்குக்கு நன்றியாக காஷ்மீர்- இந்தியா இணைப்பு பற்றி ஒரு பாடலையும் வெளியிட்டது. 'பல தீரத் தமிழர், ஆந்திரர், மலையாளி மற்றும் கூர்கிகளுடைய ரத்தம் காஷ்மீரின் செழிப்பான மண்ணில், காஷ்மீரி தேசபக்தர்களுடைய ரத்தத்துடன் கலந்து சேறாகி, வடக்கு- தெற்கு ஒற்றுமைக்கு பலம் சேர்த்தது.' அப்பத்திரிகை, ஷேக் அப்துல்லாவின் ஈத் பெருவிழா உரையை கேரள, தமிழ்நாட்டு முஸ்லிம் வீரர்கள் கருத்துடன் கேட்டார்கள் என்றும் ஸ்ரீநகருக்கு 60 மைல் தூரத்தில் உள்ள உரி நகரத்து இடுகாட்டில், திருவிதாங்கூரைச் சேர்ந்த ஒரு கிருஸ்தவப் போர்வீரருடைய சமாதியில், வேத ஸ்வஸ்திக் சின்னமும், குர்ஆன் செய்யுள் ஒன்றும் பொறிக்கப்பட்டிருப்பதாகவும் எழுதியது. அத்துடன் இதைவிட இதயத்தைத் தொடுவதான இந்திய ஒருமைப்பாட்டுச் சின்னம் வேறு எதுவும் இருக்க முடியாது என்றும் எழுதியது.[61]

அப்துல்லா, இந்தியச் சார்பு மனிதரோ இல்லையோ, நிச்சயமாக அவர் பாகிஸ்தான் சார்பாக இல்லை. 1948 ஏப்ரலில் அவர் அந்நாட்டை 'பழி பாவத்துக்கு அஞ்சாத காட்டுமிராண்டிப் பகைவர்' என்று குறிப்பிட்டார்.[62] அவர் பாகிஸ்தானை மதவாத நாடு என்றும் முஸ்லிம் லீகை அரசர்களை ஆதரிக்கும் கட்சி என்றும் உதறித் தள்ளினார். அவருடைய கருத்தில் இந்தியத் தலைவர்கள்தாம் சமஸ்தான மக்களின் உரிமைகளுக்காகக் காலம் முழுதும் போராடியவர்கள் என்றும், பாகிஸ்தான் தலைவர்கள் அல்ல என்றும் கருதினார்.[63] டெல்லியில் காஷ்மீரின் சுதந்தரம் பற்றி ஒரு தூதர் கேட்டபோது, காஷ்மீர் மிகவும் சிறியதாகவும், ஏழை நாடாகவும் இருப்பதால், அது சுதந்தரத்துக்குத் தகுதி உடையது அல்ல என்றும் அப்துல்லா கூறினார். மேலும், 'அதை பாகிஸ்தான் முழுதுமாக விழுங்கிவிடும். ஒருமுறை அவர்கள் முயற்சி செய்தும் பார்த்தார்கள். மீண்டும் அதைச் செய்வார்கள்' என்றார்.[64]

காஷ்மீரில் அப்துல்லா நிலங்களை மறு பங்கீடு செய்வதற்கு முதல் முக்கியத்துவம் கொடுத்தார். மகாராஜா ஆட்சியில் சில இந்துக்களும், மிகச்சில முஸ்லிம்களுமே மிக அதிகமான அளவில் நிலம் வைத்திருந்தனர். கிராம வாசிகளில் பெரும்பகுதியினர் கூலியாட்களாகவோ நிலச்சுவான்தாரின் விருப்பத்தின்பேரில் குத்தகைக்காரராகவோ இருந்தார்கள். அப்துல்லா தன் முதல் ஆண்டு ஆட்சியில் 40,000 ஏக்கர் உபரி நிலங்களை நிலமற்றோருக்கு விநியோகம் செய்தார். நிலச் சொந்தக்காரரர் நிலம் இருக்கும் இடத்தில் இல்லாதபட்சத்தில் அவர் நிலத்தை இழந்துவிடுவார் என்று சட்டம் இயற்றினார். குத்தகைதாரர்களுடைய விளைச்சல் பங்கை 25 சதவிகிதத்திலிருந்து 75 சதவிகிதமாக உயர்த்தினார். விவசாயிகள் கடனைத் திருப்பிச் செலுத்தும் காலத்தவணையை நீட்டித்தார்.

அவருடைய சமதர்மக் கொள்கைகள் இந்திய அரசாங்கத்தில் உள்ள சிலருக்கும் அச்சமூட்டின. குறிப்பாக நிலச்சுவான்தார்களிடமிருந்து பறிக்கப் பட்ட நிலம் எதற்கும் நஷ்ட ஈடு எதையும் அப்துல்லா வழங்கவில்லை. ஆனால் அப்துல்லா, இது காஷ்மீரின் முன்னேற்றத்துக்கு முக்கியமான ஒன்று என்று கருதினார். டெல்லியில் அவர் பத்திரிகை நிருபர்களிடம் பேசுகையில், தன் நிலச்சீர்திருத்தங்கள் அனுமதிக்கப்படாவிட்டால் தான் ஜம்மு-காஷ்மீரின் பிரதம மந்திரியாகத் தொடர்ந்து இருக்கமாட்டேன் என்று கூறினார். அவருக்கு எதிரானவர்களின் கை மத்திய அரசில் ஓங்கினால் அவர் என்ன செய்வார் என்று கேட்டபோது, 'நீங்கள் என்னைக் கைவிட்டாலும் நான் உங்களை விட்டுவிட்டு ஓடிவிட மாட்டேன். நான் ராஜிநாமா செய்துவிட்டு இந்தியா விலுள்ள ஏழைகளின் பொருளாதார முன்னேற்றத்துக்குப் போராடுபவர் களோடு சேர்ந்துகொள்வேன்' என பதில் கூறினார்.[65]

இந்த நிருபர்களின் பேட்டியில் மகாராஜா ஹரி சிங்கைப்பற்றி அவர் சற்று இகழ்ச்சியாகவே பேசினார். ஸ்ரீநகர் ஆபத்தில் இருந்தபோது அவர் வெளியே ஓடிவிட்டதைப் பற்றிக் குறிப்பிட்டார். 1949 ஏப்ரலில் ஹரி சிங்குக்குப் பதிலாக அவருடைய 18 வயது மகன் கரண் சிங் ஸத்ர்-இ-ரியாஸத்தாகப் பதவி யேற்றது, அப்துல்லாவுக்கு பெரும் வெற்றியாக அமைந்தது. சமஸ்தானம்

இந்தியாவுடன் இணைந்ததை உறுதிசெய்யும் வகையில் டெல்லி அரசியலமைப்புச் சபையில் அப்துல்லாவும் மேலும் மூன்று தேசிய மாநாட்டுக் கட்சியினரும், காஷ்மீர் சார்பில் உறுப்பினராகத் தேர்வு செய்யப்பட்டனர்.[66] அந்த ஆண்டு கோடையில் பள்ளத்தாக்கு, மீண்டும் சுற்றுலாப் பயணிகளுக்குத் திறந்துவிடப்பட்டது.

'இக்கோடையில் காஷ்மீருக்குச் செல்லும் ஒவ்வொரு சுற்றுலாப் பயணியும் போர்முனையில் சண்டையிடும் ஒரு வீரரைப் போல காஷ்மீருக்கும் இந்தியாவுக்கும் முக்கியமான பணி செய்தவர் ஆகிறார்' என்று ஆதரவான ஒரு பத்திரிகையாளர் குறிப்பிட்டார்.[67]

இலையுதிர் காலத்தில் ஒரு மில்லியன் சுற்றுலாப் பயணிகளை விடவும் மிக முக்கியம் வாய்ந்த ஒருவர் ஸ்ரீநகருக்கு விஜயம் செய்தார். அவர்தான் ஜவாஹர்லால் நேரு. நேருவும் அப்துல்லாவும் ஒய்வாக ஸ்ரீநகரின் முக்கியமான ஜீலம் ஆற்றில் பயணம் செய்தனர். அவர்களுடைய படகு சென்றபோது 'நூற்றுக்கணக்கான ஷிகாராக்கள் கூட்டம் கூட்டமாக அவர்களைச் சூழ்ந்து கொண்டனர். பயணிகள் கூட்டம் அவரை நெருங்கி அருகில் காண விரும்பியது. அவர்கள் நேரு மீது பூக்களைத் தூவினர். நதிக்கரையில் ஆயிரக் கணக்கானவர்கள் அந்த ஊர்வலத்தைக் கண்டு மகிழ்ந்தனர். அவ்வப்போது பட்டாசு வெடித்தனர். கவனமாகப் பயிற்சியளிக்கப்பட்ட பள்ளிக் குழந்தைகள் நேருவையும் அப்துல்லாவையும் வாழ்த்திக் கோஷமிட்டனர். வாய்ப்பைப் பயன்படுத்திக்கொண்டு வியாபாரிகள் தங்கள் விற்பனைப் பொருட்களை வெளியில் தொங்கவிட்டு பெரும் விளம்பரப் பலகை அல்லது துணிகளில் 'மிகச் சிறந்த பாரசீக மற்றும் காஷ்மீரிக் கம்பளங்கள்' என்று விளம்பரம் செய்தனர்' என்று டைம் பத்திரிகை நிருபர் எழுதினார்.

'இந்தியா காஷ்மீர் யுத்தத்தை வென்றுவிட்டதாகவும், அந்தப் பரிசைத் தக்க வைத்துக்கொள்ள விரும்பியது என்றும் தோன்றியது' என்று டைம்ஸ் பத்திரிகை கட்டுரையை முடித்திருந்தது.[68]

V

காஷ்மீர் சண்டை, அன்றும் சரி, இன்றும் சரி, வெறும் நிலப்பரப்புக்காக மட்டும் நடத்தப்படவில்லை. அரை நூற்றாண்டுக்குமுன் ஜோசஃப் கோர்பெல் கூறியபடி, அந்தச் சண்டை, சமாதானத்துக்கு ஒத்துவராத அல்லது ஒருவேளை ஒத்துவரவே முடியாத, இரு வாழ்க்கை முறைகளுக்கு, இருவேறு அரசியலமைப்புச் சித்தாந்தங்களுக்கு, இரு விழுமியங்களுக்கு, இருவேறு ஆன்மிக மனப்போக்குகளுக்கு இடையிலான ஒரு போராட்டம்.[69]

அதன் ஒருபுறத்தில் இந்தியா என்ற கருத்து; மறுபுறத்தில் பாகிஸ்தான் என்ற கருத்து. 1948-ன் வசந்த காலத்தில் பிரிட்டிஷ் பத்திரிகையாளர் கிங்ஸ்லி மார்ட்டின் இரு நாடுகளையும் சுற்றிப் பார்த்து, இரு நாடுகளின் காஷ்மீர் பற்றிய பார்வை எப்படி இருக்கிறது என்பதைக் காண முடிவு செய்தார்.

இந்தியர்கள், காஷ்மீரின் இந்தியாவுடனான இணைப்பு சட்டபூர்வமானது என்று உறுதியாக நம்பினர். படையெடுத்து வந்தவர்களுக்கு பாகிஸ்தான் உதவி செய்ததைக் கடுமையாகக் கண்டித்தனர். அவர்களுக்கு காஷ்மீரிகளின் மதம் பற்றிக் கவலையே இல்லை. 'சிறுபான்மையினர் பாதுகாப்பாகவும் சுதந்தரமாகவும் வசிக்கக்கூடிய ஒரு ஜனநாயக இந்தியாவில் முஸ்லிம்கள் தாமே விரும்பிவந்து தங்குவார்கள். அவசரகால அரசாங்கத்துக்கு அப்துல்லா தலைமை ஏற்றிருப்பதே இந்தியா என்பது இந்துஸ்தான் அல்ல என்பதற்கான நிரூபணம் ஆகும்' என்றார் நேரு.

மார்ட்டின் எல்லை கடந்து பாகிஸ்தான் சென்றபோது பாகிஸ்தானியர் பார்வையில் நிலைமை எவ்வாறு தலைகீழாக இருந்தது என்பதைக் கண்டார். அவர் சந்தித்த பலரது உறவினர்களும் நண்பர்களும் இந்துக்களாலும் சீக்கியர்களாலும் கொல்லப்பட்டிருந்தனர். இந்தியாவில் இருப்பவர்கள் அநியாயமாக மறந்துவிட்ட பூஞ்ச் கலவரத்தால்தான் சச்சரவில் பாகிஸ்தான் ஈடுபட நேர்ந்தது என்று அவர்கள் நினைத்தனர். கராச்சியிலும் லாகூரிலும் இருந்த மக்கள், எல்லைப்புறப் பகுதியிலிருந்து சென்று படையெடுத்தவர்கள் மீது முழுமையான அனுதாபம் கொண்டிருந்தனர். 'எல்லைப்புறத்தவர்கள் இஸ்லாம் நசுக்கப்படுவதற்கு எதிரான புனிதப்போரை நடத்துவதாக' அவர்கள் எண்ணினர்.[70]

மார்ட்டினின் முடிவுகளையே, ஆஸ்திரேலிய போர் நிருபர் ஆலன் மூர்ஹெட் என்பவரும் உறுதி செய்தார். பாகிஸ்தானுக்குச் சென்றபோது, அவரும் அங்குள்ள மக்கள், காஷ்மீர் சண்டையை 'புனித முஸ்லிம் போராக' காண்பதைக் கண்டார். 'சிலர் டெல்லிக்குப் படையெடுத்துச் செல்லவேண்டும் என்று முட்டாள்தனமாகப் பேசுவதைக் கண்டேன். படை திரட்டும் முயற்சி நடந்துகொண்டிருந்தது. முஸ்லிம்கள் வெற்றியை அவர்கள் ஆர்வமுடன் கொண்டாடினர்.'[71]

பாகிஸ்தான் என்ற கொள்கை, பாகிஸ்தான் அரசு ஆகிய இரண்டிலும் இருந்த பலவீனம், அந்நாட்டுத் தலைவர்களின் தனிவாழ்க்கையிலேயே தெளிவாகத் தெரிந்தது. கவர்னர் ஜெனரல் ஜின்னா ஒரு குஜராத்தி முஸ்லிம். அவர் மணந்ததோ ஒரு பார்சி பெண்ணை. பாகிஸ்தான் பிரதமர் லியாகத் அலி கான், ஐக்கிய மாகாணத்தைச் சேர்ந்த செல்வாக்குள்ள முஸ்லிம் குடும்பத்தில் பிறந்தவர். ஆனால், கிறிஸ்தவப் பெண்ணை மணந்தவர். இருவருமே எந்த விதத்திலும் முஸ்லிம் நடைமுறைகளுக்குப் பழக்கப்பட்டவர்கள் அல்லர். பாகிஸ்தானின் நிர்வாக உயர் அதிகாரிகள் ஜின்னா மற்றும் லியாகத்தைப் போல மொஹாஜிர்கள் - இந்தியாவிலிருந்து குடிபெயர்ந்து வந்தவர்கள். ஆளும் வர்க்கத்தினருக்கு அவர்கள் பிறந்த பகுதியில் வேர் இல்லாமல் போய்விட்டது. இதனாலேயே அவர்களுக்கு காஷ்மீர் பாகிஸ்தானின் பகுதியாக வேண்டும் என்ற விருப்பம் இருப்பதாக ஒருவர் சந்தேகிக்கலாம்.

ஆனால், புதிய இந்திய ராஜ்ஜியமும் மிக வலுவானதாக இல்லை. காஷ்மீர் சண்டையில் இறந்த முஸ்லிம் தளபதி ஒருவரை, சமயச் சார்பற்ற வீரராகப்

பாராட்டி முன்னிறுத்தியதன்மூலம், அவர்களது பாதுகாப்பின்மை வெளிப் பட்டது. பாகிஸ்தான் படை போலன்றி இந்தியப் படைவீரர்கள் பல மதங் களிலிருந்து தேர்ந்தெடுக்கப்பட்டனர். மூத்த தளபதிகளுள் ஒருவர் சீக்கியர், ஒருவர் பார்ஸி, இருவர் கூர்க் பகுதியைச் சேர்ந்தவர்கள். இதில் கடைசியாகக் கூறப்பட்ட தென்னிந்திய பழங்குடி இனத்தவர் தங்களை இந்து அல்லாத வராகவே காண்கின்றனர். ஆயினும் மிக அதிகமாகப் பாராட்டப்பட்ட தளபதி, ஒரு முஸ்லிமே. இந்த மனிதர், பிரிகேடியர் உஸ்மான் அலகாபாத்திலும் இங்கிலாந்தின் சாந்தர்ஸ்டிலும் படித்தவர்; பிரிவினையின் போது இந்தியாவில் தங்க விரும்பியவர். பாகிஸ்தான் அவரை காஃபிர் என்று முத்திரை குத்தியதாகச் சொல்லப்பட்டது; ஆசாத் காஷ்மீர் அரசு அவரை உயிருடனோ அல்லது பிணமாகவோ கொண்டுவருபவருக்கு ரூ.50,000/- விலை அறிவித்திருந்தது.

1948 ஜனவரி-பிப்ரவரியில் பிரிகேடியர் உஸ்மானும் அவருடைய வீரர்களும் நௌஷெராமீதான தாக்குதலைத் தீவிரமாகத் தடுத்து முறியடித்தனர். அதே ஆண்டு ஜூலையில் நடந்த போரில் அவர் மரணமடைந்தார். ஓர் இந்தியப் பத்திரிகையாளர் அம்மரணம் பற்றி, 'விலை மதிப்பிட முடியாத, நெறி மாறாத, நாட்டுப்பற்று கொண்ட, கற்பனையில் மட்டுமே காணக்கூடிய ஓர் உயிர், மதவெறிக்கு பலியாகிவிட்டது' என்று எழுதினார். 'பிரிகேடியர் உஸ்மானுடைய தைரியமான முன்மாதிரி, சுதந்தர இந்தியாவுக்கு அழிவற்ற, எழுச்சியூட்டும் ஆதாரமாக விளங்கும்.'[72] அவருடைய மரணத்துக்கு ஜவாஹர்லால் நேரு முதல் பல காங்கிரஸ் தலைவர்கள் இரங்கல் அஞ்சலி செய்தனர். அவருக்குக் கிடைத்த பாராட்டு, அவருடைய துணிச்சலுக்கு மட்டு மல்ல, அவருடைய குணநலன்களுக்கும்தான். அவர் மாமிசம் உண்ணாதவர், புகை பிடிக்காதவர், மது அருந்தாதவர் என்று மக்களுக்குக் கூறப்பட்டது. அவரது உடல் காஷ்மீரிலிருந்து டெல்லிக்கு எடுத்துவரப்பட்டு முழு ராணுவ மரியாதையுடன் நல்லடக்கம் செய்யப்பட்டது. வரலாற்றுப் புகழ் பெற்ற, தேசிய முஸ்லிம் தலைவர் டாக்டர் அன்சாரியின் சமாதிக்கு அருகில், அவருடைய சமாதியும் அமைந்தது.[73] ஷேக் அப்துல்லா இந்திய அரசியலுக்கு எவ்வளவு முக்கியமானவரோ, அந்த அளவுக்கு இந்திய ராணுவத்துக்கு பிரிகேடியர் உஸ்மான் முக்கியமானவர் ஆனார். பாகிஸ்தான் ஒரு மதவாத, குறுகிய நோக்கம் கொண்ட நாடு என்பதற்கு முற்றிலும் மாற்றாகத் தன்னைக் காட்டிக்கொள்ள, இதுபோன்ற சமயச் சார்பற்ற அடையாளங்கள் இந்தியாவுக்குத் தேவைப்பட்டன.

காஷ்மீர் போரில் இரு நாடுகளுமே மக்களையும் பணத்தையும் வாரி இறைத்திருந்தன. மிக முக்கியமாக இரண்டும் தங்கள் தேசிய லட்சியங் களையும் அதில் முதலீடு செய்திருந்தன. இந்தச் சிந்தனைகளுக்கு இடை யிலான மோதல், 'கரண்ட்' என்ற பம்பாய் வார இதழ் நடத்திய காஷ்மீரின் எதிர்காலம் பற்றிய விவாதத்தில் வெளிவந்தது. இந்த விவாதத்தில் இரு முஸ்லிம் பத்திரிகையாளர்கள் - ஒருவர் இந்தியர், ஒருவர் பாகிஸ்தானி - கலந்துகொண்டனர். 'ஐக்கிய நாடுகள் சபை வாக்கெடுப்பை நடத்தினால்

காஷ்மீரிகள் யாருக்கு வாக்களிப்பார்கள்?' என்ற கேள்வி இருவர் முன்னும் வைக்கப்பட்டது.

இந்தியா சார்பில் கருத்தை முன்வைத்தவர் திறமையான நாவலாசிரியரும், திரைக்கதை வசனகர்த்தாவுமான க்வாஜா அஹ்மத் அப்பாஸ். காஷ்மீரின் கால் பகுதியினர், ஷேக் அப்துல்லாவுக்கு ஆதரவாக இருப்பவர்கள். இவர்கள் அரசியல் உணர்வு மிக்கவர்களும் முற்போக்குக் கருத்துகள் கொண்டவர் களுமான தேசிய மாநாட்டுக் கட்சியின் ஆதரவாளர்கள். மற்றொரு கால் பங்கினர் ஷேக்குக்கு எதிரானவர்கள். பாகிஸ்தான் கொள்கையை முழுவதுமாக ஏற்பவர்கள். மீதமுள்ள பாதி வாக்காளர்கள் எந்த முடிவுக்கும் வராதவர்கள். அவர்கள் எந்தப் பக்கமும் போகலாம். அவர்கள் அப்துல்லாவால் கவரப்பட்டவர்கள்; ஆனால் இஸ்லாத்துக்கு ஆபத்து என்ற கோஷத்தால் எளிதில் மாறக்கூடியவர்கள். ஆனால், முடிவு செய்யும் நாளில் தங்கள்மீது படையெடுத்து வந்தவர்கள் நிகழ்த்திய மிருகத்தனமான தாக்குதலும், சமயச் சார்பின்மை என்ற முற்போக்குக் கர்த்தின் கவர்ச்சியும் அவர்களை இந்தியாவின் பக்கம் திரும்பச் செய்யும் என்றார் அப்பாஸ். எனினும், இந்தியா உறுதியான வெற்றிப் பெரும்பான்மையை விரும்பினால் மகாராஜாவையும் அவரது வம்சத்தையும் நீக்கிவிட்டு, ஷேக்கின் முழுமை யான பொருளாதாரத் திட்டத்தை நிறைவேற்ற அனுமதிக்க வேண்டும் என்று அப்பாஸ் சொன்னார்.[74]

அடுத்த வாரம், கராச்சியில் வசிக்கும் பத்திரிகையாளர் வாரிஸ் இஷாக் அப்பாஸுக்கு பதிலளித்தார். எந்த வாக்கெடுப்பிலும் மதம் என்பதன் சக்தி பாகிஸ்தானின் வெற்றியை உறுதி செய்துவிடும். 'இஸ்லாம் என்பது ஒரு மதம் மட்டுமல்ல, வாழ்க்கை நெறியும்கூட' என்று அவர் வாதிட்டார். ஒரேயொரு சூழ்நிலையில் மட்டும் காஷ்மீரிகள் மதத்தின் அறைகூவலை மதிக்காமல் போகலாம். இந்தியா தான் சொல்வதுபோல உண்மையாகவே சமயச்சார்பற்ற நாடாக நடந்துகொண்டால், அது ஒருவேளை நடக்கலாம். எனினும் மகாத்மாவின் மறைவுக்குப்பின் சிறுபான்மையினரின் நிலை ஆபத்துக் குள்ளாகும் நிலைமை ஏற்பட்டுள்ளது. 'குறிப்பாக, இந்து ஆதிக்க ராஷ்டிரிய ஸ்வயம் ஸேவக் சங்கத்தின் மீதான தடையை விலக்கிக்கொண்டுவிட்டபின் இந்தியா முழுவதிலும் உள்ள முஸ்லிம் சிறுபான்மையினரின் நிலை தாழ்ந்த தாகவே இருக்கும்' என்று இஷாக் எழுதினார். அவர்கள் நசுக்கப்படும்போது பெரும்பான்மை காஷ்மீரிகள் இஸ்லாமிய தேசிய இணைப்புடன்தான் வாக்களிப்பர்.[75]

VI

1947-48 சச்சரவில் இரு பக்கமுமே தோல்விதான் என்று ஒருவர் சொல்லலாம். எந்த நாடும் முழு ராஜ்ஜியத்தையும் பெறவில்லை. இரு பக்கமும் அடி வாங்கின. ரணம் இன்றும் தொடர்கிறது. தோல்விக்கு இரு பக்கமும் பல காரணங்கள் சொல்லப்படுகின்றன. ஐ.நா.சபைக்கு பிரச்னையை எடுத்துச்செல்லக் காரணமாக இருந்த பிரிட்டிஷ் கவர்னர் ஜெனரலையும்,

வடக்கு காஷ்மீருக்கு தொடர்ந்து செல்லாமல் நின்றுவிட்ட இந்தியப்படையின் பிரிட்டிஷ் தளபதியையும் இந்தியத் தரப்பு குற்றம் சொல்கிறது.[76]

ஆனால் பாகிஸ்தானியர்களும் மௌண்ட்பேட்டனையே குற்றம் சொல்கிறார்கள். அவர், சர் சிரில் ராட்கிளிஃபுடன் சேர்ந்து சதி செய்து குர்தாஸ்பூர் ஜில்லாவை இந்தியர்களுக்குக் கொடுத்துவிட்டதால் இந்தியர்கள் காஷ்மீருக்குச் செல்ல சாலை வசதி கிடைத்துவிட்டது என்கிறார்கள் அவர்கள்.[77] மேலும் அவர்கள் படையெடுத்துச் சென்றவர்களுக்கு பாகிஸ்தான் அரசு போதிய உதவி செய்யவில்லை என்று கண்டிக்கின்றனர். 1998-ல் பாகிஸ்தானின் ஒரு மூத்த அதிகாரி இவ்வாறு சொன்னார்:

'காஷ்மீரைப் பெற பாகிஸ்தானுக்கு ஒரே வழி, பகைவர்கள் அதிர்ச்சியிலிருந்து மீளுவதற்குள் செய்யப்படும் அதிரடித் தாக்குதலும் தொடர்ந்து புனிதப் போருக்கு அழைப்பு விடுத்தலுமே. இந்தியத் திட்டங்களை முறியடிக்கவும், பாகிஸ்தானின் படை பலவீனத்தைச் சரிக்கட்டவும், பழங்குடியினர்மூலம் படையெடுக்க ஊக்குவித்தது சரியான வழியே. ஆனால், முடிவு பாகிஸ்தானுக்கு எதிராகச் சென்றதற்கு ஒரே காரணம், பழங்குடியினரின் தவறான தலைமையே. இது ஒன்றுதான் மாபெரும் தவறு. இதற்கு படையெடுப்பைத் திட்டமிட்டவர்களே முழுப் பொறுப்பு ஏற்கவேண்டும்.'[78]

இந்தப் புத்தகம் அவ்வப்போது காஷ்மீர் பக்கம் திரும்பும். இப்போதைக்கு இந்தப் பிரச்னை குறித்து முன்வைக்கப்பட்ட பல தீர்க்கதரிசன வார்த்தைகளை இங்கே கொடுக்கிறேன். கீழே காணும் மேற்கோள்கள் 1990-லோ அல்லது 2000-லோ கூறப்பட்டவை அல்ல! பிரச்னை ஆரம்பித்த காலகட்டத்தில் கூறப்பட்டவை.[79]

> காஷ்மீர் என்ற ஒரே சிக்கல்தான் இந்தியா மற்றும் பாகிஸ்தானின் வீழ்ச்சிக்குக் காரணமாக அமையக்கூடும்.
>
> **- ஹென்றி க்ரேடி,**
> **இந்தியாவுக்கான அமெரிக்கத் தூதர், ஜனவரி 1948.**

> காஷ்மீர் பிரச்னை எவ்வளவு காலம் தொடர்கிறதோ அதுவரை இந்த இரண்டு தேசங்களுடைய ராணுவ, பொருளாதார, மற்றும் இவை அனைத்துக்கும் மேலாக, ஆன்ம பலத்தில், தீவிரமான இழப்பை ஏற்படுத்தும்.
>
> **- ஜெனரல் ஏ.ஜி.எல்.மெக்நாட்டன்,**
> **ஐ.நா.சபை மத்தியஸ்தர், பிப்ரவரி 1950.**

> காஷ்மீரைப் பெறுவது பாகிஸ்தானின் அரசியல் மற்றும் பொருளாதாரப் பாதுகாப்புக்கு மிக இன்றியமையாததாக இருப்பதால், அதன் வெளியுறவுக் கொள்கையும் பாதுகாப்புக் கொள்கையும் பெரும்பாலும் காஷ்மீர் பிரச்னையைச் சுற்றியே இருக்கும். பிரிவினையின்போது நடந்த பஞ்சாப் கொலைகள் பயங்கரமானவையே என்றாலும் அவை குறுகிய காலத்தில் நடந்தவை. மாறாக

இந்திய-பாகிஸ்தான் உறவின் ஒவ்வோர் அம்சத்தையும் பாதித்துள்ளது காஷ்மீர் பிரச்னையே.

- ரிச்சர்ட் சைமண்ட்ஸ்,
பிரிட்டிஷ் சமூகத் தொண்டர் மற்றும் எழுத்தாளர், 1950.

காஷ்மீர் பிரச்னை பெரிதானால், அதை அந்தக் குறிப்பிட்ட பகுதிக்குள்ளாக பொத்தி வைக்க முடியாது. அது முழு முஸ்லிம் உலகத்தையும் பாதிக்கும். இதுதான் உலகிலேயே மிக மோசமான அபாயமாக இருக்கும்.

- ரால்ஃப் பன்ச்,
மூத்த ஐ.நா. அலுவலர், பிப்ரவரி 1953.

5

அகதிகளும் குடியரசும்

அகதிகள் இந்தியா எங்கும் அனுப்பப்படுகின்றனர். அவர்கள் இன வெறுப்பை பெருமளவில் பரப்புவார்கள். அகதிகள் பராமரிக்கப்படத்தான் வேண்டும். அவர்களால் வெறுப்பு பரப்பப்படுவதும் தவிர்க்க முடியாததே. ஆனாலும், அது ஓரளவுக்குமேல் பரவாமல் தடுப்பதற்கான நடவடிக்கைகளை நாம் மேற்கொள்ள வேண்டும்.

- ராஜாஜி, மேற்கு வங்க கவர்னர், 4 செப்டம்பர் 1947.

காந்திஜியின் காயங்களிலிருந்து பெருக்கெடுத்து வந்த ரத்தமும் அவருடைய மரணத்தை அறிந்து இந்தியப் பெண்கள் உகுத்த கண்ணீர் வெள்ளமும் 1947-ன் சாபக்கேட்டை அடக்கம் செய்து விடட்டும். அந்த வருடத்துத் துன்பியல் நாடகம், வரலாற்றில் தூங்கிப் போகட்டும். அது இப்போதைய உணர்வுகளைத் தூண்டிவிடாமல் ஒழியட்டும்.

- ராஜாஜி, 20 மார்ச் 1948.

I

இந்தியக் கற்பனையில், குருக்ஷேத்திரம் தனி இடம் வகிக்கிறது. மகாபாரதம் என்ற இதிகாசத்தில் விவரிக்கப்பட்ட அதிபயங்கரமான போர் நிகழ்ந்த இடம் அதுதான். (தற்போது டெல்லி என்று வழங்கப்படுகின்ற) புராதன நகரமான இந்திரப்பிரஸ்தத்தின் வடக்கே, திறந்தவெளி மைதானத்தில்தான் இதிகாசப்படி அந்தச் சண்டை நடந்தது. இப்போதும் அதே பெயர் நிலைத்துள்ள அச்சமவெளியே குருக்ஷேத்திரம் என்று அன்று அழைக்கப் பட்டது.

மகாபாரதம் இயற்றப்பட்ட பல ஆயிரம் ஆண்டுகளுக்குப் பிறகு, அந்தப் போர் நடந்த இடம், மற்றொரு போரினால் பாதிக்கப்பட்டவர்களுக்குத்

தாற்காலிக தங்கும் இடமாயிற்று. இதுவும் நெருக்கமான உறவினர்களுக்கிடையே நிகழ்ந்த சண்டையே. பாண்டவ கௌரவர்களுக்கிடையே நடந்த போருக்குப் பதிலாக இந்தியா-பாகிஸ்தான் இடையே நடந்த போர். மேற்கு பஞ்சாபிலிருந்து ஓடிவந்த பல இந்துக்களும் சீக்கியர்களும் குருக்ஷேத்திர அகதிகள் முகாமுக்குச் அனுப்பப்பட்டனர். அகதிகளுக்கு இடமளிக்க விசாலமான கூடார நகரம் ஒன்று அங்கே எழுந்தது. சில சமயங்களில் ஒரு நாளைக்கு 20,000-க்கும் மேற்பட்ட அகதிக அங்கே வந்தனர். ஆரம்பத்தில் 1,00,000 அகதிகளுக்கு மட்டும் எனத் திட்டமிடப்பட்டது. ஆனால் அதைப்போன்று மூன்று மடங்கு பேருக்கு அங்கு இடமளிக்க நேரிட்டது. 'வரவிருந்த கடைசி அகதிக்கும் இடமளிக்கும் வகையில் படைவீரர்கள், கூடாரத்தை எழுப்பி அற்புதம் விளைவித்துக் கொண்டிருந்தனர்' என அமெரிக்கப் பார்வையாளர் ஒருவர் எழுதினார். குருக்ஷேத்திரத்தில் புதிதாக வசிக்க வந்தவர்கள் தினந்தோறும் 100 டன் மாவு, அரிசி, அவரை விதை, சர்க்கரை மற்றும் சமையல் எண்ணெய்யுடன் கொஞ்சம் உப்பையும் பயன்படுத்தினர். அவையனைத்தும் அரசால் இலவசமாக அளிக்கப்பட்டன. இதில் அரசுக்கு உதவியாக இந்திய மற்றும் அயல்நாட்டு ஐக்கிய நிவாரண நலக்குழுவின் தொண்டர்களும் (யூ.சி.ஆர்.டபிள்யு) இருந்தனர்.

அகதிகளுக்கு இடமளித்து உணவிட வேண்டியிருந்தது. அவர்களுக்கு உடையளிப்பதோடு மகிழ்விக்கவும் வேண்டியிருந்தது. நெருங்கிவரும் குளிர்காலத்தில் மாலை மற்றும் இரவு வேளைகள் தாங்கமுடியாத அளவுக்குக் கடினமானவை என்பதை அரசு விரைவிலேயே உணர்ந்தது. எனவே யூ.சி.ஆர்.டபிள்யு டெல்லியிலிருந்து திரைப்பட ப்ரொஜெக்டர்களைத் தருவித்து குருக்ஷேத்திரத்தில் அமைத்தது. திரையிடப்பட்ட படங்களில், மிக்கி மவுஸும் டொனால்ட் டக்கும் நடிக்கும் டிஸ்னி படங்கள் தனி இடம்பெற்றன. இருபுறங்களிலிருந்தும் காணும் வகையில் நீண்ட திரைகள் அமைக்கப்பட்டதால் ஒவ்வொரு காட்சியையும் சுமார் 15,000 பேரால் பார்க்க முடிந்தது. ஒரு சமூகத் தொண்டர் குறிப்பிட்டது போல, 'நிதரிசனங்களிலிருந்து விடுபட்ட இந்த இரண்டு மணி நேரம் அவர்களுக்கு உயிர் காப்பானாக' விளங்கியது. அகதிகள் தங்கள் அதிர்ச்சிகளையும் துயரங்களையும் அந்த இரண்டு மணி நேரச் சிரிப்பில் மறந்திருந்தனர். அடித்து, காயப்படுத்தப்பட்டு, வீடிழந்து வருத்தமுற்றிருந்தவர்களாலும் சிரிக்க முடிந்தது. இங்கே நம்பிக்கை இருந்தது.[1]

மேற்கு பஞ்சாபிலிருந்து இடம் பெயர்ந்த சுமார் 200 அகதி முகாம்களில் குருக்ஷேத்திர முகாம்தான் மிகப் பெரியது. சில அகதிகள், அதிகார மாற்றத்துக்கு முன்னதாகவே வந்துவிட்டனர். அவர்களில் முன்யோசனை மிக்க சில தொழிலதிபர்கள் முன்னதாகவே சொத்துகளையெல்லாம் விற்றுவிட்டு, கிடைத்த பணத்துடன் இடம் பெயர்ந்தனர். எனினும் பெரும்பான்மையினர் 1947 ஆகஸ்ட் 15-க்குப் பிறகே வந்தனர். அதுவும் அவர்கள் உடுத்தியிருந்த உடையுடன் மட்டுமே. அவர்கள் விவசாயிகள். கடைசி நிமிடம் வரை, கௌரவமாக வாழ முடியும் என்றால்

பாகிஸ்தானிலேயே தங்கிவிடலாம் என்ற நப்பாசையில் உறுதியாக இருந்த வர்கள். ஆனால் செப்டம்பர்-அக்டோபரில், பஞ்சாபில் வன்முறைகள் கட்டு மீறியபோது அவர்கள் தம் எண்ணத்தைக் கைவிட வேண்டியதாயிற்று. கலகக்காரர்களிடமிருந்து தப்பிய இந்துக்களும் சீக்கியர்களும் சாலை, ரயில், கடல் வழியாகப் பயணம் செய்தும் நடந்தும் அதிர்ஷ்டவசமாக இந்தியாவுக்கு வந்து சேர்ந்தனர்.[2]

குருக்ஷேத்திர முகாம் போன்றவை தாற்காலிக ஏற்பாடுகளே. அகதிகளுக்கு நிரந்தரமான வீடுகளும் லாபகரமான வேலையும் வேண்டும். 1947 டிசம்பரில் குருக்ஷேத்திரத்தைப் பார்வையிட்ட பத்திரிகையாளர் ஒருவர், '3,00,000 பேர் பித்துப் பிடித்தவர் போல உட்கார்ந்திருக்கும் நகரம்' என்றே அதை விவரித்தார். குருக்ஷேத்திரத்தில் குடிபெயர்ந்திருந்த விவசாய அகதிகள் மனத்தை ஆக்கிரமித்திருந்த ஒரே எண்ணம், 'எங்களுக்கு ஏதாவது நிலம் கொடுங்கள். அதில் நாங்கள் பயிர் செய்துகொள்கிறோம்' என்பதே என்று அவர் குறிப்பிட்டார். நில வேட்கை கொண்ட அவர்கள் பத்திரிகையாளர் களிடம் 'விவசாயத்துக்கு ஏற்ற நிலமாக இருந்தால், அது எங்கிருந்தாலும் பரவாயில்லை' என்றும் கூறினர். அவர்களின் நில ஆர்வம் முக்கியமான ஒன்றாகும்.[3]

இதைப் போலவே மாபெரும் இடப்பெயர்ச்சி இன்னொரு பக்கத்தில் இந்தியாவிலிருந்து பாகிஸ்தானுக்கு நடந்தது. அதனால் அகதிகளை மீண்டும் குடியமர்த்த ஏற்ற முதல் இடம், பஞ்சாபின் கிழக்குப் பகுதியை விட்டுச் சென்ற முஸ்லிம்கள் முன்பு இருந்த இடமே என்று ஆயிற்று. பிரிவினையின் இடமாற்றம்தான், வரலாற்றிலேயே மிகப்பெரிய மக்கள் இடப்பெயர்ச்சி. இப்போதோ உலகின் மிகப்பெரிய குடியமர்த்து நடவடிக்கைகள் ஆரம்பமாயின. மேற்கு பஞ்சாபில் இந்துக்களும் சீக்கியர்களுமாக 2.7 மில்லியன் ஹெக்டேர் நிலத்தை விட்டுவிட்டு வந்திருந்தனர். கிழக்கு பஞ்சாபில் முஸ்லிம்கள் 1.9 மில்லியன் ஹெக்டேர் நிலத்தை மட்டுமே விட்டுச்சென்றிருந்தனர். இந்தப் பற்றாக்குறை, மேற்குப் பகுதியின் வளமான மண்ணின் செழுமையாலும், மிக அதிகமான அளவில் நீர்ப்பாசன வசதி கொண்டிருந்தமையாலும், மேலும் அதிகமாக உணரப்பட்டது. 19-ம் நூற்றாண்டின் பிற்பகுதியில் நூற்றுக்கணக்கான சீக்கியக் கிராமங்கள் புதிதாக உருவாக்கப்பட்ட 'கால்வாய் குடியேற்றங்களில்' விவசாயம் செய்வதெற்கு என முழுமையாக இடம் பெயர்ந்திருந்தன. அங்கே அவர்கள் பாலை வனங்களைச் சோலைவனங்கள் ஆக்கியிருந்தனர். ஆனால் 1947-ல் திடீரென ஒருநாள் அவர்களுடைய சோலைவனம் பாகிஸ்தானம் ஆகிவிட்டது. எனவே, இரண்டே தலைமுறை இடைவெளிக் காலத்துக்குள் தங்கள் சொத்து சுகங்களை இழந்துவிட்ட சீக்கியர்கள், தங்கள் சொந்த வீடுகளுக்கே திரும்பி வந்துவிட்டனர்.

ஆரம்பத்தில், ஒவ்வொரு அகதிகள் குடும்பத்துக்கும் பாகிஸ்தானில் அவர்கள் எத்தனை ஹெக்டேர் நிலத்தை வைத்திருந்த போதிலும், நான்கு ஹெக்டேர் நிலம் மட்டுமே ஒதுக்கப்பட்டது. விதை மற்றும் பிற கருவிகள்

வாங்குவதற்காக கடன்கள் வழங்கப்பட்டன. இந்தத் தாற்காலிக நிலங்களில் அவர்கள் பயிர்செய்ய ஆரம்பித்தவுடன் நிரந்தர ஒதுக்கீடுகளுக்கான விண்ணப்பங்கள் கோரப்பட்டன. ஒவ்வொரு குடும்பமும், தாங்கள் விட்டுவிட்டு வந்த நில அளவுக்கான அத்தாட்சிச் சான்றுகளை அளிக்குமாறு கேட்டுக்கொள்ளப்பட்டது. 1948 மார்ச் முதல், விண்ணப்பங்கள் பெறப் பட்டன. ஒரே மாதத்தில் ஐந்து லட்சத்துக்கும் அதிகமானோர் விண்ணப் பித்தனர். அதே கிராமத்து அகதிகள் அடங்கிய பொதுக்கூட்டங்களில் இந்த விவரங்கள் சரிபார்க்கப்பட்டன. அரசு அலுவலர் ஒருவரால் கோரிக்கை படிக்கப்பட்டு மக்கள் கூட்டத்தால் ஏற்கப்பட்டது, திருத்தம் செய்யப்பட்டது அல்லது மறுக்கப்பட்டது.

எதிர்பார்த்ததுபோலவே, பல அகதிகள் தங்கள் உடைமைகளை அதிக மாக்கிச் சொன்னார்கள். ஆனால் ஒவ்வொரு தவறான தகவலுக்கும் தண்டனை அளிக்கப்பட்டது. சில சமயம், ஏற்கெனவே ஒதுக்கப்பட்ட நிலம் குறைக்கப்பட்டது. சில நேரங்களில் சிலருக்கு குறுகியகால சிறைத் தண்டனையும் வழங்கப்பட்டது. இது மிகையான கோரிக்கையை முன் வைப்பதில் தயக்கத்தை ஏற்படுத்தியது என்றாலும், குறைந்தபட்சம் 25% அளவுக்கு அதிகமான நிலக்கோரிக்கை இருந்ததாக அவ்விவகாரத்தில் தொடர்புடைய ஓர் அலுவலர் மதிப்பிட்டார். இந்த விவரங்களைத் திரட்டி, ஒப்பிட்டு, சரிபார்க்க, ஜலந்தரில் அகதிகள் மறுவாழ்வுச் செயலகம் ஒன்று அமைக்கப்பட்டது. ஒரு கட்டத்தில் பணி அதிகமாக இருந்தபோது, சுமார் ஏழாயிரம் அலுவலர்கள் அங்கு பணிபுரிந்தனர். பெரும்பான்மையான அலுவலர்கள் அகதிகள் நகரின் கூடாரங்களில் தங்கினர். முகாமுக்குத் தாற்காலிக விளக்கு ஏற்பாடுகளும், கழிப்பிட வசதிகளும், இந்துக்களுக்குக் கோயில்களும் சீக்கியர்களுக்கு குருத்வாராக்களும் அமைக்கப்பட்டன.

அகதிகள் மறுவாழ்வுப் பணிகளுக்கு ஒரு டைரக்டர் ஜெனரல் தலைமைப் பொறுப்பேற்றார். சர்தார் தர்லோக் சிங் என்ற அந்த ஐ.சி.எஸ். அதிகாரி லண்டன் பொருளாதார பள்ளியின் பட்டதாரி. அவர், தன் கல்விப் பயிற்சியைத் திறமையாகப் பயன்படுத்தினார். அவருடைய இரண்டு புதிய முயற்சிகள் அகதிகள் புனர்வாழ்வுப் பணியை திறமையாக முடித்திட உதவின. அவை, 'ஸ்டாண்டர்டு ஏக்கர்' மற்றும் 'சீரான வெட்டு' ஆகும். ஒரு ஸ்டாண்டர்டு ஏக்கர் என்பது பத்து முதல் பதினொரு மணங்கு (ஒரு மணங்கு என்பது சுமார் 40 கிலோ) அரிசி பயிராகும் நில அளவு. வறண்ட, பாசன வசதியற்ற கிழக்கு ஜில்லாக்களில் சாதாரணமாக நாலு ஏக்கர் நிலமே, ஒரு ஸ்டாண்டர்டு ஏக்கர் ஆகும். ஆனால் வளமான கால்வாய் குடியேற்றப் பகுதிகளில் சாதாரண ஒரு ஏக்கர் நிலம், ஒரு ஸ்டாண்டர்ட் ஏக்கருக்குச் சமம்.

ஸ்டாண்டர்டு ஏக்கர் திட்டம், மாகாணத்தின் மண்வளம், தட்ப வெப்பநிலை வேறுபாடுகளைக் கருத்தில் கொண்டு அமைந்தது. சீரான வெட்டு என்பது, அகதிகள் விட்டுவிட்டு வந்த நிலத்தின் அளவுக்கும், இங்கு அவர்களுக்குக் கிடைக்கக்கூடிய நில அளவுக்குமான ஒரு விகிதம். சுமார் ஒரு மில்லியன் ஏக்கர் நிலக்குறைவை ஈடுசெய்ய இது உதவியது. ஒன்று முதல் பத்து ஏக்கர்

வரையிலான கோரிக்கைகளுக்கு 25% வெட்டு அமுல் செய்யப்பட்டு, பத்து ஏக்கருக்குப் பதிலாக ஏழரை ஏக்கர் நிலமே தரப்பட்டது. அதிகமான அளவிலான நிலக்கோரிக்கைகளுக்கு வெட்டு அதிகரித்துக்கொண்டே போனது. பத்து முதல் முப்பது ஏக்கர் வரையிலான கோரிக்கையில் 30% சதவிகித வெட்டு. கோரிக்கை ஐநூறு ஏக்கருக்கு மேல் சென்றபோது 95% சதவிகித வெட்டு நிர்ணயிக்கப்பட்டது.

வித்யாபதி என்ற பெண் தன் கணவர்மூலம் பெற்ற 11,500 ஏக்கர் அளவிலான குஜ்ரன்வாலா மற்றும் சியால்கோட் ஜில்லாக்களில் 35 கிராமங்களில் பரவியிருந்த நிலப்பரப்புக்குப் பதிலாக கர்னால் என்ற ஒரே கிராமத்தில் 835 ஏக்கர் நிலப்பரப்பு மட்டுமே பெற்றார். இவரே நிலம் பெயர்ந்து வந்தவர்களில் மிக அதிகமான நில இழப்புக்கு உள்ளானார்.

1959 நவம்பரில் தர்லோக் சிங்கும் அவருடன் பணியாற்றியவர்களும் 2,50,000 நில ஒதுக்கீடுகளை முடித்துவிட்டனர். கிழக்கு பஞ்சாப் ஜில்லாக்களில் இந்த அகதிகளுக்கு நிலம் விநியோகிக்கப்பட்டது.

அக்கம்பக்கத்தவர்களுக்கும் ஒரே குடும்பத்தவர்களுக்கும் ஒரே நேரத்தில் மாற்றிடம் வழங்கப்பட்டாலும், முழுக்கிராமமும் அப்படியே இடம் மாறுவது இயலாததாகிவிட்டது. ஒதுக்கீடுகளை ஏற்க விரும்பாதவர்கள், மறுபரிசீலனைக்கு விண்ணப்பிக்க வாய்ப்பு அளிக்கப்பட்டது. சுமார் 1,00,000 குடும்பங்கள் மறுபரிசீலனை வேண்டின. அவற்றுள் மூன்றில் ஒரு பகுதி யினரின் கோரிக்கைகள் மறுபரிசீலனை செய்யப்பட்டு 80,000 ஹெக்டேர் நிலம் மீண்டும் கைமாறியது.

மேற்கில் நல்ல நீர்ப்பாசன வசதிமிக்க நிலத்துக்குப் பதிலாக இந்த அகதிகளுக்கு கிழக்கில் வளம் குறைந்த நிலம் அளிக்கப்பட்டதோடு சீரான வெட்டால் குறைவான நிலமே கிடைத்தது. ஆனால் அவர்களுக்கே உரிய புதிய செயல்வேகத்தாலும் முயற்சியாலும் புதிய கிணறுகள் தோண்டி, புதிய வீடுகள் கட்டி பயிர் செய்யத் தொடங்கிவிட்டனர். 1950 வாக்கில் அந்தப் புதிய குடியேற்றப்பகுதி மீண்டும் புத்துயிர் பெற்றுவிட்டது.[4]

இருந்தபோதிலும், இழப்புணர்வு நீங்கவில்லை. பொருளாதாரம் சீர் செய்யப்படலாம். ஆனால் பிரிவினையால் ஏற்பட்ட கலாசாரச் சீரழிவு சரிசெய்ய முடியாதது. சீக்கியர்களுக்குப் பயிரிட நிலம் கிடைத்தது. ஆனால் அவர்கள் இழந்தவழிபாட்டுத் தலங்களை திரும்பப்பெற முடியாதவை. இவற்றுள் அவர்களுடைய மாபெரும் வீரத்தலைவர் ரஞ்சித் சிங் நல்லடக்கம் செய்யப்பட்ட லாகூர் குருத்வாராவும் சீக்கிய மத நிறுவனர் பிறந்த நன்கானா சாஹிப்பும் அடங்கும்.

1948 ஏப்ரலில் கல்கத்தா ஸ்டேட்ஸ்மன் பத்திரிகையாசிரியர் நன்கானா சாஹிப்புக்கு விஜயம் செய்தார். அந்தப் புனித இடத்தைப் பாதுகாக்க பாகிஸ்தான் அனுமதித்திருந்த சில சீக்கியர்களை அவர் சந்தித்தார். சில மாதங்களுக்குப் பிறகு அந்தப் பத்திரிகையாளர் இஸ்லாமியப் பிரிவான

அஹமதியாக்கள் வசித்த இந்திய பஞ்சாப் பகுதியில் இருந்த காதியான் நகருக்கும் வருகை புரிந்தார். பல மைல்களுக்கு அப்பால் இருந்தே அஹமதிய மசூதியின் கூம்பு தெரியும். அதைச் சுற்றி அந்தப் பிரிவைச் சேர்ந்த முந்நூறு பேர் மட்டுமே வசித்துவந்தனர். ஆனால் நகர் முழுவதையுமே 12,000 இந்து, சீக்கிய அகதிகள் பரவியிருந்தனர். காதியா, நன்கானா சாஹிப் இரண்டிலுமே, தினசரி வழிபாடு செய்வோருக்குப் பஞ்சம், வருத்தும் வெறுமை, காத்திருத்தலின் ஏக்கம், நம்பிக்கை, எதிர்பார்ப்பு, சிறுமைப்படுத்திய வேதனை ஆகியவையே காணப்பட்டன.[5]

II

மேற்கு பஞ்சாபிலிருந்து இடம்பெயர்ந்த அகதிகளில் பெரும்பான்மையினர் விவசாயிகளே. ஆனாலும் பல கைவினைஞர்கள், வணிகர்கள், கூலிகளும் இருந்தனர். அவர்களைக் குடியமர்த்த அரசு புத்தம்புதிய நகரங்களை உருவாக்கியது. அவற்றுள் ஒன்று தலைநகர் டெல்லிக்கு முப்பது மைல் மேற்கே அமைந்த ஃபரிதாபாத். இங்கு தொண்டு செய்த அமைப்புகளில் ஒன்று ஐ.சி.யூ. என்ற இந்தியக் கூட்டுறவு ஒன்றியம். அதன் தலைவர் கமலாதேவி சட்டோபாத்யாயா. அவர் ஒரு சமதர்மவாதி. பெண்ணியவாதி. மகாத்மா காந்தியோடு நெருக்கமான தொடர்புகொண்டவர்.

ஃபரிதாபாத்வாசிகளில் பெரும்பான்மையினர், வடமேற்கு எல்லைப்புற மாகாணத்திலிருந்து வந்திருந்த இந்து அகதிகள். சுதிர் கோஷ் என்ற சமூகத் தொண்டர் அவர்களை தாங்களே தங்கள் வீடுகளைக் கட்டிக்கொள்ளுமாறு ஊக்கப்படுத்தினார். எனினும், அரசாங்கம் பொதுப்பணித் துறை மூலம் வீடுகளைக் கட்ட விரும்பியது. பொதுப்பணித்துறை மெத்தனத்துக்கும் ஊழலுக்கும் பேர்போனது. அதை பொதுப் பாழ் துறை என்று சொல்லலாம். ‘பயமில்லாமல் கொள்ளை அடிக்கும்’ துறை என்ற கெட்ட பெயரைப் பெற்றிருந்தது. அத்துறைக்கு எதிராக ஒரு பிரிவினர் டெல்லியில் பிரதமரின் வீட்டை முற்றுகை இட்டனர். ஒவ்வொரு நாள் காலையிலும் பணிக்குச் செல்லும் நேருவுக்கு அது தொல்லையாக இருந்தது. எனினும் அவர்கள் தங்கள் பிரச்னை குறித்து நேருவை தீவிரமாகச் சிந்திக்கத் தூண்டினர். இந்தியர்களுக்கே உரிய சமரச உடன்பாடாக அகதிகள் 40% வீடுகளை தாங்களே கட்டிக்கொள்ளவும், மீதம் உள்ளவற்றைப் பொதுப்பணித்துறை செய்வதாகவும் முடிவானது.

ஃபரிதாபாத்தில் ஐ.சி.யூ., கூட்டுறவு அமைப்புகளையும் சுய உதவிக் குழுக்களையும் அமைத்து கடைகளையும் சிறு உற்பத்திக் கூடங்களையும் ஏற்படுத்திக்கொள்ள உதவியது. இவற்றுக்கு மின்சாரம் அளிக்கவும், வீடுகளுக்கு விளக்கு வசதியளிக்கவும் குறுகியகால அளவில் டீசல் மின் உற்பத்தி நிலையம் ஒன்றும் அமைக்கப்பட்டது. இந்த நிலையம் ஜெர்மனி போர் இழப்பீடாகக் கொடுத்தது; கல்கத்தாவில் ஓரிடத்தில் வீணாக இருந்தது. அதற்கு எந்தத் தேவையும் இல்லாததால் ஃபரிதாபாத்துக்கு அனுப்பப்பட்டது. சுதிர் கோஷ், ஹாம்பர்க்கில் அந்த ஆலையை நிறுவிய ஜெர்மன்

எஞ்சினியரைக் கண்டுபிடித்து, அவரை இந்தியாவுக்கு வரத் தூண்டினார். எஞ்சினியர் வந்தார். ஆனால் கிரேன்கள் இல்லாமல் போனது அவருக்கு ஏமாற்றத்தை அளித்தது. எனவே அவர் ஃபரிதாபாத் ஆட்களைக் கொண்டு, 15 டன் எடையைத் தூக்கும் ஜாக்கிகளைப் பயன்படுத்தி, கருவியை அங்குலம் அங்குலமாக உயரே ஏற்றச்செய்தார். பத்து மாதங்களில் ஆலை தயார். 1951 ஏப்ரலில் அதை நேருவே தொடங்கி வைத்தார். பட்டனை அழுத்தியதும் விளக்குகள் ஒளிபெற்றன. ஃபரிதாபாத் மக்களுடைய உணர்வுகளும் உயிர்த்தெழுந்தன. நகரத்தின் எதிர்காலத் தொழில்வளத்தைத் திட்டமிட்டுக்கொள்ள அதன் கரங்களில் மின்சக்தி இருந்தது.[6]

இதற்கிடையே ஆயிரக்கணக்கான அகதிகள் டெல்லியிலேயே வீடுகளை அமைத்துக்கொண்டனர். 1911 வரை அந்நகரம் இயல்பிலும் கலாசாரத்திலும் முஸ்லிமாகவே இருந்து வந்தது. அந்த ஆண்டில் பிரிட்டிஷார் தலைநகரை கல்கத்தாவிலிருந்து டெல்லிக்கு மாற்றினர். 1947-க்குப் பின் புதுடெல்லி சுதந்தர இந்தியாவின் ஆட்சிபீடமாயிற்று. உருது பேசும் முஸ்லிம்கள் பாகிஸ்தானுக்குச் சென்றுவிட்டனர். பலர் விருப்பமின்றியே சென்றனர். அவர்களுடைய இடங்களில் பஞ்சாபி மொழி பேசும் இந்துக்களும் சீக்கியர்களும் வந்து சேர்ந்தனர். எங்கெங்கு முடியுமோ, அங்கெல்லாம் அவர்கள் வீடுகளையும் கடைகளையும் அமைத்துக்கொண்டனர். நகரின் மையப்பகுதியில், கம்பீரமான வணிக வளாகமான கன்னாட் சர்கஸ் அமைந்தது. அதைத் திட்டமிட்டு வடிவமைத்தவர் ஆர்.டி.ரஸ்ஸல். தான் படைத்த நகரம் என்னவாயிற்று என்பதைப் அவர் பார்க்க நேரிட்டால், தன் சமாதியில் விர்ரென்று சுழலக்கூடும். 1948, 1949 ஆண்டுகளில் பலவித அளவுகளிலும் அமைப்புகளிலுமாக கடைகளும் தள்ளுவண்டிகளும் நடைபாதை முழுதும் இடம்பெற்று விட்டன. ஒரு காலத்தில் நிழலில் ஓய்வாக நடந்து, விருப்பப்பட்ட கடைகளாகப் பார்த்து நுழைந்து, விற்பனைக்கான பொருள்களைப் பார்த்து வாங்கும் இடமாக இருந்தது, இன்று நடைபாதை வியாபாரிகள் நிறைந்த களேபர பூமியாகிவிட்டது. சுதந்தரத்துக்கு முன் முழுவதும் மேட்டுக்குடிச் செல்வர்களுக்கான பிரத்யேக வியாபாரப் பகுதி, இன்று சாதாரணக் கடைவீதி ஆகி விட்டது.[7]

பிரிவினைக்குப்பின் சுமார் ஐந்து லட்சம் அகதிகள் டெல்லியில் குடியேற வந்தனர். எங்கெங்கு பாயமுடியுமோ அங்கெல்லாம் அகதிகள் வெள்ளம் பாய்ந்தது. அவர்கள் முகாம்களில், பள்ளி கல்லூரிகளில், கோயில் குருத்வாரா தர்மசாலாக்களில், ராணுவ இடங்களில், தோட்டங்களில் என்று பல இடங்களையும் மொய்த்தனர். ஏன், ரயில்வே நடைமேடைகளில், வீதிகளில், நினைத்துப் பார்க்கக்கூடிய ஒவ்வொரு இடத்தையும் ஆக்ரமித்தனர். காலப்போக்கில் இவர்கள் லூட்யென்ஸ் கட்டிய டெல்லியின் மேற்கிலும் தெற்கிலும் தங்களுக்கு ஒதுக்கப்பட்ட இடங்களில் வீடுகளைக் கட்டிக்கொண்டனர். இங்கே எழுந்த குடியேற்றப் பகுதிகளில் தற்போது பஞ்சாபியர்களே ஆதிக்கம் செலுத்துகின்றனர். அவர்கள் மிகவும் நேசித்து மதித்த காங்கிரஸின் இந்துத் தலைவர்கள் படேல், ராஜேந்திர பிரசாத், லஜபதி

ராய் போன்றோருடைய பெயர்களை தங்கள் வசிப்பிடங்களுக்குச் சூட்டிக்கொண்டனர்.

கிழக்கு பஞ்சாப் பண்ணைகளில் குடியேறியவர்களைப்போல டெல்லி அகதிகளும் சிக்கனத்தையும் செயல் வேகத்தையும் கொண்டிருந்தனர். காலப்போக்கில் அவர்களும் டெல்லியின் தொழில் மற்றும் வர்த்தகத்தில் ஆதிக்கம் பெற்று செல்வாக்கு பெற்றனர். ஒரு காலத்தில் முகலாய நகராகவும், பிறகு பிரிட்டிஷ் நகரமாகவும் விளங்கிய நகரம், 1950-களில் ஒரு பஞ்சாபிய நகரமாகிவிட்டது.[8]

III

பிரிவினையால் டெல்லியைப் போலவே பம்பாயும் கலாசார, சமூக மாற்றத்தை அடைந்தது. 1948 ஜூலை வாக்கில், சிந்து, பஞ்சாப் மற்றும் எல்லைப்புற மாகாணங்களிலிருந்து வந்த ஐந்து லட்சம் அகதிகள் அங்கு வந்துசேர்ந்தனர். ஏற்கெனவே இருந்த பம்பாயின் அதி தீவிரமான பிரச்னைகளை அகதிகள் மேலும் தீவிரமாக்கினர் - இட நெருக்கடி! சுமார் பத்து லட்சம் மக்கள் இப்போது நடைபாதைகளில் தூங்கினர். குடிசைப் பகுதிகள் வேகமாக அதிகரித்தன. குடியிருப்புப் பகுதிகளில் ஓர் அறையில் பதினைந்து அல்லது இருபது பேர் வசித்தனர்.[9]

'சிந்து அகதிகள் அடைந்த நஷ்டம் ரூ. 400 முதல் 500 கோடி வரை இருக்கும். அங்கு அவர்களுக்கு நிறைய நிலமிருந்தது. அரசுப் பணிகளில் ஆதிக்கம் செலுத்தினர். தொழில் மற்றும் வர்த்தக ஆதிக்கம் அவர்கள் கையில் இருந்தது. பஞ்சாப் அகதிகளுக்குச் சொந்தமாக இப்போது கிழக்கு பஞ்சாப் இருந்தது; எனவே சுதந்தரமாக, கூட்டுறவுடன் வாழ வழி இருந்தது; அதன்மூலம் சுயாட்சி, சுயமாகத் தொழில் செய்தல் ஆகியவற்றை நிறைவு செய்துகொள்ள முடிந்தது. ஆனால் சிந்திகளுக்கு தங்கள் மறுவாழ்வைச் சீரமைத்துக்கொள்ள அத்தகைய வசதிகள் எதுவுமில்லை.[10] சிலர் அரசாங்கத்திடம் முறையிட்டனர்; சிலர் கோபத்தைக் காட்டினர்; இன்னும் சிலர் விவகாரத்தை தாங்களே கையில் எடுத்துக்கொண்டனர். எனவேதான் சிந்துச் சிறுவர்கள் கூட பம்பாய் நகர வீதியெங்கும் துணியைக் கூவிக்கூவி விற்கும் காட்சி சாதாரணமாகத் தென்பட்டது. அவர்களுடைய ரத்தத்திலேயே வியாபாரத் திறமை இருந்தது. எனவேதான் சிந்தி அகதிகளிடம் குஜராத்திகளுக்கும் மராட்டிகளுக்கும் கனிவான பார்வை இல்லாமல் போய்விட்டது. புறநகர் ரயில்களில், சிந்து மாகாண உட்புறக் காடுகளிலிருந்து வந்த சின்னஞ்சிறு அகதிப் பிள்ளைகள் கூட சிறுசிறு நகைகளை விற்று வாழ்க்கை நடத்தினர்.'[11]

பம்பாயில் ஐந்து அகதிகள் முகாம்கள் இருந்தன. அவற்றின் நிலைமை விரும்பத்தக்கதாக இல்லை. கோல்வாடா முகாம் குடியிருப்புகளில் 10,400 பேர் இருந்தனர். ஒரு குடும்பத்துக்கு 36 சதுர அடி இடம் மட்டுமே வழங்கப்பட்டிருந்தது. முழு முகாமுக்கும் பன்னிரண்டு தண்ணீர்க் குழாய்கள் மட்டுமே இருந்தன. ஒரேயொரு பள்ளிக்கூடமே இருந்தது. மின் வசதியோ மருத்துவரோ அடியோடு இல்லை. பிரதாப் சிங் என்ற சர்வாதிகாரி போன்ற

ஓர் அலுவலர் நிர்வாகத்தில் அது இருந்தது. 1950 ஏப்ரலில், தங்கள் வசதிக்குறைவுகளைக் காரணம் காட்டி, குடியிருந்த சிலர் வாடகை செலுத்த மறுத்தபோது சிறு கலவரம் மூண்டது. பிரதாப் சிங் அவர்களை வெளியேற ஆணை பிறப்பித்தார். அதை அந்த மக்கள் எதிர்த்தபோது, காவல்துறை வரவழைக்கப்பட்டது. அதைத் தொடர்ந்து ஏற்பட்ட அடிதடியில் ஓர் இளைஞன் உயிரிழந்தான். பத்திரிகையாளர் ஒருவர் அவர்களை 'உள்ளே வசிப்பவர்கள்' (கைதிகள் என்றும் பொருள்படும்) என்று சரியாகவே குறிப்பிட்டார். அவர்களோடு கூட 'உள்ளே வசித்த' பிறர், பூனை அளவு பெருத்திருந்த எலிகள், மூட்டைப்பூச்சிகள், கொசுக்கள் மற்றும் பாம்புகள்.[12]

சிந்து அகதிகள் மேற்கு இந்தியாவின் மாநகரங்களுக்கும் சிறு நகரங்களுக்கும் குடிபெயர்ந்தனர். பம்பாய் தவிரவும், கணிசமான அளவுக்கு புனாவிலும் அஹமதாபாத்திலும் இருந்தனர். 1950-ல் அவர்களைப் பார்வையிட்ட சமூக உளவியல் அறிஞர் ஒருவர், சிந்திகள் திருப்தி இல்லாமல் இருப்பதைக் கண்டார். மோசமான குடியிருப்புகள், போதாத நீர் வசதி, போதுமான அளவுக்கு அளிக்கப்படாத ரேஷன் பொருள்கள் முதலிய குறைபாடுகள் அனைவருக்குமே பொதுவாக இருந்தன என்றார். அகமதாபாத்தில் ஓர் அகதி, 'பாகிஸ்தானில் நாங்கள் பறவைகளுக்கு விட்டெறிந்த உணவை இங்கே சாப்பிடுகிறோம்' என்றார். உள்ளூர் குஜராத்திகள் சிந்து அகதிகளிடம், அதிலும் குறிப்பாக முஸ்லிம்களிடம் பகை உணர்வு பாராட்டுவதாகவும் சிலர் குறை கூறினர். அவர்கள் நேருவைக் குறை சொல்லாவிட்டாலும், அரசைக் கடுமையாகக் கண்டித்தனர். 'எங்கள் அரசாங்கத்தால் பயனில்லை; எல்லாரும் கூட்டாகத் திருடர்கள், பண்டிட் நேரு மட்டுமே நல்லவர். மற்றவர்கள் உபயோகமற்றவர்கள். சுயநல நோக்கு உடையவர்கள். பண்டிட் மட்டும் என்ன செய்ய முடியும்? அரசு இயந்திரத்தின் பிற பகுதிகள் வேலை செய்யவில்லை என்று அவரே கூறுகிறாரே?' என்றனர்.[13]

IV

இந்தியாவின் மூன்றாவது பெரிய நகரமாகிய கல்கத்தாவின் இயற்கைச் சூழலும் அகதி வெள்ளத்தால் மாற்றத்துக்கு உள்ளானது. பிரிவினைக்கு முன்னதாகவே கிழக்கு வங்காளத்தின் மிக வசதியான இந்துக் குடும்பங்கள் தங்கள் உடைமைகளுடன் நகருக்கு வந்துவிட்டனர். பிரிவினைக்குப் பிறகு வந்தவர்கள் பெரும்பாலும் தொழிலாளர் மற்றும் விவசாயக் குடும்பங்களே. பஞ்சாபில் ஏற்பட்டது போல அல்லாமல் இடப்பெயர்ச்சி கூட்டமாக ஒரேயடியாக இல்லாமல் சிறிது சிறிதாக அமைந்தது. எனினும் 1949-50-ன் குளிர்காலத்தில், கிழக்கு பாகிஸ்தானின் கலவர அலை மேலும் பல இந்துக்களை எல்லை தாண்டி விரட்டியது. இதற்கு முன்வருடத்தில் 4,00,000 அகதிகள் மேற்கு வங்கம் வந்தனர். 1950-ல் எண்ணிக்கை 17 லட்சம் அளவுக்கு உயர்ந்தது.

இந்த மக்கள் எங்கு அடைக்கலம் புகுந்தனர்? சிலர் முடிந்தவரை உறவினர் வீட்டில் தங்கினர். பிறர் நகரின் ரயில்நிலைய பிளாட்பாரத்தில் பெட்டி,

படுக்கை எல்லாவற்றையும் பரப்பிக்கொண்டு அதையே வீடாக்கிக் கொண்டனர். இங்கேயே 'குப்பைகளை வாரிப் பெருக்கி வசித்தனர்; தூங்கினர்; பாலுறவு கொண்டனர்; குழந்தை குட்டிகளுடன் அந்தக் காங்க்ரீட் மீதே ஈக்கள், பேன்கள், வயிற்றுப்போக்கு சகிதம் உறங்கினர். காலரா கண்டவர்கள் செயலற்று தாங்கள் எடுத்த வாந்தியை வெறித்து நோக்கியபடி வீழ்ந்து கிடந்தனர். பெண்கள் ஒருவருக்கொருவர் பேன் எடுத்துக் கொண்டிருந்தனர். பிச்சைக்காரர்கள் பிச்சை எடுத்தனர்.' இன்னும் சிலர் 'தெருவில் திரியும் மாடுகளோடு மாடுகளாக, சாக்கடை நீரைக் குடித்து, வீதிகளில் வீசி எறியப்பட்ட உணவுப்பொருட்களை உண்டு, நடைபாதைக் கடைகளில் உறங்கி உயிர் வாழ்ந்தனர்.'[14]

மான்செஸ்டர் கார்டியன் பத்திரிகையின் இந்திய நிருபர் அப்படித்தான் எழுதினார். ஆனால் இப்பத்திரிகை உருவாக்கும் அபிப்பிராயத்தைப்போல் அகதிகள் அப்படி ஒன்றும் விதியே என்று இருந்துவிடவில்லை. 1948-ன் ஆரம்பத்தில் ஸியால்டா ரயில் நிலைய வாழ்க்கையை வெறுத்து ஏரிக்கரை ராணுவக் குடியிருப்புகள், ஜோத்பூர் படைக் குடியிருப்பு, மைசூர் இல்லம், ஷாப்பூர், துர்காபூர், பாலிகஞ்ச் வளைவுச் சாலை, தர்மத்தலா ராணுவக் குடியிருப்பு என ஆளில்லா இடங்கள் அனைத்தையும் ஆக்கிரமித்துக் கொண்டனர். இரவோடு இரவாக, காலியாக விடப்பட்ட வீடுகள் அனைத்திலும் அகதிகள் வந்து மொய்த்துக்கொண்டனர். இவை வேண்டுமென்றே மேற்கொண்ட அத்துமீறல்கள்.[15]

குடியில்லாத வீடுகளைச் சிலர் ஆக்கிரமித்துக்கொண்டபோது மற்றவர்கள் சாலைகளில் காலியாக இருந்த நிலங்கள், முட்புதர்கள் அழிக்கப்பட்ட சிறு காடுகள், அண்மையில் ஈரம் வற்றிய சதுப்பு நிலங்கள் ஆகியவற்றில் குடியேறினர். இப்படித் தங்கியவர்கள் இரவோடு இரவாக இருளிலேயே தாற்காலிகத் தங்குமிடங்களையும் கட்டிக்கொண்டு விட்டனர். அந்த நிலங் களை காலி செய்ய மறுத்து, வேண்டுமானால் அந்த இடத்துக்கான நியாயமான விலையைக் கொடுப்பதாகச் சொன்னார்கள்.[16]

விரும்பியோ விரும்பாமலோ மேற்கு வங்க அரசு, அகதிகளைத் தாங்களே சட்டத்தைக் கையில் எடுத்துக்கொள்ள அனுமதித்துவிட்டது. ஆனால், பஞ்சாபைப் போல, கிழக்குப் பகுதியில் பெருமளவு அகதிகள் வரவில்லை. பஞ்சாபில் கிடைத்ததுபோல பயிரிடப்படாத நிலங்கள், பண்ணைகள் போன்றவை, வங்காள அகதிகள் குடியேற வாய்ப்பாகக் கிடைக்கவில்லை. மேலும் அரசாங்கம் இந்தக் குடியேற்றங்கள் தாற்காலிகமானவை என்று நம்ப விரும்பியதோடு, அமைதி திரும்பியபின் கிழக்கு வங்காளத்தில் அவர் களுக்குச் சொந்தமான இடங்களுக்கே இந்துக்கள் திரும்பிவிடுவர் என்றும் எதிர்பார்த்தது. அரசின் இந்த நம்பிக்கைக்கு ஆதரவாக வங்காளிகளுக்கு பஞ்சாபியரைப்போல மதவெறி அவ்வளவு அதிகமில்லை. இங்கே முஸ்லிம்களும் அதே மொழி பேசி, அதே மாதிரி உண்டு வாழ்ந்ததால், அவர் களோடு நகமும் சதையுமாக எப்படியும் சேர்ந்து ஒன்றாக வாழ்ந்து விடுவார்கள் என்று அரசு எதிர்பார்த்தது.

பின்னதாகக் கூறப்பட்ட வாதத்தை அகதிகளே தீவிரமாக மறுத்தனர். அவர்களுக்கு, இஸ்லாமிய நாடாக மாறிய இடத்துக்குத் திரும்பிப்போகும் எண்ணம் இல்லை. சர் ஜாதுநாத் சர்க்கார் என்ற மதிக்கப்பட்ட வரலாற்று ஆசிரியரும் அவர்கள் கருத்தை ஆதரித்தார். 1948 ஆகஸ்டு 16 அன்று நடைபெற்ற மாபெரும் கூட்டத்தில், சர் ஜாதுநாத், கிழக்கு வங்காளத்திலிருந்து அகதிகள் வெளியேறியதை, 14-ம் லூயி காலத்தில் ஃபிரெஞ்சு ஹ்யூகெனாட்களின் வெளியேற்றத்துடன் ஒப்பிட்டார்.

வந்தேறிய அகதிகளுடன் கலந்து, அவர்களை இணைத்துக்கொண்டு, கலாசார, பொருளாதாரங்களை வளர்க்குமாறு மேற்கு வங்காள மக்களை அவர் வேண்டினார். அவ்வரலாற்றாளர், 'அகதிகள் உதவியுடன், யூதர்கள் ஆட்சியில் பாலஸ்தீனம் எப்படி மாறப்போகிறதோ, அப்படி இருளிலிருந்து ஒளியாக, அறியாமை, பத்தாம்பசலித்தனம், மதவெறி ஆகிய பாலைவனங்களிலிருந்து பூத்த பூஞ்சோலையாக மேற்கு வங்காளத்தை மாற்றவேண்டும்' என்றார்.[17]

1948 செப்டம்பரில் அனைத்து வங்காளி அகதிச் செயல்குழு என்ற அமைப்பு உருவானது. அகதிகளுக்கு நியாயமான நஷ்ட ஈடும், குடியுரிமைகளும் அளிக்கப்படவேண்டும் என்று வற்புறுத்த பேரணிகளும் மறியல்களும் நடத்தப்பட்டன. இவ்வியக்கத் தலைவர்கள், கூட்டம் கூட்டமாக கல்கத்தா தெருக்களில் போராட்டம் நடத்த அகதிகளை அனுப்பினர். அத்துடன் அரசாங்கத்தை விடாமல் வற்புறுத்தும் போக்கையும் மேற்கொண்டனர். ஊர்வலங்கள், மறியல்கள், கூட்டங்கள், சாலை நெரிசல், கல்வீச்சு, கண்ணீர்ப் புகை, தடியடிகள், பஸ், டிராம் எரிப்பு, சில சமயங்களில் காவல்துறையின் துப்பாக்கிச் சூடு முதலியவை நகரின் அடையாளங்களாயின.[18]

தங்கள் கட்டுப்பாட்டுக்கு அப்பாற்பட்ட சக்திகளால், வந்து தங்கிய வீடுகளிலிருந்து வெளியேற்றப்பட்ட அகதிகள், தீவிரவாத இயக்கங்களின் தீவிரப் பசிக்கு இரையானார்கள். டெல்லியிலும் பஞ்சாபிலும் தீவிர இந்து அமைப்பான ராஷ்ட்ரிய ஸ்வயம் ஸேவக் சங்கம் அகதிகளிடையே தங்கள் செல்வாக்கை முதலில் நிலைநாட்டிக் கொண்டது. வங்காளத்தில் ஆர்.எஸ்.எஸ்ஸின் சகோதர அமைப்பான இந்து மகாசபையும் பிரச்னைக்கு மதச்சாயம் பூசப் பெரிதும் பாடுபட்டது. 'இந்திய சுதந்தர வேள்வியில் வங்காள இந்துக்கள் பலிகடா ஆக்கப்பட்டு விட்டனர்' என்று அவர்கள் சொன்னார்கள்.

அகதிகளை மீண்டும் கிழக்கு பாகிஸ்தானுக்குப் போகச் சொல்வதன்மூலம் அரசு, 'விட்டுக்கொடுக்கிறது, இனப்படுகொலையை ஊக்குவிக்கிறது' என்று குற்றம் சாட்டப்பட்டது. அரசாங்கம் அகதிகளை பணிந்துபோகச் சொல்கிறது; ஆனால் அவர்களுக்குத் தேவை 'மனிதருக்குரிய தீவிரமான ஆண்மை'. 1950 மார்ச்சில் கோபம் கொண்ட ஓர் இந்து, 'ஒரு சிவாஜி அல்லது ஒரு ராணா பிரதாப் அவர்களிடையே தோன்றமாட்டாரா' என்று எழுதினார்.[19]

முஸ்லிம்களை எதிர்த்துப் போராடிய மத்திய கால இந்து வீரர்களைப் போற்றிப் புகழ்ந்தமை டெல்லி மற்றும் பஞ்சாப் அகதிகளிடம் எடுபட்டது. ஆனால் வங்காளத்தில் கம்யூனிஸ்ட்களே அகதிகளை அதிகமாக ஒன்று திரட்டினர். அவர்கள்தான் அரசாங்க அலுவலகங்களுக்கு ஊர்வலமாகச் செல்ல ஏற்பாடு செய்தனர். அவர்கள்தான் கல்கத்தாவில் தரிசு நிலங்களை அகதிகள் ஆக்கிரமித்துக்கொள்ள பக்கபலமாக இருந்தனர். அப்போது அகதிகளிடம் இன்றியமையாத தேவையும் ஒழுங்குபடுத்தப்பட்ட பலமும் இருந்தனவே தவிர அவர்களுக்கு வேறு எந்தவிதமான அனுமதியோ அதிகாரமோ இல்லை. அவ்வாறுதான் நகரின் பல பகுதிகளில், தாற்காலிக திடீர் குடியிருப்புகள், கிழக்கு வங்காள மாதிரியில், ஓடு, ஓலை அல்லது இரும்புத்தகடுகளால் ஆன குடிசைகளாக, மூங்கில் பாய் சுவர்கள் மற்றும் மண் தரைகளுடன் எழுந்தன.[20]

1950-ன் ஆரம்பத்தில் சுமார் இரண்டு லட்சம் தாற்காலிக அகதிகள் குடியேற்றங்கள் இருந்தன. அரசாங்க ஆதரவற்ற நிலையில் அகதிகள் தாமே சொந்தமாகக் குழுக்கள் அமைத்துக்கொண்டு, சட்டங்கள் வகுத்துக்கொண்டு ஒரு பெரிய ஒன்றுபட்ட அமைப்பாகத் தங்களைத் தாங்களே நிர்வகித்துக் கொண்டனர்.[21] தெற்கு கல்கத்தா அகதிகள் மறுவாழ்வுக் குழு ஒன்றின் சார்பில், 49,000 குடும்பங்கள், தங்கள் குடியேற்றப் பகுதிகளில் 500 மைல் அளவிலான சாலைகள், 700 குழாய் கிணறுகள், 45 உயர்நிலைப் பள்ளிகள் மற்றும் 100 ஆரம்பப் பள்ளிகள் ஆகியவற்றை தங்கள் சொந்த முயற்சியாலும், சொந்தச் செலவிலும் அமைத்துக்கொண்டதாகக் கூறியது. அக்குழு அந்தக் குடியிருப்புகளை கல்கத்தா நகராட்சியின்கீழ் கொண்டுவருமாறு அரசாங்கத்தை வற்புறுத்தியது. மேலும் அங்குள்ள தனி மனைகளையும், பள்ளிக் கட்டடங்களையும் அங்கீகரித்து ஒழுங்குபடுத்தி, சந்தைக் கடைகளை மேம்படுத்தி, கடன்களுக்கும் ஏற்பாடு செய்யுமாறு வேண்டியது.[22]

இந்த அகதிகள் சார்பில் பேசியவர்கள், பஞ்சாபி அகதிகளுக்கு சிறப்புச் சலுகைகள் அளிக்கப்பட்டதைச் சுட்டிக் காட்டி குறை கூறினர். வட இந்தியாவில் சுற்றுப்பயணம் செய்து அந்த முகாம்களைக் கண்டுவந்த வங்காள சமூகத் தொண்டர் குழு ஒன்று அம்முகாம்கள் மேலான தரத்தில் உள்ளதாகக் குறிப்பிட்டது. அங்கு, ஓடும் நீர் வசதி, போதுமான சுகாதார வசதி ஆகியவற்றுடன் வீடுகள் நிரந்தரமானவையாக இருந்தன. ஆனால் மேற்கு வங்காளத்தில் அகதிகள், இற்றுப்போகும் மூங்கில் குடிசைகளில், தனியான ஒதுக்குப்புறத்தில், வசதிகள் இல்லாமல், குறுகிய சமையலறைகள் கொண்ட இடங்களில் வசிக்க நேரிட்டது. வடக்கு முகாம்களில் பண மற்றும் துணி உதவிகளும் அதிகமாக இருந்தன.[23]

மொத்தத்தில் புனரமைப்புத் திட்டங்கள், வங்காளத்தைவிட பஞ்சாபில் துன்பம் குறைவானதாக இருந்தன. 1950-ன் ஆரம்பத்தில் வடக்கு அகதிகளுக்கு புதிய வீடுகளும், புதிய வேலைகளும் கிடைத்துவிட்டன. ஆனால் கிழக்கில் பாதுகாப்பின்மை தொடர்ந்தது. ‘வங்காள அகதிகள்

நிரந்தரமாக ஓரிடத்தில் வாழ முடியாமலும் வேலை கிடைக்காமலும் இருக்கும்வரை அவர்களிடையே பொருளாதார மற்றும் அரசியல் ரீதியாக அதிருப்தியும் வளர்ந்துகொண்டே போகும். கம்யூனிஸ்ட்டுகள் அவர்களுடைய கஷ்டங்களை தங்களுக்குச் சாதகமாகப் பயன்படுத்திக் கொள்வதில் வெற்றி பெறுவார்கள்' என்று 1954 ஜூலையில் ஒரு நிருபர் எழுதினார்.[24]

V

பிரிவினையின் கொடுமைகளுக்கு மிக அதிகமாக உள்ளானவர்கள், இந்துக்களோ, சீக்கியர்களோ, முஸ்லிம்களோ, பெண்களே. சிந்தி காங்கிரஸின் மதிப்புக்குரிய அரசியல்வாதி சோயித்ராம் கித்வானி கூறியதுபோல, 'வேறு எந்தப் போர்களிலுமே பெண்கள் இவ்வளவு துன்பப் பட்டது இல்லை.' பெண்கள் கொல்லப்பட்டனர். ஊனமாக்கப்பட்டனர். வன்புணரப்பட்டனர். கைவிடப்பட்டனர். சுதந்தரத்துக்குப் பிறகு அவர்களது விருப்பமின்றி, யாரோ அவர்களுக்குச் செய்த கொடுமைகளுக்காக, அவர்களுடைய குடும்பங்களாலேயே கைவிடப்பட்ட பெண்களால் டெல்லி மற்றும் பம்பாய் விபசார விடுதிகள் நிறைந்தன.[25]

1947-ன் கோடையில் பஞ்சாபில் கிராமம் கிராமமாகப் வன்முறை பரவியபோது, மாகாணத்தின் கிழக்குப் பகுதியில் இந்துக்களும் சீக்கியரும் முஸ்லிம் பெண்களைக் கடத்திவந்து தங்களுடன் வைத்துக்கொண்டனர். இதன் மறுபக்கப் பரிசாக, அப்படிச் சொல்லலாம் என்றால், இளம் இந்து மற்றும் சீக்கியப் பெண்கள் முஸ்லிம் ஆண்களால் கடத்தப்பட்டனர். எனினும் புழுதி அடங்கி, ரத்தம் காய்ந்தபிறகு இந்தியா மற்றும் பாகிஸ்தான் அரசாங்கங்கள், இப்படிக் கைப்பற்றப்பட்ட பெண்கள் அவரவர் சொந்தக் குடும்பங்களுக்குத் திருப்பி அனுப்பப்படவேண்டும் என்பதை ஒப்புக் கொண்டனர்.

இந்தியப் பக்கத்தில் கடத்தப்பட்ட பெண்களை மீட்கும் நடவடிக்கைகள் மிருதுளா சாராபாய், ராமேஸ்வரி நேரு ஆகியோர் தலைமையில் தொடங்கின. அவர்கள் இருவருமே செல்வச் செழிப்புள்ள குடும்பத்தைச் சேர்ந்தவர்கள். உறுதியான தேசியவாதிகள் என்பதற்கான சான்றுகள் பெற்றவர்கள். இதில் மிகவும் ஆர்வம் கொண்ட ஜவாஹர்லால் நேரு, அவர்களை ஊக்கப்படுத்தியதோடு உதவியும் செய்தார். அவர், வானொலியில் அகதிகளுக்காகப் பேசியபோது இந்தக் கொடுமைகளுக்கு உள்ளான பெண்களுக்காகத் தனியாக உரையாற்றினார். அவர்களை மீட்டுக்கொண்டு வருவதில் எந்தவிதத் தயக்கமும் இல்லை என்றும், அவர்களுடைய பண்பில் சந்தேகம் ஏதும் இல்லை என்றும் கூறினார். மேலும், அவர்கள்மீது எந்தத் தவறும் இல்லையாதலால் அவர்களைப் பரிவோடு மீட்டுக்கொண்டு வர விரும்புவதாகவும் கூறினார். அவர்களைக் கண்ணியத்தோடு அழைத்து வருவதோடு, கனிவாகவும் நடத்த வேண்டும் என்றும் சொன்னார். அந்தப் பெண்கள் அவர்கள் குடும்பங்களுக்கு நிச்சயமாகத் திரும்ப வரலாம் என்றும்

அதற்குத் தேவையான எல்லா உதவிகளும் அளிக்கப்படும் என்றும் உறுதி கூறினார்.²⁶

அவ்வாறு கடத்தப்பட்ட பெண்கள் ஒருவர் ஒருவராக இனம் காணப்பட்டனர். ஒருவர் இருக்குமிடம் அறிந்தவுடன், அந்தக் கிராமத்துக்கு, மாலையில் ஆண்கள் வயலிலிருந்து திரும்பிய பிறகு, காவலர்கள் வருவர். காவல் துறைக்கு தகவல் தெரிவித்தவர், பெண்ணைக் கடத்தியவர் வீட்டுக்கு காவலர்களை அழைத்து வருவார். பெண்ணைக் கடத்தியவர் தன்னோடு உள்ள பெண், கடத்தப்பட்டவள் என்பதை மறுப்பார். தடைகளையும் ஆட்சேபணைகளையும் மீறி, தேவைப்பட்டால், காவலர்கள் தங்கள் அதிகாரத்தைப் பயன்படுத்தி பெண்களைக் காப்பாற்றுவர். முதலில் பெண்கள் அரசு முகாமுக்கும், பிறகு எல்லை தாண்டி அவரவர் வீட்டுக்கும் அழைத்துச் செல்லப்பட்டனர்.²⁷

1948 மே மாத வாக்கில், 12,500 பெண்கள் கண்டுபிடிக்கப்பட்டு, தங்கள் குடும்பத்துக்கு மீட்டு அழைத்துச் செல்லப்பட்டனர். வினோதமாகவும் வேதனையாகவும், பல பெண்கள் மீட்கப்படுவதையே விரும்பவில்லை. அவர்கள் கடத்திச் செல்லப்பட்டவுடன் எப்படியோ புதிய சூழலுக்குத் தங்களைச் சமாதானப்படுத்திக் கொண்டுவிட்டனர். இப்போது, மீட்கப் படும்போது அவர்களுடைய முந்தைய குடும்பம் அவர்களை எப்படி வரவேற்குமோ என்ற நிச்சயமற்ற நிலையில் இருந்தனர். அவர்களில் பலர் பாலுறவுக்கு ஆட்படுத்தப்பட்டு, சிலர் கருவுற்றும் இருந்தனர். அவர்கள் ஏற்கப்பட்டாலும், பகைவர் உறவில் பிறக்கும் குழந்தைகள் எப்போதும் ஏற்கப் படமாட்டார்கள் என்பதை அப்பெண்கள் அறிந்திருந்தனர். காவல்துறையினரும் அவர்களுக்கு உதவுபவர்களும், அந்தப் பெண்களைத் திரும்ப அழைத்துச்செல்ல பலத்தைப் பிரயோகிக்க வேண்டியிருந்தது. அப்பெண்கள், 'அப்போது உங்களால் எங்களைக் காப்பாற்ற முடியவில்லை; இப்போது எங்களைக் கட்டாயப்படுத்த உங்களுக்கு என்ன உரிமை இருக்கிறது?' என்று கேட்டனர்.²⁸

VI

உணவுப் பற்றாக்குறை, அகதிகள் பிரச்னையை மேலும் அதிகமாக்கியது. உலகப் போருக்குப் பின் உணவு தானிய இறக்குமதி தொடர்ந்து அதிகரித்து வந்தது. 1944-ல் 0.8 மில்லியன் டன்னாக இருந்த இறக்குமதி நாலு வருடங்களில் 2.8 மில்லியன் டன்னாக உயர்ந்தது. சுதந்தரத்துக்குச் சற்று முன்பாக, கிழக்கு கோதாவரிப் பகுதியில் ஆண்களும் பெண்களும், புளியங் கொட்டை, பனம்பழம், ஜீலுகு மரப்பட்டை முதலியவற்றைக் கொதிக்க வைத்து, கஞ்சி காய்ச்சிக் குடித்துவிட்டு வயிறு வீங்கி, வயிற்றுப்போக்கால் அவதியுற்று சில சமயம், இறந்தே போனார்கள் என்பதை ஓர் அரசியல்வாதி தம் பயணத்தின்போது கண்டார். அடுத்த வருடம் மேற்கில் இருந்த குஜராத்தில் மழை பொய்த்து தீவிர தண்ணீர்ப்பஞ்சமும், கால்நடைத் தீவனப் பஞ்சமும் வைக்கோல் பற்றாக்குறையும் ஏற்பட்டன. கிணறுகளும் ஆற்றுப்படுகைகளும் வற்றின. ஆடு மாடுகள் பசியாலும் நோயாலும் மடிந்தன.²⁹

சில இடங்களில் விவசாயிகள் பட்டினி கிடந்தனர். சில இடங்களில் அவர்கள் கொந்தளித்தனர். ஹைதராபாத் சமஸ்தானத்தை இந்தியா சேர்த்துக் கொள்வதில் ஏற்பட்ட தாமதத்தால் கம்யூனிஸ்டுகள் தெலுங்கானாவைத் தம் கட்டுப்பாட்டுக்குள் கொண்டுவர விரைந்தனர். புறமுதுகு காட்டித் திரும்பி ஓடிய ரஜாக்கர்கள் விட்டுச்சென்ற 303 ரைஃபில் துப்பாக்கிகள், மார்க் 5 துப்பாக்கிகள் ஆகியவை கம்யூனிஸ்டுகளுக்கு உதவியாக அமைந்தன. பெரும் நிலச்சுவான்தார்களுடைய அரண்மனை போன்ற கட்டடங்களை இடித்துத் தள்ளி அவர்களுக்குச் சொந்தமாக இருந்த நிலங்களை உழுது பயிர் செய்வோருக்கு அளித்தனர். கம்யூனிஸ்டுகள் தங்களுக்குள் தளங்கள் என்ற பிரிவுகளாகப் பிரிந்து, ஒவ்வொரு தளத்தினரும் பல கிராமங்களின் பொறுப்பை ஏற்றுக்கொண்டனர். அவர்கள் மக்களை அரசுக்கு நிலவரி செலுத்தவேண்டாம் என்று தடுத்து, அவர்களே சட்டம் ஒழுங்கை நிலைநாட்டினர்.[30] வாரங்கல், நலகொண்டா ஜில்லாக்களில் நிலப் பிரபுத்துவத்தை ஒழித்த கம்யூனிஸ்டுகளுக்கு மக்கள் ஆதரவு பெருகியது. அப்பகுதிகளைப் பார்வையிட்ட ஒரு காங்கிரஸ் கட்சித் தலைவர், 'ஒவ்வொரு குடும்பத் தலைவியும் அமைதியாக கம்யூனிஸ்டுகளுக்கு பேருதவி செய்தனர். ஏதுமறியா அப்பாவி கிராமத்தவர்கள் கம்யூனிஸ்டுகளிடம் தீவிரப் பரிவு காட்டினர்' என்றார்.[31]

ஹைதராபாதில் கம்யூனிஸ்டுகள் அடைந்த வெற்றி, நாடு முழுவதிலும் விவசாயிகள் புரட்சியை நடத்தும் எண்ணத்தைத் தூண்டிவிட்டது. தெலுங்கானா, சிவப்பு இந்தியாவின் தொடக்கமாக அமையும் என அவர்கள் நம்பினர். 1948 பிப்ரவரியில், கல்கத்தாவில் நடைபெற்ற ரகசியக் கூட்டத்தில், கட்சி தன் புதிய சிந்தனையை வெளியிட்டது. 'தெலுங்கானாவின் வீரமிக்க மக்கள் சுதந்தரத்துக்கும் உண்மையான ஜனநாயகத்துக்கும் வழிகாட்டி விட்டனர்' என்ற பேச்சாளர் ஒருவருடைய உரை, அவர்களுடைய மன நிலைக்கு, அவர்கள் சிந்தனைக்கு இசைவாக அமைந்தது. 'அவர்களே இந்தியா மற்றும் பாகிஸ்தானின் உண்மையான எதிர்காலம்' என்றார் அவர். 'கம்யூனிஸ்டுகள் எல்லா நிலையிலும் பொதுமக்களிடையே, உழைக்கும் வர்க்கத்தினரிடையே இந்தப் புரட்சி உணர்ச்சியை உருவாக்கிவிட்டால், சீட்டுக்கட்டு வீடுகள் கலைந்து விழுவதுபோன்ற விளைவுகளைக் காண முடியும்' என்றார் அவர்.[32]

கல்கத்தா கூட்டத்தில், கட்சி பி.சி. ஜோஷிக்குப் பதிலாக பி.டி.ரணதிவேயை புதிய பொதுச்செயலாளராகத் தேர்ந்தெடுத்தது. ஜோஷி விளையாட்டுகுணம் கொண்டவர்; அனைவராலும் விரும்பப்பட்டவர். ஆனால் ரனதிவே கொள்கையில் தீவிரமானவராகவும் எப்போதும் ஆழ்ந்து படிப்பவராகவும் விளங்கினார். (இருவருமே, அந்தக் காலத்துக் கம்யூனிஸ்டு தலைவர்கள் போல, படித்த பிராமணர்கள்).[33]

ஜோஷி, நேருவின் நண்பர். காங்கிரஸ் கட்சியை தீவிரமாக எதிர்ப்பவர். காந்தியின் மறைவுக்குப்பின் சுதந்தர இந்தியாவின் இருப்பு, ஆபத்தில்

சிக்கியுள்ளது என்று வாதிட்டவர். (இந்து மறுமலர்ச்சி சக்திகளுக்கு எதிராக) 'நேருவின் அரசாங்கத்தை ஆதரிப்போம்' என்ற கட்சியின் துண்டுப் பிரசுரத்தை மேற்பார்வையிட்டவர். ஆனால் ரணதிவே கடுமையான போக்கைக் கைக்கொண்டார். அவர் 'இந்தியா, பிரிட்டிஷ் ஏகாதிபத்தியத்துக்கு நன்றியுணர்வால் கட்டுப்பட்ட பூர்ஷ்வாக்களின் அரசாங்கம்' என்று நம்பினார். இப்போது கட்சி தலைகீழாக மாறி நேருவை அமெரிக்க ஏகாதிபத்தியத்தின் அடிமை என்று வர்ணித்தது. முந்தைய பொதுச் செயலாளரால் அச்சிடப்பட்ட துண்டுப் பிரசுரம் கிழித்தெறியப்பட்டு காகிதக் கூழாகிவிட்டது. ஜோஷியும் சாதாரண உறுப்பினர் நிலைக்குத் தள்ளப்பட்டு, அவருக்கு எதிரான பல குற்றச்சாட்டுகளுக்கு உள்ளானார். கட்சியில் எதிர்ப் புரட்சிக்கான சிந்தனைகளை வளர்த்தவர் என்று முத்திரை குத்தப்பட்டார்.[34]

நேருவின் அரசாங்கம், சோவியத் யூனியன் தலைமையிலான ஜனநாயக முகாமுக்கு எதிராக, ஆங்கில-அமெரிக்கக் கூட்டணியில் சேர்ந்துகொண்டு விட்டது என்று இந்தியக் கம்யூனிஸ்டு கட்சியின் புதிய கொள்கை சொன்னது. காங்கிரசுக்கு எதிராகச் சிதறிக்கிடந்த சில வெறுப்புகளை ரணதிவே, அந்தக் கட்சிக்கு எதிரான மாபெரும் புரட்சி எழுச்சிக்கு அடையாளம் என்று கருதி விட்டார். தலைமறைவாக இருந்த அவர் தம் மறைவிடத்தில் இருந்தபடி நாடெங்கிலுமான ஒரு பெரும் வேலை நிறுத்தத்துக்கும் விவசாயிகள் எழுச்சிக்கும் அறைகூவல் விடுத்தார். கம்யூனிஸ்டு சுற்றறிக்கைகள், தம் அனைத்துமட்டத் தொண்டர்களையும், புரட்சி மனப்பாங்கு கொண்ட ஆலைத் தொழிலாளர்களுடனும், வீதிகளில் உள்ள மாணவர்களுடனும் இணைந்து, தங்களது எதிர்ப்புச் சக்திகள் அனைத்தையும் காங்கிரஸ் பாசிஸ்டுகளுக்கு எதிராகப் பிரயோகிக்கத் தூண்டின. அவர்களுடைய முடிவான நோக்கம் கொலைகார காங்கிரஸ் அரசாங்கத்தை அழிப்பதே.[35]

ரணதிவேயும் அவருடைய தொண்டர்களும் சீனாவின் கம்யூனிஸ வெற்றியிலிருந்து நம்பிக்கை பெற்றனர். 1949 செப்டம்பரில் மா சே துங் ஆட்சிக்கு வந்த சிறிது காலத்துக்குப் பின், 'மா சே துங்கின் வெற்றியில் இந்தியாவின் உழைக்கும் வர்க்கம் பெரிதும் மகிழ்வதாக', அவருக்கு ரணதிவே ஒரு பாராட்டுக் கடிதம் அனுப்பினார். 'அவர்களது விடுதலையை அந்த வெற்றி விரைவுபடுத்துவதாகவும்' குறிப்பிட்டிருந்தார். 'மேலும் தீவிரமாகவும் உறுதியுடனும் இந்தியாவின் அப்போதைய ஆட்சியை முடிவுக்குக் கொண்டுவந்து மக்கள் ஜனநாயகத்தை நிறுவ அது அவர்களுக்கு எழுச்சியூட்டும்' என்றும் குறிப்பிட்டிருந்தார்.[36] இந்திய அரசியல் அமைப்பு பலவிதங்களில் மக்கள் விரோத, பிற்போக்கு கொமின்டாங் சீன ஆட்சியைப் போல் இருப்பதாகக் கருதிய ரஷ்யச் சிந்தனையாளர்கள், இந்தியக் கம்யூனிஸ்டுகளை மேலும் தூண்டிவிட்டனர்.[37]

டெல்லியில் இருந்த சோவியத் தூதரகத்தில் பல ஊழியர்கள் இருந்தனர். ஒரு மூத்த இந்திய அதிகாரி கூறியதுபோல, 'இந்தியக் கம்யூனிஸ்டு இயக்கம் அங்கு முதல்தரமான வழிகாட்டுதலைப் பெற்றது.'[38]

கம்யூனிஸ்டுகள் இந்தியாமீது போரை அறிவித்தனர். அரசாங்கம் அதன் ஆதிக்கத்தில் இருந்த அனைத்து சக்திகளையும் திரட்டிக்கொண்டு பதிலடி கொடுக்க தயாரானது. 50,000 கட்சிக்காரர்களும் ஆதரவாளர்களும் கைது செய்து சிறை வைக்கப்பட்டனர். ஹைதராபாத்தில் முக்கிய கம்யூனிஸ்டு தளத் தலைவர்கள் கைது செய்யப்பட்டனர். ஆயினும் தக்காணத்தில் கம்யூனிஸ்ட் தலைவராக இருந்த ரபி நாராயண ரெட்டி மாட்டிக்கொள்ளாமல் தலைமறை வாக இருந்தார். ராணுவ கவர்னர் ஜே.என்.சௌத்ரி கம்யூனிஸ்டுகளுக்கு எதிரான பிரசாரப் போரைத் தொடங்கினார். கிராமங்களில் வீசப்பட்ட தெலுங்கு துண்டுப் பிரசுரங்கள், நிஜாமின் தனிப்பட்ட நிலங்கள் விவசாயிகளுக்குப் பிரித்தளிக்கப்படும் என்று அறிவித்தன. ஊர் ஊராகச் செல்லும் தியேட்டர் கம்பெனிகள், நாடகங்கள் மற்றும் கூத்துகள் மூலம் அரசாங்கத் தரப்பு தன் வாதங்களை மக்களுக்கு விளக்கியது. நாடகம் ஒன்றில் சௌத்ரி தெய்வமாகவும் கம்யூனிஸ்டுகள் வேதாளங்களாகவும் சித்திரிக்கப் பட்டிருந்தனர்.[39]

விளம்பரமும் அடக்குமுறையும் உரிய பயனளித்தன. 1948-ல் கட்சியின் உறுப்பினர்கள் 89,000 என இருந்து, இரண்டே ஆண்டுகளுக்குப் பிறகு வெறும் 20,100-க்கு குறைந்துபோனது. அரசாங்கத்தின் எதிர் நடவடிக்கைகள், கம்யூனிஸ்டுகளின் கடிவாளமற்ற புரட்சிகளுக்கு மக்களிடம் ஆதரவு இல்லை என்பதை வெளிப்படுத்தின. இந்திய மக்களிடம் காங்கிரசுக்கு இருந்த மதிப்பை கம்யூனிஸ்ட் கட்சி குறைத்து மதிப்பிட்டுவிட்டதாகத் தோன்றியது.[40]

கம்யூனிஸ்டுகள் தங்கள் செல்வாக்கை இழந்துகொண்டிருக்கும் போதே, வலதுசாரி தீவிரவாதக் கூட்டம் ஒன்று வளர்ந்துகொண்டு வந்தது. அதுதான் ராஷ்ட்ரிய ஸ்வயம் ஸேவக் சங்கம். 1948 ஜனவரியில் மகாத்மாவின் படுகொலைக்குப் பின்னர் ஆர்.எஸ்.எஸ். அரசால் தடை செய்யப்பட்டது. படுகொலையில் அந்த அமைப்புக்கு நேரடியாகத் தொடர்பு இல்லை என்றாலும், பஞ்சாப் வன்முறையில் அது தீவிரமாக இயங்கியிருந்தது; அகதி களிடம் அதற்கு பேராதரவு இருந்தது. அவர்களது கண்ணோட்டமும் நாதுராம் கோட்ஸேயின் கருத்துடன் ஒத்துப்போனது. ஆர்.எஸ்.எஸ். தொண்டர்கள் மகாத்மாவின் மறைவை ரகசியமாகக் கொண்டாடியதாக பரவலான வதந்தி இருந்தது. காந்தியின் மறைவுக்கு இரண்டு வாரங்களுக்குப் பிறகு, பஞ்சாப் அரசாங்கத்துக்கு நேரு ஒரு கடிதம் எழுதினார். 'ஆர்.எஸ்.எஸ். மற்றும் அதுபோன்ற குழுக்களால் நாம் போதுமான கஷ்டம் அனுபவித்தாகி விட்டது. இவர்கள் கரங்களில் மகாத்மாவின் ரத்தம் இருக்கிறது. இதில் தங்களுக்கு சிறிதும் சம்பந்தமில்லை என்று சொல்வது இப்போது அர்த்தமற்றது.'[41]

எனவே ஆர்.எஸ்.எஸ். தடை செய்யப்பட்டு, தொண்டர்கள் கைது செய்யப்பட்டனர். எனினும் ஓராண்டுக்குப் பிறகு அந்தத் தடையை அரசு நீக்கியது. அப்போது அதன் தலைவர் எம்.எஸ்.கோல்வால்கர் இந்திய அரசியலமைப்புச் சட்டத்துக்கும் தேசியக் கொடிக்கும் விசுவாசமாக இருப்பதாகவும், வன்முறைக்கும் ரகசியத் திட்டங்களுக்கும் இடம் தராமல்

அமைப்பின் செயல்பாடுகளைக் கட்டுப்படுத்திக்கொள்ள தொண்டர்களுக்கு அறிவுறுத்துவதாகவும் தெரிவித்தார். ஆர்.எஸ்.எஸ். தலைவர், தாங்கள் துன்பத்தில் கஷ்டப்படும் மக்களுக்கு உதவி செய்யும்போது நாட்டின் அமைதிக்குப் பாடுபடுவதாகவும் உள்துறை அமைச்சர் வல்லபபாய் படேலிடம் உறுதியளித்தார். ஆர்.எஸ்.எஸ். பற்றி படேலுக்கே நல்லதும் கெட்டதும் கலந்த ஓர் அபிப்பிராயமே இருந்தது. அவர்களுடைய முஸ்லிம் எதிர்ப்புக் கொள்கை அவருக்கு வருத்தம் அளித்தாலும் அவர்களுடைய தியாக உணர்வையும் கட்டுப்பாட்டையும் கண்டு மகிழ்ந்தார். சங்கத்தின் மீதான தடையை விலக்கிக்கொண்ட அவர், காங்கிரஸ் தவறான பாதையில் செல்வதாகத் தோன்றினால், கட்சிக்குள் இருந்தபடியே கட்சியைத் திருத்துங்கள் என்று அவர்களுக்கு அறிவுரை கூறினார்.[42]

ஆர்.எஸ்.எஸ். மீதான தடை விலக்கப்பட்டதும் கோல்வால்கர் நாடு முழுதும் பயணம் செய்து, மாபெரும் மக்கள் கூட்டத்தைத் திரட்டி வெற்றிகரமான உரைகள் பலவற்றை நிகழ்த்தினார். பார்வையாளர் ஒருவர், 'சங்கம் அண்மையில் அதற்கு ஏற்பட்ட சோதனையிலிருந்து வெளிவந்து, காங்கிரஸ் உட்பட அனைத்து கட்சிகளும் பொறாமைப்படும், பயப்படும் அளவுக்கு மக்களின் ஆதரவைப் பெற்றுள்ளது. இந்தியாவைப் பேராபத்துக்கு அழைத்துச்செல்லும் இந்துத்துவக் கொள்கையிடம் நாட்டை அடகு வைக்க விரும்பாவிட்டால், அந்தக் கட்சிகள் நேரம் இருக்கும் போதே தங்களைக் காப்பாற்றிக்கொள்ள வேண்டும்' என்று குறிப்பிட்டார். ஆர்.எஸ்.எஸ். என்பது முஸ்லிம் லீகுக்கான இந்துவின் விடை. 'தீவிரமான மதவாதச் சிந்தனைகள் கொண்ட அது, பாரத வர்ஷத்தில், தூய்மையான இந்து கலாசாரத்துக்கு சிறிதும் குறைவு ஏற்படக்கூடாது என்ற தீர்மானத்துடன் உள்ளது.'[43]

கம்யூனிஸ்ட் ரணதிவே போல கோல்வால்கரும் உயர்ஜாதி மராட்டி பிராமணர். இருவருமே இளைஞர்கள். நாற்பது வயதைக் கடந்தவர்கள். இருவருமே தங்களைவி‍ இளையவர்கள் நூற்றுக்கணக்கானோரின் விசுவாசத்தை வென்றவர்கள். ஆர்.எஸ்.எஸ்., கம்யூனிஸ்டுகள் இருவருமே இளைஞர்களுடைய ஆற்றலையும் லட்சியங்களையும், கூடவே அவர்களுடைய வெறியையும் தூண்டிவிட்டனர். இந்திய சுதந்தரத்தின் ஆரம்ப காலங்களில் இவ்விரண்டு பிரிவினரே ஆளும் காங்கிரஸ் கட்சிக்கு எதிராக செயல்வேகம் கொண்ட எதிர்க்கட்சிகளாக இயங்கிவந்தனர்.

காங்கிரஸின் உச்சியில் இருந்தவர் பிரதமர் ஜவாஹர்லால் நேரு. இடது, வலது புரட்சியாளர்களை எதிர்கொள்வதில் நேருவுக்கு இரண்டு பெரிய இடைஞ்சல்கள் இருந்தன. அவர் ஒரு மிதவாதி. அவரது சமரசப் போக்கு, மக்களைத் தூண்டும் ஆவேசப் பேச்சுடன் ஒத்துப் போகவில்லை. அடுத்து, அவரும் அவரது சகாக்களும், அவர்களது எதிரிகளைவிட மிகவும் வயதானவர்கள். 1949-ல், நேருவுக்கு 60 வயதானது. அந்த வயதில், ஓர் இந்து பணியிலிருந்து ஓய்வெடுத்து சன்னியாசம் வாங்கவேண்டும்.

ஜவாஹர்லால் நேரு, ஆர்.எஸ்.எஸ்.ஸையே அதிகமான அச்சத்துக்கு உரியதாகக் கருதினார். மந்திரி சபையிலிருந்த பிறர், குறிப்பாக வல்லபபாய் படேல் அக்கருத்தில் மாறுபட்டார். எம்.எஸ்.கோல்வால்கர் படேலுக்கு, அவர்களுடைய பொது எதிரியான கம்யூனிஸ்டுகளோடு போரிடுவதற்கு உரிய உதவிகள் செய்வதாக ரகசியமாகக் கடிதம் எழுதினார். 'உங்கள் அரசாங்கத்தின் பலத்தையும் எங்கள் சங்கத்தின் கலாசார வல்லமையையும் பயன்படுத்தினால், விரைவில் (சிவப்பின்) அச்சுறுத்தலை ஒழித்துவிடலாம்.'[44] இந்த எதிர்ப்பு அணி யோசனை படேலுக்கு ஏற்புடையதாக இருந்தது. எனவேதானோ என்னவோ காங்கிரசுக்குள் ஆர்.எஸ்.எஸ்ஸை இணைத்துக்கொள்ளக் அவர் கருதியிருக்கலாம்.

உண்மையில் காங்கிரசில், ஆர்.எஸ்.எஸ். உறுப்பினர்கள் சேர்த்துக்கொள்ளப் படவில்லை. கோல்வால்கர் தம் கருத்துக்களை விருப்பம்போல், கேட்க விரும்பியவர்களுக்கு பிரசாரம் செய்யத் தொடங்கினார். 1949 நவம்பர் முதல் வாரத்தில் பம்பாய் சிவாஜி பூங்காவில், ஒரு லட்சம் பேர் திரண்ட கூட்டத்தில் அவர் பேசினார். கூட்டத்துக்கு வந்திருந்த ஒரு நிருபர் அவரை, 'ஒடுங்கிய மார்பு, வெட்டப்படாத முடி, வாரி ஒழுங்கு செய்யப்படாத மயிர், தொங்குதாடியுடன் கூடிய ஒரு சராசரி உயரமுள்ள மனிதர்' என்று வர்ணித்தார். யாருக்கும் கேடு விளைவிக்காத சன்னியாசி போல அவர் காட்சியளித்தார். ஆனால் அவருடைய 'கரிய, ஊடுருவும் கூரிய, குழிந்த விழிகள், அவருக்கு, தீவினைகள் செய்யும், ரத்தத்தை உறையவைக்கும் மந்திரவாதியின் தோற்றத்தை அளித்தன.' அவர் பேசும் முன், உடற்பயிற்சியும் படைப் பயிற்சியும் பெறும் சங்கங்கள் சார்பில் அவருக்கு மாலைகள் அணிவிக்கப் பட்டன. அவருடைய பேச்சு இந்து கலாசாரத்தின் சிறப்புகள் பற்றி இருந்தது. ஒரு நிருபர் குறிப்பிட்டதுபோல, 'தேசத்தின் எல்லாக் கேடுகளுக்கும் அவரிடம் மருந்துகள் இருந்தன! இந்தியா முழுமைக்கும் கோல்வால்கரை தலைவராக ஆக்குங்கள்.'[45]

ஒரு வாரத்துக்குப் பிறகு நேரு பம்பாயில் பேச வந்தார். பேசிய அரங்கு கோல்வால்கர் பேசிய அதே இடம், சிவாஜி பூங்கா. மத்திய பம்பாயின் நடுத்தர மக்களின், குறிப்பாக மராத்தியரின், இதயம் போன்ற, மக்கள் நெருக்கடி மிகுந்த, பாலைவனத்துச் சோலை போன்ற, சிவாஜி பூங்காதான்! நேருவும் கோல்வால்கர் பயன்படுத்திய மோட்வானே சிகாகோ டெலிபோன் மற்றும் ரேடியோ கம்பெனியின் மைக்ரோபோனையே பயன்படுத்தினார். ஆனால் அவருடைய உரையின் செய்தி அழுத்தமான வேறொன்றாக இருந்தது. இந்தியாவுக்குள் சமுதாய அமைதியையும், வெளியே போரிடும் நாடுகளுக்கு இடையே அமைதியையும் அவர் வலியுறுத்திப் பேசினார்.

நேருவின் உரை, 1949 நவம்பர் 14-ம் தேதி, அவருடைய அறுபதாம் பிறந்த நாள் உரையாக அமைந்தது. நாட்டு மக்களின் அபரிதமான அன்பைத் தவிர, வேறு பரிசு எதையும் அவர் எதிர்பார்த்திருக்க முடியாது. பம்பாய்க்கு அவர் மாலை 4.30 மணிக்கு வரவேண்டும். அவருடைய விமானம் சாந்தாக்ரூஸ் விமான நிலையத்துக்கு வருவதற்கு ஒரு மணி நேரம் முன்பிருந்தே மக்கள்

தங்கள் கடைகளை மூடி, வேலைகளை நிறுத்திவிட்டு நேருவைக் காணக் காத்திருந்தனர். நேருவின் பழுப்பு, சிவப்பு நிறத்திலான திறந்த கார், வீதிகள் வழியே செல்வதற்கு முன்பாகவே அவ்வீதிகளின் இருபக்க நடைபாதை களிலும் கூட்டம் நிரம்பி வழிந்தது. அவர் அவ்வழியே சென்றபோது, ஆரவார மக்களின் மகிழ்ச்சி அலை காணப்பட்டது.

ஒரு மணி நேரத்துக்குப் பிறகு, முகம் கை கால் கழுவி, மாற்றுடை அணிந்து, நேரு சிவாஜி பூங்காவுக்கு வந்தார். அவர் பேச்சைக் கேட்க வரலாறு காணாத மக்கள் கூட்டம் அந்த விசாலமான மைதானத்தில் நெருக்கித் தள்ளியது. மறக்க முடியாத அந்த மாலையில் ஆறு லட்சத்துக்கும் அதிகமான மக்கள் திரண்ட னர். ஆண், பெண், சிறுவர் என மக்கள் வெள்ளம் அவர் பேச்சைக் கேட்க வந்திருந்தனர். தமக்கு முன்னே காத்திருந்த கடினமான, சோதனையான நாட்களில் வழிகாட்டக்கூடிய நேருவின் திறமையிலும் தலைமைப் பண்பிலும் அவர்களுக்கு இன்னும் நம்பிக்கை இருந்தது.[46]

இந்தியாவில் இந்துத்வா அரசாங்கத்தை அமைக்கக் கோரி கோல்வால்கர் ஆற்றிய உரையைக் கேட்க ஒரு லட்சம் மக்கள் வந்திருந்தனர். ஆனால் இந்த மராத்திய பலம் வாய்ந்த கோட்டைக்குள், சர்வாதிகாரத்துக்கு எதிரான ஜனநாயகம், இந்துத்துவ தீவிரவாதத்துக்கு எதிரான சமயச்சார்பின்மை ஆகிய கொள்கைகளை ஆதரித்து பிரதமர் பேசிய பேச்சைக் கேட்க கோல்வால் கருக்குக் கூடியதைப்போல ஆறுமடங்கு மக்கள் கூடியிருந்து அவரை உற்சாகப் படுத்தினர். இந்த கொள்கைப் போட்டியில், நேரு எளிதாக வெற்றிபெற்றுக் கொண்டிருந்தார். குறைந்தபட்சம் அந்தக் கணத்திலாவது.

VII

சுதேச சமஸ்தானங்களின் இணைப்பைப் போலவே அகதிகள் மறுவாழ்வும் முன் எப்போதும் கண்டிராத அளவிலான அரசியல் சிக்கலாக இருந்தது. 'பாகிஸ்தானிலிருந்து இந்தியாவுக்கு வந்த அகதிகள் இலையுதிர்காலக் காற்றில் உதிர்ந்த இலைகள் போல, தூசு பறப்பது போல அங்கும் இங்குமாகப் பறந்த காகிதத் துண்டுகள் போல இருந்தனர்' என்று அவர்களுள் ஒருவரே குறிப்பிட்டார். உடலுக்கும் மனத்துக்கும் எந்தச் சேதமும் இல்லாமல் வந்தவர்கள்கூட, தங்களை வழிநடத்தும் திசை தெரியாமல், நிலைநிறுத்திக்கொள்ள வேர்கள் இல்லாமல்தான் வந்தனர்.[47]

சுதந்தரத்துக்குப் பிறகு இந்தியா வந்த அகதிகளின் எண்ணிக்கை எட்டு மில்லியனுக்கு அருகில் இருக்கும். இது பெருங்கண்டமான ஆஸ்திரேலியா, சிறு ஐரோப்பிய நாடுகளான ஆஸ்திரியா, நார்வே போன்ற நாடுகளின் மக்கள் தொகையைவிட அதிகமானது. அவர்களுக்கு விரைவாக, நிறைய நிதியும் முயற்சியும் கொண்டு லட்சியவாதத்துடன் கூடிய மறுவாழ்வு அளிக்கப் பட்டது.

புதிய இந்தியாவை உருவாக்குவதில் உண்மையிலேயே ஒரு பேராற்றலும் கம்பீரமும் இருந்தன. அதில் சில பிழைகளும் தவறுகளும் தீர்க்கப்படாத

சிக்கல்களும் இருந்தன. சமஸ்தானங்களை ஒழிப்பதில் வலியும் வேதனையும் இருந்தது போலவே அகதிகள் மறுவாழ்விலும் வலியும் வேதனையும் இருந்தன. எனினும், அவை இரண்டுமே நிறைவு செய்யப்பட்டுவிட்டன.

இந்தச் சிக்கல் நிறைந்த, கடினமான பணியில் பங்குபெற்றவர்கள் அனைவரும் இந்தியர்கள் என்பது குறிப்பிடத்தகுந்தது. இதை பிரிட்டிஷார்கள் எதிர்பார்க்கவில்லை. 1947-ல் முன்னாள் வங்காள கவர்னர் இவ்வாறு சொன்னார்:

'இந்தியாவில் பிரிட்டிஷாரின் அரசியல் ரீதியான கட்டுப்பாடு முடிவுக்கு வந்துவிட்டது என்பதற்கு, பிரிட்டிஷ் தனி நபர்கள் வெளியேறிவிட்டார்கள் என்பது பொருளல்ல. வரவிருக்கும் பல ஆண்டுகளுக்கு பிரிட்டிஷ் அலுவலர்கள் இல்லாமல் அரசுப் பணிகளைச் செய்ய முடியாது. இந்திய அரசாங்கத்துடன் ஒப்பந்தம் செய்துகொண்டு, இந்திய அரசாங்கத்திலும் மாகாண மற்றும் சுதேச சமஸ்தானங்களிலும் பிரிட்டிஷ் அலுவலர்களே, நிர்வாக, சட்ட, மருத்துவ, காவல், தொழில்நுட்பம் முதலான துறைகளை தங்கள் கட்டுப்பாட்டில் வைத்திருப்பர். நானூறு மில்லியன் மக்களுக்குத் தேவையான நிர்வாகத்தை அளிக்க, அரசாங்கத்தின் பல மூத்த அதிகாரிகளின் இடத்தை தங்கள் மக்களைக் கொண்டே நிரப்புவதற்கு இந்தியாவுக்கு இன்னும் பல ஆண்டுகள் ஆகும்.'[48]

உண்மையில் அவ்வுதவி கேட்கப்படவும் இல்லை; தேவைப்படவும் இல்லை. ஆனால், பிரிட்டிஷ் ஆட்சியாளர்கள், செயல்படும் அமைப்புகளை - நிர்வாகப்பணி (ஐ.சி.எஸ்), காவல், நீதி, ரயில்வே முதலியவற்றை - விட்டுச் சென்றிருந்தார்கள் என்பதை ஏற்கத்தான் வேண்டும். சுதந்தரத்துக்குப் பிறகு, அரசு ஐ.சி.எஸ். அதிகாரிகளை பணியில் தொடருமாறு வேண்டியது. விதிவிலக்காக, சிலர் தவிர, அவர்கள், பிற பணிகளில் வேலை செய்த அலுவலர்களுடன் பிரிட்டன் திரும்பிவிட்டனர். எனவே இந்தப் பக்கங்களில் நினைவுகூரப்படும் சிறந்த அலுவலர்கள் அனைவரும் இந்தியர்களே. நேரு, படேல் போன்ற அரசியல் வல்லுநர்கள், தர்லோக் சிங், வி.பி.மேனன் போன்ற அதிகாரிகள், கமலாதேவி சட்டோபாத்யாயா, மிருதுளா சாராபாய் போன்ற சமூகத் தொண்டர்கள் அனைவரும் இந்தியர்களே. மேலும் எண்ணற்ற, முன்பும் இப்போதும் பெயர் தெரியாத பலர், நில ஒதுக்கீடு விண்ணப்பங்களைப் பெற்றுச் செயல்படுத்திய அலுவலர்கள், வீடு கட்டியவர்கள், பள்ளிகள் மற்றும் மருத்துவமனைகளை நிர்வகித்தவர்கள், நீதிமன்றங்கள் மற்றும் செயலகங்களைச் செயல்படுத்தி பணி செய்தவர்கள் முதலிய பலரும் இந்தியர்களே. அகதிகளை சமாதானப்படுத்தி கருத்தோடு கவனித்துக்கொண்ட சமூகத் தொண்டர்களும் இந்தியர்களே.

சுதந்தர இந்தியாவின் ஆரம்ப காலங்களில் பணியாற்றிய அமெரிக்கக் கட்டடக் கலைஞர் ஒருவர், அவருடன் பணியாற்றியவர்கள் திறமையையும் லட்சியவாதத்தையும் பற்றி எழுதியிருக்கிறார். 'நான் கண்ட மக்களின் எண்ணிக்கை, வகை, அவர்களுடைய திறமை, பார்வை, ஆற்றல், ஈடுபாடு,

ஆர்வமான திட்டங்கள், எதிர்பார்ப்பு, உறுதியற்ற தன்மைக்கு இடையிலும் அவர்களுடைய அமைதி, சுய கட்டுப்பாடு - இவை அனைத்தையும் சேர்த்துப் பார்க்கும்போது, நான் ஒரு புதிய தேசம் உருவாவதைக் காண்கிறேன்' என்றார் ஆல்பர்ட் மேயர்.[49]

ஒரு நாடு உருவாக்கப்படும் வரலாற்றில், சோவியத் பரிசோதனையை மட்டுமே இந்தியாவுடன் ஒப்பிடமுடியும். அங்கும் பல்வேறுபட்ட இனப் பிரிவுகள், மதங்கள், மொழிகள், சமூகப் பிரிவுகளிடையே ஒற்றுமையைக் கொண்டுவர வேண்டியிருந்தது. இதை உருவாக்க அரசின் கையில் இருந்த கச்சாப் பொருள்களோ சாதகமில்லாமல் இருந்தன: மதத்தால் பிளவுபட்ட, கடனாலும் நோயாலும் பாதிக்கப்பட்ட மக்கள்.

இரண்டாம் உலகப் போருக்குப்பின் இந்தியாவும் முதல் உலகப் போருக்குப்பின் சோவியத் யூனியனும் ஒன்றுபோலவே இருந்தன. இருவரும், துண்டுகளிலிருந்து ஒரு தேசத்தை கட்டி எழுப்பவேண்டி இருந்தது. ஆனால் இங்கு வர்க்க பேத விரோதிகளை அழித்தொழிக்கவோ, குலாக்குகளை உருவாக்கவோ வேண்டியிருக்கவில்லை.

6

இந்திய அரசியலமைப்புச் சட்டம்

ஆட்சிமுறையில்தான், எல்லாத் துறவறங்களும் சாத்தியமாகின்றன; ஆட்சிமுறையில்தான் அனைத்துப் புனிதங்களும் இணைகின்றன; ஆட்சிமுறையில்தான் அனைத்து அறிவும் சேர்கின்றன; ஆட்சிமுறையில் தான் அனைத்து உலகங்களும் குவிகின்றன.

- மகாபாரதம்

அரசியலமைப்பு ஒழுக்கம் என்பது இயல்பான ஏற்படும் உணர்வல்ல. அது பயிற்றுவிக்கப்பட வேண்டும். நம் மக்கள் அதை இன்னும் கற்கவேண்டும் என்பதை நாம் அறியவேண்டும். அடிப்படையாகவே ஜனநாயகமற்ற இந்திய மண்ணில், ஜனநாயகம் என்பது மேம்போக்கான ஒன்றே.

- பி.ஆர். அம்பேத்கர்

I

395 ஷரத்துகளும், 12 அட்டவணைகளும் அடங்கிய இந்திய அரசியலமைப்புச் சட்டம்தான், உலகிலேயே மிகப்பெரியதாக இருக்கும். 1950 ஜனவரியில் நடைமுறைக்கு வந்த அது, டிசம்பர் 1946 முதல் டிசம்பர் 1949 வரையிலான மூன்று ஆண்டுகளில் வடிவமைக்கப்பட்டது. இந்திய அரசியல் அமைப்பு சபையில் அதன் வரைவுகளின் ஒவ்வோர் அம்சமும் விவாதிக்கப் பட்டது. மொத்தத்தில் சபை பதினொரு முறை கூடியது. அதற்கு 165 நாட்கள் பிடித்தன. ஒவ்வொரு கூட்ட இடைவெளியிலும் வரைவுகள் திருத்தப்பட்டும் செம்மை செய்யப்பட்டும் முழுமையான உருவம் பெறும் பணியினைப் பல குழுக்களும் உட்குழுக்களும் மேற்கொண்டன.

இந்திய அரசியல் அமைப்புச் சபையின் நடவடிக்கைகள் பதினொரு பெரிய புத்தகங்களாக அச்சிடப்பட்டன. சில புத்தகங்கள், 1000 பக்கங்களுக்கும் அதிகமான அளவில் அமைந்து, இந்தியர்களின் வாயாடித்தனத்துக்கு

மட்டுமன்றி அவர்களுடைய தீர்க்கதரிசனம், புத்திசாலித்தனம், ஆவேசம், நகைச்சுவை உணர்ச்சி ஆகியவற்றுக்கும் சான்றாக விளங்குகின்றன. இப்புத்தகங்கள் சிறிதும் அறியப்படாத, விலைமதிப்பற்ற ஒரு புதையலாக வரலாற்றாளர்களுக்கு விளங்குகின்றன. மேலும், இவை ஆர்வமுள்ள குடிமகனுக்குப் வலுவான ஆதாரங்களாகவும் அமைகின்றன. இவற்றில், நாடு எந்த மொழியில் பேச வேண்டும், எந்த அரசியல், பொருளாதார முறைகளை மேற்கொள்ள வேண்டும், எந்த ஒழுக்கநெறிகளை ஏற்கவேண்டும், எவற்றை மறுக்கவேண்டும் என்றெல்லாம் வாதிட்ட பல கருத்துகளைக் காண்கிறோம்.

II

1930-களின் ஆரம்பத்திலேயே இந்தியர்கள் தங்களுக்கெனத் தனியான அரசியல் திட்டத்தை வகுத்துக்கொள்வர் என்பதை காங்கிரஸ் வற்புறுத்தி வந்திருக்கிறது. 1946-ல் வேவல் பிரபு, முடிவாக அதற்குத் தன் இசைவை அளித்தார். சபையின் உறுப்பினர்கள் அந்த ஆண்டு நடைபெற்ற மாகாணத் தேர்தல்களின் அடிப்படையில் தேர்ந்தெடுக்கப்பட்டனர். எனினும், முஸ்லிம் லீக் கட்சி ஆரம்பகாலக் கூட்டங்களைப் பகிஷ்கரித்து சபையை முழுதும் ஒரு கட்சி அரங்காக மாற்றிவிட்டது.

அரசியலமைப்புச் சபையின் முதல் கூட்டம் 1946 டிசம்பர் மாதம் 9 அன்று நடைபெற்றது. எங்கும் ஓர் எதிர்பார்ப்பு. நேரு, படேல் போன்ற முன்னணி காங்கிரஸ் தலைவர்கள் முன்வரிசையில் அமர்ந்தனர். அது காங்கிரஸ் கூட்டம் மட்டுமே என்ற தோற்றத்தை மாற்றும் வகையில், பக்கத்திலேயே வங்காளத்தின் சரத் போஸ் போன்ற எதிர்க்கட்சியினர்க்கும் இடமளிக்கப்பட்டது. காந்திக் குல்லாய்களும் நேரு மேல்சட்டைகளுமாக இருந்த காட்சிக்கு வண்ணம் ஊட்டும் வகையில் ஒன்பது பெண் உறுப்பினர்களும் இருந்ததாக இந்துஸ்தான் டைம்ஸ் குறிப்பிட்டது.[1]

பிரிட்டிஷ் இந்திய மாகாணங்கள் அனுப்பிய உறுப்பினர்களோடு, இந்திய அரசியல் அமைப்புச் சபையில் சுதேச சமஸ்தானப் பிரதிநிதிகளும் இடம் பெற்றிருந்தனர். அவையும் ஒன்றன்பின் ஒன்றாக யூனியனுடன் இணைந்து விட்டன. சபையில் 82 சதவிகிதத்தினர் காங்கிரஸ் உறுப்பினர்கள். ஆனால், காங்கிரஸ் கட்சியே மிகப்பெரிய கூட்டமாக இருந்ததால், அவர்களுக்குள்ளேயே பலவிதமான சிந்தனைப் போக்கு உடையவர்கள் இருந்தனர். சிலர் நாத்திகர்கள்; சிலர் சமயச் சார்பற்றவர்கள்; மற்றவர்கள், உறுப்பினர் என்ற முறையில் காங்கிரஸ்காரர் என்றாலும் மத விஷயத்தில் ஆர்.எஸ்.எஸ்., இந்து மகாசபை போன்றவற்றின் கருத்தைப் பின்பற்றுபவர்கள்.[2] பொருளாதாரக் கொள்கை ரீதியில் சிலர் சமதர்மவாதிகள்; மற்றவர்கள் நிலச் சுவான்தார்களின் உரிமைகளுக்கு வாதிடுபவர்கள். காங்கிரசுக்குள் இருந்த பலதரப்பட்ட வேறுபாடுகளுடன், பல சாதி, சமயங்களைச் சார்ந்தவர்களும், பெண் பிரதிநிதிகளும் சுயேச்சை உறுப்பினர்களாக நியமிக்கப்பட்டனர்.

சட்ட நிபுணர்களும் இடம்பெற்றனர். உண்மையில் சபையில் பிரதிநிதித்துவம் பெறாத பொதுக் கருத்தினரே இல்லை என்று சொல்லலாம்.[3]

பிரிட்டிஷாரின் விமரிசனத்துக்கு ஒருவித பதிலாகவே, சபையின் சமூக அடிப்படை விரிவாக்கப்பட்டது. குறிப்பாக வின்ஸ்டன் சர்ச்சில், அரசியல் அமைப்புச் சபை, இந்தியாவின் ஓர் இனமான, சாதி இந்துக்களின் ஆதிக்கம் இருக்குமாறு அமைந்திருந்ததாகத் தன் வெறுப்பைக் காட்டியிருந்தார். அவரது கருத்துப்படி காங்கிரஸ் கட்சியில் எல்லாப் பிரிவினருக்கும் பிரதிநிதித்துவம் கிடையாது. 'ஒரு சிறுபான்மைக் குழு, நீண்டகாலமாக, பாமர மக்களது தொடர்பை அடியோடு இழந்துவிட்டிருந்தும், தீவிரமாகத் திட்டமிட்டு, பலத்தாலோ, பொய்ப்புரட்டாலோ, சூழ்ச்சிகளாலோ அதிகாரத்தைக் கைப்பற்றி, முன்னேறி, அந்த அதிகாரத்தைப் பயன்படுத்தி அவர்களது சார்பில் பேசுவதாகப் பறைசாற்றும் கட்சி' என்று காங்கிரஸை அவர் குறை கூறினார்.[4]

பலரும் இதில் பங்குபெறுமாறு, பொது மக்களது கருத்துகளையும் கோரியிருந்தனர். நூற்றுக்கணக்கானோர் இடமிருந்து பதிலும் கிடைத்தது. சட்டம் இயற்றுவோர் தங்கள் கருத்தில் எடுத்துக்கொள்ள மக்கள் ஆர்வத்துடன் சொன்னவற்றிலிருந்து சில மாதிரிகள் இவை:

கல்கத்தாவிலுள்ள அனைத்திந்திய வர்ணாஸ்ரம ஸ்வராக்ய சங்கம், அரசியலமைப்பு பழம்பெரும் இந்து சாஸ்திரங்களின் அடிப்படையில் அமையவேண்டும் என்றது. பசு வதைத் தடுப்பையும், கசாப்புக் கடைகளை மூடுவதையும் அது பரிந்துரைத்தது. கீழ் ஜாதியினர், தாங்கள் மேல் ஜாதியினரால் கொடுமையாக நடத்தப்படுவதைத் தடுக்க வேண்டினர். அவர்கள் மக்கள் தொகைக் கணக்குப்படி சட்டசபைகள், அரசுப் பதவிகள், உள்ளாட்சிகள் முதலியவற்றில் இட ஒதுக்கீடு வேண்டும் என்றனர். மொழிச் சிறுபான்மையினர் தம் தாய்மொழியில் பேசும் உரிமையைக் கோரினர். மேலும் அவர்கள் மொழிவாரி மாநிலச் சீரமைப்பை வேண்டினர். மதச் சிறுபான்மையினர் தங்களுக்குப் பிரத்யேகப் பாதுகாப்பு வேண்டும் என்று கோரினர். விஸியநகரத்தின் வட்டார ஆசிரியர் சங்கம், பம்பாயின் மத்திய யூதர்கள் வாரியம் போன்ற விதவிதமான அமைப்புகளும், சட்டசபை உள்ளிட்ட எல்லாப் பொது அரசு அமைப்புகளிலும் தங்களுக்குப் பிரதிநிதித்துவம் வேண்டும் என்றனர்.[5]

இக்கோரிக்கைகள் இந்தியாவின் திகைப்பூட்டக்கூடிய முரண்பாடுகளுக்கு எடுத்துக்காட்டாக அமைந்தன. அத்துடன், தங்களது உரிமையைக் கோரிப் பெறும் பண்பு இந்தியர்களிடம் இருந்ததையும் காட்டியது. இந்தியர்கள் பலர்; அவர்கள் வேறுபட்டு நிற்பவர்கள்; இவற்றுக்கெல்லாம் மேலாக வாய் திறந்து பேசக்கூடியவர்கள். இந்திய அரசியல் அமைப்புத் திட்டம் ஆயிரக்கணக்கான கோரிக்கைகளுக்கும், கட்டாயப்படுத்தும் நிபந்தனைகளுக்கும் இடையிலான போட்டியில் சரியானவற்றைத் தேர்ந்தெடுக்க

வேண்டியிருந்தது. மேலும் அவ்வப்போது ஏற்பட்ட கலவரங்கள் இந்தப் பணியை எளிதாக்க உதவவில்லை. 1946-1949-க்கு இடையில் உணவுப் பற்றாக்குறை, மதக் கலவரங்கள், அகதிகள் மறுவாழ்வு, இனப் போராட்டங்கள், நிலப்பிரபுத்துவப் பிடிவாதங்கள் முதலியவற்றின் பின்னணியில் சபை கூடியது. இது தொகுக்கப்படும்போது ஒரு வரலாற்றாளர் குறிப்பிட்டது போல, 'அடிப்படை உரிமைகள், அடிப்படைத் தவறுகளின் படுகொலைக்கு இடையில்தான் உருவாக வேண்டிவந்தது.'[6]

III

அரசியல் அமைப்புச் சபையில் முந்நூறு உறுப்பினர்களுக்கு மேல் அங்கம் வகித்தனர். இந்திய அரசியலமைப்புச் சட்டம் பற்றி ஓர் அற்புதமான புத்தகத்தை எழுதிய கிரான்வில் ஆஸ்டின், மிகுந்த செல்வாக்குடைய வர்களாக இருபது பேரை இனம் காண்கிறார். இவர்களில் 12 பேர் சட்டம் படித்தவர்கள். இதில் ஜவாஹர்லால் நேரு, வல்லபபாய் படேல், ராஜேந்திர பிரசாத் போன்ற காங்கிரஸ் கட்சியின் தூண்களும் அடக்கம்.

அரசியலமைப்புச் சட்டத்தின் நோக்கம் பற்றிய தீர்மானத்தைக் கொண்டு வரும்போது நேரு, 1946 டிசம்பர் 13 அன்று சபையில் தன் முதல் உரையை ஆற்றினார். இவ்வுரையில் இந்தியா சுதந்தரமான, தன்னாட்சி உரிமை பெற்ற குடியரசு என்று பிரகடனப்படுத்தப்பட்டது. குடிமக்களுக்கு, சமுதாய, பொருளாதார, அரசியல் நீதிக்கும், சட்டத்தின் முன் அனைவருக்கும் சமமான அந்தஸ்து மற்றும் வாய்ப்புகளுக்கும், சிந்தனை, பேச்சு, எழுத்து, கருத்து, கொள்கை, வழிபாடு, தொழில், சங்கம் அமைத்தல், செயல்பாடுகள் முதலியவற்றில் சட்டம் மற்றும் பொது ஒழுக்கத்துக்கு உட்பட்ட உரிமை களுக்கும் உத்தரவாதம் அளிக்கப்பட்டது. இவற்றோடு சிறுபான்மையினர், பழங்குடியினர், தாழ்த்தப்பட்டவர்கள், பிற பிற்படுத்தப்பட்ட வகுப்பினர் ஆகியோருக்கு போதிய பாதுகாப்புகளுக்கும் வழி செய்யப்பட்டது. இந்தத் தீர்மானத்தைக் கொண்டுவந்தபோது நேரு, காந்தியச் சிந்தனைகள், இந்தியாவின் தொன்மைவாய்ந்த சிந்தனைகள் ஆகியவற்றுடன் அண்மைக் கால முன்மாதிரிகளான பிரெஞ்சு, அமெரிக்க, ரஷ்யப் புரட்சிகளுக்கும் தம் மரியாதையை முதற்கண் தெரிவித்தார்.[7]

ஒன்பது மாதங்களுக்குப் பிறகு நேரு மீண்டும் அந்த மாபெரும் மண்டபத்தில், நள்ளிரவு நேரத்தில், இந்தியர்களை விதியை எதிர்கொள்ள எழுமாறு அழைத்தார். இதற்கிடையில் 1947 ஜூலை 22-ல், இந்திய தேசியக் கொடி பற்றிய தீர்மானத்தை முன்மொழிந்தார். சமவிகித அளவிலான காவி, வெள்ளை, பச்சை ஆகிய மூவண்ணங்களில் பட்டைக்கோடுகளாகவும், மையத்தில் கடல் நீல சக்கரத்துடனும் கொடி அமையும். அச்சமயத்தில் வழி மொழிந்து போட்டி போட்டுக்கொண்டு பேசிய ஒவ்வொருவரும் கொடியின் வண்ணங்களில் குறிப்பாகத் தங்கள் சமூகம் இந்தியாவுக்கு ஆற்றிய பங்கை எடுத்துரைத்தனர்.[8]

முக்கியத்துவம் வாய்ந்த பேச்சுகளை நேரு பேசினார். அதேபோல, பின்னணியில் தேவைப்பட்ட பணிகள் அனைத்தையும் செய்தவர் வல்லபபாய் படேல். செயற்குழுவில் பல அறிக்கைகளைத் தயாரித்து, செயல்களை முடித்துவைக்கும் மனிதராக அவரே முக்கியப் பங்காற்றினார். சண்டையிடும் பிரிவுகளுக்கிடையே, நிதானம் குறைந்த நேருவைவிட, படேலே சமாதானம் செய்துவைக்கும் பணியில் ஈடுபட்டார். அவர் காலை நடையின்போது, எதிர்க் கருத்துகள் கொண்ட உறுப்பினர்களைத் தன்னோடு அழைத்துச்சென்று, விஷயங்களைப் பரந்த நோக்குடன் பார்க்கச் செய்தார். சிறுபான்மையினர் உரிமைகள் பற்றிய பிரச்னைக்கு உரிய தீர்மானங்களுள் ஒன்றை படேல்தான் கொண்டுவந்து பேசினார்.[9]

சபையின் மூன்றாவது முக்கிய உறுப்பினர், தலைவர் ராஜேந்திர பிரசாத். சபை தொடங்கப்பட்டபோது, தேர்ந்தெடுக்கப்பட்ட அவர், சபையின் பணிக்காலம் முடியும்வரை, கண்ணியத்தோடு அப்பதவியை வகித்தார். அவரது பணி எளிமையானதல்ல. இந்தியர்கள் பேச்சைக் கேட்பவர்களாக இருப்பதைவிட அதிகம் பேசுபவர்களாகவே இருப்பவர்கள். அதிலும் குறிப்பாக இந்திய அரசியல்வாதிகள்! சண்டையிடுபவர்களிடையே அவர் சமாதானத்தை நிலவச்செய்ததோடு, எது அற்பமான விஷயம், எது முக்கியமானது என்ற உணர்வே இல்லாமல் பேசிக்கொண்டிருந்த சிலரை, கட்டுப்படுத்தி, சபை நடவடிக்கைகளை குறித்த காலத்துக்குள் முடிக்குமாறு பார்த்துக்கொண்டார்.

இந்த காங்கிரஸ் மூவருக்கு வெளியே மிக முக்கியமான உறுப்பினர், திறமைமிக்கவரும், தாழ்ந்த வகுப்பினருமான, வக்கீல் பி.ஆர். அம்பேத்கர். அம்பேத்கர், யூனியன் அரசின் சட்ட அமைச்சராகவும் அரசியல் அமைப்புத் திட்ட வரைவுக்குழுவின் தலைவராகவும் இருந்தார். அவருடன் பணியாற்றிய இரு ஆற்றல்மிக்க அறிஞர்களில் ஒருவர், கே.எம்.முன்ஷி என்ற குஜராத்திப் பல்கலை வித்தகர், நாவலாசிரியர், வக்கீல், விடுதலைப் போராட்ட வீரர். மற்றொருவர், சென்னை மாகாணத்தில் பதினைந்து ஆண்டுகள் அரசு வழக்கறிஞராகப் பணியாற்றிய தமிழர், அல்லாடி கிருஷ்ணசாமி ஐயர்.

இந்த அறுவரோடு சபையில் உறுப்பினராக அல்லாத இன்னொருவரையும் சேர்க்கவேண்டும். அவர் இந்திய அரசின் சட்ட ஆலோசகர் பி.என்.ராவ். இந்திய நிர்வாகப் பணியில் நீண்டகாலம் பணியாற்றிய அவர் பல சட்டத்துறைப் பணிகளையும் ஆற்றியுள்ளார். அவர், தன் அறிவையும் அனுபவத்தையும் பயன்படுத்தி, மேற்கத்திய ஜனநாயக நாடுகளில் பயணங்களை மேற்கொண்டு, சிந்திக்கத் தூண்டும் நிறைய குறிப்புகளை எழுதி, அம்பேத்கருக்கும் அவரது குழுவினருக்கும் கொடுத்தார். ராவின் உதவியாளராக எஸ்.என்.முகர்ஜி பணிபுரிந்தார். மிகவும் சிக்கலான விஷயங்களுக்கு மிக எளிமையாகவும் மிகத் தெளிவாகவும் சட்ட வடிவம் கொடுப்பதில் அவருடைய திறமைக்கு ஈடில்லை.[10]

IV

இந்திய அரசியல் அமைப்புச் சட்டங்களை வகுக்க, நன்னெறி நோக்கு, அரசியல் நுட்பம், சட்டத்திறமை அனைத்தும் ஒன்றிணைத்துப் பயன்படுத்தப் பட்டன. இதைத்தான் கிரான்வில் ஆஸ்டின் 'தேசிய' மற்றும் 'சமூக' புரட்சி களின் முறையாக ஒன்றிணைந்த வருகை என்று குறிப்பிட்டார்.[11] தேசியப் புரட்சி, காலனி ஆட்சியில் இந்தியர்களுக்கு மறுக்கப்பட்டிருந்த ஜனநாய கத்தின்மீதும் சுதந்தரத்தின்மீதும் கவனம் செலுத்தியது. சமூகப் புரட்சி, மரபும் மதநூல்களும் பெண்களுக்கும் தாழ்ந்த வகுப்பினருக்கும் அளிக்க மறுத்த விடுதலையின்மீதும் சமத்துவத்தின்மீதும் கவனம் செலுத்தியது.

இந்த இரட்டைப் புரட்சிகள் பழைய முறைகள்மூலம் சாத்தியமாகி இருக்குமா? சிலர், அரசியலுக்கும் ஆட்சிமுறைக்கும் அடிப்படை அலகாக கிராமத்தைக் கொண்டு, கிராம சபை முறையில் பஞ்சாயத்து ராஜ்யத்தை மீண்டும் நடைமுறைப்படுத்த விரும்பும் காந்திய அரசியல் திட்டத்தை ஆதரித்தனர். இதை பி.ஆர்.அம்பேத்கர் மிகக் கடுமையாக எதிர்த்தார். 'இந்தக் கிராமக் குடியரசுகள்தாம் இந்தியாவைப் பாழாக்கிவிட்டன' என்று அவர் கருதினார். பிராந்தியவாதத்தையும் மதவாதத்தையும் குற்றம் கூறிக் கண்டனம் செய்பவர்கள் கிராம ஆட்சிக்குக் கொடிபிடிக்க முற்படுவதைக் கண்டு அம்பேத்கர் வியப்படைந்தார். 'கிராமம் என்பது தனிமைப்படுத்தப்பட்ட ஒரு குழி; அறியாமை, குறுகிய மனம், சாதியம் ஆகியவை கோலோச்சும் ஒரு குகை என்பதைத் தவிர வேறென்ன?'[12]

இந்தக் கருத்துகள் சில பிரிவினருக்குக் கோபமூட்டின. சமதர்மவாதியான எச்.வி.காமத் அம்பேத்கரது கருத்தை, நகர மேட்டிமைவாதியின் கருத்து என ஒதுக்கித் தள்ளினார். விவசாயத் தலைவர் என்.ஜி.ரங்கா, அம்பேத்கருடைய கருத்துகள் அவருக்கு இந்திய வரலாறு தெரியாத்தைக் காட்டுவதாக விமரிசித்தார். 'நம் நாட்டின் ஜனநாயக மரபுகள் அனைத்தும் அவரிடம் வீணாகிவிட்டன. தென் இந்தியாவில் கிராமப் பஞ்சாயத்துக்களின் பல நூறாயிரம் ஆண்டுச் சாதனைகளை மட்டும் அவர் அறிந்திருந்தால், இவ்வாறு சொல்லியிருக்கமாட்டார்.'[13]

எனினும் ஐக்கிய மாகாணத்தைச் சேர்ந்த துணிச்சலான பெண் உறுப்பினர் பேகம் அய்ஸாஸ் ரஸூல், டாக்டர் அம்பேத்கரின் கருத்தை முழுமையாக ஏற்றார். நவீனப் போக்கு என்பது, கார்பொரேட் நிறுவனங்களுக்கு எதிராக, குடிமகனது உரிமைக்கு ஆதரவாக உள்ளது; கிராமப் பஞ்சாயத்துகள் சர்வாதிகாரத்தனம் உடையதாக இருக்கும் என்று அவர் கருதினார்.[14]

முடிவில் கிராமத்தைவிட தனி மனிதனையே அரசியல் திட்ட அடிப்படை யாகக் கொள்வது என முடிவு செய்யப்பட்டது. பிற விஷயங்களிலும்கூட அரசியலமைப்புச் சட்டம் இந்திய மாதிரிகளைக் காட்டிலும் ஐரோப்பிய-அமெரிக்க முறைகளையே முன்மாதிரிகள் ஆக்கிக் கொண்டது. அமெரிக்க ஜனாதிபதி முறையில் அமைந்த அரசியல் அமைப்பு, பரிசீலனை செய்யப் பட்டது; ஆனால் ஏற்கப்படவில்லை. அதேபோல சுவிட்சர்லாந்து

முறைப்படி, கேபினெட் மந்திரிகளை நேரடியாகத் தேர்வு செய்வதும் ஏற்கப்படவில்லை. பல உறுப்பினர்கள் விகிதாசாரப் பிரதிநிதித்துவத்துக்கு ஆதரவாக வாதிட்டனர். ஆனால் அது எப்போதுமே தீவிரமாக எடுத்துக் கொள்ளப்படவில்லை.

மற்றொரு முன்னாள் பிரிட்டிஷ் காலனியான அயர்லாந்து, விகிதாசாரப் பிரதிநிதித்துவத்தை நடைமுறைப்படுத்தி இருந்தது. ஆனால் அரசியலமைப்பு ஆலோசகர் பி.என். ராவ் டப்ளினுக்குச் சென்றுப் பார்வையிட்டபோது, ஏமன் டி வெலேரா அவரிடம் தான் பிரிட்டிஷ் தேர்தல் முறையையும் பிரிட்டிஷ் கேபினட் நிர்வாக முறையையும் விரும்புவதாகக் கூறியிருந்தார். பிரிட்டிஷ் தேர்தல் முறையில், ஒரு தொகுதியில் மிக அதிகமான வாக்கு எண்ணிக்கை பெறும் வேட்பாளரையே, அவர் அறுதிப் பெரும்பான்மை எண்ணிக்கையில் வாக்குகளைப் பெறாவிட்டாலும், வெற்றி பெற்றதாக அறிவிப்பார்கள். அது உறுதியான ஆட்சிமுறை அமைய உதவும் என்று டி வேலேரா கருதினார். இந்தியாவில், போட்டிக் குழுக்கள் எண்ணற்ற எண்ணிக்கையில் இருப்பதால், பிரிட்டிஷ் மாதிரியைப் பின்பற்றுவதே சரியாக இருக்கும்.[15.] நாடாளு மன்றத்தின் கீழவையிலும் மாகாணச் சட்டமன்றங்களின் கீழவைகளிலும் உறுப்பினர்கள், வயது வந்தோர் அனைவருக்குமான வாக்குரிமை என்ற அடிப்படையில் தேர்ந்தெடுக்கப்பட வேண்டும். நீண்ட விவாதத்துகுப் பிறகு நாடாளுமன்றமும் பல மாகாணங்களும் ஜனநாயக அத்துமீறல்களைக் கட்டுப்படுத்தும் வகையில் இரண்டாவது அவை (மேலவை) ஒன்றை அமைத்துக்கொள்ளவும் தீர்மானித்தன. அந்த அவையின் உறுப்பினர்கள் மறைமுகத் தேர்தல் மூலம் தேர்ந்தெடுக்கப்படுவர். நாடாளுமன்றத்தின் மேலவையைப் பொருத்தவரை, மாகாண சட்டமன்றங்கள் மூலம் உறுப்பினர்கள் தேர்வு செய்யப்படுவர்.

கேபினெட் எனப்படும் மந்திரி சபையின் தலைவர் பிரதம மந்திரி. நாட்டின் தலைவர், குடியரசுத் தலைவர். இவர் நாடாளுமன்ற மற்றும் மாகாண சட்டமன்றங்கள் அடங்கிய தேர்தல் குழுவால் தேர்ந்தெடுக்கப்படுவார். நாட்டின் குடியரசுத் தலைவரே முப்படைகளுக்கும் தலைவரும் ஆவார். அவருக்கு நாடாளுமன்றம் நிறைவேற்றிய மசோதாவை மீண்டும் திருப்பி அனுப்ப அதிகாரம் உண்டு. இது மிகப்பெரும் அதிகாரமும் கௌரவமும் ஆகும். ஆனால் இந்தப் பதவி, உண்மையில் பிரிட்டிஷ் அரசர் போல 'அதிகாரம் அற்ற' ஒரு பதவி.[16] (மாகாணங்களில் மத்திய அரசால் நியமிக்கப் படும் ஆளுநர், மத்தியில் குடியரசுத் தலைவர் போலப் பணியாற்றுவார்.) அரசியலமைப்புச் சட்டம் சுதந்தரமான தேர்தல் ஆணையம் ஒன்று அமையவும், சுதந்தரமான கணக்குத் தணிக்கையாளர் ஒருவர் நியமிக்கப் படவும் வழிசெய்தது.

நீதித்துறையைக் கட்சி அரசியலில் இருந்து காப்பாற்ற உதவியாக, நீதிபதிகள் குடியரசுத் தலைவரால், தலைமை நீதிபதியுடன் கலந்தாலோசித்து நியமிக்கப்படுவர் என்று முடிவானது. அவர்களுடைய சம்பளம் நாடாளு

மன்றத்தால் தீர்மானிக்கப்படாது. அரசு கஜானாவில் கணக்கு வைத்து நேரடியாகப் பெறப்படும். டெல்லியில் உள்ள சுப்ரீம் கோர்ட் என்ற உச்ச நீதிமன்றம், சமூகப் புரட்சியின் காவலனாகவும், குடிமக்கள் உரிமைக்கும் சிறுபான்மையினர் உரிமைக்கும் உத்தரவாதம் கொடுக்கும் அமைப்பாகவும் காணப்பட்டது. அதற்கு பரவலான மேல்முறையீடுகளை விசாரிக்கும் அதிகாரமும் தரப்பட்டிருந்தது. அரசியலமைப்புச் சட்ட விளக்கம் தேவைப் பட்ட எந்த குடிமையியல், குற்றவியல் வழக்கும் உச்ச நீதிமன்றத்தில் விசாரிக்கப்படும்.

அரசியல் அமைப்புச் சட்டம், நிதி திரட்டுதலைப் பொருத்தமட்டில் ஒருவித சிக்கலான கூட்டாட்சி முறையைக் உருவாக்கியிருந்தது. உதாரணம்: சுங்க வரிகளும் கம்பெனி வரிகளும் மத்திய அரசின்கீழ் இருந்தன. வருமான வரி, உள்நாட்டு உற்பத்திப் பொருள்கள் போன்றவை மீதான ஆயத்தீர்வை முதலிய பிற வரிகளை மத்திய அரசு மாகாணங்களுடன் பங்கிட்டுக் கொண்டது. இன்னும் சிலவற்றில் (வாரிசுதாரர் அடையும் சொத்துகள் மீதான எஸ்டேட் வரி போன்றவற்றில்) முழுதும் மாகாணங்களுக்கே சென்றன. மாகாணங்கள் தாமே நிலவரி, சொத்துவரி, விற்பனை வரி மற்றும் அதிக வருவாய் அளிக்கக்கூடிய மதுபானங்கள் மீதான வரி போன்றவற்றை வசூலித்துக்கொள்ளலாம்.

இந்த நிதி அம்சங்கள் பெரும்பாலும் 1935-ம் வருடத்திய இந்திய அரசாங்கச் சட்டத்திலிருந்தே பெறப்பட்டன. அரசியலமைப்புச் சட்டத்தின் மனச் சாட்சியான,[17] அடிப்படை உரிமைகள் மற்றும் நெறிகாட்டும் கொள்கைகள் பாகம் III மற்றும் IV-ல் அடங்கியுள்ளன. அரசு, தனி மனித உரிமைகளைக் காப்பாற்றக் கடமைப்பட்டது. அது, தனி மனித உரிமைகளில் தலையிட்டு ஊறுசெய்யும் வகையில் அத்துமீறக் கூடாது. அரசின் நடவடிக்கையால் தனி மனிதர்களோ குழுவோ பாதிக்கப்பட்டால், அவர்கள் நீதிமன்றத்தை அணுகி தங்கள் அடிப்படை உரிமைகளைப் பாதுகாத்துக் கொள்ளலாம். சட்டத்தின் முன் அனைவருக்கும் சுதந்தரம் மற்றும் சமத்துவம், சிறுபான்மையினரின் கலாசார உரிமைகள், தீண்டாமைக்குத் தடை, கட்டாயப்படுத்தி வேலை வாங்குதலுக்குத் தடை போன்றவை அடிப்படை உரிமைகளில் அடங்கின.[18] நெறிகாட்டும் கொள்கைகளில் உள்ளவற்றை நீதிமன்றங்களால் அமல்படுத்த முடியாது. ஆனால், குடிமக்கள் மன நிறைவுடன் வாழ அவற்றை நடை முறைப்படுத்தும் கடமை அரசுக்கு உண்டு. நெறிகாட்டும் கொள்கைகள், போட்டியாளர்கள் இழுத்த இழுப்புக்குச் சமாதானம் சொல்லும் வகையில் உருவாக்கப்பட்ட வினோதக் கலவை. அவற்றில் சில, காங்கிரஸின் சமதர்மவாதிகளுக்காகக் கொடுக்கப்பட்ட சலுகைகள்; வேறு சிலவோ கட்சியின் பழமைவாதிகளுக்காக கொடுக்கப்பட்டவை (உதாரணம்: பசுவதைத் தடுப்பு).[19]

பாரபட்சமற்ற பார்வையில், இந்திய அரசியல் அமைப்புச் சட்டமானது, மேற்கத்திய கொள்கைகளின் தழுவி, இந்திய இலக்கை அடையும் ஒரு முயற்சியாகும். ஆனால், சில தேசபக்தர்கள் அதை அவ்வாறு காணவில்லை.

வயது வந்தோருக்கான வாக்குரிமை இந்தியர்களால் கண்டுபிடிக்கப்பட்டது என்று அவர்கள் சொன்னார்கள். டி. பிரகாசம், ஆயிரம் ஆண்டு பழைமை வாய்ந்த காஞ்சிபுர ஆலயக் கல்வெட்டு ஒன்றில் கூறப்பட்ட தேர்தல் முறையில் பானைகள் ஓட்டுப்பெட்டிகளாகவும், இலைகள் வாக்குச் சீட்டுகளாகவும் பயன்படுத்தப்பட்டதைப் பற்றிப் பேசினார்.[20] இந்தப் பழம்பெருமைவாதம் தெற்குக்கு மட்டுமே உரிய குணமல்ல. ரகுவீரா என்ற ஹிந்தி அறிஞர், புராதன இந்தியாவே குடியரசு ஆட்சிமுறைக்கு மூலகாரணம் என்று உரிமை கோரினார். இந்தியாதான் குடியரசு ஆட்சிமுறையை உலகமெங்கும் பரப்பியதாகவும் அவர் கூறினார்.[21] அரசியல் அமைப்புச் சட்டத்தைக் கூர்ந்து பார்ப்பவர்களால் அவ்வாறு திருப்திகொள்ள முடியாது.

அரசியலமைப்பில் காந்தியமே இல்லாதது கண்டு மஹாவீர் தியாகி ஏமாற்றமடைந்தார்.[22] ஹனுமந்தையா போன்ற விடுதலைப் போராட்ட வீரர்கள், 'வீணை அல்லது சிதார் இசையை விரும்புகிறோம், ஆனால் இங்கிலீஷ் பேண்டு வாத்திய இசையையே பெற்றிருக்கிறோம்' என்று குற்றம் சாட்டினர்.[23]

V

இந்திய அரசியலமைப்புச் சட்டம் தேசிய ஒற்றுமையை வளர்க்கவும் படிப்படியான சமூக மாற்றத்துக்கு உதவவும் முயன்றது. மதப் பிரசாரம் செய்ய அடிப்படை உரிமை உண்டு; ஆனால் சமுதாயச் சீர்திருத்தத்தை நோக்கமாகக் கொண்ட சட்டங்களை இயற்றும் அதிகாரத்தை அரசு வைத்துக்கொண்டது (உதாரணம்: பொது சிவில் சட்டங்கள்). மத்திய அரசு, தேசியத் திட்டமிடுதல் மூலம், நிதியை பணக்கார மாகாணங்களிலிருந்து எடுத்து ஏழை மாகாணங்களுக்குத் தரும் அதிகாரத்தைத் தன்னிடத்தில் கொண்டிருந்தது. நிலம் தொடர்பான சட்டங்களில் தனி நபர்களுக்கு முழுமையான உரிமைகள் வழங்கப்படவில்லை; சமுதாய நலனே முன்னுரிமை பெற்றது என்பதற்கு இது ஓர் உதாரணம். பல மாகாணங்களில் நிலச் சீர்திருத்தச் சட்டங்கள் நடைமுறைக்கு வந்துகொண்டிருந்தன. கடன் கொடுத்தவர்களுக்கும் பெரும் நிலப் புரபுக்களுக்கும் எதிராக, அரசாங்கம் சட்டக் கதவுகளை மூட முற்பட்டது.

சமுதாயச் சீர்திருத்தங்களின் தேவை, மக்களின் பாதுகாப்பு மற்றும் சட்டம் ஒழுங்கு நிர்வாகம் ஆகிய காரணங்களால் அடிப்படை உரிமைகள் மட்டுப் படுத்தப்பட்டன. நெருக்கடி காலப் பிரகடனத்தின்போது, அடிப்படை உரிமை களை நிறுத்தி வைக்க வழியிருந்தது. விசாரணை இன்றி ஒருவரைத் தடுப்புக் காவலில் வைக்கவும் சட்டத்தில் இடம் இருந்தது. ஒரு பிரபல விடுதலைப் போராட்ட வீரர் இதனை, 'அரசியல் சட்டத்தில் ஒரு கரும்புள்ளி' என்று குறிப்பிட்டார். அவர் பிரிட்டிஷ் ஆட்சியில் பத்தாண்டுகள் இதுபோல் இருட்டறைகளிலும் தனிச் சிறைகளிலும் வசித்தவர். விசாரணையின்றிக் காவலில் வைத்திருப்பது என்பதன் பொருளை அறிந்தவர். இதனை 'என்னால் ஏற்றுக்கொள்ளவே முடியாது' என்றார்.[24]

அரசியலமைப்புச் சட்டம், மத்திய அரசை, அதன் உறுப்புகளான மாகாண அரசுகளுக்கு ஒரு படி மேலே வைத்திருந்தது. காலனியாதிக்கத்தின்போது ஒற்றையாட்சி முறை ஏற்கெனவே அமலில் இருந்தது. அக்காலங்களில் நிகழ்ந்த வன்முறைகள் மத்தியில் அதிகாரம் குவிவதை அவசியமாக்கின. கலவரங்களை முன்கூட்டியே தடுக்கவும் பொருளாதார வளர்ச்சியை மேம்படுத்தவும் அது அவசியம் என்று தோன்றியது.

அரசியலமைப்புச்சட்டம், பொறுப்புகளை மத்திய, மாகாண, இருவருக்கும் பொதுவான என்று மூன்று வகைகளாகப் பிரித்திருந்தது. முதல் வகையில் ஒதுக்கப்பட்ட பொறுப்புகள் மத்திய அரசுக்கு உரியவை. இரண்டாவது வகை மாகாணங்களுக்கு உரியவை. மூன்றாவது வகையை மத்திய அரசும் மாகாண அரசும் பங்கிட்டுக் கொள்ளும். பிற கூட்டாட்சி நாடுகளில் இல்லாததுபோல, பல விஷயங்கள் மத்திய அரசின் தனிக் கட்டுப்பாட்டிலும், இருவருக்கும் பொதுவான பட்டியலிலும் இருந்தன. இதனை மாகாண அரசுகள் விரும்பவில்லை. மத்திய அரசு கனிமப் பொருள்களையும் முக்கியமான ஆலைகளையும் தன் கட்டுப்பாட்டில் வைத்துக்கொண்டது. அரசியல் அமைப்புச் சட்டத்தின் 356-வது பிரிவின்படி, ஆளுநரின் சிபாரிசின் பேரில் மாகாண அரசின் நிர்வாகத்தை ஏற்கும் அதிகாரத்தையும் பெற்றிருந்தது.[25]

மாகாண அரசியல்வாதிகள் மாகாணங்களின் உரிமைகளுக்காகப் பெரிதும் போராடினர். அவர்கள் மத்திய மற்றும் பொதுப்பட்டியலில் மிகச்சில அதிகாரங்கள் மட்டுமே இருக்கவேண்டும் என வாதிட்டனர். அவர்கள் வரி வருமானங்களில் மிக அதிகமான பங்கை மாகாணங்களுக்கு அளிக்க வேண்டும் என்று வற்புறுத்தியதோடு, கொள்கை ரீதியாகவும் அந்த ஏற்பாட்டை வன்மையாகக் கண்டித்தனர். ஒரிசாவைச் சேர்ந்த உறுப்பினர் ஒருவர், 'அரசியலமைப்புச் சட்டம், அதிகாரங்களை, அதன் கனம் தாங்க முடியாமல் அது உடைந்தே போய்விடும் அளவுக்கு, மத்திய அரசின்மீது குவித்துவிட்டது என அஞ்சுகிறேன்' என்றார். மைசூர் உறுப்பினர் ஒருவர், 'திட்டமிடப்பட்டுள்ள அரசியலமைப்புச் சட்டத்தைப் பார்த்தால், இது கூட்டாட்சி போலத் தெரியவில்லை; ஒற்றையாட்சி போன்றே தெரிகிறது' என்றார். 'டெல்லியில் மட்டும் ஜனநாயகம் உள்ளது; அதே அளவு ஜனநாயகம் நாட்டின் பிற பகுதிகளில் இல்லை.'[26]

மாகாணங்களின் உரிமைகளுக்கான பொருள் பொதிந்த வாதம் மதராஸின் கே. சந்தானத்திடமிருந்துதான் வந்தது. மாகாணங்களுக்கு நிதி அளிக்கும் ஏற்பாடு 'மத்திய அரசின் வாயில்படியில் கையேந்தும் பிச்சைக்காரர்களாக' மாகாணங்களை ஆக்கிவிடும். அமெரிக்காவில் மத்திய அரசும் மாகாணங்களும் 'எல்லா விதமான வரிகளையும்' வசூலிக்கலாம். ஆனால் இங்கே மிக முக்கியமான வருவாய் அளிக்கும் வருமான வரி போன்றவை மாகாணங்களுக்கு மறுக்கப் பட்டுள்ளது. மேலும் வரைவுக்குழு, மத்திய அரசிடம் இருக்கக்கூடாத எல்லாவித அதிகாரங்களையும் மத்திய அரசின்மீது சுமத்த முயன்றுவிட்டது. உதாரணத்துக்கு, நாடோடிகள் பற்றிய விவகாரம், மாகாணப்

பட்டியலிலிருந்து எடுக்கப்பட்டு பொதுப் பட்டியலுக்குத் தரப்பட்டுள்ளது. 'ஒட்டுமொத்த இந்தியாவும் நாடோடிகளைப் பற்றிக் கவலைப்பட வேண்டுமா?' என்று சந்தானம் கிண்டலாகக் கேட்டார். அவர் கூறியதுபோல மத்திய அரசின்மீது மிக அதிகமான சுமையை ஏற்றுவதற்குப் பதிலாக 'மாகாண மக்களின் நலவாழ்வு பற்றிய ஆரம்பப் பொறுப்பு மாகாண அரசுகளிடமே இருக்கவேண்டும்.'[27]

மறுநாள், ஐக்கிய மாகாணங்களிலிருந்து வந்த ஓர் உறுப்பினர் இக்குற்றச் சாட்டுகளுக்கு பதில் அளித்தார். சந்தானத்தின் உரையைக் கேட்ட அவர், 'இந்த நிபுணர்களுடைய உரைகளில் இந்தியாவின் பழங்காலப் பிரிவினைப் போக்கு ஒலிக்கவில்லையா?' என்று கேட்டார். 'அழுத்தங்களும் அவலங் களும் நிறைந்த இந்தக் காலக்கட்டத்தில் ஒரு வலிமையான மத்திய அரசு இன்றியமையாத தேவை' என்றார். 'நாடு முழுமைக்கான நலவாழ்வுத் திட்டங்களை வலிமையான மத்திய அரசால் மட்டுமே சிந்தித்துத் திட்டமிட முடியும்' என்றார்.[28]

வரைவுக்குழு உறுப்பினர்கள் அரசியலமைப்புச் சட்டத்தின் ஒற்றையாட்சிப் போக்கை வலிமையாக ஆதரித்துப் பேசினர். ஆரம்பக் கூட்டம் ஒன்றில் உரையாற்றிய பி.ஆர். அம்பேத்கர் தான் வலிமையான, ஒன்றுபட்ட மத்திய அரசையே விரும்புவதாகக் கூறினார். 1935-ம் வருடத்திய இந்திய அரசாங்கச் சட்டத்தில் அமைந்த மத்திய அரசைவிட மிக வலிமையான ஒன்றை தான் விரும்புவதாகக் குறிப்பிட்டார்.[29] எவ்வளவு வலிமையான மத்திய ஆட்சியை ஆக்கமுடியுமோ அவ்வளவு வலிமையான மத்திய அரசுடன் கூட்டாட்சி அமைப்பை உருவாக்க வேண்டும் என்று கே.எம்.முன்ஷி வாதிட்டார்.[30] சில விஷயங்களில் முன்ஷி, இந்துத் தீவிரவாதிகளுக்கு அருகில் இருப்பதுபோலக் காணப்பட்டார். ஆனால் இந்த இடத்தில் அவர் முஸ்லிம்கள் தரப்பில் இருந்தார். 1946, 1947-ல் நடைபெற்ற கொடூரமான மதக்கலவரங்கள் வலிமை யான மத்திய அரசின் தேவைக்குச் சான்றுகளாக இருந்தன. 'மதங்களுக்கு இடையிலான நல்லிணக்க விஷயத்தில் உறுதிகொண்ட எல்லோரும் பண்டிட் ஜவாஹர்லால் நேரு ஆகமுடியாது. அனைத்து மாகாணங்களிலும் பலவீனமான, மன உறுதியற்று ஊசலாடும் நிலையில் உள்ள நிர்வாகிகள் இருக்கிறார்கள்' என்றார் காஸி சையத் கரிமுத்தீன். எனவே, 'நமக்குத் தேவைப்படுவதெல்லாம் உறுதியான அரசாங்கம். நாம் வேண்டுவதெல் லாம் தேசப்பற்றுள்ள அரசாங்கம். நம்முடைய இன்றைய தேவையெல்லாம் வலிமைமிக்க அரசாங்கம்; பாரபட்சமற்ற, வளைந்து கொடுக்காத, செல்வாக்கு படைத்த சபலங்களுக்குமுன் தலைவணங்காத நிர்வாகமே தேவை.'[31]

VI

சிறுபான்மையினர் உரிமைகளுக்கு சபை அதிகக் கவனம் செலுத்தியது. இவ்விஷயம் தொடர்பான முதல் நீண்ட விவாதம் வெறும் பிரிவினைக்கு

வெறும் பத்து நாட்கள் கழித்து நடைபெற்றது. மதராஸிலிருந்து வந்த ஒரு முஸ்லிம் பிரதிநிதி, தனித் தொகுதி பற்றி தீவிரமாக வாதிட்டார். 'இன்றைய நிலையில், முஸ்லிம் சமுதாயத்தின் தேவைகளை முஸ்லிம் அல்லாதவர்களால் உணர்ந்துகொள்வது மிகக் கடினம்' என்றார் பி. பாக்கர் பகதூர். 'தனித் தொகுதி இல்லாவிட்டால், முக்கியமான சில குழுக்கள், ஆட்சி அதிகாரத்தில் தங்களுக்கான போதுமான வாய்ப்பு இல்லை என்று நினைத்துவிடுவார்கள்' என்றார்.[32]

உள்துறை அமைச்சர் சர்தார் வல்லபபாய் படேல் இக்கோரிக்கையைக் கடுமையாக எதிர்த்தார். 'தனித் தொகுதிகள்தாம் முந்தைய காலத்தில் நாட்டை பிரிவினைக்கு அழைத்துச் சென்றது. அந்த வகைச் சலுகையை விரும்புபவர்களுக்கு பாகிஸ்தானில் இடமிருக்கிறது; இங்கு இல்லை' என்று கைதட்டல்களுக்கிடையே கூறினார் படேல். 'இங்கே நாம் ஒரு தேசத்தை உருவாக்கிக் கொண்டிருக்கிறோம்; நாம் ஒற்றை தேசத்துக்கு அடிக்கல் நாட்டிக்கொண்டு இருக்கிறோம். மீண்டும் பிரிவினையை விரும்பி பிளவுக்கு வித்திடுபவர்களுக்கு இங்கே இடமில்லை. நான் அதைப் போதுமான அளவு தெளிவாக்கிச் சொல்லிவிட விரும்புகிறேன்' என்றார்.[33]

சில முஸ்லிம்களிம் தனித் தொகுதிக்கு ஆரம்பம் முதலே எதிராக இருந்தனர். இவர்களுள் பேகம் அய்ஸாஸ் ரஸூலும் ஒருவர். மத அடிப்படையில் ஒதுக்கீடு பெறுவது இப்போது 'முழுக்க முழுக்க அர்த்தமற்றது' என்றார் அவர். 'தனித் தொகுதி என்பது பெரும்பான்மையினரிடமிருந்து சிறுபான்மையினரை நிரந்தரமாகப் பிரித்து வைக்கும், தன்னைத்தானே கொல்லும் ஆயுதம்.' சமயச்சார்பற்ற ஜனநாயக நாட்டில், முஸ்லிம்களின் நலனும் பிற மக்களின் நலனும் 'முற்றிலும் ஒன்றேயாகும்'.[34]

தனித் தொகுதி கோரிய முஸ்லிம் உறுப்பினர்கள் *1949* வாக்கில், பேகத்தின் கருத்துக்கு நெருக்கமாக வந்துவிட்டனர். முஸ்லிம்களுக்கான ஒதுக்கீடுகள் 'அவர்களுக்கே உண்மையில் தீங்கு விளைவிப்பவை' என்பதை அவர்கள் உணர்ந்துகொண்டனர். மாறாக, முஸ்லிம்கள் தங்களை ஒரு வாக்கு வங்கியாக ஆக்கிக்கொண்டால் முஸ்லிம்கள் அதிகமாக உள்ள தொகுதிகளில் எந்த வேட்பாளரும் அவர்களை ஒதுக்கி விட முடியாது. தேர்தல் முடிவைத் 'தீர்மானிப்பதில் அவர்களுக்கே முக்கியப் பங்கு இருக்கும்.' ஏனெனில், 'பெரும்பான்மையினர்கூட முடிவில் ஒரேயொரு வாக்கால் தோற்கடிக்கப்படலாம். எனவே, முஸ்லிம்களுடைய பாதுகாப்பு, புத்திசாலித்தனமாக நடந்துகொள்வதிலும், இந்துக்களுடன் கலந்து பழகி பொது விஷயங்களில் பங்களிப்பதிலுமே உள்ளது.'[35]

உண்மையில், பலவீனமான நிலையில் இருந்த சிறுபான்மையினர், முஸ்லிம்களை விடவும் அதிகமான எண்ணிக்கையில் இருந்த இந்தியப் பெண்களே. சபையின் பெண் உறுப்பினர்கள் தேசிய இயக்கத்தின் மூலம் வந்தவர்கள். ஆரம்பத்திலேயே ஒற்றுமை உணர்வு ஊட்டப்பெற்றவர்கள். எனவே, பம்பாயைச் சேர்ந்த ஹன்சா மேத்தா தனித் தொகுதிகள், இட ஒதுக்கீடு ஆகிய

வற்றை மறுத்து ஒதுக்கினார். 'நாங்கள் சலுகைகளைக் கோரவில்லை. நாங்கள் கேட்பது சமுதாய நீதியை, பொருளாதார நீதியை, அரசியல் நீதியை. நாங்கள் கேட்பதெல்லாம் சமத்துவத்தை மட்டுமே. அது இல்லாவிட்டால் பரஸ்பர மரியாதையும் புரிதலும் இருக்கமுடியாது. அவை இல்லாவிட்டால் ஆணுக்கும் பெண்ணுக்கும் இடையே ஒத்துழைப்பு இருக்கமுடியாது.'[36] வங்காளத்தைச் சேர்ந்த ரேணுகா ராய் அதை ஆமோதித்தார். 'முன்னேற்ற மடைந்த நாடுகள் என்று சொல்லிக்கொள்ளும் நாடுகளில் பெண்களுக்கு குறுகிய வாக்குரிமை மட்டும் வேண்டும் என்று கேட்கும் அமைப்புகளைப் போல இல்லாமல், இந்தியப் பெண்கள் ஆண்களோடு சம அந்தஸ்து, நீதி, நியாயம், அனைத்தையும் விட மேலாக நாட்டுக்குத் தொண்டாற்றுவதில் பொறுப்பான பங்கு ஆகியவற்றையே கேட்கிறார்கள். இந்நாட்டில் பெண்கள் இயக்கம் தோன்றிய நாள் முதலே மகளிருக்குத் தனிச் சலுகைகள், ஒதுக்கீடுகள் முதலியவற்றை எதிர்த்து வந்திருக்கிறோம்.'[37]

பெண்களுக்கான தனி ஒதுக்கீடு சார்பில் ஒலித்த ஒரே குரல் விநோதமாக, ஓர் ஆணுடையது. அவரது வாதமும் விநோதமாகவே இருந்தது. ஒரு நாடாளு மன்ற உறுப்பினராகவும் ஓர் 'அறிஞராகவும்', தன் அனுபவத்தைக் கொண்டு, ஆர்.கே. சௌத்ரி கூறினார்:

'மகளிர் தொகுதி ஒன்றைத் தருவது புத்திசாலித்தனமானது. ஒரு பெண் ஏதோ ஒன்றைக் கேட்கும்போது அதை கொடுத்துவிடுவது சுலபம் என்பதை நாம் அறிவோம். ஆனால் அவள் குறிப்பாக எதையும் கேட்காதபோது அவளுடைய தேவை என்ன என்பதை அறிவது மிகக் கஷ்டமாகிவிடும். நீங்கள் பெண்களுக்கு தனித் தொகுதி அளித்துவிட்டால், அவர்கள் தாங்கள் முயன்று பெறவேண்டியவற்றைப் பெற்றுக்கொள்ள முடியும். பொதுத் தொகுதிக்கு வராமல் தங்களுக்குள் போராடிக்கொள்ள முடியும். இல்லா விட்டால் நாம் சில சமயம் பலவீனமாக உணர்ந்து, அவர்களது உரிமைக்கு மேலாகவே அவர்களுக்கு இடம் தந்துவிடுவோம்.'[38]

VII

முஸ்லிம்களுக்கும் பெண்களுக்கும் இட ஒதுக்கீடு கிடையாது. ஆனால் அரசியலமைப்புச் சட்டம் தீண்டத்தகாதவர்களுக்குத் இட ஒதுக்கீட்டுக்குப் பரிந்துரை செய்தது. இது அவர்கள் அனுபவித்த கொடுமையான துன்பங் களுக்காகவும், மகாத்மாவின் எண்ணங்களுக்குப் பணிந்து மதிப்பளிக்கும் வகையிலும் செய்யப்பட்ட ஏற்பாடு. அவர் கருத்துப்படி உண்மையான சுதந்தரம் என்பது, இந்து சமுதாயம் இந்தத் தீமையை ஒழிக்கும்போதுதான் வரும். தீண்டத்தகாதவர்களுக்கு ஹரிஜன் என்ற பெயரைப் பிரபலமாக்கியதும் காந்தியே.

அரசியலமைப்புச் சட்டம், மிகத் தாழ்ந்த வகுப்பினருக்கு சட்ட மன்றங்களிலும் அரசாங்க வேலைகளிலும் இடங்களை ஒதுக்கியது. அது, இந்து ஆலயங்களை அனைத்துச்சாதியினருக்கும் திறந்துவைத்து, மொத்தமாக

சமுதாயத்தில் தீண்டாமையை ஒழிக்கக் கோரியது. இந்த ஏற்பாடுகள் பெரிய அளவில் வரவேற்கப்பட்டன. மதராஸைச் சேர்ந்த முனிசாமிப் பிள்ளை, 'இந்தியாவுக்கான நல்ல பெயர், தீண்டாமையால் கறைபட்டு பழிச் சொல்லுக்கு ஆளாகியது' என்றார். 'மாபெரும் முனிவர்கள் தீண்டாமையை ஒழிக்கப் பெரிதும் முயன்றனர். ஆனால் இந்த மாண்புமிக்க சபைக்கும் புதிய அரசியலமைப்புச் சட்டத்துக்கும்தான், நம் நாட்டில் இனி எப்போதும் தீண்டாமை இருக்கவே இருக்காது என்று உரக்கக் குரல் கொடுக்கும் வாய்ப்பு கிடைத்திருக்கிறது.'[39]

நிர்வாக ஏணியின் மேல் படிகளில் தீண்டத்தகாதவர்கள் மிகக் குறைவாகவே இடம்பெற்றிருந்தனர் என்பது தெளிவான விஷயம் என்று மத்திய மாகாணங் களைச் சேர்ந்த எச்.ஜே. காண்டேகர் குறிப்பிட்டார். மக்கள் தொகையில் 25% உள்ள மாகாணங்களில்கூட ஒரேயொரு ஹரிஜன அமைச்சர் மட்டுமே இருந்தார். அதே சமயம் மக்கள் தொகையில் இரண்டு சதவிகிதத்தினராக மட்டுமே இருந்த பிராமணர்கள், மந்திரி சபையில் மூன்றில் இரண்டு பங்கினைப் பெற்றிருந்தனர். காங்கிரஸ் பொதுநலத்தில் நாட்டம் கொண் டிருந்தாலும், 'மகாத்மா காந்தியையும் பத்து இருபது மேல் ஜாதியினரையும் தவிர உண்மையாக ஹரிஜன முன்னேற்றம் பற்றிச் சிந்திப்பவர் எவரு மில்லை' என்றார் காண்டேகர்.

இந்த உறுப்பினர், அரசுப் பணிகளிலும் ஹரிஜனங்களுக்கு ஒதுக்கீட்டை நீட்டிப்பதை ஆதரித்து, திறம்பட வாதிட்டார். அவர் அண்மையில் நடைபெற்ற ஐ.ஏ.எஸ். தேர்வில் (ஐ.சி.எஸ்.ஸுக்கு பதிலாக இப்போது ஐ.ஏ.எஸ் வந்திருந்தது), நேர்முகத்தின்போது பல ஹரிஜன மாணவர்கள் தரம் போதுமானதாக இல்லை என்பதால் நிராகரிக்கப்பட்டதைச் சுட்டிக் காட்டினார். மேல் ஜாதி உறுப்பினர்களை நோக்கி அவர் பேசும்போது, 'நாங்கள் இன்று தகுதியற்று இருப்பதற்குப் பொறுப்பு நீங்களே. நாங்கள் ஆயிரக்கணக்கான ஆண்டுகளாக நசுக்கப்பட்டோம். உங்கள் நோக்கம் நிறைவேற, உங்களுக்குச் சேவை செய்ய எங்களைப் பயன்படுத்திக் கொண்டீர்கள். எங்கள் மனமும் உடலும் உள்ளமும்கூட வேலைசெய்ய முடியாமல், எங்களை முன்னேற விடாமல் ஒடுக்கி வைத்தீர்கள். இதுதான் நிலவரம். எங்களை இந்த நிலைமைக்குக் கொண்டுவந்துவிட்டீர்கள். பிறகு நாங்கள் தகுதியற்றவர்கள் என்றும் நாங்கள் போதுமான மதிப்பெண்களைப் பெறவில்லை என்றும் சொல்கிறீர்கள். நாங்கள் எப்படிப் பெறமுடியும்?'[40]

மறுக்கமுடியாததல்ல என்றாலும், வாதம் கடுமையாக இருந்தது. ஆனால் சில உறுப்பினர்கள், அளிக்கப்படும் சலுகைகள் தவறாகப் பயன்படுத்தக் கூடும் என்று எச்சரித்தார்கள். 'இந்த இட ஒதுக்கீடுகளுக்குக் கூக்குரல் போடுபவர்கள், ஹரிஜன மக்களுள் முன்னேற்றமடைந்த ஒருசிலர் மட்டுமே' என்ற ஒரு சிந்தனையும் இருந்தது. அவர்கள் இந்தப் பிரிவுகளில் அரசியல் செல்வாக்கு பெற்றவர்கள்.[41] இடது சாரி காங்கிரஸ் அரசியல்வாதி மகாவீர் தியாகி, இட ஒதுக்கீடு உண்மையான பிரதிநிதித்துவத்துக்கு வழி செய்யாது என்று

நினைத்தார். 'ஏனென்றால், இட ஒதுக்கீட்டால் எந்த ஒரு ஜாதியும் எந்த ஒரு பயனும் பெற வழியில்லை; தனியொரு நபரோ குடும்பமோதான் பயன்பெறுகிறது. சாதிக்குப் பதிலாக, சக்கிலியர், மீனவர் மற்றும் பிற வகுப்பினர் என்ற வகுப்புவாரி பிரதிநிதித்துவம் பெறும் வகையிலான ஒதுக்கீடுகள் அமையலாம். ஏனென்றால், அவர்கள்தாம் உண்மையில் பிரதிநிதித்துவம் எதுவும் பெறவில்லை.'[42]

VIII

1947 ஆகஸ்டின் பிற்பகுதியில் வெளியான சிறுபான்மையினருக்கான முதல் அறிக்கையில் தீண்டத்தகாதவர்களுக்கு மட்டுமே இட ஒதுக்கீடு அளிக்கப் பட்டிருந்தது. அக்காலச் சூழ்நிலைகளுக்கு ஏற்ப, முஸ்லிம்களுக்கு அந்த உரிமை மறுக்கப்பட்டதில் வியப்பில்லை. எனினும் சபையின் ஓர் உறுப்பினர், மிகவும் பிற்படுத்தப்பட்ட, உதவிகள் தேவைப்பட்ட ஆதிவாசிகள் (பழங் குடியினர்), முழுமையாக விடுபட்டுப்போனது பற்றி வருத்தம் தெரிவித்தார்.[43]

அந்த உறுப்பினர் ஜெய்பால் சிங். அவரே ஓர் ஆதிவாசி. அவர் தெற்கு பிகாரின் காடுகள் நிறைந்த சோட்டா நாகபுரிப் பீடபூமியில் வாழும் முண்டா பிரிவைச் சேர்ந்தவர். அப்பகுதியில் உயர்ஜாதி இந்து சமூகத்திலிருந்து வேறுபட்ட பல பழங்குடியினர் வாழ்கின்றனர். கிறிஸ்தவ மிஷனரிகளால் ஆக்ஸ்போர்டில் கல்வி பயில அனுப்பப்பட்ட அவர், மிகச்சிறந்த ஹாக்கி வீரர் என்ற பெயர் பெற்றார். இந்திய ஹாக்கி அணிக்கு கேப்டனாக 1928 ஒலிம்பிக் போட்டியில் இந்தியாவுக்கு தங்கப் பதக்கத்தைப் பெற்றுத் தந்தார்.

ஜெய்பால் இந்தியா திரும்பியதும், அவரை இங்கிலாந்து அனுப்பியவர்கள் விருப்பப்படி பைபிள் பிரசாரம் செய்யாமல், தனக்கென ஒரு புதிய வேதத்தைக் கண்டுபிடித்துக் கொண்டார். இதன்படி, இந்தியாவின் பூர்வ குடிமக்கள், பழங்குடியினரே. எனவேதான் அவர்கள் ஆதிவாசி என்று அழைக்கப்படுகின்றனர். 1938-ல் ஜெய்பால் ஆதிவாசிகள் மகாசபை என்ற அமைப்பை உருவாக்கி, பிகாரிலிருந்து ஜார்கண்ட் என்ற பகுதியைப் பிரித்து தனி மாகாணம் ஆக்கவேண்டும் என்று கோரினார். சோட்டா நாகபுரிப் பழங் குடியினர், அவரை மாரங் கோம்கே (மாபெரும் தலைவர்) என்று அழைத்தனர். அரசியலமைப்புச் சபையில் அவருடைய சொந்த பீடபூமிக்காக மட்டுமின்றி இந்தியாவில் இருந்த அனைத்து ஆதிவாசிப் பழங்குடியினருக்கும் பிரதிநிதியாக இருந்தார்.[44]

ஜெய்பால் நாவன்மை மிக்க சிறந்த பேச்சாளர். சபையில் அவருடைய குறுக்கீட்டுப் பேச்சுகள் உற்சாகமூட்டுவதாகவும் களிப்பூட்டுவதாகவும் இருக்கும் (இவ்விஷயத்தில் கிறித்தவ தேவாலய இழப்பு, அரசியலுக்கு லாபமாயிற்று). அவருடைய முதல் உரை 1946 டிசம்பர் 19 அன்று நிகழ்த்தப்பட்டது. அப்போது அவர், வழிகாட்டு நெறிமுறைகள் பற்றிய தீர்மானத்தை வரவேற்றுப் பேசுகையில் ஆதிவாசிகளுடைய பிரச்னைகளை

ஒட்டுமொத்தமாக மிகத் திறமையாக விவரித்தார். காட்டுவாசி என்ற முறையிலும் ஆதிவாசி என்ற முறையிலும்

'நான், தீர்மானத்தில் உள்ள சட்ட நுணுக்கங்களைப் புரிந்துகொண்டுள்ளேன் என எதிர்பார்க்க முடியாது. ஆனால் என் பொது அறிவு, நாம் ஒவ்வொருவரும் சுதந்தரச் சாலையில் முன்னேறிச் செல்லவேண்டும் என்றும் ஒன்றுபட்டுப் போராடவேண்டும் என்றும் சொல்கிறது. ஐயா, இந்திய மக்களில் எந்தப் பிரிவினராவது மிக அருவருக்கத்தக்க, அலங்கோலமான முறையில் நடத்தப்பட்டிருப்பார்கள் என்றால், அது எங்கள் மக்கள்தாம். அவர்கள் அவமானகரமாக நடத்தப்பட்டார்கள். கடந்த ஆறாயிரம் ஆண்டுகளாக அவர்கள் கண்டுகொள்ளப்படவே இல்லை. நான் சிந்துசமவெளி நாகரிகத்தின் குழந்தை. இடையில் புதிதாக வந்தவர்களே, என்னைப் பொருத்தவரையில் இங்கிருக்கும் பெரும்பாலானோரும் இடையில் வந்தவர்களே, என்னுடைய மக்களை சிந்துசமவெளியிலிருந்து காடுகளுக்குத் துரத்தியுள்ளீர்கள் என்பது தெளிவாகத் தெரிகிறது. எங்கள் மக்கள் பூர்வீகக் குடியல்லாதவர்களால் கிளர்ச்சிகளுக்கும் அராஜகங்களுக்கும் இடையே தொடர்ந்து சுரண்டப்பட்டு வந்திருக்கிறார்கள். இருந்தாலும், நான் பண்டிட் ஜவாஹர்லால் நேருவின் வார்த்தைகளை அப்படியே ஏற்கிறேன். நாம் எல்லாரும், சமவாய்ப்பு பெறக் கூடிய ஒரு புதிய அத்தியாயத்தை, சுதந்தர அத்தியாயத்தை ஆரம்பிக்கப் போகிறோம். இங்கே யாரும் புறக்கணிக்கப்பட மாட்டார்கள்.'[45]

மூன்றாண்டுகளுக்குப் பிறகு, அரசியலமைப்புச் சட்ட வரைவுமீது நடைபெற்ற விவாதத்தில் ஜெய்பால் உணர்ச்சிகரமான ஓர் உரையை ஆற்றினார். காந்தியவாதிகளின் வற்புறுத்தல் காரணமாக மதுவிலக்கு, வழிகாட்டு நெறிமுறைகளில் ஒன்றாகிவிட்டது. அதனை ஜெய்பால், 'நாட்டின் பூர்வீகக் குடிகளுடைய மத உரிமைகளில் குறுக்கிடும் ஒன்று' என்றார். ஏனென்றால், மது அவர்களுடைய திருவிழாக்களில், மதச் சடங்குகளில், அவர்களுடைய தினசரி வாழ்க்கையிலேயே ஒரு பகுதி. 'மேற்கு வங்காளத்தில் சாந்தால்களுக்கு அரிசி மது அளிக்கப்படாவிட்டால் நெல்லை நாற்று நட முடியாது. சரியாக உடை அணியாத இந்த மனிதர்கள் நாள் முழுதும் முழங்கால் வரை தண்ணீரில், மண்ணில், மழையில் நனைந்து வேலை செய்யவேண்டும். அந்த அரிசி மதுவில் அவர்களை உயிர்வாழச் செய்ய என்ன இருக்கிறது? இந்த நாட்டின் மருத்துவர்கள் தம் ஆராய்ச்சிக் கூடத்தில், இந்த ஆதிவாசிகளுக்கு அவ்வளவு தேவையாக இருந்து, அவர்களை எல்லாவிதமான வியாதிகளிலிருந்தும் காப்பாற்ற அந்த அரிசி மதுவில் என்ன இருக்கிறது என்பதை ஆராய்ச்சி செய்து கண்டுபிடிக்க வேண்டும்.'[46]

அரசியல் அமைப்பு சபை, ஏ.வி. தக்கர் என்ற பிரபல சமூகத் தொண்டர் தலைமையில் ஒரு துணைக் குழுவை, பழங்குடி மக்கள் உரிமைகள் பற்றி விவாதிக்கக் கூட்டியது. அக்குழுவின் பரிந்துரைகளும் ஜெய்பால் மற்றும் அவரது நண்பர்கள் பேச்சுகளும் மலைவாழ் பழங்குடியினர் படும் இன்னல் களை சபை உணருமாறு செய்தது. பிகாரிலிருந்து வந்த ஓர் உறுப்பினர்,

'அம்மலைவாழ் பழங்குடியினர் சதுரங்கப் பலகையில் மாகாண அரசியலின் சிப்பாய்களாக ஆக்கப்பட்டுவிட்டனர். மிகப்பெரிய அளவில் ஒரு சுரண்டலே நடைபெற்றிருக்கிறது. நாம் வெட்கத்தில் தலை குனிய வேண்டும்' என்றார்.[47] அந்த 'நாம்' என்ற சொல்லில் முழு இந்து சமூகமே அடக்கம். அது ஆதிவாசிகளைக் கவனிக்காமலோ சுரண்டிப் பிழைத்தோ பாவம் செய்திருக்கிறது; அவர்கள் தற்காலக் கல்வியறிவு பெறவோ, சுகாதார வசதி பெறவோ ஏதும் செய்யவில்லை; அவர்களுடைய நிலத்திலும் காடுகளிலும் இவர்கள் குடியேறி இருக்கிறார்கள்; அவர்களை கந்துவட்டி கடன் முறையின்கீழ் கொண்டு வந்திருக்கிறார்கள். எனவே, ஓரளவு பிராயச்சித்தம் செய்யும் வகையில் அப்பழங்குடி மக்கள் சட்டசபைகளிலும் அரசுப் பணிகளிலும் சில இட ஒதுக்கீடுகளைப் பெறுவர்.

IX

சபையில் மிகவும் சர்ச்சைக்குரிய விஷயமாக இருந்தது, மொழி. சபையில் பேசப்படவேண்டிய மொழி; அரசியலமைப்புச் சட்டம் எழுதப்பட வேண்டிய மொழி; தேசிய மொழி என்ற அங்கீகாரம் பெற இருக்கும் அந்த ஒரு மொழி. சபையில் விவாதங்கள் நடைபெற்றுக்கொண்டிருக்கும்போதே 1946 டிசம்பர் 10 அன்று ஐக்கிய மாகாணத்தைச் சேர்ந்த ஆர்.வி. துலேகர் ஒரு திருத்தத்தைக் கொண்டுவந்தார். அவர் இந்துஸ்தானியில் பேச்சைத் தொடங்கியபோதே, சபைத் தலைவர், பல உறுப்பினர்களுக்கு அந்த மொழி தெரியாது என்பதை நினைவூட்டினார்.

இது துலேகரின் பதில்: 'இந்துஸ்தானி தெரியாதவர்களுக்கு இந்தியாவில் தங்க உரிமை இல்லை. இந்திய அரசியலமைப்பை உருவாக்க இங்கே வந்திருப்பவர்களுக்கு இந்துஸ்தானி தெரியாது என்றால், இச்சபையில் உறுப்பினர்களாக இருப்பதற்கே அவர்களுக்குத் தகுதி இல்லை. அவர்கள் வெளியேறிவிடுவதே நல்லது.' அவருடைய பேச்சு, சபையில் பெரும் அமளியை ஏற்படுத்தியது. சபைத் தலைவர் 'அமைதி! அமைதி!' என்று கத்தினார். ஆனால் துலேகர் தொடர்ந்தார்.

'நடைமுறைக் குழு, விதிகளை இந்துஸ்தானியிலேயே இயற்ற வேண்டும், ஆங்கிலத்தில் அல்ல என்ற தீர்மானத்தை நான் கொண்டுவருகிறேன். நான் ஓர் இந்தியன் என்ற முறையில், நாட்டின் சுதந்தரத்தை வெற்றிகரமாகப் பெறப்போகும் நாம், அதற்காகப் போராடும் நாம், நம்முடைய மொழியில் சிந்தித்து, நம்முடைய மொழியிலேயே பேசவேண்டும். நாம் இதுவரை முழுக்க முழுக்க அமெரிக்கா, ஜப்பான், ஜெர்மனி, சுவிட்ஸர்லாந்து என்றே பேசிக்கொண்டு இருக்கிறோம். அது எனக்குத் தலைவலியை வரவழைக்கிறது. இந்தியர்கள் ஏன் அவர்களுடைய சொந்த மொழியில் பேசாதிருக்கிறார்கள் என்று வியப்படைகிறேன். இந்தியன் என்ற முறையில் நான் சபையின் நடவடிக்கைகள் இந்துஸ்தானியில் நடத்தப்பட வேண்டும் என்று கருதுகிறேன். நாம் உலக வரலாற்றைப் பற்றிக் கவலைப்படத்

தேவையில்லை. நமக்கென்று லட்சக்கணக்கான ஆண்டுகள் பழைமையான வரலாறு இருக்கிறது.'

விவாதம் மேலும் தொடர்ந்தது.

சபைத் தலைவர்: 'அமைதி! அமைதி!'

ஸ்ரீ ஆர்.வி. துலேகர்: *(இந்துஸ்தானியில்)* இந்தத் திருத்தத்தைக் கொண்டுவர அனுமதிக்க வேண்டுகிறேன்.

சபைத் தலைவர்: 'அமைதி! அமைதி! மேலும் தொடர நான் உங்களை அனுமதிக்கவில்லை. சபை என் பக்கம் இருக்கிறது. நீங்கள் முறைதவறிச் செல்கிறீர்கள்.'[48]

இந்தச் சமயத்தில் ஜவாஹர்லால் நேரு சபையின் முன்பகுதிக்கு வந்து துலேகரை அவரது இடத்துக்குத் திரும்பிச்செல்ல வற்புறுத்தினார். பிறகு நேரு தவறு செய்த உறுப்பினரிடம், சபையில் கட்டுப்பாடு காக்கவேண்டியதன் அவசியத்தைக் கூறினார். அவரிடம், 'இது ஜான்சியில், சகோதர சகோதரிகளே என்று தொடங்கி உரத்த குரலில் பேசும் பொதுக் கூட்டமல்ல' என்றும் கூறினார்.[49]

ஆனால் பிரச்னை தீர்ந்துபோய்விடவில்லை. ஒரு கூட்டத்தில் சபை உறுப்பினர்கள், சபை டெல்லி அரசாங்கத்தை எல்லாக் கார்களின் எண் பலகை களிலும் எண்கள் ஹிந்தி வரிவடிவில் எழுதுமாறு ஆணையிடவேண்டும் என்று கோரியது.[50] மேலும் அவர்கள், அதிகாரபூர்வ அரசியலமைப்புச் சட்டம் ஹிந்தியிலும், அதிகாரபூர்வமற்ற வடிவத்தை ஆங்கிலத்திலும் எழுத வேண்டும் என்று வற்புறுத்தினர். ஆனால், சட்டத்தின் நுட்பமான கருத்து களை எழுத ஆங்கில மொழியே ஏற்றது என்பதால், வரைவுக்குழு இதனை ஏற்கவில்லை. அரசியல் அமைப்புச் சட்டத்தின் ஒவ்வொரு பிரிவின் வரைவும் சபை முன் வைக்கப்பட்டபோது, உறுப்பினர்கள் ஒவ்வொன்றையும் ஹிந்தி வடிவில் விவாதிக்கக் கோரினர். ஆங்கிலத்தில் எழுதப்பட்ட சட்டத்தை ஏற்பது 'அவமானகரமானது' என்று கூறினர்.[51]

இந்தச் சமயத்தில் இந்துஸ்தானி என்பதற்கும் ஹிந்தி என்பதற்கும் உள்ள வேறுபாட்டை அறிமுகம் செய்துகொள்வது அவசியம். தேவநாகரி வரி வடிவில் எழுதப்படும் ஹிந்தி, சம்ஸ்கிருதத்தையே பெரிதும் சார்ந்துள்ளது. அராபிய வரிவடிவில் எழுதப்படும் உருது, பாரசீக மற்றும் அரபி மொழிகளைச் சார்ந்துள்ளது. வடநாட்டில் பெரும்பகுதிகளில் பேசப்படும் கலப்பு மொழியான இந்துஸ்தானி இரண்டும் இணைந்த விசேஷக் கலவை. 19-ம் நூற்றாண்டிலிருந்து, வட இந்தியாவில் இந்துக்களுக்கும் முஸ்லிம் களுக்கும் இடையே மனத்தாங்கல் அதிகரித்ததால் இரண்டு மொழிகளும் ஒன்றிலிருந்து ஒன்று விலகிச் சென்றன. ஒரு பக்கத்தில் ஹிந்தியை ஸம்ஸ்கிருதத்தில் வேரூன்றச் செய்ய ஓர் இயக்கம் எழுந்தது. இன்னொரு பக்கம், உருதுவை அது சார்ந்திருந்த செவ்வியல் மொழிகளில் வேரூன்றச்

செய்யும் முயற்சியும் தொடர்ந்தது. இலக்கிய உலகில் தூய ஹிந்தியும் தூய உருதுவும் உலவ ஆரம்பித்தன.[52]

இவை எல்லாவற்றின் மூலமாக, இந்துஸ்தானி பிரபலமான மாற்று மொழி ஆயிற்று. இது ஹிந்தி, உருது பேசுபவர்களுக்கு மட்டுமல்லாது இந்திய-கங்கைச் சமவெளியினர் பேசும் அவதி, போஜ்புரி, மைதிலி, மார்வாரி முதலிய பெரும்பான்மை மொழியினர்களுக்கும் புரியும்படியான மொழி ஆயிற்று. எனினும் இந்துஸ்தானியோ, ஹிந்தி மற்றும் உருதுவோ எதுவுமே கிழக்கு மற்றும் தென்இந்தியாவில் கிடையவே கிடையாது. இங்கு பேசப்படும் மொழிகள்: அஸ்ஸாமி, வங்காளி, கன்னடம், மலையாளம், ஒரியா, தமிழ் மற்றும் தெலுங்கு. ஒவ்வொன்றுக்கும் தனியான வரி வடிவமும் உயர்ந்த இலக்கிய மரபும் உண்டு.

பிரிட்டிஷ் ஆட்சியில் ஆங்கிலம் உயர்நிலைக் கல்வி மற்றும் நிர்வாக மொழியாக எழுந்தது. பிரிட்டிஷார் வெளியேறியபின் அந்த இடத்தில் அது இருக்குமா? வடக்கிலுள்ள அரசியல்வாதிகள் ஆங்கிலத்தின் இடத்தை ஹிந்தி மொழி கைப்பற்ற வேண்டும் என்று நினைத்தனர். தெற்கிலுள்ள அரசியல்வாதிகளும் மக்களும், மாகாணங்களுக்கு இடையிலான இணைப்பு மொழியாக ஆங்கிலம் தொடர்வதையே விரும்பினர்.

இந்தப் பிரச்னை ஜவாஹர்லால் நேருவே பெரிதும் பாதித்தது. 1937-ல் அவர் எழுதிய நீண்ட கட்டுரை ஒன்றில் மாகாண மொழிகள்மீதான தன் விருப்பத்தைத் தெரிவித்திருந்தார். அவர்களுடைய உரிமைக்குச் சிறிதும் இடையூறு இல்லாமல் அனைத்து இந்தியாவுக்குமாக ஒரு தொடர்பு மொழி இருக்கவேண்டும் என்று நினைத்தார். பாமர மக்களிடமிருந்து ஆங்கிலம் வெகுவாக விலகி இருந்தது. ஹிந்திக்கும் உருதுவுக்கும் இடையிலான இந்துஸ்தானியை அவர் விரும்பினார். அதை அவர் நல்ல தீர்வாகக் கண்டார். அப்போது பிரிவினைக்குச் சாத்தியம் இல்லை என்ற நிலையில், இரண்டு வரிவடிவங்களையும் பயன்படுத்தலாம் என்று நினைத்தார். இந்துஸ்தானி இலக்கணம் எளிமையானது. மொழியை எளிதாகவும் கற்கலாம். அதை இன்னும் எளிதாக்கி, தென் இந்திய மாகாணங்கள் பயன்படுத்த ஏதுவாக, அடிப்படை ஆங்கிலம் என்ற மாதிரியில், அடிப்படை இந்துஸ்தானி என்ற ஒன்றை மொழியியல் வல்லுநர்கள் உருவாக்கலாம் என்று எண்ணினார்.[53]

நேருவைப் போலவே காந்தியும், இந்துஸ்தானியால், வடக்கையும் தெற்கையும், இந்துக்களையும் முஸ்லிம்களையும் இணைக்க முடியும் என்று நினைத்தார். ஆங்கிலத்தைவிட அதனையே தேசிய மொழியாக ஆக்க வேண்டும். அவர் கூறியதுபோல, 'முஸ்லிம்கள் எழுதும்போது உருதுச் சொற்களைப் பயன்படுத்துகிறார்கள். சமஸ்கிருத பண்டிதர்கள், ஹிந்திச் சொற் களைப் பயன்படுத்துகிறார்கள். இந்துஸ்தானி இரண்டினுடைய இனிய இணைப்பு.'[54]

1945-ல் அவர் புருஷோத்தம தாஸ் தாண்டனுடன் உற்சாகமான கருத்துப் பரிமாற்றத்தில் ஈடுபட்டார். தாண்டன் ஹிந்தியிலிருந்து அயல்மொழிக்

கலப்புகளை அடியோடு ஒழித்திடக் கடுமையாகப் போராடினார். தாண்டன் அனைத்திந்திய ஹிந்தி இலக்கிய மாநாட்டின் துணைத் தலைவர். அது தேவநாகரியில் எழுதப்படும் ஹிந்தி மட்டுமே தேசிய மொழியாகவேண்டும் என்று வாதிட்டது. நீண்ட காலமாக அம்மாநாட்டு உறுப்பினராக இருந்த காந்திக்கு அதனுடைய மொழிவெறிக் கொள்கை வருத்தத்தை அளித்தது. தேவநாகரி மற்றும் உருது வரிவடிவங்கள் இரண்டும் பயன்படுத்தப்பட வேண்டும் என்று அவர் நம்பியதால், தன் உறுப்பினர் பொறுப்பிலிருந்து விலக காந்தி முடிவுசெய்தார். தாண்டன் அவரை அவர் முடிவிலிருந்து பின்வாங்கச் செய்ய பெரிதும் முயன்றார். ஆனால் காந்தி, 'நான் எப்படி இரண்டு குதிரைகள்மீது சவாரி செய்யமுடியும்? நான் தேசிய மொழி = ஹிந்தி என்றும், தேசிய மொழி = ஹிந்தி + உருது = இந்துஸ்தானி என்றும் சொன்னால் யாருக்குப் புரியும்?' என்று கேட்டார்.[55]

பிரிவினை, இந்துஸ்தானியை ஏறக்குறையக் கொன்றேவிட்டது. ஹிந்தியை சம்ஸ்கிருதமயமாக்கும் முயற்சி சூடு பிடித்தது. அரசியலமைப்புச் சபையில் ஆரம்ப காலங்களில் இந்துஸ்தானியையும், பிற்பட்ட காலங்களில் ஹிந்தியையும் பற்றிய குறிப்புகள் இருப்பதிலிருந்து இதனை நாம் அறிந்துகொள்ள முடியும். நாடு பிரிவினைக்கு உள்ளான பிறகு, ஹிந்தி ஆதரவாளர்கள் மேலும் தீவிரமாயினர். கிரான்வில் ஆஸ்டின் குறிப்பிட்டது போல, 'ஹிந்திவாலாக்கள் தங்கள் கோரிக்கையை முதிர்ச்சியற்ற வகையில் திணிக்க முற்பட்டு, சபையையும் ஏன், நாட்டையும்கூடப் பிளவுபடுத்தத் தயாராக இருந்தார்கள்.'[56] அவர்களுடைய இந்தப் 'புனித' போராட்டம் சபையில் ஆக்ரோஷமான விவாதங்கள் சிலவற்றை எழுப்பியது. இந்துஸ்தானியை தென் இந்தியர்கள் ஏற்க முடியாது என்றால் ஹிந்தியும் அப்படித்தான். யாராவது ஓர் உறுப்பினர் ஹிந்தியில் பேசினால், இன்னொரு உறுப்பினர் அதன் ஆங்கில மொழிபெயர்ப்பைக் கோருவார்.[57] ஹிந்தி மட்டுமே இந்தியாவின் ஒரே தேசிய மொழி என்ற வாதம் வந்தபோது, அது மிகக்கடுமையாக எதிர்க்கப்பட்டது. அவர்களுடைய பிரதிநிதியாக மதராஸைச் சேர்ந்த டி.டி. கிருஷ்ணமாச்சாரி பேசும்போது,

'நாங்கள் பழைய காலங்களில் ஆங்கில மொழியை விரும்பவில்லை. ஏனென்றால், எனக்கு ஈடுபாடு இல்லாத ஷேக்ஸ்பியரையும் மில்டனையும் கற்கும்படி கட்டாயப்படுத்தப்பட்டோம். ஹிந்தி பயிலுமாறு நாங்கள் கட்டாயப்படுத்தப்பட்டால், என் வயதின் காரணமாகவும், நீங்கள் என்மீது விதிக்கும் வலுக்கட்டாயத்தாலும் என்னால் அதைக் கற்றுக்கொள்ள முடியாமல் போகலாம். இந்த சகிப்புத் தன்மையற்ற போக்கு, நமக்குத் தேவைப்படும் வலிமையான மத்திய அரசு என்பதையே, அந்த மொழி பேசப்படாத மக்களை அடிமைப்படுத்தும் முயற்சியில் இறங்கிவிடுமோ என்று அஞ்சுகிறேன். எனவே, ஐயா, தெற்கில் வசிக்கும் மக்கள் சார்பில் ஓர் எச்சரிக்கையை விட எண்ணுகிறேன். ஏற்கெனவே தென் இந்தியாவில் பிரிவினை கோரும் சில சக்திகள் இருக்கின்றன. மாண்புமிகு ஐக்கிய மாகாண நண்பர்கள், ஹிந்தியைத் திணிக்கும் காரணத்தால், பிரிவினையை எதிர்க்க எந்த

விதத்திலும் உதவி செய்வதில்லை. என்னுடைய ஐக்கிய மாகாண நண்பர்கள் கையில்தான் முழுமையான இந்தியாவைப் பெறுவது இருக்கிறது. அவர்கள் கையில்தான் ஹிந்தி இந்தியாவும் இருக்கிறது. இதில் எதைத் தேர்ந்தெடுத்துக் கொள்வது என்பது அவர்கள் விருப்பம்.'[58]

முடிவில் சபை ஒரு சமாதான உடன்பாட்டுக்கு வந்தது. மத்திய அரசின் சட்டரீதியான மொழியாக தேவநாகரி வரிவடிவில் எழுதப்படும் ஹிந்தி இருக்கும். அரசியல் அமைப்புச் சட்டம் நடைமுறைக்கு வரும் நாளிலிருந்து பதினைந்து ஆண்டுகளுக்கு, முன்பு இருந்தபடியே மத்திய அரசின் எல்லா அலுவலகப் பணிகளுக்கும் ஆங்கில மொழியைப் பயன்படுத்தப்படுவது தொடரும்.[59] 1965 வரை எப்படியும் நீதிமன்ற நடைமுறைகள், குறிப்புகள், நிர்வாகப் பணிகள், இந்தியாவின் அதிகாரவர்க்கச் செயல்பாடுகள் அனைத்தும் ஆங்கிலத்தில்தான் நடத்தப்படும்.

X

ஒருமுறை மகாத்மா காந்தி, 'இந்தியக் குடியரசின் முதல் ஜனாதிபதியாக ஒரு தீண்டத்தகாத இனப் பெண்மணி நியமிக்கப்படவேண்டும்' என்ற ஆசையை வெளியிட்டிருந்தார். அது நடக்கவில்லை. ஆனால், டாக்டர் பி.ஆர். அம்பேத்கர் அரசியல் அமைப்புச் சபையின் அரசியல் சட்ட வரைவுக்குழு தலைவராகப் பணியாற்றக் கோரப்பட்டார்.

1949 நவம்பர் 25 அன்று, சபை தன் நடவடிக்கைகளை முடித்துக்கொள்ளும் முன் அம்பேத்கர் தம் குழு ஆற்றிய பணியை சுருக்கமாக, ஓர் உருக்கமான உரையில் வெளியிட்டார்.[60] அவர் வரைவுக்குழுவின் பிற உறுப்பினர்களுக்கு நன்றி தெரிவித்தார். குழுவுக்கு உதவியாக இருந்த பணியாளர்களுக்கு நன்றி கூறினார்; வாழ்நாள் முழுதும் தான் எதிர்த்துவந்த கட்சிக்கும் நன்றி சொன்னார். சபைக்கு உள்ளேயும் வெளியேயும் காங்கிரஸ் தலைவர்கள் ஆற்றிய அமைதியான பணி இல்லாமல், அவரால் குழப்பங்களுக்கு இடையே ஒழுங்கை ஏற்படுத்தியிருக்க முடியாது. 'காங்கிரஸ் கட்சியின் கட்டுப்பாட்டினாலேயே வரைவுக்குழு, சபையில், அரசியல் அமைப்புச் சட்டத்தின் ஒவ்வொரு பிரிவையும் திருத்தத்தையும் அனைவரும் தெளிவாக அறிந்துகொள்ளும்படி நிறைவேற்ற முடிந்தது.'

தேசபக்திக்கு ஒரு சலுகையாக, அம்பேத்கர் ஜனநாயகத்தின் சில முறைகள் புராதன இந்தியாவில் அறியப்படாமல் இல்லை என்பதை ஏற்றார்: 'ஒரு காலத்தில் இந்தியாவில் குடியரசுகள் சிதறிக் கிடந்தன.' தனக்கே உரித்தான வகையில், நாடாளுமன்ற முறையிலான வாக்குகள், மசோதாக்கள், தீர்மானங்கள், கண்டனங்கள், கொறடா முதலிய ஜனநாயகச் சிந்தனைகளை வளர்த்த புத்த பிட்சுக்களுக்கு வணக்கம் செலுத்தினார்.

அரசியலமைப்புச் சட்டத்தின் கூட்டாட்சி முறை, எந்த விதத்திலும் மாகாண உரிமைகளை மறுக்காது என அம்பேத்கர் உறுதி கூறினார். மத்திய அரசில்

அதிகமான அதிகாரம் குவிக்கப்பட்டு விட்டதாகவும், மாகாணங்கள் ஒரு நகராட்சி அளவுக்கு குறைக்கப்பட்டு விட்டதாகவும் நினைப்பது தவறு என்றார். அரசியல் அமைப்புச் சட்டம் சட்ட அதிகாரம், நிர்வாக அதிகாரம் என்று பிரிக்கப்பட்டுள்ளது. மத்திய அரசு, தானே இந்த எல்லையை மாற்ற முடியாது. அவருடைய கூற்றுப்படி, 'மத்திய அரசும் மாகாணங்களும் இவ்விஷயத்தில் ஒன்றுக்கொன்று சமமானவை.'

எதிர்காலம் பற்றிய மூன்று எச்சரிக்கைகளுடன் அம்பேத்கர் தன் உரையை முடித்தார். முதலாவது ஜனநாயகத்தில் பொது மக்கள் எதிர்ப்பின் பங்கு. எப்படியும் ரத்தப் புரட்சிக்கு இடமில்லை. அதேபோல அவர் கருத்துப்படி காந்திய முறைகளுக்கும் இடமிருக்காது. சட்ட மறுப்பு, ஒத்துழையாமை மற்றும் சத்தியாக்கிரகம் என்ற பொது எதிர்ப்பு மறியல் ஆகியவற்றை மக்கள் கைகழுவிவிட வேண்டும். சர்வாதிகார ஆட்சியில் அதற்கு ஒரு நியாயம் இருக்கலாம்; ஆனால் இப்போது இல்லை. 'சத்தியாக்கிரகமும் அதுபோன்ற பிறவும் அராஜகத்தின் இலக்கணமே அன்றி வேறல்ல. அதை எவ்வளவு சீக்கிரம் ஒழித்துக் கட்டுகிறோமோ அவ்வளவு சீக்கிரம் நல்லது.'

இரண்டாவது எச்சரிக்கை, சிந்திக்காமல், கண்மூடித்தனமாக ஒரு தலைவரது கவர்ச்சியில் மயங்கி அவரைப் பின்பற்றுவது. ஜான் ஸ்டூவர்ட் மில்லை மேற்கோளாகக் காட்டி, 'எந்தப் பெரிய மனிதர் காலடியிலும் குடிமக்கள் தம் உரிமைகளை வைத்துவிடக் கூடாது; தம் நிறுவன அமைப்புகளைப் பாழாக்கும் வகையில் அவரிடம் அதிகாரங்களை நம்பி ஒப்படைத்துவிடக் கூடாது' என்றார். இங்கிலாந்தைக் காட்டிலும் இந்த எச்சரிக்கை, இங்கு அதிகம் பொருத்தமானது. ஏனென்றால், 'இந்தியாவில் பக்தி அல்லது தலைவரைப் போற்றுவது என்பது உலகில் வேறெங்கும் இல்லாத அளவுக்கு அரசியலில் பெரும்பங்கு வகிக்கிறது. சமய நெறியில் பக்தி, ஆன்ம விடுதலைக்கு வழியாக இருக்கலாம். ஆனால் அரசியலில் பக்தி அல்லது தலைவர் புகழ் போற்றுதல் என்பது, நிச்சயமாக ஜனநாயகச் சாவுக்கு வழியாகி, அதன் விளைவாக சர்வாதிகாரத்துக்கு அழைத்துச் சென்றுவிடும்.'

அம்பேத்கருடைய கடைசி எச்சரிக்கை, இந்தியர்கள் வெறும் அரசியல் ஜனநாயகத்தோடு திருப்திய அடைந்துவிடக் கூடாது என்பது. இந்தியா, அந்நியர் ஆட்சியை அடியோடு ஒழித்துவிட்டது. ஆனால் இன்னமும் ஏற்றத் தாழ்வு முறைகள், சமத்துவமின்மை ஆகியவற்றால் பிளவுபட்டு இருக்கிறது. 1950 ஜனவரி 26-ல் நாடு குடியரசான போது, 'அது மாறுபாடுகள் நிறைந்த வாழ்க்கையில் நுழையப்போகிறது. அரசியலில் நமக்குச் சமத்துவம் இருக்கும்; சமூகப் பொருளாதார வாழ்க்கையில் சமத்துவம் இருக்காது; அரசியலில் ஒருவருக்கு ஒரு வாக்கு, ஒரு வாக்குக்கு ஒரே மதிப்பு என்ற கொள்கையை ஏற்போம்; நம்முடைய சமூக, பொருளாதார அமைப்பின் காரணமாக 'ஒரு மனிதன் ஒரே மதிப்பு' என்ற கோட்பாட்டை தொடர்ந்து மறுப்போம். இன்னும் எத்தனை நாள்களுக்கு இந்த மாறுபாடு நிறைந்த வாழ்வை வாழப்போகிறோம்? சமூக, பொருளாதார வாழ்க்கையில் எத்தனை

காலத்துக்கு சமத்துவத்தை மறுத்துவரப் போகிறோம்? நீண்ட காலத்துக்கு நாம் அதை மறுத்து வந்தால், நம்முடைய அரசியல் ஜனநாயகத்தை ஆபத்துக்கு உட்படுத்தி மட்டுமே அதைச் செய்யமுடியும்.'

XI

இந்திய அரசியல் அமைப்புச் சபை கூடுவதற்கு எட்டு மாதங்களுக்கு முன்னதாக டியட் என்ற ஜப்பான் நாடாளுமன்றத்தில் ஒரு புதிய அரசியல் அமைப்புச் சட்டம் கொண்டுவரப்பட்டது. எனினும் அந்தச் சட்டம் பெரும்பாலும் முழுவதுமே அயல்நாட்டவரால் எழுதப்பட்டது. 1946 பிப்ரவரி ஆரம்பத்தில் 24 பேர் - அனைவரும் அமெரிக்கர்கள், அதில் 16 பேர் ராணுவ அதிகாரிகள் - டோக்கியோவில் நடன அறையாக இருந்து மாற்றப் பட்ட அறையில் கூடினர். ஜப்பானியர் மேற்கொள்ளவேண்டிய அரசியல் அமைப்புச் சட்டப் பணி தொடங்கும் முன்னர் அங்கே ஒரு வாரம் அமர்ந் தனர். எழுதி முடிக்கப்பட்ட ஒன்றாக அது உள்ளூர் அரசியல் தலைமையிடம் அளிக்கப்பட்டது. அவர்கள் அந்த வரைவை மொழிபெயர்த்து ஜப்பானிய வழக்குமொழி வரைவாக்க அனுமதிக்கப்பட்டனர். வரைவு நாடாளு மன்றத்தில் வைத்து விவாதிக்கப்பட்டது. மிகச்சிறு திருத்தமாக இருந்தாலும் ஒவ்வொன்றும் அமெரிக்க அதிகாரிகளால் முன்னதாக ஏற்கப்பட வேண்டும்.

இந்த அனுபவம் பற்றி ஒரு வரலாற்றாளர், 'வேறு எந்த தேசமும் இந்த அளவுக்கு மிக அதிகமாக அந்நிய அரசியல் அமைப்புச் சட்டத்தைச் சார்ந்திருந்ததில்லை' என்று எழுதினார்.[61] இந்திய அனுபவத்துடன் இதை ஒப்பிடும்போது வேறுபாட்டை உணரமுடியும். ஓர் அரசியலமைப்புச்சட்டம் மிகமிக ரகசியமாக எழுதப்பட்டது; மற்றையது பத்திரிகைகளும் காணும் வகையில் வெளிப்படையாக வரையப்பட்டு, விவாதிக்கப்பட்டது. ஒன்று அயல்நாட்டினரால் எழுதப்பட்டு பதற்றத்துடன் வேகவேகமாக முடிவு செய்யப்பட்டது. மற்றையது முழுதுமாக உள்நாட்டவரால் எழுதப்பட்டது; பலப்பல ஆண்டுகளின் அனுபவப் பிரதிபலிப்பாக விவாதிக்கப்பட்டு எழுந்தது. ஒரு சில மாற்றங்கள் இருந்தாலும், இரு அரசியலமைப்புச் சட்டங்களின் சாராம்சமுமே, தாராளவாதத்தையும் மனிதத் தன்மையையும் அடிப்படையாகக் கொண்டிருந்தன என்பதை ஒருவர் நியாயமாக ஏற்கவேண்டும். அமெரிக்கப் மேற்பார்வையாளர் ஒருவர், ஜப்பானிய வரைவு பற்றிக் கூறியதை இந்தியச் சட்டம் பற்றியும் அப்படியே ஒருவர் கூறலாம்: 'அரசியல் சிந்தனையில் தீவிர வலது சாரியிலிருந்து மறுபக்கம் செல்கிறது; ஆனால் அதே நேரம், தீவிர இடது சாரிச் சிந்தனைக்கு எதையும் தந்து விடுவதில்லை.'[62]

'அரசியல் முயற்சிகள் பற்றிப் பார்த்தோமானல், 1787-ல் பிலடெல்பியாவில் தொடங்கியதிலிருந்து இன்றுவரை, இந்திய அரசியல் அமைப்புச்சட்டம்தான் மாபெரும் அரசியல் முயற்சி' என்று பெருமை கொள்கிறார் கிரான்வில் ஆஸ்டின்.

தேசிய லட்சியங்களுக்கு ஒரு வடிவம் கொடுத்தது, அவற்றைச் சாதிக்க ஒரு நிறுவன அமைப்பை உருவாக்கியது - இந்த மாபெரும் சாதனை, மறுமையில் உயர்ந்த இடத்தைப் பெற இம்மையில் பகுத்தறிவற்ற செயல்களில் ஈடுபட்ட மக்களைப் பொருத்தமட்டில், ஒரு மாபெரும் பாய்ச்சலே என்றார் கிரான்வில் ஆஸ்டின். ஆஸ்டினுடைய புத்தகத்தின் கடைசி அத்தியாயத் தலைப்பு இதற்குப் பொருத்தமாக இருக்கும்: 'பெருமை இந்தியருக்கே!'[63]

பகுதி இரண்டு

நேருவின் இந்தியா

7

வரலாற்றின் மாபெரும் சூதாட்டம்

நாம் மாபெரும் லட்சியங்களுக்காகப் போராடும் மிக அற்ப மனிதர்கள். ஆனால் லட்சியம் பெரிதாக இருப்பதால் அதன் பெருமையில் கொஞ்சம், நம்மீதும் விழுகிறது.

- ஜவாஹர்லால் நேரு, 1946.

இந்தியா என்றால் நமக்குத் தோன்றுவது இரண்டே விஷயங்கள்தாம்; பஞ்சங்கள் மற்றும் நேரு.

- அமெரிக்க பத்திரிகையாளர், 1951.

I

சுதந்தரம் பெற்ற ஆரம்ப வருடங்களில், ஆளும் காங்கிரஸ் கட்சி, வெளியிலிருந்தும் உள்ளிருந்தும் பல அச்சுறுத்தல்களைச் சந்தித்தன. பிரிட்டிஷ் ராஜ்ஜியத்துக்கு எதிராக, அவர்கள் தியாகம் செய்யும் லட்சியவாதிகளாக இருந்தனர். ஆனால், ஆட்சியாளர்களாக, பதவியின் பயன்களை அனுபவிக்கவே அவர்கள் விரும்பினர். ஒரு பிரபல மதராஸ் பத்திரிகையாளர், 'காந்தியவாதிகளின் பதவிப் போராட்டத்தில் முதல் பலி, கண்ணியம்தான்' என்றார்.[1] டைம் பத்திரிகை, 'சுதந்தரம் அடைந்தபிறகு, காங்கிரஸுக்கு தங்களை ஒன்றிணைக்கும் சக்தி இல்லாமல் போய்விட்டது. அது பருத்துப் போய், சோம்பேறியாகி, பதவி ஆசை பிடித்தவர்களும் கொள்ளைக் காரர்களும் வந்து தங்குமிடம் ஆகிவிட்டது' என்றது.[2] ஒரு முக்கியமான பம்பாய் பத்திரிகை, 'மேற்கு வங்கத்திலிருந்து உத்தரப் பிரதேசம் வரை, கங்கைச் சமவெளியில் காங்கிரஸ் துண்டு துண்டாக ஆகியுள்ளது. நாட்டின் முதன்மை அரசியல் கட்சியின் செல்வாக்கு மங்கியபடியே உள்ளது.[3] கட்சியில் உள் குழுக்கள் அதிகரித்துள்ளன. கட்சியின்மீது அதிருப்தி அதிகமாகியுள்ளது' என்றது.

மாவட்ட அளவிலும் கட்சிக்குள் குழுக்கள் இருந்தன. மாநில அளவிலும் இருந்தன. எனினும் மிக முக்கியமாக, மனத்தை வேதனைப்படுத்தக்கூடிய பிளவு இரு பெரும் பிரபலங்களான பண்டித ஜவாஹர்லால் நேரு, சர்தார் வல்லபபாய் படேல் ஆகியோரிடம் ஏற்பட்ட ஒன்றுதான். சுதந்தரத்தை அடுத்த சில மாதங்களில் பிரதமருக்கும் துணைப் பிரதமருக்கும் இடையே பெரும் கருத்து வேறுபாடுகள் இருந்தன. காந்தியின் மறைவு இருவரையும் மீண்டும் நெருங்கி வரவைத்தது. 1949, 1950 ஆண்டுகளில் வேறுபாடுகள் மீண்டும் மேலெழுந்தன.

நேரு, படேல் இருவருடைய குணங்களும் தோற்றங்களும் முற்றிலும் வேறுபட்டவை. பிரதமர், உயர்ஜாதி பிராமணர். அவரது தந்தையும் தேசிய இயக்கத்தில் முக்கியமான இடத்தை வகித்திருந்தார். துணைப் பிரதமரோ, விவசாய ஜாதியிலிருந்து வந்தவர். அவரது குடும்பம் 1857-ன் சிப்பாய்க் கலகத்தில் ஈடுபட்டிருந்தது. நேரு, நல்ல உணவையும் ஒயினையும் விரும்பினார்; கலைகள், இலக்கியத்தில் ஆர்வம் கொண்டவர்; பல வெளி நாடுகளுக்குச் சென்று வந்தவர். படேல் புகை பிடிக்கமாட்டார்; மாமிசம் உண்ணமாட்டார்; மது அருந்தமாட்டார்; மொத்தத்தில் கடுமையாக வேலை செய்வதில் ஆர்வம் கொண்டவர்; பிற எதிலும் நாட்டம் இல்லாதவர். காலை 4.00 மணிக்கு எழுந்திருப்பார்; அடுத்த ஒரு மணிநேரம், தனக்கு வந்துள்ள கடிதங்களைப் பார்வையிடுவார்; பிறகு புதுடெல்லியின் மெல்லிய விளக்கு வெளிச்சம் பரவிய தெருக்களில் நடக்கச் செல்வார். ‘கடுமையான வெளித் தோற்றத்துடனும் நட்பு காட்டாத உருவத்துடனும், சர்தார் ஒரு கண்டிப்பான மனிதர் என்ற தோற்றத்தைக் கொண்டிருந்தார்.’ நியூ யார்க் டைம்ஸ் பத்திரிகையின் வார்த்தைகளில், ‘அவர், தோல் போல, கடினமானவர்.’

அவர்களுக்கு இடையே ஒற்றுமைகளும் இருந்தன. இருவரது வீடுகளையும் அவரவரது மகள்களே கவனித்துக்கொண்டனர். மகள்களே, அவர்களது நண்பர்கள், நம்பிக்கைக்கு உரியவர்கள். இருவருமே மிகவும் நேர்மையான அரசியல்வாதிகள். இருவரும் தீவிர தேச பக்தர்கள். ஆனால் அவர்கள் சிந்தனைகள் எப்போதும் ஒன்றாக இருந்ததில்லை. ஒரு பார்வையாளர், ‘நாட்டில் இருந்த இடதுசாரி சக்திகள்மீது சர்தாருக்கு இருந்த எதிர்ப்புணர்வு, இந்தியாவை எதிர்நோக்கிய அரசியல் சிக்கல்களில் ஒன்று’ என்று குறிப்பிட்டிருந்தார். படேல் பெருந்தனக்காரர்களுடன் நட்புடன் இருந்த போது, நேரு, தேசத்தின் பொருளாதாரம் அரசுக் கட்டுப்பாட்டில் இருக்க வேண்டும் என்று கருதினார். வர இருந்த பனிப்போரில், படேல் மேற்கு நாடுகளை ஆதரிக்க விரும்பினார். அவர் இந்து தீவிரவாதிகள்மீது பரிவுடனும், பாகிஸ்தானிடம் கடுமையாகவும் இருந்தார்.[4]

1949-ன் பிற்பகுதியில், நேருவுக்கும் படேலுக்கும் இடையே பெரும் கருத்து வேறுபாடுகள் இருந்தன. வரும் ஆண்டில், பிரிட்டிஷ் அரசர்கீழ் ஒரு டொமினியனாக இருப்பதிலிருந்து, இந்தியா ஒரு முழுமையான குடியரசாக மாற இருந்தது. நாட்டின் தலைமைப் பொறுப்பில் கவர்னர் ஜெனரலாக இருந்த ராஜாஜியே குடியரசு அமைப்பிலும் தலைவராகத் தொடரவேண்டும்

என்று நேரு விரும்பினார். ராஜாஜி நேர்த்தியான அறிஞர். அப்போது பிரதமராக இருந்த நேரு, ராஜாஜியுடன் சுமுகமான உறவுடன் இருந்தார். ஆனால் படேல், காங்கிரஸ் கட்சியில் பெரும் ஆதரவு பெற்றிருந்த, அவருடன் மிக நெருக்கமாக இருந்த ராஜேந்திர பிரசாத் தலைவராவதை விரும்பினார். நேரு ராஜாஜியிடம், அவரேஜனாதிபதியாவார் என்று உறுதி அளித்திருந்தார். நேரு வெறுப்பும் தர்மசங்கடமும் அடையும் வகையில், படேல், காங்கிரஸ் கட்சியில் உள்ள தலைவர் முதல் தொண்டர் வரை அனைவரையும் ராஜாஜிக்குப் பதிலாக ராஜேந்திர பிரசாத் பெயரை முன்மொழியும்படிச் செய்து விட்டார்.[5]

முதலில் இந்திய சுதந்தர தினமாக ஏற்கப்பட்டிருந்த 26 ஜனவரி, முதல் குடியரசு நாளாகத் தேர்ந்தெடுக்கப்பட்டது. தேசத்தின் முதல் தலைவர் ராஜேந்திர பிரசாத். வருங்காலங்களில் இன்னும் கவர்ச்சிகரமான காட்சியாகவிருந்த அணிவகுப்பு மரியாதையை ஏற்றார். ஜனாதிபதி முன் மூவாயிரம் படைவீரர்கள் அணிவகுத்துச் சென்றனர். முப்பத்தொரு முறை பீரங்கி முழங்கி மரியாதை செலுத்தியது. இந்தியப் போர்விமானங்கள் மேலே பறந்தன. காந்தியின் இந்தியா, முழு இறையாண்மை கொண்ட தேசமாகத் தன்னை அறிவித்துக்கொண்டது.[6] முதல் சுற்றில் வெற்றி படேலுக்குச் சென்றது. சில மாதங்களுக்குப் பிறகு இரண்டாவது சுற்று தொடங்கியது. அது இந்திய தேசிய காங்கிரஸ் கட்சித் தலைவர் தேர்வு பற்றியது. இந்தப் பதவிக்கு ஐக்கிய மாகாணத்தைச் சேர்ந்த, அதுவும் நேருவின் சொந்த ஊரான அலகாபாத்தைச் சேர்ந்த புருஷோத்தம தாஸ் தாண்டனை படேல் முன்நிறுத்தினார். நேருவும் தாண்டனும் தனிப்பட்ட முறையில் நண்பர்கள்; ஆனால் கொள்கைரீதியாக நெருக்கமானவர்கள் அல்ல. தலைமைப் பதவிக்கான வேட்பாளர், 'தாடி வைத்த, மரியாதைக்குரிய, ஆசார இந்து. அவர் (காங்கிரஸ்) கட்சியின் தீவிர மதவாதக் குழுவின் பிரதிநிதி.' மொத்தத்தில் அவர் 'ஒரு அரசியல் மற்றும் சமூக பத்தாம்பசலித்தனத்தின் முழு உருவம்'; 'முஸ்லிம்களுக்கு எதிரானவர், ஜாதி இந்துக்கள் சார்பானவர்'; அழிந்துபோன பழமைக் கலாசாரத்தை உயிர்ப்பிக்கவும், எப்போதோ மறைந்துபோயிருந்த சமுதாய முறையை மீண்டும் தூக்கி நிறுத்தவும் முயல்பவர்.'[7]

ஏற்கெனவே நேரு, ஹிந்தி பேசாத, ஹிந்தி அறியாத பிராந்தியங்கள்மீது ஹிந்தியைத் திணிக்க விரும்பிய தாண்டனை விமர்சனம் செய்திருக்கிறார். குறிப்பாக, அலகாபாத்தைச் சேர்ந்த அவரது நண்பர், அகதிகள் மாநாட்டில் பாகிஸ்தானைப் பழிவாங்குவது பற்றிப் பேசியிருக்கிறார். நேருவோ, காயத்துக்கு மருந்தை, இந்து-முஸ்லிம்களுக்கு இடையே சமாதானத்தை நாடும் கொள்கையே இந்தியாவுக்குத் தேவை என நம்பினார். தாண்டனை, பிரதமர் சார்ந்திருக்கும் கட்சியின் தலைவராகத் தேர்ந்தெடுப்பது, உலகுக்கு தவறான அறிகுறிகளைத் தெரிவிக்கும் என்று நேரு நினைத்தார்.

1950 ஆகஸ்ட் மாதத்தில் நடைபெற்ற தேர்தலில், தாண்டன் எளிதாக வெற்றி பெற்றார். நேரு அப்போது ராஜாஜிக்கு, 'அத்தேர்தல் நான் ஆட்சியிலோ

காங்கிரஸ் கட்சியிலோ இருப்பதைவிட தாண்டனின் தேர்வு முக்கியமானது என்பதற்கான மிகத் தெளிவான அடையாளமாகிவிட்டது' என்று எழுதினார். மேலும், 'காங்கிரஸ் கட்சியிலும் ஆட்சியிலும் என்னுடைய உபயோகம் முற்றிலுமாக தீர்ந்துபோய்விட்டதாக ஒவ்வோர் உணர்வும் சொல்கிறது' என்றும் எழுதினார். மறுநாளும் ராஜாஜிக்கு, 'நான் உடல்ரீதியாகவும் மனத் தளவிலும் முழுதுமாகக் களைத்துப் போய்விட்டேன். வரும் காலங்களில் நான் முழு நிறைவுடன் செயலாற்ற முடியும் என்று நினைக்கவில்லை' என்று எழுதினார்.⁸

இரு பிரிவுகளுக்கு இடையேயும் உடன்பாடு காண ராஜாஜி இப்போது முயன்றார். 'காங்கிரஸ் கட்சியின் அடிப்படைக் கொள்கைகளை அவரும் (படேலும்) நேருவும் ஏற்று நடப்பதாக இருவர் பெயரிலுமாக ஒரு கூட்டறிக்கையை வெளியிடலாம் என்னும் ஏற்பாட்டுக்கு படேல் ஒத்து வந்தார். எனினும் பிரதமர் தனியாகவே செல்லத் தீர்மானித்தார். இரண்டு வாரம் யோசித்தபிறகு, முரட்டுத்தனமாக எதிர்ப்பதற்குபதில், பேசாமல் பதவி விலகிவிடலாம் என்று தீர்மானித்தார். 1950 செப்டம்பர் 13 அன்று, 'தாண்டனின் தேர்வு குறித்து மதவாதிகளும் பிற்போக்குவாதிகளும் வெளிப்படையாகவே தம் மகிழ்ச்சியைத் தெரிவிக்கின்றனர்' என்ற செய்தி குறித்து தன் வேதனையை வெளியிட்டார். மேலும், 'மதவாதமும் பழம்பெருமைவாதமும் காங்கிரஸுக்குள் ஊடுருவி, சில சமயங்களில் அரசின் கொள்கையையும் பாதிக்கிறது' என்று தன் வருத்தத்தைத் தெரிவித்தார். 'ஆனால் பாகிஸ்தான் போலன்றி இந்தியா ஒரு மதச் சார்பற்ற நாடு. நாம் பெரும்பான்மையினரை எவ்வாறு நடத்துகிறோமோ அதேபோலவோ நம் சிறுபான்மையினரையும் நடத்தவேண்டும்' என்று நேரு வற்புறுத்தினார். 'அவர்களை நியாயமாக நடத்துவது மட்டும் போதாது; அவ்வாறு அவர்கள் நடத்தப்படுவதை அவர்களும் உணருமாறு செய்யவேண்டும். இப்போது நிலவும் குழப்பங்களுக்கு இடையிலும் பொய் பிரசாரங்களின் அச்சுறுத்தல் களுக்கு இடையிலும், காங்கிரஸ் இது தொடர்பாக தன் கொள்கையை மிகத் தெளிவாக, குழப்பமே இல்லாமல் வெளியிடுவது மிக அவசியமாகி விட்டது.'⁹

இந்தியாவில் உள்ள முஸ்லிம்கள் பாதுகாப்பாக உணர்வதற்கு காங்கிரஸ் கட்சியும் அரசாங்கமும்தான் பொறுப்பு ஏற்கவேண்டும் என்று நேரு கருதி னார். ஆனால் மாறாக படேல், சிறுபான்மையினரே அந்தப் பொறுப்பை ஏற்கவேண்டும் என்றார். அவர் ஒருமுறை நேருவிடம், 'முன்னர் பாகிஸ்தான் கோரிக்கைமீது அவர்கள் கொண்டிருந்த தொடர்பு, அவர்களில் சிலரது துரதிர்ஷ்டவசமான செயல்பாடுகள் ஆகியவற்றால் இந்தியாவில் உள்ள முஸ்லிம்களின் விசுவாசத்தின்மீது பெரும்பான்மை மக்கள் தவறான எண்ணங் களையும் சந்தேகங்களையும் கொண்டுள்ளனர். இவற்றை அகற்றுவதற்கான பொறுப்பு முஸ்லிம்களிடம்தான் இருக்கிறது' என்று கூறியிருக்கிறார்.¹⁰

பிற கொள்கைகள், தத்துவங்கள் ஆகியவற்றில் எந்த அளவுக்கு இருவரும் ஒத்துப்போகவில்லையோ, அதேபோன்று, சிறுபான்மையினர் விஷயத்திலும்

இருவரும் ஒத்துப்போகவில்லை. எனினும், இப்போது காங்கிரஸ் தலைமைக்கு ஏற்பட்ட கசப்பான போட்டிக்குப் பிறகு, வயதில் முதிய படேல் தன் கொள்கையை வற்புறுத்த விரும்பவில்லை. ஏனெனில், அவர்களுடைய கட்சியின் சிதைவு இந்தியாவின் சிதைவு என்பதை படேல் அறிந்திருந்தார். எனவே அவரைச் சந்திக்க வந்த காங்கிரஸ் உறுப்பினர்களிடம், 'ஜவாஹர்லால் கூறுவதைச் செய்யுமாறும், இந்த சர்ச்சையில் கவனம் செலுத்தவேண்டாம்' என்றும் படேல் கூறினார். அக்டோபர் 2 அன்று இந்தூரில் மகளிர் மையத்தைத் தொடங்கும்போது, காந்தியின் பிறந்த நாளை பிரதமரிடம் தனக்குள்ள விசுவாசத்தை உறுதிசெய்யப் பயன்படுத்திக்கொண்டார். அவர் தன்னை காந்தியின் அஹிம்சைப் படையின் பல வீரர்களில் தானும் ஒரு சாதாரண வீரர் என்று விவரித்தார். 'இப்போது மகாத்மா இல்லாத வேளையில் நேருவே நம் தலைவர்' என்றார் படேல். 'பாபு (காந்தி) அவரைத் தம் வாரிசாக நியமித்தார். அதை அப்படியே வெளியிடவும் செய்தார். அவருடைய மரண சாசனத்தை நிறைவேற்றி வைப்பது நம் கடமை. நான் விசுவாசமற்ற வீரனல்ல.'[11]

படேலின் வாழ்க்கை வரலாற்றாசிரியர் ராஜ்மோகன் காந்தி நம்முன் வைக்கும் சாட்சி அப்படிப்பட்டது. நேருவின் வாழ்க்கை வரலாற்றாசிரியர் சர்வேபள்ளி கோபாலும் இதையே உறுதிசெய்கிறார். 'இருவருக்கும் இடையே இருந்த பரஸ்பர மரியாதை உணர்வும் படேலுடைய உளர்ச்சிகளை வெளிக்காட்டாத கண்ணியமும்தான் இருவருக்கும் இடையே வெளிப்படையாக நிகழ இருந்த மோதலைத் தடுத்து நிறுத்தின.'[12] நேருவுடன் ஒன்றுபட்டுச் செயலாற்றுவதாக காந்தியிடம் கூறிய உறுதிமொழியை படேல் நினைவுகூர்ந்தார். காங்கிரஸ் தலைமை பற்றிய சர்ச்சை முடிவடைந்த சமயத்தில் அவர் மிகவும் உடல் நலமற்றிருந்தார். படுக்கையில் இருந்தபடியே தானே தன் சொந்தக் கையெழுத்தில் எழுதி, நவம்பர் 14 அன்று நேருவுக்குப் பிறந்தநாள் வாழ்த்து அனுப்பினார். ஒரு வாரத்துக்குப் பின் அவரை அவரது இல்லத்தில் சந்தித்தபோது படேல், 'நான் சற்றுக் குணமடைந்து, சற்று பலம் பெற்றபிறகு, உங்களிடம் தனியாகப் பேச விரும்புகிறேன். நீங்கள் என்மீது நம்பிக்கை இழந்து வருகிறீர்களோ என அஞ்சுகிறேன்' என்றார். நேரு, 'என்மீதே நான் நம்பிக்கை இழந்து வருகிறேன்' என்று பதிலளித்தார்.[13]

மூன்று வாரங்களுக்குப் பின் படேல் மரணமடைந்தார். அவருடைய மறைவுக்கான இரங்கல் அஞ்சலி தீர்மானத்துக்கு வடிவம் கொடுக்கும் பொறுப்பு நேருவுக்கு வந்து சேர்ந்தது. ஒன்றுபட்ட வலிமையான இந்தியாவிடம் படேல் கொண்டிருந்த ஈடுபாட்டையும் சிக்கலான சுதேச சமஸ்தானங்கள் பிரச்னையைத் தீர்த்துவைத்த அவருடைய திறனையும் நேரு தனியே குறிப்பிட்டுப் பாராட்டியிருந்தார். நேருவுக்குப் படேல், தோழரும் போட்டியாளரும் ஆவார். ஆனால் நம் தேசத்தவருக்கு, 'அவர் விடுதலைப் போரில் ஈடுபட்ட இணையற்ற வீரர்; இந்தியாவை நேசித்தவர்; மக்களின் தொண்டர்; மேதையும் மகத்தான சாதனைகள் செய்த ராஜதந்திரியும்' ஆவார்.[14]

II

1950 டிசம்பரில் வல்லபபாய் படேலின் மறைவு, நேருவுக்கு இணையாக காங்கிரஸில் நின்ற ஓர் அரசியல்வாதியையும் அகற்றிவிட்டது. இந்தியாவின் ஆளும் கட்சியில் இனி, இரு அதிகார ஆற்றல் மையங்கள் கிடையாது. எனினும், பிரதமர் இன்னமும் சற்றே குறைவான போட்டியாளர்களைச் சந்திக்கவேண்டி இருந்தது. அவர்கள் காங்கிரஸ் தலைவர் புருஷோத்தம தாஸ் தாண்டன் மற்றும் ஜனாதிபதி ராஜேந்திர பிரசாத். நேருவின் வாழ்க்கை வரலாற்றாசிரியர் கூற்றுப்படி, 'பழைமைவாதப் போக்கு கொண்டவர்களிடையே இந்திய ஜனாதிபதி ராஜேந்திர பிரசாத் குறிப்பிடத்தக்கவராக இருந்தார்.'[15] இந்தியச் சுதந்தரத்துக்காக பல தியாகங்கள் செய்த தேசியவாதி ஒருவர் மீதான தீர்ப்பு, சற்றே கடுமையானதுதான். எனினும், பிரதமரும் ஜனாதிபதியும் பொதுவாழ்வில் மதம் போன்ற முக்கியமான விஷயங்களில் வேறுபட்ட கருத்து கொண்டிருந்தது தெளிவு.

1951 வசந்த காலத்தில், குஜராத்தில் சீரமைக்கப்பட்ட சோமநாதபுர ஆலயத்தை ஆரம்பித்துவைக்க ஜனாதிபதி அழைக்கப்பட்டபோது, இந்த வேறுபாடுகள் உச்சநிலையை அடைந்தன. முன்னொரு காலத்தில் சோமநாதபுரத்தின் செல்வம் பெரிதாகப் பேசப்பட்டது. அந்தச் செல்வத்தைக் கொள்ளையடிக்க, 11-ம் நூற்றாண்டைச் சேர்ந்த கஜினி முகமது முதல் பல முஸ்லிம் மன்னர்கள் பலமுறை படையெடுத்திருந்தனர். ஒவ்வொரு முறை அந்தக் கோவில் அழிக்கப்பட்டபோதும், அது திரும்பக் கட்டப்பட்டது. பிறகு, முகலாயச் சக்கரவர்த்தி அவுரங்கசீப் அதை முழுதுமாக அழிக்க உத்தரவிட்டார். 1947 செப்டம்பரில், சர்தார் படேலே நேரில் வந்து பார்த்து புனரமைப்புப் பணிக்கு உதவ உறுதி அளிக்கும்வரை, அது 250 ஆண்டுகளாக சிதைந்தே கிடந்தது. படேலுடன் பணியாற்றிய கே.எம்.முன்ஷி சீரமைப்பு பணியின் பொறுப்பை ஏற்றார்.[16]

சோமநாதபுர ஆலயக் விழாவில் ஜனாதிபதி பங்குபெற முடிவு செய்தது, நேருவைத் திகைப்படைய வைத்தது. துரதிர்ஷ்டவசமாக அது பல சிக்கல்களைக் கொண்டிருப்பதால் ஆடம்பரமான அந்த ஆரம்ப விழாவுக்குச் செல்ல வேண்டாமே, என ஆலோசனை கூறி, நேரு அவருக்கு ஒரு கடிதம் எழுதினார். 'தனிப்பட்ட முறையில், சோமநாத்தில் மிகப்பெரிய அளவிலான கட்டடப் பணிகளுக்கு முக்கியத்துவம் அளிப்பதற்கு இது ஏற்ற நேரமல்ல என்று நினைத்தேன். இதைப் பின்னர் படிப்படியாக இன்னும் சிறப்பாகச் செய்திருக்கலாம். இருப்பினும் இது செய்யப்பட்டுவிட்டது. விழாவுக்கு நீங்கள் தலைமை ஏற்காமல் இருப்பதே நல்லது என இப்போதும் நான் நினைக்கிறேன்' என்று நேரு எழுதியிருந்தார்.[17]

பிரசாத், அந்த ஆலோசனைக்கு மதிப்பளிக்காமல் சோமநாதபுரம் சென்றார். எனினும் அவர் தன் உரையில், சமய நம்பிக்கைகளுக்கு இடையிலான ஒற்றுமை உணர்வு என்ற காந்திய லட்சியத்தை வற்புறுத்தினார். இந்தியக் கோயில்களில் இருந்த தங்கம், அக்காலத்தில் பெரும் செல்வத்துடனான

வளமான வாழ்வின் அறிகுறியாகத் திகழ்ந்த பொற்காலம் என்று பழம் பெருமையை அவர் நினைவூட்டிப் பேசினார் என்பதும் உண்மையே. 'மதச் சகிப்பற்ற தன்மை வெறுப்பையும் நேர்மையற்ற நடத்தையையுமே வளர்க்கும் என்பதே சோமநாத்தின் பிற்கால வரலாறு வழங்கிய பாடம். அதே மாதிரியாக, ஆலயப் புனரமைப்பின் பாடம், பழைய காயங்களைக் கிளறுவது அல்ல; பல நூற்றாண்டுகளில் அவை ஓரளவுக்கு ஆறியும் விட்டன. ஒவ்வொரு இனமும், ஒவ்வொரு சமூகமும் முழுமையான சுதந்தரம் பெறவேண்டும் என்பதே பாடம்.' மதச் சகிப்புத் தன்மைக்கு அறைகூவல் விடுத்து, ஜனாதிபதி, கூடியிருந்தவர்களை 'சமயத்தின் சாரமான கருத்தைப் புரிந்துகொண்டு, சத்தியத்தையும் கடவுளையும் உணர ஒரே வழியில்தான் செல்லவேண்டும் என்ற அவசியமில்லை என்பதையும் உணரவேண்டும்' என வற்புறுத்தினார். 'ஏனென்றால், எல்லா நதிகளும் சமுத்திரத்தில் ஒன்றுசேர்வது போல பல்வேறுபட்ட மதங்களும் கடவுளை அடைய உதவுகின்றன.'[18]

அவருடைய உரையை நேரு படித்தாரா என்பது தெரியாது. எனினும், அவர் போகாமல் இருந்திருக்கவேண்டும் என்பதே நேருவின் விருப்பம். அரசு அலுவலர்கள், மதங்களிலும் கோவில்களிலும் வெளிப்படையாக எப்போதும் ஈடுபடக் கூடாது என்பதே பிரதமரின் கருத்து. அதற்கு மாறாக, அது வெளிப் படையாகவும் சமமாகவும் மதிக்கப்படவேண்டும் என ஜனாதிபதி கருதினார். சோம்நாத்தில், ஜனாதிபதி இந்துவாக இருந்தாலும், 'நான் எல்லா மதங் களையும் மதிக்கிறேன். சில நேரங்களில் கிறிஸ்தவ தேவாலயங்களுக்கும் மசூதி களுக்கும், தர்கா மற்றும் குருத்வாராக்களுக்கும் செல்கிறேன்' என்றும் சொன்னார்.

இதற்கிடையில் காங்கிரஸில் வளர்ந்துவரும் இந்துத்துவம், சில ஆவேசமான தலைவர்கள் காங்கிரஸிலிருந்து வெளியேறக் காரணம் ஆகிவிட்டது. ஏற்கெனவே 1948-ல் சில சிறந்த, இளம் காங்கிரஸ் உறுப்பினர்கள் வெளியேறி, சோஷலிஸ்ட் கட்சியைத் தொடங்கியிருந்தனர். 1951 ஜூனில், மதிப்புக்குரிய காந்தியவாதி ஜே.பி.கிருபளானி, காங்கிரஸிலிருந்து விலகி, கிஸான் மஸ்தூர் பிரஜா கட்சி (கே.எம்.பி.பி.) என்ற கட்சியைத் தொடங்கி னார். அந்தக் கட்சி, விவசாயி, தொழிலாளர் மற்றும் பிற கஷ்டப்படும் மக்கள் நலன்களுக்காக நின்றது. புருஷோத்தம தாஸ் டாண்டன் தலைமையில் கட்சி, பழைமைவாதிகளின் அமைப்பாக ஆகிவிட்டது என கிருபளானி கூறினார்.

கே.எம்.பி.பி. ஆரம்பிக்கப்பட்டது, தாண்டனுக்கு எதிராக நேருவின் கரத்தை வலுப்படுத்தியது. அண்மையில் மேற்கொண்ட பிற்போக்குப் பாதை யிலிருந்து மாறி, காங்கிரஸ் மீண்டும் ஜனநாயகப் பாதைக்குத் திரும்ப வேண்டும் என்று நேருவால் சொல்லமுடிந்தது. பெங்களூரில் செப்டெம்பர் மாதம், அகில இந்திய காங்கிரஸ் கமிட்டி கூடியபோது, தாண்டனையும் அவரது ஆதரவாளர்களையும் நேரு வெளிப்படையாகவே எதிர்த்தார். காங்கிரஸின் மேல்மட்டத்திலிருந்து அடிமட்டம் வரை வர இருந்த பொதுத் தேர்தல் பற்றி கவலைப்பட ஆரம்பித்திருந்தன. தென்னாட்டுப் பத்திரிகை யாளர் ஒருவர் கூறியபடி, அகில இந்திய காங்கிரஸ் கமிட்டி தாண்டனுக்கு எதிராக நேருவை ஆதரிக்கும் என்பது தெளிவாகிவிட்டது. ஏனென்றால்,

காங்கிரஸ் தலைவர், வாக்குகளை வெல்பவர் அல்லர். 'மாறாக, வாக்குகள் வெல்வதில் நேரு இணையற்றவர். பொதுத்தேர்தலுக்கு முன் வாக்கே முக்கியம். நேருவுக்கு வேறு எவரிடமும் இல்லாத மதிப்பு உண்டு.'[19]

பெங்களூரில் அதுதான் நடந்தது. தாண்டன் தலைமைப் பொறுப்பிலிருந்து விலகி, அப்பதவிக்கு நேரு தேர்ந்தெடுக்கப்பட்டார். கட்சி, ஆட்சி இரண்டுக்கும் தலைவர் என்ற வகையில், நாட்டில் உள்ள மதவாதச் சக்திகளுடன் முழுமையாகப் போரிட முடியும்.[20] இப்போரின் முதல் களம் 1952-ன் பொதுத்தேர்தலே.

III

இந்தியாவின் முதல் பொதுத் தேர்தல், மக்களுக்கு இடையே ஒரு நம்பிக்கையை வெளியிடும் செயல். புதிதாகச் சுதந்தரம் பெற்ற நாடு, மேற்கு நாடுகள் போலன்றி நேரடியாக அனைவருக்கும் வாக்குரிமை என்ற முறைக்கு வர முடிவு செய்துவிட்டது. மேற்கில் முதலில் சொத்துள்ள ஆண்களுக்கு மட்டுமே வாக்குரிமை அளிக்கப்பட்டு, வெகுகாலம் வரை தொழிலாளர் வர்க்கமும் பெண்களும் விலக்கிவைக்கப்பட்டு இருந்தனர். 1947 ஆகஸ்டில் இந்தியா விடுதலை பெற்றது. இரண்டு ஆண்டுகளுக்குப் பிறகு தேர்தல் ஆணையத்தை அமைத்தது. 1950 மார்ச்சில் சுகுமார் சென், தலைமைத் தேர்தல் ஆணையராக நியமிக்கப்பட்டார். அடுத்த மாதம் மக்கள் பிரதிநிதித்துவச் சட்டம் நாடாளுமன்றத்தில் நிறைவேறியது. மசோதாவை பிரதமர் தாக்கல் செய்தபோது தேர்தல்கள், 1951 வசந்தகாலத்தில் நிகழும் என்று தான் நம்பு வதாகச் சொன்னார்.

நேருவின் அவசரம் புரிந்துகொள்ளக்கூடியதே. ஆனால் தேர்தல் நடைபெறு வதற்கான சாத்தியக்கூறுகளை, தேர்தல் நடத்த வேண்டியவர்கள் எச்சரிக்கை யுடன் ஆராயவேண்டி இருந்தது. சுகுமார் சென்னைப் பற்றி நாம் குறை வாகவே அறிவோம் என்பது வருத்தத்துக்குரியது. அவர் நினைவுக்குறிப்பு களையோ, கடிதங்களையோ, வேறு ஆவணங்களையோ விட்டுச் செல்ல வில்லை. 1899-ல் பிறந்த அவர், கல்கத்தா மாநிலக் கல்லூரியில் படித்தார். பின், லண்டன் பல்கலைக்கழகத்தில் கணிதப் பாடத்தில் தங்கப்பதக்கம் பெற்றார். 1921-ல் ஐ.சி.எஸ். பணியில் சேர்ந்தார். பல இடங்களில் பணி யாற்றி மேற்கு வங்கத்தின் தலைமைச்செயலராக நியமனம் பெறுமுன் நீதிபதி யாகவும் பணியாற்றியிருக்கிறார். அங்கிருந்து தேர்தல் ஆணையரானார்.

சென்னின் கணித உணர்வே, மேலும் காத்திருக்கவேண்டும் என்பதை நேருவிடம் எடுத்துச் சென்றது. எந்த அரசு அதிகாரியும் இந்த அளவு கடின மான பணியை இதுவரை ஏற்றதில்லை. முதலில் வாக்காளர் தொகையை எண்ணிப்பாருங்கள். அதிலும், இருபத்தொரு வயது நிறைந்த 17.6 கோடி வாக்காளர்களில் 85 சதவிகிதத்தினர் எழுதப்படிக்கத் தெரியாதவர்கள்! ஒவ்வொருவரையும் அடையாளம் காணவேண்டும். பெயரை அறிய வேண்டும். அவர்களைப் பதிவு செய்வது வெறும் முதல்படிதான்.

பெரும்பாலும் எழுத்தறிவற்ற வாக்காளர்களுக்கு எவ்வாறு கட்சிச் சின்னங்களை, வாக்குச் சீட்டுகளை, வாக்குப் பெட்டிகளை வடிவமைப்பது? பிறகு, வாக்குச் சாவடிகளுக்கான இடங்களைத் தேர்வு செய்யவேண்டும். நேர்மையான, திறமையான தேர்தல் அதிகாரிகளை நியமிக்கவேண்டும். மேலும் பொதுத் தேர்தலுடன் மாநில சட்டமன்றங்களுக்கும் தேர்தல்கள் நடைபெற வேண்டும். இப்பணியில் சுகுமார் சென்னுடன் பணியாற்றியவர்கள் பல மாநிலங்கள் தேர்தல் ஆணையர்கள். அவர்களும் ஐ.சி.எஸ். அதிகாரிகளே.

முடிவில் தேர்தல்கள் 1952-ன் ஆரம்ப மாதங்களில் நடைபெற திட்டமிடப் பட்டது. மிக வெளிப்புற மாவட்டங்களில் முன்னதாக நடத்தவும் திட்ட மிடப்பட்டது. ஓர் அமெரிக்கப் பார்வையாளர், 'தேர்தல் நடைமுறைகள் பூதாகாரமான அளவில் பிரச்னைகளை முன்னிறுத்துகின்றன' என்று சரியாக எழுதினார்.[21]

சில எண்ணிக்கைகள், சென்னின் கஷ்டமான பணியின் அளவை நாம் அறிய உதவும். போட்டியிடும் தொகுதிகள்: 4,500. நாடாளுமன்றத்துக்கு சுமார் 500. மற்றவை மாநில சட்டமன்றங்கள். 2,24,000 வாக்குச் சாவடிகள் அமைக்கப் பட்டு, 8,200 டன் உருக்கு பயன்படுத்தப்பட்டு, 20 லட்சம் இரும்பு வாக்குப் பெட்டிகள் தயாரிக்கப்பட்டன. 16,500 எழுத்தர்கள், ஆறுமாத ஒப்பந்தத்தில் தட்டச்சு செய்ய நியமிக்கப்பட்டு, தொகுதி வாரியாக வாக்காளர் பட்டியல் தொகுக்கப்பட்டது. சுமார் 3,80,000 ரீம் காகிதம், பட்டியல் தயாரிக்க பயன் படுத்தப்பட்டது. 56,000 தேர்தல் அதிகாரிகள், தேர்தலை மேற்பார்வையிட தேர்வு செய்யப்பட்டனர். அவர்களுக்கு உதவியாக 2,80,000 உதவி அலுவலர்களும், காவலுக்கும் வன்முறை மிரட்டல்களுக்கு எதிராகப் பாதுகாக்கவும் 2,24,000 காவல்துறையினரும் நியமிக்கப்பட்டனர்.

சுமார் ஒரு மில்லியன் சதுர மைல் பரப்பளவுக்கு தேர்தல் களம் விரிந்திருந்தது. ஆற்றவேண்டிய பணியைப் பார்த்தால், நிலப்பரப்பு, விசாலமாக, வித்தியாசமாக, பயங்கரமானதாக, கடினமாக இருந்தது. வெகுதூரத்தில் உள்ள மலை கிராமங்களில் பாலங்கள் கட்டவேண்டி இருந்தன. இந்துமாக்கடலில் இருந்த சில தீவுகளுக்கு வாக்காளர் பட்டியல்களை எடுத்துச்செல்ல கடற் படைக்கப்பல்கள் பயன்படுத்தப்பட்டன.

இரண்டாவது சிக்கல் புவியியல்ரீதியானதைவிட சமுதாயரீதியானது. வட இந்தியாவில் பல பெண்கள் தங்கள் சொந்தப் பெயர்களை அளிக்கத் தயங்கினர். தங்கள் பெயர்களுக்குப் பதிலாக 'இவரது அம்மா' அல்லது 'அவரது மனைவி' என்று பதிவு செய்துகொள்ள விரும்பினர். இந்த விநோதமான, பழங்கால வழக்கத்தின் எச்சங்கள் சுகுமார் சென்னுக்குக் கோபமூட்டின. அவ்வாறு வாக்காளர் பற்றிய வெறும் விளக்கங்களுக்குப் பதிலாக அந்தப் பெண்களின் பெயர்களையே பட்டியலில் திருத்திச் சேர்க்குமாறு தம்முடைய அலுவலர்களுக்கு அவர் அறிவுறுத்தினார். எனினும், 28 லட்சம் பெண் வாக்காளர்களின் பெயர்களை பட்டியலிலிருந்து கடைசியில் நீக்கும்படி ஆயிற்று. இப்படி நீக்கியதால் ஏற்பட்ட வடு

நல்லதற்கே என்று சென் கருதினார். ஏனென்றால், இப்பெயர் நீக்கம் அவர்களுடைய மூட நம்பிக்கையை அடுத்த தேர்தலுக்கு உள்ளாவது மறையச் செய்யும். அப்பெண்களுடைய உண்மையான பெயர்கள் மீண்டும் சேர்க்கப்படும் என்று அவர் கருதினார்.

மேற்கத்தியக் குடியரசுகளில் பெரும்பான்மையான கட்சிகளை அவற்றின் பெயர்கள் மூலமாகவே அறிந்துகொள்ள முடியும். இங்கே வாக்காளர்களின் பணியை எளிதாக்க, கட்சிகளுக்கு சின்னங்கள் பயன்படுத்தப்பட்டன. ஒரு கட்சிக்கு, ஒரு ஜோடி காளை மாடு. இரண்டாவது கட்சிக்கு குடிசை. மூன்றாவது கட்சிக்கு யானை. நான்காவது கட்சிக்கு அகல் விளக்கு. தினசரி வாழ்க்கையிலிருந்து தேர்ந்தெடுக்கப்பட்ட சின்னங்கள் புரிந்துகொள்வதற்கு எளிதாக இருந்தன. பல வாக்குப் பெட்டிகளைப் பயன்படுத்தியது, இரண்டாவது புதுமை. ஒரேயொரு வாக்குப்பெட்டி மட்டும் இருந்தால், பெரும்பான்மையான எழுத்தறிவற்ற இந்திய வாக்காளர்கள் தவறு செய்யக் கூடும். ஆகவே, ஒவ்வொரு வாக்குச் சாவடியிலும், ஒவ்வொரு கட்சிக்கும் தனி வாக்குப்பெட்டி வைக்கப்பட்டு, கட்சிச் சின்னம் அதன்மேல் பொறிக்கப்பட்டிருந்தது. எனவே, அதில் எளிதாக சீட்டைப் போட்டுவிட்டு வந்துவிடலாம். ஆள் மாறாட்டத்தைத் தடுக்க இந்திய விஞ்ஞானிகள், அழியாத மையை உருவாக்கினர். அது வாக்காளர் விரலில் ஒரு வாரம் அழியாமல் இருக்கும். மொத்தமாக 3,89,816 குப்பி மை தேர்தலில் பயன்படுத்தப்பட்டது.[22]

1951 முழுவதும் தேர்தல் ஆணையம், திரைப்படம் மற்றும் வானொலி மூலம் ஜனநாயகத்தின் அந்தப் புதிய பயிற்சியை (தேர்தலை) பொதுமக்கள் அறியச் செய்தது. வாக்குரிமை, அதன் பயன்பாடுகள், வாக்காளர் கடமை முதலியவை பற்றி ஒரு குறும்படம், மூவாயிரம் சினிமா அரங்குகளில் காட்டப்பட்டது. அரசியல் அமைப்புச் சட்டம், வாக்குரிமையின் நோக்கம், வாக்காளர் பட்டியல் தயாரிப்பு, வாக்களிக்கும் முறை முதலியவை பற்றி பல நிகழ்ச்சிகள் மூலம் அகில இந்திய வானொலி ஒலிபரப்பியது.[23]

IV

இந்தியப் பொதுத் தேர்தல் வருவதற்குச் சற்று முன்பான மாதங்களில் உலக நாடுகளுடைய நிலவரம் எப்படி இருந்தது என்று பார்ப்பது பயனுள்ளதாக இருக்கும். ஆசியாவின் ஒரு பகுதியில், வியட்மின்னோடு பிரெஞ்சுக்காரர்கள் போரிட்டுக் கொண்டிருந்தனர். ஐ.நா. படைகள் கொரியத் தாக்குதலை தடுத்துக்கொண்டிருந்தன. தென்னாப்பிரிக்காவில் ஆப்பிரிக்க தேசியக் கட்சி, கடைசியாக வாக்குரிமை பெற்றிருந்த கலப்பினப் பிரிவினரின் வாக்குரிமையைப் பறித்தது. அமெரிக்கா அப்போதுதான் தன் முதல் ஹைட்ரஜன் குண்டைப் பரிசோதனை செய்து முடித்திருந்தது. பிரிட்டனைச் சேர்ந்த ரஷ்ய உளவாளிகளான மெக்லீனும் பர்கெஸும் அப்போதுதான் ரஷ்யாவுக்கு ஓடிப்போயிருந்தனர். அந்த ஆண்டு பல அரசியல் படுகொலைகளையும்

கண்டது: ஜோர்தான் மன்னர் மற்றும் ஈரான் பிரதமர். 16 அக்டோபர் 1951 அன்று, இந்தியாவில் முதல் வாக்கு பதிவாவதற்கு ஒன்பது நாட்களுக்கு முன்னர், பாகிஸ்தான் பிரதமர் லியாகத் அலி கான் படுகொலை செய்யப்பட்டார்.

இந்தியத் தேர்தலும் பிரிட்டிஷ் தேர்தலும் ஒரே நேரத்தில் நடந்தது சுவாரசியமான ஒன்று. பழம் பெருச்சாளி வின்ஸ்டன் சர்ச்சில், அவருடைய கன்சர்வேடிவ் கட்சியை மீண்டும் ஆட்சிக்குக் கொண்டுவர முயன்று கொண்டிருந்தார். பிரிட்டனில் அடிப்படையில் இரண்டு கட்சிகளுக்கு இடையேதான் தேர்தல். ஆனால் இந்தியாவில் வேறுபட்ட பல கட்சிகளும் தலைவர்களும் இருந்தனர். ஜவாஹர்லால் நேருவின் இந்திய தேசிய காங்கிரஸ், விடுதலை இயக்கத்தின் வாரிசாக இருந்தது. அதை எதிர்த்த பல கட்சிகளையும் சில சிறந்த தனிநபர்கள் உருவாக்கியிருந்தனர்.

இடது சாரிக் கட்சிகளில் முக்கியமானவை, ஜே. பி. கிருபளானியின் கே.எம்.பி.பி.யும் சோஷலிஸ்ட் கட்சியும். சோஷலிஸ்ட் கட்சியின் பிரதானமான தலைவர்களுள் 1942-ல் வெள்ளையனே வெளியேறு இயக்கத்தின் இளைய வீரராகத் திகழ்ந்த ஜெயப்பிரகாஷ் நாராயணனும் அடக்கம். இக்கட்சிகள், காங்கிரஸ் ஏழைகளுக்கு துரோகம் செய்துவிட்ட தாகக் குற்றம் சாட்டின. நிலச்சுவான்தார்கள் மற்றும் முதலாளிகள் நலன்களுக்கு மேலாக, தொழிலாளர் மற்றும் விவசாயிகள் நலன்களை முன்வைத்த காந்தியக் காங்கிரசின் லட்சியங்களுக்காக தாங்கள் போராடுவதாக இந்தக் கட்சிகள் கூறிக்கொண்டன."[24] முற்றிலும் மாறாக, ஜனசங்கம் இந்தியாவின் மிகப்பெரும் இந்து என்ற மதப்பிரிவினரை ஒரு ஒட்டுமொத்தமான வாக்கு வங்கி ஆக்கிக்கொள்ளும் சிந்தனையை வெளியிட்டது. இந்தக் கட்சியின் நோக்கங்கள் 1951 செப்டம்பர் 21 அன்று டெல்லியில் நடைபெற்ற தொடக்கக் கூட்டத்தில் அறிவிக்கப்பட்டன. கூட்டம், வேதம் ஓதுவதுடன், தேசபக்திப் பாடலான வந்தே மாதரம் பாட்டுடன் ஆரம்பமாயிற்று.

அரங்கில், கட்சியின் நிறுவனர் ஷ்யாமா பிரசாத் முகர்ஜி மற்ற தலைவர்களுடன் உட்கார்ந்திருந்தார். அவர்களுக்குப் பின்னால் 'வெள்ளைப் பின்னணியில் சிவாஜி, குருக்ஷேத்திரத்தில் போர்க்களத்தில் சோகத்தில் மூழ்கிய அர்ஜுனனை கௌரவ தீய சக்திகளுக்கு எதிராகப் போரிடத் தூண்டும் கிருஷ்ண பகவான், ராணா பிரதாப் சிங், ஒரு காவி வண்ண அகல் விளக்கு முதலிய படங்கள் இருந்தன. பந்தலில் இருந்து, 'கலியுகத்தில் சங்க சக்தி' என்ற மகாபாரத வாக்கியம் எழுதிய அட்டைகள், கலியுகத்தில் ஒரே சக்தி (ஜன) சங்கத்திடமே உள்ளது என்பதை அக்கூட்டத்துக்கு வந்திருந்தவர்களுக்கு அறிவுறுத்தியது போல் இருந்தது.[25]

அந்த உருவகம் இந்து இதிகாசங்களிலிருந்து எடுக்கப்பட்டு ஆழமான விளைவை ஏற்படுத்தக்கூடியதாக அமைந்தது. கூட்டம், முஸ்லிம் படையெடுப்பாளர்களுடன் போரிட்ட இந்து வீரர்களுக்கு அஞ்சலியாகவும் அமைந்தது. ஆனால் கௌரவர் என்னும் கொடிய பகைவராகச்

சித்திரிக்கப்படுபவர்கள் யார் என்ற வியப்பு மேலிட்டது. அது பாகிஸ்தானா? முஸ்லிம்களா? ஜவாஹர்லால் நேருவா? காங்கிரஸா? சங்கத் தலைவர்களுடைய பேச்சுகளில் அவர்கள் அனைவருமே வெறுப்புக்கு உரியவராக இடம்பெற்றனர். கட்சி, பாகிஸ்தானை இந்தியாவுடன் ஒன்று சேர்த்து (ஒருவேளை போர்மூலம்?) ஒன்றுபட்ட தாய்நாட்டை உருவாக்குவதைக் கொள்கையாகக் கொண்டிருந்தது. அது இந்திய முஸ்லிம்களை, இன்னமும் 'இந்த நாட்டையும் கலாசாரத்தையும் சொந்தம் என்று ஏற்று அவற்றை முதன்மையான அன்புக்கு உரியனவாக ஏற்கவில்லை என்று சந்தேகித்தது.' தேசத்தின்மீது நிச்சயமான பக்தி இல்லாத இவர்களை காங்கிரஸ் கட்சி தேவையின்றி திருப்திப்படுத்த முயல்வதாகக் குற்றம் சாட்டப்பட்டது.[26]

எஸ்.பி.முகர்ஜி ஒரு சமயம் மத்திய கேபினெட்டில் உறுப்பினராக இருந்தவர். அவ்வாறே தீண்டத்தகாத இனம் சார்ந்த புகழ்பெற்ற வழக்கறிஞர் பி.ஆர். அம்பேத்கரும் மத்திய சட்ட அமைச்சராக, இந்திய அரசியல் அமைப்புச் சட்டத்தை வடிவமைக்க உதவியவர். தேர்தல் நெருங்கும் நேரத்தில் அவர் ஷெட்யூல்ட் கேஸ்ட் பெடரேஷன் கட்சியைப் புனரமைப்பதற்காக, பதவி விலகிவிட்டார். அவருடைய பேச்சுகளில், காங்கிரஸ் கட்சி கீழ் ஜாதியினரை மேம்படுத்த ஏதும் செய்யவில்லை என்று அவர் கடுமையாகக் கண்டனம் செய்தார். சுதந்தரம் இம்மக்களுக்கு எந்த மாற்றமும் அளிக்கவில்லை; 'பழைய சர்வாதிகாரம், பழைய அடக்குமுறை, பழைய இனப் பாகுபாடு அப்படியே உள்ளன.' சுதந்தரத்துக்குப் பிறகு காங்கிரஸ் கட்சி எந்தவித நோக்கமோ கொள்கைகளோ இல்லாமல் 'முட்டாள்களுக்கும் பொய்யர்களுக்கும், நண்பர்களுக்கும் பகைவர்களுக்கும், மதவாதிகளுக்கும் மதச் சார்பற்றவர்களுக்கும், சீர்திருத்தவாதிகளுக்கும் பிற்போக்காளர்களுக்கும், முதலாளிகளுக்கும் எதிரானவர்களுக்கும், எல்லோரும் நுழையும் தர்மசத்திரமாக தரம் தாழ்ந்துவிட்டது' என்று அவர் கூறினார்.[27]

மேலும் இடதுபக்கம் இருந்தது இந்திய கம்யூனிஸ்ட் கட்சி (சி.பி.ஐ.). 1948-ல், பல சி.பி.ஐ. போராட்டக்காரர்கள் தலைமறைவாகச் சென்று, விவசாயிகள் எழுச்சிமூலம், சீன மாதிரியில் நாடு தழுவிய புரட்சிகர எழுச்சியை ஏற்படுத்தலாம் என்று நம்பினர். ஆனால் காவல்துறையும், சில இடங்களில் ராணுவமும் அதைத் தீவிரமாக முறியடித்தது. எனவே, கம்யூனிஸ்டுகளும் சரியான நேரத்தில் தேர்தலில் போட்டியிட வெளியே வந்தனர். கட்சியின் பொதுச் செயலர், தெலுங்கானா கிளர்ச்சி நிபந்தனையின்றி விலக்கிக் கொள்ளப்படுவதாக அறிவித்தார். தாற்காலிக மன்னிப்பு வழங்கப்பட்டது. தீவிரவாதிகள் ஆயுதங்களை கீழே போட்டுவிட்டு வாக்கு கேட்கச் சென்றனர். அவர்களுடைய திடீர் செயல்மாற்றம் உருவாக்கிய சிக்கலுக்கு மார்க்ஸோ, லெனினோ அவர்களது நூல்களில் முடிவு எதையும் தரவில்லை. வங்காளத்தில் ஓரிடத்தில் போட்டியிட்ட கம்யூனிஸ்டு பெண்மணி, மடிப்பு கலைந்த, கசங்கிய சேலையை அணிந்து ஏழையோடு ஏழையாகத் தோன்றுவதா அல்லது நடுத்தர வர்க்கத்தினரைக் கவரும்படி தோய்த்துச் சலவை செய்து, அயர்ன் செய்த மடிப்புக் கலையாத சேலையை

அணிவதா என்று தெரியாமல் திணறினார். தெலுங்கானாவில் ஒரு கம்யூனிஸ்ட் நாடாளுமன்ற வேட்பாளர் ஒரு சம்பவத்தை நினைவுகூர்ந்தார். மூத்த அதிகாரி ஒருவர் பானம் வழங்கியபோது அதை வாங்கிக் குடிப்பதா, வேண்டாமா என்ற குழப்பத்தில் இறுதியில் வாங்கி ஒரே அடியாகக் குடித்து விட்டார். அது பழச்சாறாக இல்லாமல், விஸ்கியாக இருந்து, அவர் தலை சுற்ற ஆரம்பித்துவிட்டது.²⁸

1951-52 தேர்தல் பிரசாரம், பெரும் பொதுக் கூட்டங்கள், வீடுவீடாகச் சென்று வாக்கு வேண்டுதல், காட்சி ஊடகங்கள் ஆகியவை மூலம் நடைபெற்றது. பிரிட்டிஷ் பார்வையாளர் ஒருவர் கூறியதுபோல, 'எங்கும் சுவரொட்டிகளும் சின்னங்களும், சுவர்களில் தெருமூலைகளில் புதுடெல்லியை அழகுபடுத்தும் சிலைகள் மீதும்கூட, முந்தைய தலைமுறைப் பெருமையைக் கெடுக்கும் விதத்தில், காணப்பட்டன.' கல்கத்தா வீதிகளில் அலையும் பசுக்கள் முதுகிலும்கூட, 'காங்கிரஸுக்கு வாக்களியுங்கள்' என்று (வங்காளியில்) எழுதப்பட்டு, புதிய முறையில் விளம்பரங்கள் காட்சியளித்தன.²⁹

எல்லாக் கட்சியினரும் மேடைப் பேச்சுகளையும் சுவரொட்டிகளையும் பயன்படுத்தினர். கம்யூனிஸ்டுகளுக்கு மட்டுமே வானொலி மூலம் பிரசாரம் செய்யும் வாய்ப்பு கிடைத்தது. ஆனால் அது ஆல் இந்தியா ரேடியோ மூலமல்ல. அதில் கட்சிப் பிரசாரம் செய்ய தடை செய்யப்பட்டிருந்தது. ஆனால், தாஷ்கெண்ட் மூலம் ஒலிபரப்பப்பட்ட மாஸ்கோ ரேடியோவில் கம்யூனிஸ்ட் கட்சி பிரசாரம் நடைபெற்றது. இந்தியர்கள் விரும்பினால், 'தேர்தலில் நிற்கும் கம்யூனிஸ்ட் அல்லாத கட்சிகள், ஆங்கிலோ அமெரிக்க சர்வாதிகாரிகள், ஊழல் கையாட்கள் மற்றும் தொழிலாளர்களைக் கசக்கிப் பிழிபவர்கள்' என்பதைக் கேட்கலாம்.³⁰ படித்தவர்களுக்கு, சென்னை வார இதழ் ஒன்று ப்ராவ்தா இதழின் கட்டுரையை மொழிபெயர்த்து உதவியது. அதில் 'ஆளும் காங்கிரஸ் கட்சியின் ஆட்சி என்பது நிலச்சுவான்தார்கள் மற்றும் ஏகபோக உரிமையாளர்களின் ஆட்சி, தேசத் துரோகிகளின் ஆட்சி, குண்டாந்தடி மற்றும் குண்டுகளின் ஆட்சி என்றும் நீண்டகாலத் துயரத்தால் வருந்திக் களைத்த இந்திய மக்களுக்கு கம்யூனிஸ்ட் கட்சியே மாற்று என்றும், அதனைச் சுற்றியே நாட்டின் முற்போக்கு சக்திகளும், தந்தையர் நாட்டின் முக்கியமான நலன்களைப் போற்றுபவர் எல்லோரும் கூடுகின்றனர் என்றும்' எழுதப்பட்டிருந்தது.³¹

பட்டியலில் இனவாத, மதவாத பிராந்தியக் கட்சிகளும் இருந்தன. இதில் திராவிடக் கழகமும் ஒன்று. அது தமிழின் முன்னேற்றத்துக்காகவும், வட இந்தியர் ஆதிக்கத்துக்கு எதிராகவும் போராடியது. பஞ்சாபில் சீக்கியர்களின் முக்கியமான கட்சி அகாலிதளம். பிகாரில் ஜார்கண்ட் கட்சி, பழங்குடி யினருக்கு தனி மாநிலம் கோரியது. மேலும் பல உதிரிக் கட்சிகள் இடது மற்றும் இந்துக் கட்சிகளிலிருந்து பிரிந்து வந்திருந்தன. இந்துக் கட்சிகளில், ஜனசங்கை விடத் தீவிர பழைமைவாதிகளாக, இந்து மகா சபையும் ராம ராஜ்ஜிய பரிஷதும் இருந்தன.

இக்கட்சிகளின் தலைவர்கள் அனைவரும் அரசியல் பணியில் பல ஆண்டுகள் அனுபவம் பெற்றவர்கள். சிலர் தேச நலனுக்காகச் சிறை சென்றவர்கள். பிறர் கம்யூனிசத்துக்காகச் சிறை சென்றவர்கள். எஸ்.பி.முகர்ஜி, ஜெயபிரகாஷ் நாராயணன் போன்றவர்கள் மக்களை அப்படியே மயக்கி, தங்கள் பின்னால் வரச்செய்யும் நாவன்மை பெற்றவர்கள். தேர்தலுக்குச் சற்று முன்பாக ரிச்சர்ட் பார்க் என்ற அரசியல் விஞ்ஞானி, 'தேர்தல் பணித் திறன், பிரச்னைகளை நாடக பாணியில் விவரிக்கும் திறன், மேடைப் பேச்சு, அரசியல் உளவியலை கற்றுத் தேர்தல் ஆகியவற்றில் இந்தியாவின் முன்னணிக் கட்சிகளையும் கட்சித் தொண்டர்களையும் வேறு எந்த நாடும் முந்த முடியாது' என்று எழுதினார்.[32]

ஜனநாயகத்தின் பல்வேறுபட்ட பிரம்மாண்டத் தன்மையை நிரூபிப்பதாகச் சிலர் இதைக் கொண்டாடலாம். பிறர் அவ்வாறு நினைக்கவில்லை. வாக்கு சேகரிக்கும் விதத்தில் காணப்பட்ட பாசாங்கை சங்கர்ஸ் வீக்லியில் வந்த ஒரு கார்ட்டூன் கேலி செய்திருந்தது. அதில் கருப்பு கோட்டு அணிந்த பருத்த மனிதர் ஒருவர் வெவ்வேறு பிரிவினரிடையே வாக்கு சேகரிக்கிறார். உடல் மெலிந்த விவசாயியிடம் 'உழுபவருக்கே நிலம் என்பதே என் கொள்கை' என்கிறார். நன்றாக உடையணிந்த இளைஞன் ஒருவனிடம் அவரே, 'நிலச் சுவான்தார்களின் உரிமைகள் பாதுகாக்கப்படும்' என்கிறார். ஓரிடத்தில் 'எல்லா வற்றையும் தேசியமயமாக்குவதே தன் கொள்கை' என்கிறார். இன்னோர் இடத்தில், 'தனியார் தொழிலை ஊக்குவிப்பேன்' என்கிறார். சேலை கட்டிய பெண் ஒருத்தியிடம், இந்து சட்ட மசோதாவுக்குப் போராடுவதாகவும் (மகளிர் உரிமைகளை முக்கியமாக மேம்படுத்துவதே மசோதாவின் நோக்கம்), குடுமி வைத்த பிராமணரிடம் நம்முடைய பண்டைய கலாசாரத்தைப் பாதுகாப்ப தாகவும் கூறுகிறார்.[33]

V

இந்தப் பல்வேறுபட்ட எல்லாக் கட்சிகளுக்கும் ஒரே இலக்கு ஆளும் காங்கிரஸ். ஜவாஹர்லால் நேரு தம்முடைய கட்சியில் தலைமைக்கு எதிரான சவாலை எதிர்த்துப் பிழைத்து வந்தவர். வல்லபபாய் படேலும் மறைந்த பிறகு, ஆட்சியிலும் மிக முக்கியமானவராக இருந்தார். ஆனால் அவர் பல பிரச்னைகளை எதிர்நோக்கினார். அவற்றுள் இதுவரை புதிய வீடுகளில் குடி அமர்த்தப்படாத கிழக்கு மற்றும் மேற்கு பாகிஸ்தானிலிருந்து வந்த கோபமுற்றிருந்த அகதிகளும் அடக்கம். தெற்கே ஆந்திரர்களும் வடக்கே சீக்கியர்களும் முரண்டுபிடித்தனர். காஷ்மீர் பிரச்னை, உலகத்தின் கண்களுக்கு இன்னும் தீராத ஒன்று! சுதந்தரம் இன்னும் குறிப்பிடும்படியாக மக்களின் வறுமை மற்றும் ஏற்றத்தாழ்வு பிரச்னைகளில் எந்தவிதமான தடமும் பதிக்க வில்லை. இவை அனைத்துக்கும், இயற்கையாகவே ஆளும் கட்சியையே பொறுப்பாகக்கூறுவர்.

செய்தித்தாள்களில் உள்ள தலைப்புச் செய்திகள்மூலம் தேர்தலின் கதையைச் சொல்வது ஒரு வழி. அவை முன்வைக்கும் செய்திகள், அன்றுமுதல்

இன்றுவரை, தேர்தல்களில் முன்வைக்கப்படுவதால், படிப்பதற்கு மிகவும் சுவாரசியமாக இருக்கின்றன. உத்தரப் பிரதேசத்திலிருந்து தலைப்புச் செய்தி ஒன்று, 'மந்திரிகளுக்குக் கடும் எதிர்ப்பு'. மற்றொன்று, 'பிகாரில் ஜாதிப் போட்டிகள் காங்கிரசை பலவீனப்படுத்துகின்றன.' வடகிழக்குப் பகுதியிலிருந்து முக்கியமான செய்தி, 'மணிப்பூரில் சுய ஆட்சிக் கோரிக்கை.' கௌஹாத்தியிலிருந்து வந்த செய்தி, 'அஸ்ஸாமில் காங்கிரஸ் வெற்றி வாய்ப்பு; முஸ்லிம் மற்றும் பழங்குடியினர் வாக்குகள் முக்கியத்துவம்.' குவாலியர் அளித்த செய்தி, 'காங்கிரஸ்காரரிடையே அதிருப்தி! வேட்பாளர் பட்டியலால் பெரும்பிளவு.' ஒரு கல்கத்தா தலைப்புச் செய்தி, 'மேற்கு வங்க காங்கிரஸ் தலைவருக்கு எதிராக கூட்டத்தில் கோஷம் (கோஷமிட்டவர்கள் கிழக்கு பாகிஸ்தான் அகதிகள்).' மற்றுமொரு செய்தி இப்படி ஆரம்பித்தது: 'சுதந்தரமான, நேர்மையான தேர்தல் நடக்கும் என்று நம்பிக்கையில்லை.' அரசு அலுவலர்கள் ஆளும் கட்சிக்கு ஆதரவாக சூழ்ச்சி செய்வார்கள் என்கிறார் ஜே.பி.கிருபளானி.

பம்பாய் நகரம் தேர்தல் களத்தில் மூன்றுவிதமான செய்திகளை அளித்தது. காலக்கிரமமாக இல்லாமல் அந்தத் தலைப்புகள் பின்வருமாறு: (1) காங்கிரஸ் முஸ்லிம் ஆதரவை நம்புகிறது. (2) காங்கிரசுக்கு பட்டியல் இன மக்கள்மீது அக்கறை இல்லை. டாக்டர் அம்பேத்கரின் குற்றச்சாட்டுகள் மீண்டும் வற்புறுத்தல். (3) நகரத் தேர்தல் சண்டையில் 14 பேர் காயம். ஆனால் அதே நேரம், அப்போதைய சில தலைப்புச் செய்திகள் இன்று நிச்சயமாகக் காணப்படுவதில்லை. குறிப்பாக, பாட்னாவின் சர்ச்லைட் இதழில் 'பிகாரில் அமைதியான வாக்குப்பதிவு நடக்கும் என்று நம்பப்படுகிறது.'

வெளியில் பலவிதமான எதிர்ப்புகளையும், கட்சி உள்ளுக்குள் வேறுபட்டு நின்ற சக்திகளை எதிர்கொண்ட, நேரு சாலை வழியாகவும், சில சமயம் விமானத்திலும், ரயில் மூலமாகவும் சுற்றுப்பயணம் மேற்கொண்டார். அக்டோபர் முதல் தேதி முதல் அவர் பயணம் தொடங்கியது. அதை கட்சிப் பிரமுகர் ஒருவர் வியப்புடன், 'சமுத்திர குப்தர், அசோகர் மற்றும் அக்பருடைய படையெடுப்புகளுடனும், ஃபாஹியான் மற்றும் யுவான் சுவாங்கின் யாத்திரையுடனும்' ஒப்பிட்டார். ஒன்பதே நாட்களில் நாட்டின் ஒரு மூலையிலிருந்து மற்றொரு மூலைக்கு பயணம் செய்துவிட்டார். மொத்தத்தில் அவரது 25,000 மைல் பயணத்தில், 18,000 மைல் விமானம் மூலமும், 5,200 மைல் காரிலும், 1,600 மைல் ரயிலிலும், 90 மைல் படகிலும் பயணித்தார்.[34]

நேரு தன் கட்சியின் பிரசாரத்தை செப்டம்பர் 30 அன்று லூதியானா நகரத்து எல்லையில் ஒரு பேச்சுடன் தொடங்கினார். அவர் பேசும் இடமும் பேச்சின் பொருளைப் போலவே முக்கியத்துவம் வாய்ந்திருந்தது. அவ்வுரை மதவாதத்துக்கு எதிரான போராக அமைந்தது. முன்பு முஸ்லிம் லீக் செய்ததுபோல, மதவாதக் கிருமியை, இந்து, சீக்கிய கலாசாரம் என்ற பெயரில் பரப்பும் மதவாத அமைப்புகளை அவர் கண்டித்தார். இந்தத் தீய சக்திகள் ஆட்சிக்கு வந்தால் நாட்டுக்கு கேட்டையும் அழிவையுமே கொண்டுவருவார்கள்.

அதற்குப் பதிலாக, ஐந்து லட்சம் அளவுக்குக் கூடியிருந்த மக்களை, மனத்தின் ஜன்னல்களைத் திறந்து வைத்துக்கொண்டு உலகின் பல பக்கங்களிலிருந்தும் புதிய காற்றை உள்ளே வரச்செய்யுமாறு வேண்டிக்கொண்டார்.

உணர்வுகள் காந்தியுடையதைப் போன்றவை. நேருவின் அடுத்த பெரிய உரை அக்டோபர் 2, மகாத்மா காந்தியின் பிறந்த நாளன்று டெல்லியில் நிகழ்த்தப் பட்டது. மாபெரும் கூட்டத்தில் அவர் இந்துஸ்தானியில் தீண்டாமை ஒழிப்பு, நிலவுடைமை பிரபுத்துவ ஒழிப்பு என்ற அரசின் கொள்கைகள் பற்றிப் பேசினார். மீண்டும் மதவாதிகளை, முதன்மை எதிரிகள் என இனங் காட்டினார். அவர்களுக்கு எங்கும் இடமில்லை எனவும், நம்முடைய முழு பலத்தால் அவர்கள் முறியடிக்கப்படுவார்கள் என்றும் கூறினார். அவருடைய 95 நிமிட உரைக்கு இடையே அவ்வப்போது ஆரவாரக் கைத்தட்டல்கள் இருந்தன. 'யாராவது ஒருவர் மதத்தின் பெயரால் மற்றவரைத் தாக்க கையை ஓங்கினால், என்னுடைய கடைசி மூச்சு இருக்கும்வரை ஆட்சித் தலைவர் என்ற முறையிலும், வெளியிலிருந்தும் அவரோடு போராடுவேன்' என்ற முழக்கத்தின்போது கைத்தட்டல் ஒலி மிக அதிகமாக இருந்தது.

நேரு எங்கு சென்றாலும் இனவாதத்துக்கு எதிராகப் பேசினார். எஸ்.பி.முகர்ஜியின் சொந்த மாகாணமான மேற்கு வங்காளத்தில் 'ஜனசங்கத் தினை ஆர்.எஸ்.எஸ்ஸுக்கும் இந்து மகா சபைக்கும், சட்டத்துக்குப் புறம்பாகப் பிறந்த குழந்தை' என ஒதுக்கித் தள்ளினார். பிற விஷயங்கள் பற்றியும் பேசினார். பிகாரில் ஜாதி அரக்கனை தாக்கிப் பேசினார். பம்பாயில், காங்கிரஸுக்கு அளிக்கும் ஒவ்வொரு வாக்கும் வெளிநாட்டுக் கொள்கையான கொள்கைரீதியான நடுநிலைமை என்பதற்கு அளிக்கப்படும் வாக்கு என்றார். பரத்பூரிலும் பிலாஸ்பூரிலும் இடது சாரிகளின் பொறுமையின்மையைக் கண்டித்து தம்முடைய நோக்கமும் தம்மை விமரிசிப்பவர்களுடைய நோக்கமும் ஒன்றுதான் என்றும், ஆனால் சோஷலிசத்தின் அடித்தளத்தை ஒவ்வொரு கல்லாகத்தான் அமைக்கமுடியும் என்றும் பேசினார். அம்பாலாவில் பெண்களை முகத்திரையை விலக்கி வீசிவிட்டு நாட்டை மேம்படுத்த முன்வருமாறு கோரினார். பல இடங்களில், (நேருவுடன் கட்சி யிலோ ஆட்சியிலோ உடனிருந்து பணியாற்றிய) அவரை எதிர்ப்பவர்களில் சிறந்தவர்களுக்குத் தம் பாராட்டையும் தெரிவித்தார்.

'திறமையும் நேர்மையும் கொண்ட அத்தகைய பலர் நமக்குத் தேவை. அவர்களை நாம் வரவேற்கிறோம். ஆனால் அவர்கள் பல்வேறு திசைகளில் இழுத்துக்கொண்டிருக்கிறார்கள். முடிவில் ஒன்றும் செய்வதில்லை. குறிப்பாக, நான் மிகவும் நேசித்து மதிக்கும் சில பழைய நெருங்கிய நண்பர்கள் இருக்கும் சோஷலிஸ்ட் கட்சிக்கு எதிராக தாம் இருக்க நேர்ந்ததை எண்ணி வருத்தப்பட்டார். ஆனால் அவருடைய மகள் இந்திரா காந்தி, அதே உணர்வுகளைக் கொண்டிருக்கவில்லை. அவர் தம் உரைகளில் சோஷலிஸ்டுகள் அமெரிக்க டாலர்களைப் பெறுவதாகக் குற்றம் சாட்டினார்.[35] நேரு தன் சுற்றுப்பயணத்தில் தூங்கிய நேரத்தைவிடப் பயணம் செய்த நேரம்

அதிகம். பயணம் செய்த நேரத்தைவிடப் பேசிய நேரம் அதிகம். அவர் 300 பொதுக் கூட்டங்களில் பேசினார். அதில் பல, ஊர்களுக்குத் தள்ளி அப்பால் இருந்தவை. அவர் இரண்டு கோடி மக்களிடம் நேரடியாகப் பேசினார். அதே எண்ணிக்கையினர் அவருடைய தரிசனத்துக்காக மட்டும் வந்தனர். அவருடைய கார் காற்றைக் கிழித்துக்கொண்டு சாலையைக் கடந்து செல்லும்போது அவரைப் பார்க்கவேண்டும் என்பதற்காக சாலை ஓரங்களில் மக்கள் ஆவலுடன் திரண்டிருந்தனர். சுரங்கத் தொழிலாளர்கள், உழவர்கள், ஆடு மாடு மேய்ப்பவர்கள், ஆலைத் தொழிலாளிகள் மற்றும் கூலிகள், இந்த மக்கள் கூட்டத்தில் அடங்குவர். அவருடைய கூட்டங்களுக்கு எல்லா வகுப்பு பெண்களும் வந்தனர்.

சில சமயங்களில் கூட்டத்தில் சில எதிர்ப்பாளர்களும் அங்குமிங்குமாகச் சிதறியிருந்தனர். வட இந்தியாவில் ஜனசங்க ஆதரவாளர்கள் நேருவின் பேரணிகளில், அவர் மாட்டுக்கறி சாப்பிடுவதால் அவரை நம்பக் கூடாது என்று கோஷமிட்டனர். அவர் வரும்போது, சுத்தியையும் அரிவாளையும் ஆட்டிக்கொண்டு கூட்டமாக நிற்கும் கம்யூனிஸ்டுகளைப் பார்த்து, அவர்களை ஏந்தியிருக்கும் கொடி எந்த நாட்டுக்கு உரியதோ அந்த நாட்டுக்குச் செல்லுமாறி கூறினார். அவர்கள் அவரை, 'நீங்கள் ஏன் நியூ யார்க் சென்று, வால் ஸ்டிரீட் ஏகாதிபத்தியவாதிகளுடன் வசிக்கக் கூடாது' என்று திருப்பித் தாக்கினர்.[36]

நேருவின் பேச்சைக் கேட்க வந்த பெரும்பான்மையானோர் அவரிடம் பரிவுடனும் அவரைப் புகழும் தன்மையுடனும் இருந்தனர். காங்கிரஸ் கட்சியின் சிறு பிரசுரம் ஒன்றில் கூறப்பட்டுள்ள சுருக்கம் உயர்வு நவிற்சியாக இருந்தாலும், அது அதிகமில்லை. 'பெரும்பான்மையான இடங்களில் மாநகரில், நகரத்தில், கிராமத்தில், வழித்தடங்களில் மக்கள், தேசத்தின் தலைவரை வரவேற்க இரவு முழுதும் காத்திருந்தனர். பள்ளிகளும் கடைகளும் மூடப்பட்டன. பால்காரிகளும் இடையர்களும் வேலைக்குச் செல்லவில்லை. வயல்களிலும் வீட்டிலும் உதயம் முதல் இருட்டும் வரை செய்யும் கடினமான வேலைகளிலிருந்து மக்கள் தாற்காலிகமாக விடுபட்டனர். நேருவின் பெயரில் சோடாவும் எலுமிச்சை சாறும் முழுதும் விற்றுத் தீர்ந்தன. குடிநீர்கூட எளிதில் கிடைக்கவில்லை. மிகவும் தள்ளியிருந்த வெளியூர்களிலிருந்து நேரு பேசும் கூட்டங்கள் நடைபெறும் ஊர்களுக்குத் சிறப்பு ரயில்கள் விடப்பட்டன. ஆர்வம் மிக்கவர்கள் ரயில் படிக்கட்டுகளிலும் ரயிலின் மேல் தளத்திலும் பயணம் செய்தனர். கூட்ட நெரிசலில் பலர் மயக்கமடைந்தனர்.'[37]

நடுநிலை இதழ்கள், மக்களின் மனத்தை சரியாகப் பிரதிபலித்தனர். பம்பாயில் நேரு பேசியபோது, முஸ்லிம்கள் அடங்கிய ஓர் ஊர்வலம் மேளதாளம் முழங்க, சௌபாத்திக்கு அணிவகுத்து வந்தனர். ஊர்வலத்தின் முன்னணியில் (காங்கிரஸ் தேர்தல் சின்னமான) ஏரும் காளை மாடுகளும் சென்றன. பிற்பகல் கூட்டத்துக்கு எல்லா இடங்களிலும் அதிகாலை முதலே மக்கள் கூட்டம் திரண்டது. பெரும்பாலான இடங்களில் நேருவை சிறிதேனும் காண்பதற்காக,

மக்கள் ஆர்வத்துடன் மோதியதி பாதுகாப்புத் தடுப்புகள் உடைத்தெறியப் பட்டன. டெல்லியில் அவர் பேச்சை முடித்தவுடன், மேடையை விட்டு இறங்கியபோது, மஸ்ஸூ பஹல்வான் என்ற மல்யுத்த வீரர் அவருக்கு ஒரு தங்கச் சங்கிலியைப் பரிசளித்தார். 'இது ஒரு அடையாளம் மட்டுமே; உங்களுக்காகவும் நாட்டுக்காகவும் என் உயிரையும் அளிக்கச் சித்தமாக இருக்கிறேன்' என்றார். நேரு ரயில் நகரமான கரக்பூரில் பேசுவதைக் கேட்க ஒரு தெலுங்குப் பெண்மணி சென்றிருந்தார். பிரதமர் பேசிக்கொண்டிருக்கும் போதே அவருக்குப் பிரசவ வலி எடுத்துவிட்டது. தலைவர் என்ன சொல்கிறார் என்பதைக் கேட்டுக்கொண்டிருக்கும்போதே உடனிருந்த செவிலியர்கள் அந்தப் பெண்ணைச் சுற்றி ஒரு வளையம் அமைத்தனர். அபாய மின்றி குழந்தை பிறந்தது. இது ஊடகங்களை மிக வியப்புக்கு உள்ளாக்கியது.

இந்தியப் பிரதமருடைய அசாதாரணமான செல்வாக்குகை நேருவுக்கு எதிரான விமரிசகர் டி. எஃப். கராக்கா என்ற பம்பாயின் பிரபல வார இதழான 'கரண்ட்' ஆசிரியர் சிறப்பாகப் படம்பிடித்துக் காட்டுகிறார். சௌபாத்தி கடற்கரையில் கூடிய இரண்டு லட்சம் மக்களில் ஒருவராக (பலர் கடலில் நின்றுகொண் டிருந்தனர்) அவரும் இருந்தார். அவர் ஏற்றுக்கொள்ளாவிட்டாலும், பேச்சாள ருக்கும் மக்களுக்கும் இடையில் இருந்த நேசத்தை அவர் குறிப்பிட்டார். நேருவின் உரையை அவர் இவ்வாறு விவரித்தார்.

நீண்ட நாட்களுக்குப் பிறகு பம்பாய்க்கு வந்திருப்பதாக அவர் கூறினார். பல ஆண்டுகள்... சற்று இடைவெளி விட்டு அவர்களை வருத்தம் தோய்ந்த முகத்துடன் ஆர்வமாகப் பார்த்தார். இதில் அவர் தனித்திறம் பெற்றவர். அந்த இடைவெளி யில், அரசியல் எதிரிகள் பயப்படும்படி ஆயிரம் ஓட்டுகள் அவர் பக்கம் திரும்பியிருக்கும்.

ஆம். அவர் அந்த நகரத்துடனான பிரத்யேகமான நெருக்கத்தை உணர்ந்தார்.

இடைவெளி.

இரண்டாயிரம் ஓட்டுகள்.

அது அவர் தாய் வீட்டுக்கு வருவது போல.

இடைவெளி.

ஐயாயிரம் ஓட்டுகள்.

பம்பாயில் அவர் வாழ்க்கையின் மிக மிக மகிழ்ச்சிகரமான நாட்களை செலவிட்டிருக்கிறார். ஆம். மிகமிக சந்தோஷமான நாட்களை...

ஐயாயிரம் ஓட்டுகள்.

அந்த மாபெரும் கணங்களை மிகத் தெளிவாக நினைவு கூர்ந்தார். மிக வருத்தமான கணங்களையும். வருத்தமான, கடினமான (சுதந்தரப்) போராட்டம்.

காங்கிரசுக்குப் பத்தாயிரம் ஓட்டுகள்.

இடைவெளி.

விடுதலைப் போரில் என்னுடன் சேர்ந்து போராடிய மக்களைப் பார்த்து நான் விடுதலையும் சக்தியையும் பெறுகிறேன் என்றார் அவர்.

நேசத்தின் நெருக்கம் முழுமை அடைகிறது.

இருபதாயிரம் ஓட்டுகள்.

இடைவெளி.

ஒளி மங்கும் அந்தி நேரத்தில் ஆழ்ந்த, வருத்தம் நிறைந்த ஆத்மார்த்தமான ஒரு பார்வை. உணர்ச்சி நிறைந்த சூழல்... அவர், தான் பிச்சை எடுத்து வாழும் பிச்சைக்காரர் பாத்திரத்தை ஏற்றிருப்பதாகச் கூட்டத்திடம் சொன்னார். மக்களின் ஆரவாரத்துக்கு இடையே, 'நான் பிச்சைக்காரனாக இருந்தாலும், நான் உங்கள் அன்பை பிச்சை கேட்கிறேன். உங்கள் பாசத்தை, நாட்டை எதிர்நோக்கும் பிரச்னைகளைத் தீர்க்க, உங்கள் அறிவார்ந்த ஒத்துழைப்பை பிச்சை கேட்கிறேன்.

நேருவுக்கு நிச்சயமாக முப்பதாயிரம் ஓட்டுகள்.

இடைவெளி.

கூட்டத்தில் ஒரு எழுச்சி...

கடற்கரையில் நின்றுகொண்டோ மணலில் உட்கார்ந்துகொண்டோ இருப்பவர் முகத்தில் ஒரு கண்ணீர்த்துளி - இரண்டு துளிகள் - ஒரு பெண்மணி சேலைத்தலைப்பால் கண்களைத் துடைத்துக்கொள்கிறார். யார் என்ன சொன்னாலும் கவலையில்லை; அவளுடைய ஓட்டை நேருவுக்குத்தான் அளிப்பாள். மக்களுக்கும் காந்தியின் நினைவுகள் திரும்பின. மகாத்மாவின் பக்கத்தில் நேரு நின்ற நினைவுகள்...

காந்தி விட்டுச்சென்ற அரசியல் வாரிசு நேரு.

ஐம்பதாயிரம் ஓட்டுகள்! நூறாயிரம்! இருநூறாயிரம்![38]

நேருவால் கூட்டம் உணர்ச்சி வசப்பட்ட நிலையில் இருந்தது. அதைப்போல் அவரும் உணர்ச்சிவசப்பட்டு நின்றார். உண்மையுடனும் கண்ணியத்துடனும் கூறினார். அவருடைய மிக நெருக்கமான பெண் தோழி எட்வினா மௌண்ட் பேட்டனுக்கு அவர் எழுதிய கடிதத்தில் அவருடைய சொந்த உணர்ச்சிகள் மிகச்சிறப்பாகப் படம்பிடித்துக் காட்டப்படுகின்றன.

'நான் எங்கு சென்றாலும் மிகப்பெரும் கூட்டம் கூடுகிறது. அவர்களுடைய முகங்களை, உடையை, எனக்கும் என் பேச்சுக்கும் அவர்கள் காட்டும் எதிர் வினையை நான் எப்போதும் ஒப்பிட்டுப் பார்ப்பேன். இந்தியாவின் அந்தப் பகுதியின் பழைய வரலாற்றுக் காட்சிகள் என்முன் எழுகின்றன. என் மனம் பழைய சம்பவங்களின் ஓவியக்காட்சிச்சாலை ஆகிறது. ஆனால் கடந்த காலத்தைவிட நிகழ்காலம் என் மனத்தை நிரப்புகிறது. இப்படிப்பட்ட பலவகையான மனங்களையும் உள்ளங்களையும் நான் ஊடுருவிப் பார்க்க முயல்கிறேன். பலகாலமாக டெல்லி தலைமைச் செயலகத்தில் சிறைப் பட்டிருந்த நான் இந்திய மக்களோடு கிடைக்கும் இப்புதிய தொடர்புகளை சற்று அதிகமாகவே நேசிக்கிறேன். எங்களுடைய சிக்கல்களையும்

எங்களுடைய கஷ்டங்களையும் எளிய நடையில் இந்தப் பாமர மக்களுக்குப் போய்ச்சேரும் வகையில் புரியும்படி விவரிக்கும் முயற்சி களைப்பூட்டு வதாகவும் களிப்பூட்டுவதாகவும் இருக்கிறது. நான் பல இடங்களுக்குச் செல்லும்போது, கடந்த காலமும் நிகழ்காலமும் ஒன்றோடொன்று கலக்கிறது. இந்தக் கலப்பு, எதிர்காலம் பற்றி என்னைச் சிந்திக்க வைக்கிறது. காலம் ஓர் ஓடும் நதியாகி, ஒன்றோடொன்று தொடர்புடைய சம்பவங்களின் தொடர் ஓட்டம்போல் அமைகிறது.'[39]

VI

நேருவும் செல்லாத ஓர் இடம் ஹிமாசலப் பிரதேசத்தின் சினி கிராமம். இங்குதான், இந்தியப் பொதுத் தேர்தலில் முதலில் வாக்களித்தவர்கள் இருந்தனர். அவர்கள் புத்த மதத்தினைச் சேர்ந்தவர்கள். அவர்களுடைய பள்ளத்தாக்கு, குளிர்காலப் பனியால் மூடப்பட்டு, அவர்கள் நாட்டின் பிற பகுதிகளிலிருந்து துண்டாகிவிடுவதற்கு சில நாள்கள் முன்னதாக, 1951 அக்டோபர் 25 அன்று வாக்களித்தனர். சினி கிராமத்தவர்கள் திபெத்தின் பஞ்சன் லாமாவுக்கு விசுவாசமானவர்கள். உள்ளூர் சாமியார்கள் நடத்தும் சடங்குகளுக்குக் கட்டுப்பட்டவர்கள். இந்தச்சடங்குகளில் கோராஸங் என்பது வீடுகட்டி முடிந்ததும் நடத்தும் ஒரு சடங்கு. கங்கூர் ஸால்மோ என்பது, கானம் என்னும் இடத்தில் உள்ள பௌத்த நூலகத்துக்கு செல்லும் புனிதச் சடங்கு. மென்த்தாகோ என்ற சடங்கில் ஆண்கள், பெண்கள், குழந்தைகள் அனைவரும் மலையேறி நடனமாடி பாட்டுப் பாடுவர். ஜோக்கியா சக் ஸிமிக் என்பது, உறவினர்கள் ஒருவர் வீட்டுக்கு ஒருவர் செல்லும் சடங்கு. இப்போது அவர்கள் இதுவரை அறியாத புதிய சடங்கு ஒன்று கூடியது. அது ஐந்தாண்டு களுக்கு ஒருமுறை வாக்களிக்கும் பொதுத் தேர்தல்.[40]

பிரிட்டனிலும் அதே நாளில் பொதுத் தேர்தல் தொடங்கியது. அங்கு வாக்களித்தவர்கள் இமாலயப் பள்ளத்தாக்கு விவசாயிகள் அல்லர். பால்காரர்கள், வேலைக்காரிகள் மற்றும் இரவுப் பணி முடிந்து வீடு திரும்பும் தொழிலாளர்கள் ஆகியோர்.[41] எனினும், அந்தச் சிறிய தீவுக்கூட்டத்தில் மறுநாளே தேர்தல் முடிவுகள் தெரிந்துவிட்டன. லேபர் கட்சி பதவியிலிருந்து துரத்தப்பட்டு, வின்ஸ்டன் சர்ச்சில் பிரதமராகத் திரும்பினார். இந்தியாவில் முதலில் வாக்களித்தவர்கள் மாதக்கணக்கில் காத்திருக்க நேரிட்டது. நாட்டின் பிற பகுதி மக்கள் ஜனவரி, பிப்ரவரி 1952 வரை வாக்களிக்கவில்லை.

நாடாளுமன்றத்துக்கான வாக்குப் பதிவில் மிக அதிகமான 80.5 சதவிகிதம் பேர் வாக்களித்த தொகுதி, இப்போதைய கேரளாவின் கோட்டயம் தொகுதி. மிகக் குறைவாக 18 சதவிகித வாக்குப் பதிவு நடைபெற்ற இடம் தற்போதைய மத்தியப் பிரதேசத்தில் ஷாதோல். படிப்பறிவினமை மேலோங்கியிருந்த போதிலும், நாடு முழுவதிலுமாக, பதிவு செய்திருந்த வாக்காளர்களில் 60 சதவிகிதம் பேர் வாக்களித்திருந்தனர். லண்டன் பொருளாதாரப் பள்ளியி லிருந்து வந்திருந்த ஒரு மாணவர், இமயமலைப் பகுதியில் ஓர் இளம்பெண் பலவீனமான தன் தாயுடன் பல மைல்கள் நடந்து வந்து வாக்களித்ததை

விவரித்தார். அந்த ஒரு நாளாவது தான் முக்கியமானவள் என்பதை அவள் அறிந்திருந்தாள்.[42]

ஒரிஸாவின் காட்டுப் பிரதேச தாலுகாக்களில் பழங்குடி மக்கள் வில், அம்புகளுடன் மிக அதிகமான அளவில் வந்து வாக்களித்ததை பம்பாய் வார இதழ் ஒன்று வியந்து எழுதியது. காட்டில் ஒரு சாவடியில் 70 சதவிகிதத்துக்கும் அதிகமாக வாக்குப் பதிவு ஆயிற்று. ஆனால் சுகுமார் சென்னுக்கும் எங்கோ ஒரு தவறு நேரத்தான் செய்தது. ஏனென்றால், அதை அடுத்த சாவடிக்கு வந்தவை ஒரு யானையும் இரண்டு சிறுத்தைகளுமே.[43] மதுரையில் 110 வயதான ஒரு கிழவர் இரண்டு பக்கமும் பேரன்கள் தாங்கிவர வாக்களித்ததும், அம்பாலாவில் காது செவிடாகி கூன் விழுந்தபோதிலும் ஒரு 95 வயது மூதாட்டி வாக்களித்ததும் பத்திரிகைகளில் பிரபலமான செய்திகளாயின. அஸ்ஸாம் கிராமம் ஒன்றில் 90 வயது முஸ்லிம் ஒருவர் நேருவுக்கு வாக்களிக்க முடியாது என்று தலைமை அதிகாரி கூறியதால், ஏமாந்து திரும்பினார். மகாராஷ்டிரா கிராமத்தில் ஒரு 89-100 இடைப்பட்ட வயதுடைய ஒருவர் சட்டமன்றத்துக்கு வாக்களித்துவிட்டு நாடாளுமன்றத்துக்கு வாக்களிக்குமுன் கீழே விழுந்து இறந்தார். இந்தியக் ஜனநாயகத்துக்குச் சான்றளிப்பதுபோல, ஹைதராபாத் வாக்காளர் பட்டியலின்படி முதலில் வந்து வாக்களித்தவர் நிஜாமே.

குறிப்பாக, மிகச் சுறுசுறுப்பாக வாக்குப் பதிவு நடைபெற்ற இடம் பம்பாய். டெல்லி என்பது அரசர்கள் வசித்த இடம். ஆனால், இந்த தனித்த தீவு நகரம், இந்தியாவின் பொருளாதாரத் தலைநகரம். மேலும் அரசியல் விழிப்புணர்வு பெற்ற நகரம். மொத்தத்தில் ஒன்பது லட்சம் பம்பாய் வாசிகள் அல்லது 70 சதவிகித மாநகர வாக்காளர்கள் தங்கள் ஜனநாயக உரிமையை தேர்தல் நாள் அன்று நிலைநாட்டினர். நாகரிக நடுத்தர வர்க்க மக்களைவிட தொழிலாளர்கள் அதிகமான அளவில் வாக்களித்தனர். டைம்ஸ் ஆஃப் இந்தியா, 'தொழில் பிரதேசங்களில் வாக்காளர்கள் வாக்குச் சாவடியில், குளிர், காலைப்பனி இருந்தபோதிலும் சாவடி திறக்கும் முன்பே நீண்ட வரிசையில் வந்து நின்றனர். இதற்கு நேர்மாறாக (மலபார் ஹில்லில்) W.I.A.A. கிளப்பில் இரண்டு வாக்குச் சாவடிகளில் டென்னிஸ் அல்லது பிரிட்ஜ் விளையாட வருவதுபோல, எப்போதாவது ஓரிருவர் வந்து ஏதோ எதேச்சையாகச் செய்வதுபோல வாக்களித்துவிட்டுச் சென்றனர்' என்றது.

பம்பாயின் வாக்கெடுப்புக்கு அடுத்த நாள் வாக்களிக்கும் வாய்ப்பு மிசோ குன்றுகளுக்குக் கிடைத்தது. கலாசாரம், புவியியல் இரண்டிலுமே இந்த இரண்டு ஊர்களைப் போல் மிக அதிகமான வேறுபாடுகள் வேறெங்கும் இருக்க முடியாது. பம்பாயில் வாக்குச் சாவடிகள் மிக அதிகம். 92 சதுர மைல்களை அடக்கி மொத்தத்தில் 1349 வாக்குச் சாவடிகள் இருந்தன. கிழக்கு பாகிஸ்தான் மற்றும் பர்மா எல்லைப் பகுதியில் அமைந்த மலைப் பிரதேசமான மிசோவில் சுமார் 8,000 சதுர மைல் பரப்பு விரிந்த பிரதேசத்துக்கு வெறும் 113 சாவடிகள் மட்டுமே தேவைப்பட்டன. 'இம்மக்கள் போர் தவிர

வேறு எங்குமே வரிசையாக ஒருவர்பின் ஒருவராக நிற்பதை அறிய மாட்டார்கள். ஆனால் எப்படியோ அவர்கள் இப்பயிற்சியில் நாட்டம் கொண்டார்கள். அவர்கள் அபாயமான பாதைகளில் பயங்கரமான காடுகள் வழியாக பல நாட்கள் நடந்து, இரவில் வழியில் தீ மூட்டி, அதைச் சுற்றிவந்து பாட்டுப் பாடியும், சமுதாய நடனங்கள் ஆடியும், இரவுகளைக் கழித்து வாக்களிக்க சாவடிக்கு வந்தனர்' என்று ஒரு பத்திரிகையாளர் எழுதினார். 92,000 மிஸோக்கள் நூறாண்டுகளாக எந்த ஒரு பிரச்னையையும் அம்புகள் மூலமும் ஈட்டிகள் மூலமுமே தீர்த்துக்கொண்டிருந்தனர். அவர்கள் முதன்முதலாக வாக்கு மூலம் தங்கள் முடிவைத் தெரிவிக்க முன்வந்தனர்.

ஹிமாசலப் பிரதேஷசத்துக்கு பணி நிமித்தம் வந்த ஓர் அமெரிக்கப் பெண் புகைப்படக் கலைஞர், தேர்தல் அலுவலர்கள் பணியில் காட்டிய ஈடுபாடு கண்டு பெரிதும் கவரப்பட்டார். ஓர் அலுவலர் மாவட்ட மேஜிஸ்ட்ரேட் ஏற்பாடு செய்திருந்த பயிலரங்கத்துக்கு வர ஆறு நாள் நடந்து வந்திருக்கிறார். மற்றொருவர் நான்கு நாட்கள் கோவேறு கழுதை மீது சவாரி செய்திருக்கிறார். தூரத்தில் உள்ள அவர்கள் இடங்களுக்கு சாக்குத் துணியில் வாக்குப் பெட்டிகள், வாக்குச் சீட்டுகள், கட்சிச் சின்னங்கள், தேர்தல் பட்டியல்கள் முதலியவற்றை வைத்து, தைத்து எடுத்துச் சென்றனர். அந்தப் புகைப்படக் கலைஞர், அதிகம் உலகுக்குத் தெரியாத புதி என்ற கிராமத்தில் தேர்தல் நடவடிக்கைகளைக் காண வந்திருந்தார். இங்கே வாக்குச் சாவடி, ஒரு பள்ளிக்கூடம். அதற்கு ஒரேயொரு கதவுதான் இருந்தது. ஆனால் விதிகள் உள்ளே வரவும் வெளியே செல்லவும் இரண்டு வழிகளை விதித்திருந்ததால், ஒரு ஜன்னல், கதவாக மாற்றப்பட்டிருந்தது. இரண்டு பக்கமும் உடனடி ஏற்பாடுகளாக, முதியோரும் நோயாளிகளும் ஓட்டு போட்டுவிட்டு வெளியே குதிக்க ஏதுவாக செயற்கைப் படிகள் அமைக்கப்பட்டன.[44]

முதல் தேர்தலில் அரசியல்வாதிகளும் பொதுமக்களும் (தலைமைத் தேர்தல் ஆணையர் கூற்றுப்படி) சட்டத்தை மதிப்பவர்களாகவும் அமைதியானவர் களாகவும் இருந்தனர். 1,250 தேர்தல் விதிமீறல்கள் மட்டுமே நடந்தன. இதில் 817 ஆள் மாறாட்ட வழக்குகளும் 106 வாக்குப்பெட்டிகளை சாவடியிலிருந்து கடத்திச் செல்லும் முயற்சிகளும், வாக்குச் சாவடிக்கு 100 கெஜ தூரத்தில் வாக்கு சேகரிக்கும் 100 சம்பவங்களும் அடங்கும். கடைசி குற்றங்களில் சில வண்ண மை பூசப்பட்ட பசுக்களால் ஏற்பட்டவை.[45]

VII

1952 பிப்ரவரி கடைசி வாரத்தில் வாக்குப் பதிவுகள் முடிவுக்கு வந்தன. வாக்குகள் எண்ணப்பட்டபோது காங்கிரஸ் எளிதில் வெற்றிபெற்றிருந்தது. நாடாளுமன்றத்தின் 489 இடங்களில் காங்கிரஸ் 364-ஐப் பெற்றது. மாகாண சட்டமன்றங்களில் 3,280 இடங்களில் 2,247-ஐ காங்கிரஸ் பெற்றிருந்தது. காங்கிரஸுக்கு எதிர்ப்பான விமரிசகர்கள், யார் அதிக வாக்குகள் பெறுகிறாரோ, அவர் வெற்றிபெறுவதாக அறிவிக்கும் முறையில், சரியான

பிரதிநிதித்துவம் கிடைக்கவில்லை என்று உடனடியாகக் குற்றம் சாட்டினர். ஐம்பது சதவிகிதத்துக்கும் அதிகமானவர்கள் காங்கிரசுக்கு எதிரான கட்சிகள் அல்லது நபர்களுக்கு வாக்களித்துள்ளனர். மொத்தமாக பார்லிமென்ட்டில் காங்கிரசுக்குக் கிடைத்த வாக்குகள் 45 சதவிகிதம்தான். ஆனால் கிடைத்த இடங்களோ 74.4 சதவிகிதம். இதேபோல மாகாணங்களில் 42.4 சதவிகித வாக்குகளும் 68.6 சதவிகித இடங்களும் கிடைத்துள்ளன. அப்படியிருந்தும் இருபத்தெட்டு காங்கிரஸ் மந்திரிகள் வெற்றி பெறவில்லை. இவர்களுள் செல்வாக்குமிக்க ஜெய் நாராயண வியாஸ் ராஜஸ்தானிலும் மொரார்ஜி தேசாய் பம்பாயிலும் அடங்குவர். இவை எல்லாவற்றையும்விட மிக முக்கியமான உண்மை, ரவி நாராயண ரெட்டி என்ற கம்யூனிஸ்ட் - பிரசாரத்தின்போது விஸ்கியை மடக்கென்று முழங்கியவர் - ஜவாஹர்லால் நேருவை விடவும் அதிகமான வாக்கு வித்தியாசத்தில் வெற்றி பெற்றார்.

மிகவும் குறிப்பிடத்தக்க தோல்வி, அட்டவணைப் பிரிவினர்தலைவர் பி.ஆர். அம்பேத்கருடையது. அவரை எதிர்த்து பம்பாய் தொகுதியில் போட்டி யிட்டவர், அதிகம் அறியப்படாத பால் வியாபாரி கஜ்ரோல்கர் என்பவர். பி.கே. ஆத்ரே என்ற மராத்திய பத்திரிகையாளர் வாசகம் ஒன்றை பிரபல மாக்கினார். அதன் சுமாரான தமிழாக்கம் இது.

மாபெரும் அரசியல் சிற்பி அம்பேத்கர் எங்கே?

யாரும் அறியாத வெண்ணெய் வியாபாரி கஜ்ரோல்கர் எங்கே?[46]

காங்கிரசின் புகழ்மிக்க கோட்டையான பம்பாயில், நேரு பலமுறை உரை நிகழ்த்தி கஜ்ரோல்கரை வெற்றிபெறச்செய்துவிட்டார். குறும்புக்காரர் ஒருவர் குறிப்பிட்டது போல, காங்கிரஸ் பெயரில் நிற்கும் ஒரு விளக்குக் கம்பம்கூட வெற்றி பெற்றிருக்கும். ஓர் அரசியல் விஞ்ஞானி உணர்ச்சிவயப்படாமல் கூறியதுபோல, அது நேருவின் தனிப்பட்ட செல்வாக்கால் பெறப்பட்ட வெற்றி. புதிதாகச் சுதந்தரம் பெற்ற இந்தியாவின் எதிர்பார்ப்புகளை, தெளி வாகவும் ஆணித்தரமாகவும் வெளியிடும் நேருவின் திறமை பெற்ற வெற்றி.[47]

வாக்களிப்புக்கு முதல்நாள் சுகுமார் சென் மனித வரலாற்றிலேயே ஜனநாயகத்தின் மிகப்பெரும் சோதனையை தாங்கள் மேற்கொண்டிருப்ப தாகக் கூறினார். சென்னையைச் சேர்ந்த பிரபல பத்திரிகை ஆசிரியர் ஒருவர் சற்று நடுநிலை தவறி 'மிகப்பெரும்பான்மையினர் முதல்முறையாக வாக்களிக்கப் போகிறார்கள். பலருக்கு வாக்கு என்றால் என்ன என்றே தெரியாது. ஏன் வாக்களிக்கவேண்டும் என்பதும், யாருக்கு வாக்களிக்க வேண்டும் என்பதும் தெரியாது. இந்த முழு முயற்சியுமே வரலாற்றின் மிகப்பெரும் சூதாட்டம்' என்று எழுதினார்.[48] சில காலங்களுக்கு முன்பு தன் ஆட்சியை இழந்திருந்த மன்னர் ஒருவர், அங்கு வந்திருந்த அமெரிக்க தம்பதி யிடம், 'படிப்பறவற்றவர்களுக்கு முழு வாக்குரிமை தரும் எந்த ஓர் அரசியல் அமைப்புச்சட்டமும் பைத்தியக்காரத்தனமானது' என்று சொல்லியிருந்தார். 'என்னவெல்லாம் நடக்கும் என்று யோசித்துப் பாருங்கள் - ஆவேச மேடைப்

பேச்சுகள், பொய்த் தகவல் பிரசாரம், ஏமாற்று, பித்தலாட்டம். இந்த சோதனை களை எல்லாம் இந்த உலகம் தாங்குமா?' என்றார் அந்த மன்னர்.[49]

இந்தக் கருத்துடன், முன்னாள் ஐ.சி.எஸ். அதிகாரியும் இந்தியாவில் வெகு காலம் தங்கியிருந்தவருமான பெண்டரல் மூன் ஒத்துப்போனார். பஞ்சாப் பல்கலைக்கழகத்தில் 1941-ம் ஆண்டு பட்டமளிப்பு விழாவில் மேற்கத்திய ஜனநாயக முறை இந்திய சமுதாயச் சூழ்நிலையில் பொருத்தமற்று இருப்பதைப் பற்றி அவர் பேசினார். ஆனால், பதினொரு ஆண்டுகளுக்குப் பிறகு அவரே மணிப்பூர் மாநிலத்தின் தலைமைத் தேர்தல் ஆணையராக இருந்தார். தேர்தல் அதிகாரிகளையும் அவர்தான் நியமிக்க வேண்டியிருந்தது. அவர்தான் வாக்கெடுப்பையும் வாக்கு எண்ணிக்கையையும் மேற்பார்வையிட வேண்டியிருந்தது. மணிப்பூர் மக்கள் ஜனவரி 29 அன்று வாக்களிக்கச் சென்றனர். மூன் தன் தந்தைக்கு, 'அறிவு முதிர்ச்சி பெற்ற எதிர்கால மக்கள், படிப்பறிவற்ற கோடிக்கணக்கானோர் வாக்களித்த இந்த மோசமான கோமாளித்தனத்தை திகைப்புடன் நோக்குவார்கள்' என்று எழுதினார்.[50]

அவரைப் போன்றே சந்தேகப் பிராணியாக இருந்தது ஆர்.எஸ்.எஸ். வெளியிடும் வார இதழான ஆர்கனைஸர். அனைவருக்கும் வாக்குரிமை என்பது இந்தியாவில் தோற்றுவிட்டது என்பதை 'வருத்தமுடன் ஏற்றுக்கொள்ள நேரு உயிருடன் இருப்பார்' என்று அது எழுதியது. 'மகாத்மா காந்தி ஜனநாயகத்தை அவசரப்படுத்துவதைப் பற்றி எச்சரித்துள்ளார். மேலும் ராஜேந்திர பிரசாத்தும் இந்த இருட்டில் தாவுவது பற்றி சந்தேகம் கொண்டிருந்தார். ஆனால், வாழ்நாள் முழுவதும் கோஷங்களாலும் விளம்பர வித்தைகளாலும் வாழ்ந்துவிட்ட நேரு அதைக் கேட்கவில்லை' என்றும் எழுதியது.[51]

நேருவேகூட அனைவருக்கும் வாக்குரிமை பற்றி மீண்டும் யோசனை செய்ததுண்டு. 1950 டிசம்பர் 20 அன்று, தேர்தல் பிரசாரத்திலிருந்து சிறிது ஓய்வுபெற்று, டெல்லியில் நடைபெற்ற யுனெஸ்கோ கருத்தரங்கில் அவர் உரையாற்றினார். அந்த உரையில் ஜனநாயகம் அல்லது சுயாட்சியே மிகச் சிறந்த ஆட்சிமுறை என்றார். எனினும், 'வயது வந்தோர் வாக்குரிமை என்ற நவீன ஜனநாயக முறையில் தேர்ந்தெடுக்கப்படுவோரின் குணங்கள் படிப்படி யாகக் குறைந்து வருகின்றன. இதற்குக் காரணம் (வாக்காளர்கள்) சரியாக சிந்திக்காததும், பிரசாரங்கள் மிகவும் அதிகமாக இருப்பதுமே ஆகும். வாக்காளர், சத்தத்துக்கும் ஓசைக்கும் கட்டுப்படுகிறார். அவர் ஒரு சர்வாதிகாரி யையோ உணர்வற்ற ஊமை அரசியல்வாதியையோ தேர்ந்தெடுத்து விடுகிறார். அத்தகைய அரசியல்வாதியால் கடும் ஓசைகளுக்கு நடுவிலும் தன் இரண்டு கால்களால் நின்றுகொண்டே இருக்க முடியும். எனவே, முடிவில் அவரே தேர்ந்தெடுக்கப்படுகிறார். மற்றவர்கள் எல்லாம் அந்தக் கடும் ஓசையில் மூழ்கி அழிந்துபோய்விடுகின்றனர்.'

இந்த அபூர்வமான ஒப்புதல் வாக்குமூலம், அவர் சமீபத்தில் நாடெங்கும் சுற்றி பிரசாரம் செய்ததன் விளைவாக இருக்கவேண்டும். ஒரு வாரத்துக்குப்

பிறகு, அடிமட்டத்தில், கிராமங்களிலும் தாலுகாக்களிலும் நேரடித் தேர்தல் நடத்தினால் நல்லதாக இருக்கும் என்று அவர் ஆலோசனை கூறினார். உச்சமட்டத்தில் மறைமுகத் தேர்தல் அமையலாம் என்றார். ஏனென்றால், 'மாபெரும் எண்ணிக்கையிலான இடங்களுக்கு நேரடித் தேர்தல் நடத்துவது என்பது சிக்கல் நிறைந்ததாக உள்ளது. வேட்பாளர்கள், வாக்காளர்களோடு நேரடித் தொடர்பு கொள்ளமுடியாமல் போகலாம். இருவருக்கும் இடையில் இடைவெளி அதிகரித்துவிடுகிறது' என்றார்.[52]

ஓர் அரசியல்வாதியாக இருந்தாலும் நேருவிடம் ஓர் அசாதாரணமான திறமை இருந்தது. எந்த ஒரு பிரச்னையிலும் அவர் அதன் இரு பக்கங்களையும் நோக்கும் திறனைப் பெற்றிருந்தார். அதில் ஈடுபட்டுக் கொண்டிருக்கும் போதேகூட, அதன் நடைமுறையில் உள்ள குறைகளையும் அவரால் காண முடியும். எப்படி இருந்தபோதிலும் தேர்தலின் இறுதி முடிவுகள் வந்து, காங்கிரஸ், எதிர்ப்புகளுக்கு இடமின்றி ஆட்சி செய்வதற்கான கட்சியாக ஆனபோது அவரது சொந்த மனத்திலிருந்த சந்தேகங்கள் விலகின. 'எழுத்தறி வற்ற வாக்காளர் மீதிருந்த என் மதிப்பு உயர்ந்துவிட்டது. இந்தியாவில் வயது வந்தோர் வாக்குரிமை பற்றி நான் சொல்லியிருக்கக்கூடிய சந்தேகங்கள் யாவும் முழுமையாக அகன்றுவிட்டன.'[53]

தேர்தல், இந்தியாவுக்கான புதிய அமெரிக்க தூதர் செஸ்டர் பௌல்ஸின் சந்தேகங்களையும் தெளிவாகப் போக்கிவிட்டது. உலகத்தின் பணக்கார ஜனநாயகத்தின் பிரதிநிதி 1951-ன் இலையுதிர் காலத்தில் தன் பொறுப்பை ஏற்றார். வாக்களிக்கத் தகுதியான இருபது கோடி வாக்காளர்களில் மிகப் பெரும்பான்மையினர் எழுத்தறிவில்லாத கிராமவாசிகளாக உள்ள நிலையில், தேர்தல் நடப்பது பற்றி அச்சம் கொண்டிருந்ததாக அவரே ஒப்புக்கொண்டார். (மெட்ராஸ் மெயில் பத்திரிகை கூறியதுபோல) உலகத்தில் வேறு எங்குமே அரங்கேறாத மிகப்பெரும் கேலிக்கூத்தாக அது ஆகிவிடுமோ என்று அவர் பயந்தார்.

ஆனால் தேர்தல் நடைபெற்றுக் கொண்டிருக்கும்போது நாட்டில் அவர் மேற்கொண்ட பயணம் அவர் எண்ணத்தை மாற்றிவிட்டது. மக்களை ஜனநாயகத்துக்குத் தயார்ப்படுத்த, மக்கள் நலம் நாடும் சர்வாதிகார ஆட்சி ஒன்று ஏழை நாடுகளுக்குத் தேவை என்று அவர் நினைத்திருந்தார். ஆனால் பல கட்சிகள் சுதந்தரமாகப் போட்டியிடுவதும், தீண்டத்தகாதவர்களும் பிராமணர்களும் ஒரே வரிசையில் நிற்பதுமான காட்சிகள் அவரை வேறுமாதிரியாகச் சிந்திக்க வைத்தன. புத்திசாலித்தனத்தை எழுத்தறிவால் சோதிக்க வேண்டும் என்று அவர் அதற்குப் பிறகு நினைக்கவில்லை. ஆசியா, ஜனநாயகத்துக்குத் தயாராவதற்கு முன் பல நல்ல மனம் படைத்த சர்வாதிகாரிகள் தேவைப்படலாம் என்று இனி அவர் நம்பவில்லை. தேர்தல் பற்றி சுருக்கமாக பௌல்ஸ், 'அமெரிக்காவைப் போல, ஆசியாவில், ஆளப் படுபவர் சம்மதத்துடன் ஆளப்படும் ஆட்சியை, இதைவிட வேறு எங்கும் நான் இத்தனை பிரம்மாண்டமாக நான் கண்டதில்லை' என்று எழுதினார்.[54]

தேர்தல் முறையைவிட, அதன் உள்ளடக்கத்தை இந்தியா வந்த ஒரு துருக்கிய பத்திரிகையாளர் மையப்படுத்தினார். மற்ற ஆசிய நாடுகளைப் பின்பற்றி, 'அதிகாரங்களை மையத்தில் குவித்துக்கொண்டு, எதிர்ப்புகளையோ விமர்சனங்களையோ தாங்கிக்கொள்ளாமல் மிகக் குறைந்த அளவு எதிர்ப்பை மட்டுமே அனுமதிக்கும்' சர்வாதிகார வழியில் செல்லாத நேருவின் முடிவை அவர் பாராட்டினார். எனினும், அந்த துருக்கிய எழுத்தாளர் முக்கியமான பெருமையை மக்களுக்கே அளித்தார்.

'17,60,00,000 இந்தியர்கள் தங்கள் மனச்சாட்சியுடன் மட்டுமே இருக்குமாறு, வாக்குப்பெட்டிகளுடன் தனித்து விடப்பட்டனர். இது நேரடியான, ரகசிய வாக்களிக்கும் தேர்தல். ஒருபுறம் மதவாதம், மதவெறி, மதப்பிளவு, தனிமைப்படுத்திக்கொள்தல் ஆகியவை இருந்தன. மறுபுறம் மதச் சார்பின்மை, தேச ஒற்றுமை, நிலைத்தன்மை, மிதவாதம், உலகத்தோடு ஒட்ட ஒழுகல் ஆகியவை இருந்தன. மக்கள் இந்த இரண்டில் ஒன்றைத் தேர்ந்தெடுக்க வேண்டியிருந்தது. அவர்கள் மிதவாதத்தையும் முன்னேற்றத் தையும் தேர்ந்தெடுத்தனர். தீவிரவாதத்தையும் கொந்தளிப்பையும் தவிர்த்தனர். இவ்வாறு தங்கள் முதிர்ச்சியை வெளிக்காட்டினர்.'

அந்தப் பார்வையாளர் இந்தியத் தேர்தலால் மிகவும் கவரப்பட்டு, தங்கள் நாட்டவர் அடங்கிய ஒரு குழுவை அழைத்துக்கொண்டு போய் சுகுமார் சென்னைச் சந்தித்தார். அவர்களது நாட்டில் தடைப்பட்டிருக்கும் ஜனநாயக முன்னேற்றப் பணிகளை திரும்பத் தொடர உதவியாக, தலைமை தேர்தல் ஆணையர் அவர்களுக்கு வாக்குப் பெட்டிகள், வாக்குச் சீட்டுகள், சின்னங்கள், வாக்குச் சாவடி அமைப்பின் வரைபடங்கள் ஆகியவற்றைக் காண்பித்தார்.[55]

ஒருவகையில் அந்த துருக்கியப் பத்திரிகையாளர் சொன்னது சரிதான். 17.6 கோடி பேரில், வாக்களிக்கத் தகுதியானவரில் உண்மையில் சிரமப்பட்டு வந்து வாக்களித்தவர்கள் சிறப்பானவர்களே. மேலும் சிலர் மற்றவர்களை விடச் சிறப்பாகக் குறிப்பிடப்பட வேண்டியவர்கள். லக்னோவைச் சேர்ந்த மதிப்புக்குரிய சமூகவியலாளர் டி.பி.முகர்ஜி, 'மிக அதிகமான பெருமை, இந்திய வரலாற்றின் மிகக் கடினமான இந்த முதல் பரிசோதனையின் பொறுப்பை ஏற்றவர்களையே சாரும். நேர்மையான பிரதமர் அவர்களிடம் கொடுத்திருந்த வேலையை நேர்மையான முறையில் செய்து முடித்து தங்கள் மதிப்பை நிரூபித்துவிட்டனர்' என்றார்.[56]

இப்படி அடுத்தடுத்து பாராட்டும் கண்டனமும் அமைவது முக்கியமானது. ஆனால் முரணானதும்கூட. நேருவுக்கு அதிகார வர்க்கத்தின்மீது வெறுப்பைத் தவிர வேறு எதுவும் இல்லாத ஒரு காலம் இருந்தது. அவர் தன் சுயசரிதையில் எழுதினார்: 'உயர்பதவிப் பணிகளில், குறிப்பாக ஐ.சி.எஸ். பணிகளில் இருப்பவர்கள் நேர்மையிலும் அறிவாற்றலிலும் மேலும் மேலும் தரம் தாழ்ந்து வருவது அதிர்ச்சியை அளிக்கிறது. உயர் அதிகாரிகளிடம்தான் இது மிக அதிகமாகக் காணப்படுகிறது. ஆனால், இது பிற எல்லா இடங்களிலும்

கொஞ்சம் கொஞ்சமாக நூலிழை போல ஊடுருவியுள்ளது."[57] வெறுப்பு கொண்ட அதிகாரிகள் நேருவையும் அவரைப் போன்றவர்களையும் சிறையில் அடைத்தபோது, 1935-ல் எழுதப்பட்டது இது.

இருந்தபோதிலும், ஒரு காலத்தில் சர்வாதிகாரிகளின் கைக்கூலிகள் என்று அவர் ஒதுக்கிய மனிதர்கள் கையில்தான் தேர்தல் பொறுப்பை ஒப்படைக்க வேண்டியிருந்தது.

இந்த வகையில், 1952 தேர்தல், இரு எதிரெதிரான சக்திகளான பிரிட்டிஷ் காலனியாதிக்கமும் இந்திய தேசியமும் ஒன்றிணைந்து உருவாக்கிய மாபெரும் சாதனையாகும். இந்த இரண்டும் சேர்ந்து இந்தப் புதிய தேசத்தின் ஜனநாயகத்துக்கு ஒரு மாபெரும் உந்து சக்தியைக் கொடுத்துவிட்டன.

8

வீடும் உலகமும்

விவரம், விளக்கம் எதுவும் கேட்காமல் இருக்கும்வரை, அவரை மிஞ்ச யாரும் இல்லை.

- எகனாமிக் வீக்லி, 28 ஜூலை 1951

I

1952 தேர்தலுக்குச் சில காலத்துக்குப் பிறகு, இந்திய எழுத்தாளர் நிராத் சி. சௌத்ரி ஒரு பிரபல பத்திரிகையில் ஜவாஹர்லால் நேரு பற்றி ஒரு கட்டுரை எழுதினார். அப்போது அந்த எழுத்தாளர் சற்றே பிரபலமாக இருந்தார். ஆனால் அவர் யாரைப் பற்றி எழுதினாரோ அவர் மிக மிகப் பிரபலமாக இருந்தார். 'இந்திய ஒற்றுமைக்குப் பின்னணியில் மிக முக்கியமான தார்மீகச் சக்தியாக நேருவின் தலைமை விளங்கியது' என்று சௌத்ரி குறிப்பிட்டார். 'அவர் ஒரு கட்சியின் தலைவரல்ல, இந்திய மக்களின் ஒட்டுமொத்தத் தலைவர். காந்திஜியின் உண்மையான வாரிசு' என்றார்.

நேரு, அரசு இயந்திரத்தையும் மக்களையும் ஒன்றிணைத்துப் பராமரிக்கிறார். இந்த இணைப்பு மட்டும் இல்லாதிருந்தால், ஒருவேளை, இந்த நெருக்கடியான நேரங்களில், நிலையான ஆட்சி இல்லாமல் போயிருக்கும். அவர் இவ்விரண்டுக்கும் இடையே ஒத்துழைப்பை உறுதி செய்வதோடு, கலாசார, பொருளாதார மற்றும் அரசியல் சச்சரவுகளைத் தடுத்தும் வந்திருக்கிறார். மகாத்மாஜியின் தலைமை கூடத் தொடர்ந்திருந்தாலும், அவற்றுக்கு ஈடாக இருந்திருக்க முடியாது.

நாட்டுக்குள் நேரு, ஆளும் நடுத்தர வர்க்கத்துக்கும் மக்களுக்கும் இடையே தவிர்க்க முடியாத ஒரு பிணைப்பு என்று சொன்னால், அதற்கும் சற்றும் குறைவானதல்ல, இந்தியாவுக்கும் உலகத்துக்கும் இடையிலான பிணைப்பாக

அவர் விளங்குவது. அவர் மாபெரும் மேற்கத்திய ஜனநாயக நாடுகளுக்கு இந்தியாவின் பிரதிநிதியாகச் செயல்படுகிறார். அத்துடன், இந்தியாவுக்கான அவர்களது பிரதிநிதியாகவும் செயல்படுகிறார் என்றும் நான் சொல்ல வேண்டும். மேற்கத்திய நாடுகள் அவரை அப்படித்தான் நோக்குகின்றன. இந்தியா தன் ஆதரவை அவர்களுக்குத் தரும் என்று நேரு உத்தரவாதம் தரவேண்டும் என அவை எதிர்பார்க்கின்றன. அதனால்தான் நேரு மேற்கத்திய நாடுகளுக்கு எதிரான போக்கை அல்லது நடுநிலைப் போக்கை எடுக்கும்போது அவை மிகவும் நிலைகுலைந்து போகின்றன. அவர்களுள் ஒருவராலேயே கைவிடப்பட்டு விட்டதாகக் அவை கருதுகின்றன.[1]

நீண்ட காலம் பிரதமராகப் பதவி வகித்தபோது, நேரு இந்திய அரசின் வெளியுறவுத்துறை அமைச்சராகவும் பணியாற்றினார். இது இயற்கையானதே. இதற்குக் காரணம், காங்கிரஸ் தலைமைக்குள் அவர் மட்டுமே சர்வ தேசிய நோக்கு கொண்டவராக இருந்தார். காந்தி, மனித இனம் முழுமைக்குமான நல்வாழ்வு நாடியவர்தான் என்றாலும், அவர் அதிகமாக வெளிநாடுகளுக்குச் சென்றவர் அல்லர். வல்லபபாய் படேல் போன்ற தலைவர்கள் நிச்சயமாக உள்நாட்டை மட்டுமே காண்பவர்கள். மாறாக, நேரு எப்போதுமே உலகப் போக்குகளாலும் இயக்கங்களாலும் கவரப்பட்டவர்.[2]

உலகப் போர்களுக்கு இடைப்பட்ட காலத்தில், நேரு ஐரோப்பிய விவாதங்களை நெருக்கமாகப் பின்பற்றி வந்தார்; சிலமுறை அந்த விவாதங்களில் பங்கெடுக்கவும் செய்தார். 1927-ல் அவர் சோவியத் ரஷ்யாவுக்குச் சென்றார். அடுத்த பத்தாண்டுகளில், ஐரோப்பியக் கண்டத்தில் விரிவான பயணங்களை மேற்கொண்டார். 1930-ல் ஸ்பெயினின் ஜனநாயக நோக்கத்துக்காக ஆதரவு திரட்டும் பணியில் தீவிரப் பங்காற்றினார். இங்கிலாந்து மற்றும் ஃபிரான்ஸ் போன்ற நாடுகளில் அடிக்கடிப் பொதுமேடைகளில் உரையாற்றி, இடதுசாரிக் கருத்துடையவர்களில் முக்கியமானவர் ஆனார். 1936-ல் லண்டனில் வெளியான அவருடைய சுயசரிதையின் வர்த்தகரீதியிலான வெற்றி அவருடைய பொருக்கும் புகழுக்கும் மேலும் பெருமை சேர்க்க உதவியது.[3]

ஜூலை 1938-ல் யூஸ்டன் நண்பர்கள் இல்லத்தில் அவர் 'அமைதியும் பேரரசும்' என்ற தலைப்பில் ஆற்றிய உரை, அவரது எண்ணைத்தைப் பிரதிபலிக்கிறது. ஃபாசிஸ ஆக்கிரமிப்பில் தொடங்கிய அவர் உரை, அதை ஏகாதிபத்திய ஆட்சியின் மற்றொரு வடிவமாகக் காட்டியது. பிரிட்டனில் அவை இரண்டையும் வேறுவேறாகக் காணும் போக்கு இருந்தது. ஆனால் நேருவின் மனத்தில், உலகில் அனைத்து மக்களுக்கும் சுதந்தரம் வேண்டும் என்போர், ஃபாசிஸத்தையும் ஏகாதிபத்தியத்தையும் சேர்த்தே எதிர்க்க வேண்டும் என்ற கொள்கையில் ஐயம் சிறிதும் இல்லை.

'இக்காலத்தின் மாபெரும் பிரச்னை, பலதரப்பட்ட மக்களையும் ஒன்றிணைத்துள்ளது. சர்வதேச நட்புணர்வும் சகோதரத்துவமும் அதிகரித்துள்ளன' என்றார் நேரு. அவருடைய உரை, உலகின் சர்ச்சைப் பகுதிகளை விரிவாக வலம் வந்தது. ஸ்பெயின், அபிசீனியா, சீனா, பாலஸ்தீனம்

முதலியவை பற்றியும், ஆப்பிரிக்கா பற்றியும் அவர் பேசினார். 'ஆப்பிரிக்க மக்கள்மீது நாம் தனிக் கவனம் செலுத்தவேண்டும். அந்த அளவுக்கு உலகில் வேறு எந்த நாட்டு மக்களும் துன்பப்பட்டதும் இல்லை, சுரண்டப்பட்டதும் இல்லை.'[4]

1939 கோடையின் பிற்பகுதியில் இந்தியாவின் மாபெரும் அண்டை நாடான சீனா செல்ல அவர் திட்டமிட்டார். சியாங் கை ஷேக்குடன் கடிதத் தொடர்பு கொண்டிருந்தார். தன் தோழர் ஒருவரிடம், 'எதிர்காலத்தில் இந்தியாவும் சீனாவும் மேலும் மேலும் ஒன்றாக நெருங்கி வருவதை தான் எதிர்நோக்குவதாக' சொன்னார். சுங்கிங்குக்கு விமானம் மூலம் சென்று அங்கு மூன்று வாரம் பயணத்தை முடித்துவிட்டு பர்மா சாலை வழியாக இந்தியா திரும்ப நினைத்தார். ஆனால், ஐரோப்பியப் போர் அவர் பயணத்தை நிறுத்திவிட்டது.[5]

1942-ன் வெள்ளையனே வெளியேறு இயக்கத்தில் பங்குபெற்றதற்காக நேரு சிறை செய்யப்பட்டார். 1945 ஜூலையில் அவர் விடுதலை செய்யப்பட்ட போது, அவர் சக்தியை பிரிட்டிஷ் ராஜ்ஜியத்தின் இறுதிக் காலச் செயல்பாடுகளில் செலவிட நேரிட்டது. விரைவில் இந்தியா விடுதலை பெறுவது தெளிவாகிவிட்டபிறகு, மீண்டும் அவரது சிந்தை வெளிநாட்டு விவகாரங்களில் சென்றது. 1946 செப்டெம்பரில் வானொலி உரை ஒன்றில், இந்தியாவின் எதிர்காலத்துக்கு அமெரிக்கா, சோவியத் யூனியன் மற்றும் சீனா ஆகிய மூன்று நாடுகள் முக்கியமானவை என்று அவர் குறிப்பிட்டுக் காட்டினார். அடுத்த ஆண்டு அரசியல் அமைப்பு சபைக் கூட்டத்தில், சில்லறை வாய்ப்புகளுக்காக ஏதாவது ஒரு முகாமில் இணைந்து அதன் சார்பாளர்களாக ஆகாமல், இந்தியா எப்படி அமெரிக்கா, சோவியத் யூனியன் ஆகிய இரு நாடுகளுடனும் நட்புடன் இருக்கவேண்டும் என்று பேசினார். 'நம்மை நாமே வழிநடத்திச் செல்வோம்' என்றார்.[6] 1947 ஜனவரியில் நேரு, கே.பி.எஸ். மேனனுக்கு எழுதிய கடிதம் ஒன்றில்தான் அணிசேராக் கொள்கை என்பதன் ஆரம்ப வடிவம் இருந்தது. மேனன் அப்போதுதான் சீனாவுக்கான முதல் இந்தியத் தூதர் பணியை ஏற்க தயாராகிக் கொண்டிருந்தார்.

'ஒரு பிரிவுக்கு எதிராக மற்றொரு பிரிவில் சேராமல், வல்லரசுகளின் அதிகாரப் போட்டியில் தலையிடாமல் தவிர்ப்பதே நம் பொதுவான கொள்கை. இன்றைய இரண்டு பிரிவுகளில் ரஷ்யப் பிரிவு ஒன்று, ஆங்கிலோ-அமெரிக்கப் பிரிவு மற்றொன்று. நாம் இரு பிரிவினரிடமும் நட்பாக இருக்கவேண்டும். யார் ஒருவருடனும் சேர்ந்துவிடக் கூடாது. அமெரிக்கா, ரஷ்யா இரண்டும் ஒருவரை ஒருவர் அசாதாரணமாகச் சந்தேகிக்கிறார்கள். மற்ற நாடுகளையும்தாம். இது நம் பாதையைக் கடினமாக்குகிறது. நாம் ஒவ்வொருவராலும் மற்றவரைச் சார்ந்திருப்பதாகச் சந்தேகிக்கப்படுவோம். இது தவிர்க்க முடியாதது.'[7]

நேரு இந்தியச் சுதந்தரத்தை பரந்த ஆசியக் கண்டத்தின் மீட்சியாகக் கண்டார். கடந்த நூற்றாண்டுகள் ஐரோப்பாவுக்கு அல்லது பொதுவாக வெள்ளை இனங்களுக்குச் சொந்தமானதாக இருந்திருக்கலாம். ஆனால் இப்போது,

முன்பு அடிமைப்படுத்தப்பட்ட வெள்ளையர் அல்லாதவர்கள் தங்கள் சொந்த நிலைக்குத் திரும்பவரும் காலம் வாய்த்திருக்கிறது.

இந்த விஷயத்தில், புது டெல்லியில் 1947 ஏப்ரலில் நடைபெற்ற ஆசிய நல்லுறவு மாநாடு குறிப்பிடத்தகுந்த ஊக்கியாக அமைந்தது. இருபத்தெட்டு நாடுகள் இம்மாநாட்டுக்குத் தங்கள் பிரதிநிதிகளை அனுப்பிவைத்தன. (இவற்றுள்) இந்தியாவை அடுத்துள்ள நாடுகள் (ஆப்கனிஸ்தான், பர்மா, சிலோன், நேபாளம்), தென்கிழக்கு ஆசியாவின் காலனி நாடுகள் (மலேயா, இந்தோனேஷியா மற்றும் வியட்னாம்), சீனா மற்றும் திபெத் (இரண்டும் தனித்தனிப் பிரதிநிதிகளை அனுப்பின), சோவியத் யூனியனின் ஏழு குடியரசுகள் மற்றும் கொரியா ஆகியவையும் அடங்கும். அரபு லீகும் அதில் இடம்பெற்றது. பாலஸ்தீனத்திலிருந்தும் ஒரு தூது கோஷ்டி வந்திருந்தது.

ஒரு மேற்கத்திய பத்திரிகையாளர், 'டெல்லி ஒரு வாரத்துக்கு வினோதமான உடைகள் அணிந்த பலதிறப்பட்ட மக்களால் நிறைந்திருந்தது. பூக்களும் சரிகை வேலைகளும் பின்னப்பட்ட உடையில் தென்கிழக்கு ஆசிய நாட்டினர்; கணுக்கால் வரை அணிந்த பெல்பாட்டம் பாவாடையில் கிழக்கு சோவியத் குடியரசு நாட்டினர்; பின்னலிட்ட ஜடையும் தடிமனான துணியில் தைக்கப்பட்ட உடையுடன் திபெத்தியர்கள். பல விநோதமான மொழிகள், பல அடைமொழிகள் ஆகியவற்றையும் டெல்லி கண்டது; கேட்டது. ஏதோ ஒருவிதத்தில், அவர்கள் உலகின் பாதி மக்கள் தொகைக்கு பிரதிநிதிகளாக இருந்தனர்' என்று எழுதினார்.[8]

மாநாடு புரானா கிலா என்ற கொஞ்சம் வலுவிழந்த, ஆனாலும் மிகப்பெரிய, கம்பீரமான, பதினாறாம் நூற்றாண்டில் ஷேர் ஷா சூரியால் கட்டப்பட்ட கட்டடத்தில் நடைபெற்றது. தொடக்க விழாவும் நிறைவு விழாவும் பொதுமக்கள் கலந்துகொள்ளுமாறு அமைந்தது. மக்கள் பெருந்திரளாக (சுமார் 20,000 பேர்) வந்திருந்தனர். ஆங்கிலமே அதிகாரபூர்வமான மொழி. ஆனால், பிரதிநிதிகளுக்கு என மொழிபெயர்ப்பாளர்கள் ஏற்பாடு செய்யப் பட்டிருந்தனர். பேச்சாளர்கள் மேடைமீது வந்து பேசினர். அவர்களுக்குப் பின்னணியில் மிகப்பெரிய வரைபடம் ஒன்று ஒட்டப்பட்டிருந்தது. அதன் உச்சியில் நியான் விளக்கொளி அமைப்பில் ஆசியா என்று ஆங்கிலத்தில் எழுதப்பட்டிருந்தது.

தொடக்க உரையை நேரு ஆற்றினார். பலத்த ஆரவாரத்துக்கிடையே எழுந்த அவர், 'நீண்ட நெடுங்கால அமைதிக்குப் பிறகு, திடீரென்று ஆசியா உலக விவகாரங்களில் முக்கியமான ஒன்றாக ஆகிவிட்டது. அதன் நாடுகளை மற்றவர்கள் இனி பகடைக் காய்களாக ஆக்கிக்கொள்ள முடியாது' என்றார்.[9] எனினும், பத்திரிகையாளர் ஜி.எச்.ஜான்சன் நேருவின் பேச்சை நினைவுகூர்ந்து, 'அது நேரடியாகவோ மறைமுகவாகவோ, காலனியாதிக்கத்துக்கு எதிராக இல்லை' என்றார். தன் கையை ஆட்டியவாறு, 'பழைய ஏகாதிபத்தியம் மங்கி வருகிறது' என்றார் நேரு.[10] அவர் காலனியாதிக்கத்தை தாக்கவில்லை; அதைவிட மோசமாக, அதன் இரங்கல் உரையை ஆற்றிவிட்டார்.

நேருவின் உரைக்குப் பின்னர், பங்குபெற்ற ஒவ்வொரு நாடும் அகர வரிசையில் ஒரு பேச்சாளரை மேடைக்கு அனுப்பிவைத்தது. இவர்கள் அனைவரும் பேசிமுடிக்க முழுதாக இரண்டு நாள் பிடித்தது. அதன்பிறகு பிரதிநிதிகள், ஒவ்வொரு கருத்தை எடுத்துக்கொண்டு வட்டமேஜைக் குழுக்களாகச் செயல்பட்டனர். 'சுதந்தரத்துக்குத் தேசிய இயக்கங்கள்', 'இனப் பிரச்னைகளும் ஆசிய நாடுகளிடையே இடம்பெயர்தலும்', 'பொருளாதார வளர்ச்சியும் சமூகத் சேவைகளும்', 'கலாசாரச் சிக்கல்கள்' மற்றும் 'மகளிர் நிலையும் மகளிர் மேம்பாட்டு இயக்கங்களும்' என்று தனித்தனிப் பிரிவுகள் இயங்கின.

மகாத்மா காந்தியின் உரையுடன் மாநாடு நிறைவுபெற்றது. மாநாடு, உண்மையான இந்தியா இருக்கும் கிராமத்தில் நிகழாமல், மேற்கத்திய செல்வாக்கால் பாதிக்கப்பட்ட நகரில் நடைபெறுவதைக் குறித்து அவர் வருந்தினார். 'ஆசியாவின் செய்தியை மேற்கத்திய பார்வை மூலம் கண்டு, அணுகுண்டைக் நகலெடுத்துச் செயல்படக் கூடாது' என அவர் வற்புறுத்தி னார். 'ஆசியா, மேற்கத்திய நாடுகளை அன்பின் மூலமாகவும் சத்தியத்தின் மூலமாகவும் வெற்றிகொள்ள வேண்டும் என்ற செய்தியை அவர்கள் எடுத்துச்செல்ல வேண்டும் என அவர் விரும்புவதாக' குறிப்பிட்டார்.[11]

காந்தி தோன்றினார். அவ்வளவே! ஆனால், இதில் உண்மையில் நேருவே பிரதானம். அவரது ஆதரவாளர்கள் அதை, மறுமலர்ச்சி பெறும் ஆசியாவின் அதிகாரபூர்வமான குரல் அவருடையதுதான் என்று உறுதி செய்வதாகக் கண்டனர். அவருடைய விமரிசகர்கள் அவ்வளவு தாராளமானவர்களாக இல்லை. முஸ்லிம் லீகின் பத்திரிகையான டான், மாநாடு பற்றி விவரிக்கும் போது, 'அவர் (நேரு) எவ்வளவு திறமையாக ஏதோ ஓர் அளவில் அனைத்து ஆசியர்களுக்கும் தாமே தலைமை என்பதுபோல வேலை செய்திருக்கிறார்!' என்று குற்றம் சாட்டியது. 'ஆசிய நாடுகளின் தலைவராகத் தம்மைத் திணித்துக் கொண்டு, அந்தக் கெளரவம், புகழ் மூலம், இந்திய இந்துத்துவா கொள்கையை விரிவுபடுத்துவதே அந்த இந்துவின் திட்டம்' என்றும் அது எழுதியது.[12]

II

சுதந்தரத்துக்கு முன்பும் நேரு ஐரோப்பா சென்றிருக்கிறார். எனினும், அவர் பிரதமர் பொறுப்பேற்ற இரண்டு வருடங்களுக்குப் பிறகே அவருடைய அமெரிக்கப் பயணம் அமைந்தது. நேருவின் நினைவில் அமெரிக்கா மிக மெலிதாகத்தான் தோன்றியது. உதாரணமாக, அவருடைய உலக வரலாறு பற்றிய நூலில் சீனா அல்லது ரஷ்யா இடம்பெற்றதைவிட மிகக்குறைவான இடத்தையே அவர் அமெரிக்காவுக்கு அளித்திருந்தார். மேலும் அவர் அமெரிக்காவைப் பற்றி எழுதியிருந்ததும் அவ்வளவு புகழ்ச்சியாக இல்லை. அமெரிக்க முதலாளித்துவம், அடிமைத்தனத்துக்கும், தாதாகிரிக்கும், மிகப்பெரிய அளவிலான வளமை அல்லது வறுமை ஆகியவற்றுக்கும்தான் வழி செய்திருக்கிறது. அமெரிக்க நிதி வர்த்தகர் ஜே. பியர்பான்ட் மார்கன் ஆறு

மில்லியன் பவுண்ட் மதிப்புள்ள சொகுசுக் கப்பலை வைத்திருக்கிறார். ஆனாலும் நியூ யார்க், 'பசி நகரம்' என்றே அறியப்படுகிறது. ரூஸ்வெல்ட்டின் பொருளாதாரத்தை ஒழுங்குபடுத்தும் முயற்சியை நேரு பாராட்டினார். ஆனால், அவரது நிதித்துறைச் சீர்திருத்தம் வெற்றிபெறும் என்று நேரு நினைக்கவில்லை. ஏனெனில், நவீன உலகத்தில் அமெரிக்கப் பெருந்தொழில்தான் மிகவும் அதிகாரம் பெற்று ஆட்டிப் படைக்கிறது. அது தன் அதிகாரத்தையும் சலுகைகளையும் ஜனாதிபதி ரூஸ்வெல்ட்டின் வேண்டுகோளுக்காக விட்டுக்கொடுக்காது.[13]

1949-ன் பிற்பகுதியில், நேருவின் அமெரிக்கப் பயணத்துக்கு முன்பாக டைம் பத்திரிகையின் நிருபர் நேருவின் நூல்களை நோக்கியபோது, அவர் அமெரிக்கா பற்றி அதிகம் சிந்திக்கவில்லை என்பதைக் கண்டார். பிரிட்டிஷ் பல்கலைக்கழக மாணவராக, ஒருவேளை அவர் அமெரிக்காவின் கலாசாரக் குறைவை மேம்போக்காகப் பார்த்திருக்கக்கூடும். சோஷலிச உணர்வுள்ளவராக, அமெரிக்கா தொழில்நுட்பத்தில் தன்னிகரற்று விளங்குவதை ஏற்றுக்கொண்டாலும், அதை முதலாளித்துவக் கொள்ளைக்கார நாடாகவே கருதினார்.[16]

நேருவின் கருத்துகளையே பலரும் கொண்டிருந்தனர். பிரிட்டிஷ் பிரபுக்களைப் போலவே, இந்தியாவில் படித்தவர்களும் அமெரிக்காவையும் அமெரிக்கர்களையும் பண்புக் குறைவானவர்களாகவும் கலாசாரமற்றவர்களாகவும் கருத முற்பட்டனர். புகழ்பெற்ற தென்னிந்திய குடும்ப வழித்தோன்றலான பி.பி. குமாரமங்கலத்தின் கருத்துகள் இதற்கு ஓர் எடுத்துக்காட்டு. அவருடைய தந்தை டாக்டர் பி. சுப்பராயன் செல்வந்தர், நிலச்சுவான்தார் மற்றும் செல்வாக்குள்ள அரசியல்வாதி. பின்னாளில் நேருவின் மந்திரிசபையில் பணியாற்றினார். மகன் சாந்தர்ஸ்டில் கல்வி பயின்றார். அவரது உடன்பிறப்புகள் ஆக்ஸ்போர்டிலும் கேம்ப்ரிட்ஜிலும் பயின்றனர். மோகன் என்ற சகோதரரும், பார்வதி என்ற சகோதரியும் இந்திய கம்யூனிஸ்ட் கட்சியின் பிரபல முன்னணித் தலைவர்களாக இருந்தனர். இது அவர்களை அமெரிக்காமீது வெறுப்புகொள்ள வைத்தது. ராணுவ அதிகாரியாக இருந்த சகோதரர், இவ்விஷயத்தில் அவர்களையும் வென்றுவிட்டார். இந்திய சுதந்தரத்துக்குப் பிறகு அவர் ஒக்லஹோமாவில், ஸில் கோட்டையில் பீரங்கிப்பள்ளியில் பயிற்சிபெற அனுப்பப்பட்டார். இங்கிருந்து அவர் மதராஸில் இருந்த தன் ஆசானுக்கு இப்படி எழுதினார்:

'நான் எப்போதுமே விருப்பம் கொள்ளமுடியாத நாடு இது. இவர்கள் பற்றி எனக்கு மிக உயர்ந்த அபிப்பிராயமில்லை. இங்கே நான் தொடர்பு வைத்திருக்கவேண்டியவர்கள், எங்கள் இருவரிடமும் மிகக் கனிவாக, விருந்தோம்புபவர்களாக, மிக நல்லவர்களாக உள்ளனர். ஆனாலும், அதில் செயற்கையின் சாயலை உணர்கிறேன். ஒருவரைக் கவர்வதற்கான முயற்சியின் விளைவாகவும் அதைக் காண்கிறேன். அவர்கள் பழைய உலகத்தையும், அதன் பின்னணி, கலாசாரம் ஆகியவற்றையும் கண்டு பொறாமைப் படுகிறார்கள் என நினைக்கிறேன். அது பயங்கரத் தாழ்வு மனப்பான்மையில்

போய் முடிந்திருக்கிறது. ஒழுக்கநெறி என்று பார்த்தால், அது அவர்களிடம் இல்லவே இல்லை. மக்கள் ஒருவரை ஒருவர் எப்படியாவது ஏமாற்றி வெற்றிகொள்வதில் மகிழ்ச்சி அடைவதாகத் தோன்றுகிறது. அரசியல் வாதிகள் பயமுறுத்திப் பணம் பறிப்பவர்கள். பெருந்தொழில்கள் நாட்டின் ஒவ்வொரு விஷயத்தையும் கட்டுப்படுத்துகின்றன. சிறிய கிராம வியாபாரிகளும் விவசாயிகளும், பெரிய மனிதர்களிடம் சிக்கியுள்ளனர் என நான் நினைக்கிறேன். நம் நாடு முழுதும் அமெரிக்காவின் செல்வாக்கின்கீழ் வந்துவிடாமல், எச்சரிக்கையுடன் செயல்படும் என நம்புகிறேன்.'[15]

அவர்கள் பங்குக்கு, அமெரிக்காவும் இந்தியா பற்றிப் பாரபட்சமான சில கருத்துகளைக் கொண்டிருந்தது. அவர்கள் காந்தியையும், அவருடைய தேச விடுதலைப் போராட்டத்தையும் மதித்துப் போற்றினர். ஆனால் அவர்களுக்கு இந்தியா பற்றிய அறிவு மிகக் குறைவே. ஹெரால்டு ஐசக் ஒருமுறை குறிப்பிட்டவாறு, போருக்குப் பிந்தைய அமெரிக்கர்களுக்கு உண்மையில் நான்கே நான்கு வகை இந்தியர்கள்தாம் இருந்தனர். (1) கற்பனைக்கு எட்டாத மிகையான வாழ்க்கை வாழ்பவர்கள் - மகாராஜாக்கள், மந்திரவாதிகள், விந்தையான காட்டுவிலங்குகளான புலிகள், யானைகள். (2) ஆன்மிக யோகிகள் - ஆழ்ந்த சிந்தனையில் வாழ்கின்ற அமைதியான, சலனமற்ற ஆன்மிகவாதிகள். (3) பாமர, கல்வியறிவற்ற மக்கள் - மிருகங்களையும் பல தலைகள் கொண்ட கடவுள்களையும் வணங்குபவர்கள். 4. பாவப்பட்ட மக்கள் - வறுமையில் வாடி, நோயில் குன்றி வாழும் பரிதாபத்துக்குரியவர்கள், ஈ மொய்க்கும் கண்களுடன் உள்ள குழந்தைகள், வீங்கிய வயிற்றுக் குழந்தைகள், தெருக்களில் மடியும் குழந்தைகள், நீரில் அழுகும் மனித உடல்கள்... இந்தப் படிமங்களில் கடைசி இரண்டும் முன்னிலைப்படுத்தப் படுகின்றன. காந்தியால், 'சாக்கடை ஆய்வாளர் அறிக்கை' என்று விவரிக்கப்பட்ட, இந்தியத் துணைக்கண்டம் பற்றிய கேதரின் மேயோ எழுதிய 'மதர் இந்தியா' என்ற புத்தகம் அமெரிக்காவில் வெகு பிரபலமாக இருந்தது தற்செயல் அல்ல.[16]

அமெரிக்கா பற்றிய இந்தியர்களின் பாரபட்சமான கருத்துகளை நேரு ஓரளவு ஏற்றார். சில அமெரிக்கர்களுடைய இந்தியா பற்றிய கருத்துகளை அவர் அறிந்திருந்தார். ஆனால், மிக இளைய ஜனநாயகத்துக்கும் மிகுந்த செல்வம் படைத்த ஜனநாயகத்துக்கும் இடையே நடக்க இருந்த முதலாவது உயர்மட்ட சந்திப்புக்காக, இந்த எண்ணங்களை கட்டுக்குள் நிறுத்தி வைக்க அவர் தயாராக இருந்தார். 1949 ஆகஸ்டில் தன் பயணத்துக்குத் தயாராகிக் கொண் டிருக்கும்போது அவருடைய இயல்புக்கு முற்றிலும் மாறாக அமைதியற்று இருந்தார். 'நான் எந்த மனநிலையில் அமெரிக்காவில் பேசுவேன்?' என்று தன் தங்கை விஜயலக்ஷ்மியைக் கேட்டார். 'எப்படி மக்களிடையே பேசுவேன்? எப்படி அங்குள்ள அரசாங்கம், முதலாளிகள் மற்றும் பிறருடன் நடந்துகொள்வேன்? அமெரிக்கப் பொதுமக்கள் முன் என்னுடைய எந்த முகத்தை முன்னிலைப்படுத்துவது? இந்தியன் என்றா? ஐரோப்பியன்

என்றா? நான் அமெரிக்கர்களுடன் நட்பாக இருக்க விரும்புகிறேன். ஆனால், நம்முடைய லட்சியத்தை எப்போதும் தெளிவுபடுத்தியபடித்தான்!'[17]

நேரு அமெரிக்காவில் மூன்று வாரம் தங்கினார். அமெரிக்க நாடாளுமன்றம் எவ்வளவு கலவையான பிரதிநிதிகளைக் கொண்டதோ, சிகாகோ தேவாலயத்தில் பிரார்த்தனை செய்பவர்கள் எப்படிக் கலவையாக இருக்கிறார்களோ, அந்த அளவுக்குக் கலவையாக பலதரப்பட்ட மக்களிடையே ஒவ்வொரு நாளும் பேசினார். கொலம்பியா பல்கலைக் கழகத்தில் அவருக்கு கௌரவ டாக்டர் பட்டம் வழங்கப்பட்டது. கலிஃபோர்னியா பல்கலைக் கழகம், பெர்க்லி ஏற்பாடு செய்திருந்த 10,000 பேர் வந்திருந்த கூட்டத்தில்அவர் பேசினார். பாஸ்டனில் ஒரு டாக்சி டிரைவருடன் படம் எடுத்துக்கொண்டு பொதுமக்களிடம் தனக்குள்ள ஈடுபாட்டைக் காட்டினார். அத்துடன், அறிவுடையோர் குழுவில் தானும் உறுப்பினர் என்பதை வெளிக்காட்டும்விதமாக, பிரின்ஸ்டனில் ஆல்பர்ட் ஐன்ஸ்டைனைச்சந்தித்தார்.

அமெரிக்க நாடாளுமன்றத்தில், நேரு அமெரிக்க தேசத்தின் நிறுவனர்கள் பற்றி மரியாதையாகப் பேசினார். உடனேயே தன் சொந்த நாட்டிலிருந்து ஒரு மாபெரும் மனிதரை முன் நிறுத்தினார். அவர்தான் காந்தி. அவருடைய சமாதானம், சத்தியம் ஆகிய சக்திகளே சுதந்தர இந்தியாவின் அயல்நாட்டுக் கொள்கையை ஊக்குவித்தன. எனினும் 'வெறும் வரையறுக்கப்பட்ட எல்லைகள் சூழ்ந்த எந்த நாட்டுக்குள்ளும் அடங்காதவர் மகாத்மா. அவருடைய செய்தி உலகத்தின் மிக விரிந்த பெருஞ்சிக்கல்களைப் பற்றிச் சிந்திக்க உதவும். ஏனென்றால், உலகிலுள்ள மிகப்பெருங்குறை, நாடுகளும் மக்களும் ஒருவருக்கொருவரை அல்லது ஒன்றுக்கொன்றை புரிந்து கொள்வதும் பாராட்டுவதும் இல்லாததே.'

இந்தப் பேச்சு ராஜதந்திர ரீதியிலானது. ஆனால் பிற இடங்களில் வெளிப்படையாகவே பேசினார். கொலம்பியா பல்கலைக் கழகத்தில், உலகத்தை இருவேறு பகை முகாம்கள் ஆக்கும் ஆசையைப் பற்றி தம் வருத்தத்தைத் தெரிவித்தார். 'இந்தியா இந்த இரு முகாம்களில் எதிலும் சேராது. ஒவ்வொரு சர்ச்சைக்குரிய பிரச்னையையும் சுதந்தரமான அணுகு முறையில் தொடர்ந்து ஆராயும்.' அவரது கருத்துப்படி, போரின் காரணம் இனவெறிப் போக்கும் காலனியாதிக்கமுமே. ஒரு நாடோ, ஓர் இனமோ, மற்றொன்றின்மீது ஆதிக்கம் செலுத்துவதை முடிவு கட்டினால்தான், அமைதியும் சுதந்தரமும் அடையமுடியும் என்றார்.[18]

இந்தியப் பிரதமர் அமெரிக்கப் பத்திரிகைகளைப் பெரிதும் கவர்ந்தார். 'உலகெங்கிலும் உள்ள மக்களுடைய விடுதலை வேட்கைக் குரலை இப்படி ஒலிப்பதில், இந்தத் தலைமுறையில் தாமஸ் ஜெஃபர்ஸனுக்கு மிக அண்மையில் வரக்கூடியவர் நேரு மட்டுமே' என்று கூறும் அளவுக்குச் சென்றது சிகாகோ சன் டைம்ஸ் என்ற பத்திரிகை.[19] கிறிஸ்டியன் சயன்ஸ் மானிடர் என்ற பத்திரிகை அவரை 'உலகத்தின் மாபெரும் மனிதர்' என்று

வர்ணித்தது. அவர் அமெரிக்காவிலிருந்து விடைபெற்றபோது செயிண்ட் லூயி போஸ்ட் டிஸ்பாட்ச் பத்திரிகையின் பத்தி எழுத்தாளர், 'அமெரிக்கா விலிருந்து வெளியேறும்போது, கலங்கிய கண்களுடைய பெண்களை விட்டுச் சென்றுள்ளார்' என்று எழுதினார்.[20] 'நேருவின் கொள்கைகள் என்ன என்று அமெரிக்கர்களுக்கு புரியாவிட்டாலும்கூட, அவரிடம் அபூர்வமான உண்மை என்று எதையும் காணாவிட்டாலும் அபூர்வமான இதயம் இருப்பதை உணர்ந்துகொண்டனர்' என்று டைம் இதழ் எழுதியது.[21]

எனினும் நேருவின் வருகையைப் பிடிக்காத சிலரும் அமெரிக்காவில் இருந்தனர்: அமெரிக்க வெளியுறவுத் துறை அதிகாரிகள். நேரு, அமெரிக்கா வெளியுறவுத் துறைச் செயலர் டீன் அச்சிஸனுடன் பல விவாதங்களை நடத்தினார். ஆனால் இவற்றால் எந்தப் பயனும் விளையவில்லை. அச்சிஸன், தன் நினைவுக் குறிப்புகளில் நேருவின் பயணத்தை சற்றே வெறுப்புடனும் ஏமாற்றத்துடனும் குறிப்பிடுகிறார். அவர் நேருவை, 'அகம்பாவம் கொண்டவராகவும் (என்னுடன் பேசும்போது ஏதோ பொதுக்கூட்டத்தில் பேசுபவர்போல பேசினார்), சுருக்கென்று குத்துபவராகவும், (தன்னிடத்தில் உள்ள குறைகளைக் கண்டுகொள்ளாமல்) பிறரிடம் குறைகண்டுபிடிப்பவராகவும்' கண்டார். அச்சிஸன் காஷ்மீர் பற்றி பேச்சை எடுத்தபோது, நேரு அவரிடம் 'கொஞ்சம் மேடைப் பேச்சு, கொஞ்சம் கோபம், கொஞ்சம் எதிராளிகள் மீதான வெறுப்பு' ஆகியவற்றின் கலவை பதிலாகக் கிடைத்தது. மொத்தத்தில் நேரு, அச்சிஸன் 'சந்தித்தவர்களிலேயே மிகவும் கடினமானவராக' இருந்தார்.[22]

மற்ற அமெரிக்க அதிகாரிகள் நேருவிடம் அதிகக் கனிவு காட்டினர். அப்படிப்பட்ட ஒருவர் செஸ்டர் பௌல்ஸ். அவர் 1951-53-ல் புதுடெல்லியில் அமெரிக்கத் தூதராக இருந்தவர். நேரு பணியாற்றுவதை நேரில் கண்டிருந்த பௌல்ஸ், ஜனநாயகத்தின் மீதும், ஜனநாயக முறைகள் மீதும், சிறுபான்மையினர் உரிமைகள் கொண்டிருந்த ஈடுபாட்டால் கவரப் பட்டார். அச்சிஸனும் மற்ற அமெரிக்கர்களும் உலகத்தை நண்பர்கள், பகைவர்கள் என இரு கூறுகளாகப் பிரித்தனர்.[23] பௌல்ஸ் அப்படிப்பட்டவர் அல்ல. 'அவர் (நேரு) நூறு சதவிகிதம் நமக்காக இல்லை என்பதால், அவர் நமக்கு எதிராகத்தான் இருக்கவேண்டும் என்ற முடிவுக்கு வருவது பக்குவ மற்றதும் நகைப்புக்கு உரியதும் ஆகும்' என்று அவர் வலியுறுத்தினார்.[24]

பௌல்ஸ் இந்தியாவில் இருந்தபோது, ஒரு நாடுகளும் நெருங்கி வந்தன. இந்திய விவசாய முன்னேற்றத் திட்டங்களுக்கு உதவ, நிபுணர்களையும் கருவிகளையும் அமெரிக்கா அனுப்பிவைத்தது. ஆனால், பொதுமக்களிடம் அவநம்பிக்கை தொடர்ந்தது. 1950-களின் ஆரம்பத்தில், துணைக்கண்டத்தில் சுற்றுப்பயணம் மேற்கொண்ட டெலாவேர் எழுத்தாளர் ஒருவர் படித்த இந்தியர்களைச் சந்தித்தபோது, அவர்கள் கருத்துப்படி, 'அமெரிக்கா என்ற நாடு, மாபெரும் பிழைகளால் தனிமைப்படுத்தப்பட்டுள்ளது. தன்னுடைய பொருள்மீதான் ஆர்வம், ஏகாதிபத்திய நோக்கங்கள், போர் வெறிக் குணம்,

அரசியல் ஊழல், ஆன்மிக கலாசார வறுமை, இனப் பாகுபாடு, அநீதி போன்ற கொடும் பாவங்களில் உழன்றுகொண்டுள்ளது.'[25]

1953-க்குப் பிறகு இருபதாண்டுகள் பதவியில் இல்லாமல், பிறகு மீண்டும் ரிபப்ளிக் கட்சியினர் ஆட்சிக்கு வந்தபோது, இரு நாடுகளுக்கு இடையிலான அவநம்பிக்கை தீவிரமாயிற்று. அந்த ஆண்டு முடியும் நிலையில், வில்லியம் எஃப். நோலண்ட் என்ற ரிபப்ளிகன் கட்சியின் செனட் தலைவர் ஆறு வார உலகப்பயணம் மேற்கொண்டார். தாய்நாடு திரும்பியதும், அவர் யு.எஸ்.நியூஸ் அண்ட் வேர்ல்ட் ரிபோர்ட் என்ற பத்திரிகைக்கு அளித்த பேட்டியில், 'ஜவாஹர்லால் நேரு அனைத்து ஆசிய நாடுகள் மற்றும் ஆசிய மக்களுக்கும் பிரதிநிதி அல்ல. நிச்சயமாக அவர் கொரியக் குடியரசுக்காக, ஜப்பானுக்காக, சுதந்தர சீனா அல்லது ஃபார்மோஸாவுக்காக, தாய்லாந்து, வியட்னாம், லாவோஸ் அல்லது கம்போடியாவுக்காகப் பேசவில்லை' என்று அழுத்தமாகக் கூறினார். 'நிச்சயமாக, அவர் பாகிஸ்தானுக்காகப் பேசவே இல்லை. அவர் ஏதேனும் நாட்டின் பிரதிநிதியாக அவர் பேசக்கூடும் என்றால், அது இந்தியாவுக்காக மட்டுமே. ஓரளவுக்கு அவர் கருத்து இந்தோனேஷியா மற்றும் பர்மாவின் கருத்துடன் ஒத்துப்போகலாம்.'[26]

இந்தக் கருத்துகளை புதிய வெளியுறவுத் துறைச் செயலர் ஜான் ஃபாஸ்டர் டல்லஸூம் ஏற்றுக்கொண்டார். டல்லஸ் பனிப்போரின் தீவிர ஆதரவாளர். அவருடைய வெளியுறவுக் கொள்கையில் கம்யூனிஸ எதிர்ப்பு மட்டுமே ஆதிக்கம் செலுத்தியது. சோவியத் யூனியனுடனான சண்டையில் டல்லஸ் பிற நாடுகளுடைய உள்நாட்டு அரசியலை முற்றிலும் ஒதுக்கித் தள்ளவும் தயாராக இருந்தார். பொதுவாகச் சொன்னால், 'அமெரிக்க நிலையை ஏற்கும் சர்வாதிகாரிகள், அவ்வாறு ஏற்க விரும்பாத ஜனநாயகவாதிகளைக் காட்டிலும் மேலானவர்கள்' என்று கருதப்பட்டனர். 'ஒரு மோசமான பொறுக்கியாக இருந்தாலும், குறைந்தபட்சம் அவர் நம் தரப்புப் பொறுக்கி' என்று அவர் கூறியதாகச் சொல்லப்படுவதுண்டு.'

டல்லஸூம் நேருவும் ஆரம்பமுதலே ஒருவரையொருவர் வெறுத்தனர். அமெரிக்கர்கள் கருத்துப்படி, 'நடுநிலைமை என்பது வழக்கற்றுப்போன, நேர்மையற்ற, குறுகிய நோக்குடையது.' அதை உபதேசிப்பவர்கள், முடிவாக மறைமுக கம்யூனிஸ்டுகள். நேரு இயற்கையாகவே இந்த விளக்கத்தைக் கனிவுடன் ஏற்கவில்லை. ஆஸ்திரேலிய ராஜதந்திரி வால்டர் க்ராக்கர், இந்தியப் பிரதமர் இதிலுள்ள முரணைத் கவனிக்கத் தவறவில்லை என்று கூறினார்.

'டல்லஸூக்கு விருப்பமான சுதந்தரமான உலகம் மற்றும் சுதந்தரமான வாழ்க்கையின் புனிதத்தை, டல்லஸால் வெறுக்கப்பட்ட நேரு, மாபெரும் முயற்சி மேற்கொண்டு நாடாளுமன்ற ஜனநாயகம் மூலம், சட்டத்தின் கரங்கள் மூலம் எல்லா மதங்களுக்கும் சுதந்தரம், சமத்துவம், சமுதாய, பொருளாதாரச் சீர்திருத்தங்கள் மூலம் இந்தியாவுக்கு எடுத்துச் செல்கிறார். ஆனால் கம்யூனிஸத்துக்கு எதிராக இருப்பவை என்ற ஒரே காரணத்தாலேயே,

டல்லஸால் புகழப்படும், அவருடைய உதவியைப் பெறும் நாடுகள் உண்மையில், சிதைந்து போன நாடுகள், சர்வாதிகார அடக்குமுறை நாடுகள், ஒருசிலர் மட்டும் அதிகாரத்தைக் கையில் வைத்திருக்கும் நாடுகள் மற்றும் மதவாத நாடுகள். இவை சில சமயங்களில் ஊழல் நாடுகளும் பிற்போக்கு நாடுகளும்கூட.'[27]

டல்லஸ், அமெரிக்காவின் நம்பிக்கைக்குரிய கூட்டாளியான போர்ச்சுகல் தன் காலனியான கோவாவை, தான் விரும்பும் வரை வைத்திருக்கலாம் என்று கூறி இந்திய உணர்வுகளை மேலும் காயப்படுத்தினார். இந்திய-அமெரிக்க உறவைச் சிதைப்பதில் அவரது முடிவான பங்கு, பாகிஸ்தானுடனான அமெரிக்க ராணுவ ஒப்பந்தத்தின்மூலம் ஏற்பட்டது. அது 1954 பிப்ரவரியில் கையெழுத்தானது. ஒரு வரலாற்றாளர், 'திரு டல்லஸுக்குத் தேவை ஒப்பந்தங்கள். பாகிஸ்தானுக்குத் தேவை பணமும் படையும்' என்று இதனைக் குறிப்பிட்டார்.[28]

சுதந்தரம் வந்தநாள் முதலே, பிரிட்டன், பாகிஸ்தானை பனிப்போரில் சக்தி வாய்ந்த கூட்டாளியாகப் பார்த்து வந்திருக்கிறது; கம்யூனிஸத்துக்கு எதிரான வலுவான கோட்டையாகக் கருதி வந்திருக்கிறது. மாறாக, இந்தியா சோவியத் திடம் கனிவாக இருப்பதாக பிரிட்டன் கருதியது. ரஷ்யாவுக்கு மேற்கே துருக்கி, வலுவாக எதிர்த்து நிற்பதைப் போல, பாகிஸ்தானை ரஷ்யாவின் கிழக்குப் பக்கத்தில் உறுதியாக நிற்கவைக்க முடியும் என்ற வாதத்தால் வின்ஸ்டன் சர்ச்சில் பெரிதும் கவரப்பட்டார். இளம் ஹார்வர்ட் பேராசிரியர் ஹென்றி கிஸ்ஸிஞ்சர் இந்தக் கருத்துக்கு ஒப்புதல் அளித்து, 'சோவியத்தி லிருந்து ஆஃப்கனிஸ்தானைப் பாதுகாப்பது, பாகிஸ்தானின் பலத்தைப் பொருத்தது' என்றார்.[29]

டல்லஸ் போன்ற ரிபப்ளிகன் கட்சிக்காரருக்கு, கம்யூனிசத்துக்கு எதிரான சண்டையே முதன்மையானது; முக்கியத்துவம் வாய்ந்தது. சோவியத் யூனியனுக்கு எதிரான பாதுகாப்பு வளையத்தில் மிக முக்கியமான உறுப்பினராகக் கருதப்பட்டதால்தான் அமெரிக்கா பாகிஸ்தான் பக்கம் சாய்ந்திருந்தது. பாகிஸ்தானிய தளங்களிலிருந்து அமெரிக்க விமானங்கள் சோவியத் மத்திய ஆசியாவைக் கடுமையாகத் தாக்க முடியும். டல்லஸின் கருத்தை துணை ஜனாதிபதி ரிச்சர்ட் நிக்ஸனும் ஆதரித்தார். அவர்களுடைய கூட்டு முயற்சி ஜனாதிபதி ஐஸனோவரிடமும் எடுபட்டது. அவர் அமெரிக்கா-பாகிஸ்தான் கூட்டு உடன்படிக்கை, இந்தியாவில் என்ன அபிப்ராயங்களை ஏற்படுத்தும் என்பதில் கவலை கொண்டிருந்தார்.[30]

பாகிஸ்தானுக்கு அமெரிக்கா அளிக்கும் ஆண்டு ராணுவ உதவித் தொகையின் மதிப்பு 80 மில்லியன் டாலர். மேலும் மத்திய மற்றும் தென்கிழக்கு ஆசியாவில் ரஷ்யாவுக்கு எதிரான சென்டோ (CENTO) மற்றும் சீட்டோ (SEATO) ராணுவக் கூட்டு ஒப்பந்தங்களில் பாகிஸ்தானை இணையுமாறு அமெரிக்கா வற்புறுத்தியது. பாகிஸ்தானுடன் டல்லஸ் உடன்பாட்டில் கையெழுத்து இடுவதற்கு இரண்டு மாதங்களுக்கு முன்பாக,

துணைக்கண்டத்தில் பல ஆண்டுகள் பணியாற்றிய அமெரிக்க கிறிஸ்தவ மிஷனரி ஒருவர் 'இந்தியாவுக்கு எதிராக பாகிஸ்தான் ராணுவத்தை அதிகமாக மதிப்பிடுவது, இந்தியாவை அந்நியப்படுத்திவிடும்' என்று எச்சரித்தார்.[31]

அது அப்படியே நடந்தது. அத்துடன் இந்திய - அமெரிக்க உறவில் மேலும் பல சிக்கல்களும் எழுந்தன. கொரியா, இந்தோசீனா போன்ற இடங்களில் நடந்துவந்த பனிப்போரில் இந்தியா நடுநிலையே வகித்தது. சீன மக்கள் குடியரசை உலக நாடுகள் அங்கீகரிக்குமாறு நேரு தீவிரமாக ஆதரவு திரட்டிக்கொண்டிருந்தார். தைவானுக்கு பதிலாக சீனாவுக்கு, ஐக்கிய நாடுகள் சபையின் பாதுகாப்புக் குழுவில் நிரந்தர இடம் தருமாறு அவர் வற்புறுத்தினார். இவற்றை வாஷிங்டன் கனிவுடன் காணவில்லை. 'உலக அரசியல் அரங்கில், அமெரிக்காவுக்குச் சவால் விடும் வகையில் நேரு இறங்கிவிட்டார்' என்று நினைக்கும் அமெரிக்கர்களின் எண்ணிக்கை அதிகமாகிக் கொண்டிருந்தது.[32]

அவர் அதைத்தான் செய்தார். 1954 மே மாதத்தில், தொழிலதிபர் ஜி.டி. பிர்லாவுக்கு எழுதிய கடிதத்தில், 'ஐந்தாறு வருடங்களாக தூரக் கிழக்கு நாடுகளில், அமெரிக்கா போன்ற ஒரு நாடு தொடர்ந்து மேற்கொண்டுவரும் தவறான கொள்கைகளைப் போல வரலாற்றில் வேறு எடுத்துக்காட்டுகள் இருக்கவே முடியாது' என்று எழுதினார். 'அவர்கள் தொடர்ந்து தவறான வழியிலேயே செல்கின்றனர். அவர்கள் எந்தச் சிக்கலையும், பணத்தாலும் படையாலும் தீர்த்துவிடலாம் என்று நினைக்கிறார்கள். அவர்கள் மனித உறவுகளை மறந்துவிட்டனர். அவர்கள் தேசியவாதிகளின் மன எழுச்சியை மறந்துவிட்டனர். அவர்கள் ஆசிய மக்கள் தம் மீது திணிக்கப்படும் கொள்கைகளை எதிர்ப்பதை மறந்துவிட்டனர்.'[33]

அந்தத் தொழிலதிபர் இரு நாடுகளும் நல்ல நேச உறவை வளர்த்துக்கொள்ள வேண்டும் என்ற கருத்தில் தீவிரமானவர். 1954 அக்டோபரில் பிர்லா அமெரிக்கா சென்றார். அங்கு செல்வாக்குமிக்கவர்கள் இடையே பேசினார். அவர் ஜான் ஃபாஸ்டர் டல்லஸுடன்கூட அரைமணி நேரம் செலவிட்டார். இந்தியா, அமெரிக்காவைப் போர் வெறியர் என்று குற்றம் சாட்டுவதைப் பற்றி டல்லஸ் அவரிடம் குறை கூறினார்.[34] 1956 பிப்ரவரியில், அமெரிக்காவுடன் நல்லுறவை வளர்க்க, பிர்லா மீண்டும் அங்கு செல்லுமுன் நேருவிடம் ஆலோசனை கேட்டார். அதற்கு பதிலாக ஒரு பிரசங்கமே கிடைத்தது. 'கோவா பற்றிய டல்லஸின் அறிக்கை, இங்குள்ள ஒவ்வொருவருக்கும் கோப மூட்டியிருக்கிறது. இதனால், அவர்கள் அளிக்கும் உதவிகளுக்கெல்லாம் மேலாக இந்திய அமெரிக்க உறவு பாதிக்கப்பட்டுள்ளது. மேலும் அவர்கள் பாகிஸ்தானுக்கு அளிக்கும் ராணுவ உதவி, இந்தியாவுக்குத் தொடர்ந்து அச்சமூட்டுவதாக அமைந்துள்ளது. அதன் விளைவாக அமெரிக்கா நமக்கு அளிக்கும் உதவியைவிட பாரங்களே அதிகமாக உள்ளது.'[35]

அடுத்த மாதமே ஜான் ஃபாஸ்டர் டல்லஸ், தைரியமாக இந்தியாவுக்கு வருகை தந்தார். இந்திய அரசோடு அவர் பேசிய பேச்சுகள் இன்னும் ரகசியமாகவே

வைக்கப்பட்டுள்ளன. ஆனாலும் அவருடைய பத்திரிகையாளர் சந்திப்பு உரைகள் நமக்குக் கிடைத்திருக்கின்றன. இங்கு அவர் பல விநோதமான கேள்விகளுக்குப் பதிலளிக்க வேண்டியதாயிற்று. கோவா போர்ச்சுகலின் ஒரு பகுதி என்று ஏன் சொன்னார் என்று கேட்கப்பட்டது. டல்லஸ் அதை மறுக்கவில்லை. ஆனால் பிரச்னைக்கு அமைதியான தீர்வு காணப்பட வேண்டும் என்று அவர் விளக்கமளித்தார். பின்னர் பாகிஸ்தானுக்கான ராணுவ உதவி பற்றியும், அது காஷ்மீர் பிரச்னையை மேலும் தீவிரமாக்கும் சாத்தியக்கூறுகள் பற்றியும் பேச்சு திரும்பியது. 'பாகிஸ்தானுக்கான ராணுவ உதவி, எந்த வகையிலும் இந்தியாவுக்கு அச்சுறுத்தலாகாது' என்றார் அவர். கேள்வி கேட்டவர் மீண்டும் மீண்டும் அதையே தொடர்ந்தபோது டல்லஸ் கோபமாக 'காஷ்மீர் பிரச்னை உள்ளது என்பதால், கம்யூனிஸ சோவியத்தின் ஆக்கிரமிப்புக்கு எதிராக பாகிஸ்தான் ஆயுதம் ஏந்தாமல் நிற்க வேண்டியதில்லை' என்று தாம் கருதுவதாகக் கூறினார். கோவா அல்லது காஷ்மீர் பற்றி மேலும் கேட்கப்பட்டால், தான் கூட்டத்தை விட்டு வெளியேற நேரிடும் என்றும் பயமுறுத்தினார்.[36]

இந்தியாவுக்கும் அமெரிக்காவுக்கும் இடையே பல பொதுவான அம்சங்கள் இருந்தன. ஜனநாயக நடைமுறை, கலாசாரப் பன்முகத்தன்மைக்கு ஆதரவு, பிரிட்டிஷ் அடக்குமுறைக்கு எதிரான தேசியப் போராட்ட வரலாறு முதலியன. ஆனால் சர்வதேசக் கொள்கைகளில் அவர்கள் வேறுபட்டு நின்றனர். கம்யூனிஸத்திடம் இந்தியா கனிவாக இருப்பதாக அமெரிக்கா நினைத்தது. காலனியாதிக்கத்துடன் அமெரிக்கா கனிவாக இருப்பதாக இந்தியா நினைத்தது. முடிவில் இணைக்கும் சக்தியைவிட, பிரிக்கும் சக்தி அதிகமாக இருந்தது. இரு பக்கத்திலும் உள்ள முக்கியமான மனிதர்களிடையே சரியான புரிந்துணர்வு இல்லாததே இதற்குக் காரணம்.[37]

III

வட அமெரிக்கா செல்வதற்கு இருபதாண்டுகளுக்கு முன் ஜவாஹர்லால் நேரு பெர்லினில் இருந்து ரயிலில் சோவியத் யூனியனுக்கு விஜயம் செய்தார். 1927 நவம்பர் 7 அன்று அவர் ரஷ்ய எல்லையை அடைந்தார். அன்றுதான் போல்ஷ்விக்குகள் ஆட்சியைப் பிடித்த பத்தாம் ஆண்டு விழா. லெனின் வழிபாடு வெகு அதிகமாகக் காணப்பட்டது. எங்கும் செங்கொடிகளும் போல்ஷ்விக் தலைவரின் மார்பளவுச் சிலைகளும் காணப்பட்டன. நேரு மாஸ்கோ சென்றபோது, அந்நகரின் இயற்கை கம்பீரமும் சமுதாய சமச்சீர்மையும் அவரைக் கவர்ந்தன. 'மிக அதிகமான ஆடம்பரமோ வறுமையோ காணப்படவில்லை. சாதி, வகுப்பு உயர்வு தாழ்வும் காணப்படவில்லை.'

நேரு தன் பயணம் பற்றி கட்டுரை ஒன்றை எழுதினார். விவசாயக் கூட்டுறவு பற்றியோ, ரஷ்ய அரசியலமைப்பு பற்றியோ, சிறுபான்மையினரிடம் காட்டப்படும் சகிப்புத்தன்மை பற்றியோ, பொருளாதார முன்னேற்றம் பற்றியோ எதை எழுதும்போதும் அதில் அவருடைய பரிவு வெளிப்பட்டது. லெனின் சமாதிக்குச் சென்றதைப் பற்றி எழுதும்போது, அவரைப் பற்றியும்

அவரது பணியைப் பற்றியும் நேரு எழுதினார். நாம் வாழும் நூற்றாண்டின் மிகச்சிறந்த செயல் தலைவராகவும் அதே நேரம் மிகவும் தன்னலமற்ற வராகவும் விளங்கியவர் அவரே என்ற ரொமைன் ரோலண்டின் கருத்தை எழுதி கட்டுரையை முடித்தார். ஒரு மாதிரி சிறைச்சாலைக்கு நேரு அழைத்துச் செல்லப்பட்டார். அது, சிறந்த சமுதாய ஒழுங்கையும் சோஷலிச முறையின் பரிவான குற்றவியல் சட்டங்களையும் படம்பிடித்துக் காட்டுவதாகக் நேரு கருதினார்.

கட்டுரை முடிவில், பூர்ஷ்வா நாடுகளோடு ஒப்பிடுகையில் சோவியத் யூனியன் தொழிலாளர்களையும், விவசாயிகளையும் நன்றாகவே நடத்து கிறார்கள் என்றும் மகளிரையும் குழந்தைகளையும், ஏன், சிறைக் கைதிகளைக் கூட நன்றாக நடத்துகிறார்கள் என்றும் எழுதினார். ரஷ்யாவை முற்று முழுதாக நம்பிவிட்டார் என்பது பயணக் கட்டுரைப் புத்தகத்தின் முன்னுரையில் வேர்ட்ஸ்வொர்த்தின் பிரெஞ்சுப் புரட்சி பற்றிய கவிதை வரிகளை மேற் கோளாகக் காட்டுவதிலிருந்து தெரிகிறது: *'ஆனந்தம் அந்தப் புலர்காலையில் ஆங்கே உயிர் வாழ்வது / பேரானந்தம் இளமையோடு இருப்பது!'*[38]

நேருவின் வாழ்க்கை வரலாற்றாசிரியர், அவர் சோவியத் யூனியனின் மகிழ்ச்சிகரமான ஆரம்பகால கட்டங்களின் இறுதியில் அங்கு பயணம் செய்ததாகக் குறிப்பிடுகிறார்.[39] அங்கு அப்போதும் லட்சிய நோக்கங்கள் நிலவி இருந்ததால், அவர்மீதும் அதன் பிரதிபலிப்புகள் இருந்தன. அது புரிந்து கொள்ளக் கூடியதே. லெனினைச் சுற்றி ஓர் ஒளிவட்டம் இருந்தது. (அவருடைய சகிப்புத்தன்மையற்ற போக்கு பற்றி ரஷ்யாவுக்கு வெளியே தெரிந்திருக்கவில்லை.) குலாக்குகள் என்ற ரஷ்ய செல்வந்த விவசாயிகள் முற்றிலுமாகக் கொலை செய்யப்பட்டதும், சைபீரிய மரண முகாம்களும் இனிதான் நடக்கப்போகின்றன. சோவியத் யூனியனின் 1920-கள் பற்றி பிற மேற்கத்திய பயணிகளும் உயர்வாக எழுதிய குறிப்புகள் இருக்கத்தான் செய்கின்றன. அவர்களைப் போலவே நேருவும் கவரப்பட வேண்டும் என்ற எண்ணத்துடனேதான் வந்தார், கவரப்பட்டார்.[40]

எல்லாவற்றையும்விட, சோவியத்தின் பொருளாதார முறையே அவரைப் பெரிதும் கவர்ந்தது. முற்போக்குக் கருத்துகள் கொண்டிருந்த அவர், தனியார் உடைமையைவிட அரசுடைமையே அதிக நியாயமானது என்றும் சந்தை களைவிட அரசு உருவாக்கும் திட்டங்கள் செயல்திறன் மிக்கவையாக இருக்கும் என்றும் கருதினார். அவருடைய உலக வரலாறு பற்றிய நூலில், சோவியத்தின் ஐந்தாண்டுத் திட்டங்கள் பற்றிய பாராட்டுக் குறிப்பு உள்ளது. ஆயினும், எந்தக் காலத்திலும் போல்ஷ்விக் மாதிரியிலான ஆயுதப் புரட்சியோ, ஒரு கட்சி ஆட்சியோ அவரைக் கவர்ந்ததில்லை. காந்தியின்கீழ் அவர் பெற்ற பயிற்சியால் அஹிம்சையின் பக்கம் அவர் முன்னரே சார்ந்திருந் தார். அவருக்கு மேற்கத்திய லிபரல் சிந்தனைகள் பற்றியும் தெரிந்திருந்ததால், தேர்தல் ஜனநாயகம், நடுநிலையான சுதந்தரமான பத்திரிகைகள் பற்றியும் ஆர்வம் கொண்டிருந்தார்.

சுதந்தரத்துக்குப் பிறகு, சோவியத் யூனியனுடனான நட்பு அவ்வளவு சிறப்பாக இல்லை. ஏனெனில், இந்திய கம்யூனிஸ்ட் கட்சி, மாஸ்கோவின் ஆசியுடன் இந்திய அரசைக் கவிழ்த்துவிட முயற்சி செய்துகொண்டிருந்தது. ஆனால் அவர்களுடைய கிளர்ச்சி தோற்றது. சோவியத் யூனியனும் நேசக்கரம் நீட்டியது. இப்போது அவர்கள் இந்தியாவை மேற்கத்திய முகாமிலிருந்து பிரித்து, தங்கள் பக்கம் இழுக்க விரும்பினர். 1951-ல் அமெரிக்க நாடாளு மன்றம், இந்தியாவின் உணவுப்பொருள் கோரிக்கையை விவாதித்துக் கொண்டிருந்தபோது, அதுபோன்ற எந்தத் தடைகளும் இல்லாத சோவியத் யூனியன் உடனே 50,000 டன் கோதுமையை அனுப்ப முன்வந்தது. கொரியப் பிரச்னையில் இந்தியா மேற்கொண்ட சமாதான முயற்சிகள் மாஸ்கோவால் பாராட்டப்பட்டன. ரஷ்யா, முன்னதாக, ஆசிய நாடுகள் கம்யூனிஸத்துக்கு ஏற்றவையா என்று சோதித்துப் பார்த்தே அவற்றுடன் உறவுகொள்ள முற்பட்டது. ஆனால் (டல்லஸின் அமெரிக்கா போல) பனிப்போர்ச்சூழல், அந்தக் கொள்கையை சற்றே தளர்த்தியது. ஒரு நாடு சோஷலிஸ்டா இல்லையா என்பது பற்றிக் கவலை இல்லை; அது நம் பக்கம் இருக்கிறதா இல்லையா என்பதே முக்கியம்.[41]

1955-ல் நேரு சோவியத் யூனியனுக்குப் பயணம் செய்தபோது அளிக்கப்பட்ட வரவேற்பில் ரஷ்யாவின் மாற்றம் முழுதாகத் தெரிந்தது. பார்வையாளர் ஒருவர் எழுதியவாறு, 'நேரு சோவியத் யூனியனில் சென்ற இடங்களில் எல்லாம் மக்கள் திரளாகக் கூடி வரவேற்றனர். தொழிற்சாலைகளில் ஆயிரக் கணக்கில் தொழிலாளர்கள் அவரைக் காண கூடினர். மாஸ்கோ பல்கலைக் கழகத்தில் மாணவர்கள் வகுப்பைவிட்டு வந்து மாபெரும் ஆரவாரமான வரவேற்பு அளித்தனர்.' (மாணவர்களுள் ஒருவர் மிகாயில் கோர்பசேவ். பல ஆண்டுகளுக்குப் பிறகு அவர் தன் நினைவுக் குறிப்புகளில் நேரு தன் மனத்தில் ஏற்படுத்திய பாதிப்பையும், அவருடைய அறவழி அரசியலையும் நினைவு கூர்ந்தார்.)[42] பயணத்தின் கடைசி நாள் அன்று இந்தியப் பிரதமர், கார்க்கி பூங்காவில் பேசுவதாக இருந்தது. ஆனால் வந்த கூட்டமோ எதிர்பார்த்ததைவிட மிக அதிகமாக இருந்தது. எனவே, கூட்டம், டைனமோ மாஸ்கோ கால்பந்து அணி அரங்க மைதானத்துக்கு மாற்றப்பட்டது.[43]

ஆறு மாதங்களுக்குப் பிறகு சோவியத் தலைவர்கள் புல்கானின் மற்றும் குருஷ்சேவ் இந்தியா வந்தனர். இந்தியர்கள் தம் பங்குக்கு தம் முழுத் திறனையும் காட்டி திரண்டனர். ரஷ்யாவில் நேருவுக்கு அளிக்கப்பட்ட வரவேற்புக்கு நன்றிகாட்டும் விதமாக மக்களைப் பெருந்திரளாகக் கூட்டிவர ஒலிபெருக்கிகள் ஓயாமல் அழைத்தன. அவ்விருவரும் வந்த நகரங்கள் எங்கும் வியக்கவைக்கும் வண்ணம் மாபெரும் கூட்டம் கூடியது. இந்த உற்சாகத்துக்கான காரணங்கள் பல. அயல்நாடு மீதான கவர்ச்சி, மாபெரும் கூட்டங்கள்மீது இந்தியர்களுக்கு இருக்கும் நாட்டம் மற்றும் இவை யனைத்துக்கும் மேலாக, மேற்கத்திய நாடுகள் மீதான எதிர்ப்புணர்வால், ரஷ்யா அமெரிக்காவுக்குச் சவால் விடுகிறது என்ற பெருமித உணர்வு முதலியவையே. புரட்சிகர, ஏகாதிபத்திய எதிர்ப்புணர்வு கொண்ட

கல்கத்தாவில்தான் பிற நகரங்களை எல்லாவற்றையும்விட, மாபெரும் கூட்டம் திரண்டது. சோவியத் தலைவர்களை உற்சாகமுடன் வரவேற்க வந்திருந்த ஐந்து லட்சம் மக்களில் கணிசமானவர்கள் தொழிலாளர்களும் மாணவர்களுமே. புதுடெல்லியும் ஒளி அலங்காரத்தால் ஜொலித்தது. 'ஒளி விளக்குகளால் அலங்கரிக்கப்பட்ட டெல்லி பங்குச்சந்தை கட்டடம், இந்திய கம்யூனிஸ்ட் கட்சி அலுவலகத்துக்குச் சவால் விடும் வகையில் போட்டி யிட்டது.'[44]

இந்தியாவில் மூன்று வாரப் பயணத்தில், புல்கானினும் குருஷ்சேவும் உருக்கு ஆலைகள், நீர்மின் திட்டங்கள் முதலியவற்றைப் பார்வையிட்டதோடு ஏழு மாநிலத் தலைநகரங்களில் சொற்பொழிவுகளும் ஆற்றினர். கேள்விக்கு இடமின்றி, அவற்றுள் முக்கியமானது ஜம்மு காஷ்மீர் தலைநகரான ஸ்ரீநகர். இங்கே அவர்கள் அந்தப் பள்ளத்தாக்கு இந்திய யூனியனின் ஒரு பகுதி என்பதை ஏற்றுக்கொண்டதைத் தெளிவுபடுத்தினர். காஷ்மீரிகள், திறமைமிக்க, கடினமாக உழைக்கும் இந்திய மக்களுள் ஒருவர் என்றும் குறிப்பிட்டனர்.[45] இந்தியச் செவிகளுக்கு இதைவிட இனிப்பாக ஒலிக்கக் கூடியது வேறெதுவும் இருக்க முடியாது.

IV

1955-ல் நேரு மாஸ்கோவுக்குப் புறப்படுவதற்குமுன் ஓர் இந்திய விமர்சகர், அவர் ரஷ்யர்களால் 'இழுக்கப்பட்டு விடுவார்' என்று கவலைப்பட்டார். அவரது பிற இயல்புகளைப் போலவே, அவர் 1920-களின் இறுதியிலும் 1930-களின் தொடக்கத்திலும், சோவியத் யூனியனை உண்மையாகவே முற்போக்குக் கொள்கைகள் கொண்ட நாடு என்று உருவாக்கியிருந்த கருத்தை அவர் விட விரும்பவில்லை. அதற்குப் பிறகு நடந்த நிகழ்ச்சிகளுக்குப் பின்னும், சோவியத் மீதான கவர்ச்சி அப்படியே இருந்தது. அதன் நற்செயல் களை அவர் கனிவுடன் பார்க்கிறார்; அதன் தீங்குகளை அவர் காணாமலேயே விட்டுவிடுகிறார்.[46]

இதை எழுதியவர், ஏ.டி.கோர்வாலா என்ற மேற்கு நாடுகளை விரும்பும் லிபரல் சிந்தனைகள் கொண்டவர். அவரைப் போல இன்னும் பலரும், பனிப்போரில் இந்தியா பிற ஜனநாயக நாடுகளுடன் கூட்டு சேரவேண்டும் என்று கருதினர்.[47] ஆனால் இவர்கள் மற்றொரு குழுவின் வலுவுக்கும் எண்ணிக்கைக்கும் முன் அமுந்திப் போயினர். அந்தப் பெரும்பான்மைக் குழு, அமெரிக்காவைச் சந்தேகித்து, சோவியத் யூனியனை ஆதரித்தது. இதற்கு ஒரு காரணம், அமெரிக்கர்கள், தங்கள் ஐரோப்பியக் கூட்டாளிகளை ஆசியாவிலும் ஆப்பிரிக்காவிலும் உள்ள அவர்களுடைய காலனிகளை கலைத்துவிடுமாறு சொல்லவில்லை; ஆனால் ரஷ்யர்கள் அடிக்கடி இனவாதம் மற்றும் காலனியாதிக்கத்தின் தீமைகள் பற்றி அடிக்கடி வற்புறுத்தி வந்தனர்.[48]

நேரு பனிப்போரில் எந்தப் பக்கமும் சாராமல் இருக்கவே பெரிதும் முயன்றார். ஆனால் அவர் அடிக்கடி கூறியதுபோல, இந்தக் அணி சேராமை

என்பது தப்பித்துக்கொள்ளும் வழியல்ல. அதற்கு ஆக்கபூர்வமான பொறுப்பும் இருந்தது. மூன்றாவது அணி, வல்லரசுகளின் பெருமிதத்தை சற்றே மிதப்படுத்தக்கூடிய சக்தியாக இருக்கக்கூடும். 1947-ன் ஆசிய நல்லுறவு மாநாடு பற்றி ஏற்கெனவே பார்த்தோம். நேரு முக்கியப் பங்காற்றிய அத்தகைய மற்றொரு முயற்சி, இந்தோனேஷிய நகரான பாண்டுங்கில் 1955-ல் நடைபெற்ற ஆப்பிரிக்க ஆசிய மாநாடு ஆகும்.

சுதந்தர நாடுகள் மட்டுமே பாண்டுங்குக்கு அழைக்கப்பட்டன. இந்தியா, சீனா உட்பட இருபத்தொன்பது நாடுகள் பிரதிநிதிகளை அனுப்பிவைத்தன. நான்கு ஆப்பிரிக்க நாடுகளும் இதில் இடம்பெற்றன (பிற நாடுகள் இன்னும் காலனிகளாகவே அந்நியர் ஆதிக்கத்தில் இருந்தன). அத்துடன் இரான், இராக், சவுதி அரேபியா மற்றும் சிரியாவிலிருந்தும் பிரதிநிதிகள் வந்திருந்தனர். அக்கூட்டம் கலாசார, பொருளாதார விஷயங்களில் ஒத்துழைப்புக்கான சாத்தியக்கூறுகளை விவாதித்ததோடு காலனியாதிக்கத்துக்கு முற்றுப்புள்ளி வைக்கவும் உறுதியான தம் விருப்பத்தைத் தெரிவித்தது. இந்தோனேஷிய அதிபர் சுகர்னோ குறிப்பிட்டதுபோல, 'ஆசியா, ஆப்பிரிக்காவில் மிகப்பெரும் பரப்பு, சுதந்தரம் பெறாமல் இருக்கும்போது, நாம் எப்படி காலனியாதிக்கம் ஒழிந்துவிட்டது என்று சொல்ல முடியும்?'[49]

பாண்டுங் மாநாட்டை நேரு மாபெரும் சாதனையாகக் கருதினார். அது, உலக விவகாரங்களில், உலக மக்களில் பாதிக்கு மேற்பட்டவர்களின் அரசியல் எழுச்சியை குறிப்பால் உணர்த்தியது. ஆனால் அது எவருக்கும் சவாலோ, மிரட்டலோ விடவில்லை. நேரு திரும்பிவந்து நாடாளுமன்றத்தில், ஆசிய ஆப்பிரிக்க நாடுகள் இடையிலான வரலாற்று உறவுகள், காலனி ஆதிக்கத்தால் வேரறுக்கப்பட்டன; இப்போது சுதந்தர உதயத்தால் அந்த உறவுகள் புதுப்பிக்கப்பட்டு மீண்டும் உறுதி செய்யப்படும் என்றார்.[50]

பாண்டுங் மற்றும் அதுபோன்ற பிறவும், அடிப்படையில் மேற்கத்திய எதிர்ப்பை வெளிக்காட்டுவதற்கே என்ற குற்றச்சாட்டுக்கு பதிலாகவே, நேரு ஆசிய ஆப்பிரிக்க உறவுகள் பற்றிப் பேசினார். அதாவது, 'அணி சேராமை என்பது எப்படி எந்தப் பக்கத்துடனும் சேராமல் இருப்பது' என்பது. இந்தியாவில் இந்தக் கருத்துகள் 1956-ன் பிற்பகுதியில் கடும் சோதனைக்கு உட்படுத்தப்பட்டது. அந்த ஆண்டு ஜூலையில் கமால் அப்தெல் நாஸர், சூயஸ் கால்வாயை நிர்வகித்து வந்த கம்பெனியை தேசியமயமாக்கினார். (அந்த நடவடிக்கையால் பெரிதும் பாதிக்கப்பட்ட) பிரிட்டன் உடனே, கால்வாயின் பொறுப்பு உலக நாடுகளின் கட்டுப்பாட்டில் இருக்க வேண்டும் என்று கோரியது. இரு பக்கங்களையும் நன்கு அறிந்த நேரு சமாதானம் செய்து வைக்க கடுமையான முயற்சிகளை மேற்கொண்டார். ஆனால் தோல்வியுற்றார். அக்டோபர் இறுதியில் பிரிட்டன், பிரான்ஸுடனும் இஸ்ரேலும் கூட்டு சேர்ந்துகொண்டு எகிப்துமீது படையெடுத்தது. இந்தப் புதிய காலனியாதிக்கப் படையெடுப்பு, சர்வதேச கண்டனத்துக்கு ஆளானது. முடிவில் அமெரிக்காவின் கெடுபிடியால் பிரிட்டன்-பிரெஞ்சுக் கூட்டணி பின்வாங்கியது.[51]

எகிப்தியப் படையெடுப்பை அடியொற்றி, சோவியத் யூனியன் படைகள் ஹங்கேரி நாட்டின் புடாபெஸ்ட் நகருக்குள் நுழைந்தன. மக்கள் கிளர்ந் தெழுந்து, சோவியத் ஆதரவுக் கட்சியின் ஆட்சியை தூக்கி எறிந்துவிட்டு மக்கள் பிரதிநிதித்துவ ஆட்சியை ஏற்படுத்தியதைத் தொடர்ந்தே இது நிகழ்ந்தது. மாஸ்கோ மிருகத்தனமாகச் செயல்பட்டு, முன்பிருந்த அதே நிலையை திரும்பக் கொண்டுவர முற்பட்டது. மத்தியக் கிழக்கில் பிரிட்டிஷ்-பிரெஞ்சு நடவடிக்கை போல, ரஷ்யர்களின் நடவடிக்கையும், பிற நாட்டு இறையாண்மையில் தலையிடுவதாகக் கருதப்பட்டது.

எகிப்து மற்றும் ஹங்கேரி மீதான படையெடுப்புகள் இரண்டும் ஒன்றுக் கொன்று ஒப்பிடக்கூடியதாகவே இருப்பதாக இந்திய விமரிசகர்கள் கண்டனர். இரண்டு செயல்களுமே சர்வதேச வழிப்பறிக் கொள்ளைகள். அவற்றைச் செய்தவர்கள் ஐ.நா. பாதுகாப்புச் சபையில் நிரந்தர உறுப்பினர் பதவிகளை வகிப்பவர்கள். இரு நிகழ்வுகளும் உலகம் முழுவதும் எதிர்மறை உணர்வுகளைப் பரவச்செய்தன. ஒரு மதராஸ் பத்திரிகை குறிப்பிட்டது போல எகிப்தின் சுதந்தரம், பிரிட்டன் மற்றும் பிரான்சின் எண்ணெய் வளத்துக்கு வேட்டு வைத்துவிடும். ஹங்கேரியின் சுதந்தரம், ரஷ்ய செம்படையை வலுவான நிலையில் வைத்திருக்க உதவும் யுரேனியம் கிடைப்பதைத் தடை செய்துவிடக் கூடும்; அத்துடன் சோவியத் பேரரசில் அபாயகரமான பிளவையும் உண்டாக்கிவிடக் கூடும். லண்டனால் முதலாவதை விட்டுவிட முடியாது. இரண்டாவதை மாஸ்கோவால் சகித்துக்கொள்ள முடியாது. எனவேதான் இருவரும் வெளிப்படையாகவே மிருகத்தனமாக நடந்துகொண்டனர்.[52]

ஆங்கிலோபிரெஞ்சு தலையீட்டை, அது நடந்தவுடனேயே நேரு கண்டனம் செய்தார்.[53] ஆனால், இப்போது ஐ.நா.சபையில் ரஷ்யா ஹங்கேரியிலிருந்து படைகளை உடனே விலக்கிக்கொள்ளும்படி கோரும் தீர்மானம் விவாதிக்கப் பட்டபோது, இந்தியா சார்பில் வந்திருந்த வி.கே.கிருஷ்ண மேனன் வாக்களிக்காமல் நடுநிலை காத்தார். இது மேற்கத்திய உலகில் கடும் எதிர்ப்பை ஏற்படுத்தியது. இந்திய அரசு இரட்டை வேடம் போடுகிறது என்ற குற்றச்சாட்டு எழுந்தது.[54]

இந்தியாவின் நிலைக்கு உள்நாட்டிலும் கடுமையான விமரிசனம் எழுந்தது. நாடாளுமன்றத்திலும் காரசாரமான விவாதம் நடந்தது. சில பத்திரிகைகளும் அரசின் 'சோவியத் ஆட்சியாளர்களுக்கு அடிபணியும் அவமானகரமான செயல்' கண்டு வருந்தின. ஒரு பத்திரிகையாளர், 'ரஷ்யாவின் நிலையை அப்படியே ஏற்றுக்கொள்வதன்மூலம் நாம், நமது அறநெறிப் பாசாங்குகளைத் துறந்துவிட்டோம்' என்று எழுதினார். காஷ்மீர்மீதான நிச்சயமற்ற பிடிப்பு, நம்மை அவ்வாறு செய்யவைத்திருக்கும் என்ற ஊகமும் இருந்தது. இந்தியா வாக்களிக்காமல் இருந்த ஐ.நா. தீர்மானம், ஹங்கேரியில், சர்வதேச மேற்பார்வையில் வாக்கெடுப்பு ஒன்று நடக்கவேண்டும் என்று கோரியது.[55]

சோவியத் படையெடுப்பு பற்றி நேரு உண்மையில் மிகவும் வருத்த மடைந்தார் என்று பிந்தைய ஆய்வுகள் தெரிவித்தன. படைகளை

விலக்கிக்கொள்ளுமாறு அவர் மாஸ்கோவுக்குப் பல கடிதங்கள் அனுப்பியிருக்கிறார். பிறகு, பொது மேடையிலும்கூட இந்தியா வெளிப்படையாகப் பேசியிருக்கிறது. ஆனால் ஏற்கெனவே சேதம் ஏற்பட்டிருந்தது. முழு விவரமும் தனக்குக் கிடைக்கவில்லை என்று சொல்லி, கிருஷ்ண மேனன் ஐ.நா. கூட்டத்தில் வாக்களிக்காமல் இருந்ததை, நேருவும் ஆதரித்ததுதான் இதில் மேலும் மோசம்.[56]

ஹங்கேரி விஷயத்திலான குளறுபடி, உலக அரங்கில் நேரு மீதிருந்த நம்பிக்கையைக் குலைத்தது. அணி சேராக் கொள்கை என்பது, 'மேற்கத்திய நாடுகள் தவறு செய்யும்போது கடுமையாகக் கண்டனம் செய்வதும் ஆனால் சோவியத் தடம் புரளும்போது உறுதியாகக் கண்டிக்காமல் குழப்பமாக எதையோ சொல்லிவைப்பது' என்று கருதப்பட்டது.[57] பிரதமர் தேசிய நோக்கைவிட தனி நபர் விசுவாசத்துக்கே முதலிடம் அளிக்கிறார் என்ற குற்றச்சாட்டுக்கு நேருவை ஆளாக்கியது. ஏனெனில், நேரு, தனிப்பட்ட முறையில் கிருஷ்ண மேனனின் செயலால் வருத்தமடைந்தாலும் பொது அரங்கில் அவர் பக்கம் நின்றார்.

கிருஷ்ண மேனன் நேருவின் பழைய நண்பர். அவரைப் பொருத்தவரை குறிப்பிடத்தக்க சிறந்த மனிதர். லண்டன் பொருளாதாரப் பள்ளியில் பயின்றவர். புகழ்பெற்ற பெங்குவின் நிறுவனத்தின் பெலிகன் பதிப்பின் முதல் ஆசிரியராக இருந்தவர். 1930-களில் இந்திய சுதந்தரத்துக்கு பிரிட்டிஷ் மக்களின் ஆதரவைத் திரட்ட அரும்பாடு பட்டிருக்கிறார். அத்துடன் நேருவுக்கு இலக்கிய ஏஜென்டாகவும், அதிகாரபூர்வமில்லாத செய்தித் தொடர்பாளராகவும் பணியாற்ற அவருக்கு நேரம் இருந்தது. இந்திய சுதந்தரத்துக்குப் பிறகு அவருக்கு லண்டனில் இந்தியத் தூதராகப் பணிபுரியும் வாய்ப்பு அளிக்கப்பட்டது. இங்கும் அவர் கடுமையாக உழைத்தார். ஆனாலும் தம் அகந்தையாலும் பிரதமருடனான தன் நட்பை அடிக்கடி விளம்பரப்படுத்திக் கொண்டதாலும், பல பகைவர்களையும் தேடிக்கொண்டார்.[58]

லண்டனிலிருந்து திரும்பியபிறகு, கிருஷ்ண மேனன் இலாகா பொறுப்பில்லாத கேபினெட் மந்திரியாக நியமிக்கப்பட்டார். அவர் ஒருவகையில் அங்கும் இங்கும் செல்லும் தூதராகச் செயல்பட்டார். ஜெனிவாவில் நடைபெற்ற ஐ.நா. படைக்குறைப்பு மாநாட்டில் இந்தியாவின் பிரதிநிதியாகக் கலந்துகொண்டார். தீவிரமான அபிப்பிராயங்கள் கொண்ட அவர், இந்தியாவிலும் வெளியிலும் சர்ச்சைக்குரிய மனிதராக இருந்தார். அவரை நன்கு அறிந்த ஒரு பத்திரிகையாளர் கூறியதுபோல, 'அவருடைய தெளிந்த அறிவாற்றல், சில சமயங்களில், உணர்ச்சிகளாலும் வெறுப்புகளாலும் மறைந்துபோய் விடுகிறது. அவருடைய விருப்பு வெறுப்புகள், அவர் வகித்த பதவிக்கு ஏற்றவாறு இல்லாமல், சற்று அதிகப்படியாகவே அவரது பணியை பாதித்தன. அத்தகைய கொந்தளிப்பான மனிதரை இத்தனை நுட்பமான ராஜதந்திர பணிக்குப் பயன்படுத்த நினைத்தது விநோதமானதே.'[59]

ஹங்கேரி விவகாரத்துக்கு முன்பே, பிரதமர் கிருஷ்ண மேனன்மீது கொண்டிருந்த நம்பிக்கைக்கு எதிரான விமரிசனம் இந்தியாவில் இருந்து

வந்தது. காங்கிரஸுக்கு உள்ளேயே மேனனின் கம்யூனிஸ்டு சார்பு பற்றி சிலர் அதிருப்தியில் இருந்தனர்.[60] மேற்கத்திய பத்திரிகைகள் அவரை வெறுத்தன. ஒரு நியூ யார்க் பத்திரிகை, 'ராஜதந்திரப் பக்குவம் குறைவாக இருக்கும் இந்த மனிதரை, நேசிப்பது கடினம்' என்றது.[61]

ஆனால் நேரு, மேனன் பக்கம் இருந்தார். யாரேனும் அவருடைய 'செல்லமான' கிருஷ்ண மேனனைக் குற்றம் சொன்னால், அவருக்கு முகம் இருண்டுவிடும். இந்த நிலையில், 1956 ஹங்கேரி விவகாரத்தால் பெரும் பாதிப்பு ஏற்பட்டது. ஆயினும் நேரு, மேனனை விலக்கி ஒதுக்கிவிடவில்லை. ஏன்? ஆல்வா மிர்தால் உதவிகரமான விடை ஒன்றைத் தருகிறார். அவர் அப்போது இந்தியாவில், ஸ்வீடனின் தூதராக இருந்தார். அவர் நேருவை நன்கு அறிந்தவர். 'நேருவுக்கு மேனனின் குறைகள் தெரியும். எனினும், அவருடைய சிறந்த அறிவாற்றல் காரணமாகத்தான் அவர் சொல்வதைக் கேட்டுக்கொண்டிருந்தார். நேருவின் அரசில், மேனன் ஒருவரே கூர்மையான அறிவுடைய வித்தியாசமான மனிதர். அவரிடம் மட்டுமே நேரு, மார்க்ஸ், மில், டிக்கன்ஸ், தாஸ்தாயேவ்ஸ்கி ஆகியோரைப் பற்றியெல்லாம் விவாதிக்க முடியும்.'[62]

V

இனி, இந்தியாவைவிடப் பெரியதும் அதிக மக்கள் தொகையையும் உடைய அண்டை நாடான சீனாவோடு கொண்ட உறவைக் காணலாம். இரண்டு நாகரிகங்களும் நீண்ட நெடுங்காலமாகவே வர்த்தக, கலாசாரத் தொடர்புகளைக் கொண்டிருந்தன. ஐரோப்பிய ஆதிக்கத்துக்கு எதிராக தாம் மேற்கொண்ட போராட்டங்களை, இருவருமே கூர்ந்து கவனித்து வந்துள்ளனர். இந்தியாவுக்கு விடுதலை வழங்குமாறு பிரிட்டனை வற்புறுத்துமாறு, அமெரிக்காவிடம் கோரிவந்த கொமின்டாங் தலைவர் சியாங்-கை-ஷேக்கிடம் காங்கிரஸும் நேருவும் தனி மதிப்பு வைத்திருந்தனர்.

1949-ல் கொமின்டாங் கட்சியினர் கம்யூனிஸ்ட்களால் முறியடிக்கப்பட்டனர். இப்போது உறவு எப்படியிருக்கும்? தொடர்ச்சியைத் தெரிவிக்கும் வகையில் பெய்ஜிங்கில் கே.எம்.பணிக்கரே தொடர்ந்து இந்தியத் தூதராகப் பணியாற்றினார். 1950 மே மாதத்தில் மா-சே-துங், தம்மை நேரில் காண, பணிக்கருக்கு அனுமதி அளித்தார். பணிக்கர் அவரால் பெரிதும் கவரப்பட்டவராகத் திரும்பி வந்தார். பின்னர் அதை அவர், 'மாவோவின் முகம் மகிழ்ச்சியூட்டுவதாகவும் கனிவாகவும், அவரது பார்வை அன்புடனும் இருந்ததை' நினைவுகூர்ந்தார். 'அவருடைய விழிகளிலோ வாய்மொழியிலோ கொடுமையோ கடினத்தன்மையோ இருக்கவில்லை. அவர் தத்துவ நாட்டம் படைத்தவராக, சிறிது கனவுலகில் சஞ்சரிப்பவராக, ஆனால் நிலத்தில் உறுதியாகக் கால் பதித்தவராகத் தோற்றமளித்தார். அவர் பல கொடுமைகளையும் மாபெரும் துயரங்களையும் சகித்துக்கொண்டு வந்திருக்கிறார். இருந்தபோதிலும் அவருடைய முகம் கசப்பையோ வெறுப்பையோ கொடுமையையோ துன்பத்தையோ காட்டவில்லை.'

பணிக்கருக்கு மாவோ, நேருவையே நினைவூட்டினார். ஏனென்றால், 'இருவருமே பெரும் கனவு காணும், லட்சிய உணர்வு கொண்ட செயல் வீரர்கள். இருவருமே மனித நலத்தில் நாட்டம் கொண்டவர்கள் என்றும் கருதலாம்.' அதை பணிக்கர் வேடிக்கையாகச் சொல்லியிருந்தால்கூடப் பரவாயில்லை; ஆனால் அவர் முற்றிலும் தீவிரமாகச் சொல்லியிருந்தார். அறிவாளிகளுக்கு எப்போதுமே அதிகாரம் படைத்த மனிதர்களிடம் ஒரு விநோதமான கவர்ச்சி இருக்கும். ஜார்ஜ் பெர்னாட் ஷா, லெனின் பற்றி இதேபோன்ற சொற்களால் குறிப்பிட்டிருக்கிறார். ஷா, எந்தச் சார்பும் அற்ற ஓர் எழுத்தாளர். பணிக்கரோ அவருடைய அரசாங்கத்தின் ஒரு பிரதிநிதி. அவர் சொல்லுக்கும் கருத்துக்கும் குறிப்பிடத்தக்க ஒரு மதிப்பு உண்டு. இங்கே அவர் வரலாற்றின் மிகக்கொடிய இரக்கமற்ற சர்வாதிகாரியை லட்சியக்கனவு கொண்டவராக, மென்மையானவராக, கவிதை போன்ற மனிதராகக் காட்டுகிறார்.[63]

1950 அக்டோபரில் மாவோ பணிக்கரைச் சந்தித்த பிறகு, குறுகிய காலத்திலேயே சீனா திபெத்தை முற்றுகையிட்டு தன் அரசுடன் இணைத்துக் கொண்டது. அவர்கள் மிக நீண்ட காலமாகவே அந்நாடு தங்களுடையது என்று உரிமை கோரிவந்தனர். பழங்காலத்தில் பலமுறை தன் கட்டுப் பாட்டிலும் அந்நாட்டை வைத்திருந்தனர். ஆனால், கம்யூனிஸ்டுகள் படையெடுப்பதற்கு *40* ஆண்டுகளுக்கு முன், திபெத் சுதந்தரமாக இருந்த காலங்களும் உண்டு. *1947*-ல் திபெத்தும் சீனாவும் ஆசிய நல்லுறவு மாநாட்டுக்கு தனித்தனியே தங்கள் பிரதிநிதிகளை அனுப்பியும் இருந்தனர்.

நேரு இப்போது மிகவும் சிக்கலான நிலையில் இருந்தார். பொருளாதார ரீதியிலும் கலாசாரரீதியிலும் இந்தியா திபெத்துடன் நெருக்கமான உறவு கொண்டிருந்தது. ஆனால் இப்போதுதான் சுதந்தரம் பெற்று, போதிய படைபலம் இல்லாத காரணத்தால் இந்தியாவால், திபெத்தின் சார்பாக, சீனாவுடன் போரிட முடியாது. சீனச்செயலுக்குச் சில வாரங்களுக்குப் பிறகு, நாடாளுமன்றத்தில் பேசும்போது, விவகாரம் அமைதியான முறையில் தீர்க்கப்படும் என்று நேரு நம்பிக்கை தெரிவித்தார். வரலாற்று அடிப்படையில் சீனா திபெத் மீது ஒருவித மேலாதிக்கம் செலுத்தி வந்திருக்கிறது. ஆனால், இது திபெத்மீதான இறையாண்மை ஆகாது என்று தான் நம்புவதாக நேரு விளக்கமளித்தார். மேலும், திபெத் எவ்வாறு சீனாவுக்கு அச்சுறுத்தலாக விளங்கமுடியும் என்று தமக்குப் புரியவில்லை என்றும் கூறினார்.[64]

நேரு, தனிப்பட்ட முறையில், சீனா முட்டாள்தனமாக நடந்துகொண்டு விட்ட தாக நினைத்தார். சீனா நம்பிக்கை மோசம் செய்துவிட்டது என்று இந்தியாவில் ஒரு தீவிரக் கருத்து இருந்தது. ஐரோப்பிய மேலாதிக்கத்திலிருந்து மீண்டு எழுந்துகொண்டிருக்கும் அண்டைநாட்டைப் பற்றி 'அதிகமாக விமரிசித்து விடாமல் நாம் கவனமாக இருக்கவேண்டும்' என்று பிரதமர் இப்போதும் நினைத்தார்.[65]

அரசில் இருந்த பிறர், மேலும் கடுமையான போக்கை வற்புறுத்தினர். உதாரணமாக, சீனர்கள் பணிக்கரை ஏமாற்றிவிட்டதாக வல்லபபாய் படேல் உறுதியாக நம்பினார். அவர் 'தவறான நம்பிக்கை' கொள்ளுமாறு அவரை ஏமாற்றிவிட்டனர். அவர்களுடைய படையெடுப்புத் திட்டத்தை தூதர் முற்றிலுமாகக் கண்டுகொள்ளவே முடியாதபடிச் செய்துவிட்டனர். செயல் நடந்து முடிந்துவிட்டது. அது இந்தியாவை எச்சரிக்கையாக இருக்க தயார் செய்தது.

நவம்பர் 7-ம் தேதி அன்று இது விஷயத்தில் படேல் தன் கருத்துகளைத் தெரிவித்தார். 'சீனா இப்போது பிரிந்து கிடக்கவில்லை. அது ஒன்றுபட்டு வல்லமை படைத்ததாக இருக்கிறது. கம்யூனிசம் இப்போதெல்லாம் ஏகாதிபத்தியத்துக்கு எதிரான கேடயமல்ல; கம்யூனிஸ்டுகளும் ஏகாதிபத்திய வாதிகளைப் போல, அதே அளவு நல்லவர்களோ கெட்டவர்களோ என்பதுதான் அண்மைக்கால கசப்பான வரலாறு. இவ்விஷயத்தில் சீனர்களுடைய பேராசை, நம் பக்கம் உள்ள இமாலயப் பகுதிகளுடன் அஸ்ஸாமின் முக்கியமான பகுதிகளையும் உள்ளடக்கியுள்ளது. சீனாவின் நாட்டாசையும் கம்யூனிச ஏகாதிபத்தியமும், மேற்கத்திய வல்லரசுகளின் நாட்டாசையிலிருந்தும் ஏகாதிபத்தியத்திலிருந்தும் வேறுபட்டவை. முந்தையது, கோட்பாடு என்ற உடை தரித்து வருவது. இன்னும் பத்து மடங்கு ஆபத்தானது. கோட்பாடு ரீதியான விரிவாக்கல் திட்டத்தில் இன, தேசிய மற்றும் வரலாற்று உரிமை கோருதலும் உள்ளே மறைந்துள்ளன.'

படேல், சீனாவிலிருந்து வரக்கூடிய அபாயத்தைப் பற்றி விழிப்புடன் இருக்குமாறு நேருவைத் தூண்டினார். இந்தியாவின் பாதுகாப்பைப் பலப்படுத்துமாறும், பாதுகாப்பை மேம்படுத்த மேற்கொள்ளவேண்டிய நடவடிக்கைகள் பற்றியும் சுருக்கமாகக் கூறினார். திபெத் விஷயத்தில் இந்தியாவுக்கு ஏற்பட்ட பின்னடைவு காரணமாக, ஐ.நா.சபையில் சீனாவுக்காக இனி இந்தியா வாதாடக் கூடாது. அண்மை நிகழ்வுகளை அடுத்து, சீனா, ரஷ்யா, அமெரிக்கா, பிரிட்டன், பர்மா ஆகிய நாடுகளுடனான நம் உறவுகளை மறுபரிசீலனை செய்யவேண்டும். இந்தியாவின் அணிசேராக் கொள்கைக்கு பதிலாக, மேற்குடனான கூட்டணியை மேற்கொள்ள வேண்டும் என்று படேல் குறிப்பாக உணர்த்தியதாகத் தெரிகிறது.[66]

பத்திரிகையாளர் டி.எஃப்.கராக்காவும் இதே கருத்தைத் தீவிரமாக ஆதரித்தார். படேல் போலவே கராக்காவும் பணிக்கருடைய பொறுப்பற்ற தன்மை கண்டு திகைத்துப் போனார். சீனப் படையெடுப்பு பற்றி (ஆல் இந்தியா ரேடியோவில் அறிவிக்கப்படும் வரையில்) தூதர் கேள்விப்பட்டிருக்கவில்லை. திபெத்தை சீனர்கள் இணைத்துக்கொண்டது, இமயமலை ஒரு தடுப்பரணாக இருக்கும் என்பதை மாற்றிவிட்டது. உறுதியான கொள்கையும் ஒருமுகமான நோக்கமும் கொண்ட பகைவனை எதிர்கொள்ள, இந்தியப் படையிடம் ஆயுதங்களோ பயிற்சியோ இல்லை. 'பிரிட்டனுடன் கடந்தகாலத்தில் நாம் கொண்டிருந்த உறவு எவ்வளவு மோசமாக இருந்தாலும், அமெரிக்க ஏகாதிபத்தியம் ஆசியாவில் பரவிவிடுமோ என்ற அச்சம் இருந்தாலும், நாம்

இப்போதே முடிவுசெய்தாக வேண்டும். நம் நடுநிலைமையைத் தொடர்ந்தபடி, நம் எல்லைகளை ஆபத்துக்கு உள்ளாக்கப் போகிறோமா? அல்லது, அமெரிக்காவுடனும் பிரிட்டனுடனும் ராணுவ ஒப்பந்தம் செய்துகொண்டு அபாயத்தை குறைத்துக்கொள்ளப் போகிறோமா?'[67]

நேரு, கராக்கா போன்ற பத்திரிகையாளரைப் பொருட்படுத்த மாட்டார். ஆனால், அவர் படேலுக்கு பதில் சொல்லியிருந்தார். திபெத் விஷயம் பற்றி அமைச்சர்களுக்கு அனுப்பிய குறிப்பு ஒன்றில், 'திபெத்தைக் காப்பாற்ற முடியாமல் போனது வேதனையானது' என்றார். ஆனாலும் இந்தியா சீனாவிடமிருந்து ஒரு தாக்குதலை எதிர்நோக்க வேண்டிவரும் என்பது 'மிகவும் இயலாத ஒன்று.' அவர்கள், இமயத்தைத் தாண்டி 'கடினமான முயற்சியை மேற்கொள்வார்கள்' என்பது நினைத்துப் பார்க்க முடியாதது. 'மேலும் கம்யூனிசம் என்றாலே நாடுகளை ஆக்ரமிப்பது அல்லது போர் என்றும், குறிப்பாக, சீன கம்யூனிசம் என்பது இந்தியாவின் பகுதிகளை ஆக்ரமிப்பது என்றும் கருதுவது, முதிர்ச்சியற்றது' என்று நேரு எண்ணினார். திபெத்தில் நடந்தவற்றைப் பொருட்படுத்தாமல் பெய்ஜிங்குடன் ஏதோ ஒருவிதமான தொடர்பைத் ஏற்படுத்திக்கொள்ள வேண்டும். ஏனெனில், இந்தியாவும் சீனாவும் சமாதானமாக இருப்பது, உலகின் சமநிலையிலும் அமைப்பிலும் ஒரு பெரும் மாறுதலை உருவாக்கும்.[68]

ஒரு மாதத்துக்குப் பிறகு படேல் இறந்துபோனார். இப்போது சீனாவுடனான நல்லுறவுக் கொள்கைக்கு எதிர்ப்பே இல்லாமல் போய்விட்டது. இரண்டு நாடுகளுக்கும் இடையே, வரையப்படாத, அளக்கப்படாத ஆயிரக்கணக்கான மைல் நீளமுள்ள எல்லைக்கோடு இருந்தது. இந்தியாவுக்கு மேற்கே ஜம்மு காஷ்மீர் மாநிலத்தில் புத்த மதத்தினர் வசித்த லடாக் பகுதி மாவட்டங்களை ஒட்டி அந்த எல்லைக்கோடு சென்றது. அது சீன மாகாணங்களான திபெத் மற்றும் சிங்கியாங்கைத் தொட்டுச் சென்றது. கிழக்கே 1914-ல் பிரிட்டி ஷாருக்கும் திபெத்துக்கும் இடையேயான ஒப்பந்தத்தின் அடிப்படையில் மக்மோஹன் எல்லைக்கோடு, இமயமலைப் பிரதேசத்தின் ஊடாக சென்றது. இடையில் இரு நாடுகளும் கங்கை நதி வழியாக ஒன்றை ஒன்று தொட்டுக் கொண்டன. கங்கை நதி, உத்தரப் பிரதேசத்தில் இருந்து திபெத்தை பிரித்தது.

இடையில் இருந்த எல்லைக்கோட்டில் பிரச்னை ஏதும் இல்லை. ஆனால் இரு முனைகளிலும், சிக்கல் இருந்தது. குறிப்பாக, மக்மோஹன் கோட்டை சீனர்கள், ஏகாதிபத்திய ஆட்சியின் திணிப்பாகக் கருதினர். தாற்காலிகமாக அந்த விஷயத்தை அப்போது விட்டுவிட்டு, மேற்கத்திய உலகுடன் தொடர்பு கொள்ளும் பாலமாக, இந்தியாவின் நல்லெண்ணத்தைப் பெறுவதில் தனிக்கவனம் செலுத்தினர்.

1952-ன் கோடையில் விஜயலட்சுமி பண்டிட் தலைமையில் ஒரு தூதுக்குழு பெய்ஜிங் சென்றது. பண்டிட், மாஸ்கோவில் இந்தியத் தூதராகப் பணியாற்றி யிருக்கிறார். மேலும் அவர் நேருவின் பாசத்துக்குரிய தங்கை. அவர் மாவோவை ஒரு முறையும், சௌ என் லாயை இரு முறையும் சந்தித்தார்.

இருவரும் அவரை வெகுவாகக் கவர்ந்தனர். பண்டிட் தன் அண்ணனுக்கு எழுதும்போது, ‘மாவோ அமைதியானவர்; நகைச்சுவை உணர்வுடன் கூடிய மதிநுட்பம் வாய்ந்தவர்; மக்கள் இடையே அவரைப் பார்க்கும்போது, காந்தியை நினைவுபடுத்துகிறார்’ என்றார். ‘மகாத்மாவைப் போலவே மாவோவை மக்கள் கைதட்டி ஆரவாரம் செய்வது மட்டுமல்ல, வணங்கவும் செய்கிறார்கள். அவரைப் பார்க்க வருபவர்கள் முகத்தில் அன்பும் மரியாதையும் காணப்படுகின்றன. அதைக் காணும்போது நெகிழ்ச்சியூட்டு கிறது.’ சௌ என் லாயைப் பொருத்தவரை, ‘அவர் ஒரு சிறந்த ராஜ தந்திரி, அளவற்ற ஆற்றலும் கவர்ச்சியும் உள்ளவர். நாசூக்கானவர், அடுத்தவர் களிடமும் தொற்றவைக்கும் அளவுக்கு நகைச்சுவை உணர்வு மிக்கவர். அவர் அடிக்கடி சிரிப்பார். அடுத்தவரும் அதில் சேர்ந்துகொள்ளும்படி இருக்கும். நம் வீட்டில் இருப்பதைப் போன்ற உணர்வை ஏற்படுத்துவார். அவருடைய உரையாடல், மொழிபெயர்ப்பிலும் எதையும் இழந்துவிடுவதில்லை.’

கடிதத்தில் கொஞ்சம் மாறுபட்ட தொனியும் இருந்தது. ‘எங்களுக்கு விருந்து அளிக்கப்பட்டது. களைப்படையும்வரை நட்பு, கலாசாரம், சமாதானம் ஆகியவை பற்றிப் பேசிக்கொண்டிருந்தோம்.’ மாவோ, காந்தியை நினைவுபடுத்தினாரா அல்லது ஸ்டாலினை நினைவுபடுத்தினாரா என்று நிச்சயமாகத் தெரியவில்லை. ஏனென்றால் மாவோ, ‘கனிவாகவும் சகிப்புத்தன்மை கொண்டவராகவும் புத்திசாலியாகவும் இருப்பதுபோல் தோன்றுகிறார். ஆனால், அந்தச் சகிப்புத்தன்மை, ரஷ்யர்களை, குறிப்பாக ஸ்டாலினை நினைவூட்டுவதாகத் தோன்றுகிறது. ஒருவரை வரவேற்கும் போதும் பொதுமக்கள்முன் தோன்றும்போதும் அதே போன்ற உடல் மொழியைப் பயன்படுத்துகிறார். மக்களுடைய மாபெரும் ஆற்றலும், அவர்கள் அர்ப்பணிப்பு உணர்வுடன் வேலை செய்வதுமே மேலோங்கி நின்றது. மாஸ்கோவில் இருக்கும்போது ஒருவர் உணரும் அழுத்தம் இங்கு இல்லை. ஒவ்வொருவரும் மகிழ்ச்சியுடன் இருப்பதோடு, நாட்டை முன்னேற்ற வேண்டும் என்ற மன உறுதியோடு இருப்பதாகவும் தோன்றுகிறது.’[69]

1927-ல் ரஷ்யா நேருவின் மனத்தில் ஏற்படுத்திய அதே விளைவுகளை, 1952-ல் சீனா, பண்டிட்டின் மனத்தில் ஏற்படுத்தியது. ஒருவேளை இந்தப் புதிய உதயம், முன்னதைப் போல, பொய்யாகப் போகாமலும் இருக்கக் கூடும். நேருவும் அவ்வாறே நினைக்க விரும்பினார். இந்த எண்ணங்களை மேலும் வலுப்படுத்த, சீனாவுடனான உறவுகளை அரசியல்ரீதியில் உருவாக்கிக்கொள்ள நேரு முனைந்தார். பெய்ஜிங்குடன் நட்புகொள்ள, புதுடெல்லிக்கு ஒரு காரணம் தேவை. அது, அமெரிக்கா, பாகிஸ்தான் பக்கம் சாய ஆரம்பித்ததன்மூலம் கிடைத்துவிட்டது. 1954 ஏப்ரலில் இரு நாடுகளும் செய்துகொண்ட ஒப்பந்தத்தில், அதிகாரபூர்வமாக திபெத் சீனாவின் ஒரு பகுதி என்று இந்தியா ஏற்றுக்கொண்டது. அந்தக் கூட்டறிக்கை ‘பஞ்சசீலம்’ என்ற ஐந்து கொள்கைகளை வெளியிட்டது. அவற்றுள் ஒருவரை ஒருவர்

அச்சுறுத்துவதில்லை என்பதும், ஒருவரது எல்லைகளை மற்றவர் மதித்து நடப்பர் என்பதும் அடக்கம்.[70]

இந்த ஒப்பந்தத்தை வரவேற்காத ஒருவர், வெளியுறவுத் துறையின் முன்னாள் தலைமைச் செயலர் சர் கிரிஜா ஷங்கர் பாஜ்பாய். அவர் தன்னுடன் பணி யாற்றிய ஒருவருக்கு எழுதிய கடிதத்தில், கம்யூனிஸ்டு சீனா எந்தவகையிலும் தன் நோக்கமான விரிவாக்கல் திட்டத்தில், கம்யூனிஸ்ட் ரஷ்யாவைவிட மாறுபட்டதல்ல என்று எச்சரித்திருந்தார். புதுடெல்லியின் அப்போதைய சிந்தனை, சீனாவுடன் இருக்கும் சமாதானம், மாறாமல் எப்போதும் தொடரும் என்பதாக இருக்கிறது என்றும் பாஜ்பாய் எழுதியிருந்தார். 'பிரதமர், இப்போது பெரிதும் நம்பி ஆலோசனைகள் கேட்கும் சிலர், சீனா தற்போது தன் ஆசிய அண்டை நாடுகளுடன் கொண்டிருக்கும் சமாதான உறவிலிருந்து சற்றும் மாறாது என்பதை முரட்டுத்தனமாக நம்புகிறார்கள்' என்று பாஜ்பாய் பயந்தார்.[71]

இந்த எச்சரிக்கை நேருவை அடைந்திருக்க சாத்தியமில்லை. அப்படியே அடைந்திருந்தாலும், அவர் அதைப் பெரும்பாலும் மதித்திருக்க மாட்டார். 1954 முடிவில் அவர் சீனாவுக்கு முதன்முறையாகப் பயணம் செய்தார். ஆறு மாதத்துக்குப் பின் ரஷ்யாவில் அவருக்குக் கிடைக்க இருந்ததைப் போலவே இங்கு மிகப்பெரும் திரளான கூட்டம் அவரை வரவேற்பதற்கு எனத் திரட்டப் பட்டிருந்தது. சீன மக்களின் மகத்தான உணர்ச்சிபூர்வமான வரவேற்பைக் கண்டு அவர் நெகிழ்ந்துபோனார். சௌ என் லாயுடன் நேரு எல்லைப் பிரச்னைகளை விவாதித்தார். மாவோவுடன் உலக நிலவரம் குறித்தும் பேசினார். திபெத்திய சுயாட்சியினை வற்புறுத்தினார். தலாய் லாமாவின் முன்னிலையில், திபெத்துக்கு, சீன மக்கள் குடியரசில் வேறு எந்த மாகாணத் துக்கும் இல்லாத அங்கீகாரம் அளிக்கப்படும் என்று சீனர்கள் உறுதி கூறினர்.[72]

சீனாவிலிருந்து திரும்பியதும் நேரு கல்கத்தாவில் மாபெரும் கூட்டம் ஒன்றில் பேசினார். 'சீன மக்கள் போரை விரும்பவில்லை' என அவர் உறுதியாகக் கூறியதை பத்து லட்சம் மக்கள் கேட்டனர். அவர்கள் தங்கள் நாட்டை ஒன்றிணைப்பதிலும் வறுமையை ஒழிப்பதிலுமே தீவிரமாக இருக்கிறார்கள். அவர், சீன மக்களின் ஒற்றுமை உணர்வைப் பாராட்டினார். இந்தியாவை அச்சுறுத்தும் குறுகிய இன, மத, பிராந்திய உணர்வுகள் சீனாவில் இல்லை என்றார் நேரு. மக்கள் குடியரசில் தனக்குக் கிடைத்த மாபெரும் வரவேற்புக்குக் காரணம், 'நான் ஜவாஹர்லால் என்பதால் அல்ல. நான் இந்தியாவின் பிரதமர் என்பதாலேயே. அதைத்தான் சீன மக்கள் அவர்கள் மனத்தில் மிக அன்புடன் போற்றுகிறார்கள். அதே அன்புடன்தான் நேச நட்புறவை தக்கவைத்துக்கொள்ள விரும்புகிறார்கள்.'[73]

இரண்டாண்டுகளுக்குப் பிறகு அதே புகழுரைகளை, சௌ என் லாய் இந்தியா வந்தபோது திருப்பிச் செலுத்தினார். புத்தரின் 2500-ம் ஆண்டு பிறந்த நாள் விழாக் கொண்டாட்டங்களை ஒட்டி, சௌ என் லாயுடன் தலாய் லாமாவும் பஞ்சன் லாமாவும் அழைக்கப்பட்டிருந்தனர். கிராமங்கள் வழியாக காரில்

பயணம் செய்துகொண்டு வரும்போது, தலாய் லாமா சீனக்குழுவிலிருந்து பிரிந்து நேருவுடன் பயணம் மேற்கொண்டார். திபெத்தை ஆக்கிரமித்தவர்களுக்கு எதிராக புரட்சி ஒன்று உருவாகிக் கொண்டிருப்பதாகவும் தான் இந்தியாவில் அடைக்கலம் தேடுமாறு நேரும் எனவும் அவர் நேருவிடம் தெரிவித்தார். அது முடியாவிட்டால் இந்தியா ஒரு தூதரை லாசாவுக்கு அனுப்பவேண்டும் எனவும், அவர் சீன ஆதரவாளராகவோ கம்யூனிஸ்டு ஆதரவாளராகவோ இல்லாமல் இருக்கவேண்டும் எனவும் தலாய் லாமா கோரிக்கை விடுத்தார். சௌ என் லாயிடம் நேரு திபெத்திய சூழ்நிலை பற்றிக் கேட்டபோது, அங்கே சில துரதிர்ஷ்டவசமான சம்பவங்கள் நடந்திருப்பதை அவர் ஒப்புக்கொண்டதோடு, அவற்றை கவனிப்பதாகவும் உறுதியளித்தார்.[74]

எனவே, அந்த விஷயம் அங்கேயே முடிவுக்கு வந்தது. தலாய் லாமா லாசா சென்றார். இந்தியாவும் சீனாவும் தோளோடு தோள் நிற்கும் சகோதரர்களாகத் தொடர்ந்தனர். அப்போதைய கோஷமாக 'ஹிந்தி சீனி பாய் பாய்' ஒலித்தது. அதற்குக் காரணமாக இருந்தவர் சௌ என் லாய். அவர் நேருவைக் கவர்ந்ததில் ஆச்சரியம் இல்லை. ஆனால், அத்துடன், சந்தேகப் பார்வை கொண்ட தேர்ந்த அரசியல்வாதியான ராஜாஜியையும் கவர்ந்துவிட்டார். ராஜாஜி சீனப் பிரதமருடன் ஒரு விருந்தில் கலந்துகொண்டார். பின்னர் ஒரு நண்பருக்கு எழுதும்போது, 'என் கருத்து சாதகமானதே. கம்யூனிஸ்டு களுடனான உறவு முன்னேறி வரும் நிலையில், சீனப் பிரதமரை ஒரு நல்ல மனிதராகவும் நம்பிக்கைக்கு உரியவராகவும் நான் பார்க்கிறேன்' என்று குறிப்பிட்டிருந்தார்.[75]

வெளியில், இந்தியாவும் சீனாவும் அழியா நட்பை வெளியிட்டன. ஆனால் உள்ளுக்குள் இருவரும் தங்களுடைய ஆதாயங்களைப் பாதுகாத்துக் கொள்வதில் கவனம் செலுத்தினர். இந்தியா அதன் கிழக்குப் பகுதி பற்றி அதிகக் கவலை கொண்டது. சீனா மேற்குப் பக்கத்தில் கவனம் செலுத்தியது. பிரிட்டிஷார், அஸ்ஸாம் மாகாணத்தில் வளமான தேயிலைத் தோட்டங்களை, இமாலயத்துக்கு மறுபுறத்திலிருந்து வரக்கூடிய தாக்குதல்களிலிருந்து காப்பாற்றும் பொருட்டு, மக்மோஹன் எல்லைக்கோட்டை வரைந்திருந்தனர். மலையடிவாரத்தில் ஓர் 'உள் கோடும்' இருந்தது. அனுமதியின்றி, அதைத் தாண்டி நுழைய எவரும் முயற்சி மேற்கொள்ள முடியாது. இந்தப் பகுதிக்கும் எல்லைக்கோட்டுக்கும் இடையே அடர்ந்த காடுகள் நிறைந்த ஐம்பதாயிரம் சதுர மைல் கொண்ட ஒரு பிரதேசம் இருந்தது. அது தன்னாட்சி அதிகாரம் கொண்ட மலைவாழ் பழங்குடியினர் வாழும் பகுதி. இதிலுள்ள ஒவ்வொரு பகுதியும் ஒரு தனி மாநிலமாக ஆகமுடியாத அளவுக்கு மிகச்சிறியவை. அதே நேரம், ஏற்கெனவே இருக்கும் எந்த மாநிலத்தின் ஒரு பகுதியாகவும் இருக்கமுடியாத அளவுக்குத் தொலைவில் இருந்தன. அம்மக்களில் சிலர் புத்த மதத்தினர். தவாங்கில் ஒரு பழைய புத்த மடம் இருந்தது. இந்த மடம் திபெத்திய அதிகாரிகளுக்கு கப்பம் கட்டி வந்தது. மத ரீதியாக அந்த மடம், லாசாவின்கீழ் வந்தது.

1914-ம் ஆண்டு ஒப்பந்தப்படி, பிரிட்டிஷார் திபெத்தியர்களை தவாங் மீதான கட்டுப்பாட்டை விட்டுவிடக் கோரினர். ஏனெனில், திபெத்தியப் பகுதியான அதை, பிரிட்டிஷ் இந்தியாவுடன் சேர்க்காவிட்டால், திபெத்தும் அஸ்ஸாமும் ஒன்றுக்கொன்று அருகருகே இணைந்திருக்கும். ஒருவேளை திபெத், சீனக் கட்டுப்பாட்டுக்குள் மீண்டும் வந்தால், 'எங்கள் (அஸ்ஸாம்) நிலைமையை ஆபத்துக்கு உள்ளாகிவிடும்.'[76]

உள்கோட்டுக்கும் வெளிக்கோட்டுக்கும் இடையே வாழ்ந்த பழங்குடியினர், திபெத்தின் செல்வாக்குக்கு வெளியே இருந்தனர். 1947 ஆகஸ்டில் பிரிட்டிஷாரிடமிருந்து பெற்ற சுதந்தரத்தின்படி, அவர்களும் புத்த மதத்தினரைப் போலவே, இந்தியக் குடிமக்கள் ஆனார்கள். சிறிது காலம் கழித்து, பிரிட்டிஷார் நிர்வாக வெற்றிடமாக விட்டுச்சென்ற அந்த இடத்தை நிரப்ப புதுடெல்லி முயன்றது. 1951 பிப்ரவரியில் ஒரு சிறு படையுடன் அரசு அதிகாரி ஒருவர் தவாங் சென்று லாமாக்கள் இனிமேல் லாசாவுக்குக் கப்பம் செலுத்தத் தேவையில்லை என்று அறிவுறுத்தினர். அத்துடன் அதிகாரிகள், நெஃபா (NEFA) அல்லது வடகிழக்கு எல்லை ஏஜென்சி என்று அழைக்கப் படும் ஒரு மாகாணத்தை உருவாக்க, முயற்சிகளை மேற்கொண்டனர். ஓர் இந்திய எல்லை நிர்வாக அமைப்பும் ஏற்படுத்தப்பட்டது. அதில் புதிதாக நியமிக்கப்பட்டவர்கள், போர்க்குணம் கொண்ட பழங்குடியினரை எப்படிச் சமாளிப்பது என்ற பயிற்சியும் பெற்றிருந்தனர். அப்பயிற்சியை அளித்தவர் வெர்ரியர் எல்வின் என்ற பிரிட்டிஷ் மானுடவியலாளர். பின்னாளில் இந்தியக் குடிமகனான இவர், நேருவின் நம்பிக்கைக்கு உரியவர்.[77]

சீனர்கள் தங்கள் பங்குக்கு மேற்குப் பகுதியில் கவனம் செலுத்தினர். இங்கும், அருகிலிருந்த லடாக் என்ற இந்தியப் பகுதியிலும் வசித்த மக்கள் புத்த மதத்தினர். அது, பத்தாம் நூற்றாண்டிலேயே சுதந்தர நாடாக இருந்தது. கடந்த 150 ஆண்டுகளாக காஷ்மீரின் முக்கியப் பகுதியாக இருந்து வந்தது. அவர்களது விசுவாசம் இந்தியர்கள் பக்கமே இருந்துவந்தது.

வடகிழக்கு லடாக்குக்கும் சிங்கியாங்குக்கும் இடையே சீனப் பகுதியில் அக்ஸாய் சின் என்ற பெரிதும் வறண்ட பீடபூமி உள்ளது. சில இடங்களில் மட்டும் செடிகள்திட்டுத்திட்டுகளாக முளைத்திருக்கும்.[78] கடந்த காலங்களில் கால்நடை மேய்க்கும் லடாக்கியர்கள் அக்ஸாய் சின்னை மேய்ச்சலுக்கும், உப்பு எடுக்கவும் பயன்படுத்தினர். 1842-ல் ஏற்பட்ட ஓர் ஒப்பந்தப்படி இப்பகுதி காஷ்மீரின் ஒரு பகுதியாக இனம் காணப்பட்டது. இது பிரிட்டிஷாராலும் உறுதி செய்யப்பட்டது. அவர்களது 'மாபெரும் விளையாட்டில்' எதிரியான ரஷ்யர்கள் அந்தப் பீடபூமியை பிரிட்டிஷ் இந்தியா வுக்குள் படைகளைக் கொண்டுவரும் வழியாகப் பயன்படுத்துவார்களோ என்றி பிரிட்டன் பயந்தது.

ஆனால் அது நடக்கவில்லை. ஆனால் 1950-க்குப் பிறகு, சீனா அந்தப் பகுதியை, சிங்கியாங் மாகாணத்தின் யார்க்கண்ட் நகரிலிருந்து பிரச்னை தரும் திபெத் மாகாணத்துக்கு சாலை அமைக்கும் வழியாகக் கண்டனர். பீக்கிங், நில

அளவீட்டாளர்களை அனுப்பி, நிலங்களைப் பார்வையிடச் சொன்னது. 1956-ல், அக்ஸாய் சின் வழியாக சாலை அமைக்கும் பணியைத் தொடங்கியது. அக்டோபர் 1957-ல் சாலை தயாராகிவிட்டது. அதன் வழியாக, பத்து டன் கனரக பீரங்கிகளுடன், ராணுவ வீரர்களும் அதிகாரிகளும் செல்லமுடியும்.

இது தொடர்பான தகவல்கள் பின்னால் வெளியான குறிப்புகளில் இருந்தே கிடைத்தன. ஆனால், அந்த நேரத்தில், மேற்கில் சீனாவின் நடவடிக்கைகளும், கிழக்கில் இந்தியாவின் நடவடிக்கைகளும், அடுத்தவருக்குத் தெரியாமலேயே மேற்கொள்ளப்பட்டன. உலகுக்கும் அந்தந்த நாட்டு மக்களுக்கும்கூட, இந்த இரு ஆசிய அண்டை நாடுகளும், நட்புடனும் ஒத்துழைப்புடனுமான அசாதாரணமான உறவுகளால் இணைக்கப் பட்டவையாகத் தோன்றின.

VI

ஜனவரி 26, 1952-ல் பம்பாய் செய்தித்தாள் ஒன்று, ‘ஏதேனும் இரு நாடுகள் ஒவ்வொரு விஷயத்திலும் நேசத்துடனும் நட்புடனும் இருக்கக்கூடும் என்றால், அவை இந்தியாவும் பாகிஸ்தானுமாக மட்டுமே இருக்கமுடியும். இருவருக்கும் இடையே அனைத்துவித பிணைப்புகளும் சாத்தியம்: இனம், மொழி, புவியியல், பொருளாதாரம் மற்றும் கலாசாரம்’ என்று எழுதியது.[79]

ஆனால் பாகிஸ்தானுடனான இந்தியாவின் உறவுகள் ஆரம்பம் முதலே மோசமான நிலையில் இருந்தன. நாடு பிரிக்கப்பட்டதே வன்முறை, ஒருவர்மீது ஒருவர் கொண்டிருக்கும் சந்தேகம், தொடர்ந்த வெறுப்பு ஆகியவற்றின் பின்னணியில்தான், 1949-50-ன் குளிர்காலத்தில், கிழக்கு பாகிஸ்தானில், வகுப்புக் கலவரங்கள் மூண்டன. பல லட்சம் இந்துக்கள் எல்லை கடந்து இந்தியா வந்தனர். நேரு அப்போது பாகிஸ்தான் பிரதமர் லியாகத் அலி கானை, பாதிக்கப்பட்ட பகுதிகளைப் பார்க்க அழைத்தார். அழைப்பு மறுக்கப்பட்டது. எனினும், அந்த நாடுகளில் வசிக்கும் சிறுபான்மையினரை மனிதாபிமானத்துடன் நடத்த ஏதுவாக இரு நாடுகளையும் கட்டுப்படுத்தும் ஒப்பந்தம் ஒன்றில் கையெழுத்திட டெல்லி வருவதற்கு அவர் சம்மதித்தார். ஆனால் நேரு-லியாகத் ஒப்பந்தம், அகதிகள் கூட்டம் கூட்டமாக இந்தியா வருவதைத் தடுக்கவில்லை. மேற்கு வங்க இந்துக்கள் இதனால் கடும் சினம் கொண்டனர். அவர்களில் சிலர், அகதிகள் சார்பில் பாகிஸ்தான்மீது இந்தியா படையெடுத்துச் செல்லவேண்டும் என்று வற்புறுத்தினர்.[80]

மனிதனின் இரு அத்தியாவசியத் தேவைகளான, நீர், நிலம் ஆகியவை காரணமாகவே சச்சரவுகள் ஏற்பட்டன. முதலாவது பற்றி இப்புத்தகத்தில் ஏற்கெனவே பலமுறை சொல்லியிருக்கிறோம்: தீராத காஷ்மீர் பிரச்னை. இது, மீண்டும் மீண்டும் திரும்ப வரும். இரண்டாவது சிந்து மற்றும் அதன் ஐந்து துணை ஆறுகளின் நீரைப் பங்கிடுவது தொடர்பான பிரச்னை. இந்த ஆறுகள்

கிழக்கிலிருந்து மேற்காக, இந்தியாவிலிருந்து பாகிஸ்தானை நோக்கி ஓடுகின்றன. பெரிய அளவில் நீரை அபகரித்துவிடும் வாய்ப்பு ஏதும் ஏற்படும் முன்னரே சிந்துவும் ஜீலமும் பாகிஸ்தானுக்குள் நுழைந்துவிடுகின்றன. ஆனால் பிற நான்கு ஆறுகள் இந்தியப் பிரதேசத்தில் பல மைல்கள் செல் கின்றன. அடுத்த நாட்டுக்குச் செல்லுமுன் இந்த ஆறுகளை கட்டுப்படுத்தி, அதன் நீரை இருத்திவைத்து, பயன்படுத்திக்கொள்ள முடியும்.

பிரிவினைக்குப்பின் கிழக்கு பஞ்சாபும் மேற்கு பஞ்சாபும், உள்ளது உள்ளபடியேயான நிலைக்கு ஓர் ஒப்பந்தம் செய்துகொண்டன. அதன்படி நீர் தங்கு தடையின்றி பாகிஸ்தானுக்குச் சென்றுகொண்டிருந்தது. 1948 ஏப்ரலில் ஒப்பந்தம் காலாவதி ஆனது. அதன்பின் இந்தியா ராவி, சட்லெஜ் ஆறுகளின் நீர் மேற்கு நோக்கிச் செல்வதைத் தடுத்தது. புதிய ஒப்பந்தம் ஏதும் செய்து கொள்ளப்படவில்லை என்று காரணமும் காட்டியது. இந்த நடவடிக்கை, பாகிஸ்தான் ஆதரவுடன் நடத்தப்பட்ட காஷ்மீர் படையெடுப்புக்கு எதிராகப் பழிவாங்கும் செயல் என்று பரவலாக நம்பப்பட்டது. எப்படியோ, அதனால் மேற்கு பஞ்சாப் கால்வாய்கள் வறட்சி அடைந்தது, அப்பகுதி விவசாயி களிடையே பீதியை ஏற்படுத்தியது. ஒரே மாதத்தில் ஒரு புதிய ஒப்பந்தம் கையெழுத்தானது; நீர் செல்லத் தொடங்கியது. ஆனால், சட்லெஜ் ஆற்றின்மீது கட்டப்பட்ட பக்ரா நங்கல் அணை காரணமாக, பாகிஸ்தான் மீண்டும் எதிர்ப்பைத் தெரிவித்தது.

இந்தச் சிக்கலுக்கு நிரந்தரத் தீர்வு காண இரு நாடுகளுமே ஒரு வழியை நாடின. பாகிஸ்தான் உலக நாடுகளின் இடையீட்டைக் கோரியது. முதலில் இந்தியா இதை மறுத்தது. உலக வங்கி சமாதானம் செய்ய முன்வந்தது. இரு பக்கங்களின் பிடிவாதங்களை நன்கு உணர்ந்த உலக வங்கி, எளிமையான, தெளிவான தீர்வு ஒன்றை முன்வைத்தது. மூன்று ஆறுகளின் நீர் பாகிஸ்தானுக் கும், மூன்று ஆறுகளின் நீர் இந்தியாவுக்கும் என்ற யோசனை 1954 பிப்ரவரியில் முன்வைக்கப்பட்டபோதும், ஒப்பந்தம் கையெழுத்தாக ஆறு ஆண்டுகள் பிடித்தன.[81]

காஷ்மீர் விவகாரம் போலவும், துணைக்கண்டத்தில் நிலவும் அனைத்துப் பிரச்னைகளைப் போலவும், சிந்து நதி ஒப்பந்தமும் உள்நாட்டு அரசியலால் மேலும் கடினமாக்கப்பட்டது. பேச்சு வார்த்தையைத் தொடங்கும் எந்த இந்திய அல்லது பாகிஸ்தான் தலைவரும், தம் நாட்டை அடுத்த நாட்டுக்கு விற்றுவிட்டதாகத் தவிர்க்க இயலாத குற்றச்சாட்டுக்கு உள்ளாக நேரிடும்.

இந்திய ரூபாயின் மதிப்பு குறைக்கப்பட்டதன் விளைவாக, 1949-51-ல் இரு நாடுகளுக்கும் இடையே ஏற்பட்ட வர்த்தகப் போட்டி இதற்கு ஓர் உதாரணம். இதை எதிர்த்து, பாகிஸ்தான் இந்தியாவுக்கான சணல் ஏற்றுமதியை நிறுத்தியது. இந்தியாவும் பதிலடியாக நிலக்கரி அளிக்க மறுத்தது. 1951 பிப்ரவரியில் பாகிஸ்தான் ரூபாயின் மதிப்பை இந்திய ரூபாய்க்குச் சமமாக ஏற்க நேரு ஒப்புக்கொண்ட பிறகுதான் பிரச்னை தீர்க்கப்பட்டது. அவருடைய முடிவை வர்த்தக சபைகள் வரவேற்றன. ஆனால் அனைத்து அரசியல்

கட்சிகளும் கடுமையாக எதிர்த்தன. இந்தியா முற்றிலுமாகத் தோற்கடிக்கப் பட்டுவிட்டது என்பதே புது டெல்லியில் நிலவிய கருத்து. 'சர்தார் படேல் உயிருடன் இருந்திருந்தால் இத்தகைய அவமதிப்பு ஏற்பட்டிருக்காது' என்று ஒரு காங்கிரஸ் உறுப்பினர் குறை கூறினார். 'இப்போதைய உண்மையான பிரச்னை என்னவென்றால், அடுத்தபடியாக ஜவாஹர்லால் எந்தப் பிரச்னையில் பாகிஸ்தானிடம் சரணடைவார், காஷ்மீர் விஷயத்திலா அல்லது அகதிகளின் சொத்து விஷயத்திலா' என்று கேட்டார் அகதிகளின் ஒரு தலைவர். இந்து மகா சபை கட்சியின் பேச்சாளர், 'நேரு உலகத் தலைவர் ஆவதற்காக இந்தியா முழுவதையுமே பாகிஸ்தானிடம் ஒப்படைத்துவிடும் அளவுக்குச் செல்வார்' என்றார். ஆர்.எஸ்.எஸ். அமைப்பாளர் ஒருவர், 'அடுத்து வரப்போவதை இது காட்டுகிறது. பொதுமக்கள் நேருவைக் கட்டுப் படுத்தாவிட்டால், மேலும் மேலும் சமாதானங்களும் சரணடைவதுமே நிகழும்' என்றார்.[83]

பாகிஸ்தானிலும் இந்தியாவுக்குக் அளிக்கப்படும் எந்தச் சலுகையையும், எதிரியைச் சமாதானப்படுத்தும் முயற்சியாகவே எதிர்க்கட்சி அரசியல்வாதி களால் பார்க்கப்பட்டது. எனினும், பொதுமக்கள் கருத்து இருவிதமாக இருந்தது. தேசிய நோக்கு அவர்களை மாறுபட வைத்தாலும் பொதுவான கலாசாரம் அவர்களை ஒன்றிணைத்தது. அவர்கள் ஒரே உணவைச் சாப்பிடு வதோ, ஒரே மாதிரி வாழ்வதோ மட்டுமல்ல, ஒரே மாதிரியான நகைச்சுவை உணர்வை உடையவர்களாகவும் இருந்தனர். இந்தியத் திரைப்பட நட்சத்திரங்கள் பாகிஸ்தானில் பெரிதும் போற்றப்பட்டனர்; பாகிஸ்தான் கிரிக்கெட் வீரர்கள் இந்தியாவில் விளையாடும்போது ஆரவாரமாக வரவேற்கப்படுகின்றனர்.

இந்த இரட்டைத் தன்மை, 1955-ல் டான் என்ற கராச்சி செய்தித்தாளில் வெளியான கடிதப் பரிவர்த்தனையில் காணப்படுகிறது. அண்மையில் தன் உறவினர்களைக் காண இந்தியா வந்த பெண் ஒருவர், அமிர்தசரஸிலிருந்து அம்பாலா வரை தான் மேற்கொண்ட பயண அனுபவங்கள் பற்றி எழுதினார். அவர் பாகிஸ்தானிலிருந்து வருபவர் என்று கேள்விப்பட்டவுடன் சிந்து மற்றும் மேற்கு பஞ்சாபிலிருந்து வந்த அகதிகள் அவரைக் கடுமையாக வார்த்தைகளால் தாக்கினர். ஆனால், அகதிகள் அல்லாத இந்துப் பயணிகள் அந்த அகதிகளைக் கண்டித்தனர். பாகிஸ்தானிலிருந்து வந்த அகதிகளோ, தாங்கள் பட்ட கஷ்டங்களை அகதியல்லாத அவர்கள் அறியமாட்டார்கள் என்று சொல்லி, அவர்களுடைய எதிர்ப்பை ஒதுக்கித் தள்ளிவிட்டனர்.

இந்தியர்களுடைய இந்தப் பகை உணர்வு பற்றிய விவரம் பல கண்டனக் கடிதங்களை எழுதத் தூண்டின. அவை எல்லையின் மறுபுறத்தில் காட்டப்படும் கனிவையும் விருந்தோம்பலையும் விரிவாக எடுத்துரைத்தன. இந்தியாவுக்குச் செல்லும் எதிர்காலப் பயணி இந்திய-பாகிஸ்தான் உறவுகளைப் பாதிக்கும் இத்தகைய பேச்சுகளில் ஈடுபடாமல், பால்கோவா சாப்பிட்டுவிட்டு, வெற்றிலைப் பாக்கு போட்டுக்கொண்டு சும்மா இருக்கலாம்

என்று ஒருவர் அறிவுரை கூறினார். பெண் நிருபர் ஒருவர், இத்தகைய தவறான அறிக்கைகள் கசப்பை உண்டாக்கி இந்தியா-பாகிஸ்தான் இடையே நட்புறவு ஏற்படாமல் செய்துவிடும் என்று குற்றம் சாட்டினர். இந்தக் கடைசிக் கருத்தை முதலில் கடிதம் எழுதியவரும் ஒப்புக்கொண்டார். 'இந்தக் கருத்தைச் சொன்னவரையும் பாகிஸ்தானி என்றே கருதுகிறேன். ஒரு பாகிஸ்தானி என்ற முறையில், 'இந்தியா - பாகிஸ்தான் இடையே நட்புறவு' என்பதற்கு பதில், 'பாகிஸ்தான் - இந்தியா இடையே நட்புறவு' என்று அவர் சொல்லியிருக்க லாமே?' என்று எழுதியிருந்தார்.[84]

VII

இந்திய வெளியுறவுக் கொள்கை, அனைத்து இடங்களிலும் காலனியாதிக்கம் தொடர்வதற்கு எதிரானது. இதன் பொருள், இன்னும் அயல்நாட்டவர் ஆட்சியில் இருக்கும் தன் நாட்டின் பகுதிகள் மீட்கப்படுவதுதான். 1947-ல் பிரிட்டிஷார் வெளியேறிய போது, போர்த்துகீசியர்கள் கோவாவிலும் அவர்களுக்குச் சொந்தமான பிற பகுதிகளிலும் தொடர்ந்து இருந்தனர். பிரெஞ்சுக்காரர்களும் தெற்கே மூன்று சிறு துண்டு நிலங்களில் - மிக முக்கிய மாக சிறு துறைமுகமான பாண்டிச்சேரி மற்றும் கிழக்கே சந்திரநாகூரிலும் தங்கியிருந்தனர்.

1949 ஜூனில் சந்திரநாகூர் மக்கள் மிக அதிகமான பெரும்பான்மையில் இந்தியாவுடன் இணைய வாக்களித்தனர். வாக்கெடுப்பின்போது, தேசப்பற்று எங்கும் காணப்பட்டது. சுவரொட்டி ஒன்றில் இந்திய உடையிலான தாய் ஒருத்தி மேற்கத்திய உடையிலான குழந்தையை மீட்க தன் இரு கைகளை நீட்டுவது போன்ற காட்சி தீட்டப்பட்டிருந்தது. ஓராண்டுக்குப்பின் அப்பகுதி இந்திய்யாவுக்கு மாற்றப்பட்டது. ஆனால் பிரெஞ்சுக்காரர்கள் தெற்குத் துண்டுகளை விடாமல் பிடித்துக்கொண்டிருந்தனர். 1954 வசந்தகாலத்தில் சூழ்நிலை மிகவும் கடுமையானது. பாண்டிச்சேரியில் இந்தியாவுடனான இணைப்புக்குச் சாதகமாக தீவிர இயக்கம் ஒன்று இயங்க ஆரம்பித்தது. சென்னையில் தினசரி பிரெஞ்சு துணை தூதரகம் முன்பாக ஆர்ப்பாட்டங்கள் நடைபெற்றன. நவம்பர் முதல் தேதியன்று பிரான்ஸ், தன் வசமிருந்த பகுதிகளை இந்தியாவுக்கு ஒப்படைத்தது. இந்தியர்கள் அதை கண் கவர் வாண வேடிக்கையுடன் கொண்டாடினர். அடுத்த ஜனவரி குடியரசு ஆண்டு விழா அணிவகுப்பில், முதல் முறையாக பாண்டிச்சேரியும் பங்குபெற்றது. இளஞ்சிறுமியர் பிரெஞ்சுப் பாடல்களைப் பாடிக்கொண்டு சென்றனர்.[85]

இந்தச் சிறு பகுதிகளை வரவேற்றுப் பேசிய நேரு, கண்ணியத்துடனும் நல்லெண்ணத்துடனும் பிரான்ஸ் - இந்தியா பிரச்னையைத் தீர்க்க உதவிய இரு நாடுகளின் சகிப்புத்தன்மை, நல்ல நோக்கம் மற்றும் புத்திசாலித் தனத்தைப் பாராட்டினார்.[86] இந்தக் குறிப்புகள், போர்த்துகீசியருக்காகக் கூறப்பட்டவை; ஆனால் அவர்கள் இதைக் கேட்கவில்லை. அவர்கள் எத்தனை நாள் தாக்குப்பிடிக்க முடியுமோ அவ்வளவு காலம் கோவாவில்

இருக்கலாம் என முடிவு செய்திருந்தனர். பாண்டிச்சேரி மாற்றம் இறுதி வடிவம் பெற்றுக்கொண்டிருக்கும்போதே, போர்த்துகீசிய சர்வாதிகாரி அந்தோனியோ டி ஒலிவேரா சலாஸார், 'போர்த்துக்கீசியர்களுக்குச் சொந்தமான இந்தியக் காலனிகள், வரலாற்றின் தீர்ப்பாலும் சட்ட பலத்தாலும் அவர்களுக்கே உரியன. கோவா இந்தியாவில் ஒரு போர்த்துகீசிய சமூகத்தை உருவாக்கியுள்ளது' என்று தேசிய வானொலியில் பேசினார். மேலும் 'கீழை நாடுகளில் கோவா மேற்கின் ஒளியைப் பிரதிபலிக்கிறது' என்றும் சொன்னார். 'போர்த்துகீசிய கண்டுபிடிப்புகளின் நினைவுச்சின்னமாகவும் மேற்கத்திய நெருப்பின் ஒரு சிறு சுடராகவும் கோவா கிழக்கில் தொடரவேண்டும்' என்றார்.[87]

சுதந்தரத்துக்கு நீண்டகாலம் முன்பிருந்தே கோவா காங்கிரஸ் கமிட்டி செயல்பட்டுக் கொண்டிருந்தது. கோவாவாசிகளும், பம்பாயில் வசிக்கும் கோவாக்காரர்களும் தீவிரமாகச் செயல்பட்டனர். பிரிட்டிஷ் இந்தியாவில் வசித்தவர்கள் நிலைமையைவிட கோவா இந்தியர் நிலைமை மிக மோசமாக இருந்தது என்றும், இனப்பாகுபாடு அதிகமாக இருந்தது என்றும், மனித உரிமைகளே முழுதுமாக இல்லை என்றும் அவர்கள் வாதிட்டனர். 1946-ல் இடது சாரி காங்கிரஸ் அரசியல்வாதி ராம் மனோகர் லோஹியா அப்பகுதியைப் பார்வையிட்டு, மக்களை ஆட்சியாளர்களுக்கு எதிராகக் கிளர்ந்தெழுமாறு தூண்டினார். வேலை நிறுத்தமும் போராட்டங்களும் நிகழ்ந்தன. ஆனால் இவை அதிகாரிகளால் கடுமையாக ஒடுக்கப்பட்டன. 1947 ஆகஸ்டு 15 அன்று மூவண்ணக் கொடிகள் அங்கும் இங்குமாக ஏற்றப்பட்டன. ஆனால் எதிர்ப்பாளர்கள் உடனடியாக காவலர்களால் அப்புறப்படுத்தப் பட்டனர்.[88]

கோவா தவிர, போர்த்துகீசியர்கள் கொங்கணக் கடற்கரையில் பல சிறு பிராந்தியங்களையும் வைத்திருந்தனர். அவற்றுள் ஒன்று டாமன். அங்கு கிழக்கு ஆப்பிரிக்காவிலிருந்து வந்த போர்த்துகீசியப் படைவீரர்கள் 1,500 பேர் அடங்கிய படைப்பிரிவு இருந்தது. இது பம்பாய் மாகாணத்தின் எல்லையை அடுத்திருந்தது. பம்பாயில் சுதந்தரத்துக்குப் பிறகு மதுவிலக்கு நடைமுறையில் இருந்தது. அதனால் டாமனில் சாராயக் கடத்தல் கொடிகட்டிப் பறந்தது. ஞாயிறு மாலை வேளைகளில் டாமன்-பம்பாய் எல்லைப்பகுதியில் 'பேக்கஸிலிருந்து திரும்பிச் செல்லும் பக்திமான்கள், ஒரு வழியாக, தள்ளாடித் தள்ளாடி, பற்றாக்குறையும் சுத்தபத்தமும் நிலவும் தங்கள் நாடான பாரதத்துக்கு திரும்பிக்கொண்டிருந்தனர்.'[89]

குடிகாரர்கள் ஒருபுறம் இருக்க, தேச உணர்வுள்ள இந்திய அரசியல்வாதிகள், போர்த்துகீசியர்கள் தங்கள் காலனிகளை நடத்தும் விதம் கண்டு சினம் கொண்டனர். முதலில் நேருவும் பேச்சுவார்த்தை மூலம் பிரச்னையைத் தீர்த்து விடலாம் என்று நம்பினார். ஆனால், சோஷலிஸ்ட் கட்சியின் கிளர்ச்சிக் காரர்கள் அவரைக் கட்டாயப்படுத்தினர். அவர்கள் தொடர்ச்சியாக சத்தியாகிரகங்களை நடத்தி கோவாவை இந்திய யூனியனுடன் இணைய வற்புறுத்தினர். 1954 ஜூலையில் ஒரு கிளர்ச்சிக்குழு பம்பாயிலிருந்து சென்று

இந்திய எல்லையால் சூழப்பட்ட தாத்ராவைக் கைப்பற்றினர். அதைவிட பெரிய, அதேபோன்ற நகர் ஹாவேலி பகுதி அடுத்த மாதம் சண்டை எதுவுமின்றி விழுந்தது. சுதந்தர தினத்தன்று ஆயிரம் தொண்டர்கள் டாமன் எல்லையைக் கடக்க முயன்றனர். அவர்கள் இந்தியக் காவல்துறையால் தடுத்து நிறுத்தப்பட்டனர். உடனே அவர்கள் உதவி வேண்டி நேருவுக்குத் தந்தி கொடுத்தனர். நேரு தன் பதில் தந்தியில், 'அத்தகைய நடவடிக்கை நம்முடைய லட்சியத்துக்கு உதவி செய்யாது' என்று அறிவித்தார்.[90]

சோஷலிஸ்டுகள் தாற்காலிகமாக மட்டுமே தடுத்து நிறுத்தப்பட்டனர். ஓர் ஆண்டுக்குப் பிறகு எம்.ஜி.கோரே தலைமையில் ஒரு குழு, முழக்கங்கள் இட்டபடி கோவாவுக்குள் நுழைந்தது. அவர்கள் காவல்துறையினரால் தாக்கப்படுவதற்கு முன்பாக கோவாவுக்குள் பல மைல்கள் வந்துவிட்டனர். பல எதிர்ப்பாளர்கள் மோசமாகக் காயமுற்றனர். சத்தியாக்கிரகிகள் அகுவாதா கோட்டைச் சிறையில் அடைக்கப்பட்டனர். அங்கே அவர்கள், விடுதலை யாவதற்கு முன், இருபது மாதங்கள் இருந்தனர். 1954-55 ஆண்டுகளில் இந்த எதிர்ப்புகளின்போது போர்த்துகீசியர்கள் 2,000-க்கு மேற்பட்டவர்களைச் சிறையில் அடைத்தனர்.[91]

VIII

நேருவுக்கு வெளிநாட்டுக் கொள்கை என்பது, உலக அரங்கில் இந்தியாவின் இருப்பை உணரச்செய்வதற்கான ஒரு வழி. சுதந்தரத்துக்குப் பிறகு அவரே நேரடியாக இந்திய அயல்நாட்டுப் பணியமைப்பை (இந்தியன் ஃபாரின் சர்வீஸ் - ஐ.எஃப்.எஸ்) மேற்பார்வையிட்டார். திறமையான ஐ.சி.எஸ். அதிகாரிகளை வெளியுறவுத் துறைக்கு மாற்றினார். புதிதாகத் தேர்வுபெற்ற இளைஞர்களையும் எடுத்துக்கொண்டார். ஐ.எஃப்.எஸ். பணி என்பது, லட்சியவாதமும் கவர்ச்சியும் கலந்த விசேஷக் கலவை. அப்பணியில் பிரதமருடன் நேரடித் தொடர்புக்கான வாய்ப்பு இருந்தது. ஐ.எஃப்.எஸ். அலுவலர் ஒருவர், 1948-ன் ஆரம்பகாலத்தில் நேரு அவரை தன் அறைக்கு அழைத்து உலகப்படம் ஒன்றைக் காட்டியதை நினைவுகூர்ந்தார். பிரதமருடைய விழிகள் உலக உருண்டைமீது படர்ந்தன. அவருடைய விரல்கள் வடக்கு, தெற்கு, கிழக்கு, மேற்குப் பகுதிகளிலுள்ள இடங்களைச் சுட்டிக்காட்டி, 'நாம் நாற்பது தூதரகங்களை வைத்திருப்போம்; நாம் நாற்பது துணை தூதரகங்களை வைத்திருப்போம்' என்று வியப்பு ஒலிக்கும் குரலில் கூறினார்.[92]

ஐந்தாண்டுகளுக்குப் பிறகு இந்தியா நாற்பது தூதரகங்களை அமைத்தபோது, அதிகாரிகளுக்கு நேரு பாராட்டுக் கடிதம் ஒன்றை அனுப்பினார். 'சுதந்தரத்துக்குப் பிறகு இந்தியாவின் பெருமை மிகவும் அதிகரித்துவிட்டது. உலக விவகாரங்களில் நாம் உறுத்தும்படியான செயல்களைத் தவிர்த்துள்ளோம். கொள்கை வேறுபாடுகள் இருந்தாலும், வெளிநாடுகளில், நம் நேர்மையான நோக்கங்களுக்காக, நம் மீதான பாராட்டு அதிகரித்துள்ளது.

இந்தியாவின் சார்பில் வெளிநாட்டு தூதரகங்களில் பணியாற்றும் தலைமை அலுவலர் முதல் கடைசிப் பணியாளர் வரை ஒரு குடும்ப உணர்வுடன், ஒருவருக்கொருவர் ஒத்துழைக்கவேண்டும். இந்த மாபெரும் பயணத்தில் நாம் அனைவரும் பங்காளிகள்; இந்த மாபெரும் செயலைச் செய்வதில் நாம் அனைவரும் தோழர்கள்.'[93]

ஒரு கூட்டு முயற்சியாகவே இது அறிமுகமாகிச் செயல்பட ஆரம்பித்தாலும், 'பிரதமரால் செய்யப்பட்டது' என்ற முத்திரை முழுவதுமாகக் குத்தப்பட்டு விட்டது. 1950-ல் அவருடைய மந்திரி சபையில் அதி புத்திசாலியும் சிறிதும் ஆதாயம் எதிர்பார்க்காதவருமான மந்திரி ஒருவர், நேரு எவ்வாறு உலக அரங்கில், 'அமெரிக்கர்களைவிட, ஆங்கிலேயர்களைவிட, பிற எந்த மனிதரையும்விட மிகப்பெரும் மனிதராக வளர்ந்து கொண்டிருக்கிறார்' என்று பேசினார். 'ஒரு நாடு, ஒரு தலைவர் மூலம், அதிகாரம் பெறத் தேவையான பொருள்கள், மனிதர்கள் அல்லது பணம் இல்லாமலேயே இப்போது நாகரிக உலகின் மிகப்பெரிய அறச் சக்தியாக அங்கீகரிக்கப்பட்டு வருகிறது. மாபெரும் சபைகளில் அவருடைய நாட்டின் குரல் மரியாதையுடன் கேட்கப் படுகிறது.'[94] அவருக்கு எதிரான அரசியல்வாதிகள்கூட, உலக அரங்கில் இந்தியாவுக்கு ஒரு சிறப்பான இடத்தைப் பெற்றுத்தர அவர் ஆற்றிய பணிகளைப் பாராட்டினர். உலக விவகாரங்களில் காந்தியக் கொள்கைகளை ஆக்கபூர்வமாகச் செயல்படுத்த உதவியாக அணி சேராக் கொள்கை இருப்பதாகத் தோன்றியது. அக்காலத்தில் ஏற்பட்ட உள்நாட்டுப் போர்கள் மற்றும் சச்சரவுகளில் சமாதானம் செய்துவைக்க முக்கியப் பங்கு ஏற்க இந்தியா அழைக்கப்பட்டது, அக்கொள்கையின் திறனுக்கு வலுவூட்டியது.

அயல்நாட்டு அறிஞர்களும் நேருவின் அணிசேராக் கொள்கையைப் பாராட்டினர். மிலானின் ஃபெல்ட்ரிநெல்லி என்ற பெரும் புத்தக வெளியீட்டு நிறுவனம், 1955-ல் தான் தொடங்கியபோது, முதலில் வெளியிட்ட இரு நூல்களில் ஒன்று நேருவின் சுயசரிதை. அந்தப் புத்தகத்தைப் பாராட்டிய அந்த வெளியீட்டு நிறுவனம், 'முரணற்ற சீரான பாசிஸ எதிர்ப்புக்காகவும், உலக அரசியல் அரங்கில் காலனி ஆதிக்கத்துக்கு எதிராக எழுந்துநின்று, தங்களுக் குரிய இடத்தைப் பெற்ற நாடுகளுடைய அதிகாரபூர்வமான குரல் என்பதற்காகவும் பாராட்டப்பட்ட நூல் அந்தச் சுயசரிதை' என்றது.[95]

புது டெல்லியில் ஸ்வீடன் தூதரகத்தில் இருந்த ஆல்வா மிர்தால், தம் கணவர் குன்னாருக்கு, நேரு எவ்வாறு 'சீஸர் போல இல்லாமல், இயல்பாகவே தன் அதிகாரத்தைச் செலுத்துகிறார்' என வியந்து எழுதினார். 'புதிதாக சுய முக்கியத்துவம் எதையும் கொள்ளாமல், இவ்வளவு உயர்ந்த, அதிகாரம் வாய்ந்த இடத்துக்கு வந்த, நாம் பார்த்த ஒரே மனிதர் அவர்தான் என்பது உண்மையல்லவா?' என்றும் எழுதினார்.[96]

அமெரிக்காவுக்கும் ரஷ்யாவுக்கும் இடையிலான பனிப் போரில் முன்னணியில் இருந்த நாடான ஸ்வீடன் மக்களிடையே கூட நேருவின் நிலை அப்படி இருந்தது. 1955-ல்கூட அணிசேராக் கொள்கைக்கு ஒரு

கவர்ச்சியும் அறம் சார்ந்த தோற்றமும் இருந்தன. அதற்கு அடுத்த வருடம்தான் ஹங்கேரி விவகாரத்தில் ஏற்பட்ட குளறுபடியும் நேருவிடம் மேற்கத்திய நாடுகளுக்கு ஏற்பட்ட ஏமாற்றமும்! ஆனால், அவருடைய நாட்டு மக்களிடம் அவர் பெற்றிருந்த மந்திரக் கவர்ச்சி, அதன் ஆதரவை இழக்க இன்னும் அதிககாலம் ஆயிற்று.

9

வரைபடத்தை மாற்றுதல்

சிலர் சிவாஜியின் மரபை மறுபடியும் கொண்டுவர விரும்புவதோடு, சம்யுக்த மஹாராஷ்டிராவில் பாஜ்வாகண்டா கொடியை ஏற்ற விரும்புகின்றனர். மஹா குஜராத் முழுவதும் பம்பாய், அஹமதாபாத் கோடீஸ்வரர்களுடைய பொருளாதாரப் பேரரசை விரிவுபடுத்த பிறர் விரும்புகின்றனர். காரணமற்ற மாகாண விருப்பு வெறுப்புகள், போட்டிகள், பொறாமைகள் எல்லாப் பக்கங்களிலும் புத்துயிர் பெற்றுள்ளன; ஒவ்வொருவரும் பிறரோடு இணைந்திருப்பதைவிட, அவர்களிடமிருந்து பிரிந்துபோகவே துடிக்கின்றனர். அஸ்ஸாமியர்கள் வங்காளத்திலிருந்து ஒரு துண்டு நிலத்தை வெட்டி எடுத்துச்செல்ல விரும்புகின்றனர்; பிகாரில் ஒரு துண்டை வங்காளம் விரும்புகிறது; ஒரிஸ்ஸாவில் தெலுங்கர்கள் அதிருப்தியில் இருக்கிறார்கள். திருவிதாங்கூரில் உள்ள தமிழ்ச் சிறுபான்மையினர் பிரிந்துபோக விரும்புகின்றனர்.

- இடது சாரி எழுத்தாளர் கே.ஏ.அப்பாஸ், ஜனவரி 1951.

I

இந்திய தேசியவாதிகளின் முன்னணித் தலைவர்கள் நீண்ட நெடுங்கால மாகவே மக்களின் உணர்வை எழுப்பிச் செயல்பட வைக்கும் தாய்மொழிப் பற்றின் சக்தியை அறிந்தே இருந்தனர். இது பல மொழிகள் பேசும் நாடு. ஒவ்வொரு மொழிக்கும் தனியான எழுத்து வடிவம், இலக்கணம், சொற்களஞ்சியம், இலக்கிய மரபுகள், யாவும் உண்டு. இந்த வேறுபாட்டை ஏற்க மறுப்பதைவிட, காங்கிரஸ் அதனை ஏற்று இடம் கொடுக்க முன்வந்தது. 1917 முதலாகவே அக்கட்சி சுதந்தர இந்தியாவில் மொழிவாரி மாநிலங்களை அமைக்க ஒப்புக்கொண்டுவிட்டது. அந்த ஆண்டு ஒரு தனி ஆந்திர வட்டமும், மறு ஆண்டு சிந்து வட்டமும் அமைக்கப்பட்டன. 1920-ல் நாக்பூர்

காங்கிரஸுக்குப் பிறகு அக்கொள்கை விரிவுபடுத்தப்பட்டு, கர்நாடகப் பிரதேச காங்கிரஸ், ஒரிஸ்ஸா பிரதேசக் காங்கிரஸ், மஹாராஷ்டிரப் பிரதேச காங்கிரஸ் முதலிய மொழிவாரி மண்டல காங்கிரஸ் கமிட்டிகள் அமைக்கப்பட்டு முறைப்படுத்தப்பட்டன. முக்கியமாக இவை பிரிட்டிஷ் இந்தியாவின் நிர்வாக அமைப்புகளைப் பின்பற்றவில்லை; சொல்லப்போனால் அவற்றுடன் மோதவே செய்தன.

மொழிவாரி காங்கிரஸ் சீரமைப்பை மகாத்மா காந்தி ஊக்குவித்து ஆதரித்தார். முடிவில் சுதந்தரம் வந்தபிறகு, காந்தி புதிய தேசத்தின் மாநிலங்கள், மொழி அடிப்படையில் உருவாக்கப்பட வேண்டும் என நினைத்தார். சிறிது காலத்துக்குப் பிறகு, 1947 அக்டோபர் 10 அன்று, உடன் பணியாற்றுபவர்க்கு ஒரு கடிதம் எழுதினார். 'மொழிவாரி மாநில சீரமைப்பை நாம் விரைவுபடுத்த வேண்டும் என நான் உறுதியாக நினைக்கிறேன். தாற்காலிகமாக, பல மொழிகள் பல கலாசாரங்களைப் பிரதிபலிப்பதாக ஒரு மாயத்தோற்றம் தோன்றலாம். ஆனால் மொழிவாரி மாநில அமைப்பினால் அது மறைவதற்கு வாய்ப்பு உள்ளது. நேரம் வரும்போது அதுபற்றி எழுதுகிறேன். மக்களில் ஒரு பகுதியினர் மொழிவாரி மாநிலங்கள் தவறு என்று கூறுவதை நான் அறியாமல் இல்லை. இந்தப் பகுதியினர், சிக்கல்களை உண்டாக்குவதில் மகிழ்ச்சி அடைகின்றனர் என்றே நான் கருதுகிறேன்.'[1]

1937-ல் நேருவின் கருத்தும் அதுவாகவே இருந்தது. ஜவாஹர்லால் நேருவும், இந்தியாவின் பன்மொழித் தன்மையை உணர்ந்திருந்தார். 1937-ல் அவர் எழுதிய கட்டுரை ஒன்றில், 'வாழும் ஒரு மொழி என்பது, உயிருள்ளது, துடிப்புள்ளது, எப்போதும் மாறிக்கொண்டே இருப்பது, வளரக்கூடியது. அது தன்னைப் பேசும், எழுதும் மக்களைப் பிரதிபலிக்கக்கூடியது. நம் பெரும் பிராந்திய மொழிகள், கிளைமொழிகளோ, பேச்சுவழக்குகளோ அல்ல. பல அறியா மனிதர்கள் இவற்றை அப்படித்தான் வழங்குகிறார்கள். அவை யாவும் பழைமையான மொழிகள். அவை ஒவ்வொன்றும் பல கோடி மக்களால் பேசப்படுகின்றன. ஒவ்வொன்றும் படித்த மற்றும் பாமர மக்களின் வாழ்க்கையோடும், கலாசாரத்தோடும், சிந்தனையோடும் பின்னிப் பிணைந்துள்ளது. பாமர மக்கள் தங்கள் மொழியின்மூலமாகவே கல்வியிலும் கலாசாரத்திலும் முன்னேறமுடியும் என்பது தெளிவு.'[2]

ஆனால் 1947-ல் அவர் வேறு சிந்தனைகளைக் கொண்டிருந்தார். நாடு அப்போதுதான் மத அடிப்படையில் பிரிக்கப்பட்டிருந்தது. மேலும் அதை மொழிவாரியாகப் பிரிப்பது யூனியன் சிதறுவதை ஊக்குவிக்காதா? தமிழ், மலையாளம், தெலுங்கு, கன்னடம், உருது மற்றும் கொங்கணி பேசுபவர்களை யெல்லாம் கொண்ட மதராஸ்; மராத்தி, குஜராத்தி, உருது, சிந்தி, கோண்டி முதலிய மொழிகள் பேசுபவர்களைக் கொண்ட பம்பாய் ஆகியவற்றைப் போல, நிர்வாக அமைப்புகளை அப்படியே ஏன் வைத்திருக்கக் கூடாது? அவ்வாறு பல மொழிகள், பல கலாசாரங்கள் கொண்ட மாநிலங்கள் பலதரப்பட்டவர் ஒன்றிணைந்து வாழும் அசாதாரணமான பயிற்சியை

அளித்திடாதா? புதிய தேசம், சமாதானம், நிலைத்தன்மை, பொருளாதார வளர்ச்சி போன்ற நவீன லட்சியங்களின் அடிப்படையில் ஏன் இணையக் கூடாது? எதற்காக, பழமையான அடையாளங்களான ஜாதி, மொழி ஆகியவை வாயிலாக பிரிக்கப்படவேண்டும்?

சுதந்தரத்துக்கு மூன்று மாதங்களுக்குப் பிறகு, அரசியல் அமைப்புச் சபைக் கூட்டத்தில் இந்தச் சிந்தனைகளுக்கு நேரு குரல் கொடுத்தார். காங்கிரஸ் மொழிவாரி மாநிலங்களுக்கு உறுதி கொடுத்திருந்த போதிலும், இப்போது பிரிவினையின் விளைவாக நாடு சிக்கலான சூழ்நிலையை எதிர்நோக்கி யுள்ளது. இப்போது பிரிவினைவாதப் போக்குகள் முன்னிலைக்கு வந்துள்ளன. அவற்றைக் கட்டுப்படுத்த ஒருவர், 'இந்தியாவின் பாதுகாப்பையும் நிலைத்தன்மையையும் முக்கியமாகக் கொள்ள வேண்டும். எனவே, இந்தியா முழுமையாக, வல்லமை படைத்ததாக, நிலைத்தன்மை கொண்டதாக, எதிர்வரும் அனைத்து ஆபத்துகளையும் சமாளிக்கக் கூடிய தன் திறமைமீது நம்பிக்கை கொண்டதாக, எல்லாப் பிரச்னைகளையும் சந்தித்து எதிர்நோக்க வல்லதாக, இருக்கவேண்டும். இந்தியா வாழ்ந்தால், அதன் எல்லாப் பகுதிகளும் வளரும்; வளம் பெறும். இந்தியா பலவீனப்பட்டால் அதன் உறுப்புகள் யாவும் பலவீனமாகிவிடும்."[3]

இந்தியா வலுப்பெற்று, தன்னைப்பற்றி நிச்சயமானதொரு நிலைக்கு வரும்வரை மொழிவாரி மாநில அமைப்பு ஒத்திவைக்கப்பட வேண்டும். இதைப்பற்றி நேரு, காந்தியைக்கூட வற்புறுத்தியதாகத் தெரிகிறது. 1947 நவம்பரில் 'மொழிவாரி மாநில சீரமைப்பு ஒத்திப்போடப்படுவது, தற்போதுள்ள சீர்குலையும் சூழலில் ஓரளவு நியாயமானதே' என்று மகாத்மா எழுதினார். 'இந்தப் பிரத்யேகமான உணர்வு முதன்மையானது. எவரும் இந்தியா முழுமைக்காகவும் சிந்திப்பதில்லை.' காந்தியும், 'நாட்டில் இனச் சண்டைகள் ஒழிந்து வேற்றுமைகளுக்கு மாறாக ஒற்றுமையும், சண்டைக்குப் பதிலாக சமாதானமும், பின்னடைவுக்குப் பதில் முன்னேற்றமும், சாவுக்குப் பதிலாக வாழ்வும் அமைந்து ஆரோக்கியமான சூழல் ஏற்படும் வரை', மொழிவாரி மாநிலச் சீரமைப்பு ஒத்திப்போடப்பட வேண்டும் என்று கருதினார்.[4]

எப்போதும்போல, காந்தி ஒரு சமயத்தில் ஒரு பணியை மட்டும் மேற்கொள்ளவேண்டியதன் அவசியத்தைப் போற்றினார். ஆனால் அவர் தன் கொள்கையையே விட்டுவிட மாட்டார். 1948 ஜனவரி 25 அன்று நடைபெற்ற பிரார்த்தனைக் கூட்டத்தில் மொழிவாரி மாநிலங்களுக்குத் திரும்பினார். 'இருபதாண்டுகளுக்கு முன்னர், எத்தனை பெரும்பான்மை மொழிகள் உள்ளனவோ அத்தனை மாநிலங்கள் அமையவேண்டும் என்று காங்கிரஸ் முடிவுசெய்தது.' இப்போது அது ஆட்சியில் இருக்கிறது. அந்த உறுதி மொழியை நிறைவேற்றக்கூடிய நிலையிலும் இருக்கிறது. புதிய மொழிவாரி மாநிலங்கள் அமைக்கப்பட்டால், 'மேலும் அவை யாவும் டெல்லியின் அதிகாரத்துக்கு உட்பட்டு இருந்தால், தீங்கு ஏதும் கிடையாது. ஆனால் அவை

சுதந்தரமாக இருக்க விரும்பி மத்திய அதிகாரத்தை ஏற்க மறுத்தால், அது மிக மோசமாகி விடும். பம்பாய்க்கும் மஹாராஷ்டிரத்துக்கும் தொடர்பின்றி, மஹாராஷ்டிரத்துக்கும் கர்நாடகத்துக்கும் ஆந்திராவுக்கும் அப்படியே என்றால் அது கூடாது. நாம் அனைவரும் சகோதரராக வாழ்வோம். மேலும் மொழிவாரி மாநிலங்கள் அமைந்தால் பிராந்திய மொழிகளுக்கு ஊக்கம் கிடைக்கும். எல்லாப் பிராந்தியங்களிலும் இந்துஸ்தானி கல்வி மொழியாவது அபத்த மானது. இதற்கு ஆங்கிலத்தைப் பயன்படுத்துவது இன்னும் அபத்தமாகி, நகைப்புக்கு இடமாகும்' என்றார்.[5]

ஒரு வாரத்தில் காந்தி இறந்தார். ஆட்சியில் இருந்தவர்களுக்கு மேலும் பிற அவசரப் பணிகள் இருந்தன. பல லட்சக்கணக்கிலான கிழக்கு மற்றும் மேற்கு பாகிஸ்தானிலிருந்து வந்த அகதிகளுக்கு வீடுகளும் வேலை வாய்ப்புகளும் அளிக்க வேண்டியிருந்தது. காஷ்மீரில் அறிவிக்கப்படாத போர் நடந்து கொண்டிருந்தது. புதிய அரசியல் அமைப்புச் சட்டம் முடிவு செய்யப்பட வேண்டியிருந்தது. தேர்தலை நடத்த நாள் குறிக்கவேண்டும். பொருளாதாரக் கொள்கை வகுக்கப்பட்டு செயல்படுத்தப்பட வேண்டும். இப்போது, காலவரையறை ஏதும் இன்றி, மொழிவாரி மாநில அமைப்பு, காத்திருக்க நேரிட்டது.

மதத்தால் விளைந்த பிரிவுகள்மீது, மொழியால் விளையும் பிரிவுகளை மேலும் சுமத்த நேரு தயங்கியதற்கு, வல்லபபாய் படேல் மற்றும் ராஜாஜியின் ஆதரவும் இருந்தது. ராஜாஜி, 'சிதறும் சக்திகளை உடனே கட்டுப்படுத்தி வைக்கவேண்டும்' என்று வற்புறுத்தினார்.[6] வல்லபபாய் படேல் அரசியல் அமைப்புச்சபைக்குள் காங்கிரசின் அதிகாரபூர்வ நிலையை மாற்றப் பெரிதும் பாடுபட்டார். அவருடைய வழிகாட்டுதலின்படி, சபை, நீதிபதிகளையும் நிர்வாக அலுவலர்களையும் கொண்ட ஒரு குழுவை நியமித்து இந்த விவகாரம் குறித்து அறிக்கை அளிக்கக் கோரியது. இந்தக் குழு பொதுமக்கள் மொழிமீது கொண்டிருந்த உணர்வை அங்கீகரித்தது. ஆனால், இந்தியாவில் தற்போது நிலவும் நிரந்தரமற்ற சூழ்நிலையில், 'இந்தக் கணத்தின் முதலாவதும் முடிவானதுமான தேவை, அதை ஒரு முழுமையான தேசமாக்குவதே' என்று முடிவு செய்தது. 'தேசியத்தை வளர்க்க உதவும் ஒவ்வொரு விஷயமும் முன்னெடுத்துச் செல்லப்படவேண்டும். முட்டுக் கட்டை போடும் ஒவ்வொன்றும் நிராகரிக்கப்பட வேண்டும் அல்லது தள்ளிப் போடப்பட வேண்டும். நாங்கள் மொழிவாரி மாநிலங்களையும் இந்தக் கண்ணோட்டத்தில்தான் பார்த்தோம். சோதித்துப் பார்த்ததில் எங்கள் கருத்துப்படி அவை ஆதரிக்கக்கூடியவை அல்ல.'[7]

சபையில் பெரும்பான்மையானவர்களுக்கு இந்தத் தீர்ப்பு ஏமாற்றத்தை அளித்தது. மராத்திய மொழி பேசும் காங்கிரஸ் உறுப்பினர்கள் தனி மராத்திய மாநிலத்தை வற்புறுத்தினர். குஜராத்தியைத் தாய்மொழியாகக் கொண்ட உறுப்பினர்கள் அதேபோல அவர்களுக்கு ஒரு சொந்த மாநிலம் கோரினர். தெலுங்கு, கன்னடம், மலையாளம் அல்லது ஒரியா மொழி பேசியவர்களின் லட்சியமும் அவ்வாறே இருந்தது. கூக்குரலை அமைதிப்படுத்த புதிய குழு

அமைக்கப்பட்டது. நேரு, படேல் இருவருமே அதில் இருந்தனர். மூன்றாவது உறுப்பினர், கட்சியின் வரலாற்றாசிரியரும் முன்னாள் காங்கிரஸ் தலைவருமான பட்டாபி சீதாராமய்யா.

ஜே.வி.பி. குழு என்று இவர்களது முதலெழுத்துகளால் அழைக்கப்பட்ட இக்குழு, மொழிவாரி மாநில அமைப்புக் கொள்கைக்கு முன்பு ஒப்புதல் அளித்திருந்ததை இப்போது ரத்து செய்தது. 'மொழி ஒன்றிணைக்கும் சக்தி மட்டுமல்ல; பிரிக்கும் சக்தியும்கூட' என்று வாதிட்டது. 'இப்போது முக்கிய மான தேவை இந்தியாவின் பாதுகாப்பு, ஒற்றுமை மற்றும் பொருளாதார மேம்பாடு. பிரிவினை மற்றும் வன்முறையால் பிளவுபடுத்தும் ஒவ்வொரு போக்கும் தீவிரமாக நிராகரிக்கப்பட வேண்டும்.'

II

ராபர்ட் கிங் என்ற நிபுணர் கருத்தில், 'ஜே.வி.பி.குழுவின் ஒரு குளிர்நீர் வைத்தியம்.' அது சிறிது காலத்துக்கு மட்டுமே, விவகாரத்தை மட்டுப்படுத்தியது.[8] ஆனால் தீ மீண்டும் எரிய ஆரம்பித்தது. 1948, 1949 ஆண்டுகளில் மொழிவாரி சுயாட்சியைக் கோரும் இயக்கங்கள் புதுப்பிக்கப்பட்டன. மதராஸ், மைசூர், பம்பாய் மற்றும் ஹைதராபாதில் உள்ள கன்னடம் பேசும் மக்களை ஒன்றிணைத்து சம்யுக்த (மாபெரும்) கர்நாடகாவை ஏற்படுத்தும் நோக்கில் இயக்கம் ஒன்று உருவானது. கொச்சி, திருவிதாங்கூர் சமஸ்தானங்களை மலபாருடன் ஒன்றிணைத்து சொந்த மாநிலம் ஒன்றை உருவாக்கக் கோரினர் மலையாளிகள். மஹா குஜராத் இயக்கம் ஒன்றும் இருந்தது. பஞ்சாபில் சீக்கிய மாநிலம் ஒன்று கோரி, ஒரு தனிப் போராட்டம் நடந்தது. இது மொழி, மதம் என்ற இரண்டு கோரிக்கைகளையும் ஒன்றாக நெருங்க வைத்தது. பிரிவினையின்போது மிக அதிகமான துயரங்களை அனுபவித்தவர்கள் சீக்கியர்களே. அவர்கள் பாகிஸ்தானில் வளமான நிலங்களை இழந்திருந்தனர். இப்போது இந்தியாவில் இருக்கும் மீதி இடத்தில் அவர்கள் இந்துக்களுடன் நிலத்தையும் விளைச்சலையும் பயனையும் பங்கிட்டுக்கொள்ள வேண்டும்.

1950-களில் இந்திய பஞ்சாபில் 62 சதவிகிதத்தினர் இந்துக்கள். சீக்கியர்கள் 35 சதவிகிதத்தினர். இந்தப் புள்ளிவிவரங்களில், இதற்கு அடியில் இருக்கும் பிளவு தென்படாது. மாநிலத்தின் கிழக்குப் பாதியில், 88 சதவிகித அளவில் இந்துக்கள் இருந்தனர். மேற்குப் பகுதி மக்கள் தொகையில் பாதிக்கு மேற்பட்டவர்கள் பஞ்சாபி மொழி பேசும் சீக்கியர்கள்.

மத அடிப்படையிலான பிரிவு, மொழி அடிப்படையிலான பிரிவுடன் முழுது மாக ஒன்றவில்லை. எல்லா சீக்கியர்களும் பஞ்சாபியைத் தாய்மொழியாகக் கொண்டதுபோலவே பல இந்துக்களுக்கும் அதுவே தாய்மொழி. எனினும் இந்துக்கள் பஞ்சாபிய மொழியை ஹிந்தி மொழியின் கிளைமொழி என்றே கருதினர். ஆனால் சீக்கியர்கள் அதை வெறும் மொழியாகக் கருதாமல், புனிதமான ஒன்று என்றும் வற்புறுத்தினர். சீக்கியர்கள் பஞ்சாபி மொழியை

தங்கள் குருவின் வாய் வழியாக வந்தது என்று ஏற்று அதனை குருமுகி வரிவடிவில் எழுதியும் படித்தும் வந்தனர்.[9]

1920-களிலிருந்து சீக்கியர்களுடைய அரசியல் உணர்வுகளை அகாலி தளக் கட்சி முன்வைத்தது. அது ஒரு மத அமைப்பும் அரசியல் அமைப்பும் ஒன்று சேர்ந்தது ஆகும். அது சீக்கிய ஆலயங்களையும் குருத்வாராக்களையும் தன் கட்டுப்பாட்டில் வைத்திருந்தது. மேலும் அது, தேர்தல்களிலும் போட்டி யிட்டது. அகாலி தளத்தின் நீண்டநாளையத் தலைவராக இருந்தவர் மாஸ்டர் தாரா சிங். அவர் ஒரு முக்கியமான, சுவாரசியமான மனிதர். (இந்திய வரலாற்றில் பலரைப் போலவே) அவருக்கும் இன்னும் ஒரு வாழ்க்கை வரலாற்றாசிரியர் கிடைக்கவில்லை.

தாரா சிங் ஜூன் 1885-ல் இந்துவாகப் பிறந்தவர். இதில் வியப்பதற்கு ஒன்றுமில்லை. பெரும்பாலும் முதல் தலைமுறை மதம் மாறியவர்கள் மிகவும் தீவிரமாக இருப்பார்கள்; அடிப்படைவாதிகளாகவும் இருக்கக்கூடும். அவர் அம்ரிதசரஸ் கால்ஸா கல்லூரியில் கல்வி பயின்றார். படிப்பிலும் கால்பந்து விளையாட்டிலும் மற்றவர்களை விஞ்சி நின்றார். தடுப்பாட்டத்தில் வல்லவராக இருந்ததால், அவருக்கு 'பத்தர்' (பாறை) என்ற பட்டப்பெயர் கிடைத்தது. காலனியாதிக்க அரசாங்கத்தில் பணியாற்றாது, லைலாப்பூரில் ஒரு பள்ளிக்கூடத்தின் தலைமையாசிரியர் ஆனார். அதனால் அவருக்கு மாஸ்டர் என்ற பெயர் கிடைத்தது.[10]

1920-களில் தாரா சிங் சீக்கிய ஆலயங்களில் இருந்த தரங்கெட்ட பூஜாரிகளை ஒழிப்பதற்காக, இயக்கத்தில் சேர்ந்தார். 1931-ல் அவர் சிரோமணி குருத்வாரா பிரபந்தக் கமிட்டியின் தலைவரானார். அப்பதவியில், விரிவான அதிகாரமும் செல்வாக்கும் இருந்ததோடு, பணத்துக்கும் குறைவின்றி இருந்தது. அடுத்த முப்பது ஆண்டுகளுக்கு அவர்தான் அதிக உறுதி கொண்ட, விடாப்பிடியான, சீக்கியர்களின் பாதுகாவலராக, அதாவது 'பந்த்' ஆக, இருந்தார். தான் ஒருவர் மட்டுமே, தொடர்ச்சியானவர், பந்த்தை தனி அரசியல் அமைப்பாக உயர்த்திப் பிடிப்பவர், சீக்கிய இனத்துக்கு அரசியல் அதிகாரம் வேண்டிப் போராடியவர், பேராசைகள் ஏதுமற்ற, தன்னலமற்ற தலைவர் என்று தன்னை வெற்றிகரமாகக் காண்பித்துக்கொண்டார்.[11]

1947-க்கு முன்னதாக சீக்கிய பந்த்துக்கு, முஸ்லிம்கள் இடமிருந்தும் முஸ்லிம் லீகிடமிருந்தும் அபாயம் ஏற்படக் கூடும் என தாரா சிங் சொல்லிவந்தார். 1947-க்குப் பிறகு இந்துக்களிடமிருந்தும் காங்கிரசிடமிருந்தும் அபாயம் என்றார். 1951-52 பொதுத் தேர்தலின்போது அவரது பேச்சு தீவிரமடைந்தது. இந்து ஆதிக்கத்துக்கு எதிராக அவர் கடுமையாகச் சாடினார். 'மதத்துக்காக, கலாசாரத்துக்காக, குருவின் கொடி உயர்ந்து நிற்பதற்காக, சீக்கியர்கள் வரிந்து கட்டிக்கொண்டு சுதந்தரம் பெற நிற்கிறார்கள்' என்று ஆவேசப்பட்டார்.[12]

பொதுக்கூட்டத் தடைகளை மீறியதற்காகவும் எதிர்ப்பு உணர்வுகளைத் தூண்டும் பேச்சுகளுக்காகவும் 1948-52 ஆண்டுகளுக்கு இடையே தாரா சிங் பலமுறை கைது செய்யப்பட்டார். நூற்றுக்கணக்கான ஆதரவாளர்களும்

அவருடன் சிறை சென்றனர். சீக்கிய விவசாயிகளிடையே (குறிப்பாக உயர்ஜாதி ஜாட்டுகளிடம்) அவருக்கு வலுவான ஆதரவு இருந்தது. தாரா சிங்கின் சுதந்தரம் என்ற சொல்பிரயோகம் வேண்டுமென்றே தெளிவற்றதாக இருந்தது. ஜாட் விவசாயிகள் இந்தியாவுக்குள் ஒரு சீக்கிய மாநிலத்தை விரும்பினர்; தன்னாட்சி நாட்டையல்ல. அவர்கள் இந்து ஆதிக்கம் மிகுந்த கிழக்கு பஞ்சாபை விட்டுவிட்டு தாங்களே நல்ல பெரும்பான்மையில் இருக்கும் மாநிலம் ஒன்றை விரும்பினர். தாரா சிங், அரசாங்கத்தின்மீது நெருக்கடியைப் பிரயோகித்தார். அதே சமயத்தில் தம்மைச் சார்ந்தவர்களிடம் தமக்குள்ள ஈடுபாட்டையும் உறுதிப்படுத்தினார்.

ஆனாலும், எல்லா சீக்கியர்களும் தாரா சிங்கின் பின் செல்லவில்லை. ஜாட்டுகளுக்கு எதிரான கீழ் ஜாதி சீக்கியர்கள் அகாலி தளத்துக்கு எதிராக இருந்தனர். சிலர் காங்கிரசில் சேர்ந்தனர். தங்கள் குறிக்கோளைப் பரப்பும் வகையில் பல பஞ்சாபி மொழி பேசும் இந்துக்கள், 1951 மக்கள் தொகைக் கணக்கெடுப்பின்போது ஹிந்தியை தங்கள் தாய்மொழியாக அறிவித்தனர்.

தாரா சிங்குக்கு மிக பலத்த அடி பொதுத் தேர்தலே. 126 இடங்களைக் கொண்ட பஞ்சாப் சட்டமன்றத்தில் அகாலிகள் வெறும் பதினான்கு இடங்களை மட்டுமே வென்றனர்.

III

கேள்விக்கு இடமின்றி, மொழி சுயாட்சிக்கான தீவிரமான இயக்கம் ஆந்திரத்தின் தெலுங்கு பேசுபவர்களுடையதே. ஹிந்தியைத் தவிர, இந்தியாவில் மிக அதிகமான மக்களால் பேசப்படும் மொழி தெலுங்கு. அந்த மொழிக்கு வளமான இலக்கிய வரலாறு உண்டு; விஜயநகரப் பேரரசு போன்ற ஆந்திரப் பெருமைக்கான அடையாளங்களும் உண்டு. பிரிட்டிஷ் ஆட்சியில் இருக்கும்போதே ஆந்திர மஹா சபா என்ற அமைப்பு சென்னை மாகாணத்தில் உள்ள தெலுங்கு பேசும் மக்களிடையே ஓர் அடையாளத்தை உருவாக்கிடக் கடுமையாக உழைத்தது. தமிழர்கள், தெலுங்கர்களுக்கு எதிராகப் பாரபட்சமாக நடந்துகொள்வதாக அந்த அமைப்பு வாதிட்டது. ஹைதராபாத் சமஸ்தானத்திலும் மஹா சபா தீவிரமாகச் செயல்பட்டது.

சுதந்தரத்துக்குப் பிறகு தெலுங்கு பேசுபவர்கள், காங்கிரசை மொழிவாரி மாநில அமைப்புக்கு ஆதரவான அதன் தீர்மானத்தைச் செயல்படுத்தக் கோரினர். தங்கள் கோரிக்கையை முன்னிலைப்படுத்த அவர்கள் பல வழிகளை மேற்கொண்டனர்: விண்ணப்பங்கள், குழுவாகச் சென்று அதிகாரி களைச் சந்திப்பது, தெரு ஊர்வலம் மற்றும் உண்ணாவிரதங்கள். தனி மாநிலப் பிரச்னையில் மதராஸ் மாகாண முன்னாள் முதல்வர் டி.பிரகாசம் 1950-ல் காங்கிரசிலிருந்து விலகியதால், காங்கிரசுக்குப் பலத்த அடி விழுந்தது. கட்சி விதிகளை மீறி தெலுங்கு பேசும் மதராஸ் சட்டமன்ற உறுப்பினர்கள், ஆந்திரப் பிரதேசம் என்ற பெயரில் உடனடியாக தனி மாநிலம் அமைத்திட வற்புறுத்தினர். 1951 பருவமழை காலத்தில் ஒரு காலத்தில்

காங்கிரஸ் அரசியல்வாதியாக இருந்து பின்னர் சன்னியாசியாக மாறிய சீதாராம் என்பவர், அதற்கு ஆதரவாக உண்ணாவிரதத்தை மேற்கொண்டார். ஐந்து வார உண்ணாவிரதத்துக்குப் பிறகு மதிப்புக்குரிய காந்தியவாதி வினோபா பாவேயின் வேண்டுகோளுக்கு இணங்கி அதை முடித்துக்கொண்டார்.[13]

ஆந்திரப் பிரதேசம், இப்போதும் வாக்குரிமை என்ற சோதனைக்கு உட்படுத்தப்பட்டது. தெலுங்கு பேசும் மாவட்டங்களில் தேர்தல் பிரசாரப் பயணத்தின்போது பல இடங்களில் 'ஆந்திர நாடு தேவை'[14] என்ற கோஷத்துடன், கருப்புக்கொடி காட்டுவதை ஜவாஹர்லால் நேரு எதிர்கொள்ள வேண்டியிருந்தது. காங்கிரசின் அதிகாரபூர்வ பத்திரிகை, 'காங்கிரஸ் தலைவர் ஆந்திர மாநில ஆதரவாளர்களுடைய ஆர்ப்பாட்டங்களை, கோஷங்களை, விளம்பர அட்டைகளை, சுவரொட்டிகளைக் கண்டார். சில இடங்களில் அவர்களைப் பார்த்து புன்முறுவல் செய்தார். சில இடங்களில் அவர்கள் நடவடிக்கைகளால் கோபமுற்றார்' என்று ஏமாற்றத்துடன் எழுதியது.[15] அந்த அடையாளங்கள் அபசகுனங்களாக அமைந்தன. உண்மையில் பிற இடங்களில் வெற்றிபெற்ற போதிலும், இங்கே காங்கிரஸ் மிக மோசமான முடிவுகளைச் சந்தித்தது. மதராஸ் சட்டமன்றத்தில் இந்தப் பகுதிகளில் 145 இடங்களில், கட்சி 43 இடங்களை மட்டுமே வென்றது. பிற இடங்களில் பெரும்பாலும் ஆந்திர இயக்கத்தை ஆதரித்த கட்சிகளே வென்றன. இவர்களுள் சிறப்பாக 41 உறுப்பினர்கள் வெற்றிபெற்ற கம்யூனிஸ்டுகளும் அடக்கம்.

தேர்தல் முடிவுகள் ஆந்திர இயக்கத்தின் மறுமலர்ச்சியை ஊக்கப்படுத்தியது. 1952 பிப்ரவரி முடிவில் சுவாமி சீதாராம், தெலுங்கு பேசும் மாவட்டங்கள் வழியாக அணிவகுத்துச் சென்றார். 'மாநில அமைப்பு மேலும் காத்திருக்க முடியாது' என்றார். 'ஆந்திர மக்கள் இதனை அடைய எந்த விலையும் கொடுக்கத் தயாராக இருக்கிறார்கள்' என்றவர், மதராஸ் சட்டமன்றத்தில் தெலுங்கு மொழி பேசும் உறுப்பினர்களை, அவர்களுடைய கனவுகள் உருப்பெறும் வரை சபை நடவடிக்கைகளை புறக்கணிக்குமாறு கேட்டுக்கொண்டார்.[16]

கிளர்ச்சி செய்யும் ஆந்திரர்கள் இருவரை மிகவும் வெறுத்தனர். அவர்கள் பிரதமர் நேரு, மதராஸ் முதல்வர் ராஜாஜி. 'ஆந்திரம் உருவாவது நல்ல யோசனையல்ல' என்ற அவர்கள் பேச்சு பதிவாகிவிட்டது. அவர்கள் விருப்பத்துக்கு மாறாக மாநிலம் உருவாக்கப்பட்டாலும் சென்னை நகரம் அதன் ஒரு பகுதியாக இருக்காது என்பதில் இந்த இருவரும் தெளிவாக இருந்தனர். இது ஆந்திரர்களை ஆத்திரமூட்டியது. மக்கள் தொகையிலும் பொருளாதாரத்திலும் நகரில் நிலையானதொரு இடம்பெற்றிருந்த ஆந்திரர்கள், சென்னை நகர்மீது தமிழர்களுக்கு உள்ள அதே அளவு உரிமை தங்களுக்கும் இருப்பதாக நம்பினர்.[17]

மே 22 அன்று நேரு நாடாளுமன்றத்தில், 'இப்போது சில ஆண்டுகளாக நம் முயற்சிகள் யாவும் இந்தியாவை ஒன்றுபடுத்துவதில் திருப்பிவிடப்பட்டுள்ளன. தனிப்பட்ட முறையில், நாட்டை ஒன்றிணைத்து

உறுதிப்படுத்துவதற்கு உதவாத எதையும் விரும்பத்தகாததாகவே நான் கருதுவேன். சில விஷயங்களில் மொழிவாரி மாநில அமைப்பு விரும்பக் கூடியதாக இருந்தாலும், இப்போது அதற்கு இது சரியான நேரம் அல்ல. சரியான நேரம் வரும்போது நாம் அவற்றை எப்படியும் பெறுவோம்' என்று நேரு கூறினார்.

கே.வி.நாராயண ராவ் எழுதியது போல, 'நேருவின் இந்தப் போக்கு ஆந்திரர்களுக்குத் தெளிவற்றதாகவும், ஏமாற்றுவதாகவும் தோன்றியது. சரியான நேரம் என்பது எது என்றும், அது எப்போது வரும் என்றும் யாருக்கும் தெரியாது.' தீர்வு வேண்டிப் பொறுமையற்ற ஆந்திரர்கள், எதிர்ப்பைத் தீவிரப்படுத்தினர். 1952 அக்டோபர் 19 அன்று பொட்டி ஸ்ரீராமுலு என்பவர் சென்னையில் சாகும்வரை உண்ணாவிரதம் மேற் கொண்டார். அவருக்கு சுவாமி சீதாராமின் ஆசியும் ஆயிரக்கணக்கான தெலுங்கர்களின் ஆதரவும் இருந்தது.[18]

1901-ல் சென்னையில் பிறந்த ஸ்ரீராமுலு, ரயில்வேயில் வேலைக்குச் சேருமுன் துப்புறவுப் பொறியியல் படித்தார். 1928-ல் அவரது மனைவியும் புதிதாகப் பிறந்த குழந்தையும் இறந்ததால், இரட்டை துக்கத்துக்கு ஆளானார். இரண்டு ஆண்டுகளுக்குப் பிறகு உப்பு சத்தியாக்கிரகத்தில் சேர, தன் பதவியைத் துறந்தார். பிறகு சில காலம் காந்தியின் சாபர்மதி ஆசிரமத்தில் இருந்தார். பிறகு 1940-41-ல் தனிநபர் சத்தியாக்கிரகத்தில் ஈடுபட்டு பதினெட்டு மாதங்கள் சிறையில் இருந்தார்.

ஆந்திர இயக்க வரலாற்றுக் குழு 1985-ல் வெளியிட்ட வாழ்க்கை வரலாற்றில், பொட்டி ஸ்ரீராமுலுவின் சாபர்மதி ஆசிரம வாழ்க்கை 'ஒரு புதிய சகாப்தம்' என்கிறது. 'இங்கே அவர் முழுதுமாக அன்பையும் அடக்கத்தையுமே நாடியவர்; உடன் இருந்தவர்களுக்கு சேவை புரிதலும் மனித நேயமுமே வாழ்வாகக் கொண்டிருந்தார்; இங்கே அவர் குருவாகவும் உலக ஆசிரிய ராகவும், அன்பு, நேர்மை, அஹிம்சை கொண்டவராகவும், ஏழைப்பங்காள னாகவும் இருந்தார். சாபர்மதியில் ஸ்ரீராமுலு மகிழ்ச்சியோடு, ஈடுபாட்டுணர் வுடன் ஆற்றிய பணிகள் ஆசிரமத்தில் இருந்தவர்களது அன்பையும் காந்தியின் பாராட்டுதல்களையும் பெற்றன.'[19]

காந்தி, ஸ்ரீராமுலுவைப் பரிவுடன் மதித்தார் என்றாலும், அவரிடம் சிறிது எரிச்சலும் அடைந்தார். 1946 நவம்பர் 25 அன்று மதராஸ் மாகாணத்தில் உள்ள எல்லாக் கோயில்களையும் தீண்டத்தகாதவர்களுக்குத் திறந்துவிடவேண்டும் என்று ஸ்ரீராமுலு சாகும்வரை உண்ணாவிரதம் மேற்கொண்டார். வர இருக்கும் இந்திய சுதந்தரத்தில் முனைப்புடன் இருந்த பிற காங்கிரஸ்காரர்கள் அவரை, உண்ணாவிரதத்தைக் கைவிடுமாறு வேண்டிக்கொண்டனர். அவர் மறுத்துவிட, அவர்கள் காந்தியை அணுகினர். அவரும் அதைக் கைவிடக் கோரினார். பிறகு காந்தி டி.பிரகாசத்துக்கு விவரித்தபடி, ஸ்ரீராமுலு மகிழ்ச்சி யான முறையில் உண்ணாவிரதத்தை முடித்துக்கொண்டதை அறிந்து சந்தோஷப்படுவதாகவும், ஸ்ரீராமுலு உண்ணாவிரதத்தை முடித்துக்

கொண்டதாக அவருக்கு ஒரு தந்தி அனுப்பியதாகவும், 'ஸ்ரீராமுலு உறுதியான தொண்டர் என்றாலும் சற்றே விநோதமானவர்' என்றும் கடிதத்தில் எழுதியிருந்தார்.[20]

1946-ல் பொட்டி ஸ்ரீராமுலு, காந்தியின் வற்புறுத்தலுக்கு இணங்கி உண்ணாவிரதத்தை முடித்துக்கொண்டார். ஆனால் 1952-ல் காந்தி உயிருடன் இல்லை. அவருக்கு தீண்டத்தகாதவர்களைவிட ஆந்திரம் மிக முக்கிய மானதாகப்பட்டது. சாகும் வரையிலோ அல்லது இந்திய அரசு சம்மதிக்கும் வரையிலோ அவர் அந்த உண்ணாவிரதத்தைத் தொடருவார்.

டிசம்பர் 3 அன்று நேரு ராஜாஜிக்கு, 'ஆந்திர மாநிலத்துக்கு என ஏதோ ஒருவித உண்ணாவிரதம் நடந்துகொண்டிருக்கிறது. பரபரப்பூட்டும் தந்திகள் வந்துகொண்டிருக்கின்றன. நான் இதனால் முழுதுமாகவே பாதிக்கப்பட வில்லை. அதை நான் முற்றிலுமாகக் கவனிக்கப்போவதில்லை' என்று எழுதினார். இச்சமயத்தில் ஸ்ரீராமுலு ஆறு வாரமாக ஏதும் சாப்பிடவில்லை. அவருடைய தீவிரமான இந்தப் பரிசோதனை தொடர்ந்ததால், அந்த லட்சியத்துக்கான ஆதரவும் பெருகியது. பல நகரங்களில் வேலை நிறுத்த அழைப்பு விடுக்கப்பட்டது. அப்போது கல்கத்தாவிலிருந்து சென்னைக்குப் பயணம் செய்துகொண்டிருந்த ஆந்த்ரே பெதைல் என்ற சமூகவியலாளர், விசாகப்பட்டினத்தில் கோபம் கொண்ட மக்கள் கூட்டம், நேருவுக்கும் ராஜாஜிக்கும் எதிராக கோஷமிட்டுக்கொண்டு ரயிலை நிறுத்தியதை நினைவு கூர்கிறார்.[21]

பொதுமக்கள் உணர்வுகளை அங்கீகரிக்கவேண்டிய கட்டாயம் இப்போது நேருவுக்கு ஏற்பட்டது. டிசம்பர் 12 அன்று நேரு, ராஜாஜிக்கு, 'ஆந்திரக் கோரிக்கையை ஏற்கவேண்டிய தருணம் வந்துவிட்டதாக' எழுதினார். 'இல்லாவிட்டால், ஆந்திரர்களிடையே முழுவதுமான வெறுப்புணர்வு மேலோங்கி, நம்மால் அதைச் சந்திக்க முடியாது.' ராஜாஜி இரண்டு நாள்கள் கழித்து ஏமாற்ற உணர்வில் பிரதமருக்கு ஒரு தந்தி அனுப்பினார். 'நீங்கள் சுவாமி சீதாராமை டெல்லிக்கு வருமாறு அழைத்து தந்தி - கவனிக்கவும் தந்தி - அனுப்பினால், மேலும் விஷமங்கள் தொடராமல் தடுக்க முடியலாம். அவர் இப்போது சென்னையில் உண்ணாவிரதம் இருக்கும் ஸ்ரீராமுலு என்பவரின் அருகில்தான் இருப்பார். முழு விஷயமும் இந்த மையத்திலிருந்துதான் ஆரம்பமாகிறது. (ஆந்திரப் பையன்கள் மிகவும் உணர்ச்சிவசப்பட்டவர் களாகவும் ரௌடித்தனத்தில் இறங்கத் தயாராகவும் இருப்பதால்) சீதாராமை நீங்கள் பேச அழைத்தால் சூழ்நிலை மாறலாம். விஷமம் மறையலாம்.'[22]

இப்போது விஷயம் வெகு தாமதமாகிவிட்டது. ஐம்பத்தெட்டு நாள் உண்ணா விரதத்தில் டிசம்பர் 15 அன்று பொட்டி ஸ்ரீராமுலு இறந்தார். அவருடைய மரணச்செய்தி 'ஆந்திரா' முழுவதையும் சூழ்ந்துகொண்டது. அரசு அலுவலகங்கள் தாக்கப்பட்டன. ரயில்கள் நிறுத்தப்பட்டு உருத்தெரியாமல் சிதைக்கப்பட்டன. அரசுச் சொத்துகளின் இழப்பின் மதிப்பு பல கோடி ரூபாய்களைத் தாண்டியது. பல எதிர்ப்பாளர்கள் காவல்துறை துப்பாக்கிச்

சூட்டில் மடிந்தனர்.[23] நேரு முன்பொருமுறை 'உண்மைகள்தாம் பிரச்னைகளைத் தீர்மானிக்கும்; உண்ணாவிரதங்கள் அல்ல' என்று சொல்லியிருந்தார். ஆனால், பெரிய அளவில் கட்டுப்படுத்த முடியாத கிளர்ச்சிகள் ஏற்படலாம் என்ற அச்சத்தால் நேருவும் வழிக்கு வந்தார். ஸ்ரீராமுலு மறைவுக்கு இரண்டு நாட்களுக்குப் பிறகு, 'ஆந்திர மாநிலம் அமையும்' என்ற அறிவிப்பை வெளியிட்டார்.

அடுத்த சில மாதங்களில் மதராஸ் மாகாணத்தின் சில மாவட்டங்கள் பிரிக்கப்படுவதற்கென அடையாளம் காணப்பட்டன. 'மாகாணப் பிரிவினையுடன், பற்பல வசவு மொழிகள், மோசமான நடத்தை, அவநம்பிக்கை, கோபம் ஆகியவையும் கூடவந்தன' என்று முதல்வர் எழுதினார்.[24] தன் உணர்ச்சிகளை எல்லாம் அடக்கிக்கொண்டு ராஜாஜி, 1953 அக்டோபர் முதல் தேதி கர்னூலில், ஆந்திரப் பிரதேசம் என்ற புதிய மாநிலத் தொடக்க விழாவில் கலந்துகொண்டார். முக்கியமான விருந்தினராக ஆந்திரர்களுடைய முன்னாள் பகைவரான ஜவாஹர்லால் நேருவும் கலந்துகொண்டார்.

IV

ஆந்திரப் பிரதேசம், பிரதமரின் விருப்பமின்றியே உருவானது. 'நாம் குளவியின் கூட்டைக் கலைத்துவிட்டோம். நம்மில் பலர் மிகக் கடுமையாகக் கொட்டப்படுவோம் என்பதை பார்க்கத்தான் போகிறீர்கள்'[25] என்று நேரு தன்னுடன் பணியாற்றும் ஒருவருக்கு கடுமையாக எழுதினார்.

நேரு பயப்பட்டதுபோலவே, ஆந்திர அமைப்பு, பிற மொழிப் பிரிவினரின் அதேபோன்ற கோரிக்கைகளைத் தீவிரப்படுத்தியது. இந்திய அரசாங்கம், ஓரளவு விருப்பமின்றியே இந்தச் (மொழிவாரி) சிக்கலைத் தீர்ப்பதற்கான பரவலான கொள்கைகள் குறித்து பரிந்துரை செய்ய, மாநிலச் சீரமைப்பு ஆணையம் ஒன்றை அமைத்தது. 1954, 1955 ஆண்டுகளில் ஆணையம் இந்தியா எங்கும் பயணம் செய்தது. அவர்கள் 104 மாநகரங்களுக்கும் நகரங்களுக்கும் சென்றனர். 9,000-க்கும் அதிகமானோரைச் சந்தித்தனர். சுமார் 1,52,250 எழுத்துபூர்வமான மனுக்களைப் பெற்றனர்.

நீண்ட மற்றும் மிக விறுவிறுப்பான கோரிக்கைகளில் பம்பாய் நகரவாசிகள் குழு என்ற அமைப்பிடமிருந்து பெற்றதும் ஒன்று. பஞ்சாலை அதிபர் சர் புருஷோத்தமதாஸ் தாகுர்தாஸ் அதற்குத் தலைமை ஏற்றார். அதில் ஜே.ஆர்.டி. டாட்டா போன்ற தொழிலதிபர்கள் அங்கம் வகித்தனர். நகரத்தின் மிக வெற்றிகரமான வக்கீல்கள், அறிஞர்கள், மருத்துவர்கள் அதன் முன்னணியில் இருந்தனர்.

பம்பாய் நகரவாசிகள் குழுவின் ஒரே கோரிக்கை, பம்பாய், மஹாராஷ்டிர மாநிலத்துக்கு வெளியே இருக்கவேண்டும் என்பதே. அந்தக் கோரிக்கையை வெளியிட அவர்கள் கவர்ச்சிகரமான இருநூறு பக்கப் புத்தகம் ஒன்றைத் தயாரித்தனர். அதில் விளக்கப்படங்கள், வரைபடங்கள், அட்டவணைகள் முதலியன நிறைந்திருந்தன. முதல் அத்தியாயம், நகரில் எவ்வாறு தொடர்ந்து

பலமொழி பேசும் பல சமூகத்தவர் அலை அலையாக வந்து குடியேறினர் என்ற வரலாற்றை விவரித்தது. 19-ம் நூற்றாண்டுக்கு முன் மஹாராஷ்டிரர் வருகை ஏதும் இல்லை என்றும், நகரின் அப்போதைய ஜனத்தொகையில் மராத்தி பேசுபவர்கள் 43 சதவிகிதம் மட்டுமே என்றும் விவரித்தது. இரண்டாவது அத்தியாயம் இந்தியப் பொருளாதாரத்தில் பம்பாயின் முக்கியத்துவம் பற்றிப் பேசியது. தொழில், நிதி, அந்நிய வர்த்தகம் ஆகிய வற்றில் அது முதல் நகரமாக விளங்கியது. உலகுக்கு அது இந்தியாவின் ஜன்னலாக இருந்தது. பிற இந்திய நகரங்கள் எல்லாவற்றையும் சேர்த்து வந்துபோகக்கூடிய விமானங்களின் எண்ணிக்கையைவிட பம்பாயில் அதிக மான எண்ணிக்கையில் விமானங்கள் வந்து சென்றன. மூன்று, நான்காவது அத்தியாயங்களில் சமூகரீதியாக நகரின் பன்மொழி, பன்மைக் கலாசார இயல்பை எடுத்துக்காட்டியது.

ஐரோப்பியப் பார்வையாளர் ஒருவர் குறிப்பிட்டதுபோல, 'வேறு எந்த இடத்திலும் இல்லாததுபோல, சிறுசிறு குழுக்களின் ஒட்டுமொத்தச் சேர்க்கையே பம்பாய்'. இன்னொருவர் கூற்றுப்படி, 'கெய்ரோ மற்றும் கான்ஸ்டான்டிநோபிள் நகரங்களின் தேசியக்கலவையை விஞ்சும் அளவுக்கு பல்வேறுபட்ட மனித இன வகைகளின் உண்மையான மையம் அது.' ஐந்தாவது அத்தியாயம் புவியியல் அடிப்படையிலானது. மராத்தி பேசும் முக்கிய இதயப்பகுதியிலிருந்து பம்பாய் இயற்கை அடிப்படையில் கடலாலும் மலைகளாலும் பிரிக்கப்பட்டு தனியே அமைந்துள்ளது.

முதலில் வந்து தங்கியவர்கள் ஐரோப்பியர்கள்; பிரதான வர்த்தகர்கள் மற்றும் தொழிலதிபர்கள் குஜராத்திகளும் பார்சிகளும் ஆவர். புரவலர்கள், பார்சிகளே. நகரம் மராத்தியர் அல்லாதவரால் கட்டப்பட்டது. வேலை செய்பவர்கள் இடையேயும் மராத்தி பேசுபவர்களைவிட வட இந்தியர்களும் கிறிஸ்தவர்களும் அதிகம். சம்யுக்த மஹாராஷ்டிரா கோரும் அமைப்பினர் கருத்துக்கு மாறாக, பம்பாய் நகரவாசிகள் குழுவைப் பொருத்தமட்டில், புவியியல், வரலாறு, மொழி, மக்கள் தொகை அல்லது சட்ட அடிப்படையில் பம்பாயும் வட கொங்கணமும் மராத்தா பகுதிக்கு உட்பட்டவையல்ல.[26]

'பம்பாயைக் காப்பாற்று' என்ற போர்வையில் இயங்கிய அந்த இயக்கத்தின் பின்னணியில் ஒரு மொழியின் ஆதிக்கம் இருக்கவே செய்தது. அவர்கள் குஜராத்திகள். மகாராஷ்டிர மாநிலத்தின் தலைநகராக பம்பாய் ஆகிவிட்டால், மராத்தி பேசுபவர்களே பெரும்பான்மை அரசியல்வாதிகளாகவும் அமைச்சர் களாகவும் இருப்பார்கள். இந்துவோ பார்சியோ, குஜராத்தி பேசும் நடுத்தர வர்க்க மக்களுக்கு எதிர்காலம் முழுதும் மகிழ்ச்சிகரமாக இருக்காது. அவர்கள்தாம் பம்பாய் நகரவாசிக் குழுவின் பணியாளர்களை நியமித்தனர்; பொருளுதவி செய்தனர்;. அடிப்படையில் அதை நடத்தியவர்களே அவர்கள்தாம்.[27]

நேருவேகூட பம்பாயை ஒரு மொழி பேசும் பிரிவினரின் கட்டுப்பாட்டுக்கு அப்பால் வைக்கும் யோசனையை ஓரளவு ஏற்றார். அவ்வாறேதான் மராத்தி

பேசும் எம்.எஸ். கோல்வால்கரும். இது பிரதமரும் ஆர்.எஸ்.எஸ். தலைவரும் அபூர்வமாக ஒற்றுமை பாராட்டிய ஒரே விஷயம்! இருவருமே மொழிவாரி மாநில அமைப்பு 'கசப்புணர்வுக்கு இடமளித்து, பிரிவினைப் போக்குகளுக்கு இடமளித்து, நாட்டின் ஒற்றுமை உணர்வை அபாயத்துக்கு உள்ளாக்கிவிடும் என்று நினைத்தனர்.'[28]

1954 மே மாதத்தில், மாகாண எதிர்ப்பு மாநாட்டின் அழைப்பின்பேரில் கோல்வால்கர் பம்பாயில் பேசினார். அந்த மாநாடு மொழிவாரி கோரிக்கை களை பிராந்தியவாதம் மற்றும் பிரிவினைவாதங்களின் தயாரிப்பாகக் கண்டது. 'பன்மை, சச்சரவை வளர்க்கிறது. ஒரு நாடு, ஒரு கலாசாரம் ஆகியவையே என் கொள்கைகள்' என்று கோல்வால்கர் முழங்கினார். 'ஒருவரைத் தமிழராகவோ மஹாராஷ்டிரராகவோ, வங்காளியாகவோ பார்ப்பது நாட்டின் வல்லமையைக் குழிதோண்டிப் புதைப்பதாகும். அவர்கள் அனைவரும் தாங்கள் இந்துக்கள் என்ற முத்திரையை உபயோகிக்க வேண்டும்.' அவர் அந்த இடத்தில்தான் நேருவிடமிருந்து வேறுபட்டார். நேரு அவர்களை இந்தியர்களாக இருக்குமாறு கோரினார்.[29]

ஆனால் காங்கிரஸ் கட்சிக்குள் எப்படி நேருவைப்போல் இந்த விஷயத்தில் மற்றவர்கள் இல்லையோ, அவ்வாறே ஆர்.எஸ்.எஸ்.ஸிலும் தலைவரிட மிருந்து தொண்டர்கள் சிலர் வேறுபட்டனர். 1946-ம் ஆண்டிலிருந்தே சம்யுக்த மஹாராஷ்டிர பரிஷத் இயங்கிக்கொண்டிருந்தது. அதன் தொண்டர் வரிசையில், வலது, இடது; மதச்சார்பற்ற, மதவாத; பிராமண, மராத்தா ஹரிஜன் எனப் பல பிரிவுகளைச் சேர்ந்த மஹாராஷ்டிரர்களும் இருந்தனர். பல்வேறு அரசியல் அமைப்புகள் இடையே சிதறிக் கிடந்த மராத்தி பேசும் மக்களை பரிஷத் ஒன்றிணைக்க விரும்பியது. ஆனால், அத்தகைய மாநிலம் சந்தேகத்துக்கு இடமின்றி பம்பாயை மட்டுமே தலைநகராகக் கொண்டிருக்கும்.

சம்யுக்த மஹாராஷ்டிர பரிஷத்தின் தலைவராக இருந்தவர் பிரபல காங்கிரஸ்காரர் சங்கர ராவ் தேவ். செயலரும் கொள்கை வகுப்பவரும், புகழ்பெற்ற கேம்ப்ரிட்ஜில் பயின்ற பொருளாதார மேதை டி.ஆர்.காட்கில். காட்கிலின் கருத்துப்படி பம்பாய், மஹாராஷ்டிரத்தின் பெரிய துறைமுக மாகவும் பொருளாதார மையமாகவும் தொடர்ந்தாலும், நகரின் பெருந் தொழில்கள் கட்டாயமாகப் பரவலாக்கப்படவேண்டும். மற்றொரு சிந்தனை யாளரான ஜி.வி.தேஷ்முக் மிகக் கடுமையாக, பம்பாய் தங்களுடைய மாநிலத்தின் ஒரு பகுதியாக ஆகாவிட்டால், 'மஹாராஷ்டிரர்கள் தரகுக்காரர்களுக்கு சார்புத் தரகர்களாகவும், ஏஜென்ட்டுகளுக்கு இரண்டாம் நிலை ஏஜென்ட்டுகளாகவும், பேராசிரியர்களுக்கு துணைப் பேராசிரியர்களாக வும், மேனேஜர்களுக்கு கிளர்க்குகளாகவும், கடைக்காரர்களுக்கு கூலியாட்களாகவும் தான் திருப்திப்பட்டுக்கொள்ள வேண்டும்' என்றார்.[30]

குஜராத்திகளுடைய நகரவாசிகள் குழுவுக்குப் பதில்சொல்ல சம்யுக்த மஹாராஷ்டிர பரிஷத், தங்கள் சார்பாக கவர்ச்சிகரமான 200 பக்க ஆவணம்

ஒன்றைத் தாங்களும் தயாரித்தனர். அதன் முதல்பகுதி மொழிவாரி மாநில அமைப்பை ஆதரிக்கும் கொள்கை விளக்கங்களாக அமைந்தது. அந்த அமைப்பு, ஒரே மொழி பேசுபவரை எல்லாம் ஒன்றிணைத்து, பலமுள்ள எளிதான பகுதியாக்கி, கூட்டாட்சிக் கொள்கையை வலுவுள்ளதாக்கும் என்று வாதிட்டது. அவ்வாறு, 'ஒரு மொழிவாரி மாநிலம், பாமர மக்களுடைய மொழியில் ஆட்சி செய்யப்படும்போது, ஜனநாயகத்தின் செயல்பாடுகளைப் புரிந்துகொள்வதோடு, அதில் பங்குபெற வேண்டியதன் அவசியத்தையும் அவர்கள் அறிந்துகொள்வார்கள்.'

அவர்களுடைய சொந்த மாநிலம் பற்றிக் குறிப்பிடும்போது, மராத்திய மாநிலம் முழுவதிலும் உள்ள சமூகம் குறிப்பிடப்படும்படியாக ஒருமைப் பட்டிருக்கும் என்று அந்த ஆவணம் குறிப்பிட்டது. ஒரேமாதிரியான சாதி அமைப்புகள், ஒரேமாதிரியான கடவுள்களும் துறவிகளும், ஒரேமாதிரியான தொன்மங்களும் நாட்டார் இலக்கியங்களும் இருக்கும். தற்போது ஹைதராபாத், பம்பாய், மத்திய மாகாணம் போன்ற மூன்று பெரும் பிரிவுகளில் அவர்கள் பரவிக்கிடப்பது வரலாற்றின் விபத்து; அதை உடனடியாகச் சரி செய்யவேண்டும்.

புதிய, ஒன்றுபட்ட மஹாராஷ்டிர மாநிலத்தின் தலைநகராக பம்பாய்தான் இருக்கவேண்டும் என்று பரிஷத் வாதிட்டது. ஏனென்றால், இத்தீவின் நிலப் பரப்பில், மராத்திய மொழி பேசுபவர்கள் நீண்டகாலமாகவே வசித்து வந்திருக் கிறார்கள். பம்பாயின் மேற்கே கடல் அமைந்திருக்க, வடக்கு, கிழக்கு மற்றும் தெற்குப் பகுதிகளில் மராத்தி பேசுபவர்களே அதிகமாக இருக்கின்றனர். மராத்திய மொழி மற்றும் கலாசார வெளியீடுகள் மற்றும் பத்திரிகைகளின் மையமாகவும் நகரம் இருந்து வருகிறது. பொருளாதாரரீதியாகவும் மராத்தியப் உட்புறங்களையே பம்பாய் பெரும்பாலும் நம்பியிருக்கிறது. அங்கிருந்துதான் தொழிலாளர்கள், நீர் வசதி மற்றும் மின்சக்தி ஆகியவை கிடைக்கின்றன. அதன் தொடர்பு சாதனங்கள் அனைத்தும் மஹாராஷ்டிராவிலேயே அமைந்துள்ளன. சுருக்கமாகச் சொன்னால், பம்பாயைத் தலைநகரமாகக் கொள்ளாத மஹாராஷ்டிர மாநிலத்தை நினைத்துப்பார்க்கவே முடியாது. 'பம்பாய் நகரத்தை மஹாராஷ்டிர மாநிலத்திலிருந்து பிரிக்கும் எந்த முயற்சியும் மாநிலத்தையே செயல்பட முடியாதபடி ஆக்கிவிடும்.'

நகரில் மராத்திய மொழி பேசுபவர்கள் பெரும்பான்மையினராக இல்லை என்ற வாதத்துக்கு, மற்ற மொழி பேசுபவர்களைவிட மராத்தி பேசுபவர்கள் அதிகம் என்று அந்த அமைப்பு விடையளித்தது. எப்படியும், இயற்கை யாகவே பெருந்துறைமுக நகரங்கள், பலமொழிகள் பேசும் இடங்களாகவே இருக்கும். 'பர்மாவின் தலைநகரில் 32% சதவிகித மக்கள் மட்டுமே தேசிய மொழியைப் பேசுகின்றனர். ஆனால் எவருக்கும் இதுவரை ரங்கூனை, பர்மாவைச் சாராத பிரதேசம் எனக் கூற தைரியமில்லை.' பம்பாயை மராத்தி மொழி பேசும் மாவட்டங்கள் சூழ்ந்துள்ளன. எனவே அதுவே புதிய மஹாராஷ்டிர மாநிலத்தின் தலைநகர் ஆகவேண்டும்.[31]

மஹாராஷ்டிர பரிஷத் இப்படியெல்லாம் வாதிட்டது. ஆனால் நகரவாசிகள் குழு, பம்பாய் நகரம் மிகப் பெரும்பாலும் மஹாராஷ்டிரர் அல்லாதவர்களால் வளர்க்கப்பட்டிருப்பதால், அது ஒரு தனி மாநகர மாநிலமாக (City State) அமைக்கப்பட வேண்டும் என்று கோரியது. இந்த இரு கட்சிகளும் எப்போதாவது சமரசத்துக்கு வருமா? 1954 ஜூனில் சங்கர் ராவ் தேவ், சர் புருஷோத்தமதாஸ் தாகுர்தாஸை ஒரு சமாதானத் தீர்வுக்காகச் சந்திக்க வந்தார். பம்பாய் தலைநகர் ஆவது பற்றிய அவர்களுடைய முக்கியமான கோரிக்கையில் சமாதானத்துக்கு இடமில்லை என்றார் தேவ். ஆனால், இருவரும் ஒன்றிணைந்து நகரின் சுயேச்சையான தனிச்சார்பற்ற பன்மைத்தன்மையை, வர்த்தகத்தை, வியாபாரங்களை, தொழில் முதலானவற்றை அப்படியே பேணலாம்' என்றனர். சர் புருஷோத்தமதாஸ் தன் பங்குக்கு, மராத்தி-குஜராத்தி என இருமொழி பேசும் மாநிலமாக்குவதற்கு உதவியாக தனி மாநகர மாநிலக் கோரிக்கையைக் கைவிடத் தயாராக இருந்தார்.[32]

சந்திப்பு நாகரிகமான முறையில் நடந்தது. ஆனால் முடிவேதும் எடுக்க முடியவில்லை. இந்த பம்பாய் விவகாரம் மாநிலச் சீர்திருத்த ஆணையத்துக்கே விடப்பட்டது. அது கையாள முடியாத அளவுக்குப் பற்றியெரியும் நெருப்புகளில், மிக அதிகமாக எரியும் ஒன்றாக ஆயிற்று.

V

மாநிலச் சீரமைப்பு ஆணையத்தில் இருந்த உறுப்பினர்கள், நீதிபதியான எஸ்.ஃபாஸில் அலி; வரலாற்று ஆசிரியரும் ஐ.சி.எஸ். அதிகாரியுமான கே.எம்.பணிக்கர், மற்றும் சமூகத் தொண்டர் எச்.என்.குன்ஸ்ரு. அவர்களில் எவருக்கும் காங்கிரஸுடன் முன்போ இப்போதோ அதிகாரபூர்வமான தொடர்பில்லை. பதினெட்டு மாதக் கடுமையான பணிக்குப் பிறகு மூவர் அறிக்கை, 1955 அக்டோபரில் சமர்ப்பிக்கப்பட்டது. அறிக்கை முதலில், மொழிவாரி மாநிலங்களுக்கு ஆதரவாகவும் எதிராகவுமான வாதங்களை விவரித்தது. ஒருவித சமநிலை அணுகுமுறையை வற்புறுத்தியது. நிர்வாக வசதி மற்றும் செயல்திறனுக்கு ஒற்றை மொழி உதவும் என்பதை அங்கீகரித்தது. அதே நேரம், மற்ற எல்லா நலன்களையும் விலக்கிவிட்டு மொழியை மட்டுமே பிரத்யேகமான கொள்கையாகப் பார்க்கக்கூடாது என்றது. பிற நலன்கள் என்பவற்றில் இந்தியாவின் ஒற்றுமையும் பாதுகாப்பும் அடங்கும்.[33]

அறிக்கை, அடுத்த பத்தொன்பது அத்தியாயங்களில், சீரமைப்புக்கான தனியான ஆலோசனைகளை விவரித்திருந்தது. தென் மாநிலங்களைப் பொருத்தவரையில் தெலுங்கு, கன்னடம், தமிழ், மலையாளம் என பெரும் மொழி மண்டலங்கள் இருந்ததால், பிராந்தியச் சீரமைப்பு சற்று எளிதாக இருந்தது. மாவட்டங்களும் வட்டங்களும் மொழிப் பெரும்பான்மைப் பிரிவுப்படி மறு ஒதுக்கீடு செய்யப்பட்டன. நான்கு நெருக்கமாக இணைந்த மாநிலங்கள், பிரிட்டிஷ் காலத்திய பிராந்தியக் கலவைகளுக்கு மாறாக அமையும்.

வட இந்தியாவைப் பொருத்தவரையில், ஆணையம், ஹிந்தி பேசும் பெரும் பகுதிகளை பிகார், உத்தரப்பிரதேசம், மத்தியப் பிரதேசம், ராஜஸ்தான் என நான்கு மாநிலங்களாகப் பிரிக்க விரும்பியது. கிழக்கே அப்போதிருந்த மாகாணங்கள் சிறு மாற்றங்களுடன் பழையபடியே தொடரும். பிகார் மற்றும் அஸ்ஸாமிலிருந்து பழங்குடியினர், மலைவாழின மக்களுக்கான தனி மாநிலக் கொள்கையை ஏற்கவில்லை.

ஆணையம் சீக்கிய மாநில அமைப்பை ஒதுக்க மறுத்துவிட்டது. சென்னை நகரை ஆந்திராவுக்கு அளிக்கவும் மறுத்துவிட்டது. எனினும் அதிகமான சர்ச்சைக்கு உட்பட்ட பரிந்துரை, ஐக்கிய மஹாராஷ்டிர மாநில அமைப்பை ஏற்காததே. பிரச்னையைக் குறைக்கும் வகையில் ஆணையம், மராத்தி பேசும் உள்ளடங்கிய மாவட்டங்கள் கொண்ட விதர்பா மாநில அமைப்பைப் பரிந்துரைத்தது. ஆனால் பம்பாய் மாநிலம் அப்போதிருந்தபடி அமையும். அது குஜராத்தி மற்றும் மராத்தி பேசுபவர்களைக் கொண்ட இருமொழி மாநிலமாகவே தொடரும். சம்யுக்த மஹாராஷ்டிர இயக்கத்தின் வாதங்களை ஆணையம் மதித்தபோதிலும் மற்ற சமூகங்களின் அச்சங்களை ஒதுக்கிவிட முடியாது என்று சொன்னது.

VI

பம்பாய் இருமொழி மாநிலத்தின் தலைநகரமாக இருக்கும் என்ற ஆணையத்தின் பரிந்துரை, 15 நவம்பர் 1955 அன்று நாடாளுமன்றத்தில் விவாதிக்கப்பட்டது. பம்பாயின் நாடாளுமன்ற உறுப்பினர் எஸ்.கே.பாடில், ஆணையம் ஒரு படி மேலே சென்றிருக்கவேண்டும் என்று கருதினார். அது தன்னாலேயே நிர்வகிக்கப்படும் என்றால், அதனை ஒரு மாநகர மாநிலமாக ஆக்கியிருக்கவேண்டும் என்றார். அந்த மாநகர மாநிலம், பலவிதமான மக்களைக் கொண்டதாக இருக்கும். அது ஒவ்வொருவருடைய உழைப்பினாலும் உருவானது. பம்பாய் தன்னைத்தானே ஆளும்படி விடப்பட்டால், அது ஒரு 'உலகத்தரம் வாய்ந்த சின்னஞ்சிறு இந்தியாவாக இயங்கும். பல கலாசாரங்கள் ஒன்றிணைந்த உன்னதமான ஒரு புதிய நாகரிகத்தை உருவாக்கும். மேலும் நகரின் மக்கள்தொகை, நாட்டின் மக்கள்தொகையில் சரியாக ஒரு சதவிகிதம் என்பது ஒரு அபூர்வமான ஒற்றுமை. நாட்டின் எல்லாப் பகுதிகளில் இருந்தும் திரண்டுள்ள இந்த ஒரு சதவிகிதம், மதச்சார்பின்மையிலும் பரஸ்பர புரிதலிலும், பிற மாநிலங்களுக்கு முன்னோடியாக அமையும்' என்றார்.

ஆன்ணையத்தைப் போலவே பாடிலும், மஹாராஷ்டிரர்கள் விட்டுக் கொடுக்கும் மனப்பான்மையைக் கடைப்பிடித்து, பம்பாய் மீதான கோரிக்கையைக் கைவிட வேண்டும் என்றார். ஆனால், அவருடைய சக மஹாராஷ்டிரர்களுக்காக அவர் பேசவில்லை என்பது விரைவில் தெளிவாயிற்று. அவரையடுத்துப் பேசிய பூனா காங்கிரஸ் உறுப்பினர் என்.வி.காட்கில், 'சமாதானத்துக்கு வருவதற்கும் ஓர் எல்லை உண்டு' என்றார்.

அந்த எல்லை என்னவென்றால், 'யாரும் சுய மரியாதையில் சமாதானம் செய்துகொள்ள முடியாது; எந்தப் பெண்ணும் கற்பு விஷயத்தில் சமாதானம் செய்துகொள்ள முடியாது; எந்த நாடும், தன் சுதந்தரத்தில் சமாதானம் செய்துகொள்ள முடியாது.' இந்த ஒரு விஷயத்தைத் தவிர மற்ற எல்லா விஷயங்களிலும் மொழிக்கொள்கை ஏற்றுக்கொள்ளப் பட்டிருக்கிறது. ஆணையத்தின் அறிக்கை மராத்தி பேசும் உலகெங்கும் பெரும் துயரத்தைத் தோற்றுவித்திருக்கிறது. 'பம்பாயைத் தலைநகராகக் கொண்ட சம்யுக்த மஹாராஷ்டிராவைத் தவிர, அதற்குக் குறைவான எந்த யோசனையும் ஏற்கப்பட மாட்டாது என்று எதிர்ப்புக் கூட்டங்களின் அறிக்கைகள் தெளிவாகத் தெரிவிக்க வேண்டும். இந்த உணர்வுகளுக்குச் செவி சாய்க்கா விட்டால், பம்பாயின் எதிர்காலம் பம்பாய் நகர வீதிகளில் தீர்மானிக்கப்படும்' என்றார் காட்கில்.

மஹாராஷ்டிரர்கள் பம்பாயின் இழப்பை, தேச ஒற்றுமை கருதி ஏற்றுக்கொள்ள வேண்டும் என்றது ஆணையம். இந்த முயற்சி ஒருவிதமான மிரட்டல் என்று காட்கில் அதனை எதிர்த்தார். மஹாராஷ்டிரர்கள் தேசிய உணர்வின் வளர்ச்சிக்காக தன்னலமின்றி தங்களை அர்ப்பணித்து வருவதற்கு கடந்த 150 ஆண்டுகளே சான்று. மராத்தி பேசுபவர்கள் இந்தியப் பள்ளிகளையும் பல்கலைக் கழகங்களையும் நிறுவியிருக்கிறார்கள். இந்திய தேசிய காங்கிரஸ் தோன்றக் காரணமாக இருந்திருக்கிறார்கள். பிரிட்டிஷாருக்கு எதிராக தீவிர நடவடிக்கைகள் மேற்கொள்வதில் முன்னோடிகளாக இருந்திருக்கிறார்கள். பிறகு இருபதாம் நூற்றாண்டில் காங்கிரஸ் கட்சி தளர்ச்சியுற்றபோது, 'அதற்குப் புத்துயிர் ஊட்டியது யார்? புதிய கொள்கைகளையும் கோட்பாடு களையும் உருவாக்கியவர்கள் யார்? அவர்தான் லோகமான்ய திலகர். ஹோம்ரூல் இயக்கத்தை அவர் முன்னின்று நடத்தினார். மேலும் 1920-ம் ஆண்டு இயக்கத்தில் நாங்கள் எவருக்கும் பின்தங்காமல் மற்ற மாகாணங் களுக்கு முன்னால் நின்றோம். மாமனிதர் மகாத்மா காந்தி அளித்த நற்சான்றிதழை மேற்கோள் காட்டுகிறேன். மகாராஷ்டிரம் (தேசிய) தொண்டர்களின் தேன்கூடு.' இப்போதும்கூட சுதந்தர இந்தியாவில் வினோபா பாவே என்ற மகாராஷ்டிரர்தான். 'காந்தியக் கொள்கையை ஏந்தி அவருடைய செய்தியை ஊர் ஊராகப் பரப்பி வருகிறார்.'

பம்பாய் விஷயத்தில் 'நாட்டின் ஒற்றுமைக்காகவும், பாதுகாப்புக்காகவும், நன்மைக்காகவும் பணியாற்ற வேண்டியதன்' அவசியத்தைப்பற்றி மகாராஷ்டிரர்களுக்குப் பாடம் சொல்கிறார்கள். ஆனால், 'இவ்வளவு ஆண்டுகளாக வேறெதுவும் செய்யவில்லை' என்றார் பூனா உறுப்பினர் கடுமையாக. காட்கிலுடைய முடிவுரை உணர்ச்சிகரமாக இருந்தது. 'எங்களைத் தேசத்துக்காகத் தொண்டாற்றச் சொல்வது சந்தனத்தை வாசனையோடு இருக்கச் சொல்வது.'[34]

விவகாரம், அறையிலிருந்து அம்பலத்துக்கு வரும் என காட்கில் எச்சரித்து விட்டதால், விஷயம் திசை மாறிவிட்டது. பம்பாய் வார இதழ் ஒன்று

எச்சரித்ததுபோல, 'அமைதியற்று, எழுத்துக்கு எழுத்து கொந்தளித்துக் கொண்டிருந்ததால், வன்முறை பயங்கரமாக வெடித்து, வர இருக்கும் சில காலத்துக்கு அன்றாட சீரான வாழ்க்கையே கடினமாகக் கூடும்.'[35] மக்களுடைய அதிருப்தி தீக்கு இடது, வலது சாரி அரசியல் கட்சிகள் எண்ணெய் வார்த்துக்கொண்டிருந்தன. பிரபல கம்யூனிஸ்ட் எஸ்.ஏ.தாங்கே தன் பலமான ஆதரவை சம்யுக்த மகாராஷ்டிரப் பரிஷதுக்கு அளித்தார். அவ்வாறேதான் கீழ்ஜாதி அரசியல்வாதி பி.ஆர்.அம்பேத்கரும். அவர்களுடன் ஜனசங்கமும் சோஷலிஸ்டும் சேர்ந்துகொண்டன. காங்கிரஸ் அதிருப்தியாளர்களும் இவர்களுடன் சேர்ந்துகொண்டனர். இதனால் கோபம் கொண்ட, நம்பிக்கை இழந்த அனைத்துவகை மகாராஷ்டிரர்களும் பங்குபெற்ற ஒன்றிணைந்த கூட்டணியாக அது மாறிவிட்டது.

இந்தப் பலரும் சேர்ந்த விரிந்த இணைப்பு அதன் திருத்தப்பட்ட பெயரில் பிரதிபலித்தது. சம்யுக்த மகாராஷ்டிர பரிஷத், சம்யுக்த மகாராஷ்டிர சமிதி ஆயிற்று.[36] 'பரிஷத்' என்றால் சங்கம் அல்லது அமைப்பு. 'சமிதி' என்பது கூட்டமைப்பு.

கலவரம் ஏற்படும் என அஞ்சி, பம்பாய் காவல்துறை, ஜனவரி 16-ம் தேதி அதிகாலையில், புதிதாக அமைக்கப்பட்ட சம்யுக்த மகாராஷ்டிர சமிதியின் அனைத்துக் கட்சி செயல் குழுவின் தலைவர்களையும் தொண்டர்களையும் மொத்தமாகக் கைது செய்தது. மொத்தத்தில் சுமார் 400 பேர் கைது செய்யப்பட்டனர். இதனால், 18-ம் தேதியன்று பொது வேலை நிறுத்தம் மேற்கொள்ளப்பட்டது. அன்று கடைகள், ஆலைகள் மூடப்பட்டன. பஸ், ரயில் ஓடவில்லை. நேரு மற்றும் குஜராத்தி பேசும் பம்பாய் முதல்வர் மொரார்ஜி தேசாயின் உருவ பொம்மைகள் எரிக்கப்பட்டு, வீதிகளில் ஊர்வலங்கள் நடைபெற்றன. ஐரோப்பியப் பத்திரிகையாளர் ஒருவர், நேருவின் புகைப்படம் உடைத்து நொறுக்கப்பட்டு, கால்களால் மிதிக்கப்படுவதை படம் எடுக்க முயன்றபோது, வீதிகளிலும், வீட்டுக் கூரைகளிலும், மாடங்களிலும் இருந்தவர்கள் ஆர்ப்பரித்தனர். 'படம் எடுங்கள், படம் எடுங்கள்; நாங்கள் நேருவை எப்படிக் கருதுகிறோம் என்பதை உலகுக்குக் காட்டுங்கள்' என்று கூக்குரலிட்டனர்.[37]

இரண்டு நாள்கள் முன்னதாக, 16-ம் தேதி பிற்பகல் காவலர்களுக்கும் எதிர்ப்பாளருக்கும் இடையில் கைகலப்புகள் பற்றிச் செய்திகள் வந்தன. வெறி பிடித்த மக்கள் வன்முறையில் ஈடுபட்டு, கடைகளையும் அலுவலகங்களையும் சூறையாடினர். சுமார் ஒருவார காலம் நகரே செயலிழந்துவிட்டது. கலகக்காரர்களுடன் மல்லுக்கட்ட 15,000 காவலர்கள் வரவழைக்கப்பட்டனர். புகைமூட்டம் ஓய்ந்தபோது ஒரு டஜன் பேருக்குமேல் மடிந்திருந்தனர். பல கோடி ரூபாய் மதிப்பிலான சொத்துகள் நாசமாகியிருந்தன. நினைத்துப் பார்த்தால், அதுதான் மிகவும் மோசமான கலவரமாக இருந்திருக்கும்.[38]

பம்பாய் சம்பவங்களால் நேரு மிகவும் அதிர்ச்சியுற்றார். மொழிப் பிரச்னை, பிரிவினையால் ஏற்பட்ட நிலவரத்தைவிடத் தீவிரமாகிவிட்டது. 'நாம் ஒரு

சரியான வழிகாட்ட வேண்டும்' என்று அவருடன் பணியாற்றும் ஒருவருக்கு எழுதினார்.[39] ஜனவரி மூன்றாம் வாரம் அம்ரிதசரஸில் கூடிய காங்கிரஸ் கமிட்டி, 'பம்பாயையும் இந்தியாவையும் அவமானமடையச் செய்து, அவமதிப்பைத் தேடித்தந்த பம்பாய்ச் சம்பவங்களைக் கண்டனம் செய்தது.' நேருவின் வழிகாட்டுதலில், கட்சி அதன் உறுப்பினர்களை, 'பலவீனப் படுத்தும் பிரிவினைவாத, பிராந்தியவாத வெறிகொண்ட சக்திகளைத் தடுத்து அதற்குப் பதிலாக இம்மாபெரும் தேசத்தின் எல்லாப் பகுதிகளும் ஒன்றுபட உழைக்க வேண்டும்' என்று வேண்டிக்கொண்டது. பிகார், மேற்கு வங்க முதல்வர்கள் தங்கள் இரு மாநிலங்களையும் ஒன்றாக்கக் கோரி கூட்டறிக்கை வெளியிட்டனர். 'இந்த இணைப்பு, பிரிவினைப் போக்கைத் தடை செய்யும். பொருளாதார முன்னேற்றத்துக்கு உதவும். எல்லாவற்றுக்கும் மேலாக, கட்சித் தலைவர்கள் அறைகூவல் விடுக்கும் இந்திய ஒற்றுமைக்கு இடையூறான சிக்கலைத் தீர்க்க சரியான அணுகுமுறைக்கான முக்கியமான எடுத்துக் காட்டாக அமையும்.'[40]

நேருவின் கூட்டாளிகளில் உள்துறை அமைச்சர் ஜி.பி.பந்த்தும் உடன் எரிக்கப்பட்ட உருவப்படத்தில் இருந்த மொரார்ஜி தேசாயும் அடங்குவர். 'எதிர்ப்பாளர்களுடைய நோக்கம், ஆளும் அரசைக் கவிழ்த்துவிட்டு வன்முறையால் நகரைக் கைப்பற்றுவதே' என்றார் தேசாய். 'மேலும், நகரில் மகாராஷ்டிரர் அல்லாதவர்களைப் பயமுறுத்தி, பணியச்செய்து, பம்பாய் நகரம் மகாராஷ்டிரர்களுக்குச் சேரவேண்டும் என்பதை ஏற்கச் செய்யவேண்டும் என்பதும் அவர்களது நோக்கம்.'

இந்த விளக்கம் என்.வி.காட்கிலால் கடுமையாக எதிர்க்கப்பட்டது. நிர்வாகத்தின் எதிர்வினை அளவுக்கு மீறியதாக இருந்தது என்று அவர் எண்ணினார். காட்கில், நேருவுக்கும் பந்த்துக்கும், 'முந்தைய பிரிட்டிஷ் அரசேகூட வெட்கப்படும்படி மிக அதிக அளவில் துப்பாக்கிச்சூடும் தடியடித் தாக்குதலும் நடந்தன' என்று எழுதினார். முன்பு 1919-ல் அம்ரிதசரஸ், ஜாலியன் வாலாபாகில் நடைபெற்ற அமைதியான கூட்டத்தை ஜெனரல் டயர் கலைத்து பலரைக் கொன்றதை நியாயப்படுத்த, பிரிட்டிஷ் அரசு, அந்தக் கூட்டத்தை, 'அரசுக்கு எதிரான கிளர்ச்சி' என்று குறிப்பிட்டதுபோல, பம்பாயில் 'காவல்துறையின் அராஜக அட்டூழியங்களை நியாயப்படுத்த', மொரார்ஜி தேசாய் பம்பாயில் நடைபெற்ற எதிர்ப்புகளை மிகைப்படுத்திப் பேசுகிறார். 'மொரார்ஜியா, மகாராஷ்டிரமா என்ற கேள்வி எழும்போது, துப்பாக்கிச்சூடு நடத்துபவரே சிறந்த நிர்வாகி' என்று டெல்லி முடிவு செய்கிறது என்றும் கடுமையாக எழுதினார். ஆனால் கட்சி கொடுத்த விலையோ மிக அதிகம். ஏனென்றால், 'பம்பாயில் கண்மண் தெரியாத துப்பாக்கிச்சூடும் மற்ற அட்டூழி யங்களும் மகாராஷ்டிர மக்களை காங்கிரஸிடமிருந்தும் மத்திய அரசிட மிருந்தும் விலக்கிவைக்கும் விளைவைத்தான் ஏற்படுத்தியிருக்கிறது.'[41]

இதற்கிடையே எதிர்ப்பு நெருப்பு மெல்லக் கனிய ஆரம்பித்தது. பெரும்பாலும் ஒவ்வொரு மகாராஷ்டிரியர் உதடுகளிலும், 'லத்தி கோலி

காயேங்கே, ஃபிர் பி பம்பயி லாயேங்கே' (தடியையும் குண்டையும் தாங்குவோம் - முடிவில் பம்பாயைப் பெற்றே தீருவோம்) என்றனர்.[42] ஜனவரி 26 குடியரசு நாளன்று, பம்பாயில் பல தொழிலாளர்கள் வாழும் மாவட்டங்களில் கருப்புக்கொடி பறந்தது. பிப்ரவரியில் பம்பாய் நகருக்கு நேரு வந்தபோது சம்யுக்த மகாராஷ்டிர மக்கள் ஒரு லட்சம் குழந்தைகள் கையெழுத்திட்ட மனுவை பிரதமருக்கு அளிக்க ஏற்பாடு செய்திருந்தனர். மனுவில், 'சாச்சா நேரு பம்பாய் தியா' (நேரு மாமா, பம்பாயைத் தாருங்கள்) என்று இருந்தது. பலத்த பாதுகாப்புக்கு இடையே நேரு வந்தார். பத்திரிகை யாளர்களை சந்திக்கவில்லை. குழந்தைகளையும் சந்திக்கவில்லை.[43]

1956 ஜூனில், காங்கிரஸின் வருடாந்திரக் கூட்டம் பம்பாயில் கூடவேண்டும். விமான நிலையத்திலும் வழிநெடுகிலும் நேரு கருப்புக் கொடிகளைக் கண்டார். கூட்ட அரங்குக்கு வெளியே நிலைமை மிகத் தீவிரமாக உணர்ச்சிக் கொந்தளிப்பில் இருந்தது. கூட்ட இரண்டாம் நாளன்று உறுப்பினர்கள்மீது கற்கள் வீசப்பட்டன. பலர் காயமடைந்தனர். அதனால் காவல்துறை பல சுற்றுகள் கண்ணீர்ப்புகை குண்டுகளைப் பயன்படுத்த வேண்டியிருந்தது.

மஹாராஷ்டிரா காங்கிரஸில் வெளிப்படையான அதிருப்தி நிலவியது, நேருவின் தொல்லைகளை அதிகரித்தது. நகரம் மகாராஷ்டிரர்களுக்கு அளிக்கப்படவில்லை என்பதற்காக மத்திய நிதியமைச்சரும் கொலாபா நாடாளுமன்ற உறுப்பினருமான சி.டி.தேஷ்முக் பதவி விலகினார். மேலும் பல பதவி விலகல்கள் தொடர்ந்தன.

1956 கோடை முழுதும் இரு பக்கத்தினரும் ஆர்வமுடன் பம்பாய் மீதான மத்திய அரசின் முடிவுக்குக் காத்திருந்தனர். ஆணையத்தின் பிற பரிந்துரை களை மந்திரிசபை ஏற்றபோதிலும், நேரு, பந்த் இருவரும் பம்பாய் நகரை யூனியன் பிரதேசமாக ஆக்க விரும்புவதாக வதந்திகள் உலவின. அப்போது நிலவிய சூழலில், அது நடைபெறக்கூடியதாக இல்லை. நவம்பர் முதல் தேதியன்று மொழிவாரி மாநிலங்கள் நடைமுறைக்கு வந்தன. பம்பாய் இருமொழி மாநிலமாக ஆக்கப்பட்டது. எதிர்ப்பாளர்களுக்கு வழங்கப்பட்ட ஒரே சலுகை, மொரார்ஜி தேசாய்க்குப் பதிலாக 41 வயதான மராத்தியர் ஒய்.பி.சவான் முதல்வர் ஆக்கப்பட்டதுதான்.[44]

VII

பல விஷயங்களுக்கு இடையே, மொழிவாரி மாநில அமைப்பு ஏற்பட்டது, மக்கள் விருப்பத்தின் மகத்தான வெற்றி. நேரு அதை விரும்பவில்லை. ஆனால் பொட்டி ஸ்ரீராமுலு விரும்பினார். ஸ்ரீராமுலுவின் உண்ணாவிரதம் 58 நாள்கள் நீடித்தன. முதல் 55 நாள்கள் பிரதமர் அதை முழுதுமாக ஒதுக்கித் தள்ளியிருந்தார். இந்தக் காலகட்டத்தில், ஒரு பத்திரிகையாளர் கருத்தின்படி, நேரு இந்தியா எங்கும் குறுக்கும் நெடுக்குமாகச் சென்று மொழியைத் தவிர பல்வேறு விஷயங்கள் பற்றி 132 உரைகளை நிகழ்த்தியிருந்தார்.[45] ஆந்திராவுக்கு நேரு சம்மதம் அளித்து மாநிலச் சீரமைப்பு ஆணையம்

அமைக்கப்பட்டவுடன் நாடு முழுதும் மொழிவாரி மறு சீரமைப்பு செய்யப்படுவது தவிர்க்க இயலாததாகிவிட்டது.

மொழிவாரி மாநிலங்களின் அமைப்புக்கான இயக்கங்கள் மக்கள் உணர்ச்சி வெள்ளத்தின் அசாதாரண ஆழத்தை வெளிக்காட்டின. கன்னடியர்கள், ஆந்திரர்கள், ஒரியாக்கள் ஆகியோருக்கும் மகாராஷ்டிரர்களைப் போல ஜாதி, மதங்களைவிட அடையாளம் காட்டும் குறியீடாக மொழிதான் அமைந்தது. இது அவர்களுடைய போராட்டங்களின்போதும், போராட்டம் வெற்றிபெற்ற போதும் அவர்களுடைய நடத்தையில் வெளிப்பட்டது.

இதன் ஓர் அடையாளம், கலைகளுக்கு அரசுரீதியான ஆதரவு கிட்டியதே ஆகும். மாநிலத்தின் அரசு மொழியில் வெளிவரும் புத்தகங்கள், நாடகங்கள், திரைப்படங்கள் முதலியவற்றுக்கு நிதி உதவியும் மற்ற உதவிகளும் அளிக்கப்பட்டன. பல குப்பைகளுக்கும் இதனால் நிதி அளிக்கப்பட்டன. ஆனால் மதிப்புள்ள பலவும் நிதியுதவி பெற்றன. குறிப்பாக மொழிவாரிச் சீரமைப்பால் பிராந்திய இலக்கியங்கள் செழித்தோங்கின.

சிற்ப கட்டடக் கலைக்கான ஆதரவு மற்றொரு அம்சம். புதிய தலைநகர் அமைப்பு அல்லது புதிய சட்டமன்றக் கட்டடம் முதலியவை இன்றி யமையாததாக ஆயின. உதாரணமாக, ஒரிஸ்ஸாவில் பல அரசுக்கட்டடங்கள் கட்டத் திட்டமிட இரண்டு கட்டடக் கலைஞர்கள் பணியில் அமர்த்தப்பட்டனர். அந்தப் பொறியாளர்கள் ஒரிஸ்ஸாவின் கலாசாரத்தையும் கலை நேர்த்தியையும் கட்டடங்களில் பிரதிபலிக்க வேண்டும் என்று அறிவுறுத்தப்பட்டனர். பணி முடிவில் தூண்கள், வளைவுகள், கடவுளின் சிற்ப வடிவங்கள் முதலியவற்றில் அதிகமான அளவில் பழங்குடி மக்களின் கலை நுணுக்க அம்சங்களும் பயன்படுத்தப்பட்டிருந்தன. வரலாற்று ஆசிரியர் ஒருவர் எழுதியதுபோல, 'புதிய புவனேஸ்வரத்தின் கட்டடக் கலை, சொந்த மண்ணின் புனிதமான, தூய்மையான கட்டடக்கலையாக இருக்கிறது.'[46]

மைசூர் மாநிலத்தின் புதிய சட்டமன்றமும் தலைமைச் செயலகமும் அமைந்த கட்டடம், மாநிலப் பெருமையின் அடையாளமாக இருந்தது. இந்தக் கட்டடம், நேர்த்தியான தூண்களோடு கூடிய, சிவப்பு வண்ணத்தில் அமைந்த, நகரிலேயே மிகவும் அழகான உயர் நீதிமன்றக் கட்டடத்துக்கு எதிரில் கட்டப்பட்டது. எனினும், மைசூர் முதல்வர் கெங்கல் ஹனுமந்தய்யா, உயர் நீதிமன்றக் கட்டடத்தை காலனி ஆதிக்கத்தின் எச்சமாகக் கண்டார். அவர் முதலில் அதை இடித்துவிட அனுமதி கோரினார். அது மறுக்கப்படவே, புதிதாக அமையும் விதான சௌதா, நீதிமன்றக் கட்டடத்தைச் சிறியதாக்கி, அதன் பெருமையை மங்கச் செய்வதாக இருக்குமாறு தீர்மானித்தார். அது அதிகாரத்தையும் கம்பீரத்தையும், இந்தியத் தன்மையையும், குறிப்பாக மைசூர் கலை அமைப்பையும் கொண்டிருக்கவேண்டுமே தவிர முழுவதாக மேற்கத்திய பாணியில் அமைந்துவிடக் கூடாது.

கட்டடம் கட்டி முடிக்கப்பட்டபோது, கர்நாடக பீடபூமியில் ஆட்சி செய்த அரசவம்சங்களின் பழம்பெரும் கட்டடக் கலைக்கூறுகளை அது தன்னகத்தே

கொண்டிருந்தது. ஹனுமந்தய்யா, கட்டடப் பணியாளர்களிடம், குறிப்பாக மைசூர் அரண்மனையில் தனிப்பட்ட ஓர் அறையிலுள்ள தூண்களைப் போல தூண்களை அமைக்க அறிவுறுத்தினார். கதவுகள், அவர் குறிப்பிட்ட பழைய கோவிலில் உள்ள கதவுகள் போல அமைய வற்புறுத்தினார். கட்டடம் முடிவுபெற்றபோது, அது அள்ளித் தெளித்த கலவையாக எழுந்து நின்றது. எனினும் அது, ஒரு முக்கியமான நோக்கத்தை நிறைவேற்றிவிட்டது. அளவுக்கு அளவு காலனி ஆதிக்க உயர் நீதிமன்றக் கட்டடத்தை வென்று நின்று, கன்னடப் பெருமையை வடிகட்டிய சாரமாக வெற்றியுடன் செயல்படத் தொடங்கியது.[47]

மொழிவாரி மாநிலங்கள் தோன்றியபோது, அவற்றுக்கான இயக்கங்கள், தேசியவாத மேட்டிமை சமூகத்தினரிடம் ஒரு பயத்தை உண்டாக்கியிருந்தது. அவர்கள் இந்தியா பல துண்டுகளாகப் பிரிய வழிவகுக்கும் என்றும் மேலும் பல பாகிஸ்தான்கள் தோன்றும் என்றும் அஞ்சினர். 'மொழி அடிப்படையில் இந்திய வரைபடத்தை திருத்தி வரைவது எதிர்ப்புச் சக்திகள் வெளிவந்து தங்கள் நிலையை உறுதிப்படுத்திக்கொள்ள நீண்டகாலமாகக் காத்திருந்த வாய்ப்புக்கே வழி வகுக்கும்' என்று டைம்ஸ் ஆஃப் இந்தியா 1952 பிப்ரவரி ஆரம்பத்தில் எழுதியது. மேலும் இந்தியாவின் ஒருமைப்பாட்டையே அவை பிளந்துவிடும் என்றும் எழுதியது.[48]

சற்று பின்னோக்கிச் சென்றால், மொழிவாரி மாநிலச் சீரமைப்பு, இந்திய ஒற்றுமையை உறுதிப்படுத்தி இருப்பதாகவே எனக்குத் தோன்றுகிறது. பெங்களூர் விதான செளதா போன்றவற்றின் கலை நுணுக்கங்கள் எல்லாருக்கும் பிடித்திருக்கவில்லை என்பது உண்மைதான். மாநிலங்கள் இடையே நதிநீர் பங்கீட்டு விஷயங்களில் தீவிர சர்ச்சைகள் இருந்து வந்திருக்கின்றன. எப்படியிருந்தாலும், மொத்தத்தில் மொழிவாரி மாநில அமைப்பு பெரும்பாலும் மாநிலங்களின் பெருமிதத்தை ஆக்கபூர்வமாக வெளிக்கொண்டுவர உதவியிருக்கிறது. கன்னடியர்களாகவும் தமிழர் களாகவும் ஒரியாக்காரர்களாகவும் அமைதியாக வாழ்வதோடுகூட திருப்திகரமாக இந்தியராகவும் இருக்கமுடியும் என்பதை நிரூபித்துவிட்டது.

1955-ல் ஆந்திராவில் நடந்த சட்டமன்றத் தேர்தல்கள் இதற்கு ஓர் ஆரம்பகால எடுத்துக்காட்டு. மூன்று வருடங்களுக்கு முன்பாக அந்தப் பிராந்தியத்தில் காங்கிரஸ் படுமோசமான தோல்வி அடைந்திருந்தது. ஆந்திர மாநிலம் அமைவதில் அவர்களுடைய மழுப்பலான போக்கினால் காங்கிரஸ்காரர்கள் சந்தேகிக்கப்பட்டனர். ஆனால் கம்யூனிஸ்ட்டுகள் வித்தியாசமாக, விசால ஆந்திரா என்னும் வெற்றித்தேரில் பவனி வந்தனர். ஆனால் 1955-ல் ஆந்திரப் பிரதேசம் உறுதியாக நிறுவப்பட்ட பிறகு, காங்கிரஸ் அமோக வெற்றி பெற்றது. அவர்களுடைய முக்கியமான எதிரிகளான கம்யூனிஸ்டுகள் கூண்டோடு தோற்கடிக்கப்பட்டனர். இப்போது, 'ஆந்திர தேசம் இனிமேல் இந்தியாவின் ஏனான் என்று சந்தேகிக்கும்படி இருக்காது' என்று ஆறுதலடைந்த விமர்சகர் ஒருவர் எழுதினார்.[49]

ஆந்திரர்கள் இந்தியாவிலிருந்து பிரிந்துசெல்ல மாட்டார்கள். ஆனால் இந்தியர்களாக எப்படி இருக்க வேண்டும் என்பதற்குப் அவர்கள் புதிய விளக்கம் அளித்தனர். அல்லது ஓர் ஆந்திரராவது அதைச் செய்தார். பொட்டி ஸ்ரீராமுலு இன்று மறக்கப்பட்ட மனிதர். இது வருத்தத்துக்குரிய விஷயம். ஏனென்றால், நாட்டின் வரலாற்றிலும், அதேபோல் புவியியலிலும், அவர் சற்று அழுத்தமாகவே முத்திரை பதித்திருக்கிறார். அவருடைய உண்ணா விரதமும் அதன் பின்விளைவுகளும்தான் இந்திய தேசப்படத்தை மொழி வாரியாக முழுதும் திருத்தி வரைவதற்கு வழிகாட்டியிருக்கிறது. நவீன இந்தியாவின் சிற்பி நேரு என்றால், பொட்டி ஸ்ரீராமுலுவை, ஒருவேளை இந்திய வரைபடத்தை வரைந்தவர் (மெர்கேடார்) என்று அழைக்கலாம்.

பிரிட்டிஷ் இந்தியாவும்
சுதேச சமஸ்தானங்களும்
Arabian Sea
Bay of Bengal
Indian Ocean
0 100 200 300 400 miles
0 200 400 500 kms

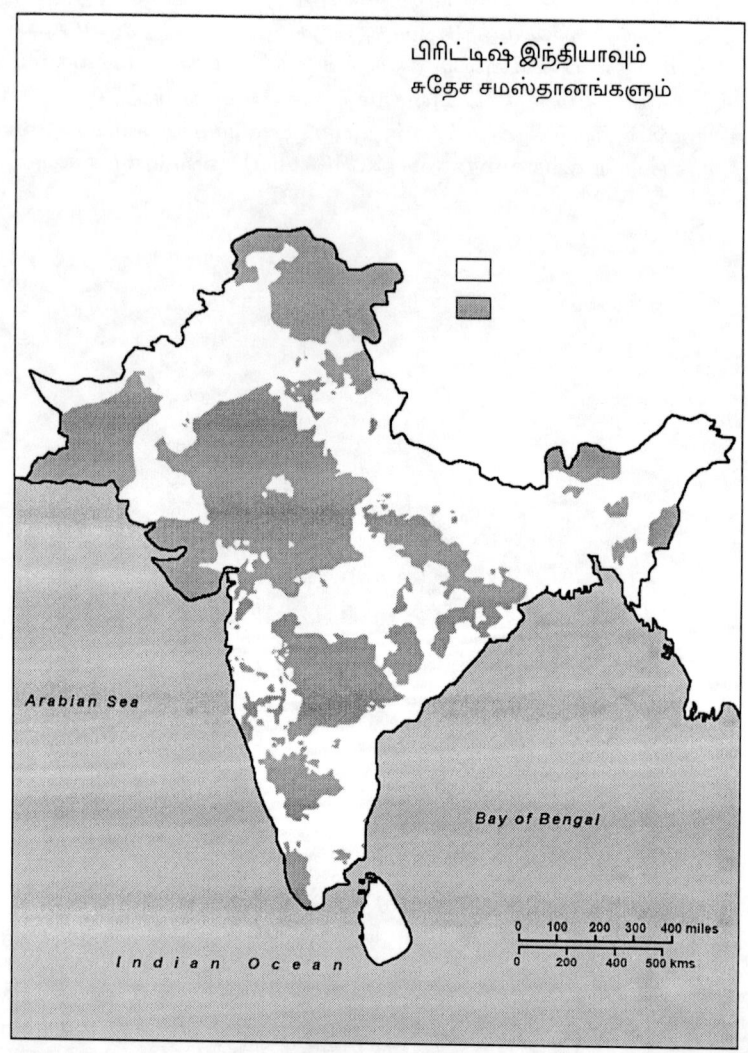

காஷ்மீர் பிரச்னை, 1947-48
Cease-fire Line
USSR
AFGHANISTAN
PAKISTAN
INDIA
Mintaka
HUNZA
Karakoram Range
Karakoram Pass
Chitral
Gilgit
NORTHERN AREAS
BALTISTAN
Nanga Parbat
Skardu
AKSAI CHIN
(under Chinese administration)
JAMMU AND KASHMIR
Durand Line
Muzzaffarabad
Kargil
Ladakh
Ladakh Range
Zoji La Pass
Khyber Pass
Peshawar
Murree
Srinagar
Baramula
Uri Poonch
Anantnag
Leh
Tankse
Rawalpindi
Banihal Pass
Zanskar
Rupshu
Akhnur
Chhamb
Jammu
Sialkot
Pathankot
Gurdaspur
Lahore
Amritsar
0 50 100 150 miles
0 50 100 150 200 250 miles

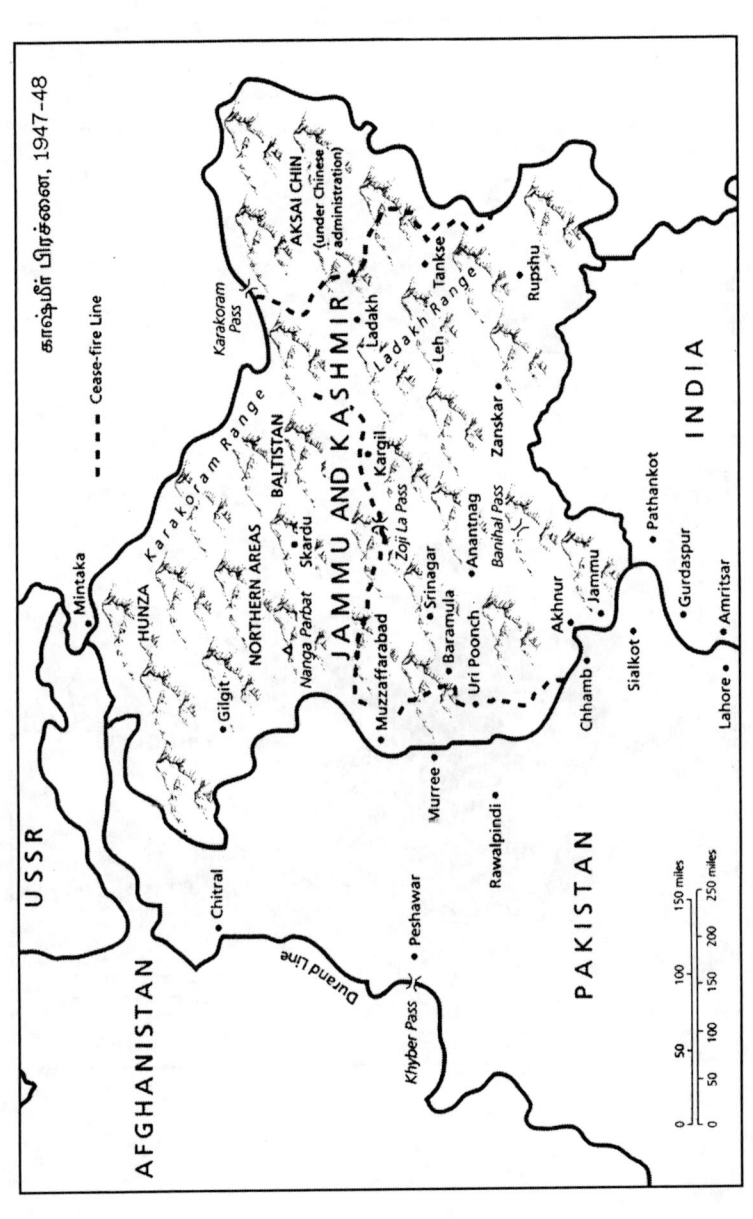

முக்கிய மொழிப் போராட்ட
இயக்கங்கள், 1950-கள்
Punjabi Speakers
Arabian Sea
Bay of Bengal
Indian Ocean
0 100 200 300 400 miles
0 200 400 500 kms

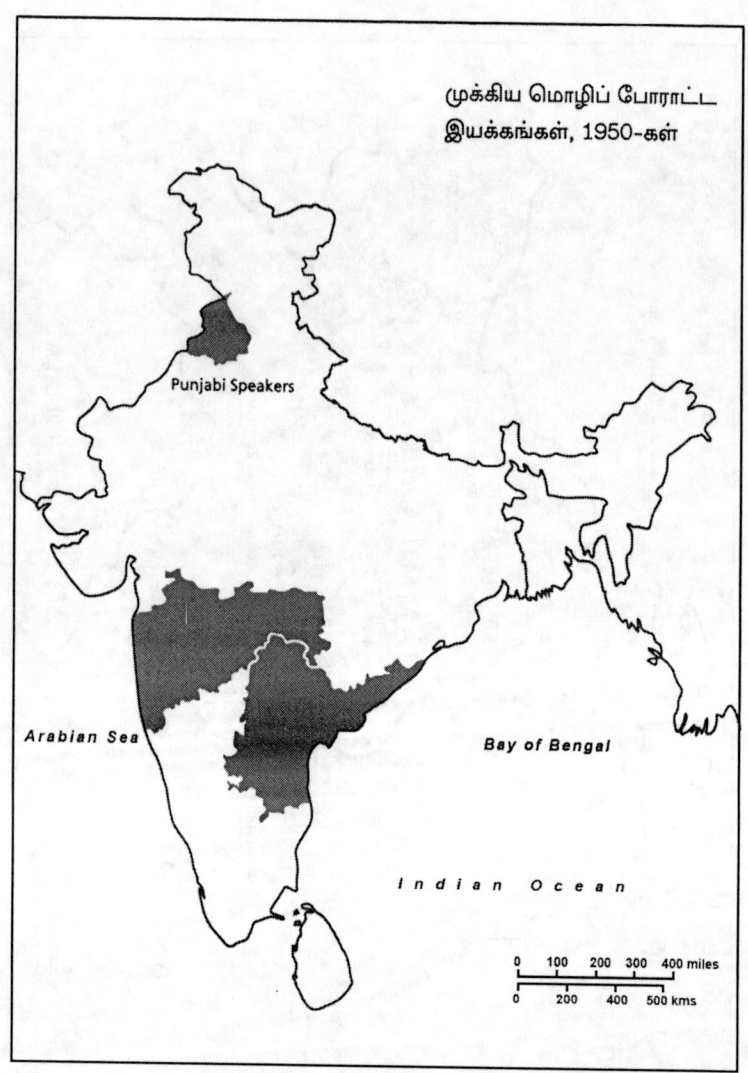

இந்திய-சீன எல்லைத் தகராறு
மேற்கு மற்றும் மத்தியப் பகுதிகள்

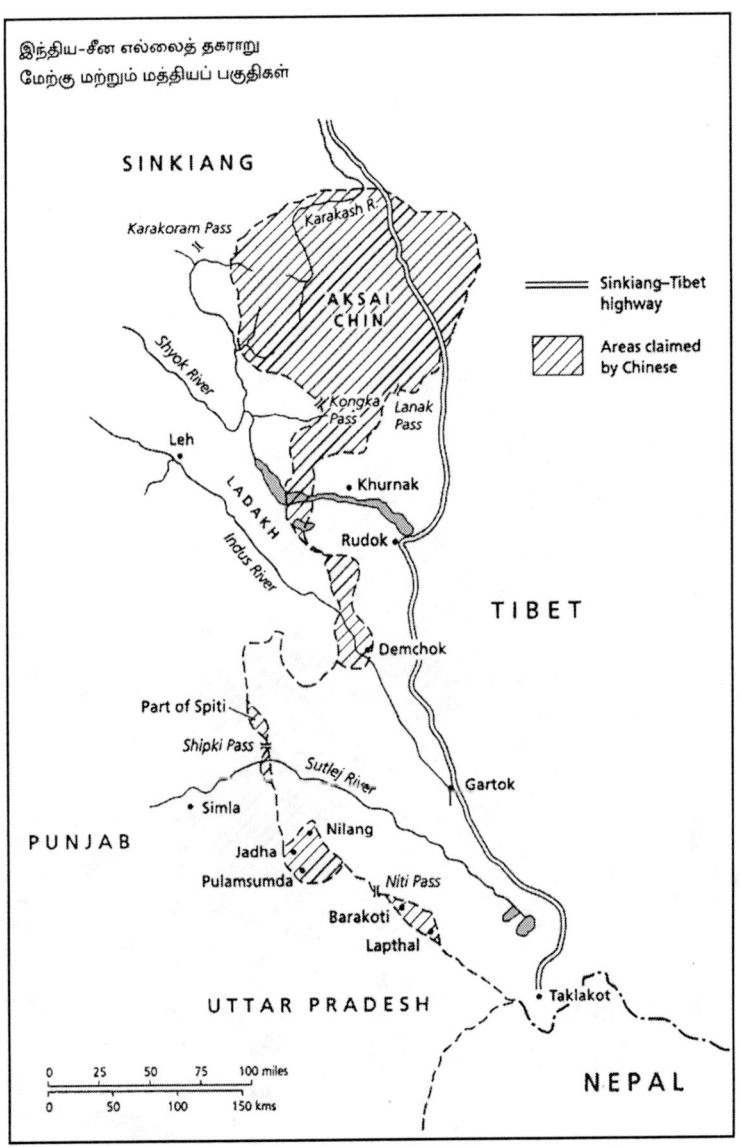

இந்திய-சீன எல்லைத் தகராறு
கிழக்குப் பகுதி
Area claimed by Chinese
TIBET
Tsangpo River
McMahon Line
Longju
NORTH EAST FRONTIER AGENCY
Bihang or Siang River
McMahon Line
Rim
Walong
Pre-1914 Outer Line
Khinzemane
Tawang
BHUTAN
ASSAM
Brahmaputra River
MYANMAR
0 25 50 75 100 miles
0 50 100 150 kms

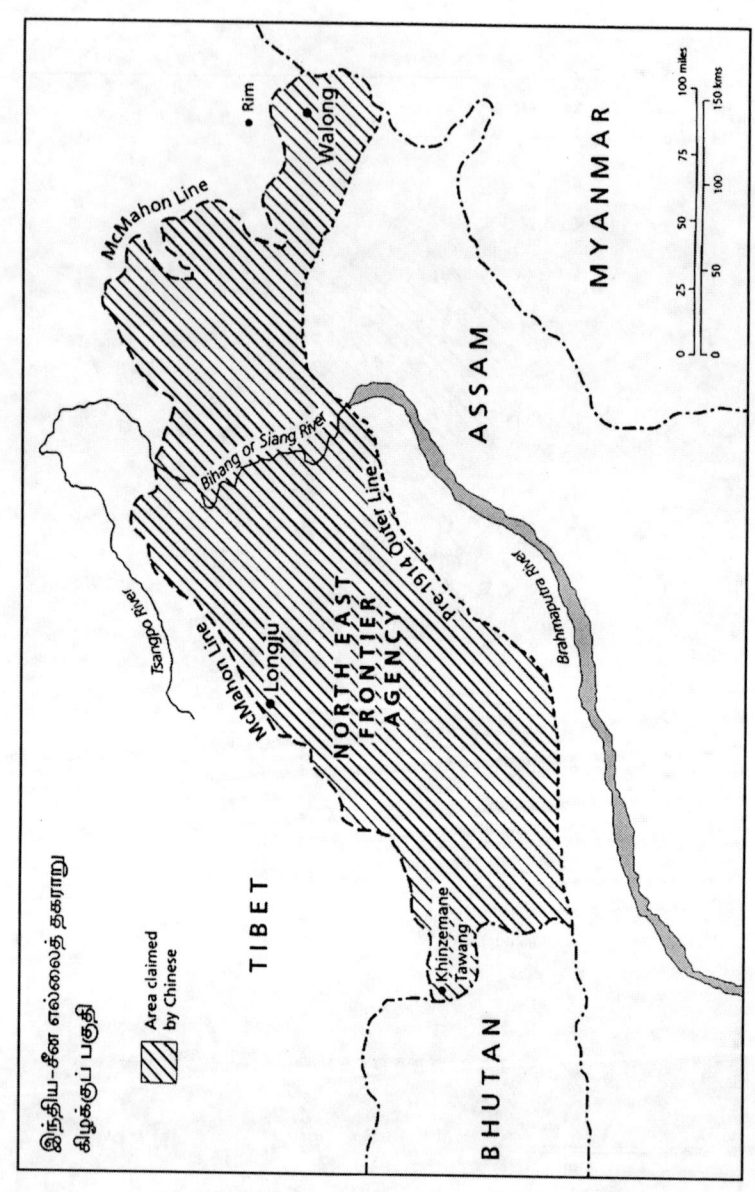

10

இயற்கையை வெற்றி கொள்ளுதல்

இந்திய மக்கள் தங்களுக்கு வேண்டியது என்ன என்பதை முடிவுசெய்ய வேண்டும். கல்வியறிவா, கல்லாமையா? வெளி உலகத்துடன் நெருங்கிய தொடர்பும் அதன் தாக்கமுமா, ஒரு தீவாகத் தங்களைத் தங்களுக்குள்ளே குறுக்கிக்கொள்வதும் ஒட்டுதல் இன்றி இருப்பதுமா? அணி திரள்வதையா, சிதறிக்கிடக்கப்பதையா? தைரியத்தையா, கோழைத்தனத்தையா? முனைப்புடன் இருப்பதையா, தேங்கிக் கிடப்பதையா? தொழில்மயத்தையா, விவசாயத்தையா; செல்வத்தையா, ஏழைமையையா? வலிமையையும் மதிப்பையுமா, பலவீனத்தையும் முன்னணி தேசங்களால் நசுக்கப்படுபவதையுமா? உணர்ச்சிகள் அல்ல, செயல்கள்தான் தேவை.

- எம்.விஸ்வேஸ்வரய்யா, பொறியாளர், 1920

சோஷலிசம் என்ற சொல்லின் பொருள்மீது இந்தியர்களுககு உள்ள ஈடுபாடு, சுதந்தரமான தொழில்கள் என்ற சொற்களின் பொருள்மீது நமக்குள்ள ஈடுபாட்டைப் போன்றதே. மிக அதிகப் பிடிவாதமான இந்திய முதலாளிகூட சமயங்களில், தான் மனத்தளவில் ஒரு சோஷலிஸ்டே என்பதை உணர்கிறார்.

-ஜே.கே. கால்ப்ரெய்த், பொருளாதார அறிஞர், 1958

I

மகாத்மா காந்தி, 'இந்தியா, கிராமங்களில் வாழ்கிறது' என்று சொல்வதை விரும்பினார். சுதந்தரம் பெற்றபோது நாடு மிக அதிகமாக விவசாயிகளையும் தொழிலாளர்களையும் கொண்டதாக இருந்தது. வேலை செய்பவர்களில் சுமார் நான்கில் மூன்று பங்கினர் விவசாயத்தில் இருந்தனர். நாட்டின் மொத்த

உற்பத்தியில் (ஜி.டி.பி.), அது சுமார் 60 சதவிகிதத்தை அளித்தது. சிறிய அளவில், ஆனால் வளர்ந்துவரும் வகையில், தொழில்துறை இருந்தது. அத்துறையில் 12 சதவிகிததினர் பணியாற்றினர். அது 25 சதவிகித ஜி.டி.பி.யை அளித்தது.

இந்திய நாட்டின், இந்தியப் பொருளாதாரத்தின் முதுகெலும்பு, விவசாயிகளே. துணைக்கண்டப் பரப்பில் விவசாய நடைமுறையில் பெரும் வேறுபாடுகள் இருந்தன. உதாரணமாக, வடக்கிலும் மேற்கிலும் கோதுமைப் பிரதேசங்களில் பெண்கள் பொதுவாகப் பயிர் வேலைக்குச் செல்வதில்லை. ஆனால் தெற்கிலும் கிழக்கிலும் அரிசிப் பிரதேசங்களில் நாற்று நடுவதிலும், பின் நாற்றுகளைப் பிடுங்குவதிலும் பெண்களின் பணி முக்கியமானது. ஆனால், துணைக்கண்ட இந்தியாவின் பெரும்பகுதியில் அரிசியோ கோதுமையோ பயிரிடப்படுவதில்லை. வறட்சியைத் தாங்கும் தினை வகைகளே முக்கிய மான தானியங்கள். தானியங்களைத் தவிர, விவசாயிகள் பலதிறப்பட்ட பழங்களையும் பயிரிட்டனர். மேலும் வர்த்தகப் பயிர்களான பருத்தியும் கரும்பும் பயிரிடப்பட்டன.

வேறுபாடுகள் இருந்தபோதிலும், இந்தியா எங்கும் நிகழ்ந்த விவசாயம் அனுபவ அடிப்படையிலானது. புத்தக அடிப்படையைவிட, வழிவழியாக, மரபுரீதியாக வந்த வழக்கத்தையும், அனுபவத்தையும், உள்ளூர்பங்களிப்பையும் அடிப்படையாகக் கொண்டது. நீர், எரிபொருள், தீவனம், எரு ஆகிய அனைத்தும் கிராமப்புறத்திலேயே பெறப்பட்டன. நிலம், ஒரு ஜோடி எருது பூட்டிய ஏர் கலப்பை கொண்டு உழப்பட்டது. அருகில் உள்ள காடுகளில் கிடைக்கும் மரம் மற்றும் ஓலைகள் கொண்டு, கூறை வேயப்பட்டு, வீடு கட்டப்படுகிறது.

நிலங்களில் வேலை செய்பவர்கள், வேலை செய்யாதவருடன் கூடி வாழ்ந் தனர். கிராம மக்கள்தொகையில் சுமார் மூன்றில் இரு பங்கு விவசாயிகளே. இவர்கள், கைவினைஞர் ஜாதிகளான கருமான்கள், நாவிதர்கள், கழிவுத் துப்புறவாளர்கள் ஆகியோரை முக்கியமாகச் சார்ந்திருந்தனர். பல இடங் களில், நெசவாளர் சமூகத்தினர் இருந்தனர். சில இடங்களில் நாடோடிகளாக கால்நடைகளை மேய்த்து வாழும் மக்கள் வாழ்ந்து வந்தனர்.

துணைக்கண்டத்தில் வாழும் மக்களிடையே, சமூக அடிப்படையிலும் ஒற்றுமைகள் காணப்பட்டன. எழுத்தறிவு மிகக் குறைவாகவும் ஜாதி உணர்வுகள் மிக அதிகமாகவும் இருந்தன. கிராமங்கள், அரை டஜனுக்கும் மேற்பட்ட அகமண ஜாதிகளாகப் பிரிந்திருந்தன.

கிராம இந்தியாவில் எந்தக் காலத்திலிருந்து தொடங்கியது என்று நிர்ணயிக்கப்பட முடியாத தொன்மை பரவியிருந்தது. உழவர்கள், கால்நடை மேய்ப்பவர்கள், தச்சுவேலை செய்பவர்கள், நெசவாளர்கள் அனைவரும் அவர்கள் முன்னோர்கள் வாழ்ந்தபடியே வாழ்ந்தனர். வேலை செய்தபடியே செய்தனர். ‘அவர்கள் வாழ்க்கை ஒரே மாதிரியாகவே இருந்தது. வளமான பகுதிகள் நீங்கலாக, பிற இடங்களில், நிச்சயமற்ற வானிலையோடு, ஒரே

மாதிரியாகப் போராடிக்கொண்டிருந்தனர். சாதாரணமான விளையாட்டுகள், கேளிக்கை ஆட்டங்கள், பாடல்கள் முதலியவற்றில் ஒரே மாதிரியான விருப்பம், ஒரே மாதிரியாக அடுத்தவருக்கு உதவுதல், ஒரே மாதிரியான நிதிக் கடன்கள் என்றே அவர்கள் வாழ்க்கை இருந்தது'' என்று 1940-களில் எடுக்கப்பட்ட ஒரு கணக்கெடுப்பு கூறியது.[1]

இந்திய தேசியவாதியைப் பொருத்தமட்டில், தொடர்ச்சி என்பது தேக்கம் என்பதன் குறியீடாகவே இருந்தது. விவசாய உற்பத்தி குறைவாக இருந்தது. அதனால் ஊட்டச் சத்தும் உடல்நலமும் அவ்வாறே இருந்தன. அதிகரித்து வந்த ஒரே அம்சம் மக்கள் தொகைப் பெருக்கமே. 19-ம் நூற்றாண்டின் இறுதியிலிருந்து மருத்துவ சேவை அதிகரித்ததால், இறப்பு விகிதம் குறைந்தது. பிறப்பு விகிதம் மாறாமல் இருந்ததால், மக்கள் தொகையில் சீரான உயர்வு இருந்தது. 1881 முதல் 1941 வரை, பிரிட்டிஷ் இந்தியாவில் மக்கள் தொகை 25.7 கோடியிலிருந்து 38.9 கோடியாக உயர்ந்தது. ஆனால் தனி நபர் தானிய இருப்பு, ஏற்கெனவே குறைவாக இருந்த ஆண்டுக்கு 200 கிலோகிராம் என்ற அளவிலிருந்து வெறும் 150 கிலோகிராமாகக் குறைந்தது.

ஏறக்குறைய 1885-ல் காங்கிரஸ் தோற்றுவிக்கப்பட்டதிலிருந்து இந்திய தேசியவாதிகள், பிரிட்டிஷார் விவசாயிகளைச் சுரண்டி வருவதாகக் குற்றம் சாட்டி வந்தனர். அவர்கள் ஆட்சிக்கு வந்தால் அவர்களுடைய திட்டத்தில் விவசாயச் சீர்திருத்தம் முதலிடம் பெறும் என்று தீர்மானித்தனர். மூன்று திட்டங்கள் மிகவும் முக்கியமானவையாகத் தோன்றின. முதலாவது, நிலவரி ஒழிப்பு; இரண்டாவது, அசுரவேகத்தில் பாசன விரிவாக்கம். இவை இரண்டும் உற்பத்திப் பெருக்கத்துக்கும் பருவமழையை நம்பியிருக்கும் கஷ்டத்தைக் குறைப்பதற்கும் உதவும். மூன்றாவது, நிலக் குத்தகை முறையில் சீர்திருத்தம். குறிப்பாக, வடக்கு மற்றும் கிழக்கு இந்தியாவில் பிரிட்டிஷார் நிலச் சொந்தக்காரர்கள் இல்லாமலேயே குத்தகைக்காரர்கள் பயிரிடும் முறையை ஆதரித்தனர். இன்னும் பல மாவட்டங்களில் வழக்கமாக, நிலம் உழுபவருக்கு உரிமையானதல்ல. குத்தகைக்காரர்களுக்குக் குத்தகை தொடர்வது நிச்சயம் என்ற பாதுகாப்பு இல்லாதபோது, விவசாயத் தொழிலாளர்களுக்கு உழுவதற்கு நிலம் இருக்கவில்லை. விவசாயப் பொருளாதாரத்தில் ஏற்றத்தாழ்வுகள் மிகக் கடுமையாக இருந்தன.

விவசாயிகள் பலப்பல விதங்களிலும் புதுப்புது முறைகளிலும் சுரண்டப் பட்டனர். நில வரியைத் தவிர ஜமீந்தார்கள், ஐக்கிய மாகாணங்களில் பலவிதமான மேல் வரிகளை விவசாயிகளிடம் வசூலித்தனர். உதாரணமாக, மோட்டாரானா (ஜமீந்தாருடைய புதிய காருக்காக), ஹாத்தியானா (அவருடைய யானைகளுக்காக)[2] போன்ற மேல்வரிகளும் விதிக்கப்பட்டன. நிலச்சுவாந்தார்கள் தங்களிடம் வேலை செய்பவர்களைவிட, தங்களது மிருகங்களையும் வாகனங்களையும் நன்றாகப் பராமரிப்பதில் கவனம் செலுத்தினர். சுதந்தரத்துக்கு இரண்டு வாரங்கள் முன்னர் மதராஸ் வார இதழ் ஒன்று மலபார் கிராமங்களின் துன்பத்தை விவரித்து ஒரு கதையை

வெளியிட்டிருந்தது. ஒரு பெரும் நிலச்சுவாந்தாருக்கு ஏழு யானைகள் இருந்தன. அவற்றுக்கு 25 ஆயிரம் கிலோகிராம் நெல் தேவை. அவருடைய சொந்தக் குத்தகைதாரர்களுக்கு ஒரு வாரம் முழுவதற்குமாக 3 நாள் ரேஷனே கொடுக்கப்பட்டது.[3]

இந்திய தேசிய காங்கிரசின் சோஷலிஸ்ட் பிரிவினர் கட்சியை முழுமையான நிலச் சீர்திருத்தம், குத்தகையாளர் பாதுகாப்பு, உபரி நில மறு பகிர்வு ஆகியவற்றை மேற்கொள்ள வற்புறுத்தியது. கிராமங்களில் மிக அதிகமாக நிலவிய கடன் தொல்லையிலிருந்து மக்களை மீட்க கடன் வசதிகளை அதிகரிக்கவும் ஆலோசனை கூறியது.[4] தேசியவாதிகள், விவசாயச் சீர்திருத் தங்களோடு தொழில் வளர்ச்சியையும் விரைவுபடுத்தவேண்டும் என்பதை அறிந்திருந்தனர். கிராமப்புறங்களில் போதிய வேலையற்று மிகுதியாக உள்ள தொழிலாளர்களைப் பயன்படுத்திக்கொள்ள, நாட்டுக்கு ஆலைகளும் தேவையாக இருந்தன. நாடு நவீனமாகி வருவதை நிரூபிக்கவும் தொழிற்சாலைகள் தேவையாக இருந்தன. சர்வதேச அரங்கில் கால்பதிக்க, இந்தியா கற்றறிந்த மக்கள் உள்ளதாக, ஒன்றுபட்டதாக, எடுப்பான வெளித் தோற்றம் கொண்டதாக, எல்லாவற்றுக்கும் மேலாக தொழில்மயமானதாக இருந்தாக வேண்டும்.

காலனி ஆதிக்க நாள்களில் பிரிட்டிஷ் நிறுவனங்கள் நடத்திய தொழிற் சாலைகளுக்கும், இந்தியர்களுடைய தொழிற்சாலைகளுக்கும் மிக அதிகமான வேறுபாடு இருந்தது. உதாரணமாக, சணல் ஆலைகள் பெரும்பாலும் அயல்நாட்டவர் வசம் இருந்தன. பருத்தி ஆலைகள் சுதேசிகளிடம் இருந்தன. பிரிட்டிஷ் அரசு இந்தியத் தொழில்களை வேண்டுமென்றே ஊக்கம் இழக்கச்செய்ய, பிரிட்டிஷ் தொழில்களுக்கு ஆதரவளிக்கும் வகையில், வரிவிகித மாற்றங்களையும் தொழிலமைப்பு மாறுதல்களையும் செய்வதாகக் குற்றம் சாட்டப்பட்டது. இந்திய முதலாளிகள் சிலர் ஆர்வமாக அரசியலில் ஈடுபடாதவர்களாக இருப்பினும், வேறு சிலர் தீவிர காங்கிரஸ் ஆதரவாளர்களாக இருந்தனர். அவர்கள், சுதந்தரம் பெற்றபிறகு, பாரபட்சம் காட்டப்பட்டு, அயல்நாட்டு முதலாளிகள் துன்பங்களுக்கு உட்படுத்தப் படுவர் என்று இயல்பாகவே நம்பினர்.[5]

இந்தியா தொழில்மயமாகவேண்டும் என்றால் எந்த முன் மாதிரியை மேற்கொள்ள வேண்டும்? தேசிய இயக்கத் தலைவர்களுக்கு 'ஏகாதிபத்தியம்', 'முதலாளித்துவம்' ஆகிய சொற்கள் மோசமானவை. ஜான் கென்னத் கால்ப்ரெய்த் குறிப்பிட்டதுபோல, 'அண்மைக்காலம்வரை இந்தியாவின் பெரும் பகுதி முதலாளித்துவத் தொழில்கள், ஏகாதிபத்திய சக்தியின் ஒரு நீட்சியே. அவை உருவாக்கப்பட்டதே ஏகாதிபத்தியத்துக்காகத்தான். அதன் விளைவாக ஆசியாவின் சுதந்தரத் தொழில் முயற்சி, காலனி ஆதிக்கத்தின் அவமான அடையாளத்தைத் தாங்கி நிற்கிறது. இது ஒரு பயங்கரமான சுமைதான்.'[6]

அப்படியானால் மாற்று வழிகள் எவை? சில தேசியவாதிகள் சோவியத் யூனியன் பற்றியும், அவர்கள், நவீன அறிவியல் அறிவை அசாதாரணமாகப்

பயன்படுத்தி தங்களது தேவைகளையும் பற்றாக்குறையையும் தீர்த்துக் கொண்டதையும் புகழ்ந்து எழுதினார்கள். அதன் மூலம் அவர்கள் வெறும் இருபது ஆண்டுகளில், அரைப்பட்டினி விவசாய சமுதாயத்தை, நல்ல உணவும் உடையும் பெற்ற ஆலைத் தொழிலாளர்கள் கொண்ட சமுதாயமாக மாற்றியதைப் பாராட்டினர். இதனை அடைய, அவர்கள் தங்கள் தொழில் துறைகளில் 'லாப நோக்கைத் தவிர்த்து, நாட்டுடைமை ஆக்கி, அவற்றை நாட்டு நலனுக்காக' வளர்த்தனர். அத்தொழில் வளர்ச்சியை சாத்தியப்படுத்த அவர்கள் பலவற்றைச் செய்திருந்தனர். ஆறுகளை 'மின் சக்திக்கான ஆற்றல்மிக்க ஆதாரங்களாக' மாற்றியிருந்தனர். சுயநலமற்ற நிபுணர்கள் திட்டங்களைத் தீட்டுவதன்மூலம் உற்பத்தியை ஒன்பது மடங்கு அதிகரித் திருந்தது. 'வேலையின்மை, உற்பத்தியில் ஒருங்கிணைப்பு இல்லாமை' போன்றவை இல்லாமல் போயிருந்தன.[7]

மற்றொன்று, ஜப்பான். முதல் உலகப் போரின்போது அங்கு சென்றிருந்த பிரபல காங்கிரஸ் அரசியல்வாதி லாலா லஜபதி ராய், அந்தத் தேசம் வெறும் ஐம்பதே ஆண்டுகளில், முன்னேறாத விவசாய நிலையிலிருந்து, தொழில் மயமான நாகரிகமாக மாறியிருந்தது கண்டு வியந்தார். அது ஆலைகள் அமைத்திருக்கிறது; வெளிநாட்டுப் போட்டிகளைப் புறந்தள்ளியுள்ளது. தொழிலாளர்களுக்கு வங்கிகளையும் பள்ளிகளையும் அமைத்திருக்கிறது. இதில் அரசின் பங்கு முக்கியத்துவம் வாய்ந்தது. ஜப்பான், 'அதன் தற்போதைய நிலைக்கு, தொழில் வளத்துக்கு, அதனுடைய ஆட்சியின் தீர்க்க தரிசனம், நுட்பமான அறிவு, நாட்டுப்பற்று ஆகியவற்றுக்குக் கடமைப் பட்டுள்ளது.' ஒரு காலத்தில் இந்தியாவைப்போல் பிற்பட்டிருந்த ஜப்பான், 'கீழ்த்திசைக்கு ஆசிரியராக, மேல்நாடுகளிலிருந்து பெற்றுவந்த வாழ்க்கைக்குத் தேவையான அவசியப் பொருட்களை, ஆடம்பரப் பொருள்களை தானே வழங்கும் நாடாக' வளர்ந்திருப்பதை லஜபதி ராய் கண்டார்.[8]

II

விரைவில் சுதந்தர இந்தியா ஆக இருக்கும் நாட்டின் பொருளாதார வளர்ச்சிக்கான கொள்கையை வகுக்க, 1938-ல் தேசிய திட்டக் குழு (என்.பி.சி.) ஒன்றை காங்கிரஸ் அமைத்தது. ஜவாஹர்லால் நேருவின் தலைமையில், குழுவில் முப்பது உறுப்பினர்கள் இருந்தனர். இக்குழு அறிவியல், தொழில்துறை, அரசியல் உட்குழுக்களாக ஏறத்தாழ சமமாகப் பிரிந்து செயல்பட்டன. உட்குழுக்களுக்கு விவசாயம், தொழில், மின்சக்தி, எரிபொருள், நிதி, சமூகச் சேவை என்று தனித்தனியான விஷயங்கள் ஒதுக்கப்பட்டன. 'பொருளாதாரத் திட்டமிடுதலில் பெண்கள் பங்கு' என்று ஒரு துறை இருந்தது. தேசத்தின் தன்னிறைவு, பத்தாண்டுகளில் மக்களின் வாழ்க்கைத்தரத்தை இரு மடங்காக உயர்த்துதல் ஆகிய முக்கியமான இலக்குகளை என்.பி.சி., குறிக்கோளாகக் கொண்டிருந்தது. 'நாட்டின் பிரதிநிதிகள் வகுத்துள்ள சமூக நோக்கங்களுக்கு ஏற்ப, நுகர்வு, உற்பத்தி, முதலீடு, வர்த்தகம், வருமானப் பகிர்வு ஆகியவற்றை விருப்பு வெறுப்புகள்

அற்ற நிபுணர்கள் மூலம் ஒருங்கிணைப்பதே' திட்டமிடுதல் என்று வரையறுக்கப்பட்டது.[9]

தாமதமாக தொழில்மயமாகும் நாடுகள், அரசின் பங்களிப்பைச் சார்ந்தே இருக்கவேண்டும் என்ற பாடத்தைக் ஜப்பான் மற்றும் ரஷ்யாவிடமிருந்து என்.பி.சி. கற்றுக்கொண்டது. இந்தியாவைப் பொருத்தவரை இது இன்னும் அதிகமாகவே தேவைப்படும். ஏனெனில், இரு நூற்றாண்டுகளாக காலனி ஆதிக்க ஆட்சியால் இந்தியாவின் பொருளாதாரம் சீர்குலைக்கப்பட்டிருக் கிறது. என்.பி.சி.யின் ஓர் அறிக்கை குறிப்பிட்டவாறு, திட்டமிட்ட வளர்ச்சி என்பது, 'சேவையை, லாப நோக்குக்கு மேலாக' முன்னிறுத்தியது. பொருளா தாரத்தின் பல பகுதிகளை தனியாரிடம் நம்பி ஒப்படைக்க முடியாது. 'திட்டத்தின் நோக்கங்களை நிறைவேற்ற, இந்த முயற்சிகளை பொதுத் துறையின் கீழ்தான் செய்ய முடியும்.'[10]

தனியார் துறையும் இதை ஏற்றது. 1944-ல் பிரபல தொழிலதிபர்கள் குழு ஒன்று, 'இந்தியாவுக்கான பொருளாதார வளர்ச்சித் திட்டம்' (பம்பாய் திட்டம் என்று பொதுவாகக் அழைக்கப்படுவது) என்பதை வெளியிட்டது. தற்போதுள்ள தனியார் தொழில்துறை, தேசிய வருமானத்தை விரும்பும் வகையில் பங்கிட்டளிப்பதில் தவறிவிட்டது என்று திட்டம் ஒப்புக் கொண்டது. 'அரசாங்கம் மட்டுமே வருமானப் பகிர்வில் உள்ள ஏற்றத்தாழ்வு களைக் குறைக்க முடியும். உற்பத்தியைப் பெருக்கவும் அரசாங்கத்தின் பங்கு அவசியம். மின்துறை, உள்கட்டமைப்பு, போக்குவரத்து ஆகிய துறைகளை அரசாங்கமே முழுவதுமாக ஏற்கவேண்டும் என்று முதலாளிகளே நினைத் தனர். தொழில்மயமாக்கத்தின் ஆரம்ப காலங்களில், சமுதாய நலன் கருதி ஓரளவு 'அரசின் மேற்பார்வையும் கட்டுப்பாடும் அவசியம்' என்று அவர்களே வாதிட்டனர். 'அரசின் வளர்ச்சி மற்றும் கட்டுப்பாட்டுப் பணிகள் விரிவடைய வேண்டியது, பெரிய அளவிலான பொருளாதாரத் திட்டமிடுதலுக்கு மிகவும் அவசியம்.'[11]

ஜவாஹர்லால் நேரு, முதலாளி வர்க்கத்தின் விருப்பத்துக்கு மாறாக, பொருளாதார வளர்ச்சியை மையத்தில் குவித்துவைக்கும் மாதிரியைத் திணித்துவிட்டார் என்ற கூற்று தவறு என்று இப்போது பெரிதும் மறக்கப் பட்டுவிட்ட பம்பாய் திட்டம் தெளிவாக்குகிறது. சுதந்தரச் சந்தையை விரும்பு பவர்கள் இப்போது அந்தத் திட்டத்தைப்பற்றி என்ன சொல்வார்கள் என்று நினைத்துப் பார்த்தால் வியப்பே எஞ்சுகிறது. அதை அவர்கள் இன்று முதலாளி களுக்கும் முதலாளித்துவத்துக்கும் எதிரானவை என்று நினைக்கலாம். ஆனால், அதை அந்தக் காலத்துக்கேற்ற மாறுதலின் அடையாளமாகக் காணவேண்டும்.[12]

அப்போது, அனைவரது கருத்தும் மையத் திட்டமிடுதலுக்கு ஆதரவாகவே இருந்தது. பொருளாதாரத்தின் உச்சத்தில் அரசாங்கம் ஆதிக்கம் செலுத்த வேண்டும் என்று அனைவரும் நினைத்தனர். அதனாலேயே, அரசியல் அமைப்புச்சட்டம், 'சமுதாயத்தின் பொருள் ஆதாரங்களின் உடைமையையும் கட்டுப்பாட்டையும், பொது நன்மைக்குக் கட்டுப்படும் வகையில் பங்கீடு

செய்யுமாறு' இந்திய அரசை ஆணையிட்டது. 'பொருளாதார முறைகளின் இயக்கம், செல்வத்தையும் உற்பத்திச் சாதனங்களையும் ஒரு சில இடங்களில் குவித்து பொதுமக்களுக்குத் துன்பம் தராத வகையில் இருக்கவேண்டும்.' அரசியல் அமைப்புச் சட்டம் ஏற்றுக்கொள்ளப்பட்ட ஒரு மாதத்துக்குள், அரசு, இந்த நெறிகாட்டும் கொள்கைகளை நடைமுறைப்படுத்த உதவியாக, திட்டக் குழுவை நியமித்தது. திட்டக் குழு, நேருவின் தலைமையில் மூத்த கேபினெட் அமைச்சர்களையும் ஐ.சி.எஸ். அலுவலர்களையும் கொண்டு இருந்தது.

1951 கோடையில் திட்டக் குழு முதல் ஐந்தாண்டு திட்டத்தின் வரைவை வெளியிட்டது. இது பிரிவினையால் பெரிதும் பாதிக்கப்பட்ட விவசாயத்தில் அதிகக் கவனம் செலுத்தியது. உணவு உற்பத்தியை அதிகரிப்பதோடு, போக்கு வரத்து, தொலைத் தொடர்பு, சமூக சேவை முதலியவற்றுக்கும் திட்டம் முக்கியத்துவம் அளித்தது. திட்டத்தின் அம்சங்களை நாடாளுமன்றத்தில் நேரு அறிமுகப்படுத்தும்போது, திட்டம், தன் சிந்தனையில், இந்தியா முழுமைக்குமான விவசாய, தொழில், சமூக, பொருளாதாரத் துறைகள் அனைத்தையும் கொண்டுவந்திருப்பதற்காக தன் பாராட்டுதலைத் தெரிவித்தார். 'திட்டக் குழு, நாடு முழுவதையுமே திட்ட விழிப்புணர்வில் கொண்டு வந்திருக்கிறது' என்றார்.[13]

திட்டக் குழுமீதான எதிர்பார்ப்பு அதிகமாக இருந்தது. பத்தியாளர் ஒருவர், 'ஜனநாயகத்தின் ஒரு குறை அது பிற அரசியல் முறைகளைவிட மெதுவாகச் செயல்படுவதுதான். ஆனால் இந்திய மக்கள் அவர்களுடைய பொருளாதார முன்னேற்றத்திற்கு காரணமற்ற தாமதத்தைச் சகித்துக்கொள்ள மாட்டார்கள்' என்றார்.[14] முதல் பொதுத் தேர்தலுக்குப் பிறகு அவசரம் தீவிரமாயிற்று. இடது மற்றும் வலது சாரியினர், முதல் ஐந்தாண்டுத் திட்டம் அதன் தீர்க்க தரிசனத்திலும் இலக்கிலும் பின்தங்கியிருப்பதாகக் கடுமையாகக் கண்டனம் செய்தனர். உணவு உற்பத்தி கணிசமாக அதிகரித்தபோதிலும், பிற துறை இலக்குகள் பின்தங்கியிருந்தன.[15]

முதல் திட்டத்தை நேரு அறிமுகம் செய்தபோது, 'எவ்வளவு வேகமாக முடியுமோ, அவ்வளவு வேகமாக இந்தியாவைத் தொழில்மயமாக்க வேண்டும்' என்றார். இரண்டாம் ஐந்தாண்டுத் திட்டத்தில் பிரதான இடம் இந்த நோக்கத்துக்கே அளிக்கப்பட்டது. திட்ட வரைவு, பிரசந்த சந்திர மஹலனோபிஸ் என்பவரின் கைவண்ணம். அவர் கேம்பிரிட்ஜில் பயிற்சி பெற்ற இயல்பியல் மாணவர். புள்ளியியல் வல்லுநர். சமஸ்க்ருதம், தத்துவம் மற்றும் வங்க இலக்கியத்தில் அறிஞர். பல மொழி பேசுபவர். 'நேரு போன்றவர்கள் அவரிடம் நிச்சயம், மயங்கித்தான் போனார்கள்.'[16]

மஹலனோபிஸ்தான் நவீன புள்ளிவிவரவியலை இந்தியாவுக்குக் கொண்டு வந்தவர். 1931-ல் இந்தியப் புள்ளிவிவரக் கழகத்தை (ஐ.எஸ்.ஐ.) கல்கத்தாவில் தொடங்கினார். பத்தே ஆண்டுகளில் அந்த நிறுவனத்தை உலகத் தரம் வாய்ந்த பயிற்சிக்கூடமாகவும் ஆய்வுக்கூடமாகவும் ஆக்கினார்.

மானுடவியல், பயிரியல் மற்றும் வானியல் ஆகிய துறைகளில் புள்ளி விவரவியல் நுட்பங்களை பயன்படுத்திய முன்னோடி அவர்.

1949 பிப்ரவரியில் மஹலனோபிஸ் மத்திய மந்திரிசபையின் கௌரவ புள்ளியியல் ஆலோசகராக நியமிக்கப்பட்டார். அடுத்த ஆண்டில், தேசிய மாதிரிக் கணக்கெடுப்பு (என்.எஸ்.எஸ்.) என்ற அமைப்பை நிறுவ உதவியதோடு அதற்கு அடுத்த ஆண்டு மத்திய புள்ளியியல் நிறுவனத்தையும் (சி.எஸ்.ஓ.) நிறுவினார். இந்தியாவில் மாறிவரும் வாழ்க்கைத்தரம் காரணமாக, மக்களுடைய கூலி, தொழில், நுகர்வு போன்றவை தொடர்பாக நம்பகமான விவரங்களைச் சேகரிக்க இந்த நிறுவனங்கள் அமைக்கப்பட்டன. மேற்கத்திய நாடுகள் அல்லாத பிறவற்றுள், வேறு எந்த நாட்டிலும் இல்லாத அளவு நம்பகமான, அதிகாரபூர்வ புள்ளிவிவரங்கள் இந்தியாவில் கிடைப்ப தற்கு என்.எஸ்.எஸ்., சி.எஸ்.ஓ. ஆகிய இரண்டும்தான் காரணங்கள்.[17]

சர்ச்சைக்கு இடமின்றி, இவை மஹலனோபிஸ் நாட்டுக்கு அளித்தவை. அதேபோல, திட்டமிடுதல், அதை நடைமுறைப்படுத்துதல் ஆகியவற்றில் அவரது பங்களிப்பும் முக்கியமானதே. அத்துடன் அது சர்ச்சைக்குரியதாகவும் இருந்தது. 1954-ல் நேரு தன் கட்சியையும் அதன் நீட்டிப்பாக நாட்டையும் சோஷலிச சமுதாயமாக உருவாக்க உறுதி மேற்கொண்டார். அந்த ஆண்டு வேலையில்லாத் திண்டாட்டத்தைப் பற்றி ஆய்வு செய்ய, ஐ.எஸ்.ஐ.யைக் கேட்டுக்கொண்டார். மஹலனோபிஸ் அதுபற்றி ஒரு குறிப்பை எழுதினார். அந்தக் குறிப்பு நேருவை மிகவும் கவரவே, நேரு, அவரிடம், இரண்டாவது ஐந்தாண்டுத் திட்டத்தை உருவாக்கும் பொறுப்பை ஒப்படைத்துவிட்டார்.

மஹலனோபிஸ், தனது பணியைத் தீவிரமாக மேற்கொண்டார். 1954 கோடைக்காலத்தில் பிற்பகுதியில், ஐரோப்பா மற்றும் வட அமெரிக்காவில் ஒரு சுற்றுப்பயணம் மேற்கொண்டார். அந்தப் பயணம் திட்டமிடுதல் தொடர்பான அறிவை மேம்படுத்திக்கொள்ளகல்விப்பயணமாக அமைக்கப்பட்டது. ஆனால் அது வெளிப்படையான விளம்பரமும் ஆயிற்று. வெளிநாட்டுப் பொருளாதார நிபுணர்களுடன் தொடர்ந்து உறவில் இருப்பதன்மூலம், இந்தியப் பொருளாதார நிபுணர்களையும் தன்னுடைய வழிக்குக் கொண்டுவரமுடியும் என்று அவர் நம்பினார். அவர் ஒரு நண்பரிடம் கூறியதுபோல, 'ஒவ்வொன்றின் பின்னணி யிலும் என் மனத்தில் ஒரு நோக்கம் இருக்கிறது. நம் சொந்தத் திட்டங்களை உருவாக்குவதிலும் அதைச் செயல்படுத்துவதிலும் நாம் எத்தகைய வலுவான உதவியைப் பெறமுடியும் என்பதே அது.'[18]

மஹலனோபிஸ் முதலில் அமெரிக்கா சென்றார். அங்கு உள்ளீட்டு, வெளியீட்டுக் கெழுக்கள் பற்றிய தகவல்களை சேகரித்துக்கொண்டார். அவை 40,000 பஞ்ச் கார்டுகளில் பராமரிக்கப்பட்டிருந்தன. அதைப் பராமரித்துவந்த (பின்னர் நோபல் பரிசு பெற்ற) வாசிலி லியோன்டிஃபை சந்தித்துப் பேசினார். பிறகு அவர் கேம்பிரிட்ஜ் பேராசிரியர்கள் சிலரைச் சந்திக்கச் சென்றார். அவர்களில் மிகவும் கெட்டிக்காரி, ஜோன் ராபின்சன் என்பவர். அவர் அப்போதுதான் சீனா சென்று திரும்பியிருந்தார். (அங்கு

அவர்கள் அடைந்துள்ள முன்னேற்றத்தால் பெரிதும் கவரப்பட்டிருந்தார்.) இந்தியாவில் ஏற்றுமதி இறக்குமதித் துறையில் இன்னும் அதிகமான அரசுக் கட்டுப்பாடு அவசியம் என்று அந்த அம்மையார் கருதினார். மஹலனோபிஸ் அதை ஏற்றுக்கொண்டார். அவர் ஜோன் ராபின்சனை ஐ.எஸ்.ஐ.யின் விருந்தினராக, இந்தியா வருமாறு அழைத்தார். அவரது ஆதரவு, ‘வளர்ச்சிக்குத் திட்டமிடும் முறை, முட்டாள்தனமானது அல்ல என்று பிறரை நம்பவைக்க முடியும்’ என்றார் மஹலனோபிஸ். அவரும் புன்முறுவலுடன் ‘ஆமாம், உங்கள் நாட்டிலுள்ள பொருளாதார வல்லுனர்கள் மூளையைத் தட்டி விழிக்கவைக்க முடியும் என்று நம்புகிறேன்’ என்றார்.

மஹலனோபிஸ் இங்கிலீஷ் கால்வாயைக் கடந்து, பிரெஞ்சு மார்க்சிஸ்டுகளோடு உரையாடினார். அடுத்து, இரும்புத்திரைக்கு மறுபக்கம் இருந்த ரஷ்யாவுக்குச் செல்லவேண்டிய தருணம். அவர் ப்ராக் வழியாக மாஸ்கோ சென்றார். அங்கு, இதுவரை அவர் கண்டிராத வகையில், மிகப்பெரும் கட்டடங்கள் வியப்பூட்டும் வேகத்தில் கட்டப்படுவதைக் கண்டு அவற்றால் மிகவும் கவரப்பட்டார். சோவியத் கல்வியாளர்களிடம் கலந்து பேசினார். அவர்கள், ‘இந்தியா தீவிரமாகத் திட்டமிட விரும்பினால், இருபது முப்பதல்ல, நூற்றுக்கணக்கான தொழில்நுட்ப வல்லுனர்கள், விஞ்ஞானிகள், பொறியாளர்கள் ஆகியோருடைய தீவிர உதவி தேவை’ என்றனர். பொருளாதாரத் திட்டமிடுதலில் சரியான திறம்பெற்ற வல்லுனர்கள், நிபுணர்களுடைய அவசர உதவி தேவைப்படும் நிலையில் மஹலனோபிஸ் ரஷ்யர்களை இந்தியாவுக்கு அழைத்தார்.[19]

முடிவில், இப்பயணங்களும் பேச்சுகளும் *1954*-ல் திட்டக் குழுவுக்கு அளிக்கப்பட்ட விரிவான அறிக்கைக்கு உதவின. மஹலனோபிஸ் இரண்டாவது ஐந்தாண்டுத் திட்டத்துக்கு எட்டு நோக்கங்களை நிர்ணயித்தார். பொதுத் துறைச் செயல்பாட்டை விரிவாக்கி, அதற்கு முக்கியத்துவம் அளித்து, தேசியப் பொருளாதாரத்தை வேகமாக மேம்படுத்துவதன்மூலம் சோஷலிச சமுதாயத்தை நோக்கி நாடு முன்னேறுவது முதல் நோக்கமாகும். பொருளாதாரச் சுதந்தரத்தின் அஸ்திவாரத்தை வலுப்படுத்த, உற்பத்திக்கான இயந்திரங்களை உருவாக்க அடிப்படை கனரகத் தொழில்களை வளர்ப்பது இரண்டாவது நோக்கம். பிற (அதில் முக்கியமல்லாதது என்று நாம் கருதக்கூடிய) நோக்கங்களாக, தொழிற்சாலை மற்றும் சிறுதொழில் உற்பத்தி மூலம் நுகர் பொருள்கள் உற்பத்தி, வேளாண் உற்பத்தி ஆகியவற்றை மேம்படுத்துவது, தரமான வீடுகள், கல்வி, சுகாதார வசதிகள் அளித்தல் ஆகியவை இருந்தன.

முதலீட்டுப் பொருள்களின் முக்கியத்துவம் இரு வகைகளில் நியாயப்படுத்தப்பட்டன. முதலாவதாக அது இந்தியாவின் பொருளாதாரச் சுதந்தரத்தையும் அதன் வழியாக அரசியல் சுதந்தரத்தையும் பாதுகாக்கும். இரண்டாவதாக, தொல்லை தரும் வேலையில்லாத் திண்டாட்டத்தைப் போக்க உதவும். மஹலனோபிஸ், ‘வேலையில்லாத் திண்டாட்டம் நீண்டகாலமாக நீடித்து வருவதற்குக் காரணம், முதலீட்டுப் பொருள்கள்

இல்லாமல் இருப்பதே' என்று வாதித்தார். 'உற்பத்தி சாதனங்கள் முடங்கிக் கிடக்கும்போதுதான் வேலையின்மை ஏற்படுகிறது. அணைகளையும் ஆலைகளையும் அமைப்பதே விரைவாக வேலை வாய்ப்புக்களை உருவாக்கும்' என்று அவர் வாதிட்டார்.[20]

மஹலனோபிஸின் திட்ட வரைவு, பொருளாதார நிபுணர்கள் குழுவுக்கு அனுப்பப்பட்டது. ஒருவர் நீங்கலாக, அனைவரும் முதலீட்டுத் தொழில்களின் முக்கியத்துவத்தையும் பொதுத்துறையின் பங்கையும் ஏற்றனர். கூடவே, பல எச்சரிக்கைகளும் இருந்தன. சில பொருளாதார நிபுணர்கள், தொழில்துறை வளர்ச்சியுடன், விவசாய வளர்ச்சியையும் ஊக்குவிக்கவேண்டும் என்றனர். வேறு சிலரோ, திட்டத்துக்குத் தேவையான பணம் எங்கிருந்து வரும் என்று கவலைப்பட்டனர். அதிக வரி விதிப்பதால் மட்டுமே நிதி திரட்ட இயலாது. பற்றாக்குறை நிதிநிலை, பணவீக்கத்தில் போய் முடியக்கூடும்.

மொத்தத்தில் 'மஹலனோபிஸ் திட்ட மாதிரி' என்று முன்னரே சொல்லப்பட்ட திட்டத்தின் பின்னணியில், இந்தியப் பொருளாதார வல்லுனர்கள் அனைவரும் செயலாற்றியிருந்தனர்.[21]

இந்த மாதிரியை, சுதேசி அல்லது சுயச்சார்பு என்று சொல்லலாம். ஒரு காலத்தில், உள்ளூர் கைத்தறி நெசவின் வளர்ச்சிக்கு ஆதரவளித்து, காந்திய போராட்டவாதிகள் அயல்நாட்டுத் துணிகளை எரித்திருந்தனர். இப்போது, நேருவின் தொழில்நுட்பவாதிகள் வெளிநாட்டிலிருந்து வாங்குவதற்குப் பதிலாக, தாங்களே உருக்கு, இயந்திரக் கருவிகள் ஆகியவற்றைச் செய்ய முற்பட்டனர். இரண்டாவது திட்டம் வாதிட்டவாறு, வளர்ச்சிக்குறைவு, 'தொழில்நுட்ப முன்னேற்றக் குறைவின் விளைவாக ஏற்பட்டுள்ளது.'[22] சுயச்சார்பு என்பது, வளர்ச்சி மற்றும் முன்னேற்றத்தின் குறியீடானது. சோப்பிலிருந்து உருக்கு வரை, முந்திரியிலிருந்து கார் வரை இந்தியர்கள் தங்கள் பொருள்களின் தேவைகளை இந்திய மண், இந்திய உழைப்பு, இந்தியப் பொருள்கள் மற்றும் எல்லாவற்றுக்கும் மேலாக இந்தியத் தொழில் நுட்பத்தைக் கொண்டே நிறைவேற்றிக்கொள்வர்.

அட்டவணை 10.1

முதல் இரண்டு ஐந்தாண்டுத் திட்டங்களில் துறைவாரிப் பங்கீடு

துறை	முதல் திட்டத்தில் பங்கீடு		இரண்டாம் திட்டத்தில் பங்கீடு	
	மொத்தம் (ரூ. கோடி)	சதவிகிதம்	மொத்தம் (ரூ. கோடி)	சதவிகிதம்
விவசாயம், சமுதாய வளர்ச்சி	372	16	530	11
நீர்ப்பாசனம்	395	17	420	9
மின்சக்தி	266	11	445	10
தொழில்கள், கனிமம்	179	7	1075	24
போக்குவரத்து, தொலைத் தொடர்பு	556	24	1300	28
சமூகச் சேவைகள், வீட்டுவசதி, பிற	547	25	830	18

Source: Compiled from A.H.Hanson, The Process of Planning: A Study of India's Five-Year Plans, 1950-1964 (London: Oxford University Press, 1966) Table 7, p.134.

அட்டவணை 10.1, முதல் இரண்டு ஐந்தாண்டுத் திட்டங்களின் பங்கீடுகளை ஒப்பிடுகிறது. விகிதாசாரப்படி, மின்சக்தி, போக்குவரத்து மற்றும் தொலைத் தொடர்பு, சமூகச் சேவைகள் ஆகியவை பெரும்பாலும் ஒரேவிதமான முக்கியத்துவத்தைப் பெற்றிருந்தன. விவசாயத்திலிருந்து தொழில்துறைக்கு குறிப்பிடும்படியான மிகப்பெரும் மாற்றம் காணப்பட்டது. இத்துடன் பாசனத்துக்கான முக்கியத்துவமும் வீழ்ச்சி அடைந்தது.

கனரகத் தொழில்கள் அரசுக்கு உரியவையாக இருந்தாலும் தனியார் துறைக்கும் அதிக வாய்ப்பு இருந்தது. விரிவாகும் பொருளாதாரத்தில், தனியார் துறைக்கு நிச்சயமாக சந்தை வாய்ப்பு உண்டு. அவர்களுடைய முக்கியப் பங்களிப்பு, நுகர்பொருள்களை பெரிய அளவிலும் சிறிய அளவிலும் தயாரிப்பதில் இருக்கும்.[23]

1956-ல் அரசாங்கத் தீர்மானம் ஒன்று, புதிய தொழில்களை மூன்று வகையாகப் பிரித்தது. முதல்வகை, முற்றிலும் அரசுத் துறைக்கு உரியவை: அணுசக்தி, பாதுகாப்பு தொடர்பான தொழில்கள், விமானங்கள், இரும்பு, உருக்கு, மின் உற்பத்தி, மின் விநியோகம், கனரக மின்தொழில்கள், தொலைபேசி, நிலக்கரி மற்றும் முக்கிய கனிமங்கள். இரண்டாம் வகையில் அரசும் தனியாரும் பங்குபெறுவர். இதில் முக்கியமற்ற கனிமங்கள், ரசாயனம், மருந்துகள், உரம், காகிதக்கூழ், காகிதம், சாலைப் போக்குவரத்து ஆகியவை அடங்கும். மூன்றாவது பிரிவில் மீதியுள்ள தொழில்கள் யாவும் தனியார் துறை ஆக்கத்தாலும் ஊக்கத்தாலும் நடைபெற வேண்டியவை.[24]

'மஹலனோபிஸ் மாதிரி' வெற்றிபெறுமா? பல இந்தியர்கள் வெற்றிபெறும் என்று நினைத்தனர். மிகப்பலரும் அப்படியே வேண்டினர். உலகம் முழுவதிலும் உள்ள இந்தியாவின் ஆதரவாளர்களின் விருப்பமும் அதுவே. ஜே.பி.எஸ். ஹல்தானே என்ற மிகப்பெரும் பிரிட்டிஷ் உயிரியல் விஞ்ஞானியும் இந்தியாவின் ஐ.எஸ்.ஐ.க்கு வர இருப்பவருமான அவரது கருத்துகளை உதாரணமாகக் கொள்ளலாம். மஹலனோபிஸ், அவரிடம் தன் திட்ட வரைவைக் காட்டியபோது, ஹல்தானே சொன்னார்:

'ஒருவர் நம்பிக்கையற்றவராக இருந்து, 15 சதவிகிதத் தோல்வியை (பாகிஸ்தான் அல்லது வேறுவழியாக) அமெரிக்கக் குறுக்கீட்டின் மீது சுமத்தினாலும், 10 சதவிகிதத் தோல்வியை ரஷ்யா, சீனா குறுக்கீட்டின்மீது சுமத்தினாலும், இருபது சதவிகிதத் தோல்வியை இந்திய சிவில் சர்வீஸ் மரபின் குறுக்கீட்டின்மீதும் அரசியல் தடைகள்மீதும் சுமத்தினாலும் 5 சதவிகிதத் தோல்வியை இந்து மதக் குறுக்கீடுகள்மீது சுமத்தினாலும், மீதமுள்ள ஐம்பது சதவிகித வெற்றி(கூட) உலக வரலாற்றை மேலும் சிறப்புற மாற்றிவிடும்.'[25]

III

இந்தியத் திட்டமிடுதலை உருவாக்கியவர் மஹலனோபிஸ் என்றால், அதைப் மக்களிடம் கொண்டுசேர்த்தவர் நேரு. இந்தியச் சூழலில், சந்தைப்

பொருளாதாரத்தைவிட, திட்டமிடுதலே உயர்ந்தது என்று நேரு நம்பினார். அது நல்ல அரசியலும்கூட. 'திட்டமிடுவது பொருளாதார மற்றும் புள்ளி யியல் நிபுணர்களின் வேலை என்றால், அந்த இலக்கை அடைய, அந்த மாபெரும் முயற்சியை சாத்தியப்படுத்த, மக்களும் பங்கேற்கவேண்டும். மக்களும் அரசுடன் கைகோர்த்து நாமும் அவர்களும் சேர்ந்து உருவாக்கியுள்ள நமது அடுத்த இலக்கை நோக்கிப் பயணிக்கவேண்டும்.' மக்கள் தம் பங்களிப்பைத் தந்தால்தான், 'அச்சில் இருக்கும் இந்தத் திட்டம் உயிரோட்டம் பெற்றதாக, இயக்கத்துடன் கூடியதாக மாறி, நம் மக்களின் சிந்தையில் இடம்பெறும்.'[26]

திட்டமிடுதல் என்பது, 'இந்திய மக்கள் எல்லோரும் ஒன்றிணைந்து செய்யும் சக்திவாய்ந்த முயற்சி' ஆகும். புதிய திட்டங்கள், ஜாதி, மத, சமூக, பிராந்தியப் பிளவுகளைக் கரைக்கும் தன்மை கொண்டவையாக இருக்கும் என்று நேரு நம்பினார். முதல் ஐந்தாண்டுத் திட்டத்தை மாநில முதல்வர் களுக்கு அறிமுகம் செய்து எழுதியபோது, 'மீண்டும் மீண்டும், சமநிலையில் இருக்கும் இந்தியாவைப் பற்றியும், ஒன்றோடு ஒன்று தொடர்பு கொண்டிருக்கும் அதன் பல்வேறு செயல்களையும் சிந்தித்தோமானால், பிராந்தியவாதம், மதவாதம், இனவாதம் போன்ற பிளவுபடுத்தும் பாதைகளைத் தேர்ந்தெடுக்கமாட்டோம்.' இரண்டாவது திட்டத்தை அறிமுகப்படுத்தும்போது, 'அதை நம் எதிர்காலத்துக்குப் புதுவடிவம் கொடுக்கும் தைரியமான முயற்சி' என்று அவர் குறிப்பிட்டார். 'அதற்கு நம்மிடமுள்ள அனைத்து ஆற்றலும் சக்தியும் தேவைப்படும். நாம் களத்தில் போராடவேண்டிய பிரிவினைவாத, இனவாதங்களைச் சந்தித்துப் போராட, இதுவே முடிவான வழி' என்றார்.[27]

மின் உற்பத்தியையும் உருக்கு உற்பத்தியையும் திட்டத்தின் முக்கியமான இரு தளங்களாக நேரு காட்டினார்.[28] சுதந்தரம் பெற்றபோது இரண்டே இரண்டு உருக்கு ஆலைகள் மட்டுமே இந்தியாவில் இருந்தன. அவையும் தனியாருக்குச் சொந்தமானவை. அவை ஆண்டுக்கு ஒரு மில்லியன் டன் உருக்கை உற்பத்தி செய்தன. வளரும் பொருளாதாரத்துக்கு இது போதுமானது அல்ல. அதுவும் கனரகத் தொழிற்சாலைகளை ஏற்படுத்த உறுதி மேற்கொண்டிருக்கும்போது உருக்கின் தேவை இன்னும் அதிகமாகிறது.

தனியார் துறைகளில் புதிய உருக்கு ஆலைகள், நிலக்கரி, கப்பல் கட்டுதல், அணுசக்தி, விமானத் தயாரிப்பு ஆகியவை தடை செய்யப்பட்டன. இவை முக்கியமான நடவடிக்கைகளாகக் கருதப்பட்டு, லாபம் சார்ந்ததாக இருக்கக்கூடாது என்று முடிவானது. மத்திய இந்தியா நெடுகிலும் உள்ள வனப்பகுதிகளில் இரும்புத் தாது, நிலக்கரி ஆகியவை அதிகம் கிடைத்தோடு, பல ஆறுகளும் இருந்தன. இந்த வளையத்தில் உள்ள மாநில எல்லைகளுக்குள் பொதுத்துறை நிறுவனங்கள் புது உருக்கு ஆலைகள் அமைப்பதில் போட்டி போட்டன. அதற்கு இணையாக, மேற்கத்திய நாடுகள் ஒவ்வொன்றும், இந்த ஆலைகளை முதலில் நிறுவுவது யார் என்பதில் போட்டி போட்டன.[29]

இரண்டாவது திட்டத்தில், உருக்கு உற்பத்தி 6 மில்லியன் டன்னாக நிர்ணயிக்கப்பட்டது. அந்த உற்பத்தி, திட்டமிடப்பட்ட பிற தொழில்களுக்குத் தேவைப்பட்டது. அது கட்டாயச் சேமிப்பையும் ஒருவகையில் ஊக்குவித்தது. ஒரு பொருளாதார வல்லுனர் சொல்லதுபோல, 'நீங்கள் உருக்கைச் சாப்பிட முடியாது.' இரண்டாவது திட்டத்துக்கு இறுதி வடிவம் கொடுக்கப்பட்ட போது, இந்திய அரசு மூன்று உருக்காலைகளை அமைக்க ஒப்பந்தங்களில் கையெழுத்திட்டது. ஜெர்மனி ஒரிஸ்ஸாவில் ரூர்கேலாவிலும், ரஷ்யா மத்தியப் பிரதேசத்தில் பிலாயிலும், பிரிட்டன் மேற்கு வங்கத்தில் துர்க்காபூரிலும் ஆலைகளை அமைக்கும். அமெரிக்கர்கள் வருத்தமுடன் வாய்ப்பை இழந்தனர். போரில் சீர்குலைந்த ஐரோப்பிய நாடுகள் இரண்டு ஒப்பந்தங்களைப் பறித்துக்கொண்டதே மோசமானதுதான். அத்துடன் அவர்களது பனிப்போர் எதிரி மூன்றாவதைப் பறித்தது மேலும் மோசமான தாயிற்று. பிலாய் ஆலை ரஷ்யர்களுக்குப் போய்விட்டது என்ற செய்தி அமெரிக்காவில் ஒலிபரப்பானபோது எட் மரோ என்ற ஒலிபரப்பாளர், அதை வருத்தமான குரலில் தெரிவித்தார் என்று என் அமெரிக்க நண்பர் ஒருவர் சில ஆண்டுகளுக்குப் பிறகு என்னிடம் நினைவுகூர்ந்தார்.[30]

உண்மையிலேயே ரஷ்யர்கள் மிக மகிழ்ச்சி அடைந்தனர். நிகிதா குருஷ்சேவ், பிலாய்க்கு வந்து அதனை 'இந்தியாவின் மேக்னிடோகோர்ஸ்க்' என்று வருணித்தார். ப்ராவ்தா பத்திரிகை, வண்ணப்படங்களுடன் கூடிய கட்டுரையில், பிலாயை, இந்திய சோவியத் கூட்டுறவின் அடையாளம் என்று எழுதியது.[31] இந்தியர்கள் மேலும் அதிக உற்சாகத்தில் இருந்தனர். பிலாயில் பணியாற்றிய ஒரு வங்காள வேதியியலாளர், எப்படி தன்னுடைய ரஷ்ய மேலாளர், தன் நெருங்கிய நண்பரானார் என்று நினைவுகூர்ந்தார். அவர் ரஷ்யா திரும்பிச் செல்ல நேர்ந்தபோது, அந்த இந்தியரால் கண்ணீரை அடக்க முடியவில்லை. அந்த ரஷ்யர் திடமாக இருந்தபோதும், அவரது மனைவியின் கன்னங்களில் கண்ணீர்த்துளிகள் உருண்டோடின. இழப்புக்குள்ளான அந்த வங்காளிக்கு, 'அந்தக் கண்ணீர்த் துளிகள் வோல்காவின் புனித நீர். அந்த நீர் கங்கையுடன் கலந்து நம் சகோதரத்துவத்தையும் சாகா நட்பையும் வளப் படுத்தியது.'

பிலாயில் ரஷ்யர்களும் இந்தியர்களும் தோளோடு தோள் நின்று நிலத்தைச் சீர்படுத்தி, சாலைகளையும் வீடுகளையும் அமைத்து, அந்த ஆலையை நிறுவினர். இம்முயற்சியில் பங்குகொண்டவர்கள் பரிவுடன் அதை நினைவு கூர்ந்தனர். அதில் பங்குபெற்ற ஒருவர் அதை, 'கலவரமற்ற கொந்தளிப்பு, திட்டமுடன் கூடிய வேகம்' என்று நினைவுகூர்ந்தார். 'அதைக் கட்டிமுடித்த குழு, புதிய ஆலைக்கு உரு கொடுத்து உயிரூட்டிய பெருமை முகத்தில் மின்ன நின்றது. செயல்படுத்திய குழு, ஆலை முழுத்திறன் பெற, ஆவலுடன் காத்திருந்தது. நாங்கள் ஒவ்வொருவரும், ஒருவர் கண்ணால் கண்டு, தொட்டுப் பார்த்து உணரக்கூடிய எதிர்காலத்தை உருவாக்க உதவிக் கொண்டிருக்கிறோம்.' 1959 பிப்ரவரியில் இந்தியக் குடியரசுத்தலைவரின் பார்வைக்கு முன், பிலாயின் உருக்கு உலையிலிருந்து உருகிய இரும்புத்திரள்

வெளியே வந்தது. சுற்றியிருந்த அனைவர் விழிகளிலும் ஆனந்தக் களியாட்டக் கண்ணீர் நிறைந்திருந்தது. அப்போது அங்கிருந்தவர்கள் நீண்ட காலத்துக்கு அதை, 'தங்கள் வாழ்வின் மிகப் பரபரப்பான கணங்களாக' நினைத்துக்கொண்டனர்.[32]

'இந்திய உருக்குத் தொழில், ஒரு தொழில்நுட்பப் பள்ளியாகவும், பிற தொழில் செயல்பாடுகளுக்கு முக்கியமான கருவியாகவும் இருந்தது' என ஒரு மூத்த அதிகாரி விவரித்தார்.[33] உண்மையில் அதன் பங்கு அதைவிட அதிகம். இந்தியர்கள் உற்பத்தித்திறன் அற்றவர்கள்; விஞ்ஞான காலத்திற்கு முற்பட்டவர்கள்; ஒரே வார்த்தையில் சொல்வதனால் 'பிற்பட்டவர்கள்' என்ற நம்பிக்கையின் வாழும் மறுப்பு அந்த உருக்காலை.

IV

இந்தியாவின் பொருளாதார நவீனமாக்குதலில் அணைகளுக்குத் தனி இடம் உண்டு. அது ஒரு பக்கத்தில் பருவமழை என்னும் சர்வாதிகாரியின் பிடியிலிருந்து விவசாயிகளை விடுவித்தது. மற்றொரு பக்கத்தில் ஐந்தாண்டுத் திட்டங்களில் வரையறுக்கப்பட்ட தொழில்களை இயக்க மின்சக்தி அளித்தது. ஜவாஹர்லால் நேருவை அணைகள் வெகுவாகக் கவர்ந்தன. அவற்றை அவர் 'நவீன இந்தியாவின் ஆலயங்கள்' என்றார். மண்ணாலும் கான்க்ரீட்டினாலும் கட்டப்பட்டு உயர்ந்தெழுந்து நின்ற அணைகளைப் பெரிதும் போற்றும் அவருடைய நாட்டின் கோடிக்கணக்கான மக்களும் அவருக்கு ஏற்பட்ட கவர்ச்சியை, மகிழ்ச்சியைப் பங்கிட்டுக்கொண்டனர்.

இந்திய அறிவுஜீவிகள் டென்னஸி பள்ளத்தாக்குத் திட்ட என்ற ஃபிராங்ளின் ரூஸ்வெல்ட்டின் முயற்சியால் அமைந்த மிக முக்கியமான ஒருங்கிணைந்த திட்டத்தைப் பெரிதும் பாராட்டினர். அவர்கள் அதே நேரத்தில், சோவியத் யூனியனுடைய மாபெரும் பலநோக்குத் திட்டங்களையும் போற்றிப் புகழ்ந்தனர். 1940-களில் இந்திய சுதந்தரத்தை எதிர்நோக்கி, விஞ்ஞானிகளும் பொறியியலாளர்களும், அணைகள் எவ்வாறு கட்டப்பட்டுள்ளன என்பதை நேரடியாகக் கண்டு அறிந்துவர அமெரிக்காவுக்கும் ரஷ்யாவுக்கும் பயணம் மேற்கொண்டு திரும்பினர். அவர்கள் கண்டவை அவர்கள் மனங்களில் ஆழமாகப் பதிந்திருந்தன.[34] அறிவியல், தொழில்நுட்பம், தீர்க்க தரிசனம், மத்திய அரசியல் ஆகியவை அற்ப உள்ளூர் அதிகாரிகள், அறியாமை, மூட நம்பிக்கை, பிற்போக்குத்தனம் ஆகியவற்றை வீழ்த்தியதற்கு உதாரணமாக ரஷ்யாவின் திட்டங்கள் இருந்தன. 'பகுத்தறிவு மற்றும் பலத்தின் மூலம் நாடு பெற்ற விடுதலையை முன்னிறுத்தின.'[35]

வட அமெரிக்கா, ரஷ்யா போல துணைக்கண்டத்தில் பல நீண்ட, பெரிய ஆறுகள் உள்ளன. அணைகளைக் கட்டி நீர்ப்பெருக்கைக் கட்டுப்படுத்துவது ஒரு கல்லில் மூன்று மாங்காய் அடிப்பது போல மின்சாரம், பயிருக்குப் பாசன வசதி, வெள்ளத்தடுப்பு ஆகிய பயன்களைப் பெறமுடியும். 1953-ல் பருவமழையின் விளைவாக கோதாவரி வெள்ளத்தால் ஏற்பட்ட உயிர்ச்

சேதத்தின்போது, புகழ்பெற்ற பொறியாளர் ஒருவர் ஒரு அரசியல்வாதிக்கு எழுதினார்:

'நல்லது செய்வதற்கான ஏராளமான ஆற்றல் பெற்ற நதியால், இந்த ஆண்டு சேதம் விளைந்துள்ளது. வெள்ள நீரை நலம் தரும் மின்சக்தி போன்ற வற்றுக்குப் பயன்படுத்தாவிட்டால், மக்கள் நல்வாழ்வுக்குத் தொடர்ந்து தீவிரமான அபாயம் ஏற்படும் என்பதை இது காட்டியுள்ளது. சரியாகப் பராமரிக்கப்பட்டால் வெள்ள நீர் கோதாவரிச் சமவெளியின் அனைத்துத் தேவைகளுக்கும் பயன்படுவதோடு, மிகுதியாகும் உபரி நீர் கிருஷ்ணா நதி நீருடன் இணைக்கப்பட்டால் பாசனம், மின்சக்தி ஆகியவை மதராஸ் வரையும், இன்னும் தெற்குப்பகுதிக்கும் பரவலாகப் பயன்படும்படி நீட்டிக்கப்படலாம். கோதாவரி நீரைப் பயன்படுத்தி கிருஷ்ணாவுடன் அதிகபட்சம் பயன்படும் வகையில் உபயோகப்படுத்துவதில் எந்தவித முயற்சியும் செய்யாது விட்டுவிடக் கூடாது. வெளி விவகாரக் காரணங்கள் எவையும் திட்டம் முடிவுறுவதைத் தடுத்துவிடுவதையோ தாமதப்படுத்து வதையோ அனுமதித்துவிடக் கூடாது.'[36]

கோதாவரிமீது அணை கட்டப்படாமல் இருக்கும்போது பிற பெரும் நதிகள் மனிதன் கைக்குள் வந்துவிட்டன. இப்போது மகாநதி, ரிஹந்த், துங்கபத்திரா, தாமோதர் மற்றும் சட்லெஜ் நதிகள்மீது அணைகள் அமையப்போகின்றன.

1950-களின் மத்தியில் அரசியல் விஞ்ஞானி ஹென்றி ஹார்ட், 'புதிய இந்தியாவின் ஆறுகள்' பற்றி கவிதைநடையில் ஒரு குறிப்பு எழுதினார். ஹார்ட்டுக்கு இத்திட்டங்கள் 'சுதந்தர இந்தியாவின் மாபெரும் நினைவுச் சின்னங்கள்.' ஆண்களும் பெண்களும், 'புனித யாத்திரைக்கு வருவதுபோல வந்து, அணைகளையும், கால்வாய்களையும், மின் நிலையங்களையும் காண்பது அதிகரித்திருக்கிறது.'

அந்தப் புத்தகத்தில், துங்கபத்திரா அணை அமைப்பு பற்றி குறிப்பாக விவரித்திருக்கிறார். அது முடிவடையும்போது, நாள் ஒன்றுக்கு 40,000 கன அடி வீதம் ஐந்து ஆண்டுகளில் 32 மில்லியன் கன அடிக் கட்டுமானப் பணி நடைபெற்றிருக்கும். இந்த அளவுகளை ஓர் உருவகம் மூலமே சரியாகச் சொல்லமுடியும். ஹார்ட், 'ஆறு அங்குல கனத்துக்கு இருபதடி அகலச்சாலை அமைத்தால், லக்னோ முதல் கல்கத்தா வரை அல்லது பம்பாய் முதல் மதராஸ் வரை' துங்கபத்திரா அணையின் கட்டுமானப் பணி நீண்டிருக்கும் என்று எழுதினார்.[37]

திட்டங்களுக்குள் மிகவும் பெருமை வாய்ந்தது வட இந்தியாவின் பக்ராநங்கல் திட்டம். அதன் அளவுகளை எண்களால் விவரிக்க முடியாது. மிக உயரமான, கொலராடோ நதிமீது கட்டப்பட்டுள்ள மாபெரும் கௌலீ அணைக்கு அடுத்தபடியாக, 680 அடி உயரத்தில் பக்ராநங்கல் அணை உலகில் இரண்டாவது மாபெரும் அணையாக அமைந்துள்ளது. அதன் கான்க்ரீட் மற்றும் கட்டுமானம் 500 மில்லியன் கன அடியாக இறுதியில் இருக்கும் என மதிப்பிடப்பட்டது. அது 'எகிப்தின் ஏழு மாபெரும் பிரமிட் கோபுரங்களின்

உள்ளடக்கம்போல இரு மடங்கு இருக்கும்.' திட்டம், சுமார் ஒரு மில்லியன் கிலோவாட் மின்சாரம் தயாரிக்கும். அதன் சேமிப்பு நீர் 7.4 மில்லியன் ஏக்கர் நிலத்துக்குப் பாசன வசதி அளிக்கும். இந்நீர் செல்வதற்காக கால்வாய்கள் வெட்டியதில் 30 மில்லியன் கன கெஜம் மண்ணும் கல்லும் வெளியேற்றப் பட வேண்டியிருந்தது.[38]

இத்திட்டம், மேற்கு பஞ்சாபிலிருந்து வந்த அகதி விவசாயிகள் எல்லைக்கு அப்பால் விட்டுவந்த கால்வாய்க் குடியிருப்புகள் பகுதிகளுக்கு மாற்றாக அமைந்தது. இந்த விவசாயிகள், முக்கியமாக சீக்கியர்கள், தாங்கள் கொடூரமாக இழப்புக்கு உள்ளாக்கப்பட்ட வளமான வாழ்க்கையைத் தங்கள் வாழ்நாள்களுக்குள் புதுப்பித்துக்கொள்ள பேரார்வம் கொண்டிருந்தனர். பக்ராநங்கல் அவர்களுக்கு நிலமும், நீர் ஆதாரமும் அளித்து அவர்கள் தங்கள் வாழ்வைச் சீரமைத்து சிறப்பாக வாழ வழி செய்தது. அதற்குமேலும் அளித்தது. ஏனெனில் நீர் மட்டுமின்றி, அவர்கள் விரும்பினால் மின்சாரம் மூலம், வாழ்வில் முதன்முறையாக தொழில்மயமான எதிர்காலத்தையும் அவர்களால் உருவாக்கிக்கொள்ள முடியும்.

மின்சாரம் மற்றும் நதிப் பள்ளத்தாக்கு வளர்ச்சிக்கான இந்திய ஆய்விதழ், அதன் சிறப்பிதழில் பக்ராநங்கல் திட்டத்தின் மிக நுணுக்கமான விவரங்களை விவரித்தது. இதழைத் திறந்தவுடன் மிகத் தெளிவான நான்கு படங்கள் கொண்ட ஒரு தொகுப்பு இருந்தது. முதல் படம் பணி தொடங்குமுன் இருந்த அடர்ந்த காட்டு நிலப்பரப்பைக் காட்டியது. 'பக்ராவில் சட்லெஜ் நதி' என்று அதற்குத் தலைப்பிடப்பட்டிருந்தது. நிலப்பரப்பு அன்று இருந்தபடி, இரண்டாவது படம் நீருக்குள் கிரேன்கள் இருப்பதையும், மலையிடுக்கு இடையே கீழே தொங்கும் பாலம் ஒன்றையும் காட்டியது. இதன் தலைப்பு 'ஆழ்துளைக் கருவிகளைப் படகில் ஏற்றிச்சென்று நதிப்படுகைகளைத் தோண்டுதல்'. மூன்றாவது படம், வறட்சியான காலத்தில் எடுக்கப்பட்டது. அதில் வறண்ட குன்றுகளின் பக்கத்தில் நதிக்கரையில் லாரிகளும் புல்டோசர் களும் காணப்பட்டன. 'அணையில் கான்க்ரீட் போடுதல் ஆரம்பமாகிறது; இயற்கையை மாற்ற மனிதன் அடிக்கல் நாட்டுகிறான்' என்றது தலைப்பு. கடைசி படம் இந்தியாவில் இதுவரை கண்டிராத அளவிலும் வடிவிலுமான இயந்திரங்களுடன் அணை எழும்ப ஆரம்பிக்கும் தோற்றத்தைக் காட்டியது. 'பள்ளப்பகுதியில் கனரக எந்திரங்கள் தோண்டுதல், இயற்கையுடன் போராட்டம்' என்றத் தலைப்பு.[39]

பக்ராவில் வேலை செய்த ஆண், பெண் அனைவரும் இந்தியர்கள். ஒருவர் மட்டும் விதிவிலக்கு. அவர் ஹார்வி ஸ்லோகம். ஸ்லோகமுக்கு முறையான கல்வி ஏதுமில்லை. இளமையில் உருக்கு ஆலையில் தொழிலாளியாகத் தொடங்கி அமெரிக்காவின் மாபெரும் கௌலி அணை திட்டத்தில் கட்டட மேற்பார்வையாளராக உயர்ந்தார். 1952-ல் பக்ராவில் தலைமை என்ஜினியராக பணியில் சேர்ந்து, பணியில் தன்னுடைய வித்தியாசமான முறையால் முத்திரை பதித்தார். அலுவலர்களும் அனைத்து நிலைத்

தொழிலாளர்களும் ஒரே மாதிரியான சீருடை அணிய ஆணையிடப்பட்டனர். ஸ்லோகம் சரியாக காலை எட்டு மணிக்கு வந்துவிடுவார். மிகவும் கட்டுப்பாடான அவர், தம்மைச்சுற்றி உள்ளவர்களுடைய மெத்தனத்தையோ திறமைக்குறைவையோ சகித்துக்கொள்ள மாட்டார். ஒருமுறை தொலைபேசி அழைப்பு பழுதடைந்தபோது பிரதமருக்கு அதைத் தெரிவித்து, ‘பக்ரா அணையை திட்டமிட்டபடி ஸ்லோகமால் முடிக்க இயலாது; கடவுளால்தான் முடியும்’ என்றார்.[40]

1954 ஜூலை முதல் வாரத்தில் திட்டத்தை முறைப்படித் தொடங்கிவைக்க நேரு அங்கு வந்தார். மின் நிலையத்தின் சுவிட்சைப் போட்டவுடன் இந்திய விமானப்படையின் டகோட்டா விமானம் சிறகுகளை இறக்கி தாழப் பறந்தது. அணையின் மதகுக் கதவுகளை அவர் திறந்து வைத்தார். தங்களருகே நீர் ஓடிவருவதைக் கண்ட விவசாயிகள் வீட்டில் தயாரித்த பட்டாசுகளை வெடித்து மகிழ்ந்தனர். அதை நேரில் கண்ட ஒருவர், ‘பெரிய கால்வாய் மற்றும் அதன் கிளைகள் நெடுகிலும் ராஜஸ்தான் பாலைவனம்வரை நீர் அங்கு வருவதற்கு முன்பாகவே 150 மைல் தூரத்துக்கு ஆரவாரமான கொண்டாட்டங்கள் பரவின’ என்று எழுதினார்.[41]

V

இந்தியாவைத் தொழில்மயமாக்குவதில் முக்கியமான பங்கை தொழில்நுட்பத் திறனும் தொழில்நுட்ப வல்லுனர்களும் ஆற்றவேண்டியிருந்தது. நேரு கேம்ப்ரிட்ஜ் மாணவராக இருந்த நாள் முதலாக நவீன விஞ்ஞானத்தால் கவரப்பட்டிருந்தார். ‘விஞ்ஞானம் இக்காலத்தின் ஆன்மா; நவீன உலகத்தை ஆட்டிப்படைக்கும் காரணி’ என்று அவர் எழுதினார். ‘அறிவியல் நோக்கு என்பது அரசியல் உட்பட அனைத்துத் துறைகளிலும் ஆட்சி செலுத்த வேண்டும்’ என்று நேரு விரும்பினார். மிக முக்கியமாக, ‘இந்தியா போன்ற வளர்ச்சி குறைவான நாட்டில், உற்பத்தியைப் பெருக்கவும் வறுமையை ஒழிக்கவும் விஞ்ஞானிகள் தங்கள் பணியை அர்ப்பணிக்க, விஞ்ஞானத்தைப் பொருளாதார முன்னேற்றத்தின் கையாளாக ஆக்கிக்கொள்ள வேண்டும்’ என்றார்.[42]

இந்திய சுதந்தரத்தின்போது மொத்த தேசிய உற்பத்தியில் (ஜி.என்.பி.) 0.1 சதவிகிதம் மட்டுமே விஞ்ஞான ஆராய்ச்சிக்குச் செலவிடப்பட்டது. பத்து ஆண்டுகளில் அது 0.5 சதவிகிதத்தில் இருந்தது. பிறகு 1 சதவிகிதத்தைத் தாண்டியது. நேருவின் தீவிர வழிகாட்டுதலில் சங்கிலித் தொடராகப் பல புதிய ஆய்வுக்கூடங்கள் அமைக்கப்பட்டன. அவை பிரெஞ்சு மாதிரியில் சுதந்தரமாகச் செயல்படும்படியாக அமைந்தன. விஞ்ஞான தொழில்நுட்ப ஆய்வுக்கூட எல்லைக்குள் சுமார் இரண்டு டஜன் தனி நிறுவனங்கள் அமைக்கப்பட்டன. வெளிநாட்டு ஆய்வேடுகளில் கட்டுரைகள் எழுதுவதற்கு பதிலாக, இங்குள்ள விஞ்ஞானிகள் இந்தியர்களுக்குப் பயன்படும் புதிய தயாரிப்புகளை உருவாக்குமாறு கேட்டுக்கொள்ளப்பட்டனர்.[43]

நேரு ஆரம்பகாலத்திலும், தொடர்ந்தும் ஆதரித்த இந்திய விஞ்ஞானி, கேம்பிரிட்ஜில் பயின்ற, கெட்டிக்காரரான, இயல்பியல் விஞ்ஞானி ஹோமி பாபா. பாபா இரண்டு பெரும் விஞ்ஞானக் கூடங்களை நிறுவி நெறிப்படுத்தினார். முதலாவது பம்பாயில் நிறுவப்பட்ட டாடா இன்ஸ்டிட்யூட் ஆஃப் ஃபண்டமெண்டல் ரிசர்ச். அது, தன் பெயருக்கேற்ப அடிப்படை ஆராய்ச்சிகளில் ஈடுபட்டது. அது உலகத்தரம் வாய்ந்த இயல்பியல், கணிதம் ஆகிய துறைகளைக் கொண்டிருந்தது. சிறிது காலத்தில் இந்தியாவின் முதல் மெயின்ஃபிரேம் கம்ப்யூட்டர், இங்கு அமைக்கப்பட்டது. பாபா உருவாக்கிய இரண்டாவது நிறுவனம், அணு சக்தி ஆணையம். அது இந்தியாவில் அணு உலைகளை அமைக்கவும், இயக்கவும் பொறுப்பேற்றது. 1964-ல் அதற்கு அரசாங்கம் பட்ஜெட்டில் சுமார் ரூபாய் 10 கோடியை ஒதுக்கியது.[44]

பல புதிய பொறியியல் பள்ளிகள் தொடங்கப்பட்டன. இவற்றுள் ஐ.ஐ.டிக்கள், மிக முக்கியமானவை. 1954-1964-க்கு இடையே ஐந்து ஐ.ஐ.டி.கள் தொடங்கப்பட்டன. புதிய ஆராய்ச்சிக் கூடங்கள்போல, புதிய கல்லூரிகளும் நாட்டுக்குத் தேவையான தொழில்நுட்பத் திறனை வளர்ப்பதை நோக்கமாகக் கொண்டன. நேருவும் பாபாவும் விஞ்ஞானப் பொருள்களுக்கும் முறைகளுக்கும் மேற்கத்திய நாடுகளை நம்பியிருப்பதை குறைக்கத் தீர்மானித்தனர். 'ஒரு கருவியின் ஓர் உறுப்பு வெளிநாட்டிலிருந்து இறக்குமதி செய்யப்பட்டால் அவர்கள் அந்த ஒரு பொருளை மட்டுமே பெறுகிறார்கள். ஆனால் அதை ஒருவர் இங்கேயே செய்தால் அவர்கள் எல்லாவற்றுக்கும் மேலாக அந்தப் பொருளைச் செய்யும் நுட்பத் திறனைப் பெறுகிறார்கள்' என்று நம்பினர்.[45]

VI

திட்டத்தில், இந்தியத் தொழில் வளர்ச்சிக்குக் கொடுக்கப்பட்டிருந்த அதீதமான முக்கியத்துவத்தை ஈடு செய்யும் வகையில் விவசாய வளர்ச்சியை மேம்படுத்த தொடர்ச்சியான சில திட்டங்கள் மேற்கொள்ளப்பட்டன. 1952 அக்டோபர் 2 (மகாத்மா காந்தி பிறந்த நாள்) காலை, இந்தியக் குடியரசுத் தலைவர் தேசம் எங்கும் சமுதாய வளர்ச்சித் திட்டங்களை வானொலி மூலம் உரையாற்றி, தொடங்கிவைத்தார். அன்று ஐம்பத்தைந்து திட்டங்கள் தொடக்கி வைக்கப்பட்டன. அவற்றுக்கு இந்திய அரசு மற்றும் ஐக்கிய நாடுகள் கூட்டு முயற்சியில் நிதி அளிக்கப்பட்டன. சமுதாய வளர்ச்சித் திட்டத்தின்கீழ் சாலைகள், கிணறுகள், கால்நடை பராமரிப்பு, பயிரிடும் முறைகளில் புதிய வழிகள் முதலியவை மேற்கொள்ளப்பட்டன.

திட்டங்கள் அமைச்சர்களாலும் முதல்வர்களாலும் ஆணையர்களாலும் தொடங்கி வைக்கப்பட்டன. முக்கிய விருந்தினர்கள், சாலை அமைக்க மண்ணைத் தள்ளியும், பள்ளி, மருத்துவமனைகளுக்கு அடிக்கல் நாட்டியும் பணியைத் தொடங்கி வைத்தனர். டெல்லிக்கு அப்பால் கர்னால் சாலையில் நேரு, அலிப்பூர் கிராமத்தில் ஒரு சாலை அமைக்க மண்ணை வெட்டினார்.

'வேகத்துடனும் பலத்துடனும் அவர் இந்தப் பணியில் ஈடுபட்டார். இதற்காக அவர் தன் மேலங்கியைக் கழற்றிவிட்டார்.' அவருடைய தோழர் அமெரிக்க தூதரும் சில கூடை மண் சுமந்தார். மற்ற எல்லோரும் அவ்விருவரைப் போல அவ்வளவு சுறுசுறுப்பாக இல்லை. நன்றாக உடை அணிந்த அதிகாரி ஒருவர் பிரதமரைப்போல் வேலை செய்ய முயன்றபோது, கிராமவாசிகள், 'சர் பர்; சர் பர்!' (முட்டாளே! கூடையை தலையில் வைத்துக்கொள்; கையில் அல்ல) என்று கத்தினர். கிராமவாசிகளிடம் நேரு பேசுகையில், 'சமுதாய வளர்ச்சித் திட்டம் கிராமியப் புரட்சியை அமைதியான முறையில் கொண்டுவரும்; மற்ற இடங்களில் மண்டையை உடைப்பதுபோல அல்ல' என்றார்.[46]

திட்டம் நடைமுறையில் எவ்வாறு செய்யப்பட்டது? திட்டம் தொடங்கிய இரண்டு ஆண்டுகளுக்குப் பிறகு, மானிட இயல் அறிஞர் எஸ்.சி.துபே மேற்கு உத்தரப் பிரதேசத்தில் ஒரு சமுதாய நலத்திட்டத்தை ஆராய்ச்சி செய்தார். கிராம நிலை அலுவலர் ஒருவரது நோக்கில் ஆய்வு செய்தார். அவர்தான் அரசாங்க ஆணைகளை விவசாயிகளுக்குக் கொண்டு செல்பவர்.

துபேயின் அறிக்கைப்படி, இந்த மாற்றத்தின் பிரதிநிதிகள் உறுதியான ஆற்றலும் ஆர்வமும் கொண்டிருந்தனர். அவர்கள் உதயத்திலிருந்து நாள் முழுவதும் பணியாற்றினர். அவர்களுடைய பணிகளின்போது, புதிய விதைகளையும் ரசாயன உரங்களையும் செயல்படுத்திக் காட்டவேண்டும். இவை சில மாதிரி நிலங்களில், பரிசோதனை செய்து காட்டப்பட்டன. அலுவலர்கள் நிலத்தைக் கொத்தி, விதைகளை நட்டு, விஞ்ஞான முறைகளை விளக்கிக் காட்டும்போது, விவசாயிகள் அதைக் கண்டனர். விதவிதமான பயிர்கள் விதைக்கப்பட்டன. விதவிதமான உரக்கலவைகள் உபயோகப் படுத்தப்பட்டன. அலுவலர்கள் விவசாயிகளுக்கு 'இங்கிலீஷ் உரங்களை' அளித்தனர்.

உத்தரப் பிரதேச விவசாயிகள் புதிய முறைகள் பற்றி இரு விதமான கருத்து களைக் கொண்டிருந்தனர். இங்கே கிராம அடிப்படை அலுவலர் ஒருவரும் எம்.எஸ். என்ற விவசாயியும் பேசிக்கொண்ட உரையாடல் அளிக்கப் படுகிறது:

அலுவலர்: புதிய விதை பற்றி என்ன நினைக்கிறீர்கள்?

எம்.எஸ்.: நான் என்ன நினைப்பது? அரசாங்கம் நல்லதென்று நினைத்தால் அது நல்லதாகத்தான் இருக்கவேண்டும்.

அலுவலர்: அது உள்ளூர் விதையைவிடச் சிறந்ததாக இருக்கும் என்று நினைக்கிறீர்களா?

எம்.எஸ்.: ஆமாம். அது நோய்களை நன்றாகக் கட்டுப்படுத்துகிறது. பனி, மழையைத் தாங்குகிறது. சந்தையில் அதற்கு நல்ல கிராக்கி இருக்கிறது.

அலுவலர்: விளைச்சல் எப்படி?

எம்.எஸ்.: என்னால் சொல்ல முடியாது. சிலர் அதிகமாக விளைச்சல் இருக்கிறது என்கிறார்கள். சிலர் இல்லை என்கிறார்கள்.

அலுவலர்: சிலர், சுவை விஷயத்தில் அப்படி நன்றாக இல்லை என்கிறார்களே?

எம்.எஸ்.: அவர்கள் சொல்வது சரிதான். இது முந்தைய உள்ளூர் வகையைப் போல பாதிகூட சுவையாக இல்லை. ரொட்டியைச் சூடாகப் பரிமாறினால் ஏறக்குறைய அதே சுவைதான். ஆனால், ஒரு மணி நேரம் வைத்துவிட்டால் தோல் மாதிரி தடித்துப் போய்விடுகிறது. இந்தக் கோதுமையைச் சாப்பிட்டால் நாங்கள் மிகவும் பலவீனமாகிவிடுகிறோம் என்று சொல்லுகிறார்கள்.

அலுவலர்: உங்கள் அனுபவம் எப்படி?

எம்.எஸ்.: இப்போதெல்லாம் பலர் அஜீரணக் கோளாறால் அவதிப் படுகிறார்கள். எங்கள் குழந்தைகளுக்கு இருமல், சளி பிடிக்கிறது. ஒருவேளை இது புதிய விதையாலும் கரும்பாலும் இருக்கலாம். காற்று போர்களால் கெட்டுப்போயும் இருக்கலாம்.

அலுவலர்: புது உரம் எப்படி?

எம்.எஸ்.: அவற்றால் விளைச்சல் அதிகமாகத்தான் செய்கிறது; ஆனால் அவை ஒருவேளை நிலத்தின் சக்தியை அழித்துவிடுமோ என்று நினைக்கிறேன். தானியத்தின் சக்தியையும்தான்.[47]

இந்திய விவசாயிகள் புதிய விதை, உரம் பற்றிக் இருவேறு கருத்துகளைக் கொண்டிருந்தனர். ஆனால் அவர்கள் புதிதாகக் கிடைத்த நீரை வரவேற்றனர். அதே சமயத்தில் என்.சி.துபே உத்தரப் பிரதேசத்தின் சமுதாய வளர்ச்சி பற்றி ஆராய்ந்துகொண்டிருந்தார். பிரிட்டிஷ் மானிட இயல் அறிஞர் ஸ்கார்லட் எப்ஸ்டெய்ன், கால்வாய்ப் பாசனத்தால் அண்மையில் பயன்பெற்ற, தெற்கு மைசூர் பகுதியில் உள்ள வங்காலா கிராமத்தில் வசித்து வந்தார். தண்ணீர் வரும்வரை அந்தக் கிராமம் தக்காணத்தின் உள்பகுதியில் உள்ள மற்ற சிற்றூர்களைப் போலவே இருந்தது. அவர்கள் தினை வகைகளை தங்கள் தேவைக்கெனப் பயிரிட்டுக்கொண்டிருந்தனர். பாசன வசதி கிடைத்தபிறகு நெல்லும் கரும்பும் பயிரிட்டு, கிராமத்துக்கு வெளியே விற்று கணிசமான பயனும் பெற்றனர். நெல் ஓர் ஏக்கருக்கு செலவுகளெல்லாம் போக ரூ.136-ம், கரும்பு ரூ.980-ம் அளித்தது. இந்த உள்ளூர் பொருளாதார மாற்றம் அவர்கள் வாழ்க்கை முறையிலும் முன்னேற்றத்துக்கு வழிசெய்தது. கால்வாய்கள் வருமுன் வங்காலா வாசிகள் அழுக்கான உடைகளையே அணிந்திருந்தனர்; கிராமத்தைவிட்டு வெளியே செல்லக்கூட தைரியமில்லை. ஆனால் இப்போது 'வங்காலா ஆண்கள் சட்டை போடுகின்றனர்; பலர் வேட்டி அணிகின்றனர்; அவர்கள் மனைவியரும் காசு கொடுத்து வண்ண வண்ணச் சேலை அணிகின்றனர். திருமணங்களில் ஆடம்பரமாகச் செலவு செய்கின்றனர். வங்காலா வாசிகள் அடிக்கடி மாண்டியாவில் உள்ள காபிக் கடைகளுக்கும் கள்ளுக் கடைகளுக்கும் சென்று வருகின்றனர். ராகிக்குப் பதிலாக அரிசி முக்கிய உணவுப்பொருளாகிவிட்டது.'

இவையும் பிற மாறுதல்களும் பாசன வசதி விரிவானதால் நடைமுறைச் சாத்தியமாயிற்று. எப்ஸ்டெய்ன் கண்டவாறு, கால்வாய் நீர் வருகை அந்த கிராம வரலாறையே மாற்றிவிட்டது. திருமணம், மரணம் மற்றும் கொலை நிகழ்ச்சிகள், பாசன வசதி பெற்ற முன்பா, பின்பா என்றே நாள் நினைவில் கொள்ளப்பட்டது.[48]

VII

உறுதியாக, பாசன நீரும் ரசாயன உரங்களும் விவசாய உற்பத்தியைப் பெருக்கின. ஆனால் அவற்றால் கிராமப்புறத்தின் அடிப்படைப் பிரச்னையான நில வசதி ஏற்றத்தாழ்வுகளைத் தீர்க்க முடியவில்லை. எனவே நிலமற்ற விவசாயிகள் தரிசு நிலங்களைப் பயன்படுத்திக்கொள்ள ஊக்கு விக்கப்பட்டனர். சுதந்தரம் பெற்ற முதல் பத்தாண்டுகளில், வடக்கே தெராய் காடுகளில் உள்ள மலேரியாக் காடுகள் முதல் மத்திய இந்தியக் குன்றுகள், மேற்குத் தொடர்ச்சி மலைவரை மக்கள் புதிதாகக் குடியேறினர். இதற்கு முன்பு இப்பகுதிகளில் மலேரியாவைத் தாங்கும் எதிர்ப்புச் சக்தியுள்ள பழங்குடிகளே வசித்தனர். டி.டி.டி. (D.D.T.) பூச்சிக்கொல்லி கண்டுபிடிக்கப் பட்டபிறகு காடுகளை வெட்டவெளியாக்கிப் பயன்படுத்திக்கொள்ள முடிந்தது. இந்நிலங்கள் இயல்பாகவே வளமானவையாக இருந்தன. (பாஸ்பேட் குறைவாக இருந்தாலும்கூட) இந்த நிலங்கள், கால்சியம், பொட்டாசியம் மற்றும் உயிரியல் சத்துப்பொருள்கள் நிறைந்தவையாகக் காணப்பட்டன. எப்படியும் அங்கு குடியேற விரும்பும் விவசாயிகளுக்குக் குறைவில்லை.[49]

நில உடைமையற்ற நிலையை எதிர்கொள்ள மற்றொரு வழி, மிகப்பெரும் நிலச்சுவான்தார்களைத் தங்கள் வசமுள்ள நிலத்தில் ஒரு பகுதியைத் தாங்களே விரும் அளிக்கச் செய்வது. இந்த முறையை முதலில் மேற்கொண்ட முன்னோடி, காந்தியின் முன்னணிச் சீடர் வினோபா பாவே. 1951-ல் வினோபா கம்யூனிஸ்டுகள் ஆதிக்கம் மிகுந்த தெலுங்கானாப் பகுதியில் நடைப்பயணம் மேற்கொண்டார். பொச்சம்பள்ளியில் அவர் ராமச்சந்திர ரெட்டி என்ற ஜமீன்தாரை நூறு ஏக்கர் நிலத்தை நன்கொடை அளிக்கத் தூண்டினார். இது, நாடு முழுவதுமாக பூதான இயக்கத்தை மேற்கொள்ள அவருக்கு ஊக்கமூட்டியது. அத்துறவி இந்தியாவின் இதயப்பகுதிகளுக் கெல்லாம் நடைப்பயணம் மேற்கொண்டு, சென்ற இடமெல்லாம் சொற்பொழிவாற்றினார். அவர் நான்கு மில்லியன் ஏக்கர் நிலத்துக்கும் மேலாகப் பெற சுமார் ஐம்பதாயிரம் மைல் நடந்திருப்பார். வன்முறைப் புரட்சிக்கு நேர்மையான காந்திய மாற்றாக அமைந்த சமுதாய நலத்திட்டம் போல அவருடைய இயக்கமும் முதலில் வெற்றி கண்டது. ஆனால் பின்னால் வந்த மதிப்பீடுகள் அவ்வளவு நல்லபடியாக இல்லை. பிற துறவிகள் போல, வினோபாவும் நச்சரிக்கும் விவரங்களுக்கு பதிலாக, பெரும் சைகைகளையே விரும்பினார். நன்கொடையாகப் பெறப்பட்ட நிலங்கள் நிலமற்றோருக்குப் பகிர்ந்து அளிக்கப்படாமல் அவை பழைய உரிமையாளர்களுக்கே மெல்லத்

திரும்பச் சேர்ந்துவிட்டதாக விமரிசகர்கள் குறிப்பிட்டனர். மேலும் பூதானத்தில் இருந்த அதிக அளவிலான நிலம் பாறைப் பரப்பாகவும், மணற் பாங்கானதாகவும், பயிரிடத் தகுதியற்றதாகவும் இருந்தது. ஒரு சில இடங்களில் மட்டுமே, நிலக்கொடை பெற்றவர்கள் வேலை செய்யத் தொடங்கினர். பெரும்பாலான இடங்களில் நிலக்கொடை பெற்ற எவரும் கிடைத்த நிலத்தில் விவசாயம் மேற்கொள்ளவில்லை. மொத்தத்தில் அது கவர்ச்சிகரமான சிறந்த திட்டமாக இருந்தபோதிலும், பூதான இயக்கம் தோல்வி அடைந்ததாக கருதப்படவேண்டும்.[50]

நிலமின்மையை முடிவுக்குக் கொண்டுவர மூன்றாவது வழி அரசின் (இரும்புக்) கரமே. காங்கிரஸின் திட்டத்திலேயே நிலச் சீர்திருத்தம் இடம் பெற்றிருந்தது. பிரிட்டிஷ் அரசு, நிலங்களின் பக்கம் வராமலேயே பயனடையும் நிலச்சுவான்தார்களுக்குக் கொடுத்திருந்த உரிமைகளை, சுதந்தரத்துக்குப் பிறகு பல்வேறு மாநிலங்கள் ரத்துசெய்து சட்டம் கொண்டுவந்தன. ஜமீன்தாரி முறை ஒழிப்புச் சட்டம் பெரும்பரப்பிலான நிலங்களை, நிலமற்றோருக்கு அளிக்க ஏதுவாக விடுவித்தது. மேலும் குத்தகைதாரர்கள் இதுவரை ஜமீன்தார்களுக்குச் செலுத்திவந்த நிலவரி மற்றும் வாடகையிலிருந்து விடுவிக்கப் பட்டனர்.

அட்டவணை 10.2

இந்தியாவில் நிலவாய்ப்பு உரிமை 1953-1960

அளவின்படி பிரிவுகள் (ஹெக்டேரில்)	உடைமைச் சதவிகிதம்		மொத்தப் பரப்பு சதவிகிதம்	
	1953-54	1959-60	1953-54	1959-60
< 1	56.15	40.70	5.58	6.71
1-2	15.08	22.26	10.02	12.17
2-4	14.19	18.85	18.56	19.95
4-10	10.36	13.45	29.22	30.47
+10	4.22	4.74	36.62	30.70

Source: Nripen Bandyopadhyaya, 'The Story of Land Reforms in Indian Planning', In Amiya Kumar Bagchi, Ed., Economy, Society and Politics: Essays in the Political Economy of Indian Planning in Honour Bhabotosh Datta (Calcutta: Oxford University Press, 1988)

ஜமீன்தாரி முறை முடிவுக்கு வந்தபிறகு அரசு, நிலவுடைமை உரிமையைக் குத்தகைதாரர்களுக்கு வழங்கியது. இவர்கள் இடைப்பட்ட ஜாதிகளிலிருந்து வந்தவர்கள். இதனால் பயன்பெறாமல் விடுபட்டவர்கள் கீழ்ஜாதி தொழிலாளிகளும், விளைச்சலில் மட்டும் பங்குபெற்றவர்களுமே. அவர்களுடைய நலவாழ்வுக்கு இரண்டாவது நிலையில் நிலச்சீர்திருத்தங்கள் தேவைப்பட்டிருக்கலாம். நில உச்சவரம்பு விதிக்கப்பட்டு உபரி நிலங்கள் நிலமற்றோருக்கு விநியோகிக்கப் பட்டிருக்கவேண்டும். இதை அரசால் செய்ய முடியவில்லை. அல்லது செய்ய விருப்பமில்லை.[51]

திட்டங்களுக்குப் பத்தாண்டுகளுக்குப் பிறகும்கூட நிலவுடைமை ஏற்றத் தாழ்வு தொடர்ந்தது. அட்டவணை 10.2-ல், நிலங்களை ஐந்து வகைகளாகப் பிரித்து காட்டப்பட்டுள்ளது.

நான்கு ஹெக்டேருக்குக் கீழாக நிலம் வைத்திருப்பவர்களை சிறு விவசாயிகள் என்றும், நான்கு ஹெக்டேருக்கு மேல் வைத்திருப்பவர்களை நடுத்தர மற்றும் பெரிய விவசாயிகள் என்றும் எடுத்துக்கொண்டால், அட்டவணை 10.2-ஐ, அட்டவணை 10.3 ஆக மாற்றமுடியும். இது ஏற்றத்தாழ்வைச் சிறிது குறைத்துக் காட்டும். சிறு விவசாயிகள் எண்ணிக்கையில் 3.6 சதவிகித வீழ்ச்சியையும் 4.6 சதவிகித நிலவுடைமை அதிகரிப்பையும் காட்டும். ஆனால் இந்த மாற்றம் மிகக் குறைவானதே; சொல்லப்போனால் கண்ணுக்குத் தெரியாததே. சோஷலிஸ சமுதாயம் என்று உறுதி அளித்துள்ள ஜனநாயகத்தில் இது ஏற்றுக்கொள்ளமுடியாததே.

அட்டவணை 10.3

இந்தியாவில் நில ஏற்றத்தாழ்வுகளில் மாற்றங்கள், 1953-1960

விவசாயப் பிரிவு	உடைமைச் சதவிகிதம்		மொத்தப் பரப்பு சதவிகிதம்	
	1953-54	1959-60	1953-54	1959-60
சிறு விவசாயிகள்	85.42	81.81	34.16	38.83
நடுத்தர, பெரிய விவசாயிகள்	14.58	18.19	65.84	61.17

VIII

நேரு-மஹலனோபிஸ் மாதிரி, கனரகத் தொழில்கள் அரசுக் கட்டுப்பாட்டில் அமைய வற்புறுத்தியது. அது, தனியார் துறைக்கு இரண்டாம் இடத்தையே அளித்தது. அதற்கு இந்தியாவில் பரந்த ஆதரவும் இருந்தது. சிக்கலான நவீன பொருளாதாரத்தில், தொழில்துறையின் உச்சத்தில் அரசாங்கம் இருக்க வேண்டும் என்பதை, உலகெங்கிலும் பல அரசுகளும் சிந்தனையாளர்களும் நம்பினர்.

அமெரிக்காவிலும்கூட, அரசாங்கம் தலையிட்டதன் பலனாகத்தான், பயமுறுத்திய பெரும் பொருளாதார வீழ்ச்சியிலிருந்து, நாட்டை மீட்க முடிந்தது. 1945-ல் பதவிக்கு வந்த பிரிட்டிஷ் லேபர் கட்சியின் ஆட்சி, கெய்னீஷியன் பொருளாதாரத்தைத் தீவிரமாக மேற்கொண்டது. சோவியத் யூனியனின் அண்மைக்கால ஆக்கபூர்வ சாதனைகள், பொருளாதார மாற்றத்தில் அரசு வகிக்கும் முக்கியமான பங்கை சுட்டிக் காட்டின. முதல் உலகப் போரின்போது ரஷ்யா பிற்படுத்தப்பட்ட விவசாய தேசமாக இருந்தது. இரண்டாவது உலகப் போரின்போது, பலம் வாய்ந்த தொழில்துறை நாடு ஆகிவிட்டது. தொழில்நுட்பம் மற்றும் தொழில் வளர்ச்சியில் சிறந்த நாடு என்ற வரலாறு படைத்த ஜெர்மனிக்கு எதிரான ரஷ்ய வெற்றி குறிப்பிடத்தகுந்த முக்கியத்துவம் வாய்ந்தது. சோவியத் அடைந்த பொருளாதார வளர்ச்சியைக்

கண்ட மேற்கத்திய ஜனநாயக நாடுகள், பொருளாதாரத்தில் அரசின் பங்கும் வழிகாட்டுதலும் முக்கியம் என்பதை உணர்ந்தன.[52]

இக்கொள்கைக்கு எதிர்ப்பாளர்களும் இருந்தனர். மேற்கில், ஃப்ரெடெரிக் ஹயக் எனபவர், அரசு, பொருளாதாரச் செயல்களிலிருந்து பின்வாங்க வேண்டும் என்று அறிவுறுத்தினார். ஆனால் அவருடைய கருத்துகள் வெறுத்து ஒதுக்கப்பட்டன. (சிகாகோ பல்கலைக்கழகத்தின் பொருளாதாரத் துறையில் அவரால் ஒரு பதவியைக்கூடப் பெற முடியவில்லை. மாறாக, சமூக சிந்தனைக் குழுவில்தான் நியமனம் பெற்றார்.) இந்தியாவில் இரண்டாவது ஐந்தாண்டுத் திட்ட அணுகுமுறையை ஏற்காத ஒரேயொரு பொருளாதார அறிஞராக நிபுணர் குழுவில் இருந்தவர் பீ.ஆர்.ஷெனாய். ஒரு விமரிசகர் எழுதியதுபோல ஷெனாய், 'தொழில்துறையில் அரசு எந்தவிதத்திலும் ஈடுபடக்கூடாது (லேஸிஃபேர்) என்பதை விடாப்பிடியாகக் கொண்டிருந்தார். இதனை தொழில்துரையைச் சேர்ந்த வெகு சிலர் தவிர வேறு யாருமே ஏற்றுக்கொள்ளவில்லை.'[53]

ஷெனாயின் விவாதங்கள் லேஸிஃபேர் கொள்கைக்கு அப்பாலும் சென்றன. தேசியமயமாக்கலை கொள்கையளவில் எதிர்த்ததோடு, அது அடையமுடியாத பெருங்கனவு என்று நினைத்தார். இந்தியப் பொருளாதாரத்தில் சேமிப்பு விகிதத்தைத் மிக அதிகமாக மதிப்பிட்டுவிட்டனர் என்று அவர் கருதினார். நிதிப் பற்றாக்குறையை ஈடுசெய்யும்போது பணவீக்கம் ஏற்பட்டுவிடும் என்று அவர் கருதினார்.[54]

மற்றொரு எதிர்ப்பாளர், சிகாகோ பொருளாதார நிபுணர் மில்டன் ஃப்ரீட்மன். 1955-ல் அரசின் அழைப்பில் இந்தியாவுக்கு வந்த அவர், மஹலனோபிஸ் மாதிரிக்கு எதிரான தன் சிந்தனைகளை ஓர் அறிக்கையாகத் தயாரித்து அளித்தார். அது மனித மூலதன வளர்ச்சியைவிட உற்பத்தி மூலதனத்துக்கே தவறாக அதிக முக்கியத்துவம் கொடுத்துள்ளது என்றார் அவர். தொழில் கொள்கையில் இருந்த இரு வேறுபட்ட எதிரெதிர் அம்சங்களையும் அவர் விமரிசித்தார். தொழிலாளர்கள் மிகக் குறைவாக இருக்கும் பெரும் தொழிற்சாலைகளையும், தொழிலாளர்கள் மிக அதிகமாக இருக்கும் குடிசைத் தொழில்களையும் அவர் கண்டித்தார். அவர் கருத்துப்படி, சீரான, சராசரி வளர்ச்சி கொண்ட நிதிக்கொள்கை, கல்வி மற்றும் தொழிற்பயிற்சிக்கான பரந்த வாய்ப்புகள், சரக்கு மற்றும் மக்கள் போக்குவரத்துக்கும் தொலைத் தொடர்புக்கும் சிறப்பான கட்டமைப்புகள், விவசாயிகள், தொழில் முனைவோர் மற்றும் வியாபாரிகளுக்கு ஊக்கமும் சக்தியும் அளித்து, அதிகபட்ச வாய்ப்புகளை உருவாக்கும் சூழல் ஆகியவையே ஒரு வளரும் நாட்டுக்கான பொருளாதாரக் கொள்கையின் அடிப்படைத் தேவைகள்.[55]

ஃப்ரீட்மன் குறிப்பிட்டவற்றில், ஓர் அம்சத்தை, ஓர் இந்தியப் பொருளாதார நிபுணர் எடுத்துக்கொண்டார். அதுதான், புறக்கணிக்கப்பட்ட கல்வித்துறை. இந்திய அரசியல் அமைப்புச் சட்டம், பதினான்கு வயது வரையிலான குழந்தைகளுக்கு கட்டாயமாகக் கல்வி அளிப்பதை உறுதி செய்திருந்தது.

ஆனால் இதற்கு இரண்டாவது திட்டத்தில் வழங்கப்பட்டிருந்த கல்வி மானியம், மிகக் குறைவாக உள்ளதாக பி.வி. கிருஷ்ணமூர்த்தி எழுதினார். கனரகத் தொழில் ஒதுக்கீட்டில் வேண்டிய அளவு முதலீட்டைக் குறைத்துக் கொண்டு, அந்தப் பணத்தை கல்விக்கு ஒதுக்குமாறு அவர் கோரினார். திட்டத்தின் ஒவ்வோர் அம்சத்திலும் கவனம் தேவை. பள்ளி ஆசிரியர்களுக்கு சமுதாயத்தில் மதிப்பை உயர்த்தும் வகையில் அவர்களுக்கு ஊதிய உயர்வு, பள்ளிச் சிறுவர்களுக்குக் கட்டடம் மற்றும் விளையாட்டு வசதிகள் போன்றவற்றுக்காக அவர் வாதாடினார்.

'இந்த வழிகளில் ஒன்றிணைந்த முயற்சி மேற்கொள்ளப்பட்டு மக்களுக்கு, குறிப்பாகக் கிராமவாசிகளுக்கு, கல்வியறிவு ஊட்டினால், பயன்கள் அதிகரித்துக்கொண்டே போகும். இது அரசின் பொருளாதார வளர்ச்சிப் பணியை எளிதாக்கும். நியாயமான கால அளவுக்குள் மக்களுடைய அறியாமையும் பலவீனமும் தூள்தூளாகும். கிடைத்துள்ள வாய்ப்புகளைப் பயன்படுத்தி ஒருவருடைய பொருளியல் நிலையை உயர்த்திக்கொள்ளத் தூண்டும். இது நடந்துவிட்டால் வேலைவாய்ப்புப் பிரச்னை தன்னைத்தானே கவனித்துக்கொள்ளும். பிரிட்டன், சுவிட்சர்லாந்து போன்ற முன்னேறிய ஜனநாயக நாடுகளின் வழியில் நம் நாடும் இயங்கத் தொடங்கும்.'[56]

பி.வி.கிருஷ்ணமூர்த்தி மட்டும் பம்பாயில் சாதாரண விரிவுரையாளராக இல்லாமல், டெல்லி அதிகார மையத்தில் பேராசிரியராக இருந்திருந்தால் அவர் பேச்சு எடுபட்டிருக்கும். ஃப்ரீட்மன் விஷயத்தில் அவருடைய உயர்ந்த பதவியும் கௌரவமும், அதே தகுதியில் இருந்த அயல்நாட்டு நிபுணர்களின் மாற்றுக் கருத்தால், சமன் செய்யப்பட்டது. பி.ஆர்.ஷெனாய் போல, ஃப்ரீட்மனும் கூட்டமான இடதுசாரி சோஷலிச ஜனநாயகவாதிகளிடையே மாட்டிய ஒற்றை சுதந்தரச் சந்தை ஆதரவாளர். அவரது கருத்துகள், கூட்டத்தின் சத்தத்தில் காணாமல் போய்விட்டன.[57]

வேறுவிதமான விமரிசனம் ஒன்று மார்க்சிஸ்டுகளிடமிருந்து வந்தது. மஹலனோபிஸ் முறை, சந்தைக்கு மிகக் குறைவான முக்கியத்துவம் அளிக்கவில்லை; மிக அதிக முக்கியத்துவம் கொடுத்துள்ளது. இரண்டாவது திட்டம் முழுமையான தேசியமயமாக்கலைச் செய்திருக்கவேண்டும் என்று அவர்கள் கருதினர். அதனால் அரசாங்கம் புதிய தொழில்களை மட்டும் தொடங்காமல், ஏற்கெனவே செயல்பட்டுவரும் தனியார் தொழில்களையும் தன்கீழ் கொண்டு வந்திருக்கவேண்டும். கிழக்கு ஐரோப்பிய 'மக்கள் ஜனநாயக ரீதியில்' தொழிலாளிகளும் திட்டமிடுவதில் பங்குபெற வேண்டும் என மார்க்சிஸ்டுகள் விரும்பினர்.[58]

நவீன முன்னேற்றம் பற்றி காந்திய ஆதரவாளர்களும் சூழலியல் விமரிசகர்களும் சில விமரிசனங்களை முன்வைத்தனர். அவர்கள் காந்தியின் நெருங்கிய சீடர்களான ஜே.சி. குமரப்பாவும் மீரா பென்னும் (மேடலைன் ஸ்லேட்) ஆவர். 1950-களில் அவர்கள் விவசாயக் கொள்கையில் பொதுவாக ஏற்றுக் கொள்ளப்பட்ட கருத்துகளைக் கண்டித்தனர். பெரிய பெரிய

அணைகளைவிட சிறிய நீர்ப்பாசனத் திட்டமுறைகள்தாம் அதிகப் பயனுடையவை; (வெளிநாட்டுக் கடனையும் அதிகரித்து மண்ணையும் பாழாக்கும் அயல்நாட்டு உரங்களோடு ஒப்பிடுகையில்) இயற்கை எரு மலிவானது; மண்வளத்தையும் அதிகரித்து தாங்கும் திறனையும் நிலைநிறுத்தும். வருமானத்தை அதிகபட்சம் அதிகரிக்கும் நோக்கத்தில் அல்லாது நீர்ப் பாதுகாப்பு நோக்கில் காடுகள் பராமரிக்கப்பட வேண்டும். (அரசு காட்டைத் திருத்தி ஒரேமாதிரி பயிரை வளர்க்கும் நிலையை மேற்கொள்வதைவிட இயற்கையான பல தாவரங்கள் உள்ள காடுகளை அப்படியே பாதுகாக்கலாம்.) இந்தக் குறிப்பிட்ட விமரிசனங்கள் இயற்கை உலகைச் சரியாக, பரந்த அளவில் அறிவதில் ஒரு பகுதியாகச் செய்யப்பட்டவையே. மீராபென் 1949-ல் இவ்வாறு எழுதினார்:

'இன்றைக்குள்ள துன்பம் என்னவென்றால், படித்த மற்றும் பணக்கார வகுப்பினர், பூமித்தாயையும், அவள் பாதுகாக்கும் மிருகங்கள், தாவரங்கள் முதலியன வாழ்வதற்கான அடிப்படை ஆதாரங்கள் பற்றியும் அறியாமல், அவற்றிலிருந்து விலகியிருப்பதுதான். வாய்ப்பு கிட்டும்போதெல்லாம் மனிதனால் இயற்கையின் திட்டங்கள் கொடூரமாகக் கொள்ளையடிக்கப் படுகின்றன; கெடுக்கப்படுகின்றன; அலங்கோலப்படுத்தப்படுகின்றன. அவனுடைய விஞ்ஞானத்தாலும் இயந்திரங்களாலும் சிறிது காலத்துக்குப் பெரும்பயன் கிட்டலாம். ஆனால் முடிவில் நிலம் பாழாகி, நம்பிக்கையற்ற நிலை ஏற்படும். நாம் உடல்நிலையில் ஆரோக்கியமாகவும் உள்ளத்தில் கண்ணியமாகவும் வாழவேண்டுமென்றால், இயற்கையின் சமநிலையை அறிந்து அவளது விதிகளுக்கு உட்பட்டு நம் வாழ்க்கையை வளப்படுத்திக் கொள்ள வேண்டும்.'[59]

காந்தியவாதிகள் எதிர்த்த ஒரு நவீன விஷயம், அணைகள். அவை அதிகச் செலவு பிடிப்பன என்றும் இயற்கையை அழிப்பன என்றும் அவர்கள் கருதினர். 1952-ன் கோடையில் ஹிராகுட் அணையின் அதிகாரிகள், 150 கிராமங்கள் வெள்ள அபாயத்தால் மூழ்கிப்போகும் என்று, அங்குள்ள மக்களை வெளியேறப் பணித்தனர். அதற்குப் பலத்த எதிர்ப்பு இருந்தது. அந்த இடத்தை நேரில் கண்ட நிபுணர் ஒருவர், 'ஹிராகுட்டின் வளம் அத்தகைய மக்களுடைய தியாகத்தின் மீதுதான் கட்டப்படும். அவர்களுக்கு நஷ்ட ஈடோ மறுவாழ்வோ கொடுக்காமல், ஒரிஸ்ஸா அரசாங்கம் அவர்களை அனாதைகளாக விட்டுவிட்டது' என்று முடிவு கட்டினார். மூன்றாண்டுகளுக்குப் பிறகு, பக்ரா அணை நீர்த்தேக்கத்துக்கு இடமளித்த ஹிமாசலப் பிரதேச கிராமவாசிகள் சிலருக்கும் இதே மாதிரியான கதைதான் ஏற்பட்டது. நேரு மின் நிலையத்தைத் தொடங்கிவைத்து ஒரு முழு வருடம் முடிந்துவிட்டது. ஆயினும் பக்ரா கட்டுப்பாட்டு வாரியத்தின் மறுவாழ்வுக் குழுவிடம் அலட்சியமே மிஞ்சியிருந்தது. 'அடிப்படை விஷயமான நஷ்ட ஈடு வழங்குவதில்கூட மக்கள் திருப்தி அடையாமல், யாருக்கு, எவ்வளவு, எப்படி என்பது முடிவுசெய்யப்படாமல் உள்ளது.'[60]

IX

சுதந்தரமான சந்தை ஆதரவு விமரிசகர், மனித மூலதன ஆதரவு விமரிசகர், சூழலியல் ஆதரவு விமரிசகர் ஆகியோருடைய விமரிசனங்கள் இன்று பார்க்கும்போது சுவையானவையாகத் தெரிகின்றன. ஆனால் அப்போது அவை சிதறிக் கிடந்தன. அரசியல்ரீதியாகப் பலவீனமாகவும் இருந்தன. அப்போது கனரகத் தொழில் சார்ந்த, அரசு ஆதரவு பெற்ற மாதிரி வளர்ச்சித் திட்டங்களுக்கு மிக அதிகமான ஆதரவளிக்கும் போக்கே இருந்தது. இதுபற்றி அறிவுஜீவிகளிடையே ஒருமித்த கருத்து நிலவியது. இருபத்து நான்கில், இருபத்து மூன்று பொருளாதார நிபுணர்கள் மஹலனோபிஸ் திட்டத்தை விமரிசிக்கக் கோரியபோது, கொள்கையளவில் ஒருமித்த ஒப்புதலான கருத்து கொண்டிருந்தனர்.[61]

ஆளும் வர்க்கத்தினரிடையேயும் இதே ஒருமித்த ஒத்திசைவு காணப்பட்டது. பம்பாய் அறிக்கையில், முன்னணித் தொழிலதிபர்கள் அரசாங்கத்தின் ஆக்கபூர்வமான செயல்பாடுகளை அதிகரிக்கக் கோரினர். கேம்பிரிட்ஜ் பொருளாதார அறிஞர் ஏ.சி.பிகோவின் கருத்தான, 'சுதந்தரமும் திட்டமிடுதலும் ஒன்றுக்கொன்று முற்றிலும் இசைவானவை' என்ற வாசகத்தை ஏற்று, அதைக் மேற்கோளாகக் காட்டினர்.

இந்தப் பெரும் தொழிலதிபர்கள் முதலாளித்துவத்துக்கும் சோஷலிசத்துக்கும் இடையில் உள்ள வேறுபாடு, அதன் முக்கியத்துவத்தையே இழந்துவிட்டது என்று சொல்லும் அளவுக்குச் சென்றுவிட்டனர். 'இருவருக்கும் இடையிலான இடைவெளி குறைந்துகொண்டே வருகிறது. இரு பிரிவினரும் அடுத்தவர் திசையில் தம்மை விரும்பிச் செலுத்துகின்றனர். இருவருக்கும் இடையே பல விஷயங்களில் பொதுவான கருத்து நிலவுகிறது. நம் கருத்தில், எல்லாப் பொருளாதார அமைப்புகளையும் சீர்தூக்கிப் பார்த்து, அவற்றில் உள்ள சிறப்பானவற்றை ஒன்றுசேர்த்து, எடுத்துக்கொண்டு இயங்காவிட்டால், எந்தப் பொருளாதார அமைப்பும் சிறப்பாகச் செயல்பட முடியாது; நிலையாக இருக்கமுடியாது.'[62]

இந்தியத் திட்டமிடுதல்மீதான கவர்ச்சிக்கும் ஆர்வத்துக்கும் எடுத்துக் காட்டாக, ஒரு பத்திரிகையாளர் எழுதியதைப் பார்க்கலாம். அந்தத் திட்டம் பொகாரோ மின்நிலையம் மற்றும் நீர்த் தேக்கத் திட்டம். 1949 செப்டம்பரில் பத்திரிகையாளர் அந்த இடத்தைக் கண்டு 'பொகாரோ, இரு மணல் பரப்பு ஆறுகளைப் பார்த்தபடி, தாவரம் ஏதுமற்ற பாறைகளுக்கிடையே இருந்தது. வாழ்வதற்கு எந்த வசதியும் இல்லாத இடத்தில் சுமார் ஆறு பேர் நிர்வாகத்தில் செயல்பொறியாளர் அலுவலகம் மட்டுமே, ஒரே வசிப்பிடம். பொகாரோவுக்கு ஜீப்பில் மட்டுமே செல்ல முடியும். எங்களுக்கான உணவையும் நாங்களே எடுத்துச்செல்ல வேண்டியிருந்தது.'

பிரதமர் மின் நிலையத்தையும் அணையையும் தொடங்கி வைக்கச் சென்றபோது, மூன்றரை ஆண்டுகளுக்குப் பிறகு அப்பத்திரிகையாளர் மீண்டும் அங்கு சென்றார். 'என் கண்கள்தாம் எவ்வளவு வேறுபட்ட

காட்சியைக் கண்டன!' என்று அவர் மகிழ்ச்சியில் திளைத்தார். அபாரமான தார்ச்சாலையில் பயணம் செய்து பொகாரோ பள்ளத்தாக்கை அடைந்தபோது, அவர் குன்றுகளின் பின்னணியில் மின் நிலையத்தின் உருண்டு திரண்ட புகைபோக்கிகளைக் கண்டார். '1949-ல் வறண்ட மணல் படுகையாக இருந்த இந்தப் பரப்பு, நல்ல அளவிலான ஏரியாக குறுக்கே காங்க்ரீட் அணை கட்டப் பட்டதுபோல் காட்சியளித்தது. அணையிலும் ஆலையிலும் பணியாற்றுபவர் களுக்கு தார்ச்சாலை வசதிகளுடன் நவீன வசிப்பிடம், மின் விளக்கு, உயர் நிலைப் பள்ளி, மருத்துவமனை, வடிகட்டிய நீர் வசதி, மற்றும் இக்காலத்தில் ஒருவர் எதிர்பார்க்கும் அத்தனை வசதிகளும் இருந்தன.'[63]

'நான் இந்தப் பொறியியல் பணிகளைப் பார்க்கும்போது புத்துணர்வும் புத்துயிரும் பெறுகிறேன். அவை கண்ணெதிரே காட்சி தரும், புதிய இந்தியாவை உருவாக்கும் அடையாளச் சின்னங்கள். அவை நம் மக்களுக்கு வாழ்வும் வாழ்வாதாரங்களும் அளிக்கும் அடையாளங்களும்கூட.'[64] பிற இந்தியர் பலரும்கூட இந்தப் புத்துயிரை, புத்துணர்வை உணர்ந்தனர் என்றே தோன்றியது.

11
சட்டமும் மதமும்

நேருவுக்கு முற்போக்கு இயக்கங்களிடம் பெரும் கவர்ச்சி இருந்தது. எப்போதுமே அவர் தன்னை நவீனத்துவவாதியாக காட்டிக்கொள்ள விரும்பினார். ராயல் அகாடெமியில் தொங்கவிடப்பட்டுள்ள பிகாஸோ ஓவியமாகத் தன்னை நினைத்துக்கொண்டு, பிறரை எகத்தாளமாகப் பார்த்தார்.

– டி.எஃப். கராக்கா, பத்திரிகையாளர், 1953.

ஒவ்வொரு நாடும் ஒவ்வொரு தேசியமும் அவற்றுக்கென்று தனியான குணங்களைப் பெற்றுள்ளது என்பது முடிவான உண்மை. அது உடன் பிறந்தது; உள்ளுணர்வோடு கலந்தது; அதை மாற்ற முடியாது. ஷேக்ஸ்பியரும் காளிதாசனும் மாபெரும் கவிஞர்கள், நாடக ஆசிரியர்கள். ஆனால் இந்தியாவால் ஒரு ஷேக்ஸ்பியரையோ, இங்கிலாந்தால் ஒரு காளிதாசனையோ உருவாக்க முடியவில்லை. சீர்திருத்த ஆதரவாளர்களை நான் முழுச் சக்தியுடனும் தன்னம்பிக்கையுடனும் கேட்கிறேன். இந்துச் சட்டத்தை ஐரோப்பியமயமாக்குவதற்கு என்ன அவசியம் இருக்கிறது? அதை வகுப்பதில், பல லட்சக்கணக்கான மக்களின் மென்மையான மனங்களையும் தெய்வீக உணர்வுகளையும் கடுமையாகக் காயப்படுத்தும் அபாயம் இருக்கிறது.

– இந்து லாயர், 1954

I

பிரெஞ்சு எழுத்தாளர் ஆந்த்ரே மால்ரா ஒருமுறை ஜவாஹர்லால் நேருவிடம், 'சுதந்தரத்துக்குப் பிறகு உங்களுக்கு ஏற்பட்ட மிகப்பெரும் சிரமம் எதுவாக இருந்தது?' என்று கேட்டார். 'நியாயமான வழியில் நியாயமானதோர் அரசை

உருவாக்குவதுதான். ஒருவேளை, மதச்சார்புள்ள ஒரு நாட்டில் மதச்சார்பற்ற ஓர் அரசை அமைப்பதுவாகவும் இருக்கலாம்' என்றார் நேரு.[1]

உண்மையில் மதச் ார்பின்மை என்ற சிந்தனைதான் சுதந்தர இந்தியாவின் அஸ்திவாரமாக இருந்தது. இந்திய தேசிய இயக்கம் தன்னை மதச்சார்பு அடிப்படையில் வரையறுத்துக்கொள்ள மறுத்துவிட்டது. சுதந்தர இந்தியாவில் பல்வேறு மத நம்பிக்கைகளுடன் அமைதியாகவும் ஒற்றுமையாகவும் வாழ முடியும்; வாழ வேண்டும் என காந்தி வற்புறுத்தினார். அவரது அரசியல் குரு கோபால கிருஷ்ண கோகலேவிடமிருந்து அவர் பெற்ற சிந்தனை அது. காந்தியின் முக்கியமான தொண்டர் நேருவும் இந்த நம்பிக்கையில் பிறகு பங்கு கொண்டார்.

சுதந்தரத்தின்போது காங்கிரசின் தேசியத்துக்குப் பலத்த அடி கிடைத்தது. காந்தியும் அவருடன் போராடிய நண்பர்களும் நம்பியவாறு ஒரே தேசத் துக்கான சுதந்தரம் அமையவில்லை. இரு நாட்டு விடுதலையாக அமைந்தது. மதச்சார்பின்மை இப்போது புதிய சவால்களைச் சந்திக்கவேண்டி வந்தது. ஒரு பகுதி, தனி மனிதர் சட்டங்கள் சார்ந்தது. காலனி ஆதிக்கத்தில் இருந்த நாட்களில் இந்தியா முழுவதும் ஒரே பொதுவான குற்றவியல் சட்டம் நடைமுறையில் இருந்தது. அது 1830-களில் வரலாற்றறிஞர் தாமஸ் பேபிங்டன் மெக்காலே என்பவரால் தொகுக்கப்பட்டது. ஆனால் பல இன, பல மதப் பிரிவினரின் தனி மனிதச் சட்டங்களுக்கு மாற்றாக பொது சிவில் சட்டம் ஏதும் இயற்ற முயற்சி மேற்கொள்ளப்படவில்லை. இங்கு, பல்வேறு மதக் கோட்பாடுகளின்படி நீதியை வழங்குவது மட்டுமே காலனி ஆட்சியின் பங்கு என்று பிரிட்டிஷார் நினைத்தனர்.

சுதந்தரத்துக்குப் பிறகு பொது சிவில் சட்டம் இயற்ற ஆதரவாக இருந்தவர்கள் பிரதமர் ஜவாஹர்லால் நேருவும் சட்ட அமைச்சர் பி.ஆர். அம்பேத்கருமே. இருவருமே நவீன சிந்தனைப் போக்குடையவர்கள். மேற்கத்திய சட்ட மரபில் பயின்றவர்கள். தனி மனிதச் சட்டங்களில் மேற்கொள்ளப் படவேண்டிய சீர்திருத்தங்கள், இந்தியாவின் மதச்சார்பின்மைக்கும் நவீனமய மாக்கலுக்குமான அக்னிப் பரீட்சை என்று இருவரும் நினைத்தனர்.

II

அரசியல் அமைப்புச் சட்டத்தின் 44-வது பிரிவு, 'இந்தியா முழுவதிலும் உள்ள குடிமக்களுக்கு பொது சிவில் சட்டம் அளிக்க அரசாங்கம் பாடுபடும்' என்று கூறியது.

அந்தப் பிரிவு அரசியல் அமைப்பு சபையில் விவாதிக்கப்பட்டபோது, பலத்த எதிர்ப்பைத் தூண்டியது. குறிப்பாக முஸ்லிம் உறுப்பினர்களிடையே பெரும் எதிர்ப்பு இருந்தது. பிரிட்டிஷார், இருநூறு ஆண்டுகள் ஆட்சியில் தனி மனிதச் சட்டங்களில் தலையிடவில்லை. அந்த ஆட்சிக்குப் பின் வந்தவர்கள் ஏன் அதே மாதிரியைப் பின்பற்றக் கூடாது? ஓர் உறுப்பினர், 'முஸ்லிம்களைப்

பொருத்தவரையில் அவர்களுடைய சொத்துரிமையை மரபுவழியாகப் பெறுதல், திருமணம், விவாகரத்து ஆகியவை முழுக்க முழுக்க மதம் சார்ந்தவை' என்றார். இரண்டாமவர், 'அரசுக்கு சிவில் சட்டத்தை ஒரே மாதிரியாக மாற்றும் அதிகாரத்தை வழங்கியுள்ளது, அவசரப்பட்டு செய்யப்பட்டுள்ள ஒன்று' என்று கருதினார். மூன்றாமவர், 'அந்தப் பிரிவு அரசியல் அமைப்புச் சட்டத்தின் மற்றொரு பிரிவான, ஒருவர் தன் மதத்தைப் பரப்பவும் மேற்கொள்ளவுமான உரிமைக்கு முரண்படுவதாக' கருதினார்.[2]

இவ்வாதங்கள் பி.ஆர். அம்பேத்கரால் பலமாக மறுக்கப்பட்டன. அவர், 'தனி மனிதச் சட்டங்கள் காக்கப்படவேண்டும் என்றால், நாம் சமூக விவகாரங்களில் ஒரு தேக்க நிலையை அடைந்துவிடுவோம்' என்றார். பழங்காலச் சமுதாயங்களில், மதங்கள், வாழ்வு முழுமையும் உள்ளடக்கிய, விரிந்த, பரந்த எல்லையைத் தன் கட்டுப்பாட்டுக்குள் வைத்திருந்ததாகக் கருதப்பட்டது. ஆனால் தற்காலச் ஜனநாயக சமுதாயத்தில் இந்த எல்லைகள் குறைக்கப்பட வேண்டும். அப்போதுதான், நம் அடிப்படை உரிமைகளுடன் ஒன்றுக்கொன்று மோதி நிற்கும் ஏற்றத்தாழ்வுகளும் பாகுபாடுகளும் மிகுந்த நம் சமூக முறையைச் சீர்திருத்த முடியும். தாங்களே விரும்பிச் சம்மதம் அளித்து ஏற்கும் மக்களுக்கு மட்டும் பொருந்தும் வகையில் ஒரே மாதிரியான சிவில் சட்டத்தைத் தேர்வு செய்துகொள்ளலாம் என்று அம்பேத்கர் கூறினார்.[3]

பிரிட்டிஷார் தம் ஆட்சியின் கடைசிக் காலத்தில், மிக தாமதமாக, இந்துக் களுக்கு ஒரேமாதிரியான சிவில் சட்டத்தை வகுக்க முயற்சி மேற்கொண்டனர். இந்த முயற்சி, மிதாக்ஷரா, தயாபாகா என்ற இரண்டு முக்கியமான இந்து சட்ட நூல்கள், மற்றும் அவற்றின் உள்ளூர் வேறுபாடுகள் ஆகியவற்றை இணைத்து ஒரு புதிய சட்டத் தொகுப்பை உருவாக்க முற்பட்டது. பின்னர் இந்திய அரசியலமைப்புச் சட்டம் வகுப்பதில் பெரும்பங்கு கொள்ள இருந்த பி.என். ராவ் தலைமையில் ஒரு குழு, 1941-ல் அமைக்கப்பட்டது. குழு, விரிந்த, பலதரப்பட்ட இந்து மதக் கருத்துகளில் செய்யப்பட இருந்த உத்தேச மான மாற்றங்கள் பற்றி கருத்துகளைக் கேட்டுப் பெற, இந்தியா முழுவதும் பயணம் செய்தது. அவர்களுடைய முன்னேற்றம் உலகப் போரால் தடைபட்டது. இருந்தும், எல்லா இந்துக்களின்மீதும் செல்லுபடியாகக்கூடிய தனி மனிதச் சட்ட வரைவு ஒன்றை 1946-ல், அவர்கள் தயாரித்துவிட்டனர்.[4]

இந்துக்கள் மிகப்பெரும் சமுதாயமாக இருந்ததால் அவர்களுக்காகத் தனிச் சட்டம் இயற்றப்பட்டது என்பது ஒரு காரணம். அவர்களிடையே தீவிரமான சீர்திருத்த இயக்கம் ஒன்று இருந்தது மற்றொரு காரணம். குறிப்பாக மகாத்மா காந்தி, ஜாதி, பால் ஆகியவற்றில் வேறுபாடு காட்டப்படுவதை எதிர்த்தார். தீண்டாமை ஒழிப்பையும் பொதுவாழ்வில் பெண்கள் பங்குபெறுதலையும் வற்புறுத்தினார். செல்வாக்குள்ள பழைமைவாதிகள் பிரிவு ஒன்று இருந்தபோதிலும், நவீன இந்துக்கள், சாதிப் பிரிவினை பொருத்தமற்றது என்பதைச்சுட்டிக்காட்டியும், பெண்கள் உரிமையை மேம்படுத்தவும் பிரசாரம் செய்ய ஆரம்பித்தனர்.

1948-ல் அரசியல் அமைப்பு சபை, புதிய இந்து சட்ட முன்வரைவைச் சரிபார்க்க ஒரு குழுவை அமைத்தது. சட்ட அமைச்சர் பி.ஆர். அம்பேத்கர் அதற்குத் தலைமை வகித்தார். ராவ் குழு உருவாக்கிய சட்ட முன்வரைவை அம்பேத்கரே திருத்தியமைத்தார். குழுவினரை அதை கவனமாக, ஆழ்ந்து படிக்கச் செய்தார்.

இந்து சட்ட மசோதா என்ற பெயர் இருந்தபோதிலும் அது சீக்கியர்கள், பௌத்தர்கள், ஜைனர்கள் ஆகியோருக்கும், இந்து மதத்தில் உள்ள அனைத்து ஜாதி மற்றும் பிரிவுகளுக்கும் பொருந்தும். சபையில் அதை அறிமுகம் செய்யும்போது அம்பேத்கர், 'தொடர்ந்து சட்டச் சிக்கல்களால் வழக்கில் சிக்கி அவதிப்படும் மக்களுக்கு சாதகமாக, உயர் நீதிமன்றங்கள் மற்றும் ப்ரைவி கவுன்சில் அளித்த தீர்ப்புகளில் சிதறிக் கிடந்த பல நல்ல அம்சங்களை உள்ளடக்கியதாக, இந்து சட்ட மசோதாவை இயற்றுவதே அரசின் நோக்கம்' என்றார். சட்டம் இயற்றுவதில் இரு நோக்கங்கள் இருந்தன. இந்து பெண்களின் உரிமைகளையும் நிலையையும் உயர்த்துவது முதலாவது. ஜாதி வேறுபாடுகள், பாகுபாடுகளை அறவே ஒழித்தல் இரண்டாவது. உத்தேச மசோதாவின் குறிப்பிடத்தகுந்த அம்சங்கள்:

1. ஓர் இந்து ஆண் இறந்தால், அவரது ஆண் வாரிசுகளுக்கு மட்டுமே சொத்தில் பங்கு என்று முன்னர் இருந்தது. இப்போது அதில் மாற்றம் செய்யப்படும். அவரது விதவை மனைவிக்கும் பெண் வாரிசுகளுக்கும் பங்குண்டு. அதேபோல இறந்துபோகும் இந்துப் பெண்ணின் சொத்து யாருக்கு வேண்டுமானாலும் போகமுடியாது என்று இருந்தது. அப்போது அந்தப் பெண்ணின் விருப்பப்படி, எந்தக் கட்டுப்பாடுகளும் இல்லாமல், யாருக்கு வேண்டுமானாலும் தரலாம்.

2. கணவன் கொடும் வியாதிக்காரனாக இருந்தாலோ, கொடுமைக்காரனாக இருந்தாலோ, அவன் வைப்பாட்டி வைத்திருந்தாலோ, மனைவி பிரிந்து, தனியாக வாழ முடிவு செய்யலாம். அவளுக்கு கணவன் ஜீவனாம்சம் அளிக்கவேண்டும்.

3. மத ரீதியாக ஒரு திருமணத்தைப் புனிதப்படுத்த ஜாதி, அதைச் சார்ந்த உட்ஜாதி ஆகியவற்றில் மேற்கொள்ளப்பட்ட விதிகளை ஒழித்தல். ஜாதி வேறுபாடுகளைக் கருதாமல் நடைபெறும் திருமணங்களில் மணமக்களில் யாராவது ஒருவரது இன முறைப்படியும், சட்ட ரீதியாகவும் நடைபெறுகிற கலப்புத் திருமணங்கள் இப்போது ஏற்புடையதாகக் கொள்ளப்படும்.

4. கணவன்-மனைவி இருவருள் எவரையும் கொடுமையாக நடத்துதல், நம்பிக்கைத் துரோகம், தீராத வியாதி முதலியவற்றில் ஏதேனும் காரணத்தால் விவாகரத்து கோரி, பெறலாம்.

5. ஒருவனுக்கு ஒருத்தி மற்றும் ஒருத்திக்கு ஒருவன் என்ற முறையில் ஒரு தார மணம் கட்டாயம் ஆக்கப்படும்.

6. வேறு ஜாதியிலிருந்தும் தத்து எடுத்துக்கொள்ளலாம்.

இம்மாறுதல்கள் ஆண்-பெண் சமத்துவத் துறையில் பெரும் முன்னேற்றம் கண்டன. பிறகு, வெகுகாலம் கழித்து, பெண்ணியவாதிகள், இந்தச் சட்டம் மேலும் முன்னே சென்றிருக்கலாம் என்று வாதிட்டனர். விவசாய உடைமைகள் விஷயத்தில் அவர்கள் ஒதுக்கப்பட்டுவிட்டதாகவும், போதிய அளவுக்குச் சலுகை வழங்கப்படவில்லை எனவும் சொன்னார்கள். உதாரணமாக, புதிய சட்டங்களால் சுய சம்பாத்யச் சொத்துகளில் பயன்பெறும் அளவுக்குப் மரபுவழிச் சொத்துக்களில் பெண்கள் பயன்பெறவில்லை.[5] ஆனால் இந்து பழைமைவாதிகள் ஏற்கெனவே போதுமான அளவுக்கு மாற்றங்கள் செய்யப்பட்டுவிட்டன என்று கருதினர். புதிய சட்டங்கள், பழைய இந்து சட்டத்தின் பல முக்கியமான பகுதிகளிலிருந்து புரட்சிகரமான திசையில் சென்றுவிட்டன. பழைய சட்டத்தில் தந்தையின் சொத்து, மனைவி, மகளைவிட மகனுக்கு அதிகமாகக் கிடைத்தது. பழைய முறையில் திருமணம் புனிதமாகக் கருதப்பட்டு விவாகரத்து அளிக்க இயலாததாக இருந்தது. ஆணுக்கு, ஒரு மனைவிக்குமேல் அனுமதிக்கப்பட்டது. திருமணங்கள் கண்டிப்பாக ஜாதி விதிகளுக்கு உட்பட்டே நடைபெற்றன.

மாறுதல்களை ஆதரித்த அம்பேத்கர், சில சமயங்களில் சற்று தற்காப்பு உணர்வுடனேயே பேசினார். சாத்திரங்கள், பல தார மணங்களை கட்டுப்பாடின்றி அனுமதிக்கவில்லை. கௌடில்யர், இரண்டாவது திருமணம் செய்துகொள்ள சில கட்டுப்பாடுகளை விதித்துள்ளார். கீழ் ஜாதிகள் - அதாவது சூத்திரர்கள் - நடைமுறையில் விவாகரத்தை அனுமதித்தே வந்துள்ளனர். சில சாத்திரங்களில், பெண்களுக்கு தந்தையின் சொத்தில் கால்பங்கு தருவது இருந்துள்ளது. அம்பேத்கர் செய்ததெல்லாம் (பெண்) வாரிசுக்குப் பங்கை உயர்த்தியதுதான். அவள் பங்கை மகனுடைய பங்கு அளவுக்கு முழுதாகவும் சமமாகவும் ஆக்கியதுதான்.[6]

இங்கு, அம்பேத்கர், இந்து நூல்கள் மற்றும் மரபுகளின் மிக தாராளமான, மிக சாமர்த்தியமான வாதங்களை முன்வைத்தார். ஆனால் அவற்றுக்கு மாறான விளக்கங்களுக்கும் இடமிருந்தன. சொல்லப்போனால் இந்த மாறான விளக்கங்கள்தான் சரியாகவும் இருக்கக்கூடும். அம்பேத்கரின் யோசனைகளுக்கு பழைமைவாதிகளிடமிருந்து உரத்த கண்டனங்கள் எழுந்தன என்பதில் வியப்பு ஒன்றும் இல்லை. இந்தச் சட்ட அம்சங்கள், இந்து நடைமுறைகளையும் மரபுகளையும் வழக்கிலிருந்து முழுமையாக ஒழித்துவிடும் என்றும், ஜாதி விதிகள் மற்றும் வழிவழியாக வந்த ஆண்-பெண் இடையிலான உறவுகள் ஆகியவற்றில் ஏற்கமுடியாத குறுக்கீடுகள் என்றும் அவர்கள் கருதினர்.[7]

மசோதாவுக்குக் கடுமையான எதிர்ப்பாளர், அரசியல் அமைப்புச் சபைத் தலைவர் ராஜேந்திர பிரசாதே! 1948 ஜூனில் ஆய்வுக்குழு அமைக்கப்பட்ட உடனேயே, பிரசாத், தனிமனிதச் சட்டங்களில் அடிப்படை மாற்றங்களைச் செய்வது மிகக் குறுகிய எண்ணிக்கையிலான சிலரின் முற்போக்குக் கருத்துகளை (இந்து சமுதாயம் முழுவதின் மீதுமாக) திணிப்பதாக அமையும்

என்று நேருவை எச்சரித்தார். நேரு, மந்திரிசபை மசோதாவுக்கு ஆதரவு தெரிவித்திருப்பதாகவும், தனிப்பட்ட முறையில், 'நான் அதில் கண்டுள்ள கொள்கைகளில் முழுமையான உடன்பாடு கொண்டிருக்கிறேன்' என்றும் பதிலளித்தார். இப்போது மசோதாவைக் கைவிடுவது, காங்கிரஸ் 'பத்தாம்பசலித்தனமான பழைமையான அமைப்பு' என்ற சந்தேகத்தை எழுப்பும்; இந்தியாவுக்கு வெளியே உள்ள அயல்நாட்டினர் இடையேயும் நல்ல மதிப்பு இருக்காது. பிரசாத், 'பெரும்பான்மை இந்துப் பொதுமக்களின் கருத்துகள், வெளிநாட்டவர் அபிப்பிராயத்தைவிட அதிமுக்கியம் வாய்ந்தது' என்று பதிலடி கொடுத்தார்.[8]

அரசியல் அமைப்பு சபைக்குள்ளும் எதிர்ப்பாளர்கள் இருந்தனர். அவர்கள் கூட்ட நடவடிக்கைகளைத் தடுத்தும், நிறுத்திவைக்கும்படியும் நடந்து கொண்டனர். நேரு கோபமான குரலில், 'விவகாரம் கௌரவப் பிரச்னையாகி விட்டது' என்றார். பிரசாத் அதற்கு பதிலளிக்கும் வகையில் ஒரு கடிதத்தை எழுதி தயாராக வைத்திருந்தார். 'அடிப்படையான சர்ச்சைக்கு உரிய மசோதாவை இந்திய வாக்காளர்களுடன் கலந்து ஆலோசிக்கவில்லை' என்று அதில் எழுதியிருந்தார். நல்ல வேளையாக, அவர் அந்தக் கடிதத்தை நேருவுக்கு அனுப்புவதற்கு முன் வல்லபபாய் படேலைக் கலந்து ஆலோசித் தார். அது முக்கியமான நேரம். டிசம்பர் 1949. விரைவில் காங்கிரஸ், ராஜேந்திர பிரசாத், ராஜாஜி ஆகிய இருவர் அடங்கிய சிறு பட்டியலிலிருந்து முதல் குடியரசுத் தலைவரைத் தேர்ந்தெடுக்க வேண்டும். இதைக் கருத்தில் கொண்டு படேல், பிரசாத்திடம், இந்து சட்ட மசோதாவை விமரிசிக்கும் கடிதத்தை நேருவுக்கு அனுப்பவேண்டாம் என்றும், அது கட்சிக்குள் அவருக்கு எதிரான சூழலை உருவாக்கக் கூடும் என்றும் கூறினார்.[9]

எனவே பிரசாத் அமைதியாக இருந்துவிட்டார். முதல் இந்தியக் குடியரசுத் தலைவராகவும் தேர்ந்தெடுக்கப்பட்டுவிட்டார். ஆனால் சபைக்கு வெளியே கூக்குரல்கள் வலுத்தன. ஏற்கெனவே 1949 மார்ச்சில் அகில இந்திய இந்து சட்ட மசோதா எதிர்ப்புக் குழு ஒன்று அமைக்கப்பட்டுவிட்டது. இந்துக்களின் தர்மசாஸ்திர அடிப்படையிலான தனி மனித உரிமைச் சட்டங்களில் தலையிட அரசியல் அமைப்புச் சபைக்கு அதிகாரம் இல்லை என்று அவர்கள் உறுதியாக நின்றனர். டெல்லி வழக்கறிஞர் சங்க உறுப்பினர்கள் அறுபது பேர், இந்துக்கள் தங்கள் தனிமனிதச் சட்டங்கள் தெய்வத்திடமிருந்து பெறப்பட்டதாக நம்புவதால், அந்த அடிப்படையில் இந்துச் சட்டம் இல்லாததை ஆட்சேபித்து ஓர் அறிக்கை வெளியிட்டனர்.

இந்து சட்ட மசோதா எதிர்ப்புக் குழுவை பழைமைவாத வழக்கறிஞர்களும் பழைமைவாத சாமியார்களும் ஆதரித்தனர். செல்வாக்குள்ள துவாரகை சங்கராச்சாரியார் உத்தேசச் சட்டத்துக்கு எதிராக ஒரு சுற்றறிக்கை விடுத்தார். 'மதம் என்பது, உயரிய நோக்கின் ஒளிவிளக்கு; உள்ளுணர்வுத் தூண்டல், மனிதனுக்குள்ள ஆதரவு. அரசின் தலையாயக் கடமை அதைப் பாதுகாப்பது தான்.'

இந்தியா எங்கும் இந்து சட்ட மசோதா எதிர்ப்புக் குழுவினர் நூற்றுக்கணக்கான கூட்டங்களை நடத்தனர். பல்வேறு சாமியார்கள் உத்தேசச் சட்டத்தைக் கண்டித்தனர். கூட்டத்தில் கலந்துகொண்டவர்கள் தம்மை மதச் சார்பாகப் போரிடும் வீரர்களாக அறிமுகம் செய்துகொண்டனர். ஆர்.எஸ்.எஸ்.ஸும் கிளர்ச்சிக்குத் தன் பலமான ஆதரவை அளித்தது. 1949 டிசம்பர் 11 அன்று ஆர்.எஸ்.எஸ். ஒரு பொதுக்கூட்டத்தை டெல்லி ராம்லீலா மைதானத்தில் ஏற்பாடு செய்தது. ஒவ்வொரு பேச்சாளரும் மசோதாவைக் கண்டித்தனர். 'இந்து சமூகத்தின்மீது வீசப்பட்ட ஓர் அணுகுண்டு' என்றார் ஒரு பேச்சாளர். இன்னொருவர், 'காலனி ஆதிக்கக் கொடுமையான ரௌலட் சட்டத்தைப் போன்றது' என்றார். 'ரௌலட் சட்ட எதிர்ப்பு பிரிட்டிஷ் ஆட்சிக்கு முடிவு கட்டியது போல இச்சட்டம் நேருவின் ஆட்சி கவிழ வகை செய்யும்' என்றார். மறுநாள் ஆர்.எஸ்.எஸ். தொண்டர் குழு ஒன்று 'இந்து சட்ட மசோதா வீழ்க! பண்டிட் நேரு ஒழிக!' என்ற கோஷங்களுடன் நாடாளுமன்றக் கட்டடம் நோக்கி அணிவகுத்துச் சென்றனர். எதிர்ப்பாளர்கள், பிரதமர் மற்றும் டாக்டர் அம்பேத்கரின் உருவ பொம்மைகளை எரித்தனர்; ஷேக் அப்துல்லாவின் காரை அடித்து நொறுக்கினர்.

புதிய மசோதா எதிர்ப்பு இயக்கத்தின் தலைவர், கற்பாத்திரிஜி மகராஜ் என்ற ஒரு சாமியார். அவர் வட இந்தியாவிலிருந்து வந்தவர், சம்ஸ்க்ருதத்தில் வல்லவர் என்பது தவிர அவர் பற்றி ஒன்றும் தெரியாது. மசோதாவுக்கான அவரது எதிர்ப்பில் இன வர்ணம் பூசப்பட்டது. புதிய மசோதா, அம்பேத்கரால் முன்னிறுத்தப்பட்டது என்ற காரணம் கொண்டே அது தீவிரமடைந்தது. சட்ட அமைச்சரின் ஜாதியைக் குறிப்பிட்டு, பிராமணர்கள் மட்டுமே உருவாக்கக் கூடிய விதிமுறைகளில் தீண்டத்தகாதவராக இருக்கும் ஒருவருக்கு குளறுபடிகள் செய்ய உரிமை இல்லை என்றார் சுவாமிஜி.

டெல்லிக் கூட்டங்களிலும் மற்ற இடங்களிலும் சுவாமி கற்பாத்திரி சாஸ்திர விளக்கங்கள் பற்றிப் பொது விவாதம் நடத்த வருமாறு அம்பேத்கருக்கு அறைகூவல் விடுத்தார். சாஸ்திரங்களில் பல தாரத் திருமணங்களுக்குச் சம்மத மில்லை என்ற அம்பேத்கரின் வாதத்துக்கு எதிராக, சுவாமி கற்பாத்திரி யாக்ஞவல்கியரின் வாக்கை மேற்கோள் காட்டினார்: 'மனைவி பழக்கப்பட்ட குடிகாரியாக இருந்தால், உறவுக்குத் தகுதி அற்றவளாக இருந்தால், வஞ்சகக் குணம் கொண்டிருந்தால், மலடியாக இருந்தால், ஊதாரிப் பெண்ணாக இருந்தால், கடும்மொழி பேசுபவளாக இருந்தால், ஆண் மகனைப் பெறா விட்டால், அவள் கணவனை வெறுத்தால், (அப்போது) மனைவி உயிரோடு இருந்தாலும் கணவன் இரண்டாவது மனைவியை மணக்கலாம்.' ஆனால், தற்போதுள்ள கணவன் குடிகாரனாக, கடுஞ்சொல் பேசுபவனாக, ஊதாரியாக, பிற தீக்குணங்கள் கொண்டிருந்தால், மனைவி புதுக்கணவனை மணக்கும் முடிவு பற்றிய ஆதாரம் எதையும் சுவாமிஜி அளிக்கவில்லை.

சுவாமி கற்பாத்திரியைப் பொருத்தமட்டில், விவாகரத்து, இந்து மரபின்படி தடைசெய்யப்பட்ட ஒன்று. எந்த ஜாதிக் குழந்தைகளையும் தத்தெடுத்துக் கொள்ள அனுமதிப்பது சாஸ்திர விரோதம். சாஸ்திரங்களுக்கு எவ்வளவு

தாராளமான விளக்கங்களை அளித்தாலும், பெண்கள் சொத்துரிமை எட்டில் ஒரு பகுதி மட்டுமே. அம்பேத்கர் அளிக்க விரும்பிய சம பாதி அல்ல.

மசோதா மொத்தத்தில், இந்து சாஸ்திரங்களுக்கு விரோதமானது. ஏற்கெனவே கடுமையான எதிர்ப்பை உருவாக்கிவிட்டது. அரசாங்கத்துக்கே ஆபத்து வரும் நிலையில்தான் அதை நிறைவேற்ற முடியும். சுவாமிஜி ஒரு கடுமையான எச்சரிக்கை விடுத்தார்: 'தர்ம சாஸ்திரங்களில் விதித்துள்ளபடி, கடவுள் மற்றும் தர்மத்தை அடிக்கடி மிக பலத்துடன் எதிர்ப்பது, ஆட்சிக்கும் நாட்டுக்கும் மிகப்பெரும் கேடு. அவை இரண்டும் அறிவற்ற, அபாயகரமான இந்தப் பிழைகளை எண்ணி வருந்தச் செய்யும்!'[10]

III

1949 டிசம்பரில் அரசியல் அமைப்புச் சட்டத்தை ஏற்றபிறகு, அரசியல் அமைப்புச் சபை, ஒரு தாற்காலிக நாடாளுமன்றத்துக்கு வழி வகுத்தது. அது முதல் பொதுத் தேர்தல்வரை இயங்கும். நேருவும் அம்பேத்கரும் 1950, 1951 ஆண்டுகளில் இந்து சட்ட மசோதாவை நிறைவேற்ற பல முயற்சிகளை மேற்கொண்டனர். ஆனால் நாடாளுமன்றத்தின் வெளியிலும் கணிசமான எதிர்ப்பு இருந்தது. ஜே.டீ.எம். டெரட்டின் கூற்றுப்படி, 'திட்டத்துக்கு எதிராக ஒவ்வொரு வாதமும், அவை ஒன்றுக்கு ஒன்று முரணாக இருந்தாலும்கூட, சேகரிக்கப்பட்டன.' நசுக்கப்படும் மனைவியருக்கு அளிக்கப்பட்ட விவாகரத்து உரிமை முதலாவதாக எதிர்ப்புக்கு உள்ளானது. பலர் இந்து மதம் ஆபத்துக்கு உள்ளாக்கப்பட்டுவிட்டதாகக் கூக்குரல் எழுப்பினர். உண்மையில் மகன்களைப் போலவே மகள்களுக்கும் சமமான பங்கு என்பதைத்தான் அவர்கள் ஆட்சேபித்தனர்.[11]

தாற்காலிக நாடாளுமன்றத்தில் இருந்த பழைமைவாத உறுப்பினர்கள், இந்து சட்டங்கள் காலங்காலமாக மாறாமல் இருந்துவரும் நிலையைச் சுட்டிக் காட்டினர். ராம் நாராயண் சிங், 'நம் தேசத்தில் மனிதர்களுடைய நடத்தையும் கடமைகளும் வேதங்களால் தீர்மானிக்கப்படுகின்றன' என்றார். இதுநாள் வரை பௌத்தம், இஸ்லாம் மற்றும் கிறிஸ்தவம் முதலியவற்றின் சவால் களுக்கு இடையிலும் வேத மதம் இறந்துவிடவில்லை. இன்னமும் இருக் கிறது. 'உலகம் ஆரம்பமான நாள்முதல் இருந்துவரும் அந்த விதிகளை பண்டித நேருவின் பிரதிநிதி டாக்டர் அம்பேத்கர் ஒரே அடியில் வீழ்த்த விரும்புகிறார்.'

சில நாடாளுமன்ற உறுப்பினர்கள், குறிப்பாக இந்து சட்டம் என்று இல்லாமல், இந்தியச்சட்டம் ஒன்றை கொண்டுவந்திருக்க வேண்டும் என்று வாதிட்டனர். இந்திரா வித்யாவாசஸ்பதி என்ற உறுப்பினர், 'இந்துப் பெண்கள் மட்டுமே நசுக்கப்படுகிறார்கள் என்று நான் நம்பவில்லை. இப்போதுள்ள வடிவில் இந்த மசோதாவை நிறைவேற்றினால், அரசு மதவாதத்தை உகுவிக்கும். வரப்பிரசாதமாக ஆகவேண்டிய ஒன்றை, சாபமாக ஆக்கிவிடும்' என்று வலிமையாகச் சொன்னார்.

மசோதா இருந்த வடிவம் குறித்து பிற உறுப்பினர்கள் மகிழ்ச்சி அடைந்தனர். தாகூர்தாஸ் பார்கவா, ‘இந்தியா முழுமைக்குமான பொதுவான ஒரே சிவில் சட்டத்தைக் கொண்டுவர ஆசைப்படுபவர்களை நான் மதிக்கிறேன். முஸ்லிம்கள், கிறிஸ்தவர்கள், யூதர்கள் அனைவருக்குமான பொது சிவில் சட்டம் கொண்டுவருவது நடைமுறையில் சாத்தியம் என நான் நம்ப வில்லை.’ என்றார். முஸ்லிம் உறுப்பினர்கள் ஏற்கெனவே தங்கள் எதிர்ப்பைத் தெரிவித்துவிட்டனர். அவர்கள் நம்பிக்கையின்படி தனிமனிதச் சட்டங்கள் அல்லாவின் வார்த்தைகளை வெளிப்படுத்துவன. அதில் தலையிட்டுக் குளறுபடி செய்வதை முஸ்லிம்கள் எதிர்த்தனர். இந்த நிலையில் ஒரே மாதிரியான சட்டத்தைக் கோருவது தற்போதைய மசோதாவை நிறுத்தி வைக்கும் தந்திரமாகக் கருதப்பட்டது. பெரும்பான்மை சமூகத்தில் அவசரமாகத் தேவைப்படும் சீர்திருத்தத்திலிருந்து கவனத்தைத் திசை திருப்பு வதாக அமையும். அம்பேத்கார் சொன்னபடி, ‘நேற்றுவரை இந்த மசோதாவை எதிர்த்தவர்கள், நேற்றுவரை பழைய இந்துச் சட்டத்தின் காவல்வீரர்களாக இருந்தவர்கள், இன்று அகில இந்திய சிவில் சட்டத்துக்குத் தயாராக இருப்ப தாகக் கூறுகிறார்கள். இந்துச் சட்டம் வகுக்கவே நான்கைந்து ஆண்டுகள் ஆகிவிட்டன. பொது சிவில் சட்டம் தொகுப்பது என்றால் இன்னும் சுமார் பத்து வருடங்கள் பிடிக்கும் என்பதுதான் காரணம்’ என்றார் அம்பேத்கர்.

செல்வாக்குள்ள இந்துக்களான ஜவாஹர்லால் நேரு போன்றவர்கள் முற்போக்குச் சீர்திருத்தங்களுக்கு ஆதரவாக இருப்பதை அம்பேத்கர் அறிவார். ஆனால் அத்தகைய செல்வாக்குள்ளவர்கள் முஸ்லிம்களிடையே இல்லை. இந்த நாட்டின் பல சமுதாய மக்களுடைய உணர்வுகளைப் புரிந்துகொள்ள முடியாத அளவுக்கு அரசு முட்டாள்தனமாக இல்லை. அதனால்தான் தற்போதுள்ள மசோதா, இந்துக்கள் பற்றி மட்டுமே அமைந்திருக்கிறது.[12]

இந்துக்கள் அனைவருமே தாராள மனப்பான்மை உள்ளவர்கள் என்பது உண்மையல்ல. பழைமைவாதிகள் நாடாளுமன்றத்துக்குள் பேசிய கருத்து களை ஆர்.எஸ்.எஸ்., தெருவுக்குக் கொண்டு போனார்கள். இந்து சட்ட மசோதாவுக்கு எதிராகக் கோஷமிடவும் கைதாகவும் அவர்கள் தொண்டர் படைகளை புதுடெல்லிக்குக் கொண்டுவந்தனர். அவர்களுடைய பெரும் நோக்கங்கள் பாகிஸ்தானைத் துண்டாடுவது, ஜவாஹர்லால் நேருவைப் பதவியிழக்கச் செய்வது. அவ்வாறே அவர்களுடைய கோஷங்களும் அமைந்தன: ‘பாகிஸ்தான் தோட் தோ; நேரு ஹகூமத் சோட் தோ’ (பாகிஸ்தானை உடையுங்கள்; நேருவே பிடிவாதத்தை விடுங்கள்).

ஆர்.எஸ்.எஸ். கூட்டங்களில் வாடிக்கையாக, முதன்மைப் பேச்சாளராக சுவாமி கற்பாத்திரி மகராஜே இருந்தார். 1951 செப்டம்பர் 16 அன்று சுவாமி, பிரதமரை உத்தேச மசோதா குறித்த வாதத்துக்கு அழைத்து சவால் விட்டார். பண்டிட் நேருவும் அவருடைய சகாக்களும் அந்த மசோதாவின் ஏதேனும் ஒரு அம்சம் சாஸ்திரப்படி இருப்பதாக நிறுவினால்கூட, ‘நான் அந்தச் சட்டம் முழுவதையும் ஏற்றுக்கொள்கிறேன்’ என்றார். அடுத்த நாள் சவாலைத் தொடர்ந்து, தொண்டர்களுடன் நாடாளுமன்றத்துக்கு அணிவகுத்தார்.

காவலர்கள் அவர்களை நுழையவிடாமல் தடுத்தனர். அதைத் தொடர்ந்து நடந்த கடும் சச்சரவை அடுத்து 'காவலர்கள் அவர்களைப் பின்னுக்குத் தள்ளினர். சந்நியாசிகள் புனிதமாகக் கருதும் திரிதண்டம் உடைந்து போயிற்று.'[13]

சுவாமி கற்பாத்திரி அணிவகுத்து வருவதற்கு இரண்டே நாட்களுக்கு முன்புதான் ஜனாதிபதி, மசோதாவை எதிர்த்து நேருவுக்கு நீண்டதொரு கடிதம் எழுதியிருந்தார். 1948, 1949-ஐப் போலவே, ஒரு சிலர் மட்டுமே வாக்களித்து அமைந்த தற்போதைய நாடாளுமன்றத்துக்கு அவ்வளவு அடிப்படையான ஒரு விஷயம் பற்றி சட்டமியற்றத் தகுதி இல்லை. மசோதா ஒரேயொரு சமூகத்துக்கு, இந்துக்களுக்கு மட்டுமே கட்டுப்பாடு விதிக்கும் வகையில் அமைவதால், பாரபட்சமானது. திருமணம், சொத்து முதலான விஷயங்களிலான சட்டம் எல்லா இந்தியர்களுக்கும் பொருந்துவனவாக அமையவேண்டும் அல்லது பல்வேறு சமூகங்களுக்கான வழக்கிலுள்ள சட்டங்கள் தொடப்படாமல் தொடரவேண்டும். மேலும் ஒவ்வொரு நாளும் நாடாளுமன்றத்தில் நடைபெறும் நடவடிக்கைகளைக் தான் கவனிக்கப் போவதாகவும் அவர் அச்சுறுத்தியிருந்தார். மசோதா அப்படியும் நிறைவேற்றப்பட்டால், சம்மதமளிக்கும் முன் அதன் தகுதிகளைப் பரிசீலிக்கும் தன் உரிமைகளை வற்புறுத்தப் போவதாகவும் எழுதியிருந்தார்.[14]

மசோதாவுக்கு ஆதரவாக நாட்டில் பரவலான கருத்து இருப்பதாக நேரு பதில் எழுதினார். ஆனால் ஜனாதிபதியின் எதிர்ப்பு அவரைக் கவலைக்கு உள்ளாக்கியது. அது அரசுக்கும் நாட்டின் தலைவருக்கும் இடையே பிரச்னை உண்டாக்கும் என்று நேரு கருதினார். அரசியல் அமைப்புச் சட்ட நிபுணர்களிடம் நேரு, பிரசாத்தின் கடிதத்தைக் காட்டினார். 'ஜனாதிபதி மந்திரி சபையின் ஆலோசனை மற்றும் உதவியுடன் செயல்படவே கடமைப் பட்டிருக்கிறார்; ஆலோசனைக்குப் புறம்பாகச் சுதந்தரமாகச் செயல்பட முடியாது' என்று அவர்கள் உறுதிபடக் கூறினார். 'பிரிட்டிஷ் அரசரை விடவும் இந்திய ஜனாதிபதியின் பதவி பலவீனமானது' என்றும் அவர்கள் கருதினர்.[15]

ஆலோசனை சாதகமாக இருந்தாலும், நேரு ஜனாதிபதியோடு மோதல் போக்கை விரும்பவில்லை. எப்படியும் தாற்காலிக நாடாளுமன்றத்தில் மசோதா நிறைவேற்றுவதில் முன்னேற்றம் குறைவாகவே இருந்தது. அதிக எண்ணிக்கையில் எதிர்ப்புகளும் திருத்தங்களும் கொண்டுவரப்பட்டன. நான்கு பிரிவுகள் நிறைவேறவே ஆண்டின் பெரும்பகுதி நேரம் செலவாகியது. 'கூட்டத்தொடர் முடிந்தேவிட்டது. அப்போதும் மசோதா பேசப்பட்டுத்தான் வந்தது. பிறகு அது காலாவதியாகிவிட்டது.'[16]

மசோதாவின் தோல்வியால் பெரிதும் பாதிக்கப்பட்டவர் சட்ட அமைச்சர். டாக்டர் அம்பேத்கரின் புகழே அந்த மசோதாவால் அவதூறுக்கு உள்ளாக்கப் பட்டது. அவர் தனக்கு எதிரான விமரிசனங்களை மன உறுதியோடு தாங்கிக்கொண்டார். கடைசியில், முற்போக்குவாதியான நேருவே எதிர்ப்புகளுக்கு வழிவிட்டது அவரை மிகவும் வருத்தத்துக்கு உள்ளாக்கியது.

1951 அக்டோபரில் அவர் மந்திரி சபையிலிருந்து விலகினார். நாடாளு மன்றத்தில் அவர் தன் முடிவை அறிவிக்க விரும்பினார். துணை சபாநாயகர் அவரது உரை நகலைக் கோரியபோது, கோபத்தில் வெளியேறினார். துணை சபாநாயகரிடம் அளிப்பதற்குப் பதிலாக அதனை பத்திரிகைகளுக்கு வெளியிட்டார்.

அம்பேத்கர் தன் பதவி விலகல் முடிவுக்குப் பல காரணங்களைக் கூறியிருந்தார். முதலாவதாக அவர் மோசமான உடல்நிலையில் இருந்தார். அடுத்து, பிரதமர் அவருக்குப் போதிய ஆதரவளித்து நம்பிக்கை வைக்க வில்லை. (லண்டன் பொருளாதாரப் பள்ளியில்) பொருளாதாரத்தில் பிஎச்.டி பட்டம் பெற்றிருந்ததும், திட்டம் மற்றும் வளர்ச்சி பற்றிய விவாதங்களில் விலக்கி வைக்கப்பட்டிருந்தார். மூன்றாவது காரணம், அரசின் வெளியுறவுக் கொள்கையில், குறிப்பாக காஷ்மீர் விவகாரத்தில் வேறுபட்ட தனிக்கருத்து கொண்டிருந்தார். நான்காவது காரணம், தாழ்த்தப்பட்ட வகுப்பினர் நிலைமை தொடர்ந்து மோசமாகவே இருந்து வருகிறது. அரசியல் விடுதலை பெற்று, அவர்களுடைய உரிமைகளுக்குச் சட்டப்பாதுகாப்பு அளிக்கப்பட்ட போதிலும் பழைய நசுக்கப்படுதல், அடக்குமுறை, பாகுபாடு ஆகிய வற்றுக்கே உள்ளாகியிருந்தனர்.

கடைசியாக, தான் பதவி விலகும் முடிவை எடுக்கவைத்த விவகாரத்தை வெளியிட்டார். நாடாளுமன்றத் தொடர் முடிவதற்குள் இந்து சட்ட மசோதாவை நிறைவேற்றிட அவர் முதல் முக்கியத்துவம் அளித்திருந்தார். அந்த விஷயத்தின் அவசரத்தை, பிரதமரை ஏற்றுக்கொள்ளவைக்க முயன்றார். ஆனால் அவர் நம்பி எதிர்பார்த்த அளவுக்கான ஆதரவை நேரு அளிக்கவில்லை. தன் கட்சிக்குள்ளேயே எதிர்ப்புகளைச் சந்தித்துக் கொண்டிருந்த பிரதமருக்கு, அதை வெற்றிகொள்ளத் தேவையான பேரார்வ மும் துணிவும் இல்லை என்று அம்பேதக்ர் குற்றம் சாட்டினார்.[17]

IV

1952-ன் ஆரம்பத்தில் முதல் பொதுத் தேர்தல் நடந்தபோது, அதனை இந்து சட்ட மசோதா விவாதங்கள் ஓரளவு பாதித்தது. காங்கிரசால் கைவிடப்பட்டு விட்டதாகக் கருதிய டாக்டர் அம்பேத்கர், அதற்கு எதிராகத் தன் ஷெட்யூல்ட் கேஸ்ட் ஃபெடரேஷன் கட்சியைத் தொடங்கினார். பிரதமரின் சொந்தத் தொகுதியான அலகாபாத்தில், பிரதமரை எதிர்த்து, இந்து சட்ட மசோதா எதிர்ப்புக் குழுவின் தலைவர் ஒருவர் நின்றார்.

அவரது பெயர் பிரபு தத் பிரும்மச்சாரி. அவர் ஒரு துறவி. அதன் அடையாள மாகக் காவி அணிந்திருந்தார். பிரும்மச்சாரியை அந்தத் தேர்தலில் ஜன சங்கம், இந்து மகாசபா மற்றும் ராமராஜ்ய பரிஷத் போன்ற அமைப்புகள் ஆதரித்தன. அவருடைய பிரசாரம் ஒரேயொரு விஷயத்தைப் பற்றியதாக, இந்து மரபுகளில் தலையிட்டுக் குளறுபடி செய்யாதிருத்தல் என்பதைப் பற்றியதாக, மட்டும் இருந்தது. அவர் மரபு வழிகளில் தலையிடும் முயற்சிகள் பற்றி விரிவாக

விளக்கி, இந்த விஷயத்தில் பிரதமரை வாதத்துக்கு அழைத்து துண்டுப் பிரசுரங்களை அச்சிட்டு அளித்தார்.[18]

புத்திசாலித்தனமாக நேரு அதை ஏற்கவில்லை. அவர் தன் தொகுதியில் மிகப் பெரும்பான்மை வாக்குகள் வித்தியாசத்தில் வெற்றி பெற்றார். காங்கிரசும் மொத்தத்தில் வசதியாக ஆளும் வகையிலான பெரும்பான்மையைப் பெற்றது. நேரு ஒருவகையில் இதை தன் மதவாத எதிர்ப்புப் பிரசாரத்துக்குக் கிடைத்த வெற்றியாகக் கருதினார். நாடாளுமன்றம் கூடியவுடனே இந்து சட்ட மசோதாவைப் புத்துயிர் பெறச் செய்தார்.

முன்பு எதிர்நோக்கிய எதிர்ப்புகளை மனத்தில் கொண்டு பழைய மசோதா பல பிரிவுகளாகப் பிரிக்கப்பட்டன. இந்துத் திருமணம், விவாகரத்து, வயதுக்கு வராத சிறுவர் பாதுகாப்பு, வாரிசு முறை, தத்தெடுத்தல், ஜீவனாம்சம் எனத் தனித்தனி மசோதாக்கள் கொண்டுவரப்பட்டன. இந்த உறுப்புப் பகுதிகள், பழைய ஒன்றிணைந்த முன்மொழிவில் இருந்த அடிப் படைக் கோட்பாடுகளைத் தக்கவைத்துக்கொண்டிருந்தன. இந்துக்களுடைய திருமணங்கள், தத்தெடுத்தல், பலதார மணத்தைச் சட்டவிரோதமாக்குதல், விவாகரத்தை அனுமதித்தல், சில குறிப்பிட்ட காரணங்களுக்காகத் திருமணத்தைச் செயலற்றதாக்குதல், ஒரு பெண்ணின் கணவர் அல்லது தந்தையின் சொத்தில் அவள் பங்கைப் பெருமளவுக்கு உயர்த்துதல் ஆகியவற்றில் ஜாதிகளின் பங்கை முற்றிலுமாக நீக்குதலே, இந்தச் சட்டங்களின் நோக்கமாக இருந்தது.[19]

சீர்திருத்தவாதிகளின் முன்னணியில் இருந்தபடி பிரதமர், நாடாளுமன்றத்தில், 'நாட்டின் உண்மையான முன்னேற்றம் என்பது அரசியல் தளத்தில் மட்டு மல்ல, பொருளாதாரத் துறையில் மட்டுமல்ல, சமுதாயத் துறையிலும்தான்' என்று கூறினார். பிரிட்டிஷார் நாட்டில் உள்ள மிகமிகப் பழைமைவாதிகளோடு கூட்டு சேர்ந்துகொண்டு இருந்துவிட்டனர். பழைமை மரபும் காலனி ஆதிக்கமும் ஒன்றிணைந்து, நம் சட்டங்களும் நம் நடைமுறைகளும், பெண்களுக்கே சுமையாக ஆகிவிட்டன. இவ்வாறு ஆணுக்கும் பெண்ணுக்கும் வேறுபட்ட நியாயங்கள் தனித்தனியே ஏற்பட்டன. ஆண்கள் ஒன்றுக்கு மேற்பட்ட திருமணத்துக்கு அனுமதிக்கப்பட்டனர். ஆனால் பெண் ஒருத்தி விவாகரத்தை விரும்பினால் ஆண்களால் அது மறுக்கப்பட்டது. 'ஏனென்றால், ஆண்கள் அதிகாரம் செலுத்தும் நிலையில் இருந்தனர். அவர்கள் அதிகாரம் செலுத்தும் நிலையில் எப்போதும் தொடர மாட்டார்கள் என நம்புகிறேன்.'

இந்து முறைகளும் சட்டங்களும் இரட்டைவேடம் பூண்டவையாகவும் நியாயமற்றவையாகவும் இருந்தன. பெண்கள் தங்களை பக்தி, விசுவாசம் ஆகியவை கொண்ட புராண வடிவங்களின் மாதிரியில் ஆக்கிக்கொள்ள வற்புறுத்தப்பட்டனர். ஆனால் அதேபோல, 'ஆண்கள் ராமச்சந்திரர்கள் போலவும் சத்தியவான்கள் போலவும் நடக்கவேண்டும் என்று வற்புறுத்தப் பட்டதாக வரலாறு இல்லை. பெண்கள் மட்டும்தான் சீதை போலவும்

சாவித்திரி போலவும் நடக்கவேண்டும். ஆண்கள் அவர்கள் விரும்பியபடி நடக்கலாம்' என்று நேரு சாடினார்.[20]

இந்நடவடிக்கைகளின் முக்கியத்துவத்தை தன் சகாக்களையும் ஏற்றுக் கொள்ளச் செய்ய நேரு கடுமையான முயற்சிகளை மேற்கொண்டார். பழைமையில் நாட்டம்கொண்ட மூத்த பிராமண மந்திரி ஒருவருக்கு, 'இந்தியாவில் ஏற்கப்பட்ட சமூக விதிகளிலும் நடைமுறைகளிலும் நீதிக்கேடுகளுக்கும் அதிதீவிரக் கொடுமைகளுக்குக் குறைவே இல்லை. இரண்டுவகைச் சட்டங்கள் இருந்திருக்கின்றன. ஒன்று ஆணுக்கு; மற்றொன்று பெண்ணுக்கு. எப்போதும் பெண்களுக்கு மோசமானதே கிடைத்தது' என்று எழுதினார். முதல்முறையாக வந்திருந்த ஓர் இளம் நாடாளுமன்ற உறுப்பினருக்கு நேரு, 'நாடாளுமன்றத்தில் திருமணம் மற்றும் விவாகரத்து, வாரிசு மசோதாக்கள் நிறைவேற வழிசெய்வதில் கவனம் செலுத்தவேண்டும். அவைதாம் மிக முக்கியமானவை. தத்தெடுப்பு மற்றும் பாதுகாப்பாளர் மசோதாக்கள்கூட முந்தையவற்றோடு ஒப்பிட்டுப் பார்க்கும் போது அவ்வளவு முக்கியமானவை அல்ல' என்று எழுதினார்.[21]

இப்போது இந்து சட்ட மசோதா எதிர்ப்புக் குழு, அதன் வேகத்தை இழந்து விட்டிருந்தது. 1952 தேர்தலுக்குப் பிறகு சுவாமி கற்பாத்திரி மகராஜ், பிரபு தத் பிரும்மச்சாரி ஆகியோருடைய பெயர்கள் செய்தித்தாள்களிலோ காவல் துறைப் பதிவுகளிலோ காணப்படுவதில்லை. அதற்குமேல் தெருக்களில் எதிர்ப்பு எதுவுமில்லை. ஆனால் நாடாளுமன்றத்தில் ஏராளமான விமரிசன எதிர்ப்புகள் இன்னமும் இருந்தன. புதிய உறுப்பினர்களில் பழைமைவாதிகள், புதிய மசோதாக்கள் இந்துக் கலாசாரத்தை அழிப்பதாக நினைத்தனர். அவர்களுக்கு மனு மற்றும் யாக்ஞவல்கியரின் சட்டங்கள் மாற்ற முடியாதவை, மாறாதவை. கி.மு. 950-ல் பொருத்தமாக இருந்ததைப் போலவே கி.பி. 1950-லும் பொருந்தும்.[22]

ஆனால் சில எதிர்ப்புகள், கொச்சைத்தனம் குறைவாகவும் நன்கு சிந்தித்தும் இருந்தன. ராதா குமுத் முகர்ஜி என்ற பிரபல வரலாற்றாளரது கருத்துகளைப் பாருங்கள். குறிப்பாக, விவாகரத்து தொடர்பான மசோதாவின் முன்மொழிவுகள்,

'இந்து நாகரிகத்தின் உணர்வுக்கே எதிராக இருந்தன. மசோதா மேற்கத்திய கருத்தால் தூண்டப்பட்டு மணவாழ்க்கைக்கும் மணவாழ்வின் காதல் உறவுகளுக்கு மட்டுமே அதிக மதிப்பளிக்கிறது. மணவாழ்வின் முடிவான, முதிர்ச்சியான குழந்தைப் பேறுக்கு மதிப்பளிப்பதில்லை. இந்துமுறை, நிரந்தரமான, மாற்றமுடியாத, மீறக்கூடாத விஷயமாக பிள்ளைப் பேறைப் பற்றிச் சிந்திக்கிறது. மசோதா, திருமணத்தின் புனிதம் பற்றிய பொதுவான புரிதலை மாற்றி அமைக்க விரும்புகிறது. குடும்பத்தின் அஸ்திவாரத்தையும், அதன்மூலம் சமுதாயத்தின் அஸ்திவாரத்தையும் குலைத்துவிடச் செய்கிறது. மசோதா, கணவன், மனைவி என்று சிந்திக்கிறதே தவிர, அம்மா, அப்பா

என்று சிந்திப்பதில்லை. இவை இரண்டும் இணைந்தால்தான் குழந்தைகளைப் பாதுகாக்கமுடியும்; இந்த இனத்தின் எதிர்காலத்தையே பாதுகாக்கமுடியும்.'[23]

இந்தக் கருத்து எதிர்க்கப்படாமல் இல்லை. பெண் உறுப்பினர் ஒருவர், 'ஒற்றுமையற்ற குடும்பத்தின் நிலையைவிட சிதைந்த குடும்பத்தின் நிலை அதிகக் கேடு விளைவிக்காது' என்று கருதினார். 'பெற்றோரிடையே நிலவும் ஒதுக்கித் தள்ளுதல், சச்சரவுகள் ஆகியவை குழந்தைகளின் மனங்களில் பதிந்துவிடும்.' மற்றொரு உறுப்பினர், '(கணவன், மனைவியைக்) கட்டாயப் படுத்தி ஒன்றாக வாழச்செய்ய முடியாது. கண்ணியமான முறையில் பிரிந்துசெல்ல அனுமதிப்பதே நல்லது' என்றார்.[24]

நாடாளுமன்றத்தில் சீர்திருத்தங்களுக்கு எதிரான வாதங்களுக்குத் தலைமை ஏற்றவர், இந்து மகாசபை வக்கீல் என்.சி.சாட்டர்ஜி. 'இது மதச்சார்பற்ற நாடு என்றால், இந்து திருமண, விவாகரத்து மசோதாவுக்கு என்ன அவசியம்?' என்று வாதிட்டார். 'ஏன் அதை அனைவருக்கும் பொதுவாக்கக் கூடாது? அவ்வாறு நம் அரசாங்கம் உண்மையிலேயே ஒரு தார மணத்தில் நம்பிக்கை கொண்டிருந்தால், இது ஒரு வரப்பிரசாதம். பல தார மணம் சாபக்கேடு என்று கருதினால், ஏன் அந்தச் சாபத்திலிருந்தும் துயரத்திலிருந்தும் நம் முஸ்லிம் சகோதரிகளைக் காப்பாற்றக் கூடாது? உங்களுக்குத் தைரியமில்லை. (சட்ட அமைச்சர்) நியாயமாகவும் முரண்படாமலும் நடந்துகொள்ளவேண்டும்' என்றார்.[25]

சோஷலிஸ்ட் ஜே.பி.கிருபளானியும் இந்துக்களுக்கு மட்டும் ஒருதார மணத்தை அறிமுகம் செய்வது இரட்டை வேடம் போடுவது என்றார். 'இதை முஸ்லிம் சமுதாயத்தினருக்கும் கொண்டுவர வேண்டும். முஸ்லிம் சமூகத்தினர் இதை ஏற்கத் தயாராக உள்ளனர். ஆனால் அதைச் செய்ய உங்களுக்குத் தைரியமில்லை' என்றார். ஆனால் அவரது மனைவி, காங்கிரஸ் உறுப்பினர் சுசேதா கிருபளானி, 'முஸ்லிம்கள் இன்னமும் தயாராக இல்லை' என்றார். 'நம் நாட்டின் அண்மைக்கால சரித்திரத்தை நாம் அறிவோம்; சிறுபான்மையினர் பிரச்னையால் நமக்கு என்ன தொந்தரவுகள் ஏற்பட்டுள்ளன என்பதையும் நாம் அறிவோம்; அதனால்தான் அரசாங்கம் ஒரேமாதிரியான சிவில் சட்டத்தைக் கொண்டுவரவில்லை. ஆனால், விரைவில் அப்படி ஒன்றைப் பெறக்கூடிய நாள் வரும் என நான் நம்புகிறேன்'.[26]

1952-ன் தேர்தல், நாடாளுமன்றத்துக்கு வாதமிடும் வல்லமை படைத்த, தைரியமான பேச்சுத்திறன் மிக்க காங்கிரஸ் பெண் உறுப்பினர்களை அனுப்பி வைத்திருந்தது. அவர்கள் இந்தச் சட்டத்தை எதிர்ப்பவர்களை பிற்போக்குவாதிகளாகக் கண்டனர். ஹிந்தியில் பேசிய சுபத்ரா ஜோஷி, 'பெற்றோரால் ஏற்பாடு செய்யப்படும் திருமணங்கள், பெண்களை ஓர் அவமானகரமான வாழ்க்கைக்கு விற்பது போன்றது; வெட்கக்கேடும் வீழ்ச்சியும் கொண்ட வாழ்க்கைக்கு வித்திடுவது' என்று வெடித்தார். சிவ்ராஜ்வதி நேரு என்பவர், 'ஆண் அரசியல்வாதிகள் பொருளாதார, அரசியல்

சீர்திருத்தம் பற்றியெல்லாம் பேசுகிறார்கள். சமூக வாழ்க்கையில் மட்டும் ஒரு சிறு நடைமுறை மாற்றம் ஏற்படுவதைக்கூட விரும்பவில்லை' என்று குறிப்பிட்டார். 'இந்து சமூகத்தில் ஆண் சுதந்தரமாகவும் தன்னாட்சியுடனும் இருக்க, பெண் அவனுக்குக் கட்டுப்பட்டவளாக, கொத்தடிமையாக ஆக்கப்படுகிறாள். இப்போதும்கூட கணவன், தன்னுடைய மனைவியை தன் காலில் அணியும் செருப்பாக, விரும்பும்போது கழற்றிவிடும்படி நடத்தவே ஆசைப்படுகிறான்.'[27]

இந்தச் சீர்திருத்தங்களுக்கு ஆதரவாகப் பல தாழ்த்தப்பட்ட வகுப்பு உறுப்பினர்கள் இருந்தனர். இந்து பழக்கங்கள் எவ்வாறு பல பாவங்களுக்கு முகமூடியாக இருக்கின்றன என்பதை, மற்றவர்களைவிட அவர்கள் நன்கு அறிவார்கள். ஓர் உறுப்பினர், பழைமைவாதிகள் கையில் அதிகாரம் இருந்தால், அவர்கள்,

'... அரசியல் அமைப்புச் சட்டத்தில் திருத்தங்கள் கொண்டுவந்து, இந்த காங்கிரஸ் அரசு செய்துள்ள விஷமங்களை எல்லாம் ஒழித்துவிடுவார்கள். மேலும் சில அடிப்படை உரிமைகள் சேர்க்கப்படும். முதலாவது, எல்லா இந்துப் பெண்களும் கணவனுடன் பிரகாசமான நெருப்பில் சேர்ந்து தங்களையும் எரித்துக்கொள்ளும் உரிமை. இரண்டாவது, பசு தெய்வம் ஆக்கப்பட்டு முஸ்லிம்கள், கிறிஸ்தவர்கள் உள்ளிட்ட எல்லா இந்தியர்களும் பசுவை வணங்கக் கட்டாயப்படுத்தப்படுவர்...'[28]

கம்யூனிஸ்டுகள் தங்கள் பங்குக்குப் புதிய சட்டங்கள் போதிய அளவு புரட்சிகரமானதாக இல்லை என்று கருதினர். 'இந்த அரசு கொண்டுவரும் எல்லா சமுதாயத் திட்டங்களிலும் இயல்பாகக் காணப்படும் தயக்கம், பயம் முதலியவற்றுடன் கொண்டு வந்துள்ள மென்மையான, மிகச் சாதாரண சமூக சீர்திருத்த முயற்சி' என்று பி.சி.தாஸ் குறிப்பிட்டார். 'அப்படியும் இந்தச் சாதாரண அளவு சட்டத்தை எதிர்ப்பவர்கள் 17-ம் நூற்றாண்டுச் சிந்தனைகளைக் கொண்டவர்கள்' என்றார். 'மாநிலங்கள் அவையில் இந்தச் சட்டத்தைக் கொண்டுவருவதில் ஏற்பட்ட தாமதத்துக்குக் காரணம், காங்கிரஸ் பல சமயங்களில் ரிப் வான் விங்கிளைப் போலச் செயல்படுவதுதான்' என்றார் புபேஷ் குப்தா.[29]

முடிவாக, முஸ்லிம் உறுப்பினர்கள் பெருமகிழ்ச்சியுடன் அரசுக்கு நன்றி பாராட்டியதை நினைவுகொள்ள வேண்டும். இந்துஸ்தானியில் பேசிய ஒருவர், முஸ்லிம்களுடைய சட்டத்தை அப்படியே சிறிதுகூட மாற்றமின்றி வைத்திருப்பதற்காக அரசைப் புகழ்ந்தார். மற்றொருவர், முஸ்லிம் சமூகத்தின் உணர்வுகளுக்கும் கருத்துகளுக்கும் மரியாதை அளித்ததைப் பாராட்டினார். திருமண மசோதாவில் தங்களுக்கு விலக்கு அளித்ததற்காகவும் அரசுக்கு நன்றி கூறினார். ஏனென்றால், 'அவர்கள் மதத்தின் ஒரு பகுதியாக அவர்களுக்கு என்று தனியான தனிநபர் சட்டம் இருக்கிறது. அவர்கள் வாழ்வில் மதத்தை மிகப் புனிதமாகவும் மதிப்புடையதாகவும் கொண்டுள்ளனர்.'[30]

V

பத்து ஆண்டுகளுக்கும் மேலாக, பெரிய காயங்களின்றி நடைபெற்ற சண்டைக்குப் பிறகு பி. ஆர். அம்பேத்கருடைய இந்து சட்ட மசோதா, சட்டமாக நிறைவேறியது. அவர் நம்பியபடி ஒட்டுமொத்தமாக அல்ல; பகுதி பகுதியாக. 1955-ம் வருட இந்து திருமணம், 1956-ம் வருடம் இந்து வாரிசு, வயதுக்கு வராத சிறுவர்கள் பாதுகாப்பு, தத்தெடுப்பு, ஜீவனாம்சம் என்று என்ற பல தவணைகளில் நிறைவேறியது. நாடாளுமன்றத்தில் இந்தச் சட்டங் களைப் புதிய சட்ட அமைச்சர் எச்.வி. படாஸ்கர் கொண்டுவந்தார். இவரிடம், இவருக்கு முன்பு இருந்தவருடைய கம்பீரத் தோற்றமோ புலமையோ இல்லை. இவர், ஒருமுறை இந்து சம்பிரதாயத் திருமணங்கள், விவாகரத்தை அனுமதிப்பதாகக் கூறியபோது, என்.சி.சாட்டர்ஜி, அக்கூற்றுக்கு ஆதார மில்லை என்று குறிப்பிட்டார். மேலும், 'படாஸ்கர் எந்தப் பல்கலைக்கழகச் சட்டத் தேர்வுக்குச் சென்றாலும் அவர் அனுமதிக்கப்பட்டிருக்கவே மாட்டார். அவர் பூஜ்யம்தான் பெற்றிருப்பார்' என்றார்.[31]

இது சரியாக இருந்திருக்கலாம். ஆனால் எப்படியும் பொருத்தமற்றது. ஓர் எதிர்ப்பாளர், 'புதிய மசோதாக்கள், இந்து சாஸ்திரங்கள் மற்றும் நடைமுறை களின்மீது ஒரு நேரடியான தாக்குதல்' என்றார்.[32] 'ஒரு பெண் தன் கணவரைத் தேர்ந்தெடுப்பதோ, சொத்தைப் பெறுவதோ, இந்து முறை ஆகாது. ஆனால் அது, ஜனநாயக முரண் அல்ல. புதிய சட்டங்கள், ஆண்-பெண் வேறுபாடின்றி ஒருவருடைய கௌரவத்தை அரசியல் ரீதியாக அங்கீகரிப்பவை ஆகும்.'[33]

மற்றொரு காங்கிரஸ் கட்சி உறுப்பினர் தன் உரையில், 'பெண்கள், தங்கள் விருப்பம்போல் தம் கணவரைத் தேர்ந்தெடுக்கவும் (விலக்கவும்) உரிமை பெற்றிருக்க வேண்டும். நாம் விடுதலைக்காகப் போராடிக்கொண்டிருந்தோம். நம் நாட்டை விடுவித்தபிறகு, நம்முடைய தாய்மார்களை, சகோதரிகளை, மனைவியரை விடுவிக்கவேண்டியது நம்முடைய பொறுப்பு. அதுதான் நாம் பெற்ற சுதந்தரத்தின் மிக உயர்ந்த நிலையாகும்' என்றார்.[34]

அந்த லட்சியத்தை நோக்கிய முயற்சியில் புதிய சட்டங்கள் உண்மையிலேயே குறிப்பிடத்தகுந்த பங்கை ஆற்றின. 6 கோடி இந்துப் பெண்கள் அதன் வரம்புக்குள் பயன்பெற்றனர். நியாயப்படியும் எண்ணிக்கைப்படியும் அந்த மாற்றங்கள் முக்கியத்துவம் வாய்ந்தவை. இந்தியச் சட்டங்களில் நிபுணரான பிரபல அமெரிக்கர் ஒருவர் எழுதியுள்ளபடி, 'இது முழுமையான சக்தி வாய்ந்த கடுமையான மருந்து போன்ற சீர்திருத்தம்; இந்துச் சட்டத்தின் ஆதாரமான சாஸ்திரங்களின் இடத்தைப் பிடித்துவிட்ட ஒன்று' என்று எழுதினார். ஒரு பிரபல பிரிட்டிஷ் அறிஞர் ஒருவர், 'இந்தச் சட்டத்தில் கண்டுள்ள விஷயங்களின் விரிவும், புதுமைப்போக்கில் காட்டப்பட்டுள்ள தைரியமும் நெப்போலியனின் சட்டத்தோடு மட்டுமே ஒப்பிடக்கூடியவை'[35] என்றார்.

இந்துச் சட்டத்தின் திருமணம் மற்றும் சொத்துக்கள் பற்றிய புரட்சிகரமான மாற்றங்கள் இரண்டு குறிப்பிடத்தகுந்த மனிதர்களுடையவை: ஜவாஹர்லால்

நேரு மற்றும் பி.ஆர். அம்பேத்கர். இப்புரட்சிப் போராட்டத்தின் கடைசி மற்றும் வரலாற்று முக்கியத்துவம் வாய்ந்த கட்டத்தில், அம்பேத்கர் பார்வையாளராக மட்டுமே இருந்தது வருத்தத்துக்கு உரியது. 1952-ல் நடைபெற்ற நாடாளுமன்றத் தேர்தலில் அவர் தன் தொகுதியில் தோற்றுவிட்டதால், அவரால் மாநிலங்கள் அவைக்கே வரமுடிந்தது. 1954-56-க்கு இடையே மசோதாக்கள் விவாதிக்கப்பட்டு நிறைவேற்றப்பட்டபோது, அங்கு அவர் அமைதியாக கவனித்துக்கொண்டு மட்டுமே இருந்தார்.[36] ஏற்கெனவே அவர் நோயாளி. நீண்டகால சர்க்கரை வியாதிக்காரர். அதனால் மேலும் பல கோளாறுகளுக்கும் உள்ளானவர். 1956 டிசம்பரில் அவர் காலமானார். அவரோடு சிலகாலம் பணியாற்றிய ஜவாஹர்லால் நேரு நாடாளுமன்றத்தில் அவரைப் பாராட்டிப் பேசினார். எல்லாவற்றுக்கும் மேலாக, ‘அவர் இந்து சமூகத்தை அடக்கி அழுத்திவைக்கும் சக்திகளுக்கு எதிரான புரட்சியின் சின்னம். இந்து சட்ட சீர்திருத்த விஷயத்தில் அவர் காட்டிய ஆர்வத்துக்கும் செய்த தொண்டுகளுக்கும் என்றும் நினைவில் கொள்ளப்படுவார். பெருமளவுக்கு அந்தச் சீர்திருத்தம் நிறைவேறியதை, அவர் நேரில் கண்டது குறித்து நான் மகிழ்ச்சி அடைகிறேன். அது அவர் வரைந்த நினைவுச்சின்ன வடிவிலான பெரும் நூலாக அமையவில்லை. ஆனால் தனித்தனித் துண்டுகளாகவாவது அமைந்தன’ என்று குறிப்பிட்டார்.[37]

1951-ல் அம்பேத்கருடைய ராஜினாமாவின் பின்னணியில் இதைப் பார்க்கும்போது, இது தாராளமான அஞ்சலி ஆகும். அப்போது நேரு, கட்சிக்குள்ளும் வெளியிலும் சந்தித்த எதிர்ப்புகள் பல. அவரால் அதை வெல்ல முடியவில்லை என்று அம்பேத்கர் கருதினார். பிரதமர் மிக மெதுவாகச்செயல்பட்டதாக நினைத்தார். ஆனால் இந்துப் பழைமைவாதிகள், பிரதமர் மிக வேகமாகச் செல்வதாக நினைத்தனர். 1949-1950-ல் மசோதா முதலில் அறிமுகம் செய்யப்பட்டபோது, காங்கிரஸ் கட்சியே நேருவுடைய முழுமையான கட்டுப்பாட்டில் இல்லை. வல்லபபாய் படேல் மறைவுக்குப் பிறகே காங்கிரசின் பழைமைவாதிகளை வெற்றிகொண்டு, பொதுத் தேர்தலில் கட்சியை நம்பிக்கையூட்டும் விதத்தில் வெற்றிபெறச் செய்து, பின்னர் நேரு கட்சியின் முழுப் பொறுப்பை ஏற்றார். இப்போது கட்சியும் நாடும் அவர் பின்னால் நிற்க, முன்பு அம்பேத்கர் முன்மொழிந்த மசோதாவைக் கொண்டுவரவும், வெற்றிகரமாக வழிநடத்திச் செல்லவும் இப்போது தயாரானார்.[38]

இந்துக்களின் சட்டங்களில் மாறுதல்களை மேற்கொள்ள முடிவுசெய்தார். ஆனால் அதேபோல முஸ்லிம்கள் விவகாரத்தில் கைவைக்க அவசரப் படாமல், காத்திருக்கவும் தயாராக இருந்தார். பிரிவினைக்குப் பின் ஏற்பட்ட கடும் விளைவுகள், இந்தியாவில் தங்கிவிட்ட முஸ்லிம்களை பாதுகாப்பற்ற உணர்விலும் குழப்பத்திலும் ஆழ்த்தியிருந்தன. இந்த நிலையில் அவர்கள் புனிதமாகக் கருதிய மரபுநெறியில், அல்லாவின் திருவசனம் என்றே கருதியதில் குறுக்கிடுவது அவர்களை மேலும் பாதுகாப்புக் குறைவானர்களாக நினைக்கச் செய்யும். எனவேதான், நாடாளுமன்றத்தில் எல்லோருக்கும்

பொதுவான சிவில் சட்டத்தை உடனடியாக ஏன் கொண்டுவரவில்லை என்று கேட்கப்பட்டபோது, அவர் 'அப்போதைய சூழலில், அத்தகைய சட்டத்தை நிறைவேற்றுவதற்குக் காலம் கனிவாக இல்லை' என்றும், அத்தகைய சட்டத்துக்கு தன் ஆதரவு உண்டு என்றும், அதற்கான களத்தைத் தயாரித்துக்கொண்டிருப்பதாகவும், இந்த இந்து சட்ட மாற்றங்கள், அந்தத் தளத்தை உருவாக்க ஒரு முயற்சியாக அமையும் என்றும் பதிலளித்தார்.[39]

மற்றவர்கள் இந்த எச்சரிக்கை உணர்வை சற்று எரிச்சலுடன் விமரிசித்தனர். டாக்டர் சியாமா பிரசாத் முகர்ஜி, தாற்காலிகப் நாடாளுமன்றத்தில், 'ஒருவருக்கு ஒரு தாரம் என்பது, வேறு எவருக்குமல்ல, அது இந்துக்களுக்கு மட்டுமே நல்லது; பௌத்தர்களுக்கு மட்டுமே; சீக்கியர்களுக்கு மட்டுமே; எல்லோருக்கும் ஒருதார மணச்சட்டம் என்று தனியாக ஒன்றை ஏன் கொண்டு வரவில்லை?' என்றார். இந்தக் கேள்வியைக் கேட்டபிறகு டாக்டர் முகர்ஜியே அதற்கு பதிலும் அளித்தார்.

'நான் இந்த விஷயத்தில் தலையிடப் போவதில்லை. ஏனென்றால், இந்த மசோதாவைக் கொண்டுவந்தவர்களுடைய பலவீனம் எனக்குத் தெரியும். அவர்கள் முஸ்லிம் சிறுபான்மையினர் விஷயத்தைத் தொடமாட்டார்கள். அதை அரசாங்கம் நிறைவேற்ற முடியாத அளவுக்கு இந்தியா முழுவதிலிருந்தும் எதிர்ப்பு கிளம்பும். ஆனால், நிச்சயமாக நீங்கள் எந்தவிதத்திலும் இந்து சமூக விஷயத்தில் என்ன விளைவுகள் ஏற்பட்டாலும், எதையும் செய்யலாம்.'

இந்தத் தருணத்தில் ராஜாஜி திடீரென்று குறுக்கிட்டுப் பேசினார். 'ஏனென்றால் நாம்தான் சமூகம்.'[40] நாம் என்று அவர் குறிப்பிட்டது காங்கிரஸை. குறிப்பாக, நேருவின் தலைமையிலான சீர்திருத்த காங்கிரஸ் காரர்களை. பிற மதம் சார்ந்தவர்களைக் கையாளுவதில் அவர்களுக்கு இருந்த தயக்கத்தை அனைவராலும் புரிந்துகொள்ள முடியும். அவர்கள் விரும்பியபடி, 'இந்து சமூகத்தில் எதை வேண்டுமானாலும்' செய்யவே பத்தாண்டுகளின் பெரும்பகுதி நேரம் ஆகியிருக்கிறது. அதாவது, ஒருவகையில், அவர்களுடைய தனிநபர் சட்டங்களை நவீனக் கருத்துக்கு ஏற்ற வகையில் ஆண்-பெண் சமத்துவ நீதியை நோக்கி அழைத்துச்செல்வதற்கு![41]

12

காஷ்மீரை மீட்டெடுத்தல்

அனைத்து மதங்களையும் வேறுபட்ட கருத்துகளையும் ஏற்கும் மதச்சார்பற்ற ஒரு தேசிய அரசாங்கத்தில் நாம் நம்பிக்கை கொண்டிருக்கிறோமா? அல்லது பிற மதக் கோட்பாளர்களை சமூகத்துக்கு அப்பாற்பட்டவர்களாகக் கருதும் மதவாத அரசாங்கத்தில் நம்பிக்கை கொண்டிருக்கிறோமா? இது ஒரு விநோதமான கேள்வி. ஏனென்றால், சில நூற்றாண்டுகளுக்கு முன்பே மதவாத அரசாங்கம் என்ற எண்ணம் கைவிடப்பட்டுவிட்டது. அதற்கு நவீன மனிதனுடைய மனத்தில் இடம் இல்லை. ஆனாலும், இந்தக் கேள்வியை இன்றும் இந்தியாவில் கேட்க வேண்டியிருக்கிறது. ஏனென்றால், நம்மில் பலர் பழங்காலத்துக்குள் குதிக்க முயற்சி செய்துகொண்டிருக்கிறார்கள்.

- ஜவாஹர்லால் நேரு

I

தனிநபர் சட்டச் சீர்திருத்தம், இந்திய மதச்சார்பின்மைக்கான சோதனைகளில் ஒன்று. மற்றொரு மாபெரும் சோதனையாக வாய்த்தது, காஷ்மீரின் எதிர்காலம். இந்து ஆதிக்கமுள்ள, ஆனால் 'மதசார்பற்றதான' அமைப்பைக் கொண்ட இந்தியாவில், முஸ்லிம் பெரும்பான்மையாக இருக்கும் மாநிலம், உரசலோ அல்லது குழப்பமோ இன்றி இருக்க முடியுமா?

நான்காம் அத்தியாயத்தில் பார்த்தவாறு, 1949-ல் ஷேக் அப்துல்லா ஜம்மு காஷ்மீர் நிர்வாகத்தைத் தன் உறுதியான கட்டுப்பாட்டுக்குள் வைத்திருந்தார். ஆனால் அப்பிராந்தியத்தின் நிலை இன்னும் சச்சரவுக்கு உரியதாகத்தான் இருந்தது. ஐ.நா. சபை, இந்தியாவையும் பாகிஸ்தானையும் வாக்கெடுப்பு நடத்தக் கோரி, அது நடப்பதற்கான தேவைகளை நிறைவேற்றச் சொன்னது.

1950 பிப்ரவரியில் ஐ.நா. பாதுகாப்புச் சபை, காஷ்மீர் மாநிலத்தில் இருந்த படைகளை திரும்பப் பெறக் கோரியது. முன்போலவே இரு நாடுகளும் அதே நிலைகளில் நின்றன. இந்தியா முதலில் பாகிஸ்தானை படைகளை அப்புறப்படுத்தச் சொன்னது. பாகிஸ்தானோ தேசிய மாநாட்டுக் கட்சி ஆட்சியை வெளியேற்ற வற்புறுத்தியது. இந்தியா இந்த விவகாரத்தை ஐ.நா.வுக்கு எடுத்துச்சென்றதற்கு வருந்த ஆரம்பித்தது. 1950 வாக்கில் சர்ச்சைக்குள்ளான பகுதியிலேயே தன் நிலையைத் தொடரவும், பாகிஸ்தான் அது ஆக்கிரமித்திருந்த பகுதிகளை வைத்திருக்கவும் ஒப்புக்கொள்ள முழுமையாகத் தயாராக இருந்தது. 1950 ஜனவரியில் நடைமுறைக்கு வந்த அரசியல் அமைப்புச் சட்டம் காஷ்மீரை இந்திய யூனியனுடைய பகுதியாக எடுத்துக்கொண்டது. எனினும் அது அம்மாநிலத்துக்குச் சில சுய அதிகாரங்களை உறுதி செய்தது. அரசியல் அமைப்புச்சட்டத்தின் 370-வது பிரிவின்படி பாதுகாப்பு, வெளியுறவு மற்றும் தகவல் தொடர்பு நீங்கலாகப் பிற விஷயங்களில் ஜனாதிபதி, மாநில அரசைக் கலந்து செயல்படுவார் எனக் குறிப்பிட்டது.[1]

பாகிஸ்தானைப் பொருத்தவரையில், அங்குள்ள அரசியல்வாதிகள் தம் கோரிக்கைக்குப் மக்கள் வாக்கெடுப்பு எதுவும் தேவையில்லை என்ற கருத்தைக் கொண்டிருந்தனர். 1950 செப்டெம்பரில் முன்னாள் பாகிஸ்தான் பிரதமர் ஒருவர், 'காஷ்மீரை விடுவிப்பது, ஒவ்வொரு பாகிஸ்தானியின் முதன்மையான அடிப்படை நம்பிக்கை' என்று வற்புறுத்தினார். 'காஷ்மீர் முழுவதும் விடுவிக்கப்படாதவரை, பாகிஸ்தான் பூரணமானது அல்ல.' இரண்டு வாரங்கள் கழித்து, அப்போது பணியாற்றிக்கொண்டிருந்த பிரதமர், 'காஷ்மீர் பாகிஸ்தானுக்கு முக்கியமான தேவை. ஆனால் அது இந்தியாவுக்கு ஏகாதிபத்திய விளையாட்டு' என்றார்.[2]

எல்லையின் இரு பக்கங்களிலும் அரசுகள் மேற்கொண்ட நிலைகள் பத்திரிகைகளில் பெரிதாக்கப்பட்டு எதிரொலித்தன. பிரிட்டிஷ் வானொலியின் லயோனல் ஃபீல்டென் துணைக்கண்டத்துக்கு வந்தார். இந்திய வானொலி நிலையத்தின் முன்னாள் தலைவராக இருந்தவர் என்ற முறையில் ஃபீல்டனுக்கு இந்தியா, பாகிஸ்தான் இரண்டிலும் பல நண்பர்கள் இருந்தனர். அவர்களைக் கண்டு பேசினார். சர்வதேச எல்லையின் இரு பக்கங்களிலும், 'ஒவ்வொருவரும், அடுத்த நாடுதான் தவறு செய்கிறது என்று மட்டுமல்ல, மிக மோசமாகத் தவறு செய்கிறது, அதுவும் விஷமத்தனமாக தவறு செய்கிறது என்று வருகை தருவோர் காதில் மிகச் சத்தமாகச் சொல்கின்றனர்' என்றார். இந்தியப் பத்திரிகைகளின் குரல் சற்றே கேலி செய்யும் தொனியிலும், அறிவுபூர்வமானதாக, அதே நேரம் பிடிவாதமான தாகவும், தாமே சரியான நியாயத்துடன் இருப்பதாகவும், பேசுவதைக் கண்டார். ஆனால் பாகிஸ்தான் தலைவர்களும் பத்திரிகைகளும் வெறுப்புடனும், இறுமாப்புடனும், சில நேரங்களில் ஆவேசத்துடனும் பேசினர். இந்தியாவின் வலிமையான ராணுவத்தைக் கொண்டு அவர்களுடைய நாட்டை மீண்டும் கைப்பற்றி தங்கள் தேசத்துடன் இணைத்து, ஒன்றுபட்ட அகண்ட பாரதமாக்க விரும்புகிறார்களோ என்ற

அச்சத்தில் அவர்களுடைய வெறுப்புணர்வு வெளிப்பட்டது. ஃபீல்டன், இருவருடைய கருத்துகளையும் சுருக்கமாக வரைந்தார். 'இந்தியா காஷ்மீரை விடாப்பிடியாகப் பிடித்துக்கொண்டு பிரிவினையை பலவீனப்படுத்த விரும்புகிறது. அதைக் கோருவதன் மூலம் பாகிஸ்தான் தன்னைப் பாதுகாப்பானதாக ஆக்கிக்கொள்ள விரும்புகிறது.' காஷ்மீர் விஷயத்தில் இரு பக்கத்தினரும் பிடிவாதமாகவே இருந்தனர். 'காஷ்மீருக்காகக் கடைசி மூச்சு உள்ளவரை போராடுவது என்பது பாகிஸ்தானியரின் கோஷம்; அதற்கு இடம் கொடுத்துவிடக்கூடாது என்பது இந்தியாவின் உறுதியான கருத்தாக உருவாகி விரைவாக அழுத்தம் பெற்றுவிட்டது' என்றும் அவர் சொன்னார்.

ஃபீல்டன் தம் விரிவான விளக்கத்தை ஓர் எச்சரிக்கையுடன் முடித்தார். 'போகப்போக, காஷ்மீர் விவகாரத்தில் மிக முக்கியமாக இருக்கப்போவது இரு நாடுகளும் ஆயுதங்களுக்காகச் செலவிடப்போகும் தொகைதான். இதன் பொருள், இரு நாடுகளிலும் சமூகச் சேவைகள் குறைவுபடப் போகின்றன என்பதுதான். அகதிகளோடு, இரு நாடுகளிலும் கோடிக்கணக்கான ஏழைமக்கள் உள்ளனர். இது எவ்வாறு பெருங்கேட்டுக்கு வழிசெய்யும் என்பதை எளிதில் அறியலாம்.'[3]

ஐ.நா.சபை இப்பிரச்னையைத் தீர்க்க முயன்று தோற்றுவிட்டது. மூன்றாவது நாடு ஏதாவது வெற்றிபெற முடியுமா? 1951 ஜனவரியில், 10 டௌனிங் தெருவில் நடைபெற்ற கூட்டத்தில் ஆஸ்திரேலியப் பிரதமர் சர் ராபர்ட் மென்ஸிஸ், காமன்வெல்த் சார்பில் வாக்கெடுப்பு நடத்தும் யோசனையைத் தெரிவித்தார். பிரிட்டிஷ் பிரதமர் கிளமெண்ட் அட்லி இந்த யோசனையை ஆதரிப்பதாகத் தோன்றியது. 'எந்தத் தீர்வும் ஷேக் அப்துல்லாவின் மாநில அரசின் ஒப்புதலைப் பெறவேண்டும்' என்றார் நேரு. 'அந்த அரசு நேருவால் நியமிக்கப்பட்ட பொம்மை; அதை நேரு எந்த நேரமும் மாற்றமுடியும்' என்ற காரணத்தால், பாகிஸ்தான் பிரதமர் அந்த யோசனையை நிராகரித்தார். பாகிஸ்தான் பத்திரிகைகள் மதத்தின் பெயரால் வேண்டுகோள் விடுத்து, அதை ஜிஹாத் என அழைத்தது. இந்த மாதிரியான ஒன்று, வாக்கெடுப்பின்போது நடந்தால், அங்கு வாக்கெடுப்புக்கு பதில், ஆயுதக் கிளர்ச்சியே நடக்கும்; காஷ்மீரில் மட்டுமல்ல; இந்தியாவிலும் பாகிஸ்தானிலும் கூடத்தான்.[4]

II

1950-ல் இந்தியா, தன் வரைபடத்தில் ஜம்மு-காஷ்மீர் மாநிலம் முழுவதையும் தன் பிராந்தியமாகக் காட்டியது. அது, 1947-ல் மகாராஜா ஹரிசிங், அதனை இந்தியாவுடன் இணைக்க இசைந்து, ஒப்பமிட்ட பத்திரத்தின் அடிப்படையிலானது. இதற்கிடையில், இந்தியா வசமிருந்த பகுதிக்கான கோரிக்கை மதச் சார்பற்றவரான (ஷேக் என்று அழைக்கப்படும்) ஷேக் முகமது அப்துல்லாவின் உணர்வுகளின் அடிப்படையிலேயே அமைந்திருந்தது.

அப்துல்லா பாகிஸ்தானுக்கு எதிரானவர். ஆனால் இந்தியாவின் சார்பிலானவரா? இந்தக் கேள்விக்கு அவரே நேரிடையாக விடைசொல்ல

மாட்டார். அவருடைய உணர்வுகளின் ஊசலாட்டம் கண்டு எரிச்சலடைந்த நேரு, தன் சகோதரி விஜயலட்சுமி பண்டிட்டுக்குப் பல கடிதங்கள் எழுதினார்.

10 மே 1950: ஷேக் அப்துல்லா மிகமிகப் பொறுப்பற்ற முறையில் நடந்துகொண்டிருக்கிறார் என்பதைச் சொல்வதற்கு மிகவும் வருந்துகிறேன். ஒருவருடைய நண்பரை என்ன செய்வது என்பதுதான் வாழ்க்கையின் மிகமிகக் கடினமான விஷயம்.

18 ஜூலை 1950: காஷ்மீரின் உள்விவகாரங்களில் ஷேக் அப்துல்லா மிக மோசமாக நடந்துவருகிறார். அவர் நம்மோடு மோதுவதற்குத் தீர்மானித்திருப்பதாகத் தோன்றுகிறது. அங்கே அவர் தவறானவர்கள் கைகளில் சிக்கிக்கொண்டு, தவறாக வழிகாட்டப்படுகிறார்.

10 ஆகஸ்ட் 1950: ஷேக் அப்துல்லா சற்று நிதானத்துக்கு வந்திருக்கிறார். முன்பைவிட அதிகமான அளவில் ஒத்துப்போகக்கூடிய மனநிலையில் இருக்கிறார். இது எத்தனை நாளைக்கு நீடிக்குமோ என்று வியக்கிறேன். ஏனென்றால் காஷ்மீரில் அவரைப் பல திசைகளில் இழுப்பதற்கு ஏராளமான சக்திகள் இருக்கின்றன.[5]

கடைசிக் கடிதத்தில் காணப்படும் சந்தேக உணர்வு நியாயமானதே. மிக விரைவிலேயே மீண்டும் ஷேக் மிகப் பொறுப்பற்ற முறையில் நடந்து கொள்ள ஆரம்பித்துவிட்டார். அதாவது இந்தியாவிலிருந்து காஷ்மீரைப் பிரிப்பதற்கான வழிவகைகளைப் பற்றிச் சிந்திக்க ஆரம்பித்துவிட்டார். 1950, செப்டெம்பர் 29 அன்று அவர் அமெரிக்கத் தூதர் லாய் ஹென்டர்சனைச் சந்தித்தார். காஷ்மீரின் எதிர்காலம் குறித்துப் பேசினார்.

'காஷ்மீர் சுதந்தரமாக இருக்கவேண்டும். பெரும்பான்மை மக்கள் தங்கள் சுதந்தரத்தை விரும்புகின்றனர். சில ஆஸாத் காஷ்மீர் தலைவர்களும் சுதந்தரத்தை விரும்புகிறார்கள். சுதந்தரம் கிடைக்குமானால் அவர்கள் தேசிய மாநாட்டுத் தலைவர்களுடன் ஒத்துழைப்பதற்கும் விருப்பம் உடையவர்களாக இருக்கிறார்கள். சுதந்தரம்தான் காஷ்மீருக்கான ஒரே சாத்தியமான தீர்வு என்பதை ஐ.நா. சபை தொடர்ந்து ஒதுக்கியதை காஷ்மீர் மக்களால் புரிந்துகொள்ள முடியவில்லை. காஷ்மீர் மக்களுக்கு என்று பிரத்யேக மொழி மற்றும் கலாசாரப் பின்னணி உண்டு. பழக்க வழக்கங்களிலும் மரபிலும் இந்தியாவில் உள்ள இந்துக்களிலிருந்து காஷ்மீர் இந்துக்கள் பரந்த அளவில் வேறுபட்டவர்கள். பாகிஸ்தான் முஸ்லிம்களிலிருந்து காஷ்மீர் முஸ்லிம்களின் பின்னணி முற்றிலும் மாறுபட்டது. சிறுபான்மை இந்துக்கள் இருந்தபோதும் காஷ்மீர் மக்கள் தனித்தன்மையுடனேயே இருந்தனர்.'[6]

சுதந்தர காஷ்மீரை அமெரிக்கா ஆதரிக்குமா என்று அப்துல்லா தூதரைத் தொடர்ந்து கேட்க ஆரம்பித்தார். துரதிர்ஷ்டவசமாக அமெரிக்க வெளியுறவுத் துறை வெளியிட்டுள்ள குறிப்புகளில் அமெரிக்காவின் கருத்து பற்றி எதுவும் இல்லை. அவர்களுடைய கம்யூனிச எதிர்ப்புக்கு காஷ்மீரின் அமைந்திருக்கும்

இடம் மிக மதிப்பு வாய்ந்ததாக இருக்கும். அதன் அடிப்படையில் அமெரிக்கா எப்போதாவது காஷ்மீரை அப்படித் தனிநாடு ஆக்குவதற்கு ஆதரவளிக்க யோசித்ததா?

இப்போதும் நமக்குத் தெரியாது. அப்போது அப்துல்லாவும் அதேபோல நிச்சயமற்றே இருந்தார் என்று தோன்றியது. ஏனென்றால், திரும்பவும் அவர் காஷ்மீர் சுயாட்சி பற்றிய நிபந்தனைகள் குறித்து இந்திய அரசுடன் பேச்சுவார்த்தை நடத்தச் சென்றார். அம்மாநிலம் தனக்கெனத் தனியான அரசியல் அமைப்புச் சபை ஒன்றை அமைக்கும். இந்தியாவுடனான தொடர்புகளுக்கான நிபந்தனைகளை முடிவு செய்யும். அப்துல்லா 1951 ஜனவரியில் இந்திய உள்துறை அமைச்சருக்கு இவ்வாறு எழுதினார்: 'ஜம்மு காஷ்மீர் அரசியல் அமைப்புச் சபை, காஷ்மீரை இந்தியாவுடன் இணைத்தது செல்லுபடியாகுமா, ஆகாதா என்பதை விவாதிக்கும். மேலும் மாநிலத்துக்கு என அரசியல் அமைப்புச் சட்டம் ஒன்றைத் தயாரித்து மாநிலத்தின்மீது யூனியனின் அதிகார வரம்பை நிர்ணயிப்பது பற்றியும் விவாதிக்கும்.' அந்தச் சபை மேலே குறிப்பிட்ட அனைத்து விவரங்களின்மீதும் முடிவெடுக்கும். அந்த முடிவு, சம்பந்தப்பட்ட அனைவரையும் கட்டுப்படுத்துவதாக இந்திய அரசு ஏற்கவேண்டும் என்றும் அப்துல்லா எழுதியிருந்தார்.

காஷ்மீர், இந்தியாவுடன் இணைந்ததுகூட இறுதியானது அல்ல என்ற ஒரு பொருளைக் கொண்டதாக அந்தக் கடிதம் அமைந்தது. இதனால் எச்சரிக்கையடைந்த உள்துறை அமைச்சர், கடிதத்தின் பக்கக் குறிப்பாக ஷேக்கின் விளக்கம் நாம் கூறிய வரம்பை மீறிச்செல்வதாக எழுதிவைத்தார்.[7]

எப்போதும்போல ஷேக், முழுமையான ஜம்மு-காஷ்மீர் மாநிலத்தின் சார்பில் பேசுவதாக நினைத்துக்கொண்டார். உண்மையில் பள்ளத்தாக்குப் பகுதியில் இன்னமும் அவர் மதிக்கப்பட்டாலும் ஜம்மு பகுதி இந்துக்களிடையே அவர் செல்வாக்கு இழந்துகொண்டிருந்தார். அவர்கள், மாநிலத்தின் தங்கள் பகுதியை எவ்வளவு விரைவாக முடியுமோ அவ்வளவு விரைவாக இந்திய யூனியனுடன் இணைத்துக்கொள்வதில் குறியாக இருந்தனர். 1949-ல் பிரஜா பரிஷத் என்ற கட்சி, ஜம்முவில் இருக்கும் இந்துக்களின் நலன்களுக்கான பிரதிநிதியாக உருவாக்கப்பட்டது. பிரேம்நாத் டோக்ரா என்ற பிரபலமான எழுபது வயது முதியவர் தலைமையில் அது இயங்கியது. ஷேக் அப்துல்லா, தனக்கேயுள்ள இயல்பான முறையில், ஜம்முவில் தோன்றிய எதிர்ப்பை, ஒரு பிற்போக்குவாதிகள் கூட்டம் என ஒதுக்கித் தள்ளிவிட்டார்.[8]

1951 அக்டோபரில் காஷ்மீர் அரசியல் அமைப்புச் சபைக்குத் தேர்தல்கள் நடந்தன. பிரஜா பரிஷத் முதலில் போட்டியிட விரும்பியது. ஆனால் பல வேட்பாளர்களுடைய வேட்பு மனுக்கள் செல்லாதவை என நிராகரிக்கப்பட்டன. அதை எதிர்த்து தேர்தலை அவர்கள் புறக்கணிக்க முடிவு செய்தனர். மொத்தம் உள்ள எழுபத்தி ஐந்து இடங்களிலும் தேசிய மாநாட்டுக் கட்சி வெற்றிபெற்றது. மூவர் தவிர, அனைவரும் போட்டியின்றித் தேர்வு பெற்றனர்.[9]

அரசியல் அமைப்புச் சபையில் ஷேக் அப்துல்லாவின் தொடக்க உரை தொண்ணூறு நிமிடங்கள் நீடித்தன. அப்போது காஷ்மீர் மக்களுக்கான வாய்ப்புகள் குறித்து ஒன்றன்பின் ஒன்றாகப் பேசினார். 'முதலாவதாக, பாகிஸ்தானுடன் இணையலாம். அங்கே நிலச்சுவாந்தார்களும் மதவாதிகளும் ஆட்சி செய்கின்றனர். இரண்டாவதாக, இந்தியாவுடன் இணையலாம். அந்த நாடும் நம் லட்சியங்களையே கொண்டுள்ளது; அது இதுவரையில் நம் சுயாட்சியில் தலையிட்டதில்லை. இந்தியாவை எதிர்காலத்தில் மதச்சார்புள்ள நாடாக மாற்றவேண்டும் என்ற எண்ணம்கொண்ட சில சக்திகள் இருப்பதையும் ஏற்கவேண்டும். அப்போது முஸ்லிம்களின் நலன்கள் இடர்பாடுகளுக்கு உள்ளாகலாம். (ஆனால்) இதன் மறுபக்கத்தில், இந்தியாவுடன் காஷ்மீர் தொடர்ந்து இணைந்திருப்பது, இந்து-முஸ்லிம் ஒற்றுமையை மேம்படுத்தும். மதவாதிகளையும் நிதானப்படுத்தும். காந்திஜி மரணத்துக்கு முன்பு கூறிய, 'நான் மலைக்குன்றுகளை எதிர்நோக்குகிறேன். அங்கிருந்தே எனக்கு உதவிகள் வரவேண்டும்' என்ற வார்த்தைகளை, அவர் கூறியபோது, அவர் தவறாகச் செல்லவில்லை.'

இறுதி யோசனை, 'நம்மை கிழக்கு சுவிட்சர்லாந்தாக, இரு நாடுகளிலும் சேராமல் தனித்து நின்று அவர்களிடம் நட்புறவு கொண்டிருப்பது'. அது கவர்ச்சிகரமான யோசனையாக இருந்தாலும் செயல்படுத்தக்கூடியதாகத் தோன்றவில்லை. நிலம் சூழ்ந்த ஒரு சிறுநாடு, தன் இறையாண்மையை எவ்வாறு காப்பாற்றிக்கொள்ள முடியும்? இந்தியா, பாகிஸ்தான் இருவரோடும் இணையாமல் 15 ஆகஸ்ட் 1947 முதல் 22 அக்டோபர் 1947 வரை சுதந்தரமாக இருந்ததை நினைவுகூர்ந்து, அந்தச் சுதந்தரம் பழங்குடியினர் படையெடுப்பால் நாசமாக்கப்பட்டதையும் நினைவுபடுத்தினார். 'மீண்டும் தன்னாட்சி காஷ்மீர் அத்தகையதோர் ஆக்கிரமிப்புக்கு உள்ளாகாது என்பதற்கு உத்தரவாதம் என்ன?' என்று வினவினார்.[10]

இவ்வாறு, சுதந்தர காஷ்மீர் யோசனை செயல்பட முடியாதது என்றும், பாகிஸ்தானுடன் இணைவது தார்மிக நெறிமுறைக்கு எதிரானது என்றும் சொல்லி ஷேக் நிராகரித்தார். அவர்கள் இந்தியாவுடன் இணைவர். ஆனால் அவர்களே விரும்பும் நிபந்தனைகளுடன். அந்த நிபந்தனைகளில் காஷ்மீரின் கொடியைத் தொடர்ந்து வைத்திருப்பதும், ஆட்சித் தலைவராக மாநிலப் பிரதமரே இருப்பதும் அடங்கும். இரண்டுமே பிரஜா பரிஷத்துக்கு ஏற்புடையதாக இல்லை. அவர்கள் இந்தியாவுடனான முழுமையான இணைப்பைக் கோரி மேற்கொண்ட கோஷம் 'ஏக் விதான், ஏக் பிரதான், ஏக் நிஷான்' (ஒரே அரசியலமைப்புச் சட்டம், ஒரே ஆட்சித் தலைவர், ஒரே கொடி).

1952 ஜனவரியில் ஜம்மு நகரில் ஷேக் பேசுவதற்குச் சற்றுமுன்பாக இந்து மாணவர்கள், இந்திய மூவண்ணக் கொடிக்குப் பக்கத்தில் தேசிய மாநாட்டுக் கொடி பறப்பதற்கு எதிர்ப்பு தெரிவித்தனர். அவர்கள் கைது செய்யப்பட்டு, பிறகு கல்லூரியிலிருந்தும் வெளியேற்றப்பட்டனர். இது அனுதாப அலையைத் தூண்டியது. ஆர்பாட்டக்காரர்கள், தலைமைச் செயலகத்தை

நோக்கி ஆவேசத்துடன் ஊர்வலம் சென்றனர். அவர்கள் உள்ளே நுழைந்து மரச்சாமான்களை உடைத்து, பதிவேடுகளுக்குத் தீ வைத்தனர். காவலர்கள் கடுமையான ஒடுக்குதல் நடவடிக்கைகளை மேற்கொண்டு கிளர்ச்சியை அடக்க முற்பட்டனர். 72 மணி நேர ஊரடங்கு உத்தரவு பிறப்பிக்கப்பட்டது. நூற்றுக்கணக்கான பிரஜா பரிஷத் உறுப்பினர்கள் கைது செய்யப்பட்டனர். எதிர்ப்பில் பங்கே ஏற்காதபோதிலும், மூத்த தலைவர் பிரேம்நாத் டோக்ராவும் கைது செய்யப்பட்டார். இந்த நடவடிக்கைகள் நாடு முழுவதிலும் இருக்கும் இந்துக்களிடம் எதிரொலிக்கும் என அஞ்சி, பரிஷத் தலைவர்களை விடுவிக்குமாறு காஷ்மீர் அரசை டெல்லி அரசாங்கம் வற்புறுத்தியது. அதற்கு ஷேக் அப்துல்லா தயக்கத்துடன் சம்மதித்தார். ஏப்ரல் பத்தாம் தேதி அவர் ஆற்றிய உரையில், 'தீவிரமான மதவாதத்துக்கு முழுமையாக சாவு மணி அடிக்கப்பட்டு விட்டதாக நாங்கள் திருப்தி அடைந்தால் மட்டுமே இந்திய அரசியலமைப்புச் சட்டத்தை எங்கள் கட்சி ஏற்கும்' என்று கூறினார். அவர் வருத்தமுடன் மேலும் பேசுகையில், 'அதுபற்றி நாங்கள் இன்னும் உறுதியான முடிவுக்கு வரவில்லை. ஏனெனில் நேருவுக்கு ஏதாவது நேர்ந்துவிட்டால் தங்கள் நிலை என்னவாகுமோ என்று காஷ்மீரிகள் அஞ்சுகிறார்கள்' என்றார்.[11]

ஷேக் அப்துல்லாவின் பேச்சு நடந்த நேரமும் இடமும் முக்கியமானவை. அது பாகிஸ்தான் எல்லையிலிருந்து நான்கே மைல் தூரத்தில் ரன்பீர்சிங்புரா நகரில் நடைபெற்றது. இந்தியாவில் அப்போதுதான் தேர்தல் நடந்து முடிந்திருந்தது. அதன் முடிவுகளில் ஜவாஹர்லால் நேரு மற்றும் அவர் கொள்கைகள் சரியான திசையில் செல்வதாக நிரூபிக்கப்பட்டிருந்தது. ஷேக்கின் பேச்சு விரிவாக வெளியிடப்பட்டிருந்தது. அது ஓரளவு எச்சரிக்கை உணர்வை உண்டாக்கியது. அடிக்கடி இந்தியாவின் மதச்சார்பின்மையைப் புகழ்ந்து குறிப்புரைகளை வெளியிட்டவர், திடீரென சந்தேகப் பார்வைக்குத் திரும்பியது ஏன்?

பிரபல பிரிட்டிஷ் பத்திரிகையாளர் இயான் ஸ்டீபன்ஸ் வருகையும் ஷேக்கின் மனமாற்றமும் ஒரே நேரத்தில் நிகழ்ந்தன. ஸ்டீபன்ஸ், 1946-47-ன் கலவரக் காலத்தில் கல்கத்தாவில் ஸ்டேட்ஸ்மென் பத்திரிகையின் ஆசிரியராக இருந்தவர். பாகிஸ்தானுக்குப் பெரிதும் ஆதரவாக இருந்தவர். மிகப்பெரும்பான்மையான முஸ்லிம் மக்கள்தொகை கொண்ட காஷ்மீர், ஒழுங்காக பாகிஸ்தானைச் சேரவேண்டும் என்று கருதியவர். இன்னமும் அதன் தலைவருடைய இரு வேறுபட்ட சிந்தனைகள் பற்றி உணர்வுபூர்வமாக அறிந்தவர். அப்துல்லாவுடன் நீண்டநேரம் உரையாடினார். அவரை தைரியமுள்ளவராகவும், அறிவுமிக்கவராகவும், அவர்கள் போக்கில் சரியான கொள்கைகளில் நிற்பவராகவும் கருதினார். மேலும், 1947-ன் மாற்றங்களால் ஏற்பட்ட தனித்துவமான வாய்ப்பு, வேகம், குழப்பம் ஆகியவற்றால் பாதிக்கப்பட்டவராகவும், குழப்பம் நிரம்பிய பதவியில் இருப்பவராகவும் கண்டார். அவருடைய ஆட்சி இந்தியத் தலைவர்களுடைய ஆதரவினால் ஆனது. முக்கியமாக இந்துத் தலைவர்கள் ஆதரவினால் ஏற்பட்ட ஒன்று.

அவருடைய ஆட்சி ஆற்றல் வாய்ந்த, கொள்கைப்பிடிப்புடைய, மதச்சார்பற்ற, விவசாய சீர்திருத்தங்களை நடைமுறைப்படுத்துகிற நல்ல ஆட்சி என்பதை ஏற்கவேண்டும். ஆனால், 'அது வரலாற்றின் பார்வையில் இயல்புக்கு மாறானது என்று முடிவு செய்யப்படக்கூடும்'[12] என்று முடிக்கிறார் ஸ்டீபன்.

III

ஒரு காலத்தில் அப்துல்லா, காஷ்மீரில் நேருவின் ஆள். ஆனால் 1952 வாக்கில் நேரு இந்தியாவில் இருக்கும் அப்துல்லாவின் ஆளாக அதிகம் கருதப்பட்டார். 'இந்தியப் பிரதமர் மட்டுமே இந்தியாவுக்கும் இந்து மதவாத வெற்றிக்கும் குறுக்கே நிற்பவர்' என்ற தன் கருத்தை ஷேக் தெளிவாக்கிவிட்டார்.

இதற்கிடையே காஷ்மீருக்கும் இந்திய யூனியனுக்கும் இடையிலான தெளிவான நிலை பற்றிய விவாதங்கள் தொடர்ந்தன. ஜூலை மாதத்தில் ஷேக் நேருவை டெல்லியில் சந்தித்தார். மற்ற மந்திரிகளுடனும் பலமுறை பேச்சுவார்த்தை நடத்தினார். அவர்கள் டெல்லி ஒப்பந்தம் என்ற ஒன்றை உருவாக்கினார்கள். அதன்படி யூனியனின் மற்ற மாநிலங்கள் அனுபவிக்கும் உரிமைகளைவிட அதிக சுயாட்சியை காஷ்மீரிகள் பெற்று, அவர்கள் இந்தியாவின் முழு குடிமக்கள் ஆவார்கள். மேலும் தேசிய மாநாடு உருவாக்கிய புதிய கொடி, வரலாறு மற்றும் பிற காரணங்களுக்காக இந்திய தேசியக் கொடியுடன் பக்கத்தில் பறக்கும். ஸ்ரீநகரின் இசைவின்றி அதன் உள்நாட்டுக் கிளர்ச்சிகளை அடக்க டெல்லி தன் படைகளை அனுப்ப முடியாது. மத்திய மாநில அரசுகளுக்கு என தனித்தனியே வரையறுக்கப் பட்ட அதிகாரங்கள் நீங்கலாக, மீதியுள்ளவை மற்ற மாநிலங்களைப் பொருத்த வரை மத்திய அரசைச் சேரும். ஆனால் காஷ்மீரைப் பொருத்தவரை அந்த அதிகாரங்கள் காஷ்மீரையே சாரும். மிக முக்கியமாக மாநிலத்தின் வெளியே உள்ளவர்கள், அங்கே நிலமோ சொத்தோ வாங்குவது தடை செய்யப்பட்டது. பள்ளத்தாக்கில் பெரிய அளவில் குடியேறுவதைத் தடுத்து, மாநிலத்தின் மக்கள் தொகைப் பரவலில் எந்த மாற்றமும் ஏற்படாமல் தடுக்கும் வகையில் இந்த நடைமுறை மேற்கொள்ளப்பட்டது.[13]

இவை மிகப்பெரும் அளவிலான சலுகைகள். ஆனால் ஷேக் இன்னும் அதிகமான அதிகாரங்களைக் கேட்டார். அரசியல் அமைப்புச்சபையில் பேசும் போது, 'மத்திய அரசுக்கு விட்டுக்கொடுக்கவேண்டிய அதிகாரங்களையும், உச்ச நீதிமன்றத்தின் வரம்பையும் மாநிலமே தீர்மானிக்கும்' என்று சண்டையிடும் தொனியில் குறிப்பிட்டார்.

மேலும் மாநிலத்தின் பெயரளவுத் தலைவராக இருந்த இளவரசர் கரன் சிங்கிடம், அவர் தான் சொன்ன வழிக்கு வராவிட்டால், பதவி நீக்கம் செய்யப்பட்ட அவருடைய தந்தை ஹரி சிங்கின் கதிதான் அவருக்கும் ஏற்படும் என்றும் கூறினார். கிளர்ச்சிக்கார சக்திகளுடனான உறவை

இளவரசர் விட்டுவிட வேண்டும் என்றும், அதற்குப் பதிலாக மக்களின் சுக துக்கங்களோடு தம்மை ஐக்கியப்படுத்திக்கொள்ள வேண்டும் என்றும் ஷேக் கூறினார். மாறாக, 'அவர் சில பிற்போக்கு சக்திகளின் உதவியுடன் தம் பதவியைத் தக்கவைத்துக்கொள்ளலாம் என்ற மாயக்கனவில், தவறான நம்பிக்கையில் இருந்தால், அவர் தவறு செய்கிறார் என்று அர்த்தம்' என்றார் ஷேக்.[14]

இங்கு அவர் குறிப்பிட்ட பிற்போக்கு சக்தி என்பது ஜம்முவின் இந்துக்களைக் குறிக்கும். அவர்கள் திரும்பவும் தங்கள் கிளர்ச்சியை, கவர்ச்சி நிறைந்த புதிய கோஷத்துடன் ஆரம்பித்தனர். அது: 'ஏக் தேஷ் மைய்ன் தோ விதான், தோ பிரதான், தோ நிஷான் - நஹின் சலேங்கே நஹின் சலேங்கே' (இரு அரசியல் அமைப்புச் சட்டங்கள், இரு தலைவர்கள், இரு கொடிகள் - இவற்றை ஒரு மாநிலத்தில் நாங்கள் அனுமதிக்க மாட்டோம், அனுமதிக்க மாட்டோம்). ஊர்வலங்கள், அணிவகுப்புகள், காவல்துறையுடன் மோதல் போன்றவை அடிக்கடி நிகழும் சம்பவங்களாகிவிட்டன. மீண்டும் ஜம்மு ஜெயில்கள் பிரஜா பரிஷத் தொண்டர்களால் நிரம்பி வழிந்தன.

ஜம்மு இந்துக்கள், அரச குடும்பத்திடமும், குறிப்பாக மகாராஜா ஹரி சிங்கிடமும் ஆழ்ந்த பற்று கொண்டிருந்தனர். அவருடைய பதவி நீக்கத்தை அவர்கள் எதிர்த்தனர். அவருக்குப் பதிலாக அவருடைய மகன் நியமனம் பெற்றது விசுவாசமற்ற செயல் என்று அவர்கள் அதிருப்தி அடைந்தனர். அவர்களுடைய அச்சம் பொருளாதார அடிப்படையிலும் ஆனது.

காஷ்மீர் பள்ளத்தாக்கில் அண்மையில் மேற்கொள்ளப்பட்ட நிலச் சீர்திருத்தங்கள் ஜம்முவிலும் நடைமுறைப் படுத்தப்படுமோ என்ற அச்சம் நிலவியது. பள்ளத்தாக்கில் ஜமீன்தார்கள் உச்சவரம்புக்கு அதிகமாக வைத்திருந்த நிலங்கள் பறிக்கப்பட்டுவிட்டன. குடும்பத்துக்கு இருபத்து இரண்டு ஏக்கர் என்ற உச்சவரம்பு விதிக்கப்பட்டதில், அவர்கள் இழப்பு கணிசமானது. அரசால் பறிமுதல் செய்யப்பட்ட நிலங்கள் நடுத்தர விவசாயிகள்வசம் ஒப்படைக்கப்பட்டன. அந்த அளவுக்கு விவசாயக் கூலிகள் பயன்பெறவில்லை. இருந்தபோதிலும் நிலச் சீர்திருத்தச் சட்டங்கள் முன்னோக்கிச் சென்று இந்தியாவின் பிற மாநிலங்கள் எவற்றைக் காட்டிலும் வெற்றிகரமாக அமைந்தன.[15]

பள்ளத்தாக்கில் பெரும்பான்மையான நிலச்சுவான்தார்கள் இந்துக்களாக அமைந்துவிட்டனர். இந்த முக்கியமான சோஷலிஸ மறுபகிர்வுக்குத் துரதிர்ஷ்டவசமாக மதவண்ணம் பூசப்பட்டுவிட்டது. ஷேக்கின் மதச்சார்பற்ற நேர்மையான பணியாக இது இருந்தபோதிலும் மதவண்ணம் தவிர்க்க முடியாதது ஆகிவிட்டது. வரலாற்றுப் பழைமையை மறுக்க முடியவில்லை. ஒரு காலத்தில் மாநிலம், ஜம்முவின் டோக்ரா இனத்தவரின் கட்டுப்பாட்டில் இருந்தது. அவர்கள் இந்துக்கள். இப்போது பள்ளத்தாக்கை அடித்தளமாகக் கொண்டு முஸ்லிம்களைப் பெரும்பான்மை உறுப்பினர்களாகவும் தலைவராகவும் கொண்ட தேசிய மாநாட்டுக் கட்சியின் கட்டுப்பாட்டில் வந்துவிட்டது.[16]

IV

1950, 1952 வருடங்களில் இந்தியாவின் பிற பகுதிகளில் இருந்தவர்கள் புதிய அரசியலமைப்புச் சட்டத்துக்குப் பழகிவிட்டனர். முதல் பொதுத் தேர்தல் களும் நடந்து முடிந்தன. ஆனால் ஜம்மு காஷ்மீரின் நிலை, இருதலைக் கொல்லி எறும்பாக இருந்தது. மாநிலத்துக்கும் மத்திய அரசுக்கும் இடையே உறுதியற்ற உறவு நிலவியது. காஷ்மீர் பள்ளத்தாக்கில் இருந்த முஸ்லிம் பெரும்பான்மைக்கும் இந்து ஆதிக்கத்தில் இருந்த ஜம்மு பகுதிக்கும் இடையே பிரச்னைகள் இருந்தன. அரசியல் செய்வதற்கு ஏதேனும் காரணம் தேடிக்கொண்டிருந்த ஓர் அரசியல்வாதிக்கு இங்கே அற்புதமான வாய்ப்பு காத்திருந்தது. டாக்டர் சியாமா பிரசாத் முகர்ஜி அதைச் சரியாகப் பிடித்துக் கொண்டார். ஜம்மு டோக்ராக்களின் பிரச்னைகளைத் தம்முடைய சொந்தப் பிரச்னையாக ஏற்று போராட்டம் நடத்தத் தயாரானார்.

டாக்டர் முகர்ஜி பாரதீய ஜன சங்கம் கட்சியை உருவாக்கி, அதன் தலைவராகும் பொருட்டு, ஜவாஹர்லால் நேருவின் மந்திரி சபையிலிருந்து வெளியேறியவர். 1952-ன் பொதுத் தேர்தலில் கட்சி மிக மோசமான தோல்வியைத் தழுவியிருந்தது. மூவர் மட்டுமே நாடாளுமன்றத்துக்குத் தேர்ந் தெடுக்கப்பட்டிருந்தனர். காஷ்மீர் சச்சரவுகள் டாக்டர் முகர்ஜிக்கும் ஜன சங்கத்துக்கும் சரியான நேரத்தில் கிடைத்த வாய்ப்பாக அமைந்தது. மனம் சோர்ந்து கிடந்த தொண்டர்களை உற்சாகப்படுத்தவும், தேர்தல் ஏமாற்றங் களை மறக்கவும், தேசிய அரங்கில் கட்சிக்குப் புத்துயிர் ஊட்டவும், இங்கே ஒரு வாய்ப்பு கிடைத்தது.

டாக்டர் முகர்ஜி நாடாளுமன்றத்தில் அரசாங்கத்தின்மீது மின்னல் வேகத் தாக்குதல்களைத் தொடர்ந்தார். ஷேக் அப்துல்லாவை காஷ்மீரின் ராஜாக்களுக்கு ராஜாவாக ஆக்கியது யார் என்று கிண்டலாகக் கேட்டார். ஷேக் மாநிலக் கொடியையும் தேசியக் கொடியையும் 'சமமாக' மதிப்பதாகத் தெளிவாகச் சொல்லிவிட்டார். முழு இறையாண்மை உள்ள ஒரு நாட்டில் இருவேறு ராஜபக்தி, விசுவாசம் ஏற்கக்கூடியது அல்ல என்று ஜனசங்கத் தலைவர் கூறினார். கட்டுப்படுத்தப்பட்ட இணைப்பையே பள்ளத்தாக்கு விரும்பினாலும் ஜம்முவும் புத்தப் பிராந்தியமான லடாக்கும் விரும்பினால், இந்திய யூனியனுடன் முழுமையாக இணைய அனுமதிக்கப்பட வேண்டும் என்றார். இன்னும் சொல்லப்போனால், தனிச்சலுகை ஏதும் அளிக்காமல் முழு மாநிலத்தையும் இந்தியாவின் ஒரு பகுதியாக இணைப்பதே சரியான தீர்வாகும் என்றார் முகர்ஜி. இது அந்த மாநிலத்தைப் பிற சுதேச சமஸ்தானங் களுடன் சம நிலையில் நிறுத்தும். முன்னதாக அந்த சமஸ்தானங்களுக்கு சுயாட்சி தொடர்பாக சில உறுதிமொழிகள் அளிக்கப்பட்டிருந்தும், முடிவில் அவை முழுமையாக அரசியலமைப்புச் சட்ட அம்சங்களுக்கு உட்பட்டு நடக்கச் சம்மதிக்க வேண்டி வந்தன. அப்துல்லாவே அரசியல் அமைப்புச் சபையின் உறுப்பினராக இருந்துள்ளார். அவரே இப்போது சிறப்பான சலுகைகளுடன் நடத்திடக் கோருகிறார். அப்துல்லா, இந்தியாவின் பிற

பகுதிகளைப் பொருத்தவரை, முக்கியமாக, 497 சுதேச சமஸ்தானக்களைப் பொருத்தவரை, அரசியல் அமைப்புச் சட்டங்களை முழுமையாக ஏற்க வில்லையா? அது மற்ற அனைவருக்கும் நல்லது என்றால், காஷ்மீருக்கும் நல்லதல்லவா?[17]

1952 இலையுதிர் காலத்தில் டாக்டர் முகர்ஜி ஜம்முவுக்கு வந்தார். பிரஜா பரிஷத் இயக்கத்துக்கு ஆதரவாகப் பல சொற்பொழிவுகள் ஆற்றினார். அவர்களுடைய கோரிக்கைகள் நியாயமானவை, தேசப்பற்றுள்ளவை என்றார். அவர்களுக்கு இந்திய அரசியல் அமைப்புச் சட்டத்தைப் பொருந்துவதாக ஆக்கிட உறுதியளித்தார். பிறகு அவர் ஸ்ரீநகர் சென்றார். ஷேக் அப்துல்லாவுடன் மிக நெருக்கமாகப் பேசினார்.[18]

ஒரு தேசியக் கட்சியும் ஒரு தேசியத் தலைவரும் தங்களுக்கு ஆதரவு அளித்த விஷயம் டோக்ராக்களை உற்சாகப்படுத்தியது. 1952 நவம்பரில் குளிர்காலக் கூட்டத் தொடருக்காக மாநில அரசு ஜம்முவுக்கு இடம் மாறியது. மாநிலத்தின் தலைவர் என்ற முறையில் கரன் சிங் முதலில் வந்துசேர்ந்தார். வெறுப்பும் பகையுணர்வும் கொண்ட கோஷங்களுடன் பிரஜா பரிஷத் கட்சியினர் கருப்புக் கொடியுடன் தம்மை வரவேற்றதை, அவர் சில ஆண்டுகளுக்குப் பிறகு நினைவுகூர்ந்தார். தேசிய மாநாட்டுக் கட்சி ஏற்பாடு செய்திருந்த சில வரவேற்பு வைபவங்களை, டோக்ரா மக்களின் தீவிர எதிர்ப்பு அடக்கிவிட்டது. கரன் சிங் இந்திய அரசுக்கு எழுதிய கடிதத்தில் ஜம்மு மாகாணத்தில் மிகப் பெரும்பான்மையினர் கிளர்ச்சிக்கு ஆதரவாக இருப்பதாகவே தமக்குத் தோன்றுவதாகக் குறிப்பிட்டிருந்தார். மேலும் அதை வெறும் பிற்போக்குவாதிகளின் எதிர்ப்பாக ஒதுக்கித் தள்ளுவது சரியென்று படவில்லை என்றும் கூறியிருந்தார்.[19]

ஷேக் அப்துல்லாவும் அப்படித்தான் நினைத்திருந்தார். 1952, 1953 குளிர்காலங்களில் பிரஜா பரிஷத்தும் மாநில அரசும் சச்சரவுகளில்தான் மூழ்கிக் கிடந்தனர். அரசாங்கக் கட்டடங்களில் எதிர்ப்பாளர்கள் மாநிலக் கொடியை அகற்றிவிட்டு அங்கு இந்திய தேசியக் கொடிகளைப் பறக்க விடுவர். உடனே அவர்கள் கைது செய்யப்படுவார்கள். ஆனால் மற்றவர்கள் அந்த இடத்துக்கு வந்து அந்தக் காரியத்தை தொடர்வார்கள். பிரஜா பரிஷத் உறுப்பினர் மேளா ராம் என்பவர் பாகிஸ்தான் எல்லைக்கு அருகே காவலர்களால் சுடப்பட்டபோது, இந்த இயக்கம் வேகம் பெற்றது. ஜம்முவில் மட்டும், ஷேக் அப்துல்லாவின் செல்வாக்கு குறையத் தொடங்கியது. சர்வாதிகார முடியாட்சிக்கு எதிரான மக்களின் பிரதிநிதியாகத் தன் பெயரை இதுவரை முன்னிறுத்தி வந்த ஷேக், இப்போது அடக்கியாளும் ஆட்சியாளர் ஆகிவிட்டார்.[20]

பிரஜா பரிஷத்துக்கும் இந்திய யூனியனுடன் முழுமையாக இணைய விரும்பும் அவர்களுடைய உயர்ந்த தேசபக்தி மற்றும் உணர்ச்சிமிக்க போராட்டத்துக்கும் ஆதரவாக ஜவாஹர்லால் நேருவுக்கு, டாக்டர் முகர்ஜி ஜனவரி மாதத்தில் ஒரு கடிதம் எழுதினார். முன்பு பிரிவுபடாத மாநிலத்தின் ஒரு பகுதியாக இருந்து,

தற்போது பாகிஸ்தான்வசம் இருக்கும் அந்தப் பகுதியை மீட்பதற்கான சவாலையும் விடுத்திருந்தார். 'இந்தப் பகுதியை இந்தியா எவ்வாறு மீட்கப்போகிறது?' என்று முகர்ஜி வினவினார். 'நீங்கள் எப்போதும் இந்தக் கேள்விக்குப் பதில் அளிக்காமல் தப்பித்துக்கொள்ளப் பார்க்கிறீர்கள். இந்த விஷயத்தில் நீங்கள் சரியாக என்ன செய்யத் தீர்மானித்திருக்கிறீர்கள் என்று நாங்கள் தெரிந்துகொள்ள வேண்டிய நேரம் வந்துவிட்டது. நமக்குச் சொந்தமான பிராந்தியத்தின் ஒரு பகுதியை மீட்கத் தவறிவிட்டால் அது ஒரு தேசிய அவமானத்துக்கும் தலை குனிவுக்கும் இடமாவதற்கு சற்றும் குறைவானதல்ல' என்று எழுதியிருந்தார்.

நேரு இந்தத் தாக்குதலை ஒதுக்கித் தள்ளிவிட்டார். 'பிரஜா பரிஷத் கட்சியினர் மிகக் கடினமான, சிக்கலான அரசியல் பிரச்னையைப் போர் மூலம் தீர்க்க முயல்வதாக' அவர் கருதினார். அப்துல்லா (அவருக்கு முகர்ஜி தனியாகக் கடிதம் எழுதியிருந்தார்) கூடுதல் கடுமையுடன் இருந்தார். 'பிரஜா பரிஷத், முழு காஷ்மீர் பிரச்னைக்கும் முடிவு காண, மதவழித் தீர்வைத் திணிக்கத் தீர்மானித்துள்ளது' என்று கருதினார்.

பிரஜா பரிஷத் தலைவர்களைச் சிறையிலிருந்து விடுவித்து காஷ்மீரின் எதிர்காலம் குறித்து விவாதிக்க மாநாடு ஒன்றைக் கூட்டவேண்டும் என்று நேருவிடமும் ஷேக் அப்துல்லாவிடம் முகர்ஜி கோரினார். மேலும், நேருவை பாகிஸ்தானுடன் போருக்குச் செல்லச் சவால் விடுத்தார் முகர்ஜி. 'தயவுசெய்து பிரச்னையைத் திசை திருப்பாதீர்கள்; நாம் போற்றி மகிழும் நம் பிராந்தியப் பகுதியை மீட்க விரும்பினால், எப்போது, எப்படி மீட்கப்போகிறோம் என்பதை இந்திய மக்கள் அறியட்டும்' என்றார்.[21]

முடிவில் வாதப் பிரதிவாதங்கள் கௌரவப் பிரச்னையாக மாறின. அரசுடன் பேச்சுவார்த்தை நடத்த முன் நிபந்தனையாக பரிஷத்தின் நடவடிக்கைகளை நிறுத்தவேண்டும் என்றார் நேரு. போராட்டத்தை நிறுத்தும் முன் நிபந்தனையாக அரசு பேச்சுவார்த்தைக்கு அழைக்கவேண்டாம் என்றார் முகர்ஜி. அரசு வளைந்துகொடுக்க மறுத்தபோது, முகர்ஜி, டெல்லி மக்களிடம் பிரச்னையை எடுத்துச்செல்லத் தீர்மானித்தார். மார்ச் முதல் வாரத்தில் ஜன சங்கத் தொண்டர்கள் பிரஜா பரிஷத்துக்கு ஆதரவாகச் சிறைசெல்ல முன்வந்தனர். தொண்டர்கள் காவல் நிலையம் முன் திரண்டு, அரசுக்கும் பிரதமருக்கும் எதிராகக் கோஷம் எழுப்புவார்கள். அதன்படி அவர்கள் குற்றவியல் நடைமுறைச் சட்டம் பிரிவு 188-ஐ மீறியவர்களாவார்கள்.

டாக்டர் முகர்ஜி தம் நாடாளுமன்ற அலுவலகத்தில் இருந்துகொண்டு, சத்தியாகிரகத்தை ஒருங்கிணைத்து வந்தார். அதில் பங்குகொண்டவர்கள் அரசால் இந்து மதவாதக் கட்சிகள் என்று சொல்லப்பட்ட ஜன சங்கம், இந்து மகாசபை, ராமராஜ்ய பரிஷத் போன்றவற்றின் தொண்டர்கள். ஏப்ரல் 1953 முடிவில், சுமார் 1,300 பேர் கைது செய்யப்பட்டிருந்தனர். ரகசியக் காவல் துறை அறிக்கைகள் அவர்கள் இந்தியாவின் எல்லாப் பகுதிகளிலிருந்தும்

வந்தவர்கள் என்றும், அவர்கள் பெரும்பாலும் பிராமண, தாகுர், பனியா வகுப்புகளைச் சார்ந்த உயர்ஜாதியினர் என்றும் கூறின.[22]

அப்போது பள்ளத்தாக்கில் சுற்றுலாப் பயணிகள் வரும் கோடைப் பருவம். ஏப்ரல் கடைசியில் வந்த முதல் பயணிகளில் அமெரிக்க அரசியல்வாதி அட்லாய் ஸ்டீவன்ஸனும் ஒருவர். அவர் தால் ஏரியில் படகு சவாரி செய்யவும், பனியைக் கண்டு களிக்கவும் வந்தார். அத்துடன் ஷேக் அப்துல்லாவைச் சந்திக்கவும் வந்திருந்தார். அவர்கள் இரண்டு முறை சந்தித்தனர். ஒவ்வொரு முறையும் இரண்டு மணி நேரத்துக்கும் மேலாகப் பேசிக்கொண்டனர். இருவருமே பேச்சுவார்த்தைகளின் விவரங்களை வெளியிடவில்லை. ஆனால் அது சுதந்தரம் பற்றியதாக இருந்திருக்கும் என சில இந்தியர்கள் நினைத்துக் கொண்டனர். அமெரிக்காவுக்குச் சாதகமான தாகக் கருதப்படும் ஒரு பம்பாய் பத்திரிகை, ஸ்டீவன்சன் அப்துல்லாவுக்கு வெறும் தார்மீக ஆதரவு மட்டுமின்றி அதற்கும் மேலாகவே உறுதி அளித்துள்ளதாகக் கூறியது.

காஷ்மீர் சுதந்தரம் அடைந்தவுடனே பதினைந்து மில்லியன் டாலரைக் கடனாகத் தரத் தயாராக இருப்பதோடு, ஐயாயிரத்துக்குக் குறையாமல் அமெரிக்கக் குடும்பங்கள் நிரந்தரமாகத் தங்கி இருக்கும் என்றும், காஷ்மீரின் கைவினைஞர்களின் தேர்ந்த கலை மற்றும் கைத்தொழில் பொருள்கள் அனைத்தையும் அமெரிக்கர்கள் வாங்கிக்கொள்வர் என்றும், மூன்று ஆண்டுகளில் காஷ்மீரின் ஒவ்வொரு கிராமமும் மின்வசதி பெறும் என்றும், மேலும் பல சலுகைகள் பெறும் என்றும் அந்தப் பத்திரிகையில் கூறப் பட்டிருந்தது.[23]

அப்துல்லாவுக்கு ஊக்கமளித்ததாகக் கூறப்படுவதை பிறகு ஸ்டீவன்ஸன் மறுத்தார். சுதந்தர நிலை என்ற மாற்று யோசனையை எதேச்சையாக ஷேக் தெரிவித்தபோது, ஸ்டீவன்சன் அமைதியாக இருந்ததாகவும், மறந்தும்கூட அதற்கு எந்தவித ஆதரவையும் அளிக்கவில்லை என்றும் சொன்னார். அது செயல்படக்கூடியதாகத் தோன்றவில்லை என்றும், அவர் கேட்டுக் கொண்டிருந்தாரே ஒழிய பேசவில்லை என்றும் கூறினார்.[24]

எனவே, ஷேக் மீண்டும் ஒருமுறை சுதந்தரம் பற்றிச் சிந்தித்துக்கொண்டிருந் தார். ஆனால், சுதந்தரம் எதற்கு? முழு ஜம்மு காஷ்மீர் மாநிலத்துக்கே அல்ல. ஒரு பகுதி பாகிஸ்தானிடம் இருந்தது. மற்றொரு பகுதி (ஜம்மு) நீண்டகால மாகக் கிளர்ச்சியின் பிடியில் இருக்கிறது. அப்துல்லாவின் குறிப்புகள் அறிஞர்களுக்குக் கிடைக்கவில்லை. இதுபற்றி அவருடைய நினைவுக்குறிப்பு களிலும் அவர் மௌனமாகவே இருக்கிறார். ஆனால் ஓரளவுக்குச் சரியாகக் கூறுவதென்றால், சுதந்தரம் என்பது பள்ளத்தாக்குக்கு மட்டுமே இருக்கும். அதற்குத்தான் அவர் சுதந்தரத்தை நாடி, அந்தப் பகுதியைத் தன் கட்டுப்பாட்டில் வைத்திருந்தார். மக்கள் பெரும்பாலும் அவர் பின்னால் இருந்தனர். மேலும் இங்கேதான் அவருடைய 'கிழக்கின் சுவிட்சர்லாந்து' கனவுகளுக்கு உயிரூட்ட சுற்றுலாப் பயணிகள் வருவார்கள்.[25]

V

ஸ்டீவன்சன் வந்து சென்று சில நாட்கள் ஆவதற்குள் மற்றொரு அரசியல்வாதி குழம்பிய குட்டையில் மீன்பிடிக்க வந்துசேர்ந்தார். மே 8-ம் தேதி டாக்டர் சியாமா பிரசாத் முகர்ஜி ஸ்ரீநகருக்குச் செல்லும் வழியில் ஜம்முவுக்கு ரயிலேறினார். தனது சத்தியாக்கிரகத்தைப் எதிரிப் பிராந்தியத்துக்கு தீவிரமாக எடுத்துச் செல்லத் திட்டமிட்டிருந்தார். கலவரத்தை எதிர்நோக்கிய மாநில அரசு அவர் வருவதைத் தடுக்க ஆணையிட்டது. பதினொன்றாம் தேதி காலை ஆணையைமீறி எல்லையைக் கடந்தார். போலீஸ் அவரைத் திரும்பிச் செல்லுமாறு வேண்டியது. அவர் மறுத்துவிட்டதால் கைது செய்யப்பட்டு ஸ்ரீநகர் சிறைக்குக் கொண்டு செல்லப்பட்டார்.

பிரஜா பரிஷத் இயக்கத்துக்கு வருமுன், டாக்டர் முகர்ஜி முழுநேர அரசியலமைப்புச் சட்ட வல்லுனராகச் செயல்பட்டவர். அவர் பழங்கால வங்காளி பத்ரலோக். சூட் கோட்டுடன் விஸ்கி உறிஞ்சியபடி சௌகரியமாக வாழ்க்கை நடத்தியவர். தேசிய இயக்கம் நடைபெற்றுக்கொண்டிருந்த காலம் முழுவதும் சத்தியாக்கிரகத்தின் பக்கமே சென்றதுமில்லை; ஓர் இரவுகூட சிறையில் இருந்ததுமில்லை. அவருடைய வாழ்க்கை வரலாற்று ஆசிரியர் கூறியவாறு, 'அரசின் கொள்கைகள் பற்றிய அவருடைய கருத்துகளை வெளியிட அவருக்கு சட்டமன்றம் மட்டுமே ஒரே அரங்காக இருந்தது.' பிரஜா பரிஷத்தின் எதிர்ப்பு நடவடிக்கைகளுக்கு முகர்ஜி ஆதரவு அளித்ததிலிருந்து, அந்தப் போக்கு திடீரென முடிவுக்கு வந்தது. இப்போது அவர் தானே எதிர்ப்புகளைத் திட்டமிட்டு முன்னின்று நடத்திக்கொண்டிருந்தார்.

ஏன் அவர், தனக்கு அறிமுகமில்லாத முறையை மேற்கொண்டார்? அவர் தன் தொண்டர் (எதிர்கால வாழ்க்கை வரலாற்று ஆசிரியர்) பால்ராஜ் மாதோக்கிடம், 'அந்த ஒரு மொழிதான் பிரதமருக்குப் புரியும் என்பதில் தனக்கு உறுதியான நம்பிக்கை ஏற்பட்டுவிட்டது' என்று கூறினார். வாழ்க்கை முழுவதும் கிளர்ச்சியாளராக வாழ்ந்துவிட்ட நேருவுக்கு கிளர்ச்சி முறைகளில் ஒரு நம்பிக்கை ஏற்பட்டுவிட்டதாக முகர்ஜி கருதினார். அவர் பலாத்காரத்துக்கும் கிளர்ச்சிக்கும் வளைந்துகொடுப்பாரே தவிர சரியான, அறிவுபூர்வமான நடவடிக்கைகளை பெரும்பலத்துடன் பயன்படுத்தினால் அன்றி ஏற்றுக்கொள்ள மாட்டார்.[26]

இப்போது ஸ்ரீநகர் சிறையில், அவர்மீது குற்றச்சாட்டுகள் தொகுக்கப்பட்டுக் கொண்டிருக்கும் வேளையில், டாக்டர் முகர்ஜி தன் நேரத்தை இந்து தத்துவங்களைப் படிப்பதற்கும், நண்பர்களுக்கும் உறவினர்களுக்கும் கடிதம் எழுதுவதற்கும் செலவிட்டுக்கொண்டிருந்தார்.[27] ஜூன் ஆரம்பத்தில் அவரது ஒரு காலில் வலி ஏற்பட்டு ஜுரமும் ஏற்பட்டது. நுரையீரல் ஜவ்வில் அழற்சி என்று மருத்துவர்கள் முடிவு செய்தனர். ஜூன் 22-ம் தேதியன்று இதயவலி ஏற்பட்டு மறுநாள் மரணமடைந்தார்.[28]

ஜூன் 24-ம் தேதியன்று இந்திய விமானப்படை விமானம் ஒன்றில் அவருடைய உடல் அவருடைய சொந்த ஊரான கல்கத்தாவுக்கு எடுத்துச் செல்லப்பட்டது. ஷேக் அப்துல்லா அவர் உடல்மீது ஒரு சால்வையைப் போர்த்தினார். துணைப் பிரதமர் பக்ஷி குலாம் முகமத் அவர் உடலை விமானத்தில் ஏற்ற உதவினார். கல்கத்தாடம்டம் விமான நிலையத்திலிருந்து அவருடைய சொந்த ஊரான பொவானிபூர் வரை 13 மைல் தூர வழிநெடுகிலும் மக்கள் கூட்டம் வரிசையில் திரண்டிருந்தது. 'முகர்ஜியின் மரணத்தின் விளைவாகப் பெருந்தொல்லை ஏற்பட்டிருக்கிறது, டெல்லியின் சூழ்நிலை மோசமாக இருக்கிறது' என்றும், 'கல்கத்தாவில் மிக மோசமாக இருக்கிறது' என்றும் நேரு தன் நண்பருக்குக் கடிதம் எழுதினார்.[29]

ஜம்முவின் நிலைமை அதைவிட மிக மோசமாக இருந்தது. செய்தி அறிந்ததும் கோபமடைந்த ஒரு கூட்டம் அரசாங்க கலைக்கூடத்தைத் தாக்கிச் சூறையிட்டது. அரசாங்க அலுவலகத்தைத் தீயிட்டுக் கொளுத்தியது.[30] இதற்கிடையில் டெல்லியில் ஆஜ்மீர் கேட்டில் ஒரு கூட்டம் கருப்பு பட்டைகள் அணிந்து கருப்புக் கொடி காட்டி, 'ரத்தத்துக்கு ரத்தம்' என்று கோஷமிட்டது. ஆத்திரம் பல நாட்கள் நீடித்தது. ஜூலை 5-ம் தேதி டாக்டர் முகர்ஜியின் அஸ்தியில் ஒரு பகுதி டெல்லிக்குச் சென்றது. அதை ஜன சங்கத் தொண்டர்கள் பழைய டெல்லியில் மாபெரும் ஊர்வலமாக எடுத்துச் சென்றனர். அணிவகுப்புகளும் பழிவாங்கும் கோஷங்களும், 'காஷ்மீர் நமதே' என்ற அறைகூவலும் தொடர்ந்தன.[31]

ஜூன் கடைசியில், 'ஷேக் அப்துல்லா டெல்லி வந்தால் கொலை செய்யப் படுவார்' என்ற கொலை மிரட்டல்கள் டெல்லியின் சில சுவரொட்டிகளில் காணப்பட்டன. இந்த மிரட்டல்களை லேசாக எடுத்துக்கொள்ள முடியாது. ஏனென்றால், மகாத்மா காந்தியின் மறைவு ஏற்பட்டபோது இருந்த அதே மிக அழுத்தமான சூழ்நிலை இப்போது நிலவியது. இப்போது மீண்டும் டெல்லி, இந்துத் தீவிரவாதிகள் நிறைந்த நடுத்தர மக்கள் கையில் சிக்கிக்கொண்டு இருந்தது. 'மதவாதிகளின் தீவிரப் பிரசாரங்களால் இப்போது ஷேக் மட்டுமல்ல; நேருவும் காந்தியைப் போல அதே கதிக்கு உள்ளாவார்' என்று தோன்றியது. இந்தக் கட்சிகளின் திட்டங்கள், யோசனைகள் பற்றியும் பிரதமருக்கு எதிரான பிரசாரங்களைக் கண்காணிக்குமாறும் காவல்துறைக்கு அறிவுரை வழங்கப்பட்டது.[32]

VI

டாக்டர் முகர்ஜியின் மக்கள் இயக்கம், ஷேக் அப்துல்லாவின் மனத்தில் சுதந்தர வேட்கையை அதிகரித்தது. அந்த மரணத்தை அடுத்தெழுந்த கிளர்ச்சிக்குரல்கள் அதற்கு மேலும் உரமூட்டுவனவாகத் தோன்றியது. இதை உணர்ந்த நேரு அவருக்கு பழையநட்பையும் இந்தியாவுக்கும் காஷ்மீருக்குமான உறவையும் நினைவூட்டி உருக்கமான இரு கடிதங்களை எழுதினார். அவர் அப்துல்லாவை டெல்லிக்கு வந்து தம்மைச் சந்திக்கக் கோரினார். ஷேக்

செவிசாய்க்கவில்லை. (மிக மூத்த கேபினட் அமைச்சரான) மௌலானா அபுல் கலாம் ஆசாத்தை ஸ்ரீநகருக்கு அனுப்பிவைத்தார். ஆனால் அதுவும் பயன்தரவில்லை. ஷேக்குக்கு இப்போது இரண்டு விஷயங்கள் உறுதியாகத் தெரிந்தன. அவருக்கு அமெரிக்காவின் ஆதரவு கிடைக்கும். நேருவால்கூட இந்தியாவின் மதவெறிச் சக்திகளை ஒடுக்கமுடியாது. ஜூலை 10-ம் தேதியன்று ஸ்ரீநகரில் தேசிய மாநாட்டுக் கட்சியின் தலைமையிடமான முஜாஹித் மன்ஸிலில் கட்சித் தொண்டர்களிடையே அவர் பேசினார். இந்திய அரசுக்கு எதிராக காஷ்மீருக்கும் தமக்கும் உள்ள வருத்தங்களை விவரித்து விட்டு, அவற்றின் விளைவாக அவர்களுக்கு தான் விடை கொடுத்தனுப்பும் நாள் வரும் என்றும் கூறினார்.[33]

ஷேக்கின் தலைகீழ் மாற்றம் பிரதமருக்கு மிகுந்த எச்சரிக்கை உணர்வை அளித்தது. தன் சகாவுக்கு எழுதிய கடிதத்தில், காஷ்மீரின் எந்த நடவடிக்கையும் இந்தியா எங்கும் பரந்த அளவில் மிகப்பெரும் விளைவுகளை ஏற்படுத்துவதால், அவை மிகவும் துரதிர்ஷ்டமானவை. 'காஷ்மீர் சிக்கல், இந்தியாவின் மதச்சார்பற்ற கொள்கை உள்ளிட்ட பல நோக்கங்களின் சின்னமாக விளங்குகிறது' என்று கூறியிருந்தார்.[34]

இப்போது காஷ்மீர் அரசாங்கமே பிளவுபட்டு நின்றது. (நேரு கருதியது போல), 'அதன் உறுப்பினர்கள் அரசை வெவ்வேறு திசைக்கு இழுத்துச் சென்று வெவ்வேறு கொள்கைகளை பிரகடனம் செய்தனர்.' இதில் பெரும் பங்கு இந்திய உளவுத்துறையினுடையது. உளவுத்துறை அலுவலர்கள் தேசிய மாநாட்டுக் கட்சிக்குள் நுழைந்து தலைவர்களைப் பிரிப்பதிலும் தொண்டர்களைக் குழப்புவதிலும் தங்கள் பணியை ஆற்றினர். ஜீ.எம்.சாதிக் போன்ற சில தலைவர்கள் இடது சாரியினர், அமெரிக்க எதிர்ப்பாளர்கள். அவர்கள் ஷேக், ஸ்டீவன்ஸனுடன் நடத்திய பேச்சுவார்த்தைகளை ஏற்கவில்லை. பக்ஷி குலாம் முகமது போன்றவருக்கு காஷ்மீரை தானே ஆளும் ஆசை இருந்தது.[35]

இப்போது தேசிய மாநாட்டுக் கட்சிக்குள் இந்திய ஆதரவாளர்களுக்கும் சுதந்தர ஆதரவுக் குழுக்களுக்கும் இடையே வெளிப்படையான சர்ச்சை கிளம்பியது. சுதந்தர ஆதரவாளர் குழுக்களை ஷேக்கின் நெருங்கிய நண்பர் மிர்ஸா அஃப்சல் பெக் வழிநடத்தினார். முதலில் கூறிய இந்திய ஆதரவாளர்கள் 'சத்ர்-இ-ரியாஸத்' கரன் சிங்கோடு நெருங்கிய தொடர்பு வைத்திருந்தனர். ஆகஸ்ட் 21-ம் தேதி, ஈத் பெருநாள் அன்று ஷேக் அப்துல்லா சுதந்தர காஷ்மீர் திட்டத்தை அறிவிப்பார் என்ற வதந்தி உலவியது. மேலும் 'இந்திய ஆக்கிரமிப்புக்கு' எதிராக ஐ.நா.சபை பாதுகாப்பைக் கோருவார் என்றும் கூறப்பட்டது.[36]

அந்த நாளுக்கு இரு வாரங்கள் முன்பாக, அப்துல்லா தன் கேபினட் அமைச்சர் ஒருவரைப் பதவிநீக்கம் செய்தார். இது இந்திய ஆதரவுக் குழுவினைச் சேர்ந்த வேறு சிலருக்கு அப்துல்லாவை எதிர்ப்பதற்கான வாய்ப்பாக அமைந்தது. பக்ஷி குலாம் முகமது தலைமையில் அவர்கள் கூடி ஷேக் அப்துல்லா

பிரிவினைவாதத்தையும் ஊழலையும் ஆதரிப்பதாகக் குற்றம் சுமத்தி அவருக்குக் கடிதம் எழுதினர். கடிதத்தின் நகல் ஒன்று கரன் சிங்குக்கும் அனுப்பப்பட்டது. அவர் தன் பங்குக்கு அப்துல்லாவை பதவிநீக்கம் செய்து பக்ஷி குலாம் முகமதுவை அவருக்குப் பதிலாக ஆட்சி அமைக்க அழைத்தார்.

அதிகாலையிலேயே பதவி நீக்கக் கடிதம் வந்துசேர்ந்துவிட்டது. ஷேக் கண் விழித்து எழுந்ததும் அந்தக் கடிதம் அவரிடம் தரப்பட்டது. அவர் கோபத்தில் கொதித்தார். 'என்னைப் பதவிநீக்கம் செய்ய யார் இந்த ஸத்ர்-ஈ-ரியாஸத்? இந்தப் பையனை நான்தான் ரியாஸத் ஆக்கினேன்' என்று கத்தினார். 'நீங்கள் பதவிநீக்கம் மட்டும் செய்யப்படவில்லை; உங்களைச் சிறைப்படுத்தவும் உத்தரவு பிறப்பிக்கப்பட்டுள்ளது' என்று காவலர் ஒருவர் கூறினார். அவர் சிறைக்கு அழைத்துச் செல்லப்படுவதற்கு முன் தொழுகையை முடிக்கவும் தேவையான பொருள்களை எடுத்துக்கொள்ளவும் இரண்டு மணி நேர அவகாசம் அளிக்கப்பட்டது.

அப்துல்லா ஏன் அவ்வாறு அவமதிப்புக்கு உள்ளாக்கப்பட்டார்? அவர் அந்த இரவில் பதவிநீக்கம் செய்யப்பட்டிருக்க வேண்டுமா? அவர் அவ்வாறு சிறையில் வைக்கப்பட்டிருக்க வேண்டுமா? இதனை கரன் சிங் பின்னர் நினைவுகூர்ந்து தெளிவுபடுத்தினார். 'ஷேக்கும் பெக்கும் தங்களுடைய கருத்துகளை மக்கள் மத்தியில் பிரசாரம் செய்ய அனுமதிக்கப்பட்டால் தம்மால் ஆட்சியை ஏற்று நடத்த முடியாது என்று பக்ஷி குலாம் முகமது தெளிவாகச் சொல்லிவிட்டார்.'

இதை வேறுவிதமாகச் சொன்னால், ஷேக் சிறையில் பாதுகாப்பாகவும் அமைதியாகவும் பதவியின்றி இருப்பார். அப்போது பக்ஷி விரைவாக மக்கள் ஆதரவை தம்பக்கம் திரட்டுவார்.[37]

அப்துல்லாவைச் சிறைசெய்யும் யோசனை ரஃபி அஹமத் கித்வாயினாலேயே திட்டமிடப்பட்டதாக அப்போதும் பிறகும் பரவலாக நம்பப்பட்டது. கித்வாய், மந்திரி சபையில் இடதுசாரிச் சிந்தனையுள்ளவர். நேருவின் நெருக்கமான நண்பர். ஷேக் அப்துல்லா அமெரிக்க ஆதரவைப் பெறும் முயற்சியில் ஈடுபட்டதால்தான் அவர் அவ்வாறு அவமதிப்புக்கு உள்ளாக்கப் பட்டதாக டெல்லியில் வதந்தி நிலவியது. எனினும் இது தவறாக வழிகாட்டப்பட்ட, பழிவாங்கும் நடவடிக்கையாகவே காஷ்மீரில் கருதப் பட்டது. 1947-ல் கித்வாயின் சகோதரர் மலைவாழிடமான முஸோரியில் கொலை செய்யப்பட்டார். ஷேக்கைப் பதவிநீக்கம் செய்ததற்கு ஒரு கணக்கு தீர்க்கப்பட்டது.[38]

ஜவாஹர்லால் நேருவே தன் நண்பர் ஷேக் அப்துல்லாவைக் கைது செய்ய அனுமதித்தாரா? நேருவுக்கு அது முன்னதாகத் தெரியாது என்றுதான் அவரது வாழ்க்கை வரலாற்றாசிரியர் கருதுகிறார். ஆனால் நடவடிக்கை முடிந்தபிறகு அவருடைய உளவுத்துறைத் தலைவர் தெரியும் என்கிறார். எனினும் அதைத் தடுக்க அவர் எதுவும் செய்யவில்லை என்பது தெளிவு.[39]

இப்போதைய காஷ்மீர் பிரதமரும் அவருக்கு முன்பாக இருந்தவரைப் போலவே மிகப் பெரும் செல்வாக்கு கொண்டவர். இவருக்கு முன்பு இருந்தவர் ஷேக் என்று அழைக்கப்பட்டதுபோல, இவரும் பக்ஷி என்று சுருக்கமாக அழைக்கப்பட்டார். சாதாரணமான சூழலில் 1907-ல் பிறந்த குலாம் முகமது, வண்டியோட்டிகள் சங்க அமைப்பாளராகத் தன் அரசியல் வாழ்வைத் தொடங்கினார். ஹரி சிங்கின் ஆட்சியில் அவர் நான்கு முறை சிறை வைக்கப்பட்டது அவர் உண்மையான தேசியவாதி என்பதற்கான சாட்சியமாக அமைந்தது. பொறுமையாலும் தெளிவாலும் அவர் ஷேக்கிலிருந்து முற்றிலும் மாறுபட்டு நின்றார். ஒருவர் சிந்தனையாளர், லட்சியவாதி. மற்றவர் செயல்திறனும் ஆற்றலும் பெற்றவர்.

1947 அக்டோபரில் முற்றுகையாளர்கள் தாக்குதலை மேற்கொண்டபோது, எழுச்சியூட்டும் சொற்பொழிவுகளை அப்துல்லா நடத்தினார். அப்போது தொண்டர்களைத் திரட்டி உரிய நிலைகளில் நிறுத்திவைத்து, எதிரிகளின் வருகைக்காகக் காத்திருந்தார் பக்ஷி. 1947-க்குப் பிறகு அப்துல்லா நேருவையும் டெல்லி விவகாரங்களையும் கவனித்துக்கொண்டிருந்த போதும், அரசே நிலைகுலைந்து நிர்வாகம் செயலற்றுவிட்டபோதும் ஆட்சியைக் கட்டுக்கோப்பாக வைத்திருந்தார் பக்ஷி. 1950-ல் இரண்டு காஷ்மீர் அறிஞர்கள் எழுதியவாறு, 'உறுதியான கட்டுப்பாடு உடையவராக இருந்த அவரால் ஒழுங்கீனத்தையும், காலத்தை வீணடிப்பதையும் நினைத்துப் பார்க்கவே முடியவில்லை. வழக்கமான அரசாங்க முறைகள், சிவப்பு நாடாப் பழக்கங்கள் அவருக்குப் பிடிக்காதவை. அவர் வேகமான, ஆனால் சரியான செயல்பாடுகளில் நம்பிக்கை கொண்டவர்.' முடிவாக, அப்போதைய இந்தியாவில், இந்த முடிவை யாராலும் மறுத்திருக்க முடியாது: நேருவுக்கு சர்தாரை (படேலை) போல, அப்துல்லாவுக்கு பக்ஷி.'[40]

உருவகம், ஒப்பீடு கவர்ச்சிகரமாக இருந்தாலும் முற்றிலும் பொருத்தமானதல்ல. ஏனென்றால், படேல் தலைவர் பதவிக்கு ஆசைப்பட்டதில்லை. அந்த வேலை கிடைத்தவுடன் பக்ஷி அதைத் தக்கவைத்துக்கொள்ளத் திட்டமிட்டார். இதற்கு டெல்லியைத் தன் பக்கத்தில் வைத்துக்கொள்ளவேண்டும் என்பதைப் புரிந்துவைத்துக்கொண்டிருந்தார். பதவியேற்ற பத்து நாள்களுக்குப் பிறகு அவர் ஜம்முவுக்குப் பயணம் செய்தார். அங்கு அவர் பெருந்திரளான கூட்டத்தில், 'காஷ்மீருக்கும் இந்தியாவுக்கும் இடையிலான உறவு மாற்ற முடியாதது. உலகில் எந்தச் சக்தியாலும் இரண்டையும் பிரிக்க முடியாது' என்றார். அடுத்து ஸ்ரீநகரில், தேசிய மாநாட்டுக் கட்சித் தொண்டர்களிடையே பேசிய பக்ஷி, 'ஷேக் அப்துல்லா, சுதந்தர காஷ்மீர் என்ற யோசனையை வளர்த்துக்கொண்டு அந்நியப் படையெடுப்பாளர்கள் கைகளில் விழுந்துவிட்டார். அது காஷ்மீருக்கும் இந்தியாவுக்கும் பாகிஸ்தானுக்கும் விபரீத விளைவுகள் நிறைந்த ஆபத்தான விளையாட்டு' என்று கூறினார். தன்னைத் தானே காத்துக்கொள்வதற்கான வசதிகளற்ற நிலையில் உள்ள காஷ்மீரில், சுதந்தரம் பற்றிய சிந்தனை, நாட்டை ஒரு வல்லரசின் ராஜதந்திர சூழ்ச்சி

மையமாக்கத் திட்டமிடப்பட்ட 'மூளை கெட்ட யோசனை' என்றும் கூறினார். 'அது மக்களைச் சீரழிக்கும் சிந்தனை' என்றார்.[41]

காஷ்மீர் பிரதமராக பக்ஷி குலாம் முகமது வெகுஜன அரசியலை மேற்கொண்டதால், ஒவ்வொரு வெள்ளியன்றும் மக்கள் குறை கேட்கும் 'தர்பார்' ஒன்றை நடத்தினார். முதல் நடவடிக்கையாக நெல் கொள்முதல் விலையை உயர்த்தினார். அடுத்து பள்ளிக் கல்வியை இலவசமாக்கினார். புதிய பொறியியல் மற்றும் மருத்துவக் கல்லூரிகளுக்கு அனுமதி வழங்கினர். ஜம்மு-காஷ்மீர் மற்றும் இதர இந்திய பிராந்தியங்களுக்கு இடையே சுங்கச்சாவடிகளை ஒழித்தார்.

1954 அக்டோபரில் ஸ்ரீநகரில் செய்திப்பத்திரிகை ஆசிரியர்களின் மாநாடு ஒன்று நடைபெற்றது. மாநில அரசு எல்லாத் தடைகளையும் விலக்கிக் கொண்டு விருந்தினர்களை மிகச்சிறந்த ஹோட்டல்களில் தங்கவைத்தது. மிகச்சிறந்த காஷ்மீரி உணவுவகைகள் பரிமாறப்படும் விருந்துகளில் அவர்கள் அனைவரையும் கலந்துகொள்ளச் செய்தது. 'புதிய ஆட்சி பதவிக்கு வந்து ஓர் ஆண்டு மட்டுமே ஆகியிருந்தாலும், பக்ஷியின் அரசாங்கம் சில துறைகளில் முன்னர் நடைமுறையில் இருந்த ஷேக் அப்துல்லாவின் ஆறு வருட ஆட்சியில் கொண்டுவந்ததைவிட அதிகமான சீர்திருத்தங்களைக் கொண்டுவந்திருப்பதாகக் கூறலாம்' என்று ஒரு விசுவாசமான பத்திரிகை ஆசிரியர் எழுதினார்.

பொதுமக்கள் மற்றும் பத்திரிகையாளர் வருகையை அடுத்து ஜனாதிபதி வருகை அடுத்த நிகழ்ச்சியாயிற்று. 1955 அக்டோபரில் டாக்டர் ராஜேந்திர பிரசாத் ஸ்ரீநகருக்கு வந்தார். அப்போது பெரும் ஆர்வத்துடன் வந்த மக்களை முன்னெச்சரிக்கையுடன் கண்காணித்துக் கட்டுப்படுத்தியிருந்தனர். அவர்கள் விமான நிலையத்திலிருந்து சாலை நெடுகிலும் வரிசையாக நின்று வரவேற்றனர். ஜீலம் நதியில் படகு பவனி நடைபெற்றது. அனுமதிக்கப்பட்ட பல வளர்ச்சித் திட்டங்களில் ஒன்றான ஒரு நீர் மின் திட்டத்தைத் தொடங்கிவைப்பதற்காக வந்திருந்தார் டாக்டர் ராஜேந்திர பிரசாத்.[42]

அப்போது ஷேக் அப்துல்லா சிறையில் அமைதியாக ஓய்வு எடுத்துக் கொண்டிருந்தார். குளிர்ச்சியான மலை பங்களாவுக்கு மாற்றித் தங்க வைக்கப்படுமுன், முதலில் அவர் உதம்பூர் பழைய அரண்மனை ஒன்றில் சிறை வைக்கப்பட்டிருந்தார். கோழிப்பண்ணையை உருவாக்கிக் கொண்டிருந்த அவர், தீவிர இந்திய எதிர்ப்பாளராக மாறியிருந்தார்.[43]

காஷ்மீருக்கு உள்ளேயும் வெளியேயும் பக்ஷி வரம்புமீறி ஆட்சியைப் பிடுங்கிக்கொண்டவர் என்று கருதப்பட்டார். டெல்லி ஜும்மா மசூதியில் வெள்ளிக்கிழமை தொழுகை பற்றிய இரண்டு ரகசிய காவல்துறை அறிக்கைக் குறிப்புகளைத் தருவது பொருத்தமாக இருக்கும். 1953 அக்டோபர் 2-ம் தேதியன்று காஷ்மீர் நாடாளுமன்ற உறுப்பினர்கள் இருவர் தொழுகைக்கு வந்திருந்தனர். மசூதி அலுவலர் ஒருவர் காஷ்மீர் நிலை குறித்து ஒரு கூட்டம்

கூட்டக் கோரியபோது, 'ஷேக் அப்துல்லாவின் விடுதலைக்குத் திரை மறைவில் வேலை செய்துகொண்டிருப்பதால் இது சரியான நேரமல்ல' என்று கூறினர். அவர்கள் மேலும் கூறுகையில், 'எல்லா காஷ்மீரிகளும் இந்தியா விலேயே இருப்பர். அதற்காகவே இறப்பர். ஆனால் ஷேக்கை தொடர்ந்து சிறையிலேயே வைத்திருந்தால், மாநிலம் அப்போது ஆத்திரம் அடைந்து பாகிஸ்தானுக்குச் செல்லக்கூடும். அப்படி நடந்தால் அதற்குப் பொறுப்பு அவர்களுடையது அல்ல' என்றும் கூறினர்.

மூன்று மாதங்களுக்குப் பிறகு, பக்ஷி குலாம் முகமதே ஜும்மா மசூதியில் தொழுகைக்கு வந்தார். ஷாஜஹானால் 17-ம் நூற்றாண்டில் கட்டப்பட்ட அந்த மசூதி துணைக்கண்டத்தின் அதிக கம்பீரமானதும் மிகவும் மதிக்கப்படுவதும் ஆகும். பக்ஷியின் வருகை அவருடைய பதவிக்கான சட்ட பூர்வமான உரிமையை உறுதிசெய்துகொள்ள ஒருவழியாக அமையும். மசூதிக் காப்பாளர்களும் பக்ஷியின், டெல்லியுடனான உறவு நெருக்கத்தை அறிந்து உரிய மரியாதையுடன் வரவேற்றனர். ஆனால் காவல்துறை அறிக்கை ஒன்று தொழுகைக்கு வந்திருந்த காஷ்மீரிகள் உள்ளிட்ட சில முஸ்லிம்கள், பக்ஷி குலாம் முகமதுவுக்கு எதிராக கிசுகிசுப்பான குரலில் பேசிக்கொண்டதைக் குறிப்பிடுகிறது. அவருடைய 'குரு' ஷேக் அப்துல்லாவை கம்பி எண்ண வைத்துவிட்டு காஷ்மீரின் பிரதமராகிவிட்டார் என்று பேசிக்கொண்டதாக அந்தக் குறிப்பு தெரிவிக்கிறது.[44]

VII

1940-களைப் போலவே 1950-களிலும் காஷ்மீர், தொல்லைகளுக்கு உட்பட்ட நிச்சயமற்ற நிலையில் இருந்தது. 1940-ல் தொல்லைகள், மகாராஜா இந்தியாவுடனோ பாகிஸ்தானுடனோ சேராமல் போதிய அவகாசம் இருந்தும் தயங்கி நின்றதால் விளைந்தவை. நாட்டை முற்றுகையிட்ட பழங்குடிகளின் பேராசையும் ஆர்வக்கோளாறும் பின்னணிகளாக அமைந்தன. 1950-களில் ஷேக் அப்துல்லா மற்றும் சியாமா பிரசாத் முகர்ஜியின் பெருங்கனவுகள் பின்னணிகளாக இருந்தன. இருவருமே ஜனநாயக அரசியலமைப்புச் சட்டங்களுக்கு உட்பட்டு இயங்க விரும்பவில்லை. இருவரும் அரசியல் போராட்டங்களில் சிலம்பாட்டம் ஆடி, இருவருமே சோகமான விளைவுகளை அனுபவித்தனர்.

காஷ்மீரில் நடைபெற்றுவந்த சச்சரவுகள் இந்தியர்களுக்கு மட்டுமே கவலை அளிப்பதாக இருந்துவிடவில்லை. 1947-ல் இந்தியப் படைக்குத் தலைமை ஏற்றிருந்த பிரிட்டிஷ் தளபதி, 'அவை இந்தியா-பாகிஸ்தான் உறவை மோசமாக்கும்' என அஞ்சினார். காஷ்மீர் பாதுகாப்பின்போது, அவர் ஷேக், பக்ஷி இருவரையும் நன்கு அறிந்திருந்தார். 'ஷேக் மாபெரும் மனிதரல்ல. என்றாலும், நேர்மையிலும் சொந்த நாட்டின் மீதான பற்றிலும் உண்மையானவர்' என்பது அவர் கருத்து. மாறாக, 'பக்ஷி முழுதும் உண்மையான வரல்ல; பண்பற்ற ஒரு மனிதர்' என்று அவர் கருதினார்.[45]

322

உண்மையில் பக்ஷியிடம் கட்டமைக்கும் திறன் கொஞ்சம் உண்டு. தன்னை வளப்படுத்திக்கொள்ளும் சாமர்த்தியமும் உண்டு. டெல்லியிடம் தனக்குள்ள நெருக்கத்தை மாநிலத்துக்கு மத்திய நிதி தொடர்ந்து கிடைப்பதற்குப் அவர் பயன்படுத்திக்கொண்டார். அந்த நிதியுதவிகள் அணைகள், சாலைகள், மருத்துவமனைகள், மலைக்குடைவுகள், ஹோட்டல்கள் ஆகியவற்றுக்குப் பயன்படுத்தப்பட்டன. புதிய தலைமைச் செயலகம், புதிய விளை யாட்டரங்கம், புதிய சுற்றுலாப் பயணிகள் வளாகம் எனப் பல புதிய கட்டடங்கள் எழுந்தன. எனினும், பக்ஷி அரசு மேற்கொண்ட வளர்ச்சித் திட்டங்களில் எப்போதும் அவருடைய குடும்பத்துக்கும் நண்பர்களுக்கும் ஒரு 'சதவிகிதம்' உண்டு. விரைவில் அவர் அரசு, பி.பி.சி. (பக்ஷி பிரதர்ஸ் கார்பொரேஷன்) என்ற பெயரைப் பெற்றுவிட்டது.[46]

1952-53 ஆண்டுகளில் நிகழ்ந்த சம்பவங்கள் பள்ளத்தாக்கின் மீதான இந்தியாவின் நியாயமான உரிமைகளையே கேள்விக்குறி ஆக்கிவிட்டன. 1947-ல் முற்றுகை நடைபெற்று ஆறு ஆண்டுகள் முடிந்துவிட்டன. உலகம் அந்த ஊடுருவலை மறப்பதற்கும், பள்ளத்தாக்கு என்றால் முஸ்லிம்கள்; பாகிஸ்தானிலும் அப்படியே என்பதை மட்டும் நினைவில் வைப்பதற்கும், அது போதுமான கால அவகாசம். மேலும் காஷ்மீர், இந்தியாவுக்குச் சொந்தம் என அணிவகுத்து நின்ற காஷ்மீர் தலைவர், இந்தியாவால் சிறையில் அடைக்கப்பட்டிருந்தார்.

இவ்வாறு இல்லாமல், வேறுவிதமாகப் போக்கு மாறியிருக்குமா? இருக்கலாம்! ஒருவேளை ஷேக் அப்துல்லாவும் சியாமா பிரசாத் முகர்ஜியும் பொறுப்புடனும் கட்டுப்பாட்டுடனும் நடந்துகொண்டிருந்தால்! பெங்களூரி லிருந்து வெளிவந்துகொண்டிருந்த, பெயர் பிரபலமாகாத, மிகக் குறைவான அளவே விற்பனையான, லிபரல் கொள்கை கொண்ட ஆங்கிலேயப் பத்திரிகையாளரின் கருத்துச் சுருக்கத்தை ஜவாஹர்லால் நேருவும் இந்திய அரசாங்கமும் கேட்டிருந்தால், ஒருவேளை மாறியிருக்கலாம்!

1952-53-ல் டாக்டர் முகர்ஜி நேருவைப் பாகிஸ்தான்மீது படையெடுத்து வடக்கு காஷ்மீரை மீட்க வலியுறுத்தியபோது, ஃபிலிப் ஸ்ப்ராட் புரட்சிகரமான வேறு ஒரு தீர்வைக் கூறினார். இந்தியா, பள்ளத்தாக்கின் மீதான உரிமைகளைக் கைவிட்டுவிட வேண்டும். ஷேக்கின் சுதந்தர காஷ்மீரை அனுமதிக்க வேண்டும். காஷ்மீரிலிருந்து தன் படைகளை விலக்கிக்கொள்ள வேண்டும். ஜம்மு காஷ்மீர் கடன்களை ரத்து செய்துவிட வேண்டும். 'மதச்சார்பற்ற நாடாக இயங்க தங்கள் பயணத்தைக் காஷ்மீர் தொடரட்டும். இந்தச் சிக்கலில் மாட்டிக்கொண்டு, நம் கௌரவம், நம் செல்வங்கள், நம் எதிர்காலம் ஆகியவை எவற்றையும் வீணடிக்காமல், பாதுகாப்பான தூரத்தில் நின்றுகொண்டு, அவர்கள் என்ன செய்கிறார்கள் என்பதை பரிவுடன் பார்த்துக்கொண்டிருப்போம்.'

ஸ்ப்ராட்டின் தீர்வில் நேர்மை கலந்திருந்தது. அத்துடன் பொருளாதாரமும் புத்திசாலித்தனமும் நிறைந்திருந்தன. இந்தியாவின் கொள்கை, ஒரே நாடு

என்ற தவறான நம்பிக்கை அடிப்படையிலானது. மேலும், அழகியதும், முக்கியத்துவம் வாய்ந்ததுமான அந்தப் பள்ளத்தாக்கைச் சொந்தமாக்கிக் கொள்ளவேண்டும் என்ற பேராசையின் அடிப்படையிலானதும் ஆகும். தற்போதும் எதிர்காலத்திலும் இந்தக்கொள்கையின் விலை கணக்கிட முடியாத ஒன்று. காஷ்மீருக்கு விசேஷச் சலுகைகள் அளித்து இந்தியாவின் பிற பகுதிகளில் எதிர்ப்பை உண்டாக்குவதைவிட அந்த மாநிலத்தைக் கை கழுவிவிடுவதே சிறந்தது. அப்போதிருந்த நிலவரப்படி, ஒன்றையொன்று முறைத்துக்கொண்டு நிற்கும் இரண்டு படைகளின் கோரப்பிடியில் காஷ்மீர் சிக்கியிருந்தது. இந்தப் பயங்கரமான சூழல் காலவரையறை இன்றித் தொடர்வது விரல்விட்டு எண்ணக்கூடிய சிலருக்குச் சரியென்று தோன்றலாம். ஆனால் காஷ்மீர் இந்தியாவுடையது என்ற அபாயமான பெருமைக்காக, 'எல்லாவற்றையும் இந்தியா கொடுத்துக்கொண்டே இருக்கவும், காஷ்மீர் பெற்றுக்கொண்டே இருக்கவும்',⁴⁷ இந்தியர்களது வரிப்பணம் எக்கச்சக்கமாக செலவாகிக்கொண்டே இருக்கிறது.

பொருளாதார நோக்கங்கள் சித்தாந்தங்களைவிட பிரதானமானதாக இருக்கவேண்டும் என்பது முன்னாள் மார்க்சிஸ்ட் ஒருவருடைய வாதமாக (ஸ்ப்ராட்டுக்கும் அதே கருத்து) இருந்தது. ஆனால் 1950-களில் அந்த வாதம் இந்தியாவில் பெரும்பான்மையினரைக் கவர்ந்திருக்காது.

13

பழங்குடியினர் பிரச்னை

இந்தப் பழங்குடிகள் முரட்டுப் பிடிவாதத்துடன் தங்களைக் காத்துக்கொள்வார்கள் என்பது மட்டுமல்ல, அஞ்சா நெஞ்சுடன் அவர்களுடைய பகைவர்களையும் தாக்குகிறார்கள். அவர்கள், அபாயம் பற்றியோ, உயிர் பயம் பற்றியோ அறியாத மேலான தைரியத்தை உடையவர்களாக இருக்கிறார்கள்.

- நாகர்கள் பற்றி பிரிட்டிஷ் அலுவலர், சுமார் 1840

I

1950-களில் இந்திய அரசு காஷ்மீர் பள்ளத்தாக்கில் தன் பிடியை இறுக்கமாக்கிக் கொண்டிருந்தபோது, அதன் அதிகாரமும் சட்டப்படியிலான உரிமையும் இமயமலையின் மறுமுனையில் சவாலுக்கு உள்ளாகியிருந்தன. அதுதான் புதுடெல்லியின் 'நாகா சிக்கல்'. இது காஷ்மீர் பிரச்னை அளவுக்கு வெளியுலகுக்கு தெரியாவிட்டாலும் அந்தப் பிரச்னையைவிடப் பழமையானது. அதைப்போலவே எளிதில் தீர்வுகாண முடியாததும்கூட.

நாகர்கள், கிழக்கு இமயமலைத்தொடரில் பர்மா எல்லையை ஒட்டி வசிக்கும் பழங்குடிக் குழுவினர். உறுதிமிக்க மலைகளின் பாதுகாப்பில் வாழும் அவர்கள், இந்தியாவின் பிறபகுதிகளின் சமூக அரசியல் வளர்ச்சியில் பங்குபெறாமல் தனித்துவிடப்பட்டனர். பிரிட்டிஷாரும் சமவெளிவாசிகளை நாகர்களிடமிருந்து வேறுபடுத்திவைத்து, அவர்களுடைய பிற பழக்க வழக்கங்களிலும் சட்டதிட்டங்களிலும் தலையிடாமல், அவர்களைச் சற்று கனிவான முறையில் நிர்வகித்தனர். அவர்களுடைய தலைமையைத் தீர்மானிப்பதில் மட்டுமே பிரிட்டிஷார் ஆர்வம் செலுத்தினர். 19-ம் நூற்றாண்டின் மத்தியில் இருந்து, அமெரிக்க பாதிரிமார்கள் பல

பழங்குடிகளைக் கிறிஸ்தவ மதத்துக்கு மாற்றும் முயற்சியில் தீவிரமாக ஈடுபட்டு வந்தனர்.

அப்போது நாகா குன்றுகள் அஸ்ஸாம் மகாணத்தின் ஒரு பகுதியாக, சீனா, பர்மா, கிழக்கு பாகிஸ்தான் எல்லைகளுடன் தம் எல்லையை பங்கிட்டுக் கொள்ளும் வகையில் அமைந்திருந்தன. இந்தியக் கண்ணோட்டப்படியும் அது பலவழிகளில் வேறுபட்டிருந்தது. அந்த நிலப்பகுதி மேட்டு நிலம், தாழ்நிலம் என்று பிரிக்கப்பட்டு, நூற்றுக்கணக்கான இனங்களாக மக்கள் பிரிந்து வாழும் இடமாக இருந்தது. அஸ்ஸாமி மொழி பேசும் இந்துக்கள் சமவெளிகளில் வாழ்ந்தனர். அவர்கள் கலாசார, மத நம்பிக்கையில் இந்தியப் பெருநிலத்தோடு தொடர்பு கொண்டிருந்தனர். முக்கிய பழங்குடிப் பிரிவுகளில் மிஸோக்கள், காசிகள், கரோக்கள், ஜயந்தியாக்கள் அடங்குவர். அவர்கள் வசித்த குன்றுகளின் பெயர்களால் அவர்கள் அழைக்கப்பட்டனர். அப்பகுதியில் இரு சுதேச சமஸ்தானங்கள் இருந்தன. திரிபுரா, மணிப்பூர் சமஸ்தான மக்களும் இந்துக்களாகவும் பழங்குடிகளாகவும் இரண்டாகப் பிரிந்தனர்.

வடகிழக்கு வாழ் பழங்குடிகளில் நாகர்களே மிகுந்த சுயாட்சி பெற்றவர்கள். அவர்களது பிராந்தியம் பர்மிய எல்லையில் அமைந்திருந்தது. இந்தியாவில் எத்தனை நாகர்கள் இருந்தனரோ அதே அளவிலான நாகர்கள் பர்மாவிலும் இருந்தனர். சில நாகர்கள் அஸ்ஸாமில் உள்ள இந்துக் குடும்பங்களுடன் தொடர்பு கொண்டிருந்தனர். அவர்கள் உப்புக்கு பதிலாக அரிசியை விற்றனர். நாகர்கள், காங்கிரஸ் தலைமையில் நடைபெற்ற தேசிய இயக்கத்தில் இருந்து முற்றிலும் விலகியிருந்தனர். அங்கே சத்தியாகிரகம் எதுவும் இல்லை. ஒத்துழையாமையும் இல்லை. வெள்ளை காந்தி குல்லா அணிந்த தலைவர் எவருமே குன்றுப் பகுதிகளுக்கு வந்ததில்லை. சில பழங்குடிகள் பிரிட்டிஷாரோடு மூர்க்கமாகச் சண்டையிட்டிருக்கின்றனர். ஆனால் காலப்போக்கில் அவர்கள் ஒருவரையொருவர் மதித்து வாழ முற்பட்டு விட்டனர். நாகர்களை பிரிட்டிஷார், நவீன உலகத்தின் சீர்கேடுகளால் பாதிக்கப்படாமல் பாதுகாத்தனர்.

நாகர் பிரச்னை 1946 முதலே ஆரம்பமாகிவிட்டது. பிரிட்டிஷ் இந்தியாவின் தலைவிதியும் டெல்லி, சிம்லா ஆகிய அதிகார மையங்களில் அப்போதுதான் தீர்மானிக்கப்பட்டன. இந்தியா எங்கும் தேர்தல்கள் நடைபெற்றபோது கேபினெட் தூதுக்குழு வந்து சென்றது. காங்கிரஸ் மற்றும் முஸ்லிம்களுடன் வைஸ்ராய் தனித்தனியே சந்தித்துப் பேசினார். அப்போது சில நாகர்கள் தங்கள் எதிர்காலம் குறித்துக் கவலைப்படத் தொடங்கினர். 1946 ஜனவரியில், படித்த, ஆங்கிலத்தில் பேசக்கூடிய கிறிஸ்தவர்கள் ஒன்றுசேர்ந்து, நாகர் தேசிய சபை (என்.என்.சி.) என்ற அமைப்பைத் தோற்றுவித்தனர். ஒரு தேசிய இயக்கத்துக்கான விதையை இந்த இயக்கம் கொண்டிருந்தது. நடுத்தர அறிவுஜீவிகளின் வழிகாட்டுதலில் இந்த இயக்கம் இயங்க ஆரம்பித்தது. அவர்களுடைய சிந்தனைகளை வெளியிட அவர்களுக்கென்றே தனியாக

'நாகா நேஷன்' என்ற ஒரு பத்திரிகையும் இருந்தது. கையால் எழுதி நகலெடுக்கப்பட்ட 250 பிரதிகள் நாகா பிரதேசத்தில் விநியோகிக்கப்பட்டன.[1]

என்.என்.சி. நாகர்கள் ஒற்றுமைக்கும் சுய நிர்ணய உரிமைக்காகவும் பாடுபட்டது. பொதுவாக 'சுய நிர்ணயம்' என்ற சொல்லுக்கு பலவிதமான மற்றும் ஒன்றுக்கொன்று முரண்பட்ட அர்த்தங்களும் இருப்பது போலவே இங்கும் இருந்தது. (பிரிட்டிஷார் உள்பட) அந்நியர்களை எதிர்ப்பதில் வரலாறு படைத்த, மதிப்புமிக்க போர் பாரம்பரியம் கொண்ட அங்காமி நாகர்கள், முழுமையான சுதந்திர நாட்டையே விரும்பினர். அதன்படி அரசு என்பது நாகர்களால், நாகர்களுக்காக நடைபெறும், நாகர் அரசாக இருக்கும் என நம்பினர். மாறாக ஏவோக்கள் என்ற மிதவாதப் பிரிவினர், அவர் களுடைய பிரதேசமும் பழக்க வழக்கங்களும் காப்பாற்றப்பட்டு, அவர் களுக்கான சட்டங்களை அவர்களே வகுக்கவும், நடைமுறைப்படுத்தவும் உரிமையுள்ள தன்னாட்சிப் பிரதேசமாக இருக்கும்வரை இந்தியாவுடன் கௌரவமாக இணைந்து வாழலாம் என்ற கருத்தைக் கொண்டிருந்தனர்.

என்.என்.சி.யின் ஆரம்பகாலக் கூட்டங்களில் இந்த இரு பிரிவினரிடையே நடந்த கடுமையான விவாதங்களே, 'நாகர் நேஷன்' பத்திரிகை முழுக்க நிரம்பியிருந்தன. அங்காமி இளைஞர் ஒருவர், 'நாகர்களாகிய நாம் ஒரு தேசிய இனமாக இருப்பதால் இது நாகர்களின் தேசமே' என எழுதினார். 'நாம் ஒரு தேசம் என்றாகிவிட்டால், நாம் ஏன் நமக்கே உரிமையான இறையாண்மை கொண்ட அரசைத் தேர்ந்தெடுத்துக்கொள்ளக் கூடாது? நாம் சுதந்தரமாக இருக்க விரும்புகிறோம். நாம் நமக்குச் சொந்தமான வாழ்க்கையை வாழ விரும்புகிறோம். பிற மக்கள் நம்மோடு வாழ்வதை நாம் விரும்பவில்லை.'

ஏவோ இனத்தைச் சேர்ந்த மருத்துவர் ஒருவர் இதற்குப் பதிலளிக்கும் வகையில், 'நாகர்களிடம் நிதி வசதி, பணியாளர் மற்றும் உள்கட்டமைப்பு முதலியன, தனி தேசமாகும் அளவுக்கு போதுமானதாக இல்லை. தற்போது, நாகர்களாகிய நமக்கு சுதந்தரம் கிடைப்பதற்கான சாத்தியம் வெகு தூரத்தில் இருப்பதாகவே எனக்குத் தோன்றுகிறது. இந்நிலையில் நம்மால் எப்படி சுதந்தரமான அரசாங்கத்தை நடத்த முடியும்?' என்று கேட்டார்.

இதற்கிடையில் மிதவாதப் பிரிவினர் காங்கிரசுடன் பேச்சுவார்த்தை நடத்தினர். 1946 ஜூலையில் என்.என்.சி.யின் பொதுச் செயலர் டி.சக்ரி, ஜவாஹர்லால் நேருவுக்குக் கடிதம் எழுதினார். அதற்கான பதிலாக, 'நாகர்கள் முழு சுயாட்சி பெறுவார்கள். ஆனால், அது இந்திய யூனியனுக்கு உட்பட்டதாக மட்டுமே இருக்கும். இந்தியாவின் இதர பகுதிகளில் உள்ள மக்களால் நாகர்கள் பாதிக்கப்படாமலும் சுரண்டப்படாமலும் பாதுகாக்கும் வகையில் தங்களுக்குரிய நீதி வழங்குதல் முறையை நாகர்கள் மேற்கொள்ளலாம்' என்று நேரு எழுதியிருந்தார். நாகர்கள் இந்தியாவுடனான தங்கள் தொடர்பைத் தொடர்வார்கள் என்றும், ஆனால் அது தனிச் சமுதாயமாக மட்டுமே இருக்கும் என்றும் சக்ரி கூறினார். 'எங்களுடைய திறமைக்கும் விருப்பங்களுக்கும் ஏற்றவகையில் நாங்கள் முன்னேற வேண்டும். நாங்கள்

சுயாட்சியை அனுபவித்துக்கொண்டு, அதே நேரம் முக்கியத்துவம் வாய்ந்த பிற துறைகளில் இந்தியாவுடன் தொடர்பு கொண்டிருப்போம்' என்றார் சக்ரி.[2]

ஆனால், தீவிரமானவர்கள், முழுமையான சுதந்தரத்தையே விரும்பினர். இந்துக்களின் செல்வாக்கின்கீழ் பழங்குடிகள் வருவதை விரும்பாத சில பிரிட்டிஷ் அதிகாரிகளும் அவர்களுக்குத் துணை நின்றனர். ஓர் அதிகாரி, வடகிழக்குப் பழங்குடிகளின் பகுதிகள், பிரிட்டிஷ் காலனியாக லண்டன் அரசின்கீழ் அமையலாம் என்றும், விரைவில் சுதந்தர நாடாகப்போகும் இந்தியாவுடன் எந்தத் தொடர்பும் இன்றி இருக்கலாம் என்றும் சிபாரிசு செய்தார்.[3] இந்தியா விரைவில் சுதந்தர நாடாக ஆகும் என்பதால் அவர்களும் சுதந்தர நாடாகவே இயங்கலாம் என்று வேறு சிலர் தங்கள் வளர்ப்புப் பிள்ளைகளான நாகர்களுக்குப் புத்தி கூறினர். 1947 மார்ச்சில் லூஷாய் குன்றுகளின் கண்காணிப்பாளர் இவ்வாறு எழுதினார்:

'போர் முடிந்து லூஷாய் அரசியல் என்ற ஒன்று ஆரம்பித்த நாள் முதல் லூஷாய் மக்களுக்கு என்னுடைய அறிவுரை இதுதான். இன்றுவரையில் அவர்கள் இந்தியாவின் பிற பகுதிகளோடு எதிர்கால உறவு பற்றிக் கவலைப்பட வேண்டாம். இப்போதிலிருந்து இன்னும் இரண்டு ஆண்டுகளில் இந்தியா எப்படி இருக்கும் என்று எவராலும் சொல்லமுடியாது. அரசியல்ரீதியாக இந்தியா என்ற ஒன்று இருக்குமா என்றே சொல்ல முடியாது. என்னுடைய இளைய மகளை வாழ்நாள் முழுதும் கன்னியாகவே இருப்பதை அனுமதிக்கமாட்டேன். ஆனால், அதே நேரம், சிறுவன் ஒருவனுக்கு அவளைக் குழந்தைத் திருமணம் செய்துவைப்பதை முன்னர் சொன்னதைவிட அதி மோசமான குற்றமாகக் கருதுகிறேன்.'[4]

1947 ஜூனில் என்.என்.சியின் தூதுக்குழு ஒன்று அஸ்ஸாம் கவர்னர் சர் அக்பர் ஹைதரியைச் சந்தித்தது. நாகர்கள் எந்த நிபந்தனைகளின் அடிப்படையில் இந்தியாவுடன் சேரலாம் என்பதை விவாதிப்பதற்காகவே இந்தச் சந்திப்பு. பழங்குடி நிலங்கள் வெளி ஆள்களுக்கு உரிமையாக்கப்பட மாட்டாது என்றும், நாகர் மதப் பழக்க வழக்கங்கள் பதிக்கப்படமாட்டாது என்றும், அரசாங்கப் பணியாளர் நியமனங்களைப் பரிந்துரைக்க என்.என்.சி.க்கும் வாய்ப்பு உண்டு என்றும் ஒரு குழுக்களும் ஏற்றுக்கொண்டதை அடுத்து, என்.என்.சி. குழு டெல்லி சென்று நேருவைச் சந்தித்தது. நேரு, அவர்களுக்கு சுய ஆட்சி உரிமை அளிக்கப்படுமே தவிர, முழுச் சுதந்தரத்துக்கு வாய்ப்பில்லை என்று மீண்டும் தெளிவுபடுத்தினார். அவர்கள் மகாத்மா காந்தியையும் சந்தித்தனர். அந்த சந்திப்பு பற்றிப் பல ஆண்டுகளாகப் பலவிதமாகச் சொல்லப்பட்டது. நாகர்கள் விரும்பினால் அவர்கள் சுதந்தரப் பிரகடனம் செய்யலாம் என்றும், எவரும் அவர்களை இந்தியாவுடன் இணைய வற்புறுத்த முடியாது என்றும் புதுடெல்லி ஒரு படையை ஏவினால் அதைத் தடுக்கத் தாமே நாகா குன்றுகளுக்கு வருவேன் என்று காந்தி சொன்னதாகவும் பேசப்பட்டது. 'ஒரு நாகர் சுடப்படும் முன் அவர்கள் என்னை சுடட்டும்' என்று காந்தி கூறினாராம்.[5]

மகாத்மா காந்தியின் நூல்கள் திரட்டில் கூறப்பட்ட விவரம் இவ்வளவு நாடகப்பாணியில் இல்லை. 'தனிப்பட்ட முறையில் நீங்கள் அனைவரும் எனக்கும் இந்தியாவுக்கும் சொந்தம் என்றே நான் நம்புகிறேன். ஆனால் நீங்கள் இல்லை என்று சொன்னால் உங்களை யாரும் கட்டாயப்படுத்த முடியாது' என்று காந்தி சொன்னதாக அதில் பதிவாகியுள்ளது. மேலும் மகாத்மா, அவர்களிடம், சுதந்தரத்துக்கான சரியான நிரூபணம் பொருளாதாரத் தன்னிறைவே என்றார். அவர்கள் உணவை அவர்களே பயிரிடவேண்டும். அவர்களுக்கான உடையை அவர்களே நெய்துகொள்ள வேண்டும் என்றார். மேலும் 'எல்லா கைத்தொழில்களையும் கற்றுக்கொள்ளுங்கள், அதுதான் அமைதியான சுதந்தரத்துக்கு வழி. நீங்கள் துப்பாக்கிகளையும், பீரங்கிகளையும் பயன்படுத்தினால், அது முட்டாள்தனமானது' என்றும் கூறினார்.[6]

கொனோமா கிராமத்து அங்காமிகள்தான் சுதந்தரத்துக்குக் குரல் கொடுத்தவர்களில் மிக முக்கியமானவர்கள். 1879-80 ஆண்டுகளில் பிரிட்டிஷ் படையுடன் போரிட்டு அவர்களைத் தடுத்து நிறுத்திய கிராமம் அது. அவர்களைப் பார்த்து நாகா குன்றுகளில் இருந்தவர்களே அச்சப்பட்டனர்.[7]

மக்கள் சுதந்தர லீக் அமைப்பின் ஒரு பிரிவினர் முழுச்சுதந்தரம் கோரி சுவரொட்டிகள் வெளியிட்டனர். சுவரொட்டி வாசகங்கள் அமெரிக்க சுதந்தரப் போராளிகளிடமிருந்து கடனாகப் பெற்றவை. 'அதுவே என்னுடைய வாழ்வின் லட்சியம். கடவுள் ஆசியால், அதுவே என் இறுதி லட்சியமாகவும் இருக்கும். இப்போதே சுதந்தரம், எப்போதும் சுதந்தரம்' (ஜான் ஆடம்ஸ்), 'கடவுளுக்குக் கீழ்ப்பட்ட இந்த தேசம் புதிய சுதந்தரம் பெறட்டும்' (ஆப்ரஹாம் லிங்கன்), 'விடுதலையைக் கொடு அல்லது மரணத்தைக் கொடு' (பேட்ரிக் ஹென்றி) போன்ற வாசகங்கள் இடம்பெற்றிருந்தன.[8]

இதற்கிடையே பிரிட்டிஷ் அரசாங்கம் புதுடெல்லியை விட்டு வெளியேறி, புதிய அரசாங்கம் நிலைபெறத் தொடங்கியது. அஸ்ஸாம் கவர்னரின் செயலாளர், 'முப்பது கோடி மக்களைக் கொண்ட தேசத்தை எதிர்த்து வெற்றி பெறக்கூடிய அளவு எண்ணிக்கை அளவில் அவர்கள் வலுவானவர்கள் இல்லை' என்று நாகர்களைப் பார்த்துக் கூறினார். நாகா பத்திரிகை ஒன்றில், வாயில் எலும்புத்துண்டுடன் சென்ற நாய் ஒன்று, பெரிய எலும்புத்துண்டுடன் வேறொரு நாயை நீருக்குள் கண்ட கதையை அவர் எழுதியிருந்தார். நீருக்குள் கண்ட நிழலின் பின்னால் ஓடிய நாய் முடிவில் தான் வைத்திருந்த எலும்பையும் இழந்து நின்றது. 'அடைய முடியாத முழுச் சுதந்தர எலும்புக்காக ஏன் சுயாட்சி எலும்பையும் இழக்க வேண்டும்?' என்று அந்த அதிகாரி கதையை முடித்திருந்தார்.

படித்த நாகர்கள் அந்த உருவகக் கதையை ரசிக்கவில்லை. 'நம்மை அவர் நாய் என்று நினைத்து விட்டாரா?' என்று ஒரு என்.என்.சி. உறுப்பினர் கோபத்துடன் கேட்டார். எனினும் அதே எச்சரிக்கையை நாகர்களால் மதிக்கப்பட்ட, அப்போது பதவியிலிருந்து விலகப் போகும் சார்ல்ஸ் பாசி என்ற துணை ஆணையர், அவர்கள் ஏற்கும் வகையில் சொன்னார். பாசி, நாகா

நேஷன் பத்திரிகையில், இந்திய யூனியனுக்கு உட்பட்ட சுயாட்சி பெறுவதே புத்திசாலித்தனமான நடவடிக்கை என்று எழுதியிருந்தார். சுதந்தரப் போராட்டம் என்பது, 'பழங்குடிகளின் போர், மருத்துவமனை இல்லாமை, பள்ளிகள் இல்லாமை, உப்பு இல்லாமை, சமவெளிகளுடன் வர்த்தகம் இல்லாமை, எல்லாவற்றுக்கும் மேலாக மகிழ்ச்சியின்மை' என்றார்.[9]

II

நாகா இனத்து அறிவுஜீவிகள், சுதந்தரம் என்பதற்கான விளக்கத்தைக் காணப் போராடிக்கொண்டிருந்தபோது, இந்திய அரசியல் அமைப்பு சபை டெல்லியில் கூடியது. சுதந்தர, ஜனநாயக இந்தியாவில் பழங்குடிகளின் நிலை என்ன என்பதும் அவர்களுடைய விவாதத்தில் இடம்பெற்றிருந்தது. 1947 ஜூலை 30 அன்று ஜெய்பால் சிங், நாகா குன்றுகளில் உருவாகிவரும் துரதிர்ஷ்டவசமான சம்பவங்களை சபைக்குத் தெரிவித்தார். ஒவ்வொரு நாளும் அவருக்கு ஒரு தந்தி வந்துகொண்டிருந்தது. கடைசியாக வந்த தந்தி அதற்கு முன்பு வந்த தந்தியைவிடக் குழப்பமாக இருந்தது. அவர் அறிந்தவரையில், நாகர்கள் தங்கள் நிலை, சமஸ்தான மன்னர்களின் நிலையைப் போன்றது என்றும், பிரிட்டிஷார் வெளியேறியபிறகு, தங்கள் இறையாண்மையை மீட்டுக் கொண்டுவிடலாம் என்றும் தவறாக வழிகாட்டப்பட்டுக் கொண்டிருக்கிறார்கள். அவர்களுடைய தூதுக்குழு நேருவையும் காந்தியையும் சந்திக்க வந்தபோது ஜெய்பாலையும் சந்தித்தது. குழுவினரிடம், நாகா குன்றுகள் இந்தியாவின் ஒரு பகுதியாகவே இருந்து வந்திருக்கிறது; எனவே பிரிந்து போகும் பிரச்னை என்பதற்கே இடமில்லை என்ற அப்பட்டமான உண்மையை அவர் தெளிவுப்படுத்தினார்.[10]

ஜெய்பால் சிங்கே ஓர் பழங்குடிதான். இந்திய துணைக்கண்டத்தின் இதயப்பகுதியில் இழைந்தோடும் குன்றுகளிலும் காட்டுப் பகுதிகளிலும் வசிக்கும் பல லட்சம் மக்களுள் ஒருவர்தான். இந்தப் மத்தியப் பிரேதசப் பழங்குடியினர், வடகிழக்கில் வசிப்பவர்களிடமிருந்து சிறிது வேறுபட்டவர்கள். இவர்கள் விவசாயத்தை ஆதாரமாகக் கொண்டு வாழ்பவர்கள். தங்கள் வாழ்வாதாரத்துக்குக் காடுகளையே பெரிதும் நம்பியிருந்தனர். அவர்களிடம் ஜாதிமுறை இல்லை. அவர்கள் தங்களைக் இனக்குழுக்களாக உருவாக்கிக் கொண்டனர். அவர்களிடம் இருந்த பால் வேறுபாடு, நாட்டில் முன்னேறியதாகக் கருதப்படும் பகுதிகளில் இருப்பதைவிடக் குறைவாகவே இருந்தது. ஆனால் நாகர்கள் மற்றும் அவர்களுக்கு அக்கம்பக்கத்தில் வாழ்பவர்களைப்போல அல்லாமல், மத்திய இந்தியப் பழங்குடிகள், இந்து விவசாய சமூகத்துடன் நீண்டகாலத் தொடர்பு கொண்டிருந்தனர். அவர்களுடன் பொருள்களையும் உதவிகளையும் பரிமாற்றம் செய்துகொண்டதோடு சிலசமயம் ஒரே கடவுளர்களையும் வழிபட்டனர். வரலாற்று அடிப்படையில் ஒரே ஆட்சிப் பகுதியைச் சேர்ந்தவர்களாகவும் இருந்து வந்துள்ளனர்.

இந்தத் தொடர்புகளில் மோதல்கள் இல்லாமல் இல்லை. பிரிட்டிஷ் ஆட்சி வந்தபிறகு பழங்குடிகள் வசித்த பகுதிகளில் வியாபாரத்துக்கும்

குடியேற்றத்துக்கும் வழி ஏற்பட்டது. திடீரென்று, அவர்கள் வசித்த காடுகளுக்கு கிராக்கி ஏற்பட்டது. அவர்களுடைய பகுதிகளுக்கு இடையே ஓடிய நதிகளுக்கும், பூமிக்கடியில் புதைந்திருந்த கனிமங்களுக்கும் மதிப்பு ஏற்பட்டது. சில பகுதிகள் தொடப்படாமலேயே இருந்தன. பிற இடங்களில் பழங்குடிகள் காடுகளைப் பயன்படுத்திக்கொள்ளும் வாய்ப்பு பறிபோயிற்று. நில உரிமை இழந்தபிறகு அவர்கள் கடன் கொடுப்பவர்களின் பிடிகளில் சிக்கிக்கொண்டனர். வெளியூர்க்காரர்கள் பழங்குடிகளின் செல்வங்களைக் கைப்பற்ற வந்தவர்களாகவே பெரிதும் கருதப்பட்டனர். உதாரணமாக சோட்டா நாகபுரி பீடபூமியில் பழங்குடியல்லாதவர்கள் 'திகு' என்று அழைக்கப்பட்டனர். அந்தப்பெயரே பயத்தையும் எதிர்ப்பையும் பழங்குடி களிடையே தோற்றுவித்தது.[11]

அரசியல் அமைப்பு சபை இந்தப் பிரச்னையால் நேரக்கூடிய கேடுகளை அறிந்து, இவற்றுக்குத் தீர்வைக் காணப் பல நாட்கள் விவாதித்தது. முடிவாக நாநூறு சமூகங்களைப் பட்டியலிட்டு, 'பட்டியலிட்ட பழங்குடியினர்' என்று பெயரிட்டனர். இவர்கள் மொத்த மக்கள் தொகையில் சுமார் ஏழு சதவிகிதம் இருந்தனர். அவர்களுக்கு சட்டமன்றங்களிலும் அரசுப் பணிகளிலும் தனி இட ஒதுக்கீடு அளிக்கப்பட்டது. அரசியல் சட்ட அட்டவணை 5, மத்திய இந்தியாவின் பழங்குடிகள் பற்றியது. அது பழங்குடிகள் நல ஆலோசனைக் குழு ஒன்று அமைய வகை செய்தது. மேலும் கடன் கொடுப்பவர்கள் செய்யும் கொடுமைகளைக் களையவும், பழங்குடிகள் நிலத்தை வெளியாருக்கு விற்பதைத் தடுக்கவும் வழி செய்தது.

அட்டவணை 6, வடகிழக்கில் உள்ள பழங்குடிகள் பற்றியது. அது உள்ளாட்சியில் சுயாட்சியைக் கொண்டுவந்தது. நிலப்பகுதிகள், காடுகள், நீர்வழிகள் ஆகியவற்றில் பழங்குடியினரின் உரிமைகளைப் பாதுகாக்கும் பொருட்டு மாவட்ட மற்றும் பிராந்திய கவுன்சில்கள் அமைக்கப்பட்டன. இந்தியாவில் வேறெங்கும் இல்லாதபடி, மாகாண அரசு உள்ளாட்சிக் கவுன்சில்களுடன் சுரங்க வருமானத்தைப் பங்கிட்டுக் கொள்ளும் உரிமையும் அளிக்கப்பட்டது.

'இவ்வாறு அளிக்கப்பட்டுள்ள வாய்ப்புகளின் பயன்களைப் பெற, யூனியனுக்கு உட்பட்ட மாநிலம் ஒன்று அமைந்தால் மட்டுமே முடியும்' என்று ஜெய்பால் சிங் கருதினார். இந்த உத்தேச மாநிலத்தை அவர் ஜார்க்கண்ட் என்று அழைத்தார். இதில் அவருடைய சொந்தப் பகுதியான சோட்டா நாகபுரி பீடபூமி, பிகாரில் உள்ள சில பகுதிகள் மற்றும் வங்காளம், ஒரிஸ்ஸாவில் மேலே கூறிய பகுதிகளைத் தொட்டு நிற்கும் சில பகுதிகளும் அடங்கும். உத்தேச மாநிலம் சுமார் 48,000 சதுர மைல் பரப்பையும் 1.2 கோடி மக்கள் தொகையையும் பெற்றதாக இருக்கும்.[12] இந்த யோசனை சோட்டா நாகபுரி இளைஞர்களைக் கவர்ந்தது. 1947 மே மாதத்தில் ஜாம்ஷெட்பூர் பழங்குடிகள் சபை நேரு, காந்தி மற்றும் அரசியல் அமைப்பு சபை மூவருக்கும் கடிதம் எழுதியது. 'பழங்குடிகளுடைய கலாசாரம், மொழி ஆகியவற்றைப் பாதுகாத்து மேம்படுத்தவும், வாடிக்கையான எங்கள் சட்டத்தைப்

முன்னிலைப்படுத்தவும், நிலத்திலிருந்து எங்களை அந்நியப்படுத்தி விடாதிருக்கவும், இவை எல்லாவற்றுக்கும் மேலாக எங்களைத் தொடரும் சுரண்டலிலிருந்து பாதுகாத்துக் கொள்ளவும் ஜார்க்கண்ட் மாநிலம் எங்களுக்குத் தேவை' என்று மனுவில் அவர்கள் குறிப்பிட்டிருந்தனர்.[13]

1948 பிப்ரவரியில் ஜெய்பால் சிங் அகில இந்தியப் பழங்குடிகள் மகாசபையில் தலைமை உரை ஆற்றினார். பத்து ஆண்டுகளுக்கு முன்பு சபை ஆரம்பிக்கப்பட்ட காலம் முதல் அவர் அதை வழி நடத்தி வந்திருக்கிறார். உரையில் அவர், பழங்குடிகளின் மிகப் பெருஞ்சிக்கலாக பிரிட்டிஷ் ஆதிக்கத்துக்குப் பதிலாக சுதந்தரத்துக்குப்பின் எவ்வாறு பிகாரிகளின் ஆதிக்கம் அமைந்துவிட்டது என்பதை விவரித்துப் பேசினார். மண்ணின் பிரச்னையை மிக அவசரமாகக் கவனிக்கவேண்டிய முக்கியமான பிரச்னையாக இனங்காட்டி, விரைவாக ஜார்க்கண்ட் மாநிலம் அமைந்திட வற்புறுத்தினார்.

அதே சமயத்தில் பரிதாபகரமாக காந்தி படுகொலை செய்யப்பட்டதைக் குறித்தும் உருக்கமாகப் பேசி, தன்னுடைய இனப்பற்றை, அகண்ட தேசப் பற்றுடன் இணைத்து, 'ஜெய் ஜார்கண்ட்! ஜெய் ஆதிவாசி! ஜெய் ஹிந்த்!' என்று வெளிப்படுத்தினார்.[14]

பழங்குடி மகாசபை இப்போது ஜார்க்கண்ட் கட்சி என்ற மறுபெயர் பெற்று விட்டது. பல ஆண்டுகள் தீவிரப் பிரசாரத்துக்குப்பின் அந்தப் பெயரில் 1952 முதல் பொதுத் தேர்தலில் பங்குபெற்றது. சண்டையிடும் சேவல் சின்னத்தில் போட்டியிட்டு, கட்சியே எதிர்பாராத அளவில் நாடாளுமன்றத்தில் மூன்று இடங்களையும் வென்றது. இந்த வெற்றிகள் அனைத்தும் பிகார் பழங்குடிப் பிராந்தியங்களிலிருந்து கிடைத்தவை. அங்கு காங்கிரஸ் கட்சியைப் பெரிய அளவில் தோற்கடித்ததன்மூலம் வாக்களிப்பில் ஜார்க்கண்ட் மாநிலத்தின் தேவை உறுதிசெய்யப்பட்டது.

III

ஜெய்பால் சிங்கும் அவருடைய கட்சியும் பழங்குடிகளுக்கு சுயாட்சிக்கான முன்னேற்றப் பாதை ஒன்றைக் காட்டிவிட்டனர். அது இந்திய யூனியனுக்குள் அமைந்ததாகவும், அவர்களுடைய பிரதேசமும் பழக்க வழக்கங்களும் சட்டத்தால் பாதுகாக்கப்பட்டும், பழங்குடிகள் பெரும்பான்மையாக உள்ள பகுதிகளில் ஒரு மாகாணம் அமையவும் உதவியாக இருக்கும். நாகா புரட்சியாளர்கள் வேறுவிதமான இறையாண்மைக்கான - இந்தியாவை விட்டு வெளியேறி முழுதும் தனித்தன்மை பெற்ற தேசத்துக்கான - யோசனையை வெளியிட்டனர். இதனை நாகர்களில் அங்காமியர்களும், அவர்களுள் குறிப்பாக கொனாமா கிராமத்தைச் சேர்ந்த ஒருவரும் தீவிரமாக ஆதரித்தனர்.

அந்த ஒருவர்தான் அரை நூற்றாண்டு காலமாக நாகா போராட்டத்துடன் இணைத்துப் பேசப்படும் அங்காமி ஜாபு ஃபிஸோ. 1913-ல் பிறந்த அவர் மெல்லிய உடற்கட்டு வாய்ந்தவர். பிள்ளைப் பருவத்தில் ஏற்பட்ட பக்கவாதம் காரணமாக அவரது முகம் கோணலாகிவிட்டது. பாதிரிமார்கள்

உதவியால் கல்வி பயின்ற அவர் பலதுறை வித்தகர். அவரது கவிதைகளில் முக்கியமானது, நாகா தேசிய கீதம். பர்மாவுக்குச் செல்லும் முன், இன்ஷூரன்ஸ் ஏஜெண்டாக இருந்தார். ஜப்பானியர்கள் பர்மாவை முற்றுகையிட்ட காலத்தில் அவர் ரங்கூன் துறைமுகத்தில் வேலை செய்து கொண்டிருந்தார். இந்தியாவை நோக்கி அணிவகுத்துக்கொண்டிருந்த ஜப்பானியருடன் சேர்ந்துகொண்டார். அவரது இந்த சேவைக்குப் பதிலாக, ஜப்பானியர் பிரிட்டிஷாரை வெற்றிகொண்டால், நாகர்களுக்குச் சுதந்தரம் கொடுப்பதாக உறுதிமொழி கொடுத்திருந்தனர்.[15]

போர் முடிவுற்றபிறகு ஃபிஸோ இந்தியா திரும்பினார். நாகா தேசிய கவுன்சிலில் சேர்ந்தார். நாகர்களுக்கு இறையாண்மை கோரிய அவருடைய உணர்ச்சிப்பூர்வமான வேண்டுகோள்கள் மூலம் வெகு விரைவிலேயே அவர்கள் மத்தியில் தன் முத்திரையைப் பதித்தார். பெரும்பாலும் அவரது பேச்சு கிறிஸ்தவ மரபு மொழியில் அமைந்தது. 1947 ஜூலையில் புதுடெல்லியில் மகாத்மா காந்தியைச் சந்தித்த என்.என்.சி. நாகர்கள் தூதுக் குழுவில் இவரும் இடம் பெற்றிருந்தார். மூன்று ஆண்டுகளுக்குப்பிறகு, அவர் என்.என்.சி. தலைவராகத் தேர்ந்தெடுக்கப்பட்டார். நாகர்களுக்கு முழுச் சுதந்தரம் என்ற கொள்கைக்கு நாகர்களை அர்ப்பணிக்கச் செய்தார். இந்தியாவுடன் சேர்ந்து இருக்க விரும்பிய சந்தேகப் பிராணிகளையும், மறுப்பாளர்களையும் அடக்கி வைத்தார். பல நாகர் இளைஞர்கள் அவருடைய பாதையில் பயணம் செய்ய விரும்பினர். 1950 டிசம்பரில் அந்தப் பகுதியில் பயணம் செய்த குவேக்கரான ஹொரேஸ் அலக்ஸாண்டர், இரண்டு என்.என்.சி. உறுப்பினர்களைச் சந்தித்தார். அவர்கள் மனத்தில் சுதந்தரம் என்ற சொல் ஆழமாகப் பதிந்திருந்தது. 'எத்தனைதான் நான் வாதம் செய்தாலும், அல்லது இந்திய அரசியலமைப்புச் சட்டத்துக்கு வேண்டுகோள் விடுத்தாலும், சற்று அச்சுறுத்தினாலும்கூட, அவர்களை அதிலிருந்து வெளியே அசைக்க முடியும் என்று நான் நம்பவில்லை.'[16]

ஃபிஸோ ஆற்றலும், உத்வேகமூட்டும் திறனும் பெற்ற மனிதர். 1951 முழுதும் அவரும், அவருடைய ஆட்களும் நாகா குன்றுப் பகுதியில் பயணம் செய்து, சுதந்தர நாகா நாட்டுக்கு ஆதரவளிப்பதாக பெருவிரல் ரேகைப் பதிவையும் கையொப்பத்தையும் பெற்று வந்தனர். அந்தப் பத்திரங்களின் எடை எண்பது பவுண்ட் அளவுக்கு இருந்தது. அது ஒரு விரிவான கருத்துக் கணிப்பாக அமைந்து, நாகா சுதந்தரத்துக்கு 99.99 சதவிகிதம் ஆதரவளிப்பதை வெளிப்படுத்தியது.[17] இந்தப் புள்ளி விவரங்கள் சர்வாதிகார நாடுகளில், உதாரணமாக 99.99 சதவிகித ரஷ்ய மக்கள் ஸ்டாலினே தலையாயத் தலைவர் என்று ஒப்புதல் அளித்துவிட்டதாகக் கூறப்பட்டதை நினைவூட்டுகிறது. எனினும் ஃபிஸோவும், அவருடைய எண்ணற்ற தொண்டர்களும் சுதந்தரத்தை விரும்பினார்கள் என்பதில் சந்தேகமில்லை.

இப்போது இந்தியா சுதந்தரம் அடைந்து நான்கு வருடங்கள் ஆகிவிட்டன. பிரிட்டிஷ் அதிகாரிகளுக்கு பதிலாக இந்திய அலுவலர்கள் வந்துவிட்டனர். ஆனால் புதிய அரசாங்கமும் நாகா குன்றுகளில் சொல்லிக்கொள்ளும்

அளவுக்கு எந்தவிதமான பாதிப்பையும் ஏற்படுத்தவில்லை. பிரிவினையால் ஏற்பட்ட காயங்களை ஆற்றுவதிலும் அகதிகள் புனர் வாழ்வுத் திட்டத்திலும், சுதேச அரசுகளை இணைப்பதிலும், அரசியல் அமைப்புச் சட்டம் வகுப்பதிலும் ஈடுபட்டிருந்த டெல்லி அதிகாரிகள், பழங்குடிகள் பிரச்னையில் கவனம் செலுத்தவில்லை. 1951-ன் கடைசி வாரத்தில் பிரதமர், அஸ்ஸாமின் தேஜ்பூரில் பொதுத்தேர்தல் பிரசாரத்தில் ஈடுபட்டிருந்தார். ஃபிஸோ மூன்று என்.என்.சி. தலைவர்களுடன் சென்று நாகர்கள் சுதந்தரம் கோருவதைத் தெரிவித்தபோது, நேரு அதை நகைப்புக்குரியது என்றும், சரித்திரங்களைப் பின்னோக்கித் திருப்பும் முயற்சி என்றும் குறிப்பிட்டார். நாகர்கள், பிற இந்தியர்களைப் போன்று சுதந்தரமாகவே இருக்கிறார்கள் என்றும் அரசியல் சட்டப்படி அவர்களுக்கு மிகப் பெருமளவுக்கு சுயாட்சி இருப்பதாகவும் விளக்கினார். அவர் ஃபிஸோவையும் அவருடைய நண்பர்களையும் அவர்களுடைய 'பிரதேசத்தில்' கலாசார, நிர்வாக, நிதி விஷயங்களில் கூடுதல் சுயாட்சிக்கான ஆலோசனைகளை அனுப்பி வைக்கக் கோரினார். அவர்களுடைய ஆலோசனைகள் கனிவுடன் பரிசீலிக்கப்பட்டு, அவசியமானால் அரசியல் அமைப்புச் சட்டத்திலும் மாறுதல் செய்யப்படும் என்றும் கூறினார். ஆனால் நாகர்களுக்குச் சுதந்தரம் என்ற பேச்சுக்கு இடமே இல்லை என்று கூறிவிட்டார்.[18]

இதற்கு, தேர்தல் புறக்கணிப்பு என்பதே என்.என்.சி.யின் பதிலாயிற்று. தேர்வுபெற்ற காங்கிரஸ் ஆட்சி பதவி ஏற்றபிறகு ஃபிஸோ புதுடெல்லியில் பிரதமருடன் மற்றொரு சந்திப்பை வேண்டினார். 1952 பிப்ரவரியில் அவரும் இரண்டு என்.என்.சி. முன்னணித் தலைவர்களும் நேருவை டெல்லியில் சந்தித்தனர். பிரதமர் மற்றொரு முறையும் அவர்களிடம் சுதந்தரம் என்பதற்கு வாய்ப்பே இல்லை; ஆனால் மேலும் அதிகமான சுயாட்சி அதிகாரங்கள் அளிக்க முடியும் என்றார். ஃபிஸோ முரட்டுப் பிடிவாதத்தில் இருந்தார். பத்திரிகையாளர் கூட்டத்தில் அவர் 'நாங்கள் எங்கள் போராட்டத்தைத் தொடர்ந்து நடத்தியே தீருவோம். ஒரு நாள் நாங்கள் நேருவை மீண்டும் சந்திப்போம். ஆனால், தனி நாட்டின் பிரதிநிதிகளாக' என்றார். அவர் மனத்திலிருந்த சுதந்தரம் பெற்ற தேசம் என்பது இரண்டு லட்சம் இந்திய நாகர்களையும், இன்னும் 'நாடற்ற பகுதி'யில் இருந்த இரண்டு லட்சம் நாகர்களையும், நான்கு லட்சம் பர்மிய நாகர்களையும் கொண்டதாக இருந்தது.[19]

பிறகு ஜார்க்கண்ட் தலைவர் ஜெய்பால் சிங், ஃபிஸோவுக்கும் அவர் குழுவினருக்கும் ஒரு விருந்தளித்தார். அங்கிருந்த பத்திரிகையாளர் ஒருவர் விளக்கியபடி, என்.என்.சி. தலைவர் 'குள்ளமான, மெலிந்த மங்கோலியத் தோற்றமுள்ள மனிதர். அவருடைய மூக்குக் கண்ணாடி, அவருடைய லட்சியப்பிடிப்பு கொண்ட விழிகளை மறைத்திருந்தது.' ஜெய்பால் சிங், நாகர் லட்சியத்துக்குப் பரிவுகாட்டிய போதிலும் இந்தியாவை மற்றுமொரு பாகிஸ்தான் வடிவில் மேலும் துண்டாடுவதை வெறுத்தார் என்பதையும் அந்தப் பத்திரிகையாளர் கண்டார். அவர் போராடிக்கொண்டிருந்த ஜார்கண்ட்

மாநிலம் போல ஃபிஸோவும் தனி இறையாண்மை நாட்டுக்குப் போரிடாமல் வடகிழக்குப் பழங்குடிகளுக்கு என ஒரு தனி மாகாணத்தைக் கோருமாறு ஆலோசனை கூறினார். அதற்கு அவர், 'நாகர்கள் மங்கோலியர்கள். எனவே இந்தியாவுடன் இனப் பற்று கிடையாது' என்று பதில் அளித்தார். ஃபிஸோ, இந்தியப் பக்கத்து நாகர்களையும், பர்மியப் பக்கத்து நாகர்களையும் ஒன்றிணைத்து ஒரு தேசத்தை உருவாக்கலாம் என நம்பினார். அந்த இடத்தில் இருந்த அந்தப் பத்திகையாளர் குறிப்பிட்டது போல, 'டெல்லியின் அதிகாரபூர்வக் கருத்துப்படி அத்தகைய தேசம் உருப்பெறக் கூடியதல்ல. நாடுளுக்கு இடையிலான ராஜதந்திர முக்கியத் துவம் வாய்ந்த இடத்தில் உள்ள அச்சமூட்டும் அந்தக் குன்றுகளை தனியே கழற்றிவிட்டுவிடுவது ஆபத்தானது.'[20]

IV

நேரு, 1952 அக்டோபரில் வடகிழக்கு எல்லைப் பிராந்தியத்தில் ஒரு வாரச் சுற்றுப் பயணம் மேற்கொண்டார். துணைக்கண்டத்தில் உள்ள பழங்குடிகளைப் பற்றி ஏற்கெனவே அறிந்திருந்த அவர், அவர்களுடைய கலை மரபுகளையும் வாழ்க்கையின் மீதான பிடிப்பையும் பெரிதும் போற்றினார். முந்தைய ஆண்டு ஜூனில் புது டெல்லியில் நடைபெற்ற சமூக ஊழியர் மாநாட்டில் அவர்கள், பழங்குடிகளைத் தங்களுடைய இரண்டாம்தர நகல்களாக மாற்ற விரும்புவதைச் சாடினார். 'மிகக் கட்டுப்பாடு வாய்ந்த இந்தியாவில் உள்ள பெரும்பாலானோரைவிட மிக அதிகமான ஜனநாயகப் பண்பு கொண்ட அந்த பழங்குடிகளிடமிருந்து நாகரிக உலகம் கற்றுக்கொள்ள வேண்டிய விஷயங்கள் ஏராளமாக இருப்பதாக' அவர் கருதினார். 'எல்லாவற்றுக்கும் மேலாக, அவர்கள்தாம் ஆடிப் பாடி, வாழ்க்கையை மகிழ்ச்சியோடு அனுபவிக்கிறார்கள். பங்குச்சந்தையில் உட்கார்ந்துகொண்டு ஒருவரைப் பார்த்து மற்றொருவர் உரக்கக் கத்திக்கொண்டு தாங்களே நாகரிகமானவர்கள் என்று நினைத்துக் கொள்பவர்கள் அல்ல!'[21]

வடகிழக்கின்மீது நேருவுக்கு முதல் முறையாகக் கிடைத்த பரந்த பார்வை, பழங்குடிகளைப் பற்றிய அவருடைய மதிப்பைப் புதுப்பித்தது. அவர் தன் நண்பர் ஒருவருக்கு எழுதிய கடிதத்தில், 'அவருடைய பயணம் மிகவும் மகிழ்ச்சியூட்டுவதாக இருந்தது. இந்தியாவின் பிற பகுதிகளில் உள்ள மக்கள் இப்பிராந்தியத்தைப் பற்றி மேலும் அதிகமாக அறிந்துகொள்ள வேண்டும். அவர்களுடனான தொடர்பால் நாம் அதிகம் பயன் பெறமுடியும்.' பழங்குடிகள் என்று அழைக்கப்படும் இந்த மக்களின் கலைத்திறன், அழகான கைத்தறி நெசவு முதலியவற்றை கண்டு அவர் பிரமிப்படைந்தார். இந்தத் தொழில், சமவெளிகளில் தயாரிக்கப்படும் விகாரமான, ஆனால் மலிவான பொருள்களோடு போட்டியிடவேண்டிய அபாயமும் இருந்தது. 'இந்த விஷயத்தில் இந்தப் பழங்குடி மக்களுக்கு உதவி செய்ய நாம் எல்லா வற்றையும் செய்ய வேண்டும்' என்ற மிக அழுத்தமான எண்ணத்துடன் நேரு திரும்பி வந்தார்.[22]

பிரதமர் தன் பயணம் குறித்து நீண்ட அறிக்கை ஒன்றை எழுதி எல்லா முதல்வர்களுக்கும் அனுப்பிவைத்தார். 'அந்தப் பழங்குடிகளை அஸ்ஸாமி யருடன் இணைக்கும் திட்டம் இருப்பதாகவும், அம்முயற்சி அம்மக்களுடைய தனிப்பட்ட கலாசாரத்தைப் பாதுகாக்கும் என்பதையும், அவர்கள் தம் சொந்த வாழ்க்கை வாழ முழு உரிமை இருப்பதை உணரவேண்டும் என்பதையும், அவர்கள் விருப்பங்களுக்கும் மேதைமைக்கும் ஏற்ப அவர்கள் முன்னேற இடம் தரவேண்டும் என்பதையும், இந்தியா அவர்களைப் பாதுகாக்கும் சக்தியாக மட்டுமல்லாமல், விடுவிக்கும் சக்தியாக இருப்பதாகவும் எண்ணவேண்டும் என்பதையும் குறிப்பிட்டிருந்தார்.

நெஃபா, நாகா மாவட்டங்களுக்கு அருகில் இருந்ததோடு, அதில் பல நாகர்களும் இருந்தனர். சுதந்தர நாகா நாட்டு கோரிக்கையை நகைப்புக்கு உரியது என நேரு நிராகரித்துவிட்டபோதிலும், உள்ளூர் அலுவலர்கள் இதனை இன்னும் சிறப்பாகக் கையாண்டிருக்கலாம் என்றும் உள்ளூர் மக்களிடம் கெட்ட பெயர் எடுத்திருந்த மோசமான சில அதிகாரிகள் அங்கிருந்து அகற்றப்பட்டிருந்தால் நாகா குன்றுகள் மேலும் சிறப்பாக இருந்திருக்கும் என்றும் நினைத்தார். புதிய வழிமுறைகளை நாகர்கள்மீது திணிக்க முற்படும் எந்த முயற்சியும் எரிச்சலூட்டி தொல்லைகளைத்தான் தரும் என்றும் அவர் கருதினார்.[23]

நேரு தமது அலுவலர்களை, நாகர்களிடம் மேலும் பணிவாகவும் நட்புடனும் இருக்க வற்புறுத்திக்கொண்டிருந்தபோதே அவரது உள்மனம் எச்சரிக்கை விடுத்துக்கொண்டிருந்தது. ஃபிஸோவும் அவருடைய ஆள்களும், 'இந்தியர் களுக்கும் நாகர்களுக்கும் பொருந்தக்கூடிய பொதுவான எந்த ஒரு விஷயமும் இல்லை' என்று நேருவுக்கு அனுப்பிய ஒரு கடிதத்தில் குறிப்பிட்டிருந்தனர். 'இந்தியர்களைப் பார்க்கும் கணத்திலேயே, அச்ச உணர்வு எங்கள் மனத்தில் படர்கிறது' என்றும் அதில் அவர்கள் குறிப்பிட்டிருந்தனர்.[24]

ஆறு மாதங்களுக்குப் பிறகு நேரு நாகா தலைநகர் கோஹிமாவுக்கு, பர்மியப் பிரதமர் யூ நுவுடன் சென்றார். ஒரு நாகா தூதுக்குழு நேருவை சந்தித்து மனு ஒன்றை அளிக்க விரும்பியபோது, உள்ளூர் அதிகாரிகள் அதற்கு அனுமதி மறுத்து விட்டனர். அனுமதி மறுக்கப்பட்ட செய்தி பரவியவுடனேயே, பிரதமரையும் பர்மிய விருந்தினரையும் கௌரவிப்பதற்காக ஏற்பாடு செய்யப்பட்டிருந்த கூட்டத்தில் இருந்து மக்கள் வெளியேறத் தொடங்கினர். இந்தக் காட்சியை நேருவும் பர்மியப் பிரதமரும் நேரில் பார்த்தனர். வெளியேறியவர்கள் தங்களது கீழாடைகளை கழற்றிவிட்டுச் சென்றதாகவும் ஒரு செய்தி உண்டு. நேருவின் மகள் இந்திரா காந்தி மைக்ரோஃபோனில், 'அப்பா, இந்த ஜனங்கள் வெளியே போய்க்கொண்டிருக்கிறார்கள்' என்று கூறியதாகவும் அதற்கு அவர் 'ஆம் மகளே, நானும் பார்த்துக்கொண்டுதான் இருக்கிறேன்' என்று பதிலளித்ததாகவும் இன்னொரு செய்தி உண்டு.[25]

கோஹிமா வெளிநடப்பு, நேருவின் மனத்தை நாகர்களுக்கு எதிராக இரும்பாக்கி விட்டது என்று பின்னர் சொல்லப்பட்டது. எப்படியும்

ஃபிஸோவும், என்.என்.சி.யும் சுதந்தரத்தில் உறுதியாக இருந்தனர். ஏற்கெனவே அவர்கள் ஆயுதங்களைச் சேகரித்து, கிராமங்களில் ஊர்க்காவல் படைகள் அமைத்துக் கொண்டிருந்தனர். அரசாங்கம் தன் பங்குக்கு, அஸ்ஸாம் ரைஃபிள்ஸ் துணை ராணுவப்படையை அந்தப் பகுதிகளுக்கு அனுப்பிவைத்தது.

1953-ன் கோடை காலத்தில் என்.என்.சி.யின் தலைவர்கள் தலைமறைவு ஆகியிருந்தனர். அவர்களைத் தேடும் பணியில், காவலர்கள், கிராமவாசிகளை அப்புறப்படுத்திவிட்டு அங்காமிகளின் செல்வாக்கு மிகுந்த பகுதிகளை முற்றுகையிட்டனர். கிளர்ச்சியாளர்களுக்கு, உள்ளூர் பரிச்சயமும் மக்கள் ஆதரவும் இருந்தன. அத்துடன், அந்த இடமும் அவர்களுக்குச் சாதகமாக இருந்தது. அந்த இடம், 'விவரிக்க முடியாத அளவுக்கு அழகாக இருந்ததாகவும் தான் கண்டதிலேயே ரம்மியமானதாக இருந்ததாகவும்' பிரிட்டிஷ் பயணி ஒருவர் குறிப்பிட்டிருந்தார். அந்த மலைப்பகுதிக்குள் முன்னேறிச் செல்லச் செல்ல அதன் அமைப்பு மாறிக்கொண்டே இருக்கும். புரிந்து கொள்ளக் கடினமாகவும் இருக்கும்.[26] இதுவே கெரில்லா யுத்தத்துக்கு ஏற்ற நிலப்பகுதியாக இருப்பதற்குக் காரணம். 'நன்கு நிலைகொண்ட சிறிய குழுவை வைத்துக்கொண்டு ராணுவத்தின் ஒரு பிரிவையே வெற்றிகரமாக எதிர்கொள்ள முடியும். சில நூறுபேர் கொண்ட குழுவை வைத்துக்கொண்டு ஒரு பெரிய ராணுவப் படையையே எதிர்கொள்ள முடியும்' என்று ஜப்பானிய நிபுணர் ஒருவர் குறிப்பிட்டார்.[27]

பரந்த வெளியுலகுக்குத் தெரியாமலேயே இந்தப் போர் நடத்தப்பட்டது. வெளியாள்கள் எவரும் மாவட்டங்களுக்குள் அனுமதிக்கப்படவில்லை. குறிப்பாகப் பத்திரிகையாளர்கள். எனவே, அதன் வரலாற்றை எழுதுவது மிகவும் கடினம். பிற்பாடு, நிருபர்களும் அறிஞர்களும் நடந்த சம்பவங்கள் பற்றிய வாய்வழிச் செய்திகளையே திரட்டி எழுத முயன்றனர். இவற்றிலிருந்து, 1954-ல் விவகாரம் தீர்மானமாக மிக மோசமான நிலைமைக்குத் திரும்பியதாகத் தோன்றுகிறது. அந்த ஆண்டின் வசந்த காலத்தில் கோஹிமாவில் ஒரு ராணுவ அதிகாரி மோட்டார் சைக்கிளில் சென்று கொண்டிருந்தபோது எதேச்சையாக வழிப்போக்கர் ஒருவர்மீது மோதிவிட்டார். அவரை எதிர்த்து ஒரு கூட்டம் கூடிவிட்டது. அதைத் தொடர்ந்த கலவரத்தில் காவல்துறையின் துப்பாக்கிச் சூட்டில் மதிப்புக்குரிய நீதிபதி ஒருவரும் என்.என்.சி. உறுப்பினர் ஒருவரும் பலியானார்கள்.

இந்தச் சம்பவம் நாகர்களிடையே பெரும் எதிர்ப்பைத் உருவாக்கியது. அவர்கள் விரும்பாத இந்தியர்கள் மீது ஆழமான வெறுப்பை ஏற்படுத்தியது. கலகம் ஏற்படும் சூழலை உருவாக்கியது. தீவிரவாத எண்ணம் கொண்டவர்கள், என்.என்.சி.யைத் தங்கள் கட்டுப்பாட்டுக்குள் கொண்டு வந்தனர். மனுக்கள், மறியல்கள் ஆகியவை கைவிடப்பட்டன. ஆயுதப் புரட்சிக்கு ஆயத்தம் செய்யப்பட்டது. கிளர்ச்சியாளர்கள் ஆயுதங்களைப் பத்திரப்படுத்தி, ட்யூன்சாங் பகுதிக்கு அனுப்பிவைத்தனர். 1954 ஜூனில் கெரில்லாக்களுக்கு

ஆதரவு என கருதப்பட்ட ஒரு கிராமத்தை அஸ்ஸாம் ரைஃபிள்ஸ் படையினர் தாக்கினர். செப்டெம்பரில் சில கிளர்ச்சிக்காரர்கள் நாகலாந்து கூட்டாட்சி அரசாங்கத்தை அமைப்பதாக அறிவித்தனர்.

இப்போது கொலைகளும் பதில் கொலைகளும் சீரான இடைவெளிகளில் நடந்து கொண்டிருந்தன. அரசாங்கத்துக்கு விசுவாசமாக இருந்த கிராமங் களைக் கிளர்ச்சியாளர்கள் குறிவைத்தனர். விடுதலைப் போராட்டத்துக்கு ஆதரவாக இருந்த கிராமங்களை ராணுவத்தினர் தாக்கினர். கிளர்ச்சியை அடக்க இந்தியப் படையின் ஒரு பிரிவு வரவழைக்கப்பட்டது. ஏற்கெனவே செயல்பட்டு வந்த 35 பட்டாலியன்கள் கொண்ட அஸ்ஸாமிய ரைஃபிள்ஸ் பிரிவுக்கு வலுவூட்ட அது அழைக்கப்பட்டிருந்தது. 1955 மார்ச்சில் ட்யூன்சாங்கில் கடுமையான சண்டை தொடங்கியது. துப்பாக்கிச் சத்தம் ஓய்ந்தபோது 60 வீடுகளும் பல தானியக் களஞ்சியங்களும் சாம்பலாகி யிருந்தன.[28]

உள்நாட்டுப் போர் நடந்துகொண்டிருந்த சமயத்திலும் பேச்சுவார்த்தைக்கான வாய்ப்புகள் இருக்கவே செய்தன. 1955 செப்டெம்பரில் ஃபிஸோ தனது இரண்டு நண்பர்களுடன் அஸ்ஸாம் முதல்வரைச் சந்திக்கச் சென்றார். சந்திப்பு விவரம் கிடைக்கவில்லை. சந்திப்பு முடிந்தபிறகு நாகா தலைவர் காட்டுக்குத் திரும்பினார். அவருடைய முக்கியமான உதவியாளர்களுள் ஒருவரான டி.சக்ரி என்பவர் இந்தியப்படையை எந்தக் காலத்திலும் நாகர்களால் தோற்கடிக்க முடியாது என்ற முடிவுக்கு வந்திருந்தார். என்.என்.சி. கெரில்லாக்கள் ஆயுதங் களைக் கீழே போட்டுவிட்டு, அவர்களுடைய தலைவர்கள் புதுடெல்லி அரசுடன் கௌரமான ஓர் உடன்பாட்டுக்கு வரவேண்டும் என்று சக்ரி கருதினார்.

மாறாக ஃபிஸோ, சமாதானத்துக்கோ, பின்வாங்குவதற்கோ, சமரச பேச்சு வார்த்தைகளுக்கோ இடமில்லாத ஒரு யுத்தத்துக்குத் தன்னை அர்ப்பணித்துக் கொண்டுவிட்டார். சமரசப் பேச்சு வார்த்தைக்கு உடன்படவேண்டும் என்ற யோசனை அவரை மிகவும் காயப்படுத்தியது. சக்ரியும் அவரைப் போலவே கொனாமா கிராமத்தைச் சேர்ந்த ஓர் அங்காமி மட்டுமல்ல, அவர் சார்ந்திருக்கும் மெருமா இனக்குழுவைச் சேர்ந்தவரும்கூட. ஃபிஸோ, சக்ரியின் மென்மையான அணுகுமுறையைக் கண்டு பெரும் கோபத்தில் இருந்தார். அந்தச் சமயத்தில் பல இளைஞர்கள் கிளர்ச்சி நோக்கத்துடன் கெரில்லா முகாமுக்கு வந்துகொண்டிருந்தனர். அவர்களுடைய எண்ணிக்கை எப்போதும் இல்லாத அளவுக்கு பதினைந்தாயிரத்தைத் தொட்டிருந்தது. ஆனால் சக்ரிக்கு, சக்திவாய்ந்த இந்திய தேசத்தை எதிர்த்து நிலைபெறும் வாய்ப்பே இல்லை என்று உறுதியாகத் தோன்றியது. அவர் கிராமங்களுக்குச் சென்று, 'வன்முறை மேலும் வன்முறையைத்தான் தோற்றுவிக்கும்' என்று ஃபிஸோவின் தீவிரவாதத்துக்கு எதிராகப் பேசத் தொடங்கினார்.[29]

1956 ஜனவரியில் ஒருநாள், உறங்கிக்கொண்டிருந்த டி.சக்ரி படுக்கை யிலிருந்து இழுத்துவரப்பட்டு, காட்டில் சித்திரவதை செய்யப்பட்டுக் கொல்லப்பட்டார். ஃபிஸோ மறுத்தபோதிலும், அவர்தான் அக்கொலைக்கு

உத்தரவிட்டதாகப் பரவலாக நம்பப்பட்டது. லட்சியத்துக்கு நம்பிக்கை துரோகம் செய்பவர்கள் எப்படி நடத்தப்படுவார்கள் என்ற செய்தியும் நாட்டில் பரவியது. மார்ச் மாதத்தில் புதிய நாகாலாந்து கூட்டாட்சி அரசு பற்றிய அறிவிப்பு வெளியிடப்பட்டது. தேசியக் கொடி ஒன்றும் வடிவமைக்கப் பட்டது. நாட்டின் வெவ்வேறு பகுதிகளுக்கு தளபதிகள் நியமிக்கப்பட்டனர். சக்ரி கொலை செய்யப்பட்டது என்.என்.சி.க்குக் களங்கம் விளைவித்தது போல, ஒரு கொலைச் சம்பவம் இந்தியாவின் புகழுக்கும் கேடு விளைவித்தது. கிளர்ச்சிக்காரர்களின் திடீர்த் தாக்குதலை முறியடித்துவிட்டு கோஹிமாவுக்குச் சில வீரர்கள் திரும்பிக்கொண்டிருந்தனர். அப்போது அங்கு ஊரடங்குச் சட்டம் அமலில் இருந்தது. தெருவில் எவரும் நடமாடக்கூடாது. ஆனால் தெருவில் முதியவர் ஒருவர் சென்றுகொண்டிருந்தார். வீரர்கள் அவரை சாலையை விட்டு நகர்ந்து செல்லுமாறு உத்தரவிட்டனர். அம்மனிதர் அதை எதிர்த்தார். வீரர்கள் துப்பாக்கி முனையால் அவரை அடித்து முடிவில் அந்த மலை உச்சியிலிருந்து பிடித்துத் தள்ளினர்.

வீரர்கள் அவ்வாறு முரட்டுத்தனமாகக் கொன்ற மனிதர், ஒரு மருத்துவர். அவர் பெயர் டி. ஹராலு. அவர்தான் நாகா குன்றின் முதல் அலோபதி மருத்துவர். கோஹிமாவிலும் அதன் சுற்றுப்புறத்திலும் அவர் நன்கு அறிமுகமானவர், மதிக்கப்பட்டவர். சக்ரி கொலையில் இந்தியா பெற்றிருக்கக்கூடிய பிரசாரப் பயன்களை இந்தக் கொலை கெடுத்தது.[30]

இதற்கிடையே படைவீரர்களின் எண்ணிக்கை கணிசமாக அதிகரித்தது. நாகா குன்றுப் படை என்று புதிய பெயர் சூட்டப்பட்ட மலையேறும் பீரங்கிப் பிரிவும், பதினேழு காலாட் படைப் பிரிவுகளும், ஐம்பது அஸ்ஸாம் ரைஃபிள்ஸ் படைப் பிரிவுகளும் அங்கே இருந்தன. கிளர்ச்சியாளர்களும் அவர்களுக்கான தனி ராணுவ அமைப்பைப் பெற்றிருந்தனர். கெய்ட்டோ என்ற மிச்சிறந்த வியூக வல்லுநர் அதற்குத் தலைமைத் தளபதியாக இருந்தார். அவருக்கு கீழ் நான்கு தளபதிகள் இருந்தனர். அவர்களுடைய படைகள் பட்டாலியன்களாகவும் கம்பெனிகளாகவும் பிரிக்கப்பட்டிருந்தன. நாகர்களிடம் பிரிட்டிஷ் மற்றும் ஜப்பானியத் துப்பாக்கிகள் இருந்தன. இரண்டாவது உலகப் போருக்குப் பிறகு விட்டுச்சென்ற ஸ்டென் கன் துப்பாக்கிகள் மற்றும் எந்திரத் துப்பாக்கிகளும் இருந்தன. அவர்களிடம் உள்ளூரில் செய்யப்பட்ட துப்பாக்கிகளும் இருந்தன. நேருக்கு நேர் வாள் போர் செய்யும் மரபில் வந்த நாகர்களிடம் டாவோ என்ற வாள்களும் இருந்தன.

முறையான நாகர் படைகளோடு தொண்டர் படை, செய்தியாளர் படை, மகளிர் தொண்டர் படை, செவிலியர் படை போன்ற அமைப்புகளும் இருந்தன. அவசியம் ஏற்பட்டால் செவிலியர்கள் சிறப்பான சண்டையிடு வார்கள். சாதாரண கிராமவாசிகளுடைய மௌனமான ஆதரவும் இருந்தது. ஆட்சிக்கு எதிரான கிளர்ச்சிகளைத் தடுக்க தனித்தனிக் குக்கிராமப் பகுதிகளை, அவர்கள் ஒருங்கிணைந்த கிராமப் பகுதிகளாக ஆக்கினர். கிராமவாசிகள்

இங்கு இரவில் உறங்கி, காலையில் வயல்களில் வேலை செய்யச் சென்றனர். விவசாயிகள் மூலம் கிளர்ச்சிக்காரர்களுக்குச் செய்தி செல்லும் தொடர்பை உடைக்க படைகள் மேற்கொண்ட தந்திரத்தால், படையினருக்கு இருந்த கெட்ட பெயர் அதிகரிக்கவே செய்தது.[31]

1956-ன் மத்தியில் நாகா குன்றுகள் மீது முழு அளவிலான போர் நடந்தது. ஜூலை கடைசி வாரத்தில் நாடாளுமன்றத்தில் உள்துறை அமைச்சர் கோவிந்த வல்லப பந்த் வெளியிட்ட அறிக்கையில், 68 ராணுவ வீரர்கள் உயிரிழந்ததையும் 370 கிளர்ச்சிக்காரர்கள் கொல்லப்பட்டதையும் ஒப்புக் கொண்டார். தேர்ந்த அறிவும் நாட்டுப்பற்றும் உள்ள சக்ரியை ஃபிஸோ கொன்றுவிட்டதாகவும், நாகர்களை அவர் பேராபத்துக்கு வழிநடத்திச் செல்வ தாகவும் பந்த் குற்றஞ்சாட்டினார். நாகா சுதந்தரத்தைக் 'கனவுக்கோட்டை' என ஒதுக்கித் தள்ளினார். 'நாகர்களுக்கு நல்ல புத்தி ஏற்பட்டு, நாம் அனைவரும் இந்தியர் என்னும் எண்ணத்தைப் புரிந்துகொள்வார்கள்' என பந்த் நம்பிக்கை தெரிவித்தார்.[32]

இந்திய மற்றும் உலகப் பத்திரிகைகள் இச்சண்டை பற்றிய விவரங்களை வெளியிடவில்லை. ஆனால் நாகா மருத்துவர் ஒருவர், நாகா குன்றுகளின் கடைசி பிரிட்டிஷ் துணை ஆணையர் சார்ல்ஸ் பாசிக்கு எழுதிய கடிதங் களிலிருந்து ஓரளவு தகவல்களைப் பெற இயலும். 1956 ஜூனில் எழுதிய கடிதத்தில், 'நாகா பகுதிகளுக்கு உள்ளே செல்லச் செல்ல ஒவ்வொரு இரவிலும் கிராமங்கள் எரிவதைப் பார்த்தோம். அதை எரித்தது இந்தியப் படையா, கிளர்ச்சிக்காரர்களா என்று யாருக்கும் தெரியாது' என்று குறிப்பிடப்பட்டிருந்தது. 'பிடிபடும் ஒவ்வொரு நாகா அரசு ஊழியருக்கு, கிளர்ச்சித் தலைவர் (ஃபிஸோ) பயங்கரமாகக் காட்சியளித்தார். ஃபிஸோவின் வரம்புமீறிய செயல்பாடுகள் பிடிக்காமல் வெளியேறியவர்களுக்கு அவர் மேலும் கொடூரமானவராகத் தெரிந்தார். தோபாஷி என்ற கிராமத்தின் தலைவர் கள் பலர் காணாமல் போய்விட்டனர். அவர்கள் மறைவாக இருக்கிறார்களா அல்லது ஃபிஸோவிடம் பிடிபட்டு விட்டார்களா என்று தெரியாது. அவர்கள் நிலைமை உண்மையிலேயே கஷ்டமானதுதான். அவர்கள் அரசாங்கக் காரியமாகப் போனால் ஃபிஸோ பிடித்துக்கொள்கிறார், செல்லாவிட்டாலோ அரசாங்கத்திடம் மாட்டிக் கொள்கிறார்கள்.'

இரண்டு மாதங்களுக்குப் பிறகு அந்த நாகா டாக்டர், சார்ல்ஸ் பாசிக்கு எழுதும்போது, 'நான் பார்த்தவரையில் அரை சதவிகித நாகர்கள் ஃபிஸோவுடன் இருக்கிறார்கள். ஒரு சதவிகிதத்தினர் சற்று மிதவாதிகளாக இருக்கிறார்கள். அவர்கள் அஸ்ஸாமிலிருந்து பிரிந்து டெல்லியின்கீழ் வர விரும்புகிறார்கள். 98.5 சதவிகிதத்தினர் அவர்களைத் தனியாக விட்டுவிட வேண்டும் என்று விரும்புகிறார்கள். அண்மையில் படையினர் நடந்து கொண்ட விதத்தை வைத்துப் பார்த்தால், நாகர்களுக்கும் அரசாங்கத்துக்கும் இடையே நல்லுறவு என்பது நம்பிக்கைக்கு அப்பாற்பட்ட விஷயமே. படையினர் மேற்கொண்டுள்ள நடவடிக்கைகள், நாகா - இந்திய உறவுகளை

இன்னும் அடுத்த 50-100 ஆண்டுகளுக்கு பாதிப்பதாக உள்ளது' என்று குறிப்பிட்டிருந்தார்.[33]

1956 ஆகஸ்டில் நாகா குன்றுகளின் நிலவரம் பற்றி நாடாளுமன்றத்தில் விவாதம் நடைபெற்றது. மணிப்பூரைச் சேர்ந்த மெய்த்தீ உறுப்பினர் அப்பிராந்தியத்தில் அவர்கள் சென்ற வாகனங்கள் கிளர்ச்சியாளர்களால் தாக்கப்பட்டன என்றார். 'அவர்களை எங்கள் கருத்துக்கு இசையவைப்பதும், எங்கள் வழிக்கும் எங்கள் வாழ்க்கை முறைக்கும் கொண்டுவருவதும் மிகவும் கடினம்.' ஃபிஸோவின் மனத்தை மாற்றுவது கடினம் என்று தோன்றுகிறது என்பதை அவர் விசாரித்துத் தெரிந்து கொண்டார் என்றும் உடனடியாக அவர்களுக்கு இந்திய யூனியனுக்கு உட்பட்ட தனி மாநிலம் ஒன்றை அமைத்துவிடவேண்டும் என்று கருதுவதாகவும் அவர் கூறினார்.

ரிஷான் கெய்ஷிங் என்ற (மணிப்பூரின் தங்குல் நாகா இனத்தைச் சேர்ந்த) சோஷலிஸ்ட் உறுப்பினர் அடுத்து பேசினார். படையினர் கிராமங்களை எரித்ததையும், அப்பாவி மக்களைக் கொன்றதையும் கடுமையாகக் கண்டித்தார். 'அவர்கள் கொன்ற நாகா உடல்களை நிர்வாணப்படுத்திக் காட்டியதன்மூலம் உள்ளூர் மக்களை கடுமையாக அச்சுறுத்தியுள்ளனர். அவர்களது உணர்வுகளுக்குச் சிறிதும் மதிப்பளிக்கவில்லை. 1951-52-ல் ஃபிஸோ நேருவைச் சந்தித்தபோது ஒருவர் மனத்தை ஒருவர் புரிந்து கொள்ளவில்லை. சூழ்நிலை முற்றிலும் மோசமாகி சுமுகமான தீர்வு காணும் நிலை விரைவாகவே கெட்டுப் போய் விட்டது.' உலக அரசியல் ராஜதந்திரத்தில் காட்டும் பொறுமையையும் உளவியல் பார்வையையும், அதே அளவில் இந்த விஷயத்திலும் காட்டியிருக்க வேண்டும் என்று கெய்ஷிங் விரும்பினார். இரண்டு கட்சியினரும் மிருகத்தனமான கொடிய வன்முறை களை மேற்கொண்டபிறகு, 'கறை படாத கரம் என்னுடையது' என்று யார் மார்தட்டிக் கொள்ள முடியும் என்று கெய்ஷிங் கேட்டார். 'இந்தக் கேள்வியை, விரோதப் போக்கு கொண்ட நாகர்களையும் அதேபோல அரசாங்கத்தையும் கேட்கிறேன்' என்றார். அவர் நாகர்களுக்கு பொது மன்னிப்பு அளிக்குமாறும், அனைத்துக் கட்சி நாடாளுமன்ற உறுப்பினர்கள் குழுவை பாதிக்கப்பட்ட பகுதிகளுக்கு அனுப்புமாறும், அரசும் நாகா தேசிய கவுன்சிலும் பேச்சு வார்த்தை நடத்தவேண்டும் என்றும் பரிந்துரைத்தார். வன்முறையும் பகை நடவடிக்கைகளும் தொடர்வது அப்பாவி மக்களின் அழிவுக்கு வழிவகுக்கும் என்பதால் ஃபிஸோவின் ஆட்களை அமைதிக்கு உடன்பட வேண்டிக் கொண்டார்.

பிரதமர் தன் பதிலுரையில் சில கொலைகள் நிகழ்ந்ததை ஒப்புக் கொண்டார். டாக்டர் ஹராலுவின் கொலை, தன்னை மிகவும் வருத்தமுறச் செய்தது என்றும் கூறினார். ஆனால் மிக அதிகமான அளவுக்கு பிரச்னைகளை அதிக மாக்கும் சம்பவங்கள் நாகா கிளர்ச்சியாளர்களாலேயே நடைபெற்றன என்றார். அரசாங்கம் நாகர்களுடைய ஒத்துழைப்பை நாடுகிறது என்றும், பலமுறை ஃபிஸோவிடம் கூறியபடி, புதுடெல்லி, பழங்குடிகள் பகுதிகளுக்கு அவர்களுடைய நிலம் தொடர்பாகவும், பிற வளங்கள் தொடர்பாகவும்

அதிகமான சுயாட்சி அளிக்கும் ஆறாவது அட்டவணையை மேலும் மேம்படுத்த விருப்பம் கொண்டிருப்பதாகவும் கூறினார். 'நாகா குன்றுகளுக்குப் நாடாளுமன்ற உறுப்பினர் குழுவினரை அனுப்பிவைக்கக் காலம் கனியவில்லை என்று நேரு கருதினார். '(நாகர்களுக்கு) சுதந்திரம் பற்றி என்னிடம் பேசுவதில் பயனில்லை. சீனா, பர்மா, இந்தியாவுக்கு இடையே உள்ள சிறு பகுதி மற்றும் பர்மாவின் ஒரு பகுதி இரண்டையும் ஒன்று சேர்த்து சுதந்தர நாடாக அழைப்பது வினோதமானது எனக் கருதுகிறேன்' என்றார் நேரு.[34]

1956 டிசம்பரில் லண்டனில் உள்ள இந்தியத் தூதரகம் வெளியிட்ட அறிக்கையில் நாகா குன்றுகளில் படை நடவடிக்கைகளின் வெற்றி குறிப்பிடப்பட்டிருந்தது. கிளர்ச்சிக்காரர்களின் முதுகெலும்பை முறித்து விட்டதாகவும், எதிரிகளுடைய பகுதிகளைக் கைப்பற்ற நடவடிக்கைகள் மேற்கொண்டிருப்பதாகவும் குறிப்பிடப்பட்டிருந்தது. அந்தச் செய்தியின்படி எல்லாமே முடிந்துவிட்டதாக தோன்றியது. சில வாரங்களுக்குப் பிறகு மான்செஸ்டர் கார்டியன் செய்தித்தாளில் 'நாகா கிளர்ச்சி உண்மையில் தீர்ந்து விட்டது' என்று வெளியாகியிருந்தது. இந்திய அரசாங்கம் மிதவாத நாகர்களோடு ஒரு சமரசத்துக்கு வர முயற்சிகள் மேற்கொண்டிருப்பதாகவும், அவர்களுடைய எண்ணிக்கை நாளுக்கு நாள் அதிகரித்து வருவதாகவும் தெரிவித்திருந்தது. எனினும், இந்தப் புதிய எழுச்சியின் உதயத்துக்கு உறுதி செய்யும் வகையிலான தனிச்சான்று எதுவுமில்லை.[35]

V

1950-களில் ஜார்க்கண்ட் இயக்கம் இந்தியாவுக்கு உட்பட்ட ஒரு மாநிலத்தை பழங்குடிகளுக்காக, பழங்குடிகளே நிர்வகிக்கும் முறையில் உருவாக்கும்படி பெரிய பிரசாரத்தை நடத்தி வந்தது. அப்பிராந்தியங்களில் மாநிலச்சீரமைப்புக் குழு 1955 ஜனவரியில் பயணம் செய்தபோது, 'ஜார்க்கண்ட் தனி மாநிலம்' என்ற முழக்கத்துடன் ஊர்வலம் சென்றவர்களைக் கண்டது. போராட்டத்தில் பங்கு கொண்ட ஒருவர், ஒவ்வொரு பழங்குடியின் முகத்திலும் ஜார்க்கண்ட் கோரிக்கை எழுதப்பட்டிருந்ததை நினைவு கூர்ந்தார்.[36]

மணிப்பூர் சமஸ்தானம் இந்திய யூனியனுக்குள் சேர்ந்து முழுமையான மாநிலமாக மாற ஒரு போராட்டம் தொடங்கியிருந்தது. 1949-ல் ஒரு மக்கள் இயக்கம், வயது வந்தோர் வாக்குரிமை அடிப்படையில் தேர்ந்தெடுக்கப்பட்ட சட்டமன்றத்தைக் கூட்டுமாறு மணிப்பூர் மன்னரைக் கட்டாயப்படுத்தியது. மணிப்பூர் இந்திய யூனியனுடன் இணைந்துவிட்டதை அடுத்து அந்தச் சட்டமன்றம் கலைக்கப்பட்டது. அந்தப் பகுதி 'சி' பகுதி மாநிலம் என அழைக்கப்பட்டது. அதில் மக்களால் தேர்ந்தெடுக்கப்பட்ட சட்டமன்றம் கிடையாது. அது ஒரு தலைமை ஆணையரால் ஆளப்பட்டது. அவர் டெல்லியின் நேரடிக் கட்டுப்பாட்டில் இருந்தார்.

மணிப்பூர் 8,600 சதுர மைல் பரப்பு உடையது. அதில் வெறும் 700 சதுர மைல் பள்ளத்தாக்குப் பரப்பில் வசிக்கும் 3,80,000 பேர் மெய்தீ என்ற பழங்குடியைச்

சேர்ந்தவர்கள். இவர்கள் இந்து வைணவர்கள். பெரும் குன்றுப் பிரிவில், 1,80,000 நாகா மற்றும் குகி பழங்குடிகள் வசித்தனர். ரிஷாங் கெய்ஷிங்கும் அப்படி ஒரு பிரிவைச் சேர்ந்தவரே. அவர்தான் மக்கள் பிரதிநிதித்துவ ஆட்சி கோரி 1954-ல் ஓர் இயக்கத்தைத் தொடங்கினார். கெய்ஷிங்கும் அவருடைய சக சோஷலிஸ்ட் நண்பர்களும் தினந்தோறும் இம்பாலில் உள்ள தலைமை ஆணையர் அலுவலகத்துக்கு முன் மறியல் செய்தனர். ஆயிரக்கணக்கான சத்தியாக்கிரகிகள் சிறை புக முன் வந்தனர். அதில் பலர் பெண்கள். ஆனால் அரசாங்கம் எதற்கும் இசையவில்லை. மணிப்பூர், திரிபுரா போன்ற 'சி' பிரிவு மாநிலங்களில் சட்டமன்றம் அமைக்கக் காலம் இன்னமும் கனியவில்லை என்று நாடாளுமன்றத்தில் உள்துறை அமைச்சர் கூறினார். இந்த மாநிலங்கள் இந்திய எல்லைகளின் ராணுவ முக்கியத்துவம் வாய்ந்த இடங்களில் அமைந்திருப்பதாகவும் அவர் கூறினார். மேலும் அந்த மக்கள் ஒப்பீட்டு அளவில் அரசியல் ரீதியாகப் பின்தங்கி இருக்கிறார்கள் என்றும் நிர்வாக இயந்திரம் இன்னமும் பலவீனமாக இருப்பதாகவும் அவர் கூறினார்.[37]

நாகா தேசிய கவுன்சில், ஜார்கண்ட் மற்றும் மணிப்பூர் போராட்டங்களைப் பற்றியோ, டெல்லியின் தயக்கம் பற்றியோ அறிந்திருந்ததா என்பது பற்றித் தெரியாது. ஃபிஸோவும் அவர் ஆட்களும் இந்தியாவுக்குள் ஒரு மாகாணமாக அல்லாமல், அதற்கு வெளியே தனி நாடாக ஆக்குவதற்கு, மிகப்பெரும் லட்சியத்துடன் போராடிக்கொண்டிருந்தனர். அந்தக் கோரிக்கை நகைப்புக்கு உரியதாக இருக்கலாம் என்றாலும், அதுவே பல நாகர்களை கிராமங்களை விட்டுகவிட்டு கெரில்லாக்களிடம் சேரத்தூண்டியது. இந்தச் சமயத்தில், 1950-ன் மத்தியில் நாகா மாவட்டங்களில் இரண்டு லட்சம் நாகர்கள் இருந்தனர். அதே எண்ணிக்கையில் நெஃபாவின் நாகா மாவட்டங்களிலும், மணிப்பூரில் கூடுதலாக எண்பதாயிரம் நாகர்களும் இருந்தனர். ஐந்து லட்சம் நாகர்களில் சுமார் 10,000 பேர் மட்டுமே போராட்டத்தில் முழுநேரம் ஈடுபட்டனர். இந்தக் குறைபாடு, அவர்களுடைய மனோதிடத்தால் பெருமளவு ஈடு செய்யப்பட்டது. ஒரு சிறு கிளர்ச்சிக் குழு, பெரும் ராணுவப் படையை எதிர்கொள்ளும் அளவுக்கு சூழ்நிலையை உருவாக்கியது.

வடகிழக்குப் பகுதிக்கு வெளியே நாகா சச்சரவைப் பற்றி அறிந்தவர்கள் அப்போது மிகவும் குறைவே. குறிப்பாக அயல்நாட்டவர்களுக்கு இதுபற்றி ஒன்றுமே தெரியாது. எனினும் அந்த சச்சரவு, நாட்டின் ஒற்றுமையிலும், அதன் ஜனநாயகம் தொடர்ந்து இயங்குவதிலும், அரசாங்கத்தின் சட்ட அதிகாரத்திலும் கடுமையான விளைவுகளை ஏற்படுத்தியது. நாட்டின் வேறு எந்தப் பகுதியிலுமே, காஷ்மீரிலும்கூட இந்திய மாநிலத்தின் முறையான குடிமக்கள் நடத்திய கிளர்ச்சியை அடக்குவதற்கு ராணுவம் அனுப்பப்பட வில்லை.

சுதந்தரம் அடைந்த முதல் பத்தாண்டுகளில் அரசு ஏராளமான சிக்கல்களைச் சந்தித்துள்ளது. வர்க்க, மத, மொழி மற்றும் பிராந்திய அடிப்படையிலான பல இயக்கங்கள் அவற்றுள் அடங்கும். அவை நியாயமான வாதங்களாலும்,

சமரசப் பேச்சுக்களாலும், சில சமயங்களில் முறையான காவல்துறை நடவடிக்கைகளாலும் கையாளப்பட்டுள்ளன. ஆனால் நாகா குன்றின் சர்ச்சை அத்தகைய தீர்வு எதையும் அனுமதிக்கவில்லை. என்.என்.சி. கோரிக்கைக்கும் இந்திய அரசாங்கம் அளிக்கத் தயாராக இருந்த சலுகைகளுக்கும் இடையே ஆகப்பெரிய வேறுபாடு இருந்தது. ஒருவர் மற்றொருவரை ராணுவரீதியாக வெற்றி கொண்டால் மட்டுமே பிரச்னை தீரும் என்று தோன்றியது.

ஜவாஹர்லால் நேரு நாகா நிலவரத்தின் தனித்தன்மையை முழுமையாக அறிந்திருந்தார். அவருடைய கேபினட் அமைச்சருக்கு 1955 மார்ச்சில் எழுதிய கடிதத்தில் வடகிழக்குப் பழங்குடி பிராந்தியத்தில் இருந்த கடுமையான சிக்கல்கள் பற்றி எச்சரித்திருந்தார். 'இப்பிராந்திய மக்களை நம் பக்கம் இழுக்கத் தவறிவிட்டோம். உண்மையில் அவர்கள் நம்மைவிட்டு விலகிக் கொண்டிருக்கிறார்கள். கடந்த மூன்றரை ஆண்டுகளாக அவர்கள் மிகுந்த கட்டுப்பாட்டுடனும் வெற்றிகரமாகவும், ஒத்துழைக்காமல் ஒதுங்கி நிற்கிறார்கள்.'[38]

ஓராண்டுக்குப் பிறகு நேரு அஸ்ஸாம் முதல்வருக்கு எழுதிய கடிதத்தில் கிளர்ச்சிக்காரர்கள் ஆயுதம் ஏந்த விரும்பும் வரையில் இந்தியப் படை அங்கு இருக்கும் என்று குறிப்பிட்டார். 'வெறும் ராணுவ அணுகுமுறைக்கும் மேலாகச் சில விஷயங்கள் இருக்கின்றன. ஆயுதக் கிளர்ச்சி, பலத்தால் எதிர்கொள்ளப்பட வேண்டியதே. வேறு வழியில்லாமல் கடந்த காலத்திலும் இப்போதும் நம் நோக்கு பலத்தைப் பிரயோகிக்கும் அடிப்படையிலேயே அமைந்துள்ளது. உலகின் பல சிக்கல்களுக்கும் இதையே பெருமளவில் திரும்ப திரும்ப உபயோகித்திருக்கிறோம். நம் சொந்த நாட்டு மக்களை அடக்கிப் பணிய மட்டும் வைக்காமல் நம் பக்கத்துக்கு அவர்களை கொண்டுவர நடவடிக்கை மேற்கொள்ள வேண்டும்.'[39]

நாகா கிளர்ச்சி இந்தியர்களுக்குத் தெரியாது. உலகின் கண்களுக்கும் அது மறைக்கப்பட்டது. இந்திய அரசுக்கு அது பெரும் தலைவலி. பிற விஷயங்களில் நேருவின் அரசு நிலையாகவும் உறுதியாகவும் இருப்பதாகவே தோன்றியது. அது ஜனநாயக முறையில் தேர்ந்தெடுக்கப்பட்டு பெரும் பான்மை பலத்துடன் இருக்கும் அரசு. அதன் உள்நாட்டு, வெளிநாட்டுக் கொள்கைகளில் பரந்த தேசிய நோக்கு இருந்தது. எனினும் வேறு சவால்கள் கிளம்பக் காத்திருந்தன. அவை எல்லைப் பகுதியிலிருந்து அல்ல. இந்தியாவின் உறுதியான பகுதிகள் என்று கருதப்பட்ட இடங்களிலிருந்தே!

பகுதி மூன்று

மையத்தை உலுக்குதல்

14

தேற்கில் எதிர்ப்பு அலை

ஜவாஹர்லால் நேரு மக்களிடமிருந்து சக்தி பெறுகிறார். பெரும் திரளான மக்கள் கூட்டத்தை விரும்புகிறார். அவருடைய தனிப்பட்ட செல்வாக்கு, அவருடைய நிர்வாகத்தில் மக்கள் திருப்தியடைந்துவிட்டதாக நம்பவைக்கிறது. எனினும் இந்த எண்ணம் எப்போதுமே சரியானதல்ல.

- நரேந்திர தேவா, சமதர்மவாதி, 1949.

ஆண்டுகள் செல்லச் செல்ல நேருவின் கௌரவமும் புகழும் எந்த அடித்தளத்தின்மீது உருவாயினவோ, அவையே அவரைக் கீழே தள்ள ஆரம்பித்துவிட்டன. ஒரு காலத்தில் ஒவ்வொரு சிக்கலுக்கும் அவரிடம் ஒரு தீர்வு இருந்தது. இன்றோ ஒவ்வொரு தீர்விலும் ஒரு சிக்கலைக் காண்கிறார்.

- கார்ட்டூனிஸ்ட் ஆர்.கே. லக்ஷ்மண், 1959.

I

இந்திய வரலாற்றில் 1757-ம் 1857-ம் நினைவுச் சின்னங்களாக நின்று விட்டன. முதல் ஆண்டில் கிழக்கிந்தியக் கம்பெனி வங்காள நவாபை பிளாசி போரில் வென்றது, துணைக்கண்டத்தில் பிரிட்டிஷார் நுழையப் பாதை அமைத்துக்கொடுத்தது. இரண்டாவதில், 'முதல் விடுதலைப் போர்' என்றும், 'சிப்பாய்க் கலகம்' என்றும் வெவ்வேறு விதமாகக் குறிப்பிடப்பட்ட மாபெரும் பொது எழுச்சியின் முடிவில் பிரிட்டிஷார் வெற்றி கண்டனர்.

1757, 1857 ஆண்டுகளைப் போலவே 1957-ம் நவீன இந்திய வரலாற்றில் பெரும் சிறப்பு பெற்ற முக்கியமானதொரு நாள். அந்த ஆண்டில்தான் இந்தியாதன் இரண்டாவது பொதுத் தேர்தலை நடத்தி முடித்தது. இரண்டாம் உலகப் போருக்குப் பின் பல ஆசிய, ஆப்பிரிக்க நாடுகள் ஐரோப்பியப் பேரரசுகளிடமிருந்து விடுதலை பெற்றன. விடுதலை பெற்ற நாள் முதலே

அல்லது மிகச் சீக்கிரமே, மிகப் பெரும்பான்மையான நாடுகள் கம்யூனிஸ்ட் சர்வாதிகாரங்களாக, அல்லது ராணுவ சர்வாதிகாரங்களாக அல்லது எதையும் சாராத சர்வாதிகாரங்களாக ஆகிவிட்டன. மிகச் சில விதிவிலக்குகளில் இந்தியாவும் ஒன்று. அதன் அளவாலும் சமுதாயச் சிக்கல்களாலும் இந்த விதிவிலக்கு மேலும் சிறப்படைந்தது. 1952-ன் மாபெரும் சூதாட்டத்துக்கு முன்பும் பின்னரும், தொடர்ந்து மாகாணத் தேர்தல்கள் நடைபெற்றன. வாக்குச் சீட்டின் தீர்ப்பு மதிக்கப்பட்டது. உலக ஜனநாயக நாடுகளுடன் சேருவதற்கு, முதல் தேர்தலைத் தொடர்ந்து, இரண்டாவது தேர்தலும் தேவையாக இருந்தது. இது 1957-ன் வசந்த காலத்தில் மூன்று வார கால அளவில் நடத்தப்பட்டது.

சுகுமார் சென், இன்னமும் தலைமைத் தேர்தல் ஆணையராகப் பணியாற்றிக் கொண்டிருந்தார். சந்தர்ப்பவசத்தால் அந்தத் தொடர்ச்சி ஏற்பட்டிருந்தாலும் அது முக்கியமானது. ஏனெனில், திட்டமிட்ட முறைகள் எவ்வாறு இயங்குகின்றன என்பதை அவரால் மீண்டும் புதிதாகச் சோதிக்கமுடியும். அவை சிறப்பாகவே செயல்பட்டன என்று நாம் அறிகிறோம். இந்த முறை பொதுத் தேர்தலுக்கு கடந்த தேர்தலைவிட 4.5 கோடி ரூபாய் குறைவாகவே அரசுக்குச் செலவானது. நன்கு திட்டமிட்ட சென், 35 லட்சம் வாக்குப் பெட்டிகளை முதல் தேர்தலுக்கு உபயோகப்படுத்தியபிறகு பாதுகாப்பாக வைத்திருந்ததால், மேலும் 5 லட்சம் பெட்டிகளே தேவையாக இருந்தன.

தேர்தலுக்கு முன்பாகச் செய்தி ஒலிபரப்பு அமைச்சரகம், 'இது உங்கள் வாக்கு' என்ற ஒரு திரைப்படத்தை விநியோகித்தது. பதிமூன்று மொழிகளில் மொழிமாற்றம் செய்யப்பட்ட அந்தப் படம், எந்த அரசியல் கட்சிக்கு ஆதரவாகவும் எந்த விஷயமும் இல்லாமல் தவிர்க்கப்பட்டு, நாடு முழுதும் 74,000 திரையரங்குகளில் திரையிடப்பட்டது. பல பெண்கள் வாக்குரிமையின் மதிப்பை அறியத் தொடங்கினர். வாக்களிக்கும் வயது வந்த பெண்களில் 94 சதவிகிதம் பேர் தம்மை வாக்காளர்களாகப் பதிவு செய்துகொண்டிருந்தனர்.

மொத்தத்தில் 19.3 கோடி இந்தியர்கள் வாக்காளர்களாகத் தங்களைப் பதிவு செய்துகொண்டனர். அவர்களில் பாதிக்குச் சற்று மேற்பட்டவர்கள் வாக்களித்தனர். அவர்கள் வாக்களித்த வாக்குச்சீட்டுகள் 197டன் எடையுள்ள காகிதத்தால் தயாரிக்கப்பட்டிருந்தன. வாக்காளர்களை வரிசையாக நிற்கவைக்க 2,73,762 காவலர்கள் பணியாற்றினர். அவர்களுக்கு 1,68,281 கிராம உதவியாளர்கள் உதவினர்.

தேர்தல் நாட்களில் மது, சாராயக் கடைகளை மூடிவைக்க தேர்தல் ஆணையம் சிபாரிசு செய்தது. இதனால் ரௌடிகளுக்கு சாராய பலம் கிடைக்கவிடாமல் செய்யப்பட்டது. ஆயினும் பல சுவையான நிகழ்ச்சிகளுக்குக் குறைவில்லை. புதுடெல்லி வேட்பாளர் ஒருவர் கர்த்தர் ஏசுநாதர் பெயரில் வேட்பு மனுவைத் தாக்கல் செய்து அதை ஏற்க வற்புறுத்தினார். மதராஸில் வாக்காளர் ஒருவர், தேர்தல் ஆணையர் சுகுமார் சென்னைத் தவிர வேறு எவருக்கும் வாக்களிக்க மறுத்தார். ஒரிஸாவில் இரண்டடிக் குள்ளர் ஒருவர் ஸ்டூல் ஒன்றைத் தாம்

348

வாக்களிக்க உதவியாக தம்முடன் எடுத்துவந்தார். மேலும் எல்லா இடங்களிலும் வாக்குப்பெட்டிகளில் வாக்குச் சீட்டுகளுடன் வேட்பாளரைத் திட்டும் சீட்டுகள், சினிமா நட்சத்திரங்களின் புகைப்படங்கள் முதலியவையும் இருந்தன. சில வாக்குப்பெட்டிகளில் ரொக்கமாகவும் சில்லறையாகவும் பணமும் இருந்தது. அவை அரசு கஜானாவில் செலுத்தப்பட்டன.[1]

II

1952-ன் முதல் பொதுத் தேர்தலைப் போலவே 1957-ன் இரண்டாவது பொதுத் தேர்தலும், சுருக்கமாக பிரதமர் மற்றும் ஆளுங்கட்சியின் மீதான வாக்களிப்பே! மீண்டும் நேருவே முக்கிய கொள்கை பரப்பு வீரர், வாக்குகளை வெல்பவர். திரை மறைவில் இருந்தபடி அவருக்கு உதவியாக இருந்தது, அவரது மகள் இந்திரா காந்தி. கணவர் ஃபெரோஸிடமிருந்து விலகி வாழ்ந்த அவரும் அவரது இரண்டு மகன்களும், மனைவியை இழந்த தந்தையுடன் அவருடைய விசாலமான அரசாங்க வீட்டில் (தீன்மூர்த்தி இல்லம்) வசித்தனர்.[2] இந்திரா காந்திதான், பிரதமரை மாலையில் கடைசியிலும் காலையில் முதலிலும் காண்பவர். அவரது அதிகாரபூர்வ விருந்தளிப்பவராக, நாட்டின் உயர்நிலை மனிதர்களையும் பிறரையும் சந்தித்துப் பழகினார். அக்காலப் புகைப்படங்களில் பார்க்கும்போது, முன்பு பலவீனமாக இருந்த அவருடைய உடல்நிலையில் இப்போது நல்ல முன்னேற்றம் இருந்தது. நோயுற்ற அவர் உடல் தேறி, தோற்றத்தில் மட்டு மின்றி நடைமுறையிலும் மாற்றம் கண்டிருப்பதைக் காட்டியது. அவருடைய சமீபத்திய வாழ்க்கை வரலாற்று ஆசிரியர், காசநோயால் பீடிக்கப்பட்டிருந்த தாகக் கருதப்பட்ட இந்திராவுக்கு, அப்போது விற்பனைக்கு வந்திருந்த புதிய ஆன்டிபயாட்டிக் மருந்துகளால் நோய் குணமானதைக் காரணம் காட்டுகிறார்.[3]

இந்திரா காந்தியின் உடல்நிலை பற்றி நாம் அறிவதெல்லாம் ஊகத்தின் அடிப்படையில் எழுந்ததுதான்! எனினும் முதல் இரண்டு தேர்தல்களுக்கு இடையே அவர் தம் சொந்த முயற்சியால் தனி ஆளுமையானார் என்று தெரிகிறது. 1955 மார்ச்சில் மகளிர் நலப் பிரதிநிதியாக, காங்கிரஸ் கட்சியின் செயற்குழு உறுப்பினராக நியமனம் பெற்றார். இதைத் தொடர்ந்து சுற்றுப் பயணம் மேற்கொண்டு, மகளிர் உரிமைகள், கடமைகள் பற்றி பெண் களிடையே பேசினார். அவருடைய பணி, பெண்கள் பற்றியதோடு மட்டும் நிற்கவில்லை. போர்த்துகீசியர் ஆட்சியிலிருந்த கோவாவை விடுவிக்க, பம்பாயில் நடைபெற்ற கூட்டங்களிலும் தலைமை வகித்தார்.

அவருடைய அரசியல் வாழ்வுக்கு முந்தைய நாட்களில் அவரது நண்பர் களாக இருந்தவர்களிடம் அவர் தனது அப்போதைய பணி குறித்து குறைபட்டுக்கொண்டார். அவர் தன் நண்பரிடம், 'என்னுடைய எல்லா நேரமும் இப்போது கமிட்டிகள் மற்றும் அவை போன்றவற்றுக்கே செலவாகி விடுகிறது' என்றார்.[4] அவர் அதை விரும்பியதாகவும் பிற சாட்சிகள் கூறு கின்றன. எல்லோரையும்விட நன்கு அறிந்த ஒருவர், 1957 பொதுத் தேர்தலில் அவருடைய சக்திவாய்ந்த பங்களிப்பைப் பற்றி இவ்வாறு எழுதினார்:

'இன்று வாக்களிப்பு முடிந்தவுடன் பெண்கள் உட்பட பல காங்கிரஸ் தொண்டர்கள், ஆனந்தபவனுக்கு வந்தார்கள். இந்திரா, பல பெண்களுக்கு எழுச்சியூட்டியிருக்கிறார். அதனால் முஸ்லிம் பெண்கள் உட்பட பலர் வந்திருந்தனர். அவர் கடந்த ஆண்டில், குறிப்பாக இந்தத் தேர்தலின்போது பெரிதும் பக்குவப்பட்டுவிட்டார். இந்தியா முழுதும் நல்ல விளைவு தரும் வகையில் பணியாற்றினார். ஆனால், அலகாபாத் நகரமும் ஜில்லாவும்தான் அவருடைய தனிக்களமாக விளங்கியது. அந்த இடத்தில் போருக்கு ஆயத்த மாகும் தளபதி போல நடந்துகொண்டார். இப்போது அவர் முழுமையாக, குறிப்பாகப் பெண்கள் மத்தியில் - அலகாபாத்தின் கதாநாயகி ஆகிவிட்டார்!'[5]

III

1952-ஐப் போலவே, மீண்டும் நேருவுக்கும் அவருடைய காங்கிரஸ் கட்சிக்கும், சக்திவாய்ந்த கொள்கை ரீதியிலான எதிர்ப்பு வலது சாரி ஜனசங்கிடமிருந்தும், இடது சாரி சோஷலிஸ்டுகளிடமிருந்தும் எழுந்தது. எஸ்.பி.முகர்ஜியின் மரணத்தாலும் ஜெயப்ரகாஷ் நாராயணன் சமூக சேவைக்காக அரசியலைத்துறந்துவிட்டதாலும் அந்தக் கட்சிகள் குழப்பத்தில் இருந்தன. வட இந்தியா நெடுகிலும் உண்மையில் காங்கிரசுக்கு எதிர்ப்பே இல்லை. அது அங்கு போட்டியிட்ட 226 இடங்களில் 195 இடங்களை வென்றது. இந்த ஆதிக்கத்தால் நாடாளுமன்றத்தில் மொத்தமாக 371 இடங்களைக் கைப்பற்றி, எளிதில் பெரும்பான்மையைப் பெற்றது.[6]

விடுதலைப் போரை முன்னின்று நடத்தி இந்தியாவுக்கு வழிகாட்டி வந்த காங்கிரஸ், மொத்தத்தில் வெற்றிபெற்ற போதிலும், கவலை தரும் அறிகுறிகளும் இருந்தன. இந்திய-கங்கைச் சமவெளிக்கு அப்பால் பல எதிர்ப்புகள் உருவாகிக் கொண்டிருந்தன. ஒரிஸ்ஸாவில் கணதந்திர பரிக்ஷத் காங்கிரசை எதிர்த்தது. அது உள்ளூர் நிலச்சுவான்தார்களின் கூட்டுகளால் உருவானது. அக்கட்சியும் இடது சாரிக் கட்சிகளும், மொத்தமுள்ள இருபது இடங்களில் காங்கிரசுக்கு ஏழு என்ற அளவில் குறைத்துவிட்டன. ஒரு காலத்தில் இந்திய தேசியத்தின் இதயபீடமாக விளங்கிய பம்பாய் மாகாணத்தில், மொத்தமுள்ள 66 இடங்களில் காங்கிரஸ் 38 இடங்களையே கைப்பற்றியது. பிற இடங்கள் சம்யுக்த மகாராஷ்டிர சமிதி அல்லது மகா குஜராத் பரிஷத்துக்குக் கிடைத்தன. இரண்டும் தனி மாநிலம் கோரின. (இந்தத் தேர்தல், பம்பாயைத் தலைநகர மாகக் கொண்டு மராத்திய மொழி பேசும் தனி மாநிலம் ஒன்று அமைப்பதன் மீதான வாக்கெடுப்பாகக் கருதப்பட்டது. இதில் சம்யுக்த மகாராஷ்டிர சமிதி 55 லட்சம் வாக்குகளும் காங்கிரஸ் 53 லட்சம் வாக்குகளும் பெற்றன.) இந்த இழப்புகள் மீண்டும் உள்ளாட்சித் தேர்தல்களிலும் ஏற்பட்டன. சமிதி, பூனா, பம்பாய் ஆகிய மாபெரும் வரலாற்று நகரங்களில், நகராட்சி சபைகளைக் கைப்பற்றியது.

தெற்கிலும் பிராந்திய எதிர்ப்பு உருவாகிக் கொண்டிருந்தது. இது ஈ.வெ.ராமசாமி நாயக்கருடைய திராவிடக் கழகத்திலிருந்து தோன்றிய

திராவிட முன்னேற்றக் கழகம் என்ற உருவத்தில் வந்தது. இந்திய அரசியல், நாகரிகம், சமயம் முதலியவற்றில் வடக்கு ஆதிக்கத்தை பெரியார் என்ற பெயர் பெற்ற ராமசாமி கடுமையாக எதிர்த்தார். அவர், திராவிட நாடு என்ற தனிநாடு தோன்றப் போராடினார். தி.மு.க. அவருடைய முன்னாள் தொண்டர்களால் தொடங்கப்பட்டது. அவர்கள் பிரிவினைக் கோரிக்கையை நாடாளுமன்ற அரசியல் மூலம் வெளியிட விரும்பினர். 1957 தேர்தல்தான் அவர்கள் முதலில் பங்குகொண்ட தேர்தல். விரல்விட்டு எண்ணக்கூடிய ஒருசில இடங்களையே அவர்கள் வென்றாலும், அவையும் பெரும்பாலும் மாகாண சட்டமன்றத் தேர்தலில் என்றாலும், அவர்களுடைய வளரும் வெற்றி கவலையூட்டுவதாக இருந்தது. ஏனெனில், அவர்கள் கட்சி இனரீதியாகவோ, மொழி வழியாகவோ தனி மாநிலம் கோராமல், முற்றிலும் தனியான ஒரு தேசிய நாட்டைக் கோரியது.[7]

எனினும், இந்தியா முழுவதற்கும் தானே பிரதிநிதி என்று உரிமைகொள்ளும் காங்கிரஸின் அஸ்திவாரம், இந்தியாவின் மிகத் தென்கோடியில் உள்ள மாநிலத்தின் கட்சியால் பலமாக ஆட்டம் கண்டது.

அந்த மாநிலம் கேரளா. அங்கு இந்திய கம்யூனிஸ்ட் கட்சி (சி.பி.ஐ.) மறுமலர்ச்சி பெற்று, ஆளும் காங்கிரஸ் கட்சிக்கு மாற்றாக செல்வாக்குள்ள பலமான கட்சியாக எழுந்துநின்றது. நாடாளுமன்றத் தேர்தலில் சி.பி.ஐ. 18-ல் 9 இடங்களை வென்றது. காங்கிரஸ் 6 இடங்களை மட்டுமே வென்றது. அதே சமயத்தில் நடைபெற்ற சட்டமன்றத் தேர்தலில் மொத்தமுள்ள 126 இடங்களில் கம்யூனிஸ்டுகள் 60-ஐ வென்றனர். ஐந்து சுயேச்சை உறுப்பினர்களின் ஆதரவு, அவர்களுக்கு லேசான பெரும்பான்மையை அளித்தது.

கேரளாவில் சட்டமன்றத் தேர்தலில் கம்யூனிஸ்டுகளின் வெற்றி, ஒரு காலத்தில் லெனினால் 'ஊனமுற்ற நாடாளுமன்ற ஜனநாயக வழி' என்று நிராகரிக்கப்பட்டிருந்தாலும், ஒரு புதிய சாதனைக்கு வழிகாட்டியது. சமீபத்தில்தான் இத்தாலி நாட்டில் ஒரு நகரம் ஒரு 'சிவப்பு' மேயரைத் தேர்ந்தெடுத்திருந்தது. ஆனால் இங்கே தனித்தன்மை பெற்ற புதுமையான, முழுமையான, மிகப்பெரும் நாட்டின் மாநிலம் ஒன்றை ஆளும் வாய்ப்பை கம்யூனிஸ்டுகள் பெற்றிருக்கிறார்கள். பனிப்போர் தீவிரமாகி அச்சுறுத்தும் நிலையில், கேரளாவில் நடந்துள்ள நிகழ்ச்சி உலகம் முழுவதிலும் ஆர்வத்தை ஊட்டியது. ஆனால், இந்தியக் கூட்டாட்சிக்கு மிகத் தீவிரமான கேள்விகளையும் முன்வைத்தது. முன்பு விரல்விட்டு எண்ணக்கூடிய மாகாணங்களிலேயே, எதிர்க்கட்சி மந்திரிசபைகள் அல்லது காங்கிரசிலிருந்து பிரிந்து சென்றவர்களுடைய மந்திரி சபைகள் இருந்தன. இப்போது புதுடெல்லி முற்றிலும் மாறான ஒரு விஷயத்தை எதிர்நோக்கியது. நேற்று முன்வரை தலைமறைவு வாழ்க்கை நடத்திய ஒரு கட்சியால் ஒரு மாநிலம் ஆளப்படுகிறது. அது கொள்கைரீதியாக இன்னமும் ஆயுதப் புரட்சிக்கு ஆதரவாக இருக்கிறது. அதன் தலைவர்களும் தொண்டர்களும் சில

சமயங்களில் மாஸ்கோவிடமிருந்து தங்களுக்கான உத்தரவுகளைப் பெறுவதாகவும் சொல்லப்படுவதுண்டு.

IV

தென்மேற்கு மூலையில் அமைந்துள்ள கேரள மாநிலம் நீண்ட கடற்கரையையும் உயர்ந்த மலைகளையும் கொண்டு மிக அழகாக அமைந்துள்ளது. பருவமழை சீக்கிரமாகவும் அதிகமாகவும் வரும். தாவரங்கள் பசுமையாகவும் உன்னதமாகவும் இருக்கும். வேறு எப்பகுதியும் இவ்வளவு பசுமையாக இல்லை. வேறு எப்பகுதியும் இவ்வளவு கலாசார வேறுபாடுகளைக் கொண்டதும் இல்லை. மக்கள் தொகையில் 60 சதவிகிதம் இந்துக்கள், மீதம் 40 சதவிகிதம் கிறிஸ்தவரும் முஸ்லிம்களுமாவர். முக்கியமாக இச்சிறுபான்மையினருக்கு மிக நீண்ட வரலாறு உண்டு. கேரளாவின் சிரியன் கிறிஸ்தவர்கள், கிறிஸ்தவ சகாப்தத்தின் முதல் நூற்றாண்டில் புனித தாமஸால் மதமாற்றம் செய்யப்பட்டதாகச் சொல்லிக்கொள்வர். மிகச் சமீபத்தில் பிராடெஸ்டென்ட் மற்றும் கத்தோலிக்க மிஷனரிகளும் குறிப்பிடத்தகுந்த வெற்றியைப் பெற்றிருந்தனர். அராபியர்களோடு ஏற்பட்ட வாணிபத் தொடர்பால் அங்கே முஸ்லிம்கள் உருவாயினர். அவர்கள் குறைந்தபட்சம் எட்டாம் நூற்றாண்டிலிருந்து இருந்து வருகிறார்கள். துணைக்கண்டத்தில் இவர்களே ஆரம்பகால கிறிஸ்தவர்களும் முஸ்லிம்களும் ஆவர். கேரள இந்துக்களைப் போலவே அவர்களும் உள்ளூர் மொழியான மலையாளம் பேசினர். எனினும் பிற மாநிலங்களுடன் ஒப்பிடும்போது மக்கள் தொகையில் அவர்கள் மிகுதியான விகிதத்தில் காணப்பட்டது, மாநிலத்துக்கு ஒரு தனித்தன்மையை அளித்தது. (காண்க அட்டவணை 14.1).

அட்டவணை 14.1 - கேரளா மற்றும் இந்தியாவில் மதத்தவர்
(மக்கள் தொகையில் சதவிகிதம்)

	இந்து	கிறிஸ்தவர்	முஸ்லிம்கள்
கேரளா	60.83	21.22	17.91
இந்தியா	83.51	2.44	10.69

ஆதாரம்: K.G.Krishna Murthy and G.Lakshmana Rao, Political Preferences in Kerala (New Delhi: Radha Krishna 1966, Page 10)

19-ம் நூற்றாண்டின் கடைசிப் பகுதியிலிருந்து கேரளாவில் சமூக எழுச்சி ஏற்பட்டிருந்தது. இம்மாறுதல்கள் நான்கு விதமாக இயங்கின. முதலாவதாக கிருஸ்தவ மிஷனரிகள் பிரிட்டிஷ் இந்தியாவின் பிற பகுதிகளைவிட இங்கு பணியாற்றுவது எளிது என்று கண்டனர். அவர்களுடைய தேவாலயங்கள், அதனுடன் தொடர்புடைய கல்லூரிகள், பள்ளிகள் போன்றவை மூலம் நவீனக் கல்விமுறையை மேம்படுத்தினர். இரண்டாவதாக, கொச்சி மகாராஜாக்களும் மேலும் குறிப்பாகத் திருவிதாங்கூர் மகாராஜாக்களும், மிஷனரிகளுக்குப் போட்டியாக பல நல்ல பள்ளிகளைக் கட்டினர்.

மூன்றாவதாக வந்தவை துடிப்பான ஜாதிச் சங்கங்கள். அங்கு பிரதானமான நாயர் ஜாதியைச் சார்ந்த நாயர்கள் சேவா சங்கமும், ஜாதி ஏணியின் கீழ்நிலையில் இருந்த கள் இறக்கும் ஈழவர் குலத்துத் தலைவர் நாராயண குருவின் பெயரில் அமைந்த ஸ்ரீ நாராயண தர்ம பரிபாலன சபையும் கல்வி நிறுவனங்களையும் சமூகநலப் பணிகளைச் செய்யும் அறக்கட்டளை களையும் நடத்திவந்தன. முடிவாக, காங்கிரஸ், இந்திய கம்யூனிஸ்ட் கட்சி போன்ற அரசியல் கட்சிகள் செயல்பட்டு வந்தன.[8]

சி.பி.ஐ.-ன் கேரளப்பிரிவு உள்ளூர் மண்ணில் ஆழமாக வேரூன்றியிருந்தது. அதன் மிகச் செல்வாக்குள்ள தலைவர்கள் காங்கிரசில் அரசியல் வாழ்க்கையை ஆரம்பித்து, இடது சாரிகளாக மாறினர். அவர்கள் நிலக் குத்தகைதாரர்களின் பாதுகாப்புக்காக விவசாயச் சங்கங்களையும், நிலமற்றவர்களின் பணிச் சூழ்நிலை மேம்படவும் அதிகக் கூலி கிடைக்கவும் தொழிற்சங்கங்களையும் தொடங்கினர். அவர்கள் நூலகங்களைத் தோற்றுவித்து, அறிவாளிகளைக் கொண்டு பாட்டாளி மக்களுக்குப் புரட்சிகரமான சிந்தனைகளைப் பரப்பினர். இடது சாரிகளுடைய பிரசாரங்களில் நாடகங்களும், நடன, கூத்து நிகழ்ச்சிகளும் இடம்பெற்றன. 1930-ன் பிற்பகுதிகளிலும் அதற்குப் பிறகும் கம்யூனிஸ்டுகளுக்கு தொடர்ந்து ஆதரவு அதிகரித்தது. அவர்களுடைய எண்ணங்களும் லட்சியவாதமும், போராலும் பொருளாதாரப் பின்னடைவாலும் பிளவுபட்டிருந்த சமூகத்தை கவர்ந்தன.

ஏற்றத்தாழ்வுகளால் பிளவுபட்டிருந்த தேசத்தில், கேரளாவில் மேலும் அதிகமாக ஜாதிக் கொடுமைகள் நிறைந்திருந்தன. இங்கு தாழ்த்தப் பட்டவர்கள், வெறும் 'தீண்டத்தகாதவர்கள்' மட்டுமல்ல; 'காணத்தகாதவர் களும்'கூட! ஒரு நம்பூதிரி பிராமணர் அருகில் வந்தால் ஒரு பறையர் முன்னதாகவே உரக்கக் குரல் கொடுக்கவேண்டும். இல்லாவிட்டால் அவரைப் பார்ப்பதால் அந்த மேல் ஜாதிக்காரர் அசுத்தமாகிவிடுவார். இப்படி இருந்தபோதிலும் மிஷனரிகள், அரசர்கள், சாதிச் சங்கங்கள் மற்றும் கம்யூனிஸ்டுகள், வழிவழியாக வந்த இந்த அதிகார அமைப்பின் அஸ்திவாரத்தை அசைத்தனர். வெறும் அரை நூற்றாண்டுக் காலத்தில் 1900-க்கும் 1950-க்கும் இடையே, கேரள கிராமங்களில் பணிந்து கொண்டிருந்தவர்கள் எதிர்க்கத் தொடங்கினர். குட்டக்குட்டக் குனிந்தவர்கள், பதிலுக்குக் குட்டத் தொடங்கிவிட்டனர்.[9]

1947-க்குப் பிறகு மாநிலத்தில் அனைவருக்கும் வாக்குரிமை வந்ததால், கம்யூனிஸ்டுகளால் அதை நன்றாகப் பயன்படுத்தக்கூடிய நிலையில் இருந்தனர். ஆனால், மாஸ்கோ உத்தரவுப்படி அவர்கள் தலைமறைவாகி விட்டனர். அவர்கள் சரியான சமயத்தில், 1952 பொதுத் தேர்தலின் போது, மீண்டும் வெளியே வந்தனர். தேர்தலில் ஓரளவுக்கு வெற்றியும் கிடத்தது. 1950-களில் நிலையாக நின்று பணியாற்றி, தங்களுடைய செல்வாக்கை விரிவுபடுத்திக் கொண்டனர். 1956 பிப்ரவரியில், பொதுத் தேர்தலுக்கு

ஓராண்டுக்குச் சற்று முன்னதாக சோவியத் யூனியனின் கம்யூனிஸ்ட் கட்சி, தன் இருபதாவது மாநாட்டைக் கூட்டியது. இங்கு குருஷ்சேவ் ஸ்டாலினை இழிவுபடுத்திப் பேசியதுடன், அமைதியான முறையில் சோஷலிசத்துக்கு மாற்றம் பெறலாம் என்பதையும் பதிவு செய்தார்.

முன்னாள் காலனி நாடுகளிலும் பல முதலாளித்துவ நாடுகளிலும் உள்ள உழைக்கும் வர்க்கம், அடிப்படையான சமூக மாற்றங்களைப் பெற, நாடாளுமன்றத்தில் நிலையான பெரும்பான்மையுடன் பாட்டாளி வர்க்கமும் தொழிலாளர்களும் சேர்ந்து உருவாக்கும் மாபெரும் புரட்சியும் தேவைப்படும் என்று குருஷ்சேவ் கூறினார்.[10]

சோவியத் யூனியனில் தேர்தல் ஏதும் நடக்கப்போவதில்லை. ஆனால் பெரியண்ணன், இப்போது வேறு எங்காவது தேர்தல்கள் நடைபெற்றால், அதில் தோழர்கள் பங்குபெறுவதைக் கண்டுகொள்ள மாட்டார். ஒருவேளை அங்கீகரிக்கவும் செய்யலாம். (இந்த மாற்றம், மீறமுடியாத சில அயலுறவுக் கொள்கைத் தேவைகளால் கொஞ்சம் ஏற்பட்டது. சக வல்லரசுடன் போட்டியிடுவதற்கு, ரஷ்யர்களும் முன்னாள் காலனி நாடுகளின் நட்பைப் பெறவேண்டியிருந்தது. ஆனால் இந்த நாடுகள் புரட்சிகர கம்யூனிசத்தை ஏற்கவில்லை.) கேரளாவில், கம்யூனிஸ்டுகளும் இப்போது தேர்தல் பிரசாரத்தில் முழு மூச்சில் இறங்கினர். அவர்களுடைய தேர்தல் அறிக்கை புதிய தொழிற்சாலைகளை உருவாக்கப்படும், உணவு உற்பத்தி பெருக்கப் படும், ஆலைகளிலும் வயல்களிலும் வேலை செய்வோரது கூலியை உயர்த்தப்படும், தோட்டங்கள் தேசிய மயமாக்கப்படும், வீடுகள் கட்டித் தரப்படும், பள்ளிகள் சீரமைக்கப்படும், மாநிலம் ஜனநாயகமாகவும் வளமாகவும் ஆக்கப்படும் என்றது. எதிர்ப்பை முன்வைக்கும் கட்சி, ஆளும் கட்சியாக மாற முயன்றது. உள்ளாட்சிகளில் அதன் செயல்பாடு, இந்த மாற்றத்துக்கு பெரும் உதவியாக இருந்தது. அதன் தேர்தல் மேலும் சொன்னது:

'பல நகர சபைகளிலும் மலபார் ஜில்லா போர்டிலும் கம்யூனிஸ்டுகளின் நிர்வாகம் முன்பு இருந்ததைவிட சிறப்பாக இருந்ததை மக்கள் அறிவார்கள். பிரதமர் நேருவிடமிருந்து நல்ல நிர்வாகத்துக்கான விருதுகளைப் பெற்ற பஞ்சாயத்துகளும் இங்கு உண்டு. கம்யூனிஸ்ட் கட்சி, போராட்டங்களுக்காக மக்களை ஒன்றுதிரட்டும் கட்சி மட்டுமல்ல. அதனால் நிர்வாகத்தையும் வெற்றிகரமாக ஏற்றுச் செயல்படுத்த முடியும் என்பதை இந்த அனுபவங்கள் தெளிவாகக் காட்டுகின்றன.'[11]

V

கேரளாவின் முதல்வராகத் தேர்ந்தெடுக்கப்பட்டவர் ஈ.எம்.எஸ்.நம்பூதிரிபாட். ஈ.எம்.எஸ். என்று நண்பர்களாலும் பகைவர்களாலும் அழைக்கப்பட்ட அவர், வெறும் ஐந்தடி உயரமே உள்ள சிறிய மனிதர். ஆனால், ஆழ்ந்த கொள்கைப் பிடிப்பும் கூரிய புத்திசாலித்தனமும் கொண்டவர். பிராமணர் குலத்தில் பிறந்த

இவர், தமக்குச் சொந்தமான பூர்விக வீட்டைக் கட்சிக்கு நன்கொடையாக அளித்துவிட்டார். அதிகம் படித்தவர். அற்புதமான பல நூல்களை எழுதியவர். அவற்றுள் முக்கியமானது கேரளாவின் ஆதாரபூர்வமான வரலாறு. இவரும் ஷேக் அப்துல்லா, மாஸ்டர் தாராசிங், ஏ.இஸட். ஃபிஸோ போல, இப்பெருந்தேசத்தில் பிராந்தியத் தலைவராகவே கருதப்பட்டார். எனினும், அவருடைய மாநிலத்தின் அளவினாலும் அரசியலில் குறிப்பிடத்தகும் தன்மையாலும் வரலாற்று முக்கியத்துவம் வாய்ந்தவராகக் கருதப்படுகிறார்.[12]

புதிய அரசாங்கத்தின் முதல் பணி, கைதிகளின் மரண தண்டனையை ரத்து செய்து, சிறைத் தண்டனையாக மாற்றியது, தொழிலாளர் தகராறு போன்ற அரசியல் காரணங்களுக்காகப் போடப்பட்ட வழக்குகளை வாபஸ் பெற்றது முதலியன. உணவுப் பற்றாக்குறை நிலவிய அம்மாநிலத்தில், உணவுப் பொருள்கள் வழங்க என்று, ஆயிரக்கணக்கான நியாய விலைக் கடைகள் திறக்கப்பட்டன.[13]

கம்யூனிஸ்ட் அமைச்சர்கள் தங்கள் திறமையால் முத்திரை பதித்தனர். இது காங்கிரஸ் அமைச்சர்களின் மெத்தனத்திலிருந்து முழுமையாக வேறுபட்டிருந்தது. ஒரு லிபரல் மாத இதழ், ஈ.எம்.எஸ்ஸின் பொதுச் சேவையைப் பாராட்டியதோடு, தன் மந்திரி சபையில் அமைச்சர்களாக தங்களது ஆளுமைத் திறத்தால் சிறந்து விளங்கியவர்களைத் தேர்ந்தெடுத்ததையும் பாராட்டியது. மற்ற விஷயங்களில் பொதுவாக கம்யூனிஸ்ட்களை எதிர்க்கும் வார இதழ் ஒன்று, அவர்களைப் பாராட்டியது.[14] 'வெகு தூரத்தில் உள்ள சின்னஞ்சிறு கிராமம் ஒன்றில் ஏரிக்கரை ஒன்று உடைப்பு ஏற்பட்டது என்ற தகவல் கிடைத்தவுடன், பாசன அமைச்சர் வி.ஆர்.கிருஷ்ணய்யர் உடனடியாக நடவடிக்கை எடுத்தார். அவர் தன் சுற்றுப்பயணத் திட்டத்தை இடையிலேயே ரத்து செய்துவிட்டு தானே நேரில் சென்று உடைப்பை உடனடியாகச் செப்பனிட ஆணை பிறப்பித்து, தானே பணியை மேற்பார்வையிடவும் செய்தார். மேலும் நெற்பயிர்களுக்குச் சேதம் விளைவிக்கும் வகையில் கடமை தவறிய அதிகாரிகள் மீது நடவடிக்கை எடுப்பதாகவும் உறுதியளித்தார்.'[15]

கம்யூனிஸ்டுகள் பதவியேற்றபோது இந்திய அரசியல் அமைப்புச் சட்டத்தின் வரம்புக்கு உட்பட்டுச் செயல்படுவதாக உறுதி மேற்கொண்டார்கள். திட்டக்குழுவின் பரிந்துரைகளுக்கு உட்பட்டு மத்திய அரசின் நிதி உதவிகளையும் ஏற்றுக்கொண்டனர். இந்தக் கட்டுப்பாடுகளுக்குள் அவர்கள் செய்யக்கூடியவை நிறைய இருந்தன. உதாரணமாக மிகப் பழைய, திறமையற்ற, முழுதும் ஏற்றத்தாழ்வுகள் நிறைந்த நில உடைமை முறைகளைச் சீர்திருத்த முடியும். இதற்குத் திட்டக்குழு மற்றும் அரசியல் அமைப்புச்சட்டத்தின் ஒப்புதல் மட்டுமன்றி காங்கிரஸ் கட்சியின் கொள்கை வெளியீடுகளும்கூட ஆதரவாக இருந்தன. ரொனால்ட் ஹெர்ரின் என்பவர் குறிப்பிட்டது போல, 'நிலச் சீர்திருத்தங்களைச் செய்ய உறுதி மேற்கொண்ட காங்கிரஸ் ஆட்சியில், அது செயல்பாட்டுக்கு வரவில்லை. ஆனால், கேரளாவில் இந்திய கம்யூனிஸ்ட் கட்சி கிட்டத்தட்ட அந்தச் சீர்திருத்தத்தை மேற்கொண்டது.'[16]

ஈ.எம்.எஸ். அரசு கொண்டுவந்த விவசாய உறவு மசோதாவின் நோக்கங்கள் குறைவானதாகவே இருந்தன. அதன் நோக்கம் நிலங்களை ஒன்று சேர்ப்பதோ பொது உடைமையாக்குவதோ அல்ல; நிலமற்றவர்களுக்கு நிலத்தைப் பகிர்ந்தளிப்பதுகூட அல்ல. நிலச் சொந்தக்காரர்கள், நிலத்தைக் குத்தகைக்கு விட்டுவிட்டு எங்கோ உட்கார்ந்திருக்க, அந்த நிலங்களைச் சாகுபடி செய்யும் சிறு விவசாயிகளின் குத்தகை உரிமையை நிலை நாட்டுவதுதான் அதன் நோக்கம். நிலச்சுவான்தார்கள் தாங்கள் விரும்பியபடி குத்தகைக்காரர்களை வெளியேற்றும் அதிகாரத்தைப் பறிக்கவும், குத்தகைத் தொகையைக் குறைக்கவும், பழைய பாக்கிகளைத் தள்ளுபடி செய்யவும், நில உடைமைக்கு உச்சவரம்பு விதிக்கவும், அவ்வாறு கிடைத்த உபரி நிலங்களை மறு பங்கீடு செய்யவும் இந்த மசோதா வழி செய்தது. ஆயிரக் கணக்கான ஏழை விவசாயிகளுக்கு உதவும் வகையில் முக்கியத்துவம் வாய்ந்தவை என்றாலும் இவை, சிவப்பு சித்தாந்தம் வேண்டியதைவிடக் குறைவானவையே. இந்த முரண்பாட்டை சரி செய்ய கட்சி, மார்க்சியத்தின் ‘படிப்படியான கோட்பாட்டை’ காரணம் காட்டியது. கிராமப்புற இந்தியா இன்னமும் அரை நிலப்பிரபுத்துவ முறையிலேயே இருப்பதாக அது வாதிட்டது. நிலப்பிரபுத்துமல்லாத பிரிவினர் இந்தச் சீர்திருத்தத்துக்கு ஆதரவாக ஒன்றுகூடினர். இது, விவசாய முதலாளித்துவத்தை வெளிக் கொண்டு வரும். இந்த நிலையைக் கடந்தால்தான், சோஷலிச இறுதி இலக்கை அடைய முடியும்.[17]

கேரள கம்யூனிசத்தின் வரலாற்றுக்கு, ‘(பூர்ஷ்வா ஜனநாயகம் என்ற) அரசியல் சூழலுக்கு ஏற்ற தழுவல் - ஓர் ஆய்வு’ என்று ஒரு துணைத்தலைப்பு இடப்படும். நிலச்சீர்திருத்தம் இதன் ஒரு வெளிப்பாடு. இரண்டாவது வெளிப்பாடு, தனியார் நிறுவனங்களுக்கான ஆதரவு. இது நிச்சயமாக அதன் தொண்டர்களைக் குழப்பியிருக்கும். கட்சியின் தேர்தல் அறிக்கை, தோட்டங்கள் தேசியமயமாக்கப்படும் என்று அச்சுறுத்தியிருந்தது. அவற்றுள் பல வெளிநாட்டவருக்குச் சொந்தமானவை. தேர்தலுக்குப் பிறகு இது சத்தமின்றி கைகழுவி விடப்பட்டுவிட்டது. பிறகு பதவி ஏற்ற முதல் சில மாதங்களுக்கு உள்ளாகவே கேரள அரசு இந்தியாவின் மிகப்பெரும் ஆலை முதலாளியான பிர்லாவை மாவூரில் ரேயான் தொழிற்சாலை ஒன்றை நிறுவ அழைத்தது. அவர்களுக்கு சலுகை விலையில் மூங்கில் வழங்க உத்தரவாதம் அளிக்கப்பட்டது. மார்க்கெட் விலை ஆயிரம் மடங்கு அதிகமாக இருக்க, பிர்லாக்களுக்கு ஒரு டன் ஒரு ரூபாய்க்கு என்று வழங்கப்படும்.

கம்யூனிஸ்டுகளை வெறுத்து ஒதுக்கி வந்த இந்திய தொழிலதிபர் வர்க்கத்தை இந்தத் திட்டம் பிரித்துவிட்டது. அந்த நேரத்தில், இந்தியத் தொழிலதிபர்கள், சிவப்பு அச்சுறுத்தலால் மத்திய அரசிலும் நிலைமை மாறும் என்று நம்பினர். உள்துறை அமைச்சர் பந்த்தும் காங்கிரஸ் அரசியல்வாதிகளும், கேரள கம்யூனிஸ்டுகள் மீது பயங்கரமாகப் பாய்ந்து அவர்களைப் பதவியிலிருந்து துரத்திவிடுவார்கள் என்று தொழிலதிபர்கள் எதிர்பார்த்தனர்.[18] ஆனால், கேரளாவுக்கு வெளியிலும் பல தொழிற்சங்கங்கள் சி.பி.ஐ.யின்

கட்டுப்பாட்டில் இருந்ததைக் காரணம் காட்டிய பிர்லாக்கள், கம்யூனிஸ்ட் அரசின் கோரிக்கைக்கு ஒத்துப்போயினர். இங்கு ஓர் ஆலை தொடங்குவது, இங்கு மட்டும் அல்லாமல், வெளியிலும் அமைதியைப் பெற ஏதுவாகும். ஒரு பத்திரிகையாளர் வேடிக்கையாகக் குறிப்பிட்டபடி, 'முதலாளிக் கூட்டத்தின் மூலவரான கனஷ்யாம்தாஸ் பிர்லா, முதல்வர் நம்பூதிரிபாடின் கவர்ச்சியில் மயங்கிவிட்டார். பிர்லாவின் தொழில்கள் அதிகம் இருந்த வங்காளத்தில் விரைவில் ஏற்படப்போகும் கம்யூனிஸ்டுகளின் வெற்றிக்கு, அவர் தன்னைத் தயார்படுத்திக்கொள்ள முனைந்தார் போலும்.'[19]

எதிர்க்கட்சியில் இருக்கும்போது நடந்ததைப்போன்றே, பதவியில் இருந்தபோதும் கம்யூனிஸ்டுகளுக்கு, இனிய பாராட்டுகள் முதல் கடுமையான எதிர்ப்பு வரை நிறைய விமரிசனங்கள் கிடைத்தன. பிரபல நாவலாசிரியர் ஜார்ஜ் ஆர்வெல்லின் 'காடலோனியாவுக்கு அஞ்சலி' என்ற நூலின் ஆரம்பப் பக்கங்களில் இருந்த, சோஷலிச (சமதர்ம) நிழலில் உள்ள ஒருவனுக்கான இதயபூர்வமான அஞ்சலியை நினைவுகூர்ந்து, புதிய உதயம் ஏற்பட்டுவிட்டது என்று புகழ்ந்தவர்கள் இருந்தார்கள். ஈ.எம்.எஸ். அரசின் முதலாண்டு நிறைவு விழா அன்று பத்திரிகையாளர் ஒருவர் ஒரு டீக்கடைக்குச் சென்றார். 'அங்கு டீ கொடுக்கும் பையன்தான் மையப்புள்ளி. பெரும்பான்மையான பேச்சுகள் வதந்தி அடிப்படையில் ஆனவை. ஆனால் கம்யூனிஸ்ட் நாளிதழான ஜனயுகம் என்ற பத்திரிகையில் கண்டனவற்றைப் பையன் கூறியதால் அவன் பேசியவை உண்மையானவை என்றே அங்குள்ளவர்கள் நம்பினர். பதினாறே வயதான அவ்விளைஞன் நாற்பது வயதுக்கு மேலான ஒரு பள்ளி ஆசிரியருடன் விவாதித்துக்கொண்டிருந்தது மகிழ்ச்சியை அளித்தது. அதுவும் அவன் முதலாளிக்கு முன் இருந்துகொண்டு தன் கடமையைத் தவறாமல், தொடர்ந்து விவாதம் செய்துகொண்டிருந்தான். இது கேரளாவில் மட்டும்தான் நடக்கும்.'[20]

மறுபக்கம், ஒரு கேரள செய்தித்தாள், 'சிவப்பு அபாயம் வருகிறது' என்று அருள்வாக்கு சொன்னது. ஒரு வர்க்கப்போர் நடக்கப்போகிறது. அதில் கேரள அரசு, கடைநிலை மக்களின் பக்கத்தில் இருக்கும்.

> தொழிலாளர்களுக்கும் கம்பெனி நிர்வாகத்துக்கும் இடையே சச்சரவு ஏற்பட்டால், அய்யோ பாவம், அந்த கம்பெனி நிர்வாகம்! காவல்துறை நிச்சயம் தொழிலாளர் பக்கமே துணைபோகும்.
>
> ஒரு நிலப்பிரபு, விவசாயத் தொழிலாளருடன் வேண்டாத விவாதம் செய்தால் அவருக்குத்தான் துன்பம். காவல்துறைக்கு என்ன செய்ய வேண்டும் என்று தெரியும்.
>
> கூச்சலிடும் மாணவர் கூட்டம், கல்லூரியையோ பாதிரியாரின் வீட்டையோ சூழ்ந்துகொண்டு முற்றுகையிட்டால், அது பாதிப்புக்கு உள்ளான மாணவர்கள் நடத்தும் அமைதியான சட்டத்துக்கு உட்பட்ட மறியல் என்று அழைக்கப்படும்.[21]

VI

1957-58 குளிர்காலத்தில் ஹங்கேரிய எழுத்தாளர் ஜார்ஜ் மைக்ஸ் இந்தியாவில் சுற்றுப்பயணம் செய்தார். கம்யூனிஸத்திலிருந்து தப்பிவந்த அகதியான அவர் லண்டனில் தங்கியிருந்தார். அவருக்குக் கேரள விவகாரம் மிகவும் ஆர்வமூட்டியது. 'ஒரு ஜனநாயக மத்திய அரசு, கம்யூனிஸ்ட் மாநில அரசாங்கத்தோடு என்ன செய்யப்போகிறது? கலிஃபோர்னியாவோ விஸ்கான்ஸினோ சற்றும் எதிர்பாராவகையில் திடீரென்று கம்யூனிஸ்ட் ஆகி விட்டால் அமெரிக்க நிர்வாகம் என்ன செய்யும்? தன் கழுத்தின்மீது உட்கார்ந்திருக்கும் ஜனநாயக உயர் அரசாங்கத்தை கம்யூனிஸ அரசாங்கம் எப்படி எதிர்கொள்ளும்?' என்று அவர் கேட்டார்.[22]

அமெரிக்க ஜனாதிபதி இப்படி ஒரு சூழ்நிலையில் எப்படி நடந்துகொண்டிருப்பார் என்று சொல்ல முடியாது. ராணுவத்தை அனுப்பியிருப்பாரோ? ஆனால் இந்தியாவில், அப்போதைய பிரதமர் காத்திருந்து பார்க்க விரும்பினார். ஏனெனில், ஈ.எம்.எஸ். அரசாங்கம் கொண்டுவந்திருந்த நிலச்சீர்திருத்தம், காங்கிரஸ் அரசாங்கத்தால் வாக்குறுதி கொடுக்கப்பட்ட ஒன்று. கேரள அமைச்சர்களிடம் காணப்பட்ட நேர்மை, காங்கிரசின் சிறந்த தலைவர்களான நேரு போன்றோரிடம் இல்லாமல் இல்லை.

கேரள அரசின் கல்வி முயற்சிகளே மேலும் சர்ச்சைக்குரியவையாக இருந்தன. 1957 கோடையில் அது அறிமுகம் செய்த கல்வி மசோதா, தனியார் பள்ளி, கல்லூரிகளில் காணப்படும் கேடுகளைத் திருத்துவதை நோக்கமாகக் கொண்டது. கிறிஸ்தவ தேவாலயங்கள், நாயர் சேவா சங்கம் மற்றும் எஸ்.என்.டி.பி. போன்றவை நிர்வகித்த பள்ளிகளில், ஆசிரியர்களின் நிலையை முன்னேற்ற இந்த மசோதா சில திட்டங்களை முன்வைத்தது.[23] நிர்வாகம் தன் இஷ்டத்துக்கு ஆசிரியர்களை நியமிக்கவோ நீக்கவோ முடியாது. ஆட்களை வேலைக்கு எடுக்க சில வரையறைகள் உண்டு. சம்பளம் நிர்ணயம் செய்யப்பட்டது. வேலைச் சுழலில் முன்னேற்றம் கொண்டுவரப்பட்டது. மசோதாவின் ஷரத்துகளின்படிச் செயல்படாத பள்ளிகளின் நிர்வாகங்களை, அரசே எடுத்துக்கொள்ளவும் மசோதா வழி செய்தது.

மசோதாவுக்கான எதிர்ப்பை கிறிஸ்தவத் தேவாலயங்கள் தலைமையேற்று நடத்தின. கல்வி நிறுவனங்களின் கட்டுப்பாட்டில்தான், அவர்களது தார்மீக மற்றும் பொருளியல் அதிகாரங்கள் இருந்தன. பாதிரிகள் சபை, கம்யூனிஸத்துக்கு எதிரானது. அவ்வுணர்வை அது தம் மக்களிடமும் கொண்டு செல்வதில் வெற்றிபெற்றது. 1957 தேர்தலில் சிரியன் கிறிஸ்தவர்களுடைய இதயபீடமாக விளங்கிய கோட்டயம் ஜில்லாவில் 18 இடங்களில் மூன்றை மட்டுமே கம்யூனிஸ்ட்டுகளால் வெல்ல முடிந்தது.[24]

கல்வி அமைச்சர் ஜோசப் முண்டசேரியே திருச்சூர் கத்தோலிக்கக் கல்லூரி ஒன்றில் பல ஆண்டுகள் பணியாற்றியவர்தான். அவருக்கு அங்கு நடைபெறும் ஒழுங்கீனங்கள் பற்றி நன்றாகத் தெரியும். சிலவிதங்களில்

அவருடைய மசோதா அவற்றை ஒழுங்குசெய்ய மேற்கொண்ட தைரியமான முயற்சியே ஆகும். எனினும் அவருடைய அரசாங்கம், நிர்வாகத்தை நவீனப்படுத்துவதைத் தாண்டிச் செல்ல முயன்றது. பாடத்திட்டத்திலும் மாற்றங்கள் கொண்டுவர விரும்பியது. புதிய பாடநூல்கள் தயாரிக்கப் பட்டன. அவை வரலாற்றை கெட்டிக்காரத்தனமாக, நுட்பமாக - ஆனால் மிக நுட்பமாக அல்லாமல் - கம்யூனிசக் கண்ணோட்டத்தில் கொடுத்திருந்தன. கிறிஸ்தவப் பள்ளி ஆசிரியர்களுடைய கண்ணோட்டம் வேறுவிதமானது. இந்த வருடங்களில் கேரளப் பள்ளிகளில் சுற்றறிக்கைகளாக அனுப்பப்பட்ட ரஷ்யப்புரட்சி பற்றிய மாற்று வடிவங்களைக் கீழே காணலாம்:

புதிய வடிவம்: ஜார்ஜ் லாவோஃப் என்ற அரச குடும்பத்தைச் சேர்ந்தவரான ஒருவர் தலைமையில் நிறுவப்பட்ட குடியரசாட்சி மக்கள் ஆதரவைப் பெறத் தவறிவிட்டது. போரை முடிவுக்குக் கொண்டுவரவோ, சமூகப் பொருளாதாரச் சீர்திருத்தங்களை நடைமுறைப்படுத்தவோ முடியவில்லை. இந்தச் சமயத்தில் லெனின் ரஷ்யா வந்து சேர்ந்தார். ரஷ்ய மக்களுக்கு அது ஓர் ஊக்கத்தை அளித்தது. லெனினைத் தலைவராகக் கொண்டு ஓர் அரசு நிறுவப்பட்டது. ஜெர்மனியுடன் லெனின் ப்ரெஸ்ட்லிடோவ்ஸ்க் உடன்படிக்கையைச் செய்துகொண்டார். பின், நிலங்களையும் மூலதனப் பொருள்களையும் தேசியமயமாக்கினார். எல்லா விவசாய நிலங்களும் நிலப் பிரபுக்களிடமிருந்து பறிக்கப்பட்டு விவசாயிகளிடம் பகிர்ந்தளிக்கப்பட்டன. எல்லா ஆலைகளும் அரசுடைமையாயின. பாதிரியார்களுக்கும் நிலப் பிரபுக்களுக்கும் வழங்கப்பட்ட சலுகைகள் ஒழிக்கப்பட்டன. சுரங்கங்கள், ரயில்வழிப் போக்குவரத்து, வங்கிகள் ஆகியவற்றை அரசே எடுத்துக் கொண்டது. எல்லாரும் திகைப்படையும் வகையில் சமதர்ம அடிப்படையில் ரஷ்யாவில் ஒரு புதிய உலகம் உருப்பெற்றது. இவ்வாறு கார்ல் மார்க்ஸின் கனவுகள் நிறைவேற்றப்பட்டன.

பழைய வடிவம்: லெனின் ஒரு தொழிலாளர் அரசை நிறுவினார். ஆனால் முதல் தேர்தல் போல்ஷ்விக்குகளுக்கு பெரும்பான்மை இல்லாததைக் காட்டியது. எனினும் அவர்களே அதிகாரத்தில் இருக்க, டுமாவை பழைமை வாதிகள் அமைப்பு என்று சொல்லிக் கலைத்துவிட்டனர். போல்ஷ்விக்கு களை ஆதரிக்காத உள்நாட்டு சோவியத்துகளும் கலைக்கப்பட்டன. தனியார் பள்ளிகள் மூடப்பட்டு, கல்வி அரசின் கட்டுப்பாட்டில் வந்தது. நிலப்பிரபுக் களுக்கும் பாதிரியார்களுக்கும் வாக்குரிமை மறுக்கப்பட்டது. கம்யூனிசம் வன்முறையை ஊக்குவிக்கிறது. கடவுளின் சக்தியில் நம்பிக்கை வைப்ப தில்லை. மனிதனுக்கு ஓர் ஆத்மா இருப்பதை கம்யூனிஸ்டுகள் மறந்து விட்டனர். கம்யூனிஸ்ட் ஆட்சியில் நடைபெறுவது ஒரு கட்சி ஆட்சி மட்டுமே. கருத்துச் சுதந்தரமோ மதச் சுதந்தரமோ இல்லை. அம்முறையில் உள்ள மிகுதியான பல குறைகள், கூர்ந்துநோக்கும் விமர்சகக் கண்ணுக்கு நன்கு புலப்படும்.[25]

ரஷ்யப் புரட்சியின் இரு மாற்று விவரங்கள் இருவேறு முகமூடிகள் அணிந்து நம்முன்னே நிற்கின்றன. கிருஸ்தவ கருத்துருவாக்கம், கம்யூனிஸ்டுகளையும்

அதன் மாற்றான கம்யூனிஸக் கருத்து கிருஸ்தவர்களையும் எப்படி கோபமடையச்செய்யும் என்பதை ஒருவர் கண்டுகொள்ளலாம். ஏற்கெனவே எரிந்துகொண்டிருந்த நெருப்பில் புதிய பாடநூல்கள் எப்படியும் எண்ணெய் ஊற்றியதாக அமைந்துவிட்டன. ஏனென்றால், இப்போது மசோதாவை எதிர்க்கும் கிருஸ்தவர்களுடன் கேரளாவின் பொருளாதார வாழ்க்கையில் பெரிதாக விளங்கிய நாயர் சமூகமும் சேர்ந்துகொண்டது. கிருஸ்தவர்கள் எப்போதும் காங்கிரஸையே ஆதரித்தனர். ஆனால் நாயர்கள் இரண்டாகப் பிரிந்து பாதிப் பேர் கம்யூனிஸ்டுகளுக்கு ஆதரவாகவும் மீதிப் பேர் எதிராகவும் வாக்களித்தனர். ஆனால், நாயர் சேவா சங்கமும் பள்ளி மற்றும் கல்லூரிகளை நடத்தியதால் புதிய மசோதா அவர்களை கம்யூனிஸ்டுக்கு எதிராக மாறவைத்தது. கிருஸ்தவர்களுடன் சந்தர்ப்பவாதக் கூட்டு அமைக்கவும் வழிசெய்தது.[26]

மாநில காங்கிரஸ் கட்சி மேலும் சந்தர்ப்பவாதத்தில் இறங்கியது. தேர்தலில் தோற்ற அக்கட்சி கல்வி மசோதாவுக்கான எதிர்ப்பை, ஆட்சியை மீண்டும் பெற ஒரு வாய்ப்பாகக் கண்டது. அதன் தலைவர்கள் கம்யூனிஸ்டுகளுக்கு எதிராக ஒரு பொதுவான முன்னணியை அமைக்க விரும்பினர். இந்த யோசனை, பழைமைவாத கத்தோலிக்க தேவாலயத்தைச் சேர்ந்தவர்கள், நிலப்பிரபுக்கள் மற்றும் பிற எதிர்ப்பாளர்களையும் கவர்ந்தது. ஆனால் அது மத்திய அரசின் தலைவர்களுடைய சமதர்மக் கொள்கைக்கு எதிரானதாக இருந்தது.[27] 1958-ன் பிற்பகுதியில் கேரளாவில், தொடர்ந்து வேலை நிறுத்தங் களும் எதிர்ப்புப் பேரணிகளும் நடைபெற்றன. திருச்சூரில் நடந்த ஒரு சம்பவத்தில் காங்கிரஸ் கட்சியின் திரளான உறுப்பினர் கூட்டத்தில் காவல்துறையின் துப்பாக்கிச்சூடு ஆறு பேரைக் கொன்றது.[28]

முற்றுகையிடப்பட்ட ஈ.எம்.எஸ்.நம்பூதிரிபாட், தன் பக்கத்து நியாயத்தை நாட்டில் மிகப் பிரபலமான ஆங்கில வார இதழ்ப் பக்கங்கள் மூலம் கூற வேண்டியதாயிற்று. அவர்களுடைய எதிரிகள் அரசாங்கத்தின் நற்பெயருக்குக் களங்கம் கற்பிக்க அவதூறாகப் பேசுகிறார்கள். ஏனென்றால், 'அவர்களுடைய அரசு அரசியல் அமைப்புச் சட்டத்துக்கு மிகக் கண்டிப்பாக உட்பட்டுச் செயல்பட்டு வந்ததால், சில சமயங்களில், அரசு நிலப்பிரபுக்களுக்கு எதிரான நடவடிக்கைகளை மேற்கொள்ள வேண்டியிருந்தது.' ஒரு காங்கிரஸ் தலைவர் அதற்கு பதில் அளிக்கும் வகையில் அதே பத்திரிகையில், 'கம்யூனிஸ்டுகள் தங்களைச் சட்டத்துக்கு மேலானவர்களாக நினைக்கிறார்கள். அவர்களோடு உடன்படாதவர்களைப் பழிவாங்குகிறார்கள். இந்தப் போக்கால் கேரளாவில் சட்டம் ஒழுங்கு கெட்டு, பாதுகாப்பின்மை வளர்கிறது' என்று குற்றம் சாட்டினார்.[29]

1959 பிப்ரவரியில் உச்ச நீதிமன்றம், மசோதா எதிர்ப்பு மேல்முறையீட்டை நிராகரித்தபிறகு, கேரள கல்வி மசோதா இந்திய குடியரசுத் தலைவரின் ஒப்புதலைப் பெற்றது. அதே மாதத்தில் இந்திரா காந்தி இந்திய தேசிய காங்கிரசின் தலைவராகத் தேர்ந்தெடுக்கப்பட்டார். 1933-ல் நெல்லி சென்குப்தாவுக்குப் பிறகு அப்பதவியைப் பெறும் முதல் பெண்மணி அவரே.

இதனால் வீட்டுக் கடமைகள் பாதிக்கப்படாதா என்று கேட்கப்பட்டபோது, திருமதி காந்தி, 'என்னுடைய வீட்டு வேலைகளுக்குப் பத்து நிமிடங்கள் ஆகின்றன' என்று கடுமையாக பதிலளித்தார்.[30]

இந்தச் சமயத்தில் காங்கிரஸ் மூன்று குரல்களில் பேசிக்கொண்டிருந்தது. கேரளாவில் உறுப்பினர்கள் வன்முறைக் கிளர்ச்சிகளில் தீவிரமாக ஈடு பட்டிருந்தனர். மத்தியத் தலைமை அதை ஏற்காவிட்டாலும் மௌனமாகப் பார்த்துக்கொண்டிருந்தது. நேரு அதை ஏற்க மறுத்தாலும் நிறுத்த எந்த ஒரு செயலையும் மேற்கொள்ளவில்லை.[31] இதற்கிடையே நாயர் சேவா சங்க நிறுவனரும், அதன் பள்ளி, கல்லூரிகளில் பெரும் ஈடுபாடு கொண்டவருமான மன்னத் பத்மநாபன் என்பவர் கிளர்ச்சியில் இறங்கியது, அதை மேலும் தீவிரமாக்கிவிட்டது. அவர் வெள்ளை வேட்டி அணிபவர். மலையாளத்தில் மட்டுமே பேசுபவர். அவர் பாலக்காட்டில் ஒரு பொறியியல் கல்லூரி தொடங்க அனுமதி கோரியபோது, அதை கம்யூனிஸ்ட் அரசு மறுத்ததால் அவர்களுக்கு எதிராகத் திரும்பியதாகச் சொல்லப்படுவதுண்டு. இப்போது அவர் அந்தக் கம்யூனிஸ்டுகளை மூட்டை முடிச்சோடு கேரளாவிலிருந்து மட்டுமின்றி, இந்தியாவிலிருந்தே அவர்களுடைய தந்தையர் நாடான ரஷ்யாவுக்கே துரத்திவிட விரும்பினார். அவரை பேட்டி கண்ட ஒருவர், அவருடைய எண்பது வயது அவருக்கு எதிராக இல்லையா என்று கேட்ட போது, மன்னத், 'எண்பது வயது வீரர் பீஷ்ம பிதாமகர், பாண்டவர்களுக்கு எதிரான தர்ம யுத்தத்தில், கௌரவப் படைக்குத் தளபதி ஆகவில்லையா?' என்று வினவினார்.[32]

கேரள மோதலை, அரசியல் சிந்தனையாளர் டபிள்யு. எச். மாரீஸ் ஜோன்ஸின், மூன்று அரசியல் கருத்துகள்மூலம் எளிதில் விளங்கிக்கொள்ளலாம். முதலாவது கருத்து 'நவீனம்'. அது உலகச் சிந்தனைகளான சுதந்தரம், நியாயம் ஆகியவற்றின் அடிப்படையில் அமைந்து, நாடாளுமன்றம், நீதிமன்றம் மற்றும் ஆங்கில செய்தித்தாள்களில் கூறப்படுவது. இரண்டாவது கருத்து, 'மரபு'. ஒருவருடைய அடிப்படையான சாதி, மத விசுவாசத்தை வற்புறுத்துவது.

முதல் நிலையில், கல்வி மசோதா பிரச்னை, தற்கால இந்தியாவில் உள்ள பிறவற்றைப் போன்றே, நவீனத்துக்கும் மரபுக்கும் இடையேயான சச்சரவு ஆகும். ஆனால் மன்னத் பத்மநாபன் மூன்றாவது கருத்தான 'புனிதத்தை' கொண்டுவந்தார். (வினோபா பாவேயின் சமூகப்பணியிலும் இதனைக் காணலாம்.) மாரிஸ் ஜோன்ஸ், இவற்றை இந்திய அரசியலின் விளிம்பில் கண்டிருக்கிறார். ஆனால் மன்னத் இந்தக் கருத்தை மற்ற இரண்டுடன் இணைத்து, முன்னர் மகாத்மா அற்புத விளைவுகளை உண்டாக்கியதுபோல, பெரு வெற்றி பெற்றார். இந்திய மக்கள் காந்தியை எந்தக் காரணத்துக்காகப் பின்பற்றினார்களோ அதே காரணத்துக்காக - அப்பழுக்கற்ற, குறைகூற முடியாத, தனி மனித நேர்மைக்காக, எந்த அரசியல் பதவியையும் நாடாத, வகிக்காத பண்புக்காக - கேரள மக்களும் ஒருவிதத்தில் அவரைப் பின்பற்றினர்.[33]

மன்னத்தின் வருகை இயக்கத்துக்குப் பெரும் பலத்தை அளித்தது. அவரது சொற்களில் சொன்னால், 'கம்யூனிஸ்ட் அல்லாத ஒவ்வொருவரும்' அவரது இயக்கத்தை ஆதரித்தனர். 1959 மே முதல் தேதியன்று, செங்கணாச்சேரியில், ஜாதிச் சங்கங்கள், மன்னத் தலைமையில் விமோசன சமார சமிதி அல்லது விடுதலைக் குழு என்ற அமைப்பை உருவாக்க ஒன்றுகூடின. அடுத்த மாதத்திலேயே அதன் உறுப்பினர்கள் தம் செய்தியைப் பள்ளிகளுக்கு, கல்லூரிகளுக்கு, தேவாலயங்களுக்கு, கோவில்களுக்கு, மீனவர் வீடுகளுக்கு, விவசாயிகள், வியாபாரிகள், தொழிலாளர்களுக்கு என்று அனைவருக்கும் எடுத்துச்சென்றனர்.

ஜூன் ஆரம்பத்தில் ஆயிரக்கணக்கான தொண்டர்கள் சிறைசெல்ல முன்வந்தனர். தொடர்ந்து கடையடைப்புகளும் வேலை நிறுத்தங்களும் நடந்தன. அதன் விளைவாகப் பள்ளிகள், கல்லூரிகள், மருத்துவமனைகள், பொது அலுவலகங்கள், ஆலைகள் முதலியவை மூடப்பட்டன. மாபெரும் ஊர்வலங்கள் நடத்தப்பட்டன. மன்னத், அடிக்கடி அவற்றுக்குத் தலைமை ஏற்றார். துறவிக்கோலத்தை மறைத்து, வெள்ளைக் குதிரையில், பட்டுக் குடை பிடித்தபடி பவனி வந்தார். அவருக்கு முன்பு, வாளேந்திய நாயர் இளைஞர்கள் அச்சமூட்டும்படி நடந்துவந்தனர்.

கம்யூனிஸ்டுகளும் 'கட்டமைக்கப்பட்ட வெறித்தனத்துடன் பதிலளித்தனர்.' காவல்துறை 248 தடியடிப் பிரயோகங்களையும் பல துப்பாக்கிச் சூடுகளையும் நடத்தியது. சிறுவர்கள், பெண்கள் உள்பட, குறைந்தது 20 பேர் இறந்தனர். ஒவ்வொரு தடியடிப் பிரயோகமும் எதிர்ப்பாளர்களின் வரிசையை அதிகரிக்கவே செய்தது. 1,50,000 எதிர்ப்பாளர்கள் சிறைப்பட்டனர். அதில் நான்கில் ஒரு பகுதியினர் பெண்கள்.[34]

VII

நிலவரத்தை யார் அதிகம் விரும்பவில்லை என்று சொல்வது கடினம். ஈ.எம்.எஸ்.நம்பூதிரிபாட் மக்கள் அரசின் தலைவராக இருந்துகொண்டு, தினம் தினம் தடியடிகள் நடத்தவும் ஆயிரக்கணக்கான பாமர மக்களைச் சிறையில் அடைக்கவும் உத்தரவிட்டுக் கொண்டிருந்தார். ஜவாஹர்லால் நேருவோ ஜனநாயகவாதியாக இருந்துகொண்டு, அவரது கட்சி, சட்டப்படித் தேர்ந்தெடுக்கப்பட்ட ஓர் அரசைப் பதவியிலிருந்து இறக்க தெருச் சண்டையில் இறங்கிவிட்டதைப் பார்த்துக்கொண்டிருந்தார்! இத்தனைக்கும், கேரள அரசின் விவசாய, கல்விச் சீர்திருத்தங்களைப் பெரிதும் விரும்பி ஏற்றவர் என்ற வகையில், நேருவின் வருத்தம் மிகவும் அதிகமாக இருந்தது.[35]

கிளர்ச்சியின் வெற்றியால் ஊக்கமடைந்த கேரள காங்கிரஸ்காரர்கள், மாநிலத்தில் சட்டம் ஒழுங்கு சீர்குலைந்து போயிற்று என்ற காரணத்தால் அரசியல் அமைப்புச் சட்டத்தின் 356-வது பிரிவைப் பயன்படுத்தி, மாநில ஆட்சியைக் கலைக்குமாறு மத்திய அரசை நிர்ப்பந்தித்தனர். கடந்த காலத்தில், கட்சி மாறல் காரணங்களால் ஆளும் கட்சி பெரும்பான்மையை இழந்தபோது,

இந்தப் பிரிவை நான்கு முறை பயன்படுத்தி, ஆட்சியைக் கலைத்து, இடைத்தேர்தல்கள் நடத்தியிருந்தனர்.

1959 ஜூன் கடைசி வாரத்தில் நிலவரத்தை நேரில் கண்டறிய நேரு கேரளா வந்தார். அன்று அந்த இரு பிரிவினரிடையே எழுந்திருந்த கனமான வெறுப்புச் சுவரைக் கண்டு அதிர்ச்சி அடைந்தார். அந்த இரு பிரிவினரும் ஏறத்தாழ போர்க்களத்தில் சண்டையிடும் இரு பகை நாடுகள் போலக் காணப்பட்டனர்.[36] ஆனால் ஈ.எம்.எஸ். அரசைப் பதவிநீக்கம் செய்யுமாறு ஜனாதிபதியைக் கோர நேரு தயங்கினார். அவருடைய தயக்கத்தை அவரது மகள் இந்திரா ஏற்கவில்லை. அந்த நடவடிக்கை ஏற்கெனவே மிகத் தாமதமாகிவிட்டது என்று அவர் கருதினார். டெல்லியில் அவருடைய உரையில் இந்திரா காந்தி, 'மக்கள் உதவிக்குச் செல்லவேண்டியது மத்திய அரசின் கடமையாகிவிட்டது. கம்யூனிஸ்ட் ஆட்சியாளரின் முறையற்ற ஆட்சி, நம் வரலாற்றிலேயே இதுவரை இல்லாத ஒரு நிலையை உருவாக்கி விட்டது. அப்படிப்பட்ட சூழ்நிலையில் விவாதங்களுக்கோ பேச்சு வார்த்தைக்கோ இடமில்லை' என்றார்.[37]

மன்னத்தும் அவருடைய வீரர்களும் தங்களுடைய கடைசிப் பலப் பரீட்சைக்குத் தயாராகிக் கொண்டிருந்தனர். போராட்டத்தில் முஸ்லிம் லீக் கட்சியும் சேர்ந்துகொண்டு, போராட்டத்தின் நியாயத்தை வலுப்படுத்தியது. ஜூலை முழுவதும், தினசரி அணிவகுப்புகள் நடைபெற்றன. அவை காவலர்களை வன்முறைக்குத் தூண்டுவதாக அமைந்தன. குறிப்பிட்ட ஒரு பயங்கரமான சம்பவத்தில், ஒரு மீனவர் குக்கிராமத்தில் காவல்துறை நுழைந்தது. அங்கு அருகில் நின்றவர்கள்மீது காவல்துறை சுட்டதில் ஒரு கருவுற்ற தாயும் மேலும் இருவரும் இறந்தனர்.[38]

விமோசன சமார சமிதி, ஆகஸ்ட் 9-ம் தேதியை 'பூஜ்ஜிய நாளாக' அறிவித்தது. அன்று எல்லா வகுப்பையும் எல்லாச் சமூகத்தையும் சேர்ந்த 50,000 போராட்டக்காரர்கள், திருவனந்தபுரம் வந்து, நிர்வாகத்தைச் செயலிழக்கச் செய்யவேண்டும். ஜூலை 26 அன்று மாநிலத்தின் எல்லாப் பகுதி களிலிருந்தும், பல குழுக்களாக அவர்கள் தலைநகரை நோக்கிப் புறப் பட்டனர். வழி முழுதும் கூட்டம் கூட, போராட்டம் சூடு பிடித்தது. 'கம்யூனிஸ்டுகள், படுகொலைக்கும் தோல்விக்கும் இடையே ஏதேனும் ஒன்றைத் தேர்வு செய்யவேண்டிய நேரம் நெருங்கிக்கொண்டிருந்தது.'[39] மாநில அரசு, மத்திய அரசைத் தலையிடக் கோரி எழுதிய கடிதம், காங்கிரஸ் தலைவர் இந்திரா காந்தியின் கரத்தைப் பலப்படுத்தியது. பிரதமரும் தந்தையுமான நேரு, முடிவில் ஒப்புக்கொள்ள வேண்டியதாயிற்று. ஜூலை 30-ல் நம்பூதிரிபாட்டுக்கு பதவி நீக்க ஆணை வந்துகொண்டிருப்பதாக நேரு கடிதம் எழுதினார். 'சச்சரவுகளும் மக்கள் துயரங்களும் தொடரும்படி விவகாரம் மேலும் மோசமாவதை அனுமதிக்க இயலாது. உங்கள் அரசாங்கத்தின் கருத்துப்படிகூட, இப்போது மத்திய அரசு தலையிடுவதே சரி என்பதை நாங்களும் ஏற்றுக்கொள்கிறோம்.'[40]

ஆறு மாதங்களுக்குப் பிறகு கேரளாவில் மீண்டும் தேர்தல் நடைபெற்றது. காங்கிரஸ், சோஷலிஸ்ட் கட்சி மற்றும் முஸ்லிம் லீக் கூட்டணி அமைத்து ஜனநாயகம் அல்லது கம்யூனிஸம் என்ற இரண்டில் ஒன்றைத் தேர்ந் தெடுக்குமாறு வாக்காளரைக் கோரின. பிரசாரக் குழுவுக்கு நேரு தலைமை ஏற்றார். விடுதலைப் போராட்டத்தில் காவல்துறையால் சுடப்பட்டு இறந்த மீனவ கர்ப்பிணிப்பெண் ஃப்ளோரி மாதாவின் படம் தாங்கிய சுவரொட்டிகள் இடம்பெற்றன. நினைவில் நிற்கும்படியாக, 84 சதவிகிதம் பேர் வாக்களித்தனர். 127 உறுப்பினர் கொண்ட சட்டமன்றத்தில் கம்யூனிஸ்டுகள் 26 இடங்களை மட்டுமே வென்றனர். காங்கிரஸ் 60 இடங்களையும், அதன் கூட்டணியினர் 31 இடங்களையும் வென்றனர்.[41] தேர்தல் முடிவுகள் நம்பூதிரிபாட் அரசைப் பதவிநீக்கம் செய்ததை ஆதரிப்பதாகத் தோன்றியது. ஆனால் சர்வேபள்ளி கோபால் குறிப்பிட்டதுபோல, 'அந்த முடிவு அரசியலில் நேருவின் நேர்மையான நடத்தையை மங்கச் செய்துவிட்டது. தொலைநோக்குப் பார்வையில் அவரது இடத்தை பல்வீனமாக்கிவிட்டது.'[42]

VIII

சுதந்தரம் பெற்ற ஆரம்ப ஆண்டுகளில், அதாவது 1947-1949 காலகட்டம் - காங்கிரஸ் கட்சி, இடது, வலது சாரிகளிடமிருந்து கடும் எதிர்ப்பைச் சந்தித்தது என்பதை நினைவில் கொள்ளுங்கள். கம்யூனிஸ்டுகள், இப்போது கிடைத்திருப்பது போலி சுதந்தரம் என்று கூறி, புதிய இந்திய அரசுக்கு எதிராக வன்முறைப் புரட்சி ஒன்றை ஆரம்பித்தனர். மறுபக்கத்தில் ஆர்.எஸ்.எஸ். பிற்போக்கு சக்திகளை ஒன்றுதிரட்டி ஒரு இந்து பாகிஸ்தானை உருவாக்கிட முயன்றனர். காங்கிரஸ் அந்த அச்சுறுத்தல்களை, வெற்றிகர மாகச் செயலற்றதாக்கியதால், மத்திய அரசு நிலைத்து நின்றது. ஜனநாயக அரசியலமைப்புச் சட்டத்தை உருவாக்கியும், ஜனநாயகத் தேர்தலில் வென்றும், நவீன பன்மைப் பண்பு அம்சங்களை நிலைநிறுத்தியும் எதிர்ப்புகளைச் சமாளிக்க முடிந்தது. இப்போது பத்து ஆண்டுகளுக்குப் பிறகு காங்கிரஸ், மீண்டும் விளிம்பிலிருந்து தாக்குதல்களுக்கு உள்ளானது. இப்போது இடது சாரிகளின் எதிர்ப்பு ஜனநாயக ரீதியில் அமைந்தது. எனவே, அந்த எதிர்ப்பு ஆபத்தானதாகவும் இருந்தது. ஈ.எம்.எஸ்.ஸின் அரசு சமுதாயச் சீர்திருத்தங்களை வெற்றிகரமாகக் கொண்டுவந்து, நிலங்களை ஏழை களிடையே மறுபகிர்வு செய்துகொடுத்து, எல்லோருக்கும் பள்ளிகளை ஏற்படுத்தி வெற்றி கண்டுவிட்டால், அது காங்கிரஸுக்கு ஒரு மறைமுக விளைவை ஏற்படுத்தும். காங்கிரஸ் அல்லாத கட்சிகளின் ஆட்சி பிற மாநிலங்களில் வெற்றிபெறுவதாகக் கருதப்படும்.

வலது சாரியிடமிருந்து புதிய எதிர்ப்பு ஒன்று கிளம்பியது. இவர் ராஜாஜி என்கிற சி.ராஜகோபாலச்சாரி. பிரபல காங்கிரஸ் அரசியல்வாதியாகவும், வங்காள கவர்னராகவும், இந்திய கவர்னர் ஜெனரலாகவும், மத்திய உள்துறை அமைச்சராகவும் இருந்தவர். 1952-ல் காங்கிரஸ் ராஜாஜியை மதராஸ் மாகாணத்தின் முதல்வராகப் பொறுப்பு ஏற்கும்படி கேட்டுக்கொண்டது. 1954

ஏப்ரல் வரை அவர் அப்பதவியில் நீடித்தார். அப்போது அவருடைய கட்சியினர் அவருக்குப் பதிலாக, பலம் வாய்ந்த, பிற்பட்ட வகுப்பைச் சார்ந்த, தலைவர் கே.காமராஜை பதவியேற்கச் செய்ய விரும்பினார். அப்போது ராஜாஜி ஒரு சிறிய வீட்டில் தங்கிக்கொண்டு எழுத்திலும் படிப்பிலும் பொழுதைச் செலவிட விரும்புவதாகக் கூறினார். அவர் தமிழில் சிறுகதை எழுதுவார். ராமாயணம், மகாபாரதம் இரண்டையும் எளிய தமிழில் எழுதினார்.

அவருடைய பொது வாழ்வுக்கு, தத்துவமும் இலக்கியமும் போதுமானதாக இல்லை. அவ்வப்போது ரஷ்யா, அமெரிக்காவுக்கு இடையே நடைபெற்று வந்த அணு ஆயுதப் போட்டியைக் கண்டித்தும் வந்தார். இது நேருவின் கருத்துக்கும் மாறான ஒன்று அல்ல. இரண்டாவது ஐந்தாண்டுத் திட்டத்தில் இந்திய அரசாங்கம் சோஷலிசப் பொருளாதார அமைப்பை ஏற்றுக்கொண்ட போது, ராஜாஜி உள்நாட்டு விவகாரங்களையும் விமர்சிக்கத் தொடங்கினார். இங்கே அவர் பிரதம மந்திரியுடன் அதிகமாக மாறுபட்டிருந்தார்.

அந்த வேறுபாடுகள் ஓரளவு அரசியல் ரீதியானவை. ஒரு வலுவான எதிர்ப்பு இல்லாமல் போனதால், காங்கிரஸ் தன் செயல்பாடுகளில் மெத்தனமாக இருந்தது. 1956 அக்டோபரில் ராஜாஜி, காங்கிரஸ் கட்சிக்குள்ளேயே எதிர்ப்புக்குழு ஒன்று இருக்கவேண்டும் என்ற தன் கருத்தைத் தெரிவித்தார். அப்படி இல்லாவிட்டால் கட்சி, ஆசைகளுக்கும் சுயநலங்களுக்கும் இடமாகிக் கெட்டுவிடும் என்றார்.[43] அவரது கோரிக்கை ஏற்கப்படவில்லை. எனவே, அதற்கு பதிலாக காங்கிரசுக்கு வெளியே ஓர் எதிர்ப்பு சக்தியை ராஜாஜி உருவாக்க முயன்றார். 1958 மேயில், 'சுதந்தரச் சிந்தனை தேவை' என்ற எழுச்சியூட்டும் தலைப்பில் ஓர் கட்டுரை எழுதினார். இக்கட்டுரையில் 'சுதந்தரச் சிந்தனை இந்தியாவில் இல்லாமல் போனதற்குக் காரணம் மக்களுக்குப் பிரியமான செல்வாக்குள்ளவர்கள் நீண்டகாலமாக குறிப்பிடத் தகுந்த எதிர்ப்பு ஏதுமின்றி ஆண்டுவருவதுதான்' என்று சொல்லியிருந்தார். 'ஓர் ஆரோக்கியமான ஜனநாயகத்துக்கு, மாறுபட்ட சிந்தனை உடைய எதிர்ப்பு தேவை. ஒரே மாதிரியே சிந்திக்கும் பலர் தேவையில்லை. நமக்குத் தேவை, பொது நலனில் நாட்டமுள்ள, ஏழைகளின் வாக்கு வங்கிக்குக் குறிவைக்காத, தீவிரமாகச் சிந்திக்கும் ஒரு குழு. அந்தக் குழு, ஆட்சியில் இருக்கும் அரசைவிட, மக்களுக்கு நிறையப் பங்களிப்பைத் தரும்.'[44]

நேருவுக்கும் ராஜாஜிக்கும் இடையே பொருளாதார ரீதியாகவும் வேறுபாடுகள் இருந்தன. இரண்டாவது ஐந்தாண்டு திட்டம், அதிகாரங்களை மிகுதியாக மத்திய அரசிடம் குவித்துவிடும் என்று ராஜாஜி கவலைப்பட்டார். மிகப்பெரும் அளவில் வரி விதிக்கப்படுவதும் அரசுப் பொதுத்துறையின் மிகுதியான ஈடுபாடும், 'குடிமக்களை ஊக்கமிழக்கச் செய்வதோடு, நம்பிக்கை இழக்கச் செய்து தனியார் துறையைச் செயலற்றதாக்கிவிடும்.' அவர் கருத்துப் படி, ஐந்தாண்டுத் திட்டங்கள், 'சந்தைப் பொருளாதாரத்துக்கு மாற்றாக அமையாமல், துணையாக இருக்கவேண்டும்.'[45]

மே 1959-ல் 80 வயதை நெருங்கிக்கொண்டிருந்த ராஜாஜி, சுதந்தரா கட்சி என்ற புதிய அரசியல் கட்சியை ஆரம்பித்தார். இக்கட்சி, பிரதமரைச் சுற்றிய தனிநபர் வழிபாடு மற்றும் ஆளும் காங்கிரசின் பொருளாதாரக் கொள்கைகளை விமரிசிப்பதை நோக்கமாகக் கொண்டது. அதன் தொடக்க அறிக்கை, ஆரோக்கியமான சந்தைப் போட்டிகளை ஊக்குவிப்பதன்மூலம், தொழில்துறைகளை பரவலாக்குதலையும் விவசாயத்தில் சுய முயற்சியுடைய, சுய தொழில் செய்யும், சொந்த நிலம் கொண்ட விவசாயியை ஆதரிப்பதாகச் சொன்னது. சோஷலிச முறையையும் அரசுடைமையையும் அது மறுத்தது.[46]

ஒரு கட்சி ஜனநாயகம் தானாகவே சர்வாதிகாரமாகி விடுகிறது. அதுதான் ராஜாஜி சுதந்தரா கட்சியைத் தொடங்கக் காரணம். ஏனெனில், 'காங்கிரஸ் கட்சி உண்மையான எதிர்ப்பு எதுவும் இன்றி இயங்கி வந்திருக்கிறது. ஆக்சிலரேட்டர் மட்டுமே வேலை செய்து, பிரேக் ஏதும் இல்லாமல் அது ஓடிக்கொண்டிருக்கிறது.'[47] 80 வயதுக்காரர் ஆரம்பித்த கட்சி வேகமாகச் சூடு பிடித்தது. அக்கட்சியில் சேர்ந்தவர்கள், இயல்பாகவே ஆலை முதலாளிகளும், காங்கிரஸால் அச்சுறுத்தப்பட்ட கூட்டுப்பண்ணை நிலப்பிரபுக்களும் ஆவர். வழக்கமாக பழைமைவாதக் கட்சி என்று வருணிக்கப்பட்ட அது உண்மையில் காங்கிரஸுக்கு மாற்றை ஏற்படுத்த விரும்பிய, சுதந்தரச் சந்தை விரும்பிகள் மற்றும் விவசாயத் தலைவர்கள் அடங்கிய விநோதக் கலவை.[48]

காங்கிரஸ் தலைவர்கள் அக்கட்சியை பிற்போக்கு வலது சாரி என்று ஒதுக்கித் தள்ளினர். பிரதம மந்திரியே அதை இடதுகையால் புறந்தள்ளினார். நிருபர் கூட்டம் ஒன்றில் ராஜாஜியின் புதிய கட்சி பற்றி நேருவிடம் கேட்டபோது 'அவருக்குப் பழைய ஏற்பாடு பிடிக்கும். எனக்குப் புதிய ஏற்பாடு பிடிக்கும்' என்றார்.[49]

IX

இடது சாரி கம்யூனிஸ்டுகளும் வலது சாரி சுதந்தராவும் நிதித்துறை ஒழுங்கீனங்களை எதிர்த்து முன்வைத்த குற்றச்சாட்டுகள் பலம் வாய்ந்தவையாக இருந்தன. அதனால் அந்த இயக்கங்கள் மக்கள் மத்தியில் வலுப்பெற்றன. 1957 செப்டம்பரில் நாடாளுமன்றத்தில் அரசுக்குச் சொந்தமான இந்திய ஆயுள் காப்பீட்டு நிறுவனம் (எல்.ஐ.சி.), கான்பூரில் உள்ள தொழிலதிபர் ஹரிதாஸ் முந்த்ராவுக்குச் சொந்தமான தனியார் நிறுவனத்தில் மிகப்பெரும் முதலீடுகள் செய்தது பற்றிக் கேள்விகள் எழுந்தன. நிதியமைச்சர் டி.டி.கிருஷ்ணமாச்சாரியின் பதில் சந்தேகத்துக்கு இடமளித்ததால் காங்கிரஸின் அதிருப்தி உறுப்பினர்கள் மேலும் தீவிரமான கேள்விகளைக் கேட்க ஆரம்பித்தனர். விவாதத்தில் முக்கியமான பங்குகொண்டவர் பிரதமரிடமிருந்து விலகி வாழ்ந்த மருமகன் ஃபெரோஸ் காந்தி. உண்மையான பங்குச் சந்தை மதிப்பைவிட அதிகமான விலைக்குப் பங்குகளை உயர்த்தவே முந்த்ராவின் பங்குகளை அரசு வாங்கியதாக அவர் குற்றம் சாட்டினார். இந்தியாவின் தொழில்துறையின் நிழலுலக மர்ம

மனிதருடன் எப்படி எல்.ஐ.சி. ஒரு சந்தேகத்துக்கிடமான பரிவர்த்தனையில் ஈடுபட்டது என்று அவர் கேட்டார். அரசுக்குச் சொந்தமான நிறுவனத்தின் பணத்தைக் களவாட நடந்த சதி இது என்று ஃபெரோஸ் காந்தி தன் வாதத்தை முடித்தார்.[50]

விமரிசனங்களுக்குப் பணிந்து அரசு இவ்விஷயத்தில் ஒரு விசாரணைக் கமிஷன் அமைத்தது. தனித்தனியாக அடுத்தடுத்து இரண்டு பிரபல நீதிபதிகளின் தலைமையில் விசாரணைகள் நடைபெற்றன. அவற்றின் முடிவுகள் காங்கிரஸ் அரசுக்குச் சாதகமாக இல்லை. எல்.ஐ.சி., ஒன்று 'ப்ளூசிப் நிறுவனங்களில்' அல்லது 'மிகப் பிரபலமான, சிறந்த நிர்வாகத்தின் கீழுள்ள நிறுவனங்களில்' மட்டுமே முதலீடு செய்யும் என்று வெளிப் படையாக அறிவித்திருந்தது. முந்த்ரா கம்பெனிகள் இந்த இரண்டுக்குள்ளும் வரவில்லை. எனினும் எல்.ஐ.சி. தன்னுடைய இருப்பிலிருந்து மிகப்பெரும் அளவில் அந்த நிறுவனங்களில் முதலீடு செய்திருந்தது. நீதிபதிகளின் கேள்விகளுக்கு அதிகாரிகளாலோ அப்போதைய அமைச்சராலோ திருப்திகரமான விளக்கம் அளிக்க முடியவில்லை.

கமிஷன்களுடைய நடவடிக்கைகள் டெல்லியிலும் பம்பாயிலும் நடைபெற்றன. அவை பொதுமக்கள் அறியும் வகையில் வெளிப்படையாக நடைபெற்றன. அவை பெரும்பாலும் முக்கியத்துவம் வாய்ந்தனவாக இருந்ததால் மக்களைப் பெரிதும் கவர்ந்தன. மக்கள் பெருமளவில் விசாரணையைக் காணத் திரண்டனர். அமைச்சரும் அதிகாரிகளும் கேள்வி களுக்குப் பதில்சொல்லப் பயந்து திணறியதையும், ஒருவருக்கொருவர் மாறுபட்டு மறுத்ததையும் கண்டனர். நீதிபதிகளின் முடிவான அறிக்கை அரசைக் குற்றம் சாட்டுவதாக அமைந்தது. அமைச்சரும் அவருடைய செயலரும் பதவி விலகும் கட்டாயம் ஏற்பட்டது.[51]

முந்த்ரா கம்பெனிகளில் எல்.ஐ.சி.யின் முதலீடு பற்றிய விசாரணை, அரசியலையே முழுதுமாக ஆட்டம் காணச் செய்தது. சுதந்தரம் கிடைத்த நாளிலிருந்து இதுபோன்ற அனுபவம் ஏற்பட்டதே இல்லை என்று இந்துஸ்தான் டைம்ஸ் எழுதியது. நாடாளுமன்றத்தில் வெளிச்சத்துக்கு வந்தபோது மடுவாக இருந்த விஷயம், மலையாக வளர்ந்துவிட்டது.[52] ஆரம்பத்தில் முந்த்ரா விவகாரம் என்று சொல்லப்பட்ட இது, முந்த்ரா ஊழல் என்று சொல்லுமளவுக்குப் பெரிதாகிவிட்டது.

அது வெடிக்கும்வரை நேருவின் அரசாங்கம் நிதி ஊழல்களுக்கு அப்பாற் பட்ட, பதவி மோகம் மட்டும் கொண்ட ஒன்றாக கருதப்பட்டது. அவர்களைச் சுற்றி காந்தியப் பரிசுத்தப் பேரொளி இன்னமும் இருந்துவந்தது. முந்த்ரா விவகாரம் இந்த வடிவத்தில் மிகப்பெரும் ஓட்டையைப் போட்டுவிட்டது. இடது அல்லது வலது சாரி அரசியல் கட்சிகள் ஏற்படுத்தியதைப்போல, அரசின் புகழுக்குப் பெரும் கேட்டையும் ஆழமான வடுவையும் ஏற்படுத்திவிட்டது.

15

தோல்வியின் அனுபவம்

பிளவுபட்ட இந்தியா, இந்திய மக்களுக்கு மட்டுமன்றி ஆசியா முழுமைக்கும், ஏன், உலக அமைதிக்குமே, வருங்காலத்தில் கேடு விளைவிக்கும்.

- ஆங் சான் , பர்மிய தேசியத் தலைவர், ஜூன் 1947.

I

1959 மார்ச் கடைசி நாளன்று தலாய் லாமா, மக்மோஹன் கோட்டைக் கடந்து இந்தியக் குடியரசுப் பகுதிக்கு வந்து சேர்ந்தார். பல ஆண்டுகளாகவே, அந்த திபெத்தியக் கடவுள்-அரசர், லாசாவில் பொட்டாலா அரண்மனையில் பயந்து கொண்டே அரியணையில் வீற்றிருந்தார். அவருடைய நாட்டில் சீனர்கள் தங்கள் பிடியை இறுக்கிக்கொண்டு வந்தனர். திபெத்தில் ஐந்து லட்சம் சீனத் துருப்புகள் இருந்தன என்று தகவல் ஒன்று கூறியது. அதைத் தொடர்ந்து, அதைப்போலப் பத்து மடங்கு ஹான் சீனர்கள் திபெத்தில் குடியேறி யிருந்தனர்.[1]

நிச்சயம், இது சற்றே மிகையான மதிப்பீடு. எப்படியும் திபெத்தியர்கள் விரும்பாத அளவுக்கு அதிகமான சீனர்கள் அங்கே இருந்தனர். 1958-ல் கிழக்குத் திபெத்திய கம்பாக்கள் குடியேறியவர்களுக்கு எதிராக ஆயுதம் ஏந்தி போராட ஆரம்பித்தனர். தொடக்கத்தில் சில வெற்றிகளைப் பெற்றபோதும் அவர்களது கிளர்ச்சி சீனர்களால் ஒடுக்கப்பட்டது. இதைத் தொடர்ந்து மேற்கொள்ளப்பட்ட பழிவாங்கும் நடவடிக்கைகள் தலாய் லாமாவுக்கு ஆபத்தை விளைவித்தன. புதுடெல்லி அவருக்கு அரசியல் அடைக்கலம் அளிக்கச் சம்மதித்ததும், அவர், ஜாக்கிரதையாகத் தேர்ந்தெடுத்த சிறு பாதுகாவலர் குழுவுடன், இரவோடு இரவாக லாசாவை விட்டு வெளியேறினார்.

தலாய் லாமா தம் முதல் நாள் இரவுப் பொழுதை இந்திய மண்ணில் தவாங் புத்தமடத்தில் கழித்தார். பிறகு சமவெளிகள் வழியாக அஸ்ஸாமில் தேஜ்பூர் நகரை அடைந்தார். அங்கு இந்திய அதிகாரிகள் அவரை விசாரித்தனர். மூன்று வாரங்களுக்குப் பிறகு பிரதமரைச் சந்திக்க புதுடெல்லிக்கு அழைத்துச் செல்லப்பட்டார்.

பேச்சு வார்த்தை தொடங்கியது. தலாய் லாமா நேருவிடம் காம்பா கிளர்ச்சியைப் பற்றி எடுத்துக் கூறினார். கடுமையான சண்டை நடந்தது. இரு பக்கத்திலும் இழப்புகள் அதிகமாக இருந்தன. திபெத் பகுதியில் கம்யூனிஸ்டுகளின் சமய எதிர்ப்புப் பிரசாரத்துக்குத் தீவிர எதிர்ப்பு இருந்தது. சீனர்கள் தலாய் லாமாவை பீக்கிங்கில் நடைபெறும் கலாசார விழாவுக்கு அழைத்தபோது, அது அவரைப் பிடித்து சிறையில் அடைக்க ஒரு சதியென அவருடைய ஆலோசகர்கள் எச்சரித்தனர். அவர் அங்கு செல்ல மறுத்தபோது, சீனர்கள் அவருக்குப் அச்சுறுத்தல்களை விடுத்தனர். எனவே, அவர் இந்தியா செல்ல விரும்பினார்.

திபெத்தில் கொண்டுவரப்படும் எந்தச் சீர்திருத்தமும், திபெத்தியர்களால் கொண்டுவரப்பட்டு, அவர்களது மதத்துடனும் மரபுடனும் இசையுமாறு அமையவேண்டும் என்று தலாய் லாமா நேருவிடம் கூறினார். சீன வழி சீர்திருத்தம், அவர்களை ஆன்மா இல்லாத மனிதர்கள் ஆக்கிவிடும் என்று அவர் நம்பினார். இந்திய உதவியுடன் திபெத்துக்குச் சுதந்தரத்தைப் பெற்றுத்தர வேண்டும் என்பதே இப்போது அவருடைய தனிப்பட்ட நம்பிக்கை. அவருடைய பழைய ஆசிரியர் ஹெயின்ரிச் ஹார்ரெர் ('திபெத்தில் ஏழாண்டுகள்' என்ற சிறந்த நூலின் ஆசிரியர்) என்பவரும் மேற்கத்திய ஆதரவைத் திரட்ட ஊக்கம் கொடுத்துக்கொண்டிருந்தார்.

திபெத்தின் விடுதலைக்காக இந்தியா, சீனாவுடன் போர் ஒன்றைத் தொடங்க முடியாது என்று நேரு தலாய் லாமாவிடம் கூறினார். உண்மையில், சீன அரசை முற்றிலுமாக அழிக்காவிட்டால், உலகம் முழுதும் சேர்ந்தாலும் திபெத்துக்கு விடுதலையைக் கொண்டுவர முடியாது. அவர் 'மேற்கின் உதவியை நாடிச் சென்றால், அவர் ஒரு வியாபாரப் பொருளாகவே கருதப் படுவார். அமெரிக்கர்களுக்கோ, ஐரோப்பியர்களுக்கோ அவருடைய மக்களிடமோ அவருடைய லட்சியத்திடமோ உண்மையான பரிவு என்பதே இல்லை. அவர்கள் விரும்புவதெல்லாம் சோவியத் யூனியனுடனான அவர்களுடைய பனிப்போரில் திபெத்தினால் ஏதேனும் ஆதாயம் கிடைக்குமா என்று பார்ப்பதே' என்று நேரு, தலாய் லாமாவிடம் கூறினார்.

'சுதந்தரம் அல்லது வேறு எதுவும் வேண்டாம்' என்ற மனப்பான்மை திபெத்தியர்களுக்கு எதையும் அளிக்க முடியாது. அவர்கள் சீனர்களுடன் திறந்த மனத்துடன் பேச்சுவார்த்தை நடத்தவேண்டும். இதற்கு இந்தியாவால் உதவமுடியும். ஆனால் இதையும்கூட, திபெத் பீக்கிங்குடனான முறிந்து போன உறவுகளை சரிசெய்துகொண்ட பின்னரே செயல்படுத்த முடியும். 'இப்போது சீனாவுடனான எங்கள் உறவுகள் மோசமாக இருக்கின்றன.

இழந்த நட்புக் களத்தை மீண்டும் பெறவேண்டும். சீனாவை அச்சுறுத்தியோ, கண்டனம் செய்தோ அக்களத்தை நாங்கள் திரும்பப்பெற முடியாது' என்று நேரு கூறினார்.[2]

II

தலாய் லாமா தப்பிவந்தபோது சீனாவுடனான இந்தியாவின் உறவுகள் மிக மோசமாக இருந்தன. 1957-ன் கோடையில் லடாக் லாமாவும், பார்லிமென்ட் உறுப்பினருமான குஷக் பக்குலா திபெத்துக்கு விஜயம் செய்தார். சிங்கியாங்குக்கு தீவிரமாக சாலை அமைக்கப்படுவதை நேரில் கண்டுவந்தார். 1958 ஜுலையில் ஓவிய சீனா என்ற பீகிங்கில் வெளியாகும் அரசாங்கப் பத்திரிகையில் நெஃபா (NEFA) மற்றும் லடாக்கின் பெரும்பகுதி சீனாவின் பகுதியாகக் காட்டப்பட்டிருந்தது. ஆகஸ்டு 21-ம் தேதி இந்தியாவிலுள்ள சீனத் தூதரக அதிகாரி ஒருவர் இந்திய வெளியுறவு அலுவலகத்துக்கு அழைக்கப்பட்டார். துணைச் செயலர் ஒருவர் அந்த வரைபடத்தைப் பற்றிய எதிர்ப்புக் குறிப்பு ஒன்றை அளித்தார். இரு அரசுகளுக்கும் இடையில் கடிதப் பரிமாற்றம் அதிகமாக, அதிகமாக, அது கவலையையும் அதிகரித்தது. போட்டி போடும் போக்கும் மிகுதியாக எழுந்தது.[3] அக்டோபர் 18-ல் இந்திய வெளியுறவுச் செயலர், இந்தியாவுக்குச் சொந்தமான ஜம்மு-காஷ்மீர் மாநிலத்தின் லடாக் பகுதியின் கிழக்கே, திபெத்-சிங்கியாங் சாலையின் ஒரு பகுதி செல்வதை ஆட்சேபித்து சீனத் தூதருக்குக் கடிதம் எழுதினார்.[4] 1958 முடிவில் இருநாட்டுப் பிரதமர்கள் ஜவாஹர்லால் நேருவுக்கும் சௌ என் லாய்க்கும் இடையே மேலும் சில ஆண்டுகளுக்குக் கடிதப் போக்குவரத்து தொடர்ந்தது. வருத்தத்துடனும் வியப்புடனும் தொடங்கிய கடிதங்கள், முடிவில் கோபத்துடனும் கசப்புடனும் அமைந்தன.

நேருவுக்கும் என் லாய்க்கும் இடையே நடைபெற்ற கடிதப் பரிமாற்றங்கள், எல்லைத் தகராறு பற்றி அறிய முக்கிய ஆவணங்களாக விளங்குகின்றன. அவை அதிகாரிகளால் எழுதப்பட்டிருக்கலாம். ஆனால் அவற்றில் கண்ட விஷயங்களையும் கடிதத் தொனியையும், கையொப்பம் இட்டவர்கள் கவனமாகப் பரிசீலித்திருப்பார்கள். இரு அரசியல்வாதிகளும் வரலாறில் ஆர்வம் உள்ளவர்கள். இருவருமே, நீண்டகாலமாக அடிமைப்பட்டுக்கிடந்த தம் நாடுகளை நவீன உலகத்தில் முன்வரிசையில் நிறுத்தும் பணியில் ஓர் இயக்கம்போலச் செயல்படவேண்டும் என்ற உணர்வால் உந்தப்பட்டு நிற்பவர்கள்.

அக்காலத்தின் சீன அதிகார வரிசையில் சௌ என் லாய், மாவோவுக்கு அடுத்த இரண்டாம் இடத்தில் இருந்தார். பெரும்பான்மையான விஷயங்களில் பிற 800 மில்லியன் மக்களைப் போல, அவரும் மாவோவுக்கு விட்டுக்கொடுத்து விடுவார். ஆனால் வெளியுறவுக் கொள்கை விஷயத்தில் அவருக்கு முழு சுதந்தரம் இருந்தது. சீனத்தின் முன்னணித் தலைவர்களில் அவர் ஒருவரே மேற்கில் தங்கிப் படித்தவர். பாரீஸில் சிறிது காலம் இருந்தபடியால் பிரெஞ்சு

மொழியில் சரளமாகப் பேசினார். ஆங்கிலமும் சிறிது அறிவார். பநாகரிகப் போக்கு கொண்டவர். ஃபிரெஞ்சுப் புரட்சியின் விளைவு பற்றிக் கேட்கப் பட்டபோது, 'அதுபற்றிக்கூற காலம் இன்னும் கனியவில்லை' என்றாராம்.

ஸ்டூவர்ட் ஷ்ராம் குறிப்பிடுவதுபோல, *1955*-ல் பாண்டுங் மாநாடு நடைபெறும் காலத்தில் சௌ என் லாய், தான் ஒரு திறமையான ராஜதந்திரி என்று காட்டிக்கொண்டார். நேருவும் அவரும் அருகருகே நின்றுகொண்டு, தங்களை ஐரோப்பியர் அல்லாத உலக நாடுகளின் உண்மைப் பிரதிநிதிகள் என்றும், கொள்கையால் வேறுபட்டாலும் ஆசியர்கள் என்ற உண்மையால் ஒன்றுபட்டவர்கள் என்றும் காட்டிக்கொண்டனர்.[5]

1955-ல் சௌவும் நேருவும் அரசியல் கொள்கைரீதியாக வேறு பட்டிருக்கலாம். *1958*-ல் அவரவர் நாட்டு நலன்களாலும் வேறுபட்டு நின்றனர். அந்த ஆண்டு டிசம்பரில் நேரு, சௌவுக்கு நீண்ட கடித வரிசையின் முதல் கடிதத்தை எழுதினார். முன்னெச்சரிக்கையுடனும் கனிவுடனும், சீனாவின் பொருளாதார வளர்ச்சிக்குத் தன் பாராட்டைத் தெரிவித்தவாறு தொடங்கி, எல்லைப் பிரச்னைக்கு வந்தார். *1956*-ல் சீனப் பிரதமர் மக்மோஹன் கோட்டினை பிரிட்டிஷ் எதேச்சாதிகாரம் விட்டுச்சென்ற ஒன்றாகக் கருதியபோதிலும், சீன-இந்திய நட்புறவின் காரணமாக திபெத்திய உள் பிரதேச அதிகாரிகளைக் கலந்துகொண்டு அக்கோட்டுக்கு அங்கீகாரம் அளிப்பதாக, குறிப்பாக உணர்த்தியதை நேரு நினைவுகூர்ந்தார். அப்போது இந்தியாவுக்கும் சீனாவுக்கும் இடையே பெரியதாக எல்லைப் பிரச்னை என்று எதுவும் இல்லை என்ற நேருவின் கருத்தை சௌவும் உறுதி செய்திருந்தார். ஆனால் இப்போது ஓவியச்சீனா படத்தில் இந்தியப் பிராந்தி யத்தின் வழியாக சீன எல்லைக்கோடு செல்கிறது என்பதை நேரு சுட்டிக் காட்டினார்.

ஒரு மாதத்துக்குப் பிறகு சௌ என் லாய் பதில் எழுதினார். வரலாற்று ரீதியாக சீன-இந்திய எல்லையை முடிவுசெய்து ஒப்பந்தமோ உடன்படிக்கையோ இல்லை. மக்மோஹன் கோடு சீனாவின் திபெத்திய பிராந்தியத்துக்கு எதிராக பிரிட்டிஷ் ஆக்கிரமிப்புக் கொள்கையின் விளைவாக உருவானது. நியாய மாகப் பார்த்தால், அது சட்டபூர்வமானது அல்ல. சௌவின் கருத்துப்படி சீன எல்லைப்பகுதியில் உருவாகும் ஒரு சாலையை இந்தியர்கள் எதிர்க்கிறார்கள். (நேருவின் கருத்துக்கு மாறாக) இவையெல்லாம் சீனாவுக்கும் இந்தியாவுக்கும் இடையே எல்லைப் பிரச்னைகள் இருப்பதையே சுட்டிக் காட்டுகின்றன என்று சௌ எழுதினார். அந்தச் சூழ்நிலையிலேயே ஓவியச்சீனாவில் வெளியான சீன வரைபடம் பார்க்கப்பட வேண்டும். நட்புணர்வுடன் எல்லைப் பிரச்னை முடிவாக தீர்க்கப்படும் வரையில் தற்போதைய நிலையையே தாற்காலிக மாகத் தொடரலாம் என்று சௌ யோசனை கூறியிருந்தார்.

1959 மார்ச் *22* அன்று, நேரு மீண்டும் எழுதினார். 'இந்தியாவுக்கும் சீனாவின் திபெத்துக்கும் இடையில் உள்ள எல்லையை பீக்கிங் ஏற்கவில்லை என்பதை அறிந்து தான் சிறிது வியப்படைவதாக' குறிப்பிட்டார். ஏனென்றால், பல

தனியான ஒப்பந்தங்களால் அது ஒப்புதல் பெறப்பட்டுள்ளது. அவற்றுள் காஷ்மீருக்கும் லாஸாவுக்கும் இடையே 1842-ல் செய்துகொள்ளப்பட்ட ஒப்பந்தமும், கிழக்கே 1913-14-ல் ஏற்கப்பட்ட மக்மோஹன் கோடும் அடங்கும். மேலும் இரு நாடுகளுக்கு இடையே உயரமான இடத்தில் ஓடும் ஆற்று அமைப்பு, மலை உச்சிகள் போன்ற இயற்கை அமைப்புகள் எல்லையை நிர்ணயம் செய்கின்றன. 'அங்கும் இங்குமாகச் சில இடை வெளிகள் இருந்தாலும், இரு நாடுகளுக்கும் இடையேயான எல்லையைக் குறிக்க போதுமான அளவு புவியியல், மரபு மற்றும் உடன்படிக்கைகள் உள்ளன' என்ற நம்பிக்கையுடன் நேரு கடிதத்தை முடித்திருந்தார்.

சௌ என் லாய் இதற்குப் பதிலளிக்குமுன் தலாய் லாமா இந்தியாவுக்கு ஓடி வந்துவிட்டார். இது, விஷயத்தை மேலும் சிக்கலாக்கிவிட்டது. பெருந்திரளான பொதுமக்கள் அவருக்கு அளித்த வரவேற்பு சீனர்களை வெகுவாகக் கோபத்துக்கு உள்ளாக்கியது. இதற்கு அவர்கள் புதுடெல்லியைக் குற்றம் சாட்டினர். நேரு அவருக்கு தன்னை நேரில் சந்திக்கும் வாய்ப்பை அளிக்காமல் இருந்தால், திபெத்தியத் தலைவருக்கு ஒரு சட்டபூர்வமான அங்கீகாரம் கிடைத்திருக்குமா? பீக்கிங்கின் கருத்துப்படி, திபெத்தியப் புரட்சி என்பது பொதுமக்கள் எழுச்சி அல்ல; அமெரிக்க ஏகாதிபத்தியமும் சியாங்கை ஷேக்கின் கலகப் பிரிவினரும் உதவியுடன், மேல்வகுப்பு பிற்போக்குவாத அகதிகளின் செயலே அது. சீனாவின் சில ஊடகங்கள், இந்திய நகரமான காலிம்பாங்தான் புரட்சியை இயக்கும் மையம் என்று கூறும் அளவுக்குச் சென்றன. மேலும் ஏகாதிபத்திய நாடுகளின் பிரசாரத் துக்கும் ராஜதந்திரத்துக்கும் டெல்லி அரசு உட்பட்டுவிட்டதாகவும், சீன-இந்திய நல்லுறவு இந்தியப் பக்கத்தினாலேயே கெடுக்கப்படுவதாகவும் அவை கூறின.[6]

காலிம்பாங்குக்கு ஓடிவந்த திபெத்திய அகதிகள் சில பிரசாரங்களை செய்தது உண்மைதான். ஆனால் அவற்றை சீன ஊடகங்களே பெருமளவுக்குப் பெரிதுபடுத்திவிட்டன. உண்மையில் சீனாவுக்கு எதிராக வலுவான குரல், இந்திய முனையிலிருந்துதான் எழுந்தது. குறிப்பாக, சமூகத் தொண்டராக மாறிவிட்ட முன்னாள் அரசியல்வாதி ஜெயப்பிரகாஷ் நாராயண், திபெத்திய சுதந்தரத்துக்காக ஆர்வமுடன் வாதாடும் வக்கீலானார். இந்திய அரசியலில் ஆர்வக்குறைவற்று இருந்த பிறரும் அவரை ஆதரித்தனர். ஜனசங்கமும், இந்திய அரசு பனிப்போரில் அமெரிக்காவை ஆதரித்து, அமெரிக்காவுடன் உறவுகொண்டு திபெத் விடுதலைக்கு உதவிகோரவேண்டும் என விரும்பியது.[7] தலாய் லாமா இந்தியாவுக்கு வந்த ஒரு மாதம் கழித்து இந்திய வெளியுறவுச் செயலர், 'நாடு கடந்து வாழும் தலைவருக்கு இந்தியாவில் மரியாதையான உபசரிப்பு அளிக்கப்படும். ஆனால், இந்த நாட்டில் இருந்து கொண்டு அவர் எந்தவிதமான அரசியல் நடவடிக்கைகளிலும் ஈடுபடக் கூடாது. இதுதான் அரசின் நிலை' என்று சீனத் தூதருக்கு உறுதி அளித்தார். அரசின் இந்த நிலையிலிருந்து இயல்பாகவே சில இந்தியர்கள் வேறுபட்டனர். வெளியுறவுச் செயலர் குறிப்பிட்டதுபோல, சட்டப்படியும்

அரசியல் அமைப்புப் படியும் நாடாளுமன்றத்திலும் பத்திரிகைகளிலும் அல்லது இந்தியாவில் வேறு எந்த இடத்திலும் ஒருவர் தன் கருத்தை வெளியிட முழு உரிமை இருந்தது. இந்தக் கருத்துகள் பெரும்பாலும் இந்திய அரசின் கொள்கைகளை வன்மையாகக் கண்டிக்கவும் செய்தன.

பீக்கிங்கால் இதை எளிதில் புரிந்துகொள்ள முடியவில்லை. ஏனென்றால், சீனாவுக்குள் அரசின் கொள்கைகளை வெளிப்படையாக விமரிசனம் செய்யக் கூடாது. இந்த இரு அரசியல் முறைகளுக்கு, அதாவது சர்வாதிகாரத்துக்கும் ஜனநாயகத்துக்கும், இடையே உள்ள வேறுபாடு, ஏப்ரல் 20 அன்று பம்பாயில் நடைபெற்ற ஒரு சம்பவம் பற்றிய கருத்துப் பரிமாற்றத்தில் பளிச்சென்று புலனாகிறது. ஏப்ரல் 27-ம் தேதியிட்ட பீக்கிங்கின் டெல்லிக்கான கடிதத்தில் சீனாவின் கருத்து இவ்வாறு இருந்தது:

'எதிர்க்கும் பிரிவினர் கோஷமிட்டு சொற்பொழிவுகள் ஆற்றினர். அதன் சொந்தப் பிராந்தியமான திபெத்தில் நடந்த ஒரு கலகத்தை சீனா அடக்கியதை, சர்வாதிகாரச் செயல் என்று முத்திரை குத்தி, பலவிதமான அவதூறுகளைக் கூறினர். இதில் மிகக் கடுமையானது என்னவென்றால், சீன மக்கள் குடியரசின் தலைவர் மா சே துங்கின் படத்தை சீன துணைத் தூதரகச் சுவரில் ஒட்டி அவமதிக்கும் வகையில் தக்காளியையும் அழுகிய முட்டை களையும் வீசியிருக்கின்றனர். முரடர்கள் இவ்வாறு அந்தப் படத்தை அவமதிக்கும்போது, இந்தியப் காவல்துறையினர் இதில் தலையிடாமல், பத்திரிகை நிருபர்கள் அதைப் புகைப்படம் எடுக்க வசதியாக, சுற்றியிருந்த பார்வையாளர்களை விரட்டினர்.'

இந்த பம்பாய் சம்பவம் பீக்கிங்கின் கருத்துப்படி சீன மக்கள் குடியரசின் தலைவர் மீதான மாபெரும் அவமரியாதைச் செயலாகும். 650 மில்லியன் சீன மக்கள் அனைவருக்குமே சகித்துக்கொள்ள முடியாத ஓர் அவமதிப்பு. இந்த விவகாரம் நியாயமாகத் தீர்க்கப்படாவிட்டால், இந்திய அரசாங்கம் பதில் திருப்திகரமாக இல்லாவிட்டால், இந்த விவகாரத்தில் ஒரு திருப்திகரமான தீர்வு ஏற்படும்வரை சீனத்தரப்பு ஓயவே ஓயாது. அதாவது, ஒரு நூறு வருடங்கள் ஆனாலும் ஓயாது.

இந்திய அரசாங்கம் இதற்கு பதில் அளிக்கும் வகையில், இந்தியா நட்புறவு கொண்டுள்ள நாட்டின் மதிப்புமிக்க தலைவர் மா சே துங்கின் படத்துக்கு இழைக்கப்பட்ட அவமதிப்புக்கு ஆழ்ந்த வருத்தத்தைத் தெரிவித்தது. பணியில் இருந்த காவல்துறையினர், எதிர்ப்பாளர்களுக்கு ஏதோ வகையில் உதவியதாகக் கூறப்படுவதை அவர்கள் மறுத்தனர். மாறாக, அவர்கள் (மாவோவின்) படத்துக்கு முன் சென்று, புனிதமான ஒன்று மேலும் மாசுபடாதபடி காத்தனர்.

'எதிர்ப்பாளர்களின் நடத்தை வருத்தத்துக்கு உரியது என்பதைப் புதுடெல்லி ஒப்புக்கொண்டது. ஆனால், இந்தியாவில் உள்ள சட்டத்தின்படி, ஊர்வலங்கள் அமைதியாக நடக்கும்வரை அவற்றைத் தடைசெய்ய முடியாது என்பதை சீன அரசாங்கம் சந்தேகத்துக்கு இடமின்றி அறிவார்கள்.

நாடாளுமன்றத்துக்கு அருகில்கூட அவை அடிக்கடி நடைபெறாமல் இல்லை. ஊர்வலத்தில் வருபவர்கள் இந்தியாவின் மிகப்பெரும் தலைவர்களுக்கு எதிராகவும், எல்லாவிதமான கோஷங்களையும் எழுப்புவர். கடந்த காலங்களில் மகாத்மா காந்தி மற்றும் பிரதம மந்திரியின் படங்களை, பொறுப்பற்றவர்கள் எடுத்துச்சென்று அவமரியாதை செய்த சம்பவங்கள் நடந்திருக்கின்றன. சட்டப்படியும் இந்திய அரசியல் அமைப்புப்படியும் மக்கள் வன்முறைகளில் ஈடுபடாதவரை அவர்களுக்குப் பெருமளவுக்குத் தாராளமான உரிமை அனுமதிக்கப்பட்டிருக்கிறது.'

III

1959 செப்டம்பர் முதல் வாரத்தில், இந்திய அரசு, சீன அரசுடன் ஐந்தாண்டுகளாக நடத்திய கடிதப் போக்குவரத்து பற்றி ஒரு வெள்ளை அறிக்கையை வெளியிட்டது. எல்லைப்பகுதியில் சிறுசிறு சச்சரவுகள் தொடங்கி ஆயுத மேந்திய ராணுவம் அடுத்தவர் எல்லைக்குள் ஊடுருவவது, மிகப்பெரும் பிரச்னைகளான மேற்கு, கிழக்கு எல்லை பற்றிய முரண்பாடுகள், திபெத்திய கிளர்ச்சி போன்ற பல விஷயங்கள் அதில் இருந்தன.

சில காலமாகவே, ஜனசங்கத்தின் ஆவேசமான இளம் தலைவர் அடல் பிஹாரி வாஜ்பேய் தலைமையில் உறுப்பினர்கள், சீனாவுடனான கடிதப் பரிமாற்றங்களை நாடாளுமன்றத்தில் வைக்க வேண்டும் என்று கோரிவந்தனர். ஆகஸ்டில் நடந்த சில எல்லைச் சம்பவங்கள், வெள்ளை அறிக்கை வெளியிடப்படுவதை விரைவுபடுத்தின. சீன, இந்திய ராணுவங்கள், நெஃபாவின் பல எல்லைப்பகுதிகளில் மோதிக்கொண்டன. லோங்ஜூவில் இந்தியத் தளம் ஒன்று சீனாவின் பெரும் தாக்குதலுக்கு உள்ளாகி சீனாவால் கைப்பற்றப் பட்டது.

துரதிர்ஷ்டவசமாக வெள்ளை அறிக்கை வெளியிடப்படும் தருணத்தில் பாதுகாப்பு அமைச்சருக்கும் ராணுவத் தலைமைத் தளபதிக்கும் இடையே ஒரு கடும் சச்சரவு ஏற்பட்டிருந்தது. அமைச்சர், நேருவின் பழைய நண்பரான வீ.கே. கிருஷ்ண மேனன். 1957-ல் அவர் வெளிநாட்டுப் பணிகளிலிருந்து விலக்கிக்கொள்ளப்பட்டு அதற்கு ஈடுசெய்யும் வகையில் பாதுகாப்புத் துறைப் பதவியில் நியமிக்கப்பட்டிருந்தார். ராணுவம் முதலில் அந்த நியமனத்தை வரவேற்றது. பதவியில் முன்பு இருந்தவர்கள் வலுவானர்கள் அல்ல. ஆனால், இவர் அப்படியில்லை. பிரதமருக்கு நெருக்கமானவர். ஆனால் புதிய பதவியில் தன்னை நிலைநிறுத்திக்கொள்ளும் நேரத்தில், மேனன், ஜெனரல் கே.எஸ்.திம்மையாவுடன் ஒரு சச்சரவில் ஈடுபட்டார். திம்மையாவும் மேனனைப் போன்றே பிடிவாதமானவர்.

கூர்கில் காப்பித் தோட்ட முதலாளியின் மகனான திம்மையா, ஆறடி மூன்றங்குல உயரமுடையவர். கவர்ச்சிகரமான தோற்றம் கொண்டவர். ராணுவத்தில் எண்ணற்ற சாதனைகளைச் செய்தவர். அலகாபாத்தில் இளம் அதிகாரியாக இருந்தபோது, மூத்த மனிதர் ஒருவரை சினிமா தியேட்டரில்

சந்தித்தார். 'இந்த பிரிட்டிஷ் ராணுவச் சீருடை, ஓர் இந்தியருக்கு எப்படி இருக்கிறது' என்று மூத்தவர் கேட்டார். திம்மையா ஒரே வார்த்தையில் 'சூடாக உள்ளது' என்று பதில் அளித்தார். மூத்தவர், ஜவாஹர்லாலின் தந்தை மோதிலால் நேரு. அவர்கள் நண்பர்களாகிவிட்டபோது, திம்மையா படையிலிருந்து விலகி தேசிய இயக்கத்தில் சேரலாமா என்று கேட்டார். மோதிலால் அவரை, ராணுவ உடையிலேயே தொடர்ந்து இருக்குமாறு ஆலோசனை கூறினார். 'சுதந்தரம் பெற்றபிறகு, இந்தியாவுக்கு அவரைப் போன்ற அதிகாரிகள் தேவைப்படுவார்கள்' என்றார்.[8]

சுதந்தர இந்தியாவின் தொல்லைக்குரிய முதல் ஆண்டில் கௌரவத்துடன் பணியாற்றிய திம்மையா, இரண்டாம் உலகப்போரிலும் திறமையாகச் சிறப்புடன் பணியாற்றி இருதார். பஞ்சாபில் பிரிவினை அகதிகள் குடிபெயர் வதை மேற்பார்வையிட்டார். பிறகு காஷ்மீருக்கு அனுப்பப்பட்டார். அங்கு முற்றுகை இட்டவர்களை வெற்றிகரமாகப் பள்ளத்தாக்கிலிருந்து வெளியேற்றினார். பிறகு அவர் கொரியாவில் ஐ.நா. போர் நிறுத்தக் குழுவின் தலைமையை ஏற்றார். அங்கு 22,000 கம்யூனிஸ்டு கைதிகளின் சீராக வெளியேற்றத்தை மேற்பார்வையிட்டார். கொள்கை ரீதியாக வேறுபட்டிருந்த சீனர்களும் அமெரிக்கர்களும், அவரை ஒன்றுசேர்ந்து பாராட்டினர்.

போரை விடுத்து அமைதியை நாடும் இந்தியர்களின் விருப்பத்துக்கு மிக நெருக்கமாக வந்த நவீன, ராணுவ நாயகர் திம்மையா.[9] எனினும், பாதுகாப்பு அமைச்சருடன் அவருக்கு நெருங்கிய நேச உறவு இருக்கவில்லை. திம்மையா, தன் படைகள் சீனாவுடனான போருக்கு ஆயத்தமாக இருக்க வேண்டும் என்று நினைத்தார். ஆனால் கிருஷ்ண மேனன் உண்மையான அச்சுறுத்தல் பாகிஸ்தானிடமிருந்துதான் என்று வற்புறுத்தினார். எனவே, அதற்கேற்ப அந்த எல்லைகளில் படைகள் நிறுத்தப்பட்டன. திம்மையா, தன் வீரர்களிடம் இருந்த ஆயுதங்களின் பழைமை பற்றிக் கவலைப்பட்டார். இவற்றுள் முதலாம் உலகப்போரில் பயன்படுத்திய .303 என்ஃபீல்டு துப்பாக்கிகளும் அடக்கம். அவர், அமைச்சரிடம், பெல்ஜிய எஃப்.என்.4 தானியங்கித் துப்பாக்கிகளின் உரிமைபெற்று அவற்றை இந்தியாவே தயாரிக்கலாம் என்று ஆலோசனை சொன்னார். அதற்கு கிருஷ்ணமேனன், 'நம் நாட்டில் நேடோ (வட அட்லாண்டிக் ஒப்பந்த அமைப்பு) ஆயுதங்களுக்கு இடமில்லை' எனக் கோபமாக பதிலளித்துவிட்டார்.[10]

1959 ஆகஸ்ட் கடைசி வாரத்தில், பி.எம்.கௌல் என்பவரை லெஃப்டினெண்ட் ஜெனரலாக உயர்த்தும் விவகாரத்தில் திம்மையாவுக்கும் மேனனுக்கும் இடையே சச்சரவு ஏற்பட்டது. மூத்தவர்களான பன்னிரண்டு அதிகாரிகளைப் புறந்தள்ளி கௌலுக்கு அப்பதவி உயர்வு அளிக்கப்பட இருந்தது. கௌல் இயல்பாகவே ஒரு விளம்பரப்பிரியர். நாடகங்களில் நடிக்க விரும்பியவர். கௌல், மக்களுக்குப் புதிய வீடுகள் கட்டும் பணியை மேற்பார்வை செய்திருந்தார். படையினர் பொதுநலனில் பங்குகொண்டது, மேனனை வெகுவாகக் கவர்ந்தது. மேலும் கௌல், நேருவுக்குத் தெரிந்தவர். இதை அவர் அடிக்கடி விளம்பரப்படுத்திக்கொள்ளவும் செய்தார்.[11]

கௌளிடம் நல்ல குணங்கள் இல்லாமல் இல்லை. அவருக்கு நெருக்கமான ஒருவர்கூறியபடி, 'கௌல் ஆர்வத்துடிப்புள்ளவர், விரைவாகச்சிந்திப்பவர், சக்திவாய்ந்தவர், அச்சமற்றவர். அதே நேரம், சார்புநிலை கொண்டவர், சட்டென நிலை மாறுபவர், உணர்ச்சிவசப்படக்கூடியவர்.'[12] ஆனால் கௌளுக்கு போரில் ஈடுபட்ட அனுபவம் குறைவு. அவருடைய வாழ்நாளில் பெரும்பகுதி படைக்கு உதவும் பணியிலேயே கழிந்துவிட்டது. அதன் காரணமாகவே அவர் தலைமை இடத்துக்கு அனுபவம் குறைவானவர் என்பதுதான் திம்மையாவின் கவலை. ஏற்கெனவே அமைச்சரால் பிற அவமதிப்புகளுக்கு உள்ளாகியிருந்த திம்மையாவுக்கு, கௌலின் பதவி உயர்வு, வெந்த புண்ணில் வேல் பாய்ச்சுவதாக இருந்தது. அது திம்மையாவைப் பதவி விலகத் தூண்டியது. 1959 ஆகஸ்ட் 31 அன்று, தனக்கும் தன்கீழ் உள்ள இரண்டு ராணுவ அதிகாரிகளுக்கும், அப்போதைய பாதுகாப்பு அமைச்சரின்கீழ் பணியாற்றுவது இனி கடினம்; இனி தன்னால் தொடர முடியாத நிலை ஏற்பட்டுள்ளது என்று திம்மையா பிரதமருக்கு எழுதினார்.[13]

படைத் தலைவர் பதவி விலகும் செய்தி நாட்டு மக்களிடையே கசிந்தது. விவரம் நாடாளுமன்றத்தில் விவாதிக்கப்பட்டது. பத்திரிகைகளிலும் அதேபோல விவாதத்துக்கு உள்ளானது. திம்மையாவுக்கு எதிராக இருந்தவர்கள் ஈ.எம்.எஸ். நம்பூதிரிபாட் போன்ற கம்யூனிஸ்டுகள். அவர்கள் தளபதி ராணுவ கோர்ட்டில் விசாரிக்கப்பட வேண்டும் என்றனர். பம்பாய் வார இதழ் 'ப்ளிட்ஸ்' போன்ற மறைமுக கம்யூனிஸ்ட் ஆதரவு அமைப்புகள், திம்மையா அமெரிக்காவின் கைக்கூலியாகவிட்டார் என்று எழுதின. பாதுகாப்பு அமைச்சருக்கு எதிரான இச்சண்டையில் திம்மையாவுக்கு ஆதரவாக இருந்தவர்கள், பிளிட்ஸின் போட்டி வார இதழான (மறுக்க முடியாத அளவு அமெரிக்க ஆதரவான) 'கரண்ட்' மற்றும் சில கொள்கை சாராப் பத்திரிகைகள். அரசுக்கு எப்போதும் ஆதரவாக இருக்கும் இந்துஸ்தான் டைம்ஸ்கூட 'கிருஷ்ண மேனன்தான் போக வேண்டும்; திம்மையா அல்ல' என்றது. அமைச்சர், ராணுவத் தலைமையகத்தின் தனக்கு விசுவாசமான சில அதிகாரிகளைக் கொண்டுவருவதன்மூலம், ராணுவத்தின் கட்டுப்பாட்டைக் குலைத்து, அதனைத் தரம் தாழ்த்தி விட்டார் என்று குற்றம் கூறியது.[14]

திம்மையாவின் பதவி விலகல் பற்றிய விவாதம், கிருஷ்ண மேனனையும் ராஜிநாமா செய்யவைக்கும் என சிலர் எதிர்பார்த்தனர். புகழ்பெற்ற வக்கீல் ஒருவர் திம்மையாவுக்கு எழுதிய கடிதத்தில் அமைச்சரை, 'இந்திய அரசியலின் தீய மேதை' எனக் குறிப்பிட்டு, மேலும் 'உங்கள் நடவடிக்கையால் மேனன் பதவி விலகுமாறு கட்டாயப்படுத்தப்பட்டால், இந்தியா ஆறுதல் பெருமூச்சு விடும். நீங்கள் நாட்டின் இதயபூர்வமான நன்றியைப் பெறுவீர்கள்' என்று எழுதினார். நேரு திம்மையாவைத் தன் அலுவலகத்துக்கு இருமுறை நீண்ட பேச்சுவார்த்தைகளுக்கு அழைத்து, அவருடைய பதவி விலகல் கோரிக்கையைத் திரும்பப் பெற வற்புறுத்தினார். பதவி உயர்வு பற்றிய முக்கியமான விஷயங்களில் அவருடைய ஆலோசனைகள்

ஏற்கப்படும் என்றும் உறுதியளித்தார். திம்மையாவுடன் பணியாற்றி ஓய்வு பெற்றிருந்து, டேராடூன் நகரில் தங்கியிருந்த பழைய மேஜர் ஜெனரல் ஒருவர் அவருக்கு எழுதிய கடிதத்தில், 'அவர் தம் நிலையிலேயே உறுதியாக இருந்திருக்க வேண்டும்' என்று எழுதியிருந்தார். ஏனெனில், 'இப்போது நிகழ்ந்த தீர்வில் ஒருவரும் கண்டிக்கப்படவில்லை; யாரும் வெளியேற்றப் படவும் இல்லை; இந்தத் தேனிலவு நீண்ட நாள் நீடிக்கப்போவதில்லை என்பதை நீங்களே கண்டுகொள்வீர்கள்.'[15]

தளபதியின் பதவி விலகல் விவகாரத்தின் பின்னணியில், வெளியான சீனா பற்றிய வெள்ளை அறிக்கை, பாதுகாப்பு அமைச்சர்மீதான எதிர்ப்பை அதிகப்படுத்தியது. ஏனெனில், சீனா எந்த அளவுக்கு இந்தியப் பகுதியை சொந்தம் கொண்டாடியது என்பது நாடாளுமன்ற உறுப்பினர்களுக்கே தெரிந் திருக்கவில்லை. சீனர்கள் பல இடங்களில் முகாம்கள் அமைத்திருந்ததும், குறைந்தபட்சம் வரைபடங்களிலாவது சாலைகளை அமைத்திருந்ததும், இந்தியாவின் எல்லைகளைப் பாதுகாக்கும் பொறுப்பில் இருந்தவர்கள், தூங்கிக்கொண்டிருந்தார்களோ என்று எண்ணவைத்தது. எதிர்க்கட்சிக் காரர்கள், சீனாவின் 'வரைபட யுத்தத்தை' பொதுமக்களிடம் எடுத்துச் சென்றனர். ஒரு சோஷலிச நாடாளுமன்ற உறுப்பினர் குறிப்பிட்டது போல, புதுடெல்லி வேண்டுமானால் 'இந்தியனும் சீனனும் சகோதரர்கள்' என்பதை நம்பலாம்; ஆனால் பீக்கிங்கோ, லெனின் சொன்னதைப் போல, 'சத்தியங்கள், அப்பளங்கள் போல நொறுக்கப்பட வேண்டியவையே.'[16]

இந்தச் சிக்கலுக்கு பிரதமரே காரணகர்த்தாவாக ஆக்கப்பட்டிருக்க வேண்டும். ஆனால் அதற்குபதிலாக, அவருக்குப் பிரியமான மேனன் மீது குற்றம் சாட்டப்பட்டது. கரன்ட் இதழ், 'நாடு சீன ஆக்கிரமிப்பை ஒழுங்காக எதிர் கொள்ளத் தயாராக இல்லை என்றால், இந்தியப் படைகளுக்குத் தலைமைப் பொறுப்பில் இருக்கும் பாதுகாப்பு அமைச்சர் மீதே தவறு' என்று கூறியது.[17] இப்போது காங்கிரஸ் கட்சி உறுப்பினர்களும்கூட மேனனுடைய தலையை உருட்ட விரும்பினர். பழம்பெரும் விடுதலைப் போராட்ட வீரரும், நேருவின் நீண்டகால நண்பருமான உள்துறை அமைச்சர் கோவிந்த வல்லப பந்தும் மேனனின் இலாகாவை மாற்றி, பாதுகாப்பு தவிர வேறு ஏதேனும் பொறுப்பு அளித்து, மந்திரி சபையில் வைத்திருக்கலாம் என ஆலோசனை கூறினார். மதிப்புக்குரிய பத்திரிகையாளரும், நாடாளுமன்ற உறுப்பினருமான பி.ஷிவராவ் நேருவுக்கு எழுதிய கடிதத்தில், 'கிருஷ்ண மேனன் மந்திரி சபையில் தொடர்ந்து இருக்கவேண்டும் என்று நீங்கள் சொல்வது வேதனை அளிப்பதாக உள்ளது. மேலும் கம்யூனிஸ்ட் நாடு ஒன்றிடம் இருந்து, நாம் பயங்கரமான ஆபத்தை எதிர்நோக்கியுள்ளோம். அவரது கம்யூனிஸ்ட் ஆதரவுப் போக்கு அனைவருக்கும் தெரிந்ததே. இந்தக் கடிதத்தை எழுதுவது எனக்கு சுலபமாக இல்லை. முடிவு எடுப்பதும் உங்களுக்குச் சுலபமாக இருக்காது என்பதை அறிவேன். ஆனாலும், இப்போது ஏற்பட்டிருக்கும் நெருக்கடியான நிலைமை எப்படி முடியும் என்று யாராலும் சொல்ல முடியாது' என்று எழுதியிருந்தார்.[18]

நேரு, கிருஷ்ண மேனன் ஆதரவு நிலையிலிருந்து அசைந்து கொடுக்கவில்லை. இடையில் சீனாவுடனான ராஜதந்திரப் பரிமாற்றங்கள் நடந்துகொண்டிருந்தன. 1959 செப்டம்பர் 8 அன்று செள என் லாய் இந்திய நிலை பற்றிய நேருவின் 22 மார்ச் கடிதத்துக்கு பதில் எழுதினார். சீனாவின் திபெத்தியப் பிராந்தியத்துக்கு எதிராக அமைந்த பிரிட்டிஷாரின் ஆக்கிரமிப்புக் கொள்கைக்கு, சீனா அதிகாரபூர்வ ஒப்புதல் வழங்கவேண்டும் என்ற இந்தியாவின் நிலை குறித்து அவர் வியப்பு தெரிவித்திருந்தார். 'மக்மோஹன் எல்லைக்கோடு என்று அழைக்கப்படும் ஒன்றை சீனா அங்கீகரிக்கவில்லை. சீன-இந்திய எல்லை முழுதுமே வரையறுக்கப்படவில்லை. புதிதாக இரு பக்கத்தினருக்கும் நியாயமானதும் ஏற்றுக்கொள்ளக்கூடியதுமான எல்லைகளை வரையறுக்கவேண்டும்' என்றும் கடிதம் வற்புறுத்தியது. அக்கடிதம் திபெத்தியக் கிளர்ச்சியால் இரு நாட்டு உறவில் ஏற்பட்டுள்ள நெருக்கடியான நிலை பற்றியும், ஆயுதம் ஏந்திய திபெத்தியக் கொள்ளைக்காரர்களை இந்தியப் படைகள் பாதுகாத்து வருவதையும், கிழக்கு எல்லையில் இந்தியப் படைகள் அத்துமீறி உள்ளே முன்னேறிக்கொண்டே வருவதையும் சுட்டிக்காட்டி முடித்திருந்தது.

உடனே நேரு அந்தக் குற்றச்சாட்டை மறுத்து பதில் எழுதியிருந்தார். பிரிட்டிஷ் ஏதேச்சாதிகாரத்தின் பயனை அனுபவிப்பதாக சுதந்தர இந்திய அரசாங்கத்தின் மீது சாட்டப்பட்ட குற்றச்சாட்டை தான் தீவிரமாக மறுப்பதாக எழுதியிருந்தார். 1914-1947-க்கு இடையே எந்தச் சீன அரசும் மக்மோஹன் கோட்டை மறுக்கவில்லை. ஆயுதமேந்திய திபெத்தியர்களை இந்தியா பாதுகாப்பதாகக் கூறிய குற்றச்சாட்டையும் நேரு மறுத்தார். சீனக் கடிதத்தின் 'தொனி' குறித்து அவர் பெரும் அதிர்ச்சியைத் தெரிவித்ததோடு, சீன மக்கள் குடியரசை முதலில் அங்கீகரித்த நாடுகளில் இந்தியாவும் ஒன்று என்பதையும், தொடர்ந்து அதனோடு நட்புறவை நாடிவரும் நாடு இந்தியா என்பதையும் நினைவுபடுத்தியிருந்தார்.[19]

இதற்குள் இந்தியா-சீனாவுக்கிடையே கடிதங்களோடு குண்டுகளும் பரிமாறிக்கொள்ளப்பட்டன. 1959 ஆகஸ்ட் கடைசியில், கிழக்குப் பிரிவில், மக்மோஹன் கோட்டில் லோங்கீயில் படைகளின் மோதலும் நடைபெற்றது. 1959 அக்டோபர் கடைசியில், லடாக் பகுதியில் கொங்கா கணவாயில் இந்தியப் படைமீது சீனப்படை தாக்குதல் நடத்தியது. ஒன்பது இந்திய வீரர்கள் கொல்லப்பட்டனர். அதை எண்ணிக்கையிலான வீரர்கள் சிறைப்பட்டனர். இந்தியர்கள்தாம், வேண்டுமென்றே அவர்கள் பிராந்தியத்துக்குள் வந்துவிட்டதாக சீனர்கள் சொன்னார்கள். இந்தியப் பக்கத்தில்தான் ரோந்து செய்ததாக, இந்தியர்கள் பதிலளித்தனர்.

இம்மோதல்கள் புதுடெல்லியின் எல்லைக் கொள்கையை மறுபரிசீலனை செய்யத் தூண்டின. இதுவரை சீனாவுடனான எல்லையை நிர்ணயிக்கும் பொறுப்பு ராணுவத்திடம் இல்லாமல் உளவுத்துறையிடம் இருந்தது என்பது குறிப்பிடத்தகுந்தது. இருந்த சில எல்லை முகாம்களும் துணை ராணுவப்

பிரிவின் கட்டுப்பாட்டின் இருந்தன. கிழக்கில் அஸ்ஸாம் ரைஃபில்சும் மேற்கில் மத்திய ரிசர்வ் போலீஸும் பொறுப்பேற்றிருந்தன. முறையான ராணுவப்படைகள் பாகிஸ்தான் எல்லையில் குவிக்கப்பட்டிருந்தன. அது ஒன்றே இந்தியாவின் ராணுவ அச்சுறுத்தலுக்கான இடம் என்று கருதப் பட்டது. லாங்ஜீ மற்றும் கொங்கா கணவாய்ச் சம்பவங்களுக்குப் பிறகு பஞ்சாபில் இருந்த நாலாவது டிவிஷன் ராணுவப் படைகள் நெஃபாவுக்கு அனுப்பப்பட்டன. இந்த டிவிஷன், சமவெளிகளில் பீரங்கிகளை இயக்கும் போர்ப்பயிற்சி பெற்றது. இப்போது அது முற்றிலும் புதிதான நிலப்பரப்பில் செயல்படவேண்டி வந்தது.

இந்த முன்னோக்கிய கொள்கை மூலம், இந்திய அரசு யாருமற்ற எல்லை நிலங்களில், ஆங்காங்கே சிறு சிறு ராணுவ நிலைகளை அமைக்க முற்பட்டது. பாதுகாப்பு அமைச்சக அலுவலகங்களில் வரைபடங்களை வைத்துக்கொண்டு சிறு நீல குண்டூசிகளை எல்லை நிலங்களில் பொருத்தி அடையாளம் காணும் பணியில் டெல்லி சுறுசுறுப்பாகியது. ஆனால் இதே நேரம், சீனா சர்ச்சைக்குரிய அந்த எல்லைப் பகுதிகளில் செய்துவரும் வேலையை, இந்த வரைபடங்களில் காணமுடியவில்லை.[20]

IV

1959 வாக்கில் இந்தியத் தரப்பும் சீனத் தரப்பும் ஒரு முடிவுக்கு வரமுடியாது என்பது தெளிவாகியது. உடன்படிக்கையாலும் மரபாலும், எல்லை உறுதி செய்யப்பட்டு அங்கீகரிக்கப்பட்டது என்றே இந்தியர்கள் சொன்னார்கள். சீனர்களோ, அது நிர்ணயிக்கப்படவே இல்லை என்று வாதிட்டனர். இரு அரசின் கோரிக்கைகளும் ஓரளவுக்கு ஏகாதிபத்தியத்தின் அடிப்படையில் அமைந்திருந்தன. இந்தியக் கோரிக்கை, பிரிட்டிஷ் ஏகாதிபத்தியத்தின் பின்னணியில் இருந்தது. சீனாவுக்கோ, திபெத் மீதான உரிமை, அதன் ஏகாதிபத்தியத்தின் பின்னணியில் இருந்தது. இரு நாடுகளுமே நியாயமான முறையில் பெற்றிராத நிலப்பரப்பைத் தமக்குச் சொந்தம் கொண்டாடின.

கடந்த காலங்களின் மேற்கத்திய ஏகாதிபத்தியத்தை சீனர்கள் எந்த அளவுக்கு வெறுத்தார்கள் என்பதை இந்தியா குறைத்து மதிப்பிட்டுவிட்டது. 20-ம் நூற்றாண்டின் முதல் பாதியில் சீனா பலவீனமாக இருந்தபோது ஐரோப்பிய வல்லரசுகளால் பலவிதமான அவமதிப்புகளுக்கு உள்ளாகியிருந்தது. அவற்றுள் ஒன்றே மக்மோஹன் கோடு. இப்போது கம்யூனிஸ்ட் ஆட்சியில் சீனா, பலம் வாய்ந்த நாடாகிவிட்டது. கடந்தகால அநீதிகளைச் அழிக்க முனைந்தது. 1959 நவம்பரில் பீக்கிங் சென்ற இந்திய வக்கீல் டேனியல் லத்தீஃபியிடம் சீன நண்பர்கள் மக்மோஹன் கோட்டுக்கு சட்ட, நியாய அடிப்படை ஏதும் இல்லை என்று கூறினர். சீனாவில் எல்லைப் பிரச்னை தொடர்பான மக்கள் கருத்து, உச்ச நிலை ஆவேசத்தை அடைந்திருந்தது. லத்தீஃபி தன் பேச்சுகள் பற்றி ஜவாஹர்லால் நேருவிடம், 'சர்ச்சைக்குரிய பகுதி, நம் தேசத்தைச் சேர்ந்தது என்று பொதுமக்களிடம் தெரிவித்தபிறகு,

அந்த நாட்டுக்கு எந்தவிதமான விட்டுக்கொடுத்தலும் சாத்தியமல்ல என்பது உங்களுக்கே நன்கு தெரியும்' என்று எழுதினார்.[21]

பின்னோக்கிப் பார்க்கும்போது, திபெத்தியக் கிளர்ச்சி தோல்வி அடைந்த பிறகு, இந்திய அரசு கீழ்க்கண்ட ஏதேனும் ஒன்றை அல்லது இரண்டையுமே செய்திருக்கலாமோ என்று தோன்றுகிறது. (1) சீன எல்லை நெடுகிலும் பாதுகாப்பைப் பலப்படுத்தியிருக்க வேண்டும்; தேவைப்பட்டிருந்தால் மேற்கிலிருந்து ஆயுதங்களை இறக்குமதி செய்திருக்கலாம். (2) சீனாவுடனான எல்லையைப் புதிதாகத் தீர்மானிக்க முயற்சிகளை மேற்கொண்டிருக்க வேண்டும்.

ஆனால் நேருவின் அணிசேராக் கொள்கை, முதல் யோசனையை விலக்கியிருக்கும்; மக்கள் கருத்தின் சக்தி இரண்டாவதை விலக்கியிருக்கும். 1959 அக்டோபரில், டைம்ஸ் ஆஃப் இந்தியா, 'தவறு நேர்ந்துவிடக் கூடாதே என்ற அளவுக்கு மீறிய நியாய உணர்வு காரணமாக, பிரதமர் சீன உணர்வுகளுக்கு மதிப்பு அளித்ததோடு, கோபத்துக்கும் அச்சத்துக்கும் ஆட்பட்டு நின்ற இந்திய மக்களுடைய உணர்வுகளை அலட்சியம் செய்துவிட்டார்' என்று குற்றம் சாட்டியது.[22] மற்றொரு செய்திப் பத்திரிகை, 'சீனாவுக்கு எதிரான இந்திய தேசிய எழுச்சியை எதிர்த்தபடி, தன்னந்தனியாக நிற்கிறார் நேரு' என்றது.[23]

'வெள்ளை அறிக்கைகளை வெளியிட்டது, நேருவின் கையைக் கட்டிப் போட்டுவிட்டது' என்றார் ஸ்டீபென் ஹாஃப்மன். எல்லைப்பிரச்னை ரகசியமானதாக இருந்திருந்தால், பிரதமர் அமைதியான ராஜதந்திர வழியில் சமாதானத்தை நாடியிருப்பார். ஆனால் விஷயம் வெளியே வந்துவிட்ட பிறகு, ஆத்திரமான விமரிசனங்கள் எழுந்துவிட்ட பிறகு, 'உணர்ச்சிகளால் உந்தப்பட்ட நாடாளுமன்றமும் பத்திரிகைகளும் ஏற்றுக்கொள்ளக்கூடிய கொள்கைகளையே மேற்கொள்ள முடியும்.' வெள்ளை அறிக்கைகள், விட்டுக்கொடுக்கும் மனோபாவத்தை விடுத்து தேசிய உணர்வுகளைக் கொழுந்துவிட்டு எரியச் செய்துவிட்டன. குறிப்பாகக் கொங்கா கணவாய்ச் சம்பவம், இந்திய அரசியல்வாதிகளிடமிருந்து ஆவேசமாகப் பழி தீர்க்கும் அறைகூவலை எழுப்பிவிட்டது.[24]

1959-ன் செப்டம்பர், அக்டோபர் மோதல்களுக்குப் பிறகு சௌ என் லாய், இரு தரப்பினரும் கிழக்கே மக்மோஹன் கோட்டுக்கு 20 கிலோமீட்டர் அப்பாலும், மேற்கே அப்போதைய கட்டுப்பாட்டுக் கோட்டுக்கு அப்பாலும் சென்றுவிட வேண்டும் என்று எழுதியிருந்தார். நேரு அந்த யோசனையை நிராகரித்தார். அது மேற்குப் பிரிவில் சீன ஆக்கிரமிப்பைச் சட்டபூர்வமாக்கி, 'உங்களுடைய படைவலிமையால் பிடித்துக்கொண்ட பகுதிகளைப் பத்திரமாக அப்படியே வைத்துக்கொள்ள வழிசெய்வதாகும் என்பதாலேயே அதை ஏற்கவில்லை. அண்மைக்காலத் தொந்தரவுகளுக்குக் காரணம், எல்லையின் உங்கள் பக்கத்திலிருந்து மேற்கொண்ட நடவடிக்கைகள்தாம்' என்று வலியுறுத்திச் சொன்னார். சௌ இப்போது, 'மக்மோஹன் கோடு

சட்டபூர்வமானதல்ல என்று நம்பியபோதிலும், சீனா தன் படைகளை அக்கோட்டைத் தாண்ட அனுமதிப்பதில்லை என்ற கொள்கையை முழுமையாகப் பின்பற்றி வருவதாகவும், எல்லைப் பிரச்னைக்கு நட்புரீதியாக ஒரு தீர்வு காணக் காத்திருப்பதாகவும்' குறிப்பிட்டிருந்தார்.

'சீன அரசு இதுவரை, மக்மோஹன் என்று அழைக்கப்படும் கோட்டுக்குத் தெற்கில் எந்தப் பிராந்தியத்துக்கும் முன் நிபந்தனையாகவோ இடைக்கால ஏற்பாடாகவோ உரிமை கோரவில்லை. நான் புரிந்துகொள்ளக் கஷ்டப்படுவது என்னவென்றால், ஒருதலைப்பட்சமாக சீனா மட்டும் மேற்குப் பக்க எல்லைப்பரப்பிலிருந்து வெளியேறவேண்டும் என இந்திய அரசு ஏன் கோரவேண்டும் என்பதுதான்.'

இதனைத் தோலுரித்துப் பார்த்தால் அது சொல்வது இதனையே: 'நீங்கள் கிழக்குப் பகுதியில் (ஒருவேளை ஏமாற்று வழியில் பெற்ற) இடங்களை வைத்துக்கொள்ளுங்கள். நாங்கள் மேற்கில் உள்ள (ஒருவேளை ஏமாற்று வழியில் பெற்ற) இடங்களை வைத்துக்கொள்கிறோம்.'[25]

1960 ஜனவரி, எகனாமிக் வீக்லியில் எழுதும்போது, சீன விவகார வல்லுனர் ஓவன் லாடிமோர், 'இந்தியாவின் இருதலைக் கொள்ளி எறும்பு நிலையை' நுணுக்கமாக விளக்கினார். 'சீனாவுடனான எல்லை, பிரிட்டிஷ் ஏகாதிபத்தியம் இந்தியாவுக்கு விட்டுச்சென்ற சொத்துதான் என்பது தெளிவு. அந்தப் பகுதியின் பெரும்பான்மை இடங்களை விட்டுக்கொடுப்பதால், இந்தியாவின் தேசியப் பெருமைக்கு எந்தக் களங்கமும் வந்துவிடாது. ஆனால், சீனா பேச்சுவார்த்தைகளுக்கு பதிலாக, பலாத்காரம் மூலம் எல்லையை மாற்றி அமைக்க முற்பட்டது, பிரச்னையை அதிகப்படுத்திவிட்டது. பேச்சுவார்த்தை மூலம் நேரு சிலவற்றை விட்டுக்கொடுக்க சம்மதித்திருப்பார்; ஆனால், அவரைப் பணியவைத்து எந்தவிதத்திலும் அதனைச் சாதித்துவிட முடியாது.'[26]

அதே இதழில் வேறு ஒருவர், வலுவான பாதுகாப்புக்குத் தயாராக இருக்க திட்டமிடுமாறு வற்புறுத்தியிருந்தார். மேலும் அவர், 'ஸ்டாலின் வாடிகனின் படைகளை எப்படி மதிப்பிட்டாரோ, அப்படியே பீக்கிங் தலைமையும் இந்தியப் படைகளை மதிப்பிட்டிருக்கும்' என்றார். நவீன சோவியத் ஆயுதங்களுடன் சீனப்படை, இந்தியப் படையைவிட ஐந்து மடங்கு பலமானது. இதுவரை பாகிஸ்தான் பற்றியே ராணுவ முறைச்சிந்தனையில் இருந்துவிட்ட இந்தியா, சீன அச்சுறுத்தல் பற்றித் தீவிரமாக ஆராயவேண்டும். ஏனெனில், இரு நாடுகளுக்கும் இடையிலான நட்பு நிச்சயமாக முடிவுக்கு வந்துவிட்டது. 'இந்திய பாதுகாப்புத் திட்டமிடலின் முதல் நோக்கம், சீனப்படைகளை வடக்கு எல்லையில் நிறுத்திவைப்பதே.' இந்தியா தன் படைகளுக்கு மலைப் பகுதிப் போர்ப்பயிற்சியை அளிக்க வேண்டும். அதற்கு லேசான, எளிதில் எடுத்துச்செல்லக்கூடிய கருவிகள் வேண்டும். அவர்களுக்கு உதவும் பொருட்டு ஹெலிகாப்டர்களும் குண்டுவீசும் விமானங்களும் வேண்டும். 'இன்னும் இரண்டு அல்லது நான்கு வருடங்களில், இமாலயத்தைத்

தாண்டிவரும் திடீர் விரைவுத் தாக்குதல்களை வெற்றிகரமாகத் தடுக்கும் தகுதியுள்ள, போதுமான பலம் வாய்ந்த படைகளை உருவாக்க வேண்டும்.'[27]

எனினும் அரசியல் எதிர்ப்பு அவ்வளவு தூரம் பொறுமை காக்க விரும்ப வில்லை. 1960 ஜனவரி கடைசி வாரத்தில் ஜனசங்கத் தலைவர், 'தேசத்தின் சொந்த நலன்களும் சுய மரியாதையும் இந்திய மண்ணை சீன ஆக்கிரமிப்பி லிருந்து மீட்க, விரைவான, சக்திவாய்ந்த நடவடிக்கையை மேற்கொள்ளக் கோருகின்றன' என்று முழங்கினார். 'ஆட்சியில் உள்ள மத்திய அரசு, சீன ஆக்கிரமிப்பு பற்றி, மக்களும் நாடாளுமன்றமும் எதுவுமே அறியமுடியாத படி இருட்டடிப்பு செய்துவிட்டது. ஆக்கிரமித்த பகுதிகளில் பகைவர்கள் தங்கள் நிலையை மேலும் மேலும் உறுதிப்படுத்திக்கொண்டு செல்லும்போது இந்திய அரசு செய்வதறியாது அதைப் பார்த்துக்கொண்டு சும்மாயிருக்கிறது.'[28]

சீனா மீதான சந்தேகம், வலது சாரிக் கட்சிகளோடு எவ்விதத்திலும் நின்று விடவில்லை. 1960 பிப்ரவரியில் ஜனாதிபதி ராஜேந்திர பிரசாத், அவருடைய சொந்த மாநிலமான பிகாரில், மாணவர்களுடைய எதிர்ப்பு மற்றும் கோபம் பற்றிப் பேசுகையில், 'இந்த இளைஞர்கள் சீன ஆக்கிரமிப்பிலிருந்து இந்தியப் பகுதியின் ஒவ்வொரு அங்குலத்தையும் மீட்கவேண்டும் என விரும்பு கின்றனர். அரசின் எந்தத் தவறான அல்லது பலவீனமான நடவடிக்கை யையும் அவர்கள் சகித்துக்கொள்ள மாட்டார்கள்' என்றார்.[29]

சூழ்நிலை இறுகிக்கொண்டே போகும் நிலையில், புதுடெல்லி சௌ என் லாயை எல்லைப் பிரச்னை பற்றிப் பேச, உச்சக்கட்டப் பேச்சுவார்த்தைக்கு அழைத்தது. அந்தச் சந்திப்பு ஏப்ரல் கடைசியில் நடைபெறுவதாகத் திட்ட மிடப்பட்டது. இடையிலிருந்த சில வாரங்களில் நிலவரத்தைக் கெடுக்கும் பல முயற்சிகள் நடைபெற்றன. மார்ச் 9 அன்று தலாய் லாமா உலகுக்கு ஒரு வேண்டுகோள் விடுத்தார். திபெத் என்ற ஒரு சிறிய சுதந்தர நாட்டை, வெறி பிடித்த, நாட்டாசைகொண்ட, வலிமைபெற்ற நாடு ஒன்று பலாத்காரத்தால் கைப்பற்றியதை, உலகம் மறந்துவிடக்கூடாது என்று கூறியிருந்தார். மூன்று நாட்களுக்குப் பிறகு ஜனசங்கத் தலைவர் ஒருவர் கோடிக்கணக்கான நாட்டு மக்களின் உணர்வுகளை அடகு வைத்து சமாதானத்துக்கு வரவேண்டாம் என்றும், தொடர்ந்து சீன ஆக்கிரமிப்புகள் நடைபெறாமல் தடுக்க அவசிய மான எல்லா நடவடிக்கைகளையும் பிரதமர் எடுக்கவேண்டும் என்றும் வற்புறுத்தினார். நாடாளுமன்ற காங்கிரஸ் கட்சியின் இமயமலைப் பிரதேச ஆய்வுக்குழு, எல்லைப் பிரச்னையில் பிரதமர் ஓர் உறுதியான நிலையை மேற்கொள்ளவேண்டும் என்று வற்புறுத்தியது, யாருமே எதிர்பார்க்காத ஒன்று.[30]

ஏப்ரல் முதல் வாரத்தில் கம்யூனிஸ்ட் அல்லாத பிற எதிர்க்கட்சிகள், சீன விஷயத்தில் மக்கள் கருத்து எப்படி உள்ளது என்பதை பிரதமருக்கு நினைவூட்டும் வகையில் குறிப்பு ஒன்றை அனுப்பியிருந்தன. சௌ என் லாயுடன் நடத்தவிருக்கும் பேச்சுவார்த்தைகளில், இந்தியப் பிராந்தியத்தின் எந்தவொரு பகுதியையும் சீனாவுக்குத் தாரை வார்க்கும் வகையிலான எந்தச்

செயலும் மேற்கொள்ளப்பட மாட்டாது என்ற உறுதிமொழியை அவர்கள் பிரதமரிடம் கோரினார்கள்.[31]

எல்லாப் பக்கங்களிலும் சுற்றி வளைக்கப்பட்ட நிலையில் நின்ற பிரதமர் அப்போது பஞ்சாப் கிராமப் பகுதியில் பாதயாத்திரை செய்துகொண்டிருந்த காந்தியத் துறவி வினோபா பாவேயின் ஆதரவை நாடினார். கிராம முகாம் ஒன்றில் நேரு அவரைத் தனியாகச் சந்தித்து அவரோடு ரகசியப் பேச்சு வார்த்தை நடத்தினார். பேச்சின் விவரம் வெளியிடப்படவில்லை. ஆனால் பின்னர் வினோபா பாவே பேசிய பேச்சுகள் மூலம் விவரம் தெளிவாயிற்று. புராணகாலத்தில் பாண்டவர்களுக்கும் கௌரவர்களுக்கும் இடையே நடைபெற்ற பாரதப்போர் நிகழ்ந்த குருக்ஷேத்திரத்தில் ஏப்ரல் 5-ம் தேதியன்று பாவே ஒரு கூட்டத்தில் பேசினார். ரத்தம் உறைந்த அப்போர்க்களத்தில் நேரு-சௌ பேச்சுவார்த்தைகள் வெற்றிபெற ஒரு பிரார்த்தனை செய்தார். அவநம்பிக்கை, அழிந்துகொண்டிருக்கும் அரசியல் யுகத்துக்குச் சொந்த மானது. புதிய யுகம், நம்பிக்கை மற்றும் நல்லெண்ணத்தைச் சுற்றி தன்னை உருவாகிக்கொண்டிருக்கிறது. சௌவுடனான பேச்சுவார்த்தை, கோபம், கசப் புணர்வு, சந்தேகம் முதலியவற்றிலிருந்து விடுபட்டு நடைபெறும் என பாவே நம்பிக்கை தெரிவித்தார்.

அச்செய்தி சிறப்பான வரவேற்பைப் பெறவில்லை என்பதோடு, அது பரவலாக வெளிவரவும் இல்லை. சௌ என் லாய் வரவிருந்த ஐந்து நாள்களுக்கு முன்னர் ஜனசங்கம் பிரதமர் இல்லத்துக்கு முன்பாக மாபெரும் பேரணி ஒன்றை நடத்தியது. நேரு லடாக் தியாகிகளை மறந்துவிடக் கூடாது என்றும், இந்தியப் பிராந்தியத்தை தாரை வார்த்துவிடக் கூடாது என்றும் பிரதமருக்கு நினைவூட்டும் வாசக அட்டைகளை ஏந்தி நின்றனர். மறுநாள் கம்யூனிஸ்ட் அல்லாத எதிர்க்கட்சியினர் டெல்லியில் நடத்திய மாபெரும் பொதுக்கூட்டத்தில் பிரதமர் சீனர்களுடன் ஏதேனும் பேரத்தில் ஈடுபட்டால், கம்யூனிஸ்ட்களும், கம்யூனிஸ்ட் ஆதரவாளர்கள் மட்டுமே அவருடைய கூட்டாளிகளோடு இருப்பார்கள் என எச்சரித்தனர். மதிப்புக்குரிய ஆசிரியர் ஃப்ராங் மொரேஸ், 'இச்சூடான சூழ்நிலையில், பேச்சுவார்த்தைகளின் தலைவிதி தோல்வியில்தான் முடியும்' என்று எழுதினார். மேலும் இரு நாடுகளிடையே உள்ள இடைவெளி 'இணைக்க முடியாதது. சௌ பழைய நிலைகளையே வற்புறுத்தி நின்றால், அவரிடம் நேரு பீக்கிங்குக்குத் திரும்பச் சென்று மீண்டும் சிந்திக்குமாறு மரியாதையுடன் சொல்வார்' என்றும் எழுதினார்.

எனினும் சீனப் பிரதமருக்கு இந்நாட்டின் வழக்கமான மரபுப்படி, மரியாதையான வரவேற்பு வழங்கப்படும் என்று மொரேஸ், வற்புறுத்திச் சொன்னார். சௌ பர்மாவுக்கு விஜயம் செய்தபோது, இந்திய விஸ்கௌன்ட் விமானம் ஒன்று பர்மா சென்று அவரை டெல்லிக்கு அழைத்து வந்தது. 1956-ல் அவர் வந்தபோது எழுச்சிமிகுந்த வரவேற்பு அளிக்கப்பட்டது. ஆனால் இப்போதோ, பிரதமர் அவ்வாறு நம்பியபோதிலும், முன்பு

எப்போதும் இல்லாத பாதுகாப்பு ஏற்பாடுகளுக்கிடையே செள வந்து சேர்ந்தார். விமான நிலையத்திலிருந்து அவர் மூடிய காரில் பயணம் செய்தார். இந்து மஹாசபை, செளவுக்கு எதிராக கறுப்புக்கொடி காட்ட ஏற்பாடு செய்திருந்தது. அவருடைய வருகையை பெரும்பான்மையான முக்கியக் கட்சிகள் எதிர்த்தன. வருகையின்போது இரண்டு நகைச்சுவைத் துணுக்குகள் சொல்லப்பட்டன. ஒருவர் சொன்னார்: 'ஹிந்தி சீனி பாய் பாய் என்பது ஹிந்தி, சீனி பை பை என்று ஆகிவிட்டது.' ஒருவர் கேட்டார்: 'இந்தியப் பேச்சு வார்த்தைக் குழுவில் கிருஷ்ண மேனன் ஏன் இல்லை?' அதற்கு இன்னொருவர், 'ஏனென்றால், அவர் செள என் லாயின் குழுவில் இருக்கிறார்' என்று பதிலளித்தார்.[32]

புதுடெல்லியில் செள என் லாய் தங்கிய ஒரு வாரத்தில் நாள்தோறும் நேருவை உதவியாளர்களுடனும் உதவியாளர்கள் இல்லாமலும் சந்தித்தார். இரண்டாம் நாள் பேச்சுவார்த்தைக்குப் பிறகு இந்தியன் எக்ஸ்பிரஸில் வெளியான ஒரு படம் பேச்சுவார்த்தைகள் சுமுகமாகச் செல்லவில்லை என்பதைக் காட்டியது. அந்தப் படத்தில் சூ, சீன இந்திய நட்புறவுக்கு அடையாளமாக திருமதி இந்திரா காந்தியின் கையிலிருந்த கோப்பையுடன் செள தன் கோப்பையைத் தட்டி உயர்த்திப் பிடித்துக்கொண்டிருந்தார். திருமதி காந்தி, நாகருகமாக ஒரு சேலை அணிந்திருந்தார். அவர் தன் தந்தையைக் கேள்விக்குறியுடன் பார்ப்பதுபோலக் காட்சியளித்தார். மேசையின் மறுபக்கத்தில் நேரு குல்லாய் இல்லாமல் நின்றுகொண்டிருந்தார். அவர் செள என் லாயின் பார்வையைத் தவிர்ப்பதுபோல மதுக்கோப்பையிலிருந்த மதுவை ஆழ்ந்து உறிஞ்சிக்கொண்டிருந்தார். அவரது தோற்றம் வருத்தமாக இருந்தது. ஆர்வத்துடன் செள என் லாயின் கோப்பையைத் தட்ட எழுந்து அருகே சென்ற ஒரே இந்தியர், துணை ஜனாதிபதி எஸ்.ராதாகிருஷ்ணன் மட்டுமே.

செள என் லாயும் நேருவும் சுமார் 20 மணி நேர உரையாடல்கள் நடத்தினர். அதன் பேச்சுவார்த்தைப் பதிவு விவரங்கள் இன்னமும் அதிகாரபூர்வ ரகசிய மாகவே இருக்கின்றன. ஆனால் எச்சரிக்கை உணர்வுள்ள (அல்லது விதி மீறிய) அதிகாரி ஒருவர் வைத்திருந்த நகல்களை நான் பார்க்க நேரிட்டது. அதில், பேச்சுவார்த்தைகளின்போது வலியும் வெறுப்பும் வெளியானது என்பது தெளிவாகத் தெரிந்தது. பாண்டுங்கில் நடந்த ஆசிய-ஆப்பிரிக்கா மாநாட்டின்போது, சீனத் தலைவர்களை தான் அறிமுகப்படுத்தியதையும், ஐக்கிய நாடுகள் சபையில் சீனாவின் கோரிக்கையை முன்னிறுத்தியதையும், இந்தியா சீனாவுக்குச் செய்த உதவிகளாக நினைவுபடுத்தினார். இதற்கெல்லாம் பிரதிபலனாக இந்திய எல்லைகளில் சீனாவின் அத்துமீறல்கள் பெரும் அதிர்ச்சியை அளித்தன என்று கூறினார். இதற்கு பதிலளிக்கும் வகையில் செள, இந்தியா சீனாவுக்கு இடையில் புராதன மற்றும் நவீன நட்பு இருந்தாலும், தலாய் லாமா மற்றும் அவரது தொண்டர்களின் செயல்பாடுகள் அரசியல் அடைக்கல எல்லைகளை மீறியதாக உள்ளன என்று சுட்டிக் காட்டினார்.

இரண்டு நாள்களாக நேருவும் சௌவும் ஒருவருக்கொருவர் குற்றச்சாட்டு களையும் எதிர்க் குற்றச்சாட்டுகளையும் பரிமாறிக்கொண்டிருந்தனர். இமய மலை, நீண்ட நெடுங்காலமாக இந்தியாவின் இயற்கை எல்லையாகவும், வாழ்விட எல்லையாகவும் இருந்துவந்திருக்கிறது என்று இந்தியர்கள் வற்புறுத்திச் சொன்னால், சீனர்கள் மக்மோஹன் கோட்டினை ஏகாதிபத்திய ஆட்சி விட்டுச்சென்ற சொத்து என்றனர். இரண்டு பிரதமர்களும் மிக நுட்பமான விவரங்களை, மிகச் சிறப்பாக அறிந்திருந்தனர். ஒவ்வொருவரும் தன் பக்க நியாயத்தை அழுத்தமாக, மிகச் சரியாக, கிராமங்களை, பள்ளத் தாக்குகளை, மலையுச்சிகளை, ஆறுகளை, நிலங்களை, ஒப்பந்தங்களை வரி பிசகாமல் நுட்பமாகக் குறிப்பிட்டு, தங்கள் நாட்டுக் கோரிக்கைகளை முன் வைத்தனர். முடிவில் சௌ வாதங்களை திரும்பத்திரும்பச் சொல்வதைவிட ஒரு தீர்வு காண விரும்பினார். தங்கள் நிர்வாகக் கட்டுப்பாட்டில் அப்போது இல்லாத எந்தப் பகுதிக்கும் எவரும் உரிமை கோரக்கூடாது என்பது பொருத்தமான தீர்வாக இருக்கும் என்று கூறினார். சிலமணி நேரம் கழித்து அவர் அதை இன்னும் தெளிவாக்கினார். கிழக்குப் பிரிவில் இந்தியாவின் உண்மையான நிர்வாகத்துக்கு உட்பட்ட எல்லையாக இந்தியா கருதுவதை தான் ஏற்பதாகக் கூறினார். ஆனால் அதே சமயத்தில் சீன நிர்வாக அதிகாரிகள் சென்றுள்ள இடம் வரை, சீனா அதன் மேற்கு எல்லையாகக் கருதுவதை இந்தியாவும் ஏற்கவேண்டும் என்றார்.

மீண்டும் இதைத் தோலுரித்து எழுதினால் இப்படி இருக்கும்: 'உங்கள் நியாயம் மேற்கில் வலுவாக உள்ளது. ஆனால் எங்கள் தேவைகள் இங்கே அதிகமாக இருக்கின்றன. கிழக்கில் எங்கள் வாதம் பலமாக இருக்கும்போது, உங்கள் நலன்கள் அங்கு பாதிக்கப்படுகின்றன. தயவுசெய்து தவாங்கையும் அதன் சுற்றுப்பகுதிகளையும் வைத்துக்கொள்ளுங்கள். எங்களுக்குத் தேவைப் படுவதெல்லாம் அக்ஸாய் சின் மற்றும் ஸிங்கியாங்கையும் திபெத்தையும் இணைக்கும் சாலைதான்.'

சௌ, 'தற்போதுள்ள நிலை' அப்படியே தொடரட்டும் என்றார். ஆனால் நேரு பதிலில், ''தற்போதுள்ள நிலை' என்ற தொடரே சர்ச்சைக்கு இடமானது. தற்போதுள்ள நிலை என்றால் என்ன?' என்றார். 'ஏனென்றால், இன்றைய தற்போதைய நிலை என்பது ஓரிரண்டு ஆண்டுகளுக்கு முன்பிருந்த தற்போதைய நிலையிலிருந்து வேறுபட்டது. இன்றைய தற்போதைய நிலை முந்தைய தற்போதைய நிலையிலிருந்து மாறியிருந்தால், அதை அப்படியே தக்கவைத்துக்கொள்வது நியாயமாக இருக்காது. சௌ கூறிய தீர்வு, நேருவின் (இந்தியாவின்) கருத்தில் சீனா சட்டவிரோதமாகவும் திருட்டுத்தனமாகவும் பெற்ற நன்மைகளை நியாயப்படுத்துவதற்கு ஒப்பாகும்.[33]

சௌ என் லாய் உள்துறை அமைச்சர் ஜி.வி.பந்த் மற்றும் துணை ஜனாதிபதி டாக்டர் எஸ். ராதாகிருஷ்ணனையும் சந்தித்தார். அவர்கள் இருவரும், கோபத்தைக் காட்டிலும் வருத்தத்தைத் தெரிவித்து குற்றம் சாட்டினர். சீன கம்யூனிஸ்ட் அரசாங்கத்துக்கு உலகின் பார்வையில் நல்ல பெயர்

சம்பாதித்துக்கொடுக்க இந்தியா எவ்வளவு பாடுபட்டது என்று புலம்பினர். கெட்டிக்காரரும் வலுவான கருத்துகள் கொண்டவருமான நிதியமைச்சர் மொரார்ஜி தேசாய், சௌவை சிறந்த வாதத்திறனோடு எதிர்கொண்டார். சீனத் தலைவர் அவரிடம், திபெத்திய கிளர்ச்சியாளர்கள் எப்படி இந்திய மண்ணைப் பயன்படுத்திக்கொள்ள அனுமதிக்கப்பட்டனர் என்று கேட்டார். அதற்கு தேசாய், 'எங்கள் நாட்டில் ஒவ்வொருவரும் பொதுக்கூட்டம் நடத்துவர். அல்ஜீரியர்கள் கூட்டம் நடத்துவர். சிலசமயம் இந்தியர்களும் தங்கள் அரசாங்கத்துக்கு எதிராகக் கூட்டம் நடத்துவர்.' பிறகு தேசாய், புத்திசாலித்தனமாகவும் விஷமத்தனமாகவும் அவரிடம், 'லெனின் பிரிட்டனில் அடைக்கலம் புகுந்தது உங்களுக்கு நிச்சயம் தெரிந்திருக்கும். ஆனால் அங்கு எவரும் அவரது அரசியல் நடவடிக்கைகளைக் கட்டுப்படுத்த வில்லை. நாங்கள் இங்கு இந்தியாவில் எவரையும் சீனாவுக்கு எதிராக சதி செய்ய அனுமதிக்கவில்லை. ஆனால் நாங்கள், மக்கள் தம் கருத்துகளை வெளியிடுவதைத் தடைசெய்ய முடியாது. பேச்சு சுதந்தரம் எங்கள் ஜனநாயகத்தின் அடிப்படையாகும்' என்றார்.[34]

சௌ என் லாயுடனான பேச்சுவார்த்தைகள் பற்றி நேரு நாடாளுமன்றத்தில் அறிவிக்கும்போது, 'கூட்டறிக்கையின் முக்கியமான வாக்கியம், எல்லாவித முயற்சிகளை மேற்கொண்டும் தீர்வு காணமுடியவில்லை' என்றார். சௌவின் விஜயம் பற்றி ஃப்ராங்க் மொரேஸ் கூறிய நினைவில் நிற்கும் தொடர்: 'இரண்டாம் சார்ல்ஸ் மன்னரைப் போல, சீன இந்தியப் பேச்சு வார்த்தைகளும் நீண்டகால அவதிக்குப் பிறகு, மரணம் அடைந்தன.' அது உண்மையே. தோல்வியில் முடிந்த உயர்நிலைப் பேச்சுவார்த்தைகளுக்குப் பிறகு கீழ்நிலை, அதிகாரிகள் மட்டப் பேச்சுவார்த்தைகள் ஜூலை 1960-ல் பீக்கிங்கிலும், ஆகஸ்ட்-அக்டோபரில் டெல்லியிலும், முடிவாக நவம்பர்-டிசம்பரில் பர்மியத் தலைநகர் ரங்கூனிலும் நடைபெற்றன. ஒவ்வொரு தரப்பும் தங்கள் வாதத்தை வலுப்படுத்த, குறிப்புகள், வரைபடங்கள், ஆவணங்கள், கடிதங்கள் முதலியவற்றின் திரட்டுகளை முன்வைத்தன.

இந்த மாபெரும் சான்றுகளைப் பற்றிய அக்கால விமரிசனம் ஒன்று, 'சான்றுகளை வைத்துப் பார்க்கும்போது, இந்தியத் தரப்புக்கே ஆதாயம் அதிகம்' என்றது. எந்த அதிகாரபூர்வ சீன வரைபடத்திலும் 1920-க்கு முன் அக்ஸாய்-சின் பகுதியை சீனப் பிரதேசமாகக் காட்டவே இல்லை. 1930-ன் ஸிங்கியாங் படம் ஒன்று காரகோரத்தைவிடக் குன்லுனையே வழக்கமான எல்லையாகக் காட்டுகிறது. அதுதான் இந்தியாவின் நீண்டகால கோரிக்கையாகவும் இருந்து வருகிறது. மேற்குப் பகுதியில் (இங்குதான் சீன எல்லைமீறல் நடந்திருக்கிறது) இந்தியாவுக்கு வலுவான நியாயம் இருப்பதாகவே தோன்றியது. 'இந்திய அரசு தன் வாதத்தை முன்வைப்பதில் முழுமையாகவும் கவனமாகவும் செயல்பட்டிருக்கிறது. சீனத் தரப்பு வாதங்களோ, உள் முரண்பாடுகள், பொருத்தமற்ற மேற்கோள்கள் மற்றும் அப்பட்டமான பொய்களும்கூட நிறைந்த குழப்பக் கலவையாக இருந்தன.'[35]

மொத்தத்தில் இந்திய வாதங்கள் மேலோங்கி இருந்தபோதிலும் இருவரது நிலைப்பாடுகளும் ஒத்துப்போகாத நிலையே மேலோங்கியது. மேற்கத்திய ஆதாரங்களிலிருந்து எழும் எந்தச் சான்றையும், அது எந்தச் சார்புமற்ற பயணிகள், ஊர் ஊராகச் சென்று பாடும் பாடகர்கள், கிறிஸ்தவப் பாதிரிகள் ஆகியோரிடமிருந்து பெற்றதானாலும், ஏகாதிபத்தியச் சான்று என்ற வர்ணம் பூசி சீனத் தரப்பு ஒதுக்கித் தள்ளிவிடும். ஒரு கட்டம் வரை சீனர்கள் மாற்றுச் சான்று அளிப்பார்கள். ஆனால், முடிவில் எல்லையானது இரு முழு இறையாண்மை படைத்த நாடுகளுக்கிடையே வரையறுக்கப்படவில்லை என்று பின்னோக்கிச் சென்றுவிடுவர். மேலும் இந்தியா, பிரிட்டிஷ் ராஜ்ஜியத்திலிருந்து (தவறாக) பெற்ற சொத்தை தனது என்று சொல்ல முடியாது என்றும், கம்யூனிஸ்டு சீனா 1949-க்கு முன்பாக திபெத்தின் சார்பாகவோ, சீனாவின் சார்பாகவோ செய்துகொண்ட எந்த உடன்படிக்கை யையும் ஏற்காது என்றும் சொல்லிவிடுவார்கள்.[36]

சீனர்கள் மேற்குப் பிரிவில் தங்கள் நலன்களைப் பாதுகாத்துக்கொள்ள விரும்பினர் என்பது குறிப்பிடத்தகுந்தது. அங்கு அவர்களுடைய வரலாற்று ரீதியான நிலை வலுவற்று இருந்தது. அதற்குப் பதிலாக கிழக்கே வலுவான ஆதாரங்கள் இருப்பினும் கிழக்குப் பகுதிகளை இழக்க அவர்கள் சம்மதித்தனர். இதற்குத் தெளிவான காரணம், அவர்கள் விரைவாக திபெத்தை அடைய விரும்பியதுதான். 1960 அக்டோபரில் உயர்மட்டப் பேச்சுகள் தோல்வியுற்ற பிறகு, அதிகாரிகள் கூட்டங்களாலும் பயன் ஏதும் ஏற்படவில்லை. சௌ என் லாய் அமெரிக்கப் பத்திரிகையாளர் எட்கர் ஸ்னோவிடம் இதுபற்றித் தன் எரிச்சலை வெளிக்காட்டினார். 'தலாய் லாமா ஓடியபிறகு, திபெத்தில் ஜனநாயகச் சீர்திருத்தங்கள் தொடங்கிய பிறகே இந்த எல்லைச் சிக்கல் முன்னணிக்கு வந்துள்ளது.' இந்தியா, சீனாவின் திபெத் பகுதியை இரு நாடுகளுக்கு இடையேயான இடைமண்டலமாக ஆக்க விரும்புவதாக அவர் குற்றம் சாட்டினார். 'அவர்கள் அதை சீனாவின் பிற பகுதிகள் போல சோஷலிச திபெத் ஆவதை விரும்பவில்லை' என்றார். பிறகு அங்கிருந்து ஒரு விபரீதக் கற்பனை முடிவுக்கு வந்துசேர்ந்தார். 'இந்தியத் தரப்பு, சீன இந்திய எல்லைப் பிரச்னையை உள்நாட்டில் உள்ள முற்போக்குச் சக்திகளுக்கு எதிராகப் பயன்படுத்துகிறது. அத்துடன் வெளியிலிருந்து பண உதவி பெறவும் முயற்சிக்கிறது' என்றார்.[37]

V

இந்திய வரைபடத்தின் வெளி எல்லைகளை சீனா எதிர்த்தது. அதன் உள் கோடுகளையும் திருத்தி வரைய, 1956-ன் மாநில மறுசீரமைப்புக் குழுவின் சிபாரிசுகளால் திருப்தியடையாத மொழிவாரிக் குழுக்கள் தொடர்ந்து வற்புறுத்தி வந்தனர். மகாராஷ்டிரர்கள், பம்பாய் நகர் அவர்களுக்குத்தான் வேண்டும் என்றனர். அவர்களுடைய கோரிக்கை, ஆற்றல் வாய்ந்த இளம் முதல்வர் ஒய்.பீ.சவானால் கெட்டிக்காரத்தனமாக முன்வைக்கப் பட்டது. 1957 தேர்தலில் சம்யுக்த மகாராஷ்டிரா சமிதி வாக்குகளையும் இடங்களையும்

கைப்பற்றி, காங்கிரசுக்கு ஏற்படுத்திய இழப்பை இந்த வழியில்தான் ஈடுசெய்ய முடியும் என்று சவான் வாதிட்டார். இதன் விளைவாக 1960 மே முதல் தேதியன்று குஜராத் மற்றும் மகாராஷ்டிரா மாநிலங்கள் உருவாக்கப் பட்டன. பம்பாய் நகரம், மகாராஷ்டிராவுக்கு ஒதுக்கப்பட்டது.

மகாராஷ்டிர மாநில உருவாக்கம், இந்தியாவின் மேற்கிலிருந்த எதிர்ப்பை அடக்கியது. அதே சமயத்தில் வடக்கில் இன்னும் நிறைவேறாத எதிர்பார்ப்பு களுக்கு வேகத்தை அளித்தது. இன்னமும் தனி மாநில அந்தஸ்தைப் பெறாத மிகப்பெரும் மொழிப் பிரிவாக பஞ்சாபிகள் இருந்தனர். இங்கு அபாயகரமாக, அவர்களுடைய மொழி மதத்துடன் சேர்க்கப்பட்டதால் அவர்களுடைய கோரிக்கை நிராகரிக்கப்பட்டு வந்தது. அவர்கள் முன்வைத்த பஞ்சாபி சுபா, உண்மையில் சீக்கிய சுபா. அது சீக்கியர்களுக்கான ஒரு தனி நாடாக ஆகிவிடக் கூடும். 1960-61 முழுதும் மாஸ்டர் தாரா சிங் பஞ்சாபி மொழி பேசும் மாநிலம் ஒன்றுக்காகத் தொடர்ந்து கிளர்ச்சிகளை நடத்தினார். அவருடன் சந்த் ஃபதே சிங் என்ற சீக்கிய குரு துணையாகச் சேர்ந்துகொண் டார். அவரே பின்னால் தாரா சிங்குக்குப் போட்டியாளர் ஆனார். இவ்விருவர் தலைமையில், பிரிவு பிரிவாக, அகாலி தளத் தொண்டர்கள் சிறை புகும் போராட்டம் நடத்தினர். அவ்வப்போது சாகும்வரை உண்ணாவிரதம் என்று சொல்லிக்கொண்டு அம்மாபெரும் தியாகத்தைச் செய்யும் முன்பே உண்ணா விரதத்தைக் கைவிட்டனர்.[38]

இந்த அகாலிகளுக்கு எதிராக நேரு உறுதியாக நின்றார். அவரைவிட உறுதியாக நின்றவர் பஞ்சாப் முதல்வர் பிரதாப் சிங் கெய்ரோன். ஆயிரக் கணக்கானவர்களை சிறையில் தள்ளி, அவர் அகாலி கிளர்ச்சிமீது கடுமை யான நடவடிக்கை மேற்கொண்டார். அவர் அமெரிக்காவில் பயின்றவர். அக்காலத்தில் மற்ற மாநில முதல்வர்களிடம் இல்லாத உத்வேகமும் பேரார்வமும் கொண்டவர். இதுவே அவருடைய மக்கள் செல்வாக்காக மாறியது என்று நேரு கருதினார். அவர் ஒரு நண்பருக்கு எழுதியது போல, 'சர்தார் பிரதாப் கெய்ரோனுக்கு பஞ்சாபில் கிடைத்த பலம், அவர் கிராமவாசிகளின் நம்பிக்கைக்குப் பெரிதும் உரியவர் என்பதுதான். அவரை விமரிசிப்பவர்கள் சீக்கியர்களோ இந்துக்களோ, யாராக இருந்தாலும் நகரவாசிகளே. மாஸ்டர் தாரா சிங்கின் அண்மைக்கால உண்ணாவிரதம் கிராமப் பகுதிகளை பாதிக்கவே இல்லை. கிராம மக்கள் பஞ்சாயத்து தேர்தல் களிலும் பிற நடவடிக்கைகளிலும் பரபரப்பாக இயங்கிக்கொண்டிருந்தனர்.'[39]

கெய்ரோன் பதவியில் இருந்த எட்டு ஆண்டுகளிலும் பஞ்சாபின் முடிசூடா மன்னராக விளங்கினார். அவரிடம் வேகமும் தீர்க்கதரிசனமும் இருந்தன. அவர் ஒரு விவசாயப் பல்கலைக் கழகத்தைத் தொடங்கினார். குழாய்க்கிணறு புரட்சியின் முன்னோடி அவர். லாபகரமான கோழிப் பண்ணை முதலான பல்வேறு தொழில்களில் விவசாயிகளை ஈடுபடத் தூண்டியவரும் அவரே. பஞ்சாபிப் பெண்களை வெளியுலகுக்குக் கொண்டுவந்தார். அவர்கள் படிக்கவும் வேலை செய்யவும் தூண்டினார். அவர்களை விளையாட்டுப்

போட்டிகளில் பங்குபெற வைத்தார். பாமர மக்களுடன் எளிதாகக் கலந்து பழகினார். எவரும், எந்த நேரத்திலும் அவர் அலுவலகத்துக்குச் செல்ல முடியும். சட்டம் ஒழுங்கு விஷயத்தில் கடுமையாகவும் காலதாமதம் இன்றி உடனடியாகவும் செயல்பட்டார். விவசாயப் போராட்டக்காரர்களை சிறையில் போடுவதற்கு பதிலாக, அவர்கள்மீது அபராதம் விதிக்கும்படி காவல்துறைக்கு அறிவுறுத்தினார். ஏனெனில், வேலையில்லாத நாட்களில் அவர்கள் தியாகியாவதைப் பொருட்படுத்த மாட்டார்கள். ஆனால் சம்பாதித்த பணத்தை இழப்பதைத் தாங்க மாட்டார்கள். ஆனால், சட்டத்தை மீறும் நகரவாசியை சிறையில் அடைக்க வேண்டும். ஏனென்றால், நகரவாசி தன் இனிய குடும்பப் பிணைப்புகளிலிருந்து பிரிவதைத் தாங்கிக்கொள்ள மாட்டார்.[40]

ஆனால், கெய்ரோனே, இந்தப் பிணைப்புகளில் மாட்டிக்கொண்டு அவதிப் பட்டார். அவர் முதல்வராக இருந்தபோது, அவருடைய இரண்டு மகன்களும், அரசு இயந்திரத்தின் உதவியுடன் மாபெரும் தொழில் பேரரசை உருவாக்கிக் கொள்ள பித்துப்பிடித்து அலைந்தனர். அவர்கள் சொத்து விதிகளையும் மண்டல விதிகளையும்மீறி நடந்தனர். சில ஆண்டுகளிலேயே அவர்கள் கோடிக்கணக்கான ரூபாய் சேர்த்துவிட்டதாகவும், அவர்களது தொழில் நலன் களுக்காக, முதல்வர் தன் பதவி அதிகாரங்களைத் துஷ்பிரயோகம் செய்த தாகவும் அவர்மீது குற்றம் சாட்டப்பட்டது. அரசு ஊழியர்கள் இத்தகைய சட்டமீறல்களைக் கண்டுகொள்ளாமல் இருக்க அறிவுறுத்தப்பட்டனராம். நாடாளுமன்றத்தில் கடுமையான கேள்விகள் கேட்கப்பட்டன. இந்திரா காந்தி உள்ளிட்ட காங்கிரஸ் தலைவர்கள், கெய்ரோனை பதவியிலிருந்து மாற்றும்படி பிரதமரிடம் கோரினர். ஆனால் அவருடைய பஞ்சாபி சுபாவுக்கு எதிரான முயற்சியையும் உறுதியான நிலைப்பாட்டையும் பாராட்டி, நேரு அவருக்கு ஆதரவாக நின்றார். எனினும் உச்ச நீதிமன்ற நீதிபதி ஒருவர் தலைமையில் கெய்ரோனுக்கு எதிரான குற்றச்சாட்டுகளை விசாரிக்க ஒரு கமிஷனை அமைக்க ஒப்புக்கொண்டார்.[41]

வரலாற்றாளர் ஏ.ஜி. நூரானி எழுதியவாறு, 'மிகப்பல விதங்களில் (பஞ்சாபின்) சர்தார் பிரதாப் சிங் கெய்ரோனும் (காஷ்மீரின்) பக்ஷி குலாம் முகமதும் ஒன்றுபோல் இருந்தனர். இருவருடைய பேச்சிலும் மழுப்பல் கிடையாது; அணுகுமுறை நேரானது; அதிகார வர்க்கத் தாமதத்தில் பொறுமையற்றவர்கள்; பொதுவாழ்வின் ஒழுங்குமுறைகளை ஏளனமாக மதிப்பவர்கள். இருவரும் களையெடுக்கும் பணியைச் செய்தனர்; இருவருக்கும் பிரதமருடைய ஆதரவு இருந்தது.'[42]

அகாலிக் கிளர்ச்சியாலும் அரசின் ஒழுங்கீனங்களாலும் பிரதமருக்கு ஒரு எல்லை மாநிலத்தில் மோசமான விளம்பரம் ஏற்பட்டது. இதைவிட மோசமான விளம்பரம் இன்னொரு எல்லைப்பகுதியில் கிடைத்தது - நாகா குன்றுகளில். இதற்குக் காரணம் அதன் கிளர்ச்சித் தலைவர், ஏ.என்.ஃபிஸோ லண்டனில் திடீரெனத் தோன்றியது. 1956-ல் எப்படியோ பர்மாவுக்கும் பிறகு

கிழக்கு பாகிஸ்தானுக்கும் தாவி, அங்கிருந்து அவர் நாகா கிளர்ச்சியை இயக்கிக்கொண்டிருந்தார். மூன்றாண்டுகள் இயக்கத்தை தொலைதூரத்தி லிருந்து இயக்கியபிறகு, தன் பக்கத்து வாதத்துக்கு மேற்கு உலக ஆதரவு தேவை என முடிவு செய்தார். எல் சால்வடார் நாட்டு போலி பாஸ்போர்ட்டில் சுவிட்சர்லாந்து சென்றார். அங்கு மைக்கேல் ஸ்காட் என்ற புரட்சிகர ஆங்கிளிகன் பாதிரியாரின் துணையுடன் இங்கிலாந்து சென்றார். அந்தப் பாதிரியார் இதற்குமுன் தென் ஆப்பிரிக்காவில் இன ஒதுக்கல் கொள்கைக்கு எதிராகப் போராடியவர்.[43]

லண்டனில் ஃபிஸோ தொடர்ந்து பத்திரிகையாளர் கூட்டங்களை நடத்தினார். அவர், இந்திய ராணுவம் நாகர்களை இனப் படுகொலை செய்வதாகக் குற்றம் சாட்டினார். ஸ்காட்டின் உதவியுடன் துண்டுப்பிரசுரங்கள் பலவற்றை அச்சிட்டார். அவை 'தங்களது நீண்டகாலச் சுதந்தரம் எவ்வாறு இந்தியப் படையால் முறையாக அழிக்கப்பட்டது, தொடர்ந்து அழிக்கப்படுகிறது' என்று விளக்கின. 'அவர்கள் எங்கள் நாட்டை அடக்கி, அடிமைப்படுத்தி இழிவு செய்கின்றனர்.' ஐரோப்பிய பாஸிஸ்டுகளைப்போல மிக மோசமான இன ஒழிப்புத் திட்டம் என இந்திய ராணுவ நடவடிக்கை முத்திரை குத்தப்பட்டது. இந்தியப் படைகள் கிறிஸ்தவப் பாதிரியார்களையும் கிருஸ்தவத் தலைவர்களையும் சுட்டுத் தள்ளுவதாகவும், ஆண்களையும் பெண்களையும் உயிரோடு எரிப்பதாகவும், தேவாலயங்களைக் கொளுத்து வதாகவும் ஃபிஸோ கூறினார். அவருடைய துண்டுப் பிரசுரம் படுகொலையை நிறுத்தவேண்டியும், பூரண தன்னாட்சியுள்ள சுதந்தர நாகாலாந்தை இந்திய அரசாங்கம் ஏற்கவேண்டும் என்றும் கூறியது. கிறிஸ்தவ நாடுகள் அணியிலும், காமன்வெல்த்திலும் சுதந்தர நாகாலாந்து இடம்பெற வேண்டும் என்று ஃபிஸோ விரும்பினார். நம்மைக் காக்கவந்த ஏசுநாதரின் தொண்டு நாடாக இருக்க நாகாலாந்து விரும்புகிறது என்றார்.[44]

ஃபிஸோ, அதே சமயம், பிரிட்டிஷார் நசுக்கப்பட்டவர்களிடம் காட்டும் பாசத்துக்கும், பாஸிஸத்துக்கு (நாகர்களை யூதர்களுடனும், இந்திய அரசை நாஜிக்களுடனும் ஒப்பிட்டார்) எதிரான அவர்களது அண்மைக்கால போருக்கும், கூட்டத்தில் இருந்தோரின் கிறிஸ்தவ உணர்வுகளுக்கும் வேண்டுகோள் விடுத்தார். அவருடைய சொற்பொழிவு சற்றே கோமாளித் தனமாக இருந்தாலும், வியப்புக்குரிய வகையில் வெற்றிகரமாக அமைந்தது. அப்ஸர்வர் என்ற செய்திப் பத்திரிகையின் உரிமையாளர் டேவிட் ஆஸ்டர் என்பவர் நாஜிக்களுக்கு எதிராக மிக முக்கியமான பங்காற்றியவர். அவர் ஃபிஸோவின் கட்சிக்கு ஆதரவாக நின்றார். அவருடைய பத்திரிகையில் ஃபிஸோவின் குற்றச்சாட்டுகளுக்கு நிறைய இடமளித்தார். மேலும் பல பத்திரிகைகளும் இவ்வாறே ஆதரவு அளித்தன.[45]

பிரிட்டிஷ் பத்திரிகைகளின் கருத்துகளை மதிக்கும் இந்திய அரசாங்கம், தனக்கே உரிய முறையில் பிரசார பாணியில் பதிலளித்தது. 'நாகர்களுக்குப் பிரதமர் மிக அதிகமான சுயாட்சி அதிகாரங்களை அளிக்க உத்தரவாதம்

அளித்திருந்தபோதும் ஃபிஸோ தலைமையிலான நாகர் இயக்கம் வன்முறையை மேற்கொண்டது.' வன்முறையின் கொடுமையும் பொது மக்கள் பட்ட துன்பமும் மறுக்கப்படவில்லை. ஆனால் இவற்றுக்குக் கிளர்ச்சி யாளர்களே பொறுப்பு. 'அவர்களுடைய உள்நாட்டு விவகாரங்களில், இயன்ற வரை மிகப்பெரும் அளவுக்கு, நாகர்களுக்கு சுயாட்சி அதிகாரம் அளிக்கத் தயாராக இருப்பதோடு, இந்தியப் நாடாளுமன்றத்தில் பிரதிநிதித்துவம் பெறுவது போன்ற இந்தியக் குடிமக்களுக்கு உரிய அனைத்து உரிமைகளும் தரப்படும். ஆனால் தனி ஒரு சுதந்தர நாடு என்பதை ஏற்க முடியாது என்பதுதான் அரசின் மாறாத நிலை.' இதுவரை நியாயமாகவே எடுத்துரைக்கப்பட்டது. ஆனால் ஃபிஸோவை மன எரிச்சல்களாலும் தோல்வி யாலும் தூண்டப்பட்ட வில்லனாகக் காட்டிய ஒரு பிற்சேர்க்கை இந்திய அரசு அளித்த பதிலைப் பாழாக்கிவிட்டது.

'ஃபிஸோவின் மனநிலை, தொடர்ந்த எரிச்சல்களாலும் தோல்விகளாலும் இயங்கியது. அவர் மெட்ரிகுலேஷன் தேர்வில் தோல்வி அடைந்தார். மோட்டார் உதிரி பாகங்கள் விற்பனை மற்றும் இன்ஷூரன்ஸ் தொழில்களிலும் தன்னை நிலைநிறுத்திக்கொள்ளும் முயற்சிகளும் வெற்றிபெறவில்லை. அவர் பக்கவாத நோயால் பாதிக்கப்பட்டு, அவரது முகம் அலங்கோல மாயிற்று. அதனால் அவர் பலத்த தாழ்மை உணர்வுக்கு உள்ளானார். அவர் தம்முடன் இருந்த ஆதிவாசிகளை வன்முறைப் பாதையில் அழைத்துச்சென்று பலருடைய இறப்புக்கும் ஏழைமைக்கும் காரணமானதால், குற்ற உணர்ச்சிக்கு உள்ளாகியிருக்கிறார்.'[46]

எனினும் இந்திய அரசுக்கும் நாகா தேசிய கவுன்சில் தலைவருக்கும் இடையே மிதவாத நாகர்கள் பலர் இருந்தனர். இந்த நாகர்கள், நாகா மக்கள் கூட்டமைப்பு என்ற அமைப்பில் ஒன்றிணைந்தனர். அவர்கள் 1957 முதலே சிக்கலுக்கு அமைதியான தீர்வு ஒன்றை நாடினர். ஏவோக்கள் இந்த அமைதி முயற்சியில் முக்கியமானவர்கள். அதில் பிற ஆதிவாசிகளின் பிரதிநிதிகளும் இடம்பெற்றிருந்தனர். 1960 ஜூலை 30 அன்று நாகா மக்கள் கூட்டமைப்பு, இந்திய யூனியனுக்கு உட்பட்ட தனியான நாகாலாந்து மாநிலம் ஒன்றைக் கோரி, பிரதமரிடம் மனு அளித்தது. அந்த மாநிலம் தனக்கென தனி ஆளுநர், முதல்வர், மந்திரி சபை, சட்டமன்றம் முதலியவற்றைப் பெற்றிருக்கும். இந்திய நாடாளுமன்றத்துக்கு நாகர் மதம், சமூகப் பழக்கவழக்கங்கள், நடை முறை விதிகளில் தலையிட உரிமை இருக்காது.[47]

இந்தியாவுக்கு உட்பட்ட நாகா மாநிலக் கோரிக்கையை, தங்கள் மாநிலத்தின் பகுதி எதுவும் பிரிந்து செல்வதை விரும்பாத, அஸ்ஸாமிய படித்த மக்கள் எதிர்த்தனர். ஆனால் இப்போது நாகா பிரச்னை வெற்றிகரமாக பன்னாட்டுப் பிரச்னை ஆக்கப்பட்டுவிட்ட நிலையில், நேரு இந்தச் சலுகையை அளித்துவிடுவதே புத்திசாலித்தனம் என்று கருதினார். 1960 ஆகஸ்டு முதல் வாரத்தில், அஸ்ஸாமிலிருந்து நாகாலாந்து மாநிலம் பிரித்து அமைக்கப்படும் என்று நாடாளுமன்றத்தில் அறிவித்தார். யூனியனின் அந்த மிகச்சிறு மாநில

அமைப்பு எதிர்பார்த்தபடியே, பலவிதமான, சுவையான விமரிசனங்களுக்கு இடமளித்தது. வலது சாரி ஜனசங்கம், 'நாகாலாந்து என்ற மாநில அமைப்பு, விரும்பத்தகாத, அச்சுறுத்தும் விளைவுகள் கொண்ட ஒரு செயல்' என்றது. 'பயங்கரவாதத்துக்கு அளிக்கப்படும் சலுகை; வன்முறைக்கும் கிளர்ச்சிகளுக்கும் வழங்கப்படும் ஊக்கப்பரிசு; ஒற்றுமைக்கும் நேர்மைப் பண்புகளுக்கும் ஊறு விளைவிக்கும்; பிராந்திய மற்றும் குறுகிய மனப்போக்குக்கு விரும்பித் தரும் ஊக்கம் மற்றும் ஆதரவு' என்றும் கூறியது. இதை அடுத்து, அஸ்ஸாமில் மேலும் சில பழங்குடியினர்களான காசி, ஸ்காரோ, ஜயந்தியா ஆதிவாசிகள் கிழக்கு எல்லை மாநிலம் என்று ஒன்றை உருவாக்கப் போராடத் தீர்மானித்தனர்.[48]

ஃபிஸோவைச் சேர்ந்தவர்களுடைய நடவடிக்கைகளும் எதிர்பார்க்கப் பட்டவையே. சில நாகர் அறிவுஜீவிகள், இந்தியாவுக்குள்ளாக மாநில அந்தஸ்து என்பதே அவர்களுக்கு அதிகபட்சமாகக் கிடைக்கக்கூடியது என்றும், தங்களுடைய சமூக, அரசியல் அடையாளங்களைக் காப்பாற்றிக் கொள்ள அதுவே போதும் என்றும் கருதினர். ஆனால் பாமர கிராமவாசியிடம் இதை எப்படிப் புரியவைத்து ஏற்கவைப்பது? ஒரு செய்திப் பத்திரிகை குறிப்பிட்டவாறு, 'கிளர்ச்சிக்காரர்கள் எந்த இரவிலும் காட்டிலிருந்து தோன்றுவார்கள். மாநில அந்தஸ்து கேட்பவர்கள் ஐந்தாம் படைகள் என்று கூறி, அதை மறுப்பவர்களை துப்பாக்கிக் குண்டு அல்லது கத்தியால் திருத்தி விடுவார்கள்.'[49]

VI

உறுதியான கட்டுப்பாட்டில் இருப்பதாக நிச்சயமாகத் தோன்றிய பத்தாண்டுகளுக்குப் பிறகு, ஜவாஹர்லால் நேருவின் அரசாங்கம் திடீரென்று ஆட்டம் காண்பதாகத் தோன்றியது. தெற்கே கேரளாவில், தமிழ் நாட்டில், எல்லைப் பகுதிகளில் பஞ்சாபில், நாகா குன்றுகளில் எதிர்ப்பு இருந்தது. இதற்கிடையில் ஃபோர்ட் அறக்கட்டளி, விவசாயத் துறையில் பேராபத்தை விளைவிக்கக் கூடிய அச்சுறுத்தல் பற்றி எச்சரித்தது. உணவு உற்பத்தி பத்தாண்டுகளில் மூன்று மடங்காகப் பெருக்கப்படாவிட்டால் இந்தியாவில் மிகப்பெரும் அளவில் பட்டினியும் பஞ்சமும் ஏற்படும் என்று அது கூறியது.[50]

நேருவுக்கு இதைவிடக் கவலையளித்த ஒன்று பத்தாண்டுகளில் நிலவிய சமுதாய அமைதிக்குப் பிறகு இனச் சச்சரவு மீண்டும் தலைதூக்கியதுதான். 1960-களில் அஸ்ஸாமிய வங்காளிகளுக்கு எதிராகப் பயங்கரமான கலவரங்கள் எழுந்தன. இதனால் பாதிக்கப்பட்டவர்கள், முன்பு பிரிவினையின்போது கிழக்கு பாகிஸ்தானிலிருந்து வந்த வங்காளிகள். அவர்கள், அஸ்ஸாமியர்களுடைய வேலைகளைப் பறித்துக்கொண்டு அஸ்ஸாமிய மொழியைப் பேசுவதில்லை என்று குற்றம் சாட்டப்பட்டனர். ஆயிரக்கணக்கான வீடுகள் இடிக்கப்பட்டன; பல வங்காளிகள் கொல்லப்பட்டனர். மற்றவர்கள் மேற்கு வங்க அகதி முகாமுக்கு ஓடினர். உள்துறை அமைச்சர்

லால் பகதூர் சாஸ்திரி அஸ்ஸாமுக்கு விமானத்தில் விரைந்தார். அஸ்ஸாமிய மொழியை அரசுமொழி ஆக்கவும், அகதி வங்காளிகள் பெரும்பான்மையாக உள்ள மாவட்டத்தில் வங்காளி மொழியைப் பயன்படுத்தவுமான ஒரு கடினமான அமைதித் திட்டத்தை நடைமுறைப்படுத்தவும் அவர் வந்திருந்தார்.[51]

ஜனவரி 1961-ல் மத்திய இந்திய ஜபல்பூர் நகரில் மதக்கலவரம் ஒன்று மூண்டது. ஓர் இந்துப் பெண் தற்கொலை செய்துகொண்டார். அவர் இரண்டு முஸ்லிம் ஆண்களால் பாலியல் வன்கொடுமைக்கு உள்ளாக்கப்பட்டதால் உயிரைப் போக்கிக்கொண்டதாகக் கூறப்பட்டது. உள்ளூர் ஜனசங்க பத்திரிகை அதற்குப் பயங்கரமான விளம்பரம் அளித்துவிட்டது. அதன் விளைவாக இந்து மாணவர்கள் வெறிகொண்டு முஸ்லிம்களுடைய வீடுகளைத் தாக்கினர்; கடைகளை எரித்தனர். அதற்கு எதிர்ப்புக் காட்டும் வகையில் அண்டை இந்துப் பகுதிகளில் ஒரு முஸ்லிம் பிரிவும் தீப்பந்தம் ஏந்தியது. கலவரம் நாள்கணக்கில் நீடித்தது. கிராமங்களுக்கும் அது பரவியது. பிரிவினைக்குப் பிறகு அது மிக ஆபத்தான நிகழ்ச்சி ஆயிற்று. அதனால் மிகவும் கஷ்டப்பட்டவர்கள், பெரும்பாலும் நெசவாளர்கள் மற்றும் பீடி, சிகரெட் தொழிலாளர்களான ஏழை முஸ்லிம்கள் ஆகியோர்தான்.[52]

சீனாவுடனான எல்லைத் தகராறும், நாட்டுக்குள் சமூகச் சண்டைகள் தீவிரமடைவதும் ஜனநாயக இந்தியாவின் எதிர்காலம் குறித்தே கவலைப்பட வைத்தன. 1960-ல் அமெரிக்க அறிஞர் ஒருவர் இந்தியா என்ற எளிய தலைப்பில், அறிவார்ந்த நூல் ஒன்றை வெளியிட்டார். அதன் துணைத் தலைப்புகள் அசாதாரணமாக அமைந்தன: 'மிக ஆபத்தான பத்தாண்டுகள்'. அத்தியாய, பிரிவுத் தலைப்புகள் இந்தக் கருத்தை வெளிப்படுத்துவனவாக அமைந்திருந்தன. 'யூனியன் பிழைக்குமா?' என்பது ஒரு தலைப்பு. 'சர்வாதிகார சமத்துவம்?' என்பது மற்றோர் தலைப்பு. ஆசிரியர், சாதி, மதம், பிராந்தியம், மொழி, கம்யூனிஸம் ஆகிய எழுச்சிகளால் கவலையுற்றார். இந்திய யூனியனில் ஏதாவது ஒரு வகையிலான சர்வாதிகாரப் பரிசோதனை தவிர்க்க முடியாதது என்று தோன்றுவதாக அவர் உணர்ந்தார்.[53]

அடுத்த ஆண்டு 1961-ல், 35 ஆண்டு இடைவெளிக்குப் பிறகு இந்தியா வந்த ஆல்டஸ் ஹக்ஸ்லீ, மக்கள் தொகை, வேலைவாய்ப்புக் குறைவு, அதிகரிக்கும் கிளர்ச்சிகள் ஆகியவற்றால் பெரும் அதிர்ச்சி அடைந்தார். 'இந்தியா, எண்ணமுடியாத அளவுக்கு கீழே போய்க்கொண்டிருக்கிறது. மேற்கிலுள்ள நாம் ஏற்குமாறு தீர்வு எதுவும் அதன் பிரச்னைகளுக்கு இல்லை என்றே தோன்றுகிறது' என்று அவர் தன் நண்பருக்கு எழுதினார். அவர் தன் சகோதரர் ஜூலியன் ஹக்ஸ்லீக்கு, 'நேரு போனபிறகு, பல புதிதாக சுதந்தரம் பெற்ற பல தேசங்களில் ஆனதைப்போல, அரசாங்கமும் ராணுவ சர்வாதிகாரம் ஆகிவிடும். ஏனென்றால், ராணுவம் ஒன்றே மிக உயர்ந்த, கட்டுப்பாடான அதிகாரமையமாகத் தோன்றுகிறது.' என்று எழுதினார்.[54]

பிரிட்டிஷ் அறிஞர்களுடைய கருத்தை, ஒரு சாதாரண பத்திரிகையாளரும் எதிரொலித்தார். ஹக்ஸ்லீக்குப் பிறகு இந்தியா வந்த லண்டன் டெய்லி மெயில்

பத்திரிகை நிருபர், 'இதுவரை, இந்திய அரசாங்கத்துக்கும் அதன் வெளியுறவுக் கொள்கைக்கும் பின்னணியில் ஒரே ஒன்றுபடுத்தும் சக்தியாக நேரு மட்டுமே இருந்து வருகிறார். ஆனால் அவருக்குப் பிறகு சாதிமத சக்திகள், வலது இடது சாரிகள், முடிவாக நாட்டைத் தலைமுதல் கால்வரை பிளந்து அதை நூறு ஆண்டுகளுக்குப் பின்னால் தள்ளிவிடுவார்கள்.'[55]

VII

1960, 1961 ஆண்டுகளில் சில இந்தியர்கள் கலவரம் செய்துகொண்டும், பிறர் எதிர்த்துக்கொண்டும் இருந்தபோது, அவர்களுடைய அரசாங்கம் சீன அரசாங்கத்துடன் கடிதப் போக்குவரத்தைத் தொடர்ந்துகொண்டிருந்தது. அது ராஜதந்திரிகளால் நடத்தப்படவில்லை. பெயர் தெரியாத அலுவலர்களால் நடத்தப்பட்டுக்கொண்டிருந்தது. ஏதோ ஒருவிதத்தில் அத்துமீறல்கள் நடைபெற்றதாக ஒருவரை ஒருவர் குற்றம் சாட்டிக்கொண்டிருந்தனர். இந்திய விமானங்கள் 15 முறை அத்துமீறியதாக சீனர்கள் பட்டியலிட்டனர். திபெத்தில் இந்தியர்களைக் கொடுமைப்படுத்தியதாகப் பல சம்பவங்களை இந்தியா பட்டியலிட்டது.[56]

இந்திய அரசாங்கம் தொடர்ந்து வெளியிட்ட வெள்ளை அறிக்கைகளில் இருந்த இந்தப் பரிமாற்றங்கள் பற்றிய குறிப்புகள், மீண்டும் மேனன் தலையை பலிவாங்கக் கோரும் குரல்களுக்கு இடமளித்தன. இக்குற்றச் சாட்டுகளுக்குத் தலைமை ஏற்றவர் ஜே.பி.கிருபளானி. அவர் பிகாரில் சீதாமாரி தொகுதியின் சோஷலிஸ்ட் கட்சி உறுப்பினர். சிறந்த அறிஞர், ஆசிரியர், கதர் சேவை செய்பவர். கிளர்ச்சியாளர். இந்திய விடுதலைப் போரில் உண்மையான ஒரு நாயகர். சம்பரான் சத்யாகிரகத்தில் (1917) காந்தியோடு மிக நெருக்கமாக இருந்தவர் என்பது, அவருடைய நேர்மைக்கு ஒருவிதத்தில் சான்றாக அமைந்தது. நேரு, மகாத்மாவுடன் பழக ஆரம்பிக்கும் முன்பிருந்தே கிருபளானி காந்தியோடு இருந்தவர். கிருபளானி காங்கிரசின் தலைவராகவும் இருந்தவர்.

1961 ஏப்ரல் 11 அன்று கிருபளானி, சுதந்தரத்துக்குப் பிறகு நாடாளு மன்றத்தில் எவரும் பேசியிராத அளவுக்கு நீண்டதொரு உரையை ஆற்றினார். அது பாதுகாப்பு அமைச்சர்மீது விடுத்த காரசாரமான தாக்குதல். 'ஓர் அடிகூட திருப்பி அடிக்காமல், பன்னிரண்டாயிரம் சதுர மைல் அளவிலான நம் பகுதியை கிருஷ்ண மேனன் வழிகாட்டுதலில் நாம் இழந்திருக்கிறோம். ராணுவத்தில் பதவி உயர்வுகள் தகுதி அடிப்படையில் அளிக்கப்படாமல் பாதுகாப்பு அமைச்சரின் விளையாட்டுத்தனமான விருப்பத்துக்கும் எண்ணத்துக்கும் ஏற்றாற்போல அளிக்கப்பட்டுள்ளன. அல்லது அவருடைய அரசியல் கோட்பாடுகளுக்குப் பொருத்தமான விதத்தில் பதவி உயர்வுகள் அளிக்கப்பட்டுள்ளன. ராணுவத்தில் உட்குழுக்களை உண்டாக்கி, படைகளின் ஒழுங்கு கட்டுப்பாட்டைக் குறைத்துவிட்டார். பட்டினியில் வாடும் நாட்டின் ஏழை மக்களின் பணத்தை வீணாக்கிக்கொண்டிருக்கிறார்' என்று கிருபளானி

குற்றம் சாட்டினார். மேலும் நாட்டின் பாதுகாப்பை அலட்சியம் செய்து விட்டு, மக்களின் விருப்பத்துக்கு மாறாக எதேச்சாதிகார, சர்வாதிகார அரசு களுக்குத் தம் ஆதரவை மேனன் அளித்துக்கொண்டிருக்கிறார் என்றும் அவர் குற்றம் சாட்டினார்.

கிருபளானி ஆளும் கட்சி உறுப்பினர்களுடைய மனச்சாட்சிகளுக்கு வேண்டுகோள் விடுத்து, தன் உரையை முடித்தார். 1940-ல், பிரிட்டிஷ் நாடாளுமன்றத்தில் கன்ஸர்வேடிவ் கட்சி உறுப்பினர்கள் தங்கள் பிரதமர் நெவில் சேம்பர்லினை ராஜினாமா செய்யும்படி வற்புறுத்தியதை நினைவு கூர்ந்து, பிரிட்டிஷ் குண்டுகளுக்கும் துப்பாக்கிகளுக்கும் பயப்படாத காங்கிரஸ் உறுப்பினர்களை, கட்சி நலனுக்கு மேலாக நாட்டு நலனை வைக்கும்படி அவர் வேண்டிக்கொண்டார். இந்த முடிவான அடியோடு கிருபளானி அமர்ந்தபோது எதிர்க்கட்சி உறுப்பினர்கள் பலமாகக் கைதட்டினர்.[57]

1961-ன் இரண்டாம் பாதி முழுவதும் இந்திய நாடாளுமன்றம் தொடர்ந்து சீனாவுடனான சச்சரவு பற்றிய கசப்பான விவாதங்களைக் கண்டது. பிரதமரே தன்னைத் துரத்தும் வேட்டை நாய்களைக் கண்டு மனம் நொந்தார். முக்கியமாக மூவர் அவரைக் கடுமையாகக் கடித்தனர். ஜனசங்கைச் சேர்ந்த அடல் பிஹாரி வாஜ்பாயி, பிரஜா சோஷலிஸ்ட் கட்சியின் ஹேம் பரூவா, சுதந்தரா கட்சியின் என்.ஜி.ரங்கா ஆகியோர் குறிப்பிடத்தகுந்தவர். சீனர்கள் இந்தியப் பகுதியை ஆக்கிரமித்ததை நேரு கண்டுகொள்ளவில்லை என்றும், சண்டையின்போது இவை எல்லாவற்றுக்கும் மேலானவராகத் தன்னை வைத்துக்கொண்டார் என்றும் அவர்கள் பேசினர். எல்லைத் தகராறு விஷயத்தில் பிரதமர், தன்னை ஒரு கிரிக்கெட் ஆட்ட நடுவர் போல நினைத்துக்கொள்கிறாரே தவிர, தானும் பிரச்னையில் ஈடுபட்ட தரப்பைச் சேர்ந்தவர் என அல்ல என்று ஓர் உறுப்பினர் குற்றம் சாட்டினார். விமரிசனங்கள் நேருவைத் தனிப்பட்ட முறையில் சண்டைக்கு இழுக்கும் பாங்கில் இருந்தன. ஏனென்றால், நேருவும் வெளியுறவுத்துறை அமைச்சராக பணியாற்றியிருந்தார். சீனாவுடனான நட்புறவு அவருடைய தனிப்பட்ட திட்டம் என்றும் கருதப்பட்டது. அதுபோன்ற எதிர்ப்புகளுக்குப் பழக்கப்படாத பிரதமர் அதிகமான எரிச்சலுக்கு உள்ளானார். ஒருசமயம் அவர் தன்னுடைய விமரிசகர்களை, குழந்தைத்தனமானவர்கள், அரிச்சுவடி நிலையில் உள்ளவர்கள் என்றெல்லாம் சொல்லும் அளவுக்கு எரிச்சலடைந்தார்.[58]

இப்போது அவருடைய கட்சிக்குள்ளேயே, பிரதமர் சீனாவுடன் கடுமையான போக்கைக் கொள்ளவேண்டும் என்ற கருத்தைச் சொல்ல ஆரம்பித்து விட்டார்கள். நேரு, அக்ஸாய் சின் பகுதி புல் பூண்டுகூட வளராத வறண்ட நிலம் என்று கூறியபோது, அவரைக் காயப்படுத்தும் நோக்கில் ஓர் எதிர்க் கட்சி உறுப்பினர் பேசினார். அப்போது ஒரு காங்கிரஸ் உறுப்பினரும், 'என் தலைமீதுகூட முடி ஏதும் வளரவில்லை. அப்படியென்றால், என் தலைக்கு மதிப்பு இல்லை என்று பொருளா?' என்று துணைக்கேள்வி விடுத்தார். இது நேருவுக்கே குழி தோண்டுவதாகப் பரவலாகக் கருதப்பட்டது. ஏனென்றால், அப்போது நேருவே முழுவதும் வழுக்கைதான்.[59]

VIII

1961 டிசம்பர் மூன்றாம் வாரத்தில் இந்தியப்படையின் ஒரு பகுதி போர்த்துகீசிய காலனியான கோவாவின் எல்லைப்பகுதிக்கு வந்து சேர்ந்தது. பத்தாண்டுகளாக புதுடெல்லி வேண்டுதல் மூலம் வன்முறையற்ற அஹிம்சை வழிகளால் போர்ச்சுகலை, இந்தியப் பகுதிகளை விட்டுவிடுமாறு கோரிக் கொண்டிருந்தது. அம்முறைகள் தோல்வியுறவே நேருவின் அரசாங்கம் கோவாவை படைகள் மூலம் விடுவிக்க முடிவு செய்தது.

டிசம்பர் 18 காலை இந்தியப்படைகள் மூன்று நிலைகளிலிருந்து கோவாவுக்குள் நுழைந்தன. வடக்கே சாவந்த்வாடியிலிருந்து, தெற்கே கார்வாரிலிருந்து, கிழக்கே பெல்காமிலிருந்து. இதற்கிடையே விமானங்கள், கோவா மக்களை அமைதியாகவும் தைரியமாகவும் இருக்கவும், வரவிருக்கும் சுதந்தரத்தைக் கொண்டாடவும் அதை வலுப்படுத்தவும் கோரும் துண்டுப் பிரசுரங்களை வீசின. உள்ளூர் மக்கள், போர்த்துகீசியர்கள் எங்கு கண்ணி வெடிகளைப் புதைத்து வைத்துள்ளனர் என்று வழிகாட்டி, படைகளுக்கு உதவ, 18-ம் தேதி மாலையே தலைநகர் பஞ்சிம் இந்தியப் படைகளால் சூழப் பட்டது. போர்த்துகீசிய வீரர்கள் சில குண்டுகளை வெடித்தபின், பின்வாங்கி னர். டையூ, டாமன் என்னும் சிறு போர்த்துகீசிய நகரங்களில் சற்றுக் கடுமையான எதிர்ப்பு காணப்பட்டது. மொத்தத்தில் பதினைந்து இந்திய வீரர்களும், அதுபோல இருமடங்கு போர்த்துகீசிய வீரர்களும் உயிரிழந்தனர். படையெடுப்பு தொடங்கிய 36 மணி நேரத்தில் போர்த்துகீசிய கவர்னர் ஜெனரல், நிபந்தனையின்றி சரண் அடைந்தார்.[60]

இந்தியாவின் வஞ்சக வெளிப்பாடு, மேற்கத்தியப் பத்திரிகைகளுக்கு விவாதக் களமாயிற்று. நேருவும் கிருஷ்ண மேனனும் அவ்வப்போது உதிர்த்து வந்த அகிம்சைபற்றிய அறிவுரைகளைக் கேட்டு நொந்துபோயிருந்த அவை, இப்போது அவர்களே படை கொண்டு தாக்கியதைக் கடுமையாகக் கண்டித்தனர். அச்செயல், உலகச் சட்டங்களை மீறிய ஒன்று என்றும், நகைப்புக்கு இடமாக, கோவாவில் கிறிஸ்தவர்களுக்கும் கிறிஸ்தவ மதத்துக் கும் அச்சுறுத்தல் என்றும் சித்திரிக்கப்பட்டது.[61] உண்மையில் கோவாவில் 61 சதவிகிதம் மக்கள் இந்துக்கள். கோவா கிறிஸ்தவர்களான பத்திரிகையாளர் ஃப்ராங்க் மொரேஸூம் ஆர்ச் பிஷப் கார்டினல் கிரேஸியஸூம் இந்தியப் பொதுவாழ்க்கையில் கௌரவமான இடங்களைப் பெற்றிருந்தனர். கோவாவில் வெகு காலமாக, உள்ளூர்வாசிகளுடைய சுதந்தர இயக்கம் ஒன்று செயல்பட்டு வந்தது. இதில் ஈடுபட்டிருந்த பலரும் இந்திய நடவடிக்கையை வரவேற்றனர். எப்படியோ கோவாவாசிகளுக்கும் தங்கள் தலைவர்களைத் தேர்ந்தெடுத்துக்கொள்ளும் உரிமை கிடைத்துவிட்டது. அவ்வுரிமை போர்த்துகீசியர்களால் இதுவரை மறுக்கப்பட்டே வந்தது.

கோவா இந்தியாவின் ஒரு பகுதி என்பதில் மாறுபாடு இல்லை. நடவடிக்கை எடுக்குமுன் இந்தியா போதுமான நீண்டகாலம் காத்திருந்தது என்பதும் உண்மையே. எனினும் 'ஆபரேஷன் விஜய்' என்று அழைக்கப்பட்ட

அச்செயலுக்குத் தேர்ந்தெடுக்கப்பட்ட நேரம்தான் கேள்விக்குரியதாயிற்று. டிசம்பர் 1960-ல் அல்லது டிசம்பர் 1962-ல் நடவடிக்கை எடுக்கப்படாமல் டிசம்பர் 1961-ல் ஏன் நடந்தது? நேரு போதுமான கால அளவுக்கு - பதினான்கு ஆண்டுகள் - போர்த்துகீசியர் வெளியேறக் காத்திருந்தாகிவிட்டது என்று கருதியிருக்கலாம். இந்த விஷயத்தில் வலது மற்றும் இடது சாரிகள் அவருக்கு நெருக்கடி கொடுத்துக்கொண்டிருந்தனர். ஜனசங்கமும் கம்யூனிஸ்டுகளும் அபூர்வ ஒற்றுமையில் காலனி நாட்டை விடுவிக்கப் பலப்பிரயோகம் செய்யுமாறு அவரை வற்புறுத்தி வந்தனர். படையெடுப்புக்கான நேரம், கிருஷ்ண மேனனில் தேர்தலோடு தொடர்பானதோ என்று சந்தேகம் நிலவியது. படைகள் புறப்படுமுன் பாதுகாப்பு அமைச்சர் எல்லைக்குச் சென்று படைகளைப் பார்வையிட்டார். நியூ யார்க் டைம்ஸ் குறிப்பிட்டவாறு, 'அவர் அங்கு இரட்டைப் பிரசாரம் செய்துகொண்டிருந்தார். ஒன்று, ஆரம்பமாகவிருந்த போருக்கு; மற்றொன்று 1962 பிப்ரவரியில் திட்டமிடப்பட்டிருந்த தேர்தலுக்காக.'[62]

அந்தத் தேர்தலில் கிருஷ்ண மேனனுக்கு நாடாளுமன்றத்தில் பெருந் தொல்லைகள் கொடுத்துவந்த ஆசார்ய கிருபளானி எதிர்க்கவிருந்தார். அவர் தம் பாதுகாப்பான சீதாமாரி தொகுதியிலிருந்து மாறி, பாதுகாப்பு அமைச்சரின் வடக்கு பம்பாய் தொகுதியில் அவரை எதிர்கொள்ள இருப்பதாக அறிவித் திருந்தார். (கம்யூனிஸ்டுகள் தவிர) அனைத்து எதிர்க்கட்சிகளும் அவருக்கு ஆதரவளிப்பதாக அறிவித்திருந்தன. அது ஒரு கௌரவப்பிரச்னையாக உருவாகிக்கொண்டிருந்தது. ஏனெனில், பிரதமர் மேனனை மந்திரி சபையிலிருந்து நீக்க மறுத்திருந்தார். எனவே, அவரை வாக்குச்சீட்டின் மூலம் நீக்கிவிடலாம் என எதிர்க்கட்சிகள் நம்பின.

அவருடைய படைகள் கோவாவுக்குள் இறங்கிய இரண்டு மாதங்கள் கழித்து மேனன் 1962 பொதுத் தேர்தலைச் சந்திக்க தன் பம்பாய் தொகுதியில் இருந்தார். ஆற்றல்மிக்க மகாராஷ்டிர முதல்வர் ஒய்.பி.சவான், மத்திய மந்திரி சபையின் மூத்த மந்திரிகளும், அரசுக்கு உள்ளேயே மேனனுக்கு எதிராக இருந்த விமரிசகர்களுமான மொரார்ஜி தேசாய், ஜகஜீவன் ராம் ஆகியோரும் மேனனுக்காகப் பிரசாரம் செய்ய அனுப்பப்பட்டனர். கிருபளானி சார்பில் வலிமையான ராஜாஜி உட்பட பல புகழ்பெற்ற கட்சி சார்பற்ற வக்கீல்கள், அறிஞர்கள், தொழிலதிபர்கள் முதலியோர் இருந்தனர்.

அந்தத் தொகுதி இன, மத, பிராந்திய உணர்வுகள் அற்ற மக்கள் ஒன்றுபட்டும் வாழக்கூடியது. அங்கு, அந்த மாநிலத்தைச் சேராத மலையாளி ஒருவரும், சிந்தி ஒருவரும் போட்டியிட்டனர். அந்தத் தொகுதியில் பல மராத்தி, குஜராத்தி மொழி பேசுபவர்களோடு உத்தரப் பிரதேசத்தைச் சேர்ந்த பையாக்களும், கோவா வாசிகளும், சிந்திகளும், தமிழர்களும் இருந்தனர். இரு போட்டியாளர்களும் இப்பல்வேறு வகையினரிடம் நயமாகப் பேசினர். இவர்களுடைய உயர்ந்த தகுதிக்கு ஏற்றவாறு, போட்டியும் பிரசாரமும் முக்கியத்துவம் வாய்ந்ததாக இருந்தன.

இப்போது மிகவும் விரிந்து பரந்துவிட்ட இந்தியத் தேர்தல்களின் வரலாறில் இதைப்போல விளம்பரப் படுத்தப்பட்ட வேறு தேர்தல் எதுவும் இருந்திருக்க முடியாது. மேனனிடம் பரிவு காட்டும் லிங்க் என்ற பத்திரிகை, அந்தத் தேர்தலை, நம் ஜனநாயக வரலாற்றில் அதி முக்கியமான தேர்தல் என்று குறிப் பிட்டது. சமூக சேவகரும் கிருபளானியின் நண்பருமான ஜெயப்பிரகாஷ் நாராயணன் அத்தேர்தலில், 'இந்திய ஜனநாயகத்தின் எதிர்காலமும் நம் ஆன்மிக மதிப்புகளும் ஆபத்தில் இருப்பதாக' கூறினார்.

பிரசாரம் வண்ணமயமாகவும் உணர்ச்சியூட்டும் சுவரொட்டிகளும், காட்டுத் தனமாகத் தாக்கும் முழக்கங்கள் கொண்டதாகவும் இருந்தது. ப்ளிட்ஸ் என்ற இடது சாரி வாரப் பத்திரிகை விரும்பத்தகாத வகையில் கிருபளானியை, கிரிப்பிள் லூனி (ஊனமான பைத்தியம்) என்று குறிப்பிட்டது. மறு பக்கத்தில் மேனனை பல மொழிகளில் வசை பாடினர். 'சீனி ஹம்லா ஹோதே ஹை; மேனன் சாகப் சோதே ஹை; சோனா ஹை தோ சோனே தோ; கிருபளானிஜி தோ ஆனே தோ' (சீனா முன்னேறுகிறது; மேனன் தூங்குகிறார்; அவர் வேண்டுமானால் தூங்கட்டும்; கிருபளானியை ஜெயிக்க வையுங்கள்) என்று ஹிந்தியில் ஒரு சிறு பாடல் பாடப்பட்டது. ஓர் ஆங்கிலச் செய்யுள் இன்னும் பலமாக அதே உணர்வுகளை முன்னிறுத்தியது. 'நான் கிருஷ்ண மேனனின் கிறுக்குத் தனத்தையும் கோமாளித் தனத்தையும் கேலி செய்யமாட்டேன். அவரிடம் இருக்கும் நல்ல விஷயங்களைப் பற்றி மட்டுமே கவனிப்பேன். அவர் எவ்வளவு சிறப்பாக களிமண் பாண்டங்கள் செய்கிறார் பாருங்கள்? அதுவும் சீனா (களிமண்ணை) எவ்வளவு மென்மையாகக் கையாள்கிறார் பாருங்கள்!'

மேனனுக்கு விடப்பட்ட சவாலை தனக்கு விடப்பட்டதாக பிரதமர் கருதினார். நேரு, காங்கிரஸ் பிரசாரத்தை பம்பாயில் தொடங்கினார். மற்ற இடங்களிலும் அவருடைய நண்பரை ஆதரிக்கக் காரணம் இருந்தது. சங்க்லி, பூனா, பரோடா ஆகிய இடங்களில் பேசும்போது மேனனின் தோல்வி, தனது சோஷலிசம் மற்றும் அணிசேராக் கொள்கைக்கு ஏற்படும் தோல்வியின் அடையாளமாகும் என்றார். பிரதமரது ஆதரவு மேனனுக்கு உதவியாக இருந்தது. அதைப் போலவேதான் கோவா விடுதலையும். அது வடக்கு பம்பாய் மக்களிடமும் கோவாவாசிகளிடம் மட்டுமின்றி மற்றவர்களிடம் நன்றாகவே எதிரொலித்தது.

இறுதியில், நேருவின் பேச்சுகளும், கோவா நடவடிக்கையும் காங்கிரஸ் கட்சி இயந்திரத்தின் வலுவும், கிருபளானியின் பிரசாரத்தைச் செயலிழக்க வைத்தன. அவர் ஒரு லட்சம் வாக்குகள் வித்தியாசத்தில் தோல்வியடைந்தார்.[63]

IX

1952, 1957 பொதுத் தேர்தல்களில் காங்கிரஸ் விடுதலைப் போரில் ஈடுபட்ட பங்கைப் பெரிதுபடுத்திக் காட்டிக்கொண்டது. எனினும் 1962-ல் அதன் பிரசாரம் விடுதலை பெற்ற பிறகான அதன் சாதனையை மையப்படுத்தியது.

அதன் கொள்கைகள், விவசாயம், தொழில் உற்பத்திகளைப் பெருக்கின; கல்வி நிலையை உயர்த்தின; சராசரி ஆயுள்காலத்தை உயர்த்தின; மற்றும் நாட்டின் ஒற்றுமையை மேம்படுத்தின என்று கட்சி கூறியது. எதிர்க்கட்சிகளுக்கு ஆட்சிசெய்ய வாய்ப்பில்லாததால் அவ்வாதங்களுக்கு எதிர் வாதங்களை வைக்க முடியவில்லை.[64] இந்நிலையில் காங்கிரஸ் சௌகரியமாக நாடாளுமன்றத்தில் தன் பெரும்பான்மையைத் தக்கவைத்துக்கொண்டது. மொத்தமுள்ள 494 இடங்களில் 361 இடங்களை வென்றது. கம்யூனிஸ்டுகள் 29 இடங்களையும், புதிய எதிர்க்கட்சியான சுதந்தரா கௌரவமான வகையில் 18 இடங்களையும் பெற்றன. மதறாஸ் மாநிலத்தில், பிரிவினைவாத நோக்கம் கொண்ட தி.மு.க. 7 இடங்களையும் (கூடவே 50 சட்டமன்ற இடங்களையும்) வென்று ஒரு சவாலாக நின்றது. ஆனால் மொத்தத்தில் காங்கிரஸ் முன்பு போலவே அதன் முக்கியத்துவத்தை மீண்டும் உறுதிசெய்து கொண்டது. ஜவாஹர்லால் நேரு நான்காவது முறையாகப் பிரதமரானார்.

உள்நாட்டின் எதிர்ப்பு நசுக்கப்பட்டது. ஆனால் வெளி எதிர்ப்பு தொடர்ந்தது. 1962-ல் எல்லையில் மோதல்கள் தொடர்ந்தவண்ணம் இருந்தன. ஜூலையில் டெல்லியின் 'செமினார்' என்ற பத்திரிகை இந்தியாவின் பாதுகாப்புக் கொள்கை பற்றி ஓர் கருத்தரங்கத்தை நடத்தியது. ஒருவர், சீன மக்கள் குடியரசு இந்தியாவுக்கு எந்தப் போர் அபாயத்தையும் முன்னிறுத்தவில்லை என்று எழுதினார். மற்றொருவருக்கு அது அவ்வளவு நிச்சயமானதாகத் தோன்றவில்லை. அப்போது ஓய்வுபெற்றிருந்த ஜெனரல் திம்மையா, பாகிஸ்தான், சீனா இரண்டிடமிருந்தும் இந்தியாவுக்கு ஆபத்து ஏற்படும் என்று கருதினார். முன்னதைப் பொருத்தவரையில் இந்தியா ஓரளவுக்கு நன்கு எதிர்கொள்ளும் வகையில் இருந்தது. ஆனால், சீனாவை இந்தியாவால், நேருக்கு நேர் எதிர்கொள்ள முடியாது என்றார் திம்மையா. ரஷ்யா இந்தியாவுக்கு உதவினாலும்கூட, சீனாவின் தற்போதைய ஆள் பலம், ஆயுத பலம் மற்றும் விமானங்கள் ஒன்று சேர்ந்து, இந்தியாவைப் போன்று நூறு மடங்கு அதிக பலத்துடன் உள்ளது என்றார். 'அடுத்த வரும் காலங்களிலும் நாம், சீனாவுக்கு ஈடுகொடுப்போம் என்று நம்புவதற்கு இல்லை. நம் பாதுகாப்பை உறுதிசெய்வது அரசியல்வாதிகள் மற்றும் ராஜதந்திரிகள் கையில் தான் உள்ளது. இந்தியாவின் தற்போதைய படைபலமும் விமான பலமும், குறைந்தபட்சப் பாதுகாப்பு அளிப்பதற்குப் தேவையானதைவிடக் குறைவாக இருக்கிறது' என்று திம்மையா எழுதினார்.[65]

இதன் உட்கருத்து தெளிவானது. ராஜதந்திரிகள் சீனாவுடன் ஓர் ஒப்பந்தம் ஏற்பட வழிசெய்ய வேண்டும் அல்லது அரசியல்வாதிகள் மேற்கத்திய நாடுகளிலிருந்து ராணுவ உதவி பெற முயற்சி செய்யவேண்டும். ஆனால் தேசிய உணர்வின் எழுச்சியலை முதலாவது யோசனையை நிராகரித்துவிடும். இரண்டாவதை பிரதமரின் அணிசேராக் கொள்கை ஒப்புக்கொள்ளாது. பாதுகாப்பு அமைச்சரின் அமெரிக்க எதிர்ப்பும் இதனை நிராகரித்துவிடும்.

1962 ஜூலை மூன்றாம் வாரத்தில் இந்தியா சீனாவுக்கிடையே லடாக்கில் கால்வான் பள்ளத்தாக்கில் மோதல்கள் நிகழ்ந்தன. பிறகு செப்டம்பர்

ஆரம்பத்தில் தவாங்குக்கு மேற்கே சுமார் 60 மைல் தூரத்தில் நன்கா-சூ நதி பள்ளத்தாக்கில் தோலா/தாக்-லா விளிம்புப் பகுதியில் சண்டை நடந்தது. அப்பகுதி இந்திய, திபெத் மற்றும் பூடான் எல்லைகள் சந்திக்கும் இடம். அங்குதான் மக்மோஹன் கோடு சந்திக்கும் சச்சரவுக்குரிய இடம் உள்ளது. இந்தியர்கள் அக்கோட்டின் தெற்கேயுள்ள சரிவுகளைக் கோரினர். சீனர்கள் அது அவர்கள் பக்கம் இருப்பதாக வாதிட்டனர்.[66]

ஜூனின் பிற்பகுதியில் அஸ்ஸாம் ரைஃபிள்ஸின் ஒரு பிரிவு முன்னோக்கிச் செல்லும் கொள்கையின் ஒரு பகுதியாக, தோலாவில் ஒரு முகாமை நிறுவியது. செப்டம்பர் 8 அன்று சீனர்கள் தாக்-லாவில் ஒரு முகாமை அமைத்தனர். அது தோலாவுக்கு மேலாக அமைந்து தோலாவை அச்சுறுத்தியது. பீக்கிங்கும் புதுடெல்லியும் கடிதங்களைக் கோபமாகப் பரிமாறிக்கொண்டன. களத்தில் இருந்த இந்தியத் தளபதிகள் என்ன செய்வது என்பதில் வேறுபட்டு நின்றனர். சிலர், தாக்-லாவில் இருந்த சீன முகாமை தாக்கி அகற்றவேண்டும் என்றனர். வேறு சிலரோ, அந்த இடத்தைத் தாக்குவது இந்தியர்களுக்கு உகந்ததல்ல, கடினமானது என்றனர். (தாக்-லா தோலாவைவிட சுமார் 2,000 அடி அதிக உயரத்தில் இருந்தது.) இதற்கிடையே அதே இடத்தில் சீனப்படைகள் மெகாஃபோனில் ஹிந்தியில், 'ஹிந்தி சீனி பாய் பாய், யஹ் ஜமீன் ஹமாரா ஹை, தும் வாபஸ் ஜாவோ' (இந்தியர்களும் சீனர்களும் சகோதரர்கள். இந்த இடம் சீனர்களுடையது. நீங்கள் திரும்பிப் போகவேண்டும்) என்று போதிக்க ஆரம்பித்தனர்.

மூன்று வாரங்களுக்கு அதே இக்கட்டான நிலை தொடர்ந்தது. தம் தலைவர்கள் சமாதானமாகப் போகப்போகிறார்களா, சண்டை செய்யப்போகிறார்களா என்று அறியாமல் இரு நாடுகளின் படைகளும் குறுகலான ஓர் ஆற்றின் இரு கரைகளில் ஒருவரை ஒருவர் முறைத்துப் பார்த்துக்கொண்டு நின்றனர். முடிவில் அக்டோபர் 3 அன்று, எச்சரிக்கையுடன் இருக்கவேண்டும் என்று போதித்துவந்த உம்ரா சிங்குக்கு பதிலாக, பி.எம்.கௌல் படைத்தலைவராக அனுப்பப்பட்டார். அவர் டெல்லியிலிருந்து பறந்து வந்து நெஃபாவின் பொறுப்பை ஏற்றார். எச்சரிக்கையை வலியுறுத்தியவர்கள் நிராகரிக்கப் பட்டனர். 'எல்லா ஆட்சேபனைகளுக்கும் கௌல் அவசரமான, பொருத்த மற்ற உறுதிமொழிகளை அள்ளி வீசினார். அவர் மேற்கொள்ளும் அனைத்து சூதாட்டங்களுக்கும் டெல்லி ஆதரவளிக்கும் என்ற நம்பிக்கையில் அவ்வாறு நடந்துகொண்டார்.'[67] தாக்-லாவிலிருந்து சீனர்களை அப்புறப்படுத்த, அவர் இரு படைப்பிரிவுகளை சமவெளிப் பகுதிகளிலிருந்து மேலே செல்ல வைத்தார். படைகளிடம் இலகுரக ஆயுதங்களும் மூன்று நாள் உணவுப் பொருட்களும் மட்டுமே இருந்தன. அவர்களிடம் பீரங்கிகளோ ராக்கெட் ஏவுகளைகளோ இல்லை. அவர்களுக்கான தேவைகள் வந்துசேரும் என்ற உறுதிமொழிகள் மட்டுமே இருந்தன.

மண், மலைகள், மழையைக் கடந்து அக்டோபர் 9 பிற்பகல் இந்திய வீரர்கள் நம்கா-சூ பள்ளத்தாக்கை அடைந்தனர். மிக உயரமான பகுதிகளில் மோசமான

வானிலையில் அணிவகுத்துச் சென்று களைத்து ஓய்ந்துவிட்ட படைவீரர்களுக்கு போர்க்கருவிகளும் ஓய்வும் அவசியமாக தேவைப்பட்டன.[68] அன்று மாலை அங்கிருந்த குடிசை ஒன்றில் முகாமிட்டனர். அங்கு மேற்கொண்டு கூடுதல் படைகள் வந்ததும், முன்னேறி பகைவர்களை விரட்டலாம். அவர்களுக்கு அந்த வாய்ப்பு அளிக்கப்படவில்லை. 10-ம் தேதி காலையே சீனர்கள் தாக்கத் தொடங்கிவிட்டனர். இந்திய வீரர்கள் கடினமாகப் போரிட்டனர். ஆனால் அவர்கள் நீண்ட பயணத்தால் சக்தியை இழந்திருந்தனர். எதிரிகளின் அதிகமான எண்ணிக்கையாலும் அதிகமான துப்பாக்கிகளாலும் சோர்ந்துபோன இந்தியர்களுடைய இலகுரக ஆயுதங்களால், சீனர்களின் கனரக பீரங்கிகளுக்கு ஈடுகொடுக்க முடியவில்லை.

1959-லிருந்து லடாக்கிலும் நெஃபாவிலும் சீனர்களும் இந்தியர்களும் பூனை-எலி விளையாட்டு விளையாடிக்கொண்டிருந்தனர். மக்கள் வாசனையற்ற பிராந்தியத்தை நிரப்ப படைகளை இங்கும் அங்குமாக அனுப்பிக்கொண்டிருக்க, அவர்களுடைய தலைவர்களோ கடிதங்களைப் பரிமாறிக்கொண்டும் எப்போதாவது நேரில் சந்தித்தும் வந்தனர். இப்போது விவகாரங்கள், முன் எப்போதும் இருந்திராத அளவுக்கு முன்னேறிவிட்டன. இந்தியர்கள் தோலாவில் தங்கியதற்கு பதிலாக அதற்கு நேர் உயரத்தில் தாக்-லாவுக்குச் சீனர்கள் வந்தனர். அதனால், அங்கிருந்து சீனர்களை அப்புறப் படுத்தும் முயற்சியில் இந்தியர்கள் இறங்கினர். அது தோல்வியடைந்தபோது டெல்லியில் நேரு பத்திரிகையாளர்களிடம், 'எதிரிகளை' மீண்டும் அப்புறப் படுத்த முயலுமாறு இந்தியப் படைக்கு ஆணை இடப்பட்டிருப்பதாகக் கூறினார்.

இப்போதும் எதிரிகளே முதலில் செயல்பட்டனர். மூன்று ஆண்டுகளாக நடைபெற்றுவந்த பாசாங்குப்போர் அக்டோபர் 19/20 தேதிகளில் உண்மையாக்கப்பட்டது. ஒரே சமயத்தில் சீனர்கள் கிழக்கு, மேற்கு இரு பிரிவுகளிலும் படையெடுப்பைத் தொடங்கினர். இமயத்தின் குறுக்கே விரைவுத் தாக்குதல் நடக்கும் என்று முன்கூட்டியே சிலர் சொன்னதுபோல அது நடந்தேவிட்டது. அவர்கள் பயந்தவாறே, இந்தியர்கள் அதற்குத் தயாராக இல்லை. நியூ யார்க் டைம்ஸ், 'நீறு பூத்த நெருப்பு கொழுந்துவிட்டு எரிய ஆரம்பித்துவிட்டது. சச்சரவுக்குரிய இரண்டு பகுதிகளிலும் கடும் சண்டைகள் ஆரம்பித்துவிட்டன. முழங்கிவரும் பீரங்கி நெருப்புக்கிடையே சீனப் பெரும்படைகள் ஒவ்வொரு முனையிலும் இந்தியர்களைத் துரத்தியடித்தன. இரண்டு கட்சியினரும் எல்லையில் படைகள் வைத்திருந்தனர். ஆனால் நடுநிலை பார்வையாளர்கள், சீனர்களே தாக்குதலை ஆரம்பித்தனர் என்றனர்.' அலை அலையாக சீனப்படை கனரக பீரங்கிகளின் ஆதரவுடன், நடுத்தர இயந்திரத் துப்பாக்கிகளைக் கொண்டு தாக்கியது. இரண்டு சீனப்படைப் பிரிவுகள் இப்படையெடுப்பில் பங்குகொண்டன. இந்தியர்களைப்போல ஐந்து மடங்கு வீரர்களை அவர்கள் பயன்படுத்தினார்கள்.[69]

சீனர்கள் வேகமாக இந்திய நிலைகளைக் கடந்து எல்லைகளை மீறி வருவது கண்டு இந்தியர்கள் வியப்படைந்தனர். அவர்கள் நம்கா-சூ பள்ளத்தாக்கைக்

கடந்து தவாங் புத்தமடத்தை அடைந்துவிட்டனர். மற்றொரு படைப்பிரிவு நெஃபாவின் கிழக்குப் பகுதியை அடைந்தது. சீனப்படைகள் மேலும் மேலும் இந்தியப் பகுதிக்குள் முன்னேறின. லடாக்கில் சுமார் எட்டு இந்தியா முகாம்களும் நெஃபாவில் இருபது முகாம்களும் வீழ்ந்துவிட்டன என்று சொல்லப்பட்டது. தவாங்கே சீனக் கட்டுப்பாட்டுக்குள் வந்துவிட்டது.[70]

இந்திய முகாம்களை சீனர்கள் அவ்வளவு எளிதாகக் கைப்பற்றியதில் வியப்பதற்கு ஏதுமில்லை. அவர்களுடைய படைகள் திபெத்தியப் பீடபூமியில் 1950-ன் மத்தியிலிருந்தே காம்பா கிளர்ச்சியாளர்களோடு சண்டையிட்டுக் கொண்டிருந்தனர் அல்லது சண்டைக்குத் தயாராகிக் கொண்டிருந்தனர். இந்தியர்களைப் போலன்றி அவர்கள் மலைகளில் போரிடப் பயிற்சி பெற்றிருந்தனர். மேலும் திபெத் பக்கத்திலிருந்து வெற்றி பெறுவது எளிதாக இருந்தது. அப்பக்கம் சாலை அமைக்கவும் படை நடமாட்டத்துக்கும் எளிதாக இருந்தது. புவியியல்ரீதியில் அனைத்தும் சீனர்களுக்கே சாதகமாக இருந்தன. அஸ்ஸாமிலிருந்து மக்மோஹன் கோடுவரை, மலைப்பகுதி ஏறுவதற்கு செங்குத்தாக இருந்தது. மலைகளில் தாவரங்கள் அடர்ந்திருந்தன. தட்பவெப்ப நிலை ஈரமாகவும் நீர் நிறைந்தும் காணப்பட்டது. இந்திய முகாம்கள், போதிய சாலை வசதிகளின்றி தளவாடங் களும் உணவுப் பொருள்களும் இல்லாமல் மிக மோசமாக இருந்தன. அவர்கள், விமானங்கள் மூலம் வீசப்படும் பொருள்களை மட்டுமே நம்பி வாழவேண்டி இருந்தது. ஹெலிகாப்டரிலிருந்து வீசப்படும் அடைக்கப்பட்ட உணவுப்பொருள்களைக் கொண்டே உயிர்பிழைக்க வேண்டியிருந்தது.[71]

சரியான தலைமை இல்லாததாலும் இந்தியர்களுக்குச் சிக்கல்கள் கூடின. அக்டோபர் 18 அன்று தளபதி கௌலுக்கு கடுமையான நெஞ்சுவலி ஏற்பட்டு டெல்லிக்கு அகற்றப்பட்டார். ஐந்து நாட்களுக்குப் படைக்குத் தலைமை யில்லை. அப்போதுதான் தவாங் விழுந்தது.

அக்டோபர் 24 அன்று சீனர்கள் முன்னேறுவதை நிறுத்திவைத்தனர். சௌ என் லாய், எல்லை மோதல்களை நிறுத்துவதற்கும் எல்லை பற்றிய பேச்சுவார்த்தை களை மீண்டும் தொடங்கவும் ஒரு வழி தேடுமாறு இந்தியாவுக்கு எழுதினார். அடுத்த பதினைந்து நாட்களில் பயன் ஏதுமின்றி இரு பக்கமும் இரு கடிதங் களை எழுதிக்கொண்டனர். சீனாவும் இந்தியாவும் ஏகாதிபத்தியம் என்ற ஒரு பொது எதிரியை எதிர்நோக்கி இருப்பதாகவும், அப்போதைய சண்டைகளுக்கு இடையிலும் முந்தைய சீன-இந்திய உறவைக் கனிவாகவும் நட்புரீதியிலும் இன்னும் முன்னேற்றும் வகையிலும் இருவரும் மீண்டும் கொண்டுவர முடியும் என்றும், அவருடைய தீர்வாக அப்போதைய கட்டுப்பாட்டு நிலைக்கு இருபது கிலோமீட்டர் பின்வாங்கி, நடவடிக்கைகளைக் கைவிடலாம் என்றும் சௌ என் லாய் எழுதியிருந்தார்.

நேருவின் பதில், அவர் காயங்களை அனைவரும் காணுமாறு வெளிக் காட்டின. 'என் நீண்ட நாளையப் பொதுவாழ்வில் இதைப்போல வேறு எதுவும் என்னைக் காயப்படுத்தியதில்லை. அண்மைக் கால இந்திய-சீன

உறவில் இருந்த நட்புறவற்ற, வன்மம் நிறைந்த தன்மையும் இப்போது உச்சமாக, இந்தியாமீது நிகழ்த்தப்பட்டிருக்கும் சீனப்படையெடுப்பும், எல்லைப் பிரச்னையில் அமைதியான தீர்வைக் காணவேண்டும் என்று சீனா கூறிவந்ததற்கு மாறாக உள்ளன. பீக்கிங், தனது எல்லைக் கோரிக்கையை நிலைநாட்ட, வேண்டுமென்றே இந்த முடிவை எடுத்திருக்கிறது.' சௌ இப்போது முன்வைத்துள்ள ஆலோசனைகள், 'சீனத் துருப்புகள் அடைந்துள்ள வெற்றியைத் தக்கவைத்துக் கொள்வதற்காகவே என்று தோன்றுகிறது.' நேரு மேலும் தான் அளித்த தீர்வில், 'சீனா, கிழக்கில், மக்மோஹன் கோட்டுக்குப் பின்னாலும், மேற்கில், 1959 நவம்பர் 7 அன்று இருந்த நிலைக்கும் செல்லவேண்டும்' என்றார். அதன்மூலம், சீனா, கடந்த மூன்றாண்டுகளில் பெற்ற லாபம் அனைத்தையும் ஒன்றுமில்லாமல் செய்துவிட நினைத்தார்.[72]

இதற்கிடையே போர்முனையில் ஏற்பட்டவற்றோடு டெல்லியிலும் மற்றுமொரு இழப்பு சேர்ந்துகொண்டது. இந்தியாவின் பலவீனம் முழுவதுமாக வெளியே தெரிந்த பிற்பாடு, வி.கே.கிருஷ்ண மேனன், பாதுகாப்பு அமைச்சர் பதவியிலிருந்து நீக்கப்பட்டார். (முதலில் அவர் பாதுகாப்பு உற்பத்தித் துறைக்கு மாற்றப்பட்டு, பின்னர் மந்திரி சபையிலிருந்தே விடுவிக்கப்பட்டார்.) மேனனின் வெளியேற்றத்தைத் தொடர்ந்து, இந்தியா, மேற்கு நாடுகளிலிருந்து ஆயுத உதவி கோரியது. அக்டோபர் 28 அன்று அமெரிக்கத் தூதர் பிரதமரைச் சந்திக்கச் சென்றார். நேரு, பலவீனமாக, எளிதில் உடைந்துபோகும் அளவுக்கு சிறுத்துப்போய், மூப்படைந்தவர் போலத் தோன்றினார். அவர் நம்பிக்கை இழந்து, களைத்துப்போயிருந்ததும் தெளிவாகத் தெரிந்தது. இந்தியா மேற்கிலிருந்து ஆயுத உதவி பெற்றாக வேண்டும் என்றார்.[73] விரைவில் பிரிட்டனும் அமெரிக்காவும் விமானங்கள், ஆயுதங்கள், வெடிமருந்துகள் முதலியவற்றை அனுப்பிக்கொண்டிருந்தன. ஃபிரான்சும் கனடாவும் ஆயுதங்களை அனுப்ப இசைந்தன.[74]

நவம்பர் 8 அன்று பிரதமர், நாடாளுமன்றத்தில், சீனா மாபெரும் முற்றுகையைத் தொடங்கிவைத்து, பஞ்சசீல உணர்வுகளுக்கும் இந்தியாவின் சீரான நல்லெண்ண, நட்புறவு சமிக்ஞைகளுக்கும் நம்பிக்கைத் துரோகம் செய்துவிட்டதற்கு வருத்தம் தெரிவித்து, தீர்மானம் ஒன்றைக் கொண்டு வந்தார். 'நட்புறவை நாடிய நாமே, உலக சபைகளில் அவர்களுக்கு நியாயம் வேண்டி வாதிட்ட நாமே, ஏகாதிபத்தியத்துக்கு எதிராக இருப்பதாகக் கூறும் சீன நாட்டின் ஏகாதிபத்தியத்துக்கும், நாட்டாசைக்கும் இரையாகி இருக் கிறோம் என்ற காயம், எளிதில் உணரக் கூடியது. சீனா தன்னை கம்யூனிஸ்ட் என்று சொல்லிக்கொள்ளலாம். ஆனால் அது வேண்டுமென்றே மற்றொரு நாட்டின்மீது படையெடுக்கும் நாட்டாசையும், ஏகாதிபத்திய மனப்போக்கும் கொண்ட நாடு என்பதை வெளிப்படுத்திவிட்டது' என்று நேரு கூறினார்.

சீனாவில் கம்யூனிசம் என்பது, தேசியம் என்ற கருத்தை மதிப்பிழக்கச் செய்வது என்பதைவிட, தேசியம் என்பதன் தீவிரமான வெளிப்பாடுதான்

என்ற வல்லபபாய் படேலின் 1950-ம் ஆண்டின் எச்சரிக்கை சரியானதுதான் என்பதை நேரு தாமதமாக ஒப்புக்கொண்டதை அவரது உரையின் சாரமாகக் கொள்ளலாம். ஒரு வாரத்துக்கு வாதம் தொடர்ந்தது. ஒரு தீர்மானத்தின்மீது 165 பேர் பேசியது ஒரு முக்கியமான நாடாளுமன்றச் சாதனையாகும்.[75]

நவம்பர் 15 அன்று எல்லையில் நிலவிவந்த தாற்காலிக அமைதி, சீனாவின் இரண்டாவது வன்முறைத் தாக்குதலால், தொலைந்துபோனது. நெஃபாவில் சுமார் 500 மைல் அளவுக்கான எல்லை, தாக்குதலுக்கு உள்ளாயிற்று. வாலாங்கில் சண்டை கடுமையாக இருந்தது. டோக்ரா, குமான் படைப் பிரிவுகளைச் சேர்ந்த திடகாத்திரமான மலைவாழ் மக்கள் வீரமாகப் போரிட்டனர். அவர்கள் சீனர்களிடமிருந்து முக்கியமான மலைத்தொடரின் கட்டுப்பாட்டை ஏறத்தாழக் கைப்பற்றிவிட்டனர்.[76] லடாக்கிலும், உறுதியான தடுப்பு இருந்தது. டெல்லியிலிருந்து கிடைத்த மாறுபட்ட சமிக்ஞைகளுக்கு போர்க்களத்தில் இருந்த தளபதி உடன்படவில்லை. இங்கு துருப்புகள் உறுதியாக நின்று, சீனர்கள் வென்ற பகுதிக்கு அதிக விலை அளிக்கச் செய்தனர்.[77]

ஆனால் நெஃபாவில் பல இடங்களிலும் இந்தியத் தரப்பில் போர் மோச மாகவே இருந்தது. இங்கு இந்தியர்கள் சிதறி ஓடினர். முழுப்படைப் பிரிவுமே குலைந்துபோய் பின்வாங்கின. சீனர்கள் அங்கு பாய்ந்து முன்னேறியபோது இந்தியத் தளபதிகளுக்கு இடையே பெரும் குழப்பம் நிலவியது. எந்த இடத்தில் முதல் முகாமை அல்லது கடைசி முகாமை அமைப்பது, தவாங்கிலா என்றெல்லாம் யோசித்து, கடைசியில் பரிசீலனையைக் கைவிட்டனர். ஒரு தளபதி, தெற்கே 60 மைல் தள்ளி, சமவெளிகளிலிருந்து தேவைகளை எளிதாக மேலே அனுப்ப வசதியாக பொம்டிலால் என்ற இடத்தைச் சிபாரிசு செய்தார். முடிவாக தவாங்கிலிருந்து 15 மைல்களே உள்ள செ-லா என்ற இடத்தில் சீன முன்னேற்றத்தைத் தடுப்பது என முடிவாயிற்று.

செ-லாவில் முகாம் அமைக்கும் முடிவை கௌல் எடுத்தார். அவர் நோய்வாய்ப்பட்டபோது லெப்டினென்ட் ஜெனரல் ஹர்பக்ஷ் சிங் தலைமை ஏற்றார். அவர் கள அனுபவம் உள்ளவர். தவிர அனைவராலும் மதிக்கப் பட்டவர். அவர் போதுமான அளவுக்கு பாதுகாப்பு ஏற்பாடுகளை சீர்செய்யும் முன் கௌல் டெல்லியிலிருந்து மீண்டும் பொறுப்பை ஏற்கத் திரும்பி வந்து விட்டார்.

அக்டோபர் 25 அன்று சீனர்கள் தவாங்கைக் கைப்பற்றினர். அவர்கள் அந்த இடத்தில் நிலைகொண்டபோது, இந்தியர்கள் ஏமாந்துபோய், செயலற்று இருந்தனர். உண்மையில் சீனர்கள் செ-லாவுக்கான சாலையை செப்பனிட்டுக் கொண்டிருந்தனர். நவம்பர் 14 அன்று இந்தியர்கள் எதிரிகளுடைய வாலாங் முகாம் அருகே மறு தாக்குதல் நடத்த உத்தேசித்திருந்தனர். இதற்கிடையில் செ-லாவுக்கு வடக்கே சண்டைகள் ஆரம்பித்தன. மீண்டும் சீனர்களே பயனடைந்தனர். இந்தியத் தளபதி, குழப்பத்தில் படைகளைப் பின்வாங்க உத்தரவிட்டார். படைகள் பொம்டிலாவை நோக்கிப் பின்வாங்கிக்

கொண்டிருந்தபோது சீனர்கள் ஏற்கெனவே அதற்கருகில் வந்துகொண்டிருந்தனர். இந்தியர்களுக்குப் பின்புறம் இருந்த சாலை துண்டிக்கப்பட்டது. ஓடும்போதே பெரும்பகுதியினர் சுட்டுத் தள்ளப்பட்டனர். மற்றவர்கள் ஆயுதங்களைக் கீழே போட்டுவிட்டு தனியாகவோ சிறுசிறு குழுக்களாகவோ தப்பியோடினர். செ-லா எளிதாகக் கைப்பற்றப்பட்டது. பிறகு பொம்டிலாவும் விரைவில் விழுந்தது.[78]

பொம்டிலா வீழ்ச்சியடைந்தபிறகு அஸ்ஸாமிலும் பீதி நிலவியது. நவம்பர் 20-ம் தேதி தேஜ்பூரை அடைந்த இந்திய நிருபர் ஒருவர் அதைப் 'பேய் நகராக' கண்டார். நிர்வாகத்தினர், மாவட்ட ஆட்சியர் அலுவலகத்தில் கோப்புகளைக் கொளுத்திவிட்டும் உள்ளூர் வங்கிகளைக் கொளுத்தி ரூபாய் நோட்டுகளை எரித்துவிட்டும், கௌஹாத்திக்கு வந்துவிட்டனர். புறப்படும் முன் மனநோய் மருத்துவமனையின் கதவுகள், உள்ளிருந்தவர்களே குழப்பமடையும் வகையில் திறந்துவிடப் பட்டன.[79]

டெல்லியிலும் பம்பாயிலும் படையில் சேர இளைஞர்கள் வரிசைகளில் நின்றனர். படைவீரர்கள் தேர்வு மையங்கள் வழக்கமாகத் தூங்கி வழியும். வாரத்துக்கு இரண்டு நாட்களே திறந்திருக்கும். சேர வரும் பையன்கள் முதல் தேர்விலேயே தோற்றுவிடுவர். இப்போதோ மையங்களின் வெளிச்சுவர்களை ஆயிரக்கணக்கான எதிர்கால வீரர்கள் சூழ்ந்திருந்தனர். சிலர் கூலிகள், சிலர் ஆலைத் தொழிலாளிகள், சிலர் வேலையற்ற பட்டதாரிகள். இந்த நெருக்கடியான நேரத்தில், உடல் அமைப்புத் தேவை அளவுகள் குறைக்கப்படும் என்றும், அவர்களுக்கு உணவு உடையுடன் வாழ்க்கையில் ஒரு லட்சியமும் கிடைக்கும் என்றும் அவர்கள் நம்பினர்.[80]

ஏற்கெனவே போரிட்டுத் தோற்றவர்களைவிட இவர்கள் சிறப்பாக இருப்பார்கள் என்று தோன்றவில்லை. எப்படியும் அவர்களுக்கு வாய்ப்பு கிடைக்கவில்லை. அஸ்ஸாம் சமவெளிகளுக்குப் போகத் தயங்கிய சீனர்கள், ஒருதலைப் பட்சமாக நவம்பர் 22 அன்று போர்நிறுத்தத்தை அறிவித்தனர். நெஃபாவில் மக்மோஹன் கோட்டுக்கு வடக்கே சீனப்படைகள் பின்னுக்கு இழுத்துக்கொள்ளப்பட்டன. லடாக்கிலும் அதேபோல முன்பிருந்த நிலைகளுக்குப் படைகள் பின்வாங்கின.

சீனர்கள் ஏன் மூட்டை கட்டிக்கொண்டு வீடு திரும்பினர்? இந்திய அரசாங்கத்துக்கு ஆதரவாக இந்தியக் கம்யூனிஸ்டுகள் உள்பட எல்லாக் கட்சிகளும் ஒன்றுசேர்ந்ததால், அவர்கள் தயங்கியதாக சிலர் கருதினர். மேற்கத்திய வல்லரசுகள் இந்தியாவுக்கு ஆதரவளிப்பதாக உறுதிகூறியிருந்தனர்.[81] ஏற்கெனவே ஆயுதங்களும் பறந்து வந்துகொண்டிருந்தன. அரசியல் காரணங்களைத் தவிரவும் இயற்கை நிலையும் முக்கியமாது. குளிர் காலம் வந்துகொண்டிருந்தது. விரைவில் இமயம் பனி மூடிக் காணப்படும். இந்தியாவினுள் மேலும் முன்னேறிச் செல்லும்போது அவர்களுக்கான தேவைகளைக் கொண்டுவரும் வழிகள் நீண்டவை; அவற்றைப் பராமரிப்பதும் கடினம்.

போரின் முடிவை இவ்வாறு விவரித்தாலும் அதன் ஆரம்பத்தைப் புரிந்து கொள்வது கடினம். சீனத் தரப்பிலிருந்து வெள்ளை அறிக்கை எதுவும் வெளியிடப்படவில்லை. அவற்றைப் பற்றி குறிப்புப் பதிவுகள் வெளியில் எங்கும் இல்லை. ஒருவேளை இனி வராமலும் போகலாம். அத்தகைய ஒருங் கிணைந்த, கருத்துடன் மேற்கொள்ளப்பட்ட தாக்குதலுக்குப் பின்னணியில் பல ஆண்டுகளாக ஆயத்தம் மேற்கொள்ளப்பட்டிருக்க வேண்டும். அது நடந்த நேரம் பற்றி அப்போது சொல்லப்பட்ட, இப்போதும் சரியென்று தோன்றுகின்ற ஊகம் என்னவென்றால், இரண்டு வல்லரசு நாடுகளான ரஷ்யாவும் அமெரிக்காவும் கியூபாவின் ஏவுகணை பிரச்னையில் ஈடுபட்டிருந்ததால், பதிலடி கிடைக்கும் பயம் இல்லாமல் பீக்கிங் தன் முயற்சியை மேற்கொள்ளலாம் என்பதே.

ஆயுதங்கள், தகவல் தொடர்புச் சாதனங்கள், ராஜதந்திரம், படை அணி வகுப்புத் திட்டமிடல் அனைத்திலும் சீனாவின் உயர்வை எல்லைப்போர் சிறப்பாகக் காட்டிவிட்டது.[82] பாதுகாப்பு அமைச்சகப் புள்ளிவிவரப்படி 1,383 இந்திய வீரர்கள் கொல்லப்பட்டனர்; 3,968 பேர் சிறை பிடிக்கப்பட்டனர்; 1,696 பேர் தொலைந்துவிட்டனர். தற்காலப் போர் அடிப்படையில் இந்த இழப்பு சொற்பமே என்றாலும், இந்தியக் கற்பனையில் இது ஒரு மாபெரும் தோல்வியாகும்.[83]

இயல்பாகவே இதற்கான பலிகடாக்கள் தேடப்பட்டன. அடுத்து வந்த சில ஆண்டுகளில், படைத் தளபதிகள் பலரும், குற்றச்சாட்டுகளிலிருந்து தம்மை விடுவித்துக்கொள்ளும் வகையில் நினைவுக் குறிப்புகளை எழுதினர். ஒவ்வொருவரும் தன் மீதான குற்றச்சாட்டை மற்றவர்மீது சுமத்தியும், தங்கள் எச்சரிக்கைகளைப் புறந்தள்ளிய அரசியல்வாதிகள் மீது குற்றம் சாட்டியும், நிறைவேற்ற இயலாத ஆணைகளைப் பிறப்பித்தவர்மீது குற்றம் கூறியும் தம்மை விடுவித்துக்கொள்ள முயன்றனர். போரின்போது, நடவடிக்கை களுக்குப் பொறுப்பு வகித்த மேஜர் ஜெனரல் டி.கே. பாலித் என்பவர் தன் நினைவுக் குறிப்பில், இந்தக் குறிப்புகள் பலவற்றிலும் குறிப்பிடத்தகுந்த முரண்பாடுகள் இருப்பதாகவும், ஒவ்வொருவரும் தங்களைக் காத்துக்கொள்ள சில வழிகளை வைத்திருந்தனர் என்றும் குறிப்பிடுகிறார். 'சம்பவங்கள் நடந்தபின் அதற்கான காரணங்களைச் சுட்டிக்காட்டுவதால், எந்தப் பயனும் இல்லை' என்றார் அவர்.[84]

இந்திய மக்களிடம் பொதுவாக வெளிப்பட்டது, நம்பிக்கை துரோகம் இழைக்கப்பட்டோம் என்பதே. தாங்கள் நம்பிக்கை வைத்திருந்த அண்டை நாட்டவரால் மனச்சாட்சியற்ற முறையில் மோசம் போனோம் என்றே இந்தியர்கள் நினைத்தனர். நேரு, சௌ என் லாய்க்கு எழுதிய கடிதத்திலும் பிறரைப் போலவே இந்த உணர்வுகளை வெளிப்படுத்தியிருந்தார். இந்தச் சச்சரவின் ஆழமான ஆரம்பங்களைத் தெரிந்துகொள்ள, ஒருவர் அவரது முந்தைய எழுத்துகளைப் பார்க்கவேண்டும். குறிப்பாக ஒரு நேர்காணலில் அவர், இந்தியத் தலைவராகப் பேசாமல், ஓர் உலக வரலாற்று மாணவராகப்

பேசுகிறார். 1959-ன் பிற்பகுதியில் எட்கர் ஸ்னோவிடம் பேசும்போது, 'சீன இந்திய சச்சரவின் அடிப்படைக் காரணம் இரண்டுமே 'புதிய தேசங்கள்' என்பதுதான். இதில் இரு நாடுகளும் புதிதாகச் சுதந்தரம் பெற்றவை. ஆற்றல் வாய்ந்த தேசியத் தலைமையின்கீழ் அவை ஒரு வகையில் வரலாற்றில் முதல்முறையாக அவர்களுடைய எல்லைகளில் 'சந்தித்துக் கொண்டனர்'. கடந்த காலத்தில் இரு நாடுகளுக்கு இடையே இடை மண்டலங்கள் இருந்தன. இரண்டு பக்கங்களுமே எல்லைகளிலிருந்து தூரத்தில் இருந்தன. எனினும் இப்போது அவை நவீன தேசங்களாக எல்லைகளில் சந்தித்தன. எனவே, அவை தங்களுடைய எல்லைகளை உறுதிப்படுத்திக்கொள்வதற்கு முன்பாக ஓரளவு சச்சரவு தோன்றுவது இயல்பே.'[85]

இந்திய சீனச் சண்டை என்பது, தேசிய கற்பிதங்களுக்கு இடையேயான; தேசிய தற்பெருமைகளுக்கு இடையேயான, தேசிய பாதுகாப்பற்ற தன்மைகளுக்கு இடையேயான; முடிவில் தவிர்க்க இயலாததாக, தேசியப் படைகளுக்கு இடையேயான மோதல். இந்தக் கோணத்தில், எவ்வளவு தனித்தன்மை வாய்ந்ததாகத் தோன்றினாலும், (தனித்தன்மையுடன் சங்கடப்படுத்தினாலும்) இது பொதுவாக உலகில் காணப்படுவதே. தற்கால உலகில், பிராந்தியங்களுக்கு இடையேயான போட்டிகள் மற்றும் சண்டைகளுக்கு பொதுவான சில அடிப்படைகள் உள்ளன. அவற்றைத்தான் நேரு, எட்கர் ஸ்னோவிடம் கூறியிருந்தார்.

இறுதி வரிகளை ஆலன் ஜின்ஸ்பெர்க் என்ற கவிஞரின் சொற்களுக்கு அளித்து விடுவோம். ஜின்ஸ்பெர்க் 1962 மார்ச்சில் இரண்டாண்டுப் பயணமாக துணைக்கண்டத்தில் மோட்சத்தை (நிர்வாணா) தேடி வந்தார். ஆகஸ்டில் எல்லையில் மோதல்கள் தீவிரமடைந்தன. அதை அவர் தம் நாட்குறிப்பில் எழுதிவைத்தார். அது இந்திய-சீன எல்லைச் சண்டையை சரியான கோணத்தில் பார்க்க உதவுகிறது.

1962-ல் நடந்த சண்டைகள்

அமெரிக்கா x ரஷ்யா பொதுவாக / சீனா x ஃபார்மோசா நாட்டுரிமை பெற / இந்தியா x சீனா எல்லைப் பிரச்னை / இந்தியா x பாகிஸ்தான் காஷ்மீர், மதம் / இந்தியா x போர்ச்சுகல் கோவாவைப் பெற / இந்தியா x நாகாக்கள் சுதந்தரத்துக்காக / எகிப்து x இஸ்ரேல் நிலப்பரப்பு, மதம் / கிழக்கு ஜெர்மன் x மேற்கு ஜெர்மன் இறையாண்மைக்காக / கியூபா x அமெரிக்கா கருத்தியல் ரீதியில் / வட கொரியா x தென் கொரியா இறை யாண்மைக்காக / இந்தோனேஷியா x ஹாலந்து நிலப்பரப்பு / பிரான்ஸ் x அல்ஜீரியா நிலப்பரப்பு / கறுப்பர்கள் x வெள்ளையர்கள் அமெரிக்கா / கடாங்கா x லியோபால்ட்வில் / ரஷ்ய ஸ்டாலினியவாதிகள் x ரஷ்ய குருஷ்சேவ்வாதிகள் / பெரு அப்ரா x பெரு ராணுவம் / அர்ஜன்டைனா ராணுவம் x அர்ஜன்டைனா பூர்ஷ்வாக்கள் / நவஜோ பெயோடிஸ்ட்கள் x நவஜோ ஆதிவாசிகள் பழங்குடி / மேற்கு இரியன்? / குர்துகள் x இராக் / கறுப்பர்கள் x வெள்ளையர்கள் தென்னாப்பிரிக்கா, இனம் / அமெரிக்க

செனகல் x சிவப்பு மாலி நிலப்பரப்பு / கானா x டோகோ நிலப்பரப்பு / ருவாண்டா வட்டுசீ x ருவாண்டா பஹீடு பழங்குடி, அதிகாரம் / கென்யா காடு x கென்யா கானா பழங்குடி, அதிகாரம் / சோமாலி x எத்தியோப்பியா கென்யா, பிரெஞ்சு சோமாலி / திபெத் லாமாக்கள் x சீன திபெத்திய சமயச் சார்பற்றவர்கள் / இந்தியா x கிழக்கு பாகிஸ்தான் அஸ்ஸாம், வங்காளம் எல்லை, திரிபுரா / அல்ஜீரியா x மொராக்கோ சஹாரா

16

நம் காலத்தில் அமைதி

இது நமக்கு போதாத காலம்தான். தட்ப வெப்ப நிலையிலும் சரி; வருகின்ற சிக்கல்களிலும் சரி. குறிப்பாக காஷ்மீர், நமக்குத் தீராத தலைவலியைத் தந்துகொண்டிருக்கிறது.

- ஜி.டி. பிர்லாவுக்கு வல்லபபாய் படேல், மே 1949.

I

சீனப் போரில் இறந்துபோனது அல்லது காயமுற்றது பல்லாயிரம் வீரர்கள் மட்டுமல்ல. உடல்நலக் குறைவைக் காரணம் காட்டி தலைமைத் தளபதி ஜெனரல் பி.என். தாபர் பதவி விலகினார். படைகளுக்குத் தலைமைதாங்கி தோற்றுப்போன லெப்டினண்ட் ஜெனரல் பி.எம்.கௌல் முன்னதாகவே ஓய்வுபெற்றார். பாதுகாப்பு அமைச்சராக இருந்த வி.கே.கிருஷ்ண மேனன் பதவிநீக்கம் செய்யப்பட்டார். இவை எல்லாவற்றையும்விட மிகப்பெரும் விபத்து ஜவாஹர்லால் நேருவின் புகழுக்குத்தான்! நேருவின் பதினைந் தாண்டு பிரதமர் பதவிக்காலத்தில், விபரீத விளைவை ஏற்படுத்தியது இந்த எல்லைப் போர்தான். புரட்சிகரமான நிலச் சீர்திருத்தத்தைக் கொண்டுவர முடியாமல் போனது கிராமப்புற ஏழை மக்களைத்தான் பாதித்தது; கேரள கம்யூனிஸ்டுகளைப் பதவிநீக்கம் செய்தது அம்மாநிலத்தில் உள்ள பலருக்குக் கோபமூட்டியது. பிற பிரிவினர்களுக்கும் அதேபோல அரசுக்கு எதிரான வருத்தங்கள் உண்டு. ஆனால், நாட்டின் எல்லையைப் பாதுகாக்கத் தவறியது முற்றிலும் வேறுபட்ட ஒரு விஷயம். ராணுவத் தோல்விகளால் ஏற்படும் அவமானம் நாடு முழுவதிலும் உணரப்பட்டது.

கிருஷ்ண மேனனும் படையதிகாரிகளும் பலிகடாக்கள் ஆக்கப்பட்டனர். ஆனாலும் அந்தப் பெருந்துயருக்கு, அரசாங்கத்தின் தலைவர் என்ற

முறையிலும், குறிப்பாகச் சீனா பற்றிய கொள்கைகளை வழிநடத்தியவர் என்ற வகையிலும், பொறுப்பு தம்முடையதே என்பதை பிரதமர் தம் அடிமனத்துள் அறிந்திருந்தார்.

அந்த மனப்பாங்கையும் கொள்கைகளையும் இப்போது மறு ஆய்வு செய்ய வேண்டியிருந்தது. வல்லபபாய் படேல் நீண்டகாலத்துக்கு முன்பாகவே உணர்ந்திருந்ததைக் கடைசியில் நேருவும் உணர நேர்ந்தது. சீனாவின் கம்யூனிஸம் என்பது போர் நாட்டம் மிகுந்த தேசியத்தின் வடிவமன்றி வேறல்ல. சோவியத் யூனியனும் நடுநிலை வகித்துவிட, படை உதவியுடன் முன்வந்த அமெரிக்காவின் பக்கம் இந்தியாவைச் சாயுமாறு எல்லைப்போர் தூண்டிவிட்டது. இம்மாற்றத்துக்கு மிக முக்கியமான பங்காற்றியவர் புதுடெல்லியில் அமெரிக்கத் தூதராக இருந்த ஜான் கென்னத் கால்பிரெய்த். இவர் சுதந்தரமான சந்தைப் பொருளாதாரக் கொள்கையில் நம்பிக்கை இல்லாத ஹார்வர்ட் பொருளாதாரப் பேராசிரியர்; கலை, வரலாற்றறிஞர். இனிய இயல்பும் அறிவும் நிறைந்தவர். இந்தியர்களைப் பொருத்தமட்டில், கால்பிரெய்த் மற்ற அமெரிக்கர்கள் போன்றே தோன்றவில்லை (உண்மை யிலே அவர் பிறப்பால் கனடாவைச் சேர்ந்தவர்). வாஷிங்டனில் நிலவரம் மாறிக்கொண்டு வந்தது. அங்கு இளம் ஜனாதிபதி ஜான் எஃப் கென்னடி, உள்நாட்டில் அலட்சியப்போக்கும், வெளிநாட்டில் அடாவடிப் போக்கும் கொண்டிருந்த அமெரிக்காவின் தோற்றத்தை மாற்ற முயற்சி செய்து கொண்டிருந்தார். இந்தச் சுதந்தர சூழல்தான் கால்பிரெய்த்தை இந்தியாவுக்குக் கொண்டுவந்தது.

1961 ஏப்ரலில் அவர் தூதராகப் பொறுப்பேற்றதுமுதல் நேருவிடம் நற்பெயர் பெறத் தொடங்கினார். அவர்கள் கலை, இசை, இலக்கியம் குறித்து விவாதித்தனர். இது, இந்தியத் தரப்புக்கு தினசரி பணிச்சுமையிலிருந்து வரவேற்கத்தகுந்த மாறுதல். அமெரிக்கத் தரப்புக்கோ, அந்நாட்டுக்கு எதிரான மனப்போக்கை புத்திசாலித்தனமாக மாற்றும் முயற்சி. 1962 மார்ச்சில் அமெரிக்க ஜனாதிபதியின் மனைவி ஜாக்குலின் கென்னடி இந்தியப்பயணம் மேற்கொண்டு தாஜ்மஹாலையும் ராஜபுத்திரக் கோட்டைகளையும் கண்டுவிட்டு, பிரதமருடன் உரையாடினார்.

நேரு, திருமதி கென்னடியின் அறிவால் கவரப்பட்டது போலவே அவரது அழகாலும் கவரப்பட்டார். சீனாவுடன் போர் ஏற்படாமல் இருந்திருந்தால், இருவருக்குமான நட்பு மேலும் இறுகியிருக்கக்கூடும். நவம்பர் 9-ல் நடைபெற்ற முதல் தாக்குதல்களுக்குப்பிறகு கால்பிரெய்த் பிரதமரைச் சந்திக்க அழைக்கப்பட்டார். அவர் நேருவை ‘மிகுந்த களைப்புற்றவராகவும், சற்றே தோல்வி பயம் கொண்டவராகவும்’ கண்டார். (அன்று காலை நாடாளு மன்றத்தில் அவர் ஆற்றிய சொற்பொழிவு சர்ச்சிலின் சொற்பொழிவை நினைவுப்படுத்தியது.) அமெரிக்காவிடமிருந்து படையுதவியைக் கேட்டிருந்தனர். இதன் விலையைப் பணத்தால் மட்டும் மதிப்பிட்டுவிட முடியாது. ஏனென்றால், கால்பிரெய்த் ஜனாதிபதி கென்னடிக்கு எழுதியது போல, ‘நேரு வாழ்நாள் முழுவதும் அமெரிக்கா மற்றும் இங்கிலாந்திலிருந்து

உதவிபெறுவதைத் தவிர்க்கவே விரும்பியிருந்தார். அவரது கௌரவம் அவரைத் தடுத்தது. அவரது வயதும்கூட அதற்குக் காரணம். இப்போது அவருக்கு தனிப்பட்ட விருப்பு வெறுப்புகளோ அரசியல் கொள்கைகளோ அவ்வளவு முக்கியமானவை அல்ல. சுதந்தரத்தைக் காப்பாற்றுவது மட்டுமே முக்கியம். ஓரளவுக்கு நாம் இதைக் கனிவாகப் பார்க்கலாம் எனக் கருதுகிறேன்.'[1]

நவம்பர் கடைசியில் ஆயுதங்கள் வர ஆரம்பித்தன. கூடவே, விமானத்தில் வீரர்களும் வந்தனர். ஓர் அமெரிக்கப் பத்திரிகையாளர், 'இதன் பொருள் அவருடைய (நேருவின்) அணிசேராக் கொள்கையின் வீழ்ச்சியே' என்று எழுதினார். பலருக்கு அமெரிக்க வீரர்களின் கருநீலச் சீருடைகள், தோல்வி என்ற அர்த்தத்தைத் தாங்கி வந்தன.[2] ஆனால் அமெரிக்கத் தூதருக்கு அச்சீருடைகள் வாய்ப்பு என்னும் பொருள்பட அமைந்திருந்தன. சோவியத் யூனியனைவிட அதிக பலத்துடன் பயமுறுத்தும் ஒரு கம்யூனிஸ்ட் அரசை அடக்கிவைப்பதற்கு இந்த நட்புறவு ஒரு தொடக்கமாக இருக்கக்கூடும். ஜனாதிபதி கென்னடிக்கு கால்பிரெய்த் எழுதினார்:

'சீனர்கள் சோவியத் யூனியனுடன் கோட்பாட்டு அடிப்படையில் மோதிக் கொள்ளவில்லை. ஆனால், புரட்சி பற்றி கருத்துகளில் மாறுபட்டிருந்தனர். விரிவாக்கத்துக்கான நிலப்பரப்பு, அவர்கள் பக்கம்தான் இருக்கிறது. அவர்கள் வழியில் குறுக்கே நிற்கும் ஒரே ஆசிய நாடு இந்தியா. பொறுப்பை ஏற்கும் ஒரே மேற்குலக நாடு, அமெரிக்கா. இந்த இரு நாடுகளுக்கிடையே, ஒன்றை யொன்று புரிந்துகொண்டு செயல்படும் நட்புப் போக்கு இருக்கவேண்டும் என்று எனக்குத் தெளிவாகப் படுகிறது. இந்தியாவின் அரசியல் நிலை, புவியியல் நிலை, அரசியல் ஆற்றல், மனித வளம் முதலியவற்றைப் பயன்படுத்திக்கொள்ள நாம் முயற்சி செய்யவேண்டும்.'[3]

II

இந்திய வேண்டுகோளுக்கு இசைந்து, கென்னடி பத்து லட்சம் சுற்று இயந்திரத் துப்பாக்கி குண்டுகள், 40,000 கண்ணி வெடிகள், ஒரு லட்சம் பீரங்கிக் குண்டுகள் ஆகியவற்றை அனுப்ப அனுமதி அளித்தார்.[4] என்றாலும், கால்பிரெய்த்தின் எதிர்பார்ப்பைவிட இவை பல மடங்கு குறை வானதே. ஆனால், இந்தியாவின் தேவைகளுக்கு இவை போதுமானதுதான் என்று மற்ற அமெரிக்கர்கள் கருதினர். இந்தியாவுக்கு அமெரிக்கா ஆயுத உதவி அளிப்பதை கடுமையாக எதிர்த்தவர் ரிச்சர்ட் பி. ரஸ்ஸல். இவர் அமெரிக்க செனட்டின் உறுப்பினர்; செனட் பாதுகாப்புப்படை குழுவின் நீண்டகாலத் தலைவர். அமெரிக்காவின் ஜார்ஜியா மாகாணத்தைச் சேர்ந்தவர். பிற்போக்காளர். இன, நிறவாத ஒழிப்பை எதிர்த்தவர். ரஸ்ஸல் இந்தியாவை 'நம்பத்தகாத நண்பர்' என்றும், நேருவை, 'உணர்ச்சிகளோடு விளையாடும் அரசியல் பேச்சாளர்' என்றும் உள்ளொன்று வைத்து புறமொன்று பேசுபவர் என்றும் முன்னர் குறிப்பிட்டிருக்கிறார். அவர், நவீன போர்க்கருவிகளை

இந்தியாவுக்கு அளிப்பதற்கு தான் எதிராக இருப்பதற்கு முக்கியக் காரணம், அந்த ஆயுதங்கள் சீனர்களிடம் போய்ச்சேர்ந்துவிடும் என்பதாலேயே என்று அஸோஸியேட்டட் பிரஸ் நிறுவனத்துக்கு அளித்த பேட்டியில் கூறினார்.

'எளிதில் நுழைய முடியாத மலைப்பகுதிகளில்தான் இந்தியர்கள் இருந்தனர். ஆனாலும் சீனர்களால் துரத்தியடிக்கப்படுவதை அவர்களால் தடுக்கமுடியவில்லை. அவர்கள் வெட்கக்கேடான நிலையில் காட்சியளித்தனர்' என்று செனடர் கூறினார். 'மேலும், அவர்கள் சண்டையிடத் தகுதியற்றவர்களாகக் காட்சி தருகிறார்கள்; நாம் அவர்களுக்கு ஆயுதங்களை அளித்தால் அவை கம்யூனிஸ்டுகள் கையில் சிக்கிவிடும்' என்றார். இந்தியாவுக்கு சிறிதளவு ஆயுதம் அளிப்பதையும் அவர் அப்போது ஏற்றுக்கொள்ளத் தயாராக இல்லை. அதே சமயம், இந்தியாவின் பழைய ஆட்சியாளர்களான பிரிட்டிஷார் இந்திய ராணுவப் படைகளை சீரமைத்து மறுபயிற்சி அளிக்கும் சூழல் அமைந்தால், தன் கருத்தை மறுபரிசீலனை செய்ய தயாராக இருப்பதாக ரஸ்ஸல் கூறினார்.[5]

ரஸ்ஸலின் கருத்துகள் அமெரிக்காவிலும் இந்தியாவிலும் பரவலாக விவாதிக்கப்பட்டன. இந்த விவாதங்களின் பின்னணியில், இந்திய அமெரிக்க உறவுகளைப் புரிந்துகொள்ளமுடியும். பலதரப்பட்ட கலாசாரங்களைக் கொண்ட பெரிய ஜனநாயக நாடுகளாக இரண்டும் இருப்பதால் அவை கூட்டாளிகளாகவும் இருக்கவேண்டும் என ஒருவர் எதிர்பார்க்கலாம். எனினும், இருவருக்கும் இடையே சந்தேக மேகங்கள் சூழ்ந்திருந்தன. இந்தியாவின் அணிசேராக் கொள்கை மீது அமெரிக்காவுக்கும், அமெரிக்கா பாகிஸ்தானுக்கு அளிக்கும் ராணுவ உதவிமீது இந்தியாவுக்கும் சந்தேகங்கள் இருந்தன. இரண்டுமே பிறருக்கு பெரும் போதனைகள் செய்துவந்த நாடுகள். ஜனநாயக லட்சியங்கள் கொண்ட நாடுகள். என்றாலும், அவர்களால் இணையமுடியவில்லை. தற்பெருமையும் நாட்டுப்பற்றும் அவர்களை விலக்கி வைத்திருந்தன.

கென்னடியும் கால்பிரெய்த்தும் செனடர் ரஸ்ஸலுடைய நிலையைக் கண்டு வருத்தமுற்றாலும், அமெரிக்காவின் மத்தியப் பகுதியில் செனடருக்குப் பேராதரவு இருந்தது. கான்ஸாஸில் உள்ள விச்சிதா என்னும் பகுதியைச் சேர்ந்த ஒரு நிருபர், ரஸ்ஸல் விடுத்த எச்சரிக்கைக்கு நன்றி தெரிவித்தார். 'அமெரிக்க நலனில் சிறிதும் நாட்டம் இல்லாத ஒரு நாட்டுக்கு நாம் ஏன் உதவி செய்யவேண்டும்? நம் பணத்தையும் உதவியையும் பெற்றுக்கொண்டு நமக்கு எதிராக அவதூறு செய்யும் ஒரு நாட்டுக்கு உதவிசெய்வது நமக்குப் பேராபத்தாக முடிந்துவிடும்.' கலிஃபோர்னியாவின் லூமிஸ் நகரைச் சேர்ந்த ஒரு பெண்ணும் இந்த கருத்தை ஏற்றுக்கொண்டார். 'கம்யூனிஸ்ட் ஆதரவாளரும் கபடதாரியும் அரசியல் நடிகருமான நேருவுக்கும் அவருடைய கம்யூனிஸ்ட் அமைச்சர்களுக்கும் ஒன்றும் அனுப்பக்கூடாது.' ஃப்ளோரிடாவில் இருந்த ஒரு தோட்டத்தைச் சேர்ந்த ஒருவர், 'இந்தியர்களுடைய தொல்லைகள், அவர்களுடைய செயல்களாலேயே விளைந்தவை' என்றார். மேலும், 'கம்யூனிஸ்டுகள் உலகம் முழுவதுமாகக் கோடிக்கணக்கான

மக்களை விழுங்கிக்கொண்டிருக்கும் நிலையில், இந்தியாவின் அணிசேராக் கொள்கைதான் அவர்களது பிரச்னையை அதிகப்படுத்தியுள்ளது' என்றார். தெற்கு சான் கேப்ரியல் பகுதியைச் சேர்ந்த 85 வயது டெமாக்ரடிக் கட்சி உறுப்பினர் ஒருவர் ரஸ்ஸலின் ஆட்சேபனைக்கு ஒப்புதல் அளித்தார். 'அறியாமையிலும் பட்டினிக் கொடுமையிலும் அவதிப்படும் இந்திய மக்களுக்கு, நேரு உள்ளிட்ட கம்யூனிஸ்ட் ஆதரவுத் தலைவர்களுக்கு, நம் அரசியலமைப்புக்கு எதிரான அணிசேராக் கொள்கையுடைய ஒரு நாட்டுக்கு, அமெரிக்க வரிப்பணத்தை பயன்படுத்துவதை எதிர்க்கிறேன்.'

செனடர் ரஸ்ஸல், தம் நாட்டிலிருந்து டஜன் கணக்கில் பாராட்டுக் கடிதங்களைப் பெற்றவண்ணம் இருந்தார். ஒரே ஒருவர் மட்டும் அவரை எதிர்த்தார். அவர், மதராஸில் இருந்த ஃபுல்பிரைட் என்ற அறிஞர். 'இந்தியாவுக்கு உதவ மறுத்து பாகிஸ்தானுக்கு ஆயுதம் வழங்கும் கொள்கையை விடவேண்டிய நேரம் அது' என்றார் அவர். 'இந்தியா பெயர்பெற்ற ஜனநாயக நாடு. ஆனால், பாகிஸ்தான், ராணுவ சர்வாதிகார அரசு. இந்திய எதிர்ப்பு உணர்வை மட்டுமே வைத்துக்கொண்டு அரசியல் அங்கீகாரம் பெறும் நாடு. மேலும், இந்திய வீரர்கள் எளிதாகத் தோற்றுவிட்டார்கள் என்று கூறுவது உண்மையல்ல. அவர்கள் சில சமயங்களில் கடுமையாகப் போரிட்டிருக்கிறார்கள். அவர்களிடம் சிறந்த ஆயுதங்கள் இருந்திருந்தால், அவர்கள் சொந்தப் பிரதேசங்களைத் தக்கவைத்துக் கொண்டிருப்பார்கள். இப்போது இந்தியாவில் மேலும் படைகளுக்கு ஆள் சேர்த்துக்கொண்டிருக்கிறார்கள். அவர்களுக்குச் சரியானபடி ஆயுதங்கள் அளிக்கப்படுவது நம் நலனுக்கும் உகந்தது' என்றும் கூறியிருந்தார்.

செனடருக்கு வருத்தத்துடனும் கோபமாகவும் இந்தியர்களிடமிருந்தும் கடிதங்கள் வந்தன. பம்பாய் நிருபர் ஒருவர், நேரு, சீனாவின் திட்டம் பற்றிக் குழப்பமான சிந்தனையிலேயே இருந்தார் என்பதை ஏற்றுக்கொண்டார். ஆனால், 'தைரியமும் எதிர்த்து நிற்கும் ஆண்மையும் வெள்ளைத் தோலுக்கு மட்டுமே சொந்தம் என்ற ரஸ்ஸலின் மறைமுகக் கூற்றை' ஏற்க மறுத்தார். இந்திய வீரர்கள் துணிவிலும் ஆற்றலிலும் அமெரிக்க வீரர்களுக்குச் சமமானவர்கள். அதை அவர்கள் இரு உலகப் போர்களின் களங்களிலும் காட்டியிருக்கிறார்கள். (மேனனுடைய செயல்களால்) அவர்களுக்குப் போதுமான போர்த்தளவாடங்கள் கிடைக்கவில்லை. இந்திய வீரர்கள் விமானப் பாதுகாப்பு, தானியங்கித் துப்பாக்கிகள், காதுக் கவசங்கள், ரேஷன், உற்சாகம் அளிக்கும் சக்தி எதுவும் இன்றி முன்னணியில் செயல்பட்டனர்' என்றும் அவர் எழுதினார்.

ரஸ்ஸலின் அறியாமைக்கும் அகந்தைக்கும், நாவலாசிரியரும் திரைப்பட வசனகர்த்தாவும் பெரும்புகழ் பெற்ற அறிவுஜீவியுமான க்வாஜா அஹமத் அப்பாஸ் சரியான பதிலடி கொடுத்தார். இந்தியா பற்றி மேலைநாட்டினர் உதிர்த்த முட்டாள்தனமான குறிப்புகள் ஏராளமாக இருக்கின்றன. ரஸ்ஸலின் பேட்டி தேவையற்ற அவதூறுகளையும் விஷமங்களையும் அத்துடன் சேர்த்

கின்றன என்றார். அப்பாஸ் தொடர்ந்து எழுதினார். 'செனடர் ரஸ்ஸல் அவர்களே, ராணுவப் படுதோல்விகளுக்கு அவமானகரமான எடுத்துக் காட்டுகள் வேண்டும் என்றால், உங்கள் நாட்டுக்கு அருகிலேயே பேர்ல் ஹார்பரிலும், கொரியப் போரின் ஆரம்பகாலத் தோல்விகளிலும், பிக்ஸ் வளைகுடாவிலும் பார்க்கலாம்' என்றார். இந்திய வீரர்கள் எல் அலமைன் போர்க்களத்தில் ரோமலை முறியடித்ததையும், ஐரோப்பா மற்றும் ஆப்பிரிக்கப் பகுதிகளின் 'சுதந்தர உலகத்தை' ஹிட்லரிடமிருந்து காப்பாற்றப் போரிட்டதையும் ஜெனரல் ஐஸன்ஹோவர் பாராட்டி இருந்ததை, குறிப்பிட்டு எழுதியிருந்தார்.

1962-லும், அதற்குப் பிறகும் இந்தியர்களுக்கும் அமெரிக்கர்களுக்கும் இடையே நிலவிய கருத்து வேறுபாடுகளை செனடர் ரஸ்ஸலின் கருத்துகள் வெளிச்சத்துக்குக் கொண்டுவந்தன. இவற்றுக்குப் பின்னால் பல்வேறுபட்ட வெளியுறவுக் கொள்கைக் கருத்துகளும், தேசிய நலன்களும், ஒன்றுக்கொன்று ஒத்துவராத கலாசார உண்மைகளும் இருந்தன. இவ்விரு மக்களும் வேறு பட்ட வகையில் உண்டனர், பாடினர், உடுத்தினர், சிந்தித்தனர். ஜாக்ஸன்வில்லைச் சேர்ந்த செனட்டரின் ஆதரவாளர் ஒருவர், 'நேரு தன்னளவில் ஒரு வெள்ளைக்காரராக (Caucasian) இருந்தாலும், அரசியல் ரீதியில் அவ்வாறானவர் கிடையாது. தலைகீழாக நிற்கும் ஒருவருடன் எப்படி ஒன்றுபடுவது?' என்று எழுதினார். இது ஜவாஹர்லால் நேருவின் யோகா ஆர்வம் பற்றியது. அமெரிக்க வாழ்க்கைமுறைக்கு அது அப்போது முற்றிலும் அந்நியமானதாக இருந்தது.[6]

III

சீனாவால் அடைந்த தோல்வி, உலக அரங்கில் நேருவின் செல்வாக்கைக் குறைத்தது. உள்நாட்டிலும் அவருடைய மதிப்பு குறைந்தது. அவரது தலைமைக்கு எதிராக விமரிசனங்கள் அதிகரித்தன. 1963 கோடையில் நடந்த முக்கிய இடைத்தேர்தல்களில் காங்கிரஸ் தோற்றுபோனது. எதிர்க்கட்சித் தலைவர்களான மினு மஸானி, ஜே.பி. கிருபளானி, ராம் மனோஹர் லோஹியா ஆகிய மூவரும் நாடாளுமன்றத்தில் நுழைந்தனர்.

1963 ஜூனில் நேரு, பத்திரிகை நிருபர் கூட்டம் ஒன்றைக் கூட்டினார். அது பல மாதங்களுக்குப் பிறகு முதன்முறையாகக் கூட்டப்பட்டது. கூட்டம் 90 நிமிடம் நீடித்தது. சீனர்களிடம் அவர் கொண்டிருந்த கோபம் அப்போது வெளிப்பட்டது. பீக்கிங்கிலிருந்து வெளிப்பட்ட பொய்களையும் அவதூறு களையும் பற்றி அவர் பேசினார். போர் பற்றியும், இந்தியாவுக்கு ஏற்பட்ட தோல்வி பற்றியும் விவரித்தார். 'சீனர்கள் போர்ப் பிரியர்கள். ராணுவத்துக் கான சாலை அமைத்தல், போருக்குத் தயாராதல் போன்ற பணிகளுக்கே அவர்கள் முக்கியத்துவம் கொடுத்துவந்தனர். அந்த ஆட்சியின் ஆரம்பம் முதலே ராணுவத் தளவாடங்களை வலிமைப்படுத்துவதில்தான் அவர்கள் கவனம் செலுத்தி வந்தனர். உள்நாட்டுப்போர்கள் இன்னமும் அங்கே

தொடர்ந்துகொண்டிருக்கின்றன என்பதால் அவர்கள் வலிமை வாய்ந்தவர்களாக இருக்கிறார்கள்' என்றும் கூறினார்.[7]

நேரு மேலும் பேசுகையில், 'என்னைத் தனிப்பட்ட முறையில் தாக்குவதில் சீனர்கள் நம் எதிர்க்கட்சித் தலைவர்களோடு ஒரே அணியில் சேர்ந்துகொள்கிறார்கள். நம் எதிர்க்கட்சித் தலைவர்களைப் பொருத்தவரையில், கொள்கை எதற்கும் மதிப்பளிக்காமல் எவருடனும், எல்லாருடனும் அவர்கள் சேர்ந்துகொள்கிறார்கள். அவர்களில் சிலர், சீனர்களுடன்கூட ஒன்றுசேரும் காலம் வந்தாலும் வரக்கூடும்.'

விரைவில், எதிர்க்கட்சித் தலைவர்கள் உண்மையாகவே நாடாளுமன்றத்தில் நம்பிக்கையில்லா தீர்மானம் ஒன்றைக் கொண்டுவருவதற்காக ஒன்று சேர்ந்தனர். 1947 ஆகஸ்டு தொடங்கி 1962 நவம்பர் முடிவதற்குள் இப்படி ஒரு சம்பவம் நடக்கும் என்பது எண்ணிப்பார்க்க முடியாதது. தீர்மானத்தை எளிதாகத் தோற்கடிக்கும் அளவுக்கு காங்கிரஸிடம் ஓட்டுகள் இருந்தன. ஆனால் விவாதம் நான்கு நாட்கள் நடந்தது. அதில் பிரதமர், அவருடைய கட்சி மற்றும் ஆட்சிக்கு எதிராக பல முக்கியமான விமரிசனங்கள் முன்வைக்கப்பட்டன.[8]

நாடாளுமன்றத்துக்கு உள்ளேயும் வெளியேயும் எழுந்த விமரிசனங்கள் காங்கிரஸ் தலைவர்களை மறுபரிசீலனை செய்யக் கோரியது. பதினைந்து வருடங்கள் ஆட்சியில் இருந்துவிட்ட திருப்தியில் அடிமட்டத்தில் என்ன நடைபெறுகிறது என்பதை அறிய வாய்ப்பில்லாமல் போய்விட்டது. இடைத் தேர்தல் தோல்விகளிலும், திராவிட முன்னேற்றக் கழகம் (திமுக) போன்ற பிராந்தியக் கட்சிகளின் வளர்ச்சியிலும் காங்கிரஸின் மெத்தனம் வெளிப்பட்டது. மதராஸின் முதல்வர் காமராஜையும் தி.மு.க.வின் வளர்ச்சி அச்சுறுத்தியது. திமுகவின் வளர்ச்சியைக் கட்டுப்படுத்தவும் காங்கிரஸ் கட்சிக்குள் சீர்கேட்டை வேரறுக்கவும், மூத்த காங்கிரஸ் தலைவர்கள் தங்கள் பதவியை விட்டு விலகி, கட்சிக்கு உத்வேகம் அளிக்கவேண்டும் என காமராஜ் பரிந்துரைத்தார்.

காமராஜ் திட்டப்படி பதவி விலகிய ஆறு முதல்வர்களுள் காஷ்மீரின் பக்ஷி குலாம் முகமதுவும், காமராஜுமே அடங்குவர். மத்திய மந்திரிசபையில் ஆறு மூத்த மந்திரிகளும் பதவி விலகினர். அவர்களுள் ஜகஜீவன் ராம், மொரார்ஜி தேசாய் மற்றும் லால் பகதூர் சாஸ்திரியும் அடங்குவர்.[9]

பிரதமர் தன் பணியில் தொடர்ந்தார். அவர் உடலளவிலும் மனத்தளவிலும் பலவீனமடைந்திருந்ததைக் காணமுடிந்தது. சோஷலிஸ்ட் கட்சி உறுப்பினர் ஹெச்.வி. காமத், நேருவின் நிலையை இவ்வாறு குறிப்பிடுகிறார்: 'ஒரு முதியவராக, பலவீனமான களைத்த தோற்றத்தில், மெதுவாகத் தள்ளாடும் நடையில், தடுமாறியபடி தன் இருக்கைக்கு நேரு வந்து சேர்ந்தார். படிகளில் இறங்கும்போது விழாமல் இருக்க பெஞ்சுகளின் பின் உள்ள சாய்வுச் சட்டங்களை ஆதரவாகப் பிடித்துக்கொண்டு வந்தார்.' ஹெச். வி. காமத்தின்

மனம் சென்னையில் காங்கிரஸ் மாநாட்டில் கண்ட நேருவின் முந்தைய தோற்றத்தைக் காணப் பின்னோக்கிச் சென்றது. தான் மிகவும் மதித்துப் போற்றிய அந்த மனிதர் அப்போது, 'உற்சாகமாக (நல்லமுறையில்) மெலிந்த உடலில், நிமிர்ந்து' நின்றுகொண்டிருந்தார். அலகாபாத் வீட்டில் ஒரு சமயத்தில் இரண்டு படிகளை ஒரே தாவலில் தாண்டி நேரு செல்ல, காமத்தும் அவரைப் பின்தொடர்ந்து மாடிக்குச் சென்றார்.[10]

நேருவின் மரணம் பற்றி இந்தியர்கள் வெளிப்படையாக நினைத்துக்கூடப் பார்க்கவில்லை. ஆனால் மேற்கத்திய பார்வையாளர்களுக்கு அப்படிப்பட்ட தடை எதுவும் இல்லை. 1963-ல் அமெரிக்கப் பத்திரிகையாளர் வெல்ஸ் ஹேங்கன், 'நேருவுக்குப் பின் யார்?' என்ற தலைப்பில் புத்தகம் ஒன்றை கொண்டுவந்தார். இது நேருவின் வாரிசாக கிட்டத்தட்ட எட்டு பேரைப் பட்டியலிட்டது. ஒவ்வொருவருக்கும் தனி அத்தியாயம் ஒதுக்கப்பட்டது. ஆறு பேர், காங்கிரஸ் கட்சியினர். மொரார்ஜி தேசாய், வி.கே. கிருஷ்ண மேனன், ஒய்.பி.சவான், லால் பகதூர் சாஸ்திரி, எஸ்.கே.பாடில் மற்றும் ஒரே பெண் வேட்பாளராக இந்திரா காந்தி. ஏழாவது நபர், சமூகத் தொண்டரும் சமூகப் புரட்சியாளராகவும் இருந்த ஜெயப்பிரகாஷ் நாராயண். கடைசியாகப் பட்டியலில் இடம்பெற்றவர் ஜெனரல் பி.எம்.கௌல்.[11]

இப்போது எழும் கேள்வி, நேருவுக்குப் பின் யார் என்பது மட்டுமல்ல. நேருவுக்குப் பின் என்ன என்பதும்தான். ஹேங்கனுடைய புத்தகம் வெளியான சிறிது காலத்துக்குப் பிறகு, லண்டன் சண்டே டைம்ஸ் நிருபர் இந்தியாவில் பல வாரங்கள் சுற்றுப்பயணம் செய்தார். அவர் கண்டது அந்த காலத்து நேருவை அல்ல. சமீபத்தில் அடைந்த வீழ்ச்சியால் பாதிக்கப்பட்ட நேருவை. அம்மனிதரின் வீழ்ச்சி, நாட்டின் வீழ்ச்சியாகப் பிரதிபலித்தது. செயல்திறனும் துடிதுடிப்பும் லட்சியங்களும் கொண்ட இளஞ்சீனாவுக்கு முற்றிலும் மாறாகக் காட்சியளித்தது இந்தியா. இங்கே அவர் கண்டது வார்த்தைகளால் விவரிக்க முடியாத வறுமையும் நம்பிக்கையற்ற ஆட்சிமுறையும்தான். நேரு மறைந்தபின் என்னவாகும்?

அந்த நிருபரின் கருத்து இது: 'கம்யூனிஸ்டுகள் ஒரு பக்கம். மாநிலங்களில் புதிதாக வளர்ந்துவரும் அரசியல் அடாவடி அமைப்புகள் இன்னொரு பக்கம். இத்தோடு சேர்த்து, மூன்றாவதாக, ராணுவம். இந்த மூவருக்கும் இடையில் நடைபெறும் போராட்டங்களில் இந்தியா சிக்குண்டுவிடும். இதுவரை ராணுவத் தளபதிகள் அரசியலிலிருந்து விலகியே இருந்து வந்துள்ளனர். இந்தியா சிதைவுறும்போது அல்லது கம்யூனிஸத்தால் ஈர்க்கப்படும்போது அவர்கள் ஒதுங்கி நிற்பார்களா? இதற்கிடையில், தகுந்த தலைமை இல்லாத ஓர் இந்தியாவை உலகம் ஏற்றுக்கொண்டாகவேண்டும். உதவிகளையும் ஆயுதங்களையும் கோரியபடி, அதே சமயம் பதிலுக்கு எந்தவித விளைவு களையும் ஏற்படுத்தாத ஓர் இந்தியாவை, உயிர்களை விழுங்கும் ஒரு தீயசக்திக்கு இரையாகப்போகும் ஓர் இந்தியாவை, ஆப்பிரிக்காவிலும் ஆசியாவிலும் ஆட்சியில் அதிகார தோரணையுள்ள ஒருவர் இருக்கவேண்டும்

என்ற நிலையில் அப்படி இல்லாத ஒருவர் ஆட்சி செய்யக்கூடிய ஓர் இந்தியாவை உலகம் ஏற்றுக்கொண்டாகவேண்டும்.'[12]

நேருவின் உடல்நிலை குன்றியதை அப்போதைய புகைப்படங்கள் தெளிவுபடுத்துகின்றன. தொங்கிப்போன தோள்கள், களைத்த, களையற்ற முகத்தோற்றம், வழக்கத்துக்கு மாறாக இடையில் வீங்கிய சதைப்பெருக்கம். 1963 செப்டம்பரில், இந்திரா காந்தி தன் தோழிக்கு எழுதிய கடிதத்தில், அவருடைய தந்தைக்கு வாரந்தோறும் ரத்த அழுத்தம், எடை மற்றும் சிறுநீர்ப் பரிசோதனைகள் செய்ய வேண்டியிருப்பதைப் பற்றி எழுதினார். 'உடல், மனம், உணர்ச்சி ஆகியவற்றின் அளவுமீறிய மிக அதிகமான சக்தி இழப்பால் களைத்துக் காணப்படுவது தவிர்க்க முடியாததே. இதற்காக உதவும் ஒரே மருந்து ஓய்வு.'[13]

இது அவருக்குக் கிடைக்கவே இல்லை. அந்த நிலையிலும் பிரதமர், வெளியுறவு அமைச்சருக்கான கடமைகளோடு சேர்த்து காங்கிரசுக்குப் புத்துயிர் ஊட்டவும் வேண்டியிருந்தது. கட்சி மற்றும் ஆட்சியின் நாடறிந்த ஒரே முகம் என்ற வகையில் மிகக் கடுமையான நிகழ்ச்சி நிரலை அவர் தொடர வேண்டியிருந்தது. இந்தியாவின் நான்கு மூலைகளிலும் பொதுக் கூட்டங்களில் பேசவும், பள்ளி, மருத்துவமனைகளைத் திறந்து வைக்கவும், கட்சித் தொண்டர்கள் இடையே உரையாற்றவும் வேண்டியிருந்தது. 1963 டிசம்பரில் சென்னை, மதுரை, சண்டிகர், கல்கத்தா, பிகார், பம்பாய் (இருமுறை) முதலிய இடங்களுக்குச் சென்றார்.[14]

பிரதமர் சென்றிருக்கக்கூடிய, ஆனால் செல்லாமல் தவிர்த்த ஓர் இடம் - நாகாலாந்து. 1963 டிசம்பர் முதல் தேதி, நாகாலாந்து ஒரு மாநிலமாகத் தோற்றுவிக்கப்பட்டது. மற்ற சந்தர்ப்பங்களில் நேரு தாமே அதனைத் தொடங்கிவைப்பதில் முனைப்பாக இருந்திருப்பார். இந்த முறை அவர் செல்லாததற்குக் காரணம் கோஹிமா பயணம் நீண்டதாகவும் கடினமான தாகவும் இருந்தது. தவிரவும், 1953-ல் அவருக்குக் கிடைத்த விரோதமான எதிர்ப்புகள் அவர் நினைவில் இருந்தன. நிகழ்ச்சியை புதிய ஜனாதிபதி சர்வேபள்ளி ராதாகிருஷ்ணன் நடத்திவைத்தார். எனினும், புதிய முதல்வரும் அவருடன் பதவியேற்ற அமைச்சர்களும் துரோகிகள் என்று தலைமறைவு நாகர்களால் நிராகரிக்கப்பட்டனர். கிளர்ச்சியாளர்களுடைய அதிகாரம் இன்னமும் மாநிலத்தின் பெரும்பகுதிகளில் செல்லுபடியாகிக் கொண்டிருந்தது.[15]

1964 ஜனவரியில் மீண்டும் நேரு காங்கிரசின் ஆண்டுக்கூட்டத்தில் கலந்து கொள்ள ஒரிஸாவின் தலைநகர் புவனேஸ்வர் சென்றார். அங்கு மேடையிலேயே சரிந்து விழுந்தார். டெல்லிக்கு விரைவாகக் கொண்டு செல்லப்பட்டார். பரிசோதனை முடிவின்படி, அவருக்கு லேசான பக்கவாதம் ஏற்பட்டிருந்தது. ஒரு பத்திரிகைத் தலைப்பு, 'நேருவின் உடல்நலக் குறைவால் புவனேஸ்வர் கூட்டத்தில் இருள் படிந்தது' என்று கூறியது.[16]

IV

சீனப்போர் நேருவை உள்நாடு, வெளிநாடுகளில் மட்டும் இன்றி காங்கிரஸ் கட்சிக்குள்ளும் பலவீனப்படுத்திவிட்டது. முடிவெடுக்கும் அதிகார மையம் இப்போது பிரதமர் இல்லத்திலிருந்து நாடாளுமன்ற காங்கிரஸ் கட்சிக்கு மாறிவிட்டது. பெரியதோ சிறியதோ எந்த விஷயத்திலும், முன்புபோல எப்போதும் நேருவின் விருப்பப்படி கட்சி செயல்படவில்லை.[17] உதாரணமாக, காமராஜ் திட்டத்தால் அரசாங்கம் பலருடைய திறமையையும் அனுபவத்தையும் இழந்துவிடும் என்பதால் நேரு அதை வரவேற்கவில்லை.

உடல்நலக் குறைவுக்குப் பிறகு நேரு, லால் பகதூர் சாஸ்திரியை மந்திரி சபைக்குத் திரும்பவும் அனுப்பிவைக்க கட்சியை வற்புறுத்தினார். சாஸ்திரி அலுவலகரீதியாக இலாகா பொறுப்பு இல்லாத மந்திரி என்று அழைக்கப் பட்டார். ஆனால் உண்மையில் பிரதமருக்கு மாற்றாகச் செயல்பட்டார். இருவரும் மொழியால், சொந்த மாநிலத்தால், ஒரே சிறையில் ஒரே நேரத்தில் இருந்த வரலாற்றால் பங்காளிகள். இயல்பான அமைதியான, அடக்கமான தோற்றம் முதலியவற்றால் மாறுபட்டு நின்ற சாஸ்திரியை நேரு விரும்பினார், நம்பினார்.

சாஸ்திரிக்கு நேரு அளித்த முதல் பணி ஜம்மு-காஷ்மீர் பற்றியது. 1963 டிசம்பர் 7 அன்று ஸ்ரீநகர் ஹஸரத்பால் மசூதியில் இருந்த புனிதச் சின்னமான இறைத்தூதர் முகமது நபியின் தலைமுடி களவுபோனது நெருக்கடியை உருவாக்கியது. அது மறைந்த ஒரு வாரத்தில் அந்த நினைவுச்சின்னம் மர்மமான முறையில் மீண்டும் அம்மசூதியிலேயே காணப்பட்டது. அது எவ்வாறு மறைந்தது என்பதும் எவ்வாறு திரும்பக் கிடைத்தது என்பதும் எவருக்கும் தெரியாது. இப்போது அந்த இடத்தில் இருந்த அந்த நினைவுச் சின்னம் உண்மையானதா, போலியானதா என்பதும் ஒருவருக்கும் தெரியாது.

ஜனவரி மாதத்தில் பள்ளத்தாக்கில் எதிர்ப்புகளும் மறியல்களும் நடந்த வண்ணம் இருந்தன. சிறிது சிறிதாக, இந்த அலைகள் முஸ்லிம் உலகில் பரவின. தூரத்திலிருந்த கிழக்கு பாகிஸ்தானில் நடந்த கலவரம் சிறுபான்மை இந்துக்கள்மீது பாய்ந்தது. நூற்றுக்கணக்கில், ஆயிரக்கணக்கில் இந்துக்கள் இந்தியாவுக்கு ஓடிவந்தனர். இப்போது இந்தியாவில், முஸ்லிம்களுக்கு எதிராக பழிவாங்கும் விதத்தில் கலவரங்கள் நேரும் சூழல் நிலவியது.

ஜனவரி கடைசி வாரத்தில் நேரு, சாஸ்திரியை காஷ்மீருக்கு அனுப்பி வைத்தார். உள்ளூர் அதிகாரிகளையும் அரசியல்வாதிகளையும் கலந்துபேசிய பிறகு, புனிதச்சின்னத்தின் உண்மைத்தன்மையை உறுதிசெய்ய சிறப்புக்காட்சி ஒன்றுக்கு ஏற்பாடு செய்தார். மூத்த மதத் தலைவர்கள் குழு ஒன்று அந்த நினைவுச்சின்னத்தைப் பார்வையிடுவதற்கு ஏற்பாடு செய்யப்பட்டது. புனிதச்சின்னம் உண்மையானதுதான் என்று பிப்ரவரி 3 அன்று அந்தக் குழு உறுதிசெய்தது. இந்த அமைதி தொடர, இந்திய அரசாங்கம், இடதுசாரி கருத்துகளுக்கும் நேர்மைக்கும் பெயர்பெற்ற ஜி.எம். சாதிக் என்பவரை காஷ்மீர் முதல்வராக நியமித்தது.[18]

காஷ்மீரில் நடைபெறும் எந்த விஷயமும் முழுத் துணைக்கண்டத்திலும் விளைவுகளை ஏற்படுத்தும் என்பதை ஹஸரத்பால் சம்பவம் மீண்டும் உணர்த்தியது. சீனாவிடம் ஏற்பட்ட தோல்வி, நேருவை காஷ்மீர் பிரச்னையில் ஓர் இறுதித் தீர்வை அடையவேண்டிய கட்டாயத்தை ஏற்படுத்தியது. ஏனென்றால், இந்தியாவால் இரு எதிர்ப்பு முனைகளைச் சந்திக்க முடியாது. இப்போக்கில் சிந்திக்க அவருடைய பழைய நண்பர் மௌண்ட்பேட்டன் பிரபு ஊக்கமளித்தார். அவர் கருத்து இதுவே. ஒரு காலத்தில் நேரு பெற்ற புகழ் இந்தியாவுக்குக் கிடைத்த புகழாக இருந்தது. இப்போது, அவரும் அவர் நாடும் காஷ்மீர் பிரச்னையைத் தீர்க்கத் தவறியதால், கறைபட்ட தோற்றம் ஏற்பட்டுவிட்டது. 'பாகிஸ்தானின் மனநிலை எப்படி இருந்தாலும் பரவா யில்லை என்று (காஷ்மீர்) பள்ளத்தாக்குக்குச் சுதந்தரம் அளிக்கும் ஆண்மை மிக்க செயலை' நேரு செய்திருந்தால் பிரச்னையைச் சரிசெய்துவிட முடியும் என்று மௌண்ட்பேட்டன் கருதினார்.[19]

உண்மையில் 1962, 1963 ஆண்டுகளில் இரு நாடுகளுக்கும் இடையிலான பிரச்னைகள் குறித்து பல சுற்றுப் பேச்சுவார்த்தைகள் நடந்தன. இதில் இந்திய அரசு சார்பில் அனுபவமிக்க ஸ்வரண் சிங்கும் பாகிஸ்தான் சார்பில் வளர்ந்து வரும் இளம் ஜுல்ஃபிகர் அலி புட்டோவும் கலந்துகொண்டு பேசினர். ஆனால் ஹஸரத்பால் சம்பவம் எடுத்துக்காட்டியது போல, சச்சரவின் மையப்புள்ளியான காஷ்மீர் மக்களின் உணர்வுகளைப் புறந்தள்ளிவிடுவது புத்திசாலித்தனமல்ல. அவர்களுடைய நாடியை நன்கு அறிந்தவர் ஷேக் அப்துல்லாவைத் தவிர வேறு யாராக இருக்க முடியும்? 1963 முடிவில், நேருவே ஏற்கெனவே ஷேக்கை விடுவிக்கும் எண்ணத்தில் இருந்தார். இதற்குள் அவர் பத்து ஆண்டுகள் சிறையில் கழித்துவிட்டார். மரணத்தின் அறிகுறியுடன் புவனேஸ்வரில் நேருவுக்கு ஏற்பட்ட நோயின் தாக்கம் இவ்விஷயத்தில் நேருவை மேலும் சிந்திக்கத் தூண்டியது. தான் இறக்கும்முன் அப்துல்லாவை விடுவித்து, காஷ்மீர் சிக்கலைத் தீர்க்க கடைசி முயற்சியை மேற்கொண்டால் என்ன?

V

1953 ஆகஸ்டில் ஷேக் அப்துல்லாவை இந்திய அரசு கைது செய்ததை நாம் நினைவுகொள்ளலாம். அவருக்கு எதிராகக் குற்றச்சாட்டுகள் எவையும் கொண்டுவரப்படவில்லை. அதேபோல 1958 ஜனவரியில் திடீரென விடுவிக்கப்பட்டார். அவர் பள்ளத்தாக்குக்குச் சென்றபோது, விமரிசையான வரவேற்பு கிடைத்தது. ஹஸ்ரத்பால் மசூதி உள்பட ஸ்ரீநகரில் மக்கள் நிறைந்த பல பொதுக்கூட்டங்களில் பேசினார். இது அதிகாரத்தில் உள்ள அவருடைய பகைவர்களை அஞ்சவைத்தது. ஏப்ரல் கடைசியில் மீண்டும் கைது செய்யப்பட்டார். இம்முறை அவர் ஜம்மு சிறைக்கு மாற்றப்பட்டார். இந்தியாவிடமிருந்து பிரிந்துசெல்ல, பாகிஸ்தானுடன் இணைந்து சதி செய்ததாகக் குற்றம் சாட்டப்பட்டார். அவர்மீது சுமத்தப்பட்ட மேலும் சில குற்றச்சாட்டுகள் இவை: மாநிலத்தின் பகுதிகளை பாகிஸ்தானுடன் தவறாக

இணைக்க வசதி செய்து கொடுப்பது; மாநிலத்தில் இன வேறுபாட்டு உணர்வு களையும் ஒற்றுமை இன்மையையும் உண்டாக்குவது; பாகிஸ்தானிடமிருந்து ரகசிய பண, ஆயுத உதவி பெறுவது.[20]

இந்தக் குற்றச்சாட்டுகள் பொய்யாக ஜோடிக்கப்பட்டவை. ஷேக் சுதந்தரம் பற்றிச் சிந்தித்தபோதும் பாகிஸ்தானுடன் சேர ஒருபோதும் விரும்பவில்லை. சுதந்தர காஷ்மீரின் ஆட்சியாளராகத் தன்னை அவர் நினைத்துப்பார்த்த போதும், தன் மக்களை மதத்தைத் தாண்டியே பார்த்தார். அவர் இன உணர்வுடன் செயல்படாதவர் என்பதை அவரது அரசியல எதிரிகளும் ஏற்றுக் கொள்வர்.

விசாரணையின்போது ஷேக், ஜம்மு-காஷ்மீர் மக்களுக்குச் சுயநிர்ணய உரிமை கிடைப்பதுதான் தன் நோக்கம் என்றும் பலாத்காரத்தால் இந்தப் பக்கமோ அந்தப் பக்கமோ மக்களை விரட்ட அவர்கள் ஆட்டு மந்தைகள் அல்ல என்றும் கூறினார். அப்படிச் சொல்லும்போதுகூட தம் மதச் சார்பின்மையை திரும்பத் திரும்பக் கோடிட்டுக் காட்டினார். மகாத்மா காந்தி யிடம் அவருக்கு இருந்த அபிமானத்தையும், நேருவுடனான பழைய நட்பை யும் சுட்டிக்காட்டினார். 'மாநிலத்தின் மக்களே அவர்களது தலைவிதியைத் தீர்மானிக்கும் நடுவர்கள் என நேருவே ஏற்றுக்கொண்டதை'யும் நினைவூட்டி, 'இப்போதும்கூட அவர் அதை மறுக்கவில்லை என்று நான் நம்புகிறேன்' என்றும் கூறினார்.[21]

1953-ல் ஷேக் முதல்முறையாகக் கைது செய்யப்பட்ட இரு மாதங்களுக்குப் பிறகு, 'அவர் சிறையில் வைக்கப்பட்டிருப்பது என்னைப் பெருந்துன்பத்தில் ஆழ்த்துகிறது' என்று நேரு ஒரு கடிதத்தில் எழுதியிருந்தார்.[22] குற்ற உணர்வை ஆழப்படுத்தும் விதத்தில் மாதங்கள் வருடங்களாயின. குற்றத்தைத் துடைத்துத் தூய்மை செய்யும் வகையில் ஷேக்கின் குழந்தைகளின் கல்வியில் நேரு நெருக்கமான கவனம் செலுத்தினார். (ஏதோ ஒருவிதத்தில் பண உதவியும் செய்தார்.) 1955 ஜூலையில், அப்துல்லாவின் மூத்த மகன் ஃபரூக் ஜெய்ப்பூர் மருத்துவக் கல்லூரியில் படித்துக்கொண்டிருந்தபோது நேருவைச் சந்தித்தார். அவர் பிரதமரிடம் தம் வகுப்பில் பயில்பவர்கள் தன் தந்தையைத் துரோகி என அழைப்பதாகக் கூறினார். அந்தப் பையனுக்குச் சரியான வசிப்பிடத்தையும் சில நேசமான நட்புறவுகளையும் உறுதி செய்தளித்து, தாழ்வு மனப்பான்மை ஏதும் வராமல் பார்த்துக்கொள்ளுமாறு ராஜஸ்தான் அமைச்சர் ஒருவருக்கு நேரு கடிதம் எழுதினார். 'ஷேக் அப்துல்லாவுடன் நமக்கு வேறுபாடுகள் இருப்பதால், அவருடைய மகனும் குடும்பமும் நமக்கு வேண்டாதவர்கள் எனச் சிலர் முட்டாள்தனமாக நினைக்கிறார்கள். இது நகைப்புக்கு உரியது மட்டுமல்ல. நம் உணர்வுகளுக்கு முற்றிலும் மாறானதும் கூட. ஷேக் அப்துல்லா சிறையில் இருப்பதால் அவருடைய மகன்களுக்கும் குடும்பத்துக்கும் உதவ வேண்டும் என்ற விசேஷமான பொறுப்பு இருப்பதாக நான் தனிப்பட்ட முறையில் உணர்கிறேன்' என்று கடிதத்தில் குறிப் பிட்டிருந்தார்.[23]

1964-ல் சீனப்போராலும், நலிவடையும் தம் உடல்நிலையாலும், எச்சரிக்கை உணர்வாலும் உந்தப்பட்டு நேரு, காஷ்மீர் விஷயத்துக்கு ஒரு முடிவுகட்ட விரும்பினார். ஜம்மு-காஷ்மீர் முதல்வரிடம் பேசி இசைவு பெற்றபிறகு, ஷேக் அப்துல்லாவை விடுதலை செய்யத் தீர்மானித்தார். இச்செய்தி நேருவின் நம்பிக்கைக்கு உரிய லால் பகதூர் சாஸ்திரியால் உலகுக்குத் தெரிவிக்கப் பட்டது. அப்துல்லாவைச் சிறையில் வைத்திருப்பது அரசுக்கும், குறிப்பாகப் பிரதமருக்கும் வலிகொடுக்கும் துன்பமாக இருந்து வந்திருக்கிறது' என்று சாஸ்திரி கூறினார்.[24]

ஏப்ரல் 8 காலை, ஷேக் ஜம்மு சிறையைவிட்டு சுதந்தர மனிதராக மீண்டும் வெளியே வந்தார். பூமாலைகளையும் பூங்கொத்துகளையும் ஏற்றபடி, திறந்த காரில், தெருக்களின் வழியே வந்தார். மறுநாள், அவர் தன் முதல் பொதுக் கூட்ட உரையை நிகழ்த்தினார். ஒரு செய்திப் பத்திரிகை கூறியவாறு ஷேக் அப்துல்லா, 'துணைக்கண்டம் எதிர்நோக்கும் இரு கடுமையான சிக்கல் களான, வகுப்புவாதமும் காஷ்மீரும் நேருவின் வாழ்நாளிலேயே தீர்க்கப்பட வேண்டும்' என்றார். காந்தியுடன் இருந்து பணியாற்றிய உறுதியான கடைசி மனிதர் நேருவே என்றும், அவருக்குப்பின் இச்சிக்கல்களுக்குத் தீர்வு காண்பது மிகக் கடினமாகிவிடும் என்றும் ஷேக் கூறினார்.

நேரு, ஷேக் அப்துல்லாவைப் புது டெல்லியில் வந்து தங்குமாறு அழைப்பு விடுத்தார். முதலில் தாம் பள்ளத்தாக்குக்குச் செல்வதாகவும், நண்பர்கள், ஆதரவாளர்களுடன் கலந்து பேசியபிறகு ஈத் பெருநாளுக்கு (23 ஏப்ரல்) பிறகு பிரதமரைச் சந்திக்க வருவதாகவும் கூறினார். சில மணி நேரங்கள் நீடிக்கும் ஸ்ரீநகர் பயணத்தை 11-ம் தேதி அன்று காரில் தொடங்கினார். ஷேக் ஓய்வாக வழியிலுள்ள கிராமங்களிலும் நகரங்களிலும் தன் நேரத்தைச் செலவிட்டார். தங்குமிடங்களில் பேசினார். ஆயிரக்கணக்கானவர்கள் அவரைக் காணவும், பேச்சைக் கேட்கவும் திரண்டனர். அவர்கள் சிதறிக்கிடந்த கிராமங்களிலிருந்து கடினமான நடைப்பயணம் மேற்கொண்டு வந்திருந்தனர். கூட்டங்களில் ஆண்களைவிடப் பெண்கள் அதிகம்.

காஷ்மீர் குறித்து அப்துல்லா இவ்வாறு பேசினார். 'இந்தியா, பாகிஸ்தான் என்ற இரு கணவர்களால் விரும்பப்படும் மணமகளாக காஷ்மீர் உள்ளது. ஆனால், எவருமே காஷ்மீரிகள் விரும்புவது என்ன என்பதை உறுதி செய்து கொள்ளவில்லை.'

திறந்த மனத்துடன் ஜவாஹர்லால் நேருவைச் சந்திக்கப் போவதாகவும், இந்திய மக்கள் எதையும் முன்கூட்டித் தீர்மானிக்கவேண்டாம் என்றும் அவர் கூறினார். அவரைப் பேட்டி கண்ட பத்திரிகையாளர் குறிப்பிட்டவாறு, 'ஷேக்குக்குத் தனிப்பட்ட கசப்புணர்வோ, பழிதீர்க்கும் வெறுப்புணர்வோ இல்லை. அவரிடம் ஓர் உறுதியான லட்சியப் பணியாற்றும் உணர்வே (அதாவது காஷ்மீர் சிக்கலுக்குக் கட்டாயமாகத் தீர்வுகாணும் விருப்பமே), இருந்தது.' ஒரு கூட்டத்தில், 'இப்போது நேரு பற்றி என்ன நினைக்கிறீர்கள்?'

என்று கேட்கப்பட்டபோது அப்துல்லா, 'நான் ஏதும் தவறாக நினைக்க வில்லை. ஏனென்றால், சகோதரர்களிடையேகூட அபிப்பிராய பேதம் ஏற்படு கிறது. கடந்த காலத்தில் என்மீது நேரு பொழிந்த அன்பை நான் மறக்கமாட்டேன். அவரை நான் பழைய நண்பராக, பழைய தோழராகச் சந்திப்பேன்' என்று பதிலளித்தார்.

ஏப்ரல் 18 அன்று ஜம்முவை விட்டு ஒரு வாரத்துக்குப் பின்னர் அனந்த்நாகிலிருந்து காஷ்மீரின் தலைநகரான ஸ்ரீநகருக்கு, திறந்த ஜீப்பில் சென்றார். முப்பது மைல் சாலை நெடுகிலும் ஐந்து லட்சம் மக்கள் அடங்கிய வெறி பிடித்த கூட்டம் வரிசையாக நின்றுகொண்டிருந்தது. புத்தம் புதிய பூக்களால் சாலை மூடப்பட்டிருந்தது. வளைவுகளாலும் வண்ணத் தோரணங் களாலும் சாலை அலங்கரிக்கப்பட்டிருந்தது. கடைசியில் அவர் ஸ்ரீநகரை அடைந்தபோது, ஸ்ரீநகரின் மக்கள் முழுதும் திக்குத் திசை தெரியாமல் சாலைகளை அடைத்துக்கொண்டு திரண்டிருந்தனர். காஷ்மீர் பட்டு, விரிப்புகள், சால்வைகளால் அழகுபட அமைக்கப்பட்டிருந்த வளமான கூடாரங்கள் வழியாகச் சூரியக் கதிர்களால்கூட உள்ளே நுழைய முடிய வில்லை.

இதற்கிடையே டெல்லியில் நேரு-அப்துல்லா உத்தேசப் பேச்சுவார்த்தைகள் காங்கிரஸ் கட்சியின் பல உறுப்பினர்களுக்கு பீதியை ஊட்டியது. மூத்த கேபினெட் மந்திரிகள் 'காஷ்மீர் என்பது முடிந்துபோன விஷயம். அது எப்போதும் இந்தியாவுடன்தான் இருக்கும், பிரிக்கமுடியாது' என்று வலியுறுத்தி, அறிக்கைகள் விடுத்தனர். ஜனசங்க உறுப்பினர்கள் இன்னும் அதிகமான எதிர்ப்புணர்வில் இருந்தனர். கட்சியின் பொதுச்செயலர் தீன்தயாள் உபாத்யாயா, ஷேக்கின் அண்மைக்காலப் பேச்சுகள் காஷ்மீர் விஷயத்தின் அடிப்படை உண்மைகளையே கேள்விக்குறி ஆக்கிவிட்டன என்று கண்டித்தார் (உதாரணமாக, இந்தியாவுடனான முடிவான இணைப்பு). மாநிலத்தின் அரசியல் நிலையை உறுதிசெய்வதற்கு பதிலாக ஷேக் அப்துல்லா பிரச்னையின் ஒவ்வோர் அம்சத்தையுமே ஆட்டங்காணவைக்க முயல்கிறார்' என்று உபாத்யாயா குற்றம் சாட்டினார்.

வலது சாரி இந்து எதிர்ப்பு எதிர்பார்க்கக்கூடியது. இடது சாரி அமைப்புகளும் அப்துல்லா பற்றியும் அவருடைய நோக்கங்கள் பற்றியும் சந்தேகப்பட்டன. காஷ்மீரை இந்தியாவிலிருந்து பிரிக்கும் ஏகாதிபத்திய வலையில் சிக்கிவிட்ட அபாயத்தில் அவர் இருப்பதாக கம்யூனிஸ்ட் கட்சி கருதியது. இந்திய அரசியல் அமைப்புகளில் நேரு ஒருவரே திறந்த மனத்துடன் இருந்தார். மகாத்மாவுடன் சேர்ந்து தொண்டுபுரிந்த இரு உறுதி படைத்த தலைவர் களிடமிருந்து எதிர்பாராத ஆதரவு கிடைத்தது. ஒருவர் ஜே.பி. என்று அழைக்கப்பட்ட ஜெயப்பிரகாஷ் நாராயண். முன்பு புரட்சிகர சோஷலிஸ்டாக இருந்த அவர், கடந்த பத்து ஆண்டுகளாக சர்வோதய இயக்கத்தின் வழி காட்டும் ஒளிவிளக்காக இருந்தார். ஜே.பி., ஷேக்கின் பழைய நண்பரும்கூட. பாகிஸ்தானுடன் நல்லுறவை வற்புறுத்திக் குரல் கொடுத்துக்

கொண்டிருந்தவர். 1962-ல் இந்திய-பாகிஸ்தான் அமைதிக் குழு என்ற அமைப்பை நிறுவினார். அந்த அமைப்பு காஷ்மீர் சிக்கல்களின் பல அம்சங்களுக்கு இடையே ஒரு நியாயமான, கௌரவமான தீர்வைக் காண விரும்பியது.[25]

'இந்துஸ்தான் டைம்ஸ்' பத்திரிகையில் கையொப்பமிட்டு எழுதிய கட்டுரை ஒன்றில் ஜே.பி., ஷேக் அப்துல்லாவின் விடுதலையை வரவேற்று, அவருக்கு எதிராக காங்கிரஸ் கட்சிக்கு உள்ளும் வெளியிலும் குற்றச்சாட்டுகள் கூறப்படுவதைக் கண்டித்திருந்தார். 'நேற்றைய விடுதலை வீரர்கள் எவ்வாறு அவ்வளவு எளிதாக ஏகாதிபத்திய மொழியைக் காப்பி அடித்துவிட முடிகிறது' என்று ஆச்சரியப்பட்டிருந்தார்.

காஷ்மீர் மக்களுடைய சுய நிர்ணய விருப்பம் பற்றிய ஷேக்கின் கருத்து டெல்லி அரசியல்வாதிகளைக் கவலைகொள்ள வைத்தது. ஜே.பி. அது மிகவும் நியாயமானது என்று கருதினார். 1957, 1962 தேர்தல்கள் சுதந்தரமாகவும் நியாயமாகவும் நடைபெறவில்லை என்று அவர் நினைத்தார். மக்களுடைய தீர்ப்பின்மீது நம்பிக்கை இருக்கும்பட்சத்தில், இந்தியா ஏன் காஷ்மீர் மக்களுக்கு இன்னொரு வாய்ப்பு அளிக்கக்கூடாது என்று ஜே.பி. கேட்டார். காஷ்மீருக்கு ஒரு திருப்திகரமான தீர்வு கிடைத்தால் இந்தியா-பாகிஸ்தான் உறவு மேம்படும். இந்தியத் தலைவர்கள் இந்த வரலாற்றுச் சிறப்பான நடவடிக்கைக்கு, தேவையான பார்வையும் ராஜதந்திரமும் கொண்டு செயல்படுவார்கள் என ஜே.பி. நம்பிக்கை தெரிவித்தார். மேலும் அவர் 'ஆளுங்கட்சியின் ஒரே நேர்மையான குரல் பிரதம மந்திரியுடையது' என்றும் கூறினார்.[26]

மிகவும் எதிர்பாராதவகையில் ராஜாஜியிடமிருந்து நேருவுக்கு ஆதரவு கிடைத்தது. அவர் ஒரு காலத்தில் பிரதமருக்கு நெருக்கமான கூட்டாளியாக இருந்து, பிறகு அரசியல் எதிரி ஆனவர். சில சமயங்களில் அவருடைய கூர்மையான விமரிசனங்கள் தனி மனிதர் மீதானதாகவும் இருக்கும். இப்போது, அவருடைய தொண்டர்களே வியக்கும்படி ஷேக் அப்துல்லாவை விடுவிக்க நேரு மேற்கொண்ட முயற்சிக்கு, ராஜாஜி வெளிப்படையாக ஆதரவளிக்க முன்வந்தார். ஷேக்கை சிறையில் தள்ளவும், அவரை அடிபணியவைக்கவும், வாயை மூடவும் நடைபெற்று வந்த முயற்சிகளை அவர் கண்டனம் செய்தார். 'நம் பிரதம மந்திரியின் உடல்நிலை சரியில்லாவிட்டாலும், அதிர்ஷ்டவசமாக, அவர் தன் சிந்தையை இன்னும் இழந்துவிடவில்லை. இந்தியாவை இழிவுபடுத்தும் எந்தவொரு முடிவையும் அவர் எடுக்கமாட்டார்' என்றார் ராஜாஜி.

அப்துல்லாவின் விடுதலை என்பது காஷ்மீர் மக்கள் தங்கள் உரிமைப்படி தங்களைத் தாங்களே ஆண்டுகொள்வதற்கு அவர்களை அனுமதிப்பதற்கான முன்னோட்டமாக இருக்கவேண்டும் என ராஜாஜி வாதிட்டார். உண்மையில் காஷ்மீர் சிக்கலில் தீர்வு காண்பது இந்திய-பாகிஸ்தான் சச்சரவுகளைத் தீர்த்துவைக்கும் முடிவைக் காண வழிவகுக்கும் என்றார்.

'தற்போதைய நெருக்கடியை எதிர்கொள்ள, முதலில் அடிப்படையாகச் சிந்திக்க முயலவேண்டும். நிலவிவரும் வெறித்தனமான பாகிஸ்தான் எதிர்ப்பு உணர்ச்சிகளுக்கு நாம் பணிந்துவிடப் போகிறோமா? நாம் இப்படியே ஒருவரை ஒருவர் வெறுத்துக்கொண்டும், சந்தேகித்துக்கொண்டும், ஆயுதங்கள் குவித்துக்கொண்டும் இருக்கப்போகிறோமா? எதிர்கால குருக்ஷேத்திரத் துக்காக வெளிநாட்டு உதவி என்ற மணலைக் கொண்டு நாம் இருவரும் இரண்டு வீடுகளைக் கட்டிக்கொண்டு இருக்கப்போகிறோமா? அந்நியக் கடன் என்னும் புதைகுழியில் வீடுகளை அமைத்துக்கொண்டு மூழ்கப் போகிறோமா? இதை நாம் தொடர்ந்து செய்துகொண்டே இருந்தால், நிச்சயமாக நம்மை நாமே அழித்துக்கொள்வோம். பழைய வன்மத்தைக் கொண்டும், அதிலிருந்து பாயும் அச்சங்கள், சந்தேகங்களைக் கொண்டும் இந்த ஆயுதப் போட்டியை நாம் தொடர்ந்துகொண்டே இருந்தால், நம் எதிர்காலத்தின் வளம் பற்றிய நம்பிக்கையை வெறும் கானல் நீராக மட்டுமே ஆக்கிக்கொண்டிருப்போம்.'[27]

VI

இதற்கிடையே, காஷ்மீரில் ஷேக் அப்துல்லா தம்முடைய கூட்டாளிகள் மற்றும் உடன் பணியாற்றியவர்கள் இடையே பேசிக்கொண்டிருந்தார். அவர் சிறையில் இருந்தபோது அவரை பாகிஸ்தானோடு தொடர்புபடுத்திப் பேசப்பட்டதைத் தெரிந்துகொண்டார். விசாரணையின்போது, அப்துல்லா தாம் ஒருபோதும், காஷ்மீர் பாகிஸ்தானுடன் சேரவேண்டும் என்ற விருப்பம் எதையும் சொன்னதில்லை என்பதை வற்புறுத்தினார். இந்தியா அல்லது சுதந்தரம் என்ற இரண்டு மட்டுமே அவர் கண்டவை. ஆனால், விசாரணை நடவடிக்கைகள் பள்ளத்தாக்கின் மக்களை அடையவில்லை. அவர் இந்திய நாட்டுக்கு எதிராகச் சதி செய்தார் என்பதற்காக விசாரிக்கப்படுகிறார் என்பது மட்டுமே அவர்களுக்குத் தெரியும். அவர்கள் தவறாக ஷேக்கை பாகிஸ்தானின் நண்பராக ஆக்கிவிட மாட்டார்களா?

பக்ஷி குலாம் முகமதின் அரசாங்கம் ஷேக்கை, வாக்கெடுப்பு கோரும் கிளர்ச்சிக்காரர் என்று வருணித்தது. ஷேக் இந்தியாவுக்கு எதிரானவர் என்னும் விளம்பரங்களால் பொதுமக்களுக்கு அந்த நம்பிக்கை வலுப்பட்டிருந்தது. மேலும் பக்ஷி ஆட்சியின் ஊழலும் ஏமாற்று வேலைகளும், காஷ்மீரிகள் இடையே இந்தியாவின் மதிப்பை மாசுபடுத்தியிருந்தன. பாகிஸ்தான் சார்பினராகப் பெரும்பான்மையினர் இருப்பதை அப்துல்லா கண்டார். இது அவருக்கு விருப்பமானதாக இல்லை. ஆனால் நிலவரத்தின் தன்மையை உணர்ந்து, படிப்படியாக மக்களைத் தன் கருத்துக்கு இசைய வைக்கும் பணியில் ஈடுபட்டார். அவர், செல்வாக்குமிக்க மௌலவி ஃபருக்கி என்பவரைச் சந்தித்து, காஷ்மீர் பாகிஸ்தானுடன் சேரவேண்டும் என வற்புறுத்துவதைவிட, சாத்தியக்கூறுள்ள வேறு தீர்வுக்கு ஆதரவளிக்க வேண்டிக்கொண்டார்.[28]

ஏப்ரல் 23-ல், விடுவிக்கப்பட்ட இரு வாரங்களுக்குப் பிறகு, ஸ்ரீநகரில் ஷேக் அப்துல்லா ஒரு தொழுகைக் கூட்டத்தில் பேசினார். 'காஷ்மீர் பிரச்னைக்கான எந்தவொரு தீர்வும் இந்தியாவில் உள்ள 50 மில்லியன் முஸ்லிம்களையும், கிழக்கு பாகிஸ்தானில் உள்ள 10 மில்லியன் இந்துக்களையும் கருத்தில் கொண்டே காணப்படவேண்டும்' என்று குறிப்பிட்டார். டெல்லிக்குப் புறப்படுவதற்கு மூன்று நாள்களுக்கு முன், காஷ்மீரிகள் இன ஒற்றுமை காத்து இந்தியா, பாகிஸ்தான் இரு நாடுகளுக்கும் ஒரு முன்மாதிரியாகத் திகழ வேண்டும் என்று வற்புறுத்தினார். 'காஷ்மீரில் உள்ள எந்த முஸ்லிமும் சிறுபான்மையினருக்கு எதிராக தன் விரலைக்கூட உயர்த்தக் கூடாது' என்று அறிவித்தார்.

ஏப்ரல் 28 அன்று அப்துல்லா டெல்லியில் எதிர்பார்க்கப்பட்ட நாளுக்குமுன் ஜனசங்கம் டெல்லியில் ஒரு மாபெரும் ஊர்வலம் நடத்தியது. அணிவகுத்துச் சென்றவர்கள், ஷேக் அப்துல்லா மற்றும் நேருவுக்கு எதிரான கோஷங்களை எழுப்பினர். இந்திய அரசாங்கம் அரசியல் அமைப்புச் சட்டப்பிரிவு 370-ஐ நீக்கி, காஷ்மீரை இந்தியாவின் பிரிக்கமுடியாத, ஒருங்கிணைந்த பகுதி என்று அறிவிக்க வேண்டும் என்று கோரினர். அதே நாளில் நடந்த பொதுக் கூட்டத்தில், பிரதமர் நேரு, அப்துல்லாவிடம் ஜம்மு-காஷ்மீர் ஏற்கெனவே இந்திய யூனியனுடன் இணைக்கப்பட்டுவிட்ட பகுதி என்றும், இவ்விஷயத்தில் விவாதத்துக்கு இடமில்லை என்றும் கூறிவிட வேண்டும்' என்று வாஜ்பாய் கோரினார்.

29 அன்று அப்துல்லா தன் முக்கிய ஆலோசகர்களுடன், பாலம் விமான நிலையம் வந்து சேர்ந்தார். அக்குழு தீன்மூர்த்தி இல்லத்துக்கு வந்தது. அங்கு அப்துல்லாவை வரவேற்க நேரு காத்திருந்தார். 1953 ஆகஸ்டில் நேருவின் அரசாங்கம் ஷேக்கைச் சிறைவைத்த பிறகு, இருவரும் சந்தித்துக்கொள்வது அதுதான் முதல் முறை. நேரில் கண்ட ஒருவர் எழுதியவாறு, 'இருவரும் ஒருவரை ஒருவர் அன்புடன் கட்டித் தழுவினர். அவர்கள் 11 வருடங்களுக்குப் பிறகு சந்தித்துக்கொண்டனர். இருவரும் ஒருவருக்கொருவர் வாழ்த்து கூறியவிதம் எந்தவகையிலும் தர்மசங்கடமான நிலை எதையும் தோற்றுவிக்கவில்லை. இடைக்காலத்தில் நிகழ்ந்த கசப்புணர்வையும்கூடக் காட்டவில்லை. இருவரும் உள்ளே செல்லுமுன் பத்திரிகை போட்டோக்காரர்களின் படங்களுக்குப் போஸ் கொடுத்தனர்.'

இது அண்மைக்காலம் வரை ராஜத்துரோகி என்று கருதப்பட்டவருக்கும் நாட்டின் தலைவருக்கும் இடையே நடைபெற்ற சமரசம். முப்பதாண்டுகளுக்குப் பிறகு இதுபோன்ற ஓர் அபூர்வ சந்திப்பு வேறு இடத்தில் நிகழ்ந்தது. தென் ஆப்பிரிக்க அதிபரான நெல்சன் மண்டேலாவும் அவரது அரசியல் எதிரியான எஃப்.டபிள்யு. டி க்ளெர்க்கும் சந்தித்துக்கொண்டனர். ஆனால் அப்போதும், க்ளெர்க் நெல்சன் மண்டேலாவைத் தன்னுடன் தங்குமாறு கோரவில்லை.

இந்தச் சந்திப்புகளின்போது அப்துல்லா, தீன்மூர்த்தி இல்லத்தில் நேருவுடன் ஐந்து நாள் தங்கினார். ஒவ்வொரு நாளும் ஓரிரு முறை சந்தித்தார். சந்திப்பில் உதவியாளர்கள் உடன் இருக்கவில்லை. பிரதமர் வேறு பணிகளில் ஈடு பட்டிருந்தபோது ஷேக் தன் கருத்துக்குப் பரந்த ஆதரவு திரட்டினார். காங்கிரஸ் அமைச்சர்கள், எதிர்க்கட்சித் தலைவர்கள், ஜெயப்பிரகாஷ் நாராயண் போன்ற அரசியல் சாராத பிரபலங்கள் ஆகியோரிடம் பேசினார். ராஜ்காட்டில், ஷேக் அப்துல்லா காந்தி சமாதிக்கு மலர் வளையம் வைத்து மரியாதை செய்தார். டெல்லியின் மிகப்பெரும் ஜம்மா மசூதியில் தொழுகைக் கூட்டத்திலும் பேசினார்.

நேரு அப்துல்லாவுடன் பேசுவதை ஜன சங்கம் விரும்பவில்லை. குறிப்பாக இந்தப் பேச்சுவார்த்தை, நேருவின் மந்திரி சபை சகாக்களிடையேகூட அமைதியின்மையைத் தோற்றுவித்தது. காஷ்மீர் பிரச்னை மீண்டும் ஆரம்பித்துவிடும் என்பது அவர்களுக்குக் கவலையளித்தது. ஒரு மூத்த அமைச்சர், 'காஷ்மீரில் தற்போதுள்ள நிலையைத் தொடர்வது துணைக் கண்டத்தின் மிகச்சிறந்த நலனுக்கு உகந்தது' என்று பேசினார். இருபத்தியேழு காங்கிரஸ் எம்.பி.க்கள் ஓர் அறிக்கை மூலம் 'பம்பாயிலும் பிகாரிலும் சுயநிர்ணயம் பற்றி எவ்வாறு பேசமுடியாதோ அப்படியே காஷ்மீரிலும் சுயநிர்ணயம் பற்றிப் பேசமுடியாது' என்று வாதிட்டனர்.

கட்சிக்குள் நேருவின் முயற்சிகளுக்கு ஆதரவு அளித்த ஒரே மூத்த அமைச்சர் லால் பகதூர் சாஸ்திரி. எனினும், எதிர்க்கட்சி அரசியல்வாதிகளில் சிலர் அப்துல்லாவுடன் தீவிரமாக உரையாடுவது அவசியம் என்று உணர்ந் திருந்தனர். சுதந்தரா கட்சித் தலைவர் மினு மஸானி அவசரமாக ராஜாஜிக்குத் தந்தியடித்தார்.

'நேருவும் லால் பகதூர் சாஸ்திரியும் ஷேக் அப்துல்லாவுடன் தீர்வுகாணக் கடும் முயற்சி மேற்கொண்டுள்ளனர். ஆனால் காங்கிரஸ் கட்சிக்குள் நிலவும் குழப்பங்களையும் ஜன சங்கம் கம்யூனிஸ்ட் கூட்டணியையும் அவர்கள் எதிர்கொள்ள வேண்டியுள்ளது. ஜவாஹர்லாலுக்கு உங்களிடமிருந்து ஒரு தந்தியோ கடிதமோ கிடைத்தால், அது சரியானதைச் செய்ய ஊக்கமளிக்கும். உங்கள் தனிப்பட்ட ஆதரவு உதவும் என நீங்கள் நினைத்தால், இவ்விஷயத்தில் விரைந்து செயல்படுங்கள்.'[29]

ராஜாஜி நேருவுக்கு எழுத விரும்பவில்லை. நேரு கௌரவம் பார்ப்பவர் என்றும் தன் உதவியை அவர் கடுமையாக மறுத்துவிடக்கூடும் என்றும் ராஜாஜி நினைத்திருக்கலாம். ஆனால் காஷ்மீருக்கு ஏதோ ஒருவிதமான சுயாட்சி வழங்கப்படலாம் என்பதை வற்புறுத்தி லால் பகதூருக்குக் ராஜாஜி கடிதம் எழுதினார். அவரைப் பொருத்தவரை, 'காஷ்மீருக்குச் சுய நிர்ணயம்' என்பது இந்தியா-பாகிஸ்தான் இடையே நிலவும் பொறாமையை தீர்ப்பதைக் காட்டிலும் எளிதானது.' காஷ்மீரைப் பிரிய அனுமதித்தால், எல்லா இடங்களிலும் பிரிவினையை ஊக்கமூட்டுவதாக இருக்கும் என்பது அர்த்தமற்றது. நீங்களும் ஜவாஹர்லால்ஜியும் சத்தியத்தின் துணைகொண்டு

இந்த நல்ல வாய்ப்பைப் பயன்படுத்தி நல்ல விளைவை ஏற்படுத்துவீர்கள் என்று நம்புகிறேன்' என்று ராஜாஜி சாஸ்திரிக்கு எழுதினார்.[30]

விடுதலை ஆனவுடன் அப்துல்லா, ராஜாஜிக்கு தன் தனிப்பட்ட மரியாதையைச் செலுத்தவும், அவருடைய பண்பட்ட ஆலோசனையைப் பெறவும் விரும்பினார்.[31] இப்போது நேருவுடனான உரையாடல்களுக்குப் பிறகு, நேருவின் நண்பர், எதிரி, கூட்டாளி என்று படிப்படியாக மாறிய ராஜாஜியைச் சந்திக்க அப்துல்லா தெற்கு நோக்கிப் புறப்பட்டார். வழியில் வார்தாவில் தங்கி காந்தியத் தலைவர் வினோபா பாவேவுக்கு மரியாதை செலுத்த விரும்பினார். ஒரு பத்திரிகையாளரிடம் வேடிக்கையாகக் கூறியது போல, 'அவர் வினோபாவுடன் ஆன்மிகத்தையும், ராஜாஜியோடு அரசியலையும் விவாதிப்பார்.'

மே 4-ல் சாஸ்திரி ராஜாஜிக்கு, ஷேக் சாஹேப் எந்தவிதமான தீவிரப் போக்கையும் கைக்கொள்ளாதவாறு வற்புறுத்தி ஆலோசனை வழங்கிட வேண்டிக் கடிதம் எழுதினார். 'ஷேக் (சிறையிலிருந்து) இப்போதுதான் வெளியே வந்திருக்கிறார். காஷ்மீர் பிரச்னை குறித்து, அதன் பல்வேறு அம்சங் களைப் பற்றி மேலும் சிந்திப்பது நல்லது. அவர் தனக்குள் ஆழ்ந்து சிந்தித்தும், பேச்சுவார்த்தை நடத்தியும் முடிவு காண்பது நல்லது. அவசரம் அவசரமாகச் செயல்படுவது துரதிர்ஷ்டவசமாக மாறிவிடும்.'[32]

விமானத் தபாலில் அனுப்பப்பட்ட அந்தக் கடிதம் மே 5-க்கு முன் வந்து சேர்ந்ததா என்பது தெரியாது. அன்றுதான் அப்துல்லா ராஜாஜியை மதராஸில் சந்தித்தார். அவர்கள் மூன்றரை மணிநேரம் பேச்சுவார்த்தை நடத்தினர். 'அப்துல்லா - சி.ஆர். காஷ்மீர் ஃபார்முலா கண்டனர். பிரதமருடன் விவாதிக்க வேண்டிய திட்டம்' என்ற தலைப்புச் செய்தியை இந்துஸ்தான் டைம்ஸ் வெளியிட்டது. ராஜாஜி பத்திரிகைகளிடம் ஒரு வார்த்தையும் பேசவில்லை. ஆனால் அப்துல்லா சில வார்த்தைகள் முன்வந்து பேசினார். 'இந்திய-பாகிஸ்தான் நாடுகளின் உடலில் புரையோடிப்போய்விட்ட புற்றுநோயை நீக்கிட மிகச்சிறந்த தீர்வு எது என்பதைப் பற்றிய தெளிவு இந்த மூதறிஞரோடு பேசியதில் இருந்து கிடைத்திருக்கிறது' என்றார் ஷேக். மேலும் விவரங்கள் கேட்கப்பட்டபோது, பிரதமருடன் அது குறித்து மேலதிகம் பேசவேண்டும் என்று சொன்னார். எனினும், ராஜாஜியும் ஷேக்கும் இந்தியாவுக்கோ பாகிஸ்தானுக்கோ வெற்றி அளிக்காத அதே சமயம், காஷ்மீர் மக்களுக்குக் கௌரவமான தீர்வை அளிக்கக்கூடிய வழியை ஆலோசித்திருந்தனர்.

அப்துல்லா சென்னையில் இருந்தபோது, பாகிஸ்தான் அதிபர் அயூப் கான் அவரை அழைப்பதாகச் செய்தி வந்தது. மே 6 அன்று டெல்லி திரும்பியதும், அவர் நேரே தீன்மூர்த்தி இல்லம் சென்றார். நேருவுடன் 90 நிமிடங்கள் தங்கி, ரகசியமான ராஜாஜியின் திட்டம் பற்றி விளக்கினார். பிறகு பிரதமர் அவரை அதிகாரபூர்வமற்ற ஆலோசனைக் குழு ஒன்றுடன் கலந்துபேச அனுப்பி வைத்தார். வெளியுறவுச் செயலர் ஒய்.டி.குண்தேவியா, பாகிஸ்தானுக்கான தூதர் ஜி.பார்த்தசாரதி, அலிகார் முஸ்லிம் பல்கலைக்கழகத் துணைவேந்தர்

பத்ருதீன் தியாப்ஜி ஆகியோர் அதில் அடக்கம். அப்துல்லாவும் பிரதமரின் ஆலோசகர்களும் காஷ்மீர் பிரச்னையை அதன் அடியாழம் வரை சென்று ஆராய்ந்தனர். கீழ்க்காணும் மாற்று யோசனைகளும் முன்வைக்கப்பட்டன: 1947-க்கு முந்தைய ஜம்மு-காஷ்மீர் ராஜ்ஜியம் முழுவதிலுமாக வாக்கெடுப்பு நடத்தவேண்டும்; அப்போது இருந்த அதே நிலையைத் தொடரவேண்டும்; ஜம்மு, லடாக் பகுதிகளை இந்தியாவுக்கும் ஆஸாத் அல்லது வடக்கு காஷ்மீரை பாகிஸ்தானுக்கும் அளிக்கவேண்டும்; பள்ளத்தாக்கின் எதிர்காலத்தை வாக்கெடுப்பின் மூலம் தீர்மானிக்கவேண்டும். அப்துல்லா அதிகாரிகளிடம் கூறுகையில், தீர்வின் அம்சங்களை நுணுக்கமாகத் திட்டமிடும்போது சிலவற்றை கருத்தில் கொள்ளவேண்டும் என்றார்.

1) இந்தியா, பாகிஸ்தான் நட்புறவை மேம்படுத்துவதாக இருக்கவேண்டும்.

2) இந்திய அரசியலமைப்பின் உயிர்நாடியான மதச்சார்பின்மையைப் பலவீனப்படுத்திவிடக்கூடாது.

3) இரு நாடுகளிலும் உள்ள சிறுபான்மையினரின் நிலை பலவீனம் அடையக்கூடாது.

பாகிஸ்தானுக்கு எடுத்துச்செல்ல ஒன்றுக்கு மேற்பட்ட திட்டங்களைத் தனக்கு அளிக்குமாறு நேருவிடம் கோரினார்.

ஷேக்கின் நிபந்தனைகள் ஏறத்தாழ வாக்கெடுப்பை நீக்கிவிட்டது. அதன் முடிவு எப்படியிருந்தாலும், ஒரு நாட்டை அதிருப்திக்கு உள்ளாக்கிவிடும். இரு பக்கச் சிறுபான்மையினரும் அபாயகரமான நிலையில் இருப்பார்கள். ராஜாஜியின் திட்டம் என்ன சொல்லியிருக்கும்? காஷ்மீரின் பாதுகாப்பு மற்றும் வெளியுறவு விவகாரங்கள் இந்தியா மற்றும் பாகிஸ்தானின் கூட்டுப் பொறுப்பில் அமையலாம். (வெளிநாட்டால் சூழப்பட்ட அந்தோரா, சுயாட்சி கொண்ட மிகச்சிறிய நாடு. அதன் பாதுகாப்பை ஃபிரான்ஸ், ஸ்பெயின் ஆகிய இரு அண்டை நாடுகளும் உறுதி செய்கின்றன.) மற்றொரு சாத்தியம், இந்தியா, பாகிஸ்தான், காஷ்மீர் ஆகிய மூன்றின் கூட்டமைப்பு.[33]

நேருவின் மூவர் ஆலோசனைக்குழு அவர்களுடைய திறமை, அறிவு ஆகியவற்றுக்காகத் தேர்வுபெற்றவர்கள். அவர்கள் மூவரும் மூன்று வேறுபட்ட மதங்களைச் சேர்ந்தவர்கள் என்பது குறிப்பிடத்தகுந்தது. அவர்கள் அனைவரும் அதிகாரிகள் என்பதும் குறிப்பிடத்தகுந்தது. சீனாவுடனான சச்சரவை முடிவுசெய்ய ஒரு வாய்ப்பு இருந்தபோது, அரசியல்வாதிகளுடைய குறுகிய நாட்டுப்பற்றால், நேரு தாமே மேற்கொண்டிருக்கக்கூடிய நடவடிக்கைக்கு மாற்றாக கடுமையான போக்கைக் கைக்கொள்ளுமாறு தான் வற்புறுத்தப்பட்டதை நினைவில் வையுங்கள். இப்போது நேரு பாகிஸ்தான் விஷயத்தில், அதிகாரிகளோடு சேர்ந்து பணியாற்ற விரும்பினார். இந்த அணுகுமுறையில் உள்ள புத்திசாலித்தனம் எழுத்தாளரும் நாடாளுமன்ற உறுப்பினருமான பி.சிவராவ், ராஜாஜிக்கு எழுதிய கடிதத்தின் மூலம் தெளிவாகிறது. இதில் குறிப்பிட்டவாறு,

'பிரதமர், ஷேக் அப்துல்லாவுடன் ஒத்துப்போவதைத் தடுக்க, கேபினெட், நாடாளுமன்றம் இரண்டில் இருந்தும் முயற்சிகள் நடந்துவருவது தெரிகிறது. காரணம், இருவரும் ஒத்துப்போனால், அது இணைப்பு குறித்த விவகாரத்தை மறுபரிசீலனைக்கு உட்படுத்துவதாக அமையும். எனவே, இருவருக்கும் இடையே பேச்சுவார்த்தைகள் நடைபெற்றுக் கொண்டிருக்கும்போதே, இந்த அமைச்சர்களில் பலர் வெளியே அறிக்கை விட்டுக்கொண்டிருந்தனர். இந்தச் செயல் பிரதமரின் செல்வாக்கும் கௌரவமும் குறைந்து வருவதைக் காட்டுகிறது. எனவேதான் அவர்கள் இந்த அளவுக்கு உரிமை எடுத்துகொண்டிருக்கிறார்கள்.'

இது சுவையானதாக இருந்தது என்றால், இதற்கான ராஜாஜியின் பதில் இன்னும் சுவையானது. இது ராஜாஜி திட்டத்துக்கு மேலும் உரம் சேர்த்தது. நேருவின் சிக்கலான சூழ்நிலையைச் சரியான கோணத்தில் நிலைநிறுத்துவதும்கூட. ராஜாஜி கீழே கண்டவாறு எழுதினார்:

'இப்போதே ஆஸாத் காஷ்மீர் பற்றி உறுதியான கருத்தை அயூப் கானிடம் கோருவது முழுத்திட்டத்தையும் சிதைத்துவிடும். அவரால் அதைக் கொடுக்கவும் முடியாது; கொடுக்கவும் மாட்டார். மக்கள் கருத்து மற்றும் உணர்ச்சிகளைப் பொருத்தவரை அவர் நேருவைவிட மோசமான சூழலில் இருக்கிறார்... போரில் பெற்ற வெகுமதிகளை எந்தத் திட்டமும் தொடாமல் விட்டுவிட வேண்டும்... சரியான வழி இதுதான். ஷேக் பள்ளத்தாக்கின்மீது கவனம் செலுத்தவேண்டும். ஜம்மு, இந்தியாவோடு இணைக்கப்படலாம் என்பதை ஷேக் ஏற்கவேண்டும். ஆஸாத் காஷ்மீரை ஈடும்செய்யும் ஏற்பாடு என்று அவர் இதனைக் கொள்ளவேண்டும். பிரச்னையின் அளவைக் குறைப்பதே பொருத்தமானதாக இருக்கும். இந்தப் பிரச்னை நாம் எதிர்பார்த்ததுபோல் தீர்ந்துவிட்டால், இந்தியா-பாகிஸ்தான் உறவு மேம்படும். பிரச்னையைச்சிறியதாக்கிவிட்டால், அது பகுதியாகவோ முழுமையாகவோ ஐ.நா சபையால் எடுத்துக்கொள்ளப்படலாம்.'[34]

இந்தியத் தரப்பில் அமைதிக்கான மிகச்சிறந்த நம்பிக்கை ஜவாஹர்லால் நேருவே. நேருவே கடைசி நம்பிக்கையும்கூட என்று ஷேக் அப்துல்லா கருதுவதாகத் தோன்றியது. மே 11 அன்று நிருபர்களிடம் ஷேக், 'நேருவுக்காக நான் வாதாட விரும்பவில்லை. ஆனால் பலவீனத்துக்கு இடையிலும் அவரே இந்தியாவின் அடையாளம். அவரைப்போல இன்னொருவரை நீங்கள் பார்க்க முடியாது' என்றார். மேலும், நேருவுக்குப் பிறகு (பிரச்னைகளை) இதேபோல் முழுமையான பார்வையுடன் கையாளக்கூடிய வேறு ஒருவரை தாம் காணவில்லை என்றும் கூறினார்.

நேருவும் தன் பங்குக்கு, தன் பழைய தோழருக்கு, முந்தைய எதிரிக்கு, அவரது நன்னடத்தைக்கு மதிப்புமிக்க சான்றிதழ் அளிக்கத் தயாராக இருந்தார். பம்பாய் அகில இந்திய காங்கிரஸ் கமிட்டிக் கூட்டத்தில் மே 16 அன்று பேசுகையில், ஷேக் சமயச் சார்பின்மையைப் பற்றி நிற்கிறார் என்றும், இரு தேசக் கோட்பாட்டில் நம்பிக்கை அற்றவர் என்றும் கூறினார். இருவருமே

இந்நாட்டின் கொள்கைகளைத் தொடர்ந்து பற்றி நின்று பாகிஸ்தானுடன் அமைதியாகவும் நட்புறவுடனும் வாழமுடியும் என்றும், காஷ்மீர் சிக்கலுக்குத் தீர்வுகாண முடியும் என்றும் நம்புவதாகக் குறிப்பிட்டார். 'இதில் நாம் வெற்றி பெறுவோமா என்று என்னால் சொல்ல இயலாது. ஆனால் இதில் நாம் வெற்றி பெறாவிட்டால், காஷ்மீர் பிரச்னைகளுடன் சேர்த்து, பாகிஸ்தானுடனான சச்சரவின் சுமையையும் சுமந்து செல்லவேண்டும் என்பது மட்டும் தெளிவு' என்றும் கூறினார்.

VII

மே 20 அன்று ஷேக் டெல்லிக்குத் திரும்பினார். தீன்மூர்த்தி இல்லத்தில் தங்கினார். பாகிஸ்தானுக்குச் செல்லுமுன் நேருவுடன் கடைசிச்சுற்று பேச்சுவார்த்தைகளை நடத்தினார். ஷேக்கின் பாகிஸ்தான் பயணத்தை கெடுக்க விரும்பாததால், நேரு, மே 22-ல் கூட்டிய பத்திரிகையாளர் கூட்டத்தில், தான் ஷேக்குடன் பேசிய விவரங்களை வெளியிட மறுத்துவிட்டார். மேலும், பாகிஸ்தான் ஆக்கிரமித்துள்ள பகுதிகளை அவர்களே தொடர்ந்து வைத்துக்கொள்வது பற்றி அந்நாட்டுடன் ஓர் ஒப்பந்தம் செய்துகொள்ளவும் அவரது அரசு தயாராக இருப்பதாகவும் நேரு கூறினார்.[35]

இவ்விஷயம் பற்றிய நேருவின் ஆவணங்கள் ஆராய்ச்சியாளர்களுக்குக் கிடைக்கவில்லை. ஆனால் அவருடைய அப்போதைய மன ஓட்டம் பற்றி அவருடைய வெளியுறவுச் செயலர் எழுதிய கடிதம் ஒன்று கோடிட்டுக் காட்டு கிறது. பிரதமர், தற்போதைய தொல்லைகளுக்குத் தீர்வாக இந்தியா, பாகிஸ்தான் மற்றும் காஷ்மீர் ஆகியவற்றின் கூட்டாட்சி அமைப்பின் உத்தேச உள்ளடக்கங்கள் குறித்து சட்ட நிபுணர்களிடம் தெளிவாக ஆராயுமாறு கோரியிருந்தார். அத்தகைய ஏற்பாடு 'பிரிவினை'யை ரத்து செய்ததாகிவிடாது. இந்தியாவும் பாகிஸ்தானும் தனியான இறையாண்மை கொண்ட நாடு களாகவே இருக்கும். காஷ்மீர், இந்தக் கூட்டமைப்பின் ஒரு பங்காக இருக்கும். அந்த 'நாட்டின்' நிலை பேச்சுவார்த்தைகள்மூலமே தீர்மானிக்கப்படும். மூன்றுக்கும் சேர்த்து, சுங்கம் போன்றவை ஒன்றாக இருக்கும். ஏதோ ஒருவகையில் நிதி ஒருங்கிணைப்பு, சிறுபான்மையினர் நலப் பாதுகாப்புக்குத் தனி வசதி ஆகியவை அமையலாம்.[36]

பேச்சுவார்த்தை தொடர்ந்து நடைபெற உதவியாக, 1947-48-ல் இந்தியா இழந்த, காஷ்மீர் மாகாணத்தின் ஆஸாத் காஷ்மீர், கில்கித் பகுதிகள் பாகிஸ்தான் வசமே இருப்பதற்கு, இந்தியா இசைந்திடத் தயாராக இருந்தது. இதற்குப் பதிலாக பாகிஸ்தான் எதையாவது விட்டுக்கொடுக்குமா? அப்துல்லா ராவல்பிண்டிக்குச் செல்லத் தயாராக இருக்கும்போது மினு மஸானி, இந்தியாவில் சிலகாலம் பாகிஸ்தான் தூதராக இருந்தவரும், இப்போது கராச்சியில் பிரபல வக்கீலாக இருப்பவரும், பாகிஸ்தான் நிர்வாகத்தால் மதிக்கப்படுபவரும், அயூப் கானிடம் செல்வாக்கு உள்ளவருமான ஏ.கே.ப்ரோஹிக்கு ஒரு கடிதம் எழுதினார்.

'அவர் (ஷேக்), அதிபர் அயூப் கானிடமிருந்து பெறக்கூடிய பதில், இந்திய பாகிஸ்தான் நட்புறவைப் பலப்படுத்தவோ பலவீனப்படுத்தவோ கூடிய தீர்மானமான விளைவை ஏற்படுத்தும்' என்று அதில் குறிப்பிட்டிருந்தார். 'நேருவின் பாகிஸ்தான் முயற்சி கட்சிக்குள்ளும் வெளியிலும் கடுமையாக எதிர்க்கப்படுகிறது. அம்முயற்சி முன்னேற்றம் அடைய, நேரு-அயூப் கான் சந்திப்பு ஏற்பட, ஷேக் அப்துல்லா நல்ல பதிலுடன் திரும்பிவரவேண்டும். ப்ரோஹி தன் செல்வாக்கை அயூபிடமும் மற்ற தலைவர்களிடமும் பயன்படுத்தி அதனால் அப்துல்லாவுடனான பேச்சுவார்த்தைகள் இரு நாட்டு நலன்களுக்கும் நல்ல விளைவுகளை ஏற்படுத்தவேண்டும்' என்று மஸானி கேட்டுக்கொண்டார்.[37]

இதற்கிடையே அப்துல்லா பாகிஸ்தான் சென்றார். அவர் அங்கு இரண்டு வாரம் தங்கவிருந்தார். தலைநகர் ராவல்பிண்டியில் தொடங்கி, ஆஸாத் காஷ்மீருக்குச் சென்று கிழக்கு பாகிஸ்தானில் பயணத்தை முடிக்க விரும்பினார். கிழக்கு பாகிஸ்தானில், மற்ற விஷயங்களோடு இந்து சிறுபான்மையினர் உணர்வுகளையும் தெரிந்துகொள்ள விரும்பினார். மே 24-ல் ராவல்பிண்டியை அடைந்தபோது, மகத்தான வரவேற்பு காத்திருந்தது. விமான நிலையத்திலிருந்து நகருக்குத் திறந்த காரில் சென்றார். வழி நெடுகிலும் உற்சாகமான பாகிஸ்தானியர்கள் வரிசையாக நின்றுகொண்டிருந் தனர். அவ்வரவேற்பு பிப்ரவரியில் சௌ என் லாய்க்கு அளிக்கப்பட்டதைவிட உணர்விலும் ஆழத்திலும் விஞ்சியதாக ஒரு நிருபர் கூறினார்.[38]

பிறகு அப்துல்லா பத்திரிகையாளரிடம் பேசுகையில், தம் வருகை 'அமைதியைத் தேடும் லட்சியத்துடன் அமைந்த ஒன்று' எனக்குறிப்பிட்டார். 'இந்தியா, பாகிஸ்தான் இடையே நட்புறவைத் தோற்றுவிக்க உதவுமாறு அவர்களிடம் வேண்டிக்கொண்டார். போர் நிறுத்தக்கோட்டில் இருபுறமும் ஒருவரை ஒருவர் பார்த்துக்கொண்டு நிற்கும் ஆயுதமேந்திய படைகள் கலைக்கப்பட வேண்டும் என்றும், மகிழ்வும் வளமும் கொண்ட காஷ்மீரின் அஸ்திவாரம் இந்தியா, பாகிஸ்தான் இரு நாடுகளின் நிரந்தரமான நட்புறவில் மட்டுமே நிறுவப்பட முடியும்' என்றும் கூறினார். புதுடெல்லியில் கூறியது போலவே இங்கும் சச்சரவின் தீர்வு எதுவும் இந்தியாவுக்கோ பாகிஸ்தானுக்கோ தோல்வி உணர்வை வளர்க்கக்கூடாது என்பதை வற்புறுத்தினார். இந்தியாவின் மதச்சார்பின்மையையும், அதன் 60 மில்லியன் முஸ்லிம்களுடைய எதிர்காலத்தையும் பலவீனமாக்கிவிடக் கூடாது என்றும் மேலும் கூறினார். முடிவு, காஷ்மீரிகளுடைய எதிர்பார்ப்புகளையும் திருப்திப் படுத்துவதாகவும் அமையவேண்டும் என்றார்.

மறுநாள் 25-ம் தேதி அன்று அப்துல்லாவும் அயூப் கானும் மூன்று மணிநேரம் பேச்சுவார்த்தை நடத்தினர். ஷேக் விவரங்கள் எதையும் தொடாமல் டெல்லியில் இருந்ததைப் போலவே, 'ராவல்பிண்டியிலும் சூழல் ஊக்க மூட்டுவதாகவும் சாதகமாகவும் இருப்பதை' கண்டதாகக் கூறினார். 'இரு தரப்பிலும் உண்மையான உடன்பாடு ஒன்றுக்கு வரவிரும்பும் சமமான ஆர்வம் இருக்கிறது' என்றார்.

பிறகு அதேநாளில், ராவல்பிண்டியில் அப்துல்லா மாபெரும் பொதுக்கூட்டம் ஒன்றில் பேசினார். இரண்டு மணிநேரம் முழுதும் அவர் பேசும்போது மீண்டும் மீண்டும் மக்கள் தம் ஆர்வத்தை வெளிப்படுத்தி அவருக்கு உற்சாகமூட்டினர். அவர் பேச்சில், இந்தியர், பாகிஸ்தானியர் இருவரையும் இரு நாடுகளிலும் உள்ள சிறுபான்மையினர் உயிருக்கு ஆபத்து விளைவிக்கும் எந்தக் கெடுதல்களையும் செய்யாதிருக்குமாறு எச்சரித்தார். 'இந்தியா, பாகிஸ்தான் இரு நாடுகளுக்கும் சண்டைகளை விடவேண்டிய நேரம் வந்துவிட்டது. ஏனென்றால், தற்போதைய கெடுபிடிச்சூழல், அவநம்பிக்கை, அபிப்பிராய பேதம் தொடர்ந்தால் இரு நாடுகளுமே கஷ்டப்படும். அவற்றின் சுதந்தரம் ஆபத்துக்குள்ளாகும்' என்றார்.

மீண்டும் 26-ம் தேதி அன்று அப்துல்லா அயூப் கானைச் சந்தித்தார். இம்முறை நான்கு மணிநேரம் பேசினார். வெளியே வரும்போது ஷேக்கின் முகம் பிரகாசமாக ஜ்வலித்தது. நெருக்கம் மிகுந்த நிருபர் கூட்டத்தில் பாகிஸ்தான் அதிபர், நேருவுடன் ஜூன் நடுவில் சந்திக்கச் சம்மதித்துள்ளதாகக் கூறினார். சந்திப்பு டெல்லியில் நடக்கும் என்றும், அப்துல்லாவும் ஆலோசனைக்கு டெல்லியில் இருப்பார் என்றும் கூறினார். 'இந்தியாவுக்கும் பாகிஸ்தானுக்கும் இடையே எரிச்சல் உண்டாக்கும் காரணிகளில் மிக முக்கியமானது காஷ்மீர். இந்த பெரும் உறுத்தல் அகற்றப்பட்டால், பிற சிக்கல்களுக்கான தீர்வு எளிதில் ஏற்பட்டுவிடும்' என்றார்.

அதற்குள் பாகிஸ்தானில் உள்ள படித்த பெருமக்களுக்கு ஷேக்மீது கவர்ச்சி குறைய ஆரம்பித்தது. அவர்கள் சார்பிலான டான் பத்திரிகை 'அப்துல்லாவின் அறிக்கைகள், குறிப்பாக இந்தியாவில் கூறப்படும் மதச்சார்பின்மை பற்றிய அவர் குறிப்புரைகள், பொதுவாகப் பொதுமக்களிடமும், சிறப்பாகப் படித்தவர்களிடையேயும், ஓரளவு ஏமாற்றத்தை ஏற்படுத்தியுள்ளது' என்று எழுதியது. சமயச்சார்பற்ற நாடு என்று சொல்லிக்கொள்ளும் நாட்டில் 60 மில்லியன் முஸ்லிம்கள் மனிதத்தன்மையற்ற முறையில் நடத்தப்படுகிறார்கள் என்பதை முழுதும் மறந்து, இந்தியாவின் சமயச்சார்பின்மையின் வெளித்தோற்றத்தில் ஷேக் மயங்கிவிட்டார் என்று டான் எழுதியது. அந்தச் பத்திரிகை, ஷேக் காஷ்மீர் தலைவராக அன்றி, பாகிஸ்தான்-இந்தியாவிடையே அமைதித்தூதர் பணியை எடுத்துக்கொண்டுவிட்டார் என்று இன்னும் அதிக அடிப்படையான குற்றச்சாட்டை அவர்மீது சுமத்தியது. அவருடைய முக்கியமான நோக்கம் 'இந்தியக் கட்டுப்பாட்டிலிருந்து காஷ்மீரின் விடுதலையைத் தேடுவதாகத் தான் இருக்கவேண்டும்' என்று அது எழுதியது.[39]

மே 27-ல் அப்துல்லா முசாஃபராபாத் சென்றார். 1947-ல் காஷ்மீர் பிரிக்கப்பட்டது முதல் அதை அவர் பார்க்கவில்லை. போர்நிறுத்தக் கோட்டின் இந்தப் பக்கத்தில் இருந்தவர்கள் தம்முடைய யோசனைகளை எவ்வாறு வரவேற்கிறார்கள் என்பதை அறிந்துகொள்ள அவர் விரும்பினார். அதை அவர் அறிந்துகொள்ளுமுன் புதுடெல்லியில் நேரு இறந்துவிட்டார் என்ற செய்தி கிடைத்தது. தம்மைச் சுற்றியிருந்த நிருபர்களிடம் அவர் கம்மிய

குரலில், ‘அவர் காலமாகிவிட்டார்; அவரை இனி நான் சந்திக்க முடியாது’ என்றார். அவருடைய உணர்வுகள் பற்றி மேலும் கேட்கப்பட்டபோது, அவர் துக்கத்துடன் தன் அறைக்குச் சென்றுவிட்டார்.

அப்துல்லா ராவல்பிண்டிக்குக் காரில் சென்று, அங்கிருந்து முதல் விமானத்தில் டெல்லிக்கு விரைந்தார். தீன்மூர்த்தி இல்லத்தை அடைந்ததும், நேருவின் உடலைக் கண்டார். ஒரு குழந்தையைப் போல அழுதார். தன்னை அமைதிப்படுத்திக்கொள்ளவும் தம் பழைய நண்பரது உடலுக்கு மலர் வளையம் வைக்கவும் அவருக்குச் சிறிது நேரம் பிடித்தது. இதனை ஒரு பத்திரிகையாளருடன், நேருவின் உடலோடு சுடுகாட்டுக்குச் சென்ற ஒரு ராஜதந்திரியும் நேரில் கண்டார். நேருவின் உடலை நெருப்பு எரித்துக் கொண்டிருந்தபோது, குழல் இசைப்போர் இசைத்த ஆங்கிலப் பாடல் ஒன்று, நேருவின் வாழ்வோடு இணைபிரியாமல் கலந்திருந்த இந்தியாவையும் இங்கிலாந்தையும் குறிப்பால் உணர்த்தியது. தீ முழுதுமாக அணையும் முன்னரே, ஷேக் அப்துல்லா அம்மேடைமீது தாவி, கட்டுக்கடங்கா அழுகையுடன் தீக்கொழுந்துகளின்மீது மலர்களைத் தூவினார். நேருவின் வாழ்வோடு பிரிக்கமுடியாமல், பின்னிப்பிணைந்த ஒற்றுமைக்கும் காஷ்மீர் விவகாரத்தின் துயரத்துக்கும் அது அடையாளமாகத் திகழ்ந்தது.[40]

VIII

1964 ஏப்ரல்-மே சம்பவங்களை அறிஞர்களான நேருவின் வாழ்க்கை வரலாற்றாசிரியர்களும் காஷ்மீர் சச்சரவை ஆராய்ந்தவர்களும் புறந்தள்ளி விட்டனர்.[41] அவற்றை நான் இங்கே திரும்பக் கொண்டுவருவதற்குக் காரணம், இந்த அதிமுக்கியமான, சமாளிக்க முடியாத அரசியல் சிக்கல்கள் பற்றி, அவை புதிய விளக்கத்தைத் தருவதாலேயே. வல்லபபாய் படேல் குறிப்பிட்ட ‘கடுமையான தலைவலிக்கு’, ஷேக் அப்துல்லாவின் சொற்களில் ‘இந்திய-பாகிஸ்தான் அரசியல் உடலில் ஏற்பட்டுள்ள புற்றுநோய்க்கு’, குறிப்பாக நேருவின் வாழ்வுக்கும் தொண்டுக்கும் ஏற்பட்ட முடிவுக்கு, அந்தச் சம்பவங்கள் சற்றே தெளிவைத் தரக்கூடும்.

1964 ஏப்ரல்-மே மாதங்களில் அமைதி நாடியவர்கள் எவ்வளவு தீவிரமாக இருந்தார்கள்! பொதுவிலோ தனியாகவோ, தன் மனத்தை வெளிக் காட்டாதவர் ஃபீல்டு மார்ஷல் அயூப் கான்தான். அவர் அப்போது என்ன நினைத்தார் என்பது பற்றி நமக்கு எதுவும் தெரியாது. காஷ்மீர் பற்றிய சமரச உடன்பாடு ஒன்றில் அவரும் தீவிரம் காட்டினாரா? அவரால் அப்போது, இந்தியாவுடனான ஒப்பந்தம் ஒன்றை தன் மக்களிடம் ‘விற்க’ முடிந் திருக்குமா? ஆனால் மறுபக்கத்தில், ஷேக் அப்துல்லா தம் கருத்துகளை பத்திரிகைகளிடமும், அளவற்ற பொதுமேடைகளிலும், சொற்பொழிவு களிலும் தெரிவித்து வந்தார். அவருடைய சொற்கள், அவருடைய தனிப்பட்ட பேராசையை மறைக்கப் போடப்பட்ட முகமூடி என்று சிலர் கருதினர். எகனாமிக் வீக்லியில் ஒரு விமரிசகர், ‘அவரது அரசியல் நடவடிக்கைகளை மேம்போக்காக ஆராய்ந்தால்கூட, அவர் இந்திய-பாகிஸ்தான் உறவுகளின்

பின்னணியில் இருக்கும் அரசியல் அதிகாரச் சிக்கல்கள், குழப்பங்கள், வெறுப்புகள், தவறான அபிப்பிராயங்கள் முதலியவற்றை அறிந்தும் அறியாமலும் பயன்படுத்திக்கொண்டு, சுதந்தர நாடு ஒன்றை வென்று விடுவதற்கான மிகச் சிக்கலான திட்டம் ஒன்றை வைத்துகொண்டு இறங்கு கிறார் என்பதைத் தெளிவுபடுத்தும்' என்று எழுதினார்.[42]

இது வெறும் குற்றம் காணும் முயற்சியே என்று எனக்குத் தோன்றுகிறது. அப்துல்லாவின் பேச்சுகளும் அவற்றைவிடச், அவரது செயல்களும், மதச் சார்பின்மையில் அவருக்கு இருந்த ஈடுபாட்டையும் இந்தியாவிலும் பாகிஸ்தானிலும் உள்ள சிறுபான்மையினர் பற்றிய கவலைகளையும் வெளிப் படுத்துகின்றன. நிச்சயமாக அவர் பேராசைக்காரரே. ஆனால், 1953-ல் தன்னை காஷ்மீரின் முடிசூடா மன்னராகக் கனவு கண்டவர், 1964-ல் தன்னை ஓர் அமைதிச் சிற்பியாக, துணைக்கண்டத்தில் பிரிந்து நின்ற ஏழை நாடு களுக்கு அமைதியும் வளமும் கொண்டுவரக்கூடிய ஒரே மனிதராக கண்டார்.

ஜவாஹர்லால் நேருவின் எண்ணம் குறித்து சந்தேகமே இருக்க முடியாது. அப்துல்லாவின் நீண்டகாலச் சிறை தண்டனை குறித்து அவர் குற்ற உணர்வு கொண்டார். காஷ்மீரில் தொடரும் வெறுப்பு குறித்து கவலை கொண்டார். இந்திய-பாகிஸ்தான் பிரச்னையின் நீண்டகால விளைவுகள் குறித்து அவர் அறிந்திருந்தார். அப்போது பிரச்னை அவருடைய உள் எண்ணம் குறித்து அல்ல; அவருடைய செல்வாக்கு பற்றியது. அவருடன் பணியாற்றுபவர்கள் அவர் சொல்வதைக் கேட்பார்களா? அவரும் அயூப் கானும், ஓரளவு ஷேக் அப்துல்லாவின் உதவியுடன், உண்மையிலேயே ஒரு தீர்வை உருவாக்கி யிருந்தால், காங்கிரஸ் கட்சியில் அல்லது நாடாளுமன்றத்தில் ஆதரவைத் திரட்டியிருக்க முடியுமா?

முடிந்திருக்காது. அப்படியே அது செயல்படுத்தப்பட்டிருந்தாலும் நீண்டநாள் செயல்பட்டிருக்குமா? கூட்டமைப்பு குறித்து நேருவின் அலுவலகம் ஆலோசித்த சட்ட வல்லுநர் ஒருவர் நாசூக்காக, 'வரலாற்றுரீதியில் கூட்ட மைப்புகளில் யாராவது ஒருவருடைய அதிகாரமே ஆட்சி செலுத்தியிருக்கிறது அல்லது அவை ஒருவித இறுக்கத்திலேயே ஒற்றுமையாக இருந்திருக்கின்றன' என்று கூறியிருந்தார்.[43] வெறும் பரப்பளவிலேயே இந்தியா, பாகிஸ்தானையும் காஷ்மீரையும் மூழ்கடித்துவிடும் அளவுக்குப் பெரியது. அப்போது அது சர்வாதிகாரப் பெரியண்ணனாக நடந்துகொண்டிருக்குமா? அப்துல்லா அயூப் கானைச் சந்தித்த நாள் அன்று, இந்துஸ்தான் டைம்ஸ் வெளியிட்ட ராஜீந்தர் பூரியின் கேலிச்சித்திரம் பொருத்தமானது. அப்படத்தில் ஃபீல்டு மார்ஷல், முகவாய்க்கட்டையில் விரல்வைத்து ஆழ்ந்த யோசனையில் இருக்கிறார். ஷேக் தன் கைகளை ஆட்டியவாறு, 'அன்பு நண்பரே! டெல்லி, லக்னோவையோ சண்டிகரையோகூட அதிகாரம் செய்யமுடியாதபோது, அது பிண்டியை அதிகாரம் செலுத்தும் என்று பயப்படுகிறீர்களா?' என்று கேட்கிறார்.[44]

இங்கே ஊகிக்கமுடியாத பல: அயூபின் நோக்கம், அப்துல்லாவின் நம்பிக்கைகள், நேருவின் பலம், மூவர் கூட்டமைப்பின் நடைமுறை

சாத்தியக்கூறுகள். கடைசியில் நேருவின் பலம் உண்மையில் ஓய்ந்து போயிற்று. ஒரு பாகிஸ்தானிய பத்திரிகை குறிப்பிட்டவாறு, 'அவருடைய மரணம் காஷ்மீர் பிரச்னைக்கான சமாதானத் தீர்வு என்பதையே முடிவு கட்டிவிட்டது.' ஏனென்றால், நேருவுக்குப் பின் யார் வந்தாலும், அவருக்கு அதிகாரம், தைரியம் மற்றும் அரசியல் ஆதரவு அந்த அளவுக்கு இருக்காது; எனவே காஷ்மீரில் தற்போதுள்ள நிலையே தொடரும் என்ற மக்கள் கருத்துக்கு எதிராக மாற்றத்தைக் கொண்டுவர முடியாது.[45]

17

சிறுபான்மையினர் நலம் நாடல்

நாகரிகத்தின் முதல் விதி அடுத்தவர்கள் உரிமைகளைப் பாதுகாப்பதுதான்

- ஃப்ரெடெரிக் ஷில்லர்

I

1964 மே *27*, பிற்பகல் நேருவின் மரணச் செய்தி புதுடெல்லி முழுதும் பரவியபோது, அதைச் கேட்டவர்களில் ஒருவர் அமெரிக்க மாணவர் கிரான்வில் ஆஸ்டின். அவர் இந்திய அரசியல் அமைப்பு உருவானதைப் பற்றி ஆய்வுக் கட்டுரை ஒன்றைத் தயாரித்துக் கொண்டிருந்தார். எனவே நேருவின் வாழ்க்கை பற்றி சற்றே தீவிரமான ஆர்வம் ஆர்வம் கொண்டிருந்தார். தீன்மூர்த்தி இல்லத்தில் இரங்கல் அஞ்சலி தெரிவிக்க ஏற்கெனவே கூடியிருந்த ஏராளமான மக்களுடன் சேர்ந்துகொள்ள அவரும் சென்றார். மறுநாள் தன் நாட்குறிப்பில் ஆஸ்டின் எழுதியது இதுதான்: 'எல்லோரும் உள்ளே செல்ல விரும்பினர். ஆனால் அவர்கள் காத்திருக்கவும் தயாராக இருந்தார்கள். பிரதமருடைய அலுவலகத்தினர் ராஜதந்திரிகளுக்கும் அமைச்சர்களுக்கும் வழிகாட்டியபடி உள்ளே அழைத்துச் சென்றபோது, கூட்டம் ஒழுங்காகவும், சத்தம் போடாமலும் நின்று கொண்டிருந்தது. மிக முக்கியமானவர்களில் நேருவுடன் கேம்ப்ரிட்ஜிலும் சிறையிலும் உடனிருந்த பிரபலமான டாக்டர் சையத் மஹ்மூத் ஒருவர். அவரும், மற்றவர்களைப் போல காரிலிருந்து இறங்கிப் பிரதமர் இல்லத்துக்கு முன் மிகவும் செங்குத்துச் சரிவாக அமைந்திருந்த புல்வெளியில் நடந்தபடி ஏறிக் கொண்டிருந்தார். அழுது கொண்டே சென்றுகொண்டிருந்த மஹ்மூதுக்குத் தாழ்ந்த ஜாதிக்காரரும், கேபினட் அமைச்சரும், மூத்த காங்கிரஸ் அரசியல்வாதியுமான ஜகஜீவன் ராம் தோள் கொடுத்து அழைத்துச் சென்றார். ஒரு ஜாதி இந்துவின் வீட்டுக்குத்

தீண்டத்தகாதவர் ஒருவர் உதவியுடன், முஸ்லிம் ஒருவர் சென்றது நேருவின் இந்தியாவின் உண்மையான காட்சியாக அமைந்தது.'[1]

சுதந்திர இந்தியாவின் மக்கள் தொகையில் முஸ்லிம்களும் தீண்டத்தகாதோரும் நான்கில் ஒரு பங்கினர் ஆவர். 1947-க்கு முன், இந்தியா முழுமைக்குமான பிரதிநிதி தானே என்ற காங்கிரஸின் வாதத்தை மறுத்த தலைவர்கள் இருவர். ஒருவர் எம்.ஏ. ஜின்னா. அவர் காந்தி, நேருவின் கட்சி இந்துக்களுடைய பிரதிநிதி மட்டுமே என்றார். மற்றொருவர் தீண்டத்தகாதவரான பி.ஆர். அம்பேத்கர். அவர், காங்கிரஸ் அனைத்து இந்துக்களுக்கும் பிரதிநிதியல்ல; மேல் சாதியினருக்கு மட்டுமே பிரதிநிதி என்றார்.

இந்தப் பேச்சுகள் வன்மையாக எதிர்க்கப்பட்டன. அம்பேத்கர் அரசியலுக்கு வருவதற்கு முன்னதாகவே காந்தியே தீண்டாமைக்கு எதிராகப் போராடியிருக்கிறார். அவர் இந்து-முஸ்லிம் ஒற்றுமைக்காகத் தன் உயிரையே அளித்திருக்கிறார். மகாத்மாவின் கருத்தில், சுதந்திரம் என்பது, சாதி, இனம், பால் என்ற வேறுபாடுகள் இன்றி அனைத்து இந்தியர்களுக்கும் கிடைத்தால் மட்டுமே, அது பொருளுடையதாக இருக்கும்.

இந்த நிபந்தனைகளை காந்தியோடு பங்கிட்டுக் கொண்டவர் நேரு. மற்ற விஷயங்களில், சில சமயங்களில், தன் மனப்போக்கின்படிச் செல்லும் சீடராக இருந்திருக்கலாம். (காந்தி விரும்பியிருக்கக் கூடிய) கிராமியமயமாக்கப்பட்ட பொருளாதாரத்துக்கு உரம் ஊட்டுவதற்குப் பதிலாக, தன்னை ஒத்த அறிவு ஜீவிகளோடு இணைந்து, இந்தியாவை நவீன, தொழில் மயமான பாதையில் அழைத்துச்செல்ல விரும்பினார். ஆனால் சிறுபான்மையினரின் உரிமைகளைப் பாதுகாக்கும் விஷயத்தில் மகாத்மாவோடு தோளோடு தோள் நின்றார். அவருடைய தேசியமும் அது போலவே எல்லாரும் சமம் என்பதை உறுதி செய்யும் ஒருங்கிணைந்த ஒன்று.

காந்தியால் உத்வேகம் பெற்று, நேருவால் வழிநடத்தப்பட்டு அமைந்த இந்திய அரசியல் அமைப்புச் சட்டம் தீண்டாமையை ஒழித்தது. நாடு, மத விஷயங்களைப் பொருத்தவரை நடுநிலையாக இருக்கும் என்று அறிவித்தது. சட்டம் அப்படித்தான் இருந்தது. நடைமுறை எப்படி இருந்தது? நாடு எதிர்கொண்ட சோதனைகளில் இதுவே மிகக் கடுமையானதாக இருக்கும். ஏனெனில், இந்துக்கள் எண்ணிக்கையில் பெரும்பான்மையாகவும் அரசியல் முக்கியத்துவம் பெறுவதில் முன்னணியிலும் இருந்தனர். அவர்கள் அல்லாத மற்றவர்களுடைய உரிமைகளையும் சுதந்தரத்தையும் அவர்கள் மதித்து ஏற்றுக் கொண்டால் மட்டுமே இந்தியா அந்தச் சோதனையை எதிர்த்து நிற்க முடியும்.

II

பாகிஸ்தான் என்ற கொள்கை, இந்து ஆதிக்க அச்சத்திலிருந்து சிறுபான்மையினர் விடுதலை பெறவேண்டும் என்பதை தனது திட்டமாகக் கொண்டிருந்தது. ஆனால், புதிராக, முஸ்லிம்கள் பெரும்பான்மையாக உள்ள

பகுதிகளைக் கொண்டு பாகிஸ்தான் உருவானது. இங்கே, முதலில் இந்தச் சிக்கலே இருந்திருக்கவில்லை.

1947-க்குப் பிறகு முஸ்லிம்களில் பெரும்பான்மையினர், முன்னர் இருந்ததைப் போலவே, இந்தியத் துணைக்கண்டம் முழுவதும் சிதறிக் கிடந்தனர். பல மில்லியன் முஸ்லிம்கள் எல்லை கடந்து கிழக்கு மற்றும் மேற்குப் பாகிஸ்தானுக்கு இடம் பெயர்ந்து சென்றனர். ஆனால் அதைவிடவும் அதிக எண்ணிக்கையில் இந்தியாவிலேயே தங்கிவிடுவதை விரும்பினர். பாகிஸ்தான் ஏற்பட்டதால் அவர்கள் தாக்குதலுக்கு உள்ளாகும் அபாயம் இருந்தது. இந்தக் கருத்து, பாகிஸ்தான் உருவாவதற்கு முக்கியப் பங்காற்றிய வங்காள முஸ்லிம் லீகைச் சேர்ந்த எச்.எஸ். சுஹ்ராவார்தி, அவருடன் பணியாற்றிய ஐக்கிய மாகாணத்தைச் சேர்ந்த சௌத்ரி காலிக்குஸ்ஸமான் ஆகியோருடையது என்பது ஒரு வேடிக்கையான விஷயம். 1947 செப்டம்பர் 10 அன்று சுதந்தரம் மற்றும் பிரிவினைக்கு ஒரு மாத காலத்துக்கு உள்ளாக சுஹராவார்தி, காலிக்குஸ்ஸமானுக்கு, 'இந்திய யூனியனில் விடப்பட்டுவிட்ட முஸ்லிம்கள், அலைகடலில் நங்கூரமற்ற கப்பலாகக் கைவிடப்பட்டு விட்டனர்' என்று பயத்துடன் எழுதினார். இந்து மற்றும் சீக்கிய அகதிகள் இந்தியாவுக்கு ஓடி வந்தது, பாகிஸ்தான் உருவானதால் உண்டான எதிர்ப்பை மேலும் அதிகமாக்கியது. இதனால் பொதுவான பெருந்தீ பிடித்து இந்திய யூனியனில் உள்ள முஸ்லிம் சிறுபான்மையினரை அழித்துவிடும் என்று சுஹ்ராவார்தி அஞ்சினார். காலிகுஸ்ஸமனைப் பொருத்தவரை, 'இந்தியப் பிரிவினை உடனடியாக இந்திய முஸ்லிம்களுக்கும், நீண்டகால அடிப்படையில் எல்லா இடங்களிலும் உள்ள முஸ்லிம்களுக்கும் கேடு விளைவிக்கும்' என்ற சோகமான முடிவுக்கு வந்துவிட்டார்.

இரு தேசங்களும் அவரவர் நாட்டுச் சிறுபான்மையினரைப் பாதுகாக்கவும் ஒருவரை ஒருவர் தூண்டிவிடாமல் இருக்கவுமான ஒத்துழைப்பு, ஒருவருக் கொருவர் உதவியளிப்பது ஆகிய அம்சங்களைக் கொண்ட ஓர் அறிக்கையை சுஹ்ராவார்தி தயாரித்தார். அதில் காந்தியை ஒப்பமிடவும் செய்தார். ஆனால் நம்பிக்கையும் உதவியும் இன்றி இருக்கும் இந்திய முஸ்லிம்களுக்காக ஜின்னாவை எவ்வளவு கெஞ்சிக் கேட்டுக்கொண்டும் அவருடைய ஒப்பத்தைப் பெற முடியவில்லை.[2]

பாகிஸ்தானின் உருவாக்கம், இந்து இனவாதத்துக்கு உற்சாகம் ஊட்டுவதாக அமைந்ததை நாம் ஏற்கெனவே பார்த்தோம். இப்போது, ஆர்.எஸ்.எஸ்.ஸும் அதைப் போன்ற அமைப்புகளும் முஸ்லிம்களை, நாட்டைத் துண்டாடிய துரோகிகள் என்று குற்றம்சாட்ட முடிந்தது. இந்தத் தீவிர இந்துக்களின் கருத்துப்படி இந்த முஸ்லிம்கள் பாகிஸ்தானுக்கே போய்விட வேண்டும்; அல்லது விளைவுகளை எதிர்நோக்க வேண்டும். பிரிவினைக்குப் பிறகு ஆர்.எஸ்.எஸ்.ஸின் பலம் அதிகரித்தது. 1948 ஜனவரியில் காந்தியின் கொலை இதன் எழுச்சியைக் குறைத்தபோதிலும், அந்த அமைப்புக்கு வடக்கு மற்றும் மேற்கு இந்தியாவில் செல்வாக்கு அதிகமாகவே இருந்தது.

உண்மையைச் சொன்னால், காங்கிரஸுக்கு உள்ளேயே வெறிகொண்டவர்கள் இருந்தனர். அவர்கள் புதிய நாட்டுக்கு முஸ்லிம்களுடைய விசுவாசம் எப்படி இருக்கும் என்பது பற்றி சந்தேகம் கொண்டிருந்தனர். இப்படிச் சந்தேகம் கொண்டிருந்த சிலர் மிக உயர்ந்த அதிகாரமுள்ள பதவிகளில் இருந்தனர். பிகார் ஆளுநர், ஜாம்ஷெட்பூரில் உள்ள எஃகு ஆலை அதிபர்களிடம், முஸ்லிம் தொழிலாளர்கள் பாகிஸ்தானுக்குச் சென்று விடுவர் என்றும், செல்லும் முன், இயந்திரங்களை அழித்து விடுவர் என்றும் எச்சரித்தார். அத்தகைய வதந்திகள் நகரில் உலாவின. ஆனால் ஆலை அதிபர்கள் உறுதியாக நின்றனர். மேலும் அவர்கள், முஸ்லிம் தொழிலாளர்களை வெளியேற்றும் எண்ணம் ஏதுமில்லை என்றும் இனவேற்றுமைகளை தொழிலாளர் களிடையே வளர்க்கப்போவதில்லை என்றும் அறிவிப்பு விடுத்தனர்.[3]

இந்திய முஸ்லிம்களின் பாதுகாப்பற்ற உணர்வு 1950-ல் அமெரிக்க உளவியலாளர் ஒருவர் மேற்கொண்ட கருத்துக்கணிப்பு மூலம் புலனாகிறது. அவர் சந்தித்த வடக்கு, மேற்கு இந்திய நகரங்களின் முஸ்லிம்கள் அச்சத்தாலும் சந்தேகத்தாலும் சூழப்பட்டிருந்தனர். ‘நாங்கள் பாகிஸ்தானின் ஒற்றர்களாகக் கருதப்படுகிறோம்’ என்றார் ஒருவர். இரண்டாமவர், ‘இந்து பகுதியில் வசிப்பது ஆபத்தானது. அவர்கள் எங்கள் பெண்களைக் கடத்திச் சென்று, கற்பழித்துவிடக் கூடும்’ என்றார். மூன்றாமவர், ‘இந்துக்கள் தம் பொருள்களை முஸ்லிம்களிடம் கருப்புச் சந்தை விலைக்கு விற்கிறார்கள்’ என்றார்.[4]

III

முஸ்லிம்களை முழுதும் நம்பாதவர்களில் உள்துறை அமைச்சர் வல்லபபாய் படேலும் இருந்தார். 1946 தேர்தலில், பாகிஸ்தானுடன் சேரமுடியாத பகுதி களிலும் பெரும்பான்மையான முஸ்லிம்கள், லீகுக்கே வாக்களித்ததை அவர் நினைவில் கொண்டிருந்தார். இரு தேசங்களும் தோன்றியபிறகு, பின்னால் தங்கிவிட்டவர்களை அவர் சந்தேகித்தார். 1948 ஜனவரி ஆரம்பத்தில் லக்னோவில் நடந்த ஒரு கூட்டத்தில், ‘அந்நகரில்தான் இருதேசக் கொள்கைக் கான அஸ்திவாரம் நாட்டப்பட்டது’ என்பதை மக்களுக்கு நினைவூட்டினார். ஐக்கிய மாகாண அறிவுஜீவிகள்தாம் ‘முஸ்லிம்கள் ஒரு தனி தேசம்’ என்ற கோரிக்கையை எழுப்பியவர்கள் என்றார். இப்போது பாகிஸ்தானுக்குச் செல்ல விரும்பாதவர்கள் இந்தியாவுக்கு ‘தம் விசுவாசத்தைத் தெரிவித்தால் மட்டும் போதாது’. தங்கள் கூற்றை ‘செயலில் நிரூபித்தும் காட்டவேண்டும்’ என்றார்.[5]

பிறகு அதே ஆண்டில் படேலின் உள்துறை அமைச்சகச் செயலர் பிறதுறைச் செயலர்கள் கவனத்துக்கு என எழுதியிருந்தார்:

> ...பாகிஸ்தான் உடனான உறவில் தற்போதுள்ள சூழலில் அவசரமும் முக்கியத்துவமும் பெறும் ஒரு அம்சம் இது. குறிப்பாக இந்திய யூனியனுடைய காஷ்மீர் மற்றும் ஹைதராபாத் விஷயங்களிலான கொள்கையால், இந்தியாவில் உள்ள முஸ்லிம்களில் ஒரு பகுதியினரின்

பரிவு குறைந்து, தீவிரமாக பாகிஸ்தான் பக்கம் மிகுந்து வருவதற்கான சான்று அதிகரித்து வருகிறது. அத்தகைய அரசு ஊழியர்கள், (ரகசியச்) செய்திகளை எதிர்த் தரப்புக்கு அனுப்ப பயனுள்ள வழிகளாக இருப்பார்கள். குறிப்பாக அவர்கள், தம் உறவினர்களின் செல்வாக்குக்கு எளிதில் உட்படக் கூடும்.

அரசின் முஸ்லிம் ஊழியர்கள் சிலர், இந்த வகையினராக இருக்கக் கூடும். நிர்வாக அமைப்பில் அவர்கள் அபாயகரமான ஓர் அம்சமாக அமைவார்கள் என்பது தெளிவு. எனவே அவர்கள் வசம் முக்கியமான, தனிப்பட்ட ரகசியப் பணிகள் எதுவும் ஒப்படைக்கப்படக்கூடாது. அவர்கள் முக்கியமான பதவிகளில் இருக்கக்கூடாது. இதற்காகத் தங்கள் அமைச்சகத்தில் உள்ள, மற்றும் தங்கள் கட்டுப்பாட்டில் உள்ள அலுவலகங்களிலும், இந்திய டொமினியனுக்கு விசுவாசக் குறைவாக இருந்து, நாட்டுப் பாதுகாப்புக்கு அச்சம் விளைவிக்கக் கூடும் என்று கருதப்படுவோரது பெயர்கள் அடங்கிய பட்டியலைத் தயாரிக்க வேண்டுகிறேன். இந்தப் பட்டியல்கள் கருத்துடன் தயாரிக்கப்படவேண்டும். துறைத் தலைவர்கள் அல்லது உயர் அதிகாரிகள் இவற்றைச் சரிபார்க்கவேண்டும். அத்தகையோர் முக்கியமான, பொறுப்பான பதவிகள் வகிக்காமலும் முக்கிய, தனிப்பட்ட ரகசியப் பணிகளைக் கையாளாமலும் இருப்பதற்கு மட்டுமெ இந்தப் பட்டியலைப் பயன்படுத்த வேண்டும்.

இதனால் தவறாக யாரும் பழிவாங்கப்படக்கூடாது என்பதையும் நிஜமாகவே சந்தேகம் ஏற்படுத்துவோர் பெயர்கள் மட்டுமே சேர்க்கப்படவேண்டும் என்பதையும் நான் சொல்லத் தேவையில்லை. உண்மையாக விசுவாசம் உள்ளவர்களுக்கும் திருப்பதிகரமாகப் பணியாற்றுபவர்களுக்கும், பிற பெரும்பான்மை இனத்தைச் சேர்ந்தவர்களுக்குத் தரும் வாய்ப்புகள் அனைத்தும் தரப்படவேண்டும்.[6]

இது ஓர் அசாதாரணமான கடிதம். இந்திய அரசாங்கத்தில் உள்ள முஸ்லிம் ஊழியர்களிடையே, வேண்டுமென்றே யாரையும் தண்டிக்காவிட்டாலும், சிறிது சந்தேகம் இருந்தாலும் அவர்களைத் தேடிக் கண்டுபிடிக்கும் வலுவான முயற்சியாக இது அமைந்தது. இந்தியத் தொல்லியல் ஆய்வுத் துறையை எடுத்துக் கொள்வோம். அதில் பல முஸ்லிம் ஊழியர்கள் இருந்தனர். அவர்கள் இந்தியாவில் இடைக்காலத்தில் எழுப்பப்பட்ட பல மாபெரும் கட்டடங்களின் பாதுகாப்புப் பொறுப்பில் இருந்தனர். இக்கடிதம் தொல்லியல் ஆய்வுத் துறையின் டைரெக்டர் ஜெனரலுக்கு, கல்விச் செயலர் வழியாக வந்தபோது அவர் தன் வட்டார அதிகாரிகளுக்கு, இந்திய டொமினியனுக்கு விசுவாசமுள்ள ஊழியர் பட்டியலையும், 'பாதுகாப்புக்கு ஆபத்து விளை விக்கக் கூடியவர்கள்' பட்டியலையும் அனுப்பி வைக்குமாறு கூறினார். அவ்வட்டார அதிகாரிகள், அவர்களுடைய ஊழியர்களிடையே ஒரு ரகசிய ஆய்வை மேற்கொண்டனர். அதன் முடிவுகள் தலைமை அலுவலகத்துக்கு அனுப்பி வைக்கப்பட்டன. 50 ஆண்டுகளுக்குப் பிறகு, இன்றும் அவை படிப்பதற்கு சுவையானதாகவும் திகிலூட்டுவதாகவும் அமைந்துள்ளன.

பல அதிகாரிகள் தம் பதில் உரையில், 'தனிப்பட்ட வகையில் அவர்களுடைய ஊழியர்கள் எவரையும் தாங்கள் சந்தேகிக்கவில்லை' என்று குறிப் பிட்டிருந்தனர். எனினும் சந்தேகத்துக்கு உட்படக்கூடியவர்கள் இடமாற்றம் செய்யுமாறு நிர்பந்திக்கப்பட்டனர். பீஜாப்பூரில் உள்ள ராணுவ மேஜர் ஒருவர் கோல்கும்பாஸின் காப்பாளர் நம்பத்தகுந்தவர் அல்ல என்றும், இந்திய யூனியனுடன் சேர மறுக்கும் ஹைதராபாத்தில் அவருடைய உறவினர்கள் இருப்பதாகவும் தொல்பொருள் ஆயுவுத் துறைக்கு எழுதியிருந்தார். அந்தக் காப்பாளர் உடனே கனேரி குகைகளுக்கு மாற்றப்பட்டார்.

தாஜ்மஹாலையும் ஃபதேபூர் சிக்ரியையும் உள்ளடக்கிய, ஆக்ராவைத் தலைமையிடமாகக் கொண்ட வடக்கு வட்டாரக் கண்காணிப்பாளரிடமிருந்து வந்த அறிக்கை மிகவும் விளக்கமானது. அவர், பாகிஸ்தானுக்கு இடம் பெயர்ந்து சென்றவர்களின் உறவினர்களாக உள்ள தம் ஊழியர்கள் இருபத்தெட்டு பேரின் பெயர்களைப் பட்டியல் இட்டிருந்தார். அவர்களில் ஐவரின் விசுவாசம், இந்திய டொமினியனுக்கு உரியதா என்பது சந்தேகத் துக்கு அப்பாற்பட்டதல்ல என்றார். சாதகமான வாய்ப்பு கிடைத்தால், அவர்கள் இந்தியப் பாதுகாப்புக்கு ஆபத்து விளைவிக்கக்கூடும் என்று அவர் கருதினர். ஒருவர் ஆக்ரா கோட்டையில் நுழைவு சீட்டு வழங்குபவர். அவருடைய சகோதரர், மகன் மற்றும் தாயார் (சிந்து மாகாணத்தின்) ஹைதராபாத்தில் இருந்தனர். மற்றொருவர் தாஜ்மஹாலின் ஒரு காவலாளி. அவரது மனைவி கராச்சியில் இருந்தார். மற்றொரு தாஜ் காவல்காரருடைய இரு மகன்களும் ஒரு மகளும் கராச்சியில் இருந்தனர். கண்காணிப்பாளர் பட்டியலில் இருந்த ஏழு பேர், 'இயற்கையில் விஷமக்காரர்களாகத் தோன்ற வில்லை. ஆனால் பாகிஸ்தானில் உள்ள உறவினர்கள் செல்வாக்கால் தகவல்களை அந்த நாட்டுக்கு அனுப்பக் கூடும்' என்று குறிப்பிட்டிருந்தார்.

அக்டோபர் 20 அன்று, உள்துறைச் செயலர், பாகிஸ்தானில் உறவினர்களை உடைய அலுவலர்களைக் குறிவைத்து தொடர் நடவடிக்கைக்கு என ஒரு கடிதத்தை அனுப்பினார். பிரிவினை நடந்து இப்போது பல மாதங்கள் ஆகிவிட்ட நிலையில், (இந்திய) அரசாங்க ஊழியர்கள் தங்கள் குடும்பங் களைப் பாகிஸ்தானில் வைத்திருக்க வேண்டிய அவசியம் இல்லை. மாறாக இரு நாடுகளுக்கு இடையே உறவு பலவீனப்பட்டு வரும் நிலையில் அதுவே இந்திய யூனியனுக்கு விசுவாசம் இல்லாமல் இருப்பதற்கு முதல் படியான சாட்சியாக அமையும். பாகிஸ்தானில் குடும்பம் உள்ள ஊழியர்கள் அவர்களை ஒரு மாதத்துக்குள் திரும்பக் அழைத்துக்கொண்டு வந்துவிட வேண்டும். அவ்வாறு செய்யாதவர்களின் பட்டியலை உள்துறை அமைச்சரகம் கோரியது. பிறகு ஒவ்வொருவராக அவர்மீது நாட்டு நலன் கருதி, ஒழுங்கு நடவடிக்கை எடுக்க வேண்டுமா என்பது பற்றி அமைச்சரகம் முடிவு செய்யும்.

மீண்டும், உள்துறைச் செயலரின் அறிவுரைகள் தொல்லியல் ஆய்வுத் துறை டைரெக்டர் ஜெனரலால், எல்லா வட்டார அதிகாரிகளுக்கும் அனுப்பப் பட்டன. மீண்டும் ஆக்ரா வட்டாரக் கண்காணிப்பாளரிடமிருந்து விரிவான

அறிக்கை வந்தது. அவர் தேடித்தேடிக் குற்றம் காண்பதில் மகிழ்ச்சி கொண்டவராகக் காணப்பட்டார். குறிப்பாக அவர் கோபமெல்லாம் காதிம்கள் எனப்படும் தாஜ்மஹாலின் மரபு வழிக் காவல்காரர்கள் மீது விழுந்திருந்தது. மொத்தமாக அவர்கள் 18 பேர். அந்தப் பணியிடங்கள் 17-ம் நூற்றாண்டில் பேரரசர் ஷாஜஹானால் தோற்றுவிக்கப்பட்டு, பிறகு பிரிட்டிஷாரால் உறுதி செய்யப்பட்டவை. கண்காணிப்பாளர் பார்வையில், அவர்கள் எல்லாம் எதிரி எஜென்ட்டுகளாக, அவர்களைப் பற்றிய எல்லா உண்மைகளையும் தெரிவிக்க விரும்பாதவர்களாகத் தோன்றினர். குறைந்தபட்சம் ஆறுபேர் தம் குடும்பங்களை இன்னமும் பாகிஸ்தானில் வைத்திருந்தனர்.

ஒரு காதிம், எல்லைக்கு அப்பால், குறித்த காலத்துக்கு மேலும் தன் உறவினருடன் தங்கிவிட்டார். அவர் தாற்காலிகப் பணி நீக்கம் செய்யப்பட்டார். அவருடைய கோடை மற்றும் குளிர்கால அலுவலக உடைகளையும், அவர் வசமிருந்த பிற அரசாங்கப் பொருள்களையும் ஒப்படைத்துச் செல்லுமாறு உத்தரவிடப்பட்டார். அந்தக் கண்காணிப்பாளர் இரண்டாவது காதிமையும் தாற்காலிகப் பணி நீக்கம் செய்ய விரும்பினார். அந்த காதிம் ஆக்ராவில் உள்ள தன்னுடைய சொத்துக்களைத் தான் பாகிஸ்தான் செல்வதற்குமுன் ரகசியமாக விற்க விரும்புகிறாரோ என்று கண்காணிப்பாளர் சந்தேகப்பட்டார். கண்காணிப்பாளர், மூன்றாவது காதிம் ஒருவர்மேலும் கண் வைத்தார். அவர் தன் குடும்பத்தை இந்தியாவுக்கு திரும்ப அழைத்துவர முயற்சி செய்தபோதும், அந்த முயற்சிகள் போதுமான அளவில் இல்லையாம்.

ஆக்ரா ஐக்கிய மாகாணத்தில் இருந்தது. அங்கிருந்த முஸ்லிம்கள் தீவிரமாகப் பிளவுபட்டிருந்தனர். பஞ்சாப் முஸ்லிம்கள் ஒட்டுமொத்தமாக இடம் பெயர்ந்து வந்திருந்தனர். பஞ்சாபிலிருந்தும் தெற்கிலிருந்தும் பல அறிவுஜீவிகள், விரும்பியே பாகிஸ்தானுக்கு இடம் பெயர்ந்திருந்தனர். ஆனால் தொழிலாளர் வர்க்க முஸ்லிம்கள் பின்னால் தங்கிவிட்டனர். அவர்களுக்கு, பாகிஸ்தான், புது வாழ்வு தொடங்க அதிக தூரமாகவும் அந்நியமாகவும் பட்டது. எனினும் அந்த ஐக்கிய மாகாண முஸ்லிம்கள் பாகிஸ்தானின் ஆட்சி மொழியான உருதுவையே பேசினர். மேலும் பாகிஸ்தானுக்கு மிகவும் நெருக்கமான இடத்தில், சட்டென்று ரயிலேறி, அங்கு சென்று விடும்படி இருந்தனர். பலர் சென்றனர். பலர் தங்கிவிட்டனர்.

ஐக்கிய மாகாணத்தின் ஒவ்வொரு குடும்பத்துக்குள்ளும் பிளவு ஏற்பட்டிருந்தது. தொல்லியல் ஆய்வுத் துறை ஊழியர்களும் அதற்கு விலக்கல்ல. ஆக்ரா வட்டாரக் கண்காணிப்பாளர் கருத்துப்படி, பகைவர் நாட்டில் உறவினர் உள்ள ஊழியர்களிடம் இரக்கம் காட்டக்கூடாது. அவர்களைத் திரும்ப அழைத்து வந்து விடுங்கள் அல்லது விளைவுகளைச் சந்தியுங்கள் என்று அவருக்குக் கீழ் பணியாற்றுபவர்களிடம் சொல்லிவிட்டார். ஷம்சுதீன் என்ற காதிமின் குடும்பம் பாகிஸ்தானில் இருந்தபோது, அவர் ஆக்ராவில் இருந்த தன் வீட்டை விற்றுவிட்டதால், கண்காணிப்பாளரைப் பதற்றம் அடையச் செய்துவிட்டார். 1948 டிசம்பர் 8 அன்று, பரிதாபகரமான மனு ஒன்றில், ஷம்சுதீன்,

தனக்கு எப்போதும் பாகிஸ்தான் போகும் எண்ணமே இல்லை என்று கூறியிருந்தார். அவர் வீட்டை விற்றதற்கு நான்கு காரணங்கள் இருந்தன. 1. உறவினர் ஒருவருக்குக் கடனைத் திருப்ப வேண்டியிருந்தது. 2. தன் மகள்களுக்குத் திருமணம் செய்தாகவேண்டும்; தன்னுடைய பியூன் வேலையைக் கொண்டு அதற்குப் பணம் சேமிக்க வேண்டும். 3. வீடு ஒதுக்கப் பட்ட அகதிக் குடித்தனக்காரர்கள் வீட்டைத் தவறாகப் பயன்படுத்துகின்றனர். வீடு மேலும் மோசமாவதற்குள் விற்றுவிடுவதே மிக நல்லது. 4. தன் மகன்கள் தன்னைக் கைவிட்டு விட்டதால் அவர் தன் இறுதிச் சடங்கு களுக்கும் ஏற்பாடு செய்யவேண்டும்.

கண்காணிப்பாளர் திருப்தியடையவில்லை. இந்திய யூனியனுக்கு ஷம்சுதினின் விசுவாசத்துக்கான உறுதியான சான்று வேண்டும் என்று கோரினார். 13 ஜூன் 1949 நாளிட்ட குறிப்பு, அந்த காதிம் பாகிஸ்தான் சென்று, தன் கட்டுப்பாட்டுக்குள் இருந்த, திருமணம் ஆகாத தன் இரு பெண் களையும், இறந்துபோயிருந்த மற்றொரு மகளின் இரு குழந்தைகளையும் அழைத்துவந்து காட்டினார் எனக் குறிப்பிடுகிறது.[7]

இந்திய அரசின் அக்காலப் பதிவேடுகள் வெளியே காட்டப்பட்டால், மூத்த அதிகாரிகளால் ஊழியர்களிடம் பெறப்பட்ட விசுவாச உறுதிமொழிகள் பலவற்றைக் காணலாம். ஏறக்குறைய அனைத்துமே கட்டாயப்படுத்திப் பெறப்பட்டவை என்பதையும் அறியலாம். பாகிஸ்தானின் சிந்து மாகாண எல்லையை ஒட்டிய குஜராத் மாநிலத்தின் பாதி வறண்ட கட்ச் பகுதியைச் சேர்ந்த முஸ்லிம் நாடோடி மேய்ச்சல் குழுவினர், ‘நாங்கள் இந்திய அரசுக்கு விசுவாசமாக இருப்போம். பாகிஸ்தான் இந்தியாவைத் தாக்கினால் இந்தியப் பாதுகாப்புக்காக எங்கள் உயிரையும் அர்ப்பணிப்போம்’ என்று 1951-ல் தலைமை ஆணையரிடம் வழங்கிய உறுதிமொழி அறிவிப்பை, அண்மையில் அறிஞர் ஒருவர் கண்டுபிடித்தார்.[8]

IV

இந்திய அரசின் ஊழியர் சிலருடைய விசுவாசத்தை உறுதிசெய்து கொள் வதற்கான முயற்சிகள்மீது பிரதமர் சம்மதம் அளித்தாரா என்பது தெளிவாகத் தெரியவில்லை. ஆனால் முஸ்லிம்கள் நிலை பற்றிய அவருடைய கருத்து, அவரது அமைச்சரின் கருத்திலிருந்து மாறுபட்டது என்று நிச்சயமாக அறிவோம். பாகிஸ்தானியர்கள் இந்துக்களைத் தண்டிப்பதால், இந்திய முஸ்லிம்களையும் தண்டிக்கவேண்டும்; அவர்களது துன்பத்தில் மகிழ்ச்சி காணவேண்டும் என்று ஒலித்த கூக்குரலைக் கண்டித்து நேரு படேலுக்கு எழுதினார். ‘அந்த வாதத்தை நான் சிறிதும் ஏற்கவில்லை. பதிலடி, பழி வாங்குதல் போன்றவை இந்தியாவையும் பாகிஸ்தானையும் பாழாக்கி விடும்.’[9] முஸ்லிம்கள் தம் விசுவாசத்தை நிரூபிக்கவேண்டும் என்று உள்துறை அமைச்சர் கோரினால், பிரதமரோ, அந்தப் பொறுப்பை இந்திய அரசின்மீது சுமத்தினார். அரசியல் சட்டரீதியாக, இந்திய அரசாங்கம், தன் மக்களை, அதிலும் குறிப்பாக முஸ்லிம்களை, பாதுகாக்கவேண்டும் என்றார் அவர்.

நேரு இக்கருத்துக்களை படேலுக்கும், பல மாகாண முதல்வர்களுக்கும் கடிதங்கள் மூலம் தொடர்ந்து தெரிவித்து வந்திருக்கிறார். பிரிவினையான மூன்று மாதங்களுக்குப் பிறகு அவர்களுக்கு இதை இவ்வாறு நினைவூட்டி னார்.[10] 'நம்மிடம் உள்ள சிறுபான்மை முஸ்லிம்கள் விரும்பினால்கூட வேறிடம் செல்ல முடியாத அளவுக்கு எண்ணிக்கையால் மிக அதிகமான வர்கள். அது விவாதத்துக்கு இடமற்ற அடிப்படை உண்மை. பாகிஸ் தானிடமிருந்து எப்படிப்பட்ட (ஆத்திரமூட்டும்) தூண்டுதல்கள் வந்தாலும், அங்குள்ள முஸ்லிம் அல்லாதவர்கள் மீது எவ்வளவு அவமதிப்பும் வன்முறைப் பயங்கரங்கள் ஏவப்பட்டாலும், நாம் நம் சிறுபான்மையினரை நாகரிகமான முறையில் நடத்தவேண்டும். நாம் அவர்களுக்குப் பாதுகாப்பு தரவேண்டும். ஜனநாயக நாட்டின் உரிமைகளையும் அளிக்க வேண்டும். நாம் அவ்வாறு செய்யத் தவறினால், நம் உடலில் அழுகும் காயம் ஒன்று ஏற்பட்டு, அது நாட்டின் உடல் முழுவதையுமே அழித்தாலும் அழித்து விடக்கூடும்.'

பிறகு, அதே கடிதத்தில், நம்முடைய பொதுச் சேவைகளை மதவாத சக்திகளிடமிருந்து காப்பாற்ற வேண்டியதன் முக்கியத்துவம் பற்றி அவர்களுடைய கவனத்தை ஈர்த்தார்.[11]

இந்த விஷயத்தில் நேரு தன் கவனத்தைத் திருப்பவேண்டிய அவசியம் இருந்தது. ஏனெனில் சில இடங்களில் சில அதிகாரிகள், முஸ்லிம்களுடைய வீடுகளை, இந்து, சீக்கிய அகதிகளுக்கு விற்குமாறு கட்டாயப்படுத்தி வந்தனர். நேரு, காந்தியின் பிறந்த நாளை, முஸ்லிம்கள் மனத்தில் உறுதியற்ற நிலையும் பாதுகாப்பற்ற சூழலும் உருவாக்கப்படுவதற்கு எதிராக எச்சரிக்கை செய்யப் பயன்படுத்திக் கொண்டார். 'இது இந்தியாவில் மட்டுமல்லாது, காஷ்மீரிலும் மிகவும் கொடிய விளைவுகளை உண்டாக்கிவிடும். அது வெளியுலகில் நம் புகழை பாதிக்கும். ஒருசில வீடுகளையோ, கடைகளையோ இணைத்துக்கொள்வதோ, எடுத்துக்கொள்வதோ, பெரிய விஷயமல்ல. ஆனால், அது தவறாகச் செய்யப்பட்டால், நம் புகழைக் கெடுப்பதோடு, பெருங்கேடும் விளைவிக்கும்.'

இவ்விஷயத்தில் பாகிஸ்தான் இரக்கமற்ற போக்கைக் கடைப்பிடிப்பதை அவர் ஒப்புக்கொண்டார். எனினும், 'நாம் பாகிஸ்தானுடைய முறை களையோ, நோக்கங்களையோ பின்பற்ற முடியாது. அவர்கள் வெளிப் படையாகத் தாங்கள் இருதேசக் கொள்கையில் நம்பிக்கைக் கொண்ட இஸ்லாமிய தேசம் என்று சொல்லி விட்டார்கள். நாம் அக்கொள்கையை மறந்து, எல்லா மதங்களுக்கும் முழுப் பாதுகாப்பளிக்கும் சமயச் சார்பற்ற நாடு என்று நம்மை அழைத்துக் கொள்கிறோம். நாம் நம்முடைய கொள்கை களுக்கும் வெளியிட்ட கருத்துகளுக்கும் இசைய வாழ வேண்டும். குறிப்பாக இந்த காந்தி ஜயந்தி அன்று, காந்திஜி நமக்குக் கற்பித்த லட்சியங்களையும் அவர் எதற்காக இறந்தார் என்ற நோக்கத்தையும் நினைவுகொள்ள வேண்டும்.'[12]

1951-52-ன் தேர்தல் பிரசாரங்களில், குறிப்பாக மதவாத அமைப்புகளைத் தாக்குவதைத் தன் குறிக்கோளாகக் கொண்டார். அந்தத் தேர்தலில், இந்தியாவை ஓர் இந்து பாகிஸ்தானாக ஆக்கக்கூடாது என்று அவர் போராடி, வெற்றியும் பெற்றார். எனினும் நேரு, கலாசாரத்திலும் மதத்திலும் பெரும் பான்மையிலிருந்து வேறுபட்டிருந்த இந்தியர்களது உரிமைகள் குறித்து, தொடர்ந்து கவலைப்பட்டார். அதிகாரிகள் நிலையில், முஸ்லிம்கள் குறை வாக இருந்தது குறித்து அவர் கவலை அடைந்தார்.

ராணுவத்தில் பணியில் மிச்சம் இருந்த முஸ்லிம்கள் மிகவும் குறைவே. தலைமைச் செயலகத்திலும் அதிகமானவர்கள் இல்லை. இதற்குக் காரணம், 'நாட்டில் உள்ள ஒவ்வொரு தனி மனிதன் மற்றும் குழுக்கள் இடையே சரியான கூட்டுப் பங்களிப்பை ஏற்படுத்தத் தவறியதும், கிடைக்கும் வாய்ப்புகள், பலன்கள் ஆகியவற்றில் தமக்கும் முழுமையான பங்கு உள்ளது என்பதை சிறுபான்மையினர் உணராததும் ஆகும்' என்று அவர் கருதினார். இந்தியா சமயச் சார்பற்ற, உறுதியான, வலிமையான நாடாக இருக்க, நம் சிறுபான்மையினருக்கு முழுமையான, நியாயமான வாய்ப்பளித்து, அவர்கள் இந்தியாவில் சொந்த வீட்டில் இருப்பது போன்ற கவலையற்ற உணர்வைப் பெறச் செய்வதே நம் முதல் சிந்தையாக இருக்கவேண்டும் என அவர் முதல்வர்களைக் கேட்டுக் கொண்டார்.[13]

V

இந்திய யூனியனில் தங்கிவிட்ட நன்கு அறியப்பட்ட முஸ்லிம் அரசியல் தலைவர், மௌலானா அபுல் கலாம் ஆஸாத். தன் போட்டியாளர் முகமது அலி ஜின்னாவைப் போலன்றி, ஆஸாத், ஒன்றுபட்ட இந்தியாவில் இந்துக்கள் அல்லாதவர்களும் அமைதியாகவும் கௌரவத்துடனும் வாழ முடியும் என்று நம்பினார். நேருவின் வார்த்தைகளில் ஆஸாத், 'இந்தியாவில் உருவாகி, வலர்ந்துகொண்டிருந்த ஒருங்கிணைந்த கலாசாரத்தின் தனிச் சிறப்புடைய, விநோதமான பிரதிநிதி.' இந்தியாவுக்கு ஒன்றன் பின் ஒன்றாக ஓடிவந்த பல்வேறு கலாசார ஆறுகள் சங்கமித்த இந்திய வாழ்க்கைக் கடலை அவர் பிரதிபலித்தார்.[14]

ஆசாத், பிரிவினையால் பெரிதும் பாதிக்கப்பட்டார். அவருடைய வாழ்க்கையின் லட்சியம் தோற்றுவிட்டதைக் கண்டு, அரசியல் வாழ்க்கை யிலிருந்து விலகிக்கொண்டார். (ஆரம்ப முதலே அவர் மக்கள் தலைவராக இருப்பதைவிட ஓர் அறிஞராகவே இருந்துவிட்டார்.)

மத்திய மந்திரி சபையில் அவர் கல்வி அமைச்சராகப் பணிபுரிந்தார். அவர் அந்தப் பொறுப்பில் இருந்தபோது இந்திய இலக்கியம், நடனம், இசை, கலை முதலியவற்றை வளர்ப்பதற்கென புதிய கல்வித் துறைகளை உருவாக்கினார். அவருடைய வயதும் இயல்பும் அவரை, டெல்லியிலேயே கட்டிப் போட்டுவிட்டன.

காங்கிரஸ் கட்சியின் இளைய உறுப்பினரும் அரசியலில் விரும்பி ஈடுபட்ட வருமான ஒருவர் சையஃப் தியாப்ஜி. புகழ்பெற்ற தேசியக் குடும்பம் ஒன்றின் வாரிசு. காங்கிரஸின் ஆரம்பக் காலத் தலைவர் ஒருவரது பேரன். அவர் ஒரு பொறியாளர். கேம்ப்ரிட்ஜில் பயின்றவர். காங்கிரஸுக்கும் முஸ்லிம் மக்களுக்கும் இடையே பாலமாகப் பணிபுரிய ஏற்ற நவீன நோக்குடையவர். 1955-ல் அவர் இன்குலாப் என்ற செய்தித்தாளில் உருதுமொழியில் கட்டுரைத் தொடர்கள் எழுதிவந்தார். இவை பின்னர், 'இந்தியாவில் முஸ்லிம்களின் எதிர் காலம்' என்ற தலைப்பில் ஆங்கிலத்தில் மொழி பெயர்க்கப்பட்டு வெளியானது. 1952 தேர்தலில் முஸ்லிம்கள் மிகப்பெரும் எண்ணிக்கையில் காங்கிரஸுக்கு வாக்களித்தனர். அதன் போட்டியாளர்களைவிட, நேருவின் தலைமையிலான காங்கிரஸை அதிகம் நம்பலாம் என்று அவர்கள் கருதினர்.[15] முஸ்லிம்கள், அதிக செல்வாக்குள்ள ஒரு கட்சிக்கு வாக்களிப்பதை விட, அந்தக் கட்சியில் சேர்ந்து அதன் கொள்கைகளை வழிப்படுத்த வேண்டும் என்று தியாப்ஜி விரும்பினார்.

காங்கிரஸ் கட்சி, ஒரு ஜனநாயக அமைப்பு என்றும், மாவட்ட கமிட்டியைத் தேர்ந்தெடுப்பது, தாலுகா கமிட்டிகள்; மாநிலத் கமிட்டியைத் தேர்ந் தெடுப்பது மாவட்ட கமிட்டிகள். காங்கிரஸ் உறுப்பினராக ஆவதற்கு சந்தா வெறும் நாலணாதான். எனவே, இந்தியா முழுவதும் பரவியுள்ள முஸ்லிம்கள் எல்லா மாவட்டங்களிலும் உறுப்பினர்களாச் சேர்வதன்மூலம், அந்த அமைப்பின் உயர் மட்டங்களின் தலைவர் தேர்தல்களில் தங்கள் செல்வாக்கைக் காண்பிக்க முடியும்.

அதுதான் தியாப்ஜியின் அரசியல் திட்டம். மேலும் அவர், தன் மதத்தவரை நாட்டின் கலாசார வாழ்க்கையில் மேலும் முழுவதுமாக ஈடுபடக் கோரினார். எழுகின்ற புதிய இந்தியக் கலாசாரம், வளமானதாகவும் பன்முகத்தன்மை வாய்ந்ததாகவும் வல்லமை படைத்தாகவும் இருக்கவேண்டும் என்றால், அது தனக்கான ஊட்டச்சத்துகளை எல்லா வழிகளிலும் பெற்றால்தான் முடியும் என்று ஒரு தேசபக்தியுள்ள இந்தியனாக அவர் எதிர்பார்த்தார். மற்ற இந்தியர் களைப் போல, இந்திய முஸ்லிம்களும் இதனை உருவாக்க, பங்காற்ற வேண்டும். ஆனால் முஸ்லிம்கள் கையைக் கட்டிக்கொண்டு பின்னால் போய் உட்கார்ந்துவிட்டால், புதிய இந்திய கலாசாரத்தில், 11-ம் நூற்றாண்டு முதல் பிரிட்டிஷார் வருகைக்கு முதலான காலம் வரையிலான சாதனைகள் ஏது மிருக்காது. இதனால் இந்தியர் அனைவருமே பாதிப்படைவார்கள். ஆனால் இந்த இழப்புக்கான பொறுப்பு, இந்திய முஸ்லிம்கள் மீதே முற்றிலும் விழும்.

முஸ்லிம்கள் கலை, இலக்கியத் துறைகளில் மட்டும் படித்துவிட்டு, வேலையில்லாப் பட்டதாரிகளாக ஆவதற்கு பதில், தொழில்நுட்ப, வர்த்தகத் துறைகளைப் படிக்கவேண்டும் என்பதும் தியாப்ஜியின் பிற ஆலோசனை களில் அடங்கும். கலை, இலக்கியக் கல்வியிலும்கூட, இஸ்லாமிய கலாசாரத்தைப் புனிதமாகப் பதப்படுத்தி வைத்திருப்பதை அவர் கண்டித்தார்.

தங்களுடைய உருது மொழி அழிந்துவிடுகிறதே என்பதற்காக அழுது கொண்டிருக்காமல், முஸ்லிம்கள் தேவநாகரியில் எழுதப்படும் ஹிந்தி நன்றாக வேரூன்றியுள்ளதை ஏற்றுக்கொள்ளவேண்டும். உருது மொழி இலக்கியங்களைத் தேவநாகரி வரிவடிவில் கிடைக்கச் செய்வதாலும், உருதுவிலிருந்து பொருத்தமான சொற்களையும் மரபுச் சொற்றொடர்களையும் கண்டுபிடித்து ஹிந்திக்கு வழங்குவதன்மூலம், வளர்ந்து வரும் நவீன ஹிந்தியை வளப்படுத்தவும், உருதுவை நவீனப்படுத்தவும் முடியும் என்றார் தியாப்ஜி.[16]

மௌலானா ஆசாத், சையஃப் தியாப்ஜி போன்றவர்கள் முஸ்லிம்களை காங்கிரஸ் நாடாளுமன்ற உறுப்பினர்கள் ஆக்க விரும்பினர். ஆனால் வேறு சிலரோ, அந்த சமுதாயம் தன்னுடைய சொந்த அமைப்புகள்மூலம் மேலும் அதிகமான பிரதிநிதித்துவத்தைப் பெறமுடியும் என்றனர். 1953 அக்டோபரில் அறிவுஜீவிகளும் அலுவலர்களும் அலிகாரில் கூடி சிறுபான்மை முஸ்லிம் களுடைய உரிமைகளைப் பாதுகாக்கவும், இந்நாட்டில் கௌரவமான வாழ்க்கையை மேற்கொள்ளவும் அரசியல் கட்சி ஒன்றை அமைப்பது பற்றி விவாதித்தனர். சட்டமன்றங்களிலும் ஆட்சிப்பணியின் உயர் பதவியிலும் குறைவான அளவில் முஸ்லிம்கள் இருப்பது அவர்களுடைய கவலைகளில் ஒன்று.[17]

கூட்டத்துக்குத் தலைமையேற்ற கல்கத்தா முன்னாள் மேயர், தற்போதைய போக்குகள் தொடருமானால் முஸ்லிம்களுக்கு பொருளாதாரப் பக்கவாதம், கலாசார மரணம் அல்லது சிதைவு மற்றும் அரசியல் கொத்தடிமைத்தனமுமே எதிர்காலத்தில் மிஞ்சும் என்றார்.[18]

ஆறுமாதங்களுக்குப் பிறகு டெல்லி ஜம்மா மசூதி பேச்சு ஒன்றில் ஐக்கிய மாகாண ஜமாஅத் செயலர் இந்திய அரசாங்கத்தை, ஜனநாயக விரோதமானது என்றும், இந்துக்களுக்கு ஆதரவானது என்றும் தாக்கிப் பேசினார். எதிர்கால நெருக்கடிகளை எதிர்கொள்ள ஒரு தலைமையின்கீழ் முஸ்லிம்கள் ஒன்றுபட்டு இயங்க இது உரிய நேரம் என்றார்.[19]

இதற்கிடையே தென்னிந்தியாவில் இந்த விஷயத்தில் உருப்படியான சில நடவடிக்கைகள் மேற்கொள்ளப்பட்டன. 1951 செப்டம்பரில் இந்திய யூனியன் முஸ்லிம் லீக் (ஐ.யூ.எம்.எல்), மதராசில் தோன்றியது. அதன் பெயரும் சாசனமும் பிரிவினைக்கு முந்தைய கட்சியை ஒத்து இருப்பதாகச் சிலர் நினைக்கலாம். அது முஸ்லிம்கள் மற்றும் பிற சிறுபான்மையினரை மத, கலாசார, பொருளாதார மற்றும் சட்டரீதியான உரிமைகளையும் நலன் களையும், பாதுகாக்க விரும்பியதோடு, இந்திய யூனியனின் சுதந்தரம், உரிமைகள் மற்றும் கௌரவத்தை நிலை நிறுத்தவும் உறுதி பூண்டது.[20] பல ஆண்டுகளுக்குப் பிறகு ஹைதராபாத் நகரில், முஸ்லிம்களுடைய பிரதிநிதியாக - மஜ்லிஸ்-இத்திஹாத்-உல்-முஸிலிமின் என்ற அமைப்பு, 1957 தேர்தல்களில் பல வேட்பாளர்களை நிறுத்தியது. ஆனால் ஒரே ஒரு சட்டமன்ற இடத்தைத்தான் வென்றது. ஐ.யூ.எம்.எல் அதன் அடித்தளமான

கேரளாவில் இதைவிட அதிகமான அளவில் வெற்றி பெற்றது. 1960 இடைத் தேர்தலில் பத்து இடங்களை வென்றது.[21]

VI

'இஸ்லாமிய வரலாற்றில், இந்திய முஸ்லிம்கள் தனித்தமை வாய்ந்தவர்கள். எண்ணிக்கையில் மிக அதிகமாக இருந்தும், தங்களுக்கென தனியானதொரு நாட்டில் அவர்கள் வசிக்கவில்லை. ஈரான், ஈராக், பாகிஸ்தான் அல்லது துருக்கி போல அல்லாமல் இந்த முஸ்லிம்கள் புதிய குடியரசில் குடிமக்களாக, அதிகமான எண்ணிக்கையிலான பிற மக்களுடன் சேர்ந்து பங்கு கொண்டனர். இதுபோன்று கணிசமான அளவிலான முஸ்லிம்கள் ஒரு நாட்டின் அங்கமாக இருப்பது, உலகிலேயே இங்கு மட்டும்தான் இருந்து வருகிறது என்பது உண்மை' என்று 1957-ல் டபிள்யூ. சி. ஸ்மித் எழுதினார்.[22]

இந்திய முஸ்லிம்கள் மிகப்பெரும் அளவிலான சிறுபான்மையினர். அத்துடன் தாக்குதலுக்கு உட்படும் சமூகத்தினரும்கூட. இந்து இனவெறி அச்சத்துக்கும் பாகிஸ்தானின் தூண்டுதலுக்கும் உட்பட்டவர்கள். பாகிஸ்தானின் தலைவர்கள் இந்திய சமயச் சார்பின்மையை பரிகாசம் செய்யவும், இந்திய முஸ்லிம்களுக்கு துரோக உணர்வை ஊட்டி உற்சாகப்படுத்தவும் முற்பட்டனர். முஸ்லிம்கள், பொதுவாக இந்திய-பாகிஸ்தான் உறவுக்கும் குறிப்பாக பாகிஸ்தானில் சிறுபான்மையினர் நடத்தப்படும் விதத்துக்கும், பிணைக் கைதிகளாக இருந்தனர்.

'கிழக்கு பாகிஸ்தானிலிருந்து வரும் ஒவ்வொரு அதிருப்தியாள இந்துவும், ஒவ்வொரு புதிய எல்லைச் சம்பவமும், எரிச்சலூட்டும் நதிநீர் கால்வாய்த் தகராறும், அகதிகள் சொத்து பிரச்னையும் இந்தியாவுக்குள் இருந்த முஸ்லிம்களுடைய வாழ்க்கையில் விரும்பத்தகாத விளைவுகளை ஏற்படுத்தின.'[23]

பிரிவினையோடு இணைந்த மற்றொரு சிக்கல், முஸ்லிம்களுக்கு இடையே சொல்லிக்கொள்ளும்படியான நடுத்தர வர்க்க மக்கள் இல்லாமல் போனதே. பிரிவினையின் போது அல்லது பிரிவினை ஏற்பட்ட சில காலத்துக்கு உள்ளாகவே, அதிகமான எண்ணிக்கையிலான முஸ்லிம் உயர் அதிகாரிகள், வக்கீல்கள், அறிஞர்கள், டாக்டர்கள், தொழில்முனைவோர்கள் போன்றோர், இந்துப் போட்டியாளர்கள் குறுக்கிடாதபடி தம்முடைய வாழ்க்கைத் திட்டங் களை வடிவமைக்க புதிய இஸ்லாமிய தேசத்துக்குச் சென்றுவிட்டனர். தங்கிவிட்ட முஸ்லிம்கள், கஷ்டப்பட்டு உழைக்கும் ஏழைகள், விவசாயிகள், தொழிலாளர்கள், கைவினைஞர்கள் மட்டுமே. அவர்களுக்கு அறிவுமிகு, தாராள மனப்பான்மையுள்ள தலைமை தேவைப்பட்டது. அறிவார்ந்த பிரிட்டிஷ் அதிகாரி ஒருவர் எழுதினார்: 'பிரிவினையால் ஏற்பட்ட கேடுகளில் ஒன்று, வங்காளத்தில் உள்ள முஸ்லிம் அதிகாரிகள் அனைவரும் பாகிஸ்தானுக்கு விரும்பிச் சென்றுவிட்டதே. இதனால், மேற்கு வங்கச் சிறுபான்மை முஸ்லிம்கள் நிர்வாக உயர் பணிகளிலோ, வேறிடங்களிலோ உதவியோ, பாதுகாப்போ நாடிச் செல்ல இடமின்றிப் போய்விட்டது.'[24]

ஓரளவு விதிவிலக்காக இருந்தது காஷ்மீர். அங்கு ஷேக் அப்துல்லா ஆட்சியில் 1947-53-க்கு இடையில் முஸ்லிம்கள் நில உடைமை பெறவும், தொழில்களை மேற்கொள்ளவும், எல்லாவற்றுக்கும் மேலாகத் தங்களைக் கல்வியறிவு பெறுமாறு செய்துகொள்ளவும் ஊக்குவிக்கப்பட்டனர். தொலைநோக்குச் சீர்திருத்தங்களில் பெண்களுக்குப் பள்ளிக்கூடங்கள், கல்லூரிகள் அமைத்ததும் சிறப்புக்குரிய விஷயங்களாயின.[25]

பிற இடங்களில் முஸ்லிம்கள் கல்வி, தொழில்கள், சட்டமன்றம் மற்றும் நிர்வாகத்தில் குறைந்த அளவாவது மிகக் குறைந்த பிரதிநிதித்துவம் மட்டுமே பெற்று, இழிவான பணிகளிலேயே பெரும்பாலும் ஈடுபட்டிருந்தனர்.[26]

மறு பக்கத்தில் இந்திய அரசியல் தலைமை, மதச்சார்பற்ற நிலையை உருவாக்கவும், சிறுபான்மையினரிடம் இந்நாட்டுக்குரியவர்கள் என்ற உணர்வை ஊட்டவும் முயற்சி செய்தது. இங்கு நேரு முக்கியமானவர். அவருக்கு காந்தியின் பள்ளியில் பயின்ற பிறரும் உதவினர். 1956-ல் அஹமதாபாதில் தெரு மோதல்கள் பெரிதாகி பெருங்கலவரமாக மாறி அச்சுறுத்தியபோது அமைதியை மீட்க முதல்வர் மொரார்ஜி தேசாய் கால வரையறையற்ற உண்ணாவிரதம் மேற்கொண்டார்.[27] அத்தகைய நடவடிக்கை, ஒருபக்கம் உண்மையான கொள்கைப் பிடிப்பால் ஏற்பட்டது. மறுபக்கம், ராஜதந்திரத் தேவையாகவும், காஷ்மீர் தொடர்பாக வெளியுலகுக்குத் தன் மிகச் சிறந்த முகத்தைக் காட்டுவதற்காகவும் மேற்கொள்ளப்பட்டது. முஸ்லிம்கள் மீதான தாக்குதல் காஷ்மீருக்கான இந்தியக் கோரிக்கையைத் தர்ம சங்கடத்துக்கு உள்ளாக்கும்.[28] 'இருந்தும், நாட்டின் இந்துத் தலைவர்கள், சமயச் சார்பின்மை, மனித நேயம் என்ற பெயரில், முஸ்லிம் பிரிவினர் மீது பழி வாங்கத் துடித்துக் கொண்டிருந்த இயற்கையான, வேகமான இந்துக்களின் கோப உணர்ச்சிகளைக் கட்டுப்படுத்தி தடுத்து நிறுத்தியது, சாதாரண விஷயமல்ல.'[29]

பிரிவினைக்குப் பிறகு, சிலர், இந்தியாவில் சிறுபான்மையின முஸ்லிம்களைப் பெருந்தீ ஒன்று எரித்துவிடும் என அஞ்சியிருந்தனர். மாறாக, முஷிருல் ஹஸன் குறிப்பிட்டது போல் 1950-ல் மதவெறித் தீ, ஒப்பீட்டு அடிப்படையில் குறைவாகவே இருந்தது. கடுமையான புயலுக்குப் பின்னே அமைதி நிலவியது. இனக் கலவரங்கள் குறையும் போக்கே தெளிவாகக் காணப்பட்டது.[30]

அப்போது சந்தேகமும் இறுக்கமும் நிலவின. சமயங்களில் வன்முறைச் சம்பவங்களும் நடந்தன. ஆனால் 1920, 1930, 1940-களில் நடந்ததுபோல் பெரிய அளவில் கலவரங்கள் நடக்கவில்லை. 1950-களில் நடந்த கலவரங்கள், மதத்தைவிட மொழி, இனம், வர்க்க, ஜாதி பற்றிய விஷயங்களில் வேர் கொண்டிருந்தன.

1961 ஆரம்பத்தில் ஜபல்பூர் சம்பவத்தால் அமைதி சிதைந்தது. ஐம்பது இந்தியர்கள், பெரும்பாலும் முஸ்லிம்கள், உயிரை இழந்தனர். 1963-64-ல் ஸ்ரீநகர் ஹஸரத்பால் மசூதியில் இறைத் தூதர் தலைமுடி களவு போனதைத்

தொடர்ந்து தொலைவிலுள்ள கிழக்கு பாகிஸ்தானில் நடந்த இந்துக்கள் மீதான தாக்குதலோடு ஒப்பிடுகையில், இது சிறியதே. அப்போது ஆயிரக் கணக்கான இந்து அகதிகள் இந்தியாவுக்குள் ஓடிவந்தனர். அவர்களுடைய கதைகள் மதவெறியை அதிகப்படுத்தின. முஸ்லிம்களுக்கு எதிராக, பழி வாங்கும் நடவடிக்கைகள் அதிகரித்தன. மதக் கலவரத்தில் கல்கத்தாவிலும், சுற்றுப் புறத்திலும், 400 பேர் மடிந்தனர். அதில் முக்கால்வாசி பேர் முஸ்லிம்கள். சில வன்முறைகள் வியாபாரத் தரகர்களால் தூண்டிவிடப் பட்டவை. அவர்கள் வாய்ப்பைப் பயன்படுத்திக் கொண்டு ஆளில்லாத குடியிருப்புகளைக் கைப்பற்றி, அழித்து, மீண்டும் கட்டி விற்பவர்கள். உருக்கு நகரங்களான ஜாம்ஷெட்பூர், ரூர்கேலாவிலும் கலவரம் பரவி சுமர் ஆயிரம் பேர் இறந்தனர். மிகப் பெரும்பான்மையினர் முஸ்லிம்கள்.[31]

இதற்குள் பிரிவினை நடந்து இருபது ஆண்டுகள் ஆகிவிட்டன. இன்னமும் அதன் அச்சமும் மிச்சமும் இருந்தன. சென்னையைச் சேர்ந்த ஒரு முஸ்லிம் தலைவர் 1963-64 கலவரங்கள் பற்றிப் பேசும்போது, 'பாகிஸ்தானில் நடக்கும் எந்தச் சம்பவமும் இந்திய முஸ்லிம்களுக்குக் கலவர உணர்வை அளிக்கின்றன. எப்போதும் எதுவும் நடக்கலாம் என்பது போல. குறிப்பாக இந்தியப் பத்திரிகைகள் அந்தச் செய்திகளை ஊதிப் பெரிதாக்கும்போது இந்தக் கலவர உணர்வு மேலோங்கிவிடுகிறது.'[32]

VII

முஸ்லிம்களைப் போலவே தீண்டத்தகாதவர்களும் இந்தியா நெடுகிலும் இருந்தனர். அவர்களைப் போல, இவர்களும் ஏழைகள்; அவமானப்படுத்தப் படுபவர்கள்; அடிக்கடி மேல் ஜாதி மக்களுடைய கொடுமைக்கு ஆளாகும் நிலையில் இருப்பவர்கள். அவர்கள் கிராமங்களில் கீழான தொழில்களைச் செய்து வந்தனர். பண்ணையாட்களாக, விவசாயத் தொழிலாளிகளாக, செருப்புத் தைப்பவர்களாக, கழிவுகளை ஏந்திச் செல்லும் துப்புரவுப் பணி யாளர்களாக வேலை செய்துவந்தனர். இந்து சநாதன தர்மப்படி அவர்களைத் தீண்டினாலேயே, சில பிராந்தியங்களில் பார்த்தாலேயேகூட, உயர்சாதியினர் தீட்டாகி விடுவார்கள். உயர்சாதியினரின் இடம் அல்லது நீர் நிலைகளைக் கூட தீண்டத்தகாதவர்கள், அணுக அனுமதிக்கப்படவில்லை. அவர்களுடைய வீடுகள் கூட பிரதான கிராமத்திலிருந்து, தொலைவில் தனியாக அமைக்கப் பட்டிருந்தன.

பிரிட்டிஷ் ஆட்சியில், இந்தத் தீண்டத்தகாதவர்கள் சிலருக்கு கொடுமை யிலிருந்து விடுபட வாய்ப்புகள் கிடைத்தன. இவர்களுக்கு ராணுவத்திலும், ஆலைகளிலும், நகரக் குடியிருப்புகளிலும் வேலை கிடைத்தது. இங்கும்கூட, அவர்களுக்கு மோசமான, கீழ்த்தரமான வேலைகளே ஒதுக்கப்பட்டன.

காந்தி இவர்களுக்கு ஹரிஜனங்கள் அல்லது கடவுளின் குழந்தைகள் என்று பெயரிட்டார். இந்திய அரசியல் அமைப்புச் சட்டம் தீண்டாமையை ஒழித்தது. பழைய தீண்டத்தகாத ஜாதிகள் தனியே பட்டியலிடப்பட்டு,

அவர்கள் ஒட்டுமொத்தமாக, பட்டியல் வகுப்பினர் என்று கூட்டுப் பெயர் பெற்றனர். எனினும் 1956-ம் வருடக் கிராம இனவரைவியல் விவரங்கள், தீண்டாமை வழக்கம் போலவே தொடர்வதை உறுதிசெய்தது. பட்டியல் வகுப்பினருக்கு இன்னமும் சொற்ப நிலமே இருந்தது; அல்லது இல்லாமலே இருந்தது. அவர்கள் தொடர்ந்து, சமூக இழிவுக்கு உள்ளானதோடு, சில சமயங்களில் பாலியல் கொடுமைகளுக்கும் உள்ளானர்கள். ஆனால் இந்த இனவரைவியல் கணக்கெடுப்பில், அடிமட்டத்தில் நிலைமை, மெதுவாக என்றாலும் தொடர்ந்து மாறி வருவது, தெரிந்தது. சில இடங்களில் தாழ்ந்த சாதியினர் தங்களை இழிவுபடுத்தும் வேலைகளைச் செய்ய மறுத்தனர். அவர்கள் இனி ஒருபோதும் மேல் சாதியினரின் சுமைகளை இலவசமாகத் தூக்கிவர மாட்டார்கள். தங்கள் பெண்களை, மேல் ஜாதி ஆண்களின் பாலியல் உறவுக்கு அனுமதிக்க மாட்டார்கள். சில சமயங்களில் கம்யூனிஸ்ட் ஆதரவுடன் அவர்கள் தைரியமாக அதிகக் கூலி கேட்டனர். உழுவதற்கு நிலமும் கோரினர்.[33]

மாநகரங்களில் கீழ் சாதியினர் ஒழுங்காக முறைப்படுத்தப்பட்ட வழிகளில் தங்கள் உரிமைகளைக் கோரினர். இந்திய கம்யூனிஸ்ட் கட்சி ஆதரவில், டெல்லி நகராட்சியின் வால்மீகி இனத் துப்புரவாளர்கள், சொந்தமாக ஒரு யூனியன் அமைத்துக் கொண்டனர். 1953 அக்டோபரில் இந்த யூனியன் பதினொரு கோரிக்கைகள் கொண்ட ஒரு மனுவை நகராட்சி நிர்வாகத்துக்குச் சமர்ப்பித்தது. அதில் அதிக ஊதியம், வசதியான பணிச்சூழல் ஆகியவற்றை முன்வைத்திருந்தனர். துப்புரவாளர்கள் ஊர்வலங்களையும் கூட்டங்களையும் நடத்தினர். அவர்கள் தம் பலத்தைக் காட்ட, நகரமன்றக் கூடத்துக்கு அணி வகுத்துச் சென்றனர். தொடர் உண்ணாவிரதங்கள், ஒரு முறை காவல் துறையுடன் மோதல் ஆகியவையும் நடைபெற்றன. இந்த எதிர்ப்புகள் பற்றி எழுதிய வரலாற்றாளர் ஒருவர், 'அவை வெறும் கூலிக்காக மட்டுல்ல என்றும், வால்மீகி இன மக்களுடைய தொழில் கௌரவம் மற்றும் மதிப்பு பற்றியதும் ஆகும்' என்று குறிப்பிட்டுள்ளார்.[34]

VIII

தீண்டத்தகாதவர்களின் வாழ்க்கை வரலாறுகளில், 1950-கள் பெரும் மாறுதல்கள் நிகழ்ந்த காலமாகத் தென்படுகின்றன. ஜாதி காரணமாக ஒதுக்குதல், ஜாதி வெறுப்பு போன்றவை கட்டுக்கடங்காமல் இருந்தன. ஆனால் அவை மௌனமாக ஏற்றுக்கொள்ளப்படவில்லை. உள்ளூர ஏற்பட்ட கொந்தளிப்பு, மாறிய புதிய சூழ்நிலையில், எதிர்ப்புகளில் வெளிப்படையாகத் தெரிந்தது.[35]

அத்தகைய புதிய சூழ்நிலையாக கல்வி அமைந்தது. சுதந்தரத்துக்குப் பிறகு பள்ளி, கல்லூரிக் கல்விகளில் மாபெரும் வளர்ச்சி ஏற்பட்டது. சட்டப்படி குறிப்பிட்ட அளவு இடங்கள் பட்டியல் வகுப்பினருக்கு ஒதுக்கப்பட்டன. கொள்கைரீதியில் பல மாநில அரசுகள் வசதியற்ற குடும்பத்தைச் சேர்ந்த

சிறுவர்களுக்கு உதவித் தொகை அளித்தன. எங்கு முடியுமோ அங்கு வாய்ப்பு களை அவர்கள் பயன்படுத்திக் கொண்டு, முதன் முறையாகக் கல்வி பயின்ற தலைமுறையாக உயிர்த்தெழுந்தனர். பொதுவாக, பள்ளி செல்வோர் எண்ணிக்கை இரு மடங்காக அதிகரித்தபோது, பட்டியல் வகுப்பினரின் எண்ணிக்கை எட்டு அல்லது பத்து மடங்காக உயர்ந்தது. முன்பு எப்போதும் இல்லாத அளவுக்கு பல பட்டியல் வகுப்பினர் பல்கலைக் கழகத்தில் பயின்றனர்.[36]

அரசாங்க வேலை அவர்களுடைய இரண்டாவது முன்னேற்ற அரங்காக இருந்தது. அரசிலும், அரசின் உதவி பெறும் நிறுவனங்களிலும் சட்டப்படி, எல்லா வேலைகளிலும் பதினைந்து சதவிகிதம் இடங்கள் பட்டியல் வகுப்பினருக்கு ஒதுக்கப்பட்டன. 1947-க்குப் பிறகு மாபெரும் முன்னேற்றம் நிகழ்ந்தது. தலைமைச் செயலகங்களிலும், அரசாங்கப் பள்ளிகள், மருத்துவ மனைகள், ஆலைகள், உள்கட்டமைப்புத் திட்டங்கள் அனைத்திலும் புதிய வேலைவாய்ப்புகள் தோன்றின. சரியான புள்ளி விவரங்கள் கிடைக்கா விட்டாலும், சுதந்தரத்துக்குப் பிந்தைய இருபதாண்டுகளில், பல லட்சக் கணக்கான வேலை வாய்ப்புகள் பட்டியல் வகுப்பினருக்கு என அரசாங்கத் துறைகளில் உருவாக்கப்பட்டன. இந்தப் பணியிடங்கள் நிரந்தரமானவை. ஒய்வு பெறும்வரை பணியில் இருக்கலாம். ஓய்வு ஊதியம் மற்றும் மருத்துவச் சலுகைகளும் உண்டு. அரசின் எல்லா நிலைகளிலும் கொள்கைப்படி அத்தகைய ஒதுக்கீடு இருந்தது. நடைமுறையில் கீழ்நிலைப் பணியிடங்கள் (மட்டுமே) முதலாவதாகவும் வேகமாகவும் நிரப்பப்பட்டன. 1966 வரையிலும்கூட மூத்த நிர்வாக அதிகாரிகளுக்கான இடங்களில் 1.77 சதவிகிதம் மட்டுமே, கீழ்ஜாதி இந்தியர்களால் நிரப்பப்பட்டிருந்தன. எழுத்தர் நிலையில் 8.86 சதவிகித இடங்களும், பியூன்கள் மற்றும் உதவியாளர்கள் நிலையில் 17.94 சதவிகிதத்தினரும் இடம் பெற்றிருந்தனர்.[37]

நாடாளுமன்றத்திலும் சட்ட மன்றங்களிலும் 15 சதவிகித இடங்கள் ஒதுக்கப் பட்டு அவை யாவும் அட்டவணைப் பிரிவு வேட்பாளர்களால் நிரப்பப் பட்டன. மேலும் அனைவருக்கும் வாக்குரிமை என்ற வகையில் பல பொதுத் தொகுதிகளிலும் அவர்களால் தங்கள் செல்வாக்கைச் செலுத்த முடிந்தது. வாக்குச்சீட்டு அவர்களுக்கு அளித்த வாய்ப்பைப் பட்டியல் வகுப்பினர் விரைந்து பற்றிக்கொண்டனர். ஒரு தாழ்ந்த ஜாதி ஆக்ரா அரசியல்வாதி தன் தொகுதியில் உள்ளவர்கள் பற்றிக் கூறுகையில், 'அவர்கள் அரசியலின் உள் விவகாரங்களை எல்லாம் அறிந்து கொள்ளாமல் இருக்கலாம். ஆனால் அவர்கள் நிச்சயமாக வாக்கின் மதிப்பை அறிந்து பயன்படுத்துகிறார்கள்' என்றார்.[38] 1950-ன் ஆரம்பத்தில் கிராமப் பஞ்சாயத்துகளில் மேல் ஜாதி நிலச்சுவான்தார்கள் வெற்றி பெறுவதைத் தடுக்க பட்டியல் வகுப்பினர் கூட்டணி அமைத்துக்கொண்ட விவரங்கள் வெளியாகியுள்ளன.[39] பேரம் பேசுவதற்கு வாக்கு ஒரு சரியான கருவி என்பதை அவர்கள் விரைவில் புரிந்து கொண்டனர். உதாரணமாக, உத்திரப்பிரதேச கிராமம் ஒன்றில் செருப்புத் தொழிலாளிகள், மேல் ஜாதி வேட்பாளரிடம், இறந்துபோன மிருகங்களின்

உடல் கழிவுகளை அவர்களுடைய எல்லைக்கு அப்பால் கிராமத்துக்கு வெளிப்புறத்தில் ஒரு வெட்டவெளிக்கு மாற்றினால் மட்டுமே அவரை ஆதரிக்கமுடியும் என்று கூறினர்.[40]

கணிசமான எண்ணிக்கையிலான பட்டியல் வகுப்பினருக்குச் சரியான நடைமுறைகள், உண்மையான பயன்களை அளித்தன. பண்ணைத் தொழிலாளிகளின் பிள்ளைகள், நாடாளுமன்ற உறுப்பினர்கள் ஆகமுடிந்தது. கீழ்நிலைப் பணியாளர்களாக (பிரிவு 4) அரசுப் பணியில் சேர்ந்தவர்களுடைய பிள்ளைகள், இந்திய நிர்வாகப் பணி (ஐ.ஏ.எஸ்.) உறுப்பினர்களாக ஆவதைக் காண முடிந்தது. ஆனால் இந்தச் சரியான செயலும்கூட ஒரு புதுவிதமான அவமதிப்பைக் கொண்டு வந்தது. ஜாதி வேறுபாடுகளை முடிவுக்குக் கொண்டு வரும் வகையான இத்திட்டம், பயன்பெற்றவர்களை அவர்களின் சொந்த ஜாதிக்குள்ளேயே மேலும் உறுதியாக நிறுத்திவிட்டது.

மேல் ஜாதி மக்களிடையே சந்தேகமும் எதிர்ப்பும் இருந்தன. சில சமயங்களில் பயன்பெற்றவர்கள், தங்கள் ஜாதி மக்களையே மறந்தார்கள். ஒரு விமர்சகர், ‘இட ஒதுக்கீடு, தங்களுக்கு மட்டும் கிடைத்த சிறிய லாபங்களைக் கொண்டு சீக்கிரம் திருப்தி அடைகிற, வேலை கிடைத்த ஒரு கூட்டத்தை உருவாக்கி விட்டது’ என்று எழுதினார்.[41]

மாற்றத்தின் ஓர் அங்கம், பொருளாதார வளர்ச்சியால் ஏற்பட்டது. தொழில் மயமாதலும் நகரமயமாதலும், கிராமங்களுக்கு வெளியே புதிய வாய்ப்பு களைக் கொண்டுவந்தன. அரசுத் துறையைப் போலவே இங்கும் பட்டியல் வகுப்பினர், தொழில் நுட்பம் குறைந்த, வருமானம் குறைந்த தொழில்களில் மட்டுமே ஈடுபட முடிந்தது. ஐக்கிய மாகாணப் பண்ணைக் கூலி ஒருவர், பம்பாயில் ஆலைத் தொழிலாளி ஆனபோது, நகரின் அருங்காட்சியகங்களை குறிப்பாக, காந்தாரக் கலைப்பொருட்களை ரசிக்கக் கற்றுக்கொண்டார்.[42] இப்படி, வீட்டை விட்டு வெளியே வந்தது, மனங்களை விசாலமாக்க உதவியது. பொருளாதார ரீதியிலும் ஆதாயங்கள் கிடைத்தன. உதாரணமாக, செருப்புத் தைப்பவர்களான ஆக்ரா ஜாதவ்களின் வாழ்க்கை, அவர்கள் உற்பத்தி செய்த பொருள்களுக்கு மத்தியக் கிழக்கிலும், சோவியத் யூனியனிலும் சந்தை வாய்ப்பு கிடைத்தவுடனே, நன்றாக மாறிவிட்டது. ஜாதவ்கள், நகர சமூகம் ஆகிவிட்டனர். விடுகளை சொந்தமாகக் கட்ட அல்லது வாங்கமுடிந்தது. பலர் சுயமாக செருப்பு தயாரிப்பாளர்களாகத் தொடர, சிலரோ சொந்தமாக தொழிற்சாலைகள் அமைத்தனர். ஒரு காலத்தில் தங்களுக்குக் கிடைக்கும் என்று நம்பிய கூலியைவிட அதிகமான கூலியை இப்போது அவர்கள் தங்கள் தொழிலாளர்களுக்கு அளித்தனர். 1960-ல் ஒரு தேர்ந்த கைவினைஞர் மாதம் ரூ. 250-ம், ஆலைத் தொழிலாளி ரூ.100-ம், திறன் இல்லாத வேலைக்காரர்கள் அதைவிடப் பலமடங்கு குறைவாகவும் சம்பாதித்தனர். லாபப் பங்கீடு சமமாக இல்லாவிட்டாலும், சந்தைகள் அவர்களைப் பொருளாதார மற்றும் சமுதாய நிலையில் உயர்த்துவதற்கு உதவியாக இருந்தன. 1900-க்கு முந்தைய காலங்களில் மிகப்

பெரும்பான்மையான ஜாதவ்கள் தொழிலாளிகளாகவும் நகரப் பணியாளர் களாகவும் இருந்தபோது அவர்கள் எழுப்பி வந்த குரலுக்கு அப்பால், இப்போது வெகுதூரம் உயர்ந்துவிட்டனர்.[43]

IX

முஸ்லிம்களைப் போலவே, பட்டியல் இனத்தவரும் காங்கிரஸுக்கு வாக்கு வங்கியாக அமைந்தனர். மகாத்மா காந்தியின் கட்சியையே அவர்களும் நம்ப விரும்பினர்.

உதாரணமாக, 1957 தேர்தலில், நாடாளுமன்றத்தில் பட்டியல் வகுப்பினருக்கான 76 இடங்களில் 64 இடங்களை காங்கிரஸ் வென்றது. சட்டமன்றங்களில் 469 தனித்தொகுதிகளில் 361-ஐ காங்கிரஸ் கைப்பற்றியது.

பட்டியல் பழங்குடியினரையும் சேர்த்தால், நான்கில் ஒரு பங்கு நாடாளுமன்ற உறுப்பினர்கள், பின்தங்கிய பின்னணியிலிருந்து வந்தவர்கள். ஆனாலும் ஜவாஹர்லால் நேருவின் அமைச்சரவையில் மிக அதிகமான அளவில் மேல் ஜாதியினரே இடம் பெற்றிருந்தனர். இது நேருவுக்குக் கவலை அளித்தது. உடன் பணி ஆற்றும் மூத்த நண்பர் ராஜாஜியிடம் அவர், 'எனக்குள்ள மிகப்பெரிய கஷ்டங்களில் ஒன்று பொருத்தமான பிராமணர் அல்லாதாரைத் தேர்ந்தெடுப்பதுதான்' என்று கூறினார்.

நேரு ராஜாஜியிடம் பொருத்தமானவர்களைப் பரிந்துரைக்குமாறு கேட்டுக் கொண்டார். பிறகு நேருவே மதராஸில் இருந்து வந்திருந்த திருமதி சந்திரசேகர் என்ற பட்டியல் வகுப்பினரைச் சேர்ந்த பெண்மணியைத் துணை அமைச்சராக இணைத்துக்கொண்டார்.[44]

மத்திய மந்திரி சபையில் முன் வரிசையில் இருந்த பட்டியல் வகுப்பு அமைச்சர் ஜகஜீவன்ராம். அவர் பிகாரைச் சேர்ந்தவர். சமார் என்ற செருப்பு தைக்கும் ஜாதியைச் சேர்ந்தவர். அவருடைய கிராமத்திலிருந்து உயர்நிலைப் பள்ளிக்கும், அங்கிருந்து காசி இந்து பல்கலைக் கழகத்துக்கும் சென்ற முதல் மாணவர். பட்டம் பெற்றதும் காந்திய இயக்கத்தில் சேர்ந்தார். 1947-க்குப் பிறகு உயரிய தொண்டுகளால் மந்திரி சபை நியமனங்களைப் பரிசாகப் பெற்றார். தொழில், மக்கள் தொடர்பு, சுரங்கங்கள், ரயில்வே முதலியவை அவர் வகித்த பொறுப்புகளில் முக்கியமானவை. காந்தியப் பின்னணியில், அவரிடம் எதிர்பார்க்கப்பட்ட அளவுக்கு விமரிசனங்களுக்கு அப்பாற்பட்ட தூய வாழ்க்கையை வாழாவிட்டாலும் முதல் தரமான நிர்வாகத்துக்குப் பெயர் பெற்றவராக அவர் விளங்கினார்.[45]

எனினும் பட்டியல் வகுப்பினரில், அவர்களை மிகப் பெரிய அளவில் கவர்ந்த தலைவர், காங்கிரஸுக்கு வெளியில்தான் இருந்தார். அவர்தான் பி.ஆர்.அம்பேத்கர். அவர் நேருவின் மந்திரி சபையில் சுயேச்சை உறுப்பின ராகச் சேர்ந்து 1951-ல் அவருடைய ஷெட்யூல்டு கேஸ்ட் ஃபெடரேஷன் கட்சியை மீண்டும் தொடங்க, அரசிலிருந்து விலகினார். அவருடைய கட்சி

1952 தேர்தலில் மிக மோசமான தோல்வியைச் சந்தித்தது. எனினும் அம்பேத்கர் பின்னர் மாநிலங்கள் அவைக்குத் தேர்ந்தெடுக்கப்பட்டார். இந்து மதத்தின்மீது நீண்டகாலப் பகைகொண்ட அவர், இப்போது அந்தப் புராதன மதத்தை விட்டுவிட்டு புதிய வழியைத் தேடிக் கொண்டிருந்தார். சீக்கியத் துக்கும், பிறகு இஸ்லாத்துக்கும், பிறகு கிருஸ்தவத்துக்கும் மாற எண்ணிய அவர் முடிவில் இந்திய மண்ணில் தோன்றியதும், அவருடைய பகுத்தறிவுக்கும், எல்லாருக்கும் சம உரிமை என்ற கருத்துக்கும் பொருத்தமான போக்கை உடைய புத்த மதத்தில் சேர முடிவு செய்தார்.

மந்திரி சபையை விட்டு விலகியதும் அப்பேத்கர் புத்தரைப் பற்றியதான இலக்கியத்தில் மூழ்கினார். மகா போதி சங்கத்தின் உறுப்பினரானார். தென் கிழக்கு ஆசிய பௌத்த நாடுகளில் பயணம் மேற்கொண்டார்.

1956 மே மாதத்தில் பம்பாய் பொதுக் கூட்டம் ஒன்றில் அந்த ஆண்டின் இறுதிக்குள் புத்த மதத்துக்கு மாறப் போவதை அறிவித்தார். ஏற்கெனவே அம்பேத்கருடைய ஆராய்ச்சி நூலான 'புத்தரும் அவருடைய தம்மமும்' அச்சில் இருந்தது. விளம்பரம் பெரிய அளவில் கிடைக்கும் பம்பாயில் மதம் மாறும் சடங்கை வைத்துக்கொள்ளலாம் என்று நினைத்தார். புத்தத் தலமாகிய சாரநாத் பற்றியும் யோசித்தார். இந்தியாவின் மையத்தில் உள்ளதும், அவருடைய தொண்டர்கள் நிறைந்ததுமான நாக்பூரைத் தேர்ந்தெடுப்பது பற்றியும் சிந்தித்து அதையே இறுதியில் முடிவு செய்தார். 1956 அக்டோபர் பதினைந்தாம் தேதி வண்ணமயமான வைபவத்தில் மக்கள் பலர் கூடிய கூட்டத்தில், பலரும் அவருடன் சேர்ந்து புத்த மதத்தைத் தழுவினர். ஆறு வாரங்களுக்குப் பிறகு திடீரென அம்பேத்கார் இறந்துபோனார். அவர் தலையடியில் புத்தர் சிலை ஒன்றுடன் பம்பாயில் எரிக்கப்பட்டார். இறுதி ஊர்வலத்தில் பத்து லட்சம் மக்கள் கலந்துகொண்டனர்.[46]

அம்பேத்கர் இறப்பதற்குச் சிலகாலம் முன்னதாக இந்தியக் குடியரசுக் கட்சி என்ற ஒரு கட்சியை ஆரம்பிக்க முடிவு செய்தார். 1957-ல் அது முறையாகச் செயல்படத் தொடங்கியது. அதன் தலைவர்களும் தொண்டர்களும் அம்பேத்கரைப் போலவே மஹார் இனத்தைச் சேர்ந்தவர்கள். மஹார்கள், அவரோடு மிகப் பெரும்பான்மையாக புத்த மதத்துக்குச் சென்றவர்கள். நாக்பூர் பகுதியில் மக்களிடையே அம்பேத்கர் மதிப்புக்குரிய மனிதர். அவர் வாழும் காலத்திலேயே அவர்கள் அவருடைய பிறந்தநாளை ஆடம்பரமாகக் கொண்டாடினர். அவருடைய உருவப்படத்தைத் தலைக்கு மேலே உயரப்பிடித்து ஊர்வலம் வந்தனர்.

அவர் சொற்பொழிவாற்ற நகருக்கு வந்தால் ஆலைத் தொழிலாளிகள் அவர் பேசுவதைக் கேட்கத் திரண்டு வருவர். பெண்களும்கூட திருமணத்துக்குச் செல்வதுபோல் அணிவகுப்புக்குச் செல்வர். அவர் ஊட்டிய உத்வேகத்தால் மஹார்கள் நாடகக் குழுக்களை உருவாக்கி மேல்ஜாதியினர் நடத்தையையும், இந்து சமயச் சடங்குகளையும் கேலி செய்துவந்தனர். அம்பேத்கரைப் பெருமைப்படுத்தி பாடல்கள் பாடினர்.[47]

மஹார்களின் கோட்டைகளில் மட்டுமே அம்பேத்கர் மதிக்கப்பட்டார் என்று இல்லை. அவரது அறிவுத் திறனுக்காக வட இந்தியா முழுவதுமே மரியாதையுடன் நேசிக்கப்பட்டார். அவர் கொலம்பியா மற்றும் லண்டன் பல்கலைக் கழகங்களில் டாக்டர் பட்டம் பெற்றமைக்காகவும், அவருடைய அரசியல் சாதனைகளுக்காகவும், குறிப்பாக இந்திய அரசியல் அமைப்புச் சட்டத்தை வடிவமைத்ததற்காகவும், பெரிதும் போற்றப்பட்டார். பட்டியல் வகுப்பினரில் ஓரளவு கல்வியறிவு பெற்றவர்களும், உயர்நிலைப் பள்ளி சென்றவர்களும், சொந்த கிராமத்தை விட்டு வெளியே சென்றவர்களும் அம்பேத்கரை அசாதாரணமானவர் என்றும், தெய்வம் போன்றவர் என்றும், உயர் சாதியினரின் கோட்டையைத் தகர்த்தவர் என்றும், தொண்டர்களையும் அவ்வாறே செய்யத் தூண்டியவர் என்றும் கொண்டாடினர்.

தொண்டர்களுக்கு அம்பேத்கர் வழங்கிய கோஷங்கள், 'கற்றுக்கொடு', 'கிளர்ச்சி செய்', 'ஒன்று திரட்டு'. அவர், மக்கள் கல்விச் சங்கம் ஒன்றை ஆரம்பித்தார். அது பள்ளிகளையும் இரு கல்லூரிகளையும் நடத்தியது. பட்டியல் வகுப்பினரில் இந்த அல்லது வேறு பள்ளிகளுக்குச் சென்றவர்கள் அம்பேத்கரை நம்பிக்கைக்குரிய ஆலோசகராகக் கருதியது தவிர்க்க இயலாததாகிவிட்டது.[48] துறைமுகத் தொழிலாளி ஒருவருடைய மகள், அரசாங்கத்தின் உதவிப் பணத்தால், பம்பாய் சித்தார்த் கல்லூரிக்குச் சென்றார். பத்திரிகைகளுக்கு எழுதவும் விவாதங்களில் பங்கு கொள்ளவும் முற்பட்டார். அவருடைய எழுத்துகளோ பேச்சுகளோ பாபா சாஹேப் அம்பேத்கர் பற்றியும் அவருடைய தலித் இயக்கம் பற்றியதாகவுமே அமைந்தன.[49]

பிற சிறுபான்மையினருக்கும் பட்டியல் வகுப்பினருக்கும் இடையே இருந்த மிக ஆழ்ந்த வேறுபாடு பி.ஆர். அம்பேத்கர்தான். முஸ்லிம்களுக்குத் தலைமைச் செயலகத்திலோ, நாடாளுமன்றத்திலோ இட ஒதுக்கீடு இல்லை. சுதந்தர இந்தியாவில் முஸ்லிம்களை வீறுகொள்ளச் செய்யவோ, இயக்கவோ, அம்பேத்கரைப் போல, அவர் இருக்கும்போதோ, அவர் இறந்தபிறகோகூட, ஒரு தலைவரைப் பெற்றிருக்கவில்லை.

X

1949 மார்ச்சில் பட்டியல் வகுப்பினருள் ஒரு பிரிவினர் டெல்லியைச் சுற்றியுள்ள கிராமங்களிலிருந்து நகரின் மகாத்மா காந்தி நினைவிடத்துக்கு நடந்து வந்தனர். அவர்கள் தங்கள் வீடுகளிலிருந்து ஜாட் ஜாதி நிலப் பிரபுக்களால் வெளியேற்றப்பட்டவர்கள். முன்னர் கொத்தடிமைகளாக இருந்தவர்கள். உள்ளூர்த் தேர்தல்களில் நிற்கவும், கிராமப் பொது இடங்களில் கால்நடைகளை மேய்க்கவும் அவர்களுக்கு தைரியம் வந்ததால், ஜாட்களுக்குக் கோபம் ஏற்பட்டது. தலைநகரில் இதயபீடமான அந்த இடத்தில் ஜாதி நீக்கம் செய்யப்பட்ட இவர்கள் உண்ணாவிரதம் ஒன்றை ஆரம்பித்தனர். தேசப்பிதாவின் நினைவுச் சின்னத்தின் மீது அமர்ந்து அவர் அறிமுகம் செய்த எதிர்ப்பு முறைகளை மேற்கொண்டு பிரபல காந்தியவாதிகள் மற்றும் கேபினெட் மந்திரிகள் உட்பட பலருடைய கவனத்தைக் கவர்ந்தனர்.[50]

இந்திய நகரிலிருந்து இன்னொரு வழக்கைப் பார்க்கலாம். புதிதாகத் தேர்ந்தெடுக்கப்பட்ட பட்டியல் வகுப்பு உறுப்பினர் சீதாபூர் என்ற தன் சொந்த நகரில் வக்கீல் சங்க உறுப்பினராக ஆவதற்கு விண்ணப்பித்திருந்தார். அவருடைய மனு நான்கு மாதங்களாக நிறுத்திவைக்கப்பட்டிருந்தது. பிறகு அவர் சேரலாம் என்றும், ஆனால் கழிவறையைப் பயன்படுத்தக் கூடாது என்றும், அவருக்கு ஒரு முஸ்லிம் பணியாளரே சேவை செய்வார் என்றும் கூறப்பட்டது. நாடாளுமன்ற உறுப்பினர் இதைப் பிரதமர் கவனத்துக்குக் கொண்டுவந்தார். அவர் தலையிட்டபின், எந்தவித முன் நிபந்தனையும் இன்றிச் சேர்த்துக் கொள்ளப்பட்டார்.[51]

பிற இடங்களில் தம் உரிமைகளை வற்புறுத்திய பட்டியல் வகுப்பினர் அவ்வளவு அதிர்ஷ்டசாலிகள் அல்லர். சமூகவியல் அறிஞர் என்.டி.காம்ப்ளே, சுதந்தர இந்தியாவில் பட்டியல் வகுப்பினர் மீது நடத்தப்பட்ட நூற்றுக் கணக்கான கொடுமைகளைச் சேகரித்து வரிசைப்படுத்தி உள்ளார். காம்ப்ளேயின் ஆய்விலிருந்து சில தேர்ந்தெடுக்கப்பட்ட உதாரணங்கள்:

மாதுங்கா, ஏப்ரல் 1951, தொழிலாளர் முகாம்: ஆலைத் தொழிலாளர்களின் ஒரு பிரிவினர் அம்பேத்கர் பிறந்த நாளில் நாடகம் ஒன்றை நடத்துகின்றனர். மேல் ஜாதி இளைஞர்கள் நிகழ்ச்சியைக் குலைத்து, நடிகர்களைத் தாக்கி, மேடையைப் பாழ்படுத்துகின்றனர்.

ஹிமாச்சலப் பிரதேச கிராமம், ஜூன் 1951: பட்டியல் வகுப்பினர் மாநாடு ஒன்று ராஜபுத்திர நிலப் பிரபுக்களால் தாக்கப்பட்டு, பட்டியல் வகுப்பினர் கழிகளால் அடிக்கப்படுகின்றனர். அவர்களுடைய தலைவர்கள் கயிறுகளால் கட்டப்பட்டு மாட்டுக் கொட்டடியில் அடைக்கப்படுகின்றனர்.

பம்பாய் மாநிலம், ஜாவேகான் ஜில்லா, கிராமப் பள்ளிக்கூடம், ஜூலை 1951: பிராமண ஆசிரியர் ஒருவர், அம்பேத்கர், நாடாளுமன்றத்தில் இந்து சட்ட மசோதாவை அறிமுகம் செய்ததற்காக, அவரை ஏசிப் பேசுகிறார். பட்டியல் வகுப்பு மாணவர் ஒருவர் எதிர்த்ததால், அந்த மாணவர் அடித்து நொறுக்கப்பட்டு பள்ளியிலிருந்தும் நீக்கப்படுகிறார்.

மதராஸ் மாநிலம், மதுரை மாவட்ட கிராமம், ஜூன் 1952: உள்ளூர் டீக்கடை ஒன்றில் பட்டியல் வகுப்பு இளைஞர் ஒருவர் கண்ணாடி டம்ளரில் டீ கேட்கிறார். வழக்கப்படி, பயன்படுத்தியதும் வீசி எறியக் கூடிய கொட்டாங்கச்சியில் மட்டுமே டீ பெற அவருக்கு உரிமை உண்டு. இளைஞர் தொடர்ந்து வற்புறுத்துகினார். அவர் ஜாதி இந்துக்களால் உதைக்கப்பட்டு தலையிலும் அடிக்கப்படுகிறார்.

மத்திய பிரதேசம், பர்பானி ஜில்லா கிராமம், ஜூன் 1957: புதிதாக புத்த மதத்துக்கு மாறியவர்கள், இறந்த மாடுகளின் தோலை உரிக்க மறுக்கின்றனர். அவர்கள் இந்து நிலச்சுவான்தாரர்களால் அச்சுறுத்தப்பட்டு, வேறு வேலை களும் மறுக்கப்பட்டு, பழிவாங்கப்படுவர் என்று பயமுறுத்தப்படுகின்றனர்.

பம்பாய் மாநிலம், அஹமதாபாத் ஜில்லா, மே 1959: புத்தமதம் சார்ந்த திருமண கோஷ்டி ஒன்று கிராம வாசல் வழியாக அவர்களுடைய குக்கிராமத்துக்குச் செல்ல அனுமதி மறுக்கப்படுகிறது. அவர்கள் வற்புறுத்தும் போது ஜாதி இந்துக்கள் கற்களாலும் கத்திகளாலும் தாக்குகின்றனர்.

மஹாராஷ்டிரா, அவுரங்காபாத் ஜில்லா கிராமம், அக்டோபர் 1960: ஜாதி இந்துக்கள் பட்டியல் வகுப்பினர் குக்கிராமத்துக்குள் நுழைந்து புத்தர் சிலையை துண்டு துண்டாக நொறுக்குகிறார்கள்.[52]

நாடு முழுதும் ஒருவித கொந்தளிப்பு நிலவியது என்பதையே இந்தச் சம்பவங்களும் இவை போன்ற இன்ன பிறவும் வெளிப்படுத்தின. இந்தியா முழுவதிலும் வீசிய ஜனநாயகக் காற்று, பட்டியல் வகுப்பினரை, தங்கள் உரிமைகளைக் கோரச் செய்தது. பள்ளிகள், அலுவலகங்கள், ஆலைகள், சட்டமன்றங்கள் ஆகியவற்றில் இட ஒதுக்கீடு பெற்று, அவர்களுடைய மாபெருந்தலைவர், பி.ஆர். அம்பேத்கர் உத்வேகம் அளிக்க, சமுதாய சமத்துவத்துக்குச் சட்டமும் ஆதரவாக நிற்க, அவர்களில் பலர் பணிந்து அடங்கிப்போகும் பாதையைக் கைவிட்டு கடுமையான எதிர்ப்புப் பாதையைத் தேர்ந்தெடுக்க விரும்பினர். இதனால், சமூகத்தில் மேல் மட்டத்தில் உள்ளதாக நினைத்துக்கொண்டவர்கள், கடுமையாக எதிர்வினை புரிந்தனர்.

XI

1925-26-ல் ஆல்டஸ் ஹக்ஸ்லி, பிரிட்டிஷ் இந்தியாவில் நீண்ட பயணம் ஒன்றை மேற்கொண்டார். அவர் அகில இந்திய காங்கிரஸின் கான்பூர் மாநாட்டிலும் கலந்து கொண்டார். விடுதலை கோரி பேசப்பட்ட உணர்ச்சிகர மான உரைகளையும் கேட்டார். இந்த லட்சியங்கள் மீது ஹக்ஸ்லிக்கும் சிறிது நம்பிக்கை உண்டு. ஆனால் அவர்கள் இந்து மேல் ஜாதியினருடைய நலன் களின் பிரதிநிதிகளாக மட்டும் இருந்தது அவருக்குக் கவலையளித்தது. அவருடைய பயணம் பற்றிய நூலில், 'இந்தியா சுயாட்சிக்குத் திரும்புவதால், ஆரம்பத்தில் எப்படியும் கீழ்ஜாதி மக்கள் கஷ்டப்படுவார்கள் என்பதில் சந்தேகமில்லை. மேல்ஜாதியினர் கீழ்ஜாதியினரைவிட உயர்வானவர் என்பது மதக் கோட்பாடு. ஆனால் இந்த மிகச்சிலர் பலருடைய உரிமைகள் பற்றி கவலைப்படுவார்கள் என்று எதிர்பார்க்க முடியாது. அவர்களுக்கு உரிமைகள் கொடுப்பது என்பதையே மதத்துக்கு எதிரானது என்று பார்ப்பார்கள்' என்று எழுதினார்.[53]

இருபதாண்டுகளுக்குப் பிறகு இந்தியா விடுதலை பெற்றது. அரசியல் அமைப்புச்சட்டம் சாதி, இனம், வயது, பாலினம் கருதாமல் அனைவருக்கும் சமத்துவ உரிமை அளித்தது. பல நூற்றாண்டுகளாக வேறுபாடு காட்டப் பட்டதால் அடைந்த துன்பங்களுக்கு ஈடுசெய்யும் வகையில் கீழ்ஜாதி யினருக்கு தனியான உரிமைகள், பள்ளி, பணிகளில் சேரத் தனி வாய்ப்புகள் வழங்கப்பட்டன. ஆனால் அரசியல் அமைப்பு சபையில் பட்டியல் வகுப்பினரான ஒருவர் கூறியதுபோல், 'அரசாங்கச் சட்டம் என்பது வேறு;

சமூக வழக்கம் என்பது முற்றிலும் வேறு! கௌதம புத்தர் முதல் மகாத்மா காந்தி வரை சீர்த்திருத்தவாதிகள் காரணமற்ற ஜாதி வேறுபாடுகளை எதிர்த்து வந்துள்ளனர். ஆனாலும் தீண்டாமை என்ற இந்தியப் பிசாசை ஒழித்துக் கட்டுவது மிகக் கடினம் என்பதைக் கண்டுகொண்டனர்.' தீண்டத்தகாதவர் களுக்கு எதிரான தடைகள் நீக்கப்பட்டு சட்டங்கள் இயற்றப்பட்டுள்ளன (உதாரணம்: கோயில்களுக்குள் நுழைய அனுமதி).

ஓர் உறுப்பினர் கேட்டார்: 'இந்தச் சட்டங்களின் விளைவு என்ன?' இதற்கு விடை அளிக்கப்படும் முன், அவரே தொடர்ந்தார். 'சட்டங்களால் ஓரங்குலத் தீண்டாமைகூட அகற்றப்படவில்லை... உண்மையிலேயே தீண்டாமைப் பேய் அல்லது தீண்டாமை என்ற கறையை இந்தியாவை விட்டுப் போக்க வேண்டும் என்றால், கோடி கோடி அளவிலான இந்து மக்களின் மனங்கள் மாற்றப்படவேண்டும். அவர்களது இதயங்கள் மாறவில்லை என்றால், தீண்டாமை அகற்றப்படும் என நான் நம்பவில்லை. இனி இந்து சமூகம்தான் தீண்டாமை எந்த வகையிலும் வடிவத்திலும் இல்லாதபடி பார்த்துக்கொள்ள வேண்டும்' என்றார்.[54]

சுதந்தர இந்தியாவில் தீண்டாதார் நிலை குறித்து ஓர் அவநம்பிக்கை நிலை இருந்தது போலவே, மற்றொரு பெரும் அளவிலான சிறுபான்மையினரின் - முஸ்லிம்களின் - எதிர்காலப் பாதுகாப்புப் பற்றியும் அவநம்பிக்கை இருந்தது. 1951-ல் இந்தியா, பாகிஸ்தான் வழியாகப் பயணம் செய்த செல்வாக்குள்ள இஸ்லாமியப் பிரிவுத் தலைவர் ஆகா கான் எல்லையின் இருபுறங்களிலும் உள்ள முஸ்லிம்கள், குறிப்பாக இந்தியப் பகுதியில் வசிப்போர், கொடும் அச்சத்தில் இருப்பதைக் கண்டார்.

அவர், ஜவாஹர்லால் நேருவுக்கு எழுதிய கடிதத்தில், 'முஸ்லிம்களிடையே நிலவும் இந்த அச்சம், எனக்கும் பெருமளவில் இருக்கிறது. இன்னும் ஐந்து அல்லது பத்து ஆண்டுகளில் இந்து மஹாசபையின் ஆட்சி அமையலாம். அது, இன்றைய கிழக்கு மற்றும் மேற்கு பாகிஸ்தான் பகுதிகளும் அடங்கிய ஒன்றுபட்ட அகண்ட பாரதத்தை அமைப்பதே தனது ஆட்சியின் நோக்க மாகவும் வெளியுறவுக் கொள்கையாகவும் இருக்கும் என்று வெளிப்படை யாகவே சொல்கிறது.' அந்த முஸ்லிம் தலைவர், இந்துத்துவத் தீவிர வெறிகொண்ட ஒரு கட்சி ஆட்சிக்கு வந்தவுடன், காஷ்மீர் வழியாக பாகிஸ்தானுக்குப் பாயும் ஆறுகளை அணுகுண்டு வைத்து வெடித்து, நதிகளைத் திருப்பி, அந்த நாட்டைப் பணிய வைக்கும் என்று கருதினார். அவர் இதற்கு இணையாக அரபு உலகில் சூடான், எகிப்து வழியே பாயும் நைல் நதியைத் தடுக்கத் தயாராகிக் கொண்டிருப்பதை எடுத்துக் காட்டினார். ஆகா கான் நோக்கில் முஸ்லிம் எகிப்துக்கு, கிறிஸ்தவ சூடான் எப்படியோ, அப்படித்தான் முஸ்லிம் பாகிஸ்தானுக்கு, இந்து இந்தியா. 'இந்த நீர்ப் பிரச்னை, எகிப்தில் உள்ளதன் மறுபதிப்பாக இருப்பதாலேயே, இந்த மரண பயச் சூழல் முஸ்லிம்களிடையே நிலவுகிறது என்று நான் உணர்ந்திருக் கிறேன்' என்றார் ஆகா கான்.[55]

இக்கடிதம் மூன்று காரணங்களுக்காக முக்கியமானது. முதலாவதாக, இப்போது உலகம் முழுவதும் முஸ்லிம்கள் துன்புறுத்தப்படுகிறார்கள் என்ற பரவலான பயத்தின் ஆரம்ப கட்ட வெளித்தோற்றம், இந்தக் கடிதத்தில் தெரிகிறது. இரண்டாவதாக, இந்திய முஸ்லிம்களுடைய நலன்களுக்கும் பாகிஸ்தானுடைய நல்வாழ்க்கும் இடையே உள்ள எளிய சமன்பாடு. முடிவாக, முக்கியமானதாகவும்கூட, இந்தியக் குடியரசு இன்னும் பத்து ஆண்டுகளில் இந்து அரசாக மாறிவிடும் என்ற முன்னறிவிப்பு.

ஆகாகானும் ஆல்டஸ் ஹக்ஸ்லியும் தங்களது சந்தேகத் தன்மையில் கொஞ்சம் சரியாகவும் கொஞ்சம் தவறாகவும் இருந்துள்ளனர். தொடரும் மதவெறுப்புகள் பற்றிய பார்வையில் அவர்கள் கருத்து சரியானது. அரசியல் தலைமையின் நோக்கம் பற்றிய பார்வையில் தவறானது. ஆட்சியில் இருந்த சிலர் உண்மையில், அனைவருடைய உரிமைகள் பற்றியும் கண்ணும் கருத்துமாகவே இருந்தனர். நேருவைக் கடுமையாக எதிர்த்த ஓர் இந்திய பத்திரிகை ஆசிரியர், 1959-ல், சுதந்தரம் பெற்று பத்தாண்டுகளுக்கு மேல் ஆனபிறகு, தனது கட்டுரை ஒன்றில், நேருவின் இரண்டு மாபெரும் சாதனைகளை ஏற்றுக்கொண்டே ஆகவேண்டியிருந்தது. ஒன்று: மதச்சார்பற்ற நாட்டை உருவாக்கியது. இரண்டாவது: தீண்டத்தகாதவர்களுக்கும் சம உரிமைகளை வழங்கியது. பிரிவினைக்குப் பிறகு, பழைமைவாதச் சக்திகளை அவர் நினைவுகூர்ந்தார்: ‘நேரு மட்டும் சிறிதளவு பலவீனம் காட்டியிருப்பாரானால், இந்தச் சக்திகள் நாட்டை இந்து நாடாக்கி இருப்பார்கள். சிறுபான்மையினர் எந்த வகையிலும் அபாயமற்றும் பாதுகாப்பாகவும் வசித்திருக்க முடியாது. சமயச் சார்பற்ற இந்தியாவில் பொது வாழ்விலும் அரசியல் செயல்பாட்டிலும் மனித சமத்துவம் மயிரிழையும் மாறாமல் காப்பாற்றப்படும் வகையில் தீண்டத்தகாதவர்களுக்கு எல்லா உரிமைகளும் அளிக்கப்படவேண்டும் என வற்புறுத்தியதற்கான நிலைத்த புகழுக்கு உரியவர் நேருவே.’[56]

அரசுக் கொள்கைக்கும் பொதுஜன நடைமுறைக்கும் இடையே தவறுகள் நிகழத்தான் செய்தன. மதச் சார்பின்மை, சமுதாய சமத்துவ மேம்பாட்டுச் சட்டங்கள் போன்றவை சட்டப் புத்தகங்களில் இருந்தன. ஆனால் மிகப் பல முஸ்லிம்களும் பட்டியல் வகுப்பினரும், ஏழைகளாவும், அற்பமாக மதிக்கப்பட்டுமே வாழ்ந்தனர். வன்முறை பற்றிய அச்சம் வெகு தொலைவில் இல்லை. இருந்தபோதிலும், ரத்த வெள்ளத்தில் நாடு தோன்றி, பாகிஸ்தானுடைய தொடர்ந்த எதிர்ப்புகளுக்கு உள்ளாகியும் இந்திய அரசாங்கம் மதத்தை அரசுடன் கலக்க மறுத்து உறுதியாக நின்றது எளிதான செயல் அல்ல.

பொதுவாக, சமுதாய அமைப்புகளின் வலுவான, அழிக்கமுடியாத நிலையையும், குறிப்பாக இந்தியச் சமுதாயத்தின் புராதனமும் புனிதமுமான வரலாற்றையும் கணக்கில் எடுத்துக்கொண்டால், ஜாதி முறை இந்த அளவுக்கு மாற்றம் அடைந்துள்ளது என்பதே குறிப்பிடத்தகுந்தது. தீண்டாமை ஒழிப்பில்

அடைந்துள்ள முன்னேற்றத்திலோ, எல்லாருக்கும் சம உரிமை என்பதை உறுதிப்படுத்தியதிலோ சில ஏற்றத்தாழ்வுகள் இருக்கலாம். பொறுமையற்ற சீர்த்திருத்தக்காரர்களின் பார்வையில் மதிப்பிட்டால், இவை மிக மெதுவாக நடைபெறுவனவாக தோன்றலாம். எனினும், இதற்கு முந்தைய பதினேழு நூற்றாண்டுகளைக் காட்டிலும், இந்தியா சுதந்தரம் பெற்ற முதல் பதினேழு ஆண்டுகளில் மிக அதிகமான அளவில் முன்னேற்றம் அடைந்தே இருக்கிறது.

நன்றி

நூலை எழுத வேண்டும் என்று தூண்டிய நண்பர் பீட்டர் ஸ்ட்ராஸ்.

டெல்லி நேரு நினைவு காட்சியகம் மற்றும் நூலகத்தின் உதவியாளர்கள் ஜீவன் சந்த், ரவ்தேலா, துணை இயக்குனர் டாக்டர் என்.பாலகிருஷ்ணன், அவரது உதவியாளர் தீபா பட்னாகர்.

லண்டனில் உள்ள பிரிட்டிஷ் நூலகம், அங்குள்ள இண்டியா ஆஃபீஸ் நூலகம் மற்றும் ஆவணப் பிரிவு

தேசிய ஆவணக் காப்பகம், புது டெல்லி

தெற்காசிய ஆய்வு மையம், கேம்ப்ரிட்ஜ்

கலிஃபோர்னியா பல்கலைக்கழகம், பெர்க்லி

ஸ்டான்ஃபோர்ட் பல்கலைக்கழகம்

கார்னல் பல்கலைக்கழகம்

மிச்சிகன் பல்கலைக்கழகம், ஆன் ஆர்பர்

ஜார்ஜியா பல்கலைக்கழகம், ஏதென்ஸ்

ஃப்ரெண்ட்ஸ் ஹவ்ஸ், யூஸ்டன்

இந்திய சர்வதேச மையம், புது டெல்லி

ஸ்காட்லாந்து தேசிய நூலகம், எடின்பரோ

இம்பீரியல் போர் அருங்காட்சியகம், லண்டன்

ஓஸ்லோ பல்கலைக்கழகம்

சென்னை வளர்ச்சி ஆராய்ச்சி நிறுவனம்

டாடா ஸ்டீல், ஜாம்ஷெட்பூர்

லால்பகதூர் சாஸ்திரி தேசிய நிர்வாகக் கல்லூரி, முசோரி.

பெங்களூரு கல்வி மற்றும் ஆவண மையம்

பல்வேறு உதவிகள் செய்த மனைவி சுஜாதா, சின்மயி அருண், காந்தி பாஜ்பாய், சுஹாஸ் பாலிகா, ருக்மிணி பானர்ஜி, நூபுர் பாசு, மில்லிசெண்ட் பென்னெட், ஸ்டான்லி ப்ராண்டிஸ், விஜய் சந்துரு, ஸ்ருதி தேபி, கனக்மணி தீட்சித், ஜாஃபர் ஃபுதெஹல்லி, அமிதாவ் கோஷ், என்னுடைய பெற்றோர் எஸ்.ஆர்.டி குஹா, விசாலாக்ஷி குஹா, சுப்ரியா குஹா, வஜாஹத் ஹபிபுல்லா, ராஜன் ஹர்ஷே, ராதிகா ஹெர்ஸ்பெர்கெர், ட்ரெவர் ஹார்வுட், ஷ்ரேயாஸ் ஜயசிம்ஹா, ராபின் ஜெஃப்ரி, பகவான் ஜோஷ், நசரீன் முன்னி கபீர், தேவேஷ் கபூர், முகுல் கேசவன், சௌம்யா கேசவன், நயன்ஜோத் லாஹிரி, நிர்மலா லக்ஷ்மன், எட்வர்ட் லூஸ், லூசி லக், ரகு மேனன், மேரி மவுண்ட், ராஜ்தீப் முகர்ஜி, ருத்ராங்ஷு முகர்ஜி, அனில் நவ்ரியா, நந்தன் நீலெகனி, மோகன்தாஸ் பாய், ஸ்ரீராம் பஞ்சு, பிரஷாந்த் பஞ்சியார், ஷேகர் பாதக், ஸ்ரீநாத் ராகவன், நித்யா ராமகிருஷ்ணன், ரமேஷ் ராமனாதன், ஜெய்ராம் ரமேஷ், கார்திக் ராம்குமார், மகேஷ் ரங்கராஜன், அனுராதா ராய், தீர்தங்கர் ராய், ஜான் ரைல், பி.சாய்நாத், சஞ்சீவ் சையத், ராஜ்தீப் சர்தேசாய், ஜல்பா ராஜேஷ் ஷா, ராஜ்பூஷன் ஷிண்டே, கே.சிவராம கிருஷ்ணன், அரவிந்த் சுப்ரமணியன், ஆர்.சுதர்சன், நந்தினி சுந்தர், எம்.வி.ஸ்வரூப், ஷிகா திரிவேதி, சித்தார்த் வரதராஜன், ஆ.இரா.வேங்கடாசலபதி, ராஜேந்திர வோரா, ஆமி வால்ட்மேன், ஃப்ரான்சிஸ் வீன்.

தொழில்முறையிலும் தனிப்பட்ட முறையிலும் பேருதவி புரிந்த ருகுன் அத்வானி, ஆந்த்ரே பெதைல், கேஷவ் தேசிராஜு, கோபால் காந்தி, டேவிட் கில்மோர், இயான் ஜாக், சஞ்சீவ் ஜெயின், சுனில் கில்னானி.

நூலின் பிரதியைப் படித்துப் பார்த்து ஆலோசனைகள் வழங்கிய ஆந்த்ரே, டேவிட், கிருஷ்ணராஜ்.

நூலின் எடிட் செய்த ஆசிரியர்கள், மேக்மில்லனின் ரிச்சர்ட் மில்னர், ஹார்ப்பெர்காலின்ஸின் டான் ஹால்பெர்ன்.

புத்தகம் வெளிவர அரும்பாடு பட்ட ஏஜெண்ட் கில் கோலெரிட்ஜ்.

குறிப்புகள்

முன்னுரை: செயற்கையான தேசம்

1. The translation is by Qurratulain Hyder.
2. See Ralph Russell and Khurshidul Islam, ed. and trans., *Ghalib, 1797-1869: Life and Letters* (1969: reprint Delhi: Oxford University Press, 1994), chapter 7.
3. John Strachey, *India* (London: Kegan, Paul, Trench and Co., 1888), pp. 2-5.
4. The best single-volume treatment remains Sumit Sarkar, *Modern India: 1885-1947* (London: Macmillan, 1985). For a more up-to-date account see Sekhar Bandopadhyay, *From Plassey to Partition* (Hyderabad: Orient Longman, 2004), an additional merit of which is its excellent bibliography.
5. Interview in the *Adelaide Advertiser*, November 1891, quoted in the 'NB' column of *The Times Literary Supplement*, 9 March 2001.
6. E. H. D. Sewell, *An Outdoor Wallah* (London: Stanley Paul and Co., 1945), p. 110, emphasis added. These words were written in 1934.
7. Winston Churchill, *India: Speeches and an Introduction* (London: Thornton Butterworth, 1931), pp. 38, 120, 125 etc.
8. These quotes are taken from Devesh Kapur, 'Globalization and the Paradox of Indian Democracy', mimeo, Department of Political Science, University of Texas at Austin, December 2005.
9. Don Taylor, 'This New, Surprising Strength of Mrs Gandhi', *Evening Standard*, 21 August 1969, emphasis in original.
10. *The Statesman* (New Delhi), 10 August 1998.
11. Adam Przeworski, Michael E. Alvarez, Jose Antonio Cheibub and Fernando Limongi, *Democracy and Development: Political Institutions and Well-being in the World, 1950-1990* (Cambridge: Cambridge University Press, 2000), quoted in Kapur, 'Globalization'.
12. Sunil Khilnani, *The Idea of India* (New York: Farrar, Straus and Giroux, 1997), p. 4.
13. Krishna Kumar, *What is Worth Teaching?* 3rd edn (Hyderabad: Orient Longman, 2004), p. 109.
14. Tony Judt, *Postwar: A History of Europe Since 1945* (London: William Heinemann, 2005), p. xiii.
15. Marc Bloch, *French Rural History: An Essay on its Essential Characteristics* (1931; reprint London: Routledge and Kegan Paul, 1978), preface.

1. சுதந்தரமும் உயிரிழப்பும்

1. *Collected Works of Mahatma Gandhi* (New Delhi: Government of India, 1958- ; hereafter cited as CWMG, vol. 42, pp. 398-400.
2. Jawaharlal Nehru, *An Autobiography, -with Musings on Recent Events in India* (1936; reprint London: The Bodley Head, 1949), p. 209.
3. *The Indian Annual Register, 1930*, part I (Jan.-June), p. 23.

4   This account of the ceremonies is based on Jim Masselos; ' "The magic touch of being free": The Rituals of Independence on 15 August', in Masselos, ed., *India: Creating a Modern Nation* (New Delhi: Sterling Publishers, 1990); Tai Yong Tan and Gyanesh Kudesia, *The Aftermath of Partition in South Asia* (London: Routledge, 2000), chapter 2; The *Statesman*, 15 August 1947; reports in Philip Talbot Papers, Centre for South Asian Studies, University of Cambridge (hereafter CSAS); reports and correspondence in Mountbatten Papers (Mss Eur F200), Tyson Papers (Mss Eur F341), and Saumarez Smith Papers (Mss Eur C409), all in the Oriental and India Office Collections, British Library, London (hereafter OIOC).

5   Actually, as Salman Rushdie once remarked, half the world had not yet gone to sleep, and the other half was already awake. This witticism did not stop Rushdie from including Nehru's speech in an anthology of Indian writing that he edited -the only piece of non-fiction to find a place in the volume.

6   As related in Rajmohan Gandhi, *The Good Boatman: A Portrait of Gandhi* (New Delhi: Viking, 1993).

7   This section on Gandhi and the run-up to independence draws on D. G. Tendulkar, *Mahatma: Life of Mohandas Karamchand Gandhi*, 2nd edn (1963; reprint New Delhi: Publications Division, 1990), vols 7 and 8; N. K. Rose, *My Days with Gandhi* (1953; reprint Hyderabad: Orient Longman, 1990); N. K. Bose and P. H. Patwardhan, *Gandhi in Indian Politics* (Bombay: Lalvani Publishing House, 1967); and relevant volumes of CWMG.

8   The words of the then viceroy, Lord Linlithgow, speaking on 8 August 1940.

9   B. R. Nanda, 'Nehru, the Indian National Congress and the Partition of India, 1935-47', in C. H. Philips and Mary Doreen Wainwright, eds, *The Partition of India: Policies and Perspectives* (London: George Alien and Unwin, 1970), p. 183.

10 The *Statesman*, 16 August 1947.

11 The new governor was R. F. Mudie, a British member of the Indian Civil Service who had elected to stay on and work for the government of Pakistan. The quote is from a typescript in the Mudie Papers, OIOC (Mss Eur F164/12).

12 Quoted in Gyanendra Pandey, *Remembering Partition: Violence, Nationalism and History in India* (Cambridge: Cambridge University Press, 2002), p. 98.

13 See L/P and J/8/575, OIOC.

14 Robin Jeffrey, 'The Punjab Boundary Force and the Problem of Order, August 1947', *Modern Asian Studies*, vol. 8, no. 4, 1974.

15 'Partition' (1968), in W. H. Auden, *Collected Poems*, ed. Edward Mendelson (New York: Vintage, 1991), pp. 803-4.

16 Quoted in Urvashi Butalia, *The Other Side of Silence: Voices from the Partition of India* (Delhi: Viking, 1998), p. 65. Before he left India Radcliffe burnt all his notes and papers. He never wrote about his experiences in the subcontinent either. Auden was cynical about this silence, saying that 'he quickly forgot the case, as a good lawyer must'.

17 This and subsequent quotes from Rees are from his papers deposited in the OIOC (especially files Mss Eur F274/66 to Mss Eur F274/70).

18 Quoted in H. M. Seervai, *Partition of India: Legend and Reality* (Bombay: Emenem Publications, 1989), p. 148.

19 Nehru to Rees, 3/9/1947, Mss Eur F274/73, OIOC.

20 Baroo, 'Life in the Punjab Today', *Swatantra*, 4 October 1947.

21 See Mss Eur F200/129.

22 Donald F. Ebright, *Free India; the First Five Years: An Account of the 1947 Riots, Refugees, Relief and Rehabilitation* (Nashville: Parthenon Press, 1954), p. 28. Later estimates have pushed up the number of dead to a million or more.
23 Note by Major William Short dated 17 October 1947, in Mss Eur F200/129, OIOC.
24 As reported in Pyarelal, 'In Calcutta', *Harijan,* 14 September 1947.
25 This quote, and much of the preceding two paragraphs, draw from Denis Dalton, *Mahatma Gandhi: Nonviolent Power in Action* (New York: Columbia University Press, 1993), chapter 5, 'The Calcutta Fast'.
26 See Richard Symons, *In the Margins of Independence: A Relief Worker in India and Pakistan, 1942-1949* (Karachi: Oxford University Press, 2001).
27 The violence against the Meos is described in Shail Mayaram, *Resisting Regimes: Myth, Memory and the Shaping of a Muslim Identity* (New Delhi: Oxford University Press, 1997).
28 Tendulkar, *Mahatma,* vol. 8, pp. 112-31.
29 'To Members of the R.S.S.', *Harijan,* 28 September 1947.
30 Nehru to Patel, 30 September 1947, in Durga Das, ed., *Sardar Patel's Correspondence, 1945-50,* 10 vols (Ahmedabad: Navjivan Press, 1971-74), cited hereafter as SPC, vol. 4, pp. 297-9.
31 Entry dated 13 September 1947, in Alan Campbell-Johnson, *Mission with Mountbatten* (New York: E. P. Dutton and Co., 1953), p. 189.
32 'A.I.C.C. Resolutions', *Harijan,* 23 November 1947.
33 Golwalkar, *We, or Our Nation Defined* (1938; Nagpur: Bharat Prakashan, 1947), pp. 55-6, quoted in Mohan Ram, *Hindi against India: The Meaning of DMK* (New Delhi: Rachna Prakashan, 1968), p. 64.
34 *Hindustan Times,* 8 December 1947.
35 Tendulkar, *Mahatma,* vol. 8, pp. 246-66.
36 Robert Payne, *The Life and Death of Mahatma Gandhi* (New York: E. P. Dutton and Co., 1969), pp. 637-41; see also Ashis Nandy's fascinating essay on Gandhi and Godse in his *At the Edge of Psychology and other Essays* (New Delhi: Oxford University Press, 1980).
37 Patel spoke in Hindustani. The English translation used here is from *The Statesman,* 31 January 1948.
38 Quoted in Sucheta Mahajan, *Independence and Partition: The Erosion of Colonial Power in India* (New Delhi: Sage Publications, 2000), pp. 320-1.
39 See the correspondence between Nehru and Patel in SPC, vol. 6, pp. 8-31.

2. பிரிவினை

1 Khizar Hayat Tiwana to Major Short, 15 August 1947, Short Papers, OIOC (Mss Eur. 189/19).
2 There is a massive literature on Partition, which includes: (i) memoirs by key civil servants and military officials who served in the government at the time; (ii) biographies of the important politicians involved in the negotiations Nehru, Gandhi, Jinnah, Patel, Mountbatten et al.; (iii) regional studies of Partition in the Punjab and in Bengal; and (iv) wider analytical overviews. To this must be added the volumes of original documents published both in Britain (the Transfer of Power project) and in India (the Towards Freedom Project plus the published correspondence of Nehru, Patel, Gandhi, et al.). A fine recent overview, with much of the relevant literature

cited therein, is Sucheta Mahajan, *Independence and Partition: The Erosion of Colonial Power in India* (New Delhi: Sage Publications, 2000). An earlier work representing most of the competing points of view is C. H. Philips and Mary Doreen Wainwright, eds, *The Partition of India: Policies and Perspectives* (London: George Alien and Unwin, 1970).

3 See the revealing portrait in the memoir of Jinnah's former junior, M. C. Chagla, *Roses in December: An Autobiography* (1973; reprint Bombay: Bharatiya Vidya Bhavan, 1994), chapter 5.

4 Lord Birkenhead to Lord Reading, quoted in John Grigg, 'Myths about the Approach to Indian Independence', in Wm. Roger Louis, ed., More *Adventures with Britannia: Personalities, Politics and Culture in Britain* (Austin: University of Texas Press, 1998), p. 211.

5 See Khalid bin Sayeed, *Pakistan: The Formative Phase, 1857-1948*, 2nd edn (Karachi: Oxford University Press, 1969), esp. chapter 6. Two magisterial treatments of Muslim consolidation during late colonial rule are C. S. Venkatachar, '1937-47 in Retrospect: A Civil Servant's View', in Philips and Wainwright, *The Partition of India*; and Hamza Alavi, 'Misreading Partition Road Signs', *Economic and Political Weekly*, 2-9 November 2002.

6 Kenneth O. Morgan, *Labour in Power, 1945-1951* (Oxford: Clarendon Press, 1984), p. 221.

7 'The Pakistan Nettle', in Moon Papers, OIOC (Mss. Eur F230/39).

8 This account of the 1946 elections is based largely on Sho Kuwajima, *Muslims, Nationalism and the Partition: 1946 Provincial Elections in India* (New Delhi: Manohar, 1998), supplemented by David Gilmartin, *Empire and Islam: Punjab and the Making of Pakistan* (Berkeley: University of California Press, 1988) and 'A Magnificent Gift: Muslim Nationalism and the Election Process in Colonial Punjab', *Comparative Studies in Society and History*, vol. 40, no. 3, July 1998; and I. A. Talbot, 'The 1946 Punjab Election', *Modern Asian Studies*, vol. 14, no. 1, 1980.

9 See Peter Clarke, *The Cripps Version: The Life of Sir Stafford Cripps, 1889-1952* (London: Alien Lane, 2002), part V.

10 Faiz Ahmad Faiz, 'Subh-e-Azadi' (Freedom's Dawn), as translated from the Urdu by V. G. Kiernan in *Poems by Faiz* (1958; reprint Delhi: Oxford University Press, 2000), pp. 123-4.

11 Humayan Kabir, 'Muslim Politics, 1942-7', in Philips and Wainwright, *The Partition of India*, p. 402.

12 Philip Ziegler, *Mountbatten* (London: Collins, 1985), p. 439.

13 Andrew Roberts, 'Lord Mountbatten and the Perils of Adrenalin', in his *Eminent Churchillians* (London: Weidenfeld and Nicolson, 1994).

14 Jenkins to Mountbatten, 3 May 1947, Mss Eur F200/125, OIOC.

15 Jenkins to Mountbatten, 30 July 1947, Mss Eur F200/127, OIOC.

16 J. D. Tyson to 'Dear Folk', 5 May 1946, Mss Eur E341/40, OIOC.

17 Note by Sir Francis Burrows, 14 February 1947, Mss Eur F200/24, OIOC.

18 See Malcolm Darling, *At Freedom's Door* (London: Oxford University Press, 1949).

19 Nicholas Mansergh, editor-in-chief, *Constitutional Relations between Great Britain and India: Transfer of Power, 1942-47*, 12 vols (London: Her Majesty's Stationery Office, 1970-1983), cited hereafter as TOP, vol. 12, items 200, 209, 389 and 489.

20 Quoted in Richard Symons, *In the Margins of Independence: A Relief Worker in India and Pakistan, 1924-1949* (Karachi: Oxford University Press, 2001), p. 3.

3. கூடையில் சில ஆப்பிள்கள்

1. Pothan Joseph, 'Mountbatten Quits India', *Swatantra*, 19 June 1948.
2. Brian Hoey, *Mountbatten:The Private Story* (London:Pan Books, 1995), pp. 3, 4, 201.
3. Denis Judd, ed., *A British Tale of Indian and Foreign Service: The* Memoirs of Sir *Ian* Scott (London: Radcliffe Press, 1999), p. 147.
4. See Penderel Moon, ed., *Wavell: The Viceroy's Journal* (London: Oxford University Press, 1973).
5. The books I have in mind are Alan Campbell-Johnson, Mission *with Mountbatten* (New York: E. P. Dutton and Co., 1951); H. V. Hodson, *The Great Divide: Britain-India-Pakistan* (London: Hutchinson, 1969); Dominique Lapierre and Larry Collins, *Freedom at Midnight* (New Delhi: Rupa, 1975); and Philip Ziegler, *Mountbatten: The Official Biography* (London: Collins, 1985). For an early revisionist view, see Leonard Mosley, *The Last Days of the British Raj* (New York: Harcourt, Brace and World, Inc., 1961).
6. Ziegler, *Mountbatten, p.* 424.
7. V. P. Menon, *Integration of the Indian States* (1956; reprint Hyderabad: Orient Longman, 1997). There have been some fine studies of individual princely states, and of British policy towards the Maharajas. However, no one since Menon has attempted an analytical overview of the demise of the princely order, with its (often profound) implications for the history of independent India.
8. For a brilliant brief survey of British relations with princely India, see K. M. Pannikar, *Indian States*, Oxford Pamphlet on Indian Affairs, no. 4 (Bombay: Oxford University Press, 1942). See also the essays in Robin Jeffrey, ed., *People, Princes and Paramount Power: Society and Politics in Indian Princely States* (Delhi: Oxford University Press, 1978).
9. Quoted in Mario Rodrigues, *Batting for the Empire: A Political Biography of Ranjitsinhji* (New Delhi: Penguin India, 2003).
10. Ian Copland, *The Princes of India in the Endgames of Empire* (Cambridge: Cambridge University Press, 1999), p. 227.
11. W. H. Morris-Jones, 'The Transfer of Power, 1947: A View from the Sidelines', *Modern Asian Studies*, vol. 16, no. 1, 1982, pp. 17-18.
12. S. Gopal, *Jawaharlal Nehru: A Biography*, vol. 1: *1889-1947* (London: Cape, 1975), p. 359.
13. See Rajmohan Gandhi, *Patel: A Life* (Ahmedabad: Navjivan Press, 1991), pp. 408-11; SPC, vol. 5, *passim*.
14. The phrase was coined by Pannikar, and is the underpinning of his classic *Asia and Western Dominance* (London: George Alien and Unwin, 1959).
15. 'Maharaja of Bikaner's Appeal to the Princes', appendix 2 to SPC, vol. 5, pp. 518-24. This appeal was almost certainly drafted by K. M. Pannikar.
16. Penderel Moon to Major Billy Short, 29 March 1947, Mss Eur F179/16, Short Papers, OIOC.
17. A representative view is that of the last head of this department, Sir Conrad Corfield. See his 'Some Thoughts on British Policy and the Indian States, 1935-47', in C. H. Philips and Mary Doreen Wainwright, eds, *The Partition of India: Policies and Perspectives* (London: George Alien and Unwin, 1970), pp. 527-34.
18. Menon to Sir P. Patrick (under-secretary of state for India), 8 July 1947, in TOP, vol. 12, pp. 1-2.

19 SPC, vol. 5, pp. 536-8.
20 TOP, vol. 12, pp. 36, 51.
21 Campbell-Johnson, *Mission with Mountbatten*, p. 140.
22 'Press Communique of an Address by Rear-Admiral Viscount Mountbatten of Burma to a Conference of the Rulers and Representatives of Indian States', TOP, vol. 12, pp. 347-52.
23 See TOP, vol. 12, pp. 585-8; Hodson, *The Great Divide*, pp. 369f.
24 The words are those of Vallabhbhai Patel, from his statement to the princes of 5 July 1947. See SPC, vol. 5, p. 537.
25 'Satyagraha Movement in Mysore', *Swatantra*, 27 September 1947; H. S. Doreswamy, *From Princely Autocracy to People's Government* (Bangalore: Sahitya Mandira, 1993), chapter 9.
26 Menon, *Integration of the Indian States*, pp. 153-4, 179.
27 See E. M. S. Namboodiripad, 'Princedom and Democracy', *New Age*, August 1956 (a review article on V. P. Menon's *Integration of the Indian States*).
28 Robert Trumbull, *As I See India* (London: Cassell and Co., 1952), pp. 76-7.
29 See speeches at Jaipur, Gwalior and Bikaner in *Time Only to Look Forward: Speeches of Rear Admiral The Earl Mountbatten of Burma, as Viceroy of India and Governor-General of the Dominion of India, 1947-8* (London: Nicholas Kaye, 1949), pp. 76-8, 91-3, 102-4.
30 These paragraphs summarize a story told over several hundred pages in Menon, *Integration of the Indian States*.
31 Menon to V. Shankar (private secretary to Vallabhbhai Patel), 9 August 1949, in G. M. Nandurkar, ed., *Sardar's Letters - Mostly Unknown: Post-Centenary*, vol. 2 (Ahmedabad: Sardar Vallabhbhai Patel Smarak Bhavan, 1981), pp. 74-6.
32 As told to me by C. S. Venkatachar, who succeeded V. P. Menon as secretary of the Ministry of States.
33 Hodson, *The Great Divide*, pp. 367-8.
34 The Travancore story has been principally reconstructed here from TOP, vol. 12, pp. 76-7, 203-4, 232-3, 281-2, 298-9, 335-6, 414, 421-2, 453; supplemented by A. Sreedhara Menon, *Triumph and Tragedy in Travancore: Annals of Sir C. P.'s Sixteen Years* (Kottayam: Current Books, 2001), esp. pp. 231-53. But see also A. G. Noorani, 'C. P. and Independent Travancore', *Frontline*, 4 July 2003, and K. C. George, *Immortal Punnapra-Vayalar* (Thiruvananthapuram: Communist Party of India, 1975).
35 The best, presumably, was Jawaharlal Nehru.
36 Draft letter dated 18 July 1947 from Nawab of Bhopal to Lord Mountbatten, Mss Eur D1006 (Major A. E. G. Davy Papers), OIOC.
37 My account of the Bhopal case is based on TOP, vol. 12, pp. 144-5, 291-7, 436-8, 644, 671-2; Copland, *The Princes of India.*, pp. 235-6, 253; Hodson, *The Great Divide*, pp. 365, 375; Menon, *Integration of the Indian States*, pp. 118-19.
38 TOP, vol. 12, pp. 603-4, 659-62, 767; Menon, *Integration of the Indian States*, pp. 116-18; K. M. Pannikar to Vallabhbhai Patel, undated, but probably from late July 1947, in G. M. Nandurkar, ed., *Sardar's Letters - Mostly Unknown, II: Birth Centenary*, vol. 5 (Ahmedabad: Sardar Vallabhbhai Patel Smarak Bhavan, 1978), pp. 55-6.
39 R. M. Lala, 'Junagadh', the *Current*, 27 September 1950; Campbell-Johnson, *Mission with Mountbatten*, pp. 191-2; Mosley, *Last Days*, pp. 181-3.
40 Shah Nawaz was the father of Zulfiqar Ali Bhutto and grandfather of Benazir Bhutto, both future prime ministers of Pakistan.

41 Patel's feelings on Junagadh are described in Malcolm Darling to Guy Wint, 7 December 1947, Box 60, Darling Papers, CSAS.
42 'Report by Secretary, Ministry of States, on Junagadh', in SPC, vol. 7, pp. 688-95.
43 This account is principally based on Menon, *Integration of the Indian States*, pp. 124-49; Hodson, *The Great Divide*, pp. 427-40.
44 Rafi Ahmed, 'Hyderabad Politics', *Swatantra*, 29 November 1947.
45 K. M. Munshi, *The End of an Era (Hyderabad Memoirs)* (Bombay: Bharatiya Vidya Bhavan, 1957), pp. 10-11.
46 TOP, vol. 12, pp. 31-2, 87; 'Viswamitra', 'Monckton and Mountbatten', *Swatantra*, 15 May 1948.
47 Coupland, quoted in V. B. Kulkarni, *K. M. Munshi* (New Delhi: Publications Division, 1983), p. 117; Patel, quoted in Munshi, *End of an Era*, p. 1.
48 Lucien D. Benichou, *From Autocracy to Integration: Political Developments in Hyderabad State (1938-1948)* (Hyderabad: Orient Longman, 2000), esp. chapter 5.
49 Amit Kumar Gupta, *The Agrarian Drama: The Leftists and the Rural Poor in India, 1934-51* (New Delhi: Manohar, 1996), pp. 291-317, 412-22 etc.
50 See Swami Ramananda Tirtha, *Memoirs of Hyderabad Freedom Struggle* (Bombay: Popular Prakashan, 1967), pp. 181-2.
51 Benichou, *From Autocracy to Integration*, p. 178.
52 See TOP, vol. 12, pp. 613-15.
53 Benichou, *From Autocracy to Integration*, pp. 230, 235; 'Viswamitra', 'Monckton and Mountbatten'.
54 See TOP, vol. 12, p. 121.
55 Benichou, *From Autocracy to Integration*, pp. 20810.
56 'Conflict in Hyderabad', *The Times*, April 1948, clipping in Theodore Tasker Papers, Mss Eur D798/30-36, OIOC.
57 Wilfrid Russell, *Indian Summer* (Bombay: Thacker and Co., 1951), p. 210.
58 C. H. V. Pathy, 'A Close-up of Syed Kasim Razvi', *Swatantra*, 29 May 1948.
59 A vivid account of the society and politics of Hyderabad, c. 1947-8, is contained in Asokamitran's novel *The Eighteenth Parallel*, translated from the Tamil by Gomathi Narayanan (Hyderabad: Orient Longman, 1993).
60 O. V. Ranga Rao, 'Exodus of C. P. Muslims to Hyderabad', *Swatantra*, 11 October 1947; Lanka Sundaram, 'Nizam's Acts of War and India's Duty', *Swatantra*, 1 November 1947.
61 S. Gopal, *Jawaharlal Nehru: A Biography*, vol. 2: 1947-1956 (London: Cape, 1979), pp. 40-1; SPC, vol. 5, pp. 236-9; SPC, vol. 7, pp. 150-1, 186-7, 194 etc.
62 See Mirza Ismail, *My Public Life: Recollections and Reflections* (London: George Alien and Unwin, 1954), pp. 105-28.
63 Quoted in Munshi, *End of an Era*, p. 176.
64 Ibid., pp. 230-1; Gandhi, *Patel*, pp. 482-3; Benichou, *From Autocracy to Integration*, pp. 236-7.
65 Sri Prakasa, *Pakistan: Birth and Early Days* (Meerut: Meenakshi Prakashan, 1965), p. 122.
66 Pattabhi Sitaramayya, 'The Hyderabad Tangle', *Swatantra*, 12 June 1948.
67 Abbas, 'Three Days in Hyderabad', *Swatantra*, 24 June 1950.

68 P. J. Griffiths, 'India and the Future', *The Nineteenth Century,* August 1947.
69 See editorial in the *Economic Weekly,* 8 January 1955.
70 *Democracy on the March* (New Delhi: Publications Division, 1950), pp. 1, 9-10 etc.
71 Menon, *Integration of the Indian States,* p. 493.

4. சிவந்த, அழகிய பள்ளத்தாக்கு

1 For an overview, see Alastair Lamb, *Kashmir: A Disputed Legacy, 1846-1990* (Karachi: Oxford University Press, 1992).
2 Karan Singh, *Autobiography,* revised edn (Delhi: Oxford University Press, 1994), pp. 18-19.
3 Quoted in Ajit Bhattacharjea, *Kashmir: The Wounded Valley* (New Delhi: UBS, 1994), p. 67.
4 V. K. Chinnammalu Amma, 'Sheikh Muhammad Abdullah', *Swatantra,* 22 May 1948; Trilok Nath Moza, 'Sher-i-Kashmir Sheikh Abdullah', *Swatantra,* 5 June 1948.
5 These paragraphs on Kashmir politics in the 1930s and 1940s draw largely from Bhattacharjea, *Kashmir,* pp. 65-76, and Lamb, *Kashmir,* pp. 89-95.
6 Malika Pukhraj, *Song Sung True: A Memoir,* ed. and trans. Saleem Kidwai (New Delhi: Kali for Women, 2003), pp. 200-1.
7 S. Gopal *Jawaharlal Nehru: A Biography,* vol. 1: *1889-1947* (London: Cape, 1975), pp. 322-3.
8 SPC, vol. 1, pp. 13-15.
9 TOP, vol. 9, p. 71.
10 SPC, vol. 1, pp. 29-30; Hasan Zaheer, *The Times and Trials of the Rawalpindi Conspiracy, 1951: the First Coup Attempt in Pakistan* (Karachi: Oxford University Press, 1998), pp. 72-3.
11 Mountbatten to Sir Akbar Hydari (governor of Assam), 17 June 1947, Mountbatten Papers, Mss Eur F200/13, OIOC.
12 See Ramchandra Kak's note, 'Jammu and Kashmir in 1946-47', written in 1960 as a retrospective defence of the idea of independence. Copy in R. Powell Papers, Mss Eur D862, OIOC.
13 TOP, vol. 11, p. 592.
14 TOP, vol. 12, pp. 3-5, 368.
15 D. G. Tendulkar, *Mahatma: Life of Mohandas Karamchand Gandhi,* 2nd edn (1963; reprint New Delhi: Publications Division, 1990), vol. 8, pp. 67-8.
16 Michael Brecher, *The Struggle for Kashmir* (New York: Oxford University Press, 1953), pp. 23-4.
17 Rajmohan Gandhi, *Patel: A Life* (Ahmedabad: Navjivan Press, 1991), p. 439.
18 SPC, vol. 1, pp. 45-7.
19 See Josef Korbel, *Danger in Kashmir,* 2nd edn (Princeton: Princeton University Press, 1966), pp. 70-1.
20 SPC, vol. 1, pp. 56, 62.
21 Quoted in Prem Shankar Jha, *Kashmir, 1947: Rival Versions of History* (Delhi: Oxford University Press, 1998), pp. 32-3.
22 R. B. Batra, quoted in Sisir Kumar Gupta, *Kashmir: A Study in India-Pakistan Relations* (Bombay: Asia Publishing House, 1966), p. 106.
23 Lamb's *Kashmir: A Disputed Legacy* is the best case for Pakistan; Jha's *Kashmir, 1947* an answer from the Indian point of view.

24 see Richard Symons, *In the Margins of Independence: A Relief Worker in India and Pakistan, 1942-1949* (Karachi: Oxford University Press, 2001), pp. 78-9.

25 This and the next few paragraphs are based on Lamb, *Kashmir: A Disputed Legacy*, pp. 122-34; Brecher, *Struggle for Kashmir*, pp. 25-33; Gupta, *Kashmir*, pp. 110-15; Zaheer, *Rawalpindi Conspiracy*, pp. 82-7, 94-6 etc.

26 Lt. Gen. L. P. Sen, *Slender was the Thread: Kashmir Confrontation, 1947-48* (New Delhi: Orient Longman, 1969), pp. 34-8.

27 Stanley Wolpert, *Jinnah of Pakistan* (New York: Oxford University Press, 1984), p. 348.

28 Untitled typescript dated 3 November 1947 by Major J. E. Thomson, Powell Papers, Mss Eur D862, OIOC; extracts from report in *Daily Express*, 11 November 1947, in *White Paper on Jammu and Kashmir* (New Delhi: Government of India, 1948), pp. 24-5.

29 Lamb, *Kashmir: A Disputed Legacy*, p. 143.

30 Amar Devi Gupta, 'A 1947 Tragedy of Jammu and Kashmir State: The Cleansing of Mirpur', Mss Eur C705, OIOC.

31 Lord Birdwood, 'Kashmir', *International Affairs, July* 1952.

32 See the eyewitness accounts reproduced in Dewan Ram Prakash, *Fight for Kashmir* (New Delhi: Tagore Memorial Publications, 1948), pp. 34-9.

33 This account is based on V. P. Menon, *Integration of the Indian States* (1956; reprint Hyderabad: Orient Longman, 1997), pp. 397-400; Gandhi, *Patel*, pp. 442-4. However, Prem Shankar Jha *(Kashmir, 1947*, pp. 63-4) claims that the Instrument of Accession was signed by Maharaja Hari Singh in Srinagar on the night of the 25th/26th itself, that is before he fled to Jammu.

34 S. N. Prasad and Dharm Pal, History *of Operations in Jammu and Kashmir (1947-4S)* (New Delhi: Ministry of Defence, 1987), pp. 28f., 379.

35 Major L. E. R. B. Ferris, quoted in Lt. Col. Maurice Cohen, *Thunder over Kashmir* (1955; reprint Hyderabad: Orient Longman, 1994), pp. 3-4.

36 Nehru to Vijayalakshmi Pandit, 28 October 1947, Vijayalakshmi Pandit Papers, Nehru Memorial Museum and Library, New Delhi (hereafter NMML).

37 As told by the veteran Punjab politician Khizr Hyat Tiwana to the ex-Punjab civil servant Malcolm Darling. See diary note of 9 January 1948, Box 60, Darling Papers, CSAS.

38 Baroo, 'Kashmir Interlude', *Swatantra, 29* November 1947.

39 Bhattacharjea, *Kashmir*, pp. x-xii.

40 Lord Mountbatten, 'Note of a Discussion with Mr Jinnah in the presence of Lord Ismay at Government House, Lahore, on 1 November 1947', in SPC, vol. 1, pp. 73-81.

41 Prasad and Pal, *History of Operations*, pp. 39-40.

42 Ibid., p. 60; Sen, *Slender was the Thread*, pp. 111-12.

43 Nehru to Hari Singh, 13 November 1947, in S. Gopal, general ed., *Selected Works of Jawaharlal Nehru: Second Series* (New Delhi: Nehru Memorial Fund, 1984-), hereafter SWJN2, vol. 5, pp. 324-7.

44 CWMG, vol. 90, pp. 122-3.

45 C. Dasgupta, *War and Diplomacy in Kashmir, 1947-8* (New Delhi: Sage Publications, 2002), p. 78.

46 Nehru to Hari Singh, 1 December 1947, in SPC, vol. 1, pp. 100-6.

47 H. V. Hodson, *The Great Divide: Britain-India-Pakistan* (London: Hutchinson, 1969), pp. 466-7; Lamb, *Kashmir: A Disputed Legacy,* pp. 164-5.

48 Brecher, *Struggle for Kashmir,* pp. 55-75; *Reports of the United Nations Special Commission for India and Pakistan, June 1948 to December 1949* (New Delhi: Ministry of External Affairs, 1950), pp. 53f, 28lf.

49 Josef Korbel, *Danger in Kashmir* (1954; revised edition Princeton: Princeton University Press, 1966), p. 109.

50 S. Gopal, *Jawaharlal Nehru: A Biography,* vol. 2: *1947-1956* (London: Cape, 1979), pp. 26-7; Dasgupta, *War and Diplomacy,* pp. 17, 111, 134. Cf. also Rajbans Krishen, *Kashmir and the Conspiracy against Peace* (Bombay: People's Publishing House, 1951).

51 H. V. Hodson to Philip Noel-Baker, 2 March 1948, copy in Short Papers, Mss Eur F189/1,OIOC.

52 See Hodson, *The Great Divide,* pp. 469-70.

53 Untitled note by Major General T. W. Rees, Rees Papers, Mss Eur F274/72, OIOC.

54 Dasgupta, *War and Diplomacy,* pp. 144-51, 167-8, 177-83.

55 Air Chief Marshal P. C. Lal, *My Years with the IAF* (New Delhi: Lancer International, 1987), pp. 58-67.

56 Sen, *Slender was the Thread,* p. 242; Prasad and Pal, *History of Operations,* pp. 276-7.

57 Penderel Moon to Major Billy Short, 18 October 1948, Short Papers, Mss Eur F189/22, OIOC, emphasis added.

58 Korbel, *Danger in Kashmir,* pp. 146-9. Korbel was the father of Madeleine Albright, who was to herself deal with the Kashmir question in the 1990s when she was secretary of state in President Clinton's administration.

59 See material in File 74, C. Rajagopalachari Papers, Fifth Instalment, NMML.

60 *Swatantra,* 14 August 1948.

61 Anon., 'South India and Kashmir', *Swatantra,* 25 February 1950.

62 Sheikh Abdullah to C. Rajagopalachari, 27 April 1948, C. Rajagopalachari Papers, Fifth Instalment, NMML.

63 J. K. Banerji, *I Report on Kashmir* (Calcutta: The Republic Publications, 1948), pp. 9-10.

64 Y. D. Gundevia, ed., *The Testament of Sheikh Abdullah* (Dehra Dun: Palit and Palit, 1974), pp. 90-1.

65 V. V. Prasad, 'New Delhi Diary', *Swatantra,* 9 October 1948.

66 P. N. Kaula and K. L. Dhar, *Kashmir Speaks* (Delhi: S. Chand and Co., 1950), p. 71.

67 K. A. Abbas, The Enchanted Valley', *Swatantra,* 23 April 1949.

68 'Marching through Kashmir', *Time,* 10 October 1949.

69 Korbel, *Danger in Kashmir,* p. 25.

70 Kingsley Martin, 'Kashmir and UNO', and 'As Pakistan Sees it', *The New Statesman and Nation,* 21 and 28 February 1948.

71 Quoted in Dewan Ram Parkash, *Fight for Kashmir* (New Delhi: Tagore Memorial Publications, 1948), p. 99.

72 A. Lakshmana Rao, 'Brigadier Usman', *Swatantra,* 10 July 1948.

73 Parkash, *Fight for Kashmir, p.* 174.

74 K. A. Abbas, 'Will Kashmir Vote for India?', the *Current,* 26 October 1949.

75 Wares Ishaq, 'Kashmir Will Vote for Pakistan', the *Current*, 2 November 1949.
76 Representative here are the interpretations in Dasgupta, *War and Diplomacy*.
77 On Gurdaspur see Lamb, *Kashmir: A Disputed Legacy*, esp. pp. 115-16; and, for a rebuttal, Jha, *Kashmir, 1947*, p. 81.
78 Zaheer, *Rawalpindi Conspiracy*, pp. 144-5.
79 The quotes that follow are taken from Brecher, *Struggle for Kashmir*, pp. ix-x.

5. அகதிகளும் குடியரசும்

1 Donald F. Ebright, *Free India, the First Five Years: An Account of the 1947 Riots, Refugees, Relief and Rehabilitation* (Nashville: Parthenon Press, 1954), pp. 46-7, 62-3 etc.
2 A. N. Bali, Now it *Can be Told* (Jullundur: The Kashvani Prakashan Ltd, 1949), esp. chapter 9.
3 V. V. Prasad, 'New Delhi Diary', *Swatantra*, 25 December 1947.
4 This account is principally based on M. S. Randhawa, *Out of the Ashes: An Account of the Rehabilitation of Refugees from West Punjab in Rural Areas of East Punjab* (Bombay: privately published, 1954); and Gyanesh Kudaisya, 'The Demographic Upheaval of Partition: Refugees and Agricultural Resettlement in India, 1947-67', *South Asia*, vol. 18, no. 1, 1995.
Of the roughly 2.5 million farmers who came from West Punjab about 80% were resettled in East Punjab. Others were given land in the Ganganagar area of the former Bikaner state, and in the Terai regions of Uttar Pradesh. In both places there are now flourishing communities of Sikh farmers.
5 Ian Stephen, 'A Day in Qadian', *The Statesman*, 9 January 1949. Mohammad Zafrullah Khan, Pakistan's eloquent spokesman in the UN on the Kashmir question, was an Ahmadiya. So was the physicist Abdus Salam, the only Pakistani to be awarded a Nobel Prize. In the 1980s, under the regime of General Zia-ul-Haq, the Ahmadiyas were declared as heretics (for their belief in a living Prophet), and have since faced discrimination and persecution.
6 See L. C. Jain, *The City of Hope: The Faridabad Story* (New Delhi: Concept Publishing Co., 1998), which also describes the corrosion of the co-operative spirit by the bureaucracy. See also 'Experiments in Living: Faridabad-Nilokheri-Etawah', *The Times of India*, 14 February 1952.
7 Dorothy Jane Ward, *India for the Indians* (London: Arthur Barker Ltd, 1949), pp. 187-9.
8 See V. N. Dutta, 'Punjabi Refugees and the Urban Development of Greater Delhi', in R. E. Frykenberg, ed., *Delhi through the Ages* (Delhi: Oxford University Press, 1993).
9 Anon., 'A Glimpse into Crowded Bombay', *Swatantra*, 7 August 1948.
10 H. L. Mansukhani, 'The Resettlement of Sind Refugees', *Swatantra*, 11 September 1948.
11 Anon., 'A Glimpse into Crowded Bombay'.
12 R. M. Lala, 'Kolwada: Landmark of Swaraj', the *Current*, 3 May 1950.
13 Gardner Murphy, *In the Minds of Men: The Study of Human Behavior and Social Tensions in India* (New York: Basic Books, 1953), pp. 170-5.
14 Taya Zinkin, *Reporting India* (London: Chatto and Windus, 1962), pp. 25-6, 31.

15 Prafulla K. Chakrabarti, *The Marginal Men: The Refugees and the Left Political Syndrome in West Bengal* (Calcutta: Naya Udyog, 1999), p. 33.

16 Joya Chatterji, 'Right or Charity? The Debate over Relief and Rehabilitation in West Bengal, 1947-50', in Suvir Kaul, ed., *The Partitions of Memory: The Afterlife of the Division of India* (Delhi: Permanent Black, 2001), p. 99.

17 Sir Jadunath Sarkar, 'Brothers from over the River: The Refugee Problem of India', *The Modern Review*, September 1948.

18 Chakrabarti, *Marginal Men*, chapter 3.

19 See letters and statements of 1948-50 in Voice of New India, *A Tale of Woes of East Pakistan Minorities* (Calcutta: D. R. Sen, 1966), pp. 13-51.

20 The *Current*, 4 February 1953.

21 'Squatters' Colonies', *Economic Weekly*, 5 June 1954.

22 See undated memorandum (c. 1954?) in File 6, Meghnad Saha Papers, Seventh Instalment, NMML.

23 See 'Report of a Tour of Inspection of some of the Refugee Homes in North-west India' (1955), reproduced in *Seminar*, no. 510, February 2002.

24 'Congress may Lose West Bengal - if Refugees Remain Unsettled', *Economic Weekly*, 10 July 1954.

There is now a growing literature of memoirs written (or spoken) by Bengali refugees. For a sampling of works in English, see Jasodhara Bagchi and Subhoranjan Dasgupta, eds, *The Trauma and the Triumph: Gender and Partition in Eastern India* (Kolkata: Stree, 2003); Gargi Chakravartty, *Coming out of Partition: Refugee Women of Bengal* (New Delhi: Bluejay Books, 2005); Manas Ray, 'Growing Up Refugee', *History Workshop Journal*, no. 53, 2002.

25 See R. M. Lala, 'Refugees', the *Current*, 29 March 1950.

26 SWJN2, vol. 4, pp. 115-17. (The original broadcast was in Hindi.)

27 Aparna Basu, *Mridula Sarabhai: Rebel with a Cause* (Delhi: Oxford University Press, 1996), chapter 8.

28 Ritu Menon and Kamla Bhasin, *Borders and Boundaries: Women in India's Partition* (New Delhi: Kali for Women), pp. 91-3, 97-8. Cf. also Urvashi Butalia, *The Other Side of Silence: Voices from the Partition of India* (New Delhi: Viking, 1998), chapter 4.

29 See Chitra Bhanu, 'Food Situation Getting Worse in Malabar', *Swatantra*, 29 July 1947; 'Famine Conditions in East Godavari', *Swatantra*, 4 October 1947; P. V. C. Rao, 'The Food Debacle' and 'Lesson of Gujerat Famine', *Swatantra*, 7 August 1948 and 12 February 1949.

30 Clare and Harris Wofford, *India Afire* (New York: The John Day Co., 1951), pp. 105-6, 113-15; 'Communists in Hyderabad', *Swatantra*, 28 May 1949.

31 Ananth Rao Kanangi, 'Communists in Andhra', the *Current*, 3 May 1950.

32 Quoted in John H. Kautsky, *Moscow and the Communist Party of India* (New York: John Wiley and Sons, 1956), p. 49.

33 G. S. Bhargava, 'Balchandra Triambak Ranadive', *Swatantra*, 22 April 1950.

34 D. Jayakanthan, *A Literary Man's Political Experiences*, trans. M. S. Venkataramani (New Delhi: Vikas Publishing House, 1976), pp. 19-22.

35 Gene D. Overstreet and Marshall Windmiller, *Communism in India* (Berkeley: University of California Press, 1959), chapter 13.

36 Quoted in M. R. Masani, *The Communist Party of India: A Short History* (Bombay: Bhavan's Book University, 1967), pp. 78-9.

37 *Pravda*, 25 November 1949, quoted in Mahavir Singh, Soviet *View of the Indian National Congress* (New Delhi:Sanchar Publishing House, 1991), p. 22.
38 Penderel Moon to his father, 5 February 1949, Moon Papers, Mss Eur F230/23, OIOC.
39 Anon., 'Rounding up of Communists in Hyderabad', *Swatantra*, 4 June 1949; Wofford and WofTord, *India Afire*, pp. 118-19.
40 Amit Kumar Gupta, *The Agrarian Drama: The Leftists and the Rural Poor in India, 1934-51* (New Delhi: Manohar, 1996), pp. 464-5.
41 SWJN2, vol. 4, pp. 52-3.
42 See correspondence in G. M. Nandurkar, *Sardar's Letters - Mostly Unknown -Post-Centenary*, vol. 2 (Ahmedabad: Sardar Patel Smarak Bhavan, 1981), pp. 20-2, and vol. 3 (1983), pp. 42-3.
43 Baroo, 'Enter the Sangh', *Swatantra*, 10 September 1949. For a sympathetic contemporary portrait of the RSS, see Jagat S. Bright, *Guruji Golwalkar and R.S.S.* (Delhi: New India Publishing Co., 1951).
44 Letter quoted in the *Current*, 19 October 1949.
45 N. S. Muthana, 'Golwalkar's Climb on Congress Ladder', the *Current*, 9 November 1949.
46 News report in the *Current*, 16 November 1949.
47 Dewan Chaman Lall, quoted in Tai Yong Tan and Gyanesh Kudesia, *The Aftermath of Partition in South Asia* (London: Routledge, 2000).
48 R. G. Casey, *An Australian in India* (London: Hollis and Carter, 1947), p. 114.
49 Albert Mayer, Pilot Project, *India: The Story of Rural Development at Etawah, Uttar Pradesh* (Berkeley: University of California Press, 1958), p. 13.

6. இந்திய அரசியலமைப்புச் சட்டம்

1 *Hindustan Times*, 10 and 11 December 1946.
2 In the description of the independent Anglo-Indian member, Frank Anthony. Constituent *Assembly Debates: Official Report* (reprint New Delhi: Lok Sabha Secretariat, 1988), hereafter cited as CAD, vol. 8, p. 329.
3 K. Santhanam, quoted in Granville Austin, *The Indian* Constitution: *Cornerstone of a Nation* (1966; reprint New Delhi: Oxford University Press, 2002), p. 13. The varied ideologies and political trends represented in the Assembly are discussed in S. K. Chaube, *Constituent Assembly of India: Springboard of Revolution*, 2nd edn (New Delhi: Manohar, 2000), esp. chapters 8 to 10.
4 Winston Churchill quoted in CAD, vol. 2, pp. 267, 271.
5 See 'Summary of representations received in office regarding "Rights of Minorities"', in File 37, C. Rajagopalachari Papers, Fifth Instalment, NMML.
6 Austin, *The Indian* Constitution, p. 71.
7 CAD, vol. 1, pp. 59-61. That Nehru would mention the Soviet Revolution alongside the other two may be considered by some characteristic of his broadmindedness, by others as characteristic merely of his lack of discrimination.
8 See CAD, vol. 4, pp. 737-62.
9 Cf. Austin, *The Indian Constitution*, pp. 314-15.
10 The words are those of Ambedkar. See CAD, vol. 9, p. 974. The contributions of Munshi, Aiyar and Rau to the making of the Indian Constitution were immense. They prepared dozens of notes and minutes on specific subjects, the more important

of which are reproduced in B. Shiva Rao, ed., *The Framing of India's Constitution: Select Documents*, 4 vols (New Delhi: Indian Institute of Public Administration, 1968). On K. M. Munshi's role, see also N. H. Bhagwati, 'An Architect of the Constitution', in *Munshi at Seventy-Five* (Bombay: Dr K. M. Munshi's 76th Birthday Celebration Committee, 1962).

11 In the preface to the 1999 edition of his book, Austin amends this slightly, speaking of unity, social revolution and democracy as 'the three strands of a seamless web'. Austin's work is indispensable, but see also the long critique by Upendra Baxi, ' "The Little Done, the Vast Undone" - Some Reflections on Reading Granville Austin's *The Indian Constitution*', *Journal of the Indian Law Institute*, vol. 9, 1967, pp. 323-430.

12 CAD, vol. 7, p. 39.

13 Ibid., vol. 7, pp. 219, 285, 350, 387 etc.

14 Ibid., vol. 7, p. 305.

15 For a good discussion of how this choice was made, see E. Sridharan, 'The Origins of the Electoral System', in Zoya Hasan, E. Sridharan and R. Sudarshan, eds, *India's Living Constitution* (New Delhi: Permanent Black, 2002). See also 'Report by the Constitutional Adviser on his Visit to U.S.A., Canada, Ireland and England', in Shiva Rao, *Select Documents*, vol. 3, pp. 217-26.

16 Nehru, quoted in Austin, *The Indian Constitution*, p. 121.

17 The phrase is Granville Austin's. See *The Indian Constitution*, p. 50.

18 An excellent discussion of the framing of the fundamental rights section is contained in B. Shiva Rao, ed., *The Framing of India's Constitution: A Study* (New Delhi: Indian Institute of Public Administration, 1968), chapter 7.

19 Austin, *The Indian Constitution*, p. 56.

20 CAD, vol. 4, p. 769.

21 CAD, vol. 11, pp. 711-13.

22 CAD, vol. 7, p. 360.

23 CAD, vol. 11, p. 616.

24 Intervention by Shibban Lal Saxena, CAD, vol. 11, pp. 705-6.

25 Ibid., p. 212.

26 Interventions by Loknath Misra and K. Hanumanthaiya, CAD, vol. 11, pp. 799, 617.

27 CAD, vol. 5, pp. 54-5.

28 Intervention by Balkrishna Sharma, CAD, vol. 5, pp. 74-6.

29 Speech of 17 December 1946, CAD, vol. 1, p. 102.

30 CAD, vol. 4, p. 546.

31 Ibid., vol. 4, p. 859.

32 CAD, vol. 5, pp. 211-13.

33 Ibid., vol. 5, p. 271.

34 CAD, vol. 7, p. 306; CAD, vol. 8, p. 300.

35 Intervention by Naziruddin Ahmad, CAD, vol. 8, pp. 296-7.

36 CAD, vol. 1, p. 138.

37 CAD, vol. 4, p. 668.

38 CAD, vol. 7, p. 356.

39 CAD, vol. 5, pp. 202-3; vol. 11, pp. 608-9.

40 CAD, vol. 9, p. 667-9.

41 Intervention by Brajeshwar Prasad, CAD, vol. 10, p. 239.

42 CAD, vol. 8, pp. 344-5.

43 CAD, vol. 5, p. 210.

44 Regrettably, there is no biography of Jaipal Singh. See, however, P. G. Ganguly, 'Separatism in the Indian Polity: A Case Study', in M. C. Pradhan et al., eds, *Anthropology and Archaeology: Essays in Commemoration of Verrier Elwin* (Bombay: Oxford University Press, 1969).

45 CAD, vol. 1, pp. 143-4.

46 CAD, vol. 7, pp. 559-60.

47 Intervention by Brajeshwar Prasad, CAD, vol. 9, p. 281.

48 CAD, vol. 1, pp. 26-7.

49 *Hindustan Times*, 11 December 1946.

50 CAD, vol. 8, p. 745.

51 CAD, vol. 7, pp. 20-31.

52 See Suniti Kumar Chatterji, *Languages and the Linguistic Problem*, Oxford Pamphlet on Indian Affairs, no. 11 (Bombay: Oxford University Press, 1943); Alok Rai, *Hindi Nationalism* (Hyderabad: Orient Longman, 2000).

53 Nehru, 'The Question of Language', in his *The Unity of India: Collected Writings, 1937-1940* (London: Lindsay Drummond, 1941), pp. 241-61.

54 Letter to Krishnachandra, 12 May 1945, in CWMG, vol. 80, p. 117.

55 See letters in CWMG, vol. 80, pp. 181, 317-18; vol. 81, pp. 33-4, 332.

56 Austin, *The Indian Constitution*, p. 267.

57 Cf. interventions by B. Pocker Sahib Bahadur and Jaipal Singh, CAD, vol. 4, pp. 553, 554.

58 CAD, vol. 7, p. 235.

59 Article 343 of the Constitution of India.

60 This section is based on Ambedkar's last speech to the Constituent Assembly - CAD, vol. 11, pp. 972-81.

61 John W. Dower, *Embracing Defeat: Japan in the Wake of World War II* (New York: W. W. Norton and Co., 1999), p. 347. The making of the Japanese constitution is discussed in chapters 12 and 13.

62 Courtney Whitney, quoted ibid., p. 373.

63 Austin, *The Indian Constitution*, pp. 308, 309-10, 328.

7. வரலாற்றின் மாபெரும் சூதாட்டம்

1 'Vignhneswara' (V. Raghunathan), *Sotto Voce: A Social and Political Commentary*, vol. 1: *The Coming of Freedom* (Madras: B. G. Paul and Co., 1951), p. 203.

2 Quoted in the *Current*, 18 July 1951.

3 'Disintegration of the Congress', the *Current*, 9 May 1951.

4 See S. H. Desai, 'Sardar Patel', the *Current*, 14 August 1948; A. S. lyengar, *All Through the Gandhian Era: Reminiscences* (Bombay: Hind Kitabs Ltd, 1950), pp. 289-95 (section tided 'Nehru and Patel'); V. Shankar, *My Reminiscences of Sardar Patel*, vol. 2 (New Delhi: Macmillan, 1975), pp. 20-3.

5 Prasad had a greater following than Rajaji because he was a Hindi speaker from north India (like the majority of Congress politicians at the time) and because, unlike Rajaji, he had actively participated in the Quit India movement of 1942. See Rajmohan Gandhi, *The Rajaji Story, 1937-1972* (Bombay: Bharatiya Vidya Bhavan, 1984), pp. 190-4.

6 The *Statesman*, 26 January 1950. Left-wing critics complained of the pageantry, saying it was a colonial hangover. They were reminded that 'pomp and pageantry were Indian before they became British, and the British used them because they understood the Indian mentality'. See 'Shridharani in Delhi', *Swatantra*, 8 January 1950.

7 The verdicts, respectively, of Michael Brecher, *Nehru: A Political Biography* (London: Oxford University Press, 1959), p. 43; K. A. Abbas, 'Rajarshi Tandon -the New President', *Swatantra*, 9 September 1950; the *Current*, 13 September 1950.

8 Nehru to Rajagopalachari, letters of 26 and 27 August 1950, File 189, C. Rajagopalachari Papers, Fifth Instalment, NMML.

9 Nehru, 'Statement to the Press', 13 September 1950, copy in File 24, C. Rajagopalachari Papers, Fifth Instalment, NMML. I have failed to locate this statement in any volume of Nehru's selected works.

10 Letter of 28 March 1950, in SPC, vol. 10, p. 19.

11 Rajmohan Gandhi, *Patel:A Life* (Ahmedabad: Navjivan Press, 1991), pp. 526-7.

12 S. Gopal, *Jawaharlal Nehru: A Biography*, vol. 2: *1947-1956* (London: Cape, 1979), p. 309.

13 Gandhi, *Patel*, p. 530.

14 'Vallabhbhai Patel', in S. Gopal and Uma Iyengar, eds, *The Essential Writings of Jawaharlal Nehru*, vol. 1 (New Delhi: Oxford University Press, 2003), p. 633.

15 Gopal, *Nehru*, vol. 2, p. 155.

16 See K. Mukherjee, 'The Resurrection of Somnath', *Indian* Review, July 1951.

17 Nehru to Rajendra Prasad, 2 March 1951, copy in Subject File 46, C. Rajagopalachari Papers, Fourth Instalment, NMML.

18 Speech in Hindi at Somnath, 11 May 1951, in Valmiki Choudhary, ed., *Dr Rajendra Prasad: Correspondence and Select Documents*, vol. 14 (New Delhi: Allied Publishers, 1991). I am grateful to Professor Bhagwan Josh of Jawaharlal Nehru University for this reference. This and other translations from the Hindi in this book are mine.

19 Editorial in *Swatantra*, 8 September 1951.

20 Gopal, *Nehru*, vol. 2, p. 155.

21 Richard L. Park, 'India's General Election', *Far Eastern Survey*, 9 January 1952.

22 This description of the mechanics of the election is based on Sukumar Sen, *Report on the First General Elections in India, 1951-52* (New Delhi: Election Commission, 1955); supplemented by Park, 'India's General Election'; and Irene Tinker and Mil Walker, 'The First General Elections in India and Indonesia', *Far Eastern Survey*, July 1956.

23 *The Times of India* (Bombay - hereafter TOI), 5 November 1951.

24 See, for example, Asoka Mehta, *The Political Mind of India* (Bombay: Socialist Party, 1952).

25 News report in the *Searchlight* (Patna), 22 November 1951.

26 See Craig Baxter, *The Jana Sangh: A Biography of an Indian Political Party* (Bombay: Oxford University Press, 1971), pp. 87-8 etc.

27 Reports in *Hindustan Times* (Delhi - hereafter HT); 12 October 1951; TOI, 9 November 1951; Mehta, *The Political Mind*, p. 61.

28 TOI, 9 November 1951; Manikuntala Sen, *In Search of Freedom: An Unfinished Journey* (Calcutta: STREE, 2001), pp. 220-1; Ravi Narayan Reddy, *Heroic Telengana: Reminiscences and Experiences* (New Delhi: Communist Party of India), pp. 712.

29 Lord Birdwood, *A Continent Decides* (London: Robert Hale, 1953), p. 103; TOI, 22 January 1952 (news report headline 'Bovine Election Propaganda').

30 TOI, 1 January 1952.

31 S. Borzenko, 'Before the Elections in India', originally published in *Pravda*, 25 October 1951, translated in *Swatantra*, 1 December 1951.

32 Park, 'India's General Election'.

33 Prakash, 'Lalaji', *Shankar's Weekly*, 6 January 1952.

34 This and the following paragraphs on Nehru's all-India election tour are based on newspaper reports in TOI and HT, supplemented by Anon., *The Pilgrimage and After: The Story of how the Congress Fought and Won the General Elections* (New Delhi: All-India Congress Committee, 1952).

35 See Ajit Bhattacharjea, *J.P.: His Biography* (New Delhi: Orient Longman, 1975), pp. 254, 256. Mrs Gandhi based her allegations on the fact that one socialist leader, Rammanohar Lohia, had recently returned from a speaking tour in the United States, while another, Jayaprakash Narayan, had once studied in that country.

36 Frank Moraes, *Jawaharlal Nehru: A Biography* (New York: Macmillan, 1956), p. 413.

37 Anon., *The Pilgrimage and After*, p. 23.

38 D. F. Karaka, *Nehru: The Lotus Eater from Kashmir* (London: Derek Verschoyle, 1953), pp. 96-8.

39 Nehru to Lady Mountbatten, 3 December 1951, quoted in Gopal, *Nehru*, vol. 2, p. 161.

40 This account of voting and voter behaviour is largely based on contemporary newspaper accounts, especially in TOI and HT.

41 HT, 26 October 1951.

42 Irene Tinker Walker, The General Election in Himachal Pradesh, India, 1951', *Parliamentary Affairs*, vol. 6, no. 3, summer 1953.

43 'General Elections', lead edit, *Economic Weekly*, 5 January 1952.

44 Jean Lyon, *Just Haifa World Away: My Search for the New India* (London: Hutchinson, 1955), pp. 125-30.

45 Sen, *Report on the First General Elections*, p. 135.

46 Personal communication from Professor Rajen Harshe of Hyderabad University, 21 May 2002.

47 Park, 'India's General Election'.

48 C. R. Srinivasan, 'The Elections Are On', *Indian* Review, January 1952, emphasis added.

49 Clare Woodford and Harris Woodford, Jr., *India Afire* (New York: John Day, 1951), p. 25.

50 Letter in Mss Eur F230/26, OIOC.

51 *Organiser*, 7 January 1952, quoted in Margaret W. Fisher and Joan V. Bondurant, eds, *The Indian Experience with Democratic Elections*, Indian Press Digests, University of California, Berkeley, no. 3, December 1956, p. 60.

52 The *Tribune* (Ambala), 22 December 1951, and the *Hitavada*, 30 December 1951, both quoted ibid., pp. 56-7, 58.

53 This paragraph is based on press reports quoted ibid., pp. 6If; Nehru's remarks are quoted in W. H. Morris-Jones, 'The Indian Elections', *Economic Weekly*, 28 June and 5 July 1952.

54 Chester Bowles, *Ambassador's Report* (New York: Harper and Brothers, 1954), chapter 11.

55 Ahmed Emin Yalman, editor, *Daily Vatan* (Istanbul), writing in TOI, 21 February 1951.

56 D. P. Mukerji, 'First Fruits of General Elections' *Economic Weekly*, 26 January 1952.

57 Jawaharlal Nehru, *An Autobiography: With Musings on Recent Events in India* (1936; reprint London: The Bodley Head, 1949), p. 598 (quote taken from the postscript dated Badenweiler, 25 October 1935).

8. வீடும் உலகமும்

1 Nirad C. Chaudhuri, 'After Nehru, Who?', *Illustrated Weekly of India*, 10 May 1953.

2 Arthur Lall, *The Emergence of Modern India* (New York: Columbia University Press, 1981), p. 128. Lall was a high-ranking member of the Indian Foreign Service and had worked closely with Nehru.

3 The autobiography was Nehru's second book-length work. The first, whose title *(Glimpses of World History)* is testimony to his global outlook, was written initially as a series of letters to his daughter from jail. His third major book was published in 1946; its title is revealing - it was called *The Discovery of India*, suggesting that perhaps this man was an internationalist well before he became a patriot, that he had discovered the world before he had discovered India.

4 'Peace and Empire', in Jawaharlal Nehru, *Peace and India* (London: The India League, 1938).

5 See Nehru to S. K. Datta, letters of 20 June 1939 and 24 December 1941, Datta Papers, Mss Eur F178/28, OIOC.

6 See Jawaharlal Nehru, *India's Foreign Policy: Selected Speeches, September 1946-April 1961* (New Delhi: Publications Division, 1961), pp. 3, 24, 28-9, 31-2. It is important to remember here that Nehru wrote his speeches himself.

7 Quoted in K. P. S. Menon, 'India and the Soviet Union', in B. R. Nanda, ed., *Indian Foreign Policy: The Nehru Years* (Delhi: Vikas Publishing House, 1976), p. 134.

8 James Cameron, *Point of Departure* (London: Arthur Barker, 1967), p. 247.

9 *Asian Relations: Being a* Report *of the Proceedings and Documentation of the First Asian Relations Conference, New Delhi, March-April 1947* (New Delhi: Asian Relations Organization, 1948).

10 Quoted in Parsa Venkateshwar Rao, Jr., 'The Misty Origins of NAM', *New Sunday Indian Express*, 26 January 2003.

11 CWMG, vol. 87, pp. 190-3.

12 Quoted in 'The Asian Conference, 1947', in Diana Mansergh, ed., *Independence Years: The Selected Indian and Commonwealth Papers of Nicholas Mansergh* (New Delhi: Oxford University Press, 1999), p. 81.

13 Nehru, *Glimpses of World History* (1934; revised edition London: Lindsay Drummond, 1949), p. 930.

14 *Time*, 17 October 1949.

15 P. P. Kumaramangalam to C. Rajagopalachari, 22 December 1947, in File 82, Fifth Instalment, C. Rajagopalachari Papers, NMML. Kumaramangalam went on to become chief of army staff, the highest-ranking military officer in India.

16 Harold Isaac, *Images of Asia: American Views of China and India* (1958; new edition New York, Harper and Row, 1972), esp. Part III.

17 Quoted in S. Gopal, *Jawaharlal Nehru: A Biography*, vol. 2: *1947-1956* (London: Cape, 1979), p. 59.

18 These speeches are reproduced in Jawaharlal Nehru, *Visit to America* (New York: John Day, 1950).

19 Quoted in J. J. Singh, 'The Triumph of Nehru', *Indian* Review, January 1950.

20 See Gopal, *Nehru*, vol. 2, p. 61.

21 *Time*, 14 November 1949.

22 Acheson, *Present at the Creation: My Years in the State Department* (London: Hamish Hamilton, 1970), pp. 334-6.

23 Cf. Vijayalakshmi Pandit's comments on Dean Acheson in her *The Scope of Happiness: A Personal Memoir* (New Delhi: Orient Paperbacks, 1981), pp. 235-6.

24 Chester Bowles, *Ambassador's Report* (New York: Harper and Brothers, 1954), chapter 9.

25 Saunders Redding, *An American in India: A Personal Report on the Indian Dilemma and the Nature of her Conflicts* (Indianapolis: Bobbs-Merrill, 1954), p. 47.

26 Quoted in *The Hindu*, 30 October 1953.

27 Walter Crocker, *Nehru: A Contemporary's Estimate* (New York: Oxford University Press, 1966), p. 114.

28 Keith Callard, *Pakistan: A Political Study* (London: George Alien and Unwin, 1957), p. 321.

29 Untitled note enclosed with letter from Winston Churchill to Lord Mountbatten, 21 November 1947, in Mss Eur F200/39, OIOC; Kissinger, quoted in Aslam Siddiqi, *Pakistan Seeks Security* (Lahore: Longmans, Green and Co., 1960), p. 109.

30 See Baldev Raj Nayar, *Superpower Dominance and Military Aid: A Study of Military Aid to Pakistan* (New Delhi: Manohar, 1991); anon., 'US-Pak[istan] Pact: An American View', *Swatantra*, 27 February 1954.

31 E. Stanley Jones, quoted in *The Hindu*, 25 December 1953. Jones was the author of a number of books on Indian themes, among them a sympathetic study of Mahatma Gandhi.

32 Taya Zinkin, 'Indo-American Relations', *Economic Weekly* annual, January 1956.

33 Letter of 21 May 1954, Birla Papers, NMML.

34 'Interview with Hon. John Foster Dulles', ibid.

35 Letter of 6 February 1956, ibid.

36 *Dulles Press Conference in India* (New Delhi: United States Information Service, 1956).

37 Cf. Denis Kux, *India and the United States, 1941-1991: Estranged Democracies* (Washington, DC: National Defence University Press, 1993).

38 Jawaharlal Nehru, Soviet *Russia: Some Random Sketches and Impressions* (Allahabad: Allahabad Law Journal Press, 1928).

39 S. Gopal, *Jawaharlal Nehru: A Biography*, vol. 1: *1889-1947* (London: Cape, 1975), p. 108.

40 Cf. David Caute, *The Fellow Travellers* (New Haven: Yale University Press, 1987).
41 Robert H. Donaldson, *Soviet Policy Towards India: Ideology and Strategy* (Cambridge, Mass.: Harvard University Press, 1974), pp. 109-12.
42 Cf. Mikhail Gorbachev, *Memoirs* (London: Doubleday, 1996), pp. 52-3: 'Obviously, we [students] were still very far from understanding the principles of democracy. Yet, the simplified black-and-white picture of the world as presented by our propaganda was even then considered rather sceptically by the students. Jawaharlal Nehru's visit to Moscow in June 1955 was an unexpected stimulus for me in this respect . . . This amazing man, his noble bearing, keen eyes and warm and disarming smile, made a deep impression on me.'
43 K.P.Menon, *The Flying Troika* (London:Oxford University Press,1963), pp. 110-19.
44 Anon., 'Soviet Leaders' Visit and After', *Economic Weekly*, 24 December 1955.
45 N. A. Bulganin and N. S. Khrushchev, *Visit of Friendship to India, Burma and Afghanistan: Speeches and Official Documents, November-December 1955* (Moscow: Foreign Languages Publishing House, 1955).
46 A. D. Gorwala, 'As Nehru Leaves for Moscow', the *Current*, 1 June 1955.
47 As for example, C. Parameswaran, *Nehru's Foreign Policy X-Rayed* (New Delhi: privately published, 1954).
48 See, for representative views, L. Natarajan, *American Shadow over India* (Bombay: People's Publishing House, 1952); Romesh Thapar, *India in Transition* (Bombay: Current Book House, 1956). Louis Fischer, travelling through India in 1953-4, commented that the prevailing understanding of non-alignment 'tended to close minds to criticisms of Russia while stimulating a less-than-friendly attitude towards the Western democracies'. Fischer, *This is Our World* (London: Cape, 1956), pp. 142-3.
49 'The Bandung Conference', in A. Appadurai, *Essays in Politics and International Relations* (Bombay: Asia Publishing House, 1969), pp. 79-113.
50 *Lok Sabha Debates*, vol. 4, 1955, cols 8962-74.
51 Gopal, *Nehru*, vol. 2, pp. 277-90.
52 'Aggression in Egypt and Hungary' (editorial), *Swatantra*, 10 November 1956.
53 See Nehru, *India's Foreign Policy*, pp. 534f.
54 See Escott Reid, *Envoy to Nehru* (Delhi:Oxford University Press, 1981), chapter 11.
55 'L. N. S.' 'Double-Think', *Swatantra*, 17 November 1956.
56 Gopal, *Nehru*, vol. 2, pp. 291-9.
57 Frank Moraes, *India Today* (New York: Macmillan, 1960), pp. 198-9.
58 See T. J. S. George, *Krishna Menon: A Biography* (London: Cape, 1964).
59 Vincent Sheean, *Nehru: The Years of Power* (London: Victor Gollancz, 1960), pp. 144-5.
60 See news report in the *Current*, 15 February 1956.
61 *United Nations World*, quoted in the *Current*, 21 April 1954.
62 Sisela Bok, *Alva Myrdal: A Daughter's Memoir* (Reading, Mass.: Addison-Wesley, 1991), p. 252.
63 K. M. Pannikar, *In Two Chinas: Memoirs of a Diplomat* (London: George Alien and Unwin, 1955), pp. 80-2.
64 Nehru, *India's Foreign Policy*, pp. 302-3.
65 Nehru to Vijayalakshmi Pandit, 1 November 1953, Vijayalakshmi Pandit Papers, NMML.

66 SPC, vol. 10, pp. 335-41. Cf. also Marc C. Peer, 'Tibet in Sino-Indian Relations', *India Quarterly*, vol. 9, no. 4, 1953.

67 D. K. Karaka, 'Nehru's Neutralism Brings Mao to our Frontier', the *Current*, 29 November 1950.

68 SPC, vol. 10, pp. 342-7.

69 Vijayalakshmi Pandit to Jawaharlal Nehru, 16 May 1952, copy in File 123, C. Rajagopalachari Papers, Fifth Instalment, NMML.

70 John Rowland, *A History of Sino-Indian Relations: Hostile Co-existence* (Princeton: D. Van Nostrand, 1967), chapter 7.

71 Bajpai to Subimal Dutt, 18 October 1954, letter in possession of Dr Supriya Guha. It has been claimed that Patel's famous letter to Nehru on Tibet was actually drafted by Bajpai (personal communication from his son, K. S. Bajpai).

72 Gopal, *Nehru*, vol. 2, pp. 227-30; Moraes, *India Today*, p. 191. Among the topics discussed by Nehru and Mao was the possibility of an atomic war between the superpowers. When the Indian said he dreaded the prospect, the Chinese leader answered that he welcomed it, because while Western imperialism would be destroyed the more populous socialist bloc would still have some men standing; these would then reproduce themselves, and in time 'the whole world would become socialist'. See Stuart Schram, *Mao Tse-tung* (Harmondsworth: Penguin, 1967), p. 291 and n.

73 News report in the *Times of India*, 3 November 1954.

74 Notes in File 6, Subimal Dutt Papers, NMML; George N. Patterson, *Tragic Destiny* (London: Faber and Faber, 1959), pp. 160-3.

75 Letters to 'R' dated 8 December 1956, in File 46, C. Rajagopalachari Papers, Fourth Instalment, NMML.

76 Sir Charles Bell, quoted in Dorothy Woodman, *Himalayan Frontiers: A Political Review of British, Chinese, Indian and Russian Rivalries* (London: Barrie and Rockcliff, 1969) p. 179. Woodman's book remains the best historical account of the origins of the border dispute between India and China. But see also Hsiao-Ting Lin, 'Boundary, Sovereignty, and Imagination: Reconsidering the Frontier Disputes between British India and Republican China, 1914-47', *Journal of Imperial and Commonwealth History*, vol. 32, no. 3, 2004.

77 On Elwin, the IFAS and their work in NEFA, see Ramachandra Guha, *Savaging the Civilized: Verrier Elwin, His Tribals, and India* (Chicago: University of Chicago Press, 1999), chapter 11.

78 Woodman, *Himalayan Frontiers*, p. 66.

79 'Indo-Pakistan Clash of Ideologies', *Times of India*, 26 January 1952.

80 Gopal, *Nehru*, vol. 2, pp. 82-8; Gargi Chakravartty, *Coming out of Partition: Refugee Women of Bengal* (New Delhi: Bluejay Books, 2005), pp. 15-25.

81 I have simplified and summarized a complex story told in detail in A. A. Michel, *The Indus Rivers: A Study of the Effects of Partition* (New Haven: Yale University Press, 1967).

82 See J. B. Das Gupta, *Indo-Pakistan Relations, 1947-1955* (Amsterdam: Djambatan, 1958), pp. 51-2.

83 'Feelings in the Capital about the Trade Pact with Pakistan', unsigned note dated 28 February 1951, in File 61, C. Rajagopalachari Papers, Fourth Instalment, NMML. A year before this, when Nehru signed his agreement with Liaqat Ali Khan, a critic complained that he 'represents the beatific school which believes in self-flagellation

in reconciliation [with] the enemy'. 'Shridharani from New Delhi', the *Current*, 12 April 1950.

84 *Dawn*, 19, 24, 25 and 28 January 1955.
85 N. V. Rajkumar, *The Problem of French India* (New Delhi: All-India Congress Committee, 1951); Governor of Madras to President of India, 16 April 1954, in File 215, C. Rajagopalachari Papers, Fifth Instalment, NMML; *Dawn*, 27 January 1955.
86 *Times of India*, 2 November 1955.
87 As quoted in *Goa and the Indian Union* (Lisbon: Secretariado Nacional Da Informacao, 1954).
88 See *Portuguese India: A Survey of Conditions After 400 Years of Foreign Colonial Rule* (Bombay: Goa Congress Committee, 1939); Juliao Menezes, *Goa's Freedom Struggle* (Bombay: privately published, 1947).
89 R. M. Lala, 'Report on Daman', the *Current*, 22 November 1950.
90 Aloysius Scares, Down *the Corridors of Time: Recollections and Reflexions*, vol. 2: 1948-70 (Bombay: privately published, 1973), pp. 45ff; the *Current*, 25 August 1954.
91 Homer A. Jack, *Inside Goa* (New Delhi: Information Service of India, 1955); P. D. Gaitonde, *The Liberation of Goa: A Participant's View of History* (London: C. Hurst and Co., 1987).
92 Y. D. Gundevia, *Outside the Archives* (Hyderabad: Sangam Books, 1984), pp. 18-19.
93 Letter of 22 January 1953, in Nehru correspondence, Y. D. Gundevia Papers, ' NMML.
94 C. Rajagopalachari to Edwina Mountbatten, 5 September 1950, File 189, C. Rajagopalachari Papers, Fifth Instalment, NMML.
95 See Carlo Feltrinelli, *Secret Service* (London: Granta Books, 2002).
96 Bok, *Alva Myrdal*, p. 243.

9. வரைபடத்தை மாற்றுதல்

1 CWMG, vol. 89, pp. 312-13.
2 'The Question of Language' (1937), in Nehru, *The Unity of India: Collected Writings, 1937-1940* (London: Lindsay Drummond, 1941), pp. 232-3.
3 Quoted in Robert D. King, *Nehru and the Language Politics of India* (Delhi: Oxford University Press, 1997), p. 102.
4 CWMG, vol. 90, p. 86.
5 Ibid., p. 494.
6 See letter of 8 June 1948 to Tushar Kanti Ghosh, in Subject File 82, C. Rajagopalachari Papers, Fifth Instalment, NMML.
7 *Report of the Linguistic Provinces Commission* (New Delhi: Constituent Assembly of India, 1948), paras 146 and 147.
8 King, *Nehru and Language Politics*, pp. 107, 108.
9 See Baldev Raj Nayar, *Minority Politics in the Punjab* (Princeton: Princeton University Press, 1960), chapters 2 and 3.
10 Satindra Singh, 'Master Tara Singh: A Born Rebel', *Thought*, 9 December 1967.
11 Nayar, *Minority Politics*, p. 143.
12 Quoted ibid., p. 36.

13 The best account of the history of the Andhra movement, on which the preceding paragraphs largely draw, is K. V. Narayana Rao's *The Emergence of Andhra Pradesh* (Bombay: Popular Prakashan, 1973).

14 The *Current*, 2 January 1952. See also Selig Harrison, *India: The Most Dangerous Decades* (Princeton: Princeton University Press, 1960), pp. 234-5.

15 *Congress Sandesh*, quoted in Narayana Rao, *Emergence of Andhra Pradesh*, p. 241.

16 See *Times of India*, 24 February 1952.

17 See 'Kowshika', *The Boundaries of Andhra Province* (Pudukottai: Anbu Nilayam, 1947).

18 Narayana Rao, *Emergence of Andhra Pradesh*, p. 243.

19 *History of Andhra Movement*, vol. 2 (Hyderabad: Committee for History of Andhra Movement, 1985), p. 496.

20 Gandhi to T. Prakasam, 4 January 1947, in *History of Andhra Movement*, pp. 496-7; also CWMG, vol. 86, p. 242.

21 Interview with Professor Beteille, New Delhi, December 2001.

22 See Subject File 123, C. Rajagopalachari Papers, Fifth Instalment, NMML.

23 Cf. P. R. Rao, *History of Modern Andhra* (New Delhi: Sterling Publishers, 1984), p. 130.

24 Letter of 18 August 1953 to General Sir Roy Bucher, Subject File 124, C. Rajagopalachari Papers, Fifth Instalment, NMML.

25 S. Gopal, *Jawaharlal Nehru: A Biography*, vol. 2: 1947-1956 (London: Cape, 1979), p. 259.

26 *Memorandum Submitted to the States Reorganization Commission* (Bombay: Bombay Citizens Committee, 1954).

27 The activities of the Committee, including its strategies for fund-raising and public relations, can be followed through the massive material contained in File 383, Purushottamdas Thakurdas Papers, NMML.

28 M. S. Golwalkar, quoted in *Times of India*, 8 November 1951.

29 *Times of India*, 24 May 1954.

30 Gadgil and Deshmukh are both quoted in Robert W. Stein, *The Process of Opposition in India* (Chicago: University of Chicago Press, 1970), p. 46.

31 Samyukta Maharashtra Parishad, 'Memorandum to the States Reorganization Committee', May 1954, copy in the library of the Gokhale Institute of Politics and Economics, Pune. D. R. Gadgil was the chief draughtsman of this memorandum.

32 See report of meeting of 20 June 1954 in File 383, Purushottamdas Thakurdas Papers, NMML.

33 This section is based on *Report of the States Reorganization Commission* (Delhi: Manager of Publications, 1955).

34 See *Lok Sabha Debates*, vol. X, 1955.

35 The *Current*, 4 January 1956.

36 The change of name was affected towards the end of 1955.

37 Taya Zinkin, *Reporting India* (London: Chatto and Windus, 1962), p. 108.

38 The *Current*, 25 January 1956. See also V. M. Bhave, 'Struggle for Maharashtra', *New Age*, September 1956.

39 Letter of 23 January 1956, Subject File 68, C. D. Deshmukh Papers, NMML.
40 See papers in Subject File 67, C. D. Deshmukh Papers, NMML.
41 See letters and papers in Subject File 4, N. V. Gadgil Papers, NMML.
42 As reported in alarm to the Home Minister, G. B. Pant, by Sir Purushottamdas Thakurdas. See letter of 20 January 1956, in File 383, Purushottamdas Thakurdas Papers, NMML.
43 The *Current*, 15 and 29 February 1956.
44 Y. D. Phadke, *Politics and Language* (Bombay: Himalaya Publishing House, 1979), chapter 6.
45 See Baburao Patel, *Burning Words: A Critical History of Nine Years of Nehru's Rule from 1947 to 1956* (Bombay: Sumati Publications, 1956), pp. 106-8.
46 Ravi Kalia, *Bhubaneshwar: From a Temple Town to a Capital City* (Carbondale: Southern Illinois University Press, 1994).
47 Janaki Nair, '"Past Perfect": Architecture and Public Life in Bangalore'. I am grateful to Dr Nair for showing me a copy of this ms prior to its publication in her history of Bangalore, *The Promise of the Metropolis: Bangalore's Twentieth Century* (New Delhi: Oxford University Press, 2005).
48 *Times of India*, 26 February 1952.
49 'Andhra Answers Dulles', *Economic Weekly*, 5 March 1955.

10. இயற்கையை வெற்றி கொள்ளுதல்

1 W. Burns, ed., *Sons of the Soil: Studies of the Indian Cultivator*, 2nd edn (Delhi: Manager of Publications, 1944), introduction.
2 Gyanendra Pandey, *The Ascendancy of the Congress in Uttar Pradesh, 1926-34: A Study in Imperfect Mobilization* (Delhi: Oxford University Press, 1978); Peter Reeves, *Landlords and Governments in Uttar Pradesh: A Study of their Relations until Zamindari Abolition* (New Delhi: Oxford University Press, 1991).
3 Chitra Bhanu, 'Food Situation Getting Worse in Malabar', *Swatantra*, 29 July 1947.
4 See, for illuminating contemporary analyses, Z. A. Ahmad, *The Agrarian Problem in India: A General Survey* (Allahabad: All-India Congress Committee, 1936); S. Y. Krishnaswami, *Rural Problems in Madras* (Madras: Government of Madras, 1947). Valuable surveys of the economic history of colonial India include V. B. Singh, ed., *Economic History of India: 1857-1956* (Bombay: Allied Publishers, 1965); Dharma Kumar, ed., *The Cambridge Economic History of India*, vol. 2: *c. 1757-c. 1970* (Cambridge: Cambridge University Press, 1983); and Tirthankar Ray, *The Indian Economy, 1857-1947* (New Delhi: Oxford University Press, 2006).
5 See, *inter alia*, Dwijendra Tripathi, ed., *Business and Politics in India: A Historical Perspective* (Delhi: Manohar, 1991); Medha M. Kudaisya, *The Life and Times of G. D. Birla* (New Delhi: Oxford University Press, 2003).
6 J. K. Galbraith, 'Rival Economic Theories in India', *Foreign Affairs*, vol. 36, no. 4, 1958, p. 591.
7 See Meghnad Saha, The Problem of Indian Rivers' (1938) and 'Technological Revolution in Industry - How the Russians Did It' (1943), both in Santimay Chatterjee, ed., *Collected Works of Meghnad Saha*, vol. 2 (Bombay: Orient Longman, 1986).
8 Lajpat Rai, *The Evolution of Japan and Other Papers* (Calcutta: Modern Review, 1922).
9 K. T. Shah, 'Principles of National Planning', in Iqbal Singh and Raja Rao, eds, *Whither India?* (Baroda: Padmaja Publications, 1948). Shah was a Bombay economist

who served as Secretary of the NPC. See also R. Chattopadhyay, 'The Idea of Planning in India, 1930-1951', unpublished PhD dissertation, Australian National University, Canberra, 1985.

10 See, for example, *National Planning Committee: Report of the Sub-Committee on Power and Fuel* (Bombay: Vora and Co., 1949).

11 *Memorandum Outlining a Plan of Economic Development for India (Parts One and Two)* (Harmondsworth: Penguin Books, 1945), emphases added. The signatories to the Bombay Plan included G. D. Birla, Kasturbhai Lalbhai, Lala Shri Ram, J. R. D. Tata, and Purushottamdas Thakurdas.

12 The intellectual climate of the time, as it pertained to economic policy, is captured in Tirthankar Ray, 'Economic History and Modern India: Redefining the Link', *Journal of Economic Perspectives*, vol. 16, no. 3, 2002; Nariaki Nakatozo, 'The Transfer of Economic Power in India: Indian Big Business, the British Raj and Development Planning, 1930-1948', in Mushirul Hasan and Nariaki Nakatozo, eds, *The Unfinished Agenda: Nation-Building in South Asia* (Delhi: Manohar, 2001); Pranab Bardhan, 'A Note on Nehru as Economic Planner', in Milton Israel, ed., *Nehru and the Twentieth Century* (Toronto: University of Toronto Press, 1991).

13 Speech in Lok Sabha on 15 December 1952, in *Planning and Development: Speeches of Jawaharlal Nehru (1952-56)* (New Delhi: Publications Division, n.d.), pp. 7-8. See also R. Ramadas, 'Report on the Draft Five-Year Plan', *Swatantra*, 1 December 1951.

14 See *Times of India*, 4 November 1954.

15 Cf. A. H. Hanson, *The Process of Planning: A Study of India's Five-Year Plans, 1950-1964* (London: Oxford University Press, 1966), pp. 111-20.

16 Sunil Khilnani, *The Idea of India* (New York: Farrar, Straus and Giroux, 1997), p. 83. Mahalanobis was an intimate of Rabindranath Tagore - it was said that he had a better knowledge of Tagore's poems and plays than did the poet himself.

17 See, for details, Ashok Rudra, *Prasanta Chandra Mahalanobis: A Biography* (Delhi: Oxford University Press, 1996).

18 This and the following two paragraphs draw upon Mahalanobis's letters to Pitambar Pant, June-July 1954, Pitambar Pant Papers, NMML. See also Khilnani, *Idea of India*, pp. 83f.

19 Mahalanobis wrote that he was 'in favour of seeking the help of both USA and USSR (and of the UK and other countries) in developing the industrial production of India' (letter of 7 July 1954, in Pitambar Pant Papers, NMML). He was in this respect genuinely non-partisan. In the years to come his ISI played host to top economists from both sides of the Iron Curtain - to men such as Simon Kuznets, Oskar Lange, Charles Bettelheim, Jan Tinbergen and many, many others. For details see Rudra, *Prasanta Chandra Mahalanobis*, chapter 14.

20 'Recommendations for the Formulation of the Second Five-Year Plan', and The Approach of Operational Research to Planning in India', both written in 1955, both reprinted in P. K. Bose and M. Mukherjee, eds, *P. C. Mahalanobis: Papers on Planning* (Calcutta: Statistical Publishing Society, 1985). Along with these narrative papers, Mahalanobis also framed two mathematical models of economic growth. These are discussed in T. N. Srinivasan, 'Professor Mahalanobis and Economies', printed as chapter 11 in Rudra, *Prasanta Chandra Mahalanobis*.

21 Hanson, *Process of Planning*, pp. 128-30. See also K. N. Raj, 'Model-Making and the Second Plan', *Economic Weekly*, 26 January 1956.

22 Government of India, *The Second Five-Year Plan* (New Delhi: Planning Commission, 1956), p. 6.

23 P. C. Mahalanobis, 'Draft Plan Frame for the Second Five-Year Plan', *Economic Weekly*, special issue, 18 June 1955.
24 Hanson, *Process of Planning*, pp. 459-62.
25 Haldane to Mahalanobis, 16 May 1955, quoted in S. Gopal, *Jawaharlal Nehru: A Biography*, vol. 2: *1947-1956* (London: Cape), pp. 305-6.
26 Letter of 22 December 1952, in Jawaharlal Nehru, *Letters to Chief Ministers*, edited by G. Parthasarathi, 5 vols (New Delhi: Oxford University Press, 1985-9) hereafter cited as LCM, vol. 3, pp. 205-7.
27 Letter of 22 December 1952, LCM, vol. 3, p. 205; letter of 14 February 1956, LCM, vol. 4, p. 346.
28 Letter of 13 January 1955, LCM, vol. 4, p. 123.
29 'Triangular Contest for Steel Plant', *Economic Weekly*, 19 December 1953; Taya Zinkin, *Challenges in India* (New York: Walker and Co., 1966), chapter 7.
30 The friend was Joe Miller, the late and legendary librarian of the Yale School of Forestry and Environmental Studies.
31 See Subject File 5, K. P. S. Menon Papers, NMML.
32 Ved Mehta, *Portrait of India* (New York: Farrar, Straus and Giroux, 1970), pp. 285-97.
33 S. Bhoothalingam, 'Rourkela Steel Plant', *Indian Review*, April 1956.
34 For example Meghnad Saha, *My Experiences in Soviet Russia* (Calcutta: publisher unknown, 1945); K. L. Rao, *Cusecs and Candidates: Memoirs of an Engineer* (New Delhi: Metropolitan, 1978).
35 Daniel Klingensmith, 'One Valley and a Thousand: America, India and the World in the Image of the Tennessee Valley Authority, 1945-1970', unpublished PhD thesis, Department of History, University of Chicago, 1999, p. 228.
36 A. N. Khosla to C. Rajagopalachari, 30 August 1953, in Subject File 124, C. Rajagopalachari Papers, Fifth Instalment, NMML.
37 Henry C. Hart, *New India's Rivers* (Bombay: Orient Longman, 1956), pp. 97-100.
38 'India Marches on: Bhakra-Nangal Project', *MysIndia*, 28 November 1954. Much smaller was the complementary Nangal project, a low concrete dam located eight miles downstream of the Bhakra.
39 *Indian Journal of Power and River Valley Development*, Bhakra-Nangal special issue, 1956.
40 This portrait of Slocum is based on J. D. Sahi, *Odd Man Out: Exploits of a Crazy Idealist* (New Delhi: Gitanjai Publishing House, 1991), pp. 55-69, 133; M. S. Randhawa, *A History of Agriculture in India*, vol. 4: *1947-1981* (New Delhi: Indian Council of Agricultural Research, 1986), pp. 92-3.
41 Hart, *New India's Rivers*, p. 225; report in the *Current*, 14 July 1954.
42 Obaid Siddiqi, *Science, Society, Government and Politics: Some Remarks on the Ideas of Jawaharlal Nehru*, Zaheer Memorial Lecture, Indian Science Congress, Cochin, February 1990.
43 See Shiv Visvanathan, *Organizing for Science: The Making of an Industrial Research Laboratory* (New Delhi: Oxford University Press, 1985).
44 On Bhabha see Robert S. Anderson, 'Building Scientific Institutions in India: Saha and Bhabha', Occasional Paper, Centre for Developing-Area Studies, McGill University, 1975.

45 George Greenstein, 'A Gentleman of the Old School: Homi Bhabha and the Development of Science in India', *American Scholar*, vol. 61, no. 3, 1992, p. 417.

46 *Hindustan Times*, 3 October 1952. The Community Development programmes were inspired by, and to a great extent modelled upon, the work of Albert Mayer in eastern Uttar Pradesh in the late 1940s. See Alice Thorner, 'Nehru, Albert Mayer, and Origins of Community Projects', *Economic and* Political *Weekly*, 24 January 1981.

47 S. C. Dube, *India's Changing Villages* (London: Routledge and Kegan Paul, 1958), pp. 157-63, 192-216 etc.

48 T. S. Epstein, *Economic Development and Social Change in South India* (Manchester: Manchester University Press, 1962), esp. pp. 27-47.

49 For details see B. H. Farmer, *Agricultural Colonization in India Since Independence* (London: Oxford University Press, 1974).

50 See, *inter alia*, R. P. Masani, *The Five Gifts* (London: Collins, 1957); Hallam Tennyson, Saint on *the March: The Story of Vinoba* (London: Victor Gollancz, 1961); Geoffrey Ostergaard and Melville Currell, *The Gentle Anarchists: A Study of the Leaders of the Sarvodaya Movement for Non-violent* Revolution *in India* (Oxford: Clarendon Press, 1971). There is a characteristically acid portrait of Bhave in V. S. Naipaul's *A Wounded* Civilization (Harmondsworth: Penguin, 1977).

51 See Ronald J. Herring, *Land to the Tiller: the Political Economy of Agrarian Reform in South Asia* (New Haven: Yale University Press, 1983); 'Slow Pace of Land Reforms', *Economic Weekly*, 30 May 1953; S. K. Dey, Power to the *People? A Chronicle of India 1947-67* (Bombay: Orient Longman, 1969), pp. 232f.

52 The climate of economic policy in the postwar world is usefully sketched in Daniel Yergin and Joseph Stanislaw, The *Commanding Heights: The Battle for the World Economy* (New York: Simon and Schuster, 2002), chapters 2 and 3.

53 Hanson, Process *of Planning*, p. 128.

54 See 'A Note on Dissent on the Memorandum of the Panel of Economists' (1955), reprinted in Mahesh P. Bhatt and S. B. Mehta, *Planned Progress or Planned Chaos? Selected Prophetic* Writings *of Prof. B. R. Shenoy* (Madras: EastWest Books, 1996), pp. 3-24.

55 'A Memorandum to the Government of India, 1955', in *Friedman on India* (New Delhi: Centre for Civil Society, 2000), pp. 27-43.

56 Note of 10 October 1955, reprinted in V. N. Balasubramanyam, Conversations *with Indian Economists* (London: Macmillan, 2001), pp. 198-201.

57 It is noteworthy that the essays of Shenoy, Krishnamurti and Friedman were printed for public distribution only in the 1990s - by which time, of course, the political and intellectual climate was far more congenial to their views.

58 'Not a People's Plan', Economic Weekely, 18 June 1955.

59 I have written elsewhere, and at greater length, about these 'Green Gandhians'; as in Ramachandra Guha, Environmentalism: A Global History (New York: Addison-Wesley-Longman, 2000), pp. 23-4, 67-8, and 'Mahatma Gandhi and the Environmental Movement', Parisar Annual Lecture, Pune, 1992.

60 Reports in the Current, 11 June 1952 and 8 June 1955.

61 For the consensus among economists see I. G. Patel, *Glimpses of Indian Economic Policy: An Insider's View* (New Delhi: Oxford University Press, 2002), esp. ch 2.

62 *Memorandum*, p. 92.

63 'A Correspondent', 'On Revisiting the Damodar Valley', *Economic Weekly*, 28 February 1953.
64 Letter of 2 October 1952, LCM, vol. 3, pp. 114-15. Nehru was speaking here of the Tungabhadra dam, which he visited barely a month before coming to Bokaro.

11. சட்டமும் மதமும்

1 Andre Malraux, *Antimemoirs*, trans. Terence Kilmartin (London: Hamish Hamilton, 1968), p. 145. The conversation took place sometime in 1958.
2 CAD, vol. 8, pp. 543-6, 722-3 (emphasis added).
3 Ibid., pp. 551, 781.
4 For an analysis of the Rau Committee see Chitra Sinha, 'Hindu Code Bill (1942-1956) and Feminist Consciousness in Bombay', unpublished PhD thesis, Department of History, Mumbai University, 2003.
5 See for example, Bina Agarwal, 'A Bill of Her Own?', *New Indian Express*, 23 December 2004.
6 Ambedkar's speeches on the bill are reproduced in Valerian Rodrigues, ed., *The Essential Writings of B. R. Ambedkar* (New Delhi: Oxford University Press, 2002), pp. 495-516.
7 Dhananjay Keer, *Dr. Ambedkar: Life and Mission*, 3rd edn (1971; reprint, Bombay. Popular Prakashan, 1995), p. 417.
8 The correspondence between Prasad and Nehru has been reproduced in SPC, vol. 6, pp. 399-404.
9 SPC, vol. 9, pp. 109-11.
10 This account of the doings of the All-India Anti-Hindu-Code Bill Committee is based on the reports and documents in Subject File 106, D. P. Mishra Papers, Third and Fourth Instalments, NMML.
11 J. D. M. Derrett, *Hindu Law Past and Present* (Calcutta: A. Mukerjee and Co., 1957), pp. 69-70. For a sampling of the conservative legal opposition to the code, see K. S. Hajela, 'The Draft Hindu Code, its Exposition, Comment and Criticism', *All-India Reporter (Journal)*, 1949, pp. 64-7. For a modernist view, see Lahar Singh Mehta, 'Some Implications of the Hindu Code Bill, 1948', *All India Reporter (Journal)*, 1950, pp. 26-9.
12 The debates on the Hindu code in the provisional Parliament are reproduced in Vasant Moon, ed., *Dr. Babasaheb Ambedkar: Writings and Speeches*, vol. 14 (Bombay: Government of Maharashtra, 1995).
13 See Files 422, 423, 424 and 430, Delhi Police Records, Ninth Instalment, NMML.
14 Rajendra Prasad to Nehru, 15 September 1951, copy in Subject File 189, C. Rajagopalachari Papers, Fifth Instalment, NMML.
15 Nehru to Rajendra Prasad, 15 September 1951; secret note to Cabinet by Nehru, dated 25 September 1951, both in Subject File 46, C. Rajagopalachari Papers, Fourth Instalment, NMML.
16 Derrett, *Hindu Law*, p. 71.
17 The text of Ambedkar's resignation speech was reproduced in the *Hindustan Times*, 12 October 1951. Cf. also Vasant Moon, ed., *Dr. Babasaheb Ambedkar: Writings and Speeches*, vol. 15 (Mumbai: Government of Maharashtra, 1997), pp. 825-8.
18 See File 127, Delhi Police Records, Sixth Instalment, NMML.
19 See Loke *Sabha Debates*, 26 April 1955.

20 The most significant of Nehru's parliamentary interventions on the subject are collected *in Jawaharlal Nehru's Speeches*, vol. 3: *March 1953-August 1957* (New Delhi: Publications Division, n.d.), pp. 438-54 (section entitled 'Changing Hindu Society').

21 Nehru to K. N. Katju, 13 June 1954; to R. Venkataraman, 30 September 1954; SWJN2, vol. 26, pp. 173, 180.

22 See, for example, the speeches of K. C. Sharma, B. D. Shastri and Nand Lal Sharma, Loke *Sabha Debates*, 29 April, 2 May and 13 December 1955, respectively; speech of H. C. Mathur, Rajya *Sabha Debates*, 11 December 1954.

23 Rajya *Sabha Debates*, 9 December 1954.

24 Interventions of Seeta Parmanand and M. P. N. Sinha, *Rajya Sabha Debates*, 8 and 6 December 1954. To placate the orthodox, the law minister changed the title of the bill from the 'Hindu Marriage and Divorce Bill' to the 'Hindu Marriage Bill' -this to put the accent 'not on the dissolution of marriage' but on the 'maintenance of marriage [which] is more important' (Loke *Sabha Debates*, 26 April 1955). The change, needless to say, was purely cosmetic.

25 Loke *Sabha Debates*, 29 April 1955. Others opposed the clause out of not logic, but envy. As S. Mahanty sourly noted, 'it makes a discrimination in favour of the Muslims who may marry four wives under the Shariat law and not incur any of the offences under this Act' *(Rajya Sabha Debates*, 6 December 1954).

26 Loke *Sabha Debates*, 2 May 1955.

27 Loke *Sabha Debates*, 26 and 29 April 1955.

28 Intervention by Shri Khandekar, Loke *Sabha Debates*, 29 April 1955.

29 Ibid., Rajya *Sabha Debates*, 8 December 1954.

30 Intervention by M. Muhammad Ismail, Rajya *Sabha Debates*, 11 December 1954.

31 Loke *Sabha Debates*, 29 April 1955.

32 Intervention by Nand Lal Sharma, Loke *Sabha Debates*, 13 December 1955.

33 Loke *Sabha Debates*, 13 December 1955.

34 Intervention by S. S. More, Loke *Sabha Debates*, 2 May 1955.

35 Marc Galanter, Law *and Society in Modern India*, ed. by Rajeev Dhavan (Delhi: Oxford University Press, 1997), p. 29; J. D. M. Derrett, Religion, Law *and the State in India* (London: Faber and Faber, 1968), p. 326.

36 Cf. Rajya *Sabha Debates*, 11 December 1954, where Dr P. Subbarayan gave his 'special meed of tribute to Dr. Ambedkar who is not here but who laboured hard to push through the Hindu Code before the last Parliament but circumstances did not permit of this measure going through'.

37 Loke Sabfta *Debates*, 6 December 1956.

38 For a fine discussion of these questions see Lotika Sarkar, 'Jawaharlal Nehru and the Hindu Code Bill', in B. R. Nanda, ed., *Indian Women: From Purdah to Modernity* (New Delhi: Nehru Memorial Museum and Library, 1976).

39 Quoted in D. E. Smith, *India as a Secular State* (Princeton: Princeton University Press, 1963), p. 290.

40 See *Parliamentary Debates*, 17 September 1951, excerpted in Eminent Parliamentarians Series, Monograph Series, Dr *Syama Prasad Mookerjee* (New Delhi: Lok Sabha Secretariat, 1990), pp. 82f.

41 On the workings of the new laws in the several decades they have been in operation, see J. D. M. Derrett, *A Critique of Modern Hindu Law* (Bombay: N. M. Tripathi,

1970); Saryajeet A. Desai, *Mulla's Principles of Hindu Law*, 18th edn (New Delhi: Butterworths India, 2001). The caveat 'somewhat' is in deference to feminist arguments that while the new bills removed many of the disadvantages suffered by Hindu women, they did not bestow 'radical equality' on them. See Archana Parashar, *Women and Family Law Reform in India* (New Delhi: Sage, 1992), pp. 79-134.

12. காஷ்மீரை மீட்டெடுத்தல்

1. Sisir Kumar Gupta, *Kashmir: A Study in India-Pakistan Relations* (Bombay: Asia Publishing House, 1966), p. 365.
2. See Michael Brecher, *The Struggle for Kashmir* (New York: Oxford University Press, 1953), p. 111.
3. Lionel Fielden, 'India Revisited: Indo-Pak Problems', *Indian Review*, May 1950.
4. Note by Nehru on Kashmir, dated 9 January 1951, in Subject File 62, C. Rajagopalachari Papers, Fourth Instalment, NMML.
5. See Jawaharlal Nehru Correspondence, Vijayalakshmi Pandit Papers, NMML.
6. Cable to State Department by Henderson, quoted in Ajit Bhattacharjea, *Kashmir: The Wounded Valley* (New Delhi: UBS, 1994), pp. 196-7.
7. See Abdullah to Gopalaswami Ayyangar, 16 January 1951, and note on file by latter, both in Subject File 62, C. Rajagopalachari Papers, Fourth Instalment, NMML.
8. See 'Leaderlessness of Jammu', article of March 1950, reprinted in Balraj Puri, *Jammu - A Clue to the Kashmir Tangle* (Delhi: privately published, 1966), pp. 20-3.
9. Baburao Patel, *Burning Words: A Critical History of Nine Years of Nehru's Rule from 1947 to 1956* (Bombay: Sumati Publications, 1956), pp. 147-8.
10. The Sheikh's speech is printed *in extenso* in Gupta, *Kashmir*, pp. 367-70.
11. Prem Nath Bazaz, *The History of Struggle for Freedom in Kashmir, Cultural and Political: From the Earliest Times to the Present Day* (New Delhi: Kashmir Publishing Co., 1954), pp. 569-71.
12. Ian Stephens, *Homed Moon: An Account of a Journey through Pakistan, Kashmir, and Afghanistan* (London: Chatto and Windus, 1953), pp. 212-13. From Stephens' book we learn that he was in the Valley in April 1952 - exact dates are not given, so we cannot say whether he talked to the Sheikh before or after his notorious Ranbirsingpura speech. That speech had also hinted that perhaps Kashmir's place in India was 'unnatural' This might have been a mere coincidence in thinking. On the other hand, if Abdullah met Stephens *before* Ranbirsingpura, his speech might very well have been influenced by one who cynically saw 'an anti-Muslim substructure' in 'Pandit Nehru's new secular Republic' *(Homed Moon*, p. 267).
13. Gupta, *Kashmir*, pp. 371-2.
14. Speeches of 11 and 19 August 1952, copies in Subject File 4, Y. D. Gundevia Papers, NMML.
15. See Daniel Thorner, 'The Kashmir Land Reforms: Some Personal Impressions', *Economic Weekly*, 12 September 1953.
16. Cf. Richard L. Park, 'India Argues with Kashmir', *Far Eastern Survey*, 2 July 1952.
17. Eminent Parliamentarians Series, Monograph Series, *Dr Syama Prasad Mookerjee* (New Delhi: Lok Sabah Secretariat, 1990), pp. 18-19, 109-23.
18. Balraj Madhok, *Portrait of a Martyr: Biography of Dr Shyama Prasad Mookerjee* (Bombay: Jaico Publishing House, 1969), pp. 159-61.
19. Karan Singh, *Autobiography* (New Delhi: Oxford University Press, 1989), pp. 149-50.

20 The *Current*, 10 and 24 December 1952.

21 The letters exchanged between Mookerjee on the one side and Nehru and Abdullah on the other were later published by the Jana Sangh in *Integrate Kashmir: Mookerjee-Nehru and Abdullah Correspondence* (Lucknow: Bharat Press, 1953).

22 See Files 12, 127 and 164, Delhi Police Records, Eighth Instalment, NMML.

23 The *Current* (Bombay), 26 August 1953.

24 Quoted in S. Gopal, *Jawaharlal Nehru: A Biography*, vol. 2: 1947-1956 (London: Cape, 1979), p. 131, n. 65.

25 For a contemporary interpretation along these lines, see Sadiq Ali and Madhu Limaye, *Report on Kashmir* (New Delhi: Praja Socialist Party, 1953). This reports that the Sheikh 'was often heard to remark in his private talks that if Jammu wanted to go out of Kashmir it was welcome to do so; in fact it would be good riddance. Its merger in India would serve just the purpose he had in view, namely an Independent Kashmir' (p. 5).

26 Madhok, *Portrait of a Martyr*, pp. 147-65.

27 See correspondence between Mookerjee and Rajagopalachari in Subject File 124, C. Rajagopalachari Papers, Fifth Instalment, NMML.

28 Madhok, *Portrait of a Martyr*, pp. 240-2.

29 Letter of 2 July to Rajagopalachari, Subject File 123, Rajagopalachari Papers, Fifth Instalment, NMML.

30 The *Current*, 1 July 1953.

31 See File 164, Delhi Police Records, Eighth Instalment, NMML.

32 See reports and correspondence, File 166, Delhi Police Records, Ninth Instalment, NMML.

33 Gopal, *Nehru*, vol. 2, pp. 130-1, which also excerpts Nehru's letters to Abdullah.

34 Nehru to Rajagopalachari, 31 July 1953, Subject File 123, C. Rajagopalachari Papers, Fifth Instalment, NMML.

35 See B. N. Mullik, *My Years with Nehru: Kashmir* (Bombay: Allied Publishers, 1971), chapter 3.

36 The *Current*, 26 August 1953. Three years later a copy of the Id speech that Abdullah was to have made surfaced. This did not call directly for independence, but reopened the question of accession to India and also, for the first time, asked that Pakistan be made a party to the dispute. See Mridula Sarabhai, ed., *Sheikh-Sadiq* Correspondence (August to October 1956) (New Delhi: privately published, 1956), appendix I: 'Id Speech'.

37 Karan Singh, *Autobiography*, pp. 156-64.

38 See reports in File 73, Delhi Police Records, Sixth Instalment, NMML.

39 Gopal, *Nehru*, vol. 2, pp. 132-3; Mullik, *My Years with Nehru: Kashmir*, pp. 42-7.

40 P. N. Kaula and K. L. Dhar, *Kashmir Speaks* (Delhi: S. Chand and Co., 1950), pp. 189-90. An American journalist wrote of the Bakshi that he was a 'realist [who] can run a party machine and keep its joints oiled', adding that he seemed to be 'constituted chiefly of iron or steel' (Vincent Sheean, *Nehru: The Years of Power* (London: Victor Gollancz, 1960), pp. 109-10). This likewise brings Patel to mind; not least because he was known as the 'Iron Man of India'.

41 *The Hindu*, 25 August and 14 and 29 September 1953.

42 The *Current*, 31 March, 25 August and 6 October 1954 and 12 October 1955.

43 The *Current*, 14 November 1955. Cf. also Sheikh Abdullah, *Flames of the Chinar: An Autobiography*, abridged and trans. Khushwant Singh (New Delhi: Penguin India, 1993), chapter 18.

44 See File 73, Delhi Police Records, Sixth Instalment, NMML.

45 General Roy Bucher to Rajagopalachari, 14 August 1953, in Subject File 124, Fifth Instalment, C. Rajagopalachari Papers, NMML.

46 Bhattacharjea, *Kashmir*, p. 205.

47 See Spratt's unsigned column The World This Week', *MysIndia*, 13 July, 3 and 17 August, and 9 November 1952 respectively.

13. பழங்குடியினர் பிரச்னை

1 This account of the early years of the Naga National Council is based on Mildred Archer, 'Journal of a Stay in the Naga Hills, 9 July to 4 December 1947', Mss Eur F236/362, OIOC. Archer, the wife of the last deputy commissioner in the Naga Hills, W. G. Archer, had interviewed a wide cross-section of the NNC membership and subscribed to the NNC journal. In later years she became an authority on British art in India.

2 Charles Chasie, *The Naga Imbroglio* (Kohima: Standard Printers and Publishers, 1999), pp. 33-6.

3 The Crown colony scheme is discussed in a forthcoming book by Professor David Syiemlieh of the North-eastern Hill University, Shillong.

4 A. R. H. Macdonald to P. F. Adams (secretary to the governor of Assam), 23 March 1947, copy in Mss Eur F236/76, OIOC. The 'Lushai hills' are now more familiarly known as the Mizo hills.

5 See A. Z. Phizo, *The Fate of the Naga People: An Appeal to the World* (London: privately published, July 1960).

6 CWMG, vol. 88, pp. 373-4. The context makes it clear that Gandhi was against the Nagas using guns and tanks though, of course, he would have opposed the Indian army's use of them too.

7 Cf. J. H. Hutton, *The Angami Nagas* (London: Macmillan, 1921), p. 11 and *passim*.

8 See entry for 30 August 1947 in Archer, 'Journal'. The invocation of God, and the recourse to American heroes, were a consequence of the deep influence on the Nagas of the Baptist missionaries who had converted them.

9 Entries for 27 September and 23 August 1947, in Archer, 'Journal'.

10 CAD, vol. 4, pp. 947-8.

11 Useful studies of the tribal predicament include G. S. Ghurye, *The Scheduled Tribes* (Bombay: Popular Prakashan, 1959; first published under a different tide in 1943); C. von Purer Haimendorf, *Tribes of India: The Struggle for Survival* (Berkeley: University of California Press, 1982); Verrier Elwin, *The Tribal World of Verrier Elwin: An Autobiography* (Bombay: Oxford University Press, 1964); and K. S. Singh, *Tribal Society in India* (New Delhi: Manohar, 1985). See also Andre Beteille, The Concept of Tribe with Special Reference to India', in his *Society and Politics in India: Essays in a Comparative Perspective* (London: Athlone Press, 1991).

12 See Agapit Tirkey, *Jharkhand Movement: A Study of its Dynamics* (New Delhi: Other Media Communications, 2002), chapter 2.

13 Memorandum dated 1 May 1947, in Subject File 37, C. Rajagopalachari Papers, Fifth Instalment, NMML.

14 Jaipal's speech is reproduced on pp. 2-14 of Ram Dayal Munda and S. Bosu Mullick, eds, *The Jharkhand Movement: Indigenous Peoples' Struggle for Autonomy in India* (Copenhagen: IWGIA, 2003).

15 This paragraph is based on an anonymous three-part report on the Naga situation in the *Current*, 4, 11 and 18 July 1956, and on Nirmal Nibedon, *Nagaland: The Night of the Guerillas* (New Delhi: Lancer, 1983), pp. 24-5.

16 Letter to Jairamdas Daulatram, governor of Assam, 11 December 1950, in Subject File 188, C. Rajagopalachari Papers, Fifth Instalment, NMML.

17 A. Lanunungsang Ao, *From Phizo to Muivah: The Naga National Question in North-east India* (New Delhi: Mittal Publications, 2002), pp. 48-9.

18 'No Independence for Nagas: Plain Speaking by Mr Nehru', *Times of India*, 1 January 1952.

19 'Demand for Naga State: Delegation Meets Nehru', *Times of India*, 12 February 1952.

20 Report by Krishnalal Shridharani in the *Current*, 19 March 1952.

21 'The Tribal Folk', *mjawaharlal Nehru's Speeches*, vol. 2 (New Delhi: Publications Division, 1954), pp. 576f.

22 Nehru to Rajagopalachari, 26 October 1952, in Subject File 107, C. Rajagopalachari Papers, Fifth Instalment, NMML.

23 The report on the NEFA tour is reprinted in LCM, vol. 4, pp. 147-65.

24 NNC letter of 24 October 1952, quoted in the *Current*, 15 April 1953.

25 Ramachandra Guha, *Savaging the Civilized: Verrier Elwin, His Tribals, and India* (Chicago: University of Chicago Press, 1999), p. 285.

26 Entry for 10 July 1947 in Archer, 'Journal'.

27 Arthur Swinson, quoted in Nibedon, *Nagaland*, p. 26.

28 Asoso Yonuo, *The Rising Nagas: A Historical and Political Study* (Delhi: Vivek Publishing House, 1974), pp. 210-13.

29 This account of the Phizo-Sakhrie rift is based on Nibedon, *Nagaland*, pp. 57-68.

30 Ibid., pp. 80-2.

31 Lt. Gen. S. P. P. Thorat, *From Reveille to Retreat* (New Delhi: Allied Publishers, 1986), chapter 15, 'The Nagas'. As the commanding officer of the Eastern Command, General Thorat was in charge of operations against the rebels.

32 See clippings in Mss Eur F158/239, OIOC.

33 Dr S. R. S. Laing to Charles Pawsey, letters of ? June 1956 and 13 August 1956, in Box I, Pawsey Papers, CSAS.

34 *Lok Sabha Debates*, 23 August 1956.

35 *India News*, 8 December 1956; *Manchester Guardian*, 18 December 1956; both in Mss Eur F158/239, OIOC.

36 Ignes Kujur, 'Jharkhand Betrayed', in Munda and Bosu Mullick, *The Jharkhand Movement*, pp. 16ff.

37 *Loke Sabha Debates*, 22 November 1954; the *Current*, 16 February 1955.

38 Letter of 9 March 1955, in T. T. Krishnamachari Papers, NMML.

39 Nehru to Bishnuram Medhi, 13 May 1956, reproduced as appendix VII in Udayon Misra, *The Periphery Strikes Back: Challenges to the Nation-State in Assam and Nagaland* (Shimla: Indian Institute of Advanced Study, 200), pp. 203-4.

14. தெற்கில் எதிர்ப்பு அலை

1 *Report on the Second General Elections in India, 1957* (New Delhi: Election Commission, 1958).

2 Feroze Gandhi was also from the Nehrus' home town, Allahabad. A Parsi by faith, he at first spelt his surname 'Ghandy'. However, after he joined the national movement as a young man, he changed the spelling to bring it in line with that of Mahatma Gandhi. That amended surname proved to be of incalculable significance to his wife; for most foreigners, and not a few Indians, assumed that she was in some way related to the Mahatma.

3 Cf. Katherine Frank, *Indira: A Life of Indira Nehru Gandhi* (London: HarperCollins, 2001), pp. 240-1.

4 Indira Gandhi to Brijkrishna Chandiwala, 11 November 1957, Chandiwala Papers, NMML.

5 Nehru to Vijayalakshmi Pandit, 12 March 1957, quoted in Nayantara Sahgal, *Indira Gandhi: Her Road to Power* (New York: Frederick Ungar, 1982), pp. 1-2.

6 The data in this and the subsequent paragraphs are chiefly derived from the excellent statistical supplement on Indian elections printed as an appendix to the *Journal of the Indian School of Political Economy*, vol. 15, nos 1 and 2, 2003.

7 For the rise of the DMK in the 1950s, see Marguerite Ross Bamett, *The Politics of Cultural Nationalism in South India* (Princeton: Princeton University Press, 1976).

8 The social history of modern Kerala has been treated with authority and insight in several books by Robin Jeffrey. See specially his *The Decline of Nair Dominance* (1975; 2nd edn New Delhi: Manohar, 2003) and *Politics, Women and Wellbeing: How Kerala Became a 'Model'* (New Delhi: Oxford University Press, 1992).

9 See Dilip M. Menon, *Caste, Nationalism and Communism in South India: Malabar, 1900-1948* (Cambridge: Cambridge University Press, 1994).

10 Nikita Khrushchev, quoted in *Communist Double Talk at Palghat* (Bombay: Democratic Research Service, 1956), p. 112.

11 'Communist Manifesto for Stable Government, Prosperous Kerala', quoted in Victor M. Fie, *Kerala: Yenan of India* (Bombay: Nachiketa Publications, 1970), pp. 68-9.

12 Sadly, like Abdullah, Phizo et al. EMS has yet to find a serious biographer.

13 E. M. S. Namboodiripad, *Twenty-Eight Months in Kerala* (New Delhi: People's Publishing House, 1959), esp. pp. 5-6, 22-3.

14 P. N. Sampath, 'Red Government in Kerala', *Indian Review,* July 1957.

15 The *Current,* 8 May 1957. Krishna lyer was actually an independent member of the Kerala legislature, a fellow-traveller rather than a card-holding communist. He was later a judge of the Supreme Court.

16 Ronald J. Herring, *Land to the Tiller: The Political Economy of Agrarian Reform in South Asia* (New Haven: Yale University Press, 1983), p. 163.

17 This paragraph draws upon material in ibid., chapter 6, and T.J. Nossiter, *Communism in Kerala:A Study in Political Adaptation* (Delhi: Oxford University Press,1982), pp. 149-57.

18 The *Current,* 24 April 1957.

19 'Letter from Kerala: Bloodsuckers still Thrive', *Economic Weekly,* 19 April 1958.

20 Ibid.

21 *Kerala Mail,* quoted in the *Current,* 28 August 1957.

22 George Mikes, *East is East* (London: Andre Deutsch, 1958), p. 153.

23 For a useful summary see S. C. Joseph, *Kerala: The 'Communist' State* (Madras: The Madras Premier Company, 1959), chapter 8.
24 See 'Who Supported the Communists in Kerala? An Analysis of the 1957 Election Results', *Economic Weekly*, 1 August 1959.
25 See 'Kerala Letter: Co-existence in Peril', *Economic Weekly*, special issue, July 1959. It is not clear whether these excerpts were originally in English or are translated here from the Malayalam.
26 Rajni Kothari, 'Kerala: A Post-mortem', *Economic Weekly*, 28 November 1959.
27 'Kerala Letter: Congress Misalliance with the Congress Church', *Economic Weekly*, annual issue, January 1958.
28 Nossiter, *Communism in Kerala*, p. 145.
29 'Red Rule in Kerala', statements by E. M. S. Namboodiripad and Panampilli Govinda Menon, *Illustrated Weekly of India*, 25 January 1959.
30 Kamla Chopra, 'Indira Gandhi: A Profile', *Illustrated Weekly of India*, 22 February 1959.
31 S. Gopal, *Jawaharlal Nehru: A Biography*, vol. 3: 1956-1964 (London: Cape, 1984), p. 66.
32 Profiles of Mannath in the *Illustrated Weekly of India*, 28 June 1959 and in the *Current*, 16 September 1959; Anon., *The Agitation in Kerala* (Trivandrum: Department of Public Relations, 1959), pp. 9-12.
33 W. H. Morris-Jones, 'India's Political Idioms', in C. H. Philips, ed., *Politics and Society in India* (London: George Alien and Unwin, 1963).
34 A good description of the protests is contained in George Woodcock's *Kerala: A Portrait of the Malabar Coast* (London: Faber and Faber, 1967), pp. 270ff.
35 See the letters from Nehru to the prominent Kerala Congress politician R. Sankar, quoted in Robin Jeffrey, 'Jawaharlal Nehru and the Smoking Gun: Who Pulled the Trigger on Kerala's Communist Government in 1959?', *Journal of Commonwealth and Comparative Politics*, vol. 29, no. 1, 1991.
36 See Gopal, *Nehru*, vol. 3, p. 68.
37 Quoted in 'Mrs Indira Gandhi's Election', undated, unsigned typescript in Pupul Jayakar Papers, held by Mrs Radhika Herzberger (emphasis added.) Cf. also *The Statesman*, 27 July 1959.
38 Kannikara Padmanabha Pillai, *The Red Interlude in Kerala* (Trivandrum: Kerala Pradesh Congress Committee, 1959), pp. 183ff.
39 Woodcock, *Kerala*, p. 272.
40 Nehru to Namboodiripad, 30 July 1959, quoted in Gopal, *Nehru*, vol. 3, pp. 71-2.
41 See K. P. Bhagat, *The Kerala Mid-Term Election of 1960* (Bombay: Popular Book Depot, 1962).
42 Gopal, *Nehru*, vol. 3, p. 73.
43 See correspondence and papers in Subject File 34, C. Rajagopalachari Papers, Fifth Instalment, NMML.
44 The article is reproduced in C. Rajagopalachari, *Satyam Eva jayate* (The Truth Alone Shall Triumph) (Madras: Bharathan Publications, 1961), vol. 1, pp. 149-53. Cf. also 'Rajaji on Need for Strong Opposition', *Swarajya*, 9 March 1957.
45 C. Rajagopalachari, 'Some Thoughts on the Budget', the *Current*, 17 August 1957.
46 See 'Statement of Principles of the Swatantra Party', reproduced in *Economic Weekly*, special issue, July 1959, p. 894.

47 C. Rajagopalachari, 'The Case for the Swatantra Party', *Illustrated Weekly of India*, 16 August 1959.
48 See H. L. Erdman, *The Swatantra Party and Indian Conservatism* (Cambridge: Cambridge University Press, 1967).
49 Gopal, *Nehru*, vol. 3, p. 120.
50 See Tarun Kumar Mukhopadhyaya, *Feroze Gandhi: A Crusader in Parliament* (New Delhi: Allied Publishers, 1992), pp. 109-23.
51 A useful summary of the main aspects of the controversy is contained in M. C. Chagla, *Roses in December: An Autobiography* (1973; revised edn Bombay: Bharatiya Vidya Bhavan, 1994), pp. 203-11. Justice Chagla headed one of the commissions; Justice Vivian Bose the other. But cf. also A. D. Gorwala, *The Lies of T. T. K*, (Bombay: R. V. Pandit, 1959). Feroze Gandhi died in 1960, not long after his speeches about the Mundhra scandal in Parliament.
52 Quoted in Motilal C. Setalvad, *My Life: Law and other Things* (Bombay: N. M. Tripathi, 1970), p. 282.

15. தோல்வியின் அனுபவம்

1 George N. Patterson, *Tragic Destiny* (London: Faber and Faber, 1959), p. 187.
2 'Record of Prime Minister's Talk with Dalai Lama' (24 April 1959), in File 9, Subimal Dutt Papers, NMML.
3 See Ramesh Sanghvi, *India's Northern Frontier and China* (Bombay: Contemporary Publishers, 1962), pp. 1-2.
4 *Notes, Memoranda and Letters Exchanged and Signed between the Governments of India and China, 1954-1959* (New Delhi: Ministry of External Affairs, 1959), pp. 46, 26-7. This was the first of nine similarly titled White Papers issued by the government of India between 1959 and 1962, subsequently referred to here as WP I, WP II etc. Unless otherwise stated, the rest of this section is based on the notes and correspondence in this first White Paper.
5 Stuart Schram, *Mao Tse-tung* (Harmondsworth: Penguin, 1967), p. 282.
6 George N. Patterson, *Peking versus Delhi* (London: Faber and Faber, 1963), pp. 162-3.
7 For JP's views see *The Tragedy of Tibet: Speeches and Statements of jayaprakash Narayan* (New Delhi: Afro-Asian Committee on Tibet, 1959); for the Jana Sangh position, see 'India's Stake in Tibet's Freedom', *Organiser*, 27 April 1959, reprinted in Pandit Deendayal Upadhyaya, *Political Diary* (Bombay: Jaico Publishing House, 1968), pp. 97-101.
8 See Subject File 16, Thimayya Papers, NMML.
9 He was the first, and remains the last, Indian military man to be the subject of a biography by a Western author: Humphrey Evans, *Thimayya of India* (New York: Harcourt, Brace and Co., 1960).
10 Arthur Lall, *The Emergence of Modern India* (New York: Columbia University Press, 1981), p. 119.
11 Wells Hangen, *After Nehru, Who?* (London: Rupert Hart-Davis, 1963), chapter 9. Kaul's alleged closeness to Nehru is also extensively advertised in his memoirs, where he claims that he was a sort of confidant and sounding-board for the prime minister. See Lt. Gen. B. M. Kaul, *The Untold Story* (Bombay: Allied Publishers, 1967), pp. ix-x, 81-2, 86fh, 87, 97, 114, 118 etc.
12 Maj. Gen. D. K. Palit, *War in High Himalaya* (New Delhi: Lancer International, 1991), p. 76.

13 See Thimayya to Nehru, letters of 31 August and 3 September 1959, Thimayya Papers, NMML.
14 Press Clippings File 16, Thimayya Papers, NMML. This file has a cover note, almost certainly in the general's own hand, summarizing its contents thus: 'If a poll was to be taken outside Parliament, opinion both inside and outside would have found favour with Thimayya'.
15 Letters of Ashutosh Lahiri and Sheodatt, Subject File 15, Thimayya Papers, NMML.
16 H. V. Kamath, 'The Sino-Indian Border Dispute', *Illustrated Weekly of India*, 18 October 1959.
17 The *Current*, 14 and 28 October 1959.
18 Shiva Rao to Nehru, 3 December 1959, B. Shiva Rao Papers, NMML.
19 Chou to Nehru, 8 September 1959, and Nehru to Chou, 26 September 1959, in WP II, pp. 27-46.
20 The 'forward policy' is described in the memoirs of one of its chief architects, B. N. Mullik. See his *My Years with Nehru: The Chinese Betrayal* (Bombay: Allied Publishers, 1971), esp. chapters 14 and 19. Mullick was the chief of the Intelligence Bureau, and privy to most crucial decisions taken with regard to the border dispute.
21 Latifi to Nehru, 27 November 1959, copy in Subject File 423, P. N. Haksar Papers, Third Instalment, NMML (emphasis in original).
22 Quoted in Neville Maxwell, *India's China War* (Harmondsworth: Penguin, 1972) p. 152.
23 *The Hindu*, quoted in Dorothy Woodman, *Himalayan Frontiers: A Political Review of British, Chinese, Indian and Russian Rivalries* (London: Barrie and Rockcliff, 1969), p. 245.
24 Steven A. Hoffman, *India and the China Crisis* (Delhi: Oxford University Press, 1990), pp. 67, 73, 82-3 etc. The origins and trajectory of the India-China dispute are, as one can imagine, the subject of a huge and very motivated literature. On the one side are the various self-serving memoirs by Indian generals and officials, which seek to blame China for 'betraying' India's trust. These are collectively answered by Neville Maxwell's *India's China War*, a well-documented book but one that sees everything, big and small, from the Chinese point of view. Hoffman's is an admirably detached and comprehensive account of the dispute, perhaps the best there is.
25 Chou to Nehru, letters of 7 November and 17 December 1959; Nehru to Chou, letters of 16 November and 21 December 1959, in WP III, pp. 45-59.
26 Owen Lattimore, 'India-Tibet-China: Starting Principle for Frontier Demarcation', *Economic Weekly*, annual issue, January 1960. Steven Hoffman explains that Chou's 'barter' offer could not be acceptable to India because 'it was being asked to accept the clandestine and forceful seizure of parts of its territory [in the west], in return for a worthless assurance that another part of the frontier [in the east] would not be menaced' *(India and the China Crisis*, pp. 86-7).
27 'Pragmatist', 'The Political Economy of Defence', *Economic Weekly*, annual issue, January 1960.
28 Presidential address of Pitambar Das, reproduced in Girja Kumar and V. K. Arora, eds, *Documents on Indian Affairs, 1960* (Bombay: Asia Publishing House, 1965), pp. 22f.
29 See Gyanvati Darbar, *Portrait of a President: Letters of Dr Rajendra Prasad*, vol. 2 (New Delhi: Vikas Publishing House, 1976), pp. 85-6.
30 Unless otherwise stated, this and the following paragraphs are based on reports and comments in the *Indian Express*, various issues of 10 March to 27 April 1960.

31 Kumar and Arora, *Documents*, pp. 493-4. The signatories to this letter included J. B. Kripalani, M. R. Masani, A. B. Vajpayee, and N. G. Goray.

32 The *Current*, 27 April 1960.

33 'Record of Talks between Prime Minister of India and Prime Minister of China, 20th to 25th April 1960', in Subject File 24, P. N. Haksar Papers, First and Second Instalments, NMML. The transcripts of the talks run to over a hundred foolscap pages.

34 Copies of the transcripts of Chou En-lai's talks with Desai, Pant, Radhakrishnan and other leaders are in Subject File 26, P. N. Haksar Papers, First and Second Instalments, NMML. Desai was right in spirit if not in substance, for it was Karl Marx who sought asylum in the UK, whereas Lenin lived in exile in that other bourgeois nation, Switzerland.

35 This paragraph is based on Margaret W. Fisher, Leo E. Rose and Robert A. Huttenback, *Himalayan Battleground: Sino-Indian Rivalry in Ladakh* (London: Pall Mall Press, 1963), esp. chapter 11.

36 The transcripts of the talks are reproduced in Appendix XI of Parshotam Mehra, *Negotiating with the Chinese, 1846-1987* (New Delhi: Reliance Publishing House, 1989).

37 Interview in *Look* magazine, 18 October 1960, reproduced in Edgar Snow, *The Other Side of the River: Red China Today* (New York: Random House, 1963), pp. 762-3.

38 Baldev Raj Nayar, *Minority Politics in the Punjab* (Princeton: Princeton University Press, 1969), esp. pp. 248-60; the *Current*, 16 August and 23 August 1961; correspondence between Nehru, Rajaji and Tara Singh in Subject File 82, C. Rajagopalachari Papers, Fourth Instalment, NMML.

39 Nehru to Jayaprakash Narayan, 10 October 1961, Brahmanand Papers, NMML.

40 See E. N. Mangat Rai, *Commitment My Style* (Delhi: Vikas Publishing House, 1973), chapter 10. Mangat Rai was Kairon's chief secretary for five of his eight years in power.

41 The Current, 9 December 1959, 6 January 1960 and 14 September 1963.

42 A. G. Noorani, *Ministers' Misconduct* (Delhi: Vikas Publishing House, 1973), p. 42.

43 Nirmal Nibedon, *Nagaland: The Night of the Guerillas* (New Delhi: Lancer, 1983), pp. 88-90.

44 A. Z. Phizo, *The Fate of the Naga People: An Appeal to the World* (London: privately published, July 1960).

45 See, for example, the clippings in the W. G. Archer Papers, Mss Eur F236, OIOC.

46 Anon., *The Naga Problem* (New Delhi: Ministry of External Affairs, 1960). As many as 2,000 copies of this pamphlet were printed.

47 This memorandum is reproduced in Kumar and Arora, *Documents*, pp. 91-5.

48 Ibid., pp. 101-5.

49 Clipping from *The Times*, 21 September 1962, in Mss Eur F158/239, OIOC.

50 Daniel Thorner, 'Ploughing the Plan Under: Ford Team Report on Food "Crisis"', Economic *Weekly*, special issue, July 1959.

51 See *Report of Non-Official Enquiry Commission on Cachar* (Calcutta: N. Chatterjee, 1961); L. P. Singh, *Portrait of Lal Bahadur Shastri: A Quintessential Gandhian* (New Delhi: Ravi Dayal, 1996), chapter 3.

52 The *Current*, 8 March 1961.

53 Selig S. Harrison, *India: The Most Dangerous Decades* (Princeton: Princeton University Press, 1960).

54 See Grover Smith, ed., *Letters of Aldous Huxley* (London: Chatto and Windus, 1969), pp. 926-7.

55 Arthur Cook, 'Nehru', *Daily Mail*, 20 February 1962.

56 For details, see WPs IV, V and VI, *passim*.

57 *Lok Sabha Debates*, 11 April 1961.

58 Ibid., 17 August and 28 November 1961, 14 August 1962.

59 Ibid., 5 December 1961.

60 P. D. Gaitonde, *The Liberation of Goa: A Participant's View of History* (London: C. Hurst and Co., 1987), chapter 18; *Illustrated Weekly of India*, special issue, 18 February 1962; D. R. Mankekar, *The Goa Action* (Bombay: The Popular Book Depot, 1962).

61 See clippings and papers in File 8, Box XVI.18, Richard B. Russell Papers, University of Georgia, Athens; File 29, Penderel Moon Papers, OIOC (Mss Eur F230/29).

62 *New York Times*, 18 and 19 December 1961. There is also a suggestion that sections within the Indian army welcomed the Goan adventure as a victory easily won. It was, recalled one officer, light relief from the gloom and foreboding of the general strategic scene' along the borders with China. See Maj. Gen. D. K. Palit, *Musings and Memories*, vol. 2 (New Delhi: Lancer, 2004), pp. 411-12.

63 My account of the election is based on Aloo J. Dastur, *Menon versus Kripalani: North Bombay Election, 1962* (Bombay: University of Bombay, 1967), supplemented by Norman D. Palmer, 'The 1962 Election in North Bombay', *Pacific Affairs*, vol. 30, no. 1, spring 1963. Cf. also A. D. Gorwala, *Krishna Menon: Danger to India* (Bombay: privately published, January 1962). The Hindi ditty was supplied by Nitya Ramakrishnan.

64 'Seminarist', 'Issues in the Election', *Seminar*, July 1962.

65 K. P. Subramania Menon, 'The Ramifications', and General K. S. Thimayya, 'Adequate "Insurance"', both in *Seminar*, July 1962. That, even in retirement, Thimayya was seriously worried about the Chinese threat is also indicated by a book that he once owned and which is now in my possession; written by a retired major, it provides a historical conspectus of the NEFA region that had become so central to the border conflict. My copy of the book - Major Sitaram Johri, *Where India, China and Burma Meet* (Calcutta: Thacker, Spink and Co., 1962) - has 'K. S. Thimayya, 9 Feb. 62' written on its flyleaf; I found it in a second-hand store in Bangalore, once the general's home town, and now mine.

66 As the spark that fuelled the Chinese invasion, the Thag La conflict has been widely written about. My account is based on, among other sources, Brigadier J. P. Dalvi, *Himalayan Blunder* (Delhi: Hind Pocket Books, 1970), chapters 7, 9-12; Maxwell, *India's China War*, pp. 357 ff.; Hoffman, *India and the China Crisis*, pp. 130ff.

67 Hoffman, *India and the China Crisis*, p. 149.

68 Dalvi, *Himalayan Blunder*, pp. 262-3.

69 *New York Times*, 21 October 1962.

70 *New York Times*, 24 October 1962.

71 Dalvi, *Himalayan Blunder*, pp. 80-1.

72 Chou to Nehru, 24 October and 4 November 1962, Nehru to Chou, 27 October and 14 November 1962, printed with enclosures in WP VIII, pp. 1-17.

73 John Kenneth Galbraith, *Ambassador's Journal* (Boston: Houghton Mifflin, 1969), p. 385.

74 *New York Times*, 28 and 30 October 1962.

75 *Lok Sabha Debates*, 8-14 November 1962. In his closing speech Nehru deplored the series of attacks on Chinese shopkeepers in New Delhi, which 'brutalizes us and gives us a bad name'. Like his mentor, Gandhi, he knew how easily nationalism could shade into jingoism. To take revenge on innocent shopkeepers was deeply wrong-headed, for 'we should always distinguish between governmental action and the people as a whole'.

76 The Walong battle is vividly described in G. S. Bhargava, *The Battle for NEFA* (Bombay: Allied Publishers, 1964), chapter 5.

77 Hoffman, *India and the China Crisis*, pp. 180-1.

78 Maxwell, *India's China War*, pp. 398ff. In his memoirs, Kaul argues that Se La was a well-positioned and well-fortified garrison that could have held out for a week or more; he blames its fall and the flight of the troops on the failure of nerve of the man in charge, Major General A. S. Pathania. See Kaul, *The Untold Story*, pp. 413ff.

79 As recalled in B. G. Verghese, 'Unfinished Business in the North-East', *Mainstream*, 15 June 2002.

80 A. M. Rosenthal, 'War Fever in India', *New York Times*, 3 November 1962.

81 D. R. Mankekar, *The Guilty Men of 1962* (Bombay: Tulsi Shah Enterprises, 1968), pp. 88-90.

82 Woodman, *Himalayan Frontiers*, p. 293.

83 Maxwell, *India's China War*, p. 465.

84 Palit, *War in High Himalaya*, pp. 225, 231.

85 As quoted in Snow, *Other Side of the River*, pp. 761-2 (emphases added).

86 Alien Ginsberg, *Indian Journals: March 1962-May 1963* (San Francisco: City Lights Books, 1970), p. 50.

16. நம் காலத்தில் அமைதி

1 John Kenneth Galbraith, *Ambassador's Journal* (Boston: Houghton Mifflin, 1969), pp. 405-12.

2 Robert Sherrod, 'Nehru: The Great Awakening', *Saturday Evening Post*, 19 January 1963.

3 Galbraith to Kennedy, 29 January 1963, copy in Dean Rusk Papers, University of Georgia, Athens. Perhaps it was the economist in Galbraith that provoked him to identify China rather than Russia as the greater long-term threat to American interests.

4 Cf. Richard Parker, *John Kenneth Galbraith: His Life, His Politics, His Economics* (New York: Farrar, Straus and Giroux, 2005), p. 400.

5 See clippings in Files 9 and 10, Box XVI.18, Richard B. Russell Papers, University of Georgia, Athens. The rest of this section is likewise based on material contained in these files.

6 There was also a letter, too crazy to quote in the text perhaps, which urged a cheaper method of disposing of the Chinese threat than arming the Indians. S. B. Crowe of Sanford, Florida, recommended that the Americans drop boxes of atomic waste, each with an explosive charge, on the Chinese side of the Himalaya. The Reds would be told of this, so that they would 'stay out of Tibet and India'. However, 'if Mao wishes to conduct an experiment in genetics and send 150 million through this radiation hazard, it would be an interesting experiment'. Estimating that this

would save the American taxpayer 'about a billion dollars', Mr Crowe signed off as follows: 'Yours for more economy in Government. The barrel isn't bottomless, in spite of Mr Keynes and his theories.'

7   'Transcript of Prime Minister's Press Conference held on June 15, 1963, in New Delhi', issued by Press Information Bureau, Government of India, copy in Subject File 189, P. N. Haksar Papers, Third Instalment, NMML. Cf. also *The Statesman*, 16 June 1963.

8   See Stanley Kochanek, *The Congress Party of India: The Dynamics of One-Party Democracy* (Princeton: Princeton University Press, 1968), pp. 79ff.

9   Ibid., pp. 78-80.

10 H. V. Kamath, *Last Days of Jawaharlal Nehru* (Calcutta: Jayashree Prakashan, 1977), pp. 1-2. i

11 Wells Hangen, *After Nehru, Who?* (London: Rupert Hart-Davis, 1963).

12 These quotes are from an article by Tom Stacey, originally published in the *Sunday Times* of London and reprinted under a different title in the *Current*, 1 January 1964.

13 Indira Gandhi to Mridula Sarabhai, 4 September 1963, Reel 57, Mridula Sarabhai Papers, on microfilm, NMML.

14 Cf. Kanji Dwarkadas to Lord Scarborough, 16 January 1964, Mss Eur F253/53 (Lord Lumley Papers), OIOC.

15 For the different ways in which the creation of the state was received, see P. N. Luthra, *Nagaland: From a District to a State* (Shillong: Directorate of Information and Public Relations, 1974), pp. 1-16; A. Lanunungsang Ao, *From Phizo to Muivah: The Naga National Question in North-east India* (New Delhi: Mittal Publications), pp. 81-2.

16 The Current, 4 January 1964.

17 Cf. report in the *Current*, 20 April 1963.

18 C. P. Srivastava, *Lal Bahadur Shastri: A Life of Truth in Politics* (Delhi: Oxford University Press, 1995), pp. 71-4; Rajeshwar Prasad, *Days with Lal Bahadur Shastri: Glimpses from the Last Seven Years* (New Delhi: Allied Publishers, 1991), pp. 27-9.

19 Mountbatten's conversations with Nehru are reported in the correspondence contained in Subject File 52, T. T. Krishnamachari Papers, NMML.

20 Aparna Basu, *Mridula Sarabhai: Rebel with a Cause* (Delhi: Oxford University Press, 1996), chapter 9, 'Kashmir'; *Hindustan Times* (hereafter HT), 9 April 1964.

21 *Dawn*, 18 November 1960.

22 Nehru to Vijayalakshmi Pandit, 3 October 1953, Vijayalakshmi Pandit Papers, NMML.

23 Nehru to Tikaram Paliwal, 17 July 1955, in SWJN2, vol. 29, pp. 452-3.

24 These paragraphs on Abdullah's release and his triumphant return to the Valley are based principally on the HT, issues *of* 6-24 April 1964.

25 See letters and papers in Subject File 28 ('Indo-Pakistan Conciliation Group'), Brahmanand Papers, NMML.

26 Jayaprakash Narayan, 'Our Great Opportunity in Kashmir', HT, 20 April 1964.

27 C. Rajagopalachari, 'Am I Wrong?', *Swarajya*, 25 April 1964.

28 See report in HT, 23 April 1964. In the rest of this section, quotes not given specific attributions come from this newspaper.
29 Telegram dated 29 April 1964, in Subject File 92, C. Rajagopalachari Papers, Fourth Instalment, NMML.
30 Letter of 29 April 1964, ibid. As some other letters in this file show, most Swatantra Party members opposed Masani and Rajaji in their support of the Nehru-Abdullah talks. K. M. Munshi said that the Sheikh should be put back in jail. Dahyabhai Patel (son of Vallabhbhai Patel) said that the only solution to the Kashmir problem was to settle the Valley with Hindu refugees from East Pakistan.
31 Abdullah to Minoo Masani, 16 April 1964, ibid.
32 Shastri to Rajaji, 4 May 1964, ibid.
33 'Kashmir - Talk with Sheikh Abdullah on 8th May, 1964, at PM's House', Subject File 4, Y. D. Gundevia Papers, NMML.
34 Shiva Rao to Rajaji, 10 May 1964; Rajaji to Shiva Rao, 12 May 1964; both in Subject File 92, C. Rajagopalachari Papers, Fourth Instalment, NMML.
35 HT, 23 May 1964.
36 Y. D. Gundevia to V. K. T. Chari (Attorney-General, Madras), 13 May 1964, Subject File 4, Y. D. Gundevia Papers, NMML.

The confederal, solution to the Kashmir problem was apparently first proposed by the journalist Arthur Moore as early as January 1948. Moore believed that 'India, Pakistan and Kashmir should become a federated commonwealth state, with common foreign affairs, common defence, and such finance as concerned these subjects, but otherwise all three to be self-governing States'. He spoke about it to Mahatma Gandhi before he died, and later also appears to have broached the topic with the prime minister. Moore also wrote about the idea in a volume of tributes to Nehru on his 70th birthday, where he called this the 'greatest test for Nehru's statesmanship... [for] there will never be satisfactory relations between India and Pakistan till the Kashmir issue is settled'. See Arthur Moore, 'My Friend's Son', in Rafiq Zakaria, ed., *A Study of Nehru* (1959; 2nd edn Bombay: The Times of India Press, 1960), esp. pp. 175-6. It seems very likely, considering where it appeared, that Nehru had read Moore's article.

37 Letter of 20 May 1964, in Subject File 92, C. Rajagopalachari Papers, Fourth Instalment, NMML. Within Parliament, Masani was one of the fiercest critics of the prime minister. But, like his mentor Rajaji, he saw that in progress on Kashmir lay the future of the subcontinent. On this subject at least he was willing to bat for Nehru.
38 HT, 25 May 1964. Unless otherwise indicated, the rest of this section is based on HT, 25-30 May 1964.
39 *Dawn*, quoted in HT, 27 May 1964 (emphasis added).
40 Walter Crocker, *Nehru: A Contemporary's Estimate* (New York: Oxford University Press, 1966), p. 178.
41 In his magisterial three-volume biography of Nehru S. Gopal gives the matter three paragraphs; Nehru's most recent biographer, Judith Brown, allows it one. Recent works on the Kashmir dispute, as for instance by Schonfield, Bose and Ganguly, do not mention these events at all.
42 Romesh Thapar, 'Behind the Abdullah Headlines', *Economic Weekly*, 30 May 1964.
43 V. K. T. Chari to Y. D. Gundevia, 16 May 1964, in Subject File 4, Y. D. Gundevia Papers, NMML.
44 HT, 26 May 1964.
45 Quoted in HT, 29 May 1964.

17. சிறுபான்மையினர் நலம் நாடல்

1 Austin's diary entry of 28 May 1968 was published thirty years later in *The Hindu*, 29 May 1994.

2 See correspondence between H. S. Suhrawardy, Chaudhary Khaliquzzaman, Jawaharlal Nehru, M. A. Jinnah and M. K. Gandhi, reproduced in A. G. Noorani, ed., *The Muslims of India: A Documentary Record* (New Delhi: Oxford University Press, 2003), pp. 40-52. See also Chaudhry Khaliquzzaman, *Pathway to Pakistan* (Lahore: Longmans, Green and Co., 1961).

3 Jawaharlal Nehru to J. R. D. Tata, 23 October 1947; Tata to Nehru, 4 November 1947, letters in Tata Steel archives, Jamshedpur.

4 Gardner Murphy, In *the Minds of Men: The Study of Human Behavior and Social Tensions in India* (New York: Basic Books, 1953), pp. 144-7.

5 See 'You Cannot Ride Two Horses', in For *a United India; Speeches of Sardar Patel* (1949; reprint New Delhi, Publications Division, 1982), pp. 49-52 (emphasis added).

6 'Top Secret' letter dated 17 July 1948 from HVR lengar, Home Secretary, to Dr Tara Chand, Education Secretary, in File 6/228/48 ('Information regarding government servants whose family is still staying in Pakistan'), records of the Archaeological Survey of India, New Delhi. The rest of this section is based on this file, a copy of which was kindly passed on to me by Professor Nayanjyot Lahiri of the University of Delhi.

7 The superintendent was called Pandit Madho Sarup Vats. While we know no more of his biography, 'Vats' is a Punjabi Hindu surname, and it is possible that his vendetta was influenced by direct or indirect knowledge of the massacres in the Punjab.

8 Quoted in Farhana Ibrahim, 'Defining a Border: Harijan Migrants and the State in Kachchh', *Economic and Political Weekly*, 16 April 2005.

9 Nehru to Patel, 20 February 1950, SPC, vol. 10, p. 5.

10 E.g. Nehru's letters to Patel of 6 October and 21 November 1947, SPC, vol. 4, pp. 399-401, 362-4.

11 Letter of 15 October 1947, LCM, vol. 1, pp. 32-3.

12 Letter of 2 October 1949, ibid., pp. 478-9.

13 Letters of 29 September 1953 and 15 June 1954, LCM, vol. 3, pp. 375-6, 570 (emphases added).

14 Speech in Lok Sabha on Azad's death, reproduced in *Maulana Azad: A Homage* (New Delhi: Publications Division, 1958), pp. 30-1.

15 On Muslim support to the Congress in national and state elections through the 1950s, see Sisir K. Gupta, 'Moslems in Indian Politics, 1947-1960', *India Quarterly*, vol. 18, no. 4, 1962.

16 Saif Faiz Badruddin Tyabji, *The Future of Muslims in India* (Bombay: Writers' Emporium, 1956). Tyabji's forward-looking agenda makes an interesting contrast with the nostalgia-laden lament of the great Lucknow divine S. Abul Hasan Ali Nadwi. See his *Muslims in India*, trans. Mohammad Asif Kidwai (Lucknow: Academy of Islamic Research and Publications, 1961). Tyabji himself died shortly after making a speech in the Lok Sabha in 1958; his death, when only just forty, described to me (by the distinguished conservationist Zafar Futehally) as 'a great tragedy for the Muslims of India'.

17 See reports in Files 78 and 79, Delhi Police Records, Fifth Instalment, NMML.

18 Quoted in W. H. Morris-Jones, *Parliament in India* (London: Longmans, Green and Co., 1957), p. 27, fn.
19 'Daily Diary', 19 February 1954, in File 138, Delhi Police Records, Sixth Instalment, NMML.
20 See Noorani, *The Muslims of India*, pp. 99-100.
21 See, for details, Theodore P. Wright, Jr., 'The Effectiveness of Muslim Representation in India', in D. E. Smith, ed., *South Asian Politics and Religion* (Princeton: Princeton University Press, 1966).
22 W. C. Smith, *Islam in Modern History* (1957; reprint New York: Mentor Books, 1959), pp. 263-4.
23 Ibid., pp. 268-74.
24 J. D. Tyson to his family, 9 August 1947, in Mss Eur D341/40, OIOC.
25 See Farida Abdulla Khan, 'Other Communities, Other Histories: A Study of Muslim Women and Education in Kashmir', in Zoya Hasan and Ritu Menon, eds, *In a Minority: Essays on Muslim Women in India* (New Delhi: Oxford University Press, 2005).
26 See the essays and evidence in M. K. A. Siddiqui, *Muslims in Free India: Their Social Profile and Problems* (New Delhi: Institute of Objective Studies, 1998).b
27 The *Current*, 5 September 1956.
28 D. E. Smith, *India as a Secular State* (Princeton: Princeton University Press, 1963), esp. pp. 412-13.
29 Smith, *Islam in Modern History*, p. 267.
30 Mushirul Hasan, *Legacy of a Divided Nation: India's Muslims Since Independence* (Delhi: Oxford University Press, 1997), p. 161.
31 Taya Zinkin, *Challenges in India* (New York: Walker and Co., 1966), pp. 147ff.
32 Mohamed Raza Khan, *What Price Freedom? A Historical Survey of the Political Trends and Conditions Leading to Independence and the Birth of Pakistan and After* (Madras: privately published, 1969), pp. 503f.
33 See the studies collected in M. N. Srinivas, ed., *India's* Villages (1955; reprint Bombay: Media Promoters and Publishers, 1985), pp. 28-9, 94, 100 etc.; and in McKim Marriot, ed., *Village India: Studies in the Little Community* (Chicago: The University of Chicago Press, 1955), pp. 45, 47, 51, 68, 70-2 etc.
34 Vijay Prashad, *Untouchable Freedom: A Social History of a Dalit Community* (New Delhi: Oxford University Press, 2000), pp. 156-63.
35 Among the autobiographies and memoirs available in English, see especially Omprakash Valmiki, *Joothan: A Dalit's Life*, trans. Arun Prabha Mukherjee (Kolkata: Samya, 2003); Narendra Jadhav, *Outcaste: A Memoir* (New Delhi: Viking, 2003); Vasant Moon, *Growing up Untouchable in India*, trans. Gail Omvedt (Lanham, Md.: Rowman and Littlefield, 2001); Siddharth Dube, *Words Like Freedom: The Memoirs of an Impoverished Indian Family, 1947-1997* (New Delhi: HarperCollins India, 1998); and the pioneering anthology edited by Arjun Dangle, *Poisoned Bread: Translations from Modern Marathi Dalit Literature* (Hyderabad: Orient Longman, 1992).
36 Harold R. Isaacs, *India's* Ex-Untouchables (New York: John Day, 1965), pp. 80-1.
37 This paragraph is based on three essays by Lelah Dushkin: 'The Backward Classes. I: Special Treatment Policy' and 'The Backward Classes. II: Removal of Disabilities', *Economic Weekly*, 28 October and 4 November 1961; and 'Backward Caste Benefits

and Social Class in India, 1920-1970', *Economic and Political Weekly*, 7 April 1979. Cf. Marc Galanter, Competing Equalities: Law *and the Backward Classes in India* (Delhi: Oxford University Press, 1984).

38 Quoted in Owen M. Lynch, *The Politics of Untouchability: Social Mobility and Social Change in a City of India* (New York: Columbia University Press, 1969), p. 89.

39 See Bernard S. Cohn, 'The Changing Status of a Depressed Caste', in Marriot, Village India, esp. pp. 70-2.

40 J. Michael Mahar, 'Agents of Dharma in a North Indian Village', in J. M. Mahar, *The Untouchables in Contemporary India* (Tucson: University of Arizona Press, 1972), p. 29.

41 Isaacs, India's *Ex-Untouchables*, p. 126.

42 Dube, Words *Like Freedom*, p. 53.

43 Lynch, *The Politics of Untouchability*, chapter 3 and passim.

44 Nehru to Rajagopalachari, letters of 5 May and 25 June 1952, in Subject File 123, C. Rajagopalachari Papers, Fifth Instalment, NMML.

45 Oliver Mendelsohn and Marika Vicziany, *The* Untouchables: Subordination, *Poverty and the State in India* (Cambridge: Cambridge University Press, 1998), pp. 207-8, 252; Devendra Prasad Sharma, Jagjivan Ram: *The Man and His Times* (New Delhi: Indian Book Co., 1974).

46 This account of Ambedkar's last days is based on Vasant Moon, *Dr. Babasaheb* Ambedkar, trans. Asha Damle (New Delhi: National Book Trust, 2002), pp. 203-19. The best treatments of Ambedkar's thought (including his conversion to Buddhism) are Eleanor Zelliot, Untouchable to Dalit: Essays on Ambedkar Movement (Delhi: Manohar, 1992), and Jayashree Gokhale, *From Concessions to Confrontation: The Politics of an Indian Untouchable Community* (Bombay: Popular Prakashan, 1993). See also Valerian Rodrigues, ed., *B. R. Ambedkar: Essential Writings* (New Delhi: Oxford University Press, 2004).

47 Moon, *Growing up Untouchable*, pp. 52, 107-11, 127, 160-1 etc.

48 Cf. Valmikijoothan, p. 7lf.

49 Jadhav, *Outcaste*, p. 231.

50 Rameshwari Nehru, *Gandhi Is My Star* (Patna: Pustak Bhandar, 1950), pp. llOff.

51 The *Current*, 8 February 1956.

52 N. D. Kamble, *Atrocities on Scheduled Castes in Post-Independent India* (New Delhi: Ashish Publishing House, 1981), pp. 8-46. Kamble's sources were newspaper accounts in English, Hindi and Marathi. I have simplified and summarized his renditions.

53 Aldous Huxley, Jesting *Pilate: The Diary of a Journey* (London: Chatto and Windus, 1927), pp. 116-17.

54 Speech by H. J. Khandekar, 21 November 1949, in CAD, vol. 11, pp. 736-7.

55 Aga Khan to Jawaharlal Nehru, 25 January 1951, copy in Subject File 61, C. Rajagopalachari Papers, Fourth Instalment, NMML.

56 D. F. Karaka, writing in the *Current*, 11 November 1959. Karaka then went on to list Nehru's failures, among them the inability to root out corruption and nepotism, and the foolishness of trusting communist China.

இந்திய வரலாறு: காந்திக்குப் பிறகு (பாகம் 2)

சுதந்தரத்துக்குப் பிறகான இந்தியாவின் கதை அதிகம் சொல்லப்படவில்லை என்னும் குறையை இந்தப் புத்தகம் நிறைவு செய்கிறது. இந்தியாவின் கதை என்பது உலகின் மிகப் பெரிய ஜனநாயக தேசத்தின் கதையும்கூட.

உலகமெங்கும் பல லட்சம் பிரதிகள் விற்பனையாகிக் கொண்டிருக்கும் India After Gandhi என்ற ஆங்கில நூலின் அதிகாரபூர்வ தமிழ் மொழிபெயர்ப்பு.

ராமச்சந்திர குஹா எழுதிய
நவீன இந்தியாவின் சிற்பிகள்

- காந்தி • நேரு • அம்பேத்கர் • ராம்மோகன் ராய் • தாகூர் • திலகர்
- ஈ.வெ.ரா • ஜின்னா • ராஜகோபாலச்சாரி • ஜெயப்பிரகாஷ் நாராயண்
- கோபால கிருஷ்ண கோகலே • சையது அகமது கான் • ஜோதிராவ் ஃபுலே
- தாராபாய் ஷிண்டே • கமலாதேவி சட்டோபாத்யாய் • எம்.எஸ்.கோல்வல்கர்
- ராம் மனோகர் லோஹியா • வெரியர் எல்வின் • ஹமீத் தல்வாய்

நவீன இந்தியாவை உருவாக்கிய சிற்பிகள் என்று இவர்களைக் குறிப்பிடமுடியும். இந்தியா என்றொரு தேசம் உருவானதற்கும் ஆயிரம் குறைபாடுகள் இருந்தாலும் இந்த நிமிடம் வரை உயிர்ப்புடன் நீடிப்பதற்கும் காரணம் இவர்கள்தாம்.

இந்த அசாதாரணமான ஆளுமைகளின் பங்களிப்பை அவர்களுடைய படைப்புகள்மூலம் அறிமுகப்படுத்துகிறார் புகழ்பெற்ற வரலாற்று ஆசிரியரான ராமச்சந்திர குஹா.

ராமச்சந்திர குஹா எழுதிய
தென்னாப்பிரிக்காவில் காந்தி

அதிகாரபூர்வமான அரசுப் பதவி எதையும் வகித்ததில்லை. ஆயுதம் எதையும் தரித்ததில்லை. பண பலம், படை பலம் இரண்டும் இல்லை. இருந்தும் அந்த மெலிந்த, எளிமையான இளம் வழக்கறிஞரின் பின்னால் ஒரு தேசமே அணிதிரண்டு நின்றது.

உலகம் முழுவதிலுமிருந்து பாராட்டுகளைப் பெற்றிருக்கும் ராமச்சந்திர குஹாவின் Gandhi Before India நூலின் அதிகாரபூர்வ தமிழ் மொழிபெயர்ப்பு.